ലോകത്തെ മാറ്റുന്നത്

മാർക്സിന്റെയും മാർക്സിസത്തിന്റെയും ആഖ്യാനങ്ങൾ

Lokathe Mattunnathu

Original Title
How to change the world

Eric Hobsbwm

Translation
P K Shivadas

CHINTHA PUBLISHERS
Thiruvananthapuram

In association with Little, Brown
An imprint of Little, Brown book Group
100 Victoria Embankment London ED4Y 0DY
An Hachette UK company, www.hachette.co.uk, www.littlebrown.co.uk

First Edition
April 2012

Second Edition
November 2021

Published & Typesetting
Chintha Publishers, Thiruvananthapuram

Printed at
Repro India Ltd, Mumbai

Cover Design
Vinod Mangoes

ISBN - 978-93-80808-60-4

CR - 3019 / 5640

₹ 550

Email: chinthapublishers@gmail.com
Website: www.chinthapublishers.com

Distribution
DESHABHIMANI BOOKHOUSE
H O Thiruvananthapuram 695035

Branch
Head Office Kunnukuzhi • Statue Thiruvananthapuram
KSRTC Bus Station Thiruvananthapuram
KSRTC Bus Station Alappuzha • KSRTC Bus Station Ernakulam
Machingal Lane Thrissur • IG Road Kozhikode
Mavoor Road Kozhikode • NGO Union Building Kannur
Central Bus Terminal Complex Thavakkara Kannur

ലോകത്തെ മാറ്റുന്നത്

മാർക്സിന്റെയും മാർക്സിസത്തിന്റെയും ആഖ്യാനങ്ങൾ

എറിക് ഹോബ്സ്ബോം

പരിഭാഷ
പി കെ ശിവദാസ്

ചിന്ത പബ്ലിഷേഴ്സ്
തിരുവനന്തപുരം-695 035
വില : ₹ 550

എറിക് ഹോബ്സ്ബോം (1917–2012)

അലക്സാണ്ട്രിയയിൽ ജനനം. ആസ്ട്രിയ, ജർമനി, ഇംഗ്ലണ്ട് എന്നിവിടങ്ങളിൽ വിദ്യാഭ്യാസം. നിരവധി രാജ്യങ്ങളിലെ സർവകലാശാലകളിൽനിന്ന് ഹോണററി ബിരുദങ്ങൾ. ബ്രിട്ടിഷ് അക്കാദമി, അമേരിക്കൻ അക്കാദമി ഒഫ് ആർട്സ് ആന്റ് സയൻസസ് എന്നിവയിൽ അംഗമായിരുന്നു. ജപ്പാൻ അക്കാദമിയിലെ വിദേശാംഗമായിരുന്നു. വിരമിക്കുംവരെ അദ്ദേഹം ലണ്ടൻ സർവകലാശാലയിലെ ബിർക്ബക് കോളേജിൽ പഠിപ്പിച്ചു, പിന്നീട് ന്യൂയോർക്കിലെ സ്കൂൾ ഒഫ് സോഷ്യൽ റിസർച്ചിലും. പ്രസിദ്ധീകൃത രചനകൾ: *മൂലധനത്തിന്റെ യുഗം* [*The Age of Capital*], *സാമ്രാജ്യത്തിന്റെ യുഗം* [*The Age of Empire*], *തീവ്രതകളുടെ യുഗം* [*The Age of Extremes*], *വഴിക്കൊള്ളക്കാർ* [*Bandits*], *വിപ്ലവകാരികൾ* [*Revolutionaries*], *അസാധരണ മനുഷ്യർ* [*Uncommon Men*], *അധ്വാനത്തിന്റെ ലോകങ്ങൾ* [*The Worlds of Labour*], *അധ്വാനിക്കുന്ന മനുഷ്യർ* [*Labouring Men*], *വ്യവസായം, സാമ്രാജ്യം* [*Industry and Empire*], *രാഷ്ട്രങ്ങൾ, ദേശീയത – 1780 മുതൽ* [*Nations and Nationalism, since 1780s*], *പുതിയ നൂറ്റാണ്ട്* [*The New Century*], *ആഗോളവൽക്കരണം, ജനാധിപത്യം, ഭീകരവാദം* [*Globalisation, Democracy and Terrorism*], *രസകരമായ കാലം* [*Interesting Times*].

പി കെ ശിവദാസ്

1960 ൽ കോഴിക്കോട് ജനനം. കോഴിക്കോട് സെന്റ് ജോസഫ്സ് ബോയ്സ് ഹൈസ്കൂൾ, തിരുവനന്തപുരം മാർ ഇവാനിയോസ് കോളേജ്, പട്ടാമ്പി സംസ്കൃത കോളേജ്, ഒറ്റപ്പാലം എൻ എസ് എസ് കോളേജ്, ബറോഡ എം എസ് യൂണിവേഴ്സിറ്റി, ബോംബെ ശ്രേയാൻസ് പ്രസാദ് ഇൻസ്റ്റിറ്റ്യൂട്ട് ഒഫ് മാസ് കമ്യൂണിക്കേഷൻസ് എന്നിവിടങ്ങളിൽ പഠനം.
ഫ്രീപ്രസ് ജേണൽ (ബോംബെ), *ടൈംസ് ഒഫ് ഡെക്കാൻ* (ബാംഗ്ലൂർ), *ന്യൂസ് ടുഡെ* (മദ്രാസ്), *ഇന്ത്യൻ എക്സ്പ്രസ്* (അഹമ്മദാബാദ്, ബറോഡ, ചണ്ഡീഗഢ്) എന്നിവിടങ്ങളിൽ പത്രപ്രവർത്തനം. കേരളത്തിലെ പ്രമുഖ പ്രസാധക സ്ഥാപനങ്ങളിൽ രചയിതാവ്, എഡിറ്റർ, വിവർത്തകൻ, രേഖാ ചിത്രകാരൻ എന്നീ നിലകളിൽ പ്രവർത്തിച്ചു.
ഇ എം എസിന്റെ *ഇന്ത്യൻ സ്വാതന്ത്ര്യ സമരചരിത്രം ഒന്നാം വാല്യം* ഇംഗ്ലീഷ് പരിഭാഷ, ഡി ഡി കൊസാംബിയുടെ *രോഷജനകമായ പ്രബന്ധങ്ങൾ*, റോമില ഥാപ്പറുടെ *ആദിമ ഇന്ത്യാചരിത്രം*, ബിപൻ ചന്ദ്രയുടെ *ഇന്ത്യൻ സ്വാതന്ത്ര്യസമരചരിത്രം*, കാഞ്ച ഐലയ്യയുടെ *ദൈവമെന്ന രാഷ്ട്രമീമാംസകൻ*, ജ്യോതിർമയ ശർമ്മയുടെ *ഹിന്ദുത്വം*, റോബിൻ ജെഫ്രിയുടെ *ഇന്ത്യൻ പത്രവിപ്ലവം*, *അംബേദ്കർ കൃതികൾ* രണ്ട് വാല്യങ്ങൾ, രാമചന്ദ്ര ഗുഹയുടെ *ഗാന്ധിക്കുശേഷം ഇന്ത്യ*, ആധുനികേന്ത്യയുടെ *ശിൽപ്പികൾ*, അയൻ ഹിർസി അലിയുടെ *ഊരുതെണ്ടി*, നോം ചോംസ്കിയുടെ *പ്രത്യാശകളും സാധ്യതകളും* എന്നിവയാണ് മുഖ്യവിവർത്തനങ്ങൾ.

ഉള്ളടക്കം

മാർക്സിസം

പ്രസാധകക്കുറിപ്പ്

എറിക് ഹോബ്സ്ബോം ലോകമെങ്ങും ആദരിക്കപ്പെടുന്ന മാർക്സിസ്റ്റായ ചരിത്രകാരനാണ്. സോവിയറ്റ് യൂണിയൻ ശിഥിലമായപ്പോഴും കിഴക്കൻ യൂറോപ്പിലെ സോഷ്യലിസ്റ്റ് രാജ്യങ്ങൾ ഒന്നൊന്നായി സോഷ്യലിസം കൈയൊഴിഞ്ഞപ്പോഴും ബ്രിട്ടീഷ് കമ്യൂണിസ്റ്റു പാർട്ടി അംഗത്വം ഹൃദയത്തോടു ചേർത്തുപിടിച്ചു ഹോബ്സ് ബോം. യാന്ത്രിക-സാമ്പ്രദായിക രീതിയിലുള്ള മാർക്സിസ്റ്റ് വിശകലനങ്ങളെ നിരാകരിച്ച് നിരങ്കുശമായ രീതിയിൽ മാർക്സിസത്തിന്റെ സഞ്ചാരവഴികൾ ഈ നൂറ്റാണ്ടിൽ നിന്നുകൊണ്ട് ശാസ്ത്രീയ ധാരണയോടെ പരിശോധിക്കുകയാണ് *ലോകത്തെ മാറ്റുന്നത്* എന്ന കൃതിയിലൂടെ.

ഹോബ്സ്ബോം ഇവിടെ 1840 മുതൽ 2011 വരെയുള്ള മാർക്സിസത്തിന്റെ പ്രയാണത്തെ വിമർശനബുദ്ധ്യാ പരിശോധിക്കുന്നു. മാർക്സിസത്തെ കാലോചിതമായി പുതുക്കിപ്പണിയുക എന്ന ദൗത്യം ആധുനിക മാർക്സിസ്റ്റുകാരുടെ കടമയാണ്. മാർക്സും എംഗൽസും ലെനിനും തങ്ങളുടെ കൃതികളുടെ ഓരോ പുതിയ പതിപ്പിറങ്ങുമ്പോഴും പ്രസക്തമല്ലാത്തത് ഒഴിവാക്കി പുതുക്കിപ്പണിതിരുന്നു. ഓരോ കാലഘട്ടത്തിൽനിന്നും മാർക്സിസത്തെ വായനയ്ക്കു വിധേയമാക്കുമ്പോൾ കാലദേശ വൈജാത്യങ്ങൾക്കനുസരിച്ച് വ്യാഖ്യാനിക്കാൻ കഴിയണം.

യാതൊരുവിധ സൗജന്യവും നൽകാതെ കർശനമായാണ് മാർക്സിസത്തിന്റെ സിദ്ധാന്തത്തെയും പ്രയോഗത്തെയും ഹോബ്സ്ബോം പരിശോധിക്കുന്നത്. സ്വയം ഒരു മാർക്സിസ്റ്റാവുമ്പോൾ മാർക്സിസത്തോട് ഉണ്ടായിപ്പോയേക്കാവുന്ന വ്യക്തിനിഷ്ഠമായ ചായ്‌വ് തന്റെ കൃതിയിൽ കടന്നുകൂടാതിരിക്കാൻ ഹോബ്സ്ബോം ശ്രദ്ധിച്ചിട്ടുണ്ട്.

മാർക്സിസത്തിന്റെ ഇന്നത്തെ അവസ്ഥയെ പഠിച്ചുകൊണ്ടാണ്

അദ്ദേഹം തുടങ്ങുന്നത്. മാർക്സിനും എംഗൽസിനും മുമ്പുണ്ടായിരുന്ന സോഷ്യലിസ്റ്റ് ആശയങ്ങളെ വിശകലനം ചെയ്തുകൊണ്ട് അവർ എങ്ങനെയാണ് രാഷ്ട്രീയത്തിൽ ഇടപെട്ടിരുന്നതെന്ന് വിശദീകരിക്കുന്നു. എംഗൽസിന്റെ സുപ്രധാനവും മൗലികവുമായ *ഇംഗ്ലണ്ടിലെ തൊഴിലാളിവർഗത്തിന്റെ അവസ്ഥ* എന്ന പുസ്തകത്തെ വിശദമായി പഠിക്കുന്നു. *കമ്യൂണിസ്റ്റ് മാനിഫെസ്റ്റോ* എന്ന ലോകത്തെ മാറ്റിമറിച്ച പ്രഖ്യാപനത്തെ അതിൽ തിളങ്ങിനിൽക്കുന്നവയും മങ്ങിപ്പോയവയും എടുത്തു കാട്ടിക്കൊണ്ട്, ഉയർത്തിപ്പിടിക്കുകയാണ് ഹോബ്സ്ബോം. മാർക്സിന്റെ ഗഹനമായ രചനയെന്ന് നിരീക്ഷിക്കപ്പെട്ടിട്ടുള്ള *ഗ്രുൻഡ്രിസ്* (*Grundrisse*) പരിശോധനയ്ക്കു വിധേയമാക്കുന്നുണ്ട്. മാർക്സിന്റെയും എംഗൽസിന്റെയും രചനകളിലെ അമൂല്യതകളെ വ്യവച്ഛേദിച്ച് രേഖപ്പെടുത്തുന്നു. വിവിധ കാലഘട്ടങ്ങളിൽ മാർക്സിസം ലോകത്തെ സ്വാധീനിച്ച രീതികളും, തൊഴിലാളിവർഗവും മാർക്സിസവും തമ്മിലുള്ള ബന്ധവും ഈ ഗ്രന്ഥത്തിൽ പരിശോധിക്കപ്പെടുന്നുണ്ട്. അന്തോണിയോ ഗ്രാംഷിയെപ്പറ്റി വിശദമായി പഠിച്ച് മാർക്സിസത്തെ, അതിന്റെ സ്വാധീനത്തെ, മുന്നോട്ടുനയിക്കാൻ ഗ്രാംഷി നൽകിയ സംഭാവനകൾ എടുത്തുകാട്ടുന്നു.

ഏതൊരു മാർക്സിസ്റ്റിനും ഒഴിവാക്കാനാകാത്ത ഈ കൃതി മലയാളത്തിൽ പ്രസിദ്ധീകരിക്കാൻ അനുമതി തന്ന ലിറ്റിൽ ബ്രൗൺ പ്രസാധകരോടും പരിഭാഷ നിർവഹിച്ച ശ്രീ. പി കെ ശിവദാസിനോടും അവതാരിക എഴുതിയ ശ്രീ സച്ചിദാനന്ദനോടും ചിന്ത പബ്ലിഷേഴ്സ് കടപ്പെട്ടിരിക്കുന്നു. വായനക്കാരുടെ സഹകരണവും സംവാദവും പ്രതീക്ഷിച്ചുകൊണ്ട്,

ചിന്ത പബ്ലിഷേഴ്സ്

അവതാരിക

മാറിയ കാലത്ത് മാർക്സിന്റെ ചോദ്യങ്ങൾ

സച്ചിദാനന്ദൻ

"പുരോഗമനപരമായ ഒരു നയത്തിന് കഴിഞ്ഞ മുപ്പതുവർഷത്തെ സാമ്പത്തിക - സദാചാരധാരണകളുമായി കൂടുതൽ വലിയൊരു വിച്ഛേദം നടത്തിയാൽ പോരാ; സാമ്പത്തികവികാസം ഒരു ലക്ഷ്യമല്ല, മാർഗമാണെന്ന ബോധ്യത്തിലേക്കുള്ള ഒരു തിരിച്ചുപോക്കാണ് അതിനാവശ്യം. ജനങ്ങളുടെ ജീവിതത്തെയും ജീവനസാധ്യതകളെയും പ്രത്യാശകളെയും അതെന്തു ചെയ്യുന്നു എന്നതാണ് ആ ലക്ഷ്യം." 2009 ൽ ലണ്ടനിൽ നടത്തിയ ഒരു പ്രഭാഷണത്തിൽ എറിക് ഹോബ്സ്ബോം പറഞ്ഞു. വളരെ ലളിതമായ പ്രസ്താവം, എന്നാൽ തീർത്തും അടിസ്ഥാനപരം. ഒരേസമയം യാന്ത്രികമായ സാമ്പത്തികനിർണയവാദത്തെയും സാമ്പത്തികവികാസത്തെ സംബന്ധിച്ച നിയോ-ലിബറൽ അന്ധവിശ്വാസത്തെയും അതു ചോദ്യം ചെയ്യുന്നു; ദേശീയവരുമാനത്തിന്റെ വളർച്ചാനിരക്കും അതിന്റെ ആളോഹരി ശരാശരിയും കൊണ്ട് പുരോഗതിയെ അളക്കുന്ന സ്ഥിതിവിവരക്കണക്കുകളുടെ മൂലധനയുക്തിയെ വെല്ലുവിളിക്കുന്നു; ഭൂരിപക്ഷത്തിന്റെ ദൈനംദിന ജീവിതത്തിൽ പ്രതിഫലിക്കാത്ത എല്ലാ വികസനവും മുതലാളിത്തത്തെ മാത്രമേ ശക്തിപ്പെടുത്തുന്നുള്ളു എന്ന് തിരിച്ചറിയുന്നു. ഇന്ത്യയുൾപ്പെടെയുള്ള പല നാടുകളുടെയും വർത്തമാനവികാസത്തിന്റെ വിമൃഷ്ടി മുഴുവൻ ഈ സരള പ്രസ്താവത്തിൽനിന്നു വികസിപ്പിക്കാവുന്നതേയുള്ളൂ.

സോഷ്യലിസ്റ്റുവീക്ഷണത്തിന്റെ കാതൽ ഒട്ടും നഷ്ടപ്പെടാതെ ചരിത്രത്തെയും രാഷ്ട്രീയ - സാമ്പത്തികപ്രയോഗങ്ങളെയും ചിലപ്പോഴൊക്കെ 'മാർക്സിസ്റ്റ്' എന്നു കരുതപ്പെട്ട പ്രയോഗവിധങ്ങളെത്തന്നെയും വിമർശിക്കുന്നിടത്താണ് എറിക് ഹോബ്സ്ബോമിന്റെ ശക്തി

കാണേണ്ടത്. ഈ വീക്ഷണം അദ്ദേഹത്തിനു കിട്ടിയത് മാർക്സിൽ നിന്നുതന്നെയാണ്. മാർക്സിന്റെയും ലെനിന്റെയും ഉത്തരങ്ങളെ അദ്ദേഹം ചിലപ്പോൾ സംശയിച്ചെന്നുവരാം, അവർ തന്നെയും തങ്ങളുടെ ഉത്തരങ്ങൾ ആത്യന്തികവും സനാതനവുമാണെന്ന് കരുതിയവരായിരുന്നില്ലല്ലോ; എന്നാൽ മാർക്സിന്റെ ചോദ്യങ്ങൾ മാറിയ കാലത്തോടു ചോദിക്കുകയാണ് ഹോബ്സ്ബോം ചെയ്യുന്നത്. ചരിത്രത്തെ മുഴുവനോടെ കാണാനും അപഗ്രഥിക്കാനും കഴിയുമെന്ന മാർക്സിന്റെ ആശയം തന്നെ എങ്ങനെ പ്രചോദിപ്പിച്ചുവെന്നും ചരിത്രത്തിന്റെ ഘടനയെയും പരിണാമമാതൃകയെയും കുറിച്ചുള്ള മാർക്സിന്റെ മൗലികമായ കാഴ്ചപ്പാടുകൾ തന്നെ എങ്ങനെ ചരിത്രകാരനാക്കിയെന്നും അദ്ദേഹം ഗ്രന്ഥദീർഘമായ തന്റെ സംഭാഷണത്തിൽ — 'പുതിയ നൂറ്റാണ്ട്' എന്ന പേരിൽ അന്റോണിയോ പോളിറ്റോവുമായി നടത്തിയ അഭിമുഖം — ആരംഭത്തിലേ വ്യക്തമാക്കുന്നുണ്ട്. ക്രിസ്റ്റഫർ ഹിൽ, മോറിസ് ഡോബ്, ഇ പി തോംപ്സൺ തുടങ്ങിയ കമ്യൂണിസ്റ്റ് ചരിത്രകാരന്മാരുടെ ഗ്രൂപ്പുമായുള്ള സംബന്ധം ഈ താൽപ്പര്യം വളർത്താൻ സഹായിച്ചു; 'ആനൽസ് സ്കൂളു'മായി സഹഭാവമുണ്ടായിരുന്നുവെങ്കിലും മാറുന്ന ചരിത്രത്തിലുള്ള തന്റെ വിശ്വാസവും മാറാത്ത ചരിത്രത്തിലുള്ള അവരുടെ വിശ്വാസവും തമ്മിൽ വൈരുധ്യമുണ്ടായിരുന്നുവെന്നും അദ്ദേഹം നിരീക്ഷിക്കുന്നു. ചരിത്രം നിരന്തരപരിണാമിയാണെന്നും അതുകൊണ്ടുതന്നെ വർത്തമാനകാലം അതിന്റെ 'എത്തിച്ചേര'ലിന്റെ, അഥവാ അവസാനത്തെ, മുഹൂർത്തമല്ലെന്നുമുള്ള വിശ്വാസം ഓരോ പ്രത്യേക സാമൂഹ്യസംവിധാനവും പ്രവർത്തിക്കുന്നരീതിയും അത് മാറ്റംകൊണ്ടുവരികയോ കൊണ്ടുവരാതിരിക്കയോ ചെയ്യുന്നതിന്റെ കാരണങ്ങൾ അപഗ്രഥിക്കാനുള്ള പ്രാപ്തി — ഇവയാണ് മാർക്സിയൻ ചരിത്രസമീപനത്തിന്റെ കേന്ദ്രബിന്ദുക്കൾ. ലോകം എന്തുകൊണ്ട് ഒരു പ്രത്യേകരീതിയിൽ വികസിച്ചു എന്ന് അതിനു പറയാൻ കഴിഞ്ഞില്ലെന്നുവരാം. എന്നാൽ ഒരു സമുദായത്തിൽ ഒന്നിച്ചുചേരുന്ന ഭിന്നഘടകങ്ങൾ എങ്ങനെ ചരിത്രത്തിന്റെ ചാലകശക്തിയാകുന്നുവെന്ന്, അഥവാ പരിവർത്തനം തടയുന്നുവെന്ന് വിശദീകരിക്കാൻ അതിനു കഴിയും.

പതിനാറാം നൂറ്റാണ്ടു മുതൽ ഇരുപതാംനൂറ്റാണ്ടിന്റെ അറുപതുകൾ വരെ തുടർന്നുപോന്ന ദേശ–രാഷ്ട്രങ്ങളുടെ രൂപീകരണപ്രക്രിയ, തുടർന്നുള്ള ദശാബ്ദങ്ങളിൽ തിരിച്ചൊരു പരിണാമത്തിനുവിധേയമാകുന്നുവെന്ന് ഹോബ്സ്ബോം നിരീക്ഷിക്കുന്നുണ്ട്. പതിനെട്ടാം നൂറ്റാണ്ടു മുതലെങ്കിലും ഭരണകൂടത്തിന്റെ പ്രത്യയശാസ്ത്ര സ്വഭാവത്തെ അപ്രധാനമാക്കിക്കൊണ്ടാണ് ദേശ–രാഷ്ട്രങ്ങൾ വളർന്നത്. ഭരണകൂടത്തിന്റെ ശക്തിയും അധികാരവും ഇക്കാലത്ത് സർവവ്യാപിയായി. അത് അറിവും അധികാരവും വികസിപ്പിച്ചു, കൂടുതൽ കൂടുതൽ ലോഭിയായി, ഉത്തര

വാദിത്തങ്ങൾ വർധിപ്പിച്ചു, ഇടപെടലിന്റെ മേഖലകളും വികസിപ്പിച്ചു. ഭരണകൂടം നിയന്ത്രിക്കാത്തത് ഒന്നുമില്ലെന്നായി. നിയമവും രാഷ്ട്രീയവും അതുകയ്യിലെടുത്തു, മറ്റെല്ലാ രാഷ്ട്രീയവും ദേശീയരാഷ്ട്രീയത്തിനു കീഴ്പ്പെടുത്തി. ബെനെഡിക്റ്റ് ആൻഡേഴ്സൺ *കൽപ്പിതസമൂഹങ്ങളിൽ* പറയുംപോലെ ഓരോ ദേശത്തിനും അതിന്റെ കൊടിയും സൈന്യവും ദേശീയഗാനവും ദേശചിഹ്നങ്ങളും അതിർത്തികളും അംബാസഡർമാരും ഭരണഘടനയും സെൻസസുമുണ്ടായി. ദേശങ്ങളുടെ ജ്ഞാനാധികാരവ്യവസ്ഥ എങ്ങനെ പ്രവർത്തിക്കുന്നുവെന്ന് മിഷേൽ ഫൂക്കോ തന്റെ ഏറെ ഗ്രന്ഥങ്ങളിലും ലേഖനങ്ങളിലും കൂടി — വിശേഷിച്ചും *ഡിസിപ്ലിൻ ആൻഡ് പണിഷ്മെന്റ്*, *ബെർത് ഓഫ് ദ് ക്ലിനിക്*, *മാഡ്നസ് ആൻഡ് സിവിലൈസേഷൻ*, *ഹിസ്റ്ററി ഒഫ് സെക്ഷ്വാലിറ്റി* — പരിശോധിച്ചിട്ടുണ്ടല്ലോ. ജനങ്ങളെ സംബന്ധിച്ച ഓരോ അറിവും രാഷ്ട്രത്തെ ശക്തമാക്കുന്നു, സ്ഥിതിവിവരക്കണക്കുകളുടെ കോട്ടകൊത്തളങ്ങളിൽ അധികാരം കൂടുതൽ സുരക്ഷിതമാകുന്നു. അടിയന്തിരാവസ്ഥപോലുള്ള 'അപവാദസന്ദർഭ'ങ്ങളിൽ (*സ്റ്റേറ്റ് ഓഫ് എക്സെപ്ഷൻ*: ജോർജിയോ അഗംബെന്റെ പ്രയോഗം) മാത്രമല്ല, സാധാരണ സന്ദർഭങ്ങളിലും എങ്ങനെ പൗരാവകാശങ്ങൾ അടിച്ചമർത്തപ്പെടുന്നുവെന്നും, ഭരണകൂട വിമർശകർ 'ഭീകരവാദി'കളാകുന്നുവെന്നും കാശ്മീരിനെക്കുറിച്ചൊരു വ്യത്യസ്തവീക്ഷണം പുലർത്തുന്നതുപോലും 'സെഡീഷൻ ലോ'യുടെ കീഴിൽ ശിക്ഷാർഹമാകുന്നുവെന്നും ചിലപ്പോൾ സ്വന്തം ജനതയ്ക്കുമേൽ ഭരണകൂടം എങ്ങനെ യുദ്ധം പ്രഖ്യാപിക്കുന്നുവെന്നും 'ആധാർ കാർഡു'പോലെ ജനോപകാരത്തിനെന്നു പറഞ്ഞ് തുടങ്ങുന്ന പദ്ധതികൾപോലും ആത്യന്തികമായി എങ്ങനെ ഭരണകൂടാധികാരത്തെ ബലപ്പെടുത്തുന്നുവെന്നും ഇന്ത്യൻ അനുഭവംതന്നെ വെളിപ്പെടുത്തുന്നുണ്ടല്ലോ. സാധാരണജനങ്ങൾ കൂടുതലായി ജനാധിപത്യപ്രക്രിയയിൽ പങ്കാളികളാവാനാരംഭിച്ചുവെന്നതു ശരിതന്നെ, എന്നാൽ ഇതും ഭരണകൂടത്തിനുള്ള 'സമ്മതി' (ഗ്രാംഷി പറയുന്ന 'കൺസെന്റ്') നേടിക്കൊടുക്കാനാണ് സഹായിച്ചത്. എന്തിന്, യുദ്ധകാലങ്ങളിൽ സ്വന്തം സ്വാതന്ത്ര്യം മാത്രമല്ല ജീവൻപോലും 'രാഷ്ട്ര'ത്തിനായി ബലിയർപ്പിക്കാൻ ജനങ്ങളെ പ്രേരിപ്പിക്കുന്നിടത്തോളം ദേശീയതയുടെ പ്രത്യയശാസ്ത്രം ശക്തമായി. 'ദേശീയവാദ'ത്തെക്കുറിച്ചുള്ള രബീന്ദ്രനാഥ് ടാഗോറിന്റെ പ്രഭാഷണങ്ങൾ അതെങ്ങനെ ഒരാതുരാവസ്ഥയാകുന്നു എന്ന് വിശദമായി പ്രതിപാദിക്കുന്നുണ്ട്. ആധുനികസാങ്കേതികവിദ്യകൾ ഭരണകൂടാധികാരം പതിന്മടങ്ങു വർധിപ്പിച്ചിട്ടുണ്ട്. ഓരോ പൗരന്റെയും സംഭാഷണം കേൾക്കുവാനും ചലനങ്ങൾ നിരീക്ഷിക്കുവാനും കത്തുകളും ഇ–മെയിലുകളും വായിക്കാനുമെല്ലാം ഇന്ന് ഭരണകൂടത്തിനു കഴിയും.

അതേസമയം ഭരണകൂടത്തെ വെല്ലുവിളിക്കാനും ജനവിഭാഗങ്ങൾ

ചിലപ്പോഴെങ്കിലും തയ്യാറാകുന്നുണ്ട്. 1968 ൽ ഫ്രാൻസിൽ നവ ഇടതുപക്ഷമാണ് അതു ചെയ്തതെങ്കിൽ വിയറ്റ്നാം യുദ്ധകാലത്ത് അമേരിക്കയിൽ നടന്ന വൻപ്രതിഷേധപ്രകടനങ്ങളും സമീപകാലത്ത് ഈജിപ്ത്, ടുണീഷ്യ, ലിബിയ, മയൻമാർ, ബഹ്റൈൻ, ഡൽഹി തുടങ്ങിയ ഇടങ്ങളിൽ സംഭവിച്ച ജനകലാപങ്ങളും ഈ പുതിയ ധൈര്യത്തിന്റെ സൂചനകളായി വായിക്കാം. ദേശീയ ഭരണകൂടത്താൽ സൃഷ്ടിക്കപ്പെടുകയും നിലനിർത്തപ്പെടുകയും ചെയ്യുന്ന കർത്തൃത്വരൂപങ്ങളെത്തന്നെ വെല്ലുവിളിച്ചുകൊണ്ടേ ജനാധിപത്യകർത്തൃത്വങ്ങൾ സ്വരൂപിക്കാനാവൂ. നേരേമറിച്ച്, ആഫ്രിക്കയിലും പശ്ചിമേഷ്യയിലും മധ്യേഷ്യയിലുമുള്ള പല നാടുകളിലും ഭരണകൂടമെന്നൊന്ന് കാര്യക്ഷമമായി പ്രവർത്തിക്കുന്നതേ ഇല്ലെന്നുമായിട്ടുണ്ട്. അൽബേനിയ, ഉത്തര കോക്കസസ്സ്, താജിക്കിസ്ഥാൻ, അഫ്ഗാനിസ്ഥാൻ തുടങ്ങിയ ഇടങ്ങളിലെ സ്ഥിതി ഇതാണ്. ഇത് ചെച്നിയയിലെന്നപോലെ വംശയുദ്ധങ്ങളിലേക്കും നയിച്ചിട്ടുണ്ട്. പലപ്പോഴും സാമ്രാജ്യത്വഭരണം തകർന്ന നാടുകളിലാണ് ഇത്തരമൊരവസ്ഥ വന്നിരിക്കുന്നതെന്ന് ഹോബ്സ്ബോം നിരീക്ഷിക്കുന്നുണ്ട്. ഭരണകൂടമേ ഇല്ലാതിരുന്ന സമൂഹങ്ങളാണ് പലപ്പോഴും ചെറുത്തു നിൽക്കുന്നതെന്നു പറയാം. മൊറോക്കോവിലെ ബെർബർമാർ അല്ലെങ്കിൽ കുർദുകൾ, ഉദാഹരണം. കമ്യൂണിസ്റ്റ് ഭരണകൂടങ്ങൾ ക്രിസ്ത്യൻസഭയെപ്പോലെ ജനങ്ങളുടെ ദൈനംദിനജീവിതത്തിൽ ഇടപെടുകയോ ജനങ്ങളെ പരിവർത്തനം ചെയ്യിക്കുകയോ ഉണ്ടായില്ലെന്നും ഹോബ്സ്ബോം നിരീക്ഷിക്കുന്നു. അതിനാൽ ജനഭൂരിപക്ഷം അരാഷ്ട്രീയരായിത്തുടർന്നു. രണ്ടാംലോകമഹായുദ്ധകാലത്തെ സ്റ്റാലിനു കീഴിലുള്ള റഷ്യ മാത്രമാണ് ജനങ്ങളെ റഷ്യൻ ദേശീയത ഉൾക്കൊള്ളാൻ പ്രേരിപ്പിച്ചത്. യുദ്ധത്തിൽ ജനങ്ങൾ അഭിമാനപൂർവം പങ്കെടുക്കുകയും ചെയ്തു. ജർമ്മൻ യഹൂദരിൽനിന്നു വ്യത്യസ്തരായി തങ്ങൾ ഹിറ്റ്ലറെ നിലംപറ്റിച്ചവരാണെന്ന അഭിമാനവുമായാണ് റഷ്യൻ യഹൂദർ ഇസ്രായേലിൽ പ്രവേശിച്ചത്.

ലോകത്തു സംഭവിക്കുന്ന ശൈഥില്യങ്ങൾ ഏറ്റവും മുതലാക്കിയത് അമേരിക്ക തന്നെയാണ്, പലപ്പോഴും ആ ശൈഥില്യങ്ങൾക്ക് അത് കാരണമാവുകയോ അവയെ ത്വരിതപ്പെടുത്തുകയോ ചെയ്തു. അമേരിക്കയുടെ വ്യാവസായിക-സാമ്പത്തികശക്തിയും മാധ്യമാധികാരവുമെല്ലാം അതിന്റെ അധീശത്വത്തെ തുണച്ച ഘടകങ്ങളാണ്. അതിൽ അമേരിക്കൻ ഉൽപ്പന്നമായ പോപ്പ്-സംസ്കാരവും വലിയ പങ്കുവഹിച്ചിട്ടുണ്ട്, ജീൻസ് മുതൽ പോപ്പ് മ്യൂസിക്കിന്റെ പല രൂപങ്ങൾ വരെ. കമ്പ്യൂട്ടർ സാങ്കേതികവിദ്യ, ഇന്റർനെറ്റ്, ഇതിലൂടെ അമേരിക്കൻ ഇംഗ്ലീഷിന്റെ പ്രചാരം ഇവ അമേരിക്കൻ അധീശത്വം സാധ്യമാക്കിയ മറ്റു ചില ഘടകങ്ങളാണ്. ബ്രിട്ടീഷ് സാമ്രാജ്യത്വത്തിന് കേവലം സാമ്പത്തിക ലക്ഷ്യ

ങ്ങളേ ഉണ്ടായിരുന്നുള്ളുവെങ്കിൽ അമേരിക്കൻ അധീശത്വത്തിന് രാഷ്ട്രീയ–സാംസ്കാരികലക്ഷ്യങ്ങൾ കൂടിയുണ്ട്. അമേരിക്കൻ വ്യവസ്ഥയെ ആഗോളമാതൃകയാക്കാനും അങ്ങനെ സോഷ്യലിസത്തെ ഇല്ലായ്മചെയ്ത് മൂലധനാധീശത്വം സ്ഥാപിക്കാനും ഇതിനനുകൂലമായ ധൈഷണിക - സാംസ്കാരികാന്തരീക്ഷം സൃഷ്ടിക്കാനുമാണ് ആഗോളീകരണത്തിലൂടെ അവർ ശ്രദ്ധിക്കുന്നത്. മൂന്നാം ലോകരാജ്യങ്ങളിൽ സാംസ്കാരികവിസ്മൃതി പടർത്തുക, മാധ്യമങ്ങൾവഴി വാർത്തകളുടെയും വിവരങ്ങളുടെയും സ്വഭാവവും പ്രവാഹവും നിയന്ത്രിക്കുക, നവജനജാഗരണങ്ങളെ അടിച്ചമർത്തുക, വിജ്ഞാനത്തെ അധികാരവുമായി കൂടുതൽ കൂടുതലായി കണ്ണിചേർക്കുക, സ്വന്തം ഭാഷയെ ലോകഭാഷയാക്കി അധികാരത്തിന്റെ ഏകഭാഷണം നടപ്പിലാക്കുക, സാംസ്കാരികനാനാത്വത്തെയും രാഷ്ട്രീയ പ്രതിപക്ഷത്തെയും ഇല്ലാതാക്കുക — ഇത്തരം ലക്ഷ്യങ്ങൾകൂടി കേവല സാമ്പത്തികലക്ഷ്യങ്ങൾക്കപ്പുറം അമേരിക്കയ്ക്കുണ്ട്. തീർച്ചയായും തങ്ങളുടെ യുദ്ധവ്യവസായത്തെ നിലനിർത്താനായി യുദ്ധഭീതി സൃഷ്ടിക്കുകയെന്നതും അതിന്റെ ലക്ഷ്യം തന്നെ. അതേസമയം ഇരുപത്തൊന്നാം നൂറ്റാണ്ട് അമേരിക്കയുടേതായിരിക്കുമെന്ന് ഹോബ്സ്ബോം കരുതുന്നില്ല. അതിപ്പോൾ സ്വയം പ്രതിസന്ധിയിലാണ്, പഴയപോലുള്ള അധീശത്വം പ്രയാസമായിക്കൊണ്ടിരിക്കുകയുമാണ്. ചൈനയെപ്പോലുള്ള ശക്തികൾ കിഴക്കും യൂറോപ്യൻ യൂണിയൻ പടിഞ്ഞാറും അതിനു വെല്ലുവിളി ഉയർത്തുന്നുണ്ട്. ഹോബ്സ്ബോമിന്റെ ഭാഷയിൽ അപകടകരമായ ഒരു ചൂതുകളിയാണ് അമേരിക്ക നടത്തുന്നത്. അതു സൃഷ്ടിച്ച വിനാശശക്തികൾ അതിനുതന്നെ വിപത്കരമാകുന്നതും — താലിബാനെപ്പോലെ — നാം കണ്ടുവല്ലോ. ഇന്ത്യ ഒരു പ്രാദേശികശക്തി മാത്രമാണെങ്കിലും വിദൂരപൂർവദേശങ്ങളെ അപേക്ഷിച്ച് ഇന്ത്യക്ക് കൂടുതൽ ശോഭനമായ സാമ്പത്തിക–സാംസ്കാരികഭാവിയുണ്ടെന്നാണ് ഹോബ്സ്ബോം അഭിപ്രായപ്പെടുന്നത്. ചൈന മുഖ്യമായും ഒരു കരശക്തിയായതിനാൽ സൈനികമായി അമേരിക്കയെ നേരിടാനതിനു പ്രയാസമാണെന്നും അദ്ദേഹം നിരീക്ഷിക്കുന്നു ('പാശ്ചാത്യസാമ്രാജ്യത്തിന്റെ അപചയം' എന്ന അധ്യായം, *പുതിയ നൂറ്റാണ്ട്*).

ആഗോളീകരണത്തിന്റ പ്രധാനവൈരുധ്യമായി ഹോബ്സ്ബോം കാണുന്നത് എല്ലാം എല്ലായിടത്തും ലഭ്യമായിരിക്കെത്തന്നെ എല്ലാം **എല്ലാവർക്കും** ലഭ്യമല്ലാത്ത അവസ്ഥയെയാണ്. ഗതാഗതത്തിലും സാങ്കേതികവിദ്യയിലും നടന്ന വിപ്ലവങ്ങൾമൂലം വിഭവങ്ങൾ എന്നും കേടാകാതെ വേഗമെത്തിക്കാനും പല നാടുകളിൽ യന്ത്രഭാഗങ്ങൾ നിർമിച്ച് കൂട്ടിച്ചേർക്കാനും ഒരിടത്തെ അസംസ്കൃതവിഭവത്തെ മറ്റൊരിടത്ത് എത്തിച്ച് സംസ്കരിക്കാനുള്ള സാഹചര്യമൊരുക്കിയിരിക്കുന്നു. 'മാളു'കളും സൂപ്പർമാർക്കറ്റുകളും ലോകമെമ്പാടും ഒരുപോലെ എന്നാ

യിട്ടുണ്ട്. എന്നാൽ ഈ വസ്തുക്കളും സേവനങ്ങളും എല്ലാവർക്കും ലഭ്യമല്ല, സാമ്പത്തികമായ അസമത്വം മൂലം. ഇത് നാടുകൾക്കകത്തും സാർവദേശീയതലത്തിലും ശരിയാണ്. ഒപ്പംതന്നെ പ്രകൃതിവിഭവങ്ങളുടെ വിതരണവും ലോകത്തിൽ ഒരേപോലെയല്ല. ആഗോളീകരണത്തെ പിന്നോട്ടുകൊണ്ടു പോകാനാവില്ല. അത് ഗവൺമെന്റുകളെത്തന്നെ മറികടന്നുള്ള പ്രക്രിയയാണ്. എന്നാൽ അതിനെ അടിസ്ഥാനമാക്കിയുള്ള നിയോ–ലിബറൽ, ഫ്രീമാർക്കറ്റ് പ്രത്യയശാസ്ത്രം മറ്റൊരു കാര്യമാണ്. വിപണിയെ നിയന്ത്രണമുക്തമാക്കിയാൽ വളർച്ചാനിരക്ക് പരമാവധിയാകുമെന്നും മൂലധനത്തിൽനിന്നുള്ള ലാഭം കൂടുമെന്നുമാണ് ഈ പ്രത്യയശാസ്ത്രം വിശ്വസിക്കുന്നത്. ഈ വീക്ഷണത്തിന് യാതൊരു ന്യായീകരണവുമില്ല. വിതരണവുമായി ബന്ധപ്പെടുത്താത്ത ഉൽപ്പാദനത്തിന്റെ തത്വശാസ്ത്രം അസമത്വങ്ങൾ വർധിപ്പിക്കുകയും മുതലാളിത്തവർഗത്തെ മാത്രം തടിപ്പിക്കുകയുമേ ചെയ്യൂ. അനിയന്ത്രിതവ്യാപാരമല്ല വ്യവസായ പുരോഗതിക്കു നിദാനമെന്ന് പത്തൊമ്പതാം നൂറ്റാണ്ടിലെ അമേരിക്കയെയോ ജർമ്മനിയെയോ പഠിച്ചാലറിയാം. ആദം സ്മിത്തിനുപോലും ഇതറിയാമായിരുന്നു. ഈ 'സ്വതന്ത്രവിപണി മൗലികവാദം' ലോകത്തെ അശാന്തമാക്കുമെന്ന് ഹോബ്സ്ബോം താക്കീതു നൽകുന്നു. വോൺ ഹയെക്ക്, മിൽടൺ ഫ്രീഡ്മാൻ തുടങ്ങിയവരുടെ നിയോക്ലാസിക് സാമ്പത്തികസിദ്ധാന്തം പ്രതിസന്ധിയിലാണ്. നിക്ഷേപപ്രക്രിയകളിലും അന്തർദേശീയ മൂലധനപ്രവാഹത്തിലും നിയന്ത്രണങ്ങൾ ഇല്ലാതിരുന്നതുകൊണ്ടാണ് 1997–98 ലെ ആഗോളമൂലധനപ്രതിസന്ധി ഉണ്ടായതെന്ന് ഇപ്പോൾ ക്രൂഗ്മാനെയും ഭഗവതിയെയുംപോലുള്ള സ്വതന്ത്ര വിപണിവാദക്കാർപോലും സമ്മതിക്കുന്നു.

മത്സരാധിഷ്ഠിതമായ ഒരു സമ്പദ്‌വ്യവസ്ഥ കുത്തകയിലേക്കു നയിക്കുമെന്ന മാർക്സിന്റെ കാഴ്ചപ്പാട് ഇന്ന് നിസ്സംശയമായി തെളിഞ്ഞിരിക്കുന്നു. മൂലധനമത്സരം മൂലധനകേന്ദ്രീകരണത്തിലെത്തിച്ചേരുന്നു. എന്നാൽ ഈ പ്രക്രിയ നിയന്ത്രിക്കാൻ ജനകീയപ്രതിരോധത്തിനു കഴിയും. ഉൽപ്പാദനഘടകങ്ങളിൽ ഒരെണ്ണമെങ്കിലും — അധ്വാനം — മറ്റു ഘടകങ്ങളെപ്പോലെ യഥേഷ്ടം യാത്ര ചെയ്യാവുന്ന ഒന്നല്ലെന്നും കാണേണ്ടതുണ്ട്. അധ്വാനവിപണികൾ ഇല്ലെന്നല്ല, എന്നാൽ ഇറ്റലിയോ ബ്രിട്ടനോ തങ്ങൾ നൽകുന്ന വേതനനിലവാരം കംബോഡിയയുടെയോ ചൈനയുടെയോ അത്ര താഴ്ത്താമെന്ന് ആലോചിക്കുകപോലുമില്ല, അത് അത്രയേറെ സാമൂഹ്യപ്രത്യാഘാതങ്ങൾക്ക് വഴിവയ്ക്കും. 1914 ൽ ഉണ്ടായിരുന്നത്ര അധ്വാനത്തിന്റെ കുടിയേറ്റം ഇന്നു ലോകത്തില്ല. കുടിയേറ്റ നിയമങ്ങൾ ഇപ്പോൾ കൂടുതൽ കണിശമാണ്. ഇതു ഞാൻ കുറിക്കുമ്പോൾ സൗദി അറേബ്യയിലെ പുതിയ നിയന്ത്രണങ്ങളെക്കുറിച്ചുള്ള വാർത്തകൾ വന്നുകൊണ്ടിരിക്കുകയാണ്. ഇത് ഇന്ത്യൻ തൊഴി

ലാളികളെ പ്രതികൂലമായി ബാധിക്കുമെന്നത് സങ്കടകരമായിരിക്കെത്തന്നെ കൂടുതൽ കൂടുതൽ രാജ്യങ്ങൾ നിയന്ത്രണങ്ങൾ വർധിപ്പിക്കുമെന്നതും തീർച്ചയും സ്വാഭാവികവുമാണ്. ആഗോളീകരണത്തിന്റെ ഒരു ഘടകമാണ് ഇങ്ങനെ ദേശീയതാൽപ്പര്യങ്ങളാൽ നിയന്ത്രിക്കപ്പെടുന്നത്. ദേശങ്ങൾ, അതായത് ജനതകൾ, വിചാരിച്ചാൽ ആഗോളീകരണത്തിന്റെ ഏകപക്ഷീയമായ പ്രത്യാഘാതങ്ങളെ നിയന്ത്രിക്കാനാവും. സ്വന്തം സമൂഹത്തിന്റെ ഭാവിയെ സംബന്ധിച്ച സമത്വാധിഷ്ഠിതവും നീതിയുക്തവുമായ സങ്കൽപ്പം കരുപ്പിടിപ്പിക്കുകയും പ്രായോഗികമാക്കുകയും ചെയ്യുന്നിടത്താണ് ജനേച്ഛ പ്രവർത്തിക്കേണ്ടത്. അമേരിക്കൻ അധികാരം ദുർബലവും അന്തഃഛിദ്രത്താൽ കലുഷിതവുമായിരിക്കുന്ന — അന്തർദേശീയ നാണ്യനിധി, ലോകബാങ്ക്, ഫെഡറൽ റിസർച്ച് ഇവയെക്കുറിച്ചു തന്നെ വ്യത്യസ്തങ്ങളായ വിദഗ്ധാഭിപ്രായങ്ങൾ നിലനിൽക്കുന്ന ഒരുകാലത്ത് അതിനുള്ള സാധ്യത കൂടുതലുമാണ്. ഭരണകൂടം അഥവാ ഏതെങ്കിലും തരത്തിലുള്ള സാമാന്യാധികാരം, സാമ്പത്തികപുനർവിതരണത്തിൽ ശ്രദ്ധവയ്ക്കുമെങ്കിൽ കുറെക്കൂടി നീതിപൂർവകമായ വ്യവസ്ഥ സാധ്യമായേക്കും. എന്നാൽ ഇന്ത്യയിലേതുപോലുള്ള ഭരണകൂടങ്ങൾ ഇടംവലം നോക്കാതെ ആഗോളീകരണം നടപ്പാക്കുകയും ക്ഷേമരാഷ്ട്ര സങ്കൽപ്പം പോലും ഉപേക്ഷിച്ച് അസമത്വത്തിന് ആക്കം കൂട്ടുകയുമാണ്. പുതുതായി ഉൽപ്പാദിപ്പിക്കപ്പെടുന്ന സ്വത്ത് — ലോകസമ്പദ്ശേഖരം — വർധിച്ചിട്ടുണ്ടെന്ന കാര്യത്തിൽ സംശയമില്ല; വികസിതരാജ്യങ്ങളിലെ ജീവിതനിലവാരവും — വികസ്വരരാജ്യങ്ങളിലെപ്പോലും ഉപരി-മധ്യവർഗങ്ങളുടെ ജീവിതനിലവാരം — ഉയർന്നിട്ടുണ്ട്. ഈ സമ്പത്തിന്റെ ശരിയായ വിതരണമാണ് സോഷ്യലിസത്തിനുമുന്നിലുള്ള പ്രധാനവെല്ലുവിളി. ഇതിനാകട്ടെ രാഷ്ട്രീയത്തിന്റെ ദിശ മാറിയേ തീരൂ. വിപ്ലവപാരമ്പര്യം അവകാശമാക്കുന്ന ഇടതുപക്ഷത്തിനു മാത്രമേ ഇന്നത്തെ വർഗഘടന പൊളിച്ചെഴുതാനാവൂ. ഇതിന് ഘടികാരം പിറകോട്ടു തിരിക്കുന്ന തരം യാഥാസ്ഥിതികതയെയെന്നപോലെതന്നെ സ്ഥിതവ്യവസ്ഥയെ നിലനിർത്താനായി ശ്രമിക്കുന്നതരം യാഥാസ്ഥിതികതയെയും വെല്ലുവിളിക്കേണ്ടിവരും. നവസാമൂഹ്യപ്രസ്ഥാനങ്ങളിൽ പലതും ഈ രണ്ടാമതു പറഞ്ഞതരം യാഥാസ്ഥിതികതയാണ് പ്രകടിപ്പിക്കുന്നത്. സ്ത്രീവിമോചപ്രസ്ഥാനം, പരിസ്ഥിതി അഥവാ 'ഗ്രീൻ' പ്രസ്ഥാനം തുടങ്ങിയവയ്ക്ക് അവയുടെ സ്ഥാനമുള്ളപ്പോൾത്തന്നെ സമൂലസാമൂഹ്യപരിവർത്തനത്തിനുള്ള ഒരു പരിപാടിയും അവയ്ക്കില്ല. യുവാക്കളുടെ അരാഷ്ട്രീയവൽക്കരണത്തിന് അവ വഴിവച്ചിട്ടുമുണ്ട്. രാഷ്ട്രീയത്തെ മുന്നോട്ടുവയ്ക്കുക — മാവോ പറഞ്ഞ 'രാഷ്ട്രീയം കേന്ദ്രസ്ഥാനത്ത്' (*Politics in Command*) ഇന്നു പരമപ്രധാനമാണ്.

ലോകത്തെ മാറ്റുന്നത് എറിക് ഹോബ്സ്ബോമിന്റെ ആശയപ്രപഞ്ച

ത്തിലേക്ക് നല്ലൊരു പ്രവേശികയാണ്. ഹോബ്സ്ബോം തന്നെ പ്രസ്താവിക്കുംപോലെ മാർക്സ്, മാർക്സിസം, ചരിത്രപശ്ചാത്തലവും ആശയവികാസസ്വാധീനങ്ങളും തമ്മിലുള്ള കൈമാറ്റങ്ങളും സൂക്ഷ്മമായി ഗ്രഹിക്കാൻ താൽപ്പര്യമുള്ളവരെയാണ് ഇതിലെ ഏറെ ലേഖനങ്ങളും സംബോധന ചെയ്യുന്നത്. ഇരുപത്തൊന്നാം നൂറ്റാണ്ടിൽ മാർക്സിസത്തിന്റെയും മനുഷ്യസമുദായത്തിന്റെയും ഭാവിയെക്കുറിച്ചു വിചാരിക്കാൻ നമ്മെ സഹായിക്കുന്ന ഈ ഗ്രന്ഥം ആരംഭിക്കുന്നതുതന്നെ ഇന്ന് മാർക്സ് എവിടെ നിൽക്കുന്നു എന്ന അന്വേഷണത്തോടെയാണ്. മാർക്സ് മരിക്കുമ്പോഴേക്കുംതന്നെ റഷ്യൻ–ജർമ്മൻ ബുദ്ധിജീവികൾക്കിടയിൽ അദ്ദേഹത്തിന്റെ വിശകലനങ്ങളും പരികൽപ്പനകളും ശക്തമായ സ്വാധീനം ചെലുത്തിക്കഴിഞ്ഞിരുന്നു; മരിച്ച് കാൽനൂറ്റാണ്ടു കഴിഞ്ഞപ്പോഴേക്കും യൂറോപ്പിലെ തൊഴിലാളിവർഗകക്ഷികൾ മാർക്സിൽനിന്നു പ്രചോദനം ഉൾക്കൊണ്ട് അതതു നാടുകളിലെ ജനാധിപത്യവ്യവസ്ഥയ്ക്കകത്ത് ഗണ്യമായ സ്വാധീനം ചെലുത്തിത്തുടങ്ങി; 1918 നുശേഷം അവയിൽ ചിലത് ഭരണാധികാരം പങ്കിടാനും തുടങ്ങി. മാർക്സിനും 75 വർഷത്തിനുശേഷമോ മനുഷ്യരാശിയുടെ മൂന്നിലൊന്നിനെ കമ്യൂണിസ്റ്റുപാർട്ടികൾ ഭരിക്കാനാരംഭിച്ചു. യു എസ് എസ് ആറിന്റെ ശിഥിലീകരണം, ജർമ്മനികളുടെ ലയനം, പൂർവയൂറോപ്യൻ രാജ്യങ്ങളുടെ അസ്ഥിരാവസ്ഥ, ചൈനയിലെ സ്വഭാവമാറ്റം ഇവയൊക്കെ തിരിച്ചടികളായിരുന്നുവെങ്കിലും, അവ മാർക്സിസത്തിന്റെ കാതലിനെയല്ല, അതിന്റെ ലെനിനിസ്റ്റ് പ്രയോഗത്തെയാണ് ബാധിച്ചതെന്ന് മാർക്സിന് ഇന്നും ലോകചിന്തകർക്കിടയിലുള്ള സമ്മതിയും ഓരോ മുതലാളിത്ത പ്രതിസന്ധിയിലുമുള്ള അദ്ദേഹത്തിന്റെ പ്രയോഗക്ഷമതയും ഇപ്പോഴും 'മൂന്നാംലോക' രാജ്യങ്ങളിലെ സമരങ്ങൾക്ക് അദ്ദേഹം നൽകുന്ന പ്രചോദനവും ആഗോളീകൃതമുതലാളിത്തം *കമ്യൂണിസ്റ്റു മാനിഫെസ്റ്റോ*യുടെ വിശകലന–പ്രവചനങ്ങൾക്കു നൽകുന്ന പുതിയ പ്രസക്തിയും എല്ലാം തെളിയിക്കുന്നു.

ഗ്രന്ഥകാരൻ നിരീക്ഷിക്കുന്നതുപോലെ സോഷ്യലിസ്റ്റുകളെക്കാൾ മൂലധനവാദികളാണ് സമീപകാലത്ത് മാർക്സിന്റെ പ്രസക്തി വീണ്ടും കണ്ടെത്തിയത്: സമീപകാലത്ത് ഴാക് അത്താലി ഉൾപ്പെടെയുള്ളവർ നടത്തിയ മാർക്സ്പഠനങ്ങൾക്ക് മുതലാളിത്തപ്രതിസന്ധിയുടെ ചരിത്രപശ്ചാത്തലമുണ്ട്. ഇരുപതാംനൂറ്റാണ്ടിൽ വിപ്ലവം കർമപരിപാടിയില്ലാത്ത വികസിതമുതലാളിത്തനാടുകളും വിപ്ലവം പരിപാടിയിലുള്ള വികസ്വര അവികസിതനാടുകൾ എന്ന വ്യവച്ഛേദം പരിഷ്കരണവാദപരമായ മാർക്സിസവും വിപ്ലവോന്മുഖമായ മാർക്സിസവും തമ്മിലുള്ള വ്യവച്ഛേദം; റഷ്യൻ വിപ്ലവത്തോടെ സംഭവിച്ച പഴയ മുതലാളിത്തത്തിന്റെ അവസാനം അടുത്തു എന്ന പ്രതീതി: ഇവ മൂന്നുമാണ് മാർക്സിനെക്കുറിച്ചുള്ള ജനധാരണകൾക്കു രൂപം നൽകിയിരുന്നത്. ഇവ ഏറെയും

മാർക്സിനുശേഷമുണ്ടായ കാര്യങ്ങളായിരുന്നു. മുതലാളിത്തത്തെക്കാൾ സോഷ്യലിസത്തിനാണ് ഉൽപ്പാദനശക്തികളുടെ അതിവേഗവികാസം ഉറപ്പുവരുത്താനാവുക എന്ന ധാരണയും മാർക്സിന്റേതല്ല, പഞ്ചവത്സരപദ്ധതികൾക്കു രൂപം നൽകിയ സോവിയറ്റ് യൂണിയന്റെ കാലഘട്ടത്തിന്റേതാണ്. മുതലാളിത്തത്തിന്റെ അമിതോൽപ്പാദനപ്രതിസന്ധികൾ സൃഷ്ടിക്കുന്ന സാമൂഹ്യസംഘർഷങ്ങൾ മുതലാളിത്തത്തിന്റെ മുന്നോട്ടുപോക്ക് അസാധ്യമാക്കുകയും സോഷ്യലിസ്റ്റു വ്യവസ്ഥയെന്ന പുതിയ ഘട്ടത്തിലേക്കു ലോകത്തെ നയിക്കുകയും ചെയ്യുമെന്നാണ് മാർക്സ് പ്രവചിച്ചത്, അല്ലാതെ മുതലാളിത്തം തന്റെ കാലത്ത് ഉച്ചാവസ്ഥയിൽ എത്തിക്കഴിഞ്ഞു എന്നല്ല. നാം ഇന്നുകാണുന്നത് അദ്ദേഹം മുൻകൂട്ടിക്കണ്ട മുതലാളിത്തത്തിന്റെ ഇടർച്ചകളാണ്. അതേസമയം സോവിയറ്റ് യൂണിയനിൽ നാം കണ്ടതരത്തിലുള്ള 'കമാൻഡ് ഇക്കണോമി', കേന്ദ്രീകൃതവും ആജ്ഞാനുസൃതവുമായ സർക്കാർ ഉടമയിലുള്ള വിപണിരഹിതമായ സമ്പദ്വ്യവസ്ഥ ഇനി പുനരുദ്ധരിക്കാനാകാത്തവിധം മറഞ്ഞുപോയി എന്നും ഹോബ്സ്ബോം കരുതുന്നു.

വാസ്തവത്തിൽ മാർക്സ് സോഷ്യലിസ്റ്റുവ്യവസ്ഥയുടെ കൃത്യമായ സ്വരൂപമൊന്നും നിർണയിച്ചിട്ടില്ല. ഉൽപ്പാദനോപാധികൾ പൊതു ഉടമസ്ഥതയിലാകും എന്ന ധാരണമാത്രമാണ് വിപ്ലവത്തിനുമുമ്പ് നിലനിന്നിരുന്നത്. കേന്ദ്രീകൃതസോഷ്യലിസ്റ്റുസമ്പദ്വ്യവസ്ഥയെക്കുറിച്ചുള്ള സിദ്ധാന്തം തന്നെയും ആദ്യം രൂപപ്പെടുത്തിയത് സോഷ്യലിസ്റ്റല്ലാതിരുന്ന എൻറികോ ബാരൺ എന്ന ഇറ്റാലിയൻ സമ്പദ് ശാസ്ത്രജ്ഞനാണ്. വിപ്ലവാനന്തരം സോഷ്യലിസം നിർമിക്കാൻ ലെനിനും കൂട്ടർക്കും മറ്റു മാതൃകകളൊന്നുമില്ലായിരുന്നു. ഫലമോ, സോവിയറ്റ് ആസൂത്രണത്തിന്റെ അടിസ്ഥാനമാതൃക യുദ്ധസമ്പദ്വ്യവസ്ഥയായിത്തീർന്നു. വിപണികളെ ഉദ്യോഗസ്ഥനിയന്ത്രണത്തിനുവിധേയമാക്കുക, വേഗം വൈദ്യുതി ഉൽപ്പാദിച്ച് വ്യവസായവൽക്കരണം നടപ്പാക്കുക, യുദ്ധത്തിന് എപ്പോഴും തയാറായിരിക്കുക, അതിനായി ആയുധങ്ങൾ ഒരുക്കൂട്ടുക, ശാസ്ത്രത്തിന്റെ വിജയം സ്ഥാപിക്കാൻ ചാന്ദ്രയാത്ര നടത്തുക ഇങ്ങനെയുള്ള ആസന്നലക്ഷ്യങ്ങൾ ആയിരുന്നു ആസൂത്രണത്തെ നയിച്ചത്. ഇതിൽ 'സോഷ്യലിസ്റ്റ്' എന്നു പറയാവുന്ന ഒന്നുമില്ലെന്ന് ഹോബ്സ്ബോം നിരീക്ഷിക്കുന്നുണ്ട്. ഒന്നാംലോകമഹായുദ്ധം കഴിഞ്ഞതോടെ മിക്ക സോഷ്യൽ ഡെമോക്രാറ്റിക് പാർട്ടികളും ഭരണകക്ഷികളായി. തൊഴിലാളികളെ സന്തോഷിപ്പിച്ച് മുതലാളിത്ത സമ്പദ്വ്യവസ്ഥ പ്രവർത്തിപ്പിക്കുകയാണ് അവ ഏറെയും ചെയ്തത്. വിപണി ഇല്ലാത്ത ഒരു സോഷ്യലിസ്റ്റു സമൂഹത്തെക്കുറിച്ചുള്ള സങ്കൽപ്പംതന്നെ വഴിയിൽ ഉപേക്ഷിക്കപ്പെട്ടു. ഇപ്പോഴാകട്ടെ, ഇന്ത്യയിൽ സംഭവിക്കുംപോലെ, പൊതുഉടമാസംരംഭങ്ങളിൽ നിന്നുതന്നെ ഭരണകൂടങ്ങൾ പിൻവാങ്ങു

കയും മുതലാളിത്തത്തെ അതിനുതോന്നിയപോലെ പ്രവർത്തിച്ച് ലാഭം കൊയ്യാൻ വിടുകയും ചെയ്യുന്നു. പൊതുഉടമയിലുള്ള ഉൽപ്പാദനംപോലും സമത്വം ഉറപ്പാക്കുന്നില്ലെന്നത് മറ്റൊരു കാര്യം. മനുഷ്യസമൂഹത്തെയാകെ വിപണിക്കു കൈമാറുക എന്നു വാദിക്കുന്ന മുതലാളിത്തതീവ്രവാദം ഒരു വശത്ത്, ഉൽപ്പാദനം മുഴുവൻ സർക്കാരിന്റെ ആജ്ഞയ്ക്കു കീഴിലാക്കുകയെന്ന സോവിയറ്റ് തീവ്രവാദം മറുവശത്ത്. ഈ രണ്ടു മൗലികവാദങ്ങളും ഇന്ന് പ്രതിസന്ധിയിലാണ്. ഇവ രണ്ടും മാർക്സിൽ നിന്ന് ഏറെ അകലെയാണെന്നും കാണേണ്ടതുണ്ട്. അതുകൊണ്ടാണ് സാമ്പത്തികചിന്തകൻ, ചരിത്രപഠിതാവ്, ആധുനിക സാമൂഹ്യവിചിന്തനത്തിന്റെ അഗ്രദൂതൻ എന്നീ നിലകളിലുള്ള മാർക്സിന്റെ സ്ഥാനം ഇന്നും കോട്ടം തട്ടാതെ തുടരുന്നത്. വാസ്തവത്തിൽ ലെനിനിസത്തിന്റെയും മാവോയിസത്തിന്റെയും ശാസ്ത്രീയവിമൃഷ്ടി വികസിപ്പിക്കുവാൻതന്നെ മാർക്സിനെ ആശ്രയിക്കുകയേ വഴിയുള്ളൂ; അല്ലാതുള്ളത് മുതലാളിത്തത്തിനുവേണ്ടിയുള്ള ഒരു വലതുപക്ഷവാദം മാത്രമായിരിക്കും.

വിപണിമൗലികവാദം സാമ്പത്തിക അസമത്വങ്ങൾ തീവ്രമാക്കുകയും സോവിയറ്റ് മാതൃകയിലുള്ള സോഷ്യലിസം തകരുകയും ചെയ്തു. മുതലാളിത്ത സമ്പദ്‌വ്യവസ്ഥ വീണ്ടും വീണ്ടും ദുരന്തങ്ങൾ നേരിടുന്ന, മുതലാളിത്തവികാസം പരിസ്ഥിതിയെ തുരങ്കം വയ്ക്കുന്ന ഒരു കാലത്തെ മാർക്സിന്റെ പ്രസക്തി എന്താണ്? മാർക്സിന്റെ പിൻഗാമികളും ശിഷ്യരും നൽകിയ ഉത്തരങ്ങളെ വകഞ്ഞുമാറ്റി മാർക്സിന്റെ ചോദ്യങ്ങൾ വീണ്ടും ചോദിക്കുകയാണ് ഇന്നത്തെ ലോകത്തെ മനസ്സിലാക്കാനുള്ള നമ്മുടെ ഒരേയൊരു വഴി എന്നതുതന്നെ. ഡാർവിനും ഫ്രോയ്ഡും ഐൻസ്റ്റീനുമെല്ലാം ലോകത്തെ പലതലങ്ങളിൽ മനസ്സിലാക്കാൻ നമ്മെ സഹായിച്ചിട്ടുണ്ടെന്നതു ശരിതന്നെ, എന്നാൽ മനുഷ്യചരിത്രത്തെയും സമൂഹത്തെയും സമ്പദ്‌വ്യവസ്ഥകളെയും അപഗ്രഥിക്കുവാൻ നമുക്ക് മാർക്സിലേക്കുതന്നെ പോയേതീരൂ; അദ്ദേഹം ചോദിച്ച ചോദ്യങ്ങൾ പുതിയ ലോകസന്ദർഭത്തിൽ — ലോകത്തിന്റെ ഒരുഭാഗത്ത് തൊഴിലാളിവർഗത്തിന്റെ പഴയ ഡിമാൻഡുകൾക്ക് പ്രസക്തി കുറയുകയും മറ്റൊരു ഭാഗത്ത് അവരുടെ സ്ഥിതി ഇന്നും ശോചനീയമായിത്തുടരുകയും എന്നാൽ വികസിതലോകത്തെ സമ്പത്ത് അവികസിതലോകത്തിന് അപ്രാപ്യമായിരിക്കുകയും ചെയ്യുന്ന അസമത്വത്തിന്റെ സന്ദർഭത്തിൽ — ഉന്നയിച്ചേതീരൂ.

മാർക്സിനും എംഗൽസിനും മുമ്പുനിലനിന്നിരുന്ന സോഷ്യലിസത്തിന്റെ രൂപങ്ങൾ സമർഥമായി അപഗ്രഥിച്ചുകൊണ്ട് അവ ഫ്രഞ്ചുവിപ്ലവത്തിന്റെ വംശാവലിയിൽപ്പെട്ടവയോ വിപ്ലവാത്മകജനാധിപത്യം, ജാക്കൊബിൻ റിപ്പബ്ലിക്കനിസം, നവ ബാബോവിസ്റ്റു വിപ്ലവതൊഴിലാളിവർഗ കമ്യൂണിസം തുടങ്ങിയ രൂപങ്ങളിലുള്ളവയോ ഇടതുപക്ഷ

ഹെഗേലിയനിസത്തിലോ ഫോയർബാഹിയൻ സിദ്ധാന്തത്തിലോ നിന്ന് പ്രചോദനം സ്വീകരിച്ചവയോ ആയിരുന്നുവെന്നും സ്വന്തം കാലഘട്ടം കഴിഞ്ഞിട്ടും അവ അതിജീവിച്ചുവെന്നും ഹോബ്സ്ബോം ചൂണ്ടിക്കാട്ടുന്നുണ്ട് (മാർക്സ് പൂർവസോഷ്യലിസം). പൊതുവെ 1840 കളോടെ ഉട്ടോപ്യൻ സോഷ്യലിസം അവസാനിച്ചു. ഫൗറിയറിസം മാത്രം 1848 ലെ വിപ്ലവം വരെ കുറെയൊക്കെ നിലനിന്നു. ഓവൻ, ബുഷെസ്, ലൂയി ബ്ലാങ്ക്, ബകുനിൻ, പ്രൂധോൺ, ലസാലെ തുടങ്ങിയവർ മാർക്സിന്റെ കാലത്തും തീർത്തും തിരോഭവിച്ചില്ല. ഒരർഥത്തിൽ ഈ 'പൂർവരൂപ'ങ്ങളുടെ പ്രത്യയശാസ്ത്രധ്വനികളെയും സാമ്പത്തികപരികൽപ്പനകളെയും വിമർശിച്ചുകൊണ്ടാണ് മാർക്സും എംഗൽസും തങ്ങളുടെ 'ശാസ്ത്രീയ സോഷ്യലിസ'ത്തിന് രൂപം നൽകിയതെന്നു പറയാം. 1840 കൾക്കുശേഷം അവർക്ക് തിരിഞ്ഞു നോക്കേണ്ടിവന്നില്ല. *തത്വചിന്തയുടെ ദാരിദ്ര്യ*ത്തിൽ പ്രൂധോണിനോടും *ഗോഥാപരിപാടിയുടെ വിമർശ*ത്തിൽ ലസാലെയോടും ജർമൻ ഡെമോക്രാറ്റിക് പാർട്ടിയുടെ തെറ്റായ ചില സന്ധികളോടും അവർ കണക്കുതീർത്തു. അങ്ങനെ ക്രമേണ അവർ സ്വന്തമായ രാഷ്ട്രീയവിശകലനങ്ങളിലേക്കു നീങ്ങി. ഭരണകൂടത്തിന്റെ കാതൽ രാഷ്ട്രീയാധികാരമാണെന്നും അത് ബൂർഷ്വാസമൂഹത്തിലെ വർഗവൈരുധ്യത്തിന്റെ ഔദ്യോഗികമായ ആവിഷ്കാരമാണെന്നും സമൂഹത്തിന്റെ സാമാന്യതാൽപ്പര്യത്തെയല്ല, ഭരണവർഗങ്ങളുടെ താൽപ്പര്യങ്ങളെയാണ് അത് പ്രതിനിധാനം ചെയ്യുന്നതെന്നും തൊഴിലാളിവർഗം ഭരണവർഗമായി സംഘടിച്ചുകഴിഞ്ഞും അവ ഒരു സംക്രമണഘട്ടത്തിൽ പ്രവേശിക്കുകയേ ചെയ്യൂ എന്നും അവർ തുടർന്നു കണ്ടെത്തി. വർഗഭരണകൂടം നിലനിൽക്കുന്നത് അടിച്ചമർത്തലിനൊപ്പം പ്രത്യയശാസ്ത്രപരമായ ഉപാധികളിലൂടെ സ്വന്തം പദ്ധതികൾ നിഗൂഢവൽക്കരിച്ചും അവയെ ജനങ്ങളുടേതെന്ന പ്രതീതി സൃഷ്ടിച്ച് അവയ്ക്ക് ജനസമ്മതി നേടിയുമാണെന്നും തുടർന്നു വിശദീകരിച്ചു. ലൂയി അൽത്തൂസറിന്റെ *മാർക്സിനുവേണ്ടി (For Marx), ലെനിനും തത്വചിന്തയും മറ്റു പ്രബന്ധങ്ങളും (Lenin and Philosophy and Other Essays),* ഗൊറാൻ തൊർബോണിന്റെ *ഭരണവർഗം ഭരിക്കുമ്പോൾ ചെയ്യുന്നത് (What Does the Ruling Class Do When It Rules),* നിക്കോസ് പോളന്റ്സാസിന്റെ *'രാഷ്ട്രീയാധികാരവും സാമൂഹ്യവർഗങ്ങളും' (Political Power and Social Classes), 'ഭരണകൂടം, അധികാരം, സോഷ്യലിസം (State, Power, Socialism)* എന്നീ കൃതികൾ ഞാനിവിടെ സൂചിപ്പിച്ചുകൊള്ളട്ടെ. അന്തോണിയോ ഗ്രാംഷിയുടെ *പ്രിസൺ നോട്ട്ബുക്സി*ലെ നെടുനായകത്വം (*Hegemony*), സമ്മതി (*Consent*) തുടങ്ങിയ പരികൽപ്പനകളും ഈ പഠനത്തിൽ പ്രധാനമാണെന്നും സൂചിപ്പിക്കട്ടെ. 'പ്രത്യയശാസ്ത്ര'ത്തിന്റെ നാനാർഥമറിയാൻ ടെറി ഈഗിൾടണിന്റെ *ഐഡിയോളജി* എന്ന

ഗ്രന്ഥവും സഹായകമാണ്. ഭരണകൂടത്തിന്റെ സ്വഭാവത്തെയും വർഗാധികാരം ജനാധിപത്യത്തിനകത്ത് മൂടുപടമിട്ടും പരോക്ഷരൂപങ്ങളിലും മാധ്യമ-വിദ്യാഭ്യാസാദി പ്രത്യയശാസ്ത്രോപകരണങ്ങളിലൂടെ സമവായം സൃഷ്ടിച്ചും സജീവമായി പ്രവർത്തിക്കുന്ന രീതികൾ ഈ ചിന്തകർ വിശദമായി ചർച്ച ചെയ്തിട്ടുണ്ട്. ഇവ ഹോബ്സ്ബോമിന്റെ ഭരണകൂട-വർഗാധികാരചർച്ചകളെ കൂടുതൽ ആഴത്തിലും സൂക്ഷ്മമായും മനസിലാക്കാൻ സഹായകമാണ്. "പക്വതയാർന്ന മാർക്സിയൻ സിദ്ധാന്തത്തിൽ ഭരണകൂടം ബലപ്രയോഗാധികാരം വർഗവാഴ്ച എന്നത് എത്രയോ ലളിതവും അപരിഷ്കൃതവുമായ വിശദീകരണമാണ്" എന്ന ഹോബ്സ്ബോമിന്റെ നിരീക്ഷണം സമകാലീനമുതലാളിത്ത ഭരണകൂടങ്ങളെ സംബന്ധിച്ച് തികച്ചും ശരിയാണ്. തൊഴിലാളിവർഗത്തിന് ചില ആനുകൂല്യങ്ങൾ നൽകി വ്യവസ്ഥയിലേക്ക് സ്വാംശീകരിച്ചുകൊണ്ടാണ് അവ പ്രവർത്തിക്കുന്നത്, പാർലമെന്റും മറ്റും ചർച്ചകൾ നടത്തി സ്വന്തം പദ്ധതികൾക്ക് സമ്മതം (*Consent*) നേടാനുള്ള വേദികളായി അവ ഉപയോഗിക്കുന്നു; പത്രം, റേഡിയോ, ടെലിവിഷൻ തുടങ്ങിയ മാധ്യമങ്ങളെ ചിലപ്പോൾ അവയിൽ പ്രവർത്തിക്കുന്നവർ പോലുമറിയാതെ സ്വന്തം പ്രചാരണമാധ്യമങ്ങളാക്കുന്നു. വിദ്യാഭ്യാസം സ്ഥിതവ്യവസ്ഥയുടെ മൂല്യങ്ങൾ നിലനിർത്താൻ ഉപയോഗിക്കുന്നു. ആഗോളീകരണത്തിന്റെയും മറ്റും കാലത്ത് ഈ നിഗൂഹനം കൂടുതൽ കൂടുതൽ സൂക്ഷ്മമാകുന്നു. ഭീമമായ അസമത്വങ്ങളെ മറച്ചുവച്ചുകൊണ്ട് എല്ലാവർക്കും എല്ലായിടത്തും എല്ലാം ലഭ്യമാകുന്ന അവസ്ഥയായിട്ടാണല്ലോ ആഗോളീകരണം സ്വയം അവതരിപ്പിക്കുന്നത്. ലഭ്യതയെക്കുറിച്ചുള്ള ഈ അവകാശവാദം ദാരിദ്ര്യമെന്ന യാഥാർഥ്യത്തെത്തന്നെ അസന്നിഹിതമാക്കുന്നു.

മാർക്സ് ഉയർത്തിയിരുന്ന രാഷ്ട്രീയാധികാരത്തിന്റെ പ്രശ്നങ്ങൾ സിദ്ധാന്തത്തിലോ പ്രയോഗത്തിലോ പിൻഗാമികളും പരിഹരിച്ചിരുന്നില്ലെന്ന് ഹോബ്സ്ബോം ചൂണ്ടിക്കാട്ടുന്നുണ്ട് (*മാർക്സ്, എംഗൽസ്, രാഷ്ട്രീയം*). ഭരണത്തിന്റെ ഏതെങ്കിലും സ്ഥാപനവൽകൃതമായ രൂപത്തെ കുറിക്കാൻ 'സർവാധിപത്യ'മെന്ന പദവും അദ്ദേഹം ഉപയോഗിച്ചു കാണുന്നില്ല. പാരീസ് കമ്യൂൺവാഴ്ചയെ മാത്രമാണ് അദ്ദേഹം 'തൊഴിലാളിവർഗസർവാധിപത്യ'മെന്നു വിളിച്ചത്. അത് സാർവലൗകികമായ ഭരണരൂപമാണെന്ന് മാർക്സോ എംഗൽസോ സൂചിപ്പിക്കുന്നില്ല. ബഹുജനങ്ങളുടെ രാഷ്ട്രീയജീവിതത്തിന്റെ ജനാധിപത്യപരമായ പരിവർത്തനം, തോറ്റ ഭരണവർഗത്തിന്റെ പ്രതിവിപ്ലവം തടയാനുള്ള നടപടി ഇവയെ ഏകോപിക്കുന്നതാകണം വിപ്ലവാനന്തര ഭരണകൂടം എന്നിടത്തോളമേ അവർ പറഞ്ഞുവെയ്ക്കുന്നുള്ളൂ. അവരൊരിക്കലും ഭാവികമ്യൂണിസ്റ്റു സമൂഹത്തെ നിർവചിച്ചില്ല; 'ഓരോരുത്തരിൽനിന്നും കഴിവിൻപടി, ഓരോരുത്തനും ആവശ്യത്തിൻപടി' എന്ന ഒരുന്നതഘട്ടത്തെ

അവർ മുൻകൂട്ടി കണ്ടിരുന്നതൊഴിച്ചാൽ. 'അധ്വാനത്തിന്റെ അടിമത്തത്തിനുപകരം സ്വതന്ത്രവും പരസ്പരബന്ധിതവുമായ അധ്വാനം സൃഷ്ടിക്കുന്ന സാമ്പത്തികസാഹചര്യങ്ങൾ', 'മൂലധനവും ഭൂസ്വത്തും പ്രകൃതിനിയമങ്ങളും സ്വച്ഛന്ദം പ്രവർത്തിക്കുന്ന വർത്തമാനവ്യവസ്ഥ'യുടെ സ്ഥാനത്ത് 'സ്വതന്ത്രവും അന്യോന്യം കണ്ണിചേർക്കപ്പെട്ടതുമായ അധ്വാനത്തിന്റെ സാമൂഹ്യസാമ്പത്തിക നിയമങ്ങളുടെ സ്വച്ഛന്ദപ്രവർത്തനം' ഇത്രയൊക്കെ അവർ പ്രതീക്ഷിച്ചിരുന്നു. എന്നാൽ അവരുടെ ആസന്ന ലക്ഷ്യം തൊഴിലാളിവർഗത്തെ ഒരു പ്രസ്ഥാനമായി സാമാന്യവൽക്കരിക്കുകയും അതിന്റെ അന്തർഭൂതമായ ലക്ഷ്യം — മുതലാളിത്തം തകർത്ത് കമ്യൂണിസം സ്ഥാപിക്കൽ — പുറത്തുകൊണ്ടുവരികയും രാഷ്ട്രീയാധികാരം ലക്ഷ്യമാക്കുന്ന ഒരു തൊഴിലാളിവർഗപാർട്ടിയാക്കി തൊഴിലാളിപ്രസ്ഥാനത്തെ മാറ്റുകയുമായിരുന്നു. വിഭാഗീയതകളെ ചെറുത്ത് പൊതുലക്ഷ്യങ്ങളിൽ കേന്ദ്രീകരിക്കുന്ന ഒരു പാർട്ടി, വർഗസമരോന്മുഖമായ ഒന്ന്, എന്ന സാമാന്യസങ്കൽപ്പമേ അവർ പാർട്ടിയെക്കുറിച്ചും പുലർത്തിയിരുന്നുള്ളൂ. 'പരിഷ്കരണവാദ'വും 'വിപ്ലവവാദ'വും തമ്മിൽ പിന്നീടുണ്ടായ വൈരുധ്യമോ തൊഴിലാളിവർഗ സർക്കാരുകൾ നേരിട്ട് സോഷ്യലിസത്തിലേക്കു പരിണമിക്കാനുള്ള സാധ്യതയോ അവർ മുൻകൂട്ടി കണ്ടിരുന്നില്ലെന്നതുകൊണ്ട് അത്തരം പ്രശ്നങ്ങളുടെ മറുപടിയും അവരിൽ അന്വേഷിക്കേണ്ടതില്ല. 'പ്രസ്ഥാനത്തിന്റെ വർത്തമാനത്തിനായി ഭാവിയെ ബലികഴിക്കുന്ന' അവസരവാദത്തെ പക്ഷേ മാർക്സ് ചെറുത്തിരുന്നു. ബൂർഷ്വാസിയുടെ താൽപ്പര്യത്തെ നേരിട്ടു സേവിക്കുന്ന, എന്നാൽ അതിനെ ഒരു വർഗമെന്നനിലയിൽ പ്രതിനിധാനം ചെയ്യാത്ത ഭരണകൂടം മാർക്സിന്റെ മുഖ്യപ്രശ്നങ്ങളിലൊന്നായിരുന്നു. ദേശീയ ഐക്യത്തിനുവേണ്ടി ബൂർഷ്വാവിപ്ലവം ശക്തമാക്കുകയും അതേസമയം ബൂർഷ്വാസി ഉൾപ്പെടെയുള്ള വർഗങ്ങൾക്കതീതമായ സ്വാശ്രയത്വം നേടാൻ നിരന്തരം ശ്രമിക്കുകയും ചെയ്യുന്ന കേന്ദ്രീകൃതഭരണകൂടവും ഭരണവർഗവും തമ്മിലുള്ള ബന്ധം അദ്ദേഹത്തെ വേട്ടയാടി. തൊഴിലാളിവർഗത്തിന് വെറുതെ ഈ ഭരണകൂടസംവിധാനം ഏറ്റെടുത്താൽ മതിയാവില്ലെന്നും അതു തകർക്കണമെന്നുമുള്ള ആശയം അദ്ദേഹത്തിൽ ഉടലെടുക്കുന്നത് ഈ പശ്ചാത്തലത്തിലാണ്. വർഗം, ഭരണകൂടം, സമ്പദ്വ്യവസ്ഥ എന്നിങ്ങനെയുള്ള വരേണ്യാധികാരിവർഗത്തിന്റെ മൗലികഘടകങ്ങളുടെ സമന്വയത്തെ സംബന്ധിച്ച് മാർക്സു വികസിപ്പിച്ച കാഴ്ചപ്പാട് ഇരുപതാംനൂറ്റാണ്ടിലെ മിക്ക സംഭവവികാസങ്ങളെയും മുൻകൂട്ടിക്കാണുന്നുണ്ട് ഫാസിസം ഉൾപ്പെടെ. മാർക്സിനും എംഗൽസിനും വിപ്ലവമെന്നത് ദേശീയ പരിവർത്തനങ്ങളുടെ ആകെത്തുക മാത്രമായിരുന്നില്ലെന്നും ഒരു അന്തർദേശീയ പ്രതിഭാസമായിരുന്നു അതെന്നും കാണേണ്ടതുണ്ട്. കൂടുതൽ കൂടുതലായി ഏകീകരിക്കപ്പെ

ടുന്ന മുതലാളിത്തം സൃഷ്ടിച്ച ലോകം 'രാഷ്ട്രങ്ങളുടെ സാർവലൗകികമായ പരസ്പരാശ്രിതത്വ'മാണെന്ന് ആഗോളീകരണത്തിനും പല പതിറ്റാണ്ടുകൾ മുമ്പേ അദ്ദേഹം കണ്ടിരുന്നു. വിപ്ലവത്തിന്റെ ഭാഗധേയങ്ങൾ അന്തർദേശീയബന്ധങ്ങളുടെ വ്യവസ്ഥയെ ആശ്രയിച്ചു നിലകൊള്ളുന്നു എന്നദ്ദേഹം കണ്ടു. ദേശീയതയുടെ രാഷ്ട്രീയശക്തിയെ മാർക്സും എംഗൽസും കുറച്ചുകണ്ടു എന്നു വിമർശിക്കാമെങ്കിലും അവർ ദേശരാഷ്ട്രങ്ങളെ അപ്പാടെ അനുകൂലിക്കുകയോ ദേശീയതകളുടെ സ്വയം നിർണയത്തെ പിന്തുണയ്ക്കുകയോ ചെയ്തിരുന്നില്ല. ദേശീയ വിമോചനപ്രസ്ഥാനങ്ങളെ ലോകവിപ്ലവത്തിന്റെ താൽപ്പര്യങ്ങളും തന്ത്രങ്ങളുമായി ബന്ധപ്പെടുത്തി വിലയിരുത്തണമെന്നായിരുന്നു അവരുടെ മതം. ആദ്യകാലത്ത് യുദ്ധത്തെ വിപ്ലവതന്ത്രത്തിന്റെ അവിഭാജ്യഭാഗമായി കണ്ടിരുന്നുവെങ്കിലും പിൽക്കാലത്ത് ഒഴിവാക്കാനാവുന്ന കൂട്ടക്കൊലയായാണ് അവർ യുദ്ധങ്ങളെ കണ്ടത്. ചരിത്രേതരമായ സന്നദ്ധവാദങ്ങളെയും അവർ തിരസ്കരിച്ചു. സ്വന്തം കാലത്തെ വിപ്ലവ ഇടതുപക്ഷത്തിന്റെ ലളിതമായ ദ്വന്ദ്വയുക്തികളെ ചോദ്യം ചെയ്തു. പൂർവനിശ്ചിതമായ പരിപാടികൾ അവർ അംഗീകരിച്ചില്ല. ചരിത്രത്തോടൊപ്പം പരിണമിക്കുന്ന പ്രവർത്തനമാതൃകയാണ് അവർ ഉയർത്തിപ്പിടിച്ചത്.

*കമ്യൂണിസ്റ്റു മാനിഫെസ്റ്റോ*വിനെക്കുറിച്ചുള്ള ഹോബ്സ്ബോമിന്റെ നിരീക്ഷണങ്ങൾ ശ്രദ്ധേയമാണ്. അതിന്റെ പല ഭാഗങ്ങളും അപ്രസക്തമായിക്കഴിഞ്ഞിട്ടും പ്രവചനശക്തികൊണ്ട് അതിന്നും നമ്മെ ആകർഷിക്കുന്നു. അന്ന് വിടുവായത്തമായിത്തോന്നിയിരുന്ന കാര്യങ്ങൾ നവസഹസ്രാബ്ദത്തിന്റെ പ്രവചനമായി മാറുന്ന കാഴ്ചയാണ് നാമിവിടെ കാണുക; വിശേഷിച്ചും ആഗോളീകൃതമായ മുതലാളിത്തത്തെക്കുറിച്ച്. ശമ്പളത്തിനും കൂലിക്കും സ്വയം വാടകയ്ക്കു കൊടുക്കുന്നവരാക്കി ജനങ്ങളെ മാറ്റുന്ന മുതലാളിത്തത്തിന്റെ സ്വഭാവം ഇന്നും നിലനിൽക്കുന്നു. അതേസമയം ഈ വർഗത്തിന്റെ — കോർപ്പറേറ്റ് എക്സിക്യൂട്ടീവുകളുടെയും മറ്റും — വരുമാനം കണക്കിലെടുത്താൽ അവരെ 'തൊഴിലാളി'കളായി കാണാൻ പറ്റുകയില്ല. മൂലധനം തീവ്രമാവുകയും അധ്വാനം കുറയുകയും ഉന്നത സാങ്കേതികവിദ്യ പ്രധാനമാവുകയും ചെയ്ത ആധുനികോൽപ്പാദനത്തെ *മാനിഫെസ്റ്റോയ്*ക്ക് മുൻകൂട്ടിക്കാണാൻ കഴിഞ്ഞില്ല. 'വ്യവസായത്തൊഴിലാളി'കളുടെ സാന്നിധ്യവും പങ്കും ഈ പുതിയ വികാസം ഗണ്യമായി കുറച്ചിട്ടുണ്ട്. മുതലാളിത്ത സമ്പദ്വ്യവസ്ഥയിൽ ഒരു രാഷ്ട്രീയ വർഗപ്രസ്ഥാനമായി സംഘടിച്ചാൽ 'തൊഴിലാളിവർഗ' നേതൃത്വം അസംതൃപ്തരായ ഇതരവർഗങ്ങളെക്കൂടി അണിചേർത്ത് മഹാഭൂരിപക്ഷത്തിന്റെ പ്രസ്ഥാനമായി മാറുമെന്നാണ് *മാനിഫെസ്റ്റോ* മുൻകൂട്ടിക്കണ്ടത്. മുതലാളിത്തം മാർക്സും എംഗൽസും പ്രതീക്ഷിച്ചപോലെ തൂത്തെറിയപ്പെട്ടില്ലെങ്കിലും തൊഴിലാളിവർഗം ബോൾഷെവിക്

രൂപത്തിലോ സോഷ്യൽ ഡെമോക്രാറ്റുകളുടെ രൂപത്തിലോ പിൽക്കാലത്ത് യൂറോപ്പിലും തുടർന്ന് ഏഷ്യൻ-ലാറ്റിനമേരിക്കൻ ആഫ്രിക്കൻ രാഷ്ട്രങ്ങളിലും വലിയ സാമൂഹ്യചാലകശക്തിയായി മാറി എന്നത് നിഷേധിക്കാനാവില്ല. *മാനിഫെസ്റ്റോ* ചരിത്രപരമായ അനിവാര്യതയുടെ രേഖയായിട്ടാണ് വായിക്കപ്പെട്ടിട്ടുള്ളതെന്നോർക്കുക. ചരിത്രപരമായ പരിവർത്തനം നിരന്തരം സംഭവിക്കുന്നത് സ്വന്തം ചരിത്രം നിർണയിക്കുന്ന മനുഷ്യരിലൂടെയാണ്. ഏതെങ്കിലും പുസ്തകത്തിൽ എഴുതിവച്ച കാര്യങ്ങളിലൂടെയല്ല എന്ന് മാർക്സിനുതന്നെ നന്നായറിയാമായിരുന്നു. പ്രകൃതിനിയമംപോലെയല്ല ചരിത്രത്തിന്റെ ഗതിവിഗതികൾ; അതിൽ മനുഷ്യർക്ക് പ്രധാനപങ്കുണ്ട്. മുതലാളിത്തം അതിന്റെതന്നെ ശവക്കുഴി തോണ്ടുന്ന ദിവസവും കാത്ത് നാം കയ്യും കെട്ടി ഇരിക്കുകയല്ല വേണ്ടത്, ആ ജോലി നമുക്ക് ഏറ്റെടുക്കേണ്ടി വന്നേക്കാം. ഇന്ന് 'മൂന്നാംലോക' തൊഴിലാളിവർഗത്തിനാണ് ആ ദൗത്യം കൂടുതലായി ഏറ്റെടുക്കാനാവുക: കാരണം, ഹോബ്സ്ബോം കാണുംപോലെ യൂറോപ്യൻ തൊഴിലാളിവർഗം അതിവേഗം സാമ്പ്രദായികതൊഴിലാളിവർഗമല്ലാതായിക്കൊണ്ടിരിക്കുകയാണ്. ചരിത്രത്തിന്റെ കേവലസാക്ഷികളായ മനുഷ്യരെയല്ല *മാനിഫെസ്റ്റോ* സങ്കൽപ്പിച്ചത്. അതിൽ ഇടപെടുന്നവരെയാണ്. 'എന്തുചെയ്യണം' എന്ന ലെനിന്റെ ചോദ്യം ഓരോ കാലത്തും പുതുതായി ഉന്നയിക്കപ്പെടേണ്ടതുണ്ട്, പുതുതായി ഉയർന്നുവരുന്ന വിപ്ലവശക്തികളെ കാണേണ്ടതുണ്ട്. ഹാർട്ടും നെഗ്രിയും പറയുന്ന 'ജനതതി' അഥവാ 'മൾട്ടിറ്റ്യൂഡ്' പോലും ചില ഘട്ടങ്ങളിൽ പരിവർത്തനശക്തിയാകാം. എന്നാൽ കൃത്യമായി ഭാവിസമൂഹത്തെ കരുപ്പിടിപ്പിക്കുന്ന ഒരു ദർശനത്തിന്റെ അഭാവത്തിൽ അത്തരം വിപ്ലവങ്ങൾ പിന്നോട്ടടിക്കുകയും ചെയ്യാമെന്ന് ഈജിപ്തിന്റെ അനുഭവം കാണിക്കുന്നു. *മാനിഫെസ്റ്റോ* തന്നെയും രണ്ടു സാധ്യതയും വിഭാവനം ചെയ്തിരുന്നു. 'വിശാലസമൂഹത്തിന്റെ വിപ്ലവകരമായ പുനഃസംഘാടനമാകും' മുതലാളിത്തവികാസത്തിന്റെ അനന്തരഫലമെന്ന് പ്രത്യാശിക്കെത്തന്നെ പൊതുവിനാശമെന്ന നിഷേധാത്മകസാധ്യതയും അത് നിരാകരിക്കുന്നില്ല. ഇസ്ത്വാൻ മെസാറോസിന്റെ ഭാഷയിൽ, 'സോഷ്യലിസ'ത്തിനും 'കാടത്ത'ത്തിനും തമ്മിലുള്ള തിരഞ്ഞെടുപ്പിനു മുന്നിലാണ് ഇന്നത്തെ വിപണിവൽക്കൃത ലോകം.

1960 കൾക്കുശേഷം മാർക്സിസ്റ്റുപണ്ഡിതന്മാരും മാർക്സിസത്തിൽ താൽപ്പര്യമുള്ള ചിന്തകരും മാർക്സിലും എംഗൽസിലും തേടിയത് — ഇന്നും തേടുന്നത് — മാർക്സിസ്റ്റുസിദ്ധാന്തത്തിലെ ചില നിർവചനങ്ങളോ ആത്യന്തികപാഠങ്ങളോ അല്ല, ഇപ്പോഴും വികസിച്ചുകൊണ്ടിരിക്കുന്ന, ഇന്നും പ്രസക്തമായ, ഒരു ചിന്താപ്രക്രിയയും രീതിശാസ്ത്രവുമാണ്. കൃത്യമായി 'മാർക്സിസ്റ്റ്' എന്നു പറയാനാകാത്ത ദെല്യൂസ്,

ഗുതാരി, മിഷേൽ ഫൂക്കോ, ഴാക് ദെരിദാ, ഴാക് റാൻസിയേ തുടങ്ങിയ ചിന്തകരായാലും ശരി, മാർക്സിസത്തോടു കൂടുതലടുത്തുനിൽക്കുന്ന, അഥവാ മാർക്സിസ്റ്റുകളായ വാൾടർ ബെൻയാമിൻ, ലൂയി അൽത്തൂസർ, നികോസ് പോളന്റ്സാസ്, ടെറി ഈഗിൾടൺ, റായ്മെണ്ട് വില്യംസ്, ഫ്രെഡറിക് ജെയ്മിസൺ, ഇസ്ത്വാൻ മെസാറോസ്, സ്ലാവോയ് സിസെക്, ജോർജിയോ അഗംബെൻ, മൈക്കേൽ ഹാർട്, അന്റോണിയോ നെഗ്രി, എറിക് ഹോബ്സ്ബോം, പെരി ആൻഡേഴ്സൺ, ബെനഡിക്റ്റ് ആൻഡേഴ്സൺ തുടങ്ങിയ സാമ്പത്തിക–ചരിത്ര–സാംസ്കാരികവിമർശ കരായാലും ശരി, മാർക്സ്–എംഗൽസ്–ലെനിൻ–ഗ്രാംഷി–മാവോ എന്നിവരുടെ പാരമ്പര്യത്തിൽ അന്വേഷിക്കുന്നത് വർത്തമാന ലോകപരിസ്ഥിതിയെയും സംസ്കാരത്തെയും സമ്പദ്ക്രമപരിവർത്തനങ്ങളെയും മനസ്സിലാക്കാൻ സഹായിക്കുന്ന ചില സമീപനങ്ങളും സമ്പ്രദായങ്ങളുമാണ്. ഇവരിലാരും തന്നെ മാർക്സിനെയോ എംഗൽസിയോ വിഗ്രഹങ്ങളാക്കി നിശ്ചലരാക്കുകയല്ല, മറിച്ച് അവരെ ജീവിക്കുന്ന സമൂഹത്തിനഭിമുഖം നിർത്തുകയാണ്, അങ്ങനെ അവരിലെ താൽക്കാലിക നിഗമനങ്ങളുടെ ശരി–തെറ്റുകളിൽനിന്നു വ്യത്യസ്തമായി അവരിൽ ഇക്കാലത്തും പ്രസക്തവും പ്രയോജനകരവുമായ വിശകലനരീതികളും ഉൾക്കാഴ്ചകളും അന്വേഷിക്കുകയാണ്. ഔപചാരികമായ വരട്ടുവാദത്തിൽനിന്നും മുക്തരായി പാഠങ്ങളെ അടുത്തുകാണുകയും മുമ്പ് പാർശ്വവൽക്കരിക്കപ്പെട്ടിരുന്ന കൃതികളിലെ പ്രധാനപ്പെട്ട നിരീക്ഷണങ്ങളെ മുന്നോട്ടുകൊണ്ടുവരികയും വ്യാഖ്യാനബഹുത്വത്തെ അംഗീകരിക്കുകയും ചെയ്യുന്ന തുറന്ന സമീപനമാണ് ഇന്ന് പൊതുവെ പഠിതാക്കൾ പിന്തുടരുന്നത്. പ്രമാണവാദപരമായ മാർക്സിസം, മാവോയിസത്തോടെ തന്നെ രണ്ടായെങ്കിലും പിരിഞ്ഞിരുന്നു. തുടർന്ന് ഹോബ്സ്ബോം നിരീക്ഷിക്കും പോലെ, (*മാർക്സ്, എംഗൽസ്: രചനകളുടെ ഭാഗധേയം*) "മാർക്സിസം എന്തു പഠിപ്പിക്കുന്നു എന്നതിനെപ്പറ്റി ഏകഭാഷ്യം അംഗീകരിക്കുന്ന രാജ്യങ്ങളും" സ്ഥിതി അങ്ങനെയല്ലാത്ത രാജ്യങ്ങളും തമ്മിൽ പ്രകടമായ അകൽച്ചയുണ്ടായി. മെഹ്റിങ്ങിന്റെയും മറ്റും ജീവചരിത്രങ്ങളിൽ ചില സംഭവങ്ങളും കത്തുകളും മറ്റും ബോധപൂർവം മറച്ചുവയ്ക്കപ്പെട്ടിരുന്നു. എന്നാൽ പുതിയ കാലത്ത് മാർക്സിന്റെയും എംഗൽസിന്റെയും ജീവിതവും അവർ തമ്മിൽത്തന്നെ ചിലപ്പോഴുണ്ടായിരുന്ന അഭിപ്രായഭേദങ്ങളുമെല്ലാം സുതാര്യമായി മാറിയിട്ടുണ്ട്. ഏറെക്കാലം സോവിയറ്റ് കമ്യൂണിസ്റ്റ് പാർട്ടി മാർക്സിസ്റ്റു ക്ലാസിക്കുകളെ കുത്തകയാക്കുകയും സ്വന്തം രീതിയിൽ റഷ്യൻ ഭാഷയിൽ പരിഭാഷ ചെയ്തു പ്രചരിപ്പിക്കുകയും ചെയ്തിരുന്നു. 1960 കൾക്കുശേഷമാണ് ആ കുത്തക തകരുന്നത്. ഇതിന് ഒരു ഭാഗത്ത് മാർക്സിസ്റ്റുപണ്ഡിതർ തന്നെ മുൻകയ്യെടുത്തെങ്കിൽ ചിലപ്പോൾ വ്യാപാരതാൽപ്പര്യങ്ങളും കാരണമായി. ഏതായാലും മാർക്സ്

സാമാന്യവിദ്യാഭ്യാസത്തിന്റെയും സംസ്കാരത്തിന്റെയും ഭാഗമാണെന്ന ധാരണ പിൽക്കാലത്ത് ശക്തമാവുകയും എല്ലാ രാജ്യങ്ങളിലും പാഠ്യപദ്ധതിയുടെ ഭാഗമായോ അല്ലാതെയോ മാർക്സ്-എംഗൽസ് കൃതികൾ പ്രചാരം നേടുകയും ചരിത്ര-സാമ്പത്തിക ഗവേഷണങ്ങളിൽ ഉപയോഗിക്കപ്പെടാൻ തുടങ്ങുകയും ചെയ്തു. ഒരർഥത്തിൽ ഒരു ഭരണകൂടപ്രത്യയശാസ്ത്രമെന്ന നിലയിൽനിന്നുള്ള മോചനം മാർക്സിസത്തിന്റെ പ്രതിപക്ഷപരവും ജനാധിപത്യപരവുമായ പ്രാധാന്യം വർധിപ്പിച്ചു എന്നു പറയാം. വിമർശനത്തിന്റേതായ ഒരു ശാസ്ത്രീയരീതിയെന്ന നിലയിൽ സ്ഥിതവ്യവസ്ഥയെ — ഇന്നത്തെ സാഹചര്യത്തിൽ ആഗോളീകൃതമുതലാളിത്തത്തെയും വിപണിസമ്പദ്‌വ്യവസ്ഥയെയും വിശേഷിച്ചും — തുറന്നുകാട്ടാനും എതിർക്കാനും ഒരു ബദൽ വ്യവസ്ഥയുടെ സാധ്യത മുന്നോട്ടുവയ്ക്കാനും കഴിയുന്നിടത്താണ് മാർക്സിസത്തിന്റെ ശക്തിയും പ്രസക്തിയും നാം അന്വേഷിക്കേണ്ടത്.

കലാ-സാഹിത്യങ്ങളിലെ അവാങ്ഗാദ് മാർക്സിസവുമായി ബന്ധപ്പെടുന്നതും ഈ വിശാലപരിസരത്തിൽ തന്നെയാണെന്ന് ആ ബന്ധത്തിന്റെ പ്രമുഖഘട്ടങ്ങൾ ചർച്ച ചെയ്യുന്ന ഹോബ്സ്ബോമിനെ പിന്തുടർന്ന് പറഞ്ഞുകൊള്ളട്ടെ. വളരെ കണിശമായ ഒരു ലാവണ്യശാസ്ത്രത്തിന് മാർക്സും എംഗൽസും രൂപം നൽകാതിരുന്നതു നന്നായി എന്നൊരഭിപ്രായവും ഹോബ്സ്ബോമിനുണ്ട്. അതുകൊണ്ടാണ് സോഷ്യലിസ്റ്റു റിയലിസ്റ്റുകൾ, നാച്ചുറലിസ്റ്റുകൾ, സിംബലിസ്റ്റുകൾ ബ്രിട്ടനിലെ ആർട്സ് ആൻഡ് ക്രാഫ്റ്റ്സ് പ്രസ്ഥാനക്കാർ, അരാജകവാദികൾ, ആധുനികതാവാദികൾ, പൊതുവെ ഫാഷിസ്റ്റുവിരുദ്ധരായിരുന്ന കലാകാരന്മാർ തുടങ്ങിയ വിവിധ അവാങ്ഗാദ് വിഭാഗങ്ങളുമായി സൗഹൃദം പുലർത്താൻ മാർക്സിസ്റ്റുപ്രസ്ഥാനങ്ങൾക്കു കഴിഞ്ഞത്. ല്യുനച്ചാർസ്കി മുതൽ വാൾടർ ബെൻയാമിനും അഡോണോയും ല്യൂക്കാച്ചും ബ്ലോഹും ഏണസ്റ്റ് ഫിഷറും ടെറി ഈഗിൾടണും ഫ്രെഡ്രിക് ജെയ്മിസണും റായ്മൊണ്ട് വില്യംസും ബാർഥും ബ്ലാൻഷോയും വരെയുള്ള പലതരം നിലപാടുകൾ ഇടതുപക്ഷ ലാവണ്യശാസ്ത്രത്തിനകത്തു നിലനിന്നുവെന്നതും ഇതിലേതെങ്കിലും പക്ഷത്തോട് സഹാനുഭൂതി പുലർത്താൻ കലാകാരന്മാർക്കും സാഹിത്യകാരന്മാർക്കും അവസരം നൽകി. ഈ നാനാത്വം നിശ്ശബ്ദമാക്കപ്പെട്ട ഷഡാനോവിസ്റ്റ്ഘട്ടത്തിൽ മാത്രമാണ്. കുറെയൊക്കെ മാവോയുടെ കാലത്ത് ചൈനയിലതു സംഭവിച്ചു. കലാപകാരികളായ കലാകാരന്മാർക്ക് മാർക്സിസത്തിൽനിന്ന് അകലേണ്ടിവന്നത്, ഫാഷിസത്തിന്റെ കാലഘട്ടം പലതരം കലാ-സാഹിത്യകാരന്മാരെയും പ്രസ്ഥാനങ്ങളെയും അവരുടെ വൈജാത്യങ്ങൾ നിലനിർത്തിക്കൊണ്ടുതന്നെ സോഷ്യലിസത്തിന്റെയും ജനാധിപത്യത്തിന്റെയും പക്ഷത്തേക്കു കൊണ്ടുവന്നു. കലയുടെ മൗലികസ്വഭാവം എതിർപ്പാണെന്ന

തുകൊണ്ട് പുരോഗമനപക്ഷം പ്രതിപക്ഷമായ കാലഘട്ടങ്ങളിൽ കലാകാരന്മാർ അതിനോടടുക്കുന്നതും അത് ഭരണപക്ഷമാകുമ്പോൾ അതിൽ നിന്നകലുന്നതും കാണാം. ഇതിൽ അസ്വാഭാവികമായി ഒന്നുമില്ല. കവികൾ ഒരു 'സൗവർണ പ്രതിപക്ഷ'മാണെന്ന് മഹാനായ ഒരു മലയാള കവിതന്നെ പറഞ്ഞിട്ടുണ്ടല്ലോ.

മാർക്സിസത്തിന് ഒരു രാഷ്ട്രീയസിദ്ധാന്തം പ്രദാനം ചെയ്യുന്നതിലും കീഴാളവർഗപഠനത്തിന് തുടക്കം കുറിക്കുന്നതിലും ജനകീയ സംസ്കാരവിമർശനത്തിന് വഴികാട്ടുന്നതിലും അന്തോണിയോ ഗ്രാംഷി നൽകിയ സംഭാവനയെ ഹോബ്സ്ബോം സംക്ഷിപ്തവും കണിശവുമായി വിലയിരുത്തുന്നുണ്ട്. കേവലം അക്കാദമിക് അല്ലാത്ത, പ്രയോഗാധിഷ്ഠിതമായ സിദ്ധാന്തം വികസിപ്പിക്കുന്നതിലാണ് തന്റെ കൃതികളിലൂടെ — വിശേഷിച്ചും *ജയിൽനോട്ടുപുസ്തകങ്ങൾ* — ഗ്രാംഷി ശ്രദ്ധ പതിപ്പിച്ചത്. മനുഷ്യൻ സ്വന്തം ചരിത്രം സ്വയം നിർമിക്കുന്നുവെങ്കിലും അതിന്റെ സാഹചര്യങ്ങൾ ഭൂതകാലത്താൽ നിർണീതമാണെന്ന മാർക്സിന്റെ സങ്കൽപ്പനത്തെ അദ്ദേഹം വികസിപ്പിച്ച്, ചരിത്രപരമായി രൂപപ്പെട്ട മനുഷ്യേച്ഛയ്ക്ക് പ്രാധാന്യം കൽപ്പിച്ചു. അമൂർത്തവൽക്കരണങ്ങളെയും ലളിതവൽക്കൃതമാതൃകകളെയും ചെറുത്തു. പാർട്ടിയാണ് ആധുനികകാലത്തെ രാജകുമാരൻ — മാക്കിയാവെല്ലിയുടെ *പ്രിൻസ്* ഓർക്കുക — എന്നദ്ദേഹം പറഞ്ഞു. പരിവർത്തനത്തിന്റെ രാഷ്ട്രീയതന്ത്രം പാർട്ടിക്കേ രൂപപ്പെടുത്താനാകൂ. സോഷ്യലിസ്റ്റുഭാവിയെക്കുറിച്ച് അദ്ദേഹം ഊഹാപോഹമൊന്നും നടത്തുന്നില്ല. എന്നാൽ സോഷ്യലിസ്റ്റുപ്രസ്ഥാനത്തിന്റെ വർത്തമാനസ്വഭാവത്തിൽ ആ ഭാവിയുടെ സൂചനകൾ അദ്ദേഹം അന്വേഷിക്കുന്നു, രാഷ്ട്രീയപ്രസ്ഥാനത്തിന്റെ ഘടനയ്ക്കും വികാസത്തിനും വലിയ പ്രാധാന്യം കൽപ്പിക്കുന്നു. അധീശത്വത്തിനായുള്ള പോരാട്ടം അധികാരസംക്രമണത്തിനു മുമ്പും സംക്രമണഘട്ടത്തിലും തുടർന്നും നടത്തണമെന്ന് അദ്ദേഹം നിർദേശിക്കുന്നു; ബഹുജനങ്ങളുടെ കീഴാളത്തത്തിൽ ഭരണവർഗാധികാരത്തിന്റെ മർമം സ്ഥിതി ചെയ്യുന്ന — നമ്മെപ്പോലുള്ള നാടുകളിൽ അധികാരക്കൈമാറ്റത്തിനുമുമ്പേ തന്നെ — അധീശത്വം അഥവാ ഹെജിമണി നേടിയെടുക്കണമെന്നും. അല്ലാത്തപക്ഷം വിപ്ലവം തന്നെയും അട്ടിമറിക്കപ്പെട്ടേക്കാം. വർഗവും പാർട്ടിയും തമ്മിലുള്ള അന്തരം, ഉദ്യോഗസ്ഥപ്പടയുടെ സ്വഭാവം, സോഷ്യലിസ്റ്റു സംക്രമണഘട്ടത്തിലും ഒരു പ്രതിബന്ധമായിത്തുടർന്നേക്കാം എന്ന വസ്തുത — ഇതെല്ലാം സ്റ്റാലിനിസ്റ്റനുഭവത്തിന്റെ പശ്ചാത്തലത്തിൽ ഗ്രാംഷി സമർഥമായി ചർച്ച ചെയ്യുന്നുണ്ട്. സോഷ്യലിസത്തിലെ ഉൽപ്പാദനം വെറുമൊരു സാങ്കേതിക പ്രശ്നമല്ലെന്നും അത് പ്രാഥമികമായും രാഷ്ട്രീയവിദ്യാഭ്യാസത്തിന്റെയും രാഷ്ട്രീയഘടനയുടെയും പ്രശ്നമാണെന്നുമുള്ള ഗ്രാംഷിയുടെ പ്രസ്താവം, സമകാലികലോകത്തെ പോയ തലമു

റകളുടെ, വരുംതലമുറകളിലേക്കു സ്വയം വിക്ഷേപിക്കുന്ന ഒരു സംശ്ലേഷണമായിക്കാണുന്നു. 'ഭാവി' ഗ്രാംഷിയുടെ ഒരു നിരന്തരപ്രമേയമാകുന്നതും അതിന്റെ അടിത്തറ വർത്തമാനത്തിലാണെന്നദ്ദേഹം വിശ്വസിക്കുന്നതുകൊണ്ടാണ്.

മറ്റെല്ലാ സിദ്ധാന്തങ്ങളുംപോലെ മാർക്സിസവും മാർക്സിനു പിന്നീടുള്ള കാലത്ത് ഉപജ്ഞാതാവിനെ അതിജീവിച്ച് മൗലികമായ ഉദ്ദേശ്യങ്ങളെയും ഉള്ളടക്കത്തെയും അതിലംഘിച്ച് മനുഷ്യന്റെ വ്യാഖ്യാനശേഷിയുടെ വിശാലമായ അതിരുകളിലെത്തി പ്രവചനാതീതമായ പരിഷ്കാരങ്ങൾക്കും പരിവർത്തനങ്ങൾക്കും വിധേയമാക്കിയിട്ടുണ്ട്. മാർക്സ് ഈ വ്യാഖ്യാനങ്ങളെയൊക്കെ അംഗീകരിക്കുകയോ മനസ്സിലാക്കുക തന്നെയോ ചെയ്യുമായിരുന്നോ എന്ന ചോദ്യം ക്രിസ്തു തിരിച്ചുവന്നാൽ ഇന്നത്തെ സഭയെക്കുറിച്ച് എന്തുകരുതും എന്ന ചോദ്യം പോലെതന്നെ രസകരവും ഒപ്പം നിരുപയോഗവുമാണ്. ചരിത്രസാഹചര്യങ്ങൾ സിദ്ധാന്തങ്ങളെ എങ്ങനെയെല്ലാം സ്വാധീനിക്കുമെന്നറിയാത്തയാളല്ല മാർക്സ്. മാർക്സിസത്തെ ലെനിനിസവുമായോ മാവോയിസവുമായോ മറ്റെന്തെങ്കിലും വകഭേദവുമായോ മാത്രം തിരിച്ചറിയുന്ന രീതി ഏതായാലും യുക്തിസഹമല്ല. ഹോബ്സ്ബോം തന്നെ നിരീക്ഷിക്കുന്നതുപോലെ മാർക്സിന്റെ പിൻഗാമികളാണ് തങ്ങൾ എന്ന് അവകാശപ്പെട്ടിരുന്നെങ്കിൽ സയണിസ്റ്റ് കിബ്ബുറ്റ്സും കമ്പൂച്ചിയയിലെ പോൾപോട്ടും തമ്മിൽ, സ്റ്റാലിനും ഗ്രാംഷിയും തമ്മിൽ, റോസാ ലക്സംബെർഗും കിം–ഇൽ–സുങ്ങും തമ്മിൽ, അഥവാ ഹിൽഫെർഡിങ്ങും മാവോയും തമ്മിൽ ഉള്ള സമാനതകളെക്കാൾ വ്യത്യാസങ്ങളാവും നാം തിരിച്ചറിയുക. മാർക്സിസ്റ്റ് ഭരണക്രമങ്ങൾക്ക് ഐകരൂപ്യം വേണമെന്ന് ഒരു നിയമവുമില്ല. അതേസമയം 1917 നു ശേഷം പല രീതിയിൽ നിലവിൽവന്ന 'സോഷ്യലിസ'ങ്ങൾക്കു ചില പൊതുസ്വഭാവങ്ങൾ ഉണ്ടെന്നുവരാം. 1945 മുതൽ ഇന്നോളമുള്ള മാർക്സിസത്തിലേക്ക് ഹോബ്സ്ബോം അസാധാരണമായ ഉൾക്കാഴ്ചയോടെ യാത്ര ചെയ്യുന്നുണ്ട്. യുവാക്കളുടെ റാഡിക്കലിസം, മൂന്നാം ലോകരാജ്യങ്ങളിലെ വിമോചനപ്രസ്ഥാനങ്ങൾ, മാർക്സിസം നേടിയ അക്കാദമിക് അംഗീകാരവും പാഠ്യപദ്ധതികളിൽ അതു നേടിയ സ്ഥാനവും, പല വിഭാഗങ്ങളിൽപ്പെട്ട മാർക്സിസ്റ്റ് ബുദ്ധിജീവികളുടെ എണ്ണത്തിലും സൈദ്ധാന്തികഗ്രന്ഥങ്ങളുടെ പ്രസിദ്ധീകരണത്തിലും ഉണ്ടായ പെരുക്കം, ഇതൊക്കെ ചിലപ്പോൾ നിഷേധാത്മകമോ ലളിതവൽക്കൃതമോ തൊഴിലാളിവിരുദ്ധമോ ആയ രൂപങ്ങളിലായിരുന്നെങ്കിൽപ്പോലും മാർക്സിസത്തിന്റെ പൊതുസ്വാധീനം വർധിപ്പിച്ചതായി പ്പറയാം. എൺപതുകളുടെ ആദ്യവർഷങ്ങളായപ്പോഴേക്കും മാർക്സിസത്തിന്റെ വ്യാഖ്യാനബഹുത്വം ഒരു യാഥാർഥ്യമായി. സോവിയറ്റ് മേൽക്കോയ്മയും ആ വിപ്ലവമാതൃകയുടെ അനുകരണീയതയും ചോദ്യം

ചെയ്യപ്പെട്ടു. മാർക്സിസം രാഷ്ട്രീയമല്ലാത്ത മേഖലകളിലേക്ക് പഠനം, ഗവേഷണം, സംസ്കാരം, വ്യാപിച്ചു. പാർട്ടിയിൽ ചിലപ്പോഴൊക്കെ അംഗത്വമുണ്ടായിരുന്നെങ്കിലും മുഖ്യമായും സൈദ്ധാന്തികരായ ഗ്രന്ഥകർത്താക്കളായിരുന്ന ബുദ്ധിജീവികൾ വളർന്നുവന്നു: ലൂയി അൽത്തൂസർ, ഹെർബെർട്ട് മാർക്യൂസ്, ഴാങ്–പോൾ സാർത്ര്, പോൾ സ്വീസി, ലൂഷ്യോ കോളെറ്റി, ഹേബർമാസ്, ഗുന്തർ ഫ്രാങ്ക്, നികോസ് പൗലന്റ്സാസ്, ഗോറാൻ തോർബോൺ, അലെക്സ് കല്ലിനിക്കോസ് — ഇങ്ങനെ ഏറെ പേർ. ഇവർ ചെയ്ത കാര്യങ്ങളിലൊന്ന് 'പരാജിത'രായി കരുതപ്പെട്ടിരുന്ന, അഥവാ അവഗണിക്കപ്പെട്ടിരുന്ന, മാർക്സിസ്റ്റുകളെ — ഗ്രാംഷി, റോസാ ലക്സംബെർഗ്, ഓട്ടോ ബോയർ, ബുഖാറിൻ, ചിലപ്പോൾ ട്രോട്സ്കിപോലും — മാർക്സിസ്റ്റ് പാരമ്പര്യത്തിലേക്ക് വീണ്ടെടുത്തതാണ്. മാർക്സിസം എന്താണ്, എന്തല്ല എന്നതിനിടയിലെ വിഭജനരേഖ ഇക്കാലത്ത് മങ്ങിത്തുടങ്ങി. മാർക്സിസ്റ്റ് പ്രവണതയുള്ള (*Marxisant*) തുടങ്ങിയ വിശേഷണങ്ങൾ പതിവായിത്തീർന്നു. ഒപ്പം മാർക്സിസം മറ്റനേകം തരം ചിന്തകൾക്കിടയിലൊന്നായി മാറി വ്യാപകമായ അംഗീകാരം നേടി: ആ ലോകത്ത് സൊസ്സ്യൂർ, ലെവി സ്ട്രോസ്, ഴാക് ലക്കാൻ, മെർലു–പ്വാങ്തീ ഇങ്ങനെ പലരും സഹവർത്തിച്ചു (ഫ്രാൻസിന്റെ ഉദാഹരണമെടുത്താൽ). സൗന്ദര്യശാസ്ത്രത്തിലും പിയെറീ മാഷെറീ, റോളാങ് ബാർഥ്, പലതരം ഘടനാവാദികളും ഉത്തരഘടനാവാദികളും ഒക്കെയായി മാർക്സിസം സംഭാഷണത്തിലേർപ്പെട്ടു. മനോവിശ്ലേഷണവും കർതൃത്വപ്രശ്നങ്ങളും ലിംഗസംബന്ധിയായ ഫെമിനിസ്റ്റുകാഴ്ചപ്പാടുകളും മാർക്സിസ്റ്റു വ്യവഹാരത്തിന്റെ ഭാഗമായി. മൂന്നാം ലോകരാജ്യങ്ങളിലാകട്ടെ, ജാതി, ഗോത്രം, അധിനിവേശാനന്തരസിദ്ധാന്തങ്ങൾ — ഇവയും ചർച്ചകളിൽ കടന്നുവന്നു. 'ശുദ്ധ'മായ മാർക്സിസമെന്നൊന്ന് ഇതോടെ മിക്കവാറും ഇല്ലാതായി. മാർക്സിസ്റ്റുകളല്ലാത്ത പണ്ഡിതർ ഉൽപ്പാദിപ്പിച്ച ജ്ഞാനം മാർക്സിസ്റ്റുകാർക്കും അവഗണിക്കാൻ വയ്യാതായി. മാർക്സിസ്റ്റ് സിദ്ധാന്തം തന്നെയും പലതരം പുനഃപരിശോധനകൾക്കു വിധേയമായി. ക്ലാസിക്കുകളുടെ അപ്രമാദിത്വം നിലനിൽക്കാതായി. മാർക്സിസ്റ്റു പാർട്ടികൾ സ്വന്തം നാടുകളിൽ മുതലാളിത്തത്തിന് ബദൽ തേടുകയും തന്ത്രങ്ങൾ സ്വരൂപിക്കുകയും ചെയ്യുന്ന സന്ദർഭത്തിൽ കൃത്യമായ സിദ്ധാന്തങ്ങൾ പ്രായോഗികമായ നവസമീപനങ്ങൾക്കു വഴി മാറി. ഒപ്പംതന്നെ പ്രകൃതി, ശാസ്ത്രം, സാങ്കേതികവിദ്യ ഇവയുമായും ഒരിടവേളയ്ക്കുശേഷം മാർക്സിസം ബന്ധങ്ങൾ വികസിപ്പിച്ചു. സ്റ്റീഫൻ ഗൗൾഡിനെപ്പോലുള്ള (ജനിതക) ശാസ്ത്രജ്ഞരുണ്ടായി. എങ്കിലും ഇവയോടു തങ്ങൾക്കു ബന്ധമില്ലെന്നു കരുതുന്നവരാണ് ഒട്ടേറെ മാർക്സിസ്റ്റുകാർ. ഇത് യുവാക്കളെ മാർക്സിസത്തിൽനിന്ന് അകറ്റാനും കാരണമായിട്ടുണ്ട്. പിൻവാങ്ങലിന്റെ ഒരിടവേളയ്ക്കുശേഷം മുതലാളിത്ത

ത്തിന്റെ തുടർച്ചയായ പ്രതിസന്ധികളുടെ പശ്ചാത്തലത്തിൽ മാർക്സിസം ശക്തമായ ഒരു തിരിച്ചുവരവു നടത്തിയിരിക്കുന്നു. ഒപ്പം അനീതിക്കും അസമത്വത്തിനുമെതിരെ മൂന്നാം ലോകങ്ങളിലെ ബൂർഷ്വാ അധീശത്വമുള്ള സമൂഹങ്ങളിൽ നടക്കുന്ന സമരങ്ങൾക്ക് മാർക്സിസത്തെ ഒഴിവാക്കാനാവില്ലെന്നും വന്നിരിക്കുന്നു. സാമ്പത്തികവും രാഷ്ട്രീയവുമായ ഉദാരവാദത്തിന് ഇരുപത്തൊന്നാം നൂറ്റാണ്ടിലെ പ്രശ്നങ്ങൾ പരിഹരിക്കാനാവില്ലെന്ന് വ്യക്തമാണ്. ആഗോളസമ്പത്തിന്റെ ഉൽപ്പാദനം പ്രകൃതിവിഭവങ്ങളുടെ പരിമിതിയോടും അധ്വാനത്തിന്റെ ഇനിയും തുടരാനാകാത്ത ചൂഷണത്തോടും കേവലം ലാഭബദ്ധമായ അമിതോൽപ്പാദനത്തിന്റെ വിചിത്രവൈരുധ്യത്തോടും ഏറ്റുമുട്ടിക്കൊണ്ടിരിക്കുന്നിടത്തോളം മാർക്സിസം സാമൂഹ്യവിമർശനത്തിന്റെയെന്നപോലെ വ്യവസ്ഥാപിതപരിവർത്തനത്തിന്റെയും ഏറ്റവും ശക്തവും പ്രസക്തവുമായ ഉപാധിയായിരിക്കുമെന്നു തീർച്ച. ഈ പശ്ചാത്തലത്തിലാണ് *ലോകത്തെ മാറ്റുന്നത്* എന്ന ഗ്രന്ഥത്തിന്റെ പരിഭാഷ അതീവ പ്രധാനമാകുന്നത്. വിസ്മയകരമായ പാണ്ഡിത്യവും അഗാധമായ ഉൾക്കാഴ്ചയും സമന്വയിക്കുന്ന ഈ പുസ്തകം മാർക്സിസത്തിന്റെ ചരിത്രമെന്നപോലെ അതിന്റെ ഭാവിയിലേക്കുള്ള വഴികാട്ടിയുമാണ്. ഇന്നും വേണ്ടത്ര സിദ്ധാന്തസജ്ജമല്ലാത്ത മലയാളഭാഷയിൽ ദുഷ്കരമായ ഈ വിവർത്തനം വിശ്വസ്തമായി നിർവഹിച്ച പി കെ ശിവദാസിനോട് മലയാളവും കേരളത്തിലെ മാർക്സിസ്റ്റ് പാണ്ഡിത്യവും കടപ്പെട്ടിരിക്കുന്നു.

ഹോബ്സ്ബോം തുറന്നിട്ട ജാലകങ്ങൾ

പി കെ ശിവദാസ്

എറിക് ഹോബ്സ്ബോം 1957 മുതൽ 2010 വരെയുള്ള കാലയളവിൽ എഴുതിയ 16 ലേഖനങ്ങളുടെ സമാഹാരമാണിത്. ലേഖനങ്ങളെല്ലാം സാമാന്യം ദീർഘമാണ്. പലപ്പോഴായി പല സംവാദങ്ങളിൽ ഇടപെട്ടും മാർക്സ് പതിപ്പുകൾക്ക് ആമുഖങ്ങളായും ഇറ്റാലിയൻ പ്രസാധന സ്ഥാപനമായ എനൗദിക്കുവേണ്ടി ഏറ്റെടുത്ത ബൃഹദ്പദ്ധതിയുടെ ഭാഗമായും എഴുതപ്പെട്ടവയാണ് ഈ ലേഖനങ്ങൾ. 'മാർക്സ് ഇന്ന്' എന്ന ആദ്യലേഖനം തുടങ്ങി പത്താമത്തെ ലേഖനമായ 'മാർക്സിസത്തിന്റെ സ്വാധീനം 1880–1914' വരെയുള്ള അധ്യായങ്ങൾ വ്യത്യസ്ത മാർക്സിസ്റ്റ് രചനകളെ, അവയുടെ ആശയപ്രപഞ്ചത്തെ സൂക്ഷ്മമായോ വിശാലമായോ പഠിക്കാനുള്ള ഉദ്യമങ്ങളാണ്.

മാർക്സിസ്റ്റ് സോഷ്യലിസം മുൻകാലത്തെ സോഷ്യലിസ്റ്റ് വിമർശനങ്ങളെ അതിശയിക്കുന്നത് അതിന്റെ ശാസ്ത്രീയത കൊണ്ടാണ്. മുമ്പുണ്ടായിരുന്നത് സോഷ്യലിസത്തെപ്പറ്റിയുള്ള ഭാഗികവിമർശനമായിരുന്നു. മാർക്സ് മുതലാളിത്തം, അതിന്റെ സാമൂഹികക്രമം എന്നിവയെപ്പറ്റിയുള്ള സമഗ്രമായ വിമർശം കരുപ്പിടിപ്പിച്ചു. സോഷ്യലിസത്തെ ഒരു 'പരിണാമാത്മക ചരിത്രവിശകലന'മായി മനസിലാക്കാൻ അത് സഹായിക്കുന്നു. സോഷ്യലിസം ഒരു പ്രത്യേക കാലഘട്ടത്തിൽ എങ്ങനെ സിദ്ധാന്തമായും പ്രസ്ഥാനമായും ആവിർഭവിച്ചു എന്ന് മാർക്സ് പറഞ്ഞുതരുന്നു. മുതലാളിത്തത്തിന്റെ ചരിത്രപരമായ വികാസം എന്തുകൊണ്ട് ഒരു സോഷ്യലിസ്റ്റ് സമൂഹത്തെ ഉൽപ്പാദിപ്പിക്കണം എന്ന് അദ്ദേഹം ചൂണ്ടിക്കാണിക്കുന്നു. സമൂഹം പഴയതിൽനിന്ന് പുതിയതിലേക്ക് സംക്രമിക്കുമ്പോൾ ആ സംക്രമണത്തിന്റെ പ്രയോക്താക്കളായും മാധ്യമമായും തൊഴിലാളിവർഗം എന്ന രാഷ്ട്രീയശക്തി ആവിർഭവിക്കും എന്ന് അദ്ദേഹം പ്രവചിച്ചു. ഉട്ടോപ്യൻ സോഷ്യലിസത്തിൽനിന്ന് വിഭിന്നമായി ചരിത്രപരിണാ

മത്തെ സ്ഥലകാലബദ്ധമാക്കിയതാണ് മാർക്സിന്റെ വിപ്ലവകരമായ സംഭാവന എന്ന് ഹോബ്സ്ബോം വിലയിരുത്തുന്നു.

"വിപ്ലവസിദ്ധാന്തമില്ലാതെ വിപ്ലവം സാധ്യമല്ല" എന്നു പറഞ്ഞുവച്ചുവെങ്കിലും ലെനിൻ വിപ്ലവത്തിന്റെ 'എങ്ങനെ' എന്ന സംശയത്തെയാണ് അഭിസംബോധന ചെയ്തതെന്ന് ഹോബ്സ്ബോം ചൂണ്ടിക്കാണിക്കുന്നു. എന്നാൽ അന്റോണിയോ ഗ്രാംഷി 'രാഷ്ട്രീയത്തെക്കുറിച്ച് ഒരു മാർക്സിസ്റ്റ് സിദ്ധാന്തം' തന്നെ മുന്നോട്ടു വയ്ക്കുന്നുണ്ടെന്നാണ് അദ്ദേഹത്തിന്റെ വിലയിരുത്തൽ. കീഴാളം, അധീശത്വം ഇത്യാദി ഗ്രാംഷിയൻ പദങ്ങൾ വളരെ അനവധാനമായി ഉപയോഗിക്കുന്നതിന്റെ അപാകത മനസിലാക്കാൻ ഹോബ്സ്ബോമിന്റെ ഗ്രാംഷി പഠനം സഹായിക്കുന്നു. ഫാക്ടറിയിലോ പാടത്തോ നിലനിൽക്കുന്ന ഉൽപ്പാദനബന്ധങ്ങളെ സാമ്പത്തികചരിത്രം മാത്രം വച്ച് മനസിലാക്കിയാൽ പോരാ; അവയുടെ സാംസ്കാരികലോകവും രാഷ്ട്രീയാധികാരവുംകൂടി ചേർത്തു വായിക്കണം; എങ്കിലേ ഒരു സമ്പൂർണ ലോകവീക്ഷണം കരുപ്പിടിപ്പിക്കാൻ കഴിയൂ- ഇതാണ് ഗ്രാംഷിയുടെ നിർണായകചിന്തയായി ഹോബ്സ്ബോം കാണുന്നത്. ഗ്രാംഷിയെ ഉദ്ധരിച്ച് അദ്ദേഹം പറയുന്നു:

> വിപ്ലവകാരികൾ അധികാരത്തിൽ വരുന്നത് എങ്ങനെ എന്നതു മാത്രമല്ല പ്രധാനം. ഇതാണ് അധീശത്വത്തിന്റെ അടിസ്ഥാനവശം. "എങ്ങനെ" എന്നത് വളരെ പ്രധാനം തന്നെ; പക്ഷേ, രാഷ്ട്രീയമായി നിലവിലുള്ള, ഒഴിച്ചുകൂടാൻ ആവാത്ത ഭരണാധികാരികൾ എന്ന നിലയ്ക്കും മാർഗനിർദേശകർ എന്ന നിലയ്ക്കും നേതാക്കൾ എന്ന നിലയ്ക്കും അവർ എങ്ങനെ അംഗീകരിക്കപ്പെടുന്നു എന്നതാണ് അതിനേക്കാൾ പ്രധാനം.

അതായത്, നിലവിലുള്ള ക്രമത്തെ തൂത്തെറിയണമെങ്കിൽ കേവലം അധികാരം പിടിച്ചെടുക്കുകയോ സ്വത്തുബന്ധങ്ങളിൽ മാറ്റം വരുത്തുകയോ ചെയ്താൽ പോരാ. പുതിയ ഭാവിക്രമത്തിനുവേണ്ട സാംസ്കാരികഭൂമിക തയാറാക്കുന്നതിനാവശ്യമായ, നിരന്തരമായ സമരത്തിൽ ഏർപ്പെടുക കൂടിവേണം. അങ്ങനെ, കമ്യൂണിസ്റ്റുപാർട്ടിയുടെ പങ്ക് ദ്വിവിധമാണ് എന്നാണ് ഗ്രാംഷിയൻ വാദം. ഈ വാദത്തിലെ ചരിത്രപരതയും വൈരുധ്യാത്മകതയുമാണ് ലെനിന്റെ പ്രയോഗപ്രധാനമായ വ്യാഖ്യാനത്തേക്കാൾ മാർക്സിസത്തെ മുന്നോട്ടുകൊണ്ടുപോകുന്നത് എന്ന് ഹോബ്സ്ബോം വിലയിരുത്തുന്നു.

ഇങ്ങനെ, രാഷ്ട്രീയജീവിതത്തിൽ ഒരു സോഷ്യലിസ്റ്റ് സാന്മാർഗികത ഉൽപ്പാദിപ്പിക്കാനുള്ള സാംസ്കാരിക-രാഷ്ട്രീയശ്രമത്തിന്റെ സിദ്ധാന്തമാണ് ഗ്രാംഷി അവതരിപ്പിച്ചത്. ഈ സിദ്ധാന്തത്തെ കേന്ദ്രസ്ഥാനത്ത് അവരോധിക്കുന്ന ഹോബ്സ്ബോം നമുക്ക് നൽകുന്ന സന്ദേശം ഇതാകാം: ഇന്ത്യൻ പശ്ചാത്തലത്തിൽ മാർക്സിനു മുമ്പുള്ള 'മാർക്സിസ്റ്റ്' ധാരകളെ പഠിക്കാനുള്ള ശ്രമവും മാർക്സിനുശേഷമുള്ള

അത്തരം ധാരകളുടെ മൂർത്തമായ ആവിഷ്കാരങ്ങളെ വിശകലന-വിമർശവിധേയമാക്കാനുള്ള ശ്രമവും ഊർജിതമാക്കിയാലേ, ഇരുപത്തിയൊന്നാം നൂറ്റാണ്ടിലെ ഇന്ത്യയിൽ വിപ്ലവകരമായ ദൗത്യം നിർവഹിക്കാൻ കമ്യൂണിസ്റ്റുകാർക്ക് കഴിയൂ.

ഇനി, പരിഭാഷകന്റെ ഭാഗത്തുനിന്ന് ഒരു കാര്യം. ഈ സമാഹാരത്തിലെ ആദ്യലേഖനങ്ങൾ ഒന്നിലധികം ആശയങ്ങൾ അടങ്ങുന്ന സങ്കീർണവാക്യങ്ങളിലൂടെയാണ് വികസിക്കുന്നത്. എഴുതപ്പെട്ട കാലം, എഴുതുന്ന വിഷയം, എഴുത്തുകാരന്റെ ജീവിതപശ്ചാത്തലം എന്നിവയെല്ലാം ആ സങ്കീർണതയിൽ പ്രതിഫലിക്കുന്നുണ്ട് എന്നു ഞാൻ കരുതുന്നു. അതുകൊണ്ടുതന്നെ മലയാളവായനക്കാരുടെ 'എളുപ്പ'ത്തിനുവേണ്ടി മൂലഭാഷാശൈലി മാറ്റുന്നത് ശരിയാവില്ല എന്നും ഞാൻ കരുതുന്നു. പരിഭാഷ മൂലകൃതിയുടെ സങ്കീർണതയും ഋജുത്വവും സത്യസന്ധമായി പ്രതിഫലിപ്പിക്കണം എന്ന യുക്തിയാണ് ഞാൻ അവലംബിച്ചിട്ടുള്ളത്. അതുകൊണ്ട് ആദ്യലേഖനങ്ങളുടെ പരിഭാഷ താരതമ്യേന കൂടുതൽ ക്ലിഷ്ടമായി വായനക്കാർക്ക് അനുഭവപ്പെട്ടേക്കാം. അതിന്റെ ഉത്തരവാദിത്വം പരിഭാഷകൻ ഏറ്റെടുക്കുന്നു. ടെറി ഈഗിൾടൺ *കമ്യൂണിസ്റ്റ് മാനിഫെസ്റ്റോ* മുൻനിർത്തി നടത്തിയ ഭാഷാശാസ്ത്രവിശകലനം പോലെ ഒന്നിന് ഈ ലേഖനസമാഹാരത്തിന്റെ കാര്യത്തിലും സാധ്യതയുണ്ട് എന്നു മാത്രം ചൂണ്ടിക്കാണിച്ചുകൊള്ളട്ടെ.

2013 മാർച്ച് **പി കെ ശിവദാസ്**

ആമുഖം

ആയിരത്തി തൊള്ളായിരത്തി അൻപത്തി ആറു മുതൽ 2009 വരെ ഈ മേഖലയിലുള്ള എന്റെ രചനകളുടെ ഒരു സമാഹാരമാണ് ഈ ഗ്രന്ഥം. കാൾ മാർക്സിന്റെ (വേർപെടുത്താനാവാത്ത ഫ്രെഡറിക് എംഗൽസിന്റെയും) ചിന്തകളുടെ വികാസം, മരണാനന്തരസ്വാധീനം എന്നിവയുടെ പഠനമാണ്, അടിസ്ഥാനപരമായും ഇത്. ഇറ്റാലിയൻ ഭാഷയിൽ എയ്നദി എന്ന പ്രസാധകസംഘം* പ്രസിദ്ധം ചെയ്ത *Storia del Marxismo* അഥവാ *മാർക്സിസത്തിന്റെ കഥകൾ* എന്ന ബഹുവാല്യ ഗ്രന്ഥത്തിനുവേണ്ടി ഞാനെഴുതിയ ആറ് അധ്യായങ്ങളാണ് ഇതിലെ പ്രധാന ഭാഗം. എങ്കിലും ഇത് പരമ്പരാഗതമായ അർഥത്തിലുള്ള ഒരു മാർക്സിസ ചരിതമല്ല. 1983 മുതൽ മാർക്സിസം നേരിട്ട തിരിച്ചടിയെപ്പറ്റി ഒരധ്യായം കൂട്ടിച്ചേർത്ത് പരിഷ്കരിക്കുകയും ചിലപ്പോൾ സമഗ്രമായി മാറ്റിയെഴുതുകയും ചെയ്ത ലേഖനങ്ങളാണ് പുസ്തകത്തിന്റെ ഉള്ളടക്കത്തിൽ പകുതിയും. പണ്ഡിതഭാഷയിൽ മാർക്സിന്റെയും മാർക്സിസത്തിന്റെയും 'സ്വീകരണം' എന്നു വിളിക്കുന്ന വിഷയത്തെപ്പറ്റിയുള്ള ചില അധിക പഠനങ്ങളും ഇതിലുണ്ട്. 1890 കൾ മുതലുള്ള മാർക്സിസം, തൊഴിലാളിപ്രസ്ഥാനങ്ങൾ എന്നിവ സംബന്ധിച്ച ഒരു പ്രബന്ധം ഇതിൽ ഉൾപ്പെടുത്തിയിരിക്കുന്നു. ഈ പ്രബന്ധത്തിന്റെ ആദ്യരൂപം തൊഴിലാളിപ്രസ്ഥാന ചരിത്രകാരന്മാരുടെ ലിൻസ് അന്തർദേശീയ സമ്മേളനത്തിൽ ഒരു പ്രഭാഷണമായി അവതരിപ്പിക്കപ്പെട്ടതാണ്. എംഗൽസിന്റെ *Condition of the Working Class* അഥവാ 'തൊഴിലാളി വർഗത്തിന്റെ അവസ്ഥ'; *The Communist Manifesto, Grundrisse* എന്ന

* ഹോബ്സ്ബോം ഈ പ്രസാധകസംഘത്തിന്റെ സഹകാരിയും സഹസംശോധകനും ആയിരുന്നു. 1978–82 കാലത്തേതാണ് ഈ ലേഖനങ്ങൾ.

പേരിൽ പ്രസിദ്ധം ചെയ്യപ്പെട്ടതും 1850 കളിലെ കയ്യെഴുത്തുപ്രതികളുടെ പ്രധാനസഞ്ചയത്തിൽ വരുന്നതുമായ മാർക്സ് മുതലാളിത്ത പൂർവമായ സാമൂഹിക രൂപങ്ങളെക്കുറിച്ച് അവതരിപ്പിച്ച വീക്ഷണങ്ങൾ എന്നിവയ്ക്കുള്ള മൂന്ന് മുഖവുരകൾകൂടി ഇതിൽ ചേർത്തിട്ടുണ്ട്. മാർക്സ്/എംഗൽസ് ദ്വയത്തിനുശേഷം വന്ന മാർക്സിസ്റ്റുകാരിൽ അന്റോണിയോ ഗ്രാംഷി മാത്രമേ ഈ പുസ്തകത്തിൽ പ്രത്യേകം ചർച്ചചെയ്യപ്പെടുന്നുള്ളൂ.

ഈ പാഠങ്ങളിൽ മൂന്നിൽ രണ്ടും ഇതുവരെ ഇംഗ്ലീഷിലോ മറ്റേതെങ്കിലും ഭാഷകളിലോ വന്നിട്ടില്ല. അധ്യായം 1, 2007 ൽ ജൂത പുസ്തകവാരത്തിന്റെ ആഭിമുഖ്യത്തിൽ നടന്ന മാർക്സിനെക്കുറിച്ചുള്ള ഒരു പൊതു സംഭാഷണത്തിന്റെ ഏറെ വികസിതമായ, വീണ്ടും എഴുതപ്പെട്ട രൂപമാണ്. അതുപോലെ, അധ്യായം 12, അധ്യായം 15 എന്നിവയും മുൻപ് പ്രസിദ്ധം ചെയ്യപ്പെട്ടിട്ടില്ല.

ഇപ്പോൾ സമാഹൃതമായ ഈ പഠനങ്ങൾ എഴുതുന്ന വേളയിൽ എന്റെ മനസിലുണ്ടായിരുന്ന വായനക്കാർ ആരാണ്? ചിലതിന് (അധ്യായം 1,4,5,16, ഒരുപക്ഷേ 12 ഉം) വിഷയത്തെപ്പറ്റി കൂടുതൽ അറിയാൻ താൽപ്പര്യമുള്ള ആളുകൾ. ഏതായാലും ഭൂരിഭാഗം അധ്യായങ്ങളും ലക്ഷ്യമിടുന്നത് മാർക്സ്, മാർക്സിസം, ചരിത്രപശ്ചാത്തലവും ആശയങ്ങളുടെ വികാസം, സ്വാധീനം എന്നിവയും തമ്മിലുള്ള വ്യവഹാരം എന്നിവ സൂക്ഷ്മമമായി ഗ്രഹിക്കാൻ താൽപ്പര്യമുള്ളവരെയാണ്. വിവിധവും പരിവർത്തന വിധേയമായിക്കൊണ്ടിരിക്കുന്നവരും ആയ മാർക്സിസ്റ്റുകാർ, അവരുടെ പ്രതിയോഗികൾ എന്നിവർ കൈവശപ്പെടുത്തിയ രാഷ്ട്രീയ–പ്രത്യയശാസ്ത്രസ്ഥലികളെ അനുകൂലിക്കുകയോ പ്രതികൂലിക്കുകയോ ചെയ്യുന്ന സംവാദത്തിലേക്ക് മാർക്സ്, മാർക്സിസം എന്നീ വിഷയങ്ങളെ സംബന്ധിച്ച ചർച്ച ഒതുക്കാനാവില്ല എന്നൊരു അവബോധമാണ് ഇരുകൂട്ടർക്കും നൽകാൻ ഞാൻ ശ്രമിച്ചിട്ടുള്ളത്. കഴിഞ്ഞ 130 വർഷങ്ങളായി ഇതായിരുന്നു, ആധുനിക ലോകത്തെ ബൗദ്ധികസംഗീതത്തിന്റെ മുഖ്യ പ്രമേയങ്ങളിൽ ഒന്ന്. സാമൂഹിക ശക്തികളെ ഏകോപിപ്പിക്കാനുള്ള ശേഷിയിലൂടെ അത് ഇരുപതാം നൂറ്റാണ്ടിന്റെ ചരിത്രത്തിലെ ചില കാലഘട്ടങ്ങളിൽ നിർണായകവും എപ്പോഴും മുഖ്യവുമായ ഒരു സാന്നിധ്യമായിരുന്നുതാനും. അതിന്റെയും മാനവവംശത്തിന്റെയും ഭാവി ഇരുപത്തൊന്നാം നൂറ്റാണ്ടിൽ എന്തെന്ന ചോദ്യത്തെപ്പറ്റി മനനം ചെയ്യാൻ ഈ പുസ്തകം സഹായിക്കും എന്നു ഞാൻ ആശിക്കുന്നു.

ലണ്ടൻ, ജനുവരി 2011 **എറിക് ഹോബ്സ്ബോം**

I

മാർക്സ്, എംഗൽസ്

1

മാർക്സ് ഇന്ന്

കാൾ മാർക്സിന്റെ ചരമ വാർഷികദിനമായ മാർച്ച് 14 ന് കഷ്ടിച്ച് രണ്ടാഴ്ച മുമ്പ് 2007 ൽ ഒരു ജൂത പുസ്തകവാരം നടന്നു. അദ്ദേഹം ലണ്ടനിൽ ഏറ്റവുമടുത്തബന്ധം പുലർത്തിയിരുന്ന ബ്രിട്ടീഷ് മ്യൂസിയത്തിലെ റൗണ്ട് റീഡിങ് റൂമിൽ നിന്ന് നടക്കാവുന്നത്ര ദൂരത്തുള്ള ഒരിടത്താണ് അത് നടന്നത്. ജാക്വസ് അറ്റാലി, ഞാൻ — രണ്ട് ഏറെ വ്യത്യസ്തരായ സോഷ്യലിസ്റ്റുകളാണ് അദ്ദേഹത്തിന് മരണാനന്തര ബഹുമതി അർപ്പിക്കാൻ അവിടെയെത്തിയിരുന്നത്. സന്ദർഭവും തീയതിയും കണക്കിലെടുത്താൽ ആ ഒത്തുചേരൽ രണ്ടുവട്ടം അപ്രതീക്ഷിതമായിരുന്നു എന്നു പറയാം. 1883 ൽ മാർക്സ് ഒരു പരാജയമായിട്ടാണ് അന്തരിച്ചത് എന്ന് പറയാനാവില്ല. കാരണം, ജർമനിയിലും റഷ്യയിലെ ബുദ്ധിജീവികൾക്കിടയിൽ പ്രത്യേകിച്ചും അദ്ദേഹത്തിന്റെ രചനകൾ സ്വാധീനം ചെലുത്തിത്തുടങ്ങിയിരുന്നു. അദ്ദേഹത്തിന്റെ ശിഷ്യർ നേതൃത്വം കൊടുത്ത ഒരു പ്രസ്ഥാനം ജർമൻ തൊഴിലാളിപ്രസ്ഥാനത്തെ കയ്യടക്കിത്തുടങ്ങിയിരുന്നു. പക്ഷേ 1883 ൽ അദ്ദേഹത്തിന്റെ ജീവിതകർമം വ്യക്തമാക്കുന്ന തെളിവുകൾ അപര്യാപ്തമായിരുന്നു. അദ്ദേഹം ഉജ്വലമായ ചില ലഘുലേഖകളും അപൂർണമെങ്കിലും പ്രധാനപ്പെട്ട *Das Capital* എന്ന കൃതിയുടെ ഉടലും എഴുതിയിരുന്നു. ജീവിതത്തിന്റെ അവസാനദശകത്തിൽ *മൂലധന*ത്തിന്റെ രചന ഏറെയൊന്നും നടന്നിട്ടില്ല. തന്റെ രചനകളെക്കുറിച്ച് ഒരു സന്ദർശകൻ ചോദിച്ചപ്പോൾ 'എന്ത് രചന?' എന്നാണ് കടുത്ത സ്വരത്തിൽ മാർക്സ് പ്രതിവചിച്ചത്. 1848 ലെ വിപ്ലവത്തിന്റെ പരാജയത്തിനുശേഷം അദ്ദേഹം നടത്തിയ മുഖ്യരാഷ്ട്രീയ പ്രയത്നം 1864–73 ലെ ഒന്നാം ഇന്റർനാഷനൽ എന്നു വിളിക്കപ്പെടുന്ന സംരംഭത്തിനുവേണ്ടിയായിരുന്നു. അതാകെ ഉലഞ്ഞുപോവുകയും

ചെയ്തു. രാജ്യഭ്രഷ്ടനായി ജീവിതത്തിന്റെ പകുതിയിലധികം പാർത്ത ബ്രിട്ടണിലെ രാഷ്ട്രീയത്തിലോ ബൗദ്ധികജീവിതത്തിലോ അദ്ദേഹം ഗണനീയമായ യാതൊരു സ്ഥാനവും ആർജിച്ചിരുന്നില്ല.

എന്നിട്ടും മരണാനന്തരം എന്തൊരു അസാധാരണവിജയം! അദ്ദേഹം അന്തരിച്ച് 25 വർഷത്തിനുള്ളിൽ ജനാധിപത്യപരമായ തിരഞ്ഞെടുപ്പുകൾ നടക്കുന്ന യൂറോപ്യൻ രാജ്യങ്ങളിൽ അദ്ദേഹത്തിന്റെ പേരിൽ, അല്ലെങ്കിൽ അദ്ദേഹത്തിന്റെ പ്രചോദനം അംഗീകരിച്ച് രൂപം കൊണ്ട തൊഴിലാളിവർഗ രാഷ്ട്രീയകക്ഷികൾക്ക് 15 ശതമാനത്തിനും 47 ശതമാനത്തിനും ഇടയ്ക്ക് വോട്ടുകൾ കിട്ടുന്ന സ്ഥിതിയായി. ബ്രിട്ടൺ മാത്രമായിരുന്നു, ഇതിന് അപവാദം. 1918 നുശേഷം അവയിൽ മിക്കതും ഭരണത്തിൽ കേവലം പ്രതിപക്ഷത്തുമാത്രമല്ലാത്ത കക്ഷികളുമായി. ഈ അവസ്ഥ ഫാസിസത്തിന്റെ അന്ത്യംവരെ തുടർന്നു. പക്ഷേ അവയിൽ മിക്കതും അവയുടെ മൂലപ്രചോദനത്തെ തള്ളിപ്പറയാൻ വലിയ ഉൽക്കണ്ഠ കാണിച്ചു. അവയെല്ലാം ഇപ്പോഴും നിലവിലുണ്ട്. അതേസമയം മാർക്സ് ശിഷ്യന്മാർ ജനാധിപത്യേതര രാജ്യങ്ങളിലും മൂന്നാം ലോകരാജ്യങ്ങളിലും വിപ്ലവസംഘങ്ങൾ രൂപവൽക്കരിച്ചു. മാർക്സ് മരിച്ച് 75 വർഷം കഴിഞ്ഞപ്പോഴേക്ക് മാനവവംശത്തിന്റെ മൂന്നിലൊന്ന് അദ്ദേഹത്തിന്റെ ആശയങ്ങളെ പ്രതിനിധാനം ചെയ്യുന്നുവെന്നും അഭിലാഷങ്ങൾ സാർഥകമാക്കുന്നുവെന്നും അവകാശപ്പെടുന്ന കമ്യൂണിസ്റ്റ് പാർട്ടികളുടെ ഭരണത്തിലായി. അവരിൽ 20 ശതമാനത്തിൽ അധികം ഇപ്പോഴും അങ്ങനെതന്നെ തുടരുന്നു. ചില ചെറിയ അപവാദങ്ങൾ ഒഴിച്ചാൽ അവയുടെ ഭരണകക്ഷികൾ നാടകീയമായി നയം മാറ്റിയിട്ടുണ്ട് എന്നത് വേറെ കാര്യം. ചുരുക്കത്തിൽ, ഇരുപതാം നൂറ്റാണ്ടിനുമേൽ മായാത്ത മുദ്ര പതിപ്പിച്ച ഏതെങ്കിലും ചിന്തകനുണ്ടെങ്കിൽ അത് അദ്ദേഹമായിരുന്നു. ഹൈഗേറ്റ് ശ്മശാനത്തിൽ പത്തൊമ്പതാം നൂറ്റാണ്ടിന്റെ സന്തതികളായ മാർക്സും സ്പെൻസറും — കാൾ മാർക്സും ഹെർബർട്ട് സ്പെൻസറും–അടക്കം ചെയ്യപ്പെട്ടിരിക്കുന്നു. ഇരുവരുടെയും ശവമാടങ്ങൾ തമ്മിൽ കാണാവുന്നത്ര അകലമേ ഉള്ളൂ എന്നതാണ് കൗതുകകരം. അവിടേക്കൊന്ന് കടന്നു ചെന്നാൽ ഇത് ബോധ്യമാകും. ഇരുവരുടെയും ജീവിതകാലം ശ്രദ്ധിക്കുക. ജീവിച്ചിരിക്കുമ്പോൾ ഹെർബർട്ട് ആ കാലഘട്ടത്തിലെ അരിസ്റ്റോട്ടിൽ എന്നും കാൾ ചങ്ങാതിയുടെ പണം പറ്റി ഹാംസ്റ്റെഡിന്റെ കീഴെച്ചെരിവുകളിൽ താമസിച്ചുപോന്നിരുന്ന ഒരുവൻ എന്നും ആണ് അറിയപ്പെട്ടിരുന്നത്. ഇന്ന് സ്പെൻസർ അവിടെ ശയിക്കുന്നു എന്ന് ആർക്കും അറിയുകപോലുമില്ല. അതേസമയം ജപ്പാനിൽ നിന്നും ഇന്ത്യയിൽ നിന്നും മുതിർന്ന തീർഥാടകർ കാൾ മാർക്സിന്റെ ശവമാടത്തിൽ എത്തുന്നു. രാജ്യഭ്രഷ്ടരായ ഇറാനി, ഇറാഖി കമ്യൂണിസ്റ്റുകാർ മരിച്ചാൽ അദ്ദേഹത്തിന്റെ തണലിൽത്തന്നെ അടക്കണമെന്നു ശഠിക്കുന്നു.

യു എസ് എസ് ആറിന്റെ പതനത്തോടെ കമ്യൂണിസ്റ്റ് വാഴ്ചകളു

ടെയും ബഹുജന കമ്യൂണിസ്റ്റ് പാർട്ടികളുടെയും യുഗം അവസാനിച്ചു. അതിജീവിച്ച ചൈന, ഇന്ത്യ എന്നീ രാജ്യങ്ങളിൽപ്പോലും അവ പ്രയോഗത്തിൽ പഴയ ലെനിനിസ്റ്റ് മാർക്സിസത്തിന്റെ പദ്ധതി ഉപേക്ഷിച്ചിരിക്കുന്നു. അങ്ങനെ വന്നതോടെ കാൾ മാർക്സ് വീണ്ടും അങ്ങുമിങ്ങും ഇല്ലാതായി. അദ്ദേഹത്തിന്റെ ഒരേയൊരു യഥാർഥപിൻഗാമി കമ്യൂണിസമാണ് എന്നായിരുന്നു അവകാശവാദം. അദ്ദേഹത്തിന്റെ ആശയങ്ങൾ വലിയൊരളവ് അതുമായിട്ടാണ് ചേർത്തുവായിച്ചിരുന്നത്. കാരണം, 1956 ൽ ക്രൂഷ്ചേവ് സ്റ്റാലിനെ തള്ളിപ്പറഞ്ഞശേഷം അവിടെയും ഇവിടെയുമൊക്കെ ഏതാനും സ്വാധീനമേഖലകൾ സ്ഥാപിച്ച വിമത മാർക്സിസ്റ്റ് അല്ലെങ്കിൽ മാർക്സിസ്റ്റ്–ലെനിനിസ്റ്റ് പ്രവണതകൾ പോലും മുൻകമ്യൂണിസ്റ്റ് ധാരയിൽനിന്ന് ഉറവപൊട്ടി വേർപിരിഞ്ഞവയായിരുന്നു. അങ്ങനെ, നൂറാം ചരമവാർഷികം കഴിഞ്ഞ് ഇരുപതുവർഷത്തോളം അദ്ദേഹം തീർത്തും ഇന്നലെയുടെ മനുഷ്യനായി തുടർന്നു. അദ്ദേഹത്തെപ്പറ്റി വേവലാതി കൊള്ളേണ്ട കാര്യമില്ലെന്ന അവസ്ഥ. ഇന്ന് രാത്രി നടക്കുന്ന ഈ ചർച്ച 'ചരിത്രത്തിന്റെ ചവറ്റുകുട്ട'യിൽ നിന്ന് അദ്ദേഹത്തെ രക്ഷിച്ചെടുക്കാനുള്ള ശ്രമമാകാം എന്നുപോലും ഒരു പത്രപ്രവർത്തകൻ സൂചിപ്പിച്ചു. ഇത്രയൊക്കെ ആയിട്ടും മാർക്സ് ഒരിക്കൽക്കൂടി ഇരുപത്തിയൊന്നാം നൂറ്റാണ്ടിന്റെ ചിന്തകനായിരിക്കുന്നു.

ബ്രിട്ടീഷ് റേഡിയോ ശ്രോതാക്കൾക്കിടയിൽ ബി ബി സി നടത്തിയ ഒരു അഭിപ്രായ വോട്ടെടുപ്പ് അദ്ദേഹം എക്കാലത്തെയും മഹാനായ ചിന്തകനാണെന്ന് രേഖപ്പെടുത്തിയിട്ടുണ്ട്. അതത്ര കാര്യമാക്കാനില്ല എന്നാണ് എനിക്ക് തോന്നുന്നത്. പക്ഷേ ഗൂഗിളിൽ അദ്ദേഹത്തിന്റെ പേരടിച്ചാൽ മഹാന്മാരായ ബുദ്ധിജീവികളുടെ നിരയിൽ മുൻപന്തിയിലാണ് അദ്ദേഹത്തിന്റെ സ്ഥാനമെന്ന് കാണാം. മുന്നിൽ ഡാർവിനും ഐൻസ്റ്റൈനും മാത്രം. ആദംസ്മിത്തും ഫ്രോയിഡുമൊക്കെ ഏറെ പിറകിലാണ്.

ഇതിന് രണ്ട് കാരണങ്ങളുണ്ടെന്ന് എനിക്കു തോന്നുന്നു. യു എസ് എസ് ആറിന്റെ ഔദ്യോഗിക മാർക്സിസം അവസാനിച്ചതോടെ മാർക്സ് സൈദ്ധാന്തികമായി ലെനിനിസത്തിൽനിന്നും പ്രായോഗികമായി ലെനിനിസ്റ്റ് വാഴ്ചകളിൽനിന്നും വിമോചിതമായി എന്നതാണ് ആദ്യത്തെ കാരണം. ലോകത്തെപ്പറ്റി മാർക്സിന് പറയാനുണ്ടായിരുന്ന കാര്യങ്ങൾ കണക്കിലെടുക്കാൻ ഇപ്പോഴും നിരവധി ന്യായങ്ങൾ ഉണ്ടെന്ന് സുവ്യക്തമായി. 1990 കളിൽ ആവിർഭവിച്ച ആഗോളീകൃതമായ മുതലാളിത്ത ലോകത്തിന് മാർക്സ് *കമ്യൂണിസ്റ്റ് മാനിഫെസ്റ്റോ*യിൽ വിഭാവനം ചെയ്ത ലോകവുമായി നിരങ്കുശമായ സാമ്യങ്ങളുണ്ട്. ഇതാണ് രണ്ടാമത്തെ കാരണം. 1998 ൽ ആശ്ചര്യജനകമായ ഈ കൊച്ചു ലഘുലേഖയുടെ 150–ാം വാർഷിക വേളയിൽ ദൃശ്യമായ പൊതുജന പ്രതികരണത്തോടെ ഈ സാമ്യങ്ങളുടെ നിർണായകസ്വഭാവം വ്യക്തമായി. ആഗോള സമ്പദ്വ്യവസ്ഥയിൽ നാടകീയമായ സംഭവവികാസങ്ങൾ നടന്ന വർഷം കൂടിയായിരുന്നു, 1998. വിരോധാഭാസം എന്നു പറയാം, ഇത്തവണ സമത്വവാ

ദികളല്ല, മുതലാളിത്തവാദികളാണ് അദ്ദേഹത്തെ വീണ്ടും കണ്ടെത്തിയത്: സമത്വവാദികൾ വാർഷികം ശ്രദ്ധിക്കാൻ കഴിയാത്ത വിധം മനോവീര്യം നഷ്ടപ്പെട്ട അവസ്ഥയിലായിരുന്നു. യുണൈറ്റഡ് ഏർലൈൻസിൽ വിമാനത്തിൽ കിട്ടുന്ന ഒരു മാസികയുണ്ട്. അതിന്റെ വായനക്കാരിൽ 80% വും അമേരിക്കൻ കച്ചവടക്കാരായ യാത്രികരായിരിക്കണം. ആ മാസികയുടെ പത്രാധിപർ എന്നെ സമീപിച്ചത് എന്നിൽ ആശ്ചര്യമുളവാക്കി. ഞാൻ *മാനിഫെസ്റ്റോ*യെക്കുറിച്ച് ഒരു ലേഖനം എഴുതിയിരുന്നു. *മാനിഫെസ്റ്റോ*യെക്കുറിച്ച് ഒരു സംവാദം തന്റെ വായനക്കാർക്ക് താൽപ്പര്യമുണ്ടാക്കുന്ന ഒന്നാകാം എന്നാണ് അദ്ദേഹം പറഞ്ഞത്. എന്റെ ലേഖനത്തിൽ നിന്ന് ഒരുഭാഗം എടുത്തുചേർത്തോട്ടെ എന്നും അദ്ദേഹം ചോദിച്ചു. നൂറ്റാണ്ടറുതിയിൽ ഒരു ഉച്ചഭക്ഷണവേളയിൽ ജോർജ് സോറോസ് മാർക്സിനെ കുറിച്ച് ഞാനെന്തു കരുതുന്നു എന്നു ചോദിച്ചപ്പോൾ എനിക്ക് കൂടുതൽ അത്ഭുതം തോന്നി. ഞങ്ങളുടെ വീക്ഷണങ്ങൾ ഏറെ വിഭിന്നമായിരുന്നു. അതുകൊണ്ടുതന്നെ ഒരു തർക്കം ഒഴിവാക്കാനായി ഞാൻ ഒഴുക്കൻ മട്ടിലാണ് മറുപടി കൊടുത്തത്. "ആ മനുഷ്യൻ മുതലാളിത്തത്തെപ്പറ്റി നാം ഇന്ന് ശ്രദ്ധിക്കേണ്ട ഒരു കാര്യം 150 വർഷം മുമ്പ് കണ്ടെത്തി." സോറോസ് പറഞ്ഞു. അത് വാസ്തവമായിരുന്നു. താമസിയാതെ, എന്റെ അറിവിൽ ഒരുകാലത്തും കമ്യൂണിസ്റ്റുകാർ ആയിരുന്നിട്ടില്ലാത്ത എഴുത്തുകാരും അദ്ദേഹത്തെ ഗൗരവത്തോടെ വീക്ഷിച്ചു തുടങ്ങി. ഉദാഹരണത്തിന്, മാർക്സിന്റെ ജീവിതം, പഠനം എന്നിവയെക്കുറിച്ച് ജാക്വസ് അറ്റാലി നടത്തിയ പുതിയ രചന. ലോകം ഇന്നുള്ളതിനേക്കാൾ ഭേദപ്പെട്ട, വ്യത്യസ്തമായ ഒരു സമൂഹമാകണം എന്നു കരുതുന്നവരോട് കാൾ മാർക്സിന് ഇന്നും ഏറെപ്പറയാനുണ്ട് എന്ന് അറ്റാലിയും കരുതുന്നു. ഈ വീക്ഷണകോണിൽ നിന്നാൽപ്പോലും ഇന്ന് മാർക്സിനെ പരിഗണിക്കേണ്ടതുണ്ട് എന്ന് ഓർമിപ്പിക്കപ്പെടുന്നത് നല്ലതാണ്.

ലണ്ടൻ *ഫിനാൻഷ്യൽ ടൈംസ്* 'മുതലാളിത്തം സന്നിമൂർഛയിൽ' എന്ന തലക്കെട്ടിൽ 2008 ഒക്ടോബറിൽ ഒരു ലേഖനം പ്രസിദ്ധം ചെയ്തതോടെ മാർക്സ് പൊതുരംഗത്ത് തിരിച്ചെത്തി എന്നതിൽ സംശയമില്ലാതായി. 1930 കളുടെ തുടക്കത്തിലേതിനുശേഷം ആഗോള മുതലാളിത്തം ഏറ്റവും കൊടിയ തടസവും പ്രതിസന്ധിയും നേരിടുന്ന ഘട്ടത്തിൽ അദ്ദേഹം അവിടെനിന്ന് നിഷ്ക്രമിക്കുകയുമില്ല. അതേസമയം ഇരുപത്തിയൊന്നാം നൂറ്റാണ്ടിലെ മാർക്സ് ഇരുപതാം നൂറ്റാണ്ടിലെ മാർക്സിൽ നിന്ന് ഏറെ വ്യത്യസ്തനായിരിക്കുമെന്നും തീർച്ചയാണ്.

കഴിഞ്ഞ നൂറ്റാണ്ടിൽ മാർക്സിനെപ്പറ്റിയുള്ള ജനങ്ങളുടെ ധാരണയെ മൂന്ന് ഘടകങ്ങളാണ് സ്വാധീനിച്ചിരുന്നത്. വിപ്ലവം കർമപരിപാടിയിൽ ഉൾപ്പെടുത്തിയ രാജ്യങ്ങൾ, ഉൾപ്പെടുത്താത്തവ എന്നതായിരുന്നു, വ്യത്യസ്തതകളിൽ ആദ്യത്തേത്. വിശാലമായ അർഥത്തിൽ, ഉത്തര അത്‌ലാന്റിക്-ശാന്തസമുദ്ര പ്രദേശങ്ങളിലെ വികസിതമുതലാളിത്ത

രാജ്യങ്ങളും ശിഷ്ടമുള്ളവയും തമ്മിലുള്ള വ്യത്യാസം. ഇതിൽനിന്ന് ഇണർപ്പുപൊട്ടുന്നതായിരുന്നു, രണ്ടാമത്തെ ഘടകം. മാർക്സിന്റെ പൈതൃകം സോഷ്യൽ ഡെമോക്രാറ്റിക്കും പരിഷ്കരണവാദപരവുമായത്, വിപ്ലവാത്മകമായത് എന്നിങ്ങനെ സ്വാഭാവികമായും രണ്ടായി പിരിഞ്ഞു. രണ്ടാമത്തേത് റഷ്യൻ വിപ്ലവത്തിന്റെ ശക്തമായ സ്വാധീനത്തിലായിരുന്നു. 1917 നു ശേഷം മൂന്നാമതൊരു ഘടകം കാരണം ഇത് വ്യക്തമായി: പത്തൊമ്പതാം നൂറ്റാണ്ടിലെ മുതലാളിത്തം, പത്തൊമ്പതാം നൂറ്റാണ്ടിലെ ബൂർഷ്വാ സമൂഹം എന്നിവയുടെ പതനം. ഇത് നടന്ന 1914 നും 1940 കളുടെ അന്ത്യത്തിനും ഇടയ്ക്കുള്ള കാലത്തെ ഞാൻ 'ദുരന്തയുഗം' അഥവാ *The Age of Catastrophe* എന്നാണ് വിളിക്കുക. മുതലാളിത്തം ഇനിയും രക്ഷപ്പെടുമോ എന്ന് പലരും സംശയിക്കത്തക്ക കൊടിയ പ്രതിസന്ധിയായിരുന്നു, അത്. ഒട്ടും തന്നെ മാർക്സിസ്റ്റല്ലാത്ത ജോസഫ് ഷുംപെറ്റർ 1940 കളിൽ പ്രവചിച്ചപോലെ അതിനുപകരം ഒരു സോഷ്യലിസ്റ്റ് സമ്പദ്‌വ്യവസ്ഥ നിലവിൽ വരുമോ? വാസ്തവത്തിൽ മുതലാളിത്തം രക്ഷപ്പെട്ടു. പക്ഷേ പഴയ രൂപത്തിലല്ല. അതേസമയം യു എസ് എസ് ആറിൽ ഒരു സോഷ്യലിസ്റ്റ് ബദൽ തകർച്ചയ്ക്ക് അതീതമെന്ന് തോന്നിച്ചു. 1929 നും 1960 നും ഇടയ്ക്ക് ഇരു വാഴ്ചകളുടെയും രാഷ്ട്രീയവശത്തെ അംഗീകരിക്കാത്ത നിരവധി സോഷ്യലിസ്റ്റേതരർ പോലും മുതലാളിത്തത്തിന്റെ ഊർജം കെട്ടടങ്ങിത്തുടങ്ങിയെന്നും യു എസ് എസ് ആർ ഉൽപ്പാദനരംഗത്ത് അതിനെ അതിശയിക്കുമെന്നും കരുതുന്നത് അയുക്തികമാവില്ലെന്ന് കണക്കുകൂട്ടി. സ്പുട്നിക്കിന്റെ വർഷത്തിൽ ഇതത്ര അസംബന്ധമായി തോന്നിച്ചതുമില്ല. എന്നാൽ അത് അസംബന്ധമായിരുന്നു എന്ന് 1960 കൾക്കുശേഷം സുവ്യക്തമായി.

ഈ സംഭവങ്ങളും നയം, സിദ്ധാന്തം എന്നിവയുടെ മേഖലകളിൽ അത് സൃഷ്ടിച്ച പ്രത്യാഘാതങ്ങളും മാർക്സിന്റെയും എംഗൽസിന്റെയും മരണാനന്തരമുള്ള കാലഘട്ടത്തിലേതാണ്. അവ മാർക്സിന്റെ അനുഭവ-മൂല്യനിർണയ പരിധിക്ക് അപ്പുറമായിരുന്നു. ഇരുപതാം നൂറ്റാണ്ടിലെ മാർക്സിസത്തെപ്പറ്റിയുള്ള നമ്മുടെ വിലയിരുത്തലിന്റെ അടിസ്ഥാനം മാർക്സിന്റെ തന്നെ ചിന്തയല്ല, അദ്ദേഹത്തിന്റെ രചനകളുടെ മരണാനന്തര വ്യാഖ്യാനങ്ങളോ പരിഷ്കരണങ്ങളോ ആണ്. 1890 കളിൽ മാർക്സിസം ആദ്യത്തെ ബൗദ്ധിക പ്രതിസന്ധി നേരിട്ടപ്പോൾ മാർക്സുമായി, അഥവാ ഫ്രെഡറിക് എംഗൽസുമായി വ്യക്തിബന്ധം പുലർത്തിയിരുന്ന ആദ്യതലമുറ മാർക്സിസ്റ്റുകാർ ഇരുപതാം നൂറ്റാണ്ടിൽ പ്രസക്തി നേടിയ തിരുത്തൽവാദം, ദേശീയതാവാദം, സാമ്രാജ്യത്വം എന്നിങ്ങനെ ചില പ്രശ്നങ്ങളെക്കുറിച്ച് ചർച്ച ചെയ്തു തുടങ്ങിയിരുന്നു. പിൽക്കാലത്ത് നടന്ന മാർക്സിസ്റ്റ് ചർച്ചയിൽ ഭൂരിഭാഗവും കാൾ മാർക്സിൽ കാണാൻ കഴിയില്ല; അത് ഇരുപതാം നൂറ്റാണ്ടിന്റെ സവിശേഷമായ ഒരു പരിസരത്തിലാണ് നടന്നത്. പ്രത്യേകിച്ച് ഒരു സോഷ്യലിസ്റ്റ് സമ്പദ്‌വ്യവസ്ഥ എന്തായിരിക്കണം എന്നതിനെപ്പറ്റിയുള്ള സംവാദം. ഇത് 1914–18

കാലത്തെ യുദ്ധ സമ്പദ്വ്യവസ്ഥകളുടെയും യുദ്ധാനന്തരം ഉടലെടുത്ത ഒട്ടൊക്കെ വിപ്ലവകരമോ അല്ലെങ്കിൽ ശരിക്കും വിപ്ലവകരമോ ആയ പ്രതിസന്ധികളുടെയും അനുഭവങ്ങളിൽനിന്നാണ് ആവിർഭവിച്ചത്.

അതുകൊണ്ട്, ഉൽപ്പാദനശക്തികളുടെ അതിവേഗവികാസം ഉറപ്പുവരുത്താൻ സോഷ്യലിസത്തിനാണ് മുതലാളിത്തത്തേക്കാൾ കഴിവ് എന്ന അവകാശവാദം മാർക്സ് ഉന്നയിച്ചിരിക്കാൻ സാധ്യത നന്നെ കുറവാണ്. അത് യുദ്ധങ്ങൾക്കിടയ്ക്ക് നിലനിന്നിരുന്ന മുതലാളിത്ത പ്രതിസന്ധിയും പഞ്ചവത്സരപദ്ധതികൾക്കു രൂപംകൊടുത്ത യു എസ് എസ് ആറും മുഖാമുഖം നിന്ന ഒരു കാലഘട്ടത്തിലേതാണ്. മുതലാളിത്തം ഉൽപ്പാദനശക്തികളെ ഉന്മിഷിത്താക്കാനുള്ള ശേഷിയുടെ പരകോടിയിലെത്തിക്കഴിഞ്ഞു എന്നല്ല കാൾ മാർക്സ് അവകാശപ്പെട്ടത്. മുതലാളിത്ത വളർച്ചയുടെ ഇടറിയ താളം ഇടയ്ക്കിടെ അമിതോൽപ്പാദന പ്രതിസന്ധികൾ സൃഷ്ടിക്കുന്നു എന്നും ഇന്നല്ലെങ്കിൽ നാളെ അത് സമ്പദ്വ്യവസ്ഥ മുതലാളിത്തരീതിയിൽ കൊണ്ടുനടക്കുന്നതിനു യോജിക്കാത്തതായി തീരുമെന്നും അത് സാമൂഹികസംഘർഷങ്ങൾ ഉണ്ടാക്കുമെന്നും ആ സംഘർഷങ്ങൾ അതിജീവിക്കാൻ മുതലാളിത്തത്തിന് കഴിയാതെവരുമെന്നും ആണ്. സാമൂഹികോൽപ്പാദനത്തിന്റെ അടുത്ത ഘട്ടത്തിലെ സമ്പദ്വ്യവസ്ഥയ്ക്കു രൂപംകൊടുക്കാൻ മുതലാളിത്തത്തിന് ആന്തരശേഷിയില്ല. ഈ സമ്പദ്വ്യവസ്ഥ തീർച്ചയായും സോഷ്യലിസ്റ്റ് ആയേ തീരു എന്ന് അദ്ദേഹം കരുതി.

അങ്ങനെ, ഇരുപതാം നൂറ്റാണ്ടിൽ കാൾ മാർക്സിനെ കുറിച്ചുള്ള സംവാദങ്ങൾ, വിലയിരുത്തലുകൾ എന്നിവയുടെയെല്ലാം കേന്ദ്രബിന്ദു 'സമത്വവാദം' ആയി എന്നതിൽ അത്ഭുതപ്പെടാനില്ല. ഒരു സോഷ്യലിസ്റ്റ് സമ്പദ്വ്യവസ്ഥ എന്ന പദ്ധതി കൃത്യമായും മാർക്സിസ്റ്റ് ആയതുകൊണ്ടല്ല — അങ്ങനെയല്ലതാനും — അത് ഈ സംവാദങ്ങളുടെയും വിലയിരുത്തലുകളുടെയും കേന്ദ്രബിന്ദുവായത്; മാർക്സിസത്താൽ പ്രചോദിതമായ എല്ലാ കക്ഷികളും അത്തരമൊരു പദ്ധതിയെപ്പറ്റി ആലോചിച്ചിരുന്നതിനാലും കമ്യൂണിസ്റ്റ് കക്ഷികൾ അത് സ്ഥാപിച്ചു എന്ന് അവകാശപ്പെട്ടിരുന്നതിനാലും ആണ്. ഇരുപതാം നൂറ്റാണ്ടിൽ നിലവിലുണ്ടായിരുന്ന രൂപത്തിൽ ആ പദ്ധതി മരിച്ചു കഴിഞ്ഞു. യു എസ് എസ് ആർ അടക്കമുള്ള 'കേന്ദ്രാസൂത്രിത സമ്പദ്വ്യവസ്ഥകളിൽ — എന്നുവച്ചാൽ സൈദ്ധാന്തികമായി വിപണിരഹിതവും സർക്കാർ ഉടമസ്ഥതയുള്ളതും സർക്കാർ നിയന്ത്രിതവും ആയ ആജ്ഞാനുവർത്തി സമ്പദ്വ്യവസ്ഥകൾ — പ്രയോഗിക്കപ്പെട്ട തരത്തിലുള്ള 'സോഷ്യലിസം' ഇനി തിരിച്ചു വരാത്തവിധത്തിൽ മറഞ്ഞുപോയി. അവയെ ഇനി പുനരുദ്ധരിക്കുക അസാധ്യമാണ്. സമത്വവാദത്തിൽ അധിഷ്ഠിതമായ സമ്പദ്വ്യവസ്ഥകൾ കെട്ടിപ്പടുക്കുക എന്ന സോഷ്യൽ ഡെമോക്രാറ്റിക് അഭിലാഷങ്ങൾ എപ്പോഴും ഭാവിക്കുവേണ്ടിയുള്ള ആദർശങ്ങളായിരുന്നു. പക്ഷേ നൂറ്റാണ്ടറുതിയോടെ ഇവയൊക്കെ ഔപചാരികമായ അഭിലാഷങ്ങൾ എന്ന നിലയ്ക്കുപോലും ഉപേക്ഷിക്കപ്പെട്ടു കഴിഞ്ഞിരുന്നു.

സോഷ്യൽ ഡെമോക്രാറ്റുകളുടെ മനസിൽ ഉണ്ടായിരുന്ന സോഷ്യലിസത്തിന്റെ പ്രരൂപവും കമ്യൂണിസ്റ്റ് വാഴ്ചകളിൽ സ്ഥാപിതമായ സോഷ്യലിസവും എത്രമാത്രം മാർക്സിയൻ ആയിരുന്നു? മാർക്സ് തന്നെ സോഷ്യലിസത്തിലെ സാമ്പത്തിക ക്രമത്തെപ്പറ്റിയും സാമ്പത്തിക സ്ഥാപനങ്ങളെപ്പറ്റിയും കൃത്യമായ പ്രസ്താവനകളൊന്നും നടത്തിയിട്ടില്ല. ഇത് ബോധപൂർവമാണ്. കമ്യൂണിസ്റ്റ് സമൂഹത്തിന്റെ മൂർത്തമായ രൂപം എന്തായിരിക്കും എന്നതിനെപ്പറ്റിയും അദ്ദേഹം ഒന്നും പറഞ്ഞിട്ടില്ല. അത് നിർമിക്കാനോ പരിപാടിപ്പടി നടപ്പിൽ വരുത്താനോ കഴിയില്ല, ഒരു സോഷ്യലിസ്റ്റ് സമൂഹത്തിൽനിന്ന് ഉരുവംകൊള്ളും എന്നു മാത്രമേ അദ്ദേഹം പറഞ്ഞിട്ടുള്ളു. ജർമൻ സോഷ്യൽ ഡെമോക്രാറ്റുകളെപ്പറ്റി *Critique of the Gotha Programme (ഗോഥ പരിപാടിയുടെ വിമർശനം)* എന്ന ഗ്രന്ഥത്തിൽ അദ്ദേഹം ചില പൊതുവായ അഭിപ്രായപ്രകടനങ്ങൾ നടത്തിയിട്ടുണ്ട് എന്നുമാത്രം. അവയൊന്നും പിൻഗാമികൾക്ക് കൃത്യമായ യാതൊരു മാർഗനിർദേശവും നൽകിയില്ല. പിൻഗാമികളാകട്ടെ, വിപ്ലവം നടക്കുംവരെ ഇത് അക്കാദമിക പ്രശ്നമോ ഉട്ടോപ്യൻ വ്യായാമമോ ആയി മാത്രമേ കണക്കാക്കാൻ കഴിയൂ എന്നും കരുതി. ലേബർ പാർട്ടിയുടെ ഭരണഘടനയിലെ പ്രശസ്തമായ നാലാം വകുപ്പ് ഉദ്ധരിച്ചുപറഞ്ഞാൽ, അത് ഉൽപ്പാദനോപാധികളുടെ പൊതു ഉടമസ്ഥതയിൽ അധിഷ്ഠിതമായിരിക്കും എന്നു മാത്രം മനസിലാക്കിയാൽ മതി എന്നായിരുന്നു, അവരുടെ നിലപാട്. ഇത് രാജ്യത്തെ വ്യവസായങ്ങൾ ദേശസാൽക്കരിച്ചാൽ നേടാനാകും എന്നും പൊതുവെ ധരിക്കപ്പെട്ടു.

ഒരു കേന്ദ്രീകൃതസോഷ്യലിസ്റ്റ് സമ്പദ്‌വ്യവസ്ഥയെപ്പറ്റിയുള്ള ആദ്യത്തെ സിദ്ധാന്തം കരുപ്പിടിപ്പിച്ചത് സോഷ്യലിസ്റ്റുകളല്ല, സോഷ്യലിസ്റ്റേതരനായ ഇറ്റാലിയൻ സാമ്പത്തികശാസ്ത്രജ്ഞൻ എൻറിക്കോ ബാറോൺ ആണ് എന്നതാണ് കൗതുകമുണർത്തുന്ന വസ്തുത. ഇത് 1908 ലായിരുന്നു. ഒന്നാം ലോകയുദ്ധം അവസാനിച്ച ഘട്ടത്തിൽ സ്വകാര്യവ്യവസായങ്ങൾ ദേശസാൽക്കരിക്കുക എന്ന വിഷയം പ്രായോഗിക രാഷ്ട്രീയത്തിന്റെ കാര്യപരിപാടിയിൽ വരുന്നതുവരെ മറ്റാരും അതേപ്പറ്റി ചിന്തിച്ചില്ല. ആ ഘട്ടത്തിൽ സോഷ്യലിസ്റ്റുകൾ നിനച്ചിരിക്കാത്ത പൂർവഗാമികൾ ആരുടെയും മാർഗനിർദേശം ലഭ്യമല്ലാത്ത പ്രശ്നങ്ങളെ അഭിമുഖീകരിക്കുകയായിരുന്നു.

സാമൂഹികമായി കൈകാര്യം ചെയ്യപ്പെടുന്ന ഏതൊരു സമ്പദ്‌വ്യവസ്ഥയിലും 'ആസൂത്രണം' അന്തർഭവിച്ചിട്ടുണ്ട്. പക്ഷേ മാർക്സ് അതേപ്പറ്റി മൂർത്തമായി യാതൊന്നും പറഞ്ഞിട്ടില്ല. വിപ്ലവാനന്തരം സോവിയറ്റ് റഷ്യയിൽ അത് പരീക്ഷിക്കപ്പെട്ടപ്പോൾ ഏറെയും മുൻതയാറെടുപ്പില്ലാതെ ചെയ്യേണ്ടിവന്നു. സങ്കൽപ്പനങ്ങൾ കരുപ്പിടിപ്പിച്ചും (ലിയോൻറ്റിഫിന്റെ നിവേശക-ഉൽപ്പാദന അപഗ്രഥനം ഒരു ഉദാഹരണം) പ്രസക്തമായ സ്ഥിതിവിവരക്കണക്കുകൾ ലഭ്യമാക്കിയുമാണ് സൈദ്ധാന്തികമായി ഇതു നടത്തിയത്. ഈ കരുക്കൾ പിന്നീട് സോഷ്യലിസ്റ്റേതര

മായ സമ്പദ്ക്രമങ്ങളും വ്യാപകമായി ഏറ്റെടുത്തു. പ്രയോഗത്തിൽ ഇത് നടത്തിയത് ഒന്നാം ലോകയുദ്ധകാലത്തെ സമ്പദ്ക്രമങ്ങളെ പിൻതുടർന്നായിരുന്നു. അവയും അത്രതന്നെ മുൻതയാറെടുപ്പില്ലാത്ത ക്രമീകരണങ്ങളായിരുന്നല്ലോ. അവയിൽത്തന്നെ ജർമൻ സമ്പദ്ക്രമത്തെപ്പറ്റി പ്രത്യേകം എടുത്തുപറയണം. വൈദ്യുതി വ്യവസായത്തിലായിരുന്നു ഒരുപക്ഷേ സവിശേഷ ശ്രദ്ധ. ജർമനിയിലെയും അമേരിക്കയിലെയും വൈദ്യുതി വ്യവസായസ്ഥാപനങ്ങളിലുള്ള രാഷ്ട്രീയാനുഭാവികൾ അവയെക്കുറിച്ച് ലെനിനെ അറിയിച്ചിരുന്നു. സോവിയറ്റ് ആസൂത്രിത സമ്പദ്വ്യവസ്ഥയുടെ അടിസ്ഥാന മാതൃക യുദ്ധ സമ്പദ്വ്യവസ്ഥയായി തുടർന്നു. അതിവേഗ വ്യവസായവൽക്കരണം, യുദ്ധം ജയിക്കൽ, അണുബോംബ് നിർമിക്കൽ, ചന്ദ്രനിലേക്ക് മനുഷ്യരെ എത്തിക്കൽ ഇത്യാദി മുൻനിശ്ചിതമായ ചില ലക്ഷ്യങ്ങൾ വയ്ക്കുന്ന ഒരു സമ്പദ്വ്യവസ്ഥയായിരുന്നു അത്. ഹ്രസ്വകാലച്ചെലവ് എന്തുതന്നെയായാലും ആ ലക്ഷ്യങ്ങൾ നേടാനുള്ള വിഭവങ്ങൾ നീക്കിവയ്ക്കലാണ് അടുത്തപടി. ഇതിൽ 'സോഷ്യലിസ്റ്റ്' എന്നു മാത്രം വിശേഷിപ്പിക്കാവുന്ന ഒരു ഘടകവുമില്ല. മുൻകൂട്ടി നിശ്ചയിച്ച ലക്ഷ്യങ്ങൾ നേടാനായി പ്രവർത്തിക്കുന്നതിൽ സംവേദനശീലം കൂടിയും കുറഞ്ഞുമിരിക്കാം. അതിലപ്പുറമൊന്നും ഒരിക്കലും സോവിയറ്റ് സമ്പദ്വ്യവസ്ഥ പോയില്ല. വിപണികളെ ഉദ്യോഗസ്ഥ–ആജ്ഞാനുവർത്തി ഘടനയ്ക്ക് ചേരുംപടി മെരുക്കാൻ അത് 1960 മുതൽ ശ്രമിച്ചുകൊണ്ടേയിരുന്നു. 'തലവിഴുങ്ങിപ്പാമ്പിന്റെ വാലുവിഴുങ്ങിപ്പാമ്പ്' സാഹചര്യം ഈ ശ്രമത്തിൽ അന്തർലീനമായിരുന്നു. അതിൽനിന്ന് സോവിയറ്റ് യൂണിയന് ഒരിക്കലും രക്ഷനേടാനായില്ല.

ഒരു സോഷ്യലിസ്റ്റ് സമ്പദ്വ്യവസ്ഥ കെട്ടിപ്പടുക്കുന്നത് നീട്ടിവച്ചോ, ഇനി കൂടുതൽ പ്രസാദാത്മകമായി പറഞ്ഞാൽ ഒരു സമ്മിശ്രസമ്പദ്വ്യവസ്ഥയുടെ പല രൂപങ്ങൾ കരുപ്പിടിപ്പിച്ചോ വ്യത്യസ്തമായ രീതിയിൽ സോഷ്യൽ ഡെമോക്രസി മാർക്സിസത്തെ പരിഷ്ക്കരിച്ചു. ഒരു പൂർണ സോഷ്യലിസ്റ്റ് സമ്പദ്വ്യവസ്ഥ സൃഷ്ടിക്കാൻ സോഷ്യൽ ഡെമോക്രാറ്റിക് പാർട്ടികൾ പ്രതിബദ്ധമായിരുന്ന അളവുവരെ ഈ വിഷയത്തെക്കുറിച്ച് അൽപ്പമൊരു ചിന്തയൊക്കെ ഉണ്ടായിരുന്നു എന്നു പറയാം. ഏറ്റവും രസകരമായ ചിന്തകൾ മാർക്സിസ്റ്റേതര ഫാബിയൻ ചിന്തകരായ സിഡ്നി വെബ്ബ്, ബിയാട്രിസ് വെബ്ബ് മുതൽപ്പേരിൽ നിന്നാണ്. പിറകോട്ടടി അസാധ്യമായ, സഞ്ചിതമായ പരിഷ്കരണങ്ങളുടെ ഒരു പരമ്പരയിലൂടെ മുതലാളിത്തം ക്രമേണ പരിവർത്തിതമാകും എന്നാണ് അവർ വിഭാവനം ചെയ്തത്. അതുകൊണ്ടുതന്നെ അവർ സോഷ്യലിസത്തിന്റെ സ്ഥാപനരൂപങ്ങളെപ്പറ്റി അൽപ്പമൊക്കെ രാഷ്ട്രീയമായി ചിന്തിച്ചു. എന്നാൽ അവരും അതിന്റെ സാമ്പത്തികപ്രവർത്തന രൂപങ്ങളെപ്പറ്റി ചിന്തിച്ചില്ല. പരിഷ്കരണ പ്രസ്ഥാനം എല്ലാമാണ്, അന്തിമലക്ഷ്യത്തിന് പ്രായോഗിക സാകല്യമില്ല എന്ന് ശഠിച്ച മാർക്സിയൻ തിരുത്തൽവാദി പ്രമുഖൻ എഡ്വേർഡ് ബേൺസ്റ്റീൻ പ്രശ്നത്തെ ഒന്നു മിനുക്കി. വാസ്ത

വത്തിൽ മിക്ക സോഷ്യൽ ഡെമോക്രാറ്റിക് പാർട്ടികളും ഒന്നാംലോക യുദ്ധം കഴിഞ്ഞപ്പോൾ ഭരണകക്ഷികളാവുകയും തിരുത്തൽവാദനയം കൊണ്ട് തൃപ്തരാവുകയും ചെയ്തു. ഫലത്തിൽ ഇതു തൊഴിലാളിക ളുടെ ഏതാനും ആവശ്യങ്ങൾ നിറവേറ്റിയാൽ മതി, പിന്നെ മുതലാളിത്ത സമ്പദ്വ്യവസ്ഥയ്ക്ക് പ്രവർത്തിക്കാം എന്ന നിലപാടിലേക്കാണ് അവയെ എത്തിച്ചത്. ഈ മനോഭാവത്തിന്റെ ഉത്തമാവിഷ്കാരമായിരുന്നു, ആന്തണി ക്രോസ്ലാൻഡിന്റെ *The Future of Socialism (സോഷ്യലി സത്തിന്റെ ഭാവി –1956).* 1945 നുശേഷമുള്ള മുതലാളിത്തം സമൃദ്ധിയു ടെതായ ഒരു സമൂഹത്തെ ഉൽപ്പാദിപ്പിക്കുക എന്ന പ്രശ്നം പരിഹരിച്ചു കഴിഞ്ഞു; അതുകൊണ്ട് ദേശസാൽക്കരണമെന്ന പരമ്പരാഗതരൂപ ത്തിലോ മറ്റേതെങ്കിലും തരത്തിലോ ഉള്ള പൊതുഉടമാസംരംഭങ്ങൾ ആവശ്യമില്ല; ദേശീയസമ്പത്ത് തുല്യമായി വിതരണം ചെയ്യപ്പെടുന്നു എന്ന് ഉറപ്പാക്കുക മാത്രമാണ് സോഷ്യലിസ്റ്റുകളുടെ കർത്തവ്യം–ഇതാ യിരുന്നു, ക്രോസ്ലാൻഡിന്റെ വാദം. ഇതൊക്കെ മാർക്സിൽനിന്ന് ഏറെ വിദൂരമായിരുന്നു; ഒരു വിപണിയേതര സമൂഹം ആയിരിക്കും സോഷ്യ ലിസ്റ്റ് സമൂഹം (ഇത് ഒരുപക്ഷേ കാൾ മാർക്സും പങ്കുവച്ചിരുന്ന ഒരു ആശയമായിരിക്കാം) എന്ന പരമ്പരാഗത സോഷ്യലിസ്റ്റ് ദർശനത്തിൽ നിന്നും ഏറെ അകലെയായിരുന്നു.

ഒരു കാര്യം കൂട്ടിച്ചേർക്കട്ടെ. സർക്കാർ, പൊതുഉടമാ സംരംഭങ്ങൾ എന്നിവയുടെ പങ്കിനെപ്പറ്റി സാമ്പത്തിക നവഉദാരവാദികളും അവരുടെ വിമർശകരും തമ്മിൽ ഈയിടെ നടന്നുവരുന്ന സംവാദം ശരിയായ അർഥ ത്തിൽ മാർക്സിസ്റ്റല്ല; തത്വത്തിൽ സോഷ്യലിസ്റ്റ് സംവാദം പോലുമല്ല. ലാഭമുണ്ടാക്കുന്ന സംരംഭങ്ങളുടെ പ്രവർത്തനങ്ങളുടെ ക്രമീകരണം/ നിയന്ത്രണം നടത്തേണ്ട ഉത്തരവാദിത്വത്തിൽ നിന്ന് സർക്കാർ പടിപടി യായി പിൻവാങ്ങുന്നതിലൂടെ സ്വതന്ത്രവിപണി എന്ന പുഴുക്കുത്തേറ്റ വ്യവസ്ഥ ഒരു സാമ്പത്തിക യാഥാർഥ്യമാക്കി മാറ്റാൻ 1970 മുതൽ നട ന്നുവരുന്ന ശ്രമമാണ് ആ സംവാദത്തിന്റെ ആധാരം. മനുഷ്യസമൂഹത്തെ സ്വയം നിയന്ത്രിതമെന്ന് ആരോപിക്കപ്പെടുന്ന, സമ്പത്തോ ഒരുപക്ഷേ ക്ഷേമം പോലുമോ പരമാവധിയാക്കുന്ന വിപണിക്ക് കൈമാറാനുള്ള ഈ ശ്രമം നടത്തുന്നത് സ്വതാൽപ്പര്യങ്ങളെ അതിന്റെ യുക്തിക്കനുസരിച്ച് മുന്നോട്ട് പ്രത്യാനയിക്കാൻ ശ്രമിക്കുന്ന കൂട്ടരാണ് (എന്നും ആരോപിതം). ഇങ്ങനെയൊരു ശ്രമം മുതലാളിത്ത വികാസത്തിന്റെ മുൻഘട്ടങ്ങളിൽ ഒരു വികസിത സമ്പദ്വ്യവസ്ഥയിലും — യു എസ് എയിൽപ്പോലും — നടന്നിട്ടില്ല. ആദം സ്മിത്ത് എഴുതിയതിന്റെ അസംബന്ധവായന നട ത്തിയതിന്റെ ഫലമാണ് ഇത്. ബോൾഷെവിക്കുകൾ മാർക്സ് പറഞ്ഞു വച്ചതിന്റെ അസംബന്ധവായന നടത്തിയപ്പോൾ ഉരുവംകൊണ്ട നൂറു ശതമാനം സർക്കാർ ആസൂത്രിതവും ആജ്ഞാനുവർത്തിയുമായ സമ്പ ദ്വ്യവസ്ഥ എന്ന യു എസ് എസ് ആർ മാതൃക ഈ തീവ്രവാദത്തിന്റെ മറ്റേയറ്റമാണ്. സാമ്പത്തിക യാഥാർഥ്യത്തോട് എന്നതിനേക്കാൾ ദൈവ

ശാസ്ത്രത്തോട് അടുത്തുനിൽക്കുന്ന ഈ 'വിപണി മൗലികവാദ'വും പരാജയപ്പെട്ടതിൽ അത്ഭുതത്തിന് അവകാശമില്ല.

കേന്ദ്രാസൂത്രിത സർക്കാർ സമ്പദ്വ്യവസ്ഥകൾ അപ്രത്യക്ഷമായി; മനോവീര്യം നശിച്ച സോഷ്യൽ ഡെമോക്രാറ്റിക് പാർട്ടികളുടെ അഭിലാഷങ്ങളിൽനിന്ന് അടിസ്ഥാനപരമായി പരിവർത്തിതമായ ഒരു സമൂഹം എന്ന സങ്കൽപ്പനവും പ്രായേണ അപ്രത്യക്ഷമായി. അതോടെ സോഷ്യലിസത്തെ സംബന്ധിച്ച് ഇരുപതാം നൂറ്റാണ്ടിൽ നടന്ന സംവാദങ്ങൾ ഏറെയും നിലച്ചു. മാർക്സിനാൽ പ്രചോദിതവും അദ്ദേഹത്തിന്റെ പേരിൽ നടത്തപ്പെടുകയും ചെയ്തുവെങ്കിലും ഈ സംവാദങ്ങൾ കാൾ മാർക്സിന്റെ തന്നെ ചിന്തയിൽ നിന്ന് അൽപ്പം അകലെയായിരുന്നു. മറുവശത്ത്, മാർക്സ് മൂന്നു കാര്യങ്ങളിൽ ഒരു വമ്പിച്ച ശക്തിയായിത്തുടർന്നു: ഒരു സാമ്പത്തിക ചിന്തകനെന്ന നിലയിൽ, ഒരു ചരിത്രാത്മക ചിന്തകൻ എന്ന നിലയിൽ, സമൂഹസംബന്ധിയായ ആധുനികചിന്തയുടെ അംഗീകൃത സ്ഥാപകപിതാവ് എന്ന നിലയിൽ (ദുർഖൈമിനോടും മാക്സ് വെബറോടുമൊപ്പം). ഒരു തത്വശാസ്ത്രജ്ഞൻ എന്ന നിലയ്ക്കുള്ള അദ്ദേഹത്തിന്റെ പ്രസക്തി തുടരുകയാണ്, വളരെ സ്പഷ്ടമായും ഗൗരവത്തോടെതന്നെ. പക്ഷേ അതേപ്പറ്റി അഭിപ്രായം പറയാനുള്ള യോഗ്യത എനിക്കില്ല. എന്നാൽ അദ്ദേഹം മുന്നോട്ടുവച്ച മുതലാളിത്തം മാനവസമ്പദ്ക്രമത്തിന്റെ ചരിത്രപരമായി താൽക്കാലികമായ ഒരു രീതിയാണ് എന്ന ദർശനം, അതിന്റെ നിത്യവികസ്വരവും, കേന്ദ്രീകരണ വർധകവും പ്രതിസന്ധി ഉൽപ്പാദകവും, സ്വയംപരിവർത്തനക്ഷമവുമായ പ്രവർത്തന രീതിയെപ്പറ്റിയുള്ള അപഗ്രഥനം എന്നിവയുടെ സമകാലിക പ്രസക്തി നഷ്ടപ്പെട്ടിട്ടില്ല എന്നുതീർച്ച.

II

ഇരുപത്തിയൊന്നാം നൂറ്റാണ്ടിൽ മാർക്സിസത്തിന്റെ പ്രസക്തിയെന്ത്? സോവിയറ്റ് മാതൃകയിലുള്ള സോഷ്യലിസം — ഇതുവരെ സോഷ്യലിസ്റ്റ് സമ്പദ്ക്രമം കെട്ടിപ്പടുക്കാൻ അങ്ങനെ ഒരൊറ്റ ശ്രമമേ നടന്നിട്ടുള്ളൂ — അതിപ്പോൾ നിലനിൽക്കുന്നില്ല. അതേസമയം ആഗോളീകരണത്തിനും മനുഷ്യരുടെ സമ്പത്തുൽപ്പാദനശേഷിക്കും വർധിച്ച വേഗതയാർന്ന പുരോഗതി ഉണ്ടായിട്ടും ഉണ്ട്. ഇത് ദേശരാഷ്ട്രങ്ങളുടെ സാമ്പത്തിക-സാമൂഹിക പ്രവർത്തനത്തിന്റെ ശക്തിയും വ്യാപ്തിയും കുറച്ചിട്ടുണ്ട്; തദ്വാരാ ദേശീയസർക്കാരുകൾക്കുമേൽ പരിഷ്ക്കരണങ്ങൾക്ക് സമ്മർദം ചെലുത്തൽ പ്രാഥമിക തന്ത്രമാക്കിയിരുന്ന സോഷ്യൽ ഡെമോക്രാറ്റിക് പ്രസ്ഥാനങ്ങളുടെ പരമ്പരാഗത നയങ്ങൾക്കും ക്ഷീണം സംഭവിച്ചു. വിപണിമൗലികവാദം പ്രമുഖമായതോടെ രാജ്യങ്ങൾക്ക് അകമേയും മേഖലകൾ തമ്മിലും ഉള്ള സാമ്പത്തിക അസമത്വം തീവ്രമായി. മുതലാളിത്ത സമ്പദ്വ്യവസ്ഥയുടെ അടിസ്ഥാന ചാക്രികതാളത്തിലേക്ക്

ആകസ്മിക ദുരന്തമെന്ന ഘടകം തിരികെവന്നു. 1930 കൾക്കു ശേഷം സംഭവിച്ച ഏറ്റവും ഗുരുതരമായ ആഗോളപ്രതിസന്ധിയും ഇതിന്റെ ഭാഗമാണ്.

മിക്ക മനുഷ്യർക്കും ആവശ്യത്തിന്റെ തലംവിട്ട് സമ്പന്നതയുടെയും വിദ്യാഭ്യാസത്തിന്റെയും ഭാവനാതീതമായ ജീവിതരീതിവൈവിധ്യത്തിന്റെയും തലത്തിലേക്ക് പ്രവേശിക്കാൻ മാത്രം നമ്മുടെ ഉൽപ്പാദനശേഷി വളർന്നു കഴിഞ്ഞു. ലോക ജനസംഖ്യയിൽ ഭൂരിപക്ഷവും ഇനിയും ആ തലത്തിലേക്ക് കടന്നിട്ടില്ല എന്നത് മറ്റൊരുകാര്യം. എങ്കിലും ഇരുപതാം നൂറ്റാണ്ടിലെ സോഷ്യലിസ്റ്റ് പ്രസ്ഥാനങ്ങളും ഭരണക്രമങ്ങളും ഏറെയും ഈ ആവശ്യത്തിന്റെ തലത്തിന് അകമേ നിന്നാണ് പ്രവർത്തിച്ചത്. 1945 നു ശേഷമുള്ള വർഷങ്ങളിൽ പൊതു സമൃദ്ധി ദൃശ്യമായ പടിഞ്ഞാറൻ സമൂഹങ്ങളിൽപ്പോലും അവ അതേ രീതിയിലാണ് പ്രവർത്തിച്ചത്. പക്ഷേ, സമൃദ്ധിയുടെ മണ്ഡലത്തിൽ പുലരുന്ന ഒരു സമൂഹത്തിൽ വേണ്ടത്ര ഭക്ഷണം, വസ്ത്രം, പാർപ്പിടം, വരുമാനം നൽകുന്ന തൊഴിൽ, ജീവന് അപകടം വരുത്താവുന്ന സംഭവങ്ങളിൽ നിന്ന് ജനങ്ങൾക്ക് സംരക്ഷണം നൽകുന്ന ക്ഷേമവ്യവസ്ഥ എന്നിവ ആവശ്യമാണെങ്കിലും സോഷ്യലിസ്റ്റുകൾക്ക് അവ മതിയായ ഒരു പരിപാടിയാകുന്നില്ല.

മൂന്നാമതൊരു സംഭവവികാസമുണ്ട്. അത് നിഷേധാത്മകമാണ്. ആഗോള സമ്പദ്വ്യവസ്ഥയുടെ കണ്ണഞ്ചിക്കുന്ന വികാസം പരിസ്ഥിതിയെ തുരങ്കം വയ്ക്കുന്നതിനാൽ അപരിമിതമായ സാമ്പത്തികവളർച്ച നിയന്ത്രിക്കേണ്ടത് ഏറെ അടിയന്തരസ്വഭാവമുള്ള കടമയായി മാറിയിരിക്കുന്നു. നമ്മുടെ സമ്പദ്ക്രമം ജൈവമണ്ഡലത്തിൽ സൃഷ്ടിക്കുന്ന പ്രത്യാഘാതം പിറകോട്ടടിക്കുകയോ, ചുരുങ്ങിയപക്ഷം നിയന്ത്രിക്കുകയോ ചെയ്യുക എന്നതും മുതലാളിത്തവിപണിയുടെ അവശ്യ ചാലകമായ ലാഭം തേടിയുള്ള, അവിഛിന്നമായ പരമാവധി വളർച്ച എന്നതും തമ്മിൽ സ്പഷ്ടമായ സംഘർഷമുണ്ട്. ഇതാണ് മുതലാളിത്തത്തിന്റെ ദുർബലവശം. ആരുടെ കുരമ്പായിരിക്കും അതിന് മാരകപ്രഹരം ഏൽപ്പിക്കുക എന്ന് നമുക്ക് ഇപ്പോൾ അറിയാനാവില്ല.

അപ്പോൾ എങ്ങനെയാണ് നാമിന്ന് കാൾ മാർക്സിനെ കാണേണ്ടത്? മാനവ വംശത്തിന് മുഴുവൻ വേണ്ട ഒരു ചിന്തകനായിട്ടോ അതിലെ ഒരു ഭാഗത്തിനു മാത്രം വേണ്ട ഒരു ചിന്തകനായിട്ടോ? തീർച്ചയായും ഒരു തത്വജ്ഞാനിയായി? സാമ്പത്തിക അപഗ്രഥന വിദഗ്ധനായി? ആധുനിക സാമൂഹിക ശാസ്ത്രത്തിന്റെ സ്ഥാപക പിതാവായും മാനവചരിത്രം മനസിലാക്കാൻ വഴികാട്ടുന്നവനായും? അതെ. പക്ഷേ അദ്ദേഹത്തെ സംബന്ധിച്ച് അറ്റാലി ഊന്നിപ്പറഞ്ഞതാണ് ശരി — അദ്ദേഹത്തിന്റെ ചിന്തയുടെ സാർവലൗകിക സമഗ്രത അത് പരമ്പരാഗത രീതിയിൽ 'അന്തർവിജ്ഞാനീയ'മല്ല, എന്നാൽ എല്ലാ വിജ്ഞാനശാഖകളെയും ഉദ്ഗ്രഥിക്കുന്നു. അറ്റാലി എഴുതുന്നു: "അദ്ദേഹത്തിനുമുമ്പുള്ള തത്വജ്ഞാനികൾ മനുഷ്യനെപ്പറ്റി അവന്റെ സമ്പൂർണതയിൽ ചിന്തിച്ചിട്ടുണ്ട്. പക്ഷേ

ലോകമാകെ എടുത്താൽ അത് ഒരേസമയം രാഷ്ട്രീയവും സാമ്പത്തികവും ശാസ്ത്രീയവും തത്വജ്ഞാനപരവുമാണെന്ന് ആദ്യം തിരിച്ചറിഞ്ഞത് അദ്ദേഹമാണ്."

അദ്ദേഹം എഴുതിയതിൽ ഏറെയും കാലഹരണപ്പെട്ടു എന്ന് സുവ്യക്തമാണ്. അവയിൽ ചിലത് സ്വീകാര്യവുമല്ല. അദ്ദേഹത്തിന്റെ രചനകൾ പൂർത്തിയായ ഒരു ഖണ്ഡമല്ല. ചിന്ത എന്ന പേരിന് അർഹമായ എല്ലാ പ്രക്രിയകളെയും പോലെ പുരോഗമിച്ചുകൊണ്ടിരിക്കുന്ന അനന്തമായ ഒരു രചനയാണ്. അതിനെ ആർക്കും ഒരു വരട്ടുതത്വശാസ്ത്രമായി മാറ്റാൻ കഴിയില്ല; സ്ഥാപനത്തിന്റെ പതുപതുപ്പുള്ള യാഥാസ്ഥിതികത്വമായി മാറ്റാനും കഴിയില്ല. അങ്ങനെ സംഭവിച്ചാൽ അത് മാർക്സിനെത്തന്നെ ഞെട്ടിച്ചേനെ. എന്നാൽ 'ശരിയായ' മാർക്സിസം, 'ശരിയല്ലാത്ത' മാർക്സിസം എന്നിവ തമ്മിൽ രൂക്ഷമായ ഒരു വ്യത്യാസമുണ്ട് എന്ന ആശയത്തെയും നാം തിരസ്കരിക്കണം. അദ്ദേഹത്തിന്റെ അന്വേഷണരീതി പല ഫലങ്ങളും രാഷ്ട്രീയ പരിപ്രേക്ഷ്യങ്ങളും ഉൽപ്പാദിപ്പിച്ചേക്കാം. മാർക്സിനുതന്നെ അങ്ങനെ സംഭവിച്ചിട്ടുണ്ട്. ബ്രിട്ടനിലും നെതർലാൻഡ്സിലും ശാന്തമായ ഒരു ഭരണസംക്രമണം നടക്കുമെന്നും റഷ്യൻഗ്രാമസമൂഹങ്ങൾ സോഷ്യലിസത്തിലേക്ക് പരിണമിക്കുമെന്നും അദ്ദേഹം വിഭാവനം ചെയ്തിരുന്നല്ലൊ. കൗട്സ്കിയും എന്തിന്, ബേൺസ്റ്റീൻ പോലും, പ്ലെഖനോവിനോളം, ലെനിനോളം (അല്ലെങ്കിൽ അവരോളം കുറച്ച് എന്നാക്കാം, നിങ്ങൾക്കുവേണമെങ്കിൽ) മാർക്സിന്റെ പിൻതുടർച്ചക്കാരാണ്. അതുകൊണ്ട് ഒരു യഥാർഥ മാർക്സ്, പിന്നീടു വന്ന എംഗൽസ്, കൗട്സ്കി, ലെനിൻ ഇത്യാദി മാർക്സിന്റെ ചിന്തയെ ലളിതവൽക്കരിക്കുകയോ കപടവൽക്കരിക്കുകയോ ചെയ്തവരുടെ ഒരു പരമ്പര എന്ന രീതിയിൽ അറ്റാലി നടത്തുന്ന വേർതിരിവിനെ ഞാൻ ശങ്കയോടെയാണ് നോക്കിക്കാണുന്നത്. ആദ്യം *മൂലധനം* ശ്രദ്ധാപൂർവം വായിച്ചത് റഷ്യക്കാരാണ്. പാശ്ചാത്യരീതിയിലുള്ള ഒരു സാമ്പത്തിക വികസനത്തിലൂടെ തങ്ങളുടേതുപോലുള്ള രാജ്യങ്ങളെ ആധുനികതയിലേക്ക് ചലിപ്പിക്കാൻ അദ്ദേഹത്തിന്റെ സിദ്ധാന്തത്തിന് കഴിയും എന്ന് അവർ വിശ്വസിച്ചു. ആ വിശ്വാസത്തിന് റഷ്യൻ ഗ്രാമക്കൂട്ടായ്മയിലൂടെ സോഷ്യലിസത്തിലേക്ക് നേരിട്ടൊരു പകർച്ച നടന്നേക്കാം എന്ന മാർക്സിന്റെ ഊഹത്തോളം തന്നെ ന്യായമുണ്ട്. ഒരുപക്ഷേ അത് (റഷ്യക്കാരുടെ വിശ്വാസം) കാൾ മാർക്സിന്റെ സ്വന്തം ചിന്തയുടെ ധാരയ്ക്ക് കൂടുതൽ ഇണങ്ങുന്ന ഒന്നായിരുന്നു. ലോകം മുഴുവൻ മുതലാളിത്തം വന്നതിനുശേഷമേ സോഷ്യലിസം കെട്ടിപ്പടുക്കാൻ കഴിയൂ എന്നതായിരുന്നില്ല, സോവിയറ്റ് പരീക്ഷണത്തിനെതിരെ ഉയർന്ന വാദം. മാർക്സ് പറഞ്ഞതും അതായിരുന്നില്ല. അദ്ദേഹം വിശ്വസിച്ചിരുന്നത് അങ്ങനെയായിരുന്നു എന്ന് ദൃഢമായി അവകാശപ്പെടാനും പറ്റില്ല. അത് അനുഭവൈകമായിരുന്നു. അങ്ങേയറ്റം പിന്നാക്കമായിരുന്ന റഷ്യയ്ക്ക് ഒരു സോഷ്യലിസ്റ്റ് സമൂഹത്തിന്റെ ഹാസ്യാനുകരണത്തിനേ കെൽപ്പുണ്ടാ

യിരുന്നുള്ളു എന്നതായിരുന്നു വാദം — ചുവപ്പിൽ കുളിച്ച ഒരു ചൈനീസ് സാമ്രാജ്യം എന്നാണത്രെ, പ്ലെഖനോവ് മുന്നറിയിപ്പുനൽകുന്ന രൂപത്തിൽ അതിനെ വിശേഷിപ്പിച്ചത്. 1917ൽ സകല മാർക്സിസ്റ്റുകാരും — റഷ്യൻ മാർക്സിസ്റ്റുകാരിൽ ഭൂരിപക്ഷവുമടക്കം — ഇങ്ങനെയൊരു വാദത്തെ തുണയ്ക്കുമായിരുന്നു. എന്നാൽ റഷ്യയിൽ വ്യവസായ മുതലാളിത്തം പുഷ്ക്കലമാക്കലാണ് മാർക്സി സ്റ്റുകാരുടെ പ്രധാന ജോലി എന്ന അറ്റാലിവീക്ഷണം കൈക്കൊണ്ട 1890 കളിലെ 'നിയമസാധുവായ മാർക്സിസ്റ്റുകാർ' എന്നു വിളിക്കപ്പെട്ട കൂട്ടർക്കെതിരായ വാദവും അനുഭവൈകമായിരുന്നു. സാറിസത്തിനുകീഴിൽ ഒരു ഉദാരമുതലാളിത്ത റഷ്യ നിലവിൽ വരാനുള്ള പഴുതില്ലായിരുന്നു.

ഇങ്ങനെയൊക്കെ ആണെങ്കിലും മാർക്സിന്റെ അപഗ്രഥനത്തിലെ പല കേന്ദ്രഘടകങ്ങളും ഇന്നും സാധുവും പ്രസക്തവുമാണ്. സ്പഷ്ടമായും ഒന്നാമത്തേത് മുതലാളിത്ത സാമ്പത്തികവികാസത്തിന്റെ അപ്രതിരോധ്യമായ ആഗോള ചാലകത്വം, കുടുംബഘടനകൾ പോലെ മുതലാളിത്തത്തിനു തന്നെ നേട്ടമുണ്ടാക്കാൻ കഴിഞ്ഞിട്ടുള്ള മാനവ ഭൂതകാലത്തിലെ പൈതൃക ഭാഗങ്ങൾ അടക്കം അതിനുമുമ്പുള്ളതെല്ലാം നശിപ്പിക്കാനുള്ള അതിന്റെ ശേഷി എന്നിവയെപ്പറ്റിയുള്ള അപഗ്രഥനം തന്നെയാണ്. രണ്ടാമത്തേത് ആന്തരികസംഘർഷങ്ങൾ ഉൽപ്പാദിപ്പിക്കുന്ന മുതലാളിത്തവളർച്ചയുടെ സംവിധാനത്തെ സംബന്ധിച്ച അപഗ്രഥനമാണ്. അനന്തമായി പൊട്ടിപ്പുറപ്പെടുന്ന പിരിമുറുക്കങ്ങൾ, അവയുടെ താൽക്കാലികശമനങ്ങൾ, പ്രതിസന്ധിയിലേക്കും മാറ്റത്തിലേക്കും നയിക്കുന്ന വളർച്ച, വർധമാനമായ തോതിൽ ആഗോളീകരിക്കപ്പെടുന്ന സമ്പദ്വ്യവസ്ഥയിൽ — ഇവയെല്ലാം ചേർന്ന് സൃഷ്ടിക്കുന്ന സാമ്പത്തിക കേന്ദ്രീകരണം എന്നിവയൊക്കെ ഈ അനന്തമായി പൊട്ടിപ്പുറപ്പെടുന്ന പിരിമുറുക്കങ്ങളിൽപ്പെടുന്നു. നിലയ്ക്കാത്ത വിപ്ലവത്തിലൂടെ നിരന്തരം പുതുക്കപ്പെടുന്ന ഒരു സമൂഹത്തെയാണ് മാവോ സ്വപ്നം കണ്ടത്; ഷുംപെറ്റർ (മാർക്സിനെ അനുഗമിച്ച്) അന്തമില്ലാത്ത 'സൃഷ്ട്യുന്മുഖ നശീകരണ'മെന്നു വിളിക്കുന്ന പ്രക്രിയയിലൂടെ ചരിത്രപരമായ മാറ്റം കൊണ്ടുവന്ന് മുതലാളിത്തം ഈ പദ്ധതി സാക്ഷാൽക്കരിച്ചു കഴിഞ്ഞു. ഈ പ്രക്രിയ ക്രമേണ/ആത്യന്തികമായി വമ്പിച്ചതോതിൽ കേന്ദ്രീകൃതമായ ഒരു സമ്പദ്വ്യവസ്ഥയിലേക്ക് നയിക്കും, നയിക്കണം എന്നാണ് മാർക്സ് വിശ്വസിച്ചത്. ഇതുതന്നെയാണ് അടുത്തകാലത്ത് ഒരു അഭിമുഖ സംഭാഷണത്തിൽ അത്തരമൊരു ക്രമത്തിൽ എന്തു സംഭവിക്കണം എന്നു തീരുമാനിക്കുന്നവരുടെ എണ്ണം ആയിരമോ പരമാവധി പതിനായിരമോ ആണ് എന്നു പറഞ്ഞപ്പോൾ അറ്റാലിയും അർഥമാക്കിയത്. ഇപ്പോഴും സാധ്യമായ ഒരു പ്രവചനമാണ് ഇതെന്ന് എനിക്ക് തോന്നുന്നു — പക്ഷേ, മാർക്സ് മുൻകണ്ടതിൽ നിന്ന് വ്യത്യസ്തമായ ഒരു രീതിയിലാണ് എന്നു മാത്രം.

ഇത് നടക്കുക 'പിടിച്ചെടുത്തവരിൽ നിന്ന് പിടിച്ചെടുത്ത്' വിശാലമായ തൊഴിലാളിവർഗം സോഷ്യലിസം സ്ഥാപിക്കുക വഴിയാണ് എന്ന

അദ്ദേഹത്തിന്റെ പ്രവചനം മുതലാളിത്ത സംവിധാനത്തെപ്പറ്റി അദ്ദേഹം തന്നെ നടത്തിയ അപഗ്രഥനത്തെ അടിസ്ഥാനമാക്കി ഉള്ളതല്ല, വേറിട്ട, കാരണ–ഫലയുക്ത്യധിഷ്ഠിതമായ അനുമാനങ്ങളെ മുൻനിർത്തി ഉള്ളതാണ്. കൂടിവന്നാൽ വ്യവസായവൽക്കരണം വൻതോതിൽ കൂലിവേലക്കാരെ സൃഷ്ടിക്കും എന്ന പ്രവചനമായിരുന്നു, അതിന്റെ അടിസ്ഥാനം എന്നു വേണമെങ്കിൽ പറയാം. അന്ന് ഇംഗ്ലണ്ടിൽ അത് നടക്കുകയായിരുന്നല്ലോ. ഒരു മധ്യദൂര പ്രവചനം എന്ന നിലയ്ക്ക് ശരിയായിരുന്നിരിക്കാമെങ്കിലും ഇത് ദീർഘകാലപ്രവചനം എന്ന നിലയ്ക്ക് ശരിയായിരുന്നില്ല എന്ന് നമുക്ക് ഇന്നറിയാമല്ലോ. 1840 കൾക്കുശേഷം അത് തങ്ങൾ ആശിച്ചപോലെ രാഷ്ട്രീയമായി വിപ്ലവവൽക്കരിക്കുന്നതരത്തിലുള്ള പാപ്പരീകരണം സൃഷ്ടിക്കുമെന്ന് മാർക്സും എംഗൽസും പ്രതീക്ഷിച്ചതുമല്ല. തൊഴിലാളിവർഗത്തിലെ വൻ വിഭാഗങ്ങൾ കേവലമായ അർഥത്തിൽ കൂടുതൽ ദരിദ്രരാകുന്നില്ല എന്ന് ഇരുവർക്കും വ്യക്തമായിരുന്നു. 1900 കളിൽ നടന്ന ജർമൻ സോഷ്യൽ ഡെമോക്രാറ്റിക് പാർട്ടിയുടെ ശക്തമായ തൊഴിലാളിവർഗ സ്വഭാവമുള്ള കോൺഗ്രസുകൾ നിരീക്ഷിച്ച ഒരു അമേരിക്കക്കാരൻ പറഞ്ഞത് അവിടത്തെ സഖാക്കൾ "ദാരിദ്ര്യത്തിൽ നിന്ന് ഒന്നോ രണ്ടോ അപ്പക്കഷണം ഉയർന്നിരിക്കുന്ന"തായി കാണപ്പെട്ടു എന്നാണ്, അതേസമയം, ലോകത്തിന്റെ വ്യത്യസ്തഭാഗങ്ങൾ തമ്മിലും വർഗങ്ങൾ തമ്മിലും ഉള്ള സാമ്പത്തികമായ അസമത്വം പ്രത്യക്ഷത്തിൽ വളരുകയാണ്. ഇത് മാർക്സ് വിഭാവനം ചെയ്തപോലെ 'പിടിച്ചെടുത്തവരിൽ നിന്ന് പിടിച്ചെടുക്കുന്ന'തിലേക്ക് അവശ്യം നയിക്കുന്നുമില്ല. ചുരുക്കത്തിൽ, ഭാവി പ്രത്യാശകൾ അദ്ദേഹത്തിന്റെ അപഗ്രഥനത്തിലേക്ക് ചേർത്തുവായിക്കപ്പെടുകയായിരുന്നു, അതിൽനിന്ന് ഉദ്ഭൂതമാകുകയായിരുന്നില്ല.

മൂന്നാമത്തേത് ഏറ്റവും നന്നായി പറഞ്ഞുവച്ചിട്ടുള്ളത് സാമ്പത്തികശാസ്ത്രത്തിൽ നോബേൽ പുരസ്കാരം നേടിയ, അന്തരിച്ച സർ ജോൺ ഹിക്സാണ്. 'ബദൽ ഭാഷ്യങ്ങൾ ലഭ്യമല്ലാത്തിനാലാണ് ചരിത്രത്തിന്റെ പൊതുധാരയിലേക്ക് ചേർക്കപ്പെടാൻ ആഗ്രഹിക്കുന്ന' മിക്കവരും മാർക്സിസ്റ്റ് സംവർഗങ്ങളോ അതിന്റെ ഏതെങ്കിലും പരിഷ്കൃത ഭാഷ്യമോ ഉപയോഗിക്കുന്നത്.

ഇരുപത്തിയൊന്നാം നൂറ്റാണ്ടിൽ ലോകം അഭിമുഖീകരിക്കുന്ന പ്രശ്നങ്ങൾക്കുള്ള പരിഹാരങ്ങൾ മുൻകൂട്ടി കാണാൻ നമുക്ക് കഴിയില്ല. പക്ഷേ വിജയസാധ്യത ഉണ്ടാകണമെങ്കിൽ അവർ മാർക്സിന്റെ ചോദ്യങ്ങൾ ചോദിച്ചേ തീരൂ — അദ്ദേഹത്തിന്റെ നിരവധിയായ ശിഷ്യരുടെ ഉത്തരങ്ങൾ അംഗീകരിക്കാൻ അവർ ആഗ്രഹിക്കുന്നില്ലെങ്കിൽപ്പോലും.

2

മാർക്സ്, എംഗൽസ്
മാർക്സ് പൂർവ സോഷ്യലിസം

I

മാർക്സും എംഗൽസും കമ്യൂണിസത്തിലേക്ക് താരതമ്യേന വൈകിയെത്തിയവരാണ്. 1842 ന്റെ അന്ത്യത്തോടെയാണ് എംഗൽസ് താനൊരു കമ്യൂണിസ്റ്റ് ആണെന്ന് പ്രസ്താവിച്ചത്. മാർക്സ് പിന്നെയും വൈകി, ഉദാരവാദവും ഹെഗലിന്റെ തത്വശാസ്ത്രവുമായി കുറേക്കൂടി ദീർഘവും സങ്കീർണവുമായ ഒരു കണക്കുതീർപ്പിനുശേഷം 1843 ന്റെ ഉത്തരാർധത്തിലാണ് അപ്രകാരം പ്രഖ്യാപിച്ചത്. രാഷ്ട്രീയമായി ചലനാത്മകമല്ലാതിരുന്ന ജർമനിയിൽപ്പോലും അവരായിരുന്നില്ല, ആദ്യപഥികർ. ഹാൻഡ്‌വെർക്സ്ഗെസെല്ലൻ (*Handwerksgesellen*) എന്ന ജർമൻ വിദഗ്ധതൊഴിലാളികൾ വിദേശത്തു പണിയെടുക്കുമ്പോൾ സംഘടിത കമ്യൂണിസ്റ്റ് പ്രസ്ഥാനവുമായി നടേതന്നെ സമ്പർക്കം സ്ഥാപിച്ചിരുന്നു. അവരിൽ ഒരാളാണ് തുന്നൽക്കാരനായ വിൽഹെം വെയ്റ്റ്ലിങ്. അദ്ദേഹമാണ് ആദ്യത്തെ തദ്ദേശീയജർമൻ കമ്യൂണിസ്റ്റ് സൈദ്ധാന്തികൻ. അദ്ദേഹത്തിന്റെ ആദ്യരചന 1838 ൽ പ്രസിദ്ധം ചെയ്യപ്പെട്ടു. പേര് *Die Menschheit, wie sie ist und wie sie sein sollte.* ബുദ്ധിജീവികളിൽ മുമ്പൻ മോസസ് ഹെസ്. അദ്ദേഹമാണത്രെ യുവാവായ ഫ്രെഡറിക് എംഗൽസിനെ പരിവർത്തനം ചെയ്തത്. ഏതായാലും ജർമൻ കമ്യൂണിസത്തിൽ ആരാണ് ആദ്യം എന്ന ചോദ്യം അപ്രധാനമാണ്. 1840 കളുടെ തുടക്കത്തിൽത്തന്നെ സൈദ്ധാന്തികമായും പ്രായോഗികമായും പുഷ്കലമായ ഒരു സോഷ്യലിസ്റ്റ്–കമ്യൂണിസ്റ്റ് പ്രസ്ഥാനം ഫ്രാൻസിലും ബ്രിട്ടനിലും യു എസ് എയിലും നിലവിലുണ്ടായിരുന്നു. യുവാക്കളായ മാർക്സിനും എംഗൽസിനും ഈ പ്രസ്ഥാനങ്ങളെപ്പറ്റി എത്രത്തോളം അറിയാമായിരുന്നു? അവർ അവയോട് ഏതൊക്കെ തരത്തിലാണ് കടപ്പെട്ടിരുന്നത്? അവരുടെ സോഷ്യലിസത്തിന് പൂർവസൂരികളുടെതുമായും

സമകാലികരുടെതുമായും എന്തു ബന്ധമാണ് ഉണ്ടായിരുന്നത്? ഈ ചോദ്യങ്ങൾ ഈ അധ്യായത്തിൽ ചർച്ചചെയ്യപ്പെടും.

അതൊക്കെ ചർച്ചയ്ക്കെടുക്കും മുമ്പ് നമുക്ക് കമ്യൂണിസ്റ്റ് സിദ്ധാന്തത്തിന്റെ പ്രാഗ്ചരിത്രവ്യക്തിത്വങ്ങളെ ചുരുക്കത്തിൽ തള്ളിക്കളയാം. വിപ്ലവകാരികളും പൂർവസൂരികൾ ഉണ്ടാകാൻ ഇഷ്ടപ്പെടുന്നു എന്നതിനാലാകാം സോഷ്യലിസത്തിന്റെ ചരിത്രകാരന്മാർ അവർക്ക് ആദരാഞ്ജലി അർപ്പിക്കാറുണ്ട്. ആധുനിക സോഷ്യലിസം പ്ലേറ്റോവിൽ നിന്നോ തോമസ് മോറിൽനിന്നോ അല്ല ഉദ്ഭൂതമാകുന്നത്; എന്തിന്, 1845 ൽ എംഗൽസും ഹെസുമായി ചേർന്ന് 'ഏറ്റവും നല്ല വിദേശ സോഷ്യലിസ്റ്റ് എഴുത്തുകാരുടെ ഗ്രന്ഥപ്പുര' എന്ന നടക്കാതെ പോയ പദ്ധതിയിട്ടപ്പോൾ അതിൽ ചേർക്കാൻ മാത്രം *City of the Sun* അഥവാ *സൂര്യന്റെ നഗരം* എന്ന പുസ്തകത്തിലൂടെ യുവ മാർക്സിനെ ആകർഷിച്ച കാംപനെല്ലയിൽ നിന്നുപോലുമല്ല. അത്തരം രചനകൾ പത്തൊമ്പതാം നൂറ്റാണ്ടിലെ വായനക്കാരെ സംബന്ധിച്ചിടത്തോളം ഒട്ടൊക്കെ താൽപ്പര്യജനകമായിരുന്നു. കാരണം, നഗരബുദ്ധിജീവികളെ സംബന്ധിച്ചിടത്തോളം ഒരു കമ്യൂണിസ്റ്റ് സമൂഹത്തിന്റെ യഥാർഥപ്രവർത്തനം എങ്ങനെയിരിക്കും എന്നു മനസിലാക്കാൻ സഹായകമായ പൂർവമാതൃകകളൊന്നും ഉണ്ടായിരുന്നില്ല. ഇത് കമ്യൂണിസ്റ്റ് സിദ്ധാന്തം മനസിലാക്കാൻ അവർക്ക് ബുദ്ധിമുട്ടുണ്ടാക്കുന്ന ഒരു ഘടകമായിരുന്നു. ഭാവിയിലെ ഉത്തമസമൂഹത്തിന്റെ രേഖാചിത്രം വരയ്ക്കാൻ തുനിയുമ്പോൾ ആ ശ്രമത്തിന് സ്വാഭാവികമായും മോറിന്റെ പുസ്തകപ്പേര് ഇടുക പതിവായി എന്നത് ശരിയാണ്. പത്തൊമ്പതാം നൂറ്റാണ്ടിൽ അത് ഒരു കമ്യൂണിസ്റ്റ് സമൂഹമായിരുന്നു: ഉട്ടോപ്യ. ഇ കാബെറ്റ് (1788–1856) എന്ന ഒരു ഉട്ടോപ്യൻ കമ്യൂണിസ്റ്റ് എങ്കിലും മോറിന്റെ ആരാധകനായിരുന്നു എന്നിടംവരെ ആ പേര് തെരഞ്ഞെടുത്തത് അത്ര മോശപ്പെട്ട കാര്യമായിരുന്നില്ല എന്നു ഗണിക്കണം. വേണ്ടത്ര പഠിച്ചാൽ ഒരു കാര്യം വ്യക്തമാകും: പത്തൊമ്പതാം നൂറ്റാണ്ടിന്റെ ആദ്യപാദത്തിലെ പ്രഥമപഥികരായ സോഷ്യലിസ്റ്റുകളുടെയും കമ്യൂണിസ്റ്റുകാരുടെയും സാധാരണ നടപടിക്രമം ഏതെങ്കിലും വിദൂരസ്ഥനായ ഗ്രന്ഥകാരനിൽ നിന്ന് ആശയങ്ങൾ സ്വീകരിക്കുക എന്നതായിരുന്നില്ല. സമൂഹം, ഉട്ടോപ്യ എന്നിവ സംബന്ധിച്ച തനത് വിമർശം നിർമിക്കാൻ തുടങ്ങുമ്പോൾ അവർ മുൻഗാമിയായ ഏതെങ്കിലും ഉത്തമ പൊതുക്ഷേമ സംവിധാനങ്ങളുടെ സൈദ്ധാന്തികശിൽപ്പിയെ കണ്ടെത്തുക അല്ലെങ്കിൽ ആ ശിൽപ്പിയിലേക്ക് അവരുടെ ശ്രദ്ധ തിരിക്കപ്പെടും; പിന്നെ അവർ ആ വ്യക്തിയെ ഉപയോഗിക്കും, ശ്ലാഘിക്കും. പതിനെട്ടാം നൂറ്റാണ്ടിൽ അവശ്യം കമ്യൂണിസ്റ്റല്ലാത്ത ഉട്ടോപ്യൻ സാഹിത്യവും പരിഷ്കാരസൂചകമായിരുന്നതിനാൽ അത്തരം രചനകൾ വേണ്ടത്ര പരിചിതമായി.

പല അളവിൽ പരിചിതമെങ്കിലും നിരവധി ചരിത്രപരമായ ഉദാഹരണങ്ങൾ ഉള്ള ക്രിസ്തീയ കമ്യൂണിസ്റ്റ് സ്ഥാപനങ്ങളും ആധുനിക സോഷ്യലിസ്റ്റ്–കമ്യൂണിസ്റ്റ് ആശയങ്ങളെ പ്രചോദിപ്പിച്ചവയുടെ കൂട്ടത്തിൽപ്പെടുന്നില്ല. കൂടുതൽ പഴയ അത്തരം സ്ഥാപനങ്ങൾ (പതിനാറാം

നൂറ്റാണ്ടിലെ അനബാപ്റ്റിസ്റ്റുകളുടെ പിൻമുറക്കാരെപ്പോലെ) എത്ര മാത്രം വ്യാപകമായി അറിയപ്പെടുന്നു എന്നത് അവ്യക്തമാണ്. തീർച്ചയായും കമ്യൂണിസം പ്രായോഗികക്ഷമമാണ് എന്നതിന് തെളിവായി അത്തരം പല സമൂഹങ്ങളെയും ഉയർത്തിക്കാട്ടിയ യുവ എംഗൽസു പോലും താരതമ്യേന സമീപകാല ഉദാഹരണങ്ങളിലേക്ക് സ്വയം പരിമിതപ്പെടുത്തുകയേ ചെയ്തിട്ടുള്ളൂ: ഷെയ്ക്കർമാർ (അവരെ 'ലോകമാകെ നോക്കിയാൽ... ആദ്യമായി നന്മകളുടെ കൂട്ടായ്മ അടിസ്ഥാനമാക്കുന്ന ഒരു സമൂഹം ഉണ്ടാക്കിയ ജനത' എന്നാണ് അദ്ദേഹം വിശേഷിപ്പിച്ചത്), റപ്പൈറ്റുകൾ, സെപ്പറേറ്റിസ്റ്റുകൾ. അറിയപ്പെടുന്ന വസ്തുതകൾ വച്ചു നോക്കിയാൽ അവർ പ്രാഥമികമായും നിലവിലുണ്ടായിരുന്ന കമ്യൂണിസ്റ്റ് അഭിവാഞ്ഛ ദൃഢീകരിക്കുകയാണ്, അത്തരമൊന്നിന് പ്രചോദനമാവുകയല്ല ചെയ്തത് എന്നു കാണാം.

ആധുനിക മുതലാളിത്തത്തിന്റെ ഉദയത്തോടെ സാമൂഹികവിമർശനത്തിന്റെ പുതിയ സാധ്യത ആർജ്ജിക്കുകയോ വെളിപ്പെടുത്തുകയോ ചെയ്ത, അല്ലെങ്കിൽ സ്ഥാപിതമായ ഒരു ക്രമത്തെ സ്ഥിരീകരിച്ച പ്രാചീനമായ മത-തത്വപാരമ്പര്യങ്ങളെ അങ്ങനെ എളുപ്പം തള്ളാനാവില്ല. കാരണം, ഒരു ഉദാര സാമ്പത്തികസമൂഹം വിപ്ലവകരമായ മാതൃകയായിരുന്നെങ്കിലും അതിലെ അനിയന്ത്രിതമായ വ്യക്തിപരത അതുവരെ അറിയപ്പെട്ടിരുന്ന ഒരുവിധം എല്ലാ സ്ത്രീ-പുരുഷ സമൂഹത്തിന്റെയും സാമൂഹികമൂല്യങ്ങളോട് കലഹിക്കുന്നതായിരുന്നു. സോഷ്യലിസ്റ്റുകളും മറ്റെല്ലാ സാമൂഹികസൈദ്ധാന്തികരും ഉൾപ്പെട്ട വിദ്യാസമ്പന്നരായ ന്യൂനപക്ഷത്തെ സംബന്ധിച്ചിടത്തോളം അത്തരം മൂല്യങ്ങൾ തത്വചിന്തകരുടെ ഒരു കണ്ണി/ശൃംഖലയിൽ മൂർത്തരൂപം പൂണ്ടുനിന്നിരുന്നു. പ്രത്യേകിച്ച് ക്ലാസിക്കൽ പൗരാണികതയോളം പിറകോട്ടു പോകുന്ന പ്രകൃതിനിയമത്തിന്റെ പാരമ്പര്യത്തിൽ. പതിനെട്ടാം നൂറ്റാണ്ടിലെ ചില തത്വചിന്തകർ അത്തരം പാരമ്പര്യങ്ങളെ ഒരു ഉദാരവാദ-വ്യക്ത്യധിഷ്ഠിത സമൂഹത്തിന്റെ പുതിയ അഭിലാഷങ്ങൾക്ക് ചേർന്നതാക്കാൻ പാകത്തിൽ പരിഷ്കരിക്കുന്ന പരിപാടിയിൽ ഏർപ്പെട്ടിരുന്നു. എങ്കിലും തത്വചിന്ത ഭൂതകാലത്തിൽ നിന്ന് സാമുദായികതയുടെ ശക്തമായ പാരമ്പര്യവും കൊണ്ടുവന്നിരുന്നു. സ്വകാര്യസ്വത്തില്ലാത്ത ഒരു സമൂഹം ഏതോ അർഥത്തിൽ സ്വകാര്യസ്വത്ത് ഉള്ള സമൂഹത്തെക്കാൾ ശ്രേഷ്ഠമാണ് അഥവാ ചരിത്രപരമായി മുൻപേ ഉണ്ടായിരുന്നതാണ് എന്നൊരു ധാരണകൂടി പലപ്പോഴും തത്വചിന്തയുടെ കൂടപ്പിറപ്പാണെന്നു കാണാം. ഇത് ക്രിസ്തീയ പ്രത്യയശാസ്ത്രത്തിൽ കൂടുതൽ പ്രകടമായിരുന്നു. ഗിരിപ്രഭാഷകനായ ക്രിസ്തുവിനെ 'ആദ്യ സോഷ്യലിസ്റ്റ്' ആയി, കമ്യൂണിസ്റ്റ് ആയി കാണുന്നത്ര എളുപ്പമായി മറ്റൊന്നുമില്ല. ആദ്യകാലത്തെ സോഷ്യലിസ്റ്റ് സൈദ്ധാന്തികരിൽ ഭൂരിപക്ഷവും ക്രിസ്ത്യാനികൾ ആയിരുന്നില്ലെങ്കിലും സോഷ്യലിസ്റ്റ് പ്രസ്ഥാനങ്ങളിലെ പല പിൽക്കാല അംഗങ്ങളും ഈ ചിന്ത ഉപയോഗപ്രദമെന്ന് ഗണിച്ചവരാണ്. തുടർച്ചയായ പാഠങ്ങളിലൂടെ മുൻഗാമികളുടെ ആശയങ്ങളെപ്പറ്റി അഭിപ്രായം രേഖപ്പെടുത്തിയും അവയോട് കൂട്ടിച്ചേർത്തും അവയെ വിമർശിച്ചും വളർന്ന ഈ

ആശയപ്രപഞ്ചം സാമൂഹികസൈദ്ധാന്തികരുടെ ഔപചാരിക/അനൗപചാരിക വിദ്യാഭ്യാസത്തിന്റെ ഭാഗമായി വളർന്നു. അത്രത്തോളം തന്നെ, 'നല്ല സമൂഹം,' സ്വകാര്യസ്വത്തിൽ അധിഷ്ഠിതമല്ലാത്ത സമൂഹമാണ് എന്ന ബോധവും അവരുടെ ബൗദ്ധികമാതൃകയുടെ ഒരു ചെറിയ ഭാഗമെങ്കിലും ആയി വർത്തിച്ചു. തന്റെ കമ്യൂണിസത്തിൽ കൺഫ്യൂഷ്യസ് മുതൽ സിസ്മോണ്ടിവരെയും, ലൈസർജസ്, പൈഥഗോറസ്, സോക്രട്ടീസ്, പ്ലാറ്റോ, പ്ലൂട്ടാർക്ക്, ബോസുവെ, ലോക്ക്, ഹെൽവെഷ്യസ്, റയ്നാൾ, ബെഞ്ചമിൻ ഫ്രാങ്ക്ളിൻ എന്നിവർവരെയും ഉള്ള ചിന്തകരുടെ മൗലികാശയങ്ങളുടെ സാക്ഷാൽക്കാരം കാണാം എന്ന് പറയുന്ന കാബെറ്റിനു നേരെ ചിരിക്കാൻ എളുപ്പമാണ്. തീർച്ചയായും ഇത്തരം ബൗദ്ധികവംശാവലിയെ മാർക്സും എംഗൽസും *German Ideology (ജർമൻ പ്രത്യയശാസ്ത്രം)* യിൽ കളിയാക്കുന്നുമുണ്ട്. എങ്കിലും സമൂഹത്തിലെ തെറ്റ് എന്ത് എന്നതിന്റെ പരമ്പരാഗതവിമർശവും ബൂർഷ്വാ സമൂഹത്തിലെ തെറ്റ് എന്ത് എന്നതിന്റെ പുതിയ വിമർശവും തമ്മിലുള്ള തുടർച്ചയുടെ മൗലികമായ ഒരു വശത്തെ അത് പ്രതിനിധാനം ചെയ്യുന്നുണ്ട്; കുറഞ്ഞപക്ഷം സാക്ഷരർക്കെങ്കിലും.

അത്തരം പഴയ പാഠങ്ങളും പാരമ്പര്യങ്ങളും എത്രത്തോളം സാമുദായികഘടകങ്ങൾക്ക് മൂർത്തരൂപം നൽകിയോ അത്രത്തോളം അവ യൂറോപ്യൻ വ്യവസായപൂർവ — സമൂഹങ്ങളിലെ — വിശിഷ്യ ഗ്രാമസമൂഹങ്ങളിലെ — ശക്തമായ ഘടകങ്ങളെക്കൂടി പ്രതിഫലിപ്പിച്ചു. പതിനാറാം നൂറ്റാണ്ടു മുതൽ യൂറോപ്യന്മാർ സമ്പർക്കം പുലർത്തിത്തുടങ്ങിയ വൈദേശിക സമൂഹങ്ങളിലെ കൂടുതൽ സ്പഷ്ടമായ സാമുദായികഘടകങ്ങളെയും അവ പ്രതിഫലിപ്പിച്ചു. അത്തരം 'പ്രാകൃത' വൈദേശിക സമൂഹങ്ങളുടെ പഠനം പാശ്ചാത്യ സമൂഹവിമർശനത്തിന്റെ രൂപവൽക്കരണത്തിൽ ശ്രദ്ധേയമായ പങ്കുവഹിച്ചു. പ്രത്യേകിച്ച് പതിനെട്ടാം നൂറ്റാണ്ടിൽ. 'സംസ്കൃത' സമൂഹത്തിന് എതിർനിൽക്കുന്ന അത്തരം സമൂഹങ്ങളെ ആദർശവൽക്കരിക്കാനുള്ള പ്രവണതയിൽ തെളിയുന്നത് ഈ പങ്കാണ്. 'കുലീന കാട്ടാളൻ,' സ്വതന്ത്രസ്വിസുകാരൻ, കോർസിക്കൻ കർഷകൻ ഇത്യാദി പലരൂപങ്ങളിലും ഈ ആദർശവൽക്കരണം നടന്നു. ചുരുങ്ങിയ പക്ഷം റൂസോയിലും മറ്റ് പതിനെട്ടാം നൂറ്റാണ്ടിലെ ചിന്തകരിലും വ്യക്തമാകുന്നതുപോലെ കൂടുതൽ നീതിപൂർവകവും സമത്വാധിഷ്ഠിതവും പരോപകാരസ്വഭാവമുള്ളതുമായ ഒരു മനുഷ്യാവസ്ഥ ഉണ്ടായിരുന്നു എന്നും സംസ്കൃതി അതിനെ കളങ്കപ്പെടുത്തി എന്നും ഒരു സൂചനയെങ്കിലും ആ ആദർശവൽക്കരണത്തിൽ വ്യക്തമായിരുന്നു. സ്വകാര്യസ്വത്തിനുമുമ്പുള്ള അത്തരം സമൂഹങ്ങൾ ('പ്രാകൃത കമ്യൂണിസം') ഭാവിസമൂഹങ്ങൾ ഒരിക്കൽക്കൂടി എത്തിപ്പിടിക്കേണ്ട മാതൃകകൾ ഏവ എന്നതിന്റെ സൂചനയും ആ മാതൃകകൾ അപ്രായോഗികമല്ല എന്നതിന്റെ തെളിവും ആയിട്ടാണ് ആദർശവൽക്കരിക്കപ്പെട്ടത്. പത്തൊമ്പതാം നൂറ്റാണ്ടിലെ സോഷ്യലിസത്തിലും, ഒട്ടും കുറവല്ലാത്ത അളവിൽ മാർക്സിസത്തിലും ഈ ചിന്താധാര തീർച്ചയായും സന്നിഹിതമാണ്. പക്ഷേ, വിരോധാഭാസമെന്നു പറയട്ടെ, ഈ സാന്നിധ്യം ആദ്യ

ദശകങ്ങളേക്കാൾ ശക്തമായി ആവിർഭവിക്കുന്നത് നൂറ്റാണ്ടവസാനത്തോടെ ആണ് — ഒരുപക്ഷേ പ്രാകൃത സാമുദായികസ്ഥാപനങ്ങളുമായി മാർക്സിനും എംഗൽസിനും ഉണ്ടായിരുന്ന പരിചയവും ഇടപഴകലും വർധിച്ചുവന്നതും ഇതിന് കാരണമായിരുന്നിരിക്കാം. ഫൗറിയർ ഒഴികെ ആദ്യകാല സോഷ്യലിസ്റ്റുകളും കമ്യൂണിസ്റ്റുകാരും ആരും മനുഷ്യ വംശത്തിന്റെ ഭാവിസൗഖ്യത്തിന് ഉതകുന്ന മാതൃകയായി വർത്തിച്ചേക്കാവുന്ന ഒരു 'പ്രാകൃതാനന്ദാവസ്ഥ'യിലേക്ക് ഇടങ്കണ്ണിട്ടുപോലും പിന്തിരിഞ്ഞുനോക്കിയിട്ടില്ല; ഉത്തമസമൂഹങ്ങളുടെ ഭാവനാത്മക നിർമാണത്തിന്റെ ഏറ്റവും പരിചിതമായ മാതൃകകൾ പതിനാറു മുതൽ പതിനെട്ടുവരെയുള്ള നൂറ്റാണ്ടുകളിൽ ഉടനീളം കാണപ്പെടുന്നത് ഉട്ടോപ്യൻ നോവലായിരുന്നു. ഭൂമിയുടെ ഏതെങ്കിലും വിദൂര പ്രദേശങ്ങളിലേക്ക് സഞ്ചരിക്കുന്ന യാത്രികൻ വഴിയിൽ അഭിമുഖീകരിക്കുന്ന അവസ്ഥകളെപ്പറ്റിയാണല്ലോ, ആ ആഖ്യാനങ്ങൾ. പാരമ്പര്യം/പുരോഗതി, പ്രാകൃതം/സംസ്കൃതം എന്നിവ തമ്മിലുള്ള ഏറ്റുമുട്ടലിൽ അവർ ഒരു പക്ഷത്ത് ദൃഢമായി നിലയുറപ്പിച്ചു. മനുഷ്യന്റെ പ്രാകൃതാവസ്ഥയെ ഏദനുമായി സാമ്യപ്പെടുത്തിയ ഫൗറിയർപോലും പുരോഗതിയുടെ അനിവാര്യതയിൽ വിശ്വസിച്ചിരുന്നു.

'പുരോഗതി' എന്ന പദം നമ്മെ എത്തിക്കുന്നത് ആദ്യകാല ആധുനിക സോഷ്യലിസ്റ്റ്–കമ്യൂണിസ്റ്റ് സമൂഹവിമർശകരുടെ മുഖ്യ ബൗദ്ധിക മൂശയാണ് എന്ന് സ്പഷ്ടമായ ഒന്നിലേക്കാണ്–പതിനെട്ടാം നൂറ്റാണ്ടിലെ (വിശിഷ്യ ഫ്രാൻസിലെ) പ്രബോധോദയം. ചുരുങ്ങിയപക്ഷം ഇതായിരുന്നു ഫ്രെഡറിക് എംഗൽസിന്റെ ദൃഢമായ അഭിപ്രായം. അതിന്റെ ചിട്ടയായ യുക്തിവാദത്തിലാണ് അദ്ദേഹം പ്രത്യേകം ഊന്നിയത്. എല്ലാ മാനവപ്രവർത്തനത്തിന്റെയും സമൂഹരൂപവൽക്കരണത്തിന്റെയും അടിസ്ഥാനം യുക്തിയാണ്. 'മുൻ സാമൂഹിക–ഭരണ രൂപങ്ങളെല്ലാം, പാരമ്പര്യം പകർന്നുതന്ന പഴയ ആശയങ്ങളെല്ലാം' തിരസ്കരിക്കാനുള്ള മാനദണ്ഡവും യുക്തിതന്നെ. 'ഇനിമേലിൽ അന്ധവിശ്വാസം, അനീതി, സവിശേഷാവകാശം, മർദനം എന്നിവയെ സനാതനസത്യം, സനാതനനീതി, പ്രകൃത്യധിഷ്ഠിതമായ സമത്വം, മനുഷ്യന്റെ എടുത്തു മാറ്റാനാവാത്ത അവകാശങ്ങൾ എന്നിവ അതിശയിക്കണം.' പ്രബോധോദയത്തിന്റെ യുക്തിവാദത്തിൽ സമൂഹത്തെക്കുറിച്ച് (സ്വാഭാവികമായും ബൂർഷ്വ സമൂഹത്തെക്കൂടി ഉൾക്കൊള്ളുന്ന) മൗലികമായ വിമർശനാത്മക സമീപനം അന്തർഭവിച്ചിട്ടുണ്ട്. എന്നാൽ പ്രബോധോദയത്തിന്റെ വ്യത്യസ്തപദ്ധതികളും ധാരകളും കേവലം സാമൂഹികവിമർശനത്തിനും വിപ്ലവാത്മകമായ മാറ്റത്തിനും ഉള്ള ഒരു ഉടമ്പടി എന്നതിനപ്പുറം മുന്നോട്ടു വച്ചിരുന്നു. മനുഷ്യന് തന്റെ സാഹചര്യങ്ങൾ മെച്ചപ്പെടുത്താനുള്ള ശേഷിയുണ്ട് എന്ന വിശ്വാസം അതിൽ ഉൾപ്പെടുന്നു. മനുഷ്യൻ ഉത്തമനാണ് എന്ന് ടുർഗോട്ടും കോണ്ടോഴ്സെറ്റും വാദിച്ചു. മനുഷ്യൻ പുരോഗമിക്കുന്നത് ഏറ്റവും ഉദാത്തമായ സാമൂഹികാവസ്ഥയിലേക്കാണ് എന്നും അതിന്റെ ആഖ്യാനമാണ് മാനവചരിത്രമെന്നും ഉള്ള വിശ്വാസവും ഒപ്പം അവതരിപ്പിക്കപ്പെട്ടു. ആ പദ്ധതികളും ധാരകളും സമൂഹവിമർശനത്തിന്

പൊതുവായ യുക്തിയേക്കാൾ മൂർത്തമായ സാമൂഹികമാനദണ്ഡങ്ങൾകൂടി ലഭ്യമാക്കി. മനുഷ്യന്റെ സ്വാഭാവികാവകാശങ്ങൾ കേവലം ജീവനും സ്വാതന്ത്ര്യവും മാത്രമല്ല, 'ആനന്ദാന്വേഷണം' കൂടിയാണ്. 'ആനന്ദാന്വേഷണ'ത്തിന്റെ ചരിത്രപരമായ നൂതനത്വം ശരിയായി മനസിലാക്കിയ വിപ്ലവകാരികൾ (ഉദാ: ജസ്റ്റ് പുണ്യവാളൻ) അതിനെ ഇങ്ങനെ മാറ്റി: "ആനന്ദമാണ് സമൂഹത്തിന്റെ ഒരേയൊരു ലക്ഷ്യം," ഏറ്റവും ബൂർഷ്വ, വ്യക്ത്യധിഷ്ഠിത രൂപത്തിൽപ്പോലും അത്തരം വിപ്ലവകരമായ സമീപനങ്ങൾ ഉചിതമായ സന്ദർഭം വരുമ്പോൾ ഉപയോഗിക്കാൻ പാകത്തിന് സമൂഹത്തിന്റെ സോഷ്യലിസ്റ്റ് വിമർശത്തിന് പ്രോത്സാഹനം നൽകുന്നതിലേക്ക് ഏറെ സംഭാവന ചെയ്തു. ജെറമി ബെൻഥാമിനെ ഏതെങ്കിലും ഇനം സോഷ്യലിസ്റ്റായി നാം കണക്കാക്കാൻ ഇടയില്ല. എന്നിട്ടും യുവ മാർക്സും എംഗൽസും (ആദ്യത്തെ ആളേക്കാൾ ഒരുപക്ഷേ കൂടുതലായി രണ്ടാമത്തെ ആൾ) ബെൻഥാമിനെ ഹെൽവെഷ്യസിന്റെയും റോബട്ട് ഒവന്റെയും ഭൗതികവാദത്തിനിടയിലെ കണ്ണിയായി കണക്കാക്കി. റോബട് ഒവൻ "ബെൻഥാമിന്റെ വ്യവസ്ഥയിൽ നിന്ന് മുന്നേറി ഇംഗ്ലീഷ് കമ്യൂണിസം സ്ഥാപിച്ചു." "തൊഴിലാളി വർഗവും സോഷ്യലിസ്റ്റുകളും...... മാത്രമേ അദ്ദേഹത്തിന്റെ ഉപദേശങ്ങളെ ഒരടി മുന്നോട്ടു കൊണ്ടു പോകുന്നതിൽ വിജയിച്ചിട്ടുള്ളൂ." എന്തിനധികം, ബെൻഥാമിനെ വില്യം ഗോഡ്വിന്നിന്റെ *Political Justice* അഥവാ 'രാഷ്ട്രീയ നീതി' യുടെ അനന്തരഫലമായിട്ടെങ്കിലും "ഏറ്റവും നല്ല വിദേശ സോഷ്യലിസ്റ്റ് എഴുത്തുകാരുടെ ഗ്രന്ഥപ്പുര" എന്ന പദ്ധതിയിൽ ഉൾപ്പെടുത്താൻ ഉദ്ദേശിച്ചു, ഇരുവരും.

പ്രബോധോദയത്തോടെ ഉൽപ്പാദിപ്പിക്കപ്പെട്ട ചിന്താപദ്ധതികളോട് മാർക്സിന് ഉണ്ടായിരുന്ന കൃത്യമായ കടപ്പാട് ഇതുമായി ബന്ധപ്പെട്ട് ചർച്ചചെയ്യേണ്ടതില്ല. ഉദാഹരണത്തിന്, രാഷ്ട്രീയസമ്പദ് ശാസ്ത്രത്തിന്റെയും തത്വചിന്തയുടെയും മേഖലയിൽ. തങ്ങളുടെ മുൻഗാമികളായ ഉട്ടോപ്യൻ സോഷ്യലിസ്റ്റുകളെയും കമ്യൂണിസ്റ്റുകാരെയും അവർ ഇല്യുമിനിസ്റ്റുകൾ ആയിട്ടാണ് കണ്ടതെന്ന വസ്തുത നിലനിൽക്കുന്നു. സോഷ്യലിസ്റ്റ് പാരമ്പര്യത്തെ തേടി അവർ ഫ്രഞ്ച് വിപ്ലവത്തിനും മുമ്പുള്ള കാലത്തേക്ക് പോയപ്പോൾ എത്തിയത് തത്വചിന്താഭൗതികവാദികളായ ഹോൾബാഹിലേക്കും ഹെൽവെഷ്യസിലേക്കും ഇല്യൂമിനിസ്റ്റ് കമ്യൂണിസ്റ്റുകാരായ മൊറെല്ലിയിലേക്കും മാബ്ലിയിലേക്കും ആണ് — ഈ ആദ്യ കാലഘട്ടത്തിലേതായി അവരുടെ 'ഗ്രന്ഥപ്പുര'യിൽ ഇടം കണ്ടെത്തിയ ആകെയുള്ള പേരുകൾ (കാംപനെല്ല ഒരപവാദമാണ്) ഇവരുടേതു മാത്രം.

ഏതായാലും മാർക്സിലും എംഗൽസിലും പ്രത്യക്ഷസ്വാധീനമൊന്നും ചെലുത്തിയതായി കാണുന്നില്ലെങ്കിലും പിൽക്കാലത്തെ സോഷ്യലിസ്റ്റ് സിദ്ധാന്തം രൂപവൽക്കരിക്കുന്നതിൽ ഒരു പ്രത്യേക ചിന്തകൻ വഹിച്ച പങ്ക് ചുരുക്കത്തിൽ അവലോകനം ചെയ്തേപറ്റൂ — ജെ ജെ. റൂസോ. റൂസോയെ സോഷ്യലിസ്റ്റ് എന്നു വിളിക്കുക പ്രയാസമാണ്. കാരണം, സ്വകാര്യസ്വത്താണ് സാമൂഹികാസമത്വത്തിന്റെ മുഴുവൻ

പ്രഭവം എന്നു വാദിച്ചെങ്കിലും നല്ല സമൂഹം സ്വത്തിനെ സമൂഹവൽക്കരിക്കണമെന്നല്ല, അതിന്റെ തുല്യവിതരണം ഉറപ്പാക്കണം എന്നു മാത്രമേ അദ്ദേഹം പറഞ്ഞിട്ടുള്ളൂ. 'സ്വത്ത് മോഷണമാണ്' എന്ന സൈദ്ധാന്തിക സങ്കൽപ്പനം വിശദമായി വികസിപ്പിക്കാൻ പോലും അദ്ദേഹം മിനക്കെട്ടില്ല — അതിനോട് അദ്ദേഹം യോജിച്ചിരുന്നെങ്കിലും. പിന്നീട് പ്രൂധോൺ ആണ് ആ സങ്കൽപ്പം ജനപ്രിയമാക്കിയത്. പക്ഷേ അതിന്റെ വിപുലീകരണം സോഷ്യലിസമാണെന്ന് അദ്ദേഹം സൂചിപ്പിക്കുകപോലും ചെയ്തിട്ടില്ലെന്നതിന് ഗിറോന്തിനായ ബ്രിസോ സാക്ഷി. എങ്കിലും അദ്ദേഹത്തെപ്പറ്റി രണ്ട് നിരീക്ഷണങ്ങൾ നടത്തേണ്ടതുണ്ട്. ഒന്നാമതായി, സാമൂഹിക സമത്വത്തിന്റെ ആധാരം സമ്പത്തിന്റെ പൊതുഉടമസ്ഥതയും ഉൽപ്പാദനക്ഷമമായ എല്ലാ അധ്വാനത്തിന്റെയും കേന്ദ്രക്രമീകരണവും ആകണമെന്ന വീക്ഷണം റൂസോയുടെ വാദത്തിന്റെ സ്വാഭാവികവ്യാപനമാണ്. രണ്ടാമതായി — ഇതാണ് കൂടുതൽ പ്രധാനം — ആദ്യത്തെ ആധുനിക കമ്യൂണിസ്റ്റ് പ്രസ്ഥാനങ്ങൾ ആവിർഭവിച്ച ജാക്കോബിൻ ഇടതുപക്ഷത്തിനുമേൽ റൂസോയുടെ സമതാവാദം സൃഷ്ടിച്ച രാഷ്ട്രീയ സ്വാധീനം അനിഷേധ്യമാണ്. സ്വയം പ്രതിരോധിക്കാൻ ബാബെയുഫ് തിരിഞ്ഞത് റൂസോയിലേക്കാണ്. മാർക്സും എംഗൽസും ആദ്യം സമ്പർക്കം സ്ഥാപിച്ച കമ്യൂണിസത്തിന്റെ കേന്ദ്ര മുദ്രാവാക്യം സമത്വമായിരുന്നു; റൂസോ ആയിരുന്നു, അതിന്റെ മുഖ്യസൈദ്ധാന്തികൻ. സോഷ്യലിസവും കമ്യൂണിസവും 1840 കളുടെ തുടക്കത്തിൽ എത്രത്തോളം ഫ്രഞ്ച് ആയിരുന്നുവോ, അത്രത്തോളം അവയുടെ മൂലഘടകങ്ങളിൽ ഒന്നായിരുന്നു, റൂസോയുടെ സമതാസങ്കൽപ്പം. ക്ലാസിക്കൽ ജർമൻ തത്വചിന്തയിൽ റൂസോ ചെലുത്തിയ സ്വാധീനവും മറക്കാൻ പാടില്ല.

II

ഒരു ആധുനിക സാമൂഹികപ്രസ്ഥാനം എന്ന നിലയിലുള്ള കമ്യൂണിസത്തിന്റെ അവിഛിന്നമായ ചരിത്രം ഫ്രഞ്ച് വിപ്ലവത്തിന്റെ ഇടതുപക്ഷത്താണ് തുടങ്ങുന്നത്. ഇത് നടേ പറഞ്ഞതാണ്. ബാബെയുഫിന്റെ *Conspiracy of the Equals* *അഥവാ സമന്മാരുടെ ഗൂഢാലോചന*യെ ബ്യുനറോട്ടിയിലൂടെ ബ്ലാങ്കിയുടെ 1830 കളിലെ വിപ്ലവാത്മക സമൂഹങ്ങളുമായി കണ്ണിചേർക്കുന്ന ഋജുവായ ഒരു വംശരേഖയുണ്ട്; അവയാകട്ടെ, പിൽക്കാലത്ത് 'കമ്യൂണിസ്റ്റ് ലീഗ്' ആയ 'നീതിമാന്മാരുടെ ലീഗ്' വഴി (ഇത് അവർ പ്രചോദനമേകിയ ജർമൻ രാജ്യഭ്രഷ്ടരുടേതായിരുന്നു) മാർക്സും എംഗൽസുമായി കണ്ണിചേർക്കുന്നു. കമ്യൂണിസ്റ്റ് ലീഗിനുവേണ്ടിയാണല്ലോ, അവർ *Communist Manifesto* എഴുതിയുണ്ടാക്കിയത്. 1845 ൽ മാർക്സും എംഗൽസും വിഭാവനം ചെയ്ത 'ഗ്രന്ഥപ്പുര' ആരംഭിക്കുന്നതുതന്നെ 'സോഷ്യലിസ്റ്റ് രചന'കളുടെ രണ്ട് ശാഖകളിലാണ് എന്നത് സ്വാഭാവികം: കമ്യൂണിസ്റ്റ് പക്ഷത്തെ പരസ്യമായി പ്രതിനിധാനം ചെയ്യുന്ന ബാബെയുഫിലും ബ്യുനറോട്ടിയിലും; പിന്നെ ഫ്രഞ്ച് വിപ്ലവത്തിലെ ഔപചാരിക സമത്വത്തിന്റെയും എൻറേജസിന്റെയും

(*Cercle Social* അഥവാ സമൂഹമണ്ഡലം, ഹെർബട്ട്, ജാക്വസ് റു, ലെക്ലെർക്) ഇടതുപക്ഷ വിമർശകരിലും. എങ്കിലും 'സ്പാർട്ടയിൽ നിന്ന് ഉദ്ഭൂതമാകുന്ന ഒരു വൈരാഗികമ്യൂണിസ'ത്തോടുള്ള എംഗൽസിന്റെ സൈദ്ധാന്തിക താൽപ്പര്യം (*Werke* 20 പുറം 18) അത്ര വലുതായിരുന്നില്ല. 1830 കളിലെയും 1840 കളിലെയും കമ്യൂണിസ്റ്റ് എഴുത്തുകാർ പോലും മാർക്സിലും എംഗൽസിലും സൈദ്ധാന്തികർ എന്ന നിലയിൽ വലിയ മതിപ്പൊന്നും ഉണ്ടാക്കിയതായി തോന്നുന്നില്ല. തന്നെയുമല്ല, ഈ ആദ്യകാല കമ്യൂണിസത്തിന്റെ പരുക്കത്തരവും ഏകപക്ഷീയതയുമാണ് 'ഫൗറിയർ, പ്രൂധോൺ ഇത്യാദി പേരുകളുടെതടക്കം മറ്റ് സോഷ്യലിസ്റ്റ് പ്രമാണങ്ങൾക്ക് അതിൽനിന്ന് വ്യതിരിക്തമായി രംഗത്തു പ്രത്യക്ഷപ്പെടാൻ' സഹായിച്ചത്. "ഇത് ആകസ്മികമായല്ല, ആവശ്യമായിട്ടാണ് സംഭവിച്ചത്." ലാഹൗട്ടിയെർ (1813–82), പില്ലോട്ട് (1809–77), ഇത്യാദി ചെറുകിടക്കാരുടെ രചനകൾ പോലും മാർക്സ് വായിച്ചു. പക്ഷേ അവരുടെ സാമൂഹികാപഗ്രഥനത്തോട് അദ്ദേഹത്തിന് യാതൊരു കടപ്പാടും ഉണ്ടായിരുന്നില്ല. വർഗസമരത്തെ 'തൊഴിലാളിവർഗവും' അവരുടെ ചൂഷകരും തമ്മിലുള്ള സമരമായി രൂപപ്പെടുത്തുന്നതിൽ വളരെ നിർണായകമായ സ്ഥാനമാണ് സാമൂഹികാപഗ്രഥനത്തിന് ഉണ്ടായിരുന്നത്.

എങ്കിലും ബാബോവിസ്റ്റ്, നവബാബോവിസ്റ്റ് കമ്യൂണിസം രണ്ടുതരത്തിൽ ഗണനീയമായിരുന്നു. ഒന്നാമതായി, മറ്റ് മിക്ക ഉട്ടോപ്യൻ സോഷ്യലിസ്റ്റ് സിദ്ധാന്തത്തിൽ നിന്നും വ്യത്യസ്തമായി അത് രാഷ്ട്രീയത്തിൽ ഗാഢമായ വേരോട്ടമുള്ള ഒന്നായിരുന്നു. അതുകൊണ്ടുതന്നെ അത് വിപ്ലവത്തെക്കുറിച്ചുള്ള ഒരു സിദ്ധാന്തത്തിന്റെ മാത്രമല്ല, എത്രമാത്രം പരിമിതമായിരുന്നെങ്കിലും രാഷ്ട്രീയപ്രയോഗം, സംഘടന, തന്ത്രം, അടവ് എന്നിവയും സിദ്ധാന്തത്തിന്റെകൂടി മൂർത്തരൂപമായി. 1830 കളിലെ അതിന്റെ മുഖ്യ പ്രതിനിധികളായ ലാപ്പോന്നെറെയെ (1808–49) ലാഹൗട്ടിയെർ, ഡെസാമി, പില്ലോട്ട്, സർവോപരി ബ്ലാങ്കി എന്നിവരെല്ലാം സജീവ വിപ്ലവകാരികാരികളായിരുന്നു. ഈ വസ്തുതയും മാർക്സ് ആഴത്തിൽ പഠിച്ച ഫ്രഞ്ച് വിപ്ലവത്തിന്റെ ചരിത്രവുമായി അവർക്കുണ്ടായിരുന്ന ജൈവബന്ധവും എല്ലാം ചേർന്ന് അദ്ദേഹത്തിന്റെ ചിന്തയുടെ വികാസത്തിൽ അവർ ഏറെ പ്രസക്തരായി. രണ്ടാമതായി, കമ്യൂണിസ്റ്റ് എഴുത്തുകാർ പ്രധാനമായും ഭാഗികബുദ്ധിജീവികളായിരുന്നെങ്കിലും 1830 കളിലെ കമ്യൂണിസ്റ്റ് പ്രസ്ഥാനം തൊഴിലാളികളെ ഹഠാദാകർഷിച്ചു. ലോറെൻസ് വോൺ സ്റ്റീൻ ശ്രദ്ധിച്ചിട്ടുള്ള ഈ വസ്തുത മാർക്സിലും എംഗൽസിലും വ്യക്തമായും മതിപ്പുളവാക്കി. അങ്ങേയറ്റം ഉട്ടോപ്യൻ ആയ സോഷ്യലിസത്തിന്റെ മധ്യവർഗസ്വഭാവത്തിൽനിന്ന് ഭിന്നമായി 1840 കളിലെ കമ്യൂണിസ്റ്റ് പ്രസ്ഥാനത്തിനുണ്ടായിരുന്ന തൊഴിലാളിവർഗ സ്വഭാവം അവർ സ്മരിക്കുന്നുമുണ്ട്. തന്നെയുമല്ല, 1840 ഓടെ 'കമ്യൂണിസ്റ്റ്' എന്ന പേര് സ്വീകരിച്ച ഈ ഫ്രഞ്ച് പ്രസ്ഥാനത്തിൽ നിന്നാണ് മാർക്സും എംഗൽസും അടക്കമുള്ള ജർമൻ കമ്യൂണിസ്റ്റുകാർ അവരുടെ വീക്ഷണങ്ങളുടെ പേര് സ്വീകരിച്ചത്.

1830 കളിൽ നവ – ബാബോവിസ്റ്റും സത്താപരമായി രാഷ്ട്രീയവും വിപ്ലവാത്മകവുമായ ഫ്രഞ്ച് പാരമ്പര്യത്തിൽനിന്ന് ആവിർഭവിച്ച കമ്യൂണിസം ആദ്യകാല വ്യവസായവിപ്ലവത്തിന്റെ മുതലാളിത്തസമൂഹത്തിലെ തൊഴിലാളിവർഗത്തിന്റെ പുതിയ അനുഭവവുമായി വിളങ്ങിച്ചേർന്നു. അതാണ്, എത്ര ചെറുതാണെങ്കിലും അതിനെ ഒരു 'തൊഴിലാളിവർഗ'പ്രസ്ഥാനമാക്കിയത്. കമ്യൂണിസ്റ്റ് ആശയങ്ങൾ എത്രത്തോളം അത്തരം അനുഭവങ്ങളെ ആധാരമാക്കിയോ, അത്രത്തോളം ഒരു ബഹുജനപ്രതിഭാസമായി ഒരു വ്യവസായതൊഴിലാളി വർഗം നിലവിലുണ്ടായിരുന്ന ഗ്രേറ്റ് ബ്രിട്ടൺ എന്ന രാജ്യത്താൽ സ്വാധീനിക്കപ്പെടാനുള്ള സാധ്യതയും വ്യക്തമായിരുന്നു. അതുകൊണ്ടുതന്നെ അക്കാലത്തെ ഫ്രഞ്ച് കമ്യൂണിസ്റ്റ് സൈദ്ധാന്തികരിൽ പ്രമുഖനായിരുന്ന എട്ടിയെനെ കാബെട്ട് (1788–1856) നവ – ബാബോവിസത്താലല്ല, 1830 കളിലെ ഇംഗ്ലണ്ടിന്റെ, വിശിഷ്യ റോബട്ട് ഒവന്റെ, അനുഭവങ്ങളാൽ ആണ് പ്രചോദിതനായത് എന്നത് ഒട്ടും ആകസ്മികമായിരുന്നില്ല. അങ്ങനെ, അദ്ദേഹം ഉട്ടോപ്യൻ സോഷ്യലിസ്റ്റ് ധാരയിലാണ് ഉൾപ്പെടുന്നത്. ഫ്രഞ്ച് വിപ്ലവം, (ബ്രിട്ടീഷ്) വ്യവസായവിപ്ലവം എന്നിവ ബൂർഷ്വാസിയുടെ 'ദ്വിവിപ്ലവ'ങ്ങളാണ്. അവയുടെ ഏതെങ്കിലും ഒരു വശത്തിന്റെ സ്വാധീനം കൊണ്ട് നേരിട്ട് പരിവർത്തിതമായ മേഖലകൾക്കകമെയുള്ള ഏതൊരു ചിന്തകനും പുതിയ വ്യവസായ–ബൂർഷ്വാ സമൂഹത്തെ അപഗ്രഥിക്കുമ്പോഴും ആ അപഗ്രഥനം വ്യവസായവൽക്കരണത്തിന്റെ യഥാർഥാനുഭവവുമായി നേരിട്ടു ബന്ധപ്പെട്ടതല്ലായിരുന്നു — വാസ്തവത്തിൽ അത് ബ്രിട്ടനിലും ഫ്രാൻസിലും ഒരേസമയവും സ്വതന്ത്രമായും നടന്നു പോന്നിരുന്നു. ഈ അപഗ്രഥനം മാർക്സിന്റെയും എംഗൽസിന്റെയും ചിന്തയുടെ അനന്തരവികാസത്തിന്റെ പ്രധാനപ്പെട്ട അടിസ്ഥാനമായി രൂപപ്പെട്ടു. എംഗൽസിന്റെ ബ്രിട്ടീഷ് ബന്ധം കാരണം തുടക്കം മുതലേ മാർക്സിയൻ കമ്യൂണിസത്തിൽ ബ്രിട്ടീഷ്, ഫ്രഞ്ച് ബൗദ്ധിക സ്വാധീനങ്ങൾ ഉണ്ടായിരുന്നു എന്നും ബാക്കിയുള്ള ജർമൻ സോഷ്യലിസ്റ്റ്, കമ്യൂണിസ്റ്റ് ഇടതുപക്ഷത്തിന് ഫ്രഞ്ച് സംഭവവികാസങ്ങൾക്കപ്പുറം മറ്റൊന്നുമായും പരിചയമുണ്ടായിരുന്നില്ല എന്നും ആനുഷംഗികമായി നിരീക്ഷിക്കട്ടെ.

'കമ്യൂണിസ്റ്റ്' എന്ന വാക്ക് എപ്പോഴും ഒരു പരിപാടിയെ സൂചിപ്പിക്കുന്നു. അതിൽനിന്ന് ഭിന്നമായി, 'സോഷ്യലിസ്റ്റ്' എന്ന വാക്ക് പ്രാഥമികമായും അപഗ്രഥനാത്മകവും വിമർശനാത്മകവുമാണ്. മനുഷ്യ പ്രകൃതിയെപ്പറ്റി ഒരു പ്രത്യേകവീക്ഷണമോ (ഉദാഹരണത്തിന് അതിലെ സാമൂഹികവൽക്കരണക്ഷമതയുടെ അഥവാ 'സാമൂഹികചോദനക'ളുടെ മൗലികപ്രാധാന്യം) മനുഷ്യസമൂഹത്തെപ്പറ്റി ഒരു പ്രത്യേക വീക്ഷണമോ വച്ചു പുലർത്തുന്നവരെയും ഒരു പ്രത്യേകരീതിയിലുള്ള സാമൂഹികക്രിയയുടെ സാധ്യതയിലോ ആവശ്യത്തിലോ വിശ്വസിക്കുന്നവരെയും (പ്രത്യേകിച്ച് പൊതുകാര്യങ്ങളിൽ; ഉദാഹരണത്തിന്, സ്വാതന്ത്ര്യ വിപണിയുടെ പ്രവർത്തനങ്ങളിൽ ഇടപെടൽ) വിവരിക്കാനാണ് ആ പദം ഉപയോഗിക്കപ്പെട്ടത്. അത്തരം വീക്ഷണങ്ങൾ റൂസോശിഷ്യന്മാരെപ്പോലെ സമത്വത്തിന് അനുകൂലമായിരുന്ന കൂട്ടരായിരിക്കും വികസിപ്പിക്കുക;

അല്ലെങ്കിൽ അത് അത്തരക്കാരെയായിരിക്കും ആകർഷിക്കുക എന്ന് വേഗം തന്നെ തിരിച്ചറിയപ്പെട്ടു — ഇത് സ്വത്തവകാശങ്ങളിൽ കൈകടത്തുന്ന അവസ്ഥയിലേക്ക് നയിക്കുമെന്നും. ഈ കാര്യം പതിനെട്ടാം നൂറ്റാണ്ടിലെ പ്രബോധോദയത്തിന്റെയും 'സോഷ്യലിസ്റ്റു'കളുടെയും എതിരാളികൾ നടേതന്നെ ഉന്നയിച്ചിരുന്നു. പക്ഷേ ഉൽപ്പാദനോപാധികളുടെ സമ്പൂർണ കൂട്ടുടമസ്ഥതയിലും കൈകാര്യകർതൃത്വത്തിലും അധിഷ്ഠിതമായ ഒരു സമൂഹവുമായി അതിനെ പാടെ സാമ്യപ്പെടുത്തിയിരുന്നില്ല. പത്തൊമ്പതാം നൂറ്റാണ്ടിന്റെ അന്ത്യപാദത്തിൽ സോഷ്യലിസ്റ്റ് രാഷ്ട്രീയ കക്ഷികൾ ഉണ്ടാകുംവരെ അത് പൊതുവേ അത്ര പൂർണമായി സാത്മ്യം നേടിയിരുന്നതുമില്ല. ഇപ്പോഴും അവസ്ഥ അതുതന്നെയാണെന്ന് ചിലർ വാദിക്കുകയും ചെയ്തേക്കാം. അതുകൊണ്ട് (ആധുനികാർഥത്തിൽ) സോഷ്യലിസ്റ്റേതരരെന്ന് വ്യക്തമായവർക്കുപോലും പത്തൊമ്പതാം നൂറ്റാണ്ടിന്റെ അവസാനഘട്ടത്തിലും 'സോഷ്യലിസ്റ്റ്' എന്ന് സ്വയം വിശേഷിപ്പിക്കുകയോ വിശേഷിപ്പിക്കപ്പെടുകയോ ചെയ്യാനാകുമായിരുന്നു. ഉദാഹരണത്തിന്, ജർമനിയിലെ *Kathedersozialisten* (കതെഡർസോസിയലിസ്റ്റെൻ), 'ഞങ്ങളെല്ലാം ഇപ്പോൾ സോഷ്യലിസ്റ്റുകൾ' എന്നു പ്രഖ്യാപിച്ച ബ്രിട്ടീഷ് ലിബറൽ രാഷ്ട്രീയക്കാരൻ. പരിപാടിയിലെ ഈ അവ്യക്തത സോഷ്യലിസ്റ്റുകൾ തന്നെ സോഷ്യലിസ്റ്റായി കണക്കാക്കിയിരുന്ന പ്രസ്ഥാനങ്ങളെയും ബാധിച്ചിരുന്നു. മാർക്സും എംഗൽസും 'ഉട്ടോപ്യൻ സോഷ്യലിസം' എന്നു വിളിച്ച പദ്ധതികളിൽ ഏറ്റവും പ്രധാനപ്പെട്ടവയിൽ ഒന്നായിരുന്നു, സെയ്ന്റ് –സിമോണിയൻസ്. ആ പദ്ധതി "കൂടുതൽ വേവലാതി കൊണ്ടത് വ്യവസായത്തിന്റെ കൂട്ടായ ക്രമീകരണത്തെപ്പറ്റിയാണ്, സമ്പത്തിന്റെ സഹകരണ ഉടമസ്ഥതയെപ്പറ്റിയല്ല," എന്ന വസ്തുത മറന്നുകൂടാ. ഒവനൈറ്റുകളാണ് ആദ്യമായി ആ പദം ഇംഗ്ലണ്ടിൽ ഉപയോഗിച്ചത് (1826 ൽ). അവർ സ്വയം 'സോഷ്യലിസ്റ്റുകൾ' എന്നു വിശേഷിപ്പിച്ചത് ഏറെ വർഷങ്ങൾ കഴിഞ്ഞാണ്. തങ്ങൾ കാംക്ഷിക്കുന്ന സമൂഹം 'സഹകരണ'ത്തിന്റെ സമൂഹമാണെന്ന് അവർ വിവരിച്ചു.

എങ്കിലും 'സോഷ്യലിസ'ത്തിന്റെ എതിർപദമായ 'വ്യക്തിവാദം' മത്സരാധിഷ്ഠിതമായ, അനിയന്ത്രിതമായ വിപണി സമ്പദ്വ്യവസ്ഥയുടെ ഉദാരമുതലാളിത്ത മാതൃകയെ കുറിക്കുന്ന ഒരു സമൂഹത്തിൽ 'സോഷ്യലിസം' എന്ന പദം പരസ്പരബന്ധിതമായ, അല്ലെങ്കിൽ സഹകരണാത്മകമായ ഒരു മാതൃകയാൽ സമൂഹത്തെ സംഘടിപ്പിക്കാനുള്ള എല്ലാ അഭിലാഷങ്ങൾക്കും പൊതുവായുള്ള പേര് എന്ന അർഥധ്വനി കൂടി സ്വാഭാവികമായും ഉൾക്കൊള്ളണം. സഹകരണാത്മക മാതൃക എന്നാൽ സ്വകാര്യസ്വത്തിനെയല്ല, സഹകരണ ഉടമസ്ഥതയിലുള്ള സ്വത്തിനെ ആധാരമാക്കുന്ന മാതൃക എന്നർഥം. ആ പദത്തിന്റെ കൃത്യതയില്ലായ്മ പിന്നെയും തുടർന്നു — 1830 കൾ മുതൽ ഈയർഥത്തിൽ ഏതാണ്ട് മൗലികമായ ഒരു സാമൂഹിക പുനർരൂപീകരണം എന്ന പ്രക്രിയയുമായി ബന്ധപ്പെടുത്തിയാണ് അത് പ്രയോഗിച്ചുവന്നിരുന്നത് എങ്കിൽക്കൂടി. അതിന്റെ അനുയായികളിൽ സാമൂഹികപരിഷ്കർത്താക്കൾ മുതൽ കിറുക്കന്മാർ വരെ ഉണ്ടായിരുന്നു.

അതുകൊണ്ട് ആദ്യകാല സോഷ്യലിസത്തിന്റെ രണ്ട് വശങ്ങൾ അടയാളപ്പെടുത്തേണ്ടതുണ്ട്: വിമർശനാത്മകം, പരിപാടിപരം. വിമർശനാത്മകവശത്തിൽ രണ്ടു ഘടകങ്ങളുണ്ട്: മുഖ്യമായും പതിനെട്ടാം നൂറ്റാണ്ടിലെ വിവിധ ധാരകളിൽ നിന്ന് ഉദ്ഭൂതമായ മാനവപ്രകൃതി, സമൂഹം എന്നിവസംബന്ധിച്ച ഒരു സിദ്ധാന്തം; 'വിപ്ലവദ്വയം' ഉൽപ്പാദിപ്പിക്കുന്ന ഒരു സാമൂഹികാപഗ്രഥനം. ഇത് ചിലപ്പോൾ ചരിത്രപരമായ വികാസത്തിന്റെ അല്ലെങ്കിൽ 'പുരോഗതി' സംബന്ധിച്ച വീക്ഷണത്തിന്റെ ചട്ടക്കൂടിലായിരിക്കും. ഇതിൽ ആദ്യത്തേതിൽ മാർക്സിനും എംഗൽസിനും വലിയ താൽപ്പര്യമൊന്നും ഉണ്ടായിരുന്നില്ല — അത് (ബ്രിട്ടിഷ് ചിന്തയിലേതിനേക്കാൾ കൂടുതൽ ഫ്രഞ്ച് ചിന്തയിൽ) രാഷ്ട്രീയ സമ്പദ്ശാസ്ത്രത്തിലേക്ക് നയിച്ചു എന്നതിലൊഴിച്ച്. രണ്ടാമത്തേത് അവരെ ഏറെ സ്വാധീനിച്ചു. പരിപാടിപരമായ വശത്തിലും രണ്ടുഘടകങ്ങളുണ്ട്. സഹകരണം അടിസ്ഥാനമാക്കിയും ചില കടുത്ത സാഹചര്യങ്ങളിൽ കമ്യൂണിസ്റ്റ് സമൂഹങ്ങൾ സ്ഥാപിച്ചും ഒരു പുതിയ സമ്പദ്വ്യവസ്ഥ സൃഷ്ടിക്കാനുള്ള നിരവധി നിർദേശങ്ങൾ; പിന്നെ, അങ്ങനെ സൃഷ്ടിക്കപ്പെടുന്ന ആദർശസമൂഹത്തിന്റെ പ്രകൃതം, സ്വഭാവങ്ങൾ എന്നിവയെപ്പറ്റി മനനം ചെയ്യാനുള്ള ഒരു ശ്രമം. ഇതിലും, ആദ്യത്തേതിൽ മാർക്സിനും എംഗൽസിനും വലിയ താൽപ്പര്യമുണ്ടായിരുന്നില്ല. ഉട്ടോപ്യൻ സമൂഹ നിർമിതി രാഷ്ട്രീയമായി അവഗണനീയമാണെന്ന് അവർ ശരിയായിതന്നെ വിലയിരുത്തി. അതങ്ങനെതന്നെ ആയിരുന്നുതാനും. അത് മതേതരരൂപത്തിലും മതാത്മകക രൂപത്തിലും പ്രചാരമാർജിച്ചത് യു സ് എയിൽ മാത്രമായിരുന്നു. മറ്റെവിടെയും പ്രായോഗിക പ്രാധാന്യമുള്ള ഒരു പ്രസ്ഥാനമായി അത് വളർന്നില്ല. കൂടിവന്നാൽ കമ്യൂണിസത്തിന്റെ പ്രായോഗികതയുടെ ഒരു സാക്ഷ്യപത്രമായിമാത്രമാണ് അതിന് വർത്തിക്കാനായത്.

സഹവർത്തിവാദം (*Associationism*), സഹകരണവാദം എന്നിവയുടെ രാഷ്ട്രീയമായി കൂടുതൽ സ്വാധീനവത്തായ രൂപങ്ങൾ ബ്രിട്ടീഷ്, ഫ്രഞ്ച് കൈവേലക്കാരെയും വിദഗ്ധതൊഴിലാളികളെയും ഗണ്യമായി ആകർഷിച്ചിരുന്നു. അവയെപ്പറ്റി, പക്ഷേ, മാർക്സിനും എംഗൽസിനും അക്കാലത്ത് കാര്യമായൊന്നും അറിയില്ലായിരുന്നു, അല്ലെങ്കിൽ അവർ അവയെ അവിശ്വസിച്ചിരുന്നു (ഉദാഹരണം: 1830 കളിലെ ഒവനൈറ്റ് 'തൊഴിലാളി കൈമാറ്റങ്ങൾ.') തിരിഞ്ഞു നോട്ടത്തിൽ എംഗൽസ്, ഒവന്റെ 'തൊഴിലാളിച്ചന്ത'കളെ പ്രൂധോണിന്റെ നിർദേശങ്ങളുമായി താരതമ്യപ്പെടുത്തുന്നുണ്ട്. ലുയി ബ്ലാങ്കിന്റെ അങ്ങേയറ്റം വിജയിച്ച *Organisation du Travail* (1839–48 ൽ പത്ത് പതിപ്പുകളാണ് ഇറങ്ങിയത്) എന്ന ഗ്രന്ഥം അവയെ ശ്രദ്ധേയമെന്നു ഗണിക്കുന്നില്ല; മാർക്സും എംഗൽസുമാകട്ടെ, അവയെ എതിർക്കുകയും ചെയ്തു.

അതേസമയം കമ്യൂണിസ്റ്റ് സമൂഹത്തെപ്പറ്റിയുള്ള ഉട്ടോപ്യൻ ചിന്തകൾ മാർക്സിനെയും എംഗൽസിനെയും ഏറെ സ്വാധീനിച്ചു. പക്ഷേ ഇങ്ങനെ കമ്യൂണിസ്റ്റ് ഭാവിയുടെ പ്രകടനപത്രികകൾ എഴുതിയുണ്ടാക്കുന്നതിനോട് അവർക്ക് എതിർപ്പുണ്ടായിരുന്നു. അതുകൊണ്ടുതന്നെ

ഈ സ്വാധീനത്തെ കുറച്ചുകാണാനാണ് പിൽക്കാല വ്യാഖ്യാതാക്കൾ മുതിർന്നത്. മാർക്സും എംഗൽസും കമ്യൂണിസ്റ്റ് സമൂഹത്തിന്റെ മൂർത്ത മായ രൂപത്തെക്കുറിച്ച് എഴുതിയതിൽ മിക്കതും മുൻകാലത്തെ ഉട്ടോ പ്യൻ രചനകളെ അടിസ്ഥാനമാക്കുന്നതായിരുന്നു. ഉദാഹരണം: പട്ട ണ–ഗ്രാമവ്യത്യാസങ്ങൾ ഇല്ലാതാക്കുന്നതിനെപ്പറ്റി (ഫൗറിയർ, ഒവൻ എന്നിവരിൽ നിന്നാണ് ആ ആശയം എടുത്തത് എന്ന് എംഗൽസ്) എഴു തിയത്, ഭരണകൂടം ഇല്ലാതാക്കുന്നതിനെപ്പറ്റി (സെയ്ന്റ് സൈമണിൽ നിന്ന്) എഴുതിയത്. അതല്ലെങ്കിൽ അവ ഉട്ടോപ്യൻ പ്രമേയങ്ങളെപ്പറ്റി യുള്ള വിമർശനാത്മക ചർച്ചകളെ അടിസ്ഥാനമാക്കുന്നതായിരുന്നു.

അതുകൊണ്ട് മാർക്സ്പൂർവ സോഷ്യലിസം മാർക്സിന്റെയും എംഗൽസിന്റെയും പിൽക്കാല രചനകളിൽ ഉൾച്ചേർന്നിട്ടുണ്ട്. പക്ഷേ അത് ഇരട്ട വക്രീകരണത്തിന് വിധേയമായ രൂപത്തിലാണെന്നു മാത്രം. അവർ തങ്ങളുടെ മുൻഗാമികളെ ഏറെ ശ്രദ്ധാപൂർവം തെരഞ്ഞെടു ത്താണ് ഉപയോഗിച്ചത്. അവരുടെ പക്വതയാർന്ന പിൽക്കാല രചനകൾ ആദ്യകാല സോഷ്യലിസ്റ്റുകൾ അവരുടെ രൂപീകരണ കാലഘട്ടത്തിൽ ചെലുത്തിയ പ്രത്യാഘാതത്തെ പ്രതിഫലിക്കുന്നില്ലതാനും. അങ്ങനെ, യുവ എംഗൽസിനേക്കാൾ സെയ്ന്റ് സിമോണിയൻ പ്രഭാവം കാണാ വുന്നത് പിൽക്കാല എംഗൽസിലാണ്. *Anti-Duhring* ൽ ഇടം കാണാത്ത കാബെട്ട് 1846 നുമുമ്പുള്ള രചനകളിൽ ഇടയ്ക്കിടെ പരാമർശിക്കപ്പെടു ന്നുമുണ്ട്.

ഏതായാലും മൂന്ന് ഉട്ടോപ്യൻ ചിന്തകരെയാണ് ഏതാണ്ട് തുടക്കം മുതൽക്കേ മാർക്സും എംഗൽസും സവിശേഷപ്രാധാന്യത്തോടെ പരി ഗണിക്കുന്നത്: സെയ്ന്റ് സൈമൺ, ഫൗറിയർ, റോബർട്ട് ഒവൻ. ഇക്കാ ര്യത്തിൽ പിൽക്കാല എംഗൽസ് നാൽപ്പതുകളുടെ തുടക്കത്തിലെ തീർപ്പിൽ ഉറച്ചു നിൽക്കുന്നുണ്ട്. ഒവൻ മറ്റു രണ്ടു പേരിൽനിന്നും അൽപ്പം മാറിനിൽക്കുന്നു. ഇതിനുകാരണം എംഗൽസ് അദ്ദേഹത്തെ മാർക്സിന് വ്യക്തമായി പരിചയപ്പെടുത്തിയിരുന്നു. (അല്ലെങ്കിൽ മാർക്സിന് അദ്ദേ ഹത്തിന്റെ രചനകൾ അറിയില്ലായിരുന്നു; കാരണം, അവ അതുവരെ വിവർത്തനം ചെയ്യപ്പെട്ടിട്ടില്ലായിരുന്നു.) എംഗൽസ് ഇംഗ്ലണ്ടിലെ ഒവനൈറ്റ് പ്രസ്ഥാനവുമായി അടുത്ത സമ്പർക്കം പുലർത്തിയിരുന്നുതാനും. സൈമൺ, ഫൗറിയർ എന്നിവരിൽ നിന്ന് വ്യത്യസ്തനായി ഒവനെ 1840 കളിലെ മാർക്സും എംഗൽസും ഒരു 'കമ്യൂണിസ്റ്റ്' ആയി വിശേഷിപ്പി ച്ചിരുന്നു. അന്നും പിന്നീടും എംഗൽസിന് ഒവൻ തന്റെ ഉട്ടോപ്യൻ സമൂ ഹങ്ങളെ രൂപകൽപ്പന ചെയ്യുന്നതിൽ പുലർത്തിയ പ്രായോഗിക സാമാ ന്യബുദ്ധിയിലും സൂക്ഷ്മരീതിയിലും മതിപ്പുതോന്നിയിരുന്നു ("ഒരു വിദ ഗ്ധന്റെ വീക്ഷണകോണിൽ നിന്നു നോക്കിയാൽ യഥാർഥ വിശദാംശ ങ്ങൾ അടങ്ങിയ ഏർപ്പാടുകളെപ്പറ്റി എതിർത്തൊന്നും പറയാനില്ല"– *Werke* 20, പുറം 245). സാമൂഹികപരിഷ്കരണത്തിന്റെ മൂന്ന് വലിയ തടസങ്ങളോട് ഒവന് വലിയ ശത്രുതയായിരുന്നു: 'സ്വകാര്യസ്വത്ത്, മതം, ഇന്നത്തെ രൂപത്തിൽ വിവാഹം' (അതേ ഗ്രന്ഥം). ഇതും എംഗൽസിൽ വലിയ മതിപ്പുളവാക്കിയിരുന്നു. മുതലാളിത്തസംരംഭകനും ഫാക്ടറി ഉട

മയുമായിരുന്ന ഒവൻതന്നെ വ്യവസായവിപ്ലവത്തിലെ യഥാർഥ ബൂർഷ്വ സമൂഹത്തെ വിമർശിക്കുന്നു എന്നത് അദ്ദേഹത്തിന്റെ വിമർശത്തിന് ഫ്രഞ്ച് സോഷ്യലിസ്റ്റുകൾക്ക് ഇല്ലാതിരുന്ന കൃത്യത നൽകി. (1820 കളിലും 1830 കളിലും അദ്ദേഹം ഗണ്യമായ അളവിൽ തൊഴിലാളിവർഗ പിന്തുണ ആകർഷിച്ചിരുന്നു എന്ന വസ്തുത എംഗൽസ് അത്രയൊന്നും മനസിലാക്കിയിരുന്നില്ല എന്നാണ് തോന്നുന്നത്; അദ്ദേഹത്തിന് 1840 കളിലെ ഒവനൈറ്റ് സോഷ്യലിസ്റ്റുകളെ മാത്രമേ അറിയാമായിരുന്നുള്ളൂ.) എങ്കിലും സൈദ്ധാന്തികതലത്തിൽ ഒവൻ ഫ്രഞ്ചുകാരേക്കാൾ താഴ്ന്ന സ്ഥാനത്തായിരുന്നു എന്ന കാര്യത്തിൽ മാർക്സിന് യാതൊരു സംശയവും ഉണ്ടായിരുന്നില്ല. മാർക്സ് പിൽക്കാലത്ത് പഠിച്ച മറ്റു ബ്രിട്ടീഷ് സോഷ്യലിസ്റ്റുകളുടേതുപോലെ ഒവന്റെ രചനകളിലെയും പ്രധാന സൈദ്ധാന്തികതാൽപ്പര്യം മുതലാളിത്തത്തെക്കുറിച്ച് അവർ നടത്തിയ സാമ്പത്തികാപഗ്രഥനത്തിലായിരുന്നു. അതായത്, ബൂർഷ്വാ രാഷ്ട്രീയ സമ്പദ്വ്യവസ്ഥയുടെ പരിസരങ്ങളിൽ നിന്നും വാദങ്ങളിൽ നിന്നും അവർ സോഷ്യലിസ്റ്റ് നിഗമനങ്ങൾ ഉരുത്തിരിച്ചെടുത്ത രീതിയിൽ.

"സെയ്ന്റ് സൈമണിൽ നമുക്ക് പ്രതിഭയുടെ പരപ്പ് കാണാം. പിൽക്കാല സോഷ്യലിസ്റ്റുകളുടെ കർശനമായും സാമ്പത്തികമല്ലാത്ത മിക്കവാറും എല്ലാ ആശയങ്ങളുടെയും ഭ്രൂണരൂപം അദ്ദേഹത്തിന്റെ രചനയിൽ ഉണ്ട്. മാർക്സിസത്തിന് സെയ്ന്റ് സൈമണിസത്തോടുള്ള ഗണ്യമായ കടപ്പാട് എംഗൽസിന്റെ പിൽക്കാലത്തെ വിലയിരുത്തലിൽ പ്രതിഫലിക്കുന്നുണ്ട് എന്നതിൽ സംശയമില്ല. എങ്കിലും തങ്ങളുടെ ഗുരുവിന്റെ ഉജ്വലമെങ്കിലും അവ്യക്തമായ ഉൾക്കാഴ്ചകളെ ഏതാണ്ടൊരു സോഷ്യലിസ്റ്റ് ക്രമമാക്കിത്തീർത്ത സെയ്ന്റ് സൈമോണിയൻമാരെപ്പറ്റി (ബസാഡ്, എൻഫാൻറിൻ മുതൽപ്പേർ) ഒരു പരാമർശവും എംഗൽസ് നടത്തുന്നില്ല എന്നത് ശ്രദ്ധേയമാണ്. ഫ്രാൻസിൽ മാത്രമല്ല, വിദേശത്തും ഉള്ള, പലതരത്തിൽപ്പെട്ട ഗണനീയരും പലപ്പോഴും ഉജ്ജ്വലവ്യക്തിത്വങ്ങളും ആയ പ്രതിഭകളിൽ സെയ്ന്റ് സൈമൺ (1759–1825) സൃഷ്ടിച്ച അസാധാരണമായ സ്വാധീനം (കാർലൈൽ, ജെ എസ് മിൽ, ഹെയ്ൻ, ലിസ്റ്റ്) കാൽപ്പനികതയുടെ യുഗത്തിലെ യൂറോപ്യൻ സാംസ്കാരികചരിത്രത്തിലെ ഒരു വസ്തുതയാണ്. ഇത് അദ്ദേഹത്തിന്റെ യഥാർഥകൃതികൾ വായിക്കുന്ന ഇന്നത്തെ ആളുകൾക്ക് മനസിലാക്കാൻ എളുപ്പമല്ല. ഇവയിൽ ഏതെങ്കിലും സ്ഥിരതയുള്ള ഒരു സിദ്ധാന്തം ഉണ്ടെങ്കിൽ അത് ഉൽപ്പാദന വ്യവസായത്തിന്റെ കേന്ദ്ര പ്രാമാണികതയെ സംബന്ധിച്ചുള്ളതാണ്. ഉൽപ്പാദന വ്യവസായമാണ് സമൂഹത്തിലെ ഉണ്മയായ, ഉൽപ്പാദനക്ഷമതയുള്ള ഘടകങ്ങളെ അതിന്റെ സാമൂഹിക-രാഷ്ട്രീയ നിയന്താക്കളാക്കേണ്ടതും സമൂഹത്തിന്റെ ഭാവി രൂപപ്പെടുത്തേണ്ടതും. ഇതു തന്നെയാണ് വ്യവസായ വിപ്ലവത്തെ സംബന്ധിച്ച ഒരു സിദ്ധാന്തം. ജനസംഖ്യയിലെ ഭൂരിപക്ഷം 'വ്യവസായി'കളാണ് (ഒരു സെയ്ന്റ്- സൈമോണിയൻ പദം). ഉൽപ്പാദനക്ഷമരായ സംരംഭകരും ബാങ്കർമാർ ഉൾപ്പെടെ എന്നത് ശ്രദ്ധേയമാണ് — ശാസ്ത്രജ്ഞനും സാങ്കേതികനൂതനത്വ സ്രഷ്ടാക്കളും മറ്റ് ബുദ്ധിജീവികളും അധ്വാനിക്കുന്ന ജനങ്ങളും

ആ സംവർഗത്തിൽ ഉൾപ്പെടും. രണ്ടാമത് പറഞ്ഞകൂട്ടരാണ് ആദ്യത്തെ കൂട്ടരെ തെരഞ്ഞെടുക്കാനുള്ള സംഭരണി. അവരെ ഉൾക്കൊള്ളുന്നിടത്തോളം സെയ്ന്റ്-സൈമന്റെ സിദ്ധാന്തങ്ങൾ ദാരിദ്ര്യത്തെയും സാമൂഹികാസമത്വത്തെയും തിരസ്കരിക്കുന്നു. അതേസമയം അദ്ദേഹം സ്വാതന്ത്ര്യം, സമത്വം എന്നീ ഫ്രഞ്ച് വിപ്ലവതത്വങ്ങൾ വ്യക്ത്യധിഷ്ഠിതമാണെന്നും അവ മത്സരത്തിലേക്കും സാമ്പത്തികമായ അരാജകത്വത്തിലേക്കും നയിക്കുന്നു എന്നും വിലയിരുത്തി പൂർണമായി തിരസ്കരിക്കുന്നു. സാമൂഹികസ്ഥാപനങ്ങളുടെ ലക്ഷ്യം 'faire concourir les principales institutions 'a l' accroissement du b lienetre des proletaires' ആണ്; ലളിതമായി നിർവചിച്ചാൽ 'la classe la plus nombreuse' (*Organisation Sociale, 1825*)ആണ്. അതേസമയം 'വ്യവസായികൾ' സംരംഭകരും സാങ്കേതിക വിദഗ്ധരായ ആസൂത്രകരും ആയിരിക്കുന്നിടത്തോളം അവർ മടിയന്മാരും പരാന്നജീവികളുമായ ഭരണവർഗക്കാരെ മാത്രമല്ല, ബൂർഷ്വാ-ഉദാരവാദി മുതലാളിത്തത്തിന്റെ അരാജകത്വത്തെയും എതിർക്കുന്നു. ഇക്കാര്യത്തെപ്പറ്റി അദ്ദേഹം തന്നെയാണ് ആദ്യ വിമർശനങ്ങളിൽ ചിലത് ഉന്നയിച്ചത്. ഒരു അനാസൂത്രിത സമൂഹവുമായി വ്യവസായവൽക്കരണം മൗലികമായിത്തന്നെ പൊരുത്തപ്പെടുന്നില്ല എന്ന ധാരണയാണ് അദ്ദേഹത്തിൽ അന്തർലീനമായിരുന്നത്.

'വ്യവസായവർഗ'ത്തിന്റെ ആവിർഭാവം ചരിത്രത്തിന്റെ ഫലമാണ്. സെയ്ന്റ് സൈമണിന്റെ വീക്ഷണങ്ങളിൽ എത്രമാത്രം അദ്ദേഹത്തിന്റേതു മാത്രമായിരുന്നു, എത്രമാത്രം അദ്ദേഹത്തിന്റെ സെക്രട്ടറി (1814–17) ചരിത്രകാരൻ അഗസ്റ്റിൻ ഥിയെറിയുടെ സ്വാധീനമായിരുന്നു എന്ന വിഷയം നമ്മെ അലട്ടേണ്ടതില്ല. എന്തായാലും സാമൂഹികസംവിധാനങ്ങൾ സ്വത്തിന്റെ സംഘാടനരീതിയാൽ നിർണയിക്കപ്പെടുന്നു, ചരിത്രപരമായ പരിണാമം ഉൽപ്പാദനവ്യവസ്ഥയുടെ വികാസത്തെ അടിസ്ഥാനമാക്കി നടക്കുന്നു, ബൂർഷ്വാസിയുടെ അധികാരം ഉൽപ്പാദനോപാധികൾക്കുമേൽ അതിന്റെ ഉടമസ്ഥതയെ ആശ്രയിച്ചിരിക്കുന്നു. ഫ്രഞ്ച് ചരിത്രം വർഗസമരമാണ് എന്ന ഏതാണ്ട് ലളിതമായ ഒരു വീക്ഷണമായിരുന്നു, അദ്ദേഹത്തിന്റേത്. ഇത് ഫ്രാങ്കുകൾ ഗൗളുകളെ കീഴടക്കിയ കാലത്തേക്ക് പിറകോട്ടു പോകുന്നു എന്നും അദ്ദേഹം പറഞ്ഞു. അനുയായികൾ ഇതിനെ ചൂഷകവർഗങ്ങളുടെ കൂടുതൽ കൃത്യമായ ചരിത്രമെന്ന നിലയിൽ നിർധാരണം ചെയ്തു. ഇത് മാർക്സിനും മുമ്പാണെന്ന് ശ്രദ്ധിക്കുക: അടിമകളെ തുടർന്ന് അടിയാന്മാരും അവരെത്തുടർന്ന് നാമമാത്രമായി സ്വതന്ത്രരും പക്ഷേ സ്വത്തില്ലാത്തവരുമായ തൊഴിലാളിവർഗക്കാർ. ഏതായാലും സ്വന്തം കാലത്തെ ചരിത്രത്തിന്റെ കാര്യത്തിൽ സെയ്ന്റ് സൈമൺ കുറേക്കൂടി കൃത്യമായിരുന്നു. ഫ്രഞ്ച് വിപ്ലവം കുലീനവർഗവും ബൂർഷ്വാസിയും സ്വത്തില്ലാത്ത ബഹുജനങ്ങളും തമ്മിലുള്ള വർഗസമരമാണെന്ന് അദ്ദേഹം നിരീക്ഷിച്ചത് എംഗൽസ് പിന്നീട് ആരാധനയോടെ കുറിക്കുന്നുണ്ട്. (വിപ്ലവം ബൂർഷ്വകളെ വിമോചിപ്പിച്ചു, പക്ഷേ ഇപ്പോൾ തൊഴിലാളിവർഗത്തെ വിമോചിപ്പിക്കാനുള്ള സമയമായി എന്ന്

വാദിച്ച് അദ്ദേഹത്തിന്റെ അനുയായികൾ ഈ നിരീക്ഷണത്തെ വികസിപ്പിക്കുന്നുണ്ട്.)

ചരിത്രത്തിനു പുറമെ രണ്ട് പ്രധാനപ്പെട്ട ഉൾക്കാഴ്ചകൾ കൂടി എംഗൽസ് ഊന്നുന്നുണ്ട്: രാഷ്ട്രീയം സാമ്പത്തികശാസ്ത്രത്തിന്റെ കീഴിലാകുന്നതും അചിരേണ അതിലേക്ക് സ്വാംശീകരിക്കപ്പെടുന്നതും തൽഫലമായി ഭാവിയിലെ സമൂഹത്തിൽ ഭരണകൂടം ഉന്മൂലനം ചെയ്യപ്പെടുന്നതുമായ പ്രക്രിയ: 'വസ്തുക്കളുടെ ഭരണം' 'മനുഷ്യരുടെ സർക്കാരി'നു പകരം വരുന്ന പ്രക്രിയ. ഈ സെയ്ന്റ് സൈമോണിയൻ പദപ്രയോഗം ഉപജ്ഞാതാവിന്റെ രചനകളിൽ വരുന്നുണ്ടെങ്കിലും ഇല്ലെങ്കിലും ആ സങ്കൽപ്പനം അവിടെയുണ്ടെന്ന് വ്യക്തം. എങ്കിലും മാർക്സിസത്തിന്റെയും പിൽക്കാലത്ത് എല്ലാത്തരം സോഷ്യലിസത്തിന്റെയും ഭാഗമായിത്തീർന്ന മറ്റു നിരവധി സങ്കൽപ്പനങ്ങളും സെയ്ന്റ് സൈമോണിയൻ ചിന്തകരിലേക്ക് തിരിച്ചു വായിക്കാം — ഒരുപക്ഷേ സെയ്ന്റ് സൈമണിൽത്തന്നെ അവ കാണപ്പെടുന്നില്ലെങ്കിൽപ്പോലും. "മനുഷ്യൻ മനുഷ്യനാൽ ചൂഷണം ചെയ്യപ്പെടൽ" എന്നത് ഒരു സെയ്ന്റ് സൈമോണിയൻ പ്രയോഗമാണ്; കമ്യൂണിസത്തിന്റെ ആദ്യഘട്ടത്തിലെ വിതരണതത്വം വിവരിക്കാൻ മാർക്സ് അൽപ്പമൊന്ന് മാറ്റിയ ഈ സൂത്രവാക്യവും അങ്ങനെതന്നെ: "ഓരോരുത്തനിൽനിന്നും അവന്റെ കഴിവിനനുസരിച്ച്, ഓരോ ശേഷിക്കും അതിന്റെ പ്രവൃത്തിക്കനുസരിച്ച്–" ജർമൻ പ്രത്യയശാസ്ത്രത്തിൽ മാർക്സ് പ്രത്യേകം എടുത്തു പറയുന്ന ഈ പ്രയോഗവും സെയ്ന്റ് സൈമോണിയൻ തന്നെ: "എല്ലാ മനുഷ്യർക്കും അവരുടെ സ്വാഭാവികശേഷികളുടെ സ്വതന്ത്രവികാസം ഉറപ്പു നൽകണം." ചുരുക്കത്തിൽ, മാർക്സിസം സ്പഷ്ടമായും സെയ്ന്റ് സൈമണോട് ഏറെ കടപ്പെട്ടിരിക്കുന്നു. ഈ കടപ്പാടിന്റെ കൃത്യമായ സ്വഭാവം നിർവചിക്കുക അത്ര എളുപ്പമല്ല. കാരണം, സെയ്ന്റ് സൈമോണിയൻ സംഭാവനയെ മറ്റ് സമകാലിക സംഭാവനകളിൽ നിന്ന് എല്ലായ്പ്പോഴും വേർതിരിച്ചു മനസിലാക്കാൻ കഴിയില്ല. അങ്ങനെ, ചരിത്രത്തിലെ വർഗസമരം ഫ്രഞ്ച് വിപ്ലവത്തെക്കുറിച്ച് പഠിക്കുകയോ അക്കാലത്ത് അവിടെ ജീവിക്കുകയോ ചെയ്തിട്ടുള്ള ആരും കണ്ടെത്തിയിരിക്കാവുന്ന ഒന്നാണ്. മാർക്സ്തന്നെ ഫ്രഞ്ച് പുനരുദ്ധാരണത്തിന്റെ ബൂർഷ്വ ചരിത്രകാരന്മാർക്കാണ് അതിന്റെ പിതൃത്വം പതിച്ചു നൽകിയത്. അതേസമയം (മാർക്സിന്റെ വീക്ഷണത്തിൽ) അവരിൽ ഏറ്റവും പ്രമുഖനായിരുന്ന അഗസ്റ്റിൻ ഥിയെറി തന്നെ സെയ്ന്റ് സൈമണുമായി ഉറ്റ സമ്പർക്കം പുലർത്തിയിരുന്നു എന്നും നമുക്കറിയാം. ഏതായാലും, എങ്ങനെ നിർവചിച്ചാലും ആ സ്വാധീനം അവിടെയുണ്ട്. അതിൽ സംശയമില്ല. എംഗൽസ് സെയ്ന്റ് സൈമണെ എപ്പോഴും ഒരുപോലെ അനുകൂലമനോഭാവത്തോടെയാണ് വിലയിരുത്തിയിരുന്നത്. "അദ്ദേഹം ആശയങ്ങളുടെ ബൃഹദ്സഞ്ചയത്താൽ തീർച്ചയായും ബാധിക്കപ്പെട്ടിരുന്നു" എന്നാണ് എംഗൽസ് എഴുതിയത്. "സ്വന്തം കാലത്തെ ഏറ്റവും വലിയ വിജ്ഞാനകോശ സമാനമായ മസ്തിഷ്കമുള്ള വ്യക്തി" എന്ന് സെയ്ന്റ് സൈമണെ എംഗൽസ് വിശേഷിപ്പിച്ചു. അതുതന്നെ അദ്ദേഹത്തിന്റെ സ്വാധീ

നത്തിന് പ്രമാണ പത്രമാകുന്നു. ഇക്കാര്യത്തിൽ അദ്ദേഹത്തെ ഹെഗലിനോടാണ് എംഗൽസ് താരതമ്യപ്പെടുത്തിയത്.

പക്വതയാർജിച്ച എംഗൽസ് ചാൾസ് ഫൗറിയറിനെ (1772–1837) മൂന്ന് കാരണങ്ങളാലാണ് പ്രധാനമായും ശ്ലാഘിക്കുന്നത്: ബൂർഷ്വ സമൂഹത്തിന്റെ അഥവാ ബൂർഷ്വ പെരുമാറ്റത്തിന്റെ ഫലിതപ്രിയനും ഉജ്വലനും ഉഗ്രനുമായ വിമർശകൻ എന്ന നിലയ്ക്ക്; വനിതാവിമോചനത്തിന് പിന്തുണ നൽകിയതിന്; സത്താപരമായും ദ്വന്ദ്വാത്മകമായും ചരിത്രത്തെ നോക്കിക്കണ്ടതിന്. (അവസാനത്തേത് ഫൗറിയുടെതിനേക്കാൾ എംഗൽസിന്റെതാണ് എന്നാണ് തോന്നുക.) എങ്കിലും അദ്ദേഹത്തിൽ ആദ്യത്തെ പ്രത്യാഘാതം സൃഷ്ടിച്ചത് അധ്വാനത്തെക്കുറിച്ചുള്ള ഫൗറിയറിന്റെ അപഗ്രഥനമാണ്. ഇതായിരിക്കണം ഒരുപക്ഷേ മാർക്സിയൻ സോഷ്യലിസത്തിനുമേൽ ഏറ്റവും ഗാഢമായ അടയാളങ്ങൾ പതിപ്പിച്ചിട്ടും ഉണ്ടാകുക. സോഷ്യലിസ്റ്റ് പാരമ്പര്യത്തിലേക്ക് ഫൗറിയർ നൽകിയ സംഭാവന ഒരു പ്രത്യേക തരത്തിലുള്ളതായിരുന്നു. മറ്റ് സോഷ്യലിസ്റ്റുകളിൽ നിന്ന് വിഭിന്നമായി പുരോഗതിയെ അദ്ദേഹം സംശയത്തോടെയാണ് വീക്ഷിച്ചത്. മാനവവംശം സംസ്കൃതി സ്വീകരിക്കുന്നതിനിടെ എങ്ങനെയോ തെറ്റായ വളവിലൂടെ തിരിഞ്ഞുപോയി എന്ന റൂസോയുടെ വിശ്വാസം അദ്ദേഹം പങ്കുവച്ചു. വ്യവസായത്തെക്കുറിച്ചും സാങ്കേതിക മുന്നേറ്റത്തെക്കുറിച്ചും അദ്ദേഹം സംശയാലുവായിരുന്നു. ചരിത്രചക്രം പിറകോട്ടുതിരിക്കാനാവില്ല എന്ന് അദ്ദേഹത്തിന് ബോധ്യമുണ്ടായിരുന്നു. മറ്റു പല ഉട്ടോപ്യന്മാരെയും പോലെ ജാക്കോബിയൻ ജനപ്രിയ പരമാധികാരത്തെപ്പറ്റിയും ജനാധിപത്യത്തെപ്പറ്റിയും അദ്ദേഹം സംശയാലുവായിരുന്നു. തത്വശാസ്ത്രപരമായി അദ്ദേഹം തീവ്രവ്യക്തിവാദിയായിരുന്നു. എല്ലാ വ്യക്തികളുടെയും മാനസിക വാഞ്ഛകളുടെ പൂർത്തീകരണമായിരുന്നു അദ്ദേഹം മനുഷ്യവംശത്തിന്റെ പരമോന്നത ലക്ഷ്യമായിക്കണ്ടത്. വ്യക്തിയുടെ പരമാവധി ആസ്വാദനം അതിൽ ഉൾച്ചേർന്നിരുന്നു. അദ്ദേഹത്തെപ്പറ്റി എംഗൽസിന്റെ രേഖാങ്കനം ചെയ്ത ആദ്യത്തെ അഭിപ്രായപ്രകടനത്തിൽ നിന്ന് ഉദ്ധരിച്ചു പറഞ്ഞാൽ,“ഓരോ വ്യക്തിക്കും ഓരോ തരം പ്രവൃത്തിയോട് ഒരു ചായ്‌വ്, മുൻഗണന ഉണ്ടാകും.” അതുകൊണ്ട്, “എല്ലാ വ്യക്തികളുടെയും ചായ്‌വുകളുടെ ആകെത്തുക, ഏറക്കുറെ, എല്ലാവരുടെയും ആവശ്യങ്ങൾ നിറവേറ്റാനുള്ള ശക്തി ലഭ്യമാക്കണം. ഈ തത്വത്തിൽ നിന്ന് ഇത്രയും കൂടി സിദ്ധിക്കുന്നു: എല്ലാ വ്യക്തികളെയും അവരവരുടെ ചായ്‌വുകൾ അനുസരിച്ച് ഇന്നത് ചെയ്യാമെന്നും ഇന്നത് ചെയ്യേണ്ടതില്ലെന്നും വന്നാൽ എല്ലാവരുടെയും ആവശ്യങ്ങൾ പൂർത്തീകരിക്കപ്പെടും. ഇനി, ‘..... പൂർണനിഷ്ക്രിയത്വം അസംബന്ധമാണ്. അങ്ങനെയൊന്ന് ഒരിക്കലും ഉണ്ടായിരുന്നില്ല, ഒരിക്കലും ഉണ്ടാവുകയുമില്ല........ അധ്വാനവും ആഹ്ലാദവും ഒരുപോലെയാണ്, ഇന്നത്തെ സാമൂഹിക ക്രമത്തിന്റെ അയുക്തികതയാണ് രണ്ടിനെയും വേർപെടുത്തുന്നത് എന്നും അദ്ദേഹം തെളിയിക്കുന്നു.’ എല്ലാ വ്യക്തിഗത ചോദനകളുടെയും ആവേഗങ്ങളുടെയും വിമോചനം എന്ന ഉട്ടോപ്യയുടെ യുക്തിസഹമായ വ്യാപനവും കേന്ദ്രബിന്ദുവുമാണ് വിപ്ല

വാത്മകമായ ലൈംഗികവിമോചനം പ്രകടമായ അനുബന്ധമാക്കി ഫൗറിയർ ശഠിക്കുന്ന വനിതാവിമോചനം. ആദ്യകാല സോഷ്യലിസ്റ്റുകളിൽ വനിതാവിമോചനവാദിയായി ഫൗറിയൻ മാത്രമല്ല ഉണ്ടായിരുന്നത്. പക്ഷേ വികാരതീവ്രമായ പ്രതിബദ്ധത അദ്ദേഹത്തെ അവരിൽ ഏറ്റവും സ്വാധീനശക്തിയുള്ള വക്താവാക്കി ഉയർത്തി. സെയ്ന്റ് സൈമോണിയന്മാർ ഈ ദിശയിലേക്ക് നടത്തിയ വിപ്ലവാത്മകമായ തിരിവിൽ അദ്ദേഹത്തിന്റെ ഈ സ്വാധീനം കാണാം.

ഒരു മനുഷ്യന്റെ ചോദനകളുടെ സത്താപരമായ പൂർത്തീകരണമാണ് അധ്വാനം എന്ന ഫൗറിയർ വീക്ഷണവും (ഇതൊരു ലീലയ്ക്കു തുല്യമാണ്) കമ്യൂണിസം ഉറപ്പാക്കുമെന്ന് താനും എംഗൽസും വിശ്വസിച്ച മനുഷ്യശേഷികളുടെ സമ്പൂർണവികാസം എന്ന വീക്ഷണവും തമ്മിൽ സംഘർഷത്തിനുള്ള സാധ്യതയുണ്ടെന്ന് എംഗൽസിനേക്കാൾ മാർക്സിന് ധാരണയുണ്ടായിരുന്നു — അധ്വാന വിഭജനം (അഥവാ സ്ഥിരമായ തൊഴിൽ സവിശേഷീകരണം) ഇല്ലാതാക്കുന്നത് ഫൗറിയറിസ്റ്റ് വഴിയെ വ്യാഖ്യാനിക്കാവുന്ന ഫലങ്ങൾ ഉണ്ടാക്കിയേക്കാമെങ്കിലും ("കാലത്ത് വേട്ടയാടുക, ഉച്ചകഴിഞ്ഞ് മീൻ പിടിക്കുക, വൈകീട്ട് കന്നുകാലി വളർത്തുക, അത്താഴശേഷം വിമർശനത്തിൽ ഏർപ്പെടുക"). പിൽക്കാലത്ത് അധ്വാനം "വെറും രസം, വെറും ഉല്ലാസം" ആണെന്ന ഫൗറിയർ സങ്കൽപ്പനത്തെ അദ്ദേഹം കൃത്യമായി തിരസ്കരിക്കുന്നുണ്ട്. അതിലൂടെ ആത്മസാക്ഷാൽക്കാരത്തെ ചോദനകളുടെ വിമോചനത്തോട് തുലനം ചെയ്യുന്ന ഫൗറിയർ സമവാക്യത്തെയും അദ്ദേഹം തിരസ്കരിക്കുകയായിരുന്നു. ഫൗറിയറുടെ കമ്യൂണിസ്റ്റ് സ്ത്രീപുരുഷന്മാർ പ്രകൃതി സൃഷ്ടിച്ച പടി ഉള്ളവരായിരുന്നു. അവർ എല്ലാത്തരം അടിച്ചമർത്തലിൽ നിന്നും വിമോചിതരാണ്; മാർക്സിന്റെ കമ്യൂണിസ്റ്റ് സ്ത്രീപുരുഷന്മാർ അതിൽക്കൂടുതലായിരുന്നു. എന്നിരുന്നാലും പക്വതയാർജിച്ച മാർക്സ് ഒരു മാനവ പ്രവർത്തനം എന്ന നിലയ്ക്ക് അധ്വാനത്തെക്കുറിച്ച് ഏറ്റവും ഗൗരവത്തോടെ ചർച്ചചെയ്യുമ്പോൾ ഫൗറിയറെ കൃത്യമായും പുനഃപരിഗണിക്കുന്നുണ്ട് എന്നത് ഈ രചയിതാവ് അദ്ദേഹത്തെ സംബന്ധിച്ചിടത്തോളം എത്രമാത്രം പ്രാധാന്യമുള്ള വ്യക്തിയായിരുന്നു എന്നതിന്റെ സൂചനയാണ്. എംഗൽസാകട്ടെ, ***Origin of the Family*** അഥവാ *കുടുംബത്തിന്റെ ഉൽപ്പത്തി*യിലും ഫൗറിയർ സ്തുതിപരാമർശങ്ങൾ തുടരുന്നുണ്ട്. ഇത് സ്ഥായിയായ ഒരു സ്വാധീനത്തിന്റെ സാക്ഷ്യപത്രമാണ്. 1840 കളിൽ എത്രമാത്രമോ അത്രയും തന്നെ ആഹ്ലാദത്തോടെ, പ്രകാശവത്തായി — ക്രോധത്തോടെയും — ഇന്നും വായിക്കാൻ കഴിയുന്ന ഒരേയൊരു സോഷ്യലിസ്റ്റ് രചയിതാവായ ഫൗറിയറോട് എംഗൽസിന് സ്ഥായിയായ അനുഭാവവും ഉണ്ടായിരുന്നു എന്നതിന്റെകൂടി തെളിവാണത്.

അങ്ങനെ, ഉട്ടോപ്യൻ സോഷ്യലിസ്റ്റുകൾ ഒരു ബൂർഷ്വ സമൂഹവിമർശം മുന്നോട്ടുവച്ചു, ഒരു ചരിത്രപര സിദ്ധാന്തത്തിന്റെ രൂപരേഖ വരച്ചിട്ടു, സോഷ്യലിസം പ്രാപ്യമാണെന്നു മാത്രമല്ല അത് ഈ ചരിത്രമുഹൂർത്തത്തിന്റെ ആവശ്യം കൂടിയാണെന്നുകൂടി അവർ പ്രഖ്യാപിച്ചു.

അത്തരമൊരു സമൂഹത്തിൽ മനുഷ്യരുടെ ക്രമീകരണങ്ങൾ (വ്യക്തികളുടെ പെരുമാറ്റം അടക്കം) എങ്ങനെയായിരിക്കും എന്നതിനെപ്പറ്റി വലിയ തോതിലുള്ള ചിന്തയും അവർ അവതരിപ്പിച്ചു. എങ്കിലും അവർക്ക് സൈദ്ധാന്തികമായും പ്രായോഗികമായും ഗണ്യമായ ന്യൂനതകളും ഉണ്ടായിരുന്നു. അവർക്ക് ഒരു ചെറിയ ദൗർബല്യവും ഒരു വലിയ ദൗർബല്യവും ഉണ്ടായിരുന്നു. മിതമായ ഭാഷയിൽ പറഞ്ഞാൽ, അവരിൽ പല തരം കാൽപ്പനിക ബുദ്ധിവൈചിത്ര്യങ്ങൾ കൂടിക്കുഴഞ്ഞിരുന്നു. തുളച്ചുകയറുന്ന ദാർശനികത മുതൽ ശാരീരികവൈകല്യം വരെ, മാനസികമായ ആശയക്കുഴപ്പം മുതൽ (ആശയങ്ങളുടെ അതിപ്രവാഹം എന്നൊന്നും പറഞ്ഞ് അതിനോട് എപ്പോഴും പൊറുക്കാൻ കഴിയില്ല) വിചിത്രമായ ഭക്തസംഘങ്ങളും അർധമതവിഭാഗങ്ങളും വരെ അവരിൽ ഉണ്ടായിരുന്നു. ചുരുക്കത്തിൽ അവരുടെ അനുയായികൾ സ്വയം പരിഹാസ്യരാകുക പതിവായിരുന്നു. യുവ എംഗൽസ് സെയ്ന്റ് സൈമോണിയന്മാരെപ്പറ്റി നിരീക്ഷിച്ചതുപോലെ, “ഫ്രാൻസിൽ ഒരിക്കൽ എന്തെങ്കിലുമൊന്ന് പരിഹാസ്യമായിത്തീർന്നാൽ പിന്നെ അതിന് രക്ഷയില്ല.” മഹാന്മാരായ ഉട്ടോപ്യന്മാർ പ്രതിഭാവിലാസമോ മൗലികതയോ കൊണ്ടായിരിക്കാം ഇത്തരം വിഭ്രമാത്മകമായ ഘടകങ്ങൾ അവരിൽ ദൃശ്യമാകുന്നതെന്ന് ഇളവുനൽകുമ്പോൾത്തന്നെ അത്തരത്തിൽ അസാധാരണരായ, കൂടുതൽ കൂടുതൽ ഒറ്റപ്പെട്ട വട്ടന്മാരുടെ കൂട്ടങ്ങൾക്ക് സാമൂഹിക പരിവർത്തനത്തിൽ ഏറെ പ്രായോഗികമായ പങ്കൊന്നും വിഭാവനം ചെയ്യാനാവില്ലെന്ന വസ്തുതയും മാർക്സും എംഗൽസും തിരിച്ചറിഞ്ഞിരുന്നു.

രണ്ടാമതായി, അവർ സത്താപരമായും അരാഷ്ട്രീയവാദികളായിരുന്നു. അങ്ങനെ, സിദ്ധാന്തത്തിൽപ്പോലും അത്തരമൊരു പരിവർത്തനം കൈവരിക്കാനുള്ള ഫലപ്രദമായ വഴികളൊന്നും കരുപ്പിടിപ്പിക്കാൻ അവർക്ക് കഴിഞ്ഞതുമില്ല. കമ്യൂണിസ്റ്റ് സാമൂഹികകൂട്ടായ്മകളിലേക്കുള്ള കൂട്ടംകൂട്ടമായ പലായനത്തിന് ഒരു സെയിന്റ് സൈമണിന്റെ അപേക്ഷയ്ക്ക് നെപ്പോളിയനെയോ സാർ അലക്സാണ്ടറെയോ, എന്തിന്, വൻകിട പാരിസ് ബാങ്കർമാരെയോ എത്രമാത്രം ഇളക്കാൻ കഴിയുമായിരുന്നോ, അതിലധികം ഫലമൊന്നും ഉണ്ടാക്കാനാകുമായിരുന്നില്ല. സെയ്ന്റ് സൈമോണിയന്മാരുടെ തെരഞ്ഞെടുക്കപ്പെട്ട ഉപകരണം ചലനക്ഷമതയുള്ള മുതലാളിത്ത സംരംഭകരായിരുന്നല്ലോ. അവർ സെയ്ന്റ് സൈമോണിയന്മാരെ സോഷ്യലിസത്തിൽ നിന്ന് അകറ്റി. അവരൊഴിച്ചുള്ള ഉട്ടോപ്യന്മാർ തങ്ങളുടെ ആശയങ്ങളുടെ വാഹനമായി ഏതെങ്കിലും പ്രത്യേക വർഗത്തെയോ സംഘത്തെയോ അംഗീകരിച്ചില്ല. ഒവന്റെ കാര്യത്തിൽ എംഗൽസ് പിന്നീട് മനസിലാക്കിയതുപോലെ അവർ തൊഴിലാളികളോട് അപേക്ഷിച്ചപ്പോൾ പോലും അവരുടെ പദ്ധതികളിൽ തൊഴിലാളിവർഗം വ്യതിരിക്തമായ ഒരു പങ്കും വഹിച്ചില്ല. ആ പദ്ധതികൾ അവർ മാത്രം കണ്ടെത്തിയ പ്രത്യക്ഷസത്യം അംഗീകരിക്കാൻ ബാധ്യതപ്പെട്ട — എന്നാൽ പൊതുവെ പരാജയപ്പെട്ട — എല്ലാവരെയും അഭിസംബോധന ചെയ്യുന്നവയായിരുന്നു. പക്ഷേ സൈദ്ധാന്തിക പ്രചാ

രണവും വിദ്യാഭ്യാസവും, വിശിഷ്യ ബ്രിട്ടീഷ് ഒവനൈറ്റുകളുടെ കാര്യത്തിൽ എംഗൽസ് വിമർശിച്ചതുപോലെ അമൂർത്തരൂപത്തിൽ, ഒരിക്കലും സ്വയമേവ വിജയിക്കില്ല. ചുരുക്കത്തിൽ, തന്റെ ബ്രിട്ടീഷ് അനുഭവത്തിൽ നിന്ന് അദ്ദേഹം വ്യക്തമായി മനസിലാക്കിയതുപോലെ, "അടിസ്ഥാനപരമായി ഫ്രഞ്ചുകമ്യൂണിസത്തിനും ഏറെ അപ്പുറം പോകുന്ന സോഷ്യലിസം വികാസത്തിന്റെ കാര്യത്തിൽ അതിന്റെ ഏറെ പിന്നാലെ ഇഴയുകയാണ്. അതിന് അപ്പുറം കടക്കണമെങ്കിൽ ഒരു നിമിഷം ഫ്രഞ്ച് വീക്ഷണഗതിയിലേക്ക് തിരിച്ചു പോകണം". തൊഴിലാളിവർഗത്തിന്റെ വിപ്ലവാത്മകവും രാഷ്ട്രീയവുമായ വർഗസമരത്തിന്റേതായിരുന്നു, ഫ്രഞ്ച് വീക്ഷണഗതി. ആദ്യകാല സോഷ്യലിസത്തിന്റെ പലതരം സഹകരണത്തിലേക്കും പാരസ്പര്യത്തിലേക്കുള്ള ഉട്ടോപ്യേതര വികാസങ്ങളെക്കുറിച്ച് മാർക്സും എംഗൽസും ഇതിനേക്കാൾ വിമർശനമുള്ളവരായിരുന്നു എന്നു നാം താമസിയാതെ മനസിലാക്കും.

ഉട്ടോപ്യൻ സോഷ്യലിസത്തിന്റെ നിരവധി സൈദ്ധാന്തികദൗർബല്യങ്ങളിൽ ഒന്ന് നാടകീയമായി വേറിട്ടുനിൽക്കുന്നു: സ്വകാര്യസ്വത്ത് സംബന്ധിച്ച ഒരു സാമ്പത്തികാപഗ്രഥനം ഇല്ലായ്മ. ഇതിനെ "ഫ്രഞ്ച് സോഷ്യലിസ്റ്റുകളും കമ്യൂണിസ്റ്റുകാരും..... പലതരത്തിലും വിമർശിക്കുക മാത്രമല്ല, ഉട്ടോപ്യൻ രീതിയിൽ 'അതിശയിക്കുക'യും (*aufgehoben*) ചെയ്തിട്ടുള്ളതാണ്." പക്ഷേ അവർ അതിനെ മുതലാളിത്ത ക്രമത്തിന്റെയും ചൂഷണത്തിന്റെയും അടിസ്ഥാനമെന്ന നിലയ്ക്ക് ചിട്ടയായി അപഗ്രഥിച്ചിട്ടില്ലായിരുന്നു. ആദ്യകാലത്ത് എംഗൽസ് എഴുതിയ *Outline of a Critique of Political Economy* (*രാഷ്ട്രീയ സമ്പദ്ക്രമത്തിന്റെ ഒരു വിമർശം-ഒരു രൂപരേഖ*) വായിച്ച് ഉത്തേജിതനായ മാർക്സ് അത്തരമൊരു അപഗ്രഥനമായിരിക്കണം കമ്യൂണിസ്റ്റ് സിദ്ധാന്തത്തിന്റെ കേന്ദ്രബിന്ദു എന്ന നിഗമനത്തിലാണ് എത്തിച്ചേരുന്നത്. സ്വന്തം ബൗദ്ധികവികാസത്തിന്റെ പ്രക്രിയ വിവരിക്കവെ അദ്ദേഹംതന്നെ പറഞ്ഞതുപോലെ, രാഷ്ട്രീയസമ്പദ്ക്രമമാണ് 'പൗരസമൂഹത്തിന്റെ ശരീരഘടനാശാസ്ത്രം' (*Critique of Political Economy* യുടെ മുഖവുര). ഇത് ഫ്രഞ്ച് 'ഉട്ടോപ്യൻ' സോഷ്യലിസ്റ്റുകളിൽ കാണപ്പെടുന്നില്ല. ഇതാണ് (1845ൽ ഇറങ്ങിയ *The Holy Family* എന്ന രചനയിൽ) അദ്ദേഹം പി ജെ പ്രൂധോണിനെ (1809–65) അഭിനന്ദിച്ചതിന്റെയും ദീർഘമായിത്തന്നെ ന്യായീകരിച്ചതിന്റെയും കാരണം. അദ്ദേഹത്തിന്റെ *What is Property?* (1840) മാർക്സ് വായിക്കുന്നത് 1842 അവസാനത്തോടെയാണ്. ഉടൻതന്നെ അദ്ദേഹം പ്രൂധോണിനെ 'ഏറ്റവും സ്ഥിരതയുള്ള, മൂർച്ചയേറിയ സോഷ്യലിസ്റ്റ് രചയിതാവ്' എന്ന് വഴിവിട്ട് പ്രശംസിക്കുകയും ചെയ്യുന്നുണ്ട്. പ്രൂധോൺ മാർക്സിനെ സ്വാധീനിച്ചു എന്നോ അദ്ദേഹത്തിന്റെ ചിന്തകളുടെ രൂപവൽക്കരണത്തിൽ സംഭാവന നൽകിയെന്നോ പറയുന്നത് അതിശയോക്തിയാകാം. 1844 ൽപ്പോലും ഒരു സൈദ്ധാന്തികനെന്ന നിലയിൽ ജർമൻ തുന്നൽക്കാരനും കമ്യൂണിസ്റ്റുമായ വിൽഹെം വെയ്റ്റ്ലിങ്ങിനോളം താഴ്ന്ന തലത്തിലാണ് ചില കാര്യങ്ങളിലെങ്കിലും മാർക്സ് പ്രൂധോണിനെ പ്രതിഷ്ഠിച്ചത്. പ്രൂധോണിനെപ്പോലെ ശരിക്കും ഒരു

തൊഴിലാളിയായിരുന്നു എന്നതു മാത്രമായിരുന്നു, വെയ്റ്റ്ലിങ്ങിന്റെ യഥാർഥയോഗ്യത. പ്രൂധോണിനെ സെയ്ന്റ് സൈമണും ഫൗറിയറുമായി താരതമ്യം ചെയ്ത് താഴ്ന്ന തലത്തിൽ നിർത്തിയെങ്കിലും മാർക്സ്, അദ്ദേഹം അവരിൽനിന്ന് മുന്നോട്ടുകൊണ്ടുപോയ ആശയസഞ്ചാരത്തെ ഉൾക്കൊണ്ടു. പിന്നീട് മാർക്സ് ആ സഞ്ചാരത്തെ ഹെഗലിൽനിന്ന് ഫൊയർബാഹ് നടത്തിയ പുരോയാനത്തോട് താരതമ്യപ്പെടുത്തുന്നുണ്ട്. അചിരേണ പ്രൂധോണിനോടും അനുയായികളോടും കടുത്ത ശത്രുത പ്രകടിപ്പിക്കാനുണ്ടെങ്കിലും ഒരിക്കലും അദ്ദേഹം തന്റെ കാഴ്ച്ചപ്പാട് മാറ്റിയില്ല. രചനയുടെ സാമ്പത്തികാർഥത്തിലുള്ള യോഗ്യത കണക്കിലെടുത്തായിരുന്നില്ല ഇത്. 'രാഷ്ട്രീയസമ്പദ്ക്രമത്തിന്റെ കർശനമായ ശാസ്ത്രീയചരിത്രത്തിൽ ഈ രചന പരാമർശയോഗ്യമേ ആവില്ല.' വാസ്തവത്തിൽ പ്രൂധോൺ ഒരിക്കലും ഗൗരവമുള്ള ഒരു സാമ്പത്തിക ശാസ്ത്രജ്ഞനായിരുന്നില്ല, അങ്ങനെ ആയതുമില്ല. പ്രൂധോണിൽനിന്ന് എന്തെങ്കിലും പഠിക്കാനുണ്ടായിരുന്നതുകൊണ്ടല്ല മാർക്സ് അദ്ദേഹത്തെ ശ്ലാഘിച്ചത്. മാർക്സ് തന്നെ മുഖ്യ സൈദ്ധാന്തിക കർത്തവ്യമായി കണക്കാക്കിയ 'രാഷ്ട്രീയസമ്പദ്ക്രമത്തിന്റെ വിമർശം' ആദ്യമായി അവതരിപ്പിച്ച വ്യക്തിയായി പ്രൂധോണിനെ കണ്ടാണ് അദ്ദേഹത്തെ മാർക്സ് ശ്ലാഘിച്ചത്. ഇതിൽ അദ്ദേഹം യാതൊരു പിശുക്കും കാട്ടിയില്ല. കാരണം, പ്രൂധോൺ ഒരു തൊഴിലാളിയും അതേസമയം മൗലികപ്രതിഭയുമായിരുന്നു. പ്രൂധോണിന്റെ സിദ്ധാന്തത്തിന്റെ ന്യൂനതകൾ അതിന്റെ യോഗ്യതകളേക്കാൾ ശക്തമായി പ്രത്യക്ഷപ്പെടുന്നത് കാണാൻ മാർക്സിന് തന്റെ സമ്പദ്ശാസ്ത്രപഠനത്തിൽ ഏറെയൊന്നും മുന്നോട്ടുപോകേണ്ടി വന്നില്ല. അവയെ അദ്ദേഹം *Poverty of Philosophy* (*തത്വചിന്തയുടെ ദാരിദ്ര്യം*–1847) യിൽ ശക്തമായി എതിർക്കുന്നുമുണ്ട്.

മറ്റൊരു ഫ്രഞ്ച് സോഷ്യലിസ്റ്റും മാർക്സിയൻ ചിന്തയുടെ രൂപവൽക്കരണത്തിൽ ഗണ്യമായ ഒരു സ്വാധീനവും ചെലുത്തിയിട്ടില്ല.

III

ഫ്രഞ്ച് സോഷ്യലിസം, ജർമൻ തത്വചിന്ത, ബ്രിട്ടീഷ് രാഷ്ട്രീയസമ്പദ്ശാസ്ത്രം എന്ന ത്രിത്വത്തിൽ നിന്നാണ് മാർക്സിയൻ സോഷ്യലിസം പിറന്നത് എന്നത് പ്രശസ്തമാണ്: 1844 ൽത്തന്നെ ബൗദ്ധികാധ്വാനത്തിന്റെ ഈ അന്തർദേശീയ വിഭജനത്തോടു സാമ്യമുള്ള ഒന്ന് മാർക്സ് 'യുറോപ്യൻ തൊഴിലാളിവർഗ'ത്തിൽ നിരീക്ഷിച്ചിരുന്നു. മാർക്സിയൻ ചിന്തയുടെ ഉൽപ്പത്തി എത്രമാത്രം മാർക്സ്പൂർവ സോഷ്യലിസ്റ്റ് അല്ലെങ്കിൽ ലേബർ ചിന്തയിൽ കാണാനാകുന്നു എന്നതിലാണ് ഈ അധ്യായം വ്യാപരിക്കുന്നത്. അതുകൊണ്ടുതന്നെ അത്തരം ചിന്തകളിൽനിന്ന് ഉത്ഭൂതമായത് എത്രമാത്രമോ, അത്രമാത്രമേ മാർക്സിയൻ ആശയങ്ങൾ ഇതിൽ കൈകാര്യം ചെയ്യപ്പെടുന്നുള്ളു. തന്റെ അപഗ്രഥനത്തിന്റെ മുൻവഴക്കങ്ങൾ മാർക്സ് അവയിൽ എത്രത്തോളം കണ്ടെത്തി എന്നതാണ് അന്വേഷണ വിഷയം. ബ്രിട്ടീഷ് സോഷ്യലിസം രണ്ടു തരത്തിലാണ്

ബ്രിട്ടീഷ് രാഷ്ട്രീയ സമ്പദ്ശാസ്ത്രത്തിൽനിന്ന് ബൗദ്ധികമായി രൂപംകൊള്ളുന്നത്: ബെൻഥമൈറ്റ് ഉപയുക്തതാവാദത്തിൽനിന്ന് ഒവനിലൂടെയും സർവോപരി റിക്കാഡിയൻ സോഷ്യലിസ്റ്റുകളിലൂടെയും (അവരിൽ ചിലർ സത്തയിൽ ഉപയുക്തതാവാദികളായിരുന്നു). വില്യം തോംസൻ (1775–1833), ജോൺ ഗ്രേ (1799–1883), ജോൺ ഫ്രാൻസിസ് ബ്രേ (1809–97), തോമസ് ഹോജ്സ്കിൻ (1787–1869) എന്നിവരാണ് ഇക്കൂട്ടത്തിൽ ശ്രദ്ധേയർ. തൊഴിലാളികളെ സാമ്പത്തികമായി ചൂഷണം ചെയ്യുന്നത് സംബന്ധിച്ച ഒരു സിദ്ധാന്തം കരുപ്പിടിപ്പിക്കാൻ റിക്കാഡോയുടെ മൂല്യത്തെക്കുറിച്ചുള്ള അധ്വാനസിദ്ധാന്തം ഉപയോഗിച്ചതുകൊണ്ടുമാത്രമല്ല, സോഷ്യലിസ്റ്റുകളുടെയും (ഒവനൈറ്റ്) തൊഴിലാളിവർഗത്തിന്റെയും പ്രസ്ഥാനങ്ങളുമായി അവർക്ക് സജീവബന്ധം ഉണ്ടായിരുന്നതുകൊണ്ടു കൂടിയാണ് ഈ എഴുത്തുകാർ ഗണനീയരാകുന്നത്. 1840 കളുടെ തുടക്കത്തിൽ എംഗൽസിനുപോലും ഈ രചനകളിൽ ഏറെയും അറിയാമായിരുന്നു എന്നതിന് തെളിവൊന്നുമില്ല. മാർക്സ് തീർച്ചയായും 'മാർക്സ് പൂർവ രചയിതാക്കളിൽ ഏറ്റവും വിശ്വാസ്യതയുള്ള സോഷ്യലിസ്റ്റ്' ആയ ഹോജ്സ്കിന്നിന്റെ രചനകൾ 1851 വരെ വായിച്ചിട്ടില്ല. അതിനുശേഷം സ്വതഃസിദ്ധമായ, പണ്ഡിതോചിതമായ, മനഃസാക്ഷിനിയന്ത്രണത്തോടെ അദ്ദേഹം തന്റെ അഭിനന്ദനം രേഖപ്പെടുത്തി. സാമ്പത്തിക പ്രതിസന്ധിയെപ്പറ്റിയുള്ള മാർക്സിയൻ സിദ്ധാന്തത്തിന് നൽകപ്പെട്ട സോഷ്യലിസ്റ്റ് എന്നതിലുപരി വിപ്ലവാത്മകമായ ബ്രിട്ടീഷ് സംഭാവനയേക്കാൾ ഒരുപക്ഷേ കൂടുതൽ അറിയപ്പെടുന്നത് ഈ എഴുത്തുകാർ മാർക്സിന്റെ സാമ്പത്തികശാസ്ത്രപഠനങ്ങൾക്ക് അചിരേണ സംഭാവന നൽകാനിരിക്കുകയായിരുന്നു എന്നതാണ്. 1843–44 ൽ തന്നെ എംഗൽസ് മുതലാളിത്ത സമ്പദ്ക്രമത്തിന്റെ പ്രവർത്തനങ്ങളുടെ ഒരവിഭാജ്യഘടകമാണ്. കൃത്യമായ കാലയളവ് ഇടവിട്ട് വരുന്ന പ്രതിസന്ധികൾ എന്ന വീക്ഷണം ആർജിച്ചിരുന്നു. ഒരുപക്ഷേ അദ്ദേഹം ജോൺ വെയ്ഡിന്റെ *History of the middle and Working Classes* (1835)ൽ നിന്നായിരിക്കും ഈ വീക്ഷണം എടുത്തത്. ഈ വസ്തുതയെ അദ്ദേഹം സെ നിയമത്തെ (Say's Law)* വിമർശിക്കാനും ഉപയോഗിച്ചു.

ബ്രിട്ടീഷ് ഇടതുപക്ഷ സമ്പദ്ശാസ്ത്രകാരന്മാരുമായി ഉണ്ടായിരുന്ന ഈ ബന്ധങ്ങളെ അപേക്ഷിച്ച് മാർക്സിന് യൂറോപ്യൻ ഇടതുപക്ഷ സമ്പ

---

* Jean-Baptiste say (ഴാങ്-ബാപ്റ്റിസ്റ്റ് സെ; 1767–1832) എന്ന ഫ്രഞ്ചുകാരൻ ആവിഷ്ക്കരിച്ച കമ്പോളനിയമം. 'ഉൽപ്പന്നങ്ങൾക്ക് ഉൽപ്പന്നങ്ങൾകൊണ്ടുതന്നെ വിലകൊടുക്കണം,' 'ഒരുതരം ഉൽപ്പന്നത്തിനുമേൽ ചെലുത്താൻ അനവധി ഉൽപ്പാദനോപാധികൾ ഉണ്ടാക്കുകയും മറ്റൊന്നിന്റെ മേൽ ചെലുത്താൻ വേണ്ടത്ര ഇല്ലാതിരിക്കുകയും ചെയ്യുമ്പോഴാണ് പെരുപ്പം ഉണ്ടാകുന്നത്,' 'പണവും മൂല്യം നൽകുന്ന വസ്തുവാണ്' ഇത്യാദി സെ വാക്യങ്ങൾക്ക് പത്തൊമ്പതാം നൂറ്റാണ്ടിൽ മുഴുവൻ വലിയ അംഗീകാരമായിരുന്നു. മഹാമാന്ദ്യകാലത്ത് (20–ാം നൂറ്റാണ്ടിന്റെ ആദ്യപകുതിയിൽ) കെയ്നിഷ്യൻ സമ്പദ്ശാസ്ത്രപദ്ധതി സെ പദ്ധതിയെ ഖണ്ഡിച്ച് രംഗത്തുവന്നു: പരിഭാഷകൻ.

ദ്ശാസ്ത്രകാരന്മാരോട് ഉണ്ടായിരുന്ന കടപ്പാട് ലഘുവാണ്. ഫ്രഞ്ച് സോഷ്യലിസത്തിന് ഒരു സാമ്പത്തിക ശാസ്ത്രസിദ്ധാന്തം ഉണ്ടായിരുന്നെങ്കിൽ അത് സെയ്ന്റ്-സൈമോണിയന്മാരുമായി ബന്ധപ്പെട്ട് വികസിച്ചതാണ്. ഒരുപക്ഷേ പ്രമാണവിരുദ്ധ സ്വിസ് സമ്പദ്ശാസ്ത്രകാരൻ സിസ്മോണ്ടിയുടെ (1773–1842) സ്വാധീനമായിരിക്കാം അതിനുപിന്നിൽ. ഇവരെ കണ്ണിചേർത്തത് പ്രത്യേകിച്ചും കോൺസ്റ്റൻറിൻ പെക്വയർ (1801–87) ആയിരുന്നു. 'സെയ്ന്റ് സൈമോണിയനിസത്തിനും മാർക്സിസത്തിനും ഇടയിലെ കണ്ണി' (ലിച്ച്തിയെം) എന്നാണ് അദ്ദേഹം വിശേഷിപ്പിക്കപ്പെട്ടിരുന്നത്. ഇവർ രണ്ടു പേരാണ് മാർക്സ് (1844) ആദ്യമായി ഗൗരവബുദ്ധ്യാ പഠനവിധേയമാക്കിയ സമ്പദ്ശാസ്ത്രകാരന്മാർ. *മൂലധനം* മൂന്നാം വാല്യത്തിൽ സിസ്മോണ്ടി ഇടയ്ക്കിടെ ഉദ്ധരിക്കപ്പെടുന്നുണ്ട്, പെക്വയർ ചർച്ചചെയ്യപ്പെടുന്നുമുണ്ട്. പക്ഷേ രണ്ടുപേരും *Theories on surplus* അഥവാ 'മിച്ചമൂല്യത്തെ സംബന്ധിച്ച സിദ്ധാന്തങ്ങ'ളിൽ ഉൾപ്പെടുത്തപ്പെട്ടിട്ടില്ല. ഒരുവേള സിസ്മോണ്ടിയെ ഉൾപ്പെടുത്തണമോ എന്ന് മാർക്സ് ചിന്തിച്ചിരുന്നത്രെ. മറുവശത്ത് ബ്രിട്ടീഷ് റിക്കാഡിയൻ സോഷ്യലിസ്റ്റുകൾ: ആത്യന്തികമായി മാർക്സ് തന്നെ അവസാനത്തെയും ഏറ്റവും പ്രബലനുമായ റിക്കാഡിയൻ സോഷ്യലിസ്റ്റ് ആയിരുന്നല്ലോ.

എന്നിരുന്നാലും തന്റെ കാലഘട്ടത്തിലെ ഇടതുപക്ഷസമ്പദ്ശാസ്ത്രത്തിൽ മാർക്സ് അംഗീകരിക്കുകയോ വികസിപ്പിക്കുകയോ ചെയ്തത് ചുരുക്കത്തിൽ അവലോകനം ചെയ്യുമ്പോൾ അദ്ദേഹം തിരസ്കരിച്ചവ കൂടി നാം പരിഗണിക്കേണ്ടതുണ്ട്. വായ്പാപരിഷ്കാരം, നാണയനിയന്ത്രണം, വാടകപരിഷ്കാരം, പിൻതുടർച്ചാവകാശം റദ്ദാക്കിയും മറ്റും മൂലധനകേന്ദ്രീകരണത്തിന് കീഴ്പ്പെടുത്താനുള്ള നടപടികൾ എന്നീ വഴികളിലൂടെ മുതലാളിത്തത്തിന്റെ പ്രശ്നങ്ങളെ കൈകാര്യം ചെയ്യാനുള്ള വഴിപിഴച്ച ശ്രമങ്ങളെ ആദ്യം ബൂർഷ്വ എന്നും *(Communist Manifesto)* പിന്നീട് പെറ്റിബൂർഷ്വ എന്നും മുദ്രകുത്തി അദ്ദേഹം നിരാകരിച്ചു. ഒരുപക്ഷേ അവകൊണ്ട് ചെറുകിട വ്യക്തിഗത ഉടമകളെക്കാൾ നേട്ടമുണ്ടാക്കുക മുതലാളിത്തത്തിന് അകമേ വർത്തിക്കുന്ന തൊഴിലാളി കൂട്ടായ്മകൾക്കായിരിക്കാം, ആത്യന്തികമായി മുതലാളിത്തത്തെത്തന്നെ മാറ്റി പകരം നിൽക്കാൻ പാകത്തിന് രൂപകൽപ്പന ചെയ്യപ്പെട്ടതായിരിക്കാം. പക്ഷേ ഇത്തരം നിർദേശങ്ങളെ മാർക്സ് നിരാകരിച്ചു. അവ സോഷ്യലിസ്റ്റ് പ്രസ്ഥാനത്തിന്റെ ചിലവിഭാഗങ്ങളിൽ ഉൾപ്പെടെ ഇടതുപക്ഷത്ത് വ്യാപകമായിരുന്നു. സിസ്മോണ്ടിയെ മാർക്സ് ഒരു സാമ്പത്തികശാസ്ത്രജ്ഞനെന്ന നിലയ്ക്ക് ആദരിച്ചു. പക്ഷേ അദ്ദേഹം സിസ്മോണ്ടിയെ എതിർത്തു. ഒരു സാമ്പത്തിക ശാസ്ത്രജ്ഞൻ എന്ന നിലയിൽ ആദരിക്കാത്ത പ്രൂധോണിനെയും അദ്ദേഹം ശത്രുപക്ഷത്ത് നിർത്തി. ഈ ശത്രുതയും ജോൺ ഗ്രേയോടുള്ള വിമർശനവും ഈ വീക്ഷണത്തിൽനിന്ന് രൂപംകൊണ്ടവയാണ്. മാർക്സും എംഗൽസും സ്വന്തം കമ്യൂണിസ്റ്റ് വീക്ഷണങ്ങൾ രൂപവൽക്കരിക്കുന്ന ഘട്ടത്തിൽ സമകാലിക ഇടതുപക്ഷസിദ്ധാന്തത്തിലെ ഈ ദൗർബല്യങ്ങളൊന്നും അവർക്ക് വലിയ തടസ്സമായില്ല. പക്ഷേ, 1840 കളുടെ മധ്യം മുതൽക്ക്

തങ്ങളുടെ രാഷ്ട്രീയപ്രയോഗത്തിലും തുടർന്ന് വിദ്ധാന്തത്തിലും അവയെ കൂടുതൽ വിമർശനാത്മകമായി ശ്രദ്ധിക്കാൻ അവർ നിർബ ന്ധിതരായി.

IV

അവരുടെ ചിന്തയുടെ രൂപവൽക്കരണത്തിലേക്കുള്ള ജർമൻ സംഭാ വനയോ? മാർക്സിന്റെ യുവത്വകാലത്ത് സാമ്പത്തികമായും രാഷ്ട്രീയ മായും പിന്നോക്കാവസ്ഥയിൽ ആയിരുന്ന ജർമനിയിൽ അദ്ദേഹത്തിന് പഠിക്കാൻ മാത്രം പ്രാധാന്യമുള്ള സോഷ്യലിസ്റ്റുകൾ ആരും ഉണ്ടായി രുന്നില്ല. ഏതാണ്ട് മാർക്സും എംഗൽസും കമ്യൂണിസത്തിലേക്ക് പരി വർത്തിതരായ മുഹൂർത്തംവരെ, 1848 കഴിയും വരെ, തീർച്ചയായും ആ രാജ്യത്തെ പ്രതിലോമതയ്ക്കും രാജവാഴ്ചാപ്രമത്തതയ്ക്കും വിപ്ലവാ ത്മകമായ എതിർചേരിയായി രൂപംകൊണ്ട ജനാധിപത്യ–ജാക്കോബിൻ പ്രവണതകളിൽ നിന്ന് വ്യതിരിക്തമായി സോഷ്യലിസ്റ്റോ കമ്യൂണിസ്റ്റോ ആയ ഒരു ഇടതുപക്ഷത്തെക്കുറിച്ച് സംസാരിക്കുന്നത് ദിശാഭ്രംശം വരു ത്താനേ ഉപകരിക്കൂ. *Communist Manifesto* ചൂണ്ടിക്കാണിച്ചപോലെ, (ഫ്രാൻസിൽനിന്നും ബ്രിട്ടനിൽനിന്നും വിഭിന്നമായി) ജർമനിയിൽ കമ്യൂ ണിസ്റ്റുകാർക്ക് ബൂർഷ്വാസിയോടുള്ള എതിർപ്പിനെപ്പറ്റി ബോധവാന്മാ രാകാൻ തൊഴിലാളികളെ പ്രോത്സാഹിപ്പിക്കുന്നതോടൊപ്പം പരമാധികാര രാജവാഴ്ചയ്ക്കെതിരെയും ഭൂപ്രഭുക്കളുടെ ഭൂസ്വത്തുടമസ്ഥതയ്ക്ക് എതി രെയും പെറ്റിബൂർഷ്വ സാഹചര്യങ്ങൾക്കെതിരെയും ബൂർഷ്വാസിയോ ടൊപ്പം പൊതുവായ അണിയിൽ ചേരുകയല്ലാതെ വേറെ വഴിയില്ലായി രുന്നു. രാഷ്ട്രീയമായും പ്രത്യയശാസ്ത്രപരമായും ജർമൻ വിപ്ലവാത്മക ഇടതുപക്ഷം പടിഞ്ഞാട്ട് നോക്കുകയായിരുന്നു. 1790 കളിലെ ജർമൻ ജാക്കോബിനുകൾ മുതൽ രാഷ്ട്രീയ–ബുദ്ധിജീവി അഭയാർഥികൾക്ക് അഭയകേന്ദ്രമായും പുരോഗമനപ്രവണതകളുടെ വിവരപ്രഭവമായും മാതൃകയായി വർത്തിച്ചത് ഫ്രാൻസായിരുന്നു: 1840 കളുടെ തുടക്കത്തി ൽ ഗ്രന്ഥകർത്താവ് ഉദ്ദേശിച്ചത് സോഷ്യലിസത്തെയും കമ്യൂണിസ ത്തെയും വിമർശിക്കാനാണെങ്കിലും ലോറൻസ് വോൺ സ്റ്റീനിന്റെ ആ സിദ്ധാന്തങ്ങളെപ്പറ്റിയുള്ള സർവേപോലും പ്രധാനമായും ഈ ധർമമാണ് നിർവഹിച്ചത്. ഇതേകാലത്താണ് 1830 തിനുശേഷം ഫ്രാൻസിലേക്ക് അഭ യാർഥികളായി എത്തിയ ഒരു സംഘത്തിൽനിന്ന് മുഖ്യമായും പാരിസിൽ പണിയെടുത്തിരുന്ന ജർമൻ വിദഗ്ധതൊഴിലാളികൾ അടങ്ങുന്ന ഒരു വിഭാഗം വേർപെട്ടുപോന്നത്. അവർ സ്വന്തം ലക്ഷ്യങ്ങൾക്കായി ഫ്രഞ്ച് തൊഴിലാളിവർഗ കമ്യൂണിസത്തെ ദത്തെടുത്തു. അങ്ങനെ, കമ്യൂണി സത്തിന്റെ ആദ്യത്തെ ജർമൻ രൂപം പ്രാകൃതമായ ഒരുതരത്തിൽ വിപ്ല വകരവും തൊഴിലാളിവർഗപരവും ആയിരുന്നു. ഹെഗലിയൻ ഇടതുപ ക്ഷത്തെ വിപ്ലവകാരികളായ യുവബുദ്ധിജീവികൾ ജനാധിപത്യത്തിൽ നിർത്താനാണോ രാഷ്ട്രീയമായും സാമൂഹികമായും അതിനപ്പുറം പോകാനാണോ ഉദ്ദേശിച്ചത് എന്നതിരിക്കട്ടെ; ഏതായാലും ഫ്രാൻസ്

അവരുടെ ആശയങ്ങൾക്കുവേണ്ട ബൗദ്ധികമാതൃകകളും ത്വരകങ്ങളും പ്രദാനം ചെയ്തു.

ഈ വിദഗ്ധതൊഴിലാളികളിൽ മോസസ് ഹെസ് (1812–75) ശ്രദ്ധേയനായിരുന്നു. അത് അദ്ദേഹത്തിന്റെ ബൗദ്ധികയോഗ്യതകൊണ്ടല്ല — അദ്ദേഹം തെളിഞ്ഞ ചിന്തകൻ എന്ന അവസ്ഥയിൽ നിന്ന് ഏറെ അകലെയായിരുന്നു— പിന്നെയോ, മറ്റെല്ലാവരേക്കാൾ മുമ്പ് സോഷ്യലിസ്റ്റാവുകയും യുവ ബൗദ്ധികകലാപകാരികളുടെ ഒരു തലമുറയെ ആകെ പരിവർത്തനം ചെയ്യുന്നതിൽ വിജയിക്കുകയും ചെയ്തു എന്നതുകൊണ്ടാണ്. മാർക്സ്, എംഗൽസ് എന്നിവരിൽ അദ്ദേഹം 1842–45 ൽ ചെലുത്തിയ സ്വാധീനം നിർണായകമായിരുന്നു; താമസിയാതെ ഇരുവരും അദ്ദേഹത്തെ ഗൗരവമായി പരിഗണിക്കുന്നത് നിർത്തിയെങ്കിലും. അദ്ദേഹത്തിന്റെ തനതുമുദ്രയായ 'യഥാർഥസോഷ്യലിസം' (പ്രധാനമായും സെയ്ന്റ് സൈമോണിസത്തിന്റെ ഫൊയർബാഹിയൻ വിവർത്തനം) ഏറെയൊന്നും ശ്രദ്ധിക്കപ്പെട്ടില്ല. *കമ്യൂണിസ്റ്റ് മാനിഫെസ്റ്റോ*യിൽ മാർക്സും എംഗൽസും അതിനെതിരായി ഉയർത്തിയ വിവാദത്തിലൂടെയാണ് അതിന്നും മുഖ്യമായും ഓർമിക്കപ്പെടുന്നത്. ഈ വിവാദം വാസ്തവത്തിൽ കാൾ ഗ്രുണിന് (Karl Grun 1817-87) എതിരായിരുന്നു. അദ്ദേഹവും ഈ വിവാദമില്ലായിരുന്നെങ്കിൽ വിസ്മരിക്കപ്പെട്ടേനെ; അദ്ദേഹം വിസ്മരണീയനാണുതാനും. ഒരുവേള ഹെസിന്റെ ബൗദ്ധികവികാസം മാർക്സിന്റേതുമായി ഒത്തുചേരുന്നുണ്ട്. 1848 ൽ അദ്ദേഹം സ്വയം മാർക്സിന്റെ അനുയായിയായി ഗണിക്കുന്ന അവസ്ഥവരെ എത്തിയതാണ്. പക്ഷേ ഒരു ചിന്തകനെന്ന നിലയ്ക്കും ഒരു രാഷ്ട്രീയക്കാരനെന്ന നിലയ്ക്കും അദ്ദേഹത്തിന് തനത് അപര്യാപ്തതകൾ ഉണ്ടായിരുന്നു. അതുകൊണ്ട് അദ്ദേഹത്തിന് എല്ലാറ്റിന്റെയും നിതാന്ത മുൻഗാമിയായി വാഴാനുള്ള യോഗമേ ഉണ്ടായുള്ളൂ: മാർക്സിസത്തിന്റെ, ജർമൻ തൊഴിലാളി പ്രസ്ഥാനത്തിന്റെ, ഒടുവിൽ സയോണിസത്തിന്റെയും.

മാർക്സിയൻ ആശയങ്ങളുടെ ഉൽപ്പത്തിയിൽ ജീവിതചരിത്രപരമായല്ലാതെ ജർമൻ മാർക്സ്പൂർവ സോഷ്യലിസത്തിന് വലിയ പ്രാമുഖ്യമൊന്നും ഇല്ലെങ്കിൽ, ഉദാരവാദത്തെപ്പറ്റിയുള്ള ജർമൻ സോഷ്യലിസ്റ്റേതരവിമർശത്തെപ്പറ്റി ഒരു വാക്ക് പറയേണ്ടതുണ്ട്. പത്തൊമ്പതാം നൂറ്റാണ്ടിലെ അവ്യക്തമായ അർഥത്തിൽ 'സോഷ്യലിസ്റ്റ്' എന്ന് വർഗീകരിക്കാൻ സാധ്യതയുണ്ടായിരുന്ന ഒരു ചിന്താപഥമായിരുന്നു, അത്. പതിനെട്ടാം നൂറ്റാണ്ടിലെ പ്രബോധോദയത്തോടും അതുകൊണ്ടുതന്നെ ഉദാരവാദത്തോടും വ്യക്തിവാദത്തോടും യുക്തിവാദത്തോടും അമൂർത്തവൽക്കരണത്തോടും (ഉദാഹരണത്തിന്, ഏതെങ്കിലും തരം ബെൻഥമൈറ്റ്, റിക്കാഡിയൻ വാദങ്ങളോട്) ശത്രുത പുലർത്തുന്ന ശക്തമായ ഒരു ഘടകം ജർമൻ ബൗദ്ധികപാരമ്പര്യത്തിൽ ഉള്ളടങ്ങിയിരുന്നു. ഈ ഘടകത്തിന്റെ സമർപ്പണം ചരിത്രം, സമൂഹം എന്നിവയുടെ ജൈവാധിഷ്ഠിത ഭാവനയോടായിരുന്നു. ഇത് തുടക്കത്തിൽ രണോത്സുകമായ, പ്രതിലോമസ്വഭാവമുള്ള ഒരു പ്രസ്ഥാനമായിരുന്ന കാൽപ്പനികതയിൽ ആവിഷ്കാരം കണ്ടെത്തി. ഹെഗലിയൻ തത്വശാസ്ത്രം പ്രബോധോദയവും

കാൽപ്പനികവീക്ഷണവും തമ്മിൽ ഒരുതരം സങ്കലനം സാധ്യമാക്കി എന്നതു ശരിതന്നെ. ജർമൻ രാഷ്ട്രീയപ്രയോഗവും തത്ഫലമായി ജർമൻ പ്രയുക്ത സാമൂഹികസിദ്ധാന്തവും സർവാശ്ലേഷിയായ ഭരണ കൂടവാഴ്ചയ്ക്കു കീഴിലായിരുന്നു. ഒരു സംരംഭകവർഗമായി വൈകി വികസിച്ച ജർമൻ ബൂർഷ്വാസി മൊത്തത്തിൽ രാഷ്ട്രീയാധിപത്യമോ അനിയന്ത്രിതമായ സാമ്പത്തിക ഉദാരാവസ്ഥയോ ആവശ്യപ്പെട്ടില്ല. അതിന്റെ വക്താക്കളായ അംഗങ്ങൾ ഒരു തരത്തിൽ അല്ലെങ്കിൽ മറ്റൊ രുതരത്തിൽ ഭരണകൂടത്തിന്റെ സേവകരായിരുന്നു. സിവിൽ സേവകർ (പ്രൊഫസർമാർ ഉൾപ്പെടെ) എന്നനിലയ്ക്കോ സംരംഭകർ എന്ന നിലയ്ക്കോ ജർമൻ ഉദാരവാദികൾക്ക് അനിയന്ത്രികമായ സ്വതന്ത്രവി പണിയിൽ ഉപാധിരഹിതവിശ്വാസം ഉണ്ടായിരുന്നില്ല. ഫ്രാൻസിലോ ബ്രിട്ടനിലോ നടക്കാത്തപോലെ ബ്രിട്ടനിൽ അപ്പോഴേ ദൃശ്യമായിരുന്ന മുതലാളിത്തസമ്പദ്ക്രമം പൂർണമായി വികസിക്കുന്നതും അതോടൊപ്പം വമ്പിച്ച ദാരിദ്ര്യത്തിന്റെ പ്രശ്നങ്ങൾ ഉണ്ടാകുന്നതും സർക്കാർ ആസൂ ത്രണം, സാമൂഹികപരിഷ്കാരം എന്നിവയുടെ ചേരുവകൊണ്ട് തടയാ നാകും എന്ന് പ്രത്യാശിച്ച ഒരു കൂട്ടം എഴുത്തുകാരെ ജർമനി ഉൽപ്പാദി പ്പിച്ചിരുന്നു. അത്തരം വ്യക്തികളുടെ സിദ്ധാന്തങ്ങൾക്ക് ഒരിനം സോഷ്യ ലിസത്തോട് ഏറെ അടുപ്പമുണ്ട്. ഉദാഹരണത്തിന്, ജെ കെ റോഡ്ബെർട സ്-ജാഗെറ്റ്സോവിന്റെ (1805–75) രചനകൾ. അദ്ദേഹം ഒരു യാഥാസ്ഥി തികനും രാജവാഴ്ചാപക്ഷക്കാരനും ആയിരുന്നു. 1848 ൽ കുറച്ചുകാലം പ്രഷ്യൻ മന്ത്രിയുമായിരുന്നു. 1840 കളിൽ അദ്ദേഹം മൂല്യത്തിന്റെ അധ്വാ നസിദ്ധാന്തത്തെ ആധാരമാക്കി മുതലാളിത്തത്തിന്റെ ഒരു ഉപഭോഗ ന്യൂനീകരണ വിമർശവും 'ഭരണകൂട സോഷ്യലിസ' സിദ്ധാന്തവും വിശ ദമായി അവതരിപ്പിച്ചിരുന്നു. പ്രചാരണപരമായി സാമ്രാജ്യത്വ ജർമനി ഏതൊരു സോഷ്യൽ ഡെമോക്രാറ്റിന്റെയും അത്രതന്നെ 'സോഷ്യലിസ്റ്റ്' ആണ് എന്നതിന്റെ തെളിവായിട്ടാണ് ബിസ്മാർക്കിയൻ യുഗത്തിൽ ഇവ ഉപയോഗിക്കപ്പെട്ടത്. മാർക്സുപോലും ധർമിഷ്ഠനായ യാഥാസ്ഥിതിക ചിന്തകനെ മോഷ്ടിക്കുകയായിരുന്നു എന്നതിനുകൂടി തെളിവായും ഇവ ഉപയോഗിക്കപ്പെട്ടു എന്ന് പ്രത്യേകം പ്രസ്താവിക്കേണ്ടതില്ല. ഈ ആരോ പണം അസംബന്ധമായിരുന്നു. കാരണം, മാർക്സ് റോഡ്ബെർടസിന്റെ രചനകൾ വായിക്കുന്നത് തന്റെ വീക്ഷണങ്ങൾ പൂർണമായി രൂപവൽകൃ തമായ ശേഷം, 1860 തിനടുത്താണ്. റോഡ്ബെർടസിന് ഏറിവന്നാൽ 'തന്റെ പ്രവൃത്തി എങ്ങനെ ചെയ്യണമെന്നും ഏറ്റവും പ്രമാദമായ പിഴ കൾ ഒഴിവാക്കുന്നത് എങ്ങനെയെന്നും മാർക്സിനെ പഠിപ്പിക്കാനേ കഴി യുമായിരുന്നുള്ളു.' ഈ വിവാദം വിസ്മരിക്കപ്പെട്ടിട്ട് ഏറെക്കാലമായി. അതേസമയം റോഡ്ബെർടസ് വിശദീകരിച്ച ഇനം മനോഭാവവും വാദവും ലസാലെ മുന്നോട്ടുവച്ചതരം ഭരണകൂട സോഷ്യലിസത്തിന്റെ രൂപവൽക്കരണത്തിൽ സ്വാധീനം ചെലുത്തിയിരിക്കാം (ഇരുവരും ഒരി ടയ്ക്ക് സഹകരിച്ചിരുന്നു).

മുതലാളിത്തവിരുദ്ധതയുടെ ഈ സോഷ്യലിസ്റ്റേതര ഭാഷ്യങ്ങൾ മാർക്സിയൻ സോഷ്യലിസത്തിന്റെ രൂപവൽക്കരണത്തിൽ യാതൊരു

പങ്കും വഹിച്ചില്ലെന്നു മാത്രമല്ല, പരസ്യമായ യാഥാസ്ഥിതിക ബന്ധങ്ങൾ പുലർത്തിയിരുന്നതിനാൽ യുവജർമൻ ഇടതുപക്ഷം അവയെ സജീവമായി എതിർക്കുകയും ചെയ്തിരുന്നു. 'കാൽപ്പനിക' സിദ്ധാന്തം മാർക്സിസത്തിന്റെ പ്രാഗ്ചരിത്രത്തിൽ ഇടം നേടുന്നത് അതിന്റെ ഏറ്റവും കുറഞ്ഞ രാഷ്ട്രീയരൂപത്തിൽ മാത്രമാണ്; അതായത്, 'പ്രകൃതിതത്വശാസ്ത്ര'ത്തിന്റെ രൂപത്തിൽ. അതിനോട് എംഗൽസിന് എപ്പോഴും ചെറിയൊരു വാത്സല്യമുണ്ടായിരുന്നു (1885 ൽ വന്ന *Anti-Duhring* ന്റെ മുഖവുരയിലെ അടിക്കുറുപ്പ്). ക്ലാസിക്കൽ ജർമൻ തത്വചിന്തയിലേക്ക് സ്വാംശീകരിക്കപ്പെട്ട ഹെഗലിയൻ രൂപത്തിലും അതിന് മാർക്സിസത്തിന്റെ പ്രാഗ്ചരിത്രത്തിൽ സ്ഥാനമുണ്ട്. വ്യവസായങ്ങളുടെ സർക്കാർ ഉടമസ്ഥത, കൈകാര്യകർതൃത്വം എന്നിവയടക്കം സാമ്പത്തികരംഗത്തെ യാഥാസ്ഥിതികവും ഉദാരവാദപരവുമായ സർക്കാർ ഇടപെടൽ വ്യവസായത്തിന്റെ ദേശസാൽക്കരണം മാത്രമായാൽ അത് സോഷ്യലിസ്റ്റ് ആവില്ല എന്ന വീക്ഷണത്തിൽ കേവലം അവയുടെ ദൃഢീകരണമാണ് കാണുന്നത്.

അങ്ങനെ, ജർമനിയിലെ സാമ്പത്തിക, സാമൂഹിക, രാഷ്ട്രീയ അനുഭവങ്ങളോ അവയുടെ പ്രശ്നങ്ങളെ കൈകാര്യം ചെയ്യാൻ പ്രത്യേകം രൂപകൽപ്പനചെയ്യപ്പെട്ട രചനകളോ ഒന്നും മാർക്സിയൻ ചിന്തയിലേക്ക് ഗണ്യമായി സംഭാവനചെയ്തിട്ടില്ല. അത് മറിച്ചാകാൻ തരവുമില്ല. മാർക്സും എംഗൽസും അടക്കം പലപ്പോഴും നിരീക്ഷിച്ചിട്ടുള്ളതുപോലെ, ഫ്രാൻസിലും ഇംഗ്ലണ്ടിലും മൂർത്തമായ രാഷ്ട്രീയ-സാമ്പത്തിക രൂപത്തിൽ പ്രത്യക്ഷപ്പെട്ട പ്രശ്നങ്ങൾ അവരുടെ യൗവനത്തിലെ ജർമനിയിൽ പ്രത്യക്ഷപ്പെട്ടത് അമൂർത്തമായ തത്വശാസ്ത്രാന്വേഷണത്തിന്റെ രൂപത്തിൽ മാത്രമാണ്. ഇതേകാരണത്താൽത്തന്നെ തിരിച്ച് ഈ കാലഘട്ടത്തിലെ ജർമൻ തത്വചിന്തയുടെ വികാസം മറ്റ് രാജ്യങ്ങളിലേതിനേക്കാൾ എത്രയോ ശ്രദ്ധേയമായിരുന്നുതാനും. ഈ വികാസം ഒരുപക്ഷേ അതിന് സമൂഹത്തിലെ മൂർത്തയാഥാർഥ്യങ്ങളുമായി ബന്ധമില്ലാതാക്കിയിരിക്കാം. 1842 ശിശിരകാലത്തിനു മുമ്പ് 'മാഞ്ചെസ്റ്ററിലും പാരിസിലും ലിയോൺസിലും മാനം നോക്കി നിലവിളിക്കുന്ന' ആ 'സ്വത്തില്ലാവർഗ'ത്തെക്കുറിച്ച് മാർക്സ് യഥാർഥത്തിൽ പരാമർശിക്കുന്നതേയില്ല. എങ്കിലും അത് സാമാന്യവൽക്കരിക്കാനും ഉടന്തടിവസ്തുതകൾക്ക് അപ്പുറം തുളച്ചുകയറാനും ശക്തമായ ശേഷി പ്രദാനം ചെയ്യുന്നുണ്ട്. പക്ഷേ അതിന്റെ പൂർണസാധ്യത സാക്ഷാൽക്കരിക്കണമെങ്കിൽ തത്വചിന്താപരമായ മനനത്തെ ലോകത്തിനുമേൽ പ്രവർത്തിക്കാനുള്ള ഒരു മാർഗമായി പരിവർത്തിപ്പിക്കണം; ഊഹാധിഷ്ഠിതമായ തത്വശാസ്ത്ര സാമാന്യവൽക്കരണം ബൂർഷ്വ സമൂഹത്തിന്റെ യഥാർഥലോകത്തിന്റെ മൂർത്തമായ പഠനവും അപഗ്രഥനവുമായി സംബന്ധം സ്ഥാപിക്കണം. ഈ സംബന്ധമില്ലാതെ തത്വശാസ്ത്രവികാസത്തിന്റെ രാഷ്ട്രീയ വിപ്ലവവൽക്കരണത്തിൽനിന്ന് ഉയിർത്ത ജർമൻ സോഷ്യലിസം ഏറിവന്നാൽ *കമ്യൂണിസ്റ്റ് മാനിഫെസ്റ്റോയിൽ* മാർക്സും എംഗൽസും കളിയാക്കിയ ജർമൻ അഥവാ 'ഉണ്മയായ' സോഷ്യലിസമേ ഉൽപ്പാദിപ്പിക്കുമായിരുന്നുള്ളു.

ഈ തത്വശാസ്ത്രപരമായ വിപ്ലവവൽക്കരണത്തിന്റെ ആദ്യപടികൾ മതവിമർശത്തിന്റെ രൂപവും പിന്നീട് (ഈ വിഷയം രാഷ്ട്രീയാർഥത്തിൽ കൂടുതൽ ലോലമായിരുന്നതിനാൽ) ഭരണകൂട വിമർശത്തിന്റെ രൂപവും കൈക്കൊണ്ടു. തത്വശാസ്ത്രത്തിന് നേരിട്ട് ബന്ധമുള്ള രണ്ട് 'രാഷ്ട്രീയ' പ്രശ്നങ്ങൾ അവയായിരുന്നല്ലോ. ഈ വിപ്ലവവൽക്കരണത്തിന്റെ മഹത്തായ രണ്ട് മാർക്സ് പൂർവ നാഴികക്കല്ലുകൾ സ്ട്രോസിന്റെ *Life of Jesus (യേശുവിന്റെ ജീവിതം*–1835) എന്ന രചനയും വ്യക്തമായും ഭൗതികവാദപരമെന്ന് ഇപ്പോൾ തെളിഞ്ഞിട്ടുള്ള ഫോയർബാഹിന്റെ *Wesen des Christenthums* (1841) എന്ന രചനയും ആയിരുന്നു. ഹെഗലിന്റെയും മാർക്സിന്റെയും ഇടയ്ക്കുള്ള ഒരു ഘട്ടമെന്ന നിലയ്ക്ക് ഫോയർബാഹിന്റെ നിർണായകപ്രാധാന്യം പരിചിതമാണ്; മാർക്സിന്റെയും എംഗൽസിന്റെയും പക്വചിന്തകളിൽ മതവിമർശത്തിനുള്ള അനുസൂതമായ കേന്ദ്രസ്ഥാനം എല്ലായ്പ്പോഴും പരിഗണിക്കപ്പെട്ടിട്ടില്ലെങ്കിലും. ഏതായാലും, വിപ്ലവവൽക്കരണത്തിന്റെ ഈ ജീവത്തായ ഘട്ടത്തിൽ രാഷ്ട്രീയ–തത്വചിന്താരംഗത്തെ ജർമൻ യുവകലാപകാരികൾക്ക് വിപ്ലവകരവും, എന്തിന്, സോഷ്യലിസ്റ്റ് പോലുമായ, പാരമ്പര്യത്തിൽ നിന്ന് നേരിട്ട് ഊർജം ഉൾക്കൊള്ളാനുള്ള അവസരമുണ്ടായിരുന്നു. കാരണം, പതിനെട്ടാം നൂറ്റാണ്ടിലെ ഫ്രാൻസിലെ തത്വശാസ്ത്രീയ ഭൗതികവാദപദ്ധതികളിൽ ഏറ്റവും പരിചിതവും സ്ഥിരതയുള്ളതുമായ ആ പദ്ധതിക്ക് ഫ്രഞ്ച് വിപ്ലവവുമായി മാത്രമല്ല, ഫോയർബാഹ്, ഹെൽവേഷ്യസ്, മോറെല്ലി, മാബ്ലി എന്നിവരടങ്ങുന്ന ആദ്യകാല ഫ്രഞ്ച് കമ്യൂണിസവുമായും ബന്ധമുണ്ടായിരുന്നു. ഈയളവുവരെ ഫ്രഞ്ച് തത്വശാസ്ത്രവികാസം മാർക്സിസ്റ്റ് ചിന്തയുടെ വികാസത്തിലേക്ക് സംഭാവന ചെയ്തു; അല്ലെങ്കിൽ ചുരുങ്ങിയ പക്ഷം പ്രോത്സാഹിപ്പിക്കുകയെങ്കിലും ചെയ്തു — പതിനേഴ്, പതിനെട്ട് നൂറ്റാണ്ടിലെ ചിന്തകരിലൂടെ നേരിട്ടോ രാഷ്ട്രീയ സമ്പദ്ശാസ്ത്രം വഴിയോ ബ്രിട്ടീഷ് തത്വശാസ്ത്രപാരമ്പര്യത്തെപ്പോലെതന്നെ. ഏതായാലും അടിസ്ഥാനപരമായും യുവ മാർക്സ് 'ഹെഗലിനെ ശരിയാം വണ്ണം കീഴ്മേൽ മറിച്ചിട്ട' പ്രക്രിയ ക്ലാസിക്കൽ ജർമൻ തത്വശാസ്ത്രത്തിനകമേ തന്നെയാണ് നടന്നത്. സഞ്ചരിക്കേണ്ട ദിശയെക്കുറിച്ച് ഒരു ബോധം നൽകി എന്നതൊഴിച്ചാൽ അതിന് മാർക്സ്പൂർവ വിപ്ലവ–സോഷ്യലിസ്റ്റ് പാരമ്പര്യങ്ങളോട് യാതൊരു കടപ്പാടും ഉണ്ടായിരുന്നില്ല.

V

1840 കളിലെ മാർക്സിയൻ സംശ്ലേഷണത്തിൽ രാഷ്ട്രീയവും സമ്പദ്ശാസ്ത്രവും തത്വശാസ്ത്രവും ഫ്രഞ്ച്, ബ്രിട്ടീഷ്, ജർമൻ അനുഭവങ്ങളും ഉട്ടോപ്യൻ സോഷ്യലിസവും കമ്യൂണിസവുമെല്ലാം വിളക്കിച്ചേർക്കപ്പെടുകയും പരിവർത്തിക്കപ്പെടുകയും അതിശയിക്കപ്പെടുകയും ചെയ്തു. ഈ പരിവർത്തനം ഈ ചരിത്ര മുഹൂർത്തത്തിൽ തന്നെ നടന്നത് തീർച്ചയായും ആകസ്മികമല്ല.

1840 തിനോടടുത്ത് യൂറോപ്യൻ ചരിത്രം ഒരു പുതിയ മാനം കൈവരിച്ചു: 'സാമൂഹികപ്രശ്നം' അഥവാ (മറ്റൊരു വീക്ഷണകോണിൽ നിന്ന് നോക്കിയാൽ) സാധ്യതയുള്ള സാമൂഹികവിപ്ലവം എന്ന മാനം. രണ്ടും 'തൊഴിലാളിവർഗം' എന്ന പ്രതിഭാസത്തിലൂടെയാണ് ആവിഷ്കാരം കണ്ടെത്തിയത്. തൊഴിലാളിവർഗത്തെ അനുഭവൈകവും രാഷ്ട്രീയവുമായ ഒരു പ്രശ്നമായി, ഒരു വർഗമായി, ഒരു പ്രസ്ഥാനമായി, അവസാന അപഗ്രഥനത്തിൽ സമൂഹത്തെ അട്ടിമറിക്കാനുള്ള ഒരു ശക്തിയായി ബൂർഷ്വ എഴുത്തുകാർ ക്രമമായി തിരിച്ചറിയുകയായിരുന്നു. ഒരറ്റത്ത് ഈ തിരിച്ചറിവ് ആവിഷ്കാരം കണ്ടെത്തിയത് ഈ വർഗത്തിന്റെ സാഹചര്യങ്ങളെക്കുറിച്ചുള്ള ചിട്ടയായ, മിക്കപ്പോഴും താരതമ്യ സ്വഭാവമുള്ള, അന്വേഷണങ്ങളിലാണ് (1840 ൽ ഫ്രാൻസിനുവേണ്ടി വില്ലേർമെ, 1840 ൽത്തന്നെ ഫ്രാൻസിനും ബ്രിട്ടനും വേണ്ടി ബ്യൂറെ, 1843 ൽ വിവിധ രാജ്യങ്ങൾക്കുവേണ്ടി ഡ്യൂക്പെറ്റിയോ); മറ്റേയറ്റത്ത്, (താഴെക്കൊടുക്കുന്ന) മാർക്സിയൻ വാദത്തെ അനുസ്മരിപ്പിക്കുന്ന ചരിത്രപരമായ സാമാന്യവൽക്കരണങ്ങളിലും.

പക്ഷേ ചരിത്രത്തിന്റെ ഉള്ളടക്കം ഇതാണ് : ഒരു പുതിയ ശത്രുത ആവിർഭവിക്കാതെ പ്രധാനപ്പെട്ട ചരിത്രപരമായ ഒരു ശത്രുതയും അപ്രത്യക്ഷമാവുകയോ മരിച്ചുപോവുകയോ ചെയ്യുന്നില്ല. അങ്ങനെ, സമ്പന്നരും ദരിദ്രരും തമ്മിലുള്ള പൊതുവായ ശത്രുത ഈയിടെയായി ഒരു വശത്ത് മുതലാളിമാരും അധ്വാനം വാടകക്കെടുക്കുന്നവരും മറുവശത്ത് എല്ലാത്തരം വ്യവസായത്തൊഴിലാളികളും തമ്മിലുള്ള സംഘർഷമായി ധ്രുവീകൃതമായിരിക്കുന്നു; ഈ സംഘർഷത്തിൽനിന്ന് വ്യവസായ ജനസംഖ്യയുടെ ആനുപാതിക വളർച്ചയോടൊപ്പം കൂടുതൽ കൂടുതൽ ഭീഷണമായി വരുന്ന മാനങ്ങളോടുകൂടിയ ഒരു എതിർബലം ആവിർഭവിക്കുന്നു. (റോട്ടെക്, വെൽകെർ എന്നിവർ തയാറാക്കിയ *Lexicon der Staatsswissenschaften* XIII, 1842 ലെ 'റവല്യൂഷൻ' എന്ന പ്രബന്ധം.)

ഈ സമയത്ത് ഫ്രാൻസിൽ വിപ്ലവസ്വഭാവമുള്ളതും ബോധപൂർവം തൊഴിലാളിവർഗസ്വഭാവം പുലർത്തുന്നതുമായ ഒരു കമ്യൂണിസ്റ്റ് പ്രസ്ഥാനം ആവിർഭവിച്ചു എന്ന് നാം മനസിലാക്കിയല്ലോ. 1840 നോടടുത്ത് 'കമ്യൂണിസ്റ്റ്,' 'കമ്യൂണിസം' എന്നീ പദങ്ങൾതന്നെ അതിനെ വിവരിക്കാനായി പ്രചാരത്തിൽ വന്നു. അതോടൊപ്പം എംഗൽസ് സൂക്ഷ്മമായി നിരീക്ഷിച്ച വമ്പിച്ച ഒരു തൊഴിലാളിവർഗപ്രസ്ഥാനം ബ്രിട്ടനിൽ ഉച്ചസ്ഥായിയിലെത്തി: ചാർട്ടിസം. പടിഞ്ഞാറൻ യൂറോപ്പിലെ ഉട്ടോപ്യൻ സോഷ്യലിസത്തിന്റെ മുൻരൂപങ്ങൾ ചാർട്ടിസത്തിന്റെ വരവോടെ പൊതുമണ്ഡലത്തിന്റെ അരികുകളിലേക്ക് പിൻവാങ്ങി. ഫൗറിയറിസം മാത്രം മിതമായ തോതിൽ, എന്നാൽ ക്രമമായി, തൊഴിലാളിവർഗത്തിന്റെ മണ്ണിൽ തഴച്ചു.

കാണെക്കാണെ വളരുകയും ഏകോപിക്കുകയും ചെയ്യുന്ന ഒരു തൊഴിലാളിവർഗത്തിന്റെ അടിസ്ഥാനത്തിൽ ജാക്കൊബിൻ–വിപ്ലവാത്മക–കമ്യൂണിസ്റ്റും സോഷ്യലിസ്റ്റ്–അസോസിയേഷനിസ്റ്റും ആയ അനുഭവത്തിന്റെയും സിദ്ധാന്തങ്ങളുടെയും പുതിയതും കൂടുതൽ അദമ്യവുമായ ഒരു സംയോജനത്തിന് സാധ്യതയൊരുങ്ങി. നിലവിലുള്ള സമു

ഹത്തിന്റെ നിഷേധത്തിലൂടെ സമൂഹപരിവർത്തനം നടത്താൻ പറ്റിയ ബലം അന്വേഷിക്കുകയായിരുന്ന ഹെഗലിയൻ മാർക്സ് തൊഴിലാളി വർഗത്തിൽ ആ ബലം കണ്ടെത്തി. തൊഴിലാളിവർഗവുമായി മാർക്സിന് എംഗൽസ് വഴിയല്ലാതെ വലിയ പരിചയമൊന്നും ഉണ്ടായിരുന്നില്ല. മുതലാളിത്തരാഷ്ട്രീയസമ്പദ് വ്യവസ്ഥയുടെ പ്രവർത്തനങ്ങളെപ്പറ്റി അദ്ദേഹം ഏറെയൊന്നും ചിന്തിച്ചിരുന്നുമില്ല. പക്ഷേ ഉടൻതന്നെ അദ്ദേഹം രണ്ടിനെപ്പറ്റിയും പഠനം തുടങ്ങി. 1850 കളുടെ ആരംഭത്തിനു മുമ്പ് അദ്ദേഹം സമ്പദ് ശാസ്ത്രത്തിൽ ഗൗരവമായി ശ്രദ്ധ ഊന്നിയിരുന്നില്ല എന്ന് അനുമാനിക്കുന്നത് തെറ്റാണ്. 1844 നപ്പുറം വൈകാതെ തന്നെ അദ്ദേഹം തന്റെ ഗൗരവമേറിയ പഠനങ്ങൾ ആരംഭിച്ചിരുന്നു.

ഇക്കാലത്തെ ഫ്രാൻസിലെയും ബ്രിട്ടനിലെയും വികസിതവും പ്രരൂപതുല്യമെന്ന് കരുതാവുന്നതുമായ ബൂർഷ്വ സമൂഹങ്ങളിൽ ഉണ്ടായിരുന്ന വിജയ–പ്രതിസന്ധികളുടെ ചേരുവയാണ് സാമൂഹികസിദ്ധാന്തത്തിന്റെയും സാമൂഹികപ്രസ്ഥാനത്തിന്റെയും ഈ സംയോജനത്തിന് കാരണമായത്. 1830 ലെ രാഷ്ട്രീയവിപ്ലവങ്ങളും സമാന്തരമായ 1832–35ലെ ബ്രിട്ടിഷ് പരിഷ്കരണങ്ങളും ഉദാരബൂർഷ്വാസിയുടെ ഗണ്യമായ ഭാഗത്തിന്റെ താൽപ്പര്യങ്ങൾക്ക് പാദസേവചെയ്യുന്ന, എന്നാൽ രാഷ്ട്രീയ ജനാധിപത്യത്തിന് അടുത്തെങ്ങും എത്താത്ത, വാഴ്ചകളാണ് സ്ഥാപിച്ചത്. സാമ്പത്തികരംഗത്ത് ബ്രിട്ടനിൽ നടേതന്നെ ആധിപത്യം ഉറപ്പിച്ചിരുന്ന വ്യവസായവൽക്കരണം ഭൂഖണ്ഡത്തിന്റെ ചില ഭാഗങ്ങളിൽ മുന്നേറുകയായിരുന്നു. പക്ഷേ പ്രതിസന്ധിയും അനിശ്ചിതത്വവും നിറഞ്ഞ അന്തരീക്ഷത്തിൽ ഒരു വ്യവസ്ഥിതി എന്ന നിലയ്ക്ക് മുതലാളിത്തത്തിന്റെ മൊത്തം ഭാവി തന്നെ എന്തായിരിക്കുമെന്ന ചോദ്യവും പലരിലും ഉയരുകയായിരുന്നു. സോഷ്യലിസത്തിന്റെയും കമ്യൂണിസത്തിന്റെയും ആദ്യത്തെ ചിട്ടയുള്ള സർവേയർ ആയ ലോറൻസ് വോൺ സ്റ്റീൻ പറഞ്ഞു (1842) : യൂറോപ്പിന്റെ മിക്ക ഭാഗങ്ങളെയും സംബന്ധിച്ചിടത്തോളം രാഷ്ട്രീയ പരിഷ്കരണവും വിപ്ലവവും അവസാനിക്കുകയാണ് എന്ന കാര്യത്തിൽ ഇനിയും യാതൊരു സംശയത്തിനും ഇടമില്ല; സാമൂഹികവിപ്ലവം അവയുടെ സ്ഥാനം ഏറ്റെടുത്തു കഴിഞ്ഞു. അത് ഭീകരമായ ശക്തിയോടെയും ഗുരുതരമായ സംശയങ്ങളോടെയും ജനതകളുടെ സകല പ്രസ്ഥാനങ്ങൾക്കും മീതെ ഗോപുരസമാനമായി വർത്തിക്കുന്നു. ഇന്ന് നമ്മെ അഭിമുഖീകരിക്കുന്ന ഈ അവസ്ഥ ഏതാനും വർഷം മുമ്പുവരെ പൊള്ളയായ ഒരു നിഴലായിട്ടാണ് നമുക്ക് തോന്നിയിരുന്നത്. ഇപ്പോൾ അത് എല്ലാ നിയമങ്ങളെയും ശത്രുവായി കണക്കാക്കുന്നു. അതിനെ പഴയ ശൂന്യാവസ്ഥയിലേക്ക് അമർത്താനുള്ള ശ്രമങ്ങളെല്ലാം വൃഥാവിലാണ്.

അഥവാ, ഏതാനും വർഷങ്ങൾക്കുശേഷം മാർക്സും എംഗൽസും എഴുതിയപോലെ, "യൂറോപ്പിനെ ഒരു ഭൂതം വേട്ടയാടുന്നു — കമ്യൂണിസമെന്ന ഭൂതം."

അതുകൊണ്ട് 1840 കൾക്ക് മുമ്പ് സോഷ്യലിസത്തിന്റെ മാർക്സിയൻ പരിവർത്തനം ചരിത്രപരമായി സാധ്യമാകുമായിരുന്നില്ല. വിപ്ലവകരമായ രാഷ്ട്രീയ–തൊഴിലാളിവർഗ പ്രസ്ഥാനങ്ങളും വിപ്ലവകരമായ

സാമൂഹിക-രാഷ്ട്രീയ സിദ്ധാന്തവും പ്രധാനപ്പെട്ട ബൂർഷ്വ രാജ്യങ്ങളുടെ കാര്യത്തിൽ ദീർഘമായ ചരിത്രത്തിലും പാരമ്പര്യത്തിലും പ്രയോഗത്തിലും ആണ്ടുകിടക്കുന്ന അവസ്ഥയുണ്ടായിരുന്നു: ആ നിമഗ്നതയിൽ നിന്ന് അവയ്ക്ക് വിമോചനം പ്രയാസമായിരുന്നു. അതുകൊണ്ടുതന്നെ അവിടങ്ങളിലും സോഷ്യലിസത്തിന്റെ മാർക്സിയൻ പരിവർത്തനം അസാധ്യമായിരുന്നു. ഫ്രഞ്ച് ഇടതുപക്ഷം ഏറെക്കാലം മാർക്സിസത്തെ ചെറുത്തു എന്ന് പിൽക്കാല ചരിത്രം കാണിച്ചുതരാനിരിക്കുകയായിരുന്നു. സ്വയാർജിതമായ വിപ്ലവ-അസോസിയേഷനിസ്റ്റ് പാരമ്പര്യം ഉണ്ടായിട്ടും, തീർച്ചയായും അതുമൂലവും, ബ്രിട്ടീഷ് തൊഴിലാളിപ്രസ്ഥാനം മാർക്സിസത്തോട് പിന്നെയും ഏറെക്കാലം പരാങ്മുഖമായിനിന്നു– ബോധപൂർവമായ ഒരു വർഗപ്രസ്ഥാനവും ചൂഷണത്തിന്റെ ഒരു വിമർശവും വികസിപ്പിക്കുന്നതിൽ തനതു വിജയം കൈവരിച്ചിട്ടും, തീർച്ചയായും അതുമൂലവും. ഫ്രഞ്ച്, ബ്രിട്ടീഷ് സംഭാവനകൾ ഇല്ലായിരുന്നെങ്കിൽ മാർക്സിയൻ സംശ്ലേഷണം തീർത്തും അസാധ്യമാകുമായിരുന്നു; ബ്രിട്ടൻ കാര്യങ്ങളിൽ തനതായ അനുഭവമുള്ള (മാഞ്ചെസ്റ്ററിൽ മുതലാളിത്തത്തിന്റെ പ്രയോക്താവുകൂടിയായിരുന്ന) എംഗൽസുമായി മാർക്സ് ആയുഷ്കാല പങ്കാളിത്തം സ്ഥാപിച്ചതും പ്രധാനമായി എന്നതിൽ സംശയമില്ല. സോഷ്യലിസത്തിന്റെ പുതിയഘട്ടം ബൂർഷ്വ സമൂഹത്തിന്റെ മധ്യത്തിലല്ല, അതിന്റെ ജർമൻ അരികുകളിലാണ് വികസിക്കാൻ ഒരുപക്ഷേ കൂടുതൽ സാധ്യതയുണ്ടായിരുന്നത് എന്നതും സ്വാഭാവികം. അതാകട്ടെ, ജർമൻ തത്വചിന്തയുടെ സർവാശ്ലേഷിയായ, ഊഹാധിഷ്ഠിതമായ ശിൽപ്പഘടനയാകെ ഉടച്ചു വാർത്തിട്ടായിരുന്നുതാനും.

മാർക്സിയൻ സോഷ്യലിസത്തിന്റെതന്നെ വികാസം ഈ അധ്യായത്തിന്റെ പരിധിക്കുപുറത്തുള്ള വിഷയമാണ്. അത് മുൻഗാമികളിൽ നിന്ന് മൂന്നു കാര്യങ്ങളിൽ വ്യത്യസ്തമായിരുന്നു എന്നു മാത്രം ഇവിടെ നാം ഓർത്താൽ മതി. ഒന്ന്, അത് മുതലാളിത്തസമൂഹത്തെ സംബന്ധിച്ച ഭാഗികമായ ഒരു വിമർശനത്തിനു പകരം ആ സമൂഹത്തെ നിർണയിക്കുന്ന മൗലിക (ഇവിടെ, സാമ്പത്തിക) ബന്ധത്തിന്റെ അപഗ്രഥനത്തെ അടിസ്ഥാനമാക്കിയുള്ള ഒരു സമഗ്രവിവമർശം കൊണ്ടുവന്നു. അപഗ്രഥനപരമായി അത് അനുഭവൈകവിമർശനത്തിന് പ്രാപ്യമായ ഉപരിപ്ലവപ്രതിഭാസങ്ങളേക്കാൾ ആഴത്തിൽ കടന്നുചെന്നു എന്ന വസ്തുത, തടസം നിന്നിരുന്ന 'കപടാവബോധവും' അതിനുള്ള (ചരിത്രപരമായ) കാരണങ്ങളെ സംബന്ധിച്ച ഒരപഗ്രഥനവും കൂടി അതിൽ ഉൾച്ചേർന്നിരിക്കുന്നു എന്നതിന്റെ സൂചനയാണ്. രണ്ട്, അത് സോഷ്യലിസത്തെ പരിണാമാത്മകവും ചരിത്രപരവുമായ അപഗ്രഥനത്തിന്റെ ചട്ടക്കൂട്ടിൽ പ്രതിഷ്ഠിച്ചു. അതോടെ എന്തുകൊണ്ട് അത് ആ സന്ദർഭത്തിൽ ഒരു സിദ്ധാന്തവും പ്രസ്ഥാനവുമായി ആവിർഭവിച്ചു എന്നതിനും എന്തുകൊണ്ട് മുതലാളിത്തത്തിന്റെ ചരിത്രപരമായ വികാസം ഒടുവിൽ ഒരു സോഷ്യലിസ്റ്റ് സമൂഹത്തെ ഉൽപ്പാദിപ്പിച്ചേതീരു എന്നു വരുന്നു എന്നതിനും വിശദീകരണമായി. (ആനുഷംഗികമായി പറയട്ടെ, അനുയോജ്യമായ സന്ദർഭത്തിൽ ഏതാണോ ഉചിതമായ മാതൃക, അതുപടി ഒരന്തിമ

രൂപത്തിൽ സ്ഥാപിക്കുക മാത്രം ചെയ്യേണ്ടുന്ന, പൂർത്തിയായ ഒരു വസ്തുവാണ് നവസമൂഹം എന്നു ധരിച്ച ആദ്യകാല സോഷ്യലിസ്റ്റുകളിൽനിന്ന് ഭിന്നമായി മാർക്സിന്റെ ഭാവിസമൂഹം ചരിത്രപരമായി പരിണമിച്ചുകൊണ്ടേയിരിക്കുന്ന ഒന്നാണ്; അതുകൊണ്ടുതന്നെ അതിന്റെ വളരെ സാമാന്യമായ തത്വങ്ങളും രൂപരേഖകളും മാത്രമേ പ്രവചിക്കാനാവൂ, രൂപകൽപ്പന ചെയ്യപ്പെടാനും.) മൂന്ന്, അത് പഴയ സമൂഹത്തിൽ നിന്ന് പുതിയതിലേക്കുള്ള സംക്രമണത്തിന്റെ രീതി വ്യക്തമാക്കി: വിപ്ലവത്തിലൂടെ മാത്രം ലക്ഷ്യം നേടുന്ന വർഗസമരത്തിൽ ഏർപ്പെട്ടിരിക്കുന്ന ഒരു വർഗപ്രസ്ഥാനത്തിലൂടെ തൊഴിലാളിവർഗമായിരിക്കും അതിന്റെ വാഹകൻ–കണ്ടുകെട്ടിയവരിൽ നിന്ന് കണ്ടുകെട്ടൽ. അതോടെ സോഷ്യലിസം 'ഉട്ടോപ്യൻ' അല്ലാതായി, 'ശാസ്ത്രീയ'മായിത്തീർന്നു.

വാസ്തവത്തിൽ മാർക്സിയൻ പരിവർത്തനം അതിന്റെ മുൻഗാമികൾക്കു പകരം നിൽക്കുകമാത്രമല്ല, അവയെ സ്വാംശീകരിക്കുകകൂടിയാണ് ചെയ്തത്. ഹെഗലിയൻ പ്രയോഗം കടമെടുത്തു പറഞ്ഞാൽ, അത് അവയെ *sublate* ചെയ്തു, അഥവാ ആഗിരണം ചെയ്തു (*aufgehoben*). അക്കാദമിക പ്രബന്ധങ്ങൾ എഴുതാൻ എന്നതിനപ്പുറം ആരും ഇന്ന് അവയെ ഓർക്കുന്നില്ല. അല്ലെങ്കിൽ അവ മാർക്സിസത്തിന്റെ പ്രാഗ്ചരിത്രമായി മാറിയിരിക്കുന്നു. അതുമല്ലെങ്കിൽ അവ (ചില സെയ്ന്റ് സൈമോണിയൻ ധാരകളെപ്പോലെ) സോഷ്യലിസവുമായി പുലബന്ധമില്ലാത്ത പ്രത്യയശാസ്ത്ര ദിശകളിലേക്ക് വികസിച്ചിരിക്കുന്നു. കൂടിവന്നാൽ, ഒവനെയും ഫൗറിയറെയും പോലെ അവ വിദ്യാഭ്യാസ സൈദ്ധാന്തികർക്കിടയിൽ അതിജീവിക്കുന്നു. സോഷ്യലിസ്റ്റ് പ്രസ്ഥാനങ്ങളുടെ പൊതുമേഖലയ്ക്കുള്ളിൽ ഒരു സൈദ്ധാന്തികൻ എന്ന നിലയിൽ ഇപ്പോഴും അൽപ്പമെങ്കിലും ശ്രദ്ധേയനായിത്തുടരുന്ന മാർക്സ് പൂർവ ഘട്ടത്തിലെ ഒരേയൊരു സോഷ്യലിസ്റ്റ് രചയിതാവ് പ്രൂധോൺ ആണ്. അദ്ദേഹത്തെ ഇന്നും അരാജകവാദികൾ (ഇടയ്ക്കിടെ ഫ്രഞ്ച് അതിതീവ്ര വസ്തുപക്ഷവും മറ്റു പലയിനം മാർക്സിസ്റ്റുകാരും) ഉദ്ധരിക്കാറുണ്ട്. ഇത് ഒരുതരത്തിൽ ഏറ്റവും നല്ല ഉട്ടോപ്യന്മാരുടെ പ്രകാശധാരകളേക്കാൾ താഴെയായിരിക്കാമെങ്കിലും ഇന്ന് അവതരിപ്പിച്ചിരുന്നെങ്കിൽ ഏറെ ഗൗരവമായി കണക്കിലെടുക്കപ്പെടുമായിരുന്ന ആശയങ്ങളുള്ള മൗലികചിന്തകരായ മനുഷ്യരോട് കാണിക്കുന്ന അനീതിയാണ്. എങ്കിലും സോഷ്യലിസ്റ്റുകൾ എന്ന നിലയ്ക്ക് ഇന്ന് അവരിൽ മുഖ്യമായും ചരിത്രകാരന്മാർക്കുമാത്രം താൽപ്പര്യമുള്ളു എന്നതാണ് വസ്തുത.

മാർക്സ്പൂർവ സോഷ്യലിസം മാർക്സ് തന്റെ സ്വതഃസിദ്ധമായ വീക്ഷണങ്ങൾ വികസിപ്പിച്ച ഉടനെ കാലം ചെയ്തു എന്ന അനുമാനത്തിലേക്ക് ഇത് നമ്മെ വഴിതെറ്റിച്ചു വിടരുത്. നാമമാത്രമായിപ്പോലും 1880 കൾ വരെ മാർക്സ് തൊഴിലാളിപ്രസ്ഥാനങ്ങളിൽ സ്വാധീനം ചെലുത്തിത്തുടങ്ങിയിരുന്നില്ല. അങ്ങേയറ്റം ഇളവുനൽകിയാൽ ഇത് 1870 കൾ വരെ പിറകോട്ടാക്കാം. ശിഷ്ടജീവിതം മുഴുവൻ തൊഴിലാളി പ്രസ്ഥാനത്തിനകത്ത് താൻ വിമർശിക്കുകയോ പോരടിക്കുകയോ സമരസപ്പെടു

കയോ ചെയ്തിട്ടുള്ള പ്രവണതകൾ പ്രാഥമികമായും മാർക്സ് പൂർവ വിപ്ലവാത്മക ഇടതുപക്ഷത്തിലേതായിരുന്നു, അല്ലെങ്കിൽ അതിൽനിന്ന് ഉത്ഭൂതമായവ ആയിരുന്നു എന്ന് ഓർക്കാതെ മാർക്സിന്റെ തന്നെ ചിന്തയുടെയും രാഷ്ട്രീയ-പ്രത്യയശാസ്ത്ര വിവാദങ്ങളുടെയും ചരിത്രം മനസിലാക്കാൻ കഴിയില്ല. അവ ഫ്രഞ്ച് വിപ്ലവത്തിന്റെ വംശാവലിയിൽപ്പെട്ടവയായിരുന്നു. വിപ്ലവാത്മകജനാധിപത്യത്തിന്റെയോ ജാക്കോബിൻ റിപ്പബ്ലിക്കനിസത്തിന്റെയോ ബ്ലാൻകിയുടെ നേതൃത്വത്തിൽ അന്യം വരാതെ നിന്ന നവബാബോവിസ്റ്റ് വിപ്ലവ തൊഴിലാളിവർഗ കമ്യൂണിസത്തിന്റെയോ രൂപത്തിലാകാം. (അവസാനം പറഞ്ഞ പ്രവണതയുമായി രാഷ്ട്രീയകാരണങ്ങളാൽ മാർക്സ് തന്നെ ഇടയ്ക്കിടെ സഖ്യത്തിലായിരുന്നതു കാണാം.) ചിലപ്പോൾ അത് മാർക്സ് തന്നെ കടന്നുപോയിട്ടുള്ള ഇടതുപക്ഷ ഹെഗലിയനിസത്തിൽനിന്നോ ഫോയർബാഹിയനിസത്തിൽനിന്നോ ഉയിർക്കൊണ്ടതാകാം, അവയാൽ ത്വരിതമാക്കപ്പെട്ടതാകാം. ഇക്കാര്യത്തിൽ മാർക്സിനെപ്പോലെ തന്നെയാണ് മറ്റു പല റഷ്യൻ വിപ്ലവകാരികളും. ഇവരിൽ ഏറ്റവും ശ്രദ്ധേയനാണ് ബക്കുനിൻ. പക്ഷേ പ്രധാനമായും അവ മാർക്സ് പൂർവ സോഷ്യലിസത്തിന്റെ സന്തതികളായിരുന്നു. തീർച്ചയായും അതിന്റെ തുടർച്ചയുമായിരുന്നു.

ആദിമ ഉട്ടോപ്യന്മാർ 1840 കളെ അതിജീവിച്ചില്ല എന്നത് സത്യമാണ്; സിദ്ധാന്തങ്ങളും പ്രസ്ഥാനങ്ങളും എന്ന നിലയ്ക്ക് 40 കളുടെ തുടക്കത്തിൽത്തന്നെ അവയ്ക്ക് ജഡത ബാധിച്ചിരുന്നു. ഫൗറിയറിസം മാത്രമായിരുന്നു, അപവാദം. അത് 1848 ലെ വിപ്ലവംവരെ മിതമായ രീതിയിൽ തഴച്ചു. വിപ്ലവത്തിൽ ഫൗറിയറിസത്തിന്റെ നേതാവ് വിക്ടർ കൺസിഡെറന്റ് അപ്രതീക്ഷിതവും പരാജിതവുമായ ഒരു പങ്കുവഹിക്കുന്നത് നമുക്ക് കാണാം. മറുവശത്ത്, ഭാഗികമായി ഉട്ടോപ്യൻ പ്രഭവങ്ങളിൽ നിന്ന് ഉത്ഭൂതമായ (ഒവൻ, ബുഷെസ്), ഭാഗികമായി 1840 കളിൽ താരതമ്യേന കുറഞ്ഞ അളവിൽ മിശിഹാധിഷ്ഠിതമായി വികസിച്ച (ലൂയി ബ്ലാങ്ക്, പ്രൂധോൺ) പലയിനം അസോസിയേഷനിസവും സഹകരണ സിദ്ധാന്തങ്ങളും വളർച്ച തുടർന്നു. കൂടുതൽ നിഗൂഢമായ രീതിയിൽ അവ സഹകരണാത്മ ദിശയിൽ സമൂഹത്തെയാകെ പരിവർത്തനം ചെയ്യാനുള്ള ആഗ്രഹം നിലനിർത്തുകകൂടി ചെയ്തു. ആ ദിശയിൽ നിന്നാണല്ലോ അവയുടെ ഉത്ഭവം തന്നെ. മുതലാളിത്തചൂഷണത്തിൽ നിന്ന് അധ്വാനത്തെ വിമോചിപ്പിക്കുന്ന ഒരു സഹകരണാത്മക ഉട്ടോപ്യയെക്കുറിച്ചുള്ള സ്വപ്നം കേവലം സഹകരണാത്മക പീടികസൂക്ഷിപ്പായി ദുർബലപ്പെട്ട ബ്രിട്ടനിൽപ്പോലും ഈ അവസ്ഥയായിരുന്നു. ഉൽപ്പാദകരുടെ സഹകരണാത്മകത ആധിപത്യം തുടർന്ന മറ്റുരാജ്യങ്ങളിൽ ഇത് കൂടുതൽ സജീവമായിരുന്നു. മാർക്സിന്റെ ജീവിതകാലത്ത് മിക്ക തൊഴിലാളികൾക്കും അതുതന്നെയായിരുന്നു സോഷ്യലിസം; 1860 കളിൽപ്പോലും തൊഴിലാളിവർഗത്തിന്റെ പിന്തുണ ആർജിച്ചിരുന്ന സോഷ്യലിസം വിഭാവനം ചെയ്തിരുന്നത് മുതലാളിമാരില്ലാത്ത, എന്നാൽ പിടിച്ചുനിൽക്കാൻ ആവശ്യമായ മൂലധനം സമൂഹം ലഭ്യമാക്കുന്ന, പൊതു അധികാരത്തിൽ സംരക്ഷിതവും പ്രോത്സാഹിതവുമായ, തിരിച്ച്

പൊതുജനങ്ങളോട് കൂട്ടായ കടമകൾ പാലിക്കാൻ സാധ്യതയുള്ള, ഉൽപ്പാദകരുടെ സ്വതന്ത്ര്യക്കൂട്ടായ്മകളെയാണ്. അതാണ് പ്രൂധോണിസത്തിന്റെയും ലസാലെയിസത്തിന്റെയും രാഷ്ട്രീയ പ്രാധാന്യം. രാഷ്ട്രീയാവബോധമുള്ള അംഗങ്ങളിൽ വലിയൊരു ഭാഗം കൈവേലക്കാരോ കൈവേലക്കാരുടെ അനുഭവത്തോട് അടുപ്പമുള്ളവരോ ആയിരുന്ന ഒരു തൊഴിലാളിവർഗത്തെ സംബന്ധിച്ചിടത്തോളം ഇത് സ്വാഭാവികമായിരുന്നു. സ്വന്തം കാര്യം നോക്കുന്ന സ്വതന്ത്ര ഉൽപ്പാദനയൂണിറ്റ് എന്ന സ്വപ്നം അപ്പോഴും വേണ്ടത്ര തൊഴിലാളി വർഗസ്വഭാവം ആർജിച്ചിട്ടില്ലാത്ത പുരുഷന്മാരുടേത് (കൂടുതൽ ദുർലഭമായി സ്ത്രീകളുടേതും) മാത്രമായിരുന്നില്ല. ഏതൊക്കെയോ അർഥത്തിൽ ഈ പ്രാകൃത 'സിൻഡിക്കലിസ്റ്റ്' ദർശനം പത്തൊമ്പതാം നൂറ്റാണ്ട് മധ്യത്തിലെ പണിപ്പുരകളിലെ തൊഴിലാളിവർഗത്തിന്റെ അനുഭവത്തെയും പ്രതിഫലിപ്പിച്ചു.

അതുകൊണ്ട്, മാർക്സ് പൂർവസോഷ്യലിസം മാർക്സിന്റെ കാലത്തുതന്നെ കാലം ചെയ്തു എന്നു പറയുന്നത് തെറ്റായിരിക്കും. അത് പ്രൂധോണിയർക്കിടയിലും ബക്കുനിനൈറ്റ് അരാജകവാദികൾക്കിടയിലും വിപ്ലവസ്വഭാവമുള്ള സിൻഡിക്കലിസ്റ്റുകൾക്കിടയിലും മറ്റും നിലനിന്നു. ഇവരെല്ലാം പിന്നീട് സ്വന്തമായി ഒരു സിദ്ധാന്തമില്ലാത്തതിനാൽ സ്വന്തം ആവശ്യങ്ങൾക്കായി മാർക്സിയൻ അപഗ്രഥനം മിക്കതും സ്വീകരിക്കാൻ പഠിച്ചു എന്നത് വേറെകാര്യം. എങ്കിലും 1840 കളുടെ മധ്യം മുതൽ മാർക്സ് സോഷ്യലിസത്തിന്റെ മാർക്സ്പൂർവപാരമ്പര്യത്തിൽ നിന്ന് ഒന്നും ഗ്രഹിച്ചിട്ടില്ല. പ്രൂധോണിനെ ദീർഘമായി കീറിമുറിച്ചശേഷം (*The Poverty of Philosophy, 1847*) മാർക്സിന്റെ ചിന്തയുടെ രൂപവൽക്കരണത്തിൽ മാർക്സ്പൂർവ സോഷ്യലിസത്തിന്റെ വിമർശം ഒരു പ്രധാന പങ്കുവഹിച്ചു എന്നു പറയാനാവാത്ത സ്ഥിതിയായി. അത് ഏറക്കുറെ അദ്ദേഹത്തിന്റെ രാഷ്ട്രീയ സംവാദങ്ങളുടെ — സൈദ്ധാന്തിക വികാസത്തിന്റെയല്ല – ഭാഗമാവുകയാണ് ഉണ്ടായത്. പ്രധാനപ്പെട്ട ഒരേയൊരു അപവാദം ഒരുപക്ഷേ *Critique of the Gotha Programme* (1875) ആയിരിക്കാം. ജർമൻ സോഷ്യൽ ഡെമോക്രാറ്റിക് പാർട്ടി ലസാലെയന്മാർക്ക് അന്യായമായ ഇളവുകൾ നൽകിയതിൽ ഞെട്ടിത്തരിച്ച് അദ്ദേഹം ഉയർത്തിയ പ്രതിഷേധം ഒരു സൈദ്ധാന്തികപ്രസ്താവന നടത്താൻ പ്രകോപിപ്പിച്ചതാണ്. അതത്ര പുതിയതായിരുന്നില്ലെങ്കിലും അദ്ദേഹം അതുവരെ പരസ്യമായി അവതരിപ്പിച്ചിട്ടില്ലായിരുന്നു. വായ്പ, ധനം എന്നിസംബന്ധിച്ച അദ്ദേഹത്തിന്റെ ആശയങ്ങളുടെ വികാസം പ്രുധോണിസ്റ്റ് ഇനത്തിൽപ്പെട്ട തൊഴിലാളി പ്രസ്ഥാനങ്ങളിൽ പ്രചാരത്തിലിരുന്ന പലതരം നാണയ–വായ്പാകുറിപ്പടികളിലുള്ള വിശ്വാസത്തെ വിമർശിക്കണമെന്ന ആഗ്രഹത്തോട് കടപ്പെട്ടിരിക്കാനുള്ള സാധ്യതയും ഉണ്ട്. ഏതായാലും, 1840 കളുടെ മധ്യത്തോടെ മൊത്തത്തിൽ മാർക്സും എംഗൽസും മാർക്സ്പൂർവ സോഷ്യലിസത്തിൽ നിന്ന് പഠിക്കാവുന്നതൊക്കെ പഠിച്ചുകഴിഞ്ഞിരുന്നു. 'ശാസ്ത്രീയ സോഷ്യലിസ'ത്തിന്റെ അടിത്തറ പാകപ്പെട്ടു കഴിഞ്ഞിരുന്നു.

3

മാർക്സ്, എംഗൽസ്, രാഷ്ട്രീയം

ഈ അധ്യായം കൈകാര്യം ചെയ്യുന്നത് മാർക്സിന്റെയും എംഗൽസിന്റെയും രാഷ്ട്രീയാശയങ്ങളും വീക്ഷണങ്ങളുമാണ്. ഭരണകൂടം, അതിന്റെ സ്ഥാപനങ്ങൾ, മുതലാളിത്തത്തിൽനിന്ന് സോഷ്യലിസത്തിലേക്കുള്ള സംക്രമണത്തിന്റെ രാഷ്ട്രീയവശം – വർഗസമരം, വിപ്ലവം, സോഷ്യലിസ്റ്റ് പ്രസ്ഥാനത്തിന്റെ സംഘാടനരീതി, തന്ത്രം, അടവുകൾ എന്നിവയും അതുപോലുള്ള മറ്റു വിഷയങ്ങളും ഇതിൽ ചർച്ചചെയ്യപ്പെടുന്നു. അപഗ്രഥനപരമായി നോക്കിയാൽ ഒരർഥത്തിൽ ഇവ ദ്വിതീയ പ്രശ്നങ്ങളാണ്. ഭരണകൂടത്തിന്റെ നിയമബന്ധങ്ങളും രൂപങ്ങളും അവയായിത്തന്നെ മനസിലാക്കാൻ കഴിയില്ല.... അവ ജീവിതത്തിന്റെ ഭൗതിക സാഹചര്യങ്ങളിൽ രൂഢമൂലമാണ്– ആ "പൗരസമൂഹത്തിൽ." അതിന്റെ ശരീരശാസ്ത്രഘടന രാഷ്ട്രീയ സമ്പദ്വ്യവസ്ഥയാണുതാനും. (മുഖവുര, *Critique of Political Economy*). മുതലാളിത്തത്തിൽനിന്ന് സോഷ്യലിസത്തിലേക്കുള്ള സംക്രമണം നിർണയിക്കുന്നത് മുതലാളിത്തവികാസത്തിന്റെ ആന്തരികവൈരുധ്യങ്ങളാണ്; പ്രത്യേകിച്ച് മുതലാളിത്തം അതിന്റെ ശവക്കുഴിതോണ്ടുന്ന തൊഴിലാളിവർഗത്തെ ഉൽപ്പാദിപ്പിക്കുന്നു എന്ന വസ്തുത. 'ഇത് സദാ എണ്ണത്തിൽ പെരുകുന്ന, മുതലാളിത്ത ഉൽപ്പാദനപ്രക്രിയയാൽത്തന്നെ അച്ചടക്കവും ഐക്യവും സംഘാടനവും കൈവരിച്ച, ഒരു വർഗ'മാണ് ഈ തൊഴിലാളിവർഗം. (*മൂലധനം* I, അധ്യായം 32) മാത്രമല്ല, വർഗഭരണത്തിന് ഭരണകൂടാധികാരം നിർണായകമാണെങ്കിലും മുതലാളിമാർക്ക് തൊഴിലാളികൾക്കുമീതെയുള്ള അധികാരം തൊഴിലാളിക്കുമേൽ നിൽക്കുന്ന അധ്വാനത്തിന്റെ ആവശ്യകതകളുടെ ആൾരൂപമായി മാത്രമാണ് അതിന്റെ വാഹകരിൽ നിക്ഷിപ്തമായിരിക്കുന്നത്. മുൻ ഉൽപ്പാദനരീതികളിലെപ്പോലെ രാഷ്ട്രീയ, ദൈവദത്ത ഭരണാധികാരികൾ എന്ന നിലയ്ക്കല്ല ആ അധി

കാരം അവരിൽ നിക്ഷിപ്തമായിരിക്കുന്നത്.' (*Werke*, 1 പുറം 888) അതുകൊണ്ട് രാഷ്ട്രീയത്തെയും ഭരണകൂടത്തെയും അടിസ്ഥാനാപഗ്രഥനത്തിലേക്ക് ഉദ്ഗ്രഥിക്കേണ്ടതില്ല, അവയെ പിന്നീടൊരു ഘട്ടത്തിൽ കൊണ്ടുവരാം.

ഏതായാലും പ്രയോഗത്തിൽ രാഷ്ട്രീയത്തിന്റെ പ്രശ്നങ്ങൾ സജീവ വിപ്ലവകാരികൾക്ക് ദ്വിതീയമായിരുന്നില്ല, പ്രാഥമികം തന്നെയായിരുന്നു. അതുകൊണ്ടുതന്നെ മാർക്സിന്റെ രചനകളിൽ ഭീമഭാഗവും ഇവ കൈകാര്യം ചെയ്യുന്നതാണ്. എങ്കിലും ഈ രചനകൾ അദ്ദേഹത്തിന്റെ മുഖ്യ സൈദ്ധാന്തികരചനയിൽനിന്ന് സ്വഭാവത്തിൽ വ്യത്യസ്തമാണ്. മുതലാളിത്തത്തെക്കുറിച്ചുള്ള സമഗ്രമായ സാമ്പത്തികാപഗ്രഥനം അദ്ദേഹം ഒരിക്കലും പൂർത്തിയാക്കിയില്ല. എങ്കിലും അതിന്റെ കബന്ധം പ്രസിദ്ധം ചെയ്യാൻ നിശ്ചയിക്കപ്പെട്ടതോ യഥാർഥത്തിൽ പ്രസിദ്ധം ചെയ്തതോ ആയ നിരവധി വലിയ കയ്യെഴുത്തുപ്രതികളിൽ ചിതറിക്കിടപ്പുണ്ട്. 1840 കളിൽ സാമൂഹികതത്വചിന്തയുടെ അപഗ്രഥനത്തിനും ബൂർഷ്വസമൂഹം, കമ്യൂണിസം എന്നിവയുടെ പ്രകൃതത്തെപ്പറ്റിയുള്ള തത്വചിന്താപരമായ അപഗ്രഥനം എന്നു വിശേഷിപ്പിക്കാവുന്ന പ്രവൃത്തിക്കും മാർക്സ് ചിട്ടയായ ശ്രദ്ധ നൽകുന്നുണ്ട്. അതിനോട് ചേർത്തുവയ്ക്കാവുന്നത്ര ചിട്ടയായ സൈദ്ധാന്തികശ്രമം രാഷ്ട്രീയത്തിന്റെ കാര്യത്തിൽ കാണുന്നില്ല. ഈ മേഖലയിൽ അദ്ദേഹത്തിന്റെ രചനകൾ ഏതാണ്ട് മുഴുവൻ പത്രപ്രവർത്തനം തൊട്ടുമുമ്പത്തെ രാഷ്ട്രീയ സംഭവവികാസങ്ങളെക്കുറിച്ചുള്ള അന്വേഷണങ്ങൾ, പ്രസ്ഥാനത്തിനകമേ ഉള്ള ചർച്ചയിലേക്കുള്ള സംഭാവന, സ്വകാര്യകത്തുകൾ എന്ന രൂപത്തിലാണ്. എംഗൽസിന്റെ ഈ വിഷയത്തെസംബന്ധിച്ച രചനകൾ ഭൂരിഭാഗവും സമകാലികരാഷ്ട്രീയത്തെപ്പറ്റിയുള്ള വ്യാഖ്യാനങ്ങളാണ്. എങ്കിലും അദ്ദേഹം ഈ വിഷയങ്ങളെ കുറേക്കൂടി ചിട്ടയായി കൈകാര്യം ചെയ്യാൻ *Anti-Duhring* ൽ ശ്രമിക്കുന്നുണ്ട്. അതിൽ കൂടുതൽ ഈദൃശശ്രമങ്ങൾ മാർക്സിന്റെ മരണശേഷമുള്ള പല രചനകളിലായി കാണാം.

തങ്ങളെ സവിശേഷമായി ആകർഷിക്കാത്ത വിഷയങ്ങളെ സംബന്ധിച്ച് മാർക്സും കുറഞ്ഞ അളവിൽ എംഗൽസും പുലർത്തിയിരുന്ന വീക്ഷണങ്ങളുടെ കൃത്യമായ സ്വഭാവം പലപ്പോഴും അവ്യക്തമാണ്; അത്തരം ശ്രമങ്ങളെ നിരുത്സാഹപ്പെടുത്താൻകൂടി അവർ ഉദ്ദേശിച്ചിരുന്നു എന്നു വേണം പറയാൻ; "കാരണം, ജനങ്ങളെ ഏറ്റവുമധികം അന്ധരാക്കുന്നത് എല്ലാറ്റിനും ഉപരി ഭരണകൂടഘടനകൾ, നിയമസമ്പ്രദായങ്ങൾ, എല്ലാ സവിശേഷമേഖലകളിലെയും പ്രത്യയശാസ്ത്രപ്രാതിനിധ്യങ്ങൾ എന്നിവയുടെ ഒരു സ്വാശ്രിത ചരിത്രം എന്ന മിഥ്യാധാരണയാണ്." (എംഗൽസ് മെഹ്റിങ്ങിന്, *Werke* 39, പുറം 96 അടിക്കുറിപ്പ്). "രാഷ്ട്രീയവും നിയമപരവും പ്രത്യയശാസ്ത്രപരവുമായ ധാരണകളെ അടിസ്ഥാന സാമ്പത്തിക വസ്തുതകളിൽനിന്ന് കരുപ്പിടിപ്പിക്കുന്നതിലാണ്" താനും മാർക്സും ശ്രദ്ധിച്ചതെന്നും അത് ശരിയായിരുന്നെങ്കിലും ഈ പ്രക്രിയ

യുടെ ഉള്ളടക്കം ശ്രദ്ധിച്ചപ്പോൾ രൂപപരമായ വശത്തെ ഏതാണ്ടൊക്കെ അവഗണിച്ചു എന്നും എംഗൽസ്തന്നെ ജീവിതസായാഹ്നത്തിൽ ഏറ്റുപറഞ്ഞിട്ടുണ്ട്. ഇത് രാഷ്ട്രീയവും നിയമപരവും മറ്റുമായ സ്ഥാപനങ്ങളെ പ്രത്യയശാസ്ത്രമെന്ന നിലയ്ക്ക് അപഗ്രഥിക്കുന്ന പ്രക്രിയയ്ക്കുമാത്രമല്ല ബാധകമാകുന്നത്. ഉപരിഘടനാപരമായ ഈ അംശങ്ങളുടെ ആപേക്ഷികമായ സ്വാശ്രയത്വത്തിനും ഇത് ബാധകമാകും എന്ന് അദ്ദേഹം ചരിത്രത്തെസംബന്ധിച്ച ഭൗതികവാദധാരണയെ ശ്ലാഘിക്കുന്ന പ്രശസ്തമായ കത്തുകളിൽ ചൂണ്ടിക്കാട്ടിയിട്ടുണ്ട്. ഈ വിഷയങ്ങളെപ്പറ്റി മാർക്സും എംഗൽസും പുലർത്തിയിരുന്നതായി അറിയപ്പെടുന്ന ആശയങ്ങളിൽ ഗണ്യമായ വിടവുകൾ ഉണ്ട്. അതിന്റെ ഫലമായി അവ എന്തായിരുന്നു, എന്തായിരുന്നേനെ എന്നതു സംബന്ധിച്ച് അനിശ്ചിതത്വങ്ങളും ഉണ്ട്.

ഈ വിടവുകൾ മാർക്സിനെയും എംഗൽസിനെയും അലട്ടിയിരുന്നില്ല എന്നു വ്യക്തമാണ്. കാരണം, അത്തരമൊരു അപഗ്രഥനം തങ്ങളുടെ മൂർത്തമായ രാഷ്ട്രീയ പ്രയോഗത്തിനിടെ ആവശ്യമാണെന്ന് തെളിഞ്ഞിരുന്നെങ്കിൽ അവർ ആ വിടവുകൾ നിറയ്ക്കുമായിരുന്നു. അങ്ങനെ, മാർക്സിന്റെ രചനകളിൽ നിയമത്തെപ്പറ്റി സവിശേഷമായ ഒരു പരാമർശവും ഇല്ല; പക്ഷേ എംഗൽസിന് സന്ദർഭോചിതമെന്നു തോന്നിയ ഘട്ടത്തിൽ (1887) നിയമശാസ്ത്ര–ദർശനങ്ങളെപ്പറ്റി (കൗട്സ്കിയുമായി സഹകരിച്ച്) പ്രത്യേക തയാറെടുപ്പൊന്നും കൂടാതെ ഒരു ചർച്ച നടത്താൻ ഒരു പ്രയാസവും ഉണ്ടായില്ല. നമുക്ക് സുവ്യക്തമെന്നു തോന്നുന്ന സൈദ്ധാന്തികമായ ചില വിടവുകൾ അടയ്ക്കാൻ എന്തുകൊണ്ട് മാർക്സും എംഗൽസും മിനക്കെട്ടില്ല എന്ന് മനസിലാക്കാനും വലിയ പ്രയാസമൊന്നും ഇല്ല. ഏതൊരു ചരിത്രപരമായ യുഗത്തിലാണോ, ഏതൊരു ചരിത്രപരമായ യുഗത്തെപ്പറ്റിയാണോ, അവർ എഴുതിയത്, അത് നമ്മുടേതിൽനിന്ന് മാത്രമല്ല (എംഗൽസിന്റെ അവസാന കാലത്ത് ചില ആവർത്തനങ്ങൾ ഉണ്ടായതൊഴിച്ചാൽ), മാർക്സിസ്റ്റ് പാർട്ടികൾ ബഹുജനസംഘടനകളോ ഗണനീയമായ രാഷ്ട്രീയശക്തികളോ ആയി വികസിച്ച് കാലത്തിൽനിന്നുകൂടി തികച്ചും വ്യത്യസ്തമായിരുന്നു. സജീവ കമ്യൂണിസ്റ്റുകാർ എന്ന നിലയ്ക്കുള്ള മാർക്സിന്റെയും എംഗൽസിന്റെയും യഥാർഥസാഹചര്യത്തെ ഈ പിൽക്കാലപ്രസ്ഥാനങ്ങളിൽ രാഷ്ട്രീയസജീവത പുലർത്തിയ മാർക്സിസ്റ്റ് അനുയായികളുടേതിനോട് ഏറെയൊന്നും താരതമ്യപ്പെടുത്താൻ കഴിയില്ല. ഒരുപക്ഷേ എംഗൽസിനെക്കാൾ കൂടുതൽ മാർക്സ് പ്രായോഗികരാഷ്ട്രീയത്തിൽ ഒരു പ്രധാന പങ്കുവഹിച്ചു – പ്രത്യേകിച്ച് 1848 ലെ വിപ്ലവഘട്ടത്തിൽ *Neue Rheinische Zeltung* ന്റെ പത്രാധിപരായും ഒന്നാം ഇന്റർനാഷനലിൽ നേതാവായും. പക്ഷേ രണ്ടാം ഇന്റർനാഷനലിന്റെ കാലത്ത് പ്രസ്ഥാനത്തെ അടയാളപ്പെടുത്തിയ ഒരു രാഷ്ട്രീയപാർട്ടിയിലും അവരിവരും ഉണ്ടായിരുന്നില്ല– നേതാക്കളായോ അംഗങ്ങളായോ. ഏറിവന്നാൽ അവയുടെ നേതാക്കളെ

അവർ ഉപദേശിച്ചു; ആ നേതാക്കളാകട്ടെ (ഉദാ: ബെബെൽ), മാർക്സി നോടും എംഗൽസിനോടും വലിയ ആദരവുണ്ടായിരുന്നെങ്കിലും അവ രുടെ ഉപദേശം സ്വീകരിച്ചില്ല. കമ്യൂണിസ്റ്റ് ലീഗിന് നേതൃത്വം നൽകി യത് (1847–52) മാത്രമേ പിൽക്കാലത്തെ ചില മാർക്സിസ്റ്റ് സംഘടനക ളുടേതിനോട് താരതമ്യയോഗ്യമായി മാർക്സിനും എംഗൽസിനും ഉണ്ടാ യിരുന്ന രാഷ്ട്രീയാനുഭവം. അതുകൊണ്ടുതന്നെയാണ് ലെനിനിസ്റ്റുകാർ 1917 മുതൽ അതിലേക്ക് പരാമർശം തിരിക്കുക പതിവാക്കിയത്. മാർക്സി ന്റെയും എംഗൽസിന്റെയും സവിശേഷരാഷ്ട്രീയചിന്ത അവർ അഭിമു ഖീകരിച്ച സവിശേഷചരിത്രസാഹചര്യങ്ങളുടെ അടയാളങ്ങൾ അനി വാര്യമായും പേറിയിരുന്നു. മറ്റ് സാഹചര്യങ്ങളെ അഭിമുഖീകരിക്കാൻ പാകത്തിന് അതിനെ വ്യാപിപ്പിക്കാനും വികസിപ്പിക്കാനും അവർക്ക് കഴി വില്ലായിരുന്നു എന്നല്ല.

ഏതായാലും അവരുടെ ചിന്തയിലെ വെറും താൽക്കാലികമായ വശവും സഞ്ചിതമായ വശവും നാം വേർതിരിച്ചറിയണം-അവയിൽ അന്തർലീനമായി സുഭദ്രമായ ഒരു അപഗ്രഥനം ഉള്ളിടത്തോളം. ഈ അപഗ്രഥനത്തെ അവർ ക്രമേണ രൂപപ്പെടുത്തി, പരിഷ്കരിച്ചു, തുടരെ വന്ന ചരിത്രപരമായ അനുഭവങ്ങളുടെ വെളിച്ചത്തിൽ വ്യാഖ്യാനിച്ചു. ഭരണകൂടം, വിപ്ലവം എന്നീ പ്രശ്നങ്ങളിൽ ഇതാണ് ശ്രദ്ധേയമായ വസ്തുത. ഇവയെയാണ് ഈ അപഗ്രഥനം ചിട്ടയായി അവതരിപ്പിക്കാ നുള്ള തന്റെ ശ്രമത്തിൽ ലെനിൻ ശരിയായിത്തന്നെ ബന്ധപ്പെടുത്തി വച്ചത്.

ഭരണകൂടത്തെ സംബന്ധിച്ച മാർക്സിന്റെ ചിന്ത ആരംഭിച്ചത് ഹെഗൽ ഈ വിഷയത്തിൽ കരുപ്പിടിപ്പിച്ച സിദ്ധാന്തത്തോട് കണക്കു തീർക്കാൻ *Critique of Hegel's Philosophy of Law* (1843) യിലൂടെ നടത്തിയ ശ്രമത്തോടെയാണ്. ഈ ഘട്ടത്തിൽ മാർക്സ് ഒരു ജനാധിപ ത്യവാദിയേ ആയിരുന്നുള്ളു, കമ്യൂണിസ്റ്റ് ആയിരുന്നില്ല. ആ അർഥത്തിൽ അദ്ദേഹത്തിന്റെ സമീപനത്തിന് റൂസോയുടേതിനോട് ഏതാണ്ടൊരു സാമ്യമുണ്ട്. പക്ഷേ രണ്ടു ചിന്തകർക്കും ഇടയിൽ പ്രത്യക്ഷബന്ധം സ്ഥാപിക്കാൻ ശ്രമിച്ച വിദ്യാർഥികളെല്ലാവരും "മാർക്സ് ഒരിക്കലും (റൂസോയോട് തനിക്കുള്ളതായി ആരോപിക്കപ്പെടുന്ന ഈ കടപ്പാട്) അതേപ്പറ്റി ബോധവാനായിരുന്നതിന്റെ സൂചന നൽകുന്നില്ല" എന്ന നിര ങ്കുശവസ്തുതയ്ക്കു മുന്നിൽ തോറ്റുപോകുകയായിരുന്നു. ഈ പാഠം മാർക്സിന്റെ പിൽക്കാല രാഷ്ട്രീയാശയങ്ങളിൽ ചിലവയെ മുൻകൂട്ടി അവതരിപ്പിച്ചു, പ്രത്യേകിച്ചും ഭരണകൂടത്തെ സവിശേഷമായ ഒരു ഉൽപ്പാദന ബന്ധരൂപത്തിനോട് തുലനം ചെയ്യുന്നത് (സ്വകാര്യസ്വത്ത ത്ത്), ഭരണകൂടത്തെ ചരിത്രപരമായ ഒരു സൃഷ്ടിയായിക്കാണുന്നത്, ഭരണകൂടവും ജനങ്ങളും തമ്മിലുള്ള വേർതിരിവിനെ ജനാധിപത്യം അവ സാനിപ്പിക്കുന്നതോടെ 'പൗരസമൂഹ'ത്തോടൊപ്പം ഭരണകൂടവും അചി രേണ കൊഴിഞ്ഞു പോകുന്നത് (*Auflung*). എങ്കിലും യാഥാസ്ഥിതിക

രാഷ്ട്രീയസിദ്ധാന്തത്തിന്റെ വിമർശം എന്ന നിലയ്ക്കാണ് മുഖ്യമായും അത് ശ്രദ്ധേയമാകുന്നത്. അതുകൊണ്ടുതന്നെ, ഭരണഘടനകൾ, പ്രാതിനിധ്യത്തിന്റെ പ്രശ്നങ്ങൾ ഇത്യാദി വിഷയങ്ങളിൽ മാർക്സിന്റെ അപഗ്രഥനം ചിട്ടയായി വ്യവഹരിക്കുന്ന ആദ്യത്തെയും അവസാനത്തെയും സന്ദർഭമാകുന്നു, ഇത്. ഭരണഘടനാരൂപങ്ങൾക്ക് സാമൂഹികമായ ഉള്ളടക്കത്തെ അപേക്ഷിച്ച് രണ്ടാം സ്ഥാനമേ ഉള്ളു എന്ന അദ്ദേഹത്തിന്റെ നിഗമനം നാം ശ്രദ്ധിക്കുന്ന – യു എസ് എ യും പ്രഷ്യയും ഒരുപോലെ സ്വകാര്യസ്വത്തിന്റെ സാമൂഹികക്രമത്തിൽ അധിഷ്ഠിതമാണ്. പ്രതിനിധി (പാർലമെന്ററി) ഭരണത്തെ സംബന്ധിച്ച വിമർശനം അദ്ദേഹം അവതരിപ്പിക്കുന്നത് ജനാധിപത്യം ഭരണകൂടത്തിന്റെ രൂപപരമായ ഭാഗമാകുന്നു, അതിന്റെ സത്തയായി ജനാധിപത്യത്തെ അംഗീകരിക്കുന്നില്ല എന്ന നിലപാടിലൂടെയാണ്. ഇതും നാം ശ്രദ്ധിക്കേണ്ടതാണ്. പങ്കാളിത്തവും പ്രാതിനിധ്യവും രണ്ടല്ലാത്ത ഒരു ജനാധിപത്യവ്യവസ്ഥയാണ് മാർക്സ് വിഭാവനം ചെയ്തത്. പാരിസ് കമ്യൂണിന്റെ കാര്യത്തിൽ അദ്ദേഹം പിന്നീട് പ്രയോഗിച്ച വാക്കുകളിൽ, 'ഒരു പ്രവർത്തന സമിതിയാണ്, പാർലമെന്ററി സമിതിയല്ല.' ഇതിന്റെ രൂപപരമായ വിശദാംശങ്ങൾ 1843 ലും 1871 ലെപ്പോലെ അവ്യക്തമാക്കി വിട്ടുകളയപ്പെട്ടു.

ഭരണകൂടത്തെ സംബന്ധിച്ച മാർക്സിന്റെ സിദ്ധാന്തത്തിന്റെ ആദ്യകാല കമ്യൂണിസ്റ്റ് രൂപം നാല് മുഖ്യവിഷയങ്ങൾ വരച്ചിട്ടിരുന്നു: ഭരണകൂടത്തിന്റെ സത്ത രാഷ്ട്രീയാധികാരമാണ്; ഇത് ബൂർഷ്വാസമൂഹത്തിനകത്തുള്ള വർഗങ്ങളുടെ വൈരുധ്യത്തിന്റെ ഔദ്യോഗികാവിഷ്കാരമാണ്; അനന്തരഫലമായി കമ്യൂണിസ്റ്റ് സമൂഹത്തിൽ അത് ഇല്ലാതാകും; ഇപ്പോഴത്തെ വ്യവസ്ഥയിൽ അത് പ്രതിനിധാനം ചെയ്യുന്നത് സമൂഹത്തിന്റെ പൊതുതാൽപ്പര്യത്തെയല്ല, ഭരണവർഗത്തിന്റെ/വർഗങ്ങളുടെ താൽപ്പര്യത്തെയാണ്; എന്നാൽ തൊഴിലാളിവർഗത്തിന്റെ വിപ്ലവപരമായ വിജയത്തോടെ പ്രതീക്ഷിത സംക്രമണഘട്ടത്തിൽ ഉടനെ അപ്രത്യക്ഷമാവില്ല, 'ഭരണവർഗമായി സംഘടിച്ച തൊഴിലാളിവർഗ'ത്തിന്റെ അഥവാ 'തൊഴിലാളിവർഗസർവാധിപത്യ'ത്തിന്റെ താൽക്കാലികരൂപം കൈകൊള്ളും. (1848 കഴിയും വരെ മാർക്സ് ഈ പദപ്രയോഗം ഉപയോഗിച്ചിരുന്നില്ല.)

മാർക്സിന്റെയും എംഗൽസിന്റെയും ശിഷ്ടജീവിതകാലം മുഴുവൻ ഈ ആശയങ്ങൾ സ്ഥിരതയോടെ നിലനിർത്തപ്പെട്ടുവെങ്കിലും ഗണ്യമായി വിശദീകരിക്കപ്പെട്ടു, പ്രത്യേകിച്ചും രണ്ട് കാര്യങ്ങളിൽ. ഒന്ന്, ഒരു വർഗശക്തി എന്ന നിലയ്ക്ക് ഭരണകൂടം എന്ന സങ്കൽപ്പം പരിഷ്കരിക്കപ്പെട്ടു. പ്രത്യേകിച്ച് ഫ്രാൻസിലെ നെപ്പോളിയൻ മൂന്നാമന്റെ ബൊണപ്പാർട്ടിസത്തിന്റെയും 1848 നു ശേഷമുള്ള മറ്റ് വാഴ്ചകളുടെയും വെളിച്ചത്തിൽ. ഇവയെയൊന്നും കേവലം വിപ്ലവാത്മക ബൂർഷ്വാസിയുടെ വാഴ്ചയായി മാത്രം വിവരിക്കാനാവില്ല. രണ്ട്, മുഖ്യമായും 1870 നുശേഷം മാർക്സ് (പ്രത്യേകിച്ച് എംഗൽസ്) ഭരണകൂടത്തിന്റെ ചരിത്രപരമായ

ഉൽപ്പത്തിയും വർഗസമൂഹവികാസത്തിന്റെ അനന്തരഫലമായി നടക്കുന്ന വികാസത്തിന്റെയും കുറേക്കൂടി പൊതുവായ ഒരു മാതൃകയുടെ രൂപരേഖയുണ്ടാക്കിയിരുന്നു. ഇത് *Origin of the Family* (1884) യിൽ ഏറ്റവും പൂർണമായി രൂപപ്പെടുത്തിയിട്ടുണ്ട്. ഇതാണ് ലെനിന്റെ പിൽക്കാല ചർച്ചയുടെ ആരംഭബിന്ദുവാകുന്നത് എന്നുകൂടി ആനുഷംഗികമായി പറയട്ടെ. സമൂഹത്തിൽ പൊരുത്തപ്പെടുത്താൻ കഴിയാത്ത, കൈകാര്യം ചെയ്യാനാവാത്ത വർഗവൈരുധ്യങ്ങൾ വളരുമ്പോൾ പ്രത്യക്ഷത്തിൽ സമൂഹത്തിനുമുകളിൽ നിൽക്കുന്ന ഒരു ശക്തി ഈ സംഘർഷത്തെ മിതപ്പെടുത്തി അതിനെ 'ക്രമ'ത്തിന്റെ അതിരുകൾക്കകത്ത് നിർത്താൻ, വർഗവൈരുധ്യം ഇരുവർഗങ്ങളെയും സമൂഹത്തെയും 'വന്ധ്യമായ സമരത്തിൽ' ആഗിരണം ചെയ്യുന്നത് തടയാൻ, ആവശ്യമാകുന്നു. 'മാമൂൽപ്പടി' ഭരണകൂടം ഏറ്റവും ശക്തവും സാമ്പത്തികമായി ആധിപത്യം പുലർത്തുന്നതുമായ വർഗത്തിന്റെ താൽപ്പര്യങ്ങളെയാണ് പ്രതിനിധാനം ചെയ്യുന്നത്. ഈ വർഗം അതിന്റെ നിയന്ത്രണത്തിലൂടെ മർദിതരെ അധഃസ്ഥിതരാക്കി നിർത്തുന്നതിന് പുതിയ മാർഗങ്ങൾ കണ്ടെത്തിയിട്ടുണ്ട്. പക്ഷേ നിഷേധാത്മകമായ അർഥത്തിലെങ്കിലും സാമൂഹികമായ തകർച്ച തടയാനുള്ള ഒരു സംവിധാനം എന്ന നിലയ്ക്ക് ഭരണകൂടത്തിന്റെ പൊതുവായ സാമൂഹികധർമത്തെയും അധികാരഗോപ്യത എന്ന ഘടകത്തെയും എംഗൽസ് അംഗീകരിക്കുന്നുണ്ട് എന്നുകൂടി ശ്രദ്ധിക്കുക. നിഗൂഢവൽക്കരണത്തിലൂടെ അഥവാ ഭരണകൂടം പ്രത്യക്ഷത്തിൽ സമൂഹത്തിനുമേലെ നിൽക്കുന്നതായ പ്രതീതിയിൽ ആണ്ടിട്ടുണ്ടെന്ന് കരുതപ്പെടുന്ന സമ്മതിയിലൂടെ ഉള്ള വാഴ്ച എന്നും അധികാരഗോപ്യതയെ വിശദീകരിക്കാം. പക്വതയാർന്ന മാർക്സിയൻ സിദ്ധാന്തത്തിൽ ഭരണകൂടം = ബലപ്രയോഗാധികാരം = വർഗവാഴ്ച എന്നത് ലളിതവും എത്രയോ പരിഷ്കൃതവുമായ വിശദീകരണമാണ്.

മാർക്സും എംഗൽസും ഭരണകൂടത്തിന്റെ ആത്യന്തികമായ തകർച്ചയിലും ഒരു സംക്രമണാത്മക (തൊഴിലാളിവർഗ) ഭരണകൂടത്തിന്റെ ആവശ്യകതയിലും കമ്യൂണിസത്തിന്റെ ആദ്യഘട്ടം (സോഷ്യലിസം) വരെയെങ്കിലും സാമൂഹികാസൂത്രണം, കൈകാര്യകർതൃത്വം എന്നിവയുടെ ആവശ്യകതയിലും ഒരുപോലെ വിശ്വസിച്ചിരുന്നു. അതുകൊണ്ട് രാഷ്ട്രീയാധികാരത്തിന്റെ ഭാവി സങ്കീർണമായ പ്രശ്നങ്ങൾ ഉയർത്തിയിരുന്നു. ഈ പ്രശ്നങ്ങൾ സിദ്ധാന്തത്തിലോ പ്രയോഗത്തിലോ അവരുടെ പിൻഗാമികളും പരിഹരിച്ചിട്ടില്ല. 'ഭരണകൂട'മെന്നാൽ മനുഷ്യരെ ഭരിക്കാനുള്ള ഉപകരണം എന്ന് നിർവചിക്കപ്പെടുമ്പോൾ അതിനുശേഷം വരേണ്ട കൈകാര്യകർതൃത്വത്തിനുള്ള ഉപകരണത്തെ 'വസ്തുക്കളെ ഭരിക്കാനുള്ള'ത് എന്ന് നിർവചിക്കുന്നത് അംഗീകരിക്കാവുന്നതാണല്ലോ. അതുകൊണ്ടുതന്നെ അത് ഒരു ഭരണകൂടമായിത്തുടരുന്നുമില്ല. മനുഷ്യരെ ഭരിക്കൽ, വസ്തുക്കളെ കൈകാര്യം ചെയ്യൽ എന്നിവ തമ്മിലുള്ള വ്യതിരിക്തത എടുത്തത് ഒരുപക്ഷേ പഴയ സോഷ്യലിസ്റ്റ് ചിന്തയിൽ

നിന്നാകാം. സെയ്ന്റ്-സൈമൺ ആ വ്യതിരിക്തത പരിചിതമാക്കിയിരുന്നു. ഉട്ട്യോപ്യനോ വലിയ ശുഭാപ്തിവിശ്വാസത്തിൽ അധിഷ്ഠിതമോ ആയ അനുമാനങ്ങൾ വച്ചുനോക്കിയാലേ ഈ വ്യതിരിക്തത കേവലം ശബ്ദാർഥക്കസർത്തിന് അപ്പുറമാണെന്ന് കണക്കാക്കാനാകൂ. ഉദാഹരണത്തിന്, 'വസ്തുക്കളുടെ കൈകാര്യകർതൃത്വം' ഇതുവരെ ഉണ്ടായിരുന്നതിനേക്കാൾ ലളിതവും കുറഞ്ഞയളവിൽ സവിശേഷവൽകൃതവും ആയിരിക്കും എന്ന വിശ്വാസം; അതുകൊണ്ടുതന്നെ അത് വിദഗ്ധരല്ലാത്ത പൗരന്മാരുടെ ശേഷീപരിധിക്കകത്താകും എന്ന വിശ്വാസം- ഓരോ പാചകക്കാരനും രാജ്യം ഭരിക്കാനുള്ള കഴിവുണ്ടാക്കുക എന്ന ലെനിന്റെ ആദർശം. മാർക്സ് ഈ ശുഭാപ്തിവിശ്വാസം പങ്കുവച്ചിരുന്നു എന്ന കാര്യത്തിൽ യാതൊരു സംശയവും ഇല്ലെന്നാണ് തോന്നുന്നത്. എങ്കിലും, സംക്രമണഘട്ടത്തിൽ മനുഷ്യരുടെ വാഴ്ച, അഥവാ, എംഗൽസിന്റെ കുറേക്കൂടി കൃത്യമായ ഭാഷയിൽ പറഞ്ഞാൽ, "സാമൂഹികബന്ധങ്ങളിൽ ഭരണകൂടശക്തിയുടെ ഇടപെടൽ" (*Anti-Duhring*) ക്രമേണ മാത്രമേ അപ്രത്യക്ഷമാകൂ. പ്രയോഗതലത്തിൽ അത് എപ്പോൾ അപ്രത്യക്ഷമാകും, എങ്ങനെ അപ്രത്യക്ഷമാകും എന്നൊക്കെ അവ്യക്തമായി നിലനിന്നു. 'കൊഴിഞ്ഞു പോക്കി'ലൂടെ ഇത് 'സ്വയമേവ' സംഭവിക്കും എന്നുമാത്രമാണ് എംഗൽസ് Anti-Duhring ൽ പ്രസ്താവിച്ചത്. ഈ പ്രക്രിയ തുടങ്ങുന്നത് 'സമൂഹത്തിന്റെ മുഴുവൻ യഥാർഥ പ്രതിനിധിയായി പ്രഥമാങ്കത്തിൽ ഭരണകൂടം പ്രത്യക്ഷപ്പെടു'ന്നതോടെയാകും എന്ന ശുദ്ധമേ പുനരുക്തിപരവും ഔപചാരികവുമായ പ്രസ്താവത്തിൽ നിന്ന് പ്രായോഗികമായി യാതൊന്നും മനസിലാക്കാനില്ല. ഉൽപ്പാദനോപാധികൾ സാമൂഹികസ്വത്തായി മാറുന്നതോടെ എന്നാണ് വിവക്ഷ. ഒന്നും മനസിലാക്കാനില്ല എന്നു പറയാൻ കാരണമിതാണ്: സമൂഹത്തെയാകെ പ്രതിനിധാനം ചെയ്യുന്നു എന്നു പറയുന്നതോടെ അത് ഒരു ഭരണകൂടമായി വർഗീകരിക്കാനാവില്ല എന്നു മാത്രമേ ആ പ്രസ്താവം പറയുന്നുള്ളൂ.

ഭരണകൂടം അപ്രത്യക്ഷമാകുന്നതുസംബന്ധിച്ച് മാർക്സിനും എംഗൽസിനും ഉണ്ടായിരുന്ന വേവലാതി രസകരമാകുന്നത് അതിൽ വായിച്ചെടുക്കാവുന്ന പ്രവചനം കൊണ്ടല്ല, ഭാവിയിലെ കമ്യൂണിസ്റ്റ് സമൂഹത്തെക്കുറിച്ച് അവർ പുലർത്തിയിരുന്ന പ്രത്യാശകളുടെയും ധാരണയുടെയും ശക്തമായ തെളിവെന്ന നിലയിലാണ്. പ്രവചിക്കാനാവാത്ത ഒരു ഭാവിയെക്കുറിച്ച് ഊഹം പറയാൻ അവർക്ക് സ്വതവേയുള്ള മടിയുമായി തട്ടിച്ചു നോക്കുമ്പോഴാണ് ഇക്കാര്യത്തിൽ അവർ നടത്തിയ പ്രവചനങ്ങൾ കൂടുതൽ ശക്തമാകുന്നത്. ഈ പ്രശ്നത്തിൽ അവർ പിൻഗാമികൾക്കായി വിട്ടുപോയ പൈതൃകം പിന്നെയും ഒരു പ്രഹേളികയായി, അനിശ്ചിതത്വമായി തുടർന്നു.

ഭരണകൂടത്തെ സംബന്ധിച്ച അവരുടെ സിദ്ധാന്തത്തിന്റെ മറ്റൊരു സങ്കീർണതകൂടി ചുരുക്കത്തിൽ പരാമർശിക്കേണ്ടതുണ്ട്. വാഴ്ചയുടെ

ഒരു ഉപകരണം മാത്രമല്ലാത്തിടത്തോളം, അതിർത്തിയെ (*Origin of the Family, Werke 21*, പുറം 165) ആശ്രയിക്കുന്ന ഒന്നായിരിക്കുന്നിടത്തോളം, ഭരണകൂടത്തിന് ബൂർഷ്വ സാമ്പത്തികവികാസത്തിൽ ഒരു 'രാഷ്ട്ര'മെന്ന നിലയ്ക്ക് – അതാണ് ആ വികാസത്തിന്റെ ഏകകം – ഒരു കടമ നിർവഹിക്കാനുണ്ട്; ചുരുങ്ങിയപക്ഷം ഇത്തരത്തിൽ നിരവധി വലിയ അതിർത്തിബന്ധഏകകങ്ങളുടെ രൂപത്തിലെങ്കിലും. ഈ ഏകകങ്ങളുടെ ഭാവി മാർക്സോ എംഗൽസോ ചർച്ചചെയ്യുന്നില്ല. പക്ഷേ വിപ്ലവാനന്തരം ഏതെങ്കിലും കേന്ദ്രീകൃതരൂപത്തിൽ ദേശീയൈക്യം നിലനിർത്തണമെന്ന അവരുടെ ശാഠ്യം അർഥശങ്കയ്ക്കിടയില്ലാത്തതാണ്. അത് ബേൺസ്റ്റീൻ ചൂണ്ടിക്കാണിക്കുകയും ലെനിൻ നേരിടുകയും ചെയ്ത പ്രശ്നങ്ങൾ ഉയർത്തുന്നുണ്ട് എന്നത് വേറെ കാര്യം. മാർക്സ് എല്ലായ്പ്പോഴും ഫെഡറലിസത്തെ തള്ളിപ്പറഞ്ഞു.

അത്രതന്നെ സ്വാഭാവികമായി മാർക്സിന്റെ വിപ്ലവസംബന്ധിയായ ആശയങ്ങളും അദ്ദേഹത്തിന്റെ യുഗത്തിലെ മുഖ്യ വിപ്ലവാനുഭവത്തിന്റെ അപഗ്രഥനത്തിൽ നിന്നാണ് ആരംഭിക്കുന്നത് – 1789 മുതലുള്ള ഫ്രാൻസിന്റെ അനുഭവം. അദ്ദേഹത്തിന്റെ ശിഷ്ടജീവിതം മുഴുവൻ ഫ്രാൻസ് വിപ്ലവകരമായ രൂപത്തിൽ വർഗസമരത്തിന്റെ 'ക്ലാസിക്കൽ' ഉദാഹരണവും വിപ്ലവതന്ത്രങ്ങളും അടവുകളും രൂപപ്പെടുത്തിയ ചരിത്രാനുഭവങ്ങളുടെ മുഖ്യപരീക്ഷണശാലയും ആയി നിലനിന്നു. ഏതായാലും അദ്ദേഹം എംഗൽസുമായി ബന്ധം സ്ഥാപിച്ച നിമിഷം മുതൽ ഫ്രഞ്ച് അനുഭവത്തിന്റെ സ്ഥാനം അന്നും പിന്നീട് ദശകങ്ങളോളവും ബ്രിട്ടൺ ഗണ്യമായ ഉദാഹരണമായി വർത്തിച്ച ബഹുജനതൊഴിലാളി വർഗ പ്രസ്ഥാനത്തിന്റെ അനുഭവം കയ്യടക്കി.

രണ്ട് വീക്ഷണകോണിൽനിന്ന് നോക്കിയാലും ജാക്കോബിൻ കാലഘട്ടമായിരുന്നു, ഫ്രഞ്ച് വിപ്ലവത്തിന്റെ നിർണായകമായ ഉപാഖ്യാനം. ആ കാലഘട്ടവും ബൂർഷ്വ ഭരണകൂടവും തമ്മിലുള്ള ബന്ധം അവ്യക്തമാണ്. കാരണം, ആ ഭരണകൂടത്തിന്റെ സ്വഭാവം ബൂർഷ്വ/പൗരസമൂഹത്തിന്റെ അരാജകപ്രവർത്തനങ്ങൾക്ക് സ്വഛന്ദലീലാതടം ലഭ്യമാക്കലായിരുന്നു; അതേസമയം വ്യത്യസ്ത രീതികളിലാണെങ്കിലും ടെററും*

* ഫ്രാൻസിൽ 1793 സെപ്റ്റംബർ 5 മുതൽ 1794 ജൂലായ് 28 വരെ നടമാടിയ ഭീകരതയ്ക്കാണ് Tereur എന്നു പറയുന്നത്. ഫ്രഞ്ച് വിപ്ലവാനന്തരം ശത്രു രാഷ്ട്രീയ വിഭാഗങ്ങൾ തമ്മിൽ വലിയ സംഘട്ടനം നടന്നു. ജിറോണ്ടിനുകളും ജാക്കോബിനുകളും തമ്മിലായിരുന്നു, മുഖ്യസംഘർഷം. വിപ്ലവത്തിന്റെ ശത്രുക്കളായി മുദ്രകുത്തി 16, 594 പേർ ഗില്ലറ്റിൻ എന്ന 'ദേശീയകത്തി'ക്ക് ഇരയായി, 25,000 പേർ വധിക്കപ്പെട്ടു. പരമ്പരയായികിട്ടിപ്പോന്ന സവിശേഷാവകാശങ്ങൾ നഷ്ടപ്പെട്ട കുലീനരും പുരോഹിതരെ ഭരണകൂടത്തിന്റെ ഉദ്യോഗസ്ഥരാക്കിയതുകൊണ്ട് റോമൻ കത്തോലിക്ക സഭയും വിപ്ലവാനന്തര റിപ്പബ്ലിക്കിന് എതിരായിരുന്നു: പരിഭാഷകൻ

നെപ്പോളിയനും അവയെ ഭരണകൂടത്തിന്റെ മാർഗനിർദേശത്തിൽ ഒരു സമൂഹ/രാഷ്ട്രത്തിന്റെ ചട്ടക്കൂട് സ്വീകരിക്കാൻ നിർബന്ധിക്കുകയായിരുന്നു. ഒന്നാമത്തേത് ആ ശക്തികളെ 'സ്ഥിരം വിപ്ലവ'ത്തിന് (മാർക്സ് *Holy Family*, പുറം 130 ലാണ് ആദ്യമായി ഈ പ്രയോഗം ഇതുമായി ബന്ധപ്പെട്ട് ഉപയോഗിക്കുന്നത്) കീഴ്പ്പെടാനും രണ്ടാമത്തേത് പടയോട്ടത്തിനും യുദ്ധത്തിനും കീഴ്പ്പെടാനും ആണ് നിർബന്ധിച്ചത്. തെർമിഡോറിനുശേഷമാണ് ആദ്യമായി യഥാർഥ ബൂർഷ്വാസമൂഹം ആവിർഭവിച്ചത്. ക്രമേണ ബൂർഷ്വാസി അതിന്റെ ഫലപ്രദമായ രൂപം കണ്ടെത്തി – 'അതിന്റെ തനത് അധികാരത്തിന്റെ ഔദ്യോഗികാവിഷ്കാരവും സവിശേഷ താൽപ്പര്യങ്ങളുടെ രാഷ്ട്രീയാംഗീകാരവും'1830 ലെ വിപ്ലവത്തിലെ (അതേ പുസ്തകം, പുറം 132) 'ഭരണഘടനാവിധേയമായ പാർലമെന്ററി ഭരണകൂട'ത്തിൽ *(Reprasentativstaat).*

എങ്കിലും, 1848 അടുത്തപ്പോൾ ജാക്കോബിനിസത്തിന്റെ മറ്റൊരു വശത്തിന് ഊന്നൽ നൽകപ്പെട്ടുതുടങ്ങി. ഭൂപ്രഭുവാഴ്ചയുടെ അവശിഷ്ടങ്ങൾ പൂർണമായി നശിപ്പിച്ചത് അതുമാത്രമാണ്. ഇല്ലായിരുന്നെങ്കിൽ അവ ദശകങ്ങളോളം തുടർന്നും നിലനിന്നേനെ. വിരോധാഭാസമെന്നോണം, ഇതിന് കാരണമായത് വിപ്ലവത്തിൽ സ്വന്തം ലക്ഷ്യങ്ങൾ നേടാൻ വേണ്ട പക്വത അപ്പോഴും ആർജിച്ചുകഴിഞ്ഞിട്ടില്ലായിരുന്ന 'തൊഴിലാളി' വർഗം നടത്തിയ ഇടപെടലാണ്. ഈ വാദം ഇപ്പോഴും പ്രസക്തമാണ്–ഇന്ന് നാം സാൻസ്കുലോറ്റെ പ്രസ്ഥാനത്തെ തൊഴിലാളി വർഗ പ്രസ്ഥാനമായി കണക്കാക്കില്ലെങ്കിലും. ഒരു ബൂർഷ്വാവിപ്ലവത്തിൽ ജനകീയവർഗങ്ങളുടെ പങ്ക് എന്ന നിർണായക പ്രശ്നവും ബൂർഷ്വ–തൊഴിലാളി വർഗ വിപ്ലവവുമായുള്ള ബന്ധങ്ങളും അത് ഉന്നയിച്ചു. ഇവയാണ് *കമ്യൂണിസ്റ്റ് മാനിഫെസ്റ്റോ* യുടെയും 1848 ലെ രചനകളുടെയും 1848 നു ശേഷമുള്ള ചർച്ചകളുടെയും പ്രധാന പ്രമേയങ്ങളായത്. ഇവ മാർക്സിന്റെയും എംഗൽസിന്റെയും രാഷ്ട്രീയ ചിന്തയിലും ഇരുപതാം നൂറ്റാണ്ടിലെ മാർക്സിസത്തിലും പ്രധാന പ്രമേയമായി വർത്തിച്ചു. മാത്രമല്ല, ജാക്കോബിനിസം ബൂർഷ്വാഭരണത്തിന് അപ്പുറം പോകുന്ന വാഴ്ചകളിലേക്ക് നയിക്കാനുള്ള ഒരു സാധ്യത ബൂർഷ്വാവിപ്ലവത്തിന്റെ ആഗമനത്തോടെ തുറന്നിട്ടു. അത്രത്തോളം അത് അത്തരം വാഴ്ചകളുടെ ചില രാഷ്ട്രീയസ്വഭാവങ്ങളും സൂചിപ്പിച്ചു. ഉദാഹരണത്തിന്, കേന്ദ്രീകൃതത്വം, നിയമാധികാരത്തിന്റെ പങ്ക്.

അങ്ങനെ, ജാക്കോബിനിസത്തിന്റെ അനുഭവം 'തൊഴിലാളിവർഗ സർവാധിപത്യം' എന്ന, തുടർന്നുള്ള മാർക്സിയൻ ചർച്ചകളിൽ ഏറെ സംവാദവിഷയമായ, സങ്കൽപ്പനം അടക്കമുള്ള സംക്രമണാത്മക വിപ്ലവഭരണകൂടത്തിന്റെ പ്രശ്നത്തിലേക്ക് വെളിച്ചം വീശി. ആ പദം ബ്ലാങ്കിയിൽനിന്നാണോ രൂപം കൊണ്ടത് എന്നത് അപ്രധാനമാണ്. ഏതായാലും അത് ആദ്യമായി മാർക്സിയൻ അപഗ്രഥനത്തിൽ പ്രവേശിച്ചത് 1848–49 ലെ പരാജയത്തെത്തുടർന്നാണ്. അതായത്, 1848 ലെ വിപ്ലവങ്ങളുടെ

ഒരു പുതിയ പതിപ്പിനുള്ള സാധ്യതയുടെ പശ്ചാത്തലത്തിൽ. പിൽക്കാലത്ത് അത് പരാമൃഷ്ടമാകുന്നത് പ്രധാനമായും പാരിസ് കമ്യൂണിനു ശേഷവും 1890 കളിൽ ജർമൻ സോഷ്യൽ ഡെമോക്രാറ്റിക് പാർട്ടിയുടെ പരിപ്രേക്ഷ്യങ്ങളുമായി ബന്ധപ്പെട്ടുമാണ്. അതൊരിക്കലും മാർക്സിന്റെ അപഗ്രഥനത്തിൽ ഒരു നിർണായകഘടകമായില്ല. എങ്കിലും അത് അപ്രകാരം ചർച്ചചെയ്യപ്പെട്ട രാഷ്ട്രീയസന്ദർഭത്തിൽ ഗാഢമായ മാറ്റം വന്നു. അതാണ് തുടർന്നുള്ള സംവാദത്തിൽ കാണുന്ന ചില അവ്യക്തതകൾക്ക് നിദാനം.

മാർക്സ്തന്നെ ഭരണത്തിന്റെ ഏതെങ്കിലും ഒരു പ്രത്യേക തരത്തിലുള്ള സ്ഥാപനവൽകൃതമായ രൂപം വിവരിക്കാൻ ഒരിക്കലും 'സർവാധിപത്യം' എന്ന പദം ഉപയോഗിച്ചിട്ടുണ്ടെന്ന് തോന്നുന്നില്ല; ഉപയോഗിച്ചത് എല്ലായ്പ്പോഴും സംഘഭരണം അഥവാ വർഗഭരണം എന്നതിന്റെ രൂപത്തെയല്ല, ഉള്ളടക്കത്തെ വിവരിക്കാനാണ്. അങ്ങനെ, അദ്ദേഹത്തെ സംബന്ധിച്ചിടത്തോളം ബൂർഷ്വാസിയുടെ സർവാധിപത്യത്തിന് സാർവലൗകിക സമ്മതിദാനാവകാശം ഉണ്ടെങ്കിലും ഇല്ലെങ്കിലും നിലനിൽക്കാൻ കഴിയും. പക്ഷേ, ഒരു വിപ്ലവസാഹചര്യത്തിൽ, പുതിയ തൊഴിലാളിവർഗഭരണത്തിന്റെ പ്രധാനലക്ഷ്യം ഉടനെതന്നെ 'ബൂർഷ്വാസിയെയാകെ വേണ്ടത്ര ഭീഷണിപ്പെടുത്താനുള്ള നടപടികൾ' കൈക്കൊണ്ട് സമയം നേടുക എന്നതായിരിക്കേണ്ട അവസ്ഥയിൽ, അത്തരമൊരു ഭരണം കൂടുതൽ പരസ്യമായിത്തന്നെ സർവാധിപത്യസ്വഭാവം പ്രകടിപ്പിക്കാനാണ് ഇട. മാർക്സ് തൊഴിലാളി വർഗസർവാധിപത്യം എന്നു വിശേഷിപ്പിച്ച ഒരേയൊരു വാഴ്ച പാരിസ് കമ്യൂണിലേതാണ്. അദ്ദേഹം ഊന്നിപ്പറഞ്ഞ അതിന്റെ രാഷ്ട്രീയസ്വഭാവങ്ങളാകട്ടെ, (അക്ഷരാർഥത്തിൽ) സർവാധിപത്യത്തിന്റെ എതിർപദമായിരുന്നു. 'ഫ്രഞ്ച് വിപ്ലവം നടെതന്നെ തെളിയിച്ചതുപോലെ.' 'ജനാധിപത്യ ഗണതന്ത്ര'വും പാരിസ് കമ്യൂണുമാണ് അതിന്റെ സവിശേഷ രാഷ്ട്രീയരൂപമായി എംഗൽസ് വിലയിരുത്തിയത്. ഏതായാലും തൊഴിലാളിവർഗസർവാധിപത്യത്തിന്റെ രൂപത്തിന് സാർവലൗകികമായി പ്രയോഗിക്കാവുന്ന ഒരു മാതൃകയൊന്നും നിർമിക്കാൻ മാർക്സോ എംഗൽസോ മിനക്കെട്ടിട്ടില്ല. അത് പ്രബലമാകുന്ന സാഹചര്യങ്ങൾ ഏതൊക്കെ തരത്തിലുള്ള സാഹചര്യങ്ങളിലായിരിക്കും എന്ന് അവർ പ്രവചിച്ചിട്ടുമില്ല. അതുകൊണ്ട് അതിൽ ബഹുജനങ്ങളുടെ രാഷ്ട്രീയജീവിതത്തിന്റെ ജനാധിപത്യപരമായ പരിവർത്തനവും പരാജിതമായ ഭരണവർഗത്തിന്റെ പ്രതിവിപ്ലവം തടയാനുള്ള നടപടികളും ഒന്നിപ്പിക്കുന്നതായിരിക്കണം അത് എന്നു മാത്രമേ, അവരുടെ നിരീക്ഷണങ്ങളിൽനിന്ന് നമുക്ക് അനുമാനിക്കാനാകൂ. ഇരുപതാം നൂറ്റാണ്ടിലെ വിപ്ലവാനന്തര ഭരണക്രമങ്ങളോട് അവരുടെ മനോഭാവം എങ്ങനെയായിരിക്കും എന്ന് ഊഹിക്കാനുള്ള ആധികാരികമായ രചനകളൊന്നും നമുക്ക് ലഭ്യമല്ല. ഒന്നുമാത്രം അനുമാനിക്കാം: അട്ടിമറിസാധ്യത കണക്കിലെടുത്ത് വിപ്ലവതൊഴിലാളി വർഗാധികാരം നിലനിർത്തു

ന്നതിനായിരിക്കും അവർ ഏതാണ്ട് തീർച്ചയായും ഏറ്റവുമധികം മുൻഗണന ആദ്യഘട്ടത്തിൽ കൊടുക്കുമായിരുന്നത്. സർവാധിപത്യം ഉറപ്പാക്കാനുള്ള മുന്നുപാധിയാണ് തൊഴിലാളിവർഗസൈന്യം.

പാരിസ് കമ്യൂൺ അനുഭവം, ഭരണകൂടം, തൊഴിലാളിവർഗസർവാധിപത്യം എന്നിവ സംബന്ധിച്ച മാർക്സിന്റെയും എംഗൽസിന്റെയും ചിന്തയുടെ പ്രധാനപ്പെട്ട വിപുലീകരണങ്ങൾക്ക് വഴിതെളിച്ചു എന്നത് സുവിദിതമാണ്. പഴയ ഭരണകൂടസംവിധാനത്തെ അങ്ങനെതന്നെ ഏറ്റെടുക്കുക അസാധ്യമായിരുന്നു; അതിനെ ഉന്മൂലനം ചെയ്യേണ്ടിയിരുന്നു; ഇക്കാര്യത്തിൽ നെപ്പോളിയൻ മൂന്നാമന്റെ കേന്ദ്രീകൃത ഉദ്യോഗസ്ഥസംവിധാനം, സൈന്യം, പൊലീസ് എന്നിവയെക്കുറിച്ചായിരുന്നു മാർക്സ് ചിന്തിച്ചത് എന്നു തോന്നുന്നു. തൊഴിലാളിവർഗത്തിന് 'സ്വന്തം പ്രതിനിധികളിൽനിന്നും ഉദ്യോഗസ്ഥരിൽനിന്നും' സ്വയം സംരക്ഷിക്കേണ്ടതുണ്ടായിരുന്നു. അങ്ങനെ ചെയ്യുന്നത് "ഭരണകൂടം, ഭരണകൂടത്തിന്റെ ഭാഗങ്ങൾ എന്നിവ സമൂഹത്തിന്റെ സേവകർ എന്ന സ്ഥാനം വിട്ട് അതിന്റെ പ്രഭുക്കന്മാരാകുന്നത്" ഒഴിവാക്കാനായിരുന്നു. ഇതാണല്ലൊ മുൻകാലത്ത് എല്ലാ ഭരണകൂടങ്ങൾക്കും സംഭവിച്ചത്. വിപ്ലവത്തെ ബാക്കിയുള്ള പഴയ ഭരണകൂടസംവിധാനത്തിൽനിന്ന് ഉയരുന്ന അപകടങ്ങളിൽനിന്ന് പരിരക്ഷിക്കുക എന്നത് മുൻനിർത്തിയാണ് തുടർന്നുള്ള മാർക്സിസ്റ്റ് ചർച്ചകളിൽ മുഖ്യമായും ഈ മാറ്റം വ്യാഖ്യാനിക്കപ്പെട്ടത്. എന്നാൽ വിപ്ലവം അടക്കം സ്വാശ്രയാധികാരം സ്ഥാപിക്കാൻ അനുവദിക്കപ്പെടുന്ന ഏതൊരു ഭരണകൂടസംവിധാനത്തിനും വിഭാവനം ചെയ്യപ്പെടുന്ന ഈ അപകടങ്ങളുടെ ഭീഷണിയുണ്ടാകാം. തദ്ഫലമായി ഉണ്ടാകുന്ന സംവിധാനം പാരീസ് കമ്യൂണുമായി ബന്ധപ്പെട്ട് മാർക്സ് ചർച്ചചെയ്യുന്നുണ്ട്. ഇത് ഇപ്പോഴും തീവ്രസംവാദത്തിന് വിഷയമായി തുടരുകയാണ്, അതിൽ ഉണ്ടാകുക 'ഉത്തരവാദിത്തമുള്ള (തെരഞ്ഞെടുക്കപ്പെട്ട) സമൂഹസേവകരാണ്,' 'സമൂഹത്തിനുമുകളിൽ നിൽക്കുന്ന കോർപ്പറേഷൻ' ആവില്ല എന്നു മാത്രമേ അവ്യക്തതയില്ലാതെ തെളിയുന്നുള്ളു.

ഭരണ സംവിധാനത്തിന്റെ കൃത്യമായ രൂപം എന്തുതന്നെ ആയാലും കീഴ്പ്പെടുത്തപ്പെട്ട ബൂർഷ്വാസിക്കുമേലുള്ള തൊഴിലാളിവർഗത്തിന്റെ അധീശത്വം - അതെത്ര അനിശ്ചിതവും സംശയരഹിതമാംവണ്ണം സുദീർഘമാണെങ്കിൽ പോലും കമ്യൂണിസ്റ്റ് സമൂഹത്തിലേക്കാണ് പരിവർത്തന ഘട്ടത്തിലെമ്പാടും നിലനിറുത്തേണ്ടതുണ്ട്. സർക്കാർ, അഥവാ അതിന്റെ സാമൂഹികമൂല്യം, ഇക്കാലയളവിൽ 'കൊഴിഞ്ഞുപോകും' എന്നാണ് മാർക്സ് പ്രതീക്ഷിച്ചിരുന്നത് എന്ന് വ്യക്തം. "കമ്യൂണിസ്റ്റ് സമൂഹത്തിന്റെ ആദ്യഘട്ടത്തെ മുതലാളിത്തസമൂഹത്തിൽ നിന്ന് ഏറെ പേറ്റുനോവിനുശേഷം ആവിർഭവിച്ച രൂപ''ത്തിൽ നിന്ന് 'ഓരോരുത്തനിൽ നിന്നും അവന്റെ കഴിവിൻപടി, ഓരോരുത്തനും അവന്റെ ആവശ്യത്തിൻ പടി' എന്ന 'കൂടുതൽ ഉന്നതമായ ഒരു ഘട്ട'ത്തെ വ്യതിരിക്തമായിത്തന്നെ മാർക്സ് കണ്ടിരുന്നു. ഈ ഉന്നതതത്വം പ്രയോഗിക്കാനാവു

ന്നതിന് കാരണം മനുഷ്യശേഷിക്കും ഉൽപ്പാദനക്ഷമതയ്ക്കും മേൽ മുമ്പുണ്ടായിരുന്ന ചോദകങ്ങളും പരിമിതികളും ഉപേക്ഷിക്കപ്പെട്ടിരിക്കും എന്നതാണ്. എങ്കിലും രണ്ട് ഘട്ടങ്ങൾക്കും ഇടയിൽ കാലികമായ വിടവൊന്നും വിഭാവനം ചെയ്യപ്പെട്ടിരുന്നില്ല എന്നും തോന്നുന്നു. ഭാവി കമ്യൂണിസ്റ്റ് സമൂഹത്തിന്റെ ചിത്രങ്ങൾ വരയ്ക്കാൻ മാർക്സും എംഗൽസും നിർബന്ധബുദ്ധിയോടെ വിസമ്മതിച്ചു. അതുകൊണ്ട് ഈ വിഷയത്തിൽ അവരുടെ സാമാന്യമോ ശകലിതമോ ആയ നിരീക്ഷണങ്ങൾ ഒന്നിച്ചുവച്ച് ഒരൊറ്റ ചിത്രമാക്കാനുള്ള ഏതൊരു ശ്രമവും വഴിതെറ്റിക്കാൻ സാധ്യതയുള്ളത് എന്ന നിലയ്ക്ക് ഒഴിവാക്കണം. ആ വിഷയങ്ങളിൽ മാർക്സ് തന്നെ നടത്തിയ അഭിപ്രായപ്രകടനങ്ങൾ തൃപ്തികരമല്ലാത്ത ഒരൊറ്റ രേഖയിലുണ്ട് (*Gotha Programme*). അത് സമഗ്രമല്ലെന്ന് വ്യക്തം. അവ പൊതുതത്വങ്ങളുടെ പുനഃപ്രസ്താവത്തിൽ ഒതുങ്ങുന്നു.

വിപ്ലവാനന്തരസാധ്യത ഉടനീളം അവതരിപ്പിക്കപ്പെടുന്നത് ദീർഘവും സങ്കീർണവും ഒട്ടും രേഖീയമല്ലാത്തതും സത്താപരമായി അപ്പോൾ അപ്രവചനീയവുമായ വികസന പ്രക്രിയ എന്ന നിലയ്ക്കാണ്. "1789 നുമുമ്പ് ഫ്രഞ്ച് ബൂർഷ്വാസി ഉയർത്തിയ പൊതുവായ ആവശ്യങ്ങൾ ഏതാണ്ട് സ്ഥാപിതമായിരുന്നു, തിരിച്ച് ഇന്ന് തൊഴിലാളി വർഗത്തിന്റെ ഉടന്തടി ആവശ്യങ്ങളെപ്പോലെതന്നെ. അവ മുതലാളിത്ത ഉൽപ്പാദനവ്യവസ്ഥ നിലവിലുള്ള എല്ലാ രാജ്യങ്ങൾക്കും ഏതാണ്ട് ഒരുപോലെയായിരുന്നു. ഏതായാലും പതിനെട്ടാം നൂറ്റാണ്ടിലെ വിപ്ലവപൂർവ കാലത്തെ ഫ്രഞ്ചുകാരിൽ ഒരാൾക്കും ഫ്രഞ്ച് ബൂർഷ്വാസിയുടെ ഈ ആവശ്യങ്ങൾ യഥാർഥത്തിൽ എങ്ങനെ സഫലീകരിക്കപ്പെടും എന്നറിയില്ലായിരുന്നു." അദ്ദേഹം പാരിസ് കമ്യൂണുമായി ബന്ധപ്പെട്ട് നിരീക്ഷിച്ചപോലെ, വിപ്ലവാനന്തരവും "അധ്വാനത്തിന്റെ അടിമത്തത്തിനുപകരം സ്വതന്ത്രവും പരസ്പരബന്ധിതവുമായ അധ്വാനം സൃഷ്ടിക്കുന്ന സാമ്പത്തികസാഹചര്യങ്ങൾ കാലത്തിന്റെ പുരോഗമനാത്മകമായ പ്രവൃത്തിയാകാനേ തരമുള്ളൂ." "ഇപ്പോഴത്തെ മൂലധനത്തിന്റെയും ഭൂസ്വത്തിന്റെയും പ്രകൃതിനിയമങ്ങളുടെ സ്വഛന്ദപ്രവർത്തന"ത്തിനു പകരം "സ്വതന്ത്രവും പരസ്പരബന്ധിതവുമായ അധ്വാനത്തിന്റെ സാമൂഹിക സമ്പദ്ശാസ്ത്ര നിയമങ്ങളുടെ സ്വഛന്ദപ്രവർത്തനം" പുതിയ സാഹചര്യങ്ങളുടെ വികാസത്തിന്റെ ദീർഘപ്രക്രിയയ്ക്കിടെ സംഭവിക്കും. ഇതുതന്നെയാണ് മുമ്പ് അടിമ, ഭൂപ്രഭു സമ്പദ്വ്യവസ്ഥകളിലും സംഭവിച്ചത്. വിപ്ലവത്തിന് ഈ പ്രക്രിയയെ ഉപനയിക്കാൻ മാത്രമേ കഴിയൂ.

ഭാവി പ്രവചിക്കുന്നതിൽ ഇങ്ങനെ മുൻകരുതൽ പുലർത്തുന്നതിന് കാരണമുണ്ട്: വിപ്ലവത്തിന്റെ മുഖ്യനിർമാതാവും നേതാവുമായ തൊഴിലാളിവർഗം സ്വയം വികസന പ്രക്രിയയിലൂടെ കടന്നുപോകുന്ന ഒരു വർഗമായിരുന്നു. ഈ വികസനത്തെ സംബന്ധിച്ച മാർക്സിന്റെയും എംഗൽസിന്റെയും വീക്ഷണങ്ങളുടെ വിശാലമായ രൂപരേഖകൾ എംഗൽസിന്റെ 1840 കളിലെ ബ്രിട്ടീഷ് അനുഭവത്തെയാണ് മുഖ്യമായും

അടിസ്ഥാനമാക്കിയിരുന്നത്. ഇവ *കമ്യൂണിസ്റ്റ് മാനിഫെസ്റ്റോയിൽ* അവതരിപ്പിക്കപ്പെടുന്നുണ്ട്: വ്യക്തികലാപത്തിൽനിന്ന് ആദ്യം അനൗപചാരികമായി പ്രാദേശിക-സാമ്പത്തികസമരങ്ങളിലൂടെ വളർന്ന് പിന്നെ കൂടുതൽ സംഘടിതമായ തൊഴിലാളി യൂണിയനുകളുടെ പ്രക്ഷോഭമായി 'വർഗങ്ങൾ തമ്മിലുള്ള ഒരൊറ്റ ദേശീയ പ്രക്ഷോഭമാകുന്ന' പ്രക്രിയ. ഈ പ്രക്ഷോഭം അധികാരത്തിനുവേണ്ടിയുള്ള രാഷ്ട്രീയസമരമാകും. 'ഒരു വർഗമെന്ന. നിലയ്ക്ക് തൊഴിലാളികളുടെ സംഘാടനം' തീർച്ചയായും 'ഒരു രാഷ്ട്രീയകക്ഷിയായിട്ടാകണം.' ഈ അപഗ്രഥനം മാർക്സ് ശിഷ്ടജീവിതം മുഴുവൻ അതുപോലെ നിലനിർത്തി. 1848 നു ശേഷമുള്ള മുതലാളിത്തസ്ഥിരീകരണത്തിന്റെയും വികസ്വരതയുടെയും വെളിച്ചത്തിലും സംഘടിതതൊഴിലാളി പ്രസ്ഥാനങ്ങളുടെ യഥാർഥാനുഭവത്തിന്റെ വെളിച്ചത്തിലും അതിൽ അൽപ്പസ്വൽപ്പം പരിഷ്കാരങ്ങൾ വരുത്തി എന്നേ ഉള്ളൂ. തൊഴിലാളി കലാപം കഴിഞ്ഞ ഉടൻ പൊന്തിവരാവുന്ന സാമ്പത്തികപ്രതിസന്ധികളുടെ സാധ്യത പിന്നാക്കം വച്ചതോടെ മാർക്സും എംഗൽസും മുതലാളിത്തത്തിന്റെ ചട്ടക്കൂടിനകത്ത് തൊഴിൽ സംഘടനകൾ വഴിയോ അനുകൂല നിയമനിർമാണം കൈവരിക്കുക വഴിയോ തൊഴിലാളി സമരങ്ങൾ വിജയിക്കാനുള്ള സാധ്യതയെക്കുറിച്ച് കൂടുതൽ ശുഭാപ്തി വിശ്വാസം വച്ചു പുലർത്തിത്തുടങ്ങി. തൊഴിലാളി വേതനം ഒരളവുവരെ മാമൂലായ, അല്ലെങ്കിൽ ആർജിതമായ ഒരു ജീവിതനിലവാരത്തെയും കമ്പോള ശക്തികളെയും ആശ്രയിച്ചാണ് നിൽക്കുന്നതെന്ന വാദം എംഗൽസ് 1845 ൽത്തന്നെ ഉന്നയിച്ചിരുന്നു. തൊഴിലാളി വർഗത്തിന്റെ വിപ്ലവപൂർവവികാസം 1848 നു മുമ്പ് മാർക്സും എംഗൽസും ആഗ്രഹിച്ചതിനേക്കാൾ, പ്രതീക്ഷിച്ചതിനേക്കാൾ ദീർഘിക്കാം എന്നുകൂടി ഇതിൽ നിന്ന് സിദ്ധിക്കുന്നു.

ഈ പ്രശ്നങ്ങൾ ചർച്ച ചെയ്യുമ്പോൾ പിന്നീട് ഒരു നൂറ്റാണ്ട് നടന്ന മാർക്സിസ്റ്റ് വിവാദങ്ങളെ ക്ലാസിക് രചനകളിലേക്ക് തിരിച്ചുവച്ച് വായിക്കുക എളുപ്പമല്ല, പക്ഷേ അത് അത്യാവശ്യവുമാണ്. മാർക്സിന്റെ ജീവിതകാലത്ത് അത്യാവശ്യമായ കടമയെന്ന് അദ്ദേഹവും എംഗൽസും വിലയിരുത്തിയത് തൊഴിലാളി പ്രസ്ഥാനത്തെ ഒരു വർഗപ്രസ്ഥാനമായി സാമാന്യവൽക്കരിക്കൽ, അതിന്റെ നിലനിൽപ്പിൽ അന്തർഭൂതമായ ലക്ഷ്യം (മുതലാളിത്തത്തെ നീക്കി കമ്യൂണിസം സ്ഥാപിക്കുക എന്ന ലക്ഷ്യം) പുറത്തു കൊണ്ടുവരൽ, ഉടനെ അതിനെ ഒരു രാഷ്ട്രീയ പ്രസ്ഥാനമാക്കി, ഉടമ വർഗങ്ങളുടെ എല്ലാ പാർട്ടികളിൽനിന്നും വ്യത്യസ്തമായ ഒരു തൊഴിലാളിവർഗപാർട്ടിയാക്കി മാറ്റൽ, രാഷ്ട്രീയാധികാരം പിടിച്ചടക്കുക ലക്ഷ്യമാക്കൽ എന്നിവയായിരുന്നു. അതുകൊണ്ട് രാഷ്ട്രീയപ്രവർത്തനത്തിൽനിന്ന് വിട്ടുനിൽക്കാതിരിക്കേണ്ടതും അവരുടെ 'സാമ്പത്തികപ്രസ്ഥാനത്തെ അവരുടെ രാഷ്ട്രീയപ്രവർത്തനത്തിൽ നിന്ന്' ഏതെങ്കിലും തരത്തിൽ വേർപെടുവിക്കുന്നത് തടയേണ്ടതും തൊഴിലാളികളെ സംബന്ധിച്ചിടത്തോളം പ്രധാനമായിരുന്നു. അതേസ

മയം ഒരു വർഗപാർട്ടിയായിരിക്കുന്നിടത്തോളം കാലം ആ പാർട്ടിയുടെ സ്വഭാവത്തിന് രണ്ടാം സ്ഥാനമേ ഉണ്ടായിരുന്നുള്ളൂ. ഇതിനെ 'പാർട്ടി'യുടെ പിൽക്കാല സങ്കൽപ്പനങ്ങളുമായി കൂട്ടിക്കുഴയ്ക്കേണ്ടതില്ല. ഇവയെപ്പറ്റി അവരുടെ രചനകളിൽ സുഭദ്രമായ സിദ്ധാന്തമൊന്നും കാണുന്നില്ല. ആ പദംതന്നെ പത്തൊമ്പതാം നൂറ്റാണ്ടിന്റെ മധ്യത്തിൽ പ്രചാരത്തിലുണ്ടായിരുന്ന പൊതുവായ ഒരർഥത്തിൽ മാത്രമാണ് തുടക്കത്തിൽ ഉപയോഗിക്കപ്പെട്ടത്. ഈ അർഥത്തിന്റെ പരിധിയിൽ ഒരു പ്രത്യേക ഇനം രാഷ്ട്രീയ വീക്ഷണങ്ങൾ/ഉദ്ദേശ്യങ്ങൾ പിന്താങ്ങുന്നവരും ഒരു ഔപചാരികസംഘത്തിലെ സംഘടിതരായ അംഗങ്ങളും വരും. 1850 കളിൽ മാർക്സും എംഗൽസും കമ്യൂണിസ്റ്റ് ലീഗിനെയും മുൻ *Neue Rheinische Zeitung* സംഘത്തെയും അല്ലെങ്കിൽ രണ്ടിനെയും വിവരിക്കാൻ ഈ പദം ഇടയ്ക്കിടെ ഉപയോഗിച്ചിരുന്നു. പക്ഷേ മാർക്സ് സശ്രദ്ധം വിശദീകരിച്ചു: മറ്റ് ആദ്യകാലവിപ്ലവസംഘങ്ങളെപ്പോലെ ലീഗും "പാർട്ടിയുടെ ചരിത്രത്തിൽ സമൂഹമണ്ണിൽ എല്ലായിടത്തും സ്വച്ഛന്ദമായി രൂപപ്പെടുന്ന ഒരു അധ്യായം മാത്രമാണ്." അതായത്, 'കൂടുതൽ വിശാലമായ, ചരിത്രപരമായ അർഥത്തിൽ പാർട്ടി'യാണ്. ഈ അർഥത്തിൽ എംഗൽസിന് തൊഴിലാളി പാർട്ടി 'മിക്കവാറും എല്ലാ രാജ്യങ്ങളിലും നടേതന്നെ നിലവിലുണ്ട്.' (1871) ഒരു രാഷ്ട്രീയ പാർട്ടി ആണ് എന്ന് പറയാൻ കഴിഞ്ഞിരുന്നു. വ്യക്തമായും 1870 കൾ മുതൽ മാർക്സും എംഗൽസും ഏതെങ്കിലും രൂപത്തിലുള്ള ഒരു സംഘടിതരാഷ്ട്രീയപ്പാർട്ടിയുടെ രൂപവൽക്കരണത്തെ, അത് ഒരു വിഭാഗമല്ലാത്തിടത്തോളം, പിന്തുണച്ചിരുന്നു; അവരുടെ പിൻഗാമികൾ അവരുടെ സ്വാധീനത്തിൽ രൂപവൽക്കരിച്ച പാർട്ടികളിൽ ആഭ്യന്തരസംഘാടനം, പാർട്ടി ഘടന, അച്ചടക്കം ഇത്യാദി പ്രശ്നങ്ങൾ വരുമ്പോൾ സ്വാഭാവികമായും ലണ്ടനിൽനിന്ന് അനുയോജ്യമായ അഭിപ്രായപ്രകടനങ്ങൾ ഉണ്ടാകുമായിരുന്നു. അത്തരം പാർട്ടികളൊന്നും നിലവിലില്ലാത്ത ഇടങ്ങളിലും എംഗൽസ് സംഘാടനം ഏതു വിധത്തിലുള്ളതാണെങ്കിലും തൊഴിലാളിവർഗത്തിന്റെ സ്വാതന്ത്ര്യം പ്രകടിപ്പിക്കുന്ന രാഷ്ട്രീയ (അതായത്, തിരഞ്ഞെടുപ്പു രാഷ്ട്രീയം) സംഘങ്ങളുടെ ആകെത്തുകയെ 'പാർട്ടി' എന്ന പേരുവിളിക്കുന്ന പതിവ് തുടർന്നു; 'എങ്ങനെ എന്നുള്ളത് പ്രശ്നമാക്കേണ്ട, അത് വേറിട്ടൊരു തൊഴിലാളി പാർട്ടിയായിരിക്കുന്നിടത്തോളം.' പിൽക്കാല സൈദ്ധാന്തികരെ അലട്ടിയിരുന്ന പാർട്ടിഘടന, സംഘാടനം, സാമൂഹികശാസ്ത്രം എന്നീ പ്രശ്നങ്ങളിലൊന്നും അവർ ആനുഷംഗികമല്ലാത്ത യാതൊരു താൽപ്പര്യവും കാണിച്ചില്ല.

തിരിച്ച്, "വിഭാഗീയ ആചാരമര്യാദകൾ" ഒഴിവാക്കപ്പെടണം....... തൊഴിലാളിവർഗത്തിന്റെ പൊതുവായ ലക്ഷ്യങ്ങളും പ്രവണതകളും ഉദയം കൊള്ളുന്നത് അത് സ്വയം കണ്ടെത്തുന്ന പൊതുവായ സാഹചര്യങ്ങളിൽ നിന്നാണ്. അതുകൊണ്ട് ഈ ലക്ഷ്യങ്ങളും പ്രവണതകളും വർഗത്തിൽ മുഴുവൻ കാണപ്പെടും, പ്രസ്ഥാനം അവരുടെ മസ്തിഷ്ക

ങ്ങളിൽ പ്രതിഫലിക്കുന്നത് ഏറ്റവും വൈവിധ്യമാർന്ന രൂപങ്ങളിലാണ്; ഏറെക്കുറെ ഭാവനാവിലസിതവും എന്നാൽ ഈ സാഹചര്യങ്ങളോട് ഏതാണ്ട് ബന്ധപ്പെട്ടതും ആകും അവ. നമ്മുടെ മുന്നിൽ ചുരുൾ നിവർന്നുകൊണ്ടിരിക്കുന്ന വർഗസമരത്തിന്റെ ഗുപ്തസത്യം ഏറ്റവും നന്നായി മനസിലാക്കുന്നവർ – കമ്യൂണിസ്റ്റുകാർ – വിഭാഗീയത അംഗീകരിക്കുക, അല്ലെങ്കിൽ പ്രോത്സാഹിപ്പിക്കുക എന്ന തെറ്റ് ചെയ്യില്ല,' (1870). പാർട്ടി സംഘടിതവർഗമാകാൻ ലക്ഷ്യമിടണം. *മാനിഫെസ്റ്റോ*യിലെ കമ്യൂണിസ്റ്റുകാർ മറ്റ് തൊഴിലാളിവർഗപാർട്ടികളോട് എതിരിടുന്ന വേറിട്ടൊരു പാർട്ടി രൂപവൽക്കരിച്ചിട്ടില്ല, തൊഴിലാളിവർഗപ്രസ്ഥാനത്തെ രൂപപ്പെടുത്താനും വാർത്തെടുക്കാനും സ്വന്തമായ വിഭാഗീയ തത്വങ്ങൾ ആവിഷ്കരിച്ചിട്ടില്ല എന്ന പ്രഖ്യാപനത്തിൽനിന്ന് മാർക്സും എംഗൽസും ഒരിക്കലും വ്യതിചലിച്ചില്ല.

അവസാനകാലത്ത് മാർക്സിന്റെ രാഷ്ട്രീയവിവാദങ്ങളെല്ലാം മൂന്ന് സങ്കൽപ്പനങ്ങളുടെ പ്രതിരോധത്തിനായി ഉയർത്തിയവയാണ്: (1) തൊഴിലാളിവർഗത്തിന്റെ ഒരു രാഷ്ട്രീയവർഗപ്രസ്ഥാനം: (2) ഏക്കാലത്തേക്കുമായി അധികാരക്കൈമാറ്റം, അതേത്തുടർന്ന് ഏതെങ്കിലും വിഭാഗീയഉട്ടോപ്യ എന്ന രീതിയിലല്ല വിപ്ലവത്തെ കാണേണ്ടത്; സംക്രമണത്തിന്റെ സങ്കീർണവും പെട്ടെന്ന് പ്രവചിക്കാൻ കഴിയാത്തതുമായ ഒരു ഘട്ടത്തിലെ നിർണായകമുഹൂർത്തമായിട്ടാണ്; (3) അനന്തരഫലമായി ആവശ്യമാകുന്ന ഒരു രാഷ്ട്രീയാധികാരസംവിധാനം നിലനിർത്തൽ, 'ഭരണകൂടത്തിന്റെ വിപ്ലവകരവും സംക്രമണാത്മകവുമായ ഒരു രൂപം.' അതാണ് ഇവയെല്ലാം തിരസ്കരിച്ച അരാജകവാദികളോടുള്ള അദ്ദേഹത്തിന്റെ എതിർപ്പിന് ഇത്രം കടുപ്പം.

അതുകൊണ്ട് 'പരിഷ്കരണവാദികളും,' 'വിപ്ലവകാരികളും' തമ്മിൽ പിൽക്കാലത്ത് ഉയർന്ന വിവാദങ്ങളുടെ വേരുകൾ മാർക്സിൽ അന്വേഷിക്കുന്നതും അദ്ദേഹത്തിന്റെ രചനകൾ മാർക്സിസ്റ്റ് ഇടതു–വലതു പ്രസ്ഥാനങ്ങൾ തമ്മിലുള്ള സംവാദങ്ങളുടെ വെളിച്ചത്തിൽ വായിക്കുന്നതും വിഫലവേലകളാണ്. അവ അപ്രകാരം വായിക്കപ്പെട്ടു എന്നത് മാർക്സിസ ചരിത്രത്തിന്റെ ഭാഗമാണ്, പക്ഷേ ഒരു പിൽകാലഘട്ടത്തിലാണെന്നു മാത്രം. മാർക്സിന് പ്രശ്നമായിരുന്നത് തൊഴിലാളിപാർട്ടികൾ വിപ്ലവകാരികളോ പരിഷ്കരണവാദികളോ എന്നുള്ളതായിരുന്നില്ല, ഈ പദങ്ങളുടെ സാരം എന്തെന്നുപോലും ആയിരുന്നില്ല. മുതലാളിത്തത്തിനുകീഴിലെ സ്വന്തം സാഹചര്യങ്ങൾ മെച്ചപ്പെടുത്താനുള്ള തൊഴിലാളികളുടെ ദൈനംദിന സമരവും മുതലാളിത്ത സമൂഹത്തെ മാറ്റി സോഷ്യലിസ്റ്റ് സമൂഹം വരുന്നത് വിഭാവനം ചെയ്യുന്ന ഒരു രാഷ്ട്രീയാവബോധത്തിന്റെ രൂപവൽക്കരണം, അല്ലെങ്കിൽ ഈ ഫലത്തിലേക്ക് എത്തിക്കാവുന്ന രാഷ്ട്രീയപ്രവർത്തനങ്ങൾ എന്നിവയും തമ്മിൽ മാർക്സ് യാതൊരു വൈരുധ്യവും കണ്ടില്ല. തൊഴിലാളിവർഗപാർട്ടികളുടെ വികാസം വൈകിക്കുന്ന പലതരം അപക്വതകൾ എങ്ങനെ മറികടക്കാം

എന്നതായിരുന്നു അദ്ദേഹത്തിന്റെ പ്രശ്നം. ഉദാഹരണത്തിന്, പലതരം ജനാധിപത്യ ഉൽപ്പതിഷ്ണുത്വ പ്രവണതകളുടെ (അതു കൊണ്ടു തന്നെ ബൂർഷ്വാസിയുടെ അല്ലെങ്കിൽ പെറ്റിബൂർഷ്വാസിയുടെ) സ്വാധീനത്തിൽ അവരെ തളച്ചിടൽ, അല്ലെങ്കിൽ, അതിനെ പലതരം ഉട്ടോപ്യകളിലോ സോഷ്യലിസം നേടിയെടുക്കാനുള്ള പൂർവനിശ്ചിതമായ സൂത്രവാക്യങ്ങളിലോ താദാത്മ്യംപ്രാപിക്കൽ, സർവോപരി, ആവശ്യമായ സാമ്പത്തിക–രാഷ്ട്രീയസമരത്തിന്റെ ഐക്യത്തിൽ നിന്ന് അതിനെ വഴിതിരിച്ചുവിടൽ. അന്തർദേശീയമായി, അല്ലെങ്കിൽ മറ്റേതെങ്കിലും തലത്തിൽ വർത്തിക്കുന്ന തൊഴിലാളി പ്രസ്ഥാനത്തിലെ 'വലതോ' 'ഇടതോ' 'മിതമോ' 'വിപ്ലവകരമോ' ആയ ഒരു പക്ഷവുമായി മാർക്സിനെ സമപ്പെടുത്തുന്നത് കാലം തെറ്റിയ ഒരേർപ്പാടാകും. അതുകൊണ്ടാണ് മാർക്സ് ഏതെങ്കിലും സമയത്ത് വിപ്ലവകാരിയല്ലാതാവുകയും ഒരു പടിപടിയായുള്ള മാറ്റത്തിനായി വാദിക്കുന്നവനാകുകയും ചെയ്തു എന്ന വാദം അപ്രസക്തവും അസംബന്ധവുമാകുന്നത്.

അധികാരക്കൈമാറ്റം തുടർന്നുള്ള സമൂഹപരിവർത്തനം എന്നിവ ഏതു രൂപം കൈക്കൊള്ളും എന്നത് തൊഴിലാളിവർഗത്തിന്റെയും അതിന്റെ പ്രസ്ഥാനത്തിന്റെയും വികാസനിലവാരം ആശ്രയിച്ചിരിക്കും. ഈ നിലവാരം മുതലാളിത്ത വികാസത്തിൽ കൈവരിക്കുന്ന തലത്തിലും സ്വന്തം പഠനം, പ്രയോഗത്തിലൂടെ നേടുന്ന പക്വത എന്നീ പ്രക്രിയയിലും പ്രതിഫലിക്കും. സ്വാഭാവികമായും അത് അക്കാലത്തെ സാമൂഹിക–സാമ്പത്തികവ്യവസ്ഥയെ ആശ്രയിച്ചിരിക്കും. തൊഴിലാളിവർഗം വലിയതോതിൽ പെരുകി എണ്ണത്തിൽ ഭൂരിപക്ഷമാകുന്നതിനും വർഗധ്രുവീകരണം ഉന്നതനിലയിലെത്തുന്നതിനും കാക്കണമെന്ന് മാർക്സ് ഒട്ടും പറഞ്ഞിട്ടില്ലാത്ത സ്ഥിതിക്ക് വർഗസമരം 'ഏറ്റവും യുക്തിസഹവും മാനവികവുമായ രീതിയിൽ' വിപ്ലവത്തിനുശേഷവും തുടരുന്നതായിട്ടാകണം വിഭാവനം ചെയ്തിരിക്കുക. വിപ്ലവത്തിനുമുമ്പും അതിനുശേഷമുള്ള അനിശ്ചിതമായ ഒരു കാലഘട്ടത്തിലും തൊഴിലാളിവർഗം രാഷ്ട്രീയമായ ഒരു വർഗസഖ്യത്തിന്റെ കേന്ദ്രവും നേതൃത്വവുമായി പ്രവർത്തിക്കണം എന്നാണ് പ്രതീക്ഷിക്കേണ്ടത്. ചരിത്രപരമായ അതിന്റെ നിലകാരണം അത് 'സാമൂഹികമായി മുൻകൈയെടുക്കാൻ കഴിവുള്ള ഒരേയൊരു വർഗമായി അംഗീകരിക്കപ്പെടാം' – അപ്പോഴും ഒരു ന്യൂനപക്ഷമാണെങ്കിലും. താൻ യഥാർഥത്തിൽ അപഗ്രഥിച്ച ഒരേയൊരു 'തൊഴിലാളിവർഗ സർവാധിപത്യ'മായ പാരിസ് കമ്യൂൺ 'സമൂഹത്തിൽ മറ്റുള്ളവരുടെ അധ്വാനം കൊണ്ട് ജീവിക്കാത്ത എല്ലാ വർഗങ്ങളും' തൊഴിലാളികളുടെ നേതൃത്വത്തിലും അധീശത്വത്തിലും ഏതാണ്ടൊരു ജനപ്രിയ മുന്നണിയായി മുന്നോട്ടുപോകും എന്നാണ് മാർക്സ് കരുതിയത് എന്ന് പറഞ്ഞാൽ അധികമാകില്ല. പക്ഷേ ഇതൊക്കെ മൂർത്തമായ വിലയിരുത്തലിനുള്ള വിഷയങ്ങളായിരുന്നു. മാർക്സും എംഗൽസും ചരിത്രപരമായ ശക്തികളുടെ സ്വച്ഛന്ദമായ പ്രവർത്തനത്തെയല്ല, ചരിത്രം

സാധ്യമാക്കുന്ന പരിമിതികൾക്കുള്ളിൽ നടത്തുന്ന രാഷ്ട്രീയപ്രവർത്തനത്തെയാണ് ആശ്രയിച്ചിരുന്നത് എന്ന നിഗമനത്തെ സ്ഥിരീകരിക്കുക മാത്രമാണിത്. അവർ തങ്ങളുടെ ജീവിതത്തിന്റെ എല്ലാ ഘട്ടങ്ങളിലും സ്ഥിരതയോടെ സാഹചര്യങ്ങളെ പ്രവൃത്തിയുമായി ചേർത്ത് മനസാ അപഗ്രഥിച്ചിരുന്നു. അതുകൊണ്ട് ഈ മാറുന്ന സാഹചര്യങ്ങളുടെ വിലയിരുത്തൽ പരിഗണിക്കപ്പെടണം.

അവരുടെ അപഗ്രഥനത്തിന്റെ വികാസത്തിൽ മൂന്ന് ഘട്ടങ്ങൾ നമുക്ക് വേർതിരിച്ച് അടയാളപ്പെടുത്താം: 1840 കളുടെ മധ്യം മുതൽ 1850 കളുടെ മധ്യം വരെ; തൊഴിലാളിവർഗത്തിന്റെ ഈടു നിൽക്കുന്ന വിജയം അടിയന്തരകർമപരിപാടിയിൽ ഉള്ളതായി തോന്നാത്ത അടുത്ത 25 വർഷം; തൊഴിലാളിവർഗ ബഹുജനപ്പാർട്ടികളുടെ ഉദയം വികസിത മുതലാളിത്തരാജ്യങ്ങളിൽ സംക്രമണത്തിന്റെ പുതിയ പരിപ്രേക്ഷ്യങ്ങൾ തുറന്നിടുന്നതായി തോന്നിച്ച കാലം – എംഗൽസിന്റെ അവസാനവർഷങ്ങൾ ആയിരുന്നു. മറ്റിടങ്ങളിൽ പഴയ അപഗ്രഥനങ്ങളുടെ പരിഷ്കരണത്തിന് അപ്പോഴും സാധുതയുണ്ടായിരുന്നു. അവരുടെ തന്ത്രത്തിന്റെ അന്തർദേശീയവശങ്ങൾ നമുക്ക് വഴിയെ പരിഗണിക്കാം.

'1848' പരിപ്രേക്ഷ്യത്തിന്റെ അടിസ്ഥാനം പഴയ ഭരണക്രമങ്ങളുടെ പ്രതിസന്ധി വ്യാപകമായ സാമൂഹികവിപ്ലവത്തിലേക്ക് നയിക്കുമെന്ന അനുമാനമായിരുന്നു. അത് ശരിയാണെന്ന് പിന്നീട് തെളിഞ്ഞു. മുതലാളിത്ത സമ്പദ്വ്യവസ്ഥയുടെ വികാസം തൊഴിലാളിവർഗം അചിരേണ വിജയം കൈവരിക്കാൻ പോന്നത്ര മുന്നോട്ടു പൊയ്ക്കഴിഞ്ഞു എന്നത് തെറ്റായ അനുമാനവും ആയിരുന്നു എന്ന തെളിഞ്ഞു. ഏതുതരത്തിൽ നിർവചിച്ചാലും യഥാർഥ തൊഴിലാളിവർഗം ഇക്കാലത്ത് ബ്രിട്ടനിൽ ഒഴികെ ഒരു ചെറു ന്യൂനപക്ഷമായിരുന്നു. ബ്രിട്ടനിലാകട്ടെ എംഗൽസ് പ്രവചിച്ച പോലെ വിപ്ലവം നടന്നുമില്ല മാത്രമല്ല, അത് അപക്വവും കഷ്ടിച്ചു മാത്രം സംഘടിതവുമായിരുന്നു. അതുകൊണ്ട് തൊഴിലാളിവർഗ വിപ്ലവത്തിന്റെ സാധ്യത രണ്ട് കാര്യങ്ങളെ ആശ്രയിച്ചായിരുന്നു: ഒന്നുകിൽ (ലെനിനു മുമ്പുതന്നെ മാർക്സ് പ്രവചിച്ച തരത്തിൽ) ജർമൻ ബൂർഷ്വാസി ബൂർഷ്വാവിപ്ലവം നടത്താൻ ശേഷിയില്ലെന്നു തെളിയിക്കുകയോ തയാറാകാതിരിക്കുകയോ ചെയ്യും; കമ്യൂണിസ്റ്റ് ബുദ്ധിജീവികൾ നയിക്കുന്ന ഭ്രൂണാവസ്ഥയിലുള്ള തൊഴിലാളിവർഗം നേതൃത്വം ഏറ്റെടുക്കും. അതല്ലെങ്കിൽ (ഫ്രാൻസിലെപ്പോലെ) ജാക്കോബിനുകൾ തുടങ്ങിവച്ച ബൂർഷ്വാ വിപ്ലവത്തിന്റെ ഉൽപ്പതിഷ്ണുത്വം തുടരും.

ആദ്യസാധ്യത അയഥാർഥമാണെന്ന് വ്യക്തമായി തെളിഞ്ഞു. രണ്ടാമത്തെ സാധ്യത 1848–49 ലെ പരാജയശേഷവും സാധ്യമാണെന്ന തോന്നലുണ്ടാക്കി. തൊഴിലാളിവർഗം ഉദാര ബൂർഷ്വാസിയിലെ ചില വിഭാഗങ്ങളിൽ തുടങ്ങി ഇടതുപക്ഷത്തേക്ക് നീണ്ട ഒരു വർഗസഖ്യത്തിലെ കീഴാളമെങ്കിലും പ്രധാനപ്പെട്ട അംഗമായിട്ടാണ് വിപ്ലവത്തിൽ പങ്കെടുത്തത്. അത്തരമൊരു വിപ്ലവത്തിൽ ഉൽപ്പതിഷ്ണുത്വവൽക്കരണത്തിന്റെ സാധ്യ

തകൾ വിവിധസന്ദർഭങ്ങളിൽ ഉയർന്നുവരും. വിപ്ലവം ആവശ്യത്തില ധികം പുരോഗമിച്ചു കഴിഞ്ഞെന്ന് മിതവാദികൾ കരുതി. അതേസമയം 'വിപ്ലവകാരികൾ വമ്പിച്ചൊരു ജനസഞ്ചയത്തിന്റെ താൽപ്പര്യത്തിനനു സരിച്ച് എന്ന് ഭാഗികമായെങ്കിലും തോന്നിച്ച' ആവശ്യങ്ങളുമായി മുന്നോട്ടു പോയി. ഫ്രഞ്ച് വിപ്ലവത്തിൽ ഈ ഉൽപ്പതിഷ്ണുത്വം മിത വാദി ബൂർഷ്വാസിയുടെ വിജയം ദൃഢീകരിക്കാനേ ഉപകരിച്ചുള്ളു. എന്താ യാലും 1848–49 കാലത്ത് ഫ്രാൻസിൽ എന്നപോലെ മുതലാളിത്ത യുഗ ത്തിൽ വർഗവൈരുധ്യങ്ങൾ മൂർഛിക്കാനുള്ള സാധ്യതയുണ്ടായിരുന്നു: അപ്പോഴേക്കും ഐക്യം കൈവരിച്ചിരുന്ന പ്രതിലോമ ബൂർഷ്വാ ഭരണ വർഗവും തൊഴിലാളിവർഗത്തെ കേന്ദ്രീകരിച്ച് രൂപവൽകൃതമായ മറ്റെല്ലാ വർഗങ്ങളുടെയും മുന്നണിയും തമ്മിലായിരുന്നു ഈ ധ്രുവീകരണം. ബൂർഷ്വാസിയുടെ പരാജയം 'തൊഴിലാളിവർഗത്തെ – പരാജയത്തിൽ നിന്ന് വിവേകമുൾക്കൊണ്ട തൊഴിലാളിവർഗത്തെ – ഒരു നിർണായഘട കമാക്കി' മാറ്റാനുള്ള സാധ്യത ആദ്യമായി ഒരുക്കുകയാണ് ഈ ധ്രുവീ കരണം. ഫ്രഞ്ച് വിപ്ലവത്തിലേക്ക് തിരിച്ചു പോകുന്ന ഈ ചരിത്രപരാ മർശത്തിന് ലൂയി നെപ്പോളിയന്റെ വിജയത്തോടെ കഥയില്ലാതായി. തീർച്ചയായും ഏറെ– ഒരുപക്ഷെ കുറച്ചധികം ഏറെ–ആശ്രയിച്ചിരുന്നത് വിപ്ലവത്തിന്റെ രാഷ്ട്രീയവികാസത്തിന്റെ ചലനാത്മകതയെയാണ്. കാരണം, പാരിസിലെയടക്കമുള്ള യൂറോപ്യൻ തൊഴിലാളിവർഗത്തിന്റെ പിറകിൽ മുതലാളിത്തസമ്പദ്വ്യവസ്ഥയുടെ തീർത്തും അപര്യാപ്തമായ വികാസമേ ഉണ്ടായിരുന്നുള്ളു.

അതുകൊണ്ട് തൊഴിലാളിവർഗത്തിന്റെ ഏറ്റവും വലിയ കടമ അടുത്ത വിപ്ലവത്തിന്റെ മൂർച്ചകൂടുമായിരുന്നു. അപ്പോഴേക്കും ഉദാര ബൂർഷ്വാസി 'വ്യവസ്ഥാപിതപാർട്ടി'യിലേക്ക് ചേക്കേറിക്കഴിയുമ്പോൾ അതിൽ കുറേക്കൂടി ഉൽപ്പതിഷ്ണുത്വമുള്ള 'ജനാധിപത്യപ്പാർട്ടി' വിജ യിയായി ഉയരാൻ സാധ്യതയുണ്ടായിരുന്നു. ഇതായിരുന്നു, 1850 ൽ കമ്യൂ ണിസ്റ്റ് ലീഗിന്റെ മുഖ്യമുദ്രാവാക്യം രൂപപ്പെടുത്തുന്നതിന് നിദാനമായ 'വിപ്ലവത്തെ സ്ഥിരമാക്കി നിലനിർത്തൽ.' മാർക്സിയന്മാരും ബ്ലാങ്കിസ്റ്റു കളും തമ്മിലുള്ള, അൽപ്പായുസ്സായ സഖ്യത്തിന്റെ അടിത്തറയും ഇതു തന്നെയായിരുന്നു. ജനാധിപത്യവാദികളിൽ ഏറ്റവും വിപ്ലവസ്വഭാവമു ള്ളത് 'റിപ്പബ്ലിക്കൻ പെറ്റിബൂർഷ്വാസി'ക്കായിരുന്നു. തൊഴിലാളിവർഗ ത്തിന്റെ പിന്തുണയെ ഏറ്റവും ആശ്രയിച്ചിരുന്നതും അവർ തന്നെ. ഒരേ സമയം തൊഴിലാളിവർഗത്തിനുമേൽ സമ്മർദം സൃഷ്ടിക്കുകയും അതി നാൽ വെല്ലുവിളിക്കപ്പെടുകയും ചെയ്യേണ്ട ഒരു അടരായിരുന്നു അത്. എന്നിട്ടും തൊഴിലാളിവർഗം ഒരു ചെറുന്യൂനപക്ഷമായിത്തുടർന്നു. അതു കൊണ്ട് വിപ്ലവസഖ്യത്തിന്റെ നേതൃത്വം പെറ്റിബൂർഷ്വാ ജനാധിപത്യ വാദികളിൽനിന്ന് പിടിച്ചെടുക്കണമെങ്കിൽ അവർക്ക് സഖ്യങ്ങൾ വേണ മായിരുന്നു. 1848–49 ൽ മാർക്സും എംഗൽസും മിക്ക ഇടതുപക്ഷക്കാ രെയും പോലെ നാട്ടിൻപുറത്തിന്റെ വിപ്ലവാത്മകമായ സാധ്യതകളെ

വിലകുറച്ചു കണ്ടു. അവരതിൽ ഒട്ടും താൽപ്പര്യമെടുത്തില്ല. പരാജയ ശേഷം മാത്രമാണ്, ഒരുപക്ഷേ എംഗൽസിന്റെ പ്രചോദനത്താലായിരിക്കാം (അദ്ദേഹത്തിന്റെ 'കർഷകയുദ്ധം,' 1850, നടെ തന്നെ ഈ വിഷയത്തിൽ തീവ്രതാൽപ്പര്യം പ്രകടമാക്കിയിരുന്നു) മാർക്സ് ജർമനിക്കായെങ്കിലും തൊഴിലാളിവർഗവിപ്ലവത്തെ പിന്താങ്ങാൻ 'കർഷകയുദ്ധത്തിന്റെ ഒരു രണ്ടാം പതിപ്പ്' വരുമെന്ന് വിഭാവനം ചെയ്തത് (1856). അദ്ദേഹം വിഭാവനം ചെയ്ത വിപ്ലവാത്മകമായ വികാസം സങ്കീർണവും ഒരുപക്ഷേ ദീർഘവുമായിരുന്നു. അതിലെ ഏതു ഘട്ടത്തിലാണ് 'തൊഴിലാളി വർഗസർവാധിപത്യം' ഉണ്ടാവുക എന്ന് പ്രവചിക്കാനും സാധ്യമല്ലായിരുന്നു. ഏതായാലും അടിസ്ഥാനമാതൃക തുടക്കത്തിലെ ഉദാരവാദഘട്ടത്തിൽനിന്ന് വിപ്ലവാത്മക-ജനാധിപത്യഘട്ടത്തിലൂടെ തൊഴിലാളി വർഗ നേതൃത്വത്തിൽ നടക്കുന്ന ഏതാണ്ട് ദ്രുതമായ സംക്രമണമായിരുന്നു.

1857 ലെ ലോക മുതലാളിത്ത പ്രതിസന്ധി ഒരു രാജ്യത്തും വിപ്ലവത്തിലേക്ക് നയിച്ചില്ല. അതുവരെ മാർക്സും എംഗൽസും 1848 ന്റെ പുതിയ, പരിഷ്കരിച്ച പതിപ്പ് ഉണ്ടാകുമെന്ന് ആഗ്രഹിച്ചു, അതിനായി പ്രതീക്ഷിച്ചു. അതിനുശേഷം ഏതാണ്ട് രണ്ടു ദശകങ്ങൾ അവർക്ക് ആസന്നവും വിജയസാധ്യതയുള്ളതുമായ തൊഴിലാളിവർഗ വിപ്ലവത്തെപ്പറ്റി യാതൊരു പ്രതീക്ഷയും ഇല്ലായിരുന്നു. എംഗൽസ് മാത്രം മാർക്സിനേക്കാൾ നന്നായി തന്റെ നിത്യയൗവന ശുഭാപ്തിവിശ്വാസം നിലനിർത്തി. തീർച്ചയായും ഇരുവരും പാരിസ് കമ്യൂണിനെപ്പറ്റി വലിയ പ്രതീക്ഷയൊന്നും പുലർത്തിയില്ല. ഹ്രസ്വമായ അതിന്റെ ജീവിതകാലത്ത് അതേപ്പറ്റി എന്തെങ്കിലും ശുഭാപ്തി വിശ്വാസമുള്ള പ്രസ്താവനകൾ നടത്താതിരിക്കാനും അവർ ശ്രമിച്ചു. അതേസമയം മുതലാളിത്ത സമ്പദ്വ്യവസ്ഥയുടെ ലോകവ്യാപകവും അതിദ്രുതവുമായ വളർച്ച, വിശിഷ്യ പടിഞ്ഞാറൻ യൂറോപ്പിലെയും യു എസ് എ യിലെയും വ്യവസായവൽക്കരണം, വിവിധരാജ്യങ്ങളിൽ വമ്പിച്ച തൊഴിലാളിവർഗങ്ങളെ ഉൽപ്പാദിപ്പിച്ചു. ഈ തൊഴിലാളി പ്രസ്ഥാനങ്ങളുടെ വളരുന്ന ശക്തിയിലും വർഗബോധത്തിലും സംഘാടനത്തിലുമായിരുന്നു, അവർ പിന്നെ പ്രതീക്ഷയർപ്പിച്ചത്. ഇത് അവരുടെ രാഷ്ട്രീയ പരിപ്രേക്ഷ്യത്തിൽ എന്തെങ്കിലും മൗലികമായ വ്യത്യാസം വരുത്തിയെന്ന് അനുമാനിച്ചുകളയരുത്. (ഒരുപക്ഷേ അക്രമാസക്തമായ) അധികാരക്കൈമാറ്റം എന്ന അർഥത്തിൽ യഥാർഥവിപ്ലവം തൊഴിലാളിവർഗവികാസത്തിന്റെ ദീർഘ പ്രക്രിയയുടെ വിവിധഘട്ടങ്ങളിൽ നടക്കാം; അത് വിപ്ലവാനന്തര സംക്രമണത്തിന്റേതായ മറ്റൊരു ദീർഘപ്രക്രിയയ്ക്ക് തുടക്കമിടും. യഥാർഥത്തിലുള്ള അധികാരക്കൈമാറ്റം തൊഴിലാളിവർഗത്തിന്റെയും മുതലാളിത്തത്തിന്റെയും വികാസത്തിന്റെ പിന്നീടൊരു ഘട്ടത്തിലേക്ക് മാറുന്നത് തുടർന്നുള്ള സംക്രമണഘട്ടത്തിന്റെ സ്വഭാവത്തെയും ബാധിക്കും എന്നതിൽ സംശയമില്ല. ഇത് എന്തെങ്കിലും ചെയ്യാൻ വെമ്പി നിൽക്കുന്ന വിപ്ല

വകാരികളെ നിരാശരാക്കുമായിരിക്കാം. എങ്കിലും പ്രവചിച്ച പ്രക്രിയയുടെ സത്തയിൽ വലിയ മാറ്റമൊന്നുമുണ്ടാകില്ല. എന്തെങ്കിലും ആകസ്മിക സംഭവങ്ങൾ ഉണ്ടാകാൻ ഇടയുണ്ടെന്ന് കരുതി കാര്യങ്ങൾ ആസൂത്രണം ചെയ്യാൻ മാർക്സും എംഗൽസും തയാറായിരുന്നു; പക്ഷേ തൊഴിലാളിവർഗത്തിന് വിജയകരമായി അധികാരം കൈമാറുന്ന സ്ഥിതിവിശേഷം ആസന്നമായി എന്നോ സാധ്യമാകാമെന്നോ അവർ കരുതിയില്ല – ഇതാണ് മാർക്സിന്റെയും എംഗൽസിന്റെയും ഈ കാലഘട്ടത്തിലെ രാഷ്ട്രീയതന്ത്രത്തിന്റെ കാതൽ.

ബഹുജന സോഷ്യലിസ്റ്റ് പാർട്ടികളുടെ മുന്നേറ്റം, വിശിഷ്യ 1890നുശേഷം, സാമ്പത്തികമായി വികസിച്ച ചില രാജ്യങ്ങളിലെങ്കിലും, നേരിട്ട് അധികാരത്തിൽ വന്ന തൊഴിലാളിവർഗ സർക്കാരുകൾക്കു കീഴിൽ സോഷ്യലിസത്തിലേക്ക് നേരിട്ട് സംക്രമിക്കാനുള്ള ഒരു സാധ്യത ആദ്യമായി സൃഷ്ടിച്ചു. ഈ സംഭവവികാസം മാർക്സിന്റെ മരണശേഷമാണ് ഉണ്ടായത്. അതുകൊണ്ട് അദ്ദേഹം എങ്ങനെ അതിനെ അഭിമുഖീകരിക്കുമായിരുന്നു എന്ന് നമുക്കറിയില്ല; എംഗൽസിനേക്കാൾ കുറേക്കൂടി അയവുള്ള, 'യാഥാസ്ഥിതികത്വം' കുറഞ്ഞ രീതിയിലായിരുന്നേനെ എന്നതിന് ചില അടയാളങ്ങളൊക്കെ ലഭ്യമാണെങ്കിലും. ജർമൻ തൊഴിലാളിവർഗത്തിന്റെ പുഷ്കലമായ ഒരു മാർക്സിസ്റ്റ് പാർട്ടിയുമായി താദാത്മ്യം കൽപ്പിക്കാനുള്ള പ്രലോഭനം അത്രകണ്ട് ശക്തമാകുന്നതിനുമുമ്പുതന്നെ മാർക്സ് മരിച്ചു എന്നതിനാൽ ഇതൊക്കെ കേവലം ഊഹവിഷയം മാത്രമാണ്. 'ഇടക്കാല വിപ്ലവ–ബൂർഷ്വാഘട്ട'ത്തെ സമാന്തരമായി മറികടന്ന് നേരിട്ടൊരു അധികാരസംക്രമണത്തിന്റെ സാധ്യത എംഗൽസിനെ ബോധ്യപ്പെടുത്തിയത് ബെബെലാണ് എന്നതിന് ചില തെളിവുകൾ ഉണ്ട്. ഈ 'അന്തരാളഘട്ടം' ബൂർഷ്വാവിപ്ലവം നടക്കാത്ത ചില രാജ്യങ്ങളിൽ ആവശ്യമാണെന്ന് കണക്കാക്കപ്പെട്ടിരുന്നു. ഏതായാലും, മേലിൽ തൊഴിലാളിവർഗം ഭാഗ്യമുണ്ടെങ്കിൽ വിശാലമായ ഒരു വിപ്ലവസഖ്യത്തിന്റെ തലപ്പത്തു തന്നെയെങ്കിലും ഒരു ന്യൂനപക്ഷമായി തുടരില്ല, പിന്നെയോ, ഒരു ഭൂരിപക്ഷത്തിലേക്ക് വളരുന്ന വിശാലമായ അടരായി മാറും; ഒരു ബഹുജനപാർട്ടി ആയി സംഘടിതമാകും, ആ പാർട്ടിക്കുചുറ്റും മറ്റ് അടരുകളിൽ നിന്നുള്ള സഖ്യകക്ഷികളെ ഒപ്പം കൂട്ടും. ഇവിടെയാണ് പുതിയ സാഹചര്യവും (ഇപ്പോഴും മൗലികതയുള്ള) ബ്രിട്ടനിലെ സാഹചര്യവും തമ്മിലുള്ള വ്യത്യാസം കൂടിക്കൊണ്ടിരുന്നത്. ബ്രിട്ടനിൽ നിരങ്കുശമായ മുതലാളിത്ത സമ്പദ്വ്യവസ്ഥയിൽത്തന്നെ തൊഴിലാളിവർഗം ഭൂരിപക്ഷമാർജിച്ചിരുന്നു, 'പക്വതയുടെയും സാർവലൗകികതയുടെയും ഏതാണ്ടൊരു നിലവാരം' കൈവരിച്ചിരുന്നു; പക്ഷേ അതോടൊപ്പം ഒരു രാഷ്ട്രീയവർഗപ്രസ്ഥാനം വികസിപ്പിക്കുന്നതിൽ ആ രാജ്യം പരാജയപ്പെട്ടിരുന്നു. ഇതിന്റെ കാരണങ്ങൾ മാർക്സ് അന്വേഷിച്ചിട്ടില്ല. ബഹുജനസോഷ്യലിസ്റ്റ് പാർട്ടികളിലൂടെ കൈവരിക്കാവുന്ന 'ഭൂരിപക്ഷത്തിന്റെ വിപ്ലവ'മെന്ന ഈ പരിപ്രേക്ഷ്യ

ത്തിനാണ് എംഗൽസ് തന്റെ അവസാനരചനകൾ സമർപ്പിച്ചത്. പക്ഷേ ഇവയെ ഒരളവുവരെ അക്കാലത്തെ ഒരു പ്രത്യേക (ജർമൻ) സാഹച ര്യത്തോടുള്ള പ്രതികരണമായി വേണം വായിക്കാൻ.

എംഗൽസ് ഉൾക്കൊള്ളാൻ ശ്രമിച്ച പുതിയ ചരിത്ര സാഹചര്യത്തെ അടയാളപ്പെടുത്തിയത് മൂന്ന് പ്രത്യേകതകളാണ്. പുതിയ തരത്തിലുള്ള ബഹുജന സോഷ്യലിസ്റ്റ് തൊഴിലാളിവർഗ പാർട്ടികൾക്ക് മുൻഗാമികൾ ഉണ്ടായിരുന്നില്ല; 'പൊതുവും ഏകവും ആയ ദേശീയ സോഷ്യൽ-ഡെ മോക്രാറ്റിക്' പാർട്ടികൾക്ക് ഒട്ടുമുണ്ടായിരുന്നില്ല. ജർമനി ഉദാഹരണമാ ണ്. അവയെ വികസിക്കാൻ അനുവദിച്ച സാഹചര്യങ്ങൾ നിയമപരത, ഭരണഘടനാപരമായ രാഷ്ട്രീയം, വോട്ടവകാശ വ്യാപനം എന്നിവയാ യിരുന്നു. ഈ സാഹചര്യങ്ങൾ 1890 നുശേഷം കൂടുതൽ പൊതുവായി വ്യാപിച്ചുതുടങ്ങി. പരമ്പരാഗതമായ ധാരണവച്ചുള്ള വിപ്ലവസാധ്യത കളും ഗണ്യമായി മാറി (അന്തർദേശീയ മാറ്റങ്ങൾ ഇനി ചർച്ചചെയ്യുന്നു ണ്ട്). രണ്ടാം ഇന്റർനാഷണലിന്റെ യുഗത്തിൽ സോഷ്യലിസ്റ്റുകളുടെ ഇട യിൽ നടന്ന സംവാദങ്ങളും വിവാദങ്ങളും ഈ മാറ്റങ്ങളിൽ നിന്ന് ഉയർന്ന പ്രശ്നങ്ങളെ പ്രതിഫലിപ്പിക്കുന്നു. അവയുടെ ആദ്യ ഘട്ടങ്ങളിൽ എംഗൽസ് ഭാഗികമായേ പങ്കെടുത്തിരുന്നുള്ളു. അദ്ദേഹത്തിന്റെ മരണ ശേഷം മാത്രമാണ് അവ തീവ്രമായത്. പുതിയ സാഹചര്യം ഉണ്ടാക്കാ നിടയുള്ള പ്രത്യാഘാതങ്ങൾ എംഗൽസ് പൂർണമായി പഠിച്ചില്ല എന്നു വാദിച്ചേക്കാം. എന്തായാലും അദ്ദേഹത്തിന്റെ അഭിപ്രായങ്ങൾ അവയെ സംബന്ധിച്ചിടത്തോളം പ്രസക്തമായിരുന്നു, അവ രൂപപ്പെടുന്നതിന് സഹായകമായി, പാഠപരമായ ഏറെ സംവാദങ്ങൾക്ക് വിഷയമായി എന്ന തിൽ സംശയമില്ല. വഴിപിരിയുന്ന പ്രവണതകളിൽ ഏതെങ്കിലുമായി അവയെ താദാത്മ്യപ്പെടുത്തുക അസാധ്യമായിരുന്നു എന്നതുകൊണ്ടാണ് അത് ഇത്രയും സംവാദങ്ങൾ ഉയർത്തിയത്.

സാർവലൗകികവോട്ടവകാശത്തിൽ അന്തർലീനമായ പുതിയ സാധ്യ തകളിൽ എംഗൽസ് നൽകിയ ഊന്നലാണ് പ്രത്യേകം വിവാദത്തിന് വഴിമരുന്നിട്ടത്; പഴയ കലാപ പരിപ്രേക്ഷ്യങ്ങൾ ഉപേക്ഷിച്ചതും വിവാദ കാരണമായി. അവസാന രചനകളിൽ ഒന്നായ മാർക്സിന്റെ *Class Struggle in France* (1895) ന്റെ aggiornamento(അവതാരികയിൽ) രണ്ട് ആശയങ്ങളും വ്യക്തമായി എംഗൽസ് രൂപപ്പെടുത്തിയിട്ടുമുണ്ട്. രണ്ടി ന്റെയും സംയോഗമാണ് വിവാദമായത്: ജർമൻ ബൂർഷ്വാസിയും സർക്കാരും "തൊഴിലാളിപ്പാർട്ടിയുടെ നിയമവിരുദ്ധ പ്രവർത്തനങ്ങളേ ക്കാൾ നിയമവിധേയ പ്രവർത്തനങ്ങളെയും കലാപത്തേക്കാൾ തിരെ ഞ്ഞെടുപ്പു വിജയത്തെയുമാണ് ഭയപ്പെടുന്നത്." എംഗൽസിന്റെ അവ സാന രചനകളിൽ ചില അവ്യക്തതകളൊക്കെ ഉണ്ടെങ്കിലും പിൽക്കാല ജർമൻ സോഷ്യൽ ഡെമോക്രാറ്റുകളുടെയും മറ്റു സോഷ്യൽ ഡെമോ ക്രാറ്റുകളുടെയും നിയമപരത, തിരഞ്ഞെടുപ്പ് എന്നിവ സംബന്ധിച്ച

വ്യാമോഹങ്ങളൊന്നും അംഗീകരിക്കുകയോ ധ്വനിപ്പിക്കുകയോ ചെയ്തതിന്റെ തെളിവായി അവയെ കാണാനാവില്ല.

സാങ്കേതികകാരണങ്ങളാൽ മാത്രമല്ല, ബഹുജനപ്പാർട്ടികൾ സാധ്യമാക്കിയ അതേ വർഗവൈരുധ്യങ്ങളുടെ കൂടുതൽ തെളിഞ്ഞ ആവിർഭാവം തന്നെ ജനങ്ങൾക്കിടയിലെ എല്ലാ അടരുകളും അനുഭാവം പുലർത്തുന്ന പഴയതരം കലാപങ്ങൾ ഉണ്ടാക്കുന്നത് കൂടുതൽ പ്രയാസമാക്കുകകൂടി ചെയ്തു എന്ന കാരണത്താൽ കൂടിയാണ് എംഗൽസ് പഴയ കലാപപ്രതീക്ഷകൾ കൈവിട്ടത്. പ്രതിലോമശക്തികൾക്ക് മധ്യവിഭാഗത്തിലെ കൂടുതൽ വലിയ മേഖലകളിൽനിന്ന് പിന്തുണ ശേഖരിക്കാൻ കഴിയുമെന്ന സ്ഥിതിയായി. അങ്ങനെ 'ജനങ്ങൾ' എപ്പോഴും വിഭജിതരായി കാണപ്പെട്ടു; അതോടെ 1848 ൽ ഏറെ ഫലപ്രദമായിരുന്ന ശക്തമായ ഒരു ഉത്തോലകം നഷ്ടമായി എന്നിട്ടും അദ്ദേഹം ജർമനിയുടെ കാര്യത്തിൽപ്പോലും ഒരു സായുധപോരാട്ടത്തെപ്പറ്റിയുള്ള ചിന്തകൾ ഉപേക്ഷിച്ചില്ല. സ്വതഃസിദ്ധമായ, അമിതമായ ആത്മവിശ്വാസത്തോടെ അദ്ദേഹം 1898–1904 ൽ ഒരു ജർമൻ വിപ്ലവമുണ്ടാകും എന്ന് പ്രവചിക്കുകയായിരുന്നു. 1895 ൽ അടിയന്തരമായ ഉന്നയിച്ച വാദത്തിൽ അദ്ദേഹം അന്നത്തെ സാഹചര്യത്തിൽ എസ് പി ഡി പോലുള്ള പാർട്ടികൾക്ക് അവയുടെ നിയമപരമായ സാധ്യതകൾ ഉപയോഗിക്കുന്നതുകൊണ്ട് ഏറെ നേടാനുണ്ട് എന്നാണ് സൂചിപ്പിച്ചത്. അങ്ങനെ, കലാപകാരികളല്ല, മറിച്ച് വലതുപക്ഷക്കാർ സോഷ്യലിസ്റ്റുകൾക്കെതിരായിട്ടായിരിക്കും ഹിംസാത്മകവും സായുധവുമായ പോരാട്ടം തുടങ്ങുക എന്നു വന്നു. ഇത് 1870 കളിൽത്തന്നെ മാർക്സ് വരച്ചിട്ട വാദഗതിയുടെ തുർച്ചയായിരുന്നു. ഒരു സോഷ്യലിസ്റ്റ് ദേശീയസർക്കാരിനെ തിരഞ്ഞെടുക്കുന്നതിന് ഭരണഘടനാപരമായ തടസങ്ങളൊന്നും ഇല്ലാത്ത രാജ്യങ്ങളുമായി ബന്ധപ്പെട്ടാണ് മാർക്സ് തന്റെ വാദഗതി ഉന്നയിച്ചത്. (ഫ്രഞ്ച് വിപ്ലവത്തിലെയും അമേരിക്കൻ ആഭ്യന്തരയുദ്ധത്തിലെയും പോലെ) വിപ്ലവപ്പോരാട്ടം 'നിയമാനുസൃതമായ സർക്കാരും പ്രതിവിപ്ലവകാരികളായ കലാപകാരികളും' തമ്മിലായിരിക്കും എന്നായിരുന്നു, ഇവിടെ വിവക്ഷ. "ചോരചിന്താതെ ഒരു മഹത്തായ പ്രസ്ഥാനവും ജനിച്ചിട്ടില്ല" എന്ന മാർക്സിന്റെ അന്നത്തെ വീക്ഷണത്തോട് എംഗൽസ് വിയോജിച്ചിരുന്നു എന്ന് അനുമാനിക്കാൻ യാതൊരു കാരണവുമില്ല. വിപ്ലവത്തെ ഉപേക്ഷിക്കുകയാണ് എന്നല്ല, മാറിയ സാഹചര്യത്തിന് അനുസരിച്ച് വിപ്ലവതന്ത്രവും അടവുകളും വിശകലനം നടത്തുകയാണ് താൻ എന്നാണ് എംഗൽസ് സ്വയം വിലയിരുത്തിയത്. താനും മാർക്സും ജീവിതമത്രയും അതു തന്നെയാണ് ചെയ്തുകൊണ്ടിരുന്നത് എന്ന് അദ്ദേഹത്തിന് ഉറപ്പായിരുന്നു. ബഹുജന സോഷ്യൽ–ഡെമോക്രാറ്റിക് പാർട്ടികളുടെ വളർച്ച ഏതെങ്കിലും തരത്തിലുള്ള ഏറ്റുമുട്ടലിലേക്കല്ല, നിലവിലുള്ള വ്യവസ്ഥിതിയിലേക്ക് പ്രസ്ഥാനം ഏതെങ്കിലും രൂപത്തിൽ ഉദ്ഗ്രഥിക്കപ്പെടുന്നതിലേക്കാണ് നയിക്കുക എന്ന കണ്ടെത്തലാണ് അദ്ദേഹത്തിന്റെ അപഗ്രഥനത്തിനുമേൽ സംശ

യത്തിന്റെ നിഴൽ വീഴ്ത്തിയത്. ഈ സാധ്യതയെ കുറച്ചു കണ്ടതിനാണ്, മറ്റൊന്നിനുമല്ല, വിമർശിക്കണമെങ്കിൽതന്നെ അദ്ദേഹത്തെ വിമർശിക്കേണ്ടത്.

അതേസമയം അവസരവാദത്തിന്റെ അപകടങ്ങളെക്കുറിച്ചും അദ്ദേഹം അതീവബോധവാനായിരുന്നു. 'പ്രസ്ഥാനത്തിന്റെ വർത്തമാനകാലത്തിനുവേണ്ടി അതിന്റെ ഭാവിയെ ബലികഴിക്ക'ലാണ് അവസരവാദം എന്ന് അദ്ദേഹം കരുതി. ഇത്തരം പ്രലോഭനങ്ങളിൽ നിന്ന് പാർട്ടികളെ പരിരക്ഷിക്കാനായി അദ്ദേഹം പരമാവധി പ്രയത്നിച്ചു. അപ്പോഴേക്കും മാർക്സിസം എന്നറിയപ്പെട്ടു തുടങ്ങിയിരുന്ന പദ്ധതിയുടെ മുഖ്യസിദ്ധാന്തങ്ങളും അനുഭവങ്ങളും അനുസ്മരിച്ചും വലിയതോതിൽ ചിട്ടപ്പെടുത്തിയും ഒരു 'സോഷ്യലിസ്റ്റ് ശാസ്ത്ര'ത്തിന്റെ ആവശ്യകതയിൽ ഊന്നിയും സോഷ്യലിസ്റ്റ് മുന്നേറ്റത്തിന്റെ അടിസ്ഥാനം സത്താപരമായും തൊഴിലാളിവർഗ സ്വഭാവമുള്ളതായിരിക്കണം എന്നു ശഠിച്ചും സർവോപരി തിരഞ്ഞെടുപ്പു വിജയത്തിനുവേണ്ടി രാഷ്ട്രീയസഖ്യങ്ങൾ, അനുരഞ്ജനങ്ങൾ, പരിപാടിയിലെ ഇളവുകൾ എന്നിവ എത്രവരെയാകാം എന്നതിന് പരിമിതികൾ അനുശാസിച്ചും ആണ് അദ്ദേഹം ഇതിന് ശ്രമിച്ചത്. എങ്കിലും എംഗൽസിന്റെ ഇംഗിതത്തിന് എതിരായി ഇത് (പ്രത്യേകിച്ചും ജർമൻ പാർട്ടിയിൽ) സിദ്ധാന്തവും രാഷ്ട്രീയ പ്രയോഗവും തമ്മിലുള്ള വിടവ് വർധിപ്പിക്കുന്നതിലേക്ക് സംഭാവനചെയ്തു. എംഗൽസിന്റെ അവസാന വർഷങ്ങളിൽ പ്രസ്ഥാനങ്ങളുടെ മൂർത്തസാഹചര്യം സംബന്ധിച്ച അദ്ദേഹത്തിന്റെ തെളിഞ്ഞ, യാഥാർഥ്യബോധത്തോടെയുള്ള, മിക്കവാറും അങ്ങേയറ്റം കുശാഗ്രബുദ്ധിയായ വ്യാഖ്യാനങ്ങൾ അവയുടെ പ്രയോഗത്തെ സ്വാധീനക്കുകയല്ല, അവയിൽ നിന്ന് ഏറെ അകന്ന ഒരു സാമാന്യസിദ്ധാന്തത്തെ പുനർബലീകരിക്കുകയാണ് ചെയ്തത്. അദ്ദേഹത്തിന്റെ ഈ പ്രവചനം ഉദ്ദേശിച്ചതിൽ കൂടുതൽ കൃത്യമാണെന്നാണ് തെളിഞ്ഞത്: "തീരുമാനമെടുക്കേണ്ട സന്ദർഭത്തിൽ പാർട്ടിക്ക് പൊടുന്നനെ എന്താണ് ചെയ്യേണ്ടത് എന്നറിയാതെയാവുക, വേണ്ടത്ര ചർച്ച ചെയ്യപ്പെടാത്തതുകൊണ്ട് ഏറ്റവും നിർണായകമായ കാര്യങ്ങളിൽ അവ്യക്തതയും അനിശ്ചിതത്വവും ഉണ്ടാവുക എന്നതിൽ കവിഞ്ഞ് എന്തായിരിക്കാം ഇതിന്റെയൊക്കെ അനന്തരഫലം?"

തൊഴിലാളി വർഗപ്രസ്ഥാനത്തിന്റെ സാധ്യതകൾ എന്തൊക്കെയായിരുന്നെങ്കിലും 1848 ലെ പരാജയത്തിനുശേഷം ബൂർഷ്വരാഷ്ട്രീയത്തിൽ നടന്ന അപ്രതീക്ഷിതമായ പരിവർത്തനങ്ങൾ അധികാരം കീഴടക്കാനുള്ള രാഷ്ട്രീയസാഹചര്യങ്ങളെ സങ്കീർണമാക്കി. വിപ്ലവത്തിലൂടെ കടന്നുപോയ രാജ്യങ്ങളിൽ ബൂർഷ്വാസിയുടെ 'ഉത്തമ' രാഷ്ട്രീയവാഴ്ചയായ ഭരണഘടനാ വിധേയപാർലമെന്ററി ഭരണകൂടം കൈവരിക്കാനാകാതെ വരികയോ (ഫ്രാൻസിലെപ്പോലെ) പുതിയൊരു ബോണപ്പാർട്ടിസത്തിനായി ഉപേക്ഷിക്കപ്പെടുകയോ ചെയ്തു. ചുരുക്കത്തിൽ, 1848 ൽ ബൂർഷ്വാവിപ്ലവം പരാജയപ്പെടുകയോ പ്രവചനാതീതമായ വാഴ്ചകളി

ലേക്ക് നയിക്കുകയോ ചെയ്തു. ഈ വാഴ്ചകളുടെ സ്വഭാവമാണ് ഒരു പക്ഷേ ബൂർഷ്വഭരണകൂടത്തിന്റെ പ്രശ്നങ്ങളിൽ ഏറ്റവുമധികം മാർക്സിനെ അലട്ടിയിരുന്നത്: ബൂർഷ്വാസിയുടെ താൽപ്പര്യത്തെ നേരിട്ട് സേവിക്കുന്ന, എന്നാൽ അതിനെ ഒരു വർഗമെന്ന നിലയ്ക്ക് പ്രതിനിധാനം ചെയ്യാത്ത ഭരണകൂടം എന്ന പ്രശ്നം. നമ്മുടെ താൽപ്പര്യം ഇനിയും നശിച്ചിട്ടില്ലാത്ത കൂടതൽ വിശാലമായ മറ്റൊരു ചോദ്യമാണ് ഇത് ഉയർത്തുന്നത്: ഭരണവർഗവും യഥാർഥത്തിൽ പരമാധികാരരാജവാഴ്ചാക്രമങ്ങൾ വികസിപ്പിച്ച, മുതലാളിത്തവികാസത്തിന്റെ ഉപാധിയായ 'രാഷ്ട്രത്തിന്റെ ബൂർഷ്വ ഐക്യം' നേടാനായി ബൂർഷ്വാവിപ്ലവം ശക്തിപ്പെടുത്തിയ, എന്നാൽ ബൂർഷ്വാസി ഉൾപ്പെടെ എല്ലാ വർഗങ്ങളിൽ നിന്നും സ്വാശ്രയത്വം സ്ഥാപിക്കാൻ നിരന്തരം ശ്രമിച്ചുകൊണ്ടിരിക്കുന്ന ഒരു കേന്ദ്രീകൃത ഭരണകൂട സംവിധാനവും തമ്മിലുള്ള ബന്ധം. (വിജയിക്കുന്ന തൊഴിലാളിവർഗത്തിന് ചുമ്മാ ഭരണകൂടസംവിധാനം ഏറ്റെടുക്കാനാവില്ല, അതിനെ തകർത്തേ തീരു എന്ന വാദത്തിന്റെ ആരംഭബിന്ദുവാണ് ഇത്.) വർഗം, ഭരണകൂടം, സമ്പദ്‌വ്യവസ്ഥ എന്നിവ അടങ്ങുന്ന 'അധികാരിവരേണ്യവർഗ'ത്തിന്റെ ഘടകങ്ങളുടെ കൂടിച്ചേരൽ സംബന്ധിച്ച ഈ ദർശനം ഇരുപതാം നൂറ്റാണ്ടിലെ സംഭവവികാസങ്ങളിൽ ഭൂരിഭാഗത്തെയും മുൻകൂറായി കാണുന്നുണ്ട്. ഫ്രഞ്ച് ബോണപ്പാർട്ടിസത്തിന് കൃത്യമായ ഒരു സാമൂഹികാടിസ്ഥാനം പ്രദാനം ചെയ്യാനുള്ള മാർക്സിന്റെ ശ്രമവും അങ്ങനെതന്നെ. ഇവിടെ ഈ സാമൂഹികാടിസ്ഥാനം വിപ്ലവാനന്തര പെറ്റിബൂർഷ്വ കർഷകവൃന്ദത്തിന്റേതാണ്. അതായത്, 'സ്വന്തം പേരിൽ അതിന്റെ വർഗതാൽപ്പര്യങ്ങൾ ഉറപ്പിച്ചെടുക്കാൻ ശേഷിയില്ലാത്ത' ഒരു വർഗം..... "അതിന് സ്വയം പ്രതിനിധാനം ചെയ്യാൻ കഴിയില്ല, പ്രതിനിധാനം ചെയ്യപ്പെടണം. അതിന്റെ പ്രതിനിധിയായിരിക്കെത്തന്നെ ആ പ്രതിനിധി അവരുടെ പ്രഭുവായി അവർക്കുമീതെയുള്ള ഒരു അധികാരമായി, അവരെ മറ്റുവർഗങ്ങളിൽനിന്ന് സംരക്ഷിക്കുന്ന അനിയന്ത്രിതമായ സർക്കാർശക്തിയായി, മുകളിൽനിന്ന് മഴയും വെയിലും അയയ്ക്കുന്ന ശക്തിയായി കാണപ്പെടണം." ഇവിടെ പിൽക്കാലത്തെ വികാരോദ്ദീപകമായ ജനപ്രിയത, ഫാസിസം ഇത്യാദികളുടെ വ്യത്യസ്തരൂപങ്ങൾ കാലേക്കൂട്ടി പറഞ്ഞുവയ്ക്കപ്പെടുകയാണ്.

എന്തിനാണ് ഇത്തരം വാഴ്ചാരൂപങ്ങൾ മേൽക്കോയ്മ നേടുന്നത് എന്ന് മാർക്സും എംഗൽസും വ്യക്തമായി അപഗ്രഥിച്ചിട്ടില്ല. ബൂർഷ്വ ജനാധിപത്യ സർക്കാരിന്റെ സാധ്യതകൾ വറ്റിയിട്ടില്ല, തൊഴിലാളിവർഗത്തിനെതിരെ അവസാനത്തെ കോട്ടയാകുന്ന ബോണപ്പാർട്ടിസ്റ്റ് വ്യവസ്ഥയായിരിക്കും തൊഴിലാളിവർഗവിപ്ലവത്തിനു മുമ്പുള്ള അവസാനത്തെ വാഴ്ചാരൂപം എന്നും മറ്റുമുള്ള മാർക്സിന്റെ വാദം തെറ്റാണെന്ന് തെളിയിക്കപ്പെട്ടു. ബോണപ്പാർട്ടിസ്റ്റോ പരമാധികാരസ്വഭാവമുള്ളതോ ആയ വാഴ്ചകളുടെ 'വർഗസന്തുലന' സിദ്ധാന്തം എംഗൽസ് ഒരു പൊതുരൂപത്തിൽ പിന്നീട് (പ്രധാനമായും *Origin of the Family* യിൽ) അവ

തരിപ്പിക്കുന്നുണ്ട്. ഫ്രഞ്ച് അനുഭവത്തിൽനിന്ന് മാർക്സ് കരുപ്പിടിപ്പിച്ച വിവിധ ആവിഷ്കാരങ്ങളായിരുന്നു, മുഖ്യമായും അതിന് ആധാരം. 1849–51 ൽ 'ക്രമത്തിന്റെ പാർട്ടി'യുടെ ഭയാശങ്കകളും ആഭ്യന്തരവിഭജനങ്ങളും എങ്ങനെയാണ് 'സ്വന്തം വാഴ്ചയുടെ, പാർലമെന്ററി വാഴ്ചയുടെ, സാഹചര്യങ്ങളെ അപ്പാടെ സമൂഹത്തിലെ ഇതരവർഗങ്ങൾക്കെതിരായ സമരത്തിനിടെ തകർത്തത് എന്നതു സംബന്ധിച്ച സൂക്ഷ്മമായ അപഗ്രഥനം (*18th Brumaire*) മുതൽ അത് 'സമൂഹത്തിലെ രണ്ട് വിരുദ്ധ വർഗങ്ങളുടെ ക്ഷീണത്തിന്റെയും ഷണ്ഡതയുടെയും' മീതെയാണ് നിൽക്കുന്നതെന്ന തരത്തിലുള്ള ലളിതവൽകൃതമായ പ്രസ്താവനകൾ വരെ ഇവയിൽ ഉൾപ്പെടുന്നു. സൈദ്ധാന്തികതലത്തിൽ കൂടുതൽ മിതത്വം പാലിക്കുന്നവനും അതേസമയം കൂടുതൽ അനുഭവൈകവാദിയും ആയിരുന്ന എംഗൽസാകട്ടെ, ബോണപ്പാർട്ടിസം ബൂർഷ്വാസിക്ക് അംഗീകരിക്കാനാവുന്നത് അതേപ്പറ്റി വേവലാതി കൊള്ളാൻ അതിന് താൽപര്യമില്ലാത്തതുകൊണ്ടാണ്, അല്ലെങ്കിൽ നേരിട്ടു ഭരിക്കാനുള്ള 'കോപ്പില്ലാ'ത്തതുകൊണ്ടാണ് എന്ന സൂചനയെയാണ് പിൻപറ്റിയത്. ബിസ്മാർക്കിനു യോജിച്ചവിധം, ബോണപ്പാർട്ടിസത്തെപ്പറ്റി 'ബൂർഷ്വാസിയുടെ മതം' എന്ന് അദ്ദേഹം തമാശപറയുന്നുണ്ട്. ഈ വർഗത്തിന് (ബ്രിട്ടണിലെപ്പോലെ) സ്വന്തം താൽപ്പര്യപ്പടി യഥാർഥസർക്കാർനടത്തിപ്പ് കുലീന പ്രഭുവാഴ്ചയെ ഏൽപ്പിക്കാൻ അനുവദിക്കുന്നതിന് മടിയില്ല; ഇനി, അത്തരമൊരു പ്രഭുവാഴ്ച ഇല്ലാത്ത പക്ഷം ഭരണത്തിന്റെ 'സാധാരണ' രൂപമായി ഒരു ബോണപ്പാർട്ടിസ്റ്റ് 'അർധ ഏകാധിപത്യ'ത്തെ അംഗീകരിക്കാനും അത് മടിക്കില്ല – എംഗൽസ് വാദിച്ചു. ഈ ഫലപ്രദമായ സൂചന പിൽകാലത്ത് ബ്രിട്ടണിലെ ബൂർഷ്വാകുലീന വർഗങ്ങളുടെ സഹശയനത്തിന്റെ സവിശേഷതകളുമായി ബന്ധപ്പെട്ടാണ് വിശദീകരിക്കപ്പെട്ടത്. അതേസമയം 1870 നുശേഷം മാർക്സും എംഗൽസും തനി ബൂർഷ്വയായ വാഴ്ചയുടെ ഭരണഘടനാപരമായ പാർലമെന്ററി സ്വഭാവത്തിലുള്ള ഊന്നൽ നിലനിർത്തി, അഥവാ അതിലേക്ക് തിരിച്ചുപോയി.

പക്ഷെ, 1848 ലെ വിപ്ലവം പാടെ തോൽപ്പിക്കപ്പെടുകയും പഴയ വാഴ്ചകൾ പുനഃസ്ഥാപിക്കപ്പെടുകയും ചെയ്ത ഭരണകൂടങ്ങളിൽ 'സ്ഥിരം വിപ്ലവ'ത്തിലൂടെ വിപ്ലവവൽക്കരിക്കപ്പെടേണ്ട, മറികടക്കപ്പെടേണ്ട ബൂർഷ്വാവിപ്ലവത്തിന്റെ പഴയ പരിപ്രേക്ഷ്യത്തിന് എന്താണ് സംഭവിക്കുമായിരുന്നത്? വിപ്ലവം നടന്നു എന്നതുതന്നെ അത് ഉന്നയിച്ച പ്രശ്നങ്ങൾ പരിഹരിക്കപ്പെടണം എന്നതിന്റെ തെളിവായി: "വിപ്ലവത്തിന്റെ കപടകർത്തവ്യങ്ങളിൽ നിന്ന്വ്യതിരിക്തമായി അതിന്റെ യഥാർഥ (ചരിത്രപര)മായ കടമകൾ എല്ലായ്പ്പോയും അതിന്റെ ഫലമായിത്തന്നെ നിർവഹിക്കപ്പെടും." ഇവിടെ അവ പരിഹരിക്കപ്പെട്ടത് "അതിന്റെ നിയമാനുസൃത നിർവാഹകരമായ ബോണപ്പാർട്ട്, കാവോർ, ബിസ്മാർക്ക് എന്നിവരിലാണ്." മാർക്സും എംഗൽസും ഈ വസ്തുത അംഗീകരിച്ചു. സമ്മിശ്രവികാരത്തോടെ അതിനെ സ്വാഗതം ചെയ്യുകകൂടി ഉണ്ടായി.

ബിസ്മാർക് കൈവരിച്ച 'ചരിത്രപരമായ പുരോഗമനസ്വഭാവമുള്ള' ജർമൻ ഐക്യത്തിന്റെ പ്രത്യാഘാതങ്ങൾ അവർ പൂർണമായി വിശകലനം ചെയ്തില്ല. അങ്ങനെ, 'ചരിത്രപരമായ പുരോഗമനസ്വഭാവമുള്ള' ഒരു നടപടി ഒരു പ്രതിലോമശക്തി കൈക്കൊള്ളുമ്പോൾ അത് ആ ശക്തിയെ എതിർക്കുന്ന ഇടതുപക്ഷത്തുള്ള രാഷ്ട്രീയസഖ്യങ്ങളുടെ പിന്തുണയോട് ഇടയാൻ ഇടയുണ്ട്. വാസ്തവത്തിൽ ഫ്രാങ്കോ–ജർമൻ യുദ്ധത്തിൽ ഇത് സംഭവിച്ചു. അതിനെ ലീബക്നെക്റ്റും ബെബെലും ബിസ്മാർക് വിരുദ്ധതയുടെ പേരിൽ എതിർത്തപ്പോൾ മാർക്സും എംഗൽസും സ്വകാര്യമായി ഒരു പരിധിവരെ അതിനെ പിന്തുണക്കാനാണ് ഇഷ്ടപ്പെട്ടത്. ആരാണ് നടത്തുന്നതെന്നു നോക്കാതെ 'ചരിത്രപരമായ പുരോഗമനസ്വഭാവമുള്ള നേട്ടങ്ങളെ' പൂർവകാല പ്രാബല്യത്തോടെ പിന്തുണയ്ക്കുന്നതിൽ ഒരപകടമുണ്ട്. (നെപ്പോളിയൻ മൂന്നാമനോട് മാർക്സിനുണ്ടായിരുന്ന അനിഷ്ടവും പുച്ഛവും ഇറ്റാലിയൻ ഏകീകരണത്തിന്റെ കാര്യത്തിൽ അതുപോലുള്ള ധർമസങ്കടങ്ങളിൽ നിന്ന് അദ്ദേഹത്തെ രക്ഷിച്ചു.)

കൂടുതൽ ഗൗരവമായി വിലയിരുത്തേണ്ട മറ്റൊരു പ്രശ്നമുണ്ട്: ബൂർഷ്വാസിക്ക് മുകളിൽ നിന്ന് (ഉദാ:ബിസ്മാർക്കിൽ നിന്ന്) ലഭിച്ച ഇളവുകൾ. ഇവ ചിലപ്പോൾ 'മുകളിൽ നിന്നുള്ള വിപ്ലവങ്ങൾ' എന്നുപോലും വിവരിക്കപ്പെട്ടിട്ടുണ്ട്. ചരിത്രപരമായി അനിവാര്യമാണെന്ന് കണക്കാക്കുമ്പോൾ തന്നെ എംഗൽസ് അവ അസ്ഥിരമാണെന്ന വീക്ഷണം കൈവിടാൻ സാവകാശമെടുത്തു. മാർക്സാകട്ടെ, ഈ വിഷയത്തെപ്പറ്റി ഒന്നും എഴുതിയിട്ടുമില്ല. ഒന്നുകിൽ ബിസ്മാർക്ക് കുറേക്കൂടി ബൂർഷ്വാ സ്വഭാവമുള്ള ഒരു പരിഹാരം കാണാൻ നിർബന്ധിതനാകും; അല്ലെങ്കിൽ ജർമൻ ബൂർഷ്വാസി "ഇപ്പോഴത്തെ വ്യവസ്ഥിതിയെ എതിർക്കുക എന്ന സ്വന്തം രാഷ്ട്രീയകടമ ചെയ്യാൻ ഒരിക്കൽക്കൂടി നിർബന്ധിതമാകും, ഒടുവിൽ വീണ്ടും കുറച്ചെങ്കിലും പുരോഗമനം ഉണ്ടാകും." ചരിത്രപരമായി അദ്ദേഹം പറഞ്ഞത് ശരിയായിരുന്നു. കാരണം, അടുത്ത 75 വർഷത്തിനുള്ളിൽ ബിസ്മാർക്കിയൻ അനുരഞ്ജനവും ജങ്കർ അധികാരവും തൂത്തെറിയപ്പെട്ടു, അദ്ദേഹം പറഞ്ഞപടിയല്ലെങ്കിലും. ഏതായാലും ഹ്രസ്വകാല ഫലമെന്ന നിലയ്ക്ക്, ഭരണകൂടസംബന്ധമായ സാമാന്യസിദ്ധാന്തത്തിൽ മാർക്സും എംഗൽസും ഒരു വസ്തുതയോട് പൊരുത്തപ്പെടാൻ പ്രയാസപ്പെട്ടു: മിക്ക യൂറോപ്യൻ ബൂർഷ്വവർഗങ്ങൾക്കും 1849–71 ലെ അനുരഞ്ജന പരിഹാരങ്ങൾ ഗണ്യമായ രീതിയിൽ മറ്റൊരു 1848 ന് തുല്യമായിരുന്നു, അതിന്റെ ദരിദ്രബദൽ ആയിരുന്നില്ല. കൂടുതൽ അധികാരമോ കുറേക്കൂടി പൂർണവും നിരുപാധികവുമായ ബൂർഷ്വ ഭരണകൂടമോ വേണമെന്നോ അതാവശ്യമാണെന്നോ കരുതിയതിന്റെ യാതൊരു അടയാളവും അവർ കാണിച്ചില്ല – എംഗൽസ് തന്നെ ഇത് സൂചിപ്പിച്ചിട്ടുണ്ട്.

ഈ സാഹചര്യങ്ങളിൽ, 'ബൂർഷ്വജനാധിപത്യ'ത്തിനായുള്ള പോരാട്ടം തുടർന്നു; മുൻപത്തെ ബൂർഷ്വവിപ്ലവത്തിന്റെ ഉള്ളടക്കം കൂടാ

തെയായിരുന്നു എന്നു മാത്രം. കൂടുതൽകൂടുതൽ തൊഴിലാളിവർഗത്തിന്റെ നേതൃത്വത്തിലായിത്തീർന്ന ഈ പോരാട്ടം ബഹുജന-തൊഴിലാളിവർഗ പാർട്ടികളുടെ ഏകോപനത്തിനും സംഘാടനത്തിനും വലിയതോതിൽ സഹായകമായെങ്കിലും ജനാധിപത്യഗണതന്ത്രം അഥവാ 'ബൂർഷ്വവാഴ്ചയുടെ യുക്ത്യധിഷ്ഠിത (*Consequente*)രൂപ'വും ബൂർഷ്വാസിയും തൊഴിലാളിവർഗവും തമ്മിലുള്ള സംഘർഷം ധ്രുവീകരിക്കപ്പെടുകയും ഒടുവിൽ പോരടിച്ചു തീർക്കപ്പെടുകയും ചെയ്യുന്നതിന്റെ രൂപവും ഒന്നായിരിക്കുമെന്ന എംഗൽസിന്റെ പിൽക്കാലവീക്ഷണത്തിന് യഥാർഥതെളിവൊന്നും ഇല്ല. ജനാധിപത്യഗണത്തിനകത്ത് അല്ലെങ്കിൽ അതിനു സമാനമായ വ്യവസ്ഥയ്ക്കകത്ത്, വർഗസമരത്തിന്റെയും ബൂർഷ്വ-തൊഴിലാളിവർഗബന്ധങ്ങളുടെയും സ്വഭാവം അപ്പോഴും അവ്യക്തമായിരുന്നു. ചുരുക്കത്തിൽ, വികസിതവും സ്ഥിരവുമായ മുതലാളിത്തത്തിൽ ബൂർഷ്വഭരണകൂടത്തിന്റെ രാഷ്ട്രീയഘടനയും കർത്തവ്യവും മാർക്സും എംഗൽസും 1849 നു ശേഷം വികസിതരാജ്യങ്ങളുടെ ചരിത്രപരമായ അനുഭവത്തിന്റെ വെളിച്ചത്തിൽ അവരുടെ രചനകളിൽ ചിട്ടയായി പരിഗണനാവിധേയമാക്കിയില്ല. ഇതൊന്നും അവരുടെ ഉൾകാഴ്ചകളുടെയും നിരീക്ഷണങ്ങളുടെയും ഔജ്ജ്വല്യത്തിന്, പല വിഷയങ്ങളിലും അഗാധതയ്ക്ക്, യാതൊരു കുറവും വരുത്തുന്നില്ല.

എന്നാൽ മാർക്സിന്റെയും എംഗൽസിന്റെയും രാഷ്ട്രീയാപഗ്രഥനത്തെ അതിന്റെ അന്തർദേശീയമാനം ഇല്ലാതെ പരിഗണിക്കുന്നത്, വെനീസിലല്ല നടന്നതെന്ന മട്ടിൽ *ഒഥെല്ലോ* അരങ്ങേറുന്നതുപോലെ ഒരു അഭ്യാസമാകും. അവരെ സംബന്ധിച്ചിടത്തോളം വിപ്ലവം സത്താപരമായും ഒരു അന്തർദേശീയ പ്രതിഭാസമായിരുന്നു, വെറും ദേശീയ പരിവർത്തനങ്ങളുടെ ആകെത്തുക ആയിരുന്നില്ല. അവരുടെ തന്ത്രം സത്താപരമായും അന്തർദേശീയമായിരുന്നു. മാർക്സ് ഒന്നാം ഇന്റർനാഷനലിൽ നടത്തിയ ഉദ്ഘാടനപ്രസംഗം അന്തർദേശീയരാഷ്ട്രീയത്തിന്റെ രഹസ്യങ്ങളിലേക്ക് ചുഴ്ന്നിറങ്ങി അതിൽ സജീവമായ പങ്കാളിത്തം വഹിക്കാൻ ആഹ്വാനം നൽകിക്കൊണ്ട് അവസാനിപ്പിച്ചത് വെറുതെയല്ല.

ഒരു അന്തർദേശീയ ഭരണകൂടവ്യവസ്ഥ നിലനിന്നിരുന്നു, അത് ഏതൊരു വിപ്ലവത്തിന്റെയും അതിജീവന സാധ്യതകളെ ബാധിച്ചിരുന്നു എന്നതുകൊണ്ട് മാത്രമല്ല, ഒരു അന്തർദേശീയ നയവും തന്ത്രവും ആവശ്യമായിരുന്നത്. കുറേക്കൂടി പൊതുവായി, ലോക മുതലാളിത്തത്തിന്റെ വികാസത്തെ 'സമൂഹം,' 'രാഷ്ട്രം' എന്നിങ്ങനെ വ്യത്യസ്തസാമൂഹിക-രാഷ്ട്രീയ ഏകകങ്ങളുടെ രൂപവൽക്കരണത്തിലൂടെ മാർക്സ് മുന്നോട്ടുപോകുന്നു എന്നതുകൊണ്ടുക്കൂടിയാണ്. മാർക്സ് ഈ സംവർഗങ്ങളെ ഏതാണ്ട് പരസ്പരം വച്ചു മാറാവുന്ന അർഥത്തിലാണ് ഉപയോഗിക്കുന്നത്. വർധമാനമായി ഏകീകരിക്കപ്പെടുന്ന, മുതലാളിത്ത സൃഷ്ടമായ ലോകം "രാഷ്ട്രങ്ങളുടെ സാർവലൗകികമായ പരസ്പരാശ്രിതത്വമാണ്."

(*കമ്യൂണിസ്റ്റ് മാനിഫെസ്റ്റോ*). തന്നെയുമല്ല, വിപ്ലവത്തിന്റെ ഭാഗ്യനിർഭാഗ്യങ്ങൾ അന്തർദേശീയ ബന്ധങ്ങളുടെ വ്യവസ്ഥയെ ആശ്രയിച്ചാണ് നിലകൊള്ളുന്നത്. കാരണം, ചരിത്രം, ഭൂമിശാസ്ത്രം, അസന്തുലിതമായ ശക്തി, അസന്തുലിതമായ വികാസം എന്നിവ ഓരോ രാജ്യത്തും അതിന്റെ വികാസം മറ്റിടങ്ങളിലെ സംഭവവികാസങ്ങളുടെ കാരുണ്യത്തിന് വിട്ടുകൊടുക്കുന്നു; അഥവാ, അതിന് അന്തർദേശീയമായ ഒരു മുഴക്കം നൽകുന്നു.

നിരവധി വെവ്വേറെ (ദേശീയ) ഏകകങ്ങളിലൂടെയുള്ള മുതലാളിത്ത വികാസത്തിൽ മാർക്സിനും എംഗൽസിനും ഉള്ള വിശ്വാസത്തെ അന്ന് 'ദേശീയതയുടെ തത്വ'മെന്നും ഇന്ന് 'ദേശീയതാബോധ'മെന്നും വിളിക്കപ്പെടുന്നതുമായി കൂട്ടിക്കുഴയ്ക്കരുത്. തുടക്കത്തിൽ അവർ ഗാഢമായ ഒരു ദേശീയ ഗണതന്ത്ര–ജനാധിപത്യ ഇടതുപക്ഷത്തോട് മമതകാണിച്ചിരുന്നു. കാരണം, 1848 നു മുമ്പും അക്കാലത്തും ദേശീയമായും അന്തർദേശീയമായും ഫലപ്രദമായ ഒരേയൊരു ഇടതുപക്ഷം അതായിരുന്നു. പക്ഷേ ദേശീയത, ദേശരാഷ്ട്രങ്ങളുടെ സ്വയംനിർണയം എന്നിവയെ, ഒരു ജനാധിപത്യ ഗണതന്ത്രത്തെയെന്നപോലെ തന്നെ, ആത്യന്തികലക്ഷ്യമായി കാണാൻ അവർ കൂട്ടാക്കിയില്ല. അവരുടെ അനുയായികളിൽ പലരും തൊഴിലാളിവർഗ സോഷ്യലിസ്റ്റുകൾക്കും പെറ്റി–ബൂർഷ്വ (ദേശീയവാദി) ജനാധിപത്യവാദികൾക്കും ഇടയിൽ ഒരു രേഖ വരയ്ക്കുന്ന കാര്യത്തിൽ അവരോളം അവധാനത പുലർത്തിയിരുന്നില്ല. യൗവനകാലത്തെ ജർമൻ ദേശീയതാബോധവും അനുബന്ധമായ ദേശീയ പക്ഷപാതങ്ങളും കുറച്ചൊക്കെ എംഗൽസിന് എക്കാലവും ഉണ്ടായിരുന്നു, വിശിഷ്യ സ്ലാവുകൾക്കെതിരായുള്ള വികാരം. ഇത് സുവിദിതമാണ്. (മാർക്സിനെ അത്തരം വികാരങ്ങൾ അത്രതന്നെ ബാധിച്ചിരുന്നില്ല.) എങ്കിലും ജർമൻ ഐക്യത്തിന്റെ പുരോഗമനസ്വഭാവത്തിലുള്ള വിശ്വാസം, യുദ്ധങ്ങളിൽ ജർമനിയുടെ വിജയത്തിനുള്ള പിന്തുണ എന്നിവ ജർമൻ ദേശീയതാബോധത്തിൽ അധിഷ്ഠിതമായിരുന്നില്ല. തീർച്ചയായും അവ ഒരു ജർമൻകാരൻ എന്ന നിലയിൽ അദ്ദേഹത്തിന് ആനന്ദം നൽകി. ജീവിതത്തിന്റെ ഭൂരിഭാഗവും മാർക്സും എംഗൽസും ഫ്രാൻസിനെയാണ്, സ്വന്തം നാടിനെയല്ല, വിപ്ലവത്തിന് നിർണായകമായി ഗണിച്ചിരുന്നത്. ഏറെക്കാലം തങ്ങളുടെ ആക്രമണത്തിനും പുച്ഛത്തിനും ലക്ഷ്യമായിരുന്ന റഷ്യയോടുള്ള അവരുടെ സമീപനം റഷ്യൻ വിപ്ലവം സാധ്യമായ ഉടനെ മാറി.

അതുകൊണ്ട്, അവരുടെ നൂറ്റാണ്ടിൽ ദേശീയതയുടെ രാഷ്ട്രീയ ശക്തിയെ അവർ വിലകുറച്ചുകണ്ടതിനും ഈ പ്രതിഭാസത്തെപ്പറ്റി പര്യാപ്തമായ ഒരു അപഗ്രഥനം നൽകാത്തതിനും അവരെ വിമർശിക്കാം: പക്ഷേ, രാഷ്ട്രീയമോ സൈദ്ധാന്തികമോ ആയ അസ്ഥിരതയുടെ പേരിൽ അവരെ വിമർശിക്കാനാവില്ല. ദേശരാഷ്ട്രങ്ങളെ അതേപടി അനുകൂലിക്കുകയല്ല അവർ ചെയ്തത്. ഏതെങ്കിലും ഒരു ദേശീയതയുടെയോ

എല്ലാ ദേശീയതകളുടെയുമോ സ്വയംനിർണയത്തെ അവർ അത്രപോലും അനുകൂലിച്ചില്ല. എംഗൽസ് സ്വതഃസിദ്ധമായ യാഥാർഥ്യബോധത്തോടെ നിരീക്ഷിച്ചതുപോലെ, "യൂറോപ്പിൽ പല ദേശീയതകൾ ഒരൊറ്റ സർക്കാരിനു കീഴിലാക്കപ്പെടാത്ത ഒരു രാജ്യവുമില്ല.... എപ്പോഴും അതങ്ങനെ തന്നെ ആയിരിക്കാനാണ് സാധ്യതയും." അപഗ്രഥന കർത്താക്കൾ എന്ന നിലയ്ക്ക് അവർ പ്രാദേശികവും മേഖലീയവുമായ താൽപ്പര്യങ്ങൾ വലിയ ഏകകങ്ങളെ കീഴ്പ്പെടുത്തുകവഴിയാണ് മുതലാളിത്തസമൂഹം വികസിക്കുക എന്ന് അവർ മനസിലാക്കിയിരുന്നു. ആ വികാസം ക്രമേണ ഒരു ഉണ്മയായ ലോകസമൂഹത്തിലേക്കാകും എന്ന് *മാനിഫെസ്റ്റോ*യുടെ കാലം മുതലേ അവർ ഒരുപക്ഷേ പ്രത്യാശിച്ചിരുന്നുതാനും. ഈ ചരിത്രപരമായ പ്രക്രിയയും പുരോഗതിയും പ്രവർത്തിക്കുന്നത് നിരവധി 'ദേശരാഷ്ട്ര'ങ്ങളുടെ രൂപവൽക്കരണം വഴിയാണെന്ന് മനസിലാക്കുകയും ചരിത്രപരിപ്രേക്ഷ്യം വച്ച് അംഗീകരിക്കുകയും ചെയ്തിരുന്നു, അവർ. അതുകൊണ്ടുതന്നെ അവർ 'ആദ്യം ബലംകൊണ്ട് നേടിയതാണെങ്കിലും ഇന്ന് സാമൂഹികോൽപ്പാദനത്തിലെ ശക്തമായ ഒരു ഘടകമായി മാറിയിട്ടുള്ള മഹത്തായ ജനതകളുടെ ഐക്യത്തിന് ബദലാകാൻ' ഉള്ള ഫെഡറലിസ്റ്റ് നിർദേശങ്ങളെ നിരാകരിക്കുകയും ചെയ്തിരുന്നു. ഇതേ കാരണത്താൽത്തന്നെ ആദ്യമൊക്കെ അവർ ഏഷ്യയിലെയും ലാറ്റിൻ അമേരിക്കയിലെയും പിന്നോക്ക മേഖലകളെ വികസിത ബൂർഷ്വാരാഷ്ട്രങ്ങൾ കീഴടക്കുന്നതിനെ മനസിലാക്കുകയും അംഗീകരിക്കുകയും ചെയ്തിരുന്നു. അതേസമയം അവർ നിരവധി താരതമ്യേന ചെറിയ രാഷ്ട്രങ്ങൾക്ക് സ്വതന്ത്രമായി നിലനിൽക്കാൻ അത്തരത്തിൽ യാതൊരു ന്യായീകരണവും ഇല്ലെന്നും ചിലവ ശരിക്കും ദേശീയതകളായി നിലനിൽക്കുന്നതുതന്നെ ഇല്ലാതാകുമെന്നും അവർ അംഗീകരിച്ചിരുന്നു; അക്കാലത്ത് ചെക്കുകൾക്കിടയിൽ വ്യക്തമായിരുന്ന ചില വിരുദ്ധ പ്രക്രിയകളോട് അവർ അന്ധരായിരുന്നു എന്നുണ്ടെങ്കിലും. എംഗൽസ് ബേൺസ്റ്റീനോട് വിശദീകരിച്ചതുപോലെ, വ്യക്തിപരമായ വികാരങ്ങൾ രണ്ടാമതാണ്; പക്ഷേ (ചെക്കുകളുടെ കാര്യത്തിൽ എംഗൽസിനുപറ്റിയതുപോലെ) അവ രാഷ്ട്രീയ വിലയിരുത്തലുമായി ചേരാനിടവരുമ്പോൾ ദേശീയപക്ഷപാതത്തിന്റെ പ്രകടനത്തിനും – പിൽക്കാലത്ത് പ്രത്യക്ഷമായതു പോലെ–ലെനിൻ 'വൻരാഷ്ട്ര സങ്കുചിതത്വം' എന്നു വിശേഷിപ്പിച്ച വാദത്തിനും അനാവശ്യമായി ഇടം കൊടുക്കുന്നു.

അതേസമയം വിപ്ലവരാഷ്ട്രീയക്കാർ എന്ന നിലയ്ക്ക് മാർക്സും എംഗൽസും വലുപ്പച്ചെറുപ്പം നോക്കാതെ വസ്തുനിഷ്ഠമായി വിപ്ലവത്തെ തുണയ്ക്കുന്ന പ്രസ്ഥാനങ്ങളെ അനുകൂലിക്കുകയും വസ്തുനിഷ്ഠമായ പ്രതിലോമതയ്ക്കൊപ്പം കാണപ്പെടുന്നവയെ എതിർക്കുകയും ചെയ്തു. ഭരണകൂടനയങ്ങളോടും തത്വത്തിൽ അവ ഇതേ സമീപനം തന്നെയാണ് കൈക്കൊണ്ടത്. ദേശരാഷ്ട്രങ്ങളെയും ദേശീയവിമോചന പ്രസ്ഥാനങ്ങളെയും അവയിൽത്തന്നെ ലക്ഷ്യമെന്തെന്നു

കാണാതെ ലോകവിപ്ലവത്തിന്റെ പ്രക്രിയ, താൽപ്പര്യങ്ങൾ, തന്ത്രങ്ങൾ എന്നിവയുമായി അവയ്ക്കുള്ള ബന്ധത്തെ മുൻനിർത്തി കാണണം എന്ന ദൃഢതത്വമാണ് അവർ പിൻമുറക്കാർക്ക് അവശേഷിപ്പിച്ച പൈതൃകം. മറ്റു പല വിഷയങ്ങളിലും അവർ പ്രശ്നങ്ങളുടെ ഒരു പൈതൃകമാണ് അവശേഷിപ്പിച്ചത്. സ്ഥാപകനേതാക്കൾ ചരിത്രപരമല്ലാത്തത്, പിന്നോക്കംനിൽക്കുന്നത്, നാശമടയാൻ വിധിക്കപ്പെട്ടത് എന്നൊക്കെ വിധിച്ച് തള്ളിക്കളഞ്ഞ ജനതകൾക്കിടയിൽ പ്രസ്ഥാനങ്ങൾ കെട്ടിപ്പടുക്കാൻ ബദ്ധപ്പെട്ടിരുന്ന സോഷ്യലിസ്റ്റുകൾക്ക് അവരുടെ പല നിന്ദാപ്രസ്ഥാനങ്ങളെയും വിശദീകരിച്ചു വശം കെടേണ്ടതായിവന്നു. അടിസ്ഥാനതത്വമൊഴികെ 'ദേശീയ പ്രശ്ന'ത്തെ സംബന്ധിച്ച ഒരു സിദ്ധാന്തം നിർമിക്കുന്നതിന് ക്ലാസിക്കുകളിൽനിന്ന് പിൽക്കാല മാർക്സിസ്റ്റുകാർക്ക് ഏറെയൊന്നും കിട്ടിയില്ല. സാമ്രാജ്യത്വയുഗത്തിലെ ചരിത്രസാഹചര്യങ്ങളിൽ വന്ന വമ്പിച്ച മാറ്റം മാത്രമല്ല, ഇതിനുകാരണം; ദേശീയപ്രതിഭാസത്തെപ്പറ്റി വളരെ ഭാഗികമായ ഒരപഗ്രഥനമല്ലാതെ യാതൊന്നും വികസിപ്പിച്ചെടുക്കാൻ മാർക്സിനും എംഗൽസിനും കഴിഞ്ഞില്ല എന്നതുകൂടി കാരണമാണ്.

ചരിത്രം അവരുടെ അന്തർദേശീയ വിപ്ലവതന്ത്രത്തിന്റെ മൂന്ന് പ്രധാനഘട്ടങ്ങളെ നിർണയിച്ചു: 1848 വരെ, ആ വർഷവും കൂട്ടി, 1848–71 വരെ, പിന്നെ 1871 മുതൽ എംഗൽസിന്റെ മരണം വരെ.

ഭാവിയിലെ തൊഴിലാളിവർഗവിപ്ലവത്തിന്റെ നിർണായകഘടകം ബൂർഷ്വാവിപ്ലവത്തിന്റെയും വികസിത മുതലാളിത്ത വികസനത്തിന്റെയും മേഖലകളിലാണ് ഉണ്ടായിരുന്നത്. അതായത്, ഫ്രാൻസ്, ബ്രിട്ടൺ, ജർമൻ പ്രദേശങ്ങൾ, യു എസ് എ. ഇതിലും താഴ്ന്ന നിലവാരമുള്ള, രാഷ്ട്രീയമായി നിർണായകമല്ലാത്ത 'വികസിത' രാജ്യങ്ങളെക്കുറിച്ച് അവിടങ്ങളിലെ സോഷ്യലിസ്റ്റ് പ്രസ്ഥാനങ്ങളുടെ വികാസം, അവരുടെ വ്യാഖ്യാനം ആവശ്യമാക്കിത്തീർക്കുംവരെ മാർക്സും എംഗൽസും വലിയ താൽപ്പര്യമൊന്നും പ്രകടിപ്പിച്ചില്ല. 1840 കളിൽ ഈ മേഖലയിൽ വിപ്ലവം പ്രതീക്ഷിക്കുന്നത് യുക്തിസഹമായിരുന്നു. അത് നടക്കുകയും ചെയ്തു. പക്ഷേ, ബ്രിട്ടൺ അതിൽ പങ്കുചേരാത്തതുകൊണ്ട് മാർക്സ് മനസിലാക്കിയിരുന്നതുപോലെ തന്നെ അത് നാശമടയാൻ വിധിക്കപ്പെട്ടതായിരുന്നു. അതേസമയം ബ്രിട്ടനൊഴികെ ഒരിടത്തും ഒരു യഥാർഥ തൊഴിലാളി/തൊഴിലാളിവർഗം അപ്പോഴും ഉണ്ടായിരുന്നില്ല.

1848 നു ശേഷമുള്ള തലമുറയിൽ അതിവേഗവ്യവസായവൽക്കരണം വളരുന്ന തൊഴിലാളിവർഗങ്ങളെയും തൊഴിലാളി പ്രസ്ഥാനങ്ങളെയും ഉൽപ്പാദിപ്പിച്ചു. മാത്രമല്ല, 'വികസിത' മേഖലയിൽ സാമൂഹികവിപ്ലവസാധ്യത കൂടുതൽ കൂടുതൽ മങ്ങിവന്നു. മുതലാളിത്തം സ്ഥിരപ്പെട്ടുകഴിഞ്ഞിരുന്നു. ഈ കാലഘട്ടത്തിൽ മാർക്സിനും എംഗൽസിനും ആഭ്യന്തരമായ രാഷ്ട്രീയസംഘർഷവും അന്തർദേശീയ സംഘട്ടനവും ചേർന്ന്

1870–71 ൽ ഫ്രാൻസിൽ നടന്നതുപോലെ ഒരു വിപ്ലവം ഉണ്ടാകാനുള്ള സാഹചര്യം ഉരുത്തിരിഞ്ഞേക്കാം എന്ന് പ്രതീക്ഷിക്കാൻ മാത്രമേ കഴിയുമായിരുന്നുള്ളൂ. ഏതായാലും അന്തിമഘട്ടത്തിൽ വീണ്ടും ആഗോളതലത്തിൽ ഒരു മുതലാളിത്ത പ്രതിസന്ധി ഉടലെടുക്കുകയും സാഹചര്യം മാറുകയും ചെയ്തു. ഒന്നാമത്, മാർക്സിസ്റ്റ് സ്വാധീനത്തിൽ ബഹുജന–തൊഴിലാളിവർഗപ്പാർട്ടികൾ 'വികസിത' രാജ്യങ്ങളിലെ ആഭ്യന്തരവികാസത്തിന്റെ സാധ്യതയിൽത്തന്നെ പരിവർത്തനം വരുത്തി. രണ്ടാമത്, വികസിത മുതലാളിത്തസമൂഹത്തിന്റെ അരികുകളിലുള്ള അയർലൻഡിലും റഷ്യയിലും സാമൂഹികവിപ്ലവത്തിന്റെ പുതിയൊരു ഘടകം ആവിർഭവിച്ചു. 1860 കളുടെ അവസാനത്തിലോ മറ്റോ ആണ് മാർക്സ് തന്നെ രണ്ട് രാജ്യങ്ങളിലെയും അവസ്ഥ തിരിച്ചറിഞ്ഞത്. (1870 ലാണ് ഒരു റഷ്യൻ വിപ്ലവത്തിന്റെ സാധ്യതകളെപ്പറ്റിയുള്ള ആദ്യത്തെ കൃത്യമായ പരാമർശം വരുന്നത്.) ഫെനിയനിസത്തിന്റെ പതനത്തോടെ അയർലൻഡ് മാർക്സിന്റെ കണക്കുകൂട്ടലുകളിൽ വലിയ പങ്കുവഹിക്കാതെയായി. പക്ഷേ റഷ്യ കൂടുതൽക്കൂടുതൽ പ്രാധാന്യമാർജിച്ചു: അവിടത്തെ വിപ്ലവം പടിഞ്ഞാറ് ഒരു "തൊഴിലാളിവിപ്ലവത്തിന് അടയാളം നൽകാൻ സാധ്യതയുണ്ട്, അങ്ങനെ അവ രണ്ടും അനുപൂരകങ്ങളായേക്കാം." (1882) റഷ്യൻ വിപ്ലവത്തിന്റെ ശ്രദ്ധേയമായ വശം വികസിത രാജ്യങ്ങളിലെ സാഹചര്യത്തിൽ അത് വരുത്തിയ പരിവർത്തനമാണ്.

മാർക്സും എംഗൽസും യുദ്ധത്തോട് പുലർത്തിയിരുന്ന സമീപനത്തിൽ ഈ വിപ്ലവപരിപ്രേക്ഷ്യ പരിവർത്തനങ്ങൾ വലിയ മാറ്റമുണ്ടാക്കി. അവർ തത്വത്തിൽ എത്രമാത്രം റിപ്പബ്ലിക്കൻ ഡെമോക്രാറ്റുകളോ ദേശീയതാവാദികളോ ആയിരുന്നില്ലയോ അത്രതന്നെ സമാധാനയാളികളും ആയിരുന്നില്ല. യുദ്ധമെന്നാൽ ക്ലോസ്‌വിറ്റ്സിന്റെ ഭാഷയിൽ 'മറ്റുവഴികളിലൂടെയുള്ള രാഷ്ട്രീയത്തിന്റെ തുടർച്ച'യാണ് എന്ന് മനസിലാക്കിയതിൽപ്പിന്നെ അവർ യുദ്ധത്തിന് സാമ്പത്തികം മാത്രമായ ഒരു കാരണമുണ്ടെന്ന് വിശ്വസിച്ചിരുന്നില്ല. ഇതേപ്പറ്റി അവരുടെ രചനകളിൽ ഒരു സൂചനയുമില്ല. ആദ്യത്തെ രണ്ടു ഘട്ടങ്ങളിൽ കുറിച്ചിട അവർ യുദ്ധം തങ്ങളുടെ ഉദ്ദേശ്യത്തെ നേരിട്ട് മുന്നോട്ടു നയിക്കുമെന്ന് പ്രതീക്ഷിച്ചു. യുദ്ധപ്രതീക്ഷ അവരുടെ കണക്കുകൂട്ടലുകളിൽ പ്രധാനപ്പെട്ടതും ചിലപ്പോഴൊക്കെ നിർണായകവുമായ പങ്കുവഹിച്ചു. 1870 കളുടെ അവസാനം മുതൽ 1879 – 80 ലാണ് വഴിത്തിരിവുണ്ടായത് – പൊതുവായ ഒരു യുദ്ധത്തെ പ്രസ്ഥാനത്തിന്റെ പുരോഗതിക്ക് ഹ്രസ്വകാലവീക്ഷണത്തിൽ ഒരു തടസമായി അവർ കണ്ടു തുടങ്ങി. അവസാനകാലത്ത് എംഗൽസിന് പുതിയ, ആഗോളയുദ്ധമാകാൻ സാധ്യതയുള്ള ദുരവസ്ഥയുടെ ഭീകരതയെപ്പറ്റി കൂടുതൽക്കൂടുതൽ ബോധ്യപ്പെട്ടുതുടങ്ങി. ഇത് അദ്ദേഹം പ്രവചിക്കുകയും ചെയ്തു. പ്രവാചകസ്വരത്തിൽ അദ്ദേഹം പറഞ്ഞു: "ഇതിന് ഒരൊറ്റ ഫലമേ ഉണ്ടാകൂ: ഇതുവരെ കേട്ടിട്ടില്ലാത്തത്ര വമ്പിച്ച കൂട്ടക്കൊല, ഇതുവരെ കേട്ടിട്ടില്ലാത്തത്ര വമ്പിച്ച തോതിൽ യൂറോപ്പിന്റെ ക്ഷയം,

ഒടുവിൽ പഴയ വ്യവസ്ഥയുടെ മുഴുവൻ തകർച്ച." (1886). അത്തരമൊരു യുദ്ധം തൊഴിലാളിപ്പാർട്ടിയുടെ വിജയത്തിലാവും അവസാനിക്കുക; പക്ഷേ വിപ്ലവം കൈവരിക്കാൻ ഒരു യുദ്ധം 'ഇനിയും ആവശ്യമില്ല' എന്നതിനാൽ സ്വാഭാവികമായും "ഈ കൂട്ടക്കൊല മുഴുവൻ നമുക്ക് ഒഴിവാക്കാം" (1885) എന്നും അദ്ദേഹം പ്രത്യാശിച്ചു.

മാർക്സിന്റെയും എംഗൽസിന്റെയും അടക്കം വിപ്ലവതന്ത്രത്തിന്റെ അവിഭാജ്യവും ആവശ്യവുമായ ഭാഗമായിരുന്നു, തുടക്കത്തിൽ യുദ്ധം. ഇതിന് രണ്ട് പ്രധാനകാരണങ്ങൾ ഉണ്ടായിരുന്നു. ഒന്ന്, യൂറോപ്യൻ പ്രതിലോമതയുടെ മുഖ്യകോട്ടയായ യാഥാസ്ഥിതികത്വം ഉറപ്പാക്കുന്ന, വീണ്ടെടുക്കുന്ന റഷ്യയെ മറികടക്കാൻ. റഷ്യ തന്നെ ആ ഘട്ടത്തിൽ പോളണ്ടിലുള്ള പടിഞ്ഞാറൻ ഭാഗത്ത് ഒഴികെ ആഭ്യന്തരമായ അട്ടിമറിയിൽ നിന്ന് സുരക്ഷിതമായിരുന്നു. അവിടത്തെ വിപ്ലവപ്രസ്ഥാനം അതുകൊണ്ടു തന്നെ മാർക്സ്-എംഗൽസ് അന്തർദേശീയ തന്ത്രത്തിൽ ഒരു സുപ്രധാനപങ്ക് വഹിച്ചിരുന്നു. റഷ്യയ്ക്കെതിരായ ഒരു യൂറോപ്യൻ വിമോചനയുദ്ധമായി മാറിയില്ലെങ്കിൽ വിപ്ലവം ഇല്ലാതാകും. അത്തരമൊരു യുദ്ധമാകട്ടെ, കിഴക്കൻ യൂറോപ്യൻ രാജ്യങ്ങളുടെ വിഘടനം വഴി വിപ്ലവത്തിന്റെ വ്യാപ്തി വർധിപ്പിക്കുകയും ചെയ്യും. 1848 അതിനെ വാഴ്സായിലേക്കും ഡെബ്രെച്ചെനിലേക്കും ബുക്കാറെസ്റ്റിലേക്കും വ്യാപിപ്പിച്ചിരുന്നു എന്ന് എംഗൽസ് 1851 ൽ എഴുതി; അടുത്ത വിപ്ലവം സെയിന്റ് പീറ്റേഴ്സ്ബർഗിലേക്കും കോൺസ്റ്റാന്റിനോപ്പിളിലേക്കും വ്യാപിക്കണം. അത്തരമൊരു യുദ്ധത്തിൽ കിഴക്ക് റഷ്യയുടെ സ്ഥിരതയുള്ള ശത്രുവായ ഇംഗ്ലണ്ടിനെയും ഉൾപ്പെടുത്തണം. അത് യൂറോപ്പിൽ റഷ്യയുടെ ആധിപത്യത്തെ എതിർക്കണം. ഇത് യാഥാസ്ഥിതികത്വത്തിന്റെ മറ്റൊരു നെടുംതൂണായ ബ്രിട്ടനെ, സ്ഥിരയുള്ള മുതലാളിത്ത ബ്രിട്ടനെ, ലോക കമ്പോളത്തിൽ കോയ്മ പുലർത്തുന്ന ബ്രിട്ടനെ തുരങ്കം വയ്ക്കുക എന്ന അധികനേട്ടം കൂടി ഉണ്ടാക്കാൻ സഹായകമാകും. ഒരുപക്ഷേ അവിടെ ചാർട്ടിസ്റ്റുകൾ ഭരണത്തിൽ വന്നേക്കാം. റഷ്യയുടെ തോൽവി പുരോഗതിയുടെ അന്തർദേശീയ ഉപാധിയായി. ബ്രിട്ടീഷ് വിദേശ മന്ത്രി പാമർസ്റ്റോണിനോട് മാർക്സിന് വിട്ടൊഴിയാത്ത ശത്രുത ഉണ്ടായിരുന്നതിന്റെ കാരണം ഒരുപക്ഷെ ഒരു പൊതുയുദ്ധം വഴി യൂറോപ്പിലെ ബലാബലത്തിൽ വമ്പിച്ച ഇടർച്ച വരുത്താൻ ബ്രിട്ടൺ കാണിച്ച വിമുഖതയിലുള്ള നിരാശയാകാം. കാരണം, ഒരു യൂറോപ്യൻ വിപ്ലവമില്ലാതെ - ഒരുപക്ഷെ അതുണ്ടായാലും - റഷ്യയ്ക്കെതിരെ ഇംഗ്ലണ്ടിനെക്കൂടാതെ ഒരു വലിയ യൂറോപ്യൻ യുദ്ധം സാധ്യമാകുമായിരുന്നില്ല. ഒരു റഷ്യൻ വിപ്ലവം സാധ്യമാണെന്നു വന്നപ്പോഴേക്കും അത്തരം ഒരു യുദ്ധം വികസിത രാജ്യങ്ങളിൽ വിപ്ലവത്തിന്റെ ഒഴിച്ചുകൂട്ടാനാവാത്ത മുന്നുപാധി അല്ലാതായി കഴിഞ്ഞിരുന്നു. പക്ഷേ, തന്റെ കാലത്ത് റഷ്യൻ വിപ്ലവം നടക്കാതെ പോയതിനാൽ ജീവിതാവസാനം വരെ എംഗൽസ് റഷ്യയെ പ്രതിലോമതയുടെ ആത്യന്തികദുർഗമായിത്തന്നെ കണ്ടു.

രണ്ടാമത്, യൂറോപ്യൻ വിപ്ലവങ്ങളെ ഏകീകരിക്കാനും വിപ്ലവവൽക്കരിക്കാനും ഒരേയൊരു വഴി അത്തരമൊരു യുദ്ധമായിരുന്നു – 1790 കളിലെ ഫ്രഞ്ച് വിപ്ലവയുദ്ധങ്ങൾ ആ പ്രക്രിയയ്ക്ക് ഒരു കീഴ്വഴക്കം ഉണ്ടാക്കി വയ്ക്കുകയും ചെയ്തിരുന്നല്ലോ. ജാക്കോബിനിസത്തിന്റെ ആഭ്യന്തരവും ബാഹ്യവുമായ പാരമ്പര്യങ്ങളിലേക്ക് തിരിച്ചുപോയ വിപ്ലവ സ്വഭാവിയായ ഫ്രാൻസ് സാറിസത്തിനെതിരായ അത്തരമൊരു യുദ്ധസഖ്യത്തിന്റെ നേതാവാകുമെന്ന് വ്യക്തമായിരുന്നു. യൂറോപ്യൻ വിപ്ലവം ഉപനയിച്ചത് ഫ്രാൻസാണ്, ഏറ്റവും അദമ്യമായ വിപ്ലവസേന അതിന്റെ കൈവശമായിരുന്നു. പക്ഷേ ഈ പ്രതീക്ഷയും 1848 ൽ പൊലിഞ്ഞുപോയി. മാർക്സിന്റെയും എംഗൽസിന്റെയും കണക്കുകൂട്ടലുകളിൽ ഫ്രാൻസ് അപ്പോഴും നിർണായകമായ ഒരു പങ്കുവഹിച്ചിരുന്നുവെങ്കിലും 1860 കൾ മുതൽ ഫ്രാൻസിന് യൂറോപ്യൻ വിപ്ലവത്തിൽ മുമ്പ് ഏൽപ്പിച്ച കേന്ദ്രസ്ഥാനീയമായ ഉത്തരവാദിത്വം നിർവഹിക്കാൻ കഴിഞ്ഞിരുന്നില്ല. ഇരുവരും രണ്ടാം സാമ്രാജ്യത്തിന്റെ സ്ഥിരതയെയും നേട്ടങ്ങളെയും പ്രായേണ നിരന്തരമായിത്തന്നെ വിലകുറച്ചു കാണുകയും ചെയ്തിരുന്നു.

1848 കാലത്ത് യൂറോപ്യൻ വിപ്ലവത്തിന്റെ യുക്തിസഹമായ ഫലമായും വ്യാപ്തിയായും ഒരു യുദ്ധത്തെ കണ്ടിരുന്നെങ്കിൽ (അത് വിജയിക്കാനുള്ള ഉപാധിയായും), അടുത്ത് 20 വർഷം അതിനെ യഥാസ്ഥിതി അസ്ഥിരപ്പെടുത്താൻ ഉതകുന്ന ഒരു പ്രക്രിയയെക്കുറിച്ചുള്ള ഏറ്റവും പ്രധാനപ്പെട്ട പ്രത്യാശയായിട്ടാണ് കാണേണ്ടിയിരുന്നത്. ഇത് രാജ്യങ്ങൾക്കകത്തെ ആഭ്യന്തരസംഘർഷങ്ങൾക്ക് അയവുണ്ടാക്കുമെന്നും കാണേണ്ടിയിരുന്നു. സാമ്പത്തിക പ്രതിസന്ധിയിലൂടെ ഇത് നേടാമെന്ന പ്രത്യാശ 1857 ൽ മരിച്ചു. പിന്നീടൊരിക്കലും, 1891ൽ പ്പോലും, മാർക്സും എംഗൽസും അത്തരം സാമ്പത്തിക പ്രതിസന്ധിയിൽ സമാനമായ ഹ്രസ്വകാല പ്രതീക്ഷകൾ വച്ചുപുലർത്തിയില്ല. അവരുടെ കണക്കുകൂട്ടൽ ശരിയായിരുന്നു: മാർക്സും എംഗൽസും പ്രതീക്ഷിച്ച രീതിയിലായിരുന്നില്ലെങ്കിലും ഈ കാലയളവിലെ യുദ്ധങ്ങൾക്ക് പ്രവചിച്ച ഫലങ്ങൾ ഉണ്ടായി. കാരണം, അപ്പോഴേക്കും അന്തർദേശീയവേദിയിൽ സ്ഥാനം മാറിപ്പോയിരുന്ന ഫ്രാൻസിൽ ഒഴികെ മറ്റൊരു പ്രധാന യൂറോപ്യൻ രാജ്യത്തും വിപ്ലവം ഉണ്ടാക്കാൻ അതിന് കഴിഞ്ഞില്ല. അതുകൊണ്ട്, നിലവിലുണ്ടായിരുന്ന ശക്തികൾ – അവയെല്ലാം ബൂർഷ്വയോ പ്രതിലോമസ്വഭാവിയോ ആയിരുന്നു – മുന്നോട്ടു വച്ച അന്തർദേശീയനയങ്ങളിൽ ഏത് എന്ന് തീരുമാനിക്കേണ്ട പുതിയൊരു നിലപാടിലേക്ക് എത്തിച്ചേരാൻ മാർക്സും എംഗൽസും കൂടുതൽക്കൂടുതൽ നിർബന്ധിതരായി.

മാർക്സിനോ എംഗൽസിനോ നെപ്പോളിയൻ മൂന്നാമന്റെയോ ബിസ്മാർക്കിന്റെയോ മറ്റേതെങ്കിലും ഭരണസാരഥിയുടെയോ നയങ്ങളെ സ്വാധീനിക്കാൻ കഴിഞ്ഞില്ല. സർക്കാരുകൾ കണക്കിലെടുക്കാൻ മാത്രം പ്രബലമായ നിലപാടുകളുള്ള ഏതെങ്കിലും സോഷ്യലിസ്റ്റ്, തൊഴിലാളി

പ്രസ്ഥാനവും ഉണ്ടായിരുന്നില്ല. അത്രയും വരെ മാർക്സിന്റെയും എംഗൽസിന്റെയും പുതിയ നിലപാട് ഏറെയും അക്കാദമിക താൽപ്പര്യം മാത്രമേ ഉണർത്തിയുള്ളു. മാത്രമല്ല, ചിലപ്പോഴൊക്കെ 'ചരിത്രപരമായി പുരോഗമനാത്മകമായ' നയം ഏതെന്ന് ഏതാണ്ട് വ്യക്തമായിരുന്നെങ്കിലും - റഷ്യയെ എതിർക്കണം, അമേരിക്കൻ ആഭ്യന്തരയുദ്ധത്തിൽ തെക്കൻ സേനയ്ക്കെതിരെ വടക്കൻ സേനയെ പിന്തുണയ്ക്കണം - യൂറോപ്പിന്റെ സങ്കീർണതകൾ തീർപ്പാകാത്ത ഊഹാപോഹങ്ങൾക്കും സംവാദത്തിനും അന്തമില്ലാത്ത ഇടം അവശേഷിപ്പിച്ചു. 1859 ലെ ഇറ്റാലിയൻ യുദ്ധത്തോട് ലസാലെയേക്കാൾ ശരിയായ നിലപാടായിരുന്നു, മാർക്സിന്റെയും എംഗൽസിന്റെയും എന്നതിന് യാതൊരു തെളിവുമില്ല. ഇരുവശങ്ങളിലും ഉള്ളവരുടെ മനോഭാവം അന്ന് അത്രവലിയ പ്രശ്നവുമായിരുന്നില്ല. ബഹുജന സോഷ്യലിസ്റ്റ് പാർട്ടികൾക്ക് ഒരു ബൂർഷ്വഭരണകൂടത്തിനെതിരെ മറ്റൊന്നിനെ പിന്തുണക്കേണ്ടി വരുമ്പോഴാണ് അത്തരം സംവാദങ്ങൾ കൂടുതൽ ഗൗരവമാർജിക്കുന്നത്. പിൽക്കാല എംഗൽസ് (പിൽക്കാല മാർക്സുപോലും) അന്തർദേശീയ യുദ്ധം വിപ്ലവത്തിന്റെ ഉപകരണമായേക്കാം എന്ന കണക്കുക്കൂട്ടലിൽ നിന്ന് ഒഴിയാൻ തുടങ്ങിയതിന്റെ ഒരു കാരണം, അത് 'എല്ലാ രാജ്യങ്ങളിലും സങ്കുചിത ദേശാഭിമാനത്തെ പുനഃപ്രകോപിപ്പിക്കും,' അത് ഭരണവർഗക്കാരെ തുണയ്ക്കുകയും വളർന്നുവരുന്ന പ്രസ്ഥാനങ്ങളെ ദുർബലപ്പെടുത്തുകയും ചെയ്യും എന്ന കണ്ടെത്തലായിരുന്നു.

1848 നു ശേഷമുള്ള കാലഘട്ടത്തിൽ വിപ്ലവപ്രതീക്ഷകൾ മികച്ചതായിരുന്നില്ല. അതിന്റെ പ്രധാനകാരണം റഷ്യ പ്രതിലോമതയുടേതെന്നപോലെ ബ്രിട്ടൺ മുതലാളിത്തസ്ഥിരതയുടെയും പ്രധാനദുർഗമായിരുന്നു എന്നതാണ്. 'യഥാർഥ യൂറോപ്യൻ വ്യവസ്ഥയുടെ രണ്ട് മഹത്തായ മൂലക്കല്ലുകളാണ് റഷ്യയും ഇംഗ്ലണ്ടും.' ദീർഘകാല വീക്ഷണമനുസരിച്ച് വിലയിരുത്തുമ്പോൾ ആ രാജ്യത്തിന്റെ ലോകകുത്തക സ്ഥാനം അവസാനിക്കുമ്പോഴേ അത് പ്രസ്ഥാനത്തിലേക്ക് കടന്നുവരൂ. ഇത് 1880 കളിൽ ആരംഭിച്ചു. പല അവസരങ്ങളിലും എംഗൽസ് അതിനെ അപഗ്രഥിക്കുകയും സ്വാഗതം ചെയ്യുകയും ഉണ്ടായി. റഷ്യൻ വിപ്ലവപ്രതീക്ഷ വ്യവസ്ഥയുടെ ഒരു മൂലക്കല്ല് ഇളക്കി. ബ്രിട്ടന്റെ ലോകകുത്തക തകർത്തതോടെ രണ്ടാമത്തേതും ഇളകി. എങ്കിലും 1890 കളിൽപ്പോലും എംഗൽസ് ബ്രിട്ടീഷ് പ്രസ്ഥാനത്തെപ്പറ്റി ഏതാണ്ട് മിതമായ പ്രതീക്ഷകളേ വച്ചു പുലർത്തിയിരുന്നുള്ളു. 'ഇംഗ്ലണ്ടിലെ സാമൂഹികവിപ്ലവത്തിന് വേഗം കൂട്ടാം' എന്ന പ്രതീക്ഷയാണ് മാർക്സ് പുലർത്തിയിരുന്നത്. അതാണ് ഒന്നാം ഇന്റർനാഷനലിന്റെ ഏറ്റവും പ്രധാനപ്പെട്ട കടമയെന്നും അദ്ദേഹം കണക്കാക്കി. ഇതത്ര അയഥാർഥമായ ഒന്നായിരുന്നില്ലതാനും. കാരണം, '(തൊഴിലാളിവർഗ) വിപ്ലവത്തിന് വേണ്ട ഭൗതികസാഹചര്യങ്ങൾ ഒരളവുവരെ പക്വമായ ഒരേയൊരു രാജ്യം അതാണ്–' അയർലൻഡ് വഴി. അയർലൻഡ് ബ്രിട്ടീഷ് തൊഴിലാളികളെ വംശീയമായി വിഭജിച്ചു,

മറ്റൊരു ജനതയെ ചൂഷണം ചെയ്യുന്നതിനുള്ള പ്രത്യക്ഷമായ സംയുക്തതാൽപ്പര്യം നൽകി, ബ്രിട്ടീഷ് ജന്മിധനാഢ്യർക്ക് സാമ്പത്തികാടിത്തറ പ്രദാനം ചെയ്തു. ബ്രിട്ടന്റെ മുന്നേറ്റത്തിലെ ആദ്യപടി ഈ ധനാഢ്യരെ തൂത്തെറിയലായിരിക്കണം. ഒരു കാർഷിക സമ്പദ്വ്യവസ്ഥയിൽ ദേശീയവിമോചനപ്രസ്ഥാനം ഉണ്ടാകുന്നത് വികസിതസാമ്രാജ്യത്തെ വിപ്ലവവൽക്കരിക്കുന്നതിൽ നിർണായകഘടകമാകാം എന്ന കണ്ടെത്തൽ ലെനിന്റെ യുഗത്തിലെ മാർക്സിസ്റ്റ് സംഭവവികാസങ്ങളെ മുൻകണ്ട ഒന്നാണ്. കാർഷിക റഷ്യയിൽ ഒരു വിപ്ലവം നടക്കാമെന്ന മറ്റൊരു പുതിയ കണ്ടെത്തലുമായി ബന്ധപ്പെടുത്തിയാണ് മാർക്സ് ഈ കണ്ടെത്തലിനെയും വിലയിരുത്തിയത് എന്നത് ആകസ്മികമല്ല.

അന്തർദേശീയസാഹചര്യം, ദീർഘമായ ആഗോളമുതലാളിത്ത മാന്ദ്യം, ബ്രിട്ടീഷ് കുത്തകയുടെ ക്ഷയം, ജർമനിയുടെയും യു എസ് എയുടെയും വ്യവസായരംഗത്തെ തുടർച്ചയായ മുന്നേറ്റം, റഷ്യയിൽ ഒരു വിപ്ലവം നടക്കാനുള്ള സാധ്യത എന്നിവയിൽ മാർക്സിന്റെ, കുറേക്കൂടി കൃത്യമായി എംഗൽസിന്റെ, തന്ത്രത്തിന്റെ അവസാനഘട്ടത്തിൽ മൗലികമായ പരിവർത്തനം വന്നു. 1815 നുശേഷം ആദ്യമായി ഒരു ലോകയുദ്ധം അടുത്തെത്തുന്നത് കാണാവുന്ന സ്ഥിതിയായി. എംഗൽസ് ഇത് പ്രവാചകതുല്യമായ സൂക്ഷ്മതയോടെ, സൈനികവൈദഗ്ധ്യത്തോടെ നിരീക്ഷിക്കുകയും അപഗ്രഥിക്കുകയും ചെയ്തിട്ടുണ്ട്. ഏതായാലും അപ്പോഴേക്കും അവരുടെ കണക്കുകൂട്ടലുകളിൽ ആഗോള ശക്തികളുടെ അന്തർദേശീയനയം താരതമ്യേന വളരെ ചെറിയ, നിഷേധാത്മകമായ പങ്കുമാത്രം വഹിക്കുന്ന അവസ്ഥയായി. വളരുന്ന സോഷ്യലിസ്റ്റ് പാർട്ടികളുടെ ഭാഗധേയത്തിൽ അത് ചെലുത്താവുന്ന പ്രത്യാഘാതങ്ങളെയാണ് പിന്നീടവർ കൂടുതലും വിലയിരുത്തിയത്. അതിനെ അവയുടെ മുന്നേറ്റത്തിന് തടസ്സമായിട്ടാണ്, സഹായസാധ്യതയുള്ള ഘടകമായിട്ടല്ല, അവർ കണ്ടത്.

എംഗൽസിന്റെ അവസാന വർഷങ്ങളിലാണ് തൊഴിലാളിപ്രസ്ഥാനം വീണ്ടും ഒരു ഇന്റർനാഷനലായി സംഘടിതമായത്. അദ്ദേഹത്തിന് അന്തർദേശീയ രാഷ്ട്രീയത്തിൽ ഉണ്ടായിരുന്ന താൽപ്പര്യം കൂടുതൽക്കൂടുതൽ ആ തൊഴിലാളിപ്രസ്ഥാനത്തിന്റെ ഉള്ളിലാണ് കേന്ദ്രീകൃതമായത്. കാരണം, ഓരോ പ്രസ്ഥാനത്തിന്റെയും പ്രവർത്തനങ്ങൾ മറ്റുള്ളവയുടെ പ്രവർത്തനങ്ങളെ പുനർബലീകരിക്കുകയോ മുന്നോട്ടു കൊണ്ടുപോകുകയോ തടയുകയോ ചെയ്യുമായിരുന്നു. ഇത് അദ്ദേഹത്തിന്റെ രചനകളിൽനിന്ന് വ്യക്തമാണ്. 1890 കളിലെ സാഹചര്യത്തെയും 1848 നു മുമ്പത്തെ സാഹചര്യത്തെയും ഇടയ്ക്കൊക്കെ അദ്ദേഹം താരതമ്യപ്പെടുത്താറുണ്ട്. ആ താരതമ്യത്തിന് ആവശ്യത്തിലേറെ മുഴക്കം നാം നൽകേണ്ടതില്ല. സോഷ്യലിസത്തിന്റെ ഭാഗധേയം നിർണയിക്കപ്പെടുക യൂറോപ്പിലും (യു എസ് എയിൽ ശക്തമായ ഒരു പ്രസ്ഥാനം ഇല്ലാത്തതിനാൽ) അപ്പോഴേക്കും റഷ്യകൂടി ഉൾപ്പെട്ടിരുന്ന യൂറോപ്പിലെ പ്രധാന രാജ്യങ്ങ

ളിലെ പ്രസ്ഥാനങ്ങളിലും (ബ്രിട്ടണിൽ ശക്തമായ ഒരു പ്രസ്ഥാനം ഇല്ലാത്തതിനാൽ) ആയിരിക്കും എന്ന് അനുമാനിക്കുക സ്വാഭാവികമായിരുന്നു. എത്ര സ്വാഗതാർഹമാണെങ്കിലും സ്കാൻഡിനേവിയ, കീഴ്‌രാജ്യങ്ങൾ എന്നിവിടങ്ങളിലെ പ്രസ്ഥാനങ്ങളെക്കുറിച്ച് എംഗൽസ് അധികമൊന്നും ചിന്തിച്ചിരുന്നില്ല; ബാൽക്കൻ നാടുകളിലേതിനെ തീർത്തും അവഗണിച്ചു; കോളനി രാജ്യങ്ങളിലെ പ്രസ്ഥാനങ്ങളെ അപ്രസക്തമായ പാർശ്വലീലകളെന്നോ വൻ നഗരവികാസങ്ങളുടെ അനന്തരഫലങ്ങളെന്നോ വിലയിരുത്തി. 'സ്വന്തം ജയത്തെ തുരങ്കം വയ്ക്കാതെ ഒരു വിദേശജനതയ്ക്കുമേലും ഒരു തരത്തിലുള്ള "ആഹ്ലാദ"വും അടിച്ചേൽപ്പിക്കാൻ വിജയിച്ച തൊഴിലാളിവർഗത്തിന് കഴിയില്ല' എന്ന ദൃഢതത്വം ആവർത്തിച്ചുറപ്പിച്ചതിനപ്പുറം (അതേ ഗ്രന്ഥം, പുറം 358) അദ്ദേഹം കൊളോണിയൽ വിമോചനത്തെ ഗൗരവത്തിലെടുത്തതേ ഇല്ല. അദ്ദേഹത്തിന്റെ ചിതാഭസ്മം ചിതറി ഏറെക്കഴിയും മുമ്പ് സാമ്രാജ്യത്വത്തെക്കുറിച്ചുള്ള മഹാസംവാദമായി അന്തർദേശീയ ഇടതുപക്ഷത്തിനു മേൽ പതിച്ച ഈ പ്രശ്നങ്ങളെ അദ്ദേഹം ഒട്ടും ശ്രദ്ധിച്ചിരുന്നില്ല എന്നത് അത്ഭുതമാണ്. 1882 ൽ അദ്ദേഹം ബേൺസ്റ്റീനോട് പറഞ്ഞു: "നാം പടിഞ്ഞാറൻ യൂറോപ്യൻ തൊഴിലാളിവർഗത്തിന്റെ വിമോചനത്തിനായി പണിയെടുക്കണം, മറ്റെല്ലാ ലക്ഷ്യങ്ങൾക്കും ഈ ഉദ്ദേശ്യത്തിന് താഴെ സ്ഥാനം കൊടുക്കണം."

തൊഴിലാളിവർഗ മുന്നേറ്റത്തിന്റെ ഈ കേന്ദ്രമേഖലയ്ക്കകത്ത് അന്തർദേശീയപ്രസ്ഥാനം ദേശീയപാർട്ടികളുടേതായി മാറിയിരുന്നു. അതങ്ങനെയേ ആകുമായിരുന്നുള്ളൂ. 1848 നു മുമ്പുള്ള സ്ഥിതിയായിരുന്നില്ലല്ലോ, അപ്പോൾ. അവരുടെ പ്രവർത്തനങ്ങൾ ഏകോപിപ്പിക്കുക, ഓരോ പ്രസ്ഥാനത്തിലെയും സവിശേഷമായ ദേശീയ അവകാശവാദങ്ങളിൽനിന്നും പൂർവാനുമാനങ്ങളിൽനിന്നും ഉയരുന്ന സംഘർഷങ്ങളെ കൈകാര്യ ചെയ്യുക എന്നീ പ്രശ്നങ്ങൾ ഉയർന്നു. ഇവയിൽ ചിലതൊക്കെ അനുയോജ്യമായ ചില സൂത്രവാക്യങ്ങൾ ഉപയോഗിച്ച് തന്ത്രപൂർവം അനിശ്ചിതമായി നീട്ടിവയ്ക്കാവുന്നവയായിരുന്നു. ഉദാഹരണത്തിന്, ക്രമേണ സംഭവിക്കുന്ന സ്വയംനിർണയം. പക്ഷേ ചിലതൊന്നും അങ്ങനെ നീട്ടിവയ്ക്കാൻ പറ്റില്ലായിരുന്നു. ഇതേപ്പറ്റി റഷ്യയിലും ആസ്ട്രോ–ഹങ്കറിയിലുമുള്ള സോഷ്യലിസ്റ്റുകാർക്ക് എംഗൽസിനേക്കാൾ ധാരണയുണ്ടായിരുന്നു. എംഗൽസ് മരിച്ച് കഷ്ടിച്ച് ഒരു വർഷം കഴിഞ്ഞപ്പോൾത്തന്നെ പോളണ്ടുകാർ, ചെക്കുകാർ എന്നിവരെ സംബന്ധിച്ചും കിഴക്കൻ പ്രശ്നത്തെ സംബന്ധിച്ചും 'മാർക്സിന്റെ പഴയ നിലപാട്, ഇനിയും തുടരാനാവില്ലെന്ന് കൗട്സ്കി തുറന്നുസമ്മതിച്ചു. തന്നെയുമല്ല, പലതരം പ്രസ്ഥാനങ്ങളുടെയും അസമമായ ശക്തിയും തന്ത്രപരമായ പ്രാധാന്യവും ചെറുതെങ്കിലും പ്രയാസമുളവാക്കുന്ന പ്രശ്നങ്ങൾ ഉയർത്തി. പരമ്പരാഗതമായി തങ്ങൾ 'ലോകവിമോചകർ എന്ന ദൗത്യം ഏറ്റെടുത്തവരായതുകൊണ്ട് അതിന്റെ നേതൃസ്ഥാനത്തിന് അർഹരാണ്' എന്ന നിലപാടായിരുന്നു, ഫ്രഞ്ചുകാർ കൈക്കൊണ്ടിരുന്നത്. പക്ഷേ ഈ

സ്ഥാനം നിലനിർത്താൻ പറ്റുന്ന അവസ്ഥയിലായിരുന്നില്ല ഫ്രാൻസ് അപ്പോൾ. ഫ്രഞ്ച് പ്രസ്ഥാനം സുസംഘടിതമായിരുന്നില്ല. ആശയക്കുഴപ്പത്തിലുമായിരുന്നു. പെറ്റി- ബൂർഷ്വ റാഡിക്കൽ റിപ്പബ്ലിക്കനിസവും മറ്റു പ്രതിപ്രവർത്തനശക്തികളും അതിലേക്ക് വലിയ അളവിൽ നുഴഞ്ഞുകയറിയിരുന്നു. മറ്റ് അലോസരപ്പെടുത്തുന്ന ഘടകങ്ങളും ഉണ്ടായിരുന്നു. അതുകൊണ്ട് ആ പ്രസ്ഥാനം നിരാശ ഉണർത്തി. മാത്രമല്ല, മാർക്സോ എംഗൽസോ പറയുന്നത് കേൾക്കാൻ അത് കൂട്ടാക്കിയതുമില്ല. 'അവങ് ഗാർദ്' എന്ന നിലയ്ക്ക് ഒരുപക്ഷേ ഫ്രാൻസിനു പകരം ആസ്ട്രിയൻ പ്രസ്ഥാനമാകും വരിക എന്നുപോലും ഒരു ഘട്ടത്തിൽ എംഗൽസ് നിർദേശിച്ചു.

അതേസമയം ജർമൻ പ്രസ്ഥാനത്തിന്റെ കണ്ണഞ്ചിക്കുന്ന വളർച്ചയും മാർക്സും എംഗൽസുമായി അതിനുണ്ടായിരുന്ന അടുത്ത ബന്ധവും അതിനെ അന്തർദേശീയ സോഷ്യലിസ്റ്റ് മുന്നേറ്റത്തിന്റെ പ്രമുഖ ശക്തിയാക്കി മാറ്റി. ഒരു നേതൃപ്പാർട്ടിക്ക് മറ്റ് പ്രസ്ഥാനങ്ങൾ കീഴ്വഴങ്ങുന്നതിനോട് എംഗൽസിന് യോജിപ്പില്ലായിരുന്നു- ഒരുപക്ഷേ ഉടന്തടിപ്രവൃത്തി വേണ്ട സന്ദർഭങ്ങളിലൊഴികെ. പക്ഷേ, ലോകസോഷ്യലിസത്തിന്റെ താൽപ്പര്യങ്ങൾ ഏറ്റവും നന്നായി മുന്നോട്ടു നയിക്കാൻ ജർമൻ പ്രസ്ഥാനത്തിന്റെ പുരോഗതിക്കാവും എന്ന് വ്യക്തമായിരുന്നു. ഇത് ജർമൻ സോഷ്യലിസ്റ്റുകളിൽ ഒതുങ്ങുന്ന വീക്ഷണമായിരുന്നില്ല. മൂന്നാം ഇന്റർനാഷനലിന്റെ ചരിത്രത്തിലെ ആദ്യ വർഷങ്ങളിൽത്തന്നെ അത് പ്രകടസാന്നിധ്യമായിരുന്നു. അതേസമയം 1890 കളുടെ തുടക്കത്തിൽ ഫ്രാങ്കോ-റഷ്യൻ സഖ്യത്തിനെതിരെ ജർമനി ജയിക്കുന്നതായിരിക്കാം ഒരു യൂറോപ്യൻ യുദ്ധത്തിൽ നല്ലതെന്ന എംഗൽസിന്റെ അഭിപ്രായം മറ്റ് രാജ്യങ്ങളിലുള്ളവർ പങ്കുവച്ചില്ല. ഫ്രഞ്ചുകാർക്കും റഷ്യക്കാർക്കും അദ്ദേഹം വിധിച്ചത് തോൽവിയിൽനിന്ന് വിപ്ലവം വരുമെന്ന പ്രതീക്ഷയായിരുന്നു. ഇത് ലെനിൻ ഒരിക്കലും അംഗീകരിച്ചില്ല. 1914 ൽ ജീവിച്ചിരുന്നെങ്കിൽ എംഗൽസ് എന്തു ചിന്തിക്കുമായിരുന്നു എന്നും മറ്റും ഊഹിക്കുന്നത് പാഴ്വേലയാകും. അപ്പോഴും 1890 കളിലെ വീക്ഷണങ്ങൾ തന്നെ അദ്ദേഹം വച്ചുപുലർത്തുമായിരുന്നു എന്ന് വിചാരിക്കുന്നതും അന്യായമാകും. ജർമൻ പാർട്ടിക്ക് എംഗൽസിന്റെ ആധികാരികത മുൻനിർത്താൻ കഴിയുമായിരുന്നില്ലെങ്കിൽപ്പോലും മിക്ക സോഷ്യലിസ്റ്റ് പാർട്ടികളും തങ്ങളുടെ സർക്കാരുകളെ പിന്തുണയ്ക്കാൻ തീരുമാനിക്കുമായിരുന്നു എന്ന സാധ്യതയും തള്ളിക്കളയാൻ കഴിയില്ല. ഏതായാലും അന്തർദേശീയ ബന്ധങ്ങൾ സംബന്ധിച്ച് പ്രത്യേകിച്ച് യുദ്ധവും സമാധാനവും സംബന്ധിച്ച് ഇന്റർനാഷനലിന് എംഗൽസ് അവശേഷിപ്പിച്ച പൈതൃകം അവ്യക്തമാണ്.

രാഷ്ട്രീയത്തെ സംബന്ധിച്ച് മാർക്സും എംഗൽസും പിൻഗാമികൾക്കായി അവശേഷിപ്പിച്ച പൊതുവായ ആശയപൈതൃകം എങ്ങനെയാണ് നാം സംഗ്രഹിക്കുക? ഒന്നാമത്, അത് രാഷ്ട്രീയം ചരിത്രപര

മായ വികാസത്തിന് കീഴ്പ്പെടണമെന്ന് ഊന്നിപ്പറഞ്ഞു. സോഷ്യലിസത്തിന്റെ വിജയം ചരിത്രപരമായ അനിവാര്യതയാണ്. ഏതു പ്രക്രിയയാണ് ഇത് അനിവാര്യമാക്കുന്നത് എന്ന് മാർക്സ് *മൂലധനം* വാല്യം ഒന്നിലെ ചരിത്രപരമായ മുതലാളിത്ത സംഭരണപ്രവണതയെപ്പറ്റി പറയുന്ന വിഖ്യാതമായ ഖണ്ഡികയിൽ ചുരുക്കിപ്പറഞ്ഞിട്ടുണ്ട്, അത് അവസാനിക്കുന്നത് 'തട്ടിയെടുക്കുന്നവരിൽനിന്ന് തട്ടിയെടുക്കുന്ന' തിനെപ്പറ്റിയുള്ള പ്രവചനത്തിലാണ്. സോഷ്യലിസ്റ്റ് രാഷ്ട്രീയ പ്രയത്നം 'മുതലാളിത്ത ഉൽപ്പാദനത്തിന്റെതന്നെ സംവിധാനത്തിൽ അച്ചടക്കം സിദ്ധിച്ചതും ഐക്യഭദ്രമായതും സംഘടിതവുമായ, സദാ എണ്ണത്തിൽ വർധിച്ചുകൊണ്ടിരിക്കുന്ന, തൊഴിലാളിവർഗത്തിന്റെ കലാപം' സൃഷ്ടിക്കുന്നില്ല; അത് ആ പ്രയത്നത്തിന്റെ ആധാരശിലതന്നെയാണ്. മുതലാളിത്ത വികാസം എത്തിനിൽക്കുന്ന ഘട്ടത്തെ ആശ്രയിച്ചാണ് അടിസ്ഥാനപരമായും സോഷ്യലിസ്റ്റ് രാഷ്ട്രീയപ്രയത്നം നിലനിൽക്കുന്നത് – ആഗോളതലത്തിലും പ്രത്യേകരാജ്യങ്ങളിലും. ഈ വെളിച്ചത്തിൽ ഒരു മാർക്സിസ്റ്റ് അപഗ്രഥനം സോഷ്യലിസ്റ്റ് രാഷ്ട്രീയതന്ത്രത്തിന്റെ അവശ്യം ആവശ്യമായ അടിത്തറയാകുന്നു. രാഷ്ട്രീയം ചരിത്രത്തിൽ ആണ്ടിരിക്കുന്നു. അങ്ങനെ ആണ്ടിരിക്കുന്നില്ലെങ്കിൽ അതുകൊണ്ട് ഉദ്ദേശിക്കുന്ന ലക്ഷ്യം നേടാനുള്ള ശക്തി അതിനുണ്ടാവില്ല എന്ന് മാർക്സിയൻ അപഗ്രഥനം കാണിച്ചുതരുന്നു.

രണ്ടാമത്, വിജയിയായ തൊഴിലാളിവർഗം രാഷ്ട്രീയമായി സംഘടിതമാകും ('പാർട്ടി' ആയി), അത് രാഷ്ട്രീയാധികാരക്കൈമാറ്റം ലക്ഷ്യമിട്ടും, അതേത്തുടർന്ന് തൊഴിലാളിവർഗത്തിനുകീഴിൽ സംക്രമണാത്മകമായ ഒരു ഭരണകൂടാധികാരം വരും എന്നതിനാൽ രാഷ്ട്രീയം നിർണായകമാണ്, ചരിത്രത്തിൽ തൊഴിലാളിവർഗത്തിന്റെ പങ്കിന്റെ സത്ത രാഷ്ട്രീയപ്രവർത്തനമാണ്. അത് ചരിത്രം നിശ്ചയിക്കുന്ന അതിരുകൾക്കുള്ളിൽ നിന്ന്, അതായത്, രാഷ്ട്രീയത്തിലൂടെയാണ് പ്രവർത്തിക്കുന്നത് – തിരഞ്ഞെടുപ്പ്, തീരുമാനം, ബോധപൂർവമായ പ്രവർത്തനം എന്നിങ്ങനെ. ഒരുപക്ഷേ മാർക്സിന്റെയും എംഗൽസിന്റെയും ജീവിതകാലത്തും രണ്ടാം ഇന്റർനാഷനലിന്റെ കാലത്തും മറ്റു മിക്ക സോഷ്യലിസ്റ്റുകളിൽനിന്നും കമ്യൂണിസ്റ്റുകളിൽനിന്നും അരാജകവാദികളിൽനിന്നും (ജാക്കോബിൻ പാരമ്പര്യത്തിൽപ്പെട്ടവരൊഴികെ) 'ശുദ്ധ' ട്രേഡ് യൂണിയൻ/സഹകരണപ്രസ്ഥാനങ്ങളിൽനിന്നും മാർക്സിയന്മാരെ വേർതിരിച്ച് അടയാളപ്പെടുത്തിയ പ്രധാനമാനദണ്ഡം വിപ്ലവത്തിനു മുമ്പും വിപ്ലവകാലത്തും അതിനുശേഷവും രാഷ്ട്രീയത്തിന് അടിസ്ഥാനപരമായ പങ്കുണ്ടെന്ന വിശ്വാസമാകണം. ഒരുപക്ഷേ മാർക്സ് പ്രൂധോണിയൻ/ബക്കുനിനൈറ്റ് അരാജകവാദികളുമായി ഉയർത്തിയ വിവാദം കാരണം അമിതമായി അത് ഊന്നപ്പെട്ടിരിക്കാം. പക്ഷേ അതിന്റെ വമ്പിച്ച പ്രാധാന്യത്തെക്കുറിച്ച് സംശയമൊന്നും ഇല്ല. വിപ്ലവാനന്തര കാലഘട്ടത്തെ സംബന്ധിച്ചിടത്തോളം ഈ മനോഭാവത്തിന്റെ പ്രത്യാഘാതങ്ങൾ

കേവലം അക്കാദമികം മാത്രമായിരുന്നു, അപ്പോഴും. വിപ്ലവപൂർവകാലഘട്ടത്തെ സംബന്ധിച്ചിടത്തോളം മുതലാളിത്തത്തിന്റെ കീഴിൽ അത് തൊഴിലാളിവർഗ പാർട്ടിയെ എല്ലാത്തരം രാഷ്ട്രീയപ്രവർത്തനത്തിലും ഉൾപ്പെടുത്തിയിരുന്നു.

മൂന്നാമത്, വർഗസന്തുലനത്തിന്റേതുപോലുള്ള ചില പ്രത്യേക ചരിത്രസന്ധികളിൽ ഒഴികെ എപ്പോഴും രാഷ്ട്രീയം സത്താപരമായും ഭരണവർഗത്തെ/വർഗങ്ങളെ പ്രതിനിധാനം ചെയ്യുന്ന ഭരണകൂടങ്ങൾക്കകമേ നടക്കുന്ന ഒരു വർഗസമരമാണ് എന്ന വീക്ഷണമാണ് അവർ പുലർത്തിയിരുന്നത്. തത്വശാസ്ത്രത്തിൽ ആദർശവാദത്തിനെതിരായ ഭൗതികവാദത്തെ ഉയർത്തിപ്പിടിച്ചതുപോലെ തന്നെ ഭരണകൂടം വർഗാതീതമാണ്, സമൂഹത്തിന്റെയാകെ സ്വയം തകർക്കുന്ന നിഷേധാത്മക താൽപ്പര്യങ്ങൾ ഒഴിച്ചുള്ള പൊതുതാൽപ്പര്യങ്ങളെ പ്രതിനിധാനം ചെയ്യുന്നതാണ് എന്ന വീക്ഷണത്തെയും മാർക്സും എംഗൽസും വിമർശിച്ചു. ഭരണകൂടം വർഗസമൂഹത്തിന്റെ ചരിത്രപരമായ ഒരു പ്രതിഭാസമാണ്. പക്ഷേ അതൊരു ഭരണകൂടമായി നിൽക്കുന്നിടത്തോളം വർഗഭരണത്തെയാണ് പ്രതിനിധാനം ചെയ്യുന്നത് – ഒരുപക്ഷെ പ്രക്ഷോഭഭാഷയിൽ ലളിതവൽക്കരിക്കപ്പെടുന്ന 'ഭരണവർഗത്തിന്റെ നിർവാഹകസമിതി' എന്ന രൂപത്തിലായിരിക്കില്ലെങ്കിലും. ബൂർഷ്വ ഭരണകൂടത്തിലെ രാഷ്ട്രീയ ജീവിതത്തിൽ തൊഴിലാളിവർഗ പാർട്ടികളുടെ പങ്കിനും അത് അവയ്ക്ക് അനുവദിച്ചു നൽകുമെന്ന് പ്രതീക്ഷിക്കപ്പെടുന്ന അവകാശങ്ങൾക്കും അതോടെ പരിമിതികൾ ഉണ്ടാവുകയാണ്. അങ്ങനെ, തൊഴിലാളി പ്രസ്ഥാനം ബൂർഷ്വരാഷ്ട്രീയത്തിന്റെ അതിരുകൾക്കുള്ളിലും പുറത്തും വ്യവഹരിക്കുന്നു. ഭരണകൂടത്തിന്റെ പ്രധാനഘടകമായി അധികാരത്തെ നിർവചിച്ചതുകൊണ്ട് എക്കാലവും രാഷ്ട്രീയത്തിലും ഭരണകൂടത്തെ സംബന്ധിച്ച ചർച്ചയിലും അധികാരം മാത്രമാണ് മുഖ്യവിഷയം എന്ന് അനുമാനിക്കുക എളുപ്പമാകുന്നു (മാർക്സും എംഗൽസും അങ്ങനെ അനുമാനിച്ചിരുന്നില്ലെങ്കിലും).

നാലാമത്, നിറവേറ്റുന്ന ധർമങ്ങൾ എന്തൊക്കെയാണെങ്കിലും സംക്രമണഘട്ടത്തിലെ തൊഴിലാളിവർഗ ഭരണകൂടം ജനങ്ങൾക്കും ഒരു പ്രത്യേക ഇനം ഭരണക്കാർ എന്ന നിലയ്ക്ക് സർക്കാരിനും ഇടയിലെ വിഭജനം ഇല്ലാതാക്കണം. അത് 'ജനാധിപത്യപര' മാകണം എന്നു പറയാം; പക്ഷേ ഇടയ്ക്കിടെ തിരഞ്ഞെടുപ്പിലൂടെ വരുന്ന പ്രതിനിധികളുടെ പാർലമെന്റ് രൂപത്തിലുള്ള ഭരണസംവിധാനം എന്ന അർഥത്തിലല്ല ഇവിടെ 'ജനാധിപത്യം' പ്രയോഗിക്കപ്പെടുന്നത്. (അതിനെ മാർക്സ് നിരാകരിക്കുന്നുണ്ട്.) എങ്കിലും, പ്രത്യേകസ്ഥാപനങ്ങളുമായി ചേർത്തുവായിക്കാതെ, റൂസോയുടെ ചില പ്രത്യേക വശങ്ങളെ അനുസ്മരിപ്പിക്കുന്ന തരത്തിലാണെങ്കിൽ, അത് 'ജനാധിപത്യം' തന്നെ. ഇതായിരുന്നു പിൻഗാമികൾക്കായി മാർക്സ് അവശേഷിപ്പിച്ച പൈതൃകത്തിലെ ഏറ്റവും പ്രയാസമേറിയ ഭാഗം. കാരണം, മാർക്സിയൻ വഴിയിലൂടെ സോഷ്യലിസം കൊണ്ടുവരാനുള്ള യഥാർഥ ശ്രമങ്ങളൊക്കെ ഒരു സ്വതന്ത്രഭരണകൂട യന്ത്രത്തെ ശക്തമാക്കുന്ന കാഴ്ചയാണ് ഇതുവരെ കണ്ടിട്ടുള്ളത്

(സോഷ്യലിസ്റ്റേതര വാഴ്ചകളും അങ്ങനെതന്നെ). അതേസമയം പുതിയ സമൂഹത്തിന്റെ വികാസത്തിലെ ഒരു അവിഭാജ്യഘടകമായി മാർക്സ് ദൃഢമായി കണക്കാക്കിയ ആ അഭിലാഷം ഉപേക്ഷിക്കാൻ മാർക്സിസ്റ്റുകാർ മടിക്കുകയും ചെയ്യുന്നു.

അവസാനമായി, ഒരളവോളം കരുതിക്കൂട്ടിത്തന്നെ മാർക്സും എംഗൽസും തങ്ങളുടെ രാഷ്ട്രീയചിന്തയാൽ നിരവധി ശൂന്യമോ അവ്യക്തമോ ആയ ഇടങ്ങൾ പിൻഗാമികൾക്കായി അവശേഷിപ്പിച്ചിട്ടുണ്ട്. പ്രസ്ഥാനത്തെ എത്രകണ്ട് തുണയ്ക്കുന്നു, തടസപ്പെടുത്തുന്നു എന്നു നോക്കിയാണ് വിപ്ലവപൂർവമായ രാഷ്ട്രീയ – ഭരണഘടനാരൂപങ്ങളുടെ പ്രസക്തി അവർ നിശ്ചയിച്ചിരുന്നത്. അതുകൊണ്ട് അവർ അവയെ അത്ര ചിട്ടയായി ശ്രദ്ധിച്ചില്ല. മൂർത്തമായ ചില കാര്യങ്ങളെപ്പറ്റിയും സാഹചര്യങ്ങളെപ്പറ്റിയും അഭിപ്രായം പറയുന്നതിൽ അവർ യാതൊരു ലോപവും കാട്ടിയിട്ടുമില്ല. ആസന്നമായ സോഷ്യലിസ്റ്റ് സമൂഹം, അതിന്റെ ഏർപ്പാടുകൾ എന്നിവയുടെയും വിപ്ലവാനന്തരമുള്ള സംക്രമണഘട്ടത്തിന്റെയും വിശദാംശങ്ങൾ സംബന്ധിച്ച അനുമാനങ്ങൾ നടത്താൻ അവർ കൂട്ടാക്കിയിട്ടില്ല. അതുകൊണ്ട് അവർ അവയെ അഭിമുഖീകരിക്കാൻ പിൻഗാമികൾക്കായി ഏതാനും പൊതുതത്വങ്ങൾ ഒഴികെ മറ്റൊന്നും അവശേഷിപ്പിച്ചിട്ടില്ല. സമ്പദ്വ്യവസ്ഥയുടെ സമൂഹവൽക്കരണം, അത് ആസൂത്രണം ചെയ്യാനുള്ള ഏർപ്പാടുകൾ എന്നിവ സംബന്ധിച്ച് പ്രായോഗികമായി ഉപയോഗിക്കാവുന്ന മൂർത്തമായ ഒരു ദിശാസൂചനയും അവർ നൽകിയിട്ടില്ല. ചില വിഷയങ്ങളിൽ പൊതുവെ അവ്യക്തമോ പഴയതോ ആയ ഒരു മാർഗനിർദേശവും അവർ നൽകിയിട്ടില്ല; അവയെ പരിഗണിക്കാൻ അവർ ഒരു കാരണവും കണ്ടില്ല.

പിൽക്കാല മാർക്സിസ്റ്റുകാർക്ക് സ്ഥാപകരുടെ പൈതൃകത്തിൽ നിന്ന് എന്താണ് വിശദമായി കരുപ്പിടിപ്പിച്ചെടുക്കാൻ കഴിയുക, അല്ലെങ്കിൽ കഴിയാതിരിക്കുക എന്നതു സംബന്ധിച്ചല്ല നാം ചർച്ച ചെയ്യേണ്ടത്; എന്താണ് സ്വയം ആലോചിച്ചു കണ്ടെത്തേണ്ടിവരുക എന്നതിനെക്കുറിച്ചുമല്ല; അതിന്റെ മഹത്തായ മൗലികതയെക്കുറിച്ചാണ്. നിരന്തരമായും രണോത്സുകമായും വിവാദാത്മകമായും മാർക്സും എംഗൽസും തിരസ്കരിച്ചത് അവരുടെ കാലത്തെ വിപ്ലവഇടതുപക്ഷത്തിന്റെ – സോഷ്യലിസ്റ്റുകളുടേതടക്കം – ഇന്നും പ്രലോഭനശേഷി വറ്റിയിട്ടില്ലാത്ത ഒരു സമീപനത്തെയാണ്. ചീത്ത സമൂഹത്തിനുപകരം നല്ല സമൂഹം, അയുക്തികതയ്ക്കു പകരം യുക്തി, കറുപ്പിനു പകരം വെളുപ്പ് – അങ്ങനെയൊരു പകരംവയ്പിന് ശ്രമിച്ചവരുടെ ലളിതമായ ദ്വന്ദ്വകൽപ്പനകളെ അവർ തിരസ്കരിച്ചു. വിവിധയിനം ഇടതുപക്ഷക്കാരുടെ പൂർവനിശ്ചിതമായ പരിപാടി മാതൃകകളെ അവർ തിരസ്കരിച്ചു. ഓരോ ഇനത്തിനും ഉട്ടോപ്യയ്ക്കടുത്തെത്തുന്ന വിശദമായ കരടുപദ്ധതികൾ അടക്കമുള്ള ഒരു മാതൃക ഉണ്ടാകാം എന്ന് കുറിക്കാനും അവർ മറന്നില്ല. ഈ മാതൃകകൾ ഒന്നുപോലും പരസ്പരം യോജിക്കില്ല എന്നുകൂടി അവർ ചൂണ്ടിക്കാട്ടി. നിശ്ചിതമായ പ്രവർത്തനമാതൃകകൾ കരുപ്പിടിപ്പിക്കാനുള്ള പ്രവണതയെ അവർ തിരസ്കരിച്ചു. ഉദാഹരണത്തിന്, വിപ്ലവമാറ്റത്തിന്റെ

കൃത്യമായ രൂപം കുറിപ്പടിയായി വയ്ക്കുക, മറ്റെല്ലാം നീതിമത്കരിക്കാൻ കഴിയാത്തവയാണെന്ന് പ്രഖ്യാപിക്കുക; രാഷ്ട്രീയപ്രവർത്തനത്തെ നിരാകരിക്കുകയോ അതിനെ മാത്രം ആശ്രയിക്കുകയോ ചെയ്യുക. അവർ ചരിത്രേതരമായ സന്നദ്ധവാദത്തെ തിരസ്കരിച്ചു.

പകരം പ്രസ്ഥാനത്തിന്റെ പ്രവർത്തനത്തെ ദൃഢമായി ചരിത്രപരമായ വികാസത്തിന്റെ പശ്ചാത്തലത്തിൽ പ്രതിഷ്ഠിക്കുകയാണ് അവർ ചെയ്തത്. ഭാവിയുടെ രൂപവും പ്രവർത്തനത്തിന്റെ കർത്തവ്യങ്ങളും അവയിലേക്ക് നയിക്കുന്ന സാമൂഹികവികാസത്തിന്റെ പ്രക്രിയ കണ്ടെത്തിക്കൊണ്ട് മാത്രമേ മനസിലാക്കാൻ കഴിയൂ. ഈ കണ്ടെത്തൽ തന്നെ വികാസത്തിന്റെ ഒരു പ്രത്യേകഘട്ടത്തിലേ സാധ്യമാകൂ. ഇത് ഭാവിയെക്കുറിച്ചുള്ള ദർശനത്തെ ചില പരുക്കൻ ഘടനാതത്വങ്ങളിലേക്ക് ചുരുക്കുന്നു; ഊഹാധിഷ്ഠിതമായ പ്രവചനങ്ങൾ ഒഴിവാക്കിയാണ് ഈ ചുരുക്കൽ. ഇത് സോഷ്യലിസ്റ്റ് പ്രതീക്ഷകൾക്ക് ചരിത്രപരമായ അനിവാര്യതയുടെ നിശ്ചിതത്വം പ്രദാനം ചെയ്തു. മൂർത്തമായ രാഷ്ട്രീയ പ്രവർത്തനമെന്ന നിലയ്ക്ക് (ആഗോളതലത്തിലും പ്രത്യേക മേഖലകളിലും രാജ്യങ്ങളിലും) എന്താണ് വേണ്ടത്, എന്താണ് സാധ്യം എന്ന് തീരുമാനിക്കാൻ ചരിത്രപരമായ വികാസത്തിന്റെ മാത്രമല്ല, മൂർത്തമായ സാഹചര്യങ്ങളുടെയും ഒരപഗ്രഥനം ആവശ്യമായിരുന്നു. അങ്ങനെ, രാഷ്ട്രീയതീരുമാനത്തെ അതിനെ ആശ്രയിക്കാത്ത ചരിത്രപരമായ മാറ്റത്തിന്റെ ഒരു ചട്ടക്കൂട്ടിലേക്ക് തിരുകി. അനിവാര്യമായും ഇത് രാഷ്ട്രീയത്തിൽ കമ്യൂണിസ്റ്റുകാരുടെ കർത്തവ്യങ്ങൾ അവ്യക്തവും സങ്കീർണവുമാക്കി.

മാർക്സിയൻ അപഗ്രഥനത്തിന്റെ പൊതുതത്വങ്ങൾ ആവശ്യമാണെങ്കിൽപ്പോലും കൃത്യമായ നയമാർഗനിർദേശങ്ങൾ നൽകാൻ പറ്റാത്തത്ര വിശാലമായിരുന്നു. വിപ്ലവത്തിന്റെയും തുടർന്ന് സോഷ്യലിസത്തിലേക്കുള്ള സംക്രമണത്തിന്റെയും പ്രശ്നങ്ങൾക്ക് ഇത് വിശേഷിച്ചും ബാധകമാകുന്നു. 'തൊഴിലാളിവർഗ സർവാധിപത്യം' എങ്ങനെയായിരിക്കാം എന്നതിന്റെ വ്യക്തമായ ഒരു പ്രസ്താവന തേടി തലമുറകളോളമായി വ്യാഖ്യാതാക്കൾ പരതുന്നു. അവരെല്ലാം തോറ്റു. കാരണം, സ്ഥാപകരുടെ പ്രധാനവേവലാതി അത്തരമൊരു ഘട്ടത്തിന്റെ ചരിത്രപരമായ ആവശ്യകത സ്ഥാപിക്കുന്നതിനെപ്പറ്റിയായിരുന്നു. അത് സങ്കീർണമായിരുന്നു. കാരണം, രാഷ്ട്രീയപ്രവർത്തനം, സംഘാടനം എന്നിവയുടെ രൂപങ്ങളോടും (ഉള്ളടക്കത്തിൽനിന്ന് ഭിന്നമായി) അവ വ്യവഹരിക്കുന്നത് ഏതൊരു ഔപചാരിക സ്ഥാപനങ്ങൾക്കുള്ളിലാണോ, അവയോടും മാർക്സിന്റെയും എംഗൽസിന്റെയും നിലപാടിനെ നിർണയിച്ചിരുന്നത് മുഖ്യമായും അവർ സ്വയം എത്തിപ്പെട്ട മൂർത്തമായ സാഹചര്യമായിരുന്നു. അതുകൊണ്ടുതന്നെ അവർക്ക് അവയെ സ്ഥിരമായ ഒരു കൂട്ടം നിയമങ്ങളാക്കി ചുരുക്കാൻ പറ്റില്ലായിരുന്നു. ഏതൊരു പ്രത്യേക നിമിഷത്തിലും ഏതെങ്കിലും പ്രത്യേക രാജ്യത്ത് / മേഖലയിൽ മാർക്സിയൻ രാഷ്ട്രീയാപഗ്രഥനം ഒരു കൂട്ടം നയശുപാർശകളായി രൂപവൽക്കരിക്കാവുന്നതാണ് (ഉദാഹരണത്തിന്, 1850 ൽ പൊതുസഭയിലെ പ്രസംഗങ്ങളിൽ). പക്ഷേ നിർവചനമനുസരിച്ച് അവ ഏതൊരു കാര്യത്തിനാണോ

സമാഹരിക്കപ്പെട്ടത്, അവയിൽനിന്ന് വ്യത്യസ്തമായ സാഹചര്യങ്ങൾക്ക് ബാധകമാക്കാൻ സാധിക്കില്ല. ഇത് മാർക്സിന്റെ *Class Struggles in France* (*ഫ്രാൻസിലെ വർഗസമരങ്ങൾ*) എന്ന രചനയെ സംബന്ധിച്ച തന്റെ ചിന്തകളാൽ എംഗൽസ് ചൂണ്ടിക്കാട്ടിയിട്ടുണ്ട്. പക്ഷേ മാർക്സിനുശേഷമുള്ള സാഹചര്യങ്ങൾ മാർക്സിന്റെ കാലത്തുള്ളവയിൽനിന്ന് അനിവാര്യമായും വ്യത്യസ്തമായിരുന്നു. എന്തെങ്കിലും സാമ്യമുണ്ടെങ്കിൽത്തന്നെ അത് കണ്ടെത്താൻ മാർക്സ് അഭിമുഖീകരിച്ച സാഹചര്യത്തെയും പിൽക്കാലത്ത് മാർക്സിസ്റ്റുകാർ അദ്ദേഹത്തിൽനിന്ന് മാർഗനിർദേശം തേടിയ സാഹചര്യത്തെയും ചരിത്രപരമായി അപഗ്രഥിക്കണം. ഇതെല്ലാം ക്ലാസിക് രചനകളിൽനിന്ന് തന്ത്രപരമോ അടവുപരമോ ആയ കൈപ്പുസ്തകം പോലെ എന്തെങ്കിലുമൊന്ന് നിർമിച്ചെടുക്കുക അസാധ്യമാക്കി, കീഴ്വഴക്കങ്ങളുടെ ഒരു കൂട്ടം എന്ന നിലയ്ക്ക് അവയെ ഉപയോഗിക്കുന്നതുപോലും അപകടകരമാക്കി. പക്ഷേ പലപ്പോഴും അവ അങ്ങനെ ഉപയോഗിക്കപ്പെട്ടു. മാർക്സിൽ നിന്ന് പഠിക്കാവുന്നത് അപഗ്രഥനം, പ്രവർത്തനം എന്നീ കർത്തവ്യങ്ങളെ അഭിമുഖീകരിക്കുമ്പോൾ അദ്ദേഹം കൈക്കൊണ്ടരീതിയാണ്, അല്ലാതെ ക്ലാസിക് രചനകളിൽനിന്ന് മുൻകൂർ തയാറാക്കിയ പാഠങ്ങളല്ല.

ഇതുതന്നെയാകും തന്റെ അനുയായികൾ പഠിക്കണമെന്ന് മാർക്സും തീർച്ചയായും ആഗ്രഹിച്ചിരിക്കുക. എങ്കിലും ബഹുജന പ്രസ്ഥാനങ്ങളും പാർട്ടികളും സംഘടിത രാഷ്ട്രീയ ഗ്രൂപ്പുകളും ഒക്കെയായി വിവർത്തനം ചെയ്യപ്പെട്ട മാർക്സിയൻ ആശയങ്ങളുടെ പ്രചോദനം അനിവാര്യമായും ഇ. ലെഡറർ ഒരിക്കൽ പറഞ്ഞ ചിന്തയെ നിഷ്ഠുരമായി ആക്രമിക്കുന്ന, പ്രശസ്തമായ, കുറുക്കിയ, ലളിതവൽക്കരിക്കുന്ന ശൈലീവൽക്കരണം കൂടി ഒപ്പം കൊണ്ടുവന്നു. 'അത് ബഹുജനങ്ങളെ പ്രസ്ഥാനത്തിലേക്ക് നയിക്കണമെങ്കിൽ ഏതൊരു മഹത്തായ ആശയവും വിധേയമാകേണ്ട ഒരു പ്രക്രിയയുമാണ്.' പ്രവർത്തനത്തിനുള്ള ഈ മാർഗനിർദേശത്തെ വരട്ടുതത്വമാക്കി മാറാൻ അനുവദിക്കുന്ന നിരന്തര പ്രലോഭനം ഉണ്ടായി. ഈ പ്രശ്നം മാർക്സിയൻ സിദ്ധാന്തത്തിന്റെ മറ്റേതൊരുവശത്തേക്കാളും സിദ്ധാന്തത്തിലും പ്രസ്ഥാനത്തിലും അധികം നാശമുണ്ടാക്കിയത് മാർക്സിന്റെയും എംഗൽസിന്റെയും രാഷ്ട്രീയചിന്തയുടെ മേഖലയിലാണ്. പക്ഷേ അത് മാർക്സിസം ഒരു പക്ഷേ അനിവാര്യമായും, ഒരുപക്ഷെ അനിവാര്യമല്ലാതെയും എന്തായിത്തീർന്നു എന്നതിനെ പ്രതിനിധാനം ചെയ്യുന്നു. അത് മാർക്സിൽ നിന്നും എംഗൽസിൽ നിന്നുമുള്ള ഒരു വ്യുൽപ്പത്തിയെ പ്രതിനിധാനം ചെയ്യുന്നു; പ്രത്യേകിച്ച് സ്ഥാപകരുടെ രചനകൾ ക്ലാസിക് /പ്രമാണ സ്ഥാനം ആർജിച്ച സ്ഥിതിക്ക്. അത് മാർക്സും എംഗൽസും ചിന്തിച്ചതും എഴുതിയതും എന്താണെങ്കിലും അതിനെ പ്രതിനിധാനം ചെയ്യുന്നില്ല, അവർ പ്രവർത്തിച്ചതെങ്ങനെ എന്നതിനെ ചിലപ്പോൾ മാത്രം പ്രതിനിധാനം ചെയ്യുന്നു.

4

എംഗൽസിന്റെ 'ഇംഗ്ലണ്ടിലെ തൊഴിലാളി വർഗത്തിന്റെ അവസ്ഥ'യെപ്പറ്റി

'തൊഴിലാളിവർഗത്തിന്റെ അവസ്ഥ' എഴുതുമ്പോൾ ഫ്രെഡറിക് എംഗൽസിന് വയസ്സ് 24. ഇക്കാര്യം ഇന്നോർക്കാൻ വലിയ പ്രയാസമാണ്. ആ കർത്തവ്യം നിർവഹിക്കാൻ അദ്ദേഹം സർവഥാ യോഗ്യനായിരുന്നു. റൈൻലാൻഡിലെ ബാർമെനിൽ താമസക്കാരായ പരുത്തി നിർമാതാക്കളുടെ സമ്പന്നകുടുംബത്തിലാണ് എംഗൽസ് ജനിച്ചത്. വ്യവസായ മുതലാളിത്തത്തിന്റെ സമ്പദ് വ്യവസ്ഥയുടെ കേന്ദ്രമായ മാഞ്ചെസ്റ്ററിൽ തന്നെ ഒരു ശാഖ (എർമൻ ആൻഡ് എംഗൽസ്) തുടങ്ങാനുള്ള സാമർഥ്യം കാണിച്ച കുടുംബം. യുവ എംഗൽസിനു ചുറ്റും ആദ്യകാല വ്യവസായ മുതലാളിത്തത്തിന്റെ ഭീകരത നടമാടി. അവയോടുള്ള പ്രതികരണമായി ആ യുവാവ് തന്റെ ഭവനത്തിലെ സങ്കുചിതവും അപ്രമാദിത്തം നിറഞ്ഞതുമായ ദീനാനുകമ്പയിൽ മനംമടുത്ത് 1830 കളിൽ ഏതൊരു യുവ ജർമൻ ബുദ്ധിജീവിയും ചെയ്യുമായിരുന്നതുപോലെ പുരോഗമനചിന്താഗതിയുടെ പാത സ്വീകരിച്ചു. തന്നേക്കാൾ അൽപ്പം മുതിർന്ന സമകാലികനായ കാൾ മാർക്സിനെപ്പോലെ അദ്ദേഹം ഒരു 'ഇടതുപക്ഷ ഹെഗലിയൻ' ആയി – പ്രഷ്യൻ തലസ്ഥാനമായ ബർലിനിലെ ഉന്നതവിദ്യാഭ്യാസത്തിൽ ഹെഗലിന്റെ തത്വശാസ്ത്രം ആധിപത്യം പുലർത്തുകയായിരുന്നു. എംഗൽസ് ക്രമേണ കമ്യൂണിസത്തിലേക്ക് കൂടുതൽ ചാഞ്ഞു. ജർമൻ ഇടതുപക്ഷം അതിന്റെ സമൂഹവിമർശം രൂപപ്പെടുത്താൻ ശ്രമിച്ചുകൊണ്ടിരുന്ന വിവിധ ആനുകാലികങ്ങളിലും പ്രസിദ്ധീകരണങ്ങളിലും അദ്ദേഹം എഴുതി. താമസിയാതെ അദ്ദേഹം സ്വയമൊരു കമ്യൂണിസ്റ്റ് ആയി കണക്കാക്കിത്തുടങ്ങി. കുറച്ചുകാലത്തേക്ക് ഇംഗ്ലണ്ടിൽ പാർപ്പുറപ്പിക്കാനുള്ള തീരുമാനം അദ്ദേഹത്തിന്റേതായിരുന്നോ, പിതാവിന്റേതായിരുന്നോ എന്ന് വ്യക്തമല്ല. ഒരുപക്ഷേ വ്യത്യസ്ത കാരണങ്ങളാൽ ഇരുവരും അതിനെ അനുകൂലിച്ചിരിക്കാം: പിതാവ്

എംഗൽസ് തന്റെ വിപ്ലവകാരിയായ മകനെ ജർമനിയിലെ പ്രക്ഷോഭ ത്തിൽനിന്ന് മാറ്റി ഒരു നല്ല ബിസിനസുകാരനാക്കാനും യുവ എംഗൽസ് ആധുനിക മുതലാളിത്തത്തിന്റെ കേന്ദ്രത്തിൽ പാർക്കാനും ബ്രിട്ടീഷ് തൊഴിലാളിവർഗത്തിന്റെ മഹത്തായ പ്രസ്ഥാനങ്ങളോട് അടുത്തു നിൽക്കാനും ആഗ്രഹിച്ചു. ഈ വർഗത്തെ ആധുനികലോകത്തിലെ നിർണായകമായ വിപ്ലവശക്തിയായി അദ്ദേഹം നടേതന്നെ തിരിച്ചറിഞ്ഞി രുന്നു.

1842 ഹേമന്തത്തിലാണ് എംഗൽസ് ഇംഗ്ലണ്ടിലേക്ക് പോയത്. വഴി യിൽവച്ച് മാർക്സുമായി ആദ്യ സമ്പർക്കം സ്ഥാപിച്ചു. അവിടെ അദ്ദേഹം നിരീക്ഷിച്ചും പഠിച്ചും തന്റെ ആശയങ്ങൾ രൂപവൽക്കരിച്ചും രണ്ടു വർഷ ത്തോളം കഴിഞ്ഞുകൂടി. 1844 ആരംഭത്തോടെ അദ്ദേഹം പുസ്തകരചന തുടങ്ങി. 1844–45 ശീതകാലത്താണ് അതിന്റെ ഭൂരിഭാഗവും എഴുതിയ ത്. രചന 1845 വേനലിൽ ലീപ്സിഗിലാണ് അന്തിമരൂപത്തിൽ പുറത്തു വന്നത്. 'ഗ്രേറ്റ് ബ്രിട്ടനിലെ തൊഴിലാളിവർഗങ്ങൾക്ക്' സമർപ്പിച്ച ഈ ഗ്രന്ഥത്തിന് ഒരാമുഖവും ഉണ്ടായിരുന്നു. ഇംഗ്ലീഷിൽ ഗ്രന്ഥകാരന്റെ ചില്ലറ മാറ്റങ്ങളുമായി പുറത്തുവന്നത് 1887 ലാണ് (അമേരിക്കൻ പതിപ്പ്); 1892 ൽ ബ്രിട്ടീഷ് പതിപ്പും വന്നു. രണ്ടിലും കനപ്പെട്ട ആമുഖങ്ങൾ ഉണ്ടാ യിരുന്നു. വ്യവസായവൽകൃതമായ ഇംഗ്ലണ്ടിനെപ്പറ്റിയുള്ള ഈ മാസ്റ്റർപീസ് അതിന്റെ വിഷയമായ രാജ്യത്ത് എത്താൻ അരനൂറ്റാ ണ്ടോളം എടുത്തു എന്നർഥം. അതിൽപ്പിന്നെ വ്യവസായവിപ്ലവത്തെപ്പറ്റി പഠിക്കുന്നവർക്ക് പേരിലെങ്കിലും അത് സുപരിചിതമായി.

പണിയെടുക്കുന്ന വർഗങ്ങളുടെ സാഹചര്യത്തെക്കുറിച്ച് ഒരു ഗ്രന്ഥം എഴുതുക എന്ന ആശയം മൗലികമായിരുന്നില്ല. 1830 കളോടെ ബുദ്ധിയുള്ള എല്ലാ നിരീക്ഷകർക്കും ഒരു കാര്യം വ്യക്തമായിരുന്നു: ഇനിയും 'പാവങ്ങൾ' എന്നു വിളിക്കാൻ കഴിയാത്ത, ചരിത്രത്തിൽ അഭൂ തപൂർവമായ ഒരു വർഗം, തൊഴിലാളി വർഗം, അനുഭവിക്കുന്ന സാമൂ ഹികപ്രശ്നം യൂറോപ്പിലെ വികസിതവിഭാഗങ്ങളും നരിട്ടു തുടങ്ങിയി രുന്നു. മുതലാളിത്തത്തിന്റെയും തൊഴിലാളിവർഗ പ്രസ്ഥാനത്തിന്റെയും പരിണാമത്തിലെ നിർണായകഘട്ടമായ 1830 കളിലും 1840 കളിലും പടി ഞ്ഞാറൻ യൂറോപ്പിൽ ആകെ തൊഴിലാളിവർഗങ്ങളുടെ സാഹചര്യം സംബന്ധിച്ച പുസ്തകങ്ങളും ലഘുലേഖകളും അന്വേഷണങ്ങളും വലിയ തോതിൽ പെരുകി. എംഗൽസിന്റേത് ഈ ഗണത്തിലെ ഏറ്റവും പ്രമുഖമായ രചനയാണ്. എൽ. വില്ലെർമെയുടെ *Tableau de l' Etat Physique et Moral des Ouvriers employe's dans les Manufactures de Coton, de Laine et de Soie* [1840] സാമൂഹികാന്വേഷണ ത്തിന്റെ അന്തസ്സുള്ള ഒരു ഉദാഹരണം എന്ന നിലയിൽ പ്രത്യേക പരാ മർശം അർഹിക്കുന്നു. തൊഴിലാളിവർഗത്തിന്റെ പ്രശ്നം കേവലം പ്രാദേ ശികമോ ദേശീയമോ അല്ല, അന്തർദേശീയമാണ് എന്നും വ്യക്തമായി രുന്നു. ബുറെറ്റ് ഇംഗ്ലണ്ടിലെയും ഫ്രാൻസിലെയും സാഹചര്യങ്ങൾ താര

തമ്യപ്പെടുത്തി. *[La misere des classes laborieuses en France et en Angleterre,*1840]. ഡ്യൂക്പെറ്റിയു 1843 ൽ യൂറോപ്പിൽ ഉടനീളം യുവതൊഴിലാളികളുടെ സാഹചര്യങ്ങൾ സംബന്ധിച്ച ദത്തങ്ങൾ സമാഹരിച്ചു. അതുകൊണ്ട്, എംഗൽസിന്റെ രചന ഒറ്റപ്പെട്ട ഒരു സാഹിത്യ സംഭവമല്ലായിരുന്നു. മറ്റൊന്നുംകിട്ടാതെ വരുമ്പോൾ മാർക്സിസ്റ്റുവിരുദ്ധർ എംഗൽസിനെ 'മോഷ്ടാവ്' എന്നു വിളിച്ചു കൊഞ്ഞനം കുത്താനുള്ള ഇന്ധനമായി ഈ വസ്തുത ഉപയോഗിച്ചു.

ഏതായാലും, പ്രത്യക്ഷത്തിൽ ഒരുപോലെയുള്ള സമകാലിക രചനകളിൽനിന്ന് എംഗൽസിന്റെ പുസ്തകം പല തരത്തിലും വ്യത്യസ്തമായിരുന്നു. ഒന്നാമത്, പ്രത്യേകവിഭാഗങ്ങളോ പ്രത്യേകവ്യവസായങ്ങളോ ആയിട്ടല്ലാതെ തൊഴിലാളിവർഗത്തെ ഒന്നിച്ചെടുത്ത് രചിച്ച, ബ്രിട്ടനിലോ മറ്റേതെങ്കിലും രാജ്യത്തോ ആദ്യമായി ഇറങ്ങിയ, പുസ്തകമായിരുന്നു, അത്. രണ്ടാമത് (ഇതാണ് കൂടുതൽ പ്രധാനം), അത് കേവലം തൊഴിലാളിവർഗത്തിന്റെ സാഹചര്യങ്ങളെപ്പറ്റിയുള്ള ഒരു സർവേ ആയിരുന്നില്ല; അത് വ്യവസായമുതലാളിത്തത്തിന്റെ പരിണാമം, വ്യവസായവൽക്കരണത്തിന്റെ സാമൂഹികപ്രത്യാഘാതം, രാഷ്ട്രീയ-സാമൂഹിക അനന്തര ഫലങ്ങൾ എന്നിവയുടെ ഒരു സാമാന്യാപഗ്രഥനം ആയിരുന്നു- തൊഴിലാളി പ്രസ്ഥാനത്തിന്റെ ഉദയം അടക്കം. വാസ്തവത്തിൽ അത് സമൂഹത്തെ മൂർത്തമായി പഠിക്കുന്നതിന് മാർക്സിസ്റ്റ് രീതി പ്രയോഗിക്കുന്നതിനുള്ള ആദ്യത്തെ വൻശ്രമമായിരുന്നു; മാർക്സിന്റെയോ എംഗൽസിന്റെയോ രചനകളിൽ സ്ഥിരം സൂക്ഷിക്കാൻ വേണ്ടത്ര യോഗ്യതയുണ്ടെന്ന് ഉപജ്ഞാതാക്കൾ തന്നെ വിലയിരുത്തിയ ഒരു രചനയും. ഏതായാലും 1892 ലെ ആമുഖത്തിൽ എംഗൽസ് തന്നെ ചൂണ്ടിക്കാട്ടുന്നപോലെ, അദ്ദേഹത്തിന്റെ രചന പക്വമായ മാർക്സിസത്തെ അല്ല, 'അതിന്റെ ഭ്രൂണവികാസത്തിന്റെ ഘട്ടങ്ങളിൽ ഒന്നിനെ' യാണ് പ്രതിനിധാനം ചെയ്തത്. പക്വവും പൂർണരൂപം ആർജിച്ചതുമായ വ്യാഖ്യാനത്തിന് നാം മാർക്സിന്റെ *മൂലധന*ത്തിലേക്ക് പോകണം.

വാദവും അപഗ്രഥനവും

ബ്രിട്ടീഷ് സമൂഹത്തെ മാറ്റിമറിക്കുകയും മുഖ്യോൽപ്പന്നമായി തൊഴിലാളിവർഗത്തെ സൃഷ്ടിക്കുകയും ചെയ്ത (അധ്യായങ്ങൾ ഒന്ന് - രണ്ട്) ആ വ്യവസായവിപ്ലവത്തിന്റെ ഒരു ചുരുങ്ങിയ രേഖാചിത്രത്തോടെയാണ് രചന ആരംഭിക്കുന്നത്. ഇത് എംഗൽസിന്റെ ആദ്യപഥികത്വം അവകാശപ്പെടാവുന്ന ആദ്യത്തെ നേട്ടമാണ്. കാരണം, വ്യവസായ വിപ്ലവത്തിന്റെ സങ്കൽപ്പനത്തെ ചിട്ടയായി ആധാരമാക്കുന്ന അപഗ്രഥനം ഉൾക്കൊള്ളുന്ന ആദ്യകാലത്തെ വലിയ കൃതിയായിരിക്കാം *അവസ്ഥ* (*Condition*). അന്ന് വ്യവസായവിപ്ലവ സങ്കൽപ്പനം നൂതനവും അസ്ഥിരവുമായിരുന്നു. 1820 കളിലെ ബ്രിട്ടീഷ്, ഫ്രഞ്ച് സോഷ്യലിസ്റ്റ് ചർചകളിൽ മാത്രമാണ് അത് ആദ്യമായി പ്രകടമായത്. ഈ മാറ്റത്തെ സംബ

സ്ഥിച്ച് എംഗൽസ് അവതരിപ്പിക്കുന്ന ചരിത്രപരമായ വിവരണത്തിന് ചരിത്രപരമായ മൗലികതയൊന്നും അവകാശപ്പെടാനില്ല. ഇപ്പോഴും ഉപയോഗപ്രദമാണെങ്കിലും പിന്നീട് കൂടുതൽ പൂർണമായ രചനകൾ അതിനെ അതിശയിപ്പിക്കുന്നുണ്ട്.

വ്യവസായവിപ്ലവം സൃഷ്ടിച്ച പരിവർത്തനങ്ങൾ കേന്ദ്രീകരണത്തിന്റെയും ധ്രുവീകരണത്തിന്റെയും വമ്പിച്ച ഒരു പ്രക്രിയയാണെന്ന് എംഗൽസ് സാമൂഹികാർഥത്തിൽ നിരീക്ഷിക്കുന്നു. വളരുന്ന ഒരു തൊഴിലാളിവർഗത്തെ സൃഷ്ടി എന്നതാണ് ഇവയുടെ പ്രവണത. അതോടൊപ്പം വളർന്നുവരുന്ന മുതലാളിമാർ അടങ്ങുന്ന കൂടുതൽ ചെറുതായ ഒരു ബൂർഷ്വാസിയെയും ഇവ സൃഷ്ടിക്കുന്നു. രണ്ടിന്റെയും പശ്ചാത്തലം കൂടുതൽ നഗരവൽകൃതമായി വരുന്ന സമൂഹംതന്നെ. മുതലാളിത്ത വ്യവസായവാദം വളരുന്നതോടെ ചെറുകിട ചരക്കുൽപ്പാദകർ, കൃഷിക്കാർ, പെറ്റിബൂർഷ്വാസി എന്നിവർ തകരുന്നു. ഈ അന്തരാളതടത്തിന്റെ ക്ഷയം ഒരു ചെറുകിട ഉടമയാകാനുള്ള തൊഴിലാളിയുടെ സാധ്യത ഇല്ലാതാക്കുന്നു, അവനെ തൊഴിലാളിവർഗത്തിന്റെ അണിയിൽത്തന്നെ തളച്ചിടുന്നു. ആ വർഗമാകട്ടെ, "ജനസംഖ്യയാൽ നിർവചിതമായ ഒരു വർഗം തന്നെയാകുന്നു; ഇതുവരെ അത് മധ്യവർഗങ്ങളിലേക്ക് പ്രവേശിക്കുന്നതിലേക്കുള്ള ഒരു സംക്രമണഘട്ടം മാത്രമായിരുന്നു." അങ്ങനെ തൊഴിലാളികളിൽ വർഗബോധം വളരുന്നു - ഈ പദം എംഗൽസ് ഉപയോഗിക്കുന്നില്ല; അവർ ഒരു തൊഴിലാളി പ്രസ്ഥാനം വളർത്തുന്നു. ഇവിടെ എംഗൽസിന്റെ പ്രധാന നേട്ടങ്ങളിൽ ഒന്നുകൂടി തെളിയുന്നു. ലെനിൻ പറയുന്നു: "തൊഴിലാളിവർഗം സഹിക്കുന്ന ഒരു വർഗം മാത്രമല്ല എന്ന് ആദ്യമായി പറഞ്ഞത് അദ്ദേഹമാണ്; സ്വന്തം ലജ്ജാകരമായ സാമ്പത്തികസാഹചര്യമാണ് ശരിക്കും അപ്രതിരോധ്യമാംവിധം അതിനെ മുന്നോട്ടു നയിക്കുന്നതും അതിന്റെ അന്തിമവിമോചനത്തിനായി സമരം ചെയ്യാൻ ബാധ്യസ്ഥമാക്കുന്നതും."

ഏതായാലും കേന്ദ്രീകരണം, ധ്രുവീകരണം, നഗരവൽക്കരണം എന്നിവയുടേതായ ഈ പ്രക്രിയ ശുഭോദർക്കമല്ല. വൻകിട യന്ത്രവൽകൃത വ്യവസായത്തിന് വർധമാനമായ തോതിൽ മൂലധനനിക്ഷേപങ്ങൾ വേണം. അതിലെ തൊഴിൽവിഭജനത്തിന് അസംഖ്യം തൊഴിലാളികളുടെ സംഭരണം വേണം. നാട്ടിൻപുറത്താണ് പണിയുന്നതെങ്കിൽപ്പോലും അത്തരം വലിയ ഉൽപ്പാദനശാലകൾ അതിനുചുറ്റിലേക്കും സമൂഹങ്ങളെ ആകർഷിക്കും. ഇത് അധ്വാനശക്തിയുടെ മിച്ചം സൃഷ്ടിക്കും. അങ്ങനെ വേതനം വഴിയും മറ്റ് വ്യവസായങ്ങൾ അവിടേക്ക് ആകർഷിക്കപ്പെടും. അങ്ങനെ വ്യവസായഗ്രാമങ്ങൾ നഗരങ്ങളായി വളരും. അവ വ്യാപനം തുടരും. കാരണം, അവ വ്യവസായികൾക്ക് സാമ്പത്തിക നേട്ടങ്ങൾ ഉണ്ടാക്കിക്കൊടുക്കും. ഉന്നതനഗര വേതനത്തിൽനിന്ന് താഴ്ന്ന ഗ്രാമീണ വേതനത്തിലേക്ക് കുടിയേറാനാണ് വ്യവസായം ഇഷ്ടപ്പെടുക. എങ്കിലും ഇത് നാട്ടിൻപുറത്ത് നഗരവൽക്കരണത്തിന് വിത്തുപാകും.

അതുകൊണ്ട്, വൻനഗരങ്ങളെ മുതലാളിത്തത്തിന്റെ തനിയിടങ്ങളായിട്ടാണ് എംഗൽസ് കണ്ടത്. ഇക്കാര്യം അധ്യായം മൂന്നിൽ അദ്ദേഹം ചർച്ച ചെയ്യുന്നുണ്ട്. അവിടെ ചൂഷണവും മത്സരവും അവയുടെ ഏറ്റവും നഗ്നമായ രൂപത്തിൽ പ്രത്യക്ഷപ്പെടുന്നു; "എല്ലായിടത്തും കാടത്തം നിറഞ്ഞ അലംഭാവം, കഠിനമായ സ്വാർഥം ഒരുവശത്ത്, പറഞ്ഞറിയിക്കാനാവാത്ത ദുരിതം മറുവശത്ത്, എല്ലായിടത്തും സാമൂഹികയുദ്ധം, എല്ലാ മനുഷ്യന്റെയും വീട് ഒരു ദുർഗം, എല്ലായിടത്തും നിയമപരിരക്ഷയോടെ കൊള്ളയടിക്കുന്ന തെമ്മാടിക്കൂട്ടങ്ങൾ." ഈ അരാജകത്വത്തിൽ ജീവനോപാധി ഇല്ലാത്ത, ഉൽപ്പാദനോപാധിയില്ലാത്ത കൂട്ടർ പരാജയപ്പെടുന്നു, തുഛമായ കൂലിക്കുവേണ്ടി വേല ചെയ്യാൻ നിർബന്ധിതരാകുന്നു, തൊഴിലില്ലാത്ത സമയങ്ങളിൽ പട്ടിണികൊണ്ട് ചത്തുപോകുന്നു. തൊഴിലാളിയുടെ ഭാവി സ്ഥിരമായി അജ്ഞാതവും അസ്ഥിരവുമാകുന്നു. ഇതു മൂലം ഉണ്ടാകുന്ന ആഴമേറിയ അരക്ഷിതാവസ്ഥയാണ് ഏറ്റവും ഗുരുതരം. മുതലാളിത്തമത്സരത്തിന്റെ നിയമങ്ങളാണ് അതിനെ ഒരുക്കുന്നത്. ഇത് എംഗൽസ് അധ്യായം നാലിൽ ചർച്ച ചെയ്യുന്നുണ്ട്.

പണിയാളരുടെ വേതനം കഷ്ടിച്ച് കഴിഞ്ഞുകൂടാനുള്ള 'വഹ' യ്ക്കും പരമാവധിക്കും ഇടയിൽ ചാഞ്ചാടുന്നു. 'കഷ്ടിച്ച് കഴിഞ്ഞു കൂടാനുള്ള വഹ, എന്നത് എംഗൽസിന് കർക്കശമായ ഒരു സങ്കൽപ്പനമായിരുന്നില്ല. ഇത് നിശ്ചയിക്കുന്നത് പണിയാളരുടെ പരസ്പരമത്സരവും അതിലും കുറഞ്ഞ തുകയ്ക്ക് പണിയെടുക്കാനുള്ള അവരുടെ കഴിവില്ലായ്മയുമാണ്. പരമാവധി നിശ്ചയിക്കുന്നതാകട്ടെ, തൊഴിലാളിക്ഷാമം അനുഭവപ്പെടുന്ന സമയത്ത് മുതലാളിമാരുടെ മത്സരമാണ്. ശരാശരി വേതനം കഷ്ടി വഹയേക്കാൾ അൽപ്പം ഉയർന്നിരിക്കാനാണ് സാധ്യത. എത്ര എന്നത് പണിയാളരുടെ മാമൂൽ അഥവാ ആർജിതജീവിതനിലവാരത്തെ ആശ്രയിച്ചിരിക്കുന്നു. പക്ഷേ ചിലയിനം തൊഴിലുകൾ, വിശിഷ്യ വ്യവസായ രംഗത്ത്, കൂടുതൽ യോഗ്യതയുള്ള പണിയാളരെ ആവശ്യപ്പെടുന്നു. അവരുടെ ശരാശരി വേതനം മറ്റുള്ളവരുടേതിനേക്കാൾ ഉയർന്നതായിരിക്കാൻ സാധ്യതയുണ്ട്. ഇത് ഭാഗികമായി നഗരങ്ങളിലെ കൂടുതൽ ഉയർന്ന ജീവിതച്ചെലവിനെക്കൂടി പ്രതിഫലിപ്പിക്കുന്നു. (ഈ താരതമ്യേന ഉയർന്ന നഗര–വ്യവസായ വേതന നിലവാരം ഗ്രാമീണവും വൈദേശികവുമായ – ഐറിഷ് – കുടിയേറ്റക്കാരെ ആകർഷിച്ച് തൊഴിലാളി വർഗത്തെ വലുതാക്കാൻ സഹായിക്കുന്നു.) ഏതായാലും പണിയാളർ തമ്മിലുള്ള മത്സരം ഒരു സ്ഥിരം 'മിച്ച ജനസംഖ്യ'യെ സൃഷ്ടിക്കുന്നു. ഇതിനെ പിന്നീട് മാർക്സ് വ്യവസായ കരുതൽസേന എന്നു വിളിച്ചു. ഇത് എല്ലാവരുടെയും നിലവാരം താഴ്ന്നതാക്കുന്നു.

സമ്പദ്‌വ്യവസ്ഥയാകെ സാങ്കേതികവിദ്യയുടെ പുരോഗമനം കൊണ്ടും (ഇത് ചോദന വർധിപ്പിക്കുന്നു, വിസ്ഥാപിതരാകുന്ന തൊഴിലാളികളിൽ പലരെയും പുതിയ വ്യവസായങ്ങളിലേക്ക് പുനരാഗിരണം ചെയ്യുന്നു) വ്യവസായ ലോകത്തെ ബ്രിട്ടന്റെ കുത്തകകൊണ്ടും വിക

സിക്കുമ്പോഴാണ് ഈ നിലവാരത്തകർച്ച എന്ന് ഓർക്കണം. അതുകൊണ്ട് ജനസംഖ്യ വർധിക്കുന്നു, ഉൽപ്പാദനം വർധിക്കുന്നു, തൊഴിലാളികൾക്കുള്ള ചോദനയും വർധിക്കുന്നു. 'മിച്ച ജനസംഖ്യ' യെ നിലനിർത്തുന്നത് സമൃദ്ധി, പ്രതിസന്ധി എന്നിവയുടെ ചാക്രിക പ്രവർത്തനമാണ്. ഈ പ്രതിഭാസത്തെ മുതലാളിത്തത്തിന്റെ അവിഭാജ്യ ഘടകമായി ആദ്യം തിരിച്ചറിഞ്ഞത് എംഗൽസാണ്. ഇതിന് കൃത്യമായ ഇടവേളകൾ നിർണയിച്ചതും എംഗൽസാണ്. മുതലാളിത്തത്തിന്റെ സ്ഥിരമായി ആവശ്യമായ ഒരു ഭാഗമായി കരുതൽസേനയെയും വാണിജ്യചക്രത്തെയും തിരിച്ചറിഞ്ഞ സൈദ്ധാന്തിക രംഗത്തെ ആദ്യക്കാരായിരുന്നു, മാർക്സും എംഗൽസും. ചാഞ്ചാട്ടങ്ങളിലൂടെയാണ് മുതലാളിത്തം പ്രവർത്തിക്കുന്നത്. അതുകൊണ്ട് അതിന് വിസ്ഫോടനങ്ങളുടെ ഉന്നതാവസ്ഥയല്ലാത്ത സമയങ്ങളിലൊക്കെ തൊഴിലാളികളുടെ ഒരു സ്ഥിരം കരുതൽസേന കൂടിയേ തീരൂ. ഈ കരുതൽസേനയിൽ കുറേപ്പേർ പണിയാളരും കുറേപ്പേർ പണിയാളരാകാൻ സാധ്യതയുള്ളവരുമാണ് – നാട്ടിൻപുറത്തുകാർ, ഐറിഷ് കുടിയേറ്റക്കാർ, സാമ്പത്തികമായി അത്ര തന്നെ ചലനാത്മകമല്ലാത്ത തൊഴിലുകളിൽ ഏർപ്പെട്ടിരിക്കുന്നവർ.

മുതലാളിത്തം എന്തുതരം തൊഴിലാളിവർഗത്തെയാണ് ഉൽപ്പാദിപ്പിക്കുന്നത്? അതിന്റെ ജീവിതസാഹചര്യങ്ങൾ എന്താണ്? ഈ ഭൗതിക സാഹചര്യങ്ങൾ ഏതുതരം വൈയക്തിക – സംഘ പെരുമാറ്റ രീതികളെയാണ് സൃഷ്ടിക്കുന്നത്? ഇത്തരം കാര്യങ്ങൾ വിവരിക്കാനും അപഗ്രഥിക്കാനുമാണ് എംഗൽസ് തന്റെ ഗ്രന്ഥത്തിന്റെ വലിയൊരു ഭാഗം (അധ്യായങ്ങൾ മൂന്ന്, അഞ്ചുമുതൽ പതിനൊന്നുവരെ) സമർപ്പിക്കുന്നത്. അതിലൂടെ അദ്ദേഹം സാമൂഹിക ശാസ്ത്രത്തിലേക്കുള്ള തന്റെ ഏറ്റവും പക്വതയുള്ള സംഭാവനയാണ് നൽകുന്നത് – മുതലാളിത്ത വ്യവസായവൽക്കരണത്തിന്റെയും നഗരവൽക്കരണത്തിന്റെയും സാമൂഹിക പ്രത്യാഘാതങ്ങളെപ്പറ്റിയുള്ള അപഗ്രഥനം. ഇത് പലതുകൊണ്ടും ഇന്നും അതിശയിക്കപ്പെടാതെ കിടക്കുകയാണ്. ഇത് വിശദമായി വായിക്കപ്പെടണം, പഠിക്കപ്പെടണം. വാദം ഇങ്ങനെ സംഗ്രഹിക്കാം: മുതലാളിത്തം പലപ്പോഴും വ്യവസായപൂർവ പശ്ചാത്തലങ്ങളിൽനിന്നുള്ള കുടിയേറ്റക്കാർ അടങ്ങുന്ന പുതിയ തൊഴിലാളിവർഗത്തെ ഒരു സാമൂഹിക നരകത്തിലേക്ക് എടുത്തെറിയുന്നു. അവിടെ അവർ അരയ്ക്കപ്പെടുന്നു, കിട്ടേണ്ടത്ര കൂലി അവർക്ക് കിട്ടുന്നില്ല, അവർ പട്ടിണിയാകുന്നു, ചേരികളിൽ പുഴുവരിക്കുന്നു, അവഗണിക്കപ്പെടുന്നു, വെറുക്കപ്പെടുന്നു, മർദിക്കപ്പെടുന്നു. ഇതിനുത്തരവാദി മത്സരമെന്ന നിർവ്യക്തികഘടകം മാത്രല്ല, ഒരു വർഗമെന്ന നിലയിൽ ബൂർഷ്വാസിയും കൂടിയാണ്. ബൂർഷ്വാസി അവരെ മനുഷ്യരായല്ല, വസ്തുക്കളായാണ്, മനുഷ്യരായല്ല, 'പണിയാളർ' അല്ലെങ്കിൽ 'കൈകൾ' ആയാണ് കാണുന്നത് (അധ്യായം പന്ത്രണ്ട്). ബൂർഷ്വ നിയമങ്ങളുടെ പിന്തുണയോടെ മുതലാളി തന്റെ പണിശാലാ അച്ചടക്കം അടിച്ചേൽപ്പിക്കുന്നു, അവർക്ക് പിഴചുമത്തുന്നു, അവരെ ജയിലിലട

യ്ക്കുന്നു, അവരുടെ മേൽ തന്നിഷ്ടപ്രകാരം വിളയാടുന്നു. ഒരു വർഗ മെന്ന നിലയ്ക്ക് ബൂർഷ്വാസി അവരോട് വിവേചനം കാണിക്കുന്നു, 1834 ലെ 'നവദരിദ്രനിയമം' എന്ന മാൽത്തൂസിയൻ നിയമത്തിന്റെ ക്രൂരത കൾ അടിച്ചേൽപ്പിക്കുന്നു. ഏതായാലും ചിട്ടയായ ഈ അപമാനവീക രണം പണിയാളരെ ബൂർഷ്വ പ്രത്യയശാസ്ത്രത്തിനും വിഭ്രമത്തിനും കയ്യെത്താദൂരത്ത് നിർത്തുകകൂടി ചെയ്യുന്നുണ്ട്. ഉദാഹരണത്തിന്, ബൂർഷ്വ അഹങ്കാരത്തിന്റെ, മതത്തിന്റെ, സദാചാരത്തിന്റെ പിടിയിൽപ്പെ ടാതെ. വ്യവസായവൽക്കരണവും നഗരവൽക്കരണവും പുരോഗമിക്കു ന്നതോടെ പണിയാളർ സ്വന്തം സാമൂഹികസാഹചര്യം തിരിച്ചറിയാൻ നിർബന്ധിതരാകുന്നു, അവയിൽ ശ്രദ്ധ കേന്ദ്രീകരിക്കുന്നതോടെ സ്വന്തം ബലത്തെക്കുറിച്ച് അവർ ബോധവാന്മാരാകുന്നു. 'പണിയാളർ വ്യവസാ യത്തോട് എത്രമാത്രം അടുത്തു ബന്ധപ്പെട്ടിരിക്കുന്നുവോ, അത്രമാത്രം അവർ പുരോഗമിക്കുന്നു.' (കൂട്ടക്കുടിയേറ്റത്തിന്റെ വിപ്ലവകരമായ ഫലവും എംഗൽസ് നിരീക്ഷിക്കുന്നുണ്ട് – ഐറിഷുകാർക്കിടയിലെ കുടിയേറ്റം ഉദാഹരണം.)

പണിയാളർ പലതരത്തിലാണ് സ്വന്തം സാഹചര്യത്തെ നേരിടു ന്നത് – ചിലർ അതിന് അടിപണിയുന്നു, തങ്ങളുടെ വീര്യം കെടുത്താൻ അതിനെ അനുവദിക്കുന്നു: പക്ഷേ മദ്യപാനം, തിന്മകൾ, കുറ്റകൃത്യ ങ്ങൾ, യുക്തിക്കുനിരക്കാത്ത വ്യയം എന്നിവ ഒരു സാമൂഹിക പ്രതിഭാ സമാണ്, മുതലാളിത്തത്തിന്റെ സൃഷ്ടിയാണ്; അവയെ വ്യക്തികളുടെ ദൗർബല്യമായോ ഇരിക്കപ്പൊറുതി ഇല്ലായ്മയായോ വ്യാഖ്യാനിക്കേണ്ട തില്ല.. മറ്റുള്ളവർ ഒന്നും ചെയ്യാതെ സ്വന്തം വിധിക്ക് വിധേയരാകുന്നു. നിയമഭയമുള്ള, മാന്യതയുള്ള പൗരന്മാരായി പറ്റുന്ന രീതിയാലൊക്കെ കഴിഞ്ഞുകൂടുന്നു; പൊതുകാര്യങ്ങളിൽ യാതൊരു താൽപ്പര്യവും അവർ കാണിക്കില്ല; അവർ പണിയാളരെ വരിഞ്ഞു മുറുക്കുന്നതിന് മധ്യ വർഗത്തെ സഹായിക്കുകയാണ് ഫലത്തിൽ ചെയ്യുന്നത്. പക്ഷേ ബൂർഷ്വാസിക്കെതിരായ പോരാട്ടത്തിലും തൊഴിലാളിവർഗത്തിന്റെ സാഹചര്യങ്ങൾ അനിവാര്യമായും ഉൽപ്പാദിപ്പിക്കുന്ന തൊഴിലാളി പ്രസ്ഥാനത്തിലുമാണ് യഥാർഥമനുഷ്യത്വവും അന്തസും കണ്ടെത്താ നാവുക.

ഈ പ്രസ്ഥാനം പല ഘട്ടങ്ങളിലൂടെ കടന്നുപോകുന്നു. വ്യക്തിപ രമായ കലാപം അതിലൊന്നാകാം, യന്ത്രം അടിച്ചുപൊട്ടിക്കൽ മറ്റൊ ന്നാകാം. രണ്ടിനും സാർവജനീനതയില്ല. പ്രസ്ഥാനം ആദ്യം കൈക്കൊ ള്ളുന്ന സാമാന്യരൂപങ്ങളാണ് തൊഴിൽസംഘടനകളും സമരങ്ങളും. ഫലക്ഷമതയിലല്ല, അവ പഠിപ്പിക്കുന്ന ഐക്യദാർഢ്യത്തിന്റെയും വർഗ ബോധത്തിന്റെയും പാഠങ്ങളിലാണ് അവയുടെ പ്രാധാന്യം. ചാർട്ടിസ മെന്ന രാഷ്ട്രീയപ്രസ്ഥാനം വികാസത്തിന്റെ മറ്റൊരു പുതിയ തലമാണ്. ഈ പ്രസ്ഥാനങ്ങൾക്കൊപ്പം മധ്യവർഗചിന്തകൾ സോഷ്യലിസ്റ്റ് സിദ്ധാ ന്തങ്ങൾ കരുപ്പിടിപ്പിച്ചു. ഇക്കൂട്ടർ ഏറെയും 1844 വരെ തൊഴിലാളി

പ്രസ്ഥാനത്തിന്റെ പുറത്തായിരുന്നു; എങ്കിലും അവർ ഏറ്റവും നല്ല പണിക്കാരുടെ ഒരു ചെറു ന്യൂനപക്ഷത്തെ ആകർഷിച്ചു. പക്ഷെ മുതലാളിത്ത പ്രതിസന്ധി പുരോഗമിക്കുംതോറും പ്രസ്ഥാനം സോഷ്യലിസത്തിലേക്ക് നീങ്ങിയേ മതിയാകുമായിരുന്നുള്ളു.

1844 ൽ എംഗൽസ് ദർശിച്ചത് ഈ പ്രതിസന്ധി അനിവാര്യമായും രണ്ടിലൊരു തരത്തിൽ വികസിക്കുമെന്നായിരുന്നു. ഒന്നുകിൽ അമേരിക്കൻ (ഒരുപക്ഷേ ജർമൻ) മത്സരം ബ്രിട്ടീഷ് വ്യവസായ കുത്തക അവസാനിപ്പിക്കും, തുടർന്ന് വിപ്ലവകരമായ ഒരു സാഹചര്യം സൃഷ്ടിക്കും. അല്ലെങ്കിൽ സമൂഹത്തിന്റെ ധ്രുവീകരണം അപ്പോഴേക്കും വമ്പിച്ച ഭൂരിപക്ഷം ആയി വളർന്നേക്കാവുന്ന തൊഴിലാളികൾ സ്വന്തം ശക്തി തിരിച്ചറിയുകയും അധികാരം പിടിച്ചെടുക്കുകയും ചെയ്യും വരെ മുന്നോട്ടു പോകും. (തൊഴിലാളിവർഗത്തിന്റെ ദീർഘകാലാധിഷ്ഠിതമായ കേവല പാപ്പരീകരണത്തിൽ എംഗൽസിന്റെ വാദം ഒട്ടും ഊന്നുന്നില്ല എന്ന് നിരീക്ഷിക്കുക രസകരമാണ്.) ഏതായാലും, തൊഴിലാളികളുടെ അസഹനീയമായ പരിതഃസ്ഥിതികളും സമ്പദ്‌വ്യവസ്ഥയിലെ പ്രതിസന്ധിയും കണക്കിലെടുക്കുമ്പോൾ ഈ പ്രവണതകൾ ഇല്ലാതാകും മുമ്പ് ഒരു വിപ്ലവം ആസന്നമാണ്. 1846–47 ലും 1850 കളിലും ഉണ്ടായ സാമ്പത്തിക മാന്ദ്യങ്ങൾക്കിടെ അത് നടക്കും എന്നാണ് എംഗൽസ് പ്രതീക്ഷിച്ചിരുന്നത്.

രചന അപക്വമാണെങ്കിലും എംഗൽസിന്റെ ശാസ്ത്രീയ നേട്ടങ്ങൾ ശ്രദ്ധേയമാണ്. അദ്ദേഹത്തിന്റെ ന്യൂനതകൾ മുഖ്യമായും ചെറുപ്പത്തിന്റേതായിരുന്നു; ഒരളവുവരെ ചരിത്രപരമായ കുറുക്കലും അതിന് കാരണമായിട്ടുണ്ടാകാം. ചില തെറ്റുകൾക്ക് ഗൗരവമുള്ള, ചരിത്രപരമായ വിശദീകരണങ്ങൾ ഉണ്ട്. എംഗൽസ് എഴുതിയിരുന്ന കാലത്ത് ബ്രിട്ടൺ വമ്പിച്ച മതേതരപ്രതിസന്ധികളിൽ ആദ്യത്തേതിലൂടെ കടന്നുപോയ്ക്കൊണ്ടിരിക്കുകയായിരുന്നു. ആ ഘട്ടത്തിലെതന്നെ ഏറ്റവും രൂക്ഷമായ കാലവുമായിരുന്നു, അത്. പത്തൊമ്പതാം നൂറ്റാണ്ടിലെ ദുരന്തപൂർണമായ സാമ്പത്തികത്തകർച്ച ഏറ്റവും മൂർഛിച്ച ദശ – 1841–42. 1840 കളിലെ പ്രതിസന്ധിഘട്ടം മുതലാളിത്തത്തിന്റെ അവസാനത്തെ തീവ്രവേദനയാണ്, വിപ്ലവത്തിന്റെ നാന്ദിയാണ് എന്ന് കരുതിപ്പോയാൽ തീർത്തും യാഥാർഥ്യബോധമില്ലാത്ത ചിന്തയായി അതിനെ തള്ളാൻ കഴിയാത്ത കാലം. ആ കാലത്തെ അത്തരത്തിൽ നിരീക്ഷിച്ചത് എംഗൽസ് മാത്രമല്ലായിരുന്നു.

അത് മുതലാളിത്തത്തിന്റെ അവസാനപ്രതിസന്ധി ആയിരുന്നില്ല, വികാസത്തിന്റെ വലിയൊരു ഘട്ടത്തിന്റെ നാന്ദിയായിരുന്നു എന്ന് നമുക്ക് ഇന്നറിയാം. ഈ വികാസം ഭാഗികമായി വ്യവസായങ്ങളിലെ മൂലധനച്ചരക്കുകളുടെ വമ്പിച്ച വികാസത്തെ ആശ്രയിച്ചായിരുന്നു നടന്നത് – റെയിൽവെയ്സ്, ഇരുമ്പ്, ഉരുക്ക് എന്നിവയുടെ (മുൻഘട്ടത്തിൽ വസ്ത്രനിർമാണം). അതുവരെ അവികസിതമായിരുന്ന രാജ്യങ്ങളിലേക്ക് കൂടി

മുതലാളിത്തപ്രവർത്തനം വ്യാപിച്ചതും കാർഷികനിക്ഷിപ്തതാൽപ്പര്യങ്ങളുടെ പരാജയവും തൊഴിലാളിവർഗത്തെ കൂടുതൽ ഫലപ്രദമായി ചൂഷണം ചെയ്യാനുള്ള പുതിയ രീതികൾ കണ്ടെത്തിയതും എല്ലാം ഈ വികാസത്തിന് സംഭാവന നൽകി. ആനുഷംഗികമായി പറയട്ടെ, തൊഴിലാളികളുടെ യഥാർഥവരുമാനം ഗണ്യമായി വർധിക്കുന്നതിനും ഈ വികാസം സാധ്യതയൊരുക്കി. എംഗൽസ് ഗണ്യമായ പ്രവചനാത്മകതയോടെ മുൻകൂട്ടി കണ്ട 1848 ലെ വിപ്ലവപ്രതിസന്ധി ബ്രിട്ടനെ ബാധിച്ചില്ലെന്നും നമുക്ക് ഇന്നറിയാം. ഇതിന് ഭാഗികമായി അസന്തുലിത വികസനമാണ് കാരണം. കാരണം, യൂറോപ്പിൽ സമകാലികമായ സാമ്പത്തിക വികാസം 1846–8ൽ കടുത്ത പ്രതിസന്ധി ഘട്ടത്തിലെത്തിയപ്പോൾ ബ്രിട്ടണിൽ അതേ അവസ്ഥ ഉണ്ടായത് 1841–2 ലാണ്. 1848 ഓടെ വികാസത്തിന്റെ പുതിയഘട്ടം ദൃശ്യമായിരുന്നു. 1844–7 ലെ വിപുലമായ 'റെയിൽവേ വിസ്ഫോടന' മായിരുന്നു, അതിന്റെ ആദ്യലക്ഷണം. 1848 –ലെ വിപ്ലവത്തിന്റെ ബ്രിട്ടീഷ് തത്സമം 1842–ലെ ചാർട്ടിസ്റ്റ് പൊതുപണിമുടക്കായിരുന്നു. ഭൂഖണ്ഡ വിപ്ലവങ്ങൾക്ക് ആക്കം കൂട്ടിയ പ്രതിസന്ധി ബ്രിട്ടണിൽ അതിവേഗം നടന്നുപോന്ന വീണ്ടെടുപ്പിന് അൽപ്പമൊന്ന് ഇടങ്കോലിട്ടു എന്നേ ഉള്ളൂ. ഇത് വ്യക്തമല്ലാത്ത ഒരു കാലത്തായിപ്പോയി, എംഗൽസിന്റെ എഴുത്ത്. അത് അദ്ദേഹത്തിന്റെ ദൗർഭാഗ്യം. ഇന്നും സ്ഥിതിവിവരഗണിതശാസ്ത്രജ്ഞർ 1842 നും 1848 നും ഇടയ്ക്ക് എവിടെയാണ് ബ്രിട്ടീഷ് മുതലാളിത്തത്തിന്റെ 'ക്ഷയവർഷ' ങ്ങളെയും വിക്ടോറിയൻ വിസ്ഫോടനത്തിന്റെ സുവർണഘട്ടത്തെയും തിരിക്കുന്ന രേഖ വരയ്ക്കേണ്ടത് എന്നതിനെപ്പറ്റി തർക്കിക്കുകയാണ്. അപ്പോൾ പിന്നെ എംഗൽസ് അത് വ്യക്തമായി മനസിലാക്കാത്തതിന് കുറ്റം പറയാൻ പറ്റില്ലല്ലോ.

1844–ലെ ഇംഗ്ലണ്ടിനെക്കുറിച്ച് എംഗൽസിന്റെ വിവരണം

1844 ൽ ബ്രിട്ടീഷ് തൊഴിലാളിവർഗത്തിന്റെ അവസ്ഥയെന്തായിരുന്നു എന്നതിനെപ്പറ്റി എംഗൽസ് നൽകുന്ന വിവരണം എത്രമാത്രം വിശ്വസനീയവും സമഗ്രവുമാണ്? പിൽക്കാലത്തെ ഗവേഷണങ്ങൾ അദ്ദേഹത്തിന്റെ പ്രസ്താവനകളെ എത്രമാത്രം സ്ഥിരീകരിച്ചിട്ടുണ്ട്? ഗ്രന്ഥത്തിന്റെ ചരിത്രപരമായ മൂല്യത്തെ സംബന്ധിച്ച നമ്മുടെ വിലയിരുത്തൽ ഈ ചോദ്യങ്ങൾക്കുള്ള മറുപടികളെയായിരിക്കണം ഏറിയപങ്കും ആശ്രയിക്കുന്നത്. 1840 കളിൽ വി എ ഹ്യൂബറും ബി ഹിൽദെ ബ്രാൻഡും അദ്ദേഹം നൽകിയ വസ്തുതകളെ അംഗീകരിക്കുകയും അദ്ദേഹത്തിന്റെ വ്യാഖ്യാനത്തെ വല്ലാതെ നിരാശ നിറഞ്ഞത് എന്ന് വിലയിരുത്തുകയും ചെയ്യുന്നുണ്ട്. ശീതയുദ്ധത്തിന്റെ വർഷങ്ങളിൽ സംശോധകർ 1840 കളിലെ ബ്രിട്ടീഷ് സമൂഹത്തെ സംബന്ധിച്ച ഒരു മൂല്യവത്തായ ചിത്രം നൽകുന്ന ആധികാരികഗ്രന്ഥമായി എംഗൽസിന്റെ രചനയെ 'ചരിത്രകാരന്മാർ ഇനിയും കണക്കാക്കിയേക്കില്ല' എന്നു പറഞ്ഞു. ഇങ്ങനെ

പലപാട് അദ്ദേഹം വിമർശിക്കപ്പെട്ടിട്ടുണ്ട്. ആദ്യത്തെ വീക്ഷണം നില നിന്നേക്കും, രണ്ടാമത്തേത് അസംബന്ധമാണ്.

എംഗൽസിന്റെ വിവരണം പ്രത്യക്ഷനിരീക്ഷണത്തിൽനിന്നും ലഭ്യമായ മറ്റ് പ്രഭവങ്ങളിൽനിന്നും ഉരുത്തിരിഞ്ഞതാണ്. തീർച്ചയായും വ്യവസായലങ്കാഷെയറിനെ അദ്ദേഹത്തിന് അടുത്തറിയാമായിരുന്നു. പ്രത്യേകിച്ച് മാഞ്ചെസ്റ്റർ പ്രദേശം. യോക്ഷെയറിലെ പ്രധാനവ്യവസായപട്ടണങ്ങളായ ലീഡ്സ്, ബ്രാഡ്ഫോഡ്, ഷെഫീൽഡ് എന്നിവിടങ്ങൾ അദ്ദേഹം സന്ദർശിക്കാറുണ്ടായിരുന്നു. ആഴ്ചകളോളം അദ്ദേഹം ലണ്ടനിൽ താമസിച്ചിട്ടുണ്ട്. അദ്ദേഹം നേരിട്ടു കണ്ടതിനെ തെറ്റായി വ്യാഖ്യാനിച്ചിട്ടുണ്ടെന്ന് ആരും ഇതുവരെ ഗൗരവമായി പറഞ്ഞിട്ടില്ല. വിവരണസ്വഭാവമുള്ള അധ്യായങ്ങളിൽ മൂന്ന്, അഞ്ച്, ഏഴ്, ഒമ്പത്, പന്ത്രണ്ട് എന്നിവയുടെ വലിയപങ്കും പ്രത്യക്ഷനിരീക്ഷണത്തെ അടിസ്ഥാനമാക്കി രചിച്ചതാണ്. ഈ അറിവ് മറ്റ് അധ്യായങ്ങളിലേക്കും പ്രകാശം പരത്തുന്നുണ്ട്. ഒരു വസ്തുതകൂടി ഓർക്കണം: മറ്റു പല വിദേശസന്ദർശകരെയും പോലെ വെറുമൊരു വിനോദസഞ്ചാരിയായിരുന്നില്ല, എംഗൽസ്. അദ്ദേഹം ഒരു മാഞ്ചെസ്റ്റർ ബിസിനസുകാരനായിരുന്നു. സഹജീവികളായ ബിസിനസുകാരെ അദ്ദേഹത്തിന് നന്നായി അറിയാമായിരുന്നു. ചാർട്ടിസ്റ്റുകളുടെയും ആദ്യകാല സോഷ്യലിസ്റ്റുകളുടെയും കൂടെ പ്രവർത്തിച്ച, അവരെ അറിയുന്ന ഒരു കമ്യൂണിസ്റ്റായിരുന്നു, അദ്ദേഹം. പണിശാലാതൊഴിലാളിയായ ഐറിഷ് പെൺകുട്ടി മേരി ബേൺസുമായുള്ള ബന്ധം അദ്ദേഹത്തിന് നൽകിയ അറിവ് ഒട്ടും കുറവായിരുന്നില്ല. അവളുടെ ബന്ധുക്കളും ചങ്ങാതിമാരും ഒക്കെയായി അദ്ദേഹത്തിന് നല്ല സൗഹൃദമുണ്ടായിരുന്നു. അങ്ങനെ, തൊഴിലാളിവർഗജീവിതത്തെക്കുറിച്ച് സാമാന്യം നല്ലപോലെ നേരിട്ടുള്ള അറിവുതന്നെ എംഗൽസിന് ഉണ്ടായിരുന്നു. അതുകൊണ്ട്, അദ്ദേഹത്തിന്റെ ഗ്രന്ഥം അക്കാലത്തെ വ്യവസായ ഇംഗ്ലണ്ടിനെപ്പറ്റി അറിയാൻ നമുക്ക് ലഭിച്ചിട്ടുള്ള ഒരു പ്രധാനപ്പെട്ട പ്രാഥമികപ്രഭവമാണ്.

പുസ്തകത്തിന്റെ ബാക്കി ഭാഗത്തിനും സ്വന്തം നിരീക്ഷണങ്ങളുടെ സ്ഥിരീകരണത്തിനും എംഗൽസ് മറ്റ് വിവരദാതാക്കളെയും അച്ചടിച്ച സാമഗ്രികളെയും ആശ്രയിച്ചു. അത്തരം തെളിവുകളുടെ രാഷ്ട്രീയ ചായ്വുകൾ ശ്രദ്ധിച്ചാണ് അദ്ദേഹം ഉപയോഗിച്ചത്. സാധ്യമായ സ്ഥലങ്ങളിലൊക്കെ മുതലാളിത്തത്തോട് അനുഭാവമുള്ള പ്രഭവങ്ങളിൽ നിന്നും അദ്ദേഹം ഉദ്ധരിച്ചു (മുഖവുരയുടെ അവസാന ഖണ്ഡിക കാണുക). സമഗ്രമല്ലെങ്കിലും നല്ല രീതിയിലുള്ളതും പൂർണവുമാണ് അദ്ദേഹത്തിന്റെ രേഖാങ്കനം. പകർത്തെഴുത്തിൽ പല പിഴവുകളും സംഭവിച്ചിട്ടുണ്ട് (അവയിൽ ചിലതൊക്കെ പിന്നീട് എംഗൽസ് തിരുത്തിയിട്ടുണ്ട്). ആധികാരിക പ്രഭവങ്ങളെ ഉദ്ധരിച്ചുചേർക്കുന്നതിനുപകരം സംഗ്രഹിച്ച് ചേർക്കാനുള്ള പ്രവണത പ്രകടമാണ്. പക്ഷേ, എംഗൽസ് തെളിവുകൾ തന്റെ ആവശ്യത്തിനുതകുന്ന തരത്തിൽ തിരഞ്ഞെടുക്കുകയും തെറ്റായി

ഉദ്ധരിക്കുകയും ചെയ്യുന്നു എന്ന വാദം നിലനിൽക്കില്ല. അദ്ദേഹത്തോട് ശത്രുതയുള്ള സംശോധകർക്ക് ഒരു വലിയ വാല്യത്തിൽ 'തെറ്റായ പ്രാതിനിധ്യം' എന്ന് അവർ കണക്കാക്കിയ ചുരുക്കം ഉദാഹരണങ്ങളേ കണ്ടെത്താൻ കഴിഞ്ഞിട്ടുള്ളു. ഈ ആരോപണങ്ങൾ തന്നെ മിക്കതും നിസ്സാരമാണ്, അല്ലെങ്കിൽ തെറ്റാണ്. ലഭ്യമായിട്ടും അദ്ദേഹം ഉപയോഗിക്കാതെ പോയ പ്രഭവങ്ങളുണ്ട്. പക്ഷേ അവയിൽ ചിലത് അത്രയൊന്നും മെച്ചപ്പെട്ട ചിത്രമല്ല അവതരിപ്പിക്കുമായിരുന്നത്. വിവേകപൂർണമായ ഏതു മാനദണ്ഡം വച്ചുനോക്കിയാലും *അവസ്ഥ* ഒന്നാംതരമായി രേഖാങ്കനം ചെയ്യപ്പെട്ട ഒരു രചനയാണ്, തെളിവുകളെ അവഗാഹത്തോടെ അവതരിപ്പിച്ച ഒരു കൃതിയാണ്.

തൊഴിലാളിവർഗത്തെക്കുറിച്ച് അനാവശ്യമായ കറുത്ത ചായക്കൂട്ടുകളിലാണ് എംഗൽസ് ചിത്രീകരണം നടത്തിയിരിക്കുന്നത്, അതേസമയം ബ്രിട്ടീഷ് ബൂർഷ്വാസിയുടെ ഉദാരമനസ്കത കാണാതെ പോകുന്നു എന്നും മറ്റുമുള്ള ആരോപണങ്ങൾ തെറ്റാണെന്ന് തെളിയിക്കാൻ കഴിയും. എല്ലാ പണിയാളരും അനാഥരോ പട്ടിണിക്കാരോ ആണെന്നോ അവരുടെ ജീവിതനിലവാരം അരിഷ്ടിച്ചു കഴിയുന്നവരുടേതാണെന്നോ തൊഴിലാളികൾ തമ്മിൽ ഭേദമില്ലാതെ എല്ലാവരും പാപ്പരാണെന്നോ ഉള്ള മട്ടിലാണ് എംഗൽസ് വിവരിച്ചിരിക്കുന്നത് എന്ന വാദത്തിന് യാതൊരു അടിത്തറയുമില്ലെന്ന് പുസ്തകം ശ്രദ്ധാപൂർവം വായിക്കുന്ന വ്യക്തിക്ക് മനസിലാകും. പല തീവ്രപ്രസ്താവനകളും അദ്ദേഹത്തിന്റേതായി ആരോപിക്കപ്പെടുന്നുണ്ട്. പക്ഷേ ആ ആരോപണങ്ങൾ നടത്തിയിട്ടുള്ളത് അദ്ദേഹത്തിന്റെ പുസ്തകം വായിക്കാത്ത വിമർശകരാണ്. തൊഴിലാളിവർഗ സാഹചര്യങ്ങളിൽ മെച്ചപ്പെടുത്തലുകൾ നടന്നിട്ടുണ്ട് എന്ന വസ്തുത അദ്ദേഹം നിഷേധിച്ചിട്ടില്ല. (അധ്യായം മൂന്നിന്റെ അവസാനം ചേർത്ത സംഗ്രഹം കാണുക.) ബൂർഷ്വാസി മൊത്തത്തിൽ ഒരൊറ്റ കരിഞ്ചങ്കുള്ള കൂട്ടമാണ് എന്നുള്ള തരത്തിൽ അദ്ദേഹം പറഞ്ഞിട്ടില്ല. (അധ്യായം പന്ത്രണ്ടിന്റെ അവസാനമുള്ള നീണ്ട അടിക്കുറിപ്പ് കാണുക.) നല്ലവർ, ചീത്തവർ എന്ന നിലയ്ക്ക് വ്യത്യാസം ഗണിച്ചിട്ടില്ല. അദ്ദേഹം ബൂർഷ്വാസി പ്രതിനിധാനം ചെയ്യുന്നത് എന്തോ, അതിനെയും അവരെ അങ്ങനെ പെരുമാറാൻ പ്രേരിപ്പിക്കുന്നത് എന്തോ, അതിനെയും ആണ് വെറുക്കുന്നത്. അത് ചൂഷകരെ മൊത്തത്തിൽ 'ആഴത്തിൽ അധാർമികത പുലർത്തുന്ന വർഗമായി, ചികിത്സയില്ലാത്തവിധം സ്വാർഥതയുടെ കറപുരണ്ട, അസ്ഥിയാൽത്തന്നെ അഴിവുബാധിച്ച,' ഒരു കൂട്ടമായി സ്വാഭാവികമായും മാറ്റുന്ന മുതലാളിത്തത്തിന്റെ മാനവവിരുദ്ധതയുടെ വിമർശത്തിന്റെ ഭാഗമായിരുന്നു.

എംഗൽസ് വസ്തുതകളെ അംഗീകരിക്കാൻ മടിക്കുന്നു എന്നാണ് പല വിമർശകരും പറഞ്ഞത്. കമ്യൂണിസ്റ്റാണെങ്കിലും അല്ലെങ്കിലും ഒരു മനുഷ്യനും അക്കാലത്ത് ഒരു നടുക്കത്തോടെയല്ലാതെ ഇംഗ്ലണ്ട് സന്ദർശിക്കാൻ കഴിയില്ലായിരുന്നു. അവിടത്തെ ഭീകരമായ അന്തരീക്ഷം കണ്ട്

എംഗൽസിനേക്കാൾ പ്രകോപനമുണ്ടാക്കുന്ന വാക്കുകളിൽ — അദ്ദേഹത്തിന്റെ അപഗ്രഥനമില്ലാതെ — എത്രയോ മാന്യരായ ബൂർഷ്വ ഉദാരവാദികൾ ആ ഞെട്ടൽ രേഖപ്പെടുത്തിയിട്ടുണ്ട്.

മാഞ്ചെസ്റ്ററിലെ ഡി ടോക്കിവില്ലെ എഴുതി: "സംസ്കൃതി അതിന്റെ അത്ഭുതങ്ങൾ പ്രവർത്തിക്കുന്നു, സംസ്കൃതമനുഷ്യൻ ഏതാണ്ട് കാടത്തത്തിലേക്ക് തിരിച്ചുപോകുന്നു."

അമേരിക്കക്കാരൻ ഹെൻറി കോൾമാൻ എഴുതി: "ഇംഗ്ലണ്ടിൽ കുടുംബമുള്ള ഒരു പാവം മനുഷ്യനല്ലല്ലോ ഞാൻ എന്നതിന് ഞാൻ ദൈവത്തോട് നന്ദി പറയുകയാണ്."

എംഗൽസിന്റേതിനോട് ചേർത്തുവയ്ക്കാവുന്ന നിരവധി പ്രസ്താവനകൾ വ്യവസായികളുടെ പരുക്കൻ ഉപയുക്തതാവാദപരമായ പരാങ്മുഖത്വത്തിന് തെളിവായി നിരത്താനുണ്ട്.

1845 ലേതുപോലെത്തന്നെ അന്നത്തെ തൊഴിലാളിവർഗത്തെക്കുറിച്ചുള്ള ഏറ്റവും നല്ല ഒറ്റപ്പുസ്തകമായി ഇന്നും എംഗൽസിന്റെ പുസ്തകം നിലനിൽക്കുന്നു എന്നതാണ് സത്യം. പിന്നീടുള്ള ചരിത്രകാരന്മാർ അതിനെ അങ്ങനെതന്നെയാണ് കണ്ടത്, ഇപ്പോഴും കാണുന്നത് - സമീപകാലത്തെ ചില വിമർശകർ ഒഴിച്ചാൽ. അവരുടേതാകട്ടെ, പ്രത്യയശാസ്ത്രപരമായ അനിഷ്ടത്തിന്റെ പ്രകടനമാണ്. ആ വിഷയത്തിലെ അവസാന വാക്കല്ല, അത്; 125 വർഷത്തെ ഗവേഷണം തൊഴിലാളിവർഗ സാഹചര്യങ്ങളെപ്പറ്റി പ്രത്യേകിച്ചും എംഗൽസിന് വ്യക്തിപരമായി പരിചയമില്ലായിരുന്ന മേഖലകളിൽ നമുക്കുള്ള അറിവ് ഏറെ വർധിപ്പിച്ചിട്ടുണ്ട്. ഇത് ആ കാലഘട്ടത്തിന്റെ പുസ്തകമാണ്. പക്ഷേ, പത്തൊമ്പതാം നൂറ്റാണ്ടിലെ ചരിത്രകാരന്റെയും തൊഴിലാളിവർഗപ്രസ്ഥാനത്തെപ്പറ്റി താൽപ്പര്യമുള്ളവരുടെയും പുസ്തകപ്പുരയിൽ അതിന് പകരം വയ്ക്കാൻ മറ്റൊന്നില്ല. മനുഷ്യവംശത്തിന്റെ വിമോചനത്തിൽ ഒഴിച്ചുകൂടാനാവാത്ത ഒരു നാഴികക്കല്ലായി അത് നിലനിൽക്കുന്നു.

5

കമ്മ്യൂണിസ്റ്റ് മാനിഫെസ്റ്റോയെക്കുറിച്ച്*

ആയിരത്തി എണ്ണൂറ്റി നാൽപ്പത്തി ഏഴ് വസന്തത്തിൽ കാൾ മാർക്സും ഫ്രെഡറിക് എംഗൽസും *League of the Just [Bund der Gerechten, നീതിമാന്മാരുടെ സഖ്യം]* ൽ ചേരാൻ സമ്മതിച്ചു. ഇത് മുൻ *League of the Outlaws [Bund der Geachteten]*, [നിയമഭ്രഷ്ടരുടെ സഖ്യം] എന്നറിയപ്പെട്ടിരുന്ന സംഘത്തിൽനിന്ന് മുളപൊട്ടിയതാണ്. 'നിയമഭ്രഷ്ടരുടെ സഖ്യം' ഫ്രഞ്ച് വിപ്ലവസ്വാധീനം ഉൾക്കൊണ്ട ജർമൻ വിദഗ്ധതൊഴിലാളി സഞ്ചാരികൾ 1830 കളിൽ പാരീസിൽവച്ച് രൂപവൽക്കരിച്ച ഒരു രഹസ്യവിപ്ലവകൂട്ടായ്മയായിരുന്നു. അപ്പോഴും അതിലെ പ്രധാന ഘടകം വിപ്ലവാനുഭാവികളായ പ്രവാസി വിദഗ്ധതൊഴിലാളികളായിരുന്നു. മാർക്സിന്റെയും എംഗൽസിന്റെയും 'വിമർശാത്മക കമ്മ്യൂണിസ'ത്തിൽ ബോധ്യം വന്ന ലീഗ് അവർ തയാറാക്കിയ ഒരു മാനിഫെസ്റ്റോ സംഘടനയുടെ നയരേഖയായി പ്രസിദ്ധം ചെയ്യാമെന്ന് നിർദേശിച്ചു. സംഘടനയെ ആ രേഖയുടെ അടിസ്ഥാനത്തിൽ ആധുനികവൽക്കരിക്കാമെന്നും ലീഗ് സമ്മതിച്ചു. 1847 വേനലിൽ ആ രേഖപ്രകാരം സംഘടന പുനഃസംഘടിപ്പിക്കപ്പെട്ടു. അതിന്റെ പേര് *League of the Communists* [*Bund der Kommunisten* കമ്മ്യൂണിസ്റ്റ് സഖ്യം] എന്നായി. 'ബൂർഷ്വാസിയെ തൂത്തെറിയൽ, തൊഴിലാളിവർഗ വാഴ്ച സ്ഥാപിക്കൽ, വർഗവൈരുധ്യത്തിൽ [*Klassengegensatzen*] അധിഷ്ഠിതമായ പഴയ സമൂഹ വ്യവസ്ഥ അവസാനിപ്പിക്കൽ, വർഗരഹിതവും സ്വകാര്യസ്വത്തില്ലാത്തതുമായ ഒരു പുതിയ സമൂഹം സ്ഥാപിക്കൽ എന്നിവയോട് പ്രതിബദ്ധത പ്രഖ്യാപിച്ചു, ഈ പുതിയ സംഘടന. 1847 നവംബർ-ഡിസം

* 1998 ൽ *കമ്മ്യൂണിസ്റ്റ് മാനിഫെസ്റ്റോ*യുടെ 150-ാം വാർഷികത്തോടനുബന്ധിച്ച് ഇറക്കിയ ഒരു പതിപ്പിന് ആമുഖമായി എഴുതിയതാണ് ഈ അധ്യായം.

ബറിൽ ലണ്ടനിൽ വച്ച് ലീഗിന്റെ രണ്ടാം കോൺഗ്രസ് നടന്നു, ലക്ഷ്യങ്ങളും പുതിയ ചട്ടങ്ങളും അംഗീകരിക്കപ്പെട്ടു. ലീഗിന്റെ ലക്ഷ്യങ്ങളും നയങ്ങളും വിശദീകരിക്കുന്ന പുതിയ മാനിഫെസ്റ്റോ എഴുതിയുണ്ടാക്കാൻ അത് മാർക്സിനെയും എംഗൽസിനെയും ക്ഷണിച്ചു.

മാർക്സും എംഗൽസും കരടുകൾ എഴുതിയുണ്ടാക്കി. രേഖ ഇരുവരുടെയും സംയുക്ത വീക്ഷണമാണ് പ്രതിഫലിപ്പിക്കുന്നത്. പക്ഷേ, അന്തിമപാഠം മാർക്സ് തന്നെയാണ് എഴുതിയത് എന്ന് ഏതാണ്ട് തീർച്ചയാണ്. നിയതമായ ഒരു സമയം വച്ച് എഴുതിത്തീർക്കാൻ അപ്പോഴും പിന്നീടും മാർക്സിന് പ്രയാസമായിരുന്നു. അതുകൊണ്ട് നിർവാഹക സമിതിയുടെ ഒരു കടുത്ത ഓർമപ്പെടുത്തലിനുശേഷമാണ് അദ്ദേഹത്തിനത് പൂർത്തിയാക്കാൻ കഴിഞ്ഞത്. മുൻപേ എഴുതപ്പെട്ട കരടുകളുടെ അഭാവമുള്ളതുകൊണ്ട് രേഖ അതിവേഗം എഴുതിത്തീർത്ത പ്രതീതിയാണ് ഉളവാക്കുന്നത്. ഏതായാലും, ഫലം 23 പേജുള്ള *Manifesto of the Communist Party* ആയിരുന്നു (1872 നുശേഷം അത് *Communist Manifesto* എന്നാണ് പൊതുവെ അറിയപ്പെടുന്നത്.) അത് '1848 ഫെബ്രുവരിയിൽ പ്രസാധനം ചെയ്യപ്പെട്ടു.' അത് അച്ചടിക്കപ്പെട്ടത് വർക്കേഴ്സ് എജ്യുക്കേഷണൽ അസോസിയേഷന്റെ [*Communistischer Arbeiterbildungsverein* എന്ന പേരിലാണ് ഇത് കൂടുതൽ അറിയപ്പെട്ടിരുന്നത്; 1914 വരെ ഇത് നിലനിന്നു] ലണ്ടൻ നഗരത്തിലെ 46 ലിവർപ്പൂൾ സ്ട്രീറ്റിലെ ഓഫീസിലായിരുന്നു.

ഫ്രഞ്ച് വിപ്ലവത്തിൽ ഇറക്കിയ *Declaration of the Rights of Man and Citizen* (മനുഷ്യന്റെയും പൗരന്റെയും അവകാശങ്ങളുടെ പ്രഖ്യാപനം) നു ശേഷം ഇന്നോളം വന്ന രാഷ്ട്രീയരചനകളിൽ ഏറ്റവും സ്വാധീനവത്തായ ഒറ്റ രചനയായി ഈ കൊച്ചു ലഘുലേഖ ഇന്നും നിലനിൽക്കുന്നു. ഭാഗ്യത്തിന് 1848 ലെ വിപ്ലവങ്ങൾ പൊട്ടിപ്പുറപ്പെടുന്നതിന് ഒന്നോ രണ്ടോ ആഴ്ച മുമ്പു മാത്രമാണ് അത് തെരുവിലിറക്കപ്പെട്ടത്. ആ വിപ്ലവങ്ങൾ പാരിസ് മുതൽ യൂറോപ്യൻ ഭൂഖണ്ഡമാകെ കാട്ടുതീ പോലെ പടരാനിരിക്കുകയായിരുന്നു. അതിന്റെ ചക്രവാളം തീർച്ചയായും അന്തർദേശീയമായിരുന്നു–ആദ്യപതിപ്പിൽ ആശയോടെ, എന്നാൽ തെറ്റായി, "*മാനിഫെസ്റ്റോ* ഇംഗ്ലീഷിലും ഫ്രഞ്ചിലും ഇറ്റാലിയനിലും ഫ്ളെമിഷിലും ഡാനിഷിലും അച്ചടിക്കുന്നുണ്ട്" എന്ന് പ്രസിദ്ധപ്പെടുത്തിയിരുന്നു. പക്ഷേ, അതിന്റെ ആദ്യ പ്രത്യാഘാതം തീർത്തും ജർമൻ ആയിരുന്നു. കമ്യൂണിസ്റ്റ് ലീഗ് ചെറുതായിരുന്നെങ്കിലും അത് ജർമൻ വിപ്ലവത്തിൽ ചെറുതല്ലാത്ത ഒരു പങ്ക് വഹിച്ചിരുന്നു. അതിന് *Neue Rheinische Zeitung* (1848-9) പത്രം വഹിച്ച പങ്കും ചെറുതല്ല. കാൾ മാർക്സ് ആയിരുന്നു, പത്രാധിപർ. *മാനിഫെസ്റ്റോ* യുടെ ആദ്യപതിപ്പ് ഏതാനും മാസങ്ങൾക്കുള്ളിൽ മൂന്നു തവണ പുനർമുദ്രണം ചെയ്യപ്പെട്ടു. *Deutsche Londoner Zeitung* ൽ അത് പരമ്പരയായി വന്നു. 1848 ഏപ്രിലിലോ മേയിലോ അത് തിരുത്തി 30 പേജുകളുള്ളതാക്കപ്പെട്ടു. പക്ഷേ, 1848

ലെ വിപ്ലവങ്ങളുടെ പരാജയത്തെ തുടർന്ന് അത് അപ്രത്യക്ഷമായി. 1849 ൽ മാർക്സ് ആയുഷ്കാല രാജ്യഭ്രഷ്ട ജീവിതത്തിനായി ഇംഗ്ലണ്ടിൽ പാർപ്പുറപ്പിച്ചപ്പോഴേക്കും *മാനിഫെസ്റ്റോ* യുടെ മൂന്നാം ഭാഗം പുനർമുദ്രണം ചെയ്യേണ്ടതാണെന്ന് അദ്ദേഹത്തിന് തോന്നിക്കുംവിധം ആ രേഖ ദുർലഭമായിക്കഴിഞ്ഞിരുന്നു (*Socialistische und kommunistische Literatur*). അത് അദ്ദേഹം തന്റെ ലണ്ടൻ മാസിക *Neue Rheinische Zeitung, Politisch - okonomische Revue* (നവംബർ 1850) യിൽ അച്ചടിക്കുകയും ചെയ്തു. ഈ മാസികയ്ക്ക് വായനക്കാർ സുദുർലഭമായിരുന്നു എന്നതിരിക്കട്ടെ.

1850 കളിലോ 1860 കളുടെ തുടക്കത്തിലോ ആ ലഘുലേഖയ്ക്ക് ഇത്ര ഉജ്വലമായ ഒരു ഭാവിയുണ്ടാകും എന്ന് ആരും പ്രവചിക്കില്ലായിരുന്നു. ഒരുപക്ഷേ, 1864 ലായിരിക്കാം, ഒരു ജർമൻ കുടിയേറ്റക്കാരൻ അച്ചടിശാലക്കാരൻ അതിന്റെ ഒരു കൊച്ചുപ്രതി സ്വകാര്യമായി ഇറക്കി. 1866 ൽ ബെർലിനിൽ മറ്റൊരു കൊച്ചു പതിപ്പുകൂടി ഇറങ്ങി. ഇതായിരിക്കാം ജർമനിയിലെ ആദ്യപതിപ്പ്. ഒരു സ്വീഡിഷ് ഭാഷ്യമൊഴിച്ചാൽ 1848 നും 1868 നും ഇടയ്ക്ക് വിവർത്തനങ്ങളൊന്നും ഉണ്ടായില്ലെന്നാണ് തോന്നുന്നത്. ഇതുതന്നെ ഒരുപക്ഷേ, 1848 അവസാനമായിരിക്കും ഇറങ്ങിയിരിക്കുക. 1850 ൽ ഇംഗ്ലീഷിൽ *മാനിഫെസ്റ്റോ* വന്നു. *മാനിഫെസ്റ്റോ* യുടെ പ്രസിദ്ധീകരണ ചരിത്രത്തിൽ ഏറെ പ്രധാനമാണ് ഇത്. കാരണം, വിവർത്തക മാർക്സുമായി (ലങ്കാഷയറിലായിരുന്നു അവർ താമസം എന്നതിനാൽ ഒരുപക്ഷേ, എംഗൽസുമായിട്ടാകാനാണ് കൂടുതൽ സാധ്യത) അതിനെപ്പറ്റി ചർച്ച നടത്തിയിരുന്നു. രണ്ട് ഭാഷ്യങ്ങളും ഒരടയാളവും ശേഷിപ്പിക്കാതെ മുങ്ങിപ്പോയി. 1860 കളുടെ മധ്യത്തോടെ മുൻപ് മാർക്സ് എഴുതിയ യാതൊന്നും അച്ചടിയിലില്ലാത്ത അവസ്ഥയായി.

ഇന്റർനാഷനൽ വർക്കിങ് മെൻസ് അസോസിയേഷനിൽ (ഇതാണ് ഒന്നാം ഇന്റർനാഷനൽ 1864–72) മാർക്സിന്റെ പ്രാമുഖ്യവും ജർമനിയിൽ അദ്ദേഹത്തെ ഏറെ ബഹുമാനിച്ചിരുന്ന കമ്യൂണിസ്റ്റ് ലീഗിലെ മുൻ അംഗങ്ങൾ സ്ഥാപിച്ച പ്രധാനപ്പെട്ട രണ്ട് തൊഴിലാളിവർഗ പാർട്ടികളുടെ ആവിർഭാവവും *മാനിഫെസ്റ്റോ* യിലും അദ്ദേഹത്തിന്റെ മറ്റു രചനകളിലും ഉള്ള താൽപ്പര്യം വീണ്ടും ഉളവാക്കാൻ കാരണങ്ങളായി. 1871 ലെ പാരിസ് കമ്യൂണിനെ (പൊതുവെ *The Civil War in France* എന്ന് അറിയപ്പെടുന്നു) വാക്ചാതുരിയോടെ അദ്ദേഹം ന്യായീകരിച്ചതിനെ തുടർന്ന് പത്രങ്ങൾ അദ്ദേഹത്തെ അന്തർദേശീയ അട്ടിമറിയുടെ അപകടകാരിയായ നേതാവ് എന്ന് വിശേഷിപ്പിച്ചിരുന്നു. സർക്കാരുകൾ ഭയക്കുന്ന നേതാവ് എന്നും അവ മാർക്സിനെ വിശേഷിപ്പിച്ചു. ഇതൊക്കെക്കൂടി അദ്ദേഹം ഏതാണ്ട് 'കുപ്രശസ്ത' നായിരുന്നു. 1872 മാർച്ചിൽ ജർമൻ സോഷ്യൽ ഡെമോക്രാറ്റിക് പാർട്ടി നേതാക്കളായ വിൽഹെം ലിബക്നെറ്റ്, ഓഗസ്റ്റ് ബെബെൽ, അഡോൾഫ് ഹെപ്നർ എന്നിവർ രാജ്യദ്രോഹക്കുറ്റത്തിന് വിചാരണ ചെയ്യപ്പെട്ടതും *മാനിഫെസ്റ്റോയ്ക്ക്* അപ്രതീക്ഷിതമായ

പ്രചാരം നേടിക്കൊടുത്തു. വാദിഭാഗം വക്കീൽ *മാനിഫെസ്റ്റോയു*ടെ ഭാഗങ്ങൾ വായിച്ച് കോടതി രേഖകളുടെ ഭാഗമാക്കി. അതോടെ ആദ്യമായി അത് നിയമവിധേയമായിത്തന്നെ പ്രസിദ്ധം ചെയ്യാൻ സോഷ്യൽ ഡെമോക്രാറ്റുകൾക്ക് അവസരമൊരുങ്ങി. കോടതിനടപടികളുടെ ഭാഗമായിത്തന്നെ വൻതോതിൽ ആ രേഖ അച്ചടിക്കപ്പെട്ടു. 1848 ലെ വിപ്ലവത്തിനുമുമ്പ് പ്രസിദ്ധം ചെയ്യപ്പെട്ട രേഖയിൽ കാലോചിതമായ വിശദീകരണങ്ങളും വ്യാഖ്യാനങ്ങളും ഉൾപ്പെടുത്തേണ്ടതുണ്ട് എന്ന് വ്യക്തമായതുകൊണ്ട് മാർക്സും എംഗൽസും ആമുഖങ്ങളുടെ പരമ്പരയിലെ ആദ്യത്തേത് എഴുതിയുണ്ടാക്കി. പിന്നീടുവന്ന *മാനിഫെസ്റ്റോയു*ടെ പുതിയ പതിപ്പുകളിലെല്ലാം ഇത് ചേർക്കപ്പെട്ടുകാണാം. നിയമപരമായ കാരണങ്ങളാൽ ആമുഖം അക്കാലത്ത് വിപുലമായി വിതരണം ചെയ്യപ്പെട്ടില്ല. പക്ഷേ, 1872 ലെ പതിപ്പാണ് (1866-ലെ പതിപ്പിനെയാണ് ഇത് ആധാരമാക്കിയത്) പിന്നീടിറങ്ങിയ എല്ലാ പതിപ്പുകളുടെയും അടിസ്ഥാനം. 1871 നും 1873 നും ഇടയ്ക്ക് *മാനിഫെസ്റ്റോ* ആറു ഭാഷകളിലായി ചുരുങ്ങിയത് ഒമ്പത് പതിപ്പുകളെങ്കിലും ഇറങ്ങി.

അടുത്ത നാൽപ്പതുവർഷം *മാനിഫെസ്റ്റോ* ലോകം കീഴടക്കി. പുതിയ (സോഷ്യലിസ്റ്റ്) തൊഴിലാളിപ്പാർട്ടികൾ അതിനെ നെഞ്ചോടു ചേർത്തു. അവയ്ക്കുമേൽ മാർക്സിസ്റ്റ് സ്വാധീനം 1880 കളിൽ അതിവേഗം ശക്തിപ്പെട്ടു. ഇവയിൽ ഒരു പാർട്ടിയും ഒരു കമ്യൂണിസ്റ്റ് പാർട്ടിയായി അറിയപ്പെടാൻ ആഗ്രഹിച്ചിരുന്നില്ല. പക്ഷേ, ഒക്ടോബർ വിപ്ലവത്തിനുശേഷം റഷ്യൻ ബോൾഷെവിക്കുകൾ ആദ്യത്തെ നാമത്തിലേക്ക് തിരിച്ചുപോയതോടെ അതിൽ മാറ്റം വന്നു. ഏതായാലും *Manifesto of the Communist Party* എന്ന പേര് മാറ്റമില്ലാതെ തുടർന്നു. 1917 ലെ റഷ്യൻ വിപ്ലവത്തിനു മുൻപുതന്നെ ഏതാണ്ട് 30 ഭാഷകളിലായി നൂറുകണക്കിന് പതിപ്പുകൾ ഇറങ്ങി. അവയിൽ ജാപ്പനീസിൽ മൂന്നെണ്ണവും ചൈനീസിൽ ഒന്നും ഉൾപ്പെടുന്നു. ഏറ്റവുമധികം പതിപ്പുകൾ ഇറങ്ങിയത് റഷ്യൻ ഭാഷയിലാണ് (70) എന്നതിൽ അത്ഭുതപ്പെടാനില്ല. സാറിസ്റ്റ് സാമ്രാജ്യത്തിലെ ഭാഷകളിൽ 35 എണ്ണം കൂടിയിറങ്ങി: പതിനൊന്നെണ്ണം പോളിഷിൽ, ഏഴെണ്ണം യിദ്ദിഷിൽ, ആറെണ്ണം ഫിന്നിഷിൽ, അഞ്ചെണ്ണം ഉക്രെയിനിൽ, നാലെണ്ണം ജോർജിയനിൽ, രണ്ടെണ്ണം അർമേനിയനിൽ. ജർമൻ ഭാഷയിൽ 55 എണ്ണം വന്നു; ഹാബ്സ്ബർഗ് സാമ്രാജ്യത്തിനുംകൂടി ഒമ്പതെണ്ണം ഹങ്കേറിയനിൽ, എട്ടെണ്ണം ചെക്ക് ഭാഷയിൽ; പക്ഷേ ക്രൊയാറ്റിൽ മൂന്നും സ്ളൊവാക്കിലും സ്ളോവെനിലും ഓരോന്നുവീതവും മാത്രമേ ഉണ്ടായുള്ളു. ഇംഗ്ലീഷിൽ 34 എണ്ണം (യു എസ് എ ഉൾപ്പെടെ; അവിടെ ആദ്യ വിവർത്തനം വന്നത് 1871 ൽ ആണ്); ഫ്രഞ്ചിൽ 26, ഇറ്റാലിയനിൽ 11. ഇറ്റലിയിൽ ഒന്നാമത്തേത് വരാൻ 1889 ആകേണ്ടിവന്നു. തെക്കുപടിഞ്ഞാറൻ യൂറോപ്പിൽ അതിന്റെ പ്രത്യാഘാതം കുറവായിരുന്നു: സ്പാനിഷിൽ ആറ് പതിപ്പുകൾ (ലാറ്റിൻ അമേരിക്കൻ പതിപ്പുകൾ അടക്കം), ഒന്ന് പോർച്ചുഗീസിൽ. തെക്കുകിഴക്കൻ യൂറോപ്പിലും സ്ഥിതി

അതുതന്നെ: ബൾഗേറിയനിൽ ഏഴ്, സെർബിൽ നാല്, റുമാനിയനിൽ നാല്, ലാഡിനോയിൽ ഒരൊറ്റ എണ്ണം–ഇത് സലോണിക്കയിലാണ് പ്രസിദ്ധം ചെയ്തതെന്ന് കരുതപ്പെടുന്നു. വടക്കൻ യൂറോപ്പ് ഡാനിഷിൽ ആറും സ്വീഡിഷിൽ അഞ്ചും നോർവീജിയനിൽ രണ്ടും പതിപ്പുകളുമായി തരക്കേടില്ലാത്തവിധം പ്രതിനിധാനം ഉണ്ടായി.

ഈ ഭൂപരമായ അസമവിതരണം സോഷ്യലിസ്റ്റ് പ്രസ്ഥാനത്തിന്റെ അസമവികാസത്തെയും മാർക്സിന്റെ സ്വാധീനത്തിലെ തന്നെ അസമതയെയും (അരാജകത്വംപോലുള്ള ഇതര വിപ്ലവപ്രത്യയശാസ്ത്രങ്ങളിൽനിന്ന് വ്യതിരിക്തമായി) മാത്രം പ്രതിഫലിപ്പിക്കുന്നതല്ല, സോഷ്യൽ ഡെമോക്രാറ്റിക്, തൊഴിലാളിപ്പാർട്ടികളുടെ വലുപ്പവും ശക്തിയും *മാനിഫെസ്റ്റോ*യുടെ വിതരണവ്യാപനവും തമ്മിൽ ശക്തമായ പരസ്പരബന്ധമൊന്നും ഇല്ലെന്ന് നമ്മെ ഓർമിപ്പിക്കുന്നതാണ്. 1905 വരെ ആയിരക്കണക്കിന് അംഗങ്ങളും ലക്ഷക്കണക്കിന് സമ്മതിദായകരുമുള്ള ജർമൻ സോഷ്യൽ ഡെമോക്രാറ്റിക് പാർട്ടി (എസ് ഡി പി) ആകെ രണ്ടായിരം–മൂവായിരം പ്രതികളാണ് പുതിയ പതിപ്പായി ഇറക്കിക്കൊണ്ടിരുന്നത്. പാർട്ടിയുടെ *Erfurt Programme* (1891) ഒരു ലക്ഷത്തി ഇരുപതിനായിരം പ്രതികൾ അടിച്ചിറക്കിയപ്പോൾ 1895 മുതൽ 1905 വരെ മാനിഫെസ്റ്റോയുടെ 16,000 പ്രതികളേ ഇറക്കിയതായി കാണുന്നുള്ളൂ. അതിന്റെ സൈദ്ധാന്തിക ജേണലായ *Die Neue Zeit* ന്റെ വിതരണസംഖ്യ 6400 ആയിരുന്നു, 1905 ൽ. ഒരു മാർക്സിസ്റ്റ് സോഷ്യൽ ഡെമോക്രാറ്റിക് പാർട്ടിയുടെ ശരാശരിഅംഗം സിദ്ധാന്തത്തിൽ പരീക്ഷ പാസാകണമെന്നൊന്നും ഇല്ലായിരുന്നു. വിപ്ലവപൂർവ റഷ്യൻ പതിപ്പുകൾ 70 എണ്ണവും മിക്ക സമയവും നിയമവിരുദ്ധമായിരുന്ന പലതരം സംഘടനകളാണ് ഇറക്കിയത്. എല്ലാറ്റിന്റെയുംകൂടി അംഗസംഖ്യ പരമാവധി ഏതാനും ആയിരം വരുമായിരുന്നിരിക്കാം. അതുപോലെ, ഇംഗ്ലീഷ് പതിപ്പുകൾ 34 ഉം ഇറക്കിയത് ആംഗ്ലോ–സാക്സൺ ലോകത്തെ പലപാട് ചിതറിക്കിടന്നിരുന്ന മാർക്സിസ്റ്റ് വിഭാഗങ്ങൾക്കു വേണ്ടിയായിരുന്നു. അന്നുനിലവിലുണ്ടായിരുന്ന തരം തൊഴിലാളി–സോഷ്യലിസ്റ്റ് പാർട്ടികളുടെ ഇടതുപക്ഷത്ത് പ്രവർത്തിക്കുന്നവയായിരുന്നു, അവയെല്ലാം എന്നു മാത്രം. 'ഒരു സഖാവിന്റെ വ്യക്തത അയാളുടെ കൈവശമുള്ള *മാനിഫെസ്റ്റോ*യിൽ കാണപ്പെടുന്ന അടയാളമടക്കുകളുടെ എണ്ണം കണ്ടാൽ മനസിലാക്കാം' എന്നൊക്കെ പറയുന്നതിന്റെ ഒരു പടുതി ഇതായിരുന്നു. ചുരുക്കത്തിൽ, *മാനിഫെസ്റ്റോ* വായനക്കാർ പുതിയതായി ഉയിർകൊണ്ടിരുന്ന സോഷ്യലിസ്റ്റ് തൊഴിലാളിവർഗ പാർട്ടികളുടെയും പ്രസ്ഥാനങ്ങളുടെയും അംഗങ്ങളായിരുന്നെങ്കിലും അവർ തീർച്ചയായും അവയുടെ അംഗത്വത്തിന്റെ പ്രാതിനിധ്യമാതൃകകൾ ആയിരുന്നില്ല. അത്തരം പ്രസ്ഥാനങ്ങളിൽ അന്തഃസ്ഥിതമായ സിദ്ധാന്തത്തിൽ പ്രത്യേകതാൽപ്പര്യമുള്ള സ്ത്രീപുരുഷന്മാരായിരുന്നു, അവർ. ഇന്നും ഒരുപക്ഷേ, അതുതന്നെയാണ് സ്ഥിതി.

ഈ സാഹചര്യം ഒക്ടോബർ വിപ്ലവത്തോടെ മാറി; ചുരുങ്ങിയപക്ഷം

കമ്യൂണിസ്റ്റുപാർട്ടികളിലെങ്കിലും. രണ്ടാം ഇന്റർനാഷണലിലെ (1889–1914) ബഹുജനപാർട്ടികളിൽനിന്ന് വിഭിന്നമായി മൂന്നാമത്തേതിൽ (1919–43) അംഗങ്ങളെല്ലാം മാർക്സിസ്റ്റ് സിദ്ധാന്തം അറിഞ്ഞിരിക്കണം, കുറഞ്ഞ പക്ഷം അൽപ്പം വിവരം കാണിക്കുകയെങ്കിലും വേണം, എന്ന അഭിപ്രായമായിരുന്നു വച്ചു പുലർത്തിയത്. പുസ്തകരചനയിൽ താൽപ്പര്യമില്ലാത്തവരും എന്നാൽ ഫലപ്രദമായി രാഷ്ട്രീയപ്രവർത്തനം നടത്തുന്നവരും കാൾ കൗട്സ്കിയെപ്പോലെ സിദ്ധാന്തവിചക്ഷണർ എന്ന രീതിയിൽ അറിയപ്പെടുകയും ആദരിക്കപ്പെടുകയും ചെയ്യുന്നവരും തമ്മിലുള്ള ദ്വന്ദഭാവം മാഞ്ഞുപോയി. ലെനിനെ പിൻതുടരുന്ന എല്ലാ നേതാക്കളും പ്രധാനപ്പെട്ട സൈദ്ധാന്തികർകൂടി ആകണം എന്നുവന്നു. കാരണം, എല്ലാ രാഷ്ട്രീയതീരുമാനങ്ങളും ന്യായീകരിക്കപ്പെടേണ്ടത് മാർക്സിസ്റ്റ് അപഗ്രഥനത്തെ ആധാരമാക്കി, അഥവാ 'ക്ലാസിക്കുക' കളുടെ പാഠപരമായ ആധികാരികതയെ അടിസ്ഥാനമാക്കി വേണം എന്നായി; ക്ലാസിക്കുകൾ എന്നാൽ മാർക്സ്, എംഗൽസ്, ലെനിൻ, (ക്രമേണ) സ്റ്റാലിൻ എന്നിവരുടെ രചനകൾ. അങ്ങനെ മാർക്സ്, എംഗൽസ് എന്നിവരുടെ ഗ്രന്ഥങ്ങളുടെ പ്രസിദ്ധീകരണം, ജനകീയപ്രചാരണം എന്നിവയ്ക്ക് പ്രസ്ഥാനത്തിന്റെ പ്രവർത്തനത്തിൽ രണ്ടാം ഇന്റർനാഷണലിന്റെ കാലത്തിനേക്കാൾ പ്രാധാന്യം ലഭിച്ചു. അവയിൽ ആദ്യത്തേത് ഒരുപക്ഷേ, വെയ്മർ റിപ്പബ്ലിക് കാലത്ത് ജർമനിയിൽ ഇറങ്ങിയ *Elementarbucher de kommunismus* ആയിരുന്നു. തുടർന്ന് അനുയോജ്യമായ വിധത്തിൽ തെരഞ്ഞെടുക്കപ്പെട്ട പല രചനകളും ഇറങ്ങി. *Selected Correspondence of Marx and Engels* മുതൽ *Selected Works of Marx and Engels* (ആദ്യം രണ്ട് വാല്യങ്ങൾ, പിന്നെ മൂന്ന് വാല്യങ്ങൾ) വരെയും അവരുടെ *Collected Works (Gesamtausagabe)* തയാറാക്കൽ എന്നീ പ്രവർത്തനങ്ങളും നടന്നു. ഇവയ്ക്കെല്ലാം സോവിയറ്റ് കമ്യൂണിസ്റ്റു പാർട്ടിയുടെ അപരിമിതമായ വിഭവപിന്തുണയുണ്ടായിരുന്നു. ഇവയിൽ പലതും അച്ചടിക്കപ്പെട്ടത് പല വിദേശ ഭാഷകളിലെങ്കിലും സോവിയറ്റ് യൂണിയനിലായിരുന്നു.

ഈ പുതിയ സാഹചര്യത്തിൽ നിന്ന് *Communist Manifesto* യ്ക്ക് മൂന്നുനേട്ടങ്ങളുണ്ടായി. നിസ്സംശയമായും അതിന്റെ പ്രചാരം വർധിച്ചു. 1932 ൽ അമേരിക്കയിലെയും ബ്രിട്ടനിലെയും കമ്യൂണിസ്റ്റ് പാർട്ടികളുടെ ഔദ്യോഗിക പ്രസാധനസംരംഭങ്ങൾ അതിന്റെ വിലകുറഞ്ഞ പതിപ്പുകൾ 'നൂറായിരക്കണക്കിന് പ്രതികൾ' അച്ചടിച്ചു. 'ഒരുപക്ഷേ, ഇംഗ്ലീഷിൽ പുറത്തിറക്കപ്പെട്ട ഏറ്റവും വലിയ പതിപ്പ്' എന്നാണ് അവ വിശേഷിപ്പിക്കപ്പെട്ടത്. അതിന്റെ പേര് ഒരു ചരിത്രപരമായ അവശേഷിപ്പ് അല്ലാതായി. അത് സമകാലിക രാഷ്ട്രീയവുമായി നേരിട്ട് കണ്ണിചേർന്നു. ഒരു വൻ ഭരണകൂടം തന്നെ മാർക്സിസ്റ്റ് പ്രത്യയശാസ്ത്രത്തെ പ്രതിനിധാനം ചെയ്യുന്നതായി അവകാശപ്പെട്ടതോടെ ഒരു രാഷ്ട്രമീമാംസാപാഠം എന്ന നിലയ്ക്ക് *മാനിഫെസ്റ്റോ* യുടെ നില പൂർവാധികം ദൃഢീകരിക്കപ്പെടുക

യായിരുന്നു. തുടർന്ന് അത് സർവകലാശാലകളിലെ പഠനപദ്ധതിയിൽ പ്രവേശിച്ചു തുടങ്ങി. രണ്ടാം ലോകയുദ്ധശേഷം അതിന്റെ അക്കാദമിക വ്യാപനത്തിന് ആക്കം കൂടി. 1960 കളിലും 1970 കളിലും ബൗദ്ധികവായനക്കാരുടെ മാർക്സിസം കൂടുതൽ ആകാംക്ഷാഭരിതരമായ പൊതുജനതാൽപ്പര്യം ഉണർത്തുന്നതു നാം കണ്ടു.

രണ്ടാം ലോക യുദ്ധം കഴിഞ്ഞപ്പോൾ യു എസ് എസ് ആർ ലോകത്തെ രണ്ട് വൻശക്തികളിൽ ഒന്നായി ആവിർഭവിച്ചു. അത് കമ്യൂണിസ്റ്റ് ഭരണകൂടങ്ങളുടെയും സാമന്തന്മാരുടെയും ഒരു വൻനിരയുടെ നേതൃസ്ഥാനത്ത് എത്തി. പടിഞ്ഞാറൻ കമ്യൂണിസ്റ്റ് പാർട്ടികൾ (ജർമൻ പാർട്ടി ശ്രദ്ധേയമായ ഒരു അപവാദമാണ്) യുദ്ധാനന്തരം മുമ്പെപ്പോഴത്തെക്കാൾ ശക്തമായി. ഇത്രയും ശക്തി ഭാവിയിലും അവർക്ക് പ്രതീക്ഷിക്കാനാകുമോ എന്നറിയില്ലായിരുന്നു. ശീതയുദ്ധം തുടങ്ങിയിരുന്നെങ്കിലും ശതവാർഷികവേള ആയപ്പോഴേക്കും *മാനിഫെസ്റ്റോ* പ്രസിദ്ധം ചെയ്യുന്നത് കമ്യൂണിസ്റ്റ് /മാർക്സിസ്റ്റ് എഡിറ്റർമാർ മാത്രമല്ലാതായി; രാഷ്ട്രീയേതര പ്രസാധകരും പ്രമുഖരായ അക്കാദമികരുടെ അവതാരികകളോടെ അത് പുറത്തിറക്കിത്തുടങ്ങി. ചുരുക്കത്തിൽ, അത് കേവലം ഒരു ക്ലാസിക് മാർക്സിസ്റ്റ് രേഖ മാത്രമല്ലാതായിത്തീർന്നു. അതൊരു രാഷ്ട്രീയ ക്ലാസിക് വിഭവമായി മാറി.

ഇപ്പോഴും അതങ്ങനെ തുടരുന്നു; സോവിയറ്റ് കമ്യൂണിസം അവസാനിച്ചിട്ടും, ലോകത്തിന്റെ പലഭാഗങ്ങളിലും മാർക്സിസ്റ്റ് പാർട്ടികളും പ്രസ്ഥാനങ്ങളും ക്ഷയിച്ചിട്ടും സെൻസർഷിപ്പ് ഇല്ലാത്ത ഭരണകൂടങ്ങളിൽ ഒരു നല്ല പുസ്തകക്കട സമീപത്തുള്ള മിക്കവർക്കും, ഒരു നല്ല പുസ്തകപ്പുര അടുത്തുള്ള എല്ലാവർക്കും (ഇന്റർനെറ്റിനെക്കുറിച്ച് പ്രത്യേകം പ്രസ്താവിക്കേണ്ടതില്ലല്ലോ) അത് പ്രാപ്യമാണ്. അതുകൊണ്ട്, ഒരു പുതിയ പതിപ്പ് ഇറക്കുന്നത് ആശ്ചര്യകരമായ ഈ മഹദ്ഗ്രന്ഥം ലഭ്യമാക്കാനല്ല, മാർക്സിസത്തിന്റെ ഈ മൗലികരേഖയുടെ 'ശരിയായ' വ്യാഖ്യാനത്തെ സംബന്ധിച്ച് ഒരു നൂറ്റാണ്ടായി നടന്നുവരുന്ന സൈദ്ധാന്തിക സംവാദങ്ങളെ പുനഃസന്ദർശിക്കാനുള്ള ഒരു ശ്രമം നടത്താനുമല്ല. *മാനിഫെസ്റ്റോ* വിന് ഇരുപത്തിയൊന്നാം നൂറ്റാണ്ടിലെ ലോകത്തോട് ഇനിയും ധാരാളം പറയാനുണ്ട് എന്ന് നമ്മെത്തന്നെ ഓർമിപ്പിക്കാനാണത്.

II

എന്താണ് അതിന് പറയാനുള്ളത്?

തീർച്ചയായും അത് ചരിത്രത്തിലെ ഒരു പ്രത്യേക മുഹൂർത്തത്തിനുവേണ്ടി എഴുതപ്പെട്ട ഒരു രേഖയാണ്. അതിൽ ചില ഭാഗങ്ങൾ ഏതാണ്ട് ഉടൻതന്നെ പഴഞ്ചനായിപ്പോയി – ഉദാഹരണത്തിന്, ജർമനിയിലെ കമ്യൂണിസ്റ്റുകാരോട് ശുപാർശ ചെയ്ത അടവുകൾ. 1848 ലെ

വിപ്ലവത്തിലോ തുടർന്നുള്ള സംഭവങ്ങളിലോ പ്രയോഗിക്കപ്പെട്ടത് വാസ്തവത്തിൽ ആ അടവുകളല്ല. എഴുത്തിന്റെ കാലവും വായനക്കാരുടെ കാലവും തമ്മിലുള്ള അകലം വർധിക്കുന്ന മുറയ്ക്ക് കുറേക്കൂടി ഭാഗങ്ങൾ പഴഞ്ചനാകുന്നുണ്ട്. സർക്കാരുകളെ ചരിത്ര പുസ്തകങ്ങളിലേക്ക് നയിക്കുന്ന ഏർപ്പാടിൽനിന്ന് ഗുയിസോട്ടും മെറ്റർനിഷും വിരമിച്ചിട്ട് ഏറെക്കാലമായി; സാർ (പോപ്പല്ലെങ്കിലും) ഇപ്പോൾ ഇല്ല. 'സോഷ്യലിസ്റ്റ്, കമ്യൂണിസ്റ്റ് സാഹിത്യ' സംവാദങ്ങളെപ്പറ്റിയാണെങ്കിൽ, അവ പഴഞ്ചനായിക്കഴിഞ്ഞതായി 1872 ൽ മാർക്സും എംഗൽസും തന്നെ സമ്മതിക്കുന്നുണ്ട്.

കാലംകഴിയുന്തോറും *മാനിഫെസ്റ്റോ* യുടെ ഭാഷ അതിന്റെ വായനക്കാരുടെ ഭാഷയല്ലാതായി വരികയായിരുന്നു. ഉദാഹരണത്തിന്, ബൂർഷ്വ സമൂഹത്തിന്റെ മുന്നേറ്റം 'ഗ്രാമീണ ജീവിതത്തിന്റെ മണ്ടത്തരത്തിൽനിന്ന് ജനങ്ങളിൽ ഗണ്യമായ ഒരു വിഭാഗത്തെ' രക്ഷിച്ചു എന്ന പ്രയോഗത്തെപ്പറ്റി ഏറെ പറയപ്പെട്ടിട്ടുണ്ട്. മാർക്സ് അക്കാലത്ത് പൊതുവെ പട്ടണവാസിക്ക് കർഷകജീവിതത്തെപ്പറ്റി ഉള്ള പുച്ഛവും അജ്ഞതയും പങ്കുവച്ചിരുന്നു എന്നതിൽ സംശയമില്ലെങ്കിലും യഥാർഥവും അപഗ്രഥനപരമായി കൂടുതൽ രസകരവുമായ ജർമൻ പ്രയോഗം *dem Idiotismus des Landlebens entrissen* 'മണ്ടത്തര'ത്തെയല്ല, നാട്ടിൻപുറത്തെ ജനങ്ങളുടെ 'ഇടുങ്ങിയ ചക്രവാളങ്ങളെ' കുറിക്കുന്നതും അവരുടെ ജീവിതം 'കൂടുതൽ വിശാലമായ സമൂഹത്തിൽനിന്ന് ഒറ്റപ്പെട്ട അവസ്ഥയിലാണ്' എന്ന അർഥത്തിൽ ഉപയോഗിക്കപ്പെട്ടതുമാണ്. അവിടെ *idiotes* എന്ന ഗ്രീക്ക് പദത്തിന്റെ മൗലികമായ അർഥമാണ് എടുക്കേണ്ടത്: 'കൂടുതൽ വിശാലമായ സമൂഹത്തിന്റെ കാര്യങ്ങളിൽ അല്ലാതെ സ്വകാര്യങ്ങളെക്കുറിച്ചു മാത്രം വേവലാതിപ്പെടുന്ന ഒരു വ്യക്തി.' ആ പദത്തിൽ നിന്നാണ് ഇന്ന് 'മണ്ടൻ' എന്ന അർഥത്തിൽ ഉപയോഗിക്കുന്ന *idiot* എന്ന വാക്ക് ഉരുവംകൊണ്ടത് എന്നേ ഉള്ളൂ. 1840 കൾക്കുശേഷമുള്ള ദശകങ്ങളിൽ, മാർക്സിനോളം പാരമ്പര്യവിജ്ഞാനങ്ങളിൽ വിദ്യാഭ്യാസം ലഭിക്കാത്ത അംഗങ്ങളുള്ള പ്രസ്ഥാനങ്ങളിൽ, ആ വാക്കിന്റെ മൂലാർഥം ആവിയായിപ്പോയി, അത് തെറ്റായി വായിക്കപ്പെട്ടു.

ഗ്രന്ഥത്തിന്റെ രാഷ്ട്രീയ പദസമ്പത്തിൽ ഈ പ്രശ്നം കൂടുതൽ വ്യക്തമാകുന്നുണ്ട്. *Stand (Estate), Demokratie (democracy), Nation/ National,* ഇത്യാദി പദങ്ങൾക്ക് ഇന്നത്തെ രാഷ്ട്രീയത്തിൽ ഉപയോഗമില്ല; ഉണ്ടെങ്കിൽ തന്നെ 1840 കളിലെ രാഷ്ട്രീയ, തത്വശാസ്ത്ര സംവാദങ്ങളിൽ അവയ്ക്ക് നൽകപ്പെട്ട അർഥമല്ല ഇപ്പോൾ അവയ്ക്കുള്ളത്. സ്പഷ്ടമാകുന്ന ഒരു ഉദാഹരണം എടുക്കാം; നമ്മുടെ ഗ്രന്ഥം ഏതൊരു *Communist Party* യുടെ *മാനിഫെസ്റ്റോ* ആണെന്നാണോ അവകാശപ്പെട്ടിരുന്നത്, ആ പാർട്ടിക്ക് ആധുനിക ജനാധിപത്യരാഷ്ട്രീയം, ലെനിനിസ്റ്റ് കമ്യൂണിസത്തിലെ 'മുന്നണിപ്പാർട്ടികൾ' എന്നിവയുമായി

യാതൊരു ബന്ധവുമില്ല. പിന്നെയല്ലേ, സോവിയറ്റ് / ചൈനീസ് രീതികളിൽപ്പെട്ട ഭരണകൂടപ്പാർട്ടികൾക്ക്! അവയൊന്നും അപ്പോൾ നിലവിൽവന്നിട്ടുപോലും ഉണ്ടായിരുന്നില്ല. അപ്പോഴും 'പാർട്ടി' എന്നാൽ ഒരു പ്രവണത അല്ലെങ്കിൽ അഭിപ്രായ/നയധാര എന്നേ അർഥമുണ്ടായിരുന്നുള്ളൂ. വർഗപ്രസ്ഥാനങ്ങളിൽ ആവിഷ്കാരം കണ്ടെത്തുമ്പോൾ ഇത് ഒരുതരം സംഘടനയായി രൂപപ്പെടുന്നുണ്ട് എന്ന് മാർക്സും എംഗൽസും സമ്മതിക്കുന്നുണ്ട് എന്നത് ശരി തന്നെ. (*diese Organisation der Proletarier zur klasse, und damit zur politischen partei.*) അതുകൊണ്ടാണ് ഭാഗം നാലിൽ "…. ഇംഗ്ലണ്ടിലെ ചാർട്ടിസ്റ്റുകൾ, വടക്കേ അമേരിക്കയിലെ കാർഷിക പരിഷ്ക്കർത്താക്കൾ എന്നിങ്ങനെ രൂപവൽകൃതമായ പണിയാളപ്പാർട്ടികളും ഇന്ന് അങ്ങനെ രൂപവൽക്കരിക്കപ്പെട്ടിട്ടില്ലാത്തവയും" തമ്മിൽ വ്യതിരിക്തത കൽപ്പിച്ചിട്ടുള്ളത്. ആ ഘട്ടത്തിൽ മാർക്സിന്റെയും എംഗൽസിന്റെയും കമ്യൂണിസ്റ്റ് പാർട്ടി ഒരു തരത്തിലുമുള്ള സംഘടനയായിരുന്നില്ല. അത് അത്തരമൊന്ന് സ്ഥാപിക്കാൻ ശ്രമിച്ചതുമില്ല. മറ്റു സംഘടനകളിൽനിന്ന് വ്യതിരിക്തമായ, നിയതമായ ഒരു പരിപാടിയുള്ള ഒരു സംഘടനയുടെ കാര്യം പിന്നെ പറയേണ്ടതില്ലല്ലോ. *മാനിഫെസ്റ്റോ* എഴുതപ്പെട്ടത് കമ്യൂണിസ്റ്റ് ലീഗിനുവേണ്ടിയായിരുന്നല്ലോ. പക്ഷേ, അതിന്റെ പേര് ഗ്രന്ഥത്തിൽ എവിടെയും പരാമർശിക്കപ്പെടുന്നില്ല എന്നുകൂടി ആനുഷംഗികമായി പറയട്ടെ.

മാനിഫെസ്റ്റോ ഒരു പ്രത്യേക ചരിത്രസാഹചര്യത്തിൽ, അതിനുവേണ്ടി എഴുതപ്പെട്ടതാണ് എന്നു മാത്രമല്ല, അത് മാർക്സിയൻ ചിന്തയുടെ വികാസത്തിലെ താരതമ്യേന അപക്വമായ ഒരു ഘട്ടത്തെ പ്രതിനിധാനം ചെയ്യുന്നു എന്നുകൂടി വ്യക്തമാണ്. ഇത് ഏറ്റവും വ്യക്തമാകുന്നത് അതിലെ സാമ്പത്തികവശങ്ങളിലാണ്. 1843 മുതൽ മാർക്സ് രാഷ്ട്രീയ സമ്പദ്ശാസ്ത്രം ഗൗരവമായി പഠിച്ചുതുടങ്ങിയിരുന്നെങ്കിലും 1848 ലെ വിപ്ലവാനന്തരം ഇംഗ്ലണ്ടിലേക്ക് രാജ്യഭ്രഷ്ടനായി എത്തുകയും 1850 ലെ വേനലിൽ ബ്രിട്ടീഷ് മ്യൂസിയം ലൈബ്രറിയുടെ ഖനികളിലേക്ക് പ്രാപ്യത നേടുകയും ചെയ്യുന്നതുവരെ *മൂലധന*ത്തിൽ നിർധാരണം ചെയ്യുന്ന സാമ്പത്തികാപഗ്രഥനം കരുപ്പിടിപ്പിക്കാൻ ഗൗരവത്തോടെ തുനിഞ്ഞിരുന്നില്ല. അതുകൊണ്ട്, തൊഴിലാളി തന്റെ അധ്വാനം മുതലാളിക്ക് വിൽക്കുന്നതും തന്റെ അധ്വാനശക്തി വിൽക്കുന്നതും തമ്മിലുള്ള വ്യതിരിക്തത–ഇത് മിച്ചമൂല്യം, ചൂഷണം എന്നിവ സംബന്ധിച്ചു മാർക്സിയൻ സിദ്ധാന്തത്തിന് അത്യന്താപേക്ഷിതമാണ് – *മാനിഫെസ്റ്റോ* യിൽ വ്യക്തമായി ആവിഷ്കരിക്കപ്പെടുന്നില്ല. 'അധ്വാന'മെന്ന ചരക്കിന്റെ വില അതിന്റെ ഉൽപ്പാദനച്ചെലവാണ്; അതായത്, പണിയാളനെ ശാരീരികമായി ജീവിപ്പിച്ചു നിർത്താൻവേണ്ട ഏറ്റവും ചുരുങ്ങിയ ചെലവാണ് എന്ന വീക്ഷണം പക്വത വന്ന മാർക്സ് വച്ചു പുലർത്തിയിരുന്നില്ല. ചുരുക്കത്തിൽ, മാർക്സ് *മാനിഫെസ്റ്റോ* എഴുതിയത് ഒരു മാർക്സിയൻ സമ്പദ്ശാസ്ത്രജ്ഞൻ എന്ന നിലയ്ക്കല്ല, ഒരു കമ്യൂണിസ്റ്റ് റിക്കാഡിയൻ എന്ന നിലയ്ക്കാണ്.

മാനിഫെസ്റ്റോ പലതുകൊണ്ടും പഴഞ്ചനായ ഒരു ചരിത്രരേഖയാണ് എന്ന് വായനക്കാരെ ഓർമിപ്പിക്കുന്നുണ്ടെങ്കിലും 1848 ലെ പാഠം താരതമ്യേന ചെറിയ ഭേദഗതികളോടും വിശദീകരണങ്ങളോടുംകൂടി പ്രസിദ്ധപ്പെടുത്തുന്നതിനുവേണ്ട പ്രോത്സാഹനവും സഹായവും നൽകി, മാർക്സും എംഗൽസും. മെച്ചപ്പെട്ട ഒരു സമൂഹത്തിന്റെ സൃഷ്ടിക്കായുള്ള മറ്റെല്ലാ പദ്ധതികളിൽ നിന്നും അവരുടെ കമ്യൂണിസത്തെ വ്യത്യസ്തമാക്കിയ അപഗ്രഥനത്തിന്റെ ഒരു പ്രധാനപ്രസ്താവമായി *മാനിഫെസ്റ്റോ* തുടരുന്നു എന്ന് അവർ മനസിലാക്കിയിരുന്നു. സത്താപരമായും ഈ അപഗ്രഥനം ചരിത്രപരമായിരുന്നു. സമൂഹങ്ങളുടെ ചരിത്രപരമായ വികാസത്തിന്റെ നിർധാരണമായിരുന്നു, അതിന്റെ കാതൽ. പ്രത്യേകിച്ച് ബൂർഷ്വാ സമൂഹത്തിന്റെ. ബൂർഷ്വാ സമൂഹം അതിന്റെ മുൻഗാമികളെയാകെ മാറ്റുകയും ആ സ്ഥാനം പിടിച്ചെടുക്കുകയും ലോകത്തെ വിപ്ലവവൽക്കരിക്കുകയും അതോടുകൂടി സ്വന്തം സ്ഥാനം അതിശയിക്കപ്പെടാൻ വേണ്ട സാഹചര്യങ്ങൾ അവശ്യം സൃഷ്ടിക്കുകയും ചെയ്തു. മാർക്സിയൻ സമ്പദ്ശാസ്ത്രത്തിൽനിന്ന് വിഭിന്നമായി, ഈ അപഗ്രഥനത്തിൽ അടങ്ങിയിരുന്ന 'ചരിത്രത്തിന്റെ ഭൗതികവാദപരമായ സങ്കൽപ്പനം' 1840 കളുടെ മധ്യത്തിൽത്തന്നെ പക്വരൂപം ആർജിച്ചിരുന്നു. പിൽക്കാലത്തും അത് ഗണ്യമായ മാറ്റമൊന്നും കൂടാതെ നിലനിന്നു. ഈ അർഥത്തിൽ *മാനിഫെസ്റ്റോ* അപ്പോൾത്തന്നെ മാർക്സിസത്തിന്റെ നിർവചനരേഖയായി കഴിഞ്ഞിരുന്നു. അത് ചരിത്രപരമായ ദർശനം സമൂർത്തമാക്കി, സാമാന്യരൂപരേഖ കൂടുതൽ പൂർണമായ അപഗ്രഥനംകൊണ്ട് നിറയ്ക്കപ്പെടേണ്ടതുണ്ടായിരുന്നു എങ്കിലും.

III

ആദ്യമായി സമീപിക്കുന്ന വായനക്കാരന് *മാനിഫെസ്റ്റോ* എന്തായിരിക്കും? പുതുവായനക്കാരനെ ഈ ആശ്ചര്യകരമായ ലഘുലേഖയിലെ തീവ്രമായ പ്രതിബദ്ധതയും ഏകാഗ്രമായ ഋജുത്വവും ബൗദ്ധിക - ശൈലീശക്തിയും മലർത്തിയടിക്കുമെന്നതിൽ സംശയമില്ല. ഒരൊറ്റ സർഗാത്മകസ്ഫോടനത്തിൽ എഴുതിത്തീർത്ത പ്രതീതിയാണ് അത് ജനിപ്പിക്കുക. നേർരേഖീയമായ വാക്യങ്ങൾ ഏതാണ്ട് സ്വാഭാവികമായും പഴഞ്ചൊല്ലുരൂപത്തിലേക്ക് പരിവർത്തനം ചെയ്യുന്നത് കാണാം. അവയിൽ പലതും രാഷ്ട്രീയ സംവാദത്തിന്റെ ലോകത്തിനും എത്രയോ അപ്പുറം പ്രശസ്തമായിരിക്കുന്നു! തുടക്കവാക്യമായ "യൂറോപ്പിനെ ഒരു ഭൂതം വേട്ടയാടുന്നു-കമ്യൂണിസത്തിന്റെ ഭൂതം" (*A Spectre is haunting Europe - the Spectre of Communism*) മുതൽ അവസാനവാക്യമായ 'തൊഴിലാളികൾക്ക് നഷ്ടപ്പെടാൻ ചങ്ങലകളല്ലാതെ മറ്റൊന്നുമില്ല. അവർക്ക് നേടാനുള്ളതോ, ഒരു ലോകവും, എന്നതുവരെ. പത്തൊമ്പതാം നൂറ്റാണ്ടിലെ ജർമൻ രചനകൾക്ക് പരിചിതമല്ലാത്ത, ചെറിയ

apodictic ഖണ്ഡികകളിലാണ് അത് എഴുതപ്പെട്ടത്. ഒരു വാക്യം, കൂടി വന്നാൽ അഞ്ച് വാക്യങ്ങൾ. ഇരുന്നൂറിലധികം ഖണ്ഡികകൾ എടുത്താൽ അഞ്ചുതവണ മാത്രം പതിനഞ്ചോ അതിൽക്കൂടുതലോ വരികൾ. *The Communist Manifesto* യെക്കുറിച്ച് മറ്റെന്തൊക്കെപ്പറഞ്ഞാലും ഒരു കാര്യം ഉറപ്പാണ്: ഒരു രാഷ്ട്രീയപ്രഭാഷണരേഖ എന്ന നിലയ്ക്ക് അതിന് ഏതാണ്ട് *ബൈബിൾ* തുല്യമായ ഒരു ശക്തിയുണ്ട്. ചുരുക്കത്തിൽ, സാഹിത്യം എന്ന നിലയ്ക്ക് അതിന്റെ പ്രബലമായ ശക്തിയെ നിഷേധിക്കുക അസാധ്യമാണ്.

ഏതായാലും സമകാലികവായനക്കാരനെ ആകർഷിക്കുമെന്ന് ഉറപ്പിക്കാവുന്ന മറ്റൊരു ഘടകം ബൂർഷ്വ സമൂഹത്തിന്റെ വിപ്ലവസ്വഭാവം, അതിന്റെ പ്രത്യാഘാതം എന്നിവ സംബന്ധിച്ച ശ്രദ്ധേയമായ കണ്ടെത്തലാണ്. താൻ വെറുത്ത ഒരു സമൂഹത്തിന്റെ അസാധാരണമായ നേട്ടങ്ങളെയും ചലനാത്മകതയെയും അംഗീകരിക്കുകയും പ്രഖ്യാപിക്കുകയും ചെയ്ത് പിൽക്കാലത്ത് ചുവപ്പൻ അപകടഭീഷണിക്കെതിരെ മുതലാളിത്തത്തെ പ്രതിരോധിക്കാൻ കച്ചകെട്ടിയിറങ്ങിയ ഒന്നിലധികംപേരെ അത്ഭുതപ്പെടുത്തി എന്നു മാത്രമല്ല, 1848 ൽ അദ്ദേഹം ഇരുണ്ട, കാച്ചിക്കുറുക്കിയ ശൈലിയിൽ വിവരിച്ച, മുതലാളിത്തം കൊണ്ട് മാറിപ്പോയ ആ ലോകം ഇരുപതാം നൂറ്റാണ്ട് ആരംഭത്തിലെ ലോകം തന്നെയാണ് എന്നതുകൂടിയാണ് ശ്രദ്ധേയം. ഇരുപത്തിയെട്ടും മുപ്പതും വയസായ രണ്ട് വിപ്ലവകാരികളുടെ രാഷ്ട്രീയയാഥാർഥ്യബോധം കുറഞ്ഞ ശുഭാപ്തിവിശ്വാസം തന്നെയാണ് *മാനിഫെസ്റ്റോ* യുടെ ചിരസ്ഥായിയായ ശക്തിയെന്ന് തെളിഞ്ഞിരിക്കുന്നു എന്നതാണ് കൗതുകം. കാരണം, 'കമ്യൂണിസത്തിന്റെ ഭൂതം' തീർച്ചയായും രാഷ്ട്രീയക്കാരെ വേട്ടയാടിയിരുന്നെങ്കിലും, യൂറോപ്പ് സാമ്പത്തിക-സാമൂഹിക പ്രതിസന്ധിയുടെ ഒരു പ്രധാന ഘട്ടത്തിലൂടെ കടന്നുപോകുകയായിരുന്നെങ്കിലും, അതിന്റെ ചരിത്രത്തിലെ ഏറ്റവും വമ്പിച്ച ഭൂഖണ്ഡവ്യാപകമായ വിപ്ലവം പൊട്ടിത്തെറിക്കാറായിരുന്നെങ്കിലും, മുതലാളിത്തം തൂത്തെറിയാനുള്ള മുഹൂർത്തം ആസന്നമായി എന്ന *മാനിഫെസ്റ്റോ* യിലെ വിശ്വാസത്തിന് പര്യാപ്തമായ സാഹചര്യമൊന്നും ഉണ്ടായിരുന്നില്ലെന്ന് വ്യക്തമാണ് ('ജർമനിയിലെ ബൂർഷ്വ വിപ്ലവം ഉടനെ വരാനിരിക്കുന്ന തൊഴിലാളിവർഗ വിപ്ലവത്തിന്റെ നാന്ദിയാകാനേ തരമുള്ളൂ'); അവസ്ഥ മറിച്ചായിരുന്നുഎന്നും. മുതലാളിത്തം അതിന്റെ ആദ്യത്തെ വിജയകരമായ ആഗോള മുന്നേറ്റത്തിന് ഒരുങ്ങിയിരിക്കുകയായിരുന്നു എന്ന് നമുക്കിപ്പോൾ അറിയാം.

മാനിഫെസ്റ്റോ വിന് അതിന്റെ ശക്തി നൽകുന്നത് രണ്ട് കാര്യങ്ങളാണ്. ഒന്ന്, മുതലാളിത്തത്തിന്റെ വിജയസഞ്ചലനത്തിന്റെ തുടക്കത്തിൽ തന്നെ ഈ ഉൽപ്പാദനരീതി സ്ഥിരമല്ല, ദൃഢമല്ല, 'ചരിത്രത്തിന്റെ അന്ത്യ' മല്ല, മാനവവംശത്തിന്റെ ചരിത്രത്തിലെ ഒരു താൽക്കാലികഘട്ടമാണ്, മുൻഗാമികളെപ്പോലെ മറ്റൊരു തരം സമൂഹത്താൽ അതിശയിക്കപ്പെടാ

നിരിക്കുന്ന ഒന്നാണ് എന്ന ദർശനം കാഴ്ചവച്ചു. (അത് 'മത്സരിക്കുന്ന വർഗങ്ങളുടെ പൊതുവായ നാശത്തിൽ ഒടുങ്ങിയില്ലെങ്കിൽ' എന്ന *മാനി ഫെസ്റ്റോ* യിലെ പ്രയോഗം ഏറെയൊന്നും ശ്രദ്ധിക്കപ്പെട്ടിട്ടില്ല.) രണ്ട്, മുതലാളിത്ത വികാസത്തിന്റെ അവശ്യം ആവശ്യമായ ദീർഘകാല ചരിത്രപ്രവണതകളെ അത് തിരിച്ചറിഞ്ഞു; മുതലാളിത്തസമ്പദ്ക്രമ ത്തിന്റെ വിപ്ലവകരമായ സാധ്യതകൾ അപ്പോൾത്തന്നെ വ്യക്തമായിരു ന്നു; തങ്ങൾ മാത്രമേ അത് തിരിച്ചറിഞ്ഞുള്ളൂ എന്ന് മാർക്സും എംഗൽസും അവകാശപ്പെട്ടിട്ടില്ല. ഫ്രഞ്ച് വിപ്ലവത്തിനുശേഷം അവർ നിരീക്ഷിച്ച പ്രവണതകൾക്ക് ഗണ്യമായ പ്രത്യാഘാതങ്ങൾ ദൃശ്യമായി ത്തുടങ്ങി–ഉദാഹരണത്തിന്, "സ്വതന്ത്രമോ അയഞ്ഞ മട്ടിൽ ബന്ധി തമോ ആയ, വ്യത്യസ്തതാൽപ്പര്യങ്ങളും നിയമങ്ങളും സർക്കാരുകളും നികുതിവ്യവസ്ഥകളും ഉള്ള പ്രവിശ്യകൾ" "ഒരൊറ്റ സർക്കാരും ഒരൊറ്റ നിയമസംഹിതയും ഒരൊറ്റ വർഗതാൽപ്പര്യവും ഒരൊറ്റ അതിരും ഒരൊറ്റ നികുതിനിരക്കും" ഉള്ള ദേശരാഷ്ട്രങ്ങൾക്കു മുന്നിൽ ക്ഷയിച്ചുപോകുന്ന പ്രവണത. ഏതായാലും 1840 കളുടെ അന്ത്യത്തിൽ 'ബൂർഷ്വാസി' യുടെ നേട്ടത്തിന്റെ കണക്കെടുക്കുമ്പോൾ *മാനിഫെസ്റ്റോ* യിൽ അത് കൊണ്ടു വരുമെന്ന് വിഭാവനം ചെയ്തിരുന്ന അത്ഭുതപ്രവൃത്തികളേക്കാൾ എത്രയോ മിതമായിരുന്നു. ഏതായാലും 1850 ൽ ലോകം 71,000 ടണ്ണിൽക്കൂടുതൽ ഉരുക്ക് (ബ്രിട്ടനിൽ 70 ശതമാനത്തോളം) മാത്രമാണ് ഉൽപ്പാദിപ്പിച്ചത്, 24000 നാഴികയേക്കാൾ കുറവ് റെയിൽ റോഡുകളാണ് നിർമിച്ചത് (ഇതിൽത്തന്നെ മൂന്നിലൊന്ന് ബ്രിട്ടണിലും യു എസ് എ യി ലുമായിരുന്നു). ബ്രിട്ടനിൽപ്പോലും വ്യവസായ വിപ്ലവം (എംഗൽസ് 1844 മുതൽ കൃത്യമായി ഉപയോഗിച്ച പദം) 1850 ന് മുമ്പ് ഒരു വ്യവസായരാജ്യ മോ ചുരുങ്ങിയപക്ഷം നഗരസ്വഭാവത്തിന് മുൻതൂക്കമുള്ള രാജ്യമോ സൃഷ്ടിച്ചില്ലായിരുന്നു എന്ന് തെളിയിക്കാൻ ചരിത്രകാരന്മാർക്ക് യാതൊരു പ്രയാസവും ഉണ്ടായിട്ടില്ല. 1848 ൽ മുതലാളിത്തം നടേതന്നെ മാറ്റിയ ഒരു ലോകത്തെ വിവരിക്കുകയല്ല, പിന്നെയോ, അത് മുതലാളി ത്തത്താൽ എങ്ങനെ ന്യായമായും പരിവർത്തനവിധേയമാകാൻ വിധി ക്കപ്പെട്ടിരിക്കുന്നു എന്ന് പ്രവചിക്കുകയാണ് ചെയ്തത്.

ഈ പരിവർത്തനം ഏറക്കുറെ നടന്നുകഴിഞ്ഞ ഒരു ലോകത്തിലാണ് നാമിന്ന് ജീവിക്കുന്നത്. പാശ്ചാത്യകലണ്ടർ പ്രകാരം മൂന്നാം സഹസ്രാ ബ്ദത്തിൽ *മാനിഫെസ്റ്റോ* വായിക്കുന്നവർ മുതലാളിത്ത പരിവർത്തനം വർധിച്ച ഗതിവേഗത്തോടെ തുടരുന്നത് തീർച്ചയായും നിരീക്ഷിച്ചിരിക്കും. ഗതാഗതം, ആശയവിനിമയസംവിധാനം എന്നിവയാൽ രണ്ടാം ലോക യുദ്ധത്തിനുശേഷം ഒരു വിപ്ലവം നടക്കുന്നതുവരെ ഉൽപ്പാദനത്തിന്റെ ആഗോളീകരണത്തിന് പരിമിതികൾ ഉണ്ടായിരുന്നു, "എല്ലാ രാജ്യത്തും ഉൽപ്പാദനത്തിനും ഉപഭോഗത്തിനും ഒരു സാർവലൗകിക സ്വഭാവം നൽകുന്നതിന്" പരിമിതികൾ ഉണ്ടായിരുന്നു. 1970 കൾ വരെ വ്യവസാ

യവൽക്കരണം ഏറെയും ഉത്ഭവ പ്രദേശങ്ങളിലേക്കുതന്നെ ഒതുങ്ങി നിൽപ്പായിരുന്നു. ചില മാർക്സിസ്റ്റ് പദ്ധതികൾക്ക് മുതലാളിത്തം, അതിന്റെ സാമ്രാജ്യത്വ രൂപത്തിലെങ്കിലും, "എല്ലാ രാഷ്ട്രങ്ങളെയും ഉന്മൂലനത്തിന്റെ ഭീഷണി ഉയർത്തി ബൂർഷ്വ ഉൽപ്പാദനരീതി സ്വീകരിക്കാൻ നിർബന്ധിക്കുക"യല്ല, പ്രകൃത്യാതന്നെ മൂന്നാം ലോകം എന്നു വിളിക്കപ്പെടുന്ന ആ മേഖലകളിൽ 'വികസനമുരടിപ്പ്' തുടരുന്നു എന്ന് ഉറപ്പാക്കുന്നു, ചിലപ്പോൾ അത് സൃഷ്ടിക്കുന്നു എന്നുപോലും വാദിക്കാം. മാനവവംശത്തിന്റെ മൂന്നിലൊന്ന് സോവിയറ്റ് കമ്യൂണിസ്റ്റ് ഇനം സമ്പദ്വ്യവസ്ഥകളിൽ കഴിയുമ്പോൾ മുതലാളിത്തത്തിന് എല്ലാ രാഷ്ട്രങ്ങളെയും 'സ്വയം ബൂർഷ്വ ആയി മാറാൻ' നിർബന്ധിക്കാനാവില്ല എന്നു തോന്നിച്ചു. അതിന് 'സ്വന്തം പ്രതിച്ഛായയിൽ ഒരു ലോകം സൃഷ്ടിക്കാൻ' കഴിയില്ല. 1960 കൾക്കു മുമ്പ് മുതലാളിത്തം വികസിതപാശ്ചാത്യനാടുകളിൽപ്പോലും കുടുംബത്തകർച്ച ഉണ്ടാക്കുന്നു എന്ന പ്രസ്താവത്തിന്റെ ശരിതെറ്റുകൾ നിശ്ചയിക്കാൻ ആവില്ലെന്ന സ്ഥിതി ഉണ്ടായിരുന്നിരിക്കാം. എന്നാൽ ഇന്ന് അവിടെ കുട്ടികളിൽ പകുതിയോളം പേർ ഒറ്റയ്ക്ക് കഴിയുന്ന അമ്മമാരുടെ സംരക്ഷണയിലാണ്, വൻ നഗരങ്ങളിലെ പകുതിയോളം 'കുടുംബ'ങ്ങൾ ഏകാംഗമാണ്.

ചുരുക്കത്തിൽ, 1848 ൽ നിഷ്പക്ഷനായ ഒരു വായനക്കാരന് വിപ്ലവ വായാടിത്തമായി, കൂടിവന്നാൽ ശരിയാകാൻ സാധ്യതയുള്ള ഒരു പ്രവചനമായി, തോന്നിയിരിക്കാവുന്ന ആ അപഗ്രഥനം പുതിയ സഹസ്രാബ്ദത്തിന്റെ തുടക്കത്തിലെ മുതലാളിത്തത്തിന്റെ സംഗൃഹീതസ്വഭാവ ചിത്രമായി വായിക്കാമെന്നായി. 1840 കളിലെ മറ്റേതൊരു രേഖയെക്കുറിച്ചാണ് ഇങ്ങനെ പറയാൻ കഴിയുക?

IV

അന്ന് വിദൂരമായിരുന്ന, വമ്പിച്ച തോതിൽ ആഗോളീകൃതമായ മുതലാളിത്തം എന്ന *മാനിഫെസ്റ്റോ* ദർശനത്തിന്റെ സൂക്ഷ്മതയിൽ നാം ഇന്ന് അന്തിച്ചു പോകുന്നു. പക്ഷേ, അത്രതന്നെ നമ്മെ അത്ഭുതപ്പെടുത്തുന്ന ഒരു പ്രവചനപ്പിഴവും അതിലുണ്ട്. ബൂർഷ്വാസി 'സർവോപരി അതിന്റെ തന്നെ ശവക്കുഴിതോണ്ടുന്നവരെ,' തൊഴിലാളിവർഗത്തെ ഉൽപ്പാദിപ്പിച്ചിട്ടില്ല എന്ന് ഇന്ന് വ്യക്തമാണ്. 'അതിന്റെ പതനവും തൊഴിലാളിവർഗത്തിന്റെ വിജയവും' 'അത്രതന്നെ അനിവാര്യമാണ്' എന്നും തെളിയിക്കപ്പെട്ടിട്ടില്ല. *മാനിഫെസ്റ്റോ* യുടെ 'ബൂർഷ്വയും തൊഴിലാളിവർഗവും' എന്ന വിഭാഗത്തിലെ അപഗ്രഥനത്തിന്റെ രണ്ട് പകുതികളും തമ്മിലുള്ള അന്തരം ശതവാർഷികസന്ദർഭത്തിലേതിനേക്കാൾ കൂടുതൽ വിശദീകരണം 150 വർഷം കഴിഞ്ഞ ഈ സന്ദർഭത്തിൽ ആവശ്യമായി വരുന്നു.

ജീവിക്കാനുള്ള വക സമ്പാദിക്കുന്നവരെ വാസ്തവത്തിൽ തങ്ങളുടെ ജീവസന്ധാരണത്തിന് വേതനമോ ശമ്പളമോ പകരം വാങ്ങി സ്വയം വാടകയ്ക്കു കൊടുക്കുന്നവരാക്കി മാറ്റുകയാണ് മുതലാളിത്തമെന്ന സമ്പദ്വ്യവസ്ഥ ചെയ്യുന്നത്-മാർക്സിന്റെയും എംഗൽസിന്റെയും ഈ വീക്ഷണമല്ല പ്രശ്നം. അത് അങ്ങനെയൊരു പ്രവണതതന്നെയാണ് പ്രകടിപ്പിക്കുന്നത്. പക്ഷേ, ഇന്ന് സാങ്കേതികാർഥത്തിൽ ശമ്പളത്തിന് വേലയ്ക്കു വയ്ക്കുന്നവരെ–കോർപ്പറേഷൻ എക്സിക്യൂട്ടീവുകളും മറ്റും – വരുമാനം മാനദണ്ഡമാക്കിയാൽ തൊഴിലാളി എന്ന സംവർഗത്തിൽ കൂട്ടാൻ പറ്റില്ല. തൊഴിലെടുക്കുന്ന ജനങ്ങളിൽ ഭൂരിപക്ഷവും വ്യവസായത്തൊഴിലാളികളായിരിക്കും എന്ന് അവർ വിശ്വസിച്ചിരുന്നു. സത്താപരമായി, പ്രശ്നം ഈ വിശ്വാസത്തിലുമല്ല. വേതനം നൽകപ്പെടുന്ന, കായികാധ്വാനം ചെയ്യുന്ന പണിക്കാർ ജനസംഖ്യയിൽ കേവലഭൂരിപക്ഷമുള്ള ഒരു രാജ്യമെന്ന നിലയ്ക്ക് ഗ്രേറ്റ് ബ്രിട്ടൺ തീർത്തും അനന്യമാണ്. അതേസമയം *മാനിഫെസ്റ്റോ* എഴുതി ഒരു നൂറ്റാണ്ടിലധികം കാലത്തിനുള്ളിൽ വ്യവസായോൽപ്പാദനത്തിന്റെ വികാസത്തിന് വമ്പിച്ച തോതിൽ വളരുന്ന കായികാധ്വാനം നിവേശകമായി ആവശ്യമാകുന്ന സ്ഥിതിവന്നു. തീർച്ചയായും മൂലധനതീവ്രവും ഉന്നതസാങ്കേതികവിദ്യയെ ആശ്രയിക്കുന്നതുമായ ആധുനിക ഉൽപ്പാദനത്തിൽ ഇതല്ല സ്ഥിതി. ഈ വികാസം '*മാനിഫെസ്റ്റോ*'യുടെ പരിഗണനയിൽ വരുന്നില്ല. വാസ്തവത്തിൽ കൂറേക്കൂടി പക്വമായ സാമ്പത്തികപഠനങ്ങളിൽ മാർക്സ്തന്നെ മുതലാളിത്താനന്തരയുഗത്തിലെങ്കിലും സമ്പദ്വ്യവസ്ഥ കൂടുതൽക്കൂടുതൽ തൊഴിലാളിരഹിതമാകുന്നതിന്റെ സാധ്യത വിഭാവനം ചെയ്യുന്നുണ്ട്. മുതലാളിത്തത്തിന്റെ പഴയ വ്യവസായ സമ്പദ്വ്യവസ്ഥകളിൽ നിർമാണവ്യവസായത്തിൽ നിയുക്തമായ ജനങ്ങളുടെ ശതമാനം 1970 കൾ വരെ (യു എസ് എ, യിൽ ഒഴികെ; അവിടെ ഇടിവ് അൽപ്പം നേരത്തേ തുടങ്ങി) സ്ഥിരമായിത്തുടർന്നിരുന്നു. ബ്രിട്ടൺ, ബെൽജിയം, യു എസ് എ ഇത്യാദി വളരെക്കുറച്ച് അപവാദങ്ങൾ ഒഴിച്ചാൽ 1970 ൽ വ്യവസായവൽകൃതമോ വ്യവസായവൽക്കരിക്കപ്പെട്ടുകൊണ്ടിരിക്കുന്നതോ ആയ ലോകത്ത് മൊത്തം ജനസംഖ്യയിൽ മുമ്പെന്നത്തേക്കാൾ കൂടുതൽ ആളുകൾ വ്യവസായത്തൊഴിലാളികൾ ആയിരുന്നു.

ഏതായാലും ജനസംഖ്യയിൽ *ഭൂരിഭാഗവും* തൊഴിലാളികളായി നടേതന്നെ പരിവർത്തനം ചെയ്തുകഴിഞ്ഞ അവസ്ഥയിൽ മുതലാളിത്തം തൂത്തെറിയപ്പെടും എന്നല്ല *മാനിഫെസ്റ്റോ* വിഭാവനം ചെയ്തത്. മുതലാളിത്ത സമ്പദ്വ്യവസ്ഥയിൽ ഒരിക്കൽ ഒരു രാഷ്ട്രീയവർഗപ്രസ്ഥാനമായി സംഘടിതമായിക്കഴിഞ്ഞാൽ തൊഴിലാളിവർഗത്തിന് നേതൃത്വം ഏറ്റെടുക്കാനും മറ്റ് അസംതൃപ്ത വർഗങ്ങളെ അണിചേർക്കാനും അങ്ങനെ, "മഹാഭൂരിപക്ഷത്തിന്റെ താൽപ്പര്യങ്ങൾക്കുവേണ്ടി പ്രവർത്തിക്കുന്ന മഹാഭൂരിപക്ഷത്തിന്റെ സ്വതന്ത്രപ്രസ്ഥാന"മായി രാഷ്ട്രീയാധികാരം ആർജിക്കാനും കഴിയും എന്ന അനുമാനമാണ് അത് മുന്നോട്ടുവച്ചത്.

അങ്ങനെ തൊഴിലാളിവർഗം “രാഷ്ട്രത്തിലെ മുൻനിരവർഗമായി ഉയരുകയും... രാഷ്ട്രംതന്നെയായി സംഘടിക്കുകയും ചെയ്യും.”

മുതലാളിത്തം തൂത്തെറിയപ്പെട്ടിട്ടില്ല. അതുകൊണ്ട് ഈ പ്രവചനത്തെ തള്ളിക്കളയാനാകും നമ്മുടെ പ്രവണത. എങ്കിലും 1848 ൽ സാധ്യതയില്ലാത്തതെന്ന് തോന്നിയിരുന്നെങ്കിലും ഗ്രേറ്റ് ബ്രിട്ടന്റെ പുറത്ത് പ്രായേണ പ്രത്യക്ഷപ്പെട്ടിട്ടില്ലാതിരുന്ന വർഗബോധമുള്ള തൊഴിലാളിവർഗത്തെ ആധാരമാക്കുന്ന സംഘടിതരാഷ്ട്രീയപ്രസ്ഥാനങ്ങളുടെ ഉദയം യൂറോപ്യൻ മുതലാളിത്തരാജ്യങ്ങളിൽ മിക്കതിലെയും രാഷ്ട്രീയം മാറ്റിമറിച്ചു. 1880 കളിൽ ‘വികസിത’ ലോകത്തിന്റെ മിക്ക ഭാഗങ്ങളിലും തൊഴിലാളി/സോഷ്യലിസ്റ്റ് പാർട്ടികൾ ആവിർഭവിച്ചു. ജനാധിപത്യപരമായ വോട്ടവകാശം നിലവിലുള്ള ഭരണകൂടങ്ങളിൽ അവ ബഹുജനപ്പാർട്ടികളായി. ഒന്നാം ലോകയുദ്ധക്കാലത്തും യുദ്ധാനന്തരവും ‘തൊഴിലാളി പാർട്ടി’കളിൽ ഒരു ശാഖ ബോൾഷെവിക്കുകളുടെ വിപ്ലവപാത പിൻപറ്റി; മറ്റൊന്ന് ജനാധിപത്യ മുതലാളിത്തത്തിന്റെ ചിരിസ്തംഭങ്ങളായി. ബോൾഷെവിക് ശാഖ ഇന്ന് യൂറോപ്പിൽ അത്ര ഗണ്യമല്ലാതായി. അഥവാ, ഈ ഗണത്തിൽപ്പെട്ട പാർട്ടികൾ സോഷ്യൽ ഡെമോക്രസിയിലേക്ക് ആഗിരണം ചെയ്യപ്പെട്ടു. ബെബെലിന്റെയോ, എന്തിന്, ക്ലെമന്റ് ആറ്റ്ലിയുടെയോ കാലത്തുപോലും മനസിലാക്കപ്പെട്ടിരുന്ന സോഷ്യൽ ഡെമോക്രസി 1990 കളിൽ പിന്നണിപ്പടയിലാണ് പോരാടിയിരുന്നത്. എന്നാൽ നൂറ്റാണ്ടറുതിയോടെ രണ്ടാം ഇന്റർനാഷനലിന്റെ സോഷ്യൽ ഡെമോക്രാറ്റിക് പാർട്ടികളുടെ പിൻമുറക്കാർ ചിലപ്പോൾ മൂലനാമങ്ങളിൽത്തന്നെ രണ്ട് പടിഞ്ഞാറൻ യൂറോപ്യൻ ഭരണകൂടങ്ങളിലൊഴികെ (സ്പെയിൻ, ജർമനി) ഭരണകക്ഷികളായിക്കഴിഞ്ഞിരുന്നു. ഇപ്പറഞ്ഞ രണ്ടിടങ്ങളിലും മുമ്പ് അവർ സർക്കാർ രൂപവൽക്കരിച്ചിട്ടുണ്ട്. ഇനിയും രൂപവൽക്കരിക്കാൻ സാധ്യതയുമുണ്ടായിരുന്നു.

ചുരുക്കത്തിൽ, തൊഴിലാളിവർഗത്തെ ആധാരമാക്കുന്ന (ബ്രിട്ടീഷ്/ഡച്ച്/നോർവീജിയൻ/ആസ്ട്രേലേഷ്യൻ ലേബർ പാർട്ടികളെപ്പോലെ ചിലപ്പോൾ കൃത്യമായും വർഗനാമം തന്നെയുള്ള) രാഷ്ട്രീയപ്രസ്ഥാനങ്ങളുടെ കേന്ദ്രസ്ഥാനീയമായ പങ്കിനെപ്പറ്റി *മാനിഫെസ്റ്റോ*യിലുള്ള പ്രവചനമല്ല തെറ്റ്. “ബൂർഷ്വാസിയോട് ഇന്ന് എതിർനിൽക്കുന്ന എല്ലാ വർഗങ്ങളും എടുത്താൽ തൊഴിലാളിവർഗം മാത്രമാണ് യഥാർഥ വിപ്ലവവർഗം,” മുതലാളിത്തത്തിന്റെ പ്രകൃതത്തിലും വികാസത്തിലും അന്തർലീനമായ ആ വർഗത്തിന്റെ അനിവാര്യമായ ഭാഗധേയം ബൂർഷ്വാസിയെ അട്ടിമറിക്കുക എന്നതാണ്, “അതിന്റെ പതനവും തൊഴിലാളിവർഗത്തിന്റെ വിജയവും ഒരുപോലെ അനിവാര്യമാണ്” എന്ന നിർദേശമാണ് തെറ്റിപ്പോയത്.

കുപ്രസിദ്ധമായ ‘വിശന്നലച്ച നാൽപ്പതുക’ളിൽപ്പോലും ഇതുറപ്പാക്കാനുള്ള തൊഴിലാളികളുടെ അനിവാര്യമായ പാപ്പരീകരണം എന്ന സംവിധാനം പൂർണമായും വിശ്വാസജനകമായിരുന്നില്ല; മുതലാളിത്തം

അതിന്റെ അവസാനത്തെ പ്രതിസന്ധി അഭിമുഖീകരിക്കുകയാണെന്നും ഉടനെ അട്ടിമറിക്കപ്പെടാനിരിക്കുകയാണെന്നും അനുമാനിച്ചാൽ മാത്രമേ അൽപ്പമെങ്കിലും വിശ്വസനീയത വരൂ; അതുപോലും അസാധ്യമായിരുന്നു താനും. അതൊരു ഇരട്ടസംവിധാനമായിരുന്നു. തൊഴിലാളിപ്രസ്ഥാനത്തിന്മേലുള്ള ആഘാതത്തിനുപുറമെ പാപ്പരീകരണം ബൂർഷ്വാസി 'സ്വന്തം അടിമത്തത്തിനകമേ അടിമയ്ക്ക് നിലനിൽപ്പ് ഉറപ്പാക്കാൻ പോലും കഴിവില്ലാത്തതിനാൽ, അത്തരമൊരു അവസ്ഥയിലേക്ക് മുങ്ങിപ്പോകുന്നതിൽനിന്ന് അവനെ രക്ഷിക്കാനാകാത്ത, അവനാൽ ഊട്ടപ്പെടുന്നതിനുപകരം അവനെ ഊട്ടേണ്ട ഗതികേടിലാണ്' എന്ന് തെളിയിച്ചിരിക്കുന്നു. മുതലാളിത്തയന്ത്രത്തിന് ഇന്ധനമാകേണ്ട ലാഭം ലഭ്യമാക്കുന്നതിനുപകരം തൊഴിലാളിവർഗം ആ ഇന്ധനം ചോർത്തിക്കളഞ്ഞിരിക്കുന്നു. *മാനിഫെസ്റ്റോ*യിൽത്തന്നെ എത്രയും നാടകീയമായി മുതലാളിത്തത്തിന്റെ വമ്പിച്ച സാമ്പത്തികസാധ്യത നിർധാരണം ചെയ്യപ്പെട്ടിട്ടുണ്ട്. അതുണ്ടായിരിക്കെ, മുതലാളിത്തത്തിന് എത്രമാത്രം ദുരിതമാണെങ്കിലും അതിലെ പണിയാളവർഗത്തിൽ ഭൂരിപക്ഷത്തിനും ഒരു ജീവിതമാർഗം നൽകാൻ സാധിക്കാതെ വരുന്നത് അനിവാര്യമാകുന്നത് എന്തുകൊണ്ടാണ്? ചുരുങ്ങിയപക്ഷം ഒരു ക്ഷേമസംവിധാനമെങ്കിലും ഒരുക്കാൻ കഴിയാത്തത് എന്തുകൊണ്ടാണ്? "പാപ്പരീകരണം (കർശനമായ അർഥത്തിൽ) ജനസംഖ്യ, സമ്പത്ത് എന്നിവയേക്കാൾ വേഗം വികസിക്കാം" എന്നാണോ? മുതലാളിത്തത്തിന് ദീർഘായുസ്സ് അവശേഷിക്കുന്നുണ്ടെങ്കിൽ 1848 നുശേഷം താമസിയാതെ ഇത് വ്യക്തമായതാണ് ഇതിങ്ങനെ വരേണ്ടതല്ല, അങ്ങനെ വന്നതുമില്ല.

'ബൂർഷ്വാ സമൂഹ'ത്തിന്റെ – അത് ഉൽപ്പാദിപ്പിച്ച തൊഴിലാളിവർഗത്തിന്റെ ഉൾപ്പെടെ ചരിത്രവികാസത്തെ സംബന്ധിച്ച *മാനിഫെസ്റ്റോ* യുടെ ദർശനം തൊഴിലാളിവർഗം മുതലാളിത്തത്തെ അട്ടിമറിക്കുമെന്നും അങ്ങനെ ചെയ്യവേ കമ്യൂണിസത്തിന്റെ വികാസത്തിന് വഴി തുറക്കുമെന്നും ഉള്ള നിഗമനത്തിലേക്ക് എത്തിച്ചുകൊള്ളണം എന്നില്ല. കാരണം, ദർശനവും നിഗമനവും ഒരേ അപഗ്രഥനത്തിൽ നിന്നല്ല ഉരുവംകൊള്ളുക. മാർക്സ് ഒരു 'മാർക്സിസ്റ്റ്' ആകുംമുമ്പ് സ്വീകരിക്കപ്പെട്ട കമ്യൂണിസത്തിന്റെ ലക്ഷ്യം മുതലാളിത്തത്തിന്റെ പ്രകൃതം, വികാസം എന്നിവയുടെ അപഗ്രഥനത്തിൽ നിന്നല്ല, മനുഷ്യപ്രകൃതി, ഭാഗധേയം എന്നിവ സംബന്ധിച്ച തത്വശാസ്ത്രപരവും ലോകാന്ത്യശാസ്ത്രപരവുമായ ഒരു തർക്കത്തിൽനിന്നാണ് ഉരുവം കൊണ്ടത്. തൊഴിലാളികൾ സമൂഹത്തെ മൊത്തം വിമോചിപ്പിച്ചുകൊണ്ടല്ലാതെ സ്വയം വിമോചനം സാധ്യമല്ലാത്ത ഒരു വർഗമാണ് എന്ന അപ്പോൾ മുതൽ മാർക്സ് മൗലികമായി കണക്കാക്കിയ ആശയം ആദ്യം 'നിരീക്ഷണ ത്തിന്റെ ഉൽപ്പന്നം എന്നതിനേക്കാൾ തത്വശാസ്ത്രപരമായ ഒരു അനുമാന'മാണ് എന്നു തോന്നാം. ജോർജ് ലിച്ച്തിം പറയുന്നു: "മാർക്സിന്റെ രചനകളിൽ തൊഴിലാളിവർഗം ആദ്യമായി പ്രത്യക്ഷപ്പെടുന്നത് ജർമൻ തത്വശാസ്ത്രത്തിന്റെ

ലക്ഷ്യങ്ങൾ സാക്ഷാത്ക്കരിക്കാൻ ആവശ്യമായ സാമൂഹികശക്തിയായിട്ടാണ്." മാർക്സും 1843–44 ൽ അങ്ങനെയാണ് കണ്ടത്.

അന്ന് തൊഴിലാളിവർഗത്തെപ്പറ്റി "ഉയർന്നുവരുന്ന വ്യവസായവികാസത്തിന്റെ ഫലമായി മാത്രം ജർമനിയിൽ അത് ജന്മം കൊള്ളുന്നു" എന്നുമാത്രമേ മാർക്സിന് അറിയാമായിരുന്നുള്ളു. ഇതു തന്നെയായിരുന്നു, വിമോചനശക്തിയെന്ന നിലയ്ക്കുള്ള അതിന്റെ സാധ്യതയും. കാരണം, പരമ്പരാഗതസമൂഹത്തിലെ ദരിദ്രബഹുജനങ്ങളിൽനിന്ന് ഭിന്നമായി അത് "സമൂഹത്തിന്റെ തീവ്രമായ നാശത്തിൽ നിന്ന്" ജന്മം കൊണ്ടതാണ്, അതുകൊണ്ട്, ജന്മനാതന്നെ "അതുവരെ നിലനിന്നിരുന്ന ലോകക്രമത്തിന്റെ നാശത്തെ പ്രഖ്യാപിക്കുന്നു/പ്രഖ്യാപിച്ചു." തൊഴിലാളിപ്രസ്ഥാനങ്ങളെക്കുറിച്ച് അദ്ദേഹത്തിന് അത്രയും അറിയില്ലായിരുന്നു; എന്നാൽ, ഫ്രഞ്ച് വിപ്ലവത്തെപ്പറ്റി നല്ല അറിവുണ്ടായിരുന്നു. എംഗൽസിൽ അദ്ദേഹം ഒരു പങ്കാളിയെ കണ്ടെത്തി. അദ്ദേഹം ആ പങ്കാളിത്തത്തിലേക്ക് 'വ്യവസായവിപ്ലവം' എന്ന സങ്കൽപ്പനവും ബ്രിട്ടണിൽ യഥാർഥത്തിൽ നിലവിലുണ്ടായിരുന്ന മുതലാളിത്ത സമ്പദ്ക്രമത്തിന്റെ ചലനാത്മകയെപ്പറ്റിയുള്ള ധാരണയും സാമ്പത്തികാപഗ്രഥനത്തിന്റെ അടിസ്ഥാനശിലകളും കൊണ്ടുവന്നു. 1840 കളുടെ ആരംഭത്തിൽ ബ്രിട്ടണിൽ ജീവിക്കുകയും പണിയെടുക്കുകയും ചെയ്തതിനാൽ നല്ല പരിചയമുണ്ടായിരുന്ന ഒരു യഥാർഥ തൊഴിലാളിവർഗം സൃഷ്ടിക്കുന്ന സാമൂഹികവിപ്ലവം ഭാവിയിൽ ഉണ്ടാകുമെന്ന പ്രവചനത്തിലേക്കാണ് ഇതൊക്കെ അദ്ദേഹത്തെ എത്തിച്ചത്. 'തൊഴിലാളിവർഗ'ത്തോട് മാർക്സും എംഗൽസും കൈക്കൊണ്ടിരുന്ന നിലപാടുകൾ പരസ്പരപൂരകങ്ങളായിരുന്നു. ചരിത്രത്തിന്റെ ചാലകയന്ത്രം എന്ന നിലയ്ക്ക് വർഗസമരത്തെ കാണുന്ന രീതിയും അങ്ങനെ തന്നെ. മാർക്സ് ഫ്രഞ്ച് വിപ്ലവകാലത്തെപ്പറ്റിയുള്ള പഠനത്തിലൂടെയും എംഗൽസ് നെപ്പോളിയാനന്തര ബ്രിട്ടണിലെ സാമൂഹികപ്രസ്ഥാനങ്ങളുടെ അനുഭവത്തിലൂടെയുമാണ് ആ സമീപന–രീതികൾ കരുപ്പിടിപ്പിച്ചത്. 'സൈദ്ധാന്തിക മേഖലകളിലെ എല്ലാം' അവർ 'യോജിച്ചു' എന്നതിൽ (ഇത് എംഗൽസിന്റെ വാക്കുകളാണ്) യാതൊരു അത്ഭുതവുമില്ല. മുതലാളിത്തസമ്പദ്വ്യവസ്ഥയുടെ പ്രവർത്തനങ്ങളുടെ ചാഞ്ചാട്ടങ്ങളും സ്വയം അസ്ഥിരപ്പെടുത്തുന്ന പ്രകൃതവുമൊക്കെ തെളിയിക്കുന്ന ഒരു മാതൃകയുടെ ഘടകങ്ങളാണ് എംഗൽസ് മാർക്സിനായി കൊണ്ടുവന്നത്; വിശിഷ്യ, സാമ്പത്തിക പ്രതിസന്ധികളെ സംബന്ധിച്ച സിദ്ധാന്തം. അതോടൊപ്പം ബ്രിട്ടീഷ് തൊഴിലാളിവർഗപ്രസ്ഥാനത്തിന്റെ ഉദയം, അതിന് ബ്രിട്ടനിൽ വഹിക്കാവുന്ന വിപ്ലവകരമായ പങ്ക് എന്നിവയെക്കുറിച്ചുള്ള അനുഭവൈകപരമായ സാമഗ്രികളും.

1840 കളിൽ സമൂഹം വിപ്ലവത്തിന്റെ വക്കിലാണ് എന്ന നിഗമനം അവിശ്വസനീയമായിരുന്നില്ല. എത്രമാത്രം അപക്വമാണെങ്കിലും തൊഴിലാളിവർഗമായിരിക്കും അതിനെ നയിക്കുക എന്ന പ്രവചനവും അങ്ങ

നെതന്നെ. *മാനിഫെസ്റ്റോ* പ്രസിദ്ധം ചെയ്ത് ആഴ്ചകൾകം പാരിസിലെ പണിക്കാരുടെ പ്രസ്ഥാനം അവിടത്തെ ഏകഛത്രാധിപത്യത്തെ തൂത്തെറിഞ്ഞ് യൂറോപ്പിന്റെ പകുതി ഭാഗത്തിനും വിപ്ലവത്തിന്റെ അടയാളം കാട്ടിക്കൊടുത്തതാണെല്ലോ. പക്ഷേ, മുതലാളിത്തവികാസം സത്താപരമായി വിപ്ലവസ്വഭാവമുള്ള ഒരു തൊഴിലാളിവർഗത്തെ ഉൽപ്പാദിപ്പിക്കാനുള്ള പ്രവണത കാണിക്കും എന്ന് മുതലാളിത്തവികാസത്തിന്റെ പ്രകൃതത്തെ അപഗ്രഥിച്ച് അനുമാനത്തിലെത്താൻ കഴിയില്ലായിരുന്നു. ഈ വികാസത്തിന്റെ ഒരു സാധ്യതയാണ് അതെങ്കിലും അതു മാത്രമാണ് സാധ്യത എന്ന് തെളിയിക്കാനും കഴിയില്ലായിരുന്നു. തൊഴിലാളിവർഗം മുതലാളിത്തത്തെ തൂത്തെറിയുന്നതിൽ വിജയിച്ചാൽ കമ്യൂണിസ്റ്റ് വികാസത്തിലേക്കുള്ള വഴി താനേ തുറക്കപ്പെടും എന്നു തെളിയിക്കാൻ അത്രയും ആവില്ലായിരുന്നു (അത് വളരെ സാവകാശമുള്ള ഒരു മാറ്റത്തിന്റെ പ്രക്രിയയ്ക്ക് തുടക്കം കുറിക്കാം എന്നേ *മാനിഫെസ്റ്റോ* അവകാശപ്പെടുന്നുള്ളൂ. സത്താപരമായിത്തന്നെ തൊഴിലാളിവർഗം മുതലാളിത്തത്തെ അട്ടിമറിച്ച് മാനവവംശത്തെയാകെ വിമോചിപ്പിക്കുകയും വർഗസമൂഹം അവസാനിപ്പിക്കുകയും ചെയ്യും എന്ന മാർക്സിന്റെ ദർശനം മുതലാളിത്തത്തെക്കുറിച്ചുള്ള അദ്ദേഹത്തിന്റെ അപഗ്രഥനത്തിലേക്ക് വായിച്ചുചേർക്കുന്ന ഒരു പ്രത്യാശയെയാണ്, ആ അപഗ്രഥനം അവശ്യം അടിച്ചേൽപ്പിക്കുന്ന ഒരു നിഗമനത്തെയല്ല, പ്രതിനിധാനം ചെയ്യുന്നത്).

സാമ്പത്തികകേന്ദ്രീകരണം സംബന്ധിച്ച മാർക്സിന്റെ അപഗ്രഥനം 1848 ൽ കഷ്ടിച്ച് സൂചിപ്പിക്കപ്പെടുന്നതേ ഉള്ളൂ. ഇനി, അതുകൂടിവച്ച് ഒന്നു നീട്ടിയാൽപ്പോലും *മാനിഫെസ്റ്റോ* യുടെ മുതലാളിത്തത്തെക്കുറിച്ചുള്ള അപഗ്രഥനം മുതലാളിത്തവികാസത്തിൽ ആന്തരാ നിർമിതമായിട്ടുള്ള സ്വയം നാശശക്തികളെക്കുറിച്ചുള്ള കൂടുതൽ സാമാന്യമായ, ഏറെ കൃത്യമല്ലാത്ത, നിഗമനം മാത്രമേ ആകു. ഇത് "ഭീമാകാരമായ ഉൽപ്പാദന–കൈമാറ്റ രീതികൾ ആവാഹിച്ചുണർത്തിയ ബൂർഷ്വ ഉൽപ്പാദന–കൈമാറ്റബന്ധങ്ങൾ, ബൂർഷ്വ സ്വത്തുബന്ധങ്ങൾ, ആധുനിക ബൂർഷ്വ സമൂഹം എന്നിവ ചേർന്നാൽ അധോലോകത്തുനിന്ന് വിളിച്ചുയർത്തിക്കൊണ്ടുവന്ന ശക്തികളെ നിയന്ത്രിക്കാൻ കഴിയാത്ത മന്ത്രവാദിയെപ്പോലെയായി... സൃഷ്ടിച്ച സമ്പത്തിനെ ഉൾക്കൊള്ളാൻ പറ്റാത്ത സങ്കുചിതാവസ്ഥയിലായിരിക്കുന്നു, ബൂർഷ്വബന്ധങ്ങൾ" എന്ന സ്ഥിതിയെത്തണം – ഇക്കാര്യം ഇന്ന് മാർക്സിസ്റ്റുകാർ മാത്രമല്ല അംഗീകരിക്കുന്നത്.

'മനുഷ്യർ തമ്മിൽ വെറും നഗ്നമായ സ്വാർഥതാൽപ്പര്യം മാത്രം' നിഷ്കരുണമായ 'പണംകൊടുപ്പ് മാത്രം' അടിസ്ഥാനമാക്കുന്ന ഒരു കമ്പോളവ്യവസ്ഥയിൽ ചൂഷണം, നിതാന്തമായ സമാഹരണം എന്നിവയുടേതായ ആ വ്യവസ്ഥ ഒരിക്കലും മറികടക്കാൻ കഴിയില്ല; പരിവർത്തന–പുനർഘടനാപ്രക്രിയകളുടെ പരമ്പരയിൽ അടിസ്ഥാനപരമായും അസ്ഥിരപ്പെടുത്തുന്ന ഈ വ്യവസ്ഥ മുതലാളിത്തം എന്ന് പിന്നെ വിളി

ക്കാൻ കഴിയാത്ത ഒരു സ്ഥിതിവിശേഷത്തിലേക്ക് എത്തിക്കും. അഥവാ, പിൽക്കാലമാർക്സിനെ ഉദ്ധരിച്ചു പറയുകയാണെങ്കിൽ, ഉൽപ്പാദനോപാധികളുടെ കേന്ദ്രീകരണം, അധ്വാനത്തിന്റെ സാമൂഹികവൽക്കരണം എന്നിവ അവയുടെ മുതലാളിത്ത ഭദ്രതയോടുതന്നെ പൊരുത്തപ്പെടാത്ത സ്ഥിതി വരികയും ആ 'ഭദ്രത പൊട്ടിത്തെറിക്കുകയും' ചെയ്യുന്ന ഒരു അവസ്ഥയിലേക്ക് എത്തിക്കും. പിന്നീടുള്ള സ്ഥിതിവിശേഷത്തെ എന്തു പേരിട്ടു വിളിക്കുന്നു എന്നത് പ്രസക്തമല്ല. ലോക പരിസ്ഥിതിക്കുമേൽ ലോകസാമ്പത്തിക വിസ്ഫോടനം സൃഷ്ടിക്കുന്ന പ്രത്യാഘാതങ്ങൾ തെളിയിക്കുന്നതുപോലെ, ആഗോള നിലവാരത്തിൽത്തന്നെ സ്വകാര്യ മുതലെടുപ്പിൽനിന്ന് സാമൂഹിക കൈകാര്യ കർതൃത്വത്തിലേക്ക് കടുത്ത മാറ്റം ആവശ്യമാക്കിത്തീർക്കും.

അത്തരമൊരു 'ഉത്തരമുതലാളിത്ത സമൂഹത്തിന്' സോഷ്യലിസത്തിന്റെ പരമ്പരാഗത മാതൃകകളുമായി ഒരു സാമ്യവും ഉണ്ടാവാൻ സാധ്യതയില്ല; സോവിയറ്റ് യുഗത്തിലെ 'ശരിക്കും നിലവിലുള്ള' സോഷ്യലിസങ്ങളുമായി ഒട്ടും ഉണ്ടാവില്ല. അത് ഏതേത് രൂപങ്ങൾ കൈക്കൊള്ളും, മാർക്സിന്റെയും എംഗൽസിന്റെയും കമ്യൂണിസത്തിലെ മാനവികത എത്രമാത്രം സാർഥമാകും എന്നൊക്കെ ഈ മാറ്റം ഏത് രാഷ്ട്രീയ പ്രവർത്തനത്തിലൂടെയാണ് വന്നത് എന്നതിനെ ആശ്രയിച്ചിരിക്കും. കാരണം, *മാനിഫെസ്റ്റോ* അവകാശപ്പെടുന്നതുപോലെ, ഇതാണ് ചരിത്രപരമായ മാറ്റത്തെ രൂപപ്പെടുത്തുന്നതിന്റെ കാതൽ.

V

മാർക്സിയൻ വീക്ഷണപ്രകാരം 'ഭദ്രത പൊട്ടിത്തെറിക്കുന്ന' ആ ചരിത്രമുഹൂർത്തത്തെ നാം എങ്ങനെ വിവരിച്ചാലും, രാഷ്ട്രീയം അതിൽ അടിസ്ഥാനപരമായ ഒരു ഘടകമായിക്കും. *മാനിഫെസ്റ്റോ* പ്രാഥമികമായും ചരിത്രപരമായ അനിവാര്യതയുടെ ഒരു രേഖയായിട്ടാണ് വായിക്കപ്പെട്ടിട്ടുള്ളത്. വായനക്കാർക്ക് മുതലാളിത്തം അനിവാര്യമായും അതിന്റെ ശവക്കുഴിതോണ്ടുന്നവരുടെ കയ്യാൽത്തന്നെ മറവുചെയ്യപ്പെടാൻ വിധിക്കപ്പെട്ടിരിക്കുന്നു, ചരിത്രത്തിലെ മറ്റേതെങ്കിലും മുഹൂർത്തത്തിലല്ല, ഇപ്പോൾ തന്നെയാണ് വിമോചനത്തിനുള്ള സാഹചര്യങ്ങൾ സംജാതമായിരിക്കുന്നത് എന്ന ആത്മവിശ്വാസം പകരുന്നതിലാണ് അതിന്റെ ബലം കുടികൊള്ളുന്നത്. വ്യാപകമായ അനുമാനങ്ങൾ എന്തു തന്നെയാണെങ്കിലും ചരിത്രപരമായ മാറ്റം മുന്നോട്ടു പോകുന്നത് സ്വന്തം ചരിത്രം നിർമിക്കുന്ന മനുഷ്യരിലൂടെയാണ് എന്ന് അംഗീകരിച്ചാൽ *മാനിഫെസ്റ്റോ* ഒരു നിർണയാത്മക രേഖയല്ലാതാകും. ശവക്കുഴികൾ മനുഷ്യപ്രയത്നംകൊണ്ട്, അല്ലെങ്കിൽ അതുവഴി, കുഴിക്കപ്പെടണം.

വാദം നിർണയാത്മകമായും വായിക്കാം, ശരിതന്നെ. മാർക്സിനേക്കാൾ സ്വാഭാവികമായും അതിലേക്ക് ചാഞ്ഞത് എംഗൽസ് ആയിരുന്നു

എന്ന സൂചനയും ഉണ്ട്. ഇത് മാർക്സിസ്റ്റ് സിദ്ധാന്തത്തിന്റെ വികാസത്തെ സംബന്ധിച്ച്, മാർക്സിസ്റ്റ് തൊഴിലാളിപ്രസ്ഥാനത്തെ സംബന്ധിച്ച് ഏറെ പ്രധാനപ്പെട്ട അനന്തരഫലങ്ങളാണ് സൃഷ്ടിച്ചത്. തെളിവായി എംഗൽസിന്റെ തന്നെ പഴയ കയ്യെഴുത്തു കരടുകൾ ചൂണ്ടിക്കാണിക്കപ്പെട്ടിട്ടുണ്ട്; പക്ഷേ, വാസ്തവത്തിൽ *മാനിഫെസ്റ്റോ*യിൽനിന്ന് അത് വായിച്ചെടുക്കുക സാധ്യമല്ല. ചരിത്രപരമായ തെളിവുകൾ വിട്ട് സമകാലികതയിലേക്ക് പ്രവേശിച്ചുകഴിയുമ്പോൾ അത് തെരഞ്ഞെടുക്കാനുള്ള സാമഗ്രികളുടെ രേഖയാകുന്നു, രാഷ്ട്രീയമായ സാധ്യതകളുടെ രേഖയാകുന്നു (സംഭവ്യതകളുടെയല്ല, നിശ്ചിതത്വങ്ങളുടെ ഒട്ടുമല്ല). 'ഇപ്പോൾ,' 'വികാസത്തിന്റെ പാതയിൽ' "ഓരോരോ വ്യക്തിയുടെയും സ്വതന്ത്രമായ വികാസം എല്ലാവരുടെയും സ്വതന്ത്രമായ വികാസത്തിനുള്ള മുന്നുപാധിയാകുന്ന ഒരു പരസ്പര ബന്ധം" ഉണ്ടാക്കുന്ന പ്രവചനാതീതമായ സമയം എന്നിവയ്ക്കു നടുവിലാണ് രാഷ്ട്രീയ പ്രവർത്തനത്തിന്റെ മണ്ഡലം.

സാമൂഹികപ്രയോഗത്തിലൂടെ ചരിത്രപരമായ മാറ്റം, കൂട്ടായ പ്രവർത്തനത്തിലൂടെ ചരിത്രപരമായ മാറ്റം, ഇതാണ് അതിന്റെ കാതൽ. തൊഴിലാളിവർഗത്തിന്റെ വികാസത്തെ 'തൊഴിലാളികൾ ഒരു വർഗമായും തുടർന്ന് ഒരു രാഷ്ട്രീയ കക്ഷിയായും സംഘടിതമാകുന്ന' പ്രക്രിയയായിട്ടാണ് *മാനിഫെസ്റ്റോ* കാണുന്നത്. 'തൊഴിലാളിവർഗം രാഷ്ട്രീയാധികാരം പിടിച്ചെടുക്കുന്നത്' ('ജനാധിപത്യത്തിന്റെ വിജയം നേടുന്നത്') ആണ് 'തൊഴിലാളിവിപ്ലവത്തിലെ ആദ്യപടി;' സമൂഹത്തിന്റെ ഭാവി പുതിയ വാഴ്ചയുടെ തുടർന്നുള്ള രാഷ്ട്രീയപ്രവർത്തനങ്ങളെ ആശ്രയിച്ചിരിക്കുന്നു (എങ്ങനെ 'തൊഴിലാളിവർഗം അതിന്റെ രാഷ്ട്രീയ മേൽക്കോയ്മ ഉപയോഗിക്കാം' എന്നതിനെ). മാർക്സിയൻ സോഷ്യലിസ്റ്റുകളെ അരാജകവാദികളിൽനിന്നും *മാനിഫെസ്റ്റോ* കൃത്യമായി അപലപിക്കുന്ന, എല്ലാ രാഷ്ട്രീയപ്രവർത്തനത്തെയും തിരസ്കരിക്കുന്ന തരം സോഷ്യലിസ്റ്റുകളിൽനിന്നും ചരിത്രപരമായി വേർതിരിക്കുന്നത് അതിന് രാഷ്ട്രീയത്തോടുള്ള പ്രതിബദ്ധതയാണ്. ലെനിനുമുമ്പുതന്നെ മാർക്സിയൻ സിദ്ധാന്തം. 'ചരിത്രം എന്തുസംഭവിക്കുമെന്ന് നമുക്ക് കാണിച്ചു തരുന്നത് എന്തോ' അതുമാത്രം സംബന്ധിച്ചുള്ളതല്ലായിരുന്നു, 'എന്തു ചെയ്യണം' എന്നതിനെ സംബന്ധിച്ചു കൂടിയുള്ളതായിരുന്നു. ഇരുപതാം നൂറ്റാണ്ടിലെ സോവിയറ്റ് അനുഭവം ചരിത്രസാഹചര്യങ്ങളിൽ 'എന്തു ചെയ്യണം,' അതു ചെയ്യലാവില്ല ഗുണകരം എന്നു പഠിപ്പിച്ചിട്ടുണ്ട്; കാരണം, അങ്ങനെ ചെയ്താൽ വിജയം ഏതാണ്ട് അപ്രാപ്യമാകും. പക്ഷേ, ഈ പാഠം *കമ്യൂണിസ്റ്റ് മാനിഫെസ്റ്റോ* യുടെ പ്രത്യാഘാതങ്ങൾ ശ്രദ്ധിച്ചാലും പഠിക്കാവുന്നതായിരുന്നു.

മാനിഫെസ്റ്റോ പരാജയം വിഭാവനം ചെയ്ത ഒരു രേഖയായിരുന്നു. ഇതുമാത്രമായിരുന്നില്ല അതിന്റെ ഗുണം. മുതലാളിത്ത വികാസത്തിന്റെ അനന്തരഫലം, 'വിശാലസമൂഹത്തിന്റെ വിപ്ലവകരമായ പുനഃസംഘാടനം' ആയിരിക്കുമെന്ന് പ്രത്യാശിക്കുമ്പോൾത്തന്നെ മറിച്ചൊരു സാധ്യ

തയെ – 'പൊതുവായ നാശം' – അത് തള്ളിക്കളയുന്നുമില്ല എന്ന് നാം നടെതന്നെ മനസിലാക്കിയല്ലോ.

കുറേ വർഷങ്ങൾക്കുശേഷം മറ്റൊരു മാർക്സിയൻ* ഇതിനെ സോഷ്യലിസത്തിനും കാടത്തത്തിനും ഇടയിലെ തിരഞ്ഞെടുപ്പ് എന്ന് മാറ്റി. ഇവയിൽ ഏത് അതിജീവിക്കും എന്ന തീരുമാനം ഇരുപത്തിയൊന്നാം നൂറ്റാണ്ടിന് വിട്ടുകൊടുക്കുന്നതാവും നല്ലത്.

* ഇസ്തവാൻ മെസാറോസ് ആണ് ഈ 'മറ്റൊരു മാർക്സിയൻ': പരിഭാഷകൻ.

6

ഗ്രുൻഡ്രിസ് കണ്ടെത്തൽ*

മാർക്സിന്റെ രചനാശേഖരത്തിൽ *ഗ്രുൻഡ്രിസി* ന്റെ സ്ഥാനവും അതിന്റെ ഭാഗ്യ-നിർഭാഗ്യങ്ങളും പലതുകൊണ്ടും സവിശേഷത ഉള്ളതാണ്. ഒന്നാമതായി, മാർക്സിന്റെ പക്വതയാർന്ന രചനകളുടെ ഒരു വലിയ കൂട്ടത്തിന്റെ ഒരേയൊരു ഉദാഹരണമാണ് അത്. പ്രായോഗികമായി ഈ രചനകൾ കാൾ മാർക്സിന്റെ മരണംകഴിഞ്ഞ് അരനൂറ്റാണ്ടിലധികം കാലം മാർക്സിസ്റ്റുകാർക്ക് തീർത്തും അജ്ഞേയമായിരുന്നു; ഈ പേരിൽ കൊണ്ടുവന്ന കയ്യെഴുത്തു പ്രതികളുടെ രചനാശേഷം ഒരു നൂറ്റാണ്ടോളം അവ പ്രായേണ – ലഭ്യവുമല്ലായിരുന്നു. 1857–58 ലെ ഈ രചനകൾ സംബന്ധിച്ച സംവാദങ്ങൾ എന്തുതന്നെയായാലും *Das Capital* (*മൂലധനം*) ന്റെ ഭാഗമാണെന്ന് വ്യക്തമായ ബൗദ്ധികപ്രയത്നമായ ഇവ മാർക്സിന്റെ പക്വതയുടെ പ്രതിനിധിയാണ്. വിശിഷ്യ ഒരു സമ്പദ്ശാസ്ത്ര വിദഗ്ധൻ എന്ന നിലയ്ക്ക്. ഇത് മാർക്സിന്റെ രചനാശേഖരത്തിലേക്ക് മരണാനന്തരം ആദ്യം കൂട്ടിച്ചേർക്കപ്പെട്ട 1932 ലെ *Frueschriften*ൽ നിന്ന് *ഗ്രുൻഡ്രിസി* നെ വ്യതിരിക്തമാക്കുന്നു. മാർക്സിന്റെ സൈദ്ധാന്തികവികാസത്തിൽ ഈ രചനകളുടെ കൃത്യമായ സ്ഥാനത്തെ സംബന്ധിച്ച് ധാരാളം സംവാദങ്ങൾ ഉണ്ടായിട്ടുണ്ട്. അത് തെറ്റായാലും ശരിയായാലും, 1857–58 ലെ രചനകളുടെ പക്വത സംബന്ധിച്ച് ഒരു തർക്കവും ഇല്ല.

രണ്ടാമത്, *ഗ്രുൻഡ്രിസ്* പ്രസാധനം ചെയ്യപ്പെട്ടത് പൂർണമായും മാർക്സ് പഠനങ്ങൾ, മാർക്സിസ്റ്റ് ചിന്ത എന്നിവയുടെ മൗലികമായ വികാ

---

* (മാർസെലൊ മസ്റ്റോ എഡിറ്റുചെയ്ത *Karl Marx's Grundrisse: Foundations of the Critique of Political Economy 150 Years Later* (റൂലെജ്, ലണ്ടൻ, 2008) ന്റെ മുഖവുര.

സത്തിന് ഏറ്റവും കുറഞ്ഞ അനുകൂലസാഹചര്യങ്ങൾ എന്ന് നിസ്സംശയം വിശേഷിപ്പിക്കാവുന്ന യു എസ് എസ് ആറിലും ജി ഡി ആറിലുമാണ്, അതും സ്റ്റാലിൻ യുഗത്തിന്റെ ഉച്ചാവസ്ഥയിൽ. പിന്നീടും മാർക്സിന്റെയും എംഗൽസിന്റെയും രചനകൾക്ക് രാഷ്ട്രീയപ്രമാണിമാരുടെ പ്രസിദ്ധീകരണാനുമതി ആവശ്യമായ അവസ്ഥ നിലനിന്നിരുന്നു എന്ന് വിദേശസംശോധകർ കണ്ടെത്തിയിട്ടുണ്ട്. പ്രസിദ്ധീകരണത്തിനുള്ള തടസങ്ങൾ എങ്ങനെ മറികടക്കപ്പെട്ടു എന്ന് ഇപ്പോഴും വ്യക്തമല്ല. മാർക്സ്-എംഗൽസ് ഇൻസ്റ്റിറ്റ്യൂട്ട് 'ശുദ്ധീകരണം,' സ്ഥാപക ഡിറക്ടറുടെ കൊലപാതകം, 1925–39 ൽ കയ്യെഴുത്തുപ്രതിയുടെ പ്രവൃത്തികൾക്ക് നിയോഗിക്കപ്പെട്ട പോൾ വെല്ലർ എങ്ങനെ 1936–38 ലെ ഭീകരതയെ അതിജീവിച്ച് പ്രവർത്തനം നടത്തി എന്നീ കാര്യങ്ങളൊക്കെ ഇപ്പോഴും അവ്യക്തമാണ്. ഈ വലിയ, പ്രയാസമേറിയ പാഠം എന്തെന്നു മനസിലാക്കാൻ കഴിയാതെ അധികാരികൾ കുഴങ്ങിപ്പോയത് സഹായകമായിരുന്നിരിക്കാം. എന്നാൽ അതിന്റെ സൂക്ഷ്മമായ പദവിയെപ്പറ്റി അവർക്ക് സംശയമുണ്ടായിരുന്നു. *മൂലധന*ത്തിന്റെ മൂന്നു വാല്യങ്ങളേക്കാൾ - അവ മാർക്സിന്റെ പക്വമായ നിലപാടും വീക്ഷണങ്ങളും വ്യക്തമാക്കുന്നവയായിരുന്നു - അപകടം കുറഞ്ഞതാണെന്നായിരുന്നു, സ്റ്റാലിന്റെ വീക്ഷണം. 1968–69 വരെ *ഗ്രുൻഡ്രിസ്* റഷ്യൻ വിവർത്തനം പൂർണമായി പ്രസിദ്ധം ചെയ്യപ്പെട്ടിരുന്നില്ല എന്നതാണ് വസ്തുത. 1939–41 ലെ (മോസ്കോ) ജർമൻ മൂലപ്പതിപ്പോ 1951 ലെ ബർലിൻ പുനർമുദ്രണമോ മാർക്സ്, എംഗൽസ് എന്നിവരുടെ (അപൂർണ) സോവിയറ്റ് പതിപ്പിന്റെ ഭാഗങ്ങളായി പ്രസിദ്ധം ചെയ്യപ്പെട്ടതുമില്ല. ഈ കൃതികളെ എം ഇ ജി എ (മെഗ-MEGA) എന്നാണ് വിളിച്ചിരുന്നത്, മാർക്സ്-എംഗൽസ് *Werke* ന്റെ ഭാഗമായും ഇവ പ്രസിദ്ധം ചെയ്യപ്പെട്ടില്ല. 1844 ലെ *Fruehschriften* മെഗ (1932) യിൽ വന്ന ശേഷം ഔദ്യോഗിക മാർക്സ് രചനാശേഖരത്തിൽനിന്ന് അപ്രത്യക്ഷമായിരുന്നു. എന്നാൽ ഗ്രുൻഡ്രിസ് യു എസ് എസ് ആറിൽ സ്റ്റാലിൻ യുഗത്തിന്റെ ഉച്ചാവസ്ഥയിലും പ്രസിദ്ധം ചെയ്യപ്പെട്ടു.

1857–58 ലെ ഈ കയ്യെഴുത്തുപ്രതികളുടെ പദവി എന്നും അനിശ്ചിതമായിരുന്നു. 1930 കളിൽ മാർക്സ്-എംഗൽസ്-ലെനിൻ ഇൻസ്റ്റിറ്റ്യൂട്ടിൽ ഉണ്ടായിരുന്ന ഈ രചനകൾ പലപ്പോഴായി പല പേരുകളിലാണ് അറിയപ്പെട്ടിരുന്നത്. ഇതുതന്നെ നേരത്തെ സൂചിപ്പിച്ച അനിശ്ചിതാവസ്ഥയുടെ പ്രതിഫലനമാണ്. അവസാനം, അച്ചടിക്കുതൊട്ടുമുമ്പാണ് *Grundrisse* എന്ന പേര് അവയ്ക്ക് കൈവന്നത്. *മൂലധന*ത്തിന്റെ മാർക്സ് എഴുതി എംഗൽസ് പുനർഘടന നടത്തിയ പ്രസിദ്ധീകൃത പാഠങ്ങളുമായും 1861–63 ലെ മാർക്സിന്റെ കുറിപ്പുകളെ അടിസ്ഥാനമാക്കി കൗട്സ്കി സമാഹരിച്ച *Theories of Surplus Value* (മിച്ചമൂല്യ സിദ്ധാന്തങ്ങൾ) നാലാം വാല്യവുമായും അവയ്ക്കുള്ള യഥാർഥബന്ധം എന്ത് എന്നത് ഇപ്പോഴും സംവാദവിഷയമാണ്. അവ വായിച്ച കൗട്സ്കിക്ക് എന്താണ്

അവയെക്കൊണ്ട് ചെയ്യേണ്ടത് എന്ന് മനസിലായില്ല എന്നു കരുതേണ്ടിയിരിക്കുന്നു. അദ്ദേഹം തന്റെ നിരൂപണമായ *Die Neue Zeit* ൽ അവയിൽ നിന്ന് രണ്ടു ഭാഗങ്ങൾ എടുത്തുചേർത്തു, അത്രമാത്രം. ഒന്ന്, *Bastiat and Carey* (1904), രണ്ട്, *Critique of Political Economy* (1903) യുടെ അവതാരികയെന്ന് പറയപ്പെടുന്നത്. ഇത് ഒരിക്കലും പൂർണമാക്കപ്പെട്ടില്ല. അതുകൊണ്ട് അതേ പേരിലുള്ള പുസ്തകത്തോടൊപ്പം 1859 ൽ പ്രസിദ്ധം ചെയ്യപ്പെട്ടതുമില്ല. നിലവിലെ യാഥാസ്ഥിതികത്വങ്ങൾക്കപ്പുറം മാർക്സിസ്റ്റ് വ്യാഖ്യാനത്തെ വ്യാപിപ്പിക്കാൻ താൽപ്പര്യപ്പെടുന്നവർക്ക് ആദ്യപാഠമായി മാറാനിരിക്കുന്ന ഗ്രന്ഥമായിരുന്നു, 1859 ലേത്, പ്രത്യേകിച്ച് ആസ്ട്രോ–മാർക്സിസ്റ്റുകാർക്ക്. ഇന്നുവരെ *ഗ്രുൻഡ്രിസി* ന്റെ ഏറ്റവും വ്യാപകമായി ചർച്ചചെയ്യപ്പെടുന്ന ഭാഗവും ഇതാണ്. സമീപകാലഗ്രന്ഥത്തിന്റെ ഒരു വ്യാഖ്യാതാവെങ്കിലും ഈ രണ്ടു ശകലങ്ങൾ അതിന്റെ ഭാഗമാണോ എന്ന് സംശയിക്കുന്ന കൂട്ടത്തിലാണ്. കയ്യെഴുത്തു പ്രതിയുടെ ബാക്കി 1823 ൽ മോസ്കോയിലെ റയ്സനോവും സഹകാരികളും അതിന്റെ ഫോട്ടോകോപ്പികൾ സംഘടിപ്പിക്കുംവരെ അപ്രകാശിതമായും വ്യാഖ്യാതാക്കൾക്ക് അജ്ഞേയമായും തുടർന്നു. അവരത് ക്രമപ്പെടുത്തി മെഗയിൽ ഉൾപ്പെടുത്തി പ്രസിദ്ധം ചെയ്യാനുള്ള ആലോചന തുടങ്ങി. ആദ്യം പദ്ധതിയിട്ട പ്രകാരം 1931 ൽത്തന്നെ അവ പ്രസിദ്ധം ചെയ്യപ്പെട്ടിരുന്നെങ്കിൽ എന്തായിരുന്നേനെ അതിന്റെ പ്രത്യാഘാതം എന്ന് ഊഹിക്കുക രസകരമായ ഒരു ഏർപ്പാടാണ്. അവ ശരിക്കും പ്രസിദ്ധം ചെയ്യപ്പെട്ടത് 1939 ന്റെ ഒടുവിലും 1941 ൽ ഹിറ്റ്ലർ യു എസ് എസ് ആറിനെ ആക്രമിച്ച് ഒരാഴ്ച കഴിഞ്ഞുമാണ്. അതായത്, 1953 ൽ കിഴക്കൻ ബർലിനിൽ പുനർമുദ്രണം ചെയ്യപ്പെടുംവരെ പടിഞ്ഞാറൻ രാജ്യങ്ങളിൽ അത് ഏതാണ്ട് അജ്ഞാതമായിരുന്നു എന്നർഥം. ദുർലഭം ചില പ്രതികൾ യു എസ് എയിൽ എത്തിയിരുന്നു. 1948 മുതൽ രചന അപഗ്രഥിക്കപ്പെടുന്നുണ്ട്. പക്ഷേ, 1967–68 നുമുമ്പ് അത് പ്രസാധനം ചെയ്യപ്പെട്ടില്ല. *ഗ്രുൻഡ്രിസി* ന്റെ മഹാനായ വക്താവ് റോമൻ റോസ്ഡോൾസ്കി (1898–1965) ആണ് അപ്പോഴത് പ്രസിദ്ധം ചെയ്തത്. അദ്ദേഹം ഓഷ്വിറ്റ്സടക്കം നിരവധി കോൺസെൻട്രേഷൻ ക്യാമ്പുകളിലൂടെയാണ് യു എസ് എ യിൽ എത്തിയത്. മൂല ജർമൻ പതിപ്പ് "ജർമൻ പട്ടാളക്കാർക്കെതിരെ പോരാട്ടത്തിന്റെ സാമഗ്രിയായും പിന്നീട് യുദ്ധത്തടവുകാർക്ക് പഠനസാമഗ്രിയായും അയയ്ക്കപ്പെട്ട"തിൽ ഭൂരിഭാഗവും അതിന്റെ സൈദ്ധാന്തികമോ പ്രായോഗികമോ ആയ ലക്ഷ്യങ്ങൾ കൈവരിച്ചു എന്നു വിശ്വസിക്കാൻ പ്രയാസമാണ്.

1939–41 ലെ പൂർണപുനർമുദ്രണം ആണ് *ഗ്രുൻഡ്രിസി* ന്റെ അന്തർദേശീയ സ്വാഗതത്തിന് മുഖ്യപതിപ്പായത്. അത് മാർക്സ്–എംഗൽസ് *Werke* പ്രസിദ്ധം ചെയ്യപ്പെടുന്നതിന് ഏതാനും വർഷം മുമ്പ്, 1953 ൽ കിഴക്കൻ ജർമനിയിൽ പ്രസിദ്ധം ചെയ്യപ്പെട്ടതും എന്തുകൊണ്ട്, *Werke* വുമായി മനഃപൂർവം ബന്ധപ്പെട്ടതാക്കിവച്ചതും എന്തുകൊണ്ട്

എന്ന് നമുക്ക് അറിഞ്ഞുകൂടാ. വിശ്വസനീയമായ ചില കാരണങ്ങൾ അവതരിപ്പിക്കപ്പെട്ടിട്ടുണ്ട്. 1960 കൾ വരെ മാർക്സ് പഠനങ്ങളിൽ അത് യാതൊരു സ്വാധീനവും ഉണ്ടാക്കിയില്ല. ഒരു അപവാദം മാത്രമുണ്ടായിരുന്നു. ആ അപവാദമാണ് *Forms that precede capitalist production* നെപ്പറ്റിയുള്ള ഭാഗം. ഇത് 1938 ലാണ് ആദ്യമായി റഷ്യനിൽ വേറെ തന്നെ പ്രസിദ്ധം ചെയ്യപ്പെട്ടത്. (പണത്തെപ്പറ്റിയുള്ള അധ്യായം ഏതാണ്ട് ഇതിനുമുമ്പായി വന്നപോലെ.) 1947 ൽ ജാപ്പനീസ് വിവർത്തനം വന്നു; ജർമൻ വിവർത്തനം 1952 ൽ വന്നു; ഇതാണ് ഉടനെ തന്നെ ഹങ്കേറിയൻ, ജാപ്പനീസ്, ഇറ്റാലിൻ (1953–54) എന്നിവയിലേക്ക് വിവർത്തനം ചെയ്യപ്പെട്ടത്. ഇത് ഇംഗ്ലീഷ് സംസാര ഭാഷയായ ലോകത്ത് മാർക്സിസ്റ്റ് ചരിത്രകാരന്മാർക്കിടയിൽ തീർച്ചയായും ചർച്ചചെയ്യപ്പെട്ടു. വിശദീകരണത്തിന് ഒരു അവതാരികയോടെ ഇംഗ്ലീഷ് വിവർത്തനം 1964 ൽ വന്നു. ഇത് താമസിയാതെ അർജന്റീനയിലും ഫ്രാങ്കോയുടെ സ്പെയിനിലും സ്പാനിഷ് ഭാഷയിൽ ഇറങ്ങി (1966–67). മാർക്സിയൻ ചരിത്രകാരന്മാർക്കും സാമൂഹിക നരവംശശാസ്ത്രജ്ഞർക്കും ഈ രചന ഏറെ താൽപ്പര്യമുളവാക്കിയ ഒന്നായിരുന്നു. അതാകാം *ഗ്രുൻഡ്രിസ്* പൂർണരൂപത്തിൽ ലഭ്യമാകുംമുമ്പുതന്നെ അത് ഇത്രയും വിപുലമായി വിതരണം ചെയ്യപ്പെടാനുള്ള കാരണവും. മൂന്നാംലോകസമൂഹങ്ങളെപ്പറ്റിയുള്ള മാർക്സിസ്റ്റ് അപഗ്രഥനത്തിന് – ഇത് ഏറെ തർക്കവിഷയമായിട്ടുണ്ട് – ആ രചന ഏറെ പ്രസക്തമായിരുന്നതും ഈ വിതരണവ്യാപനത്തിന്റെ ഒരു കാരണമാകാം. 'ഏഷ്യാറ്റിക് ഉൽപ്പാദനരീതി' സംവാദത്തിലേക്ക് ഇത് വെളിച്ചം വീശി. വിറ്റ്ഫോഗെലിന്റെ *Oriental Despotism* (1957) പോലുള്ള രചനകളിലൂടെ പടിഞ്ഞാറൻ രാജ്യങ്ങളിൽ വിവാദാത്മകമായി പുനരുജ്ജീവിപ്പിക്കപ്പെട്ടതാണ് ഈ സംവാദം.

1857–58 ലെ കയ്യെഴുത്തുപ്രതികളുടെ *Rezeptionsgeschichte* യഥാർഥത്തിൽ ആരംഭിക്കുന്നത് 1956 ലെ പ്രതിസന്ധിക്കുശേഷം സോവിയറ്റ് യാഥാസ്ഥിതികത്വത്തിൽനിന്ന് മാർക്സിസത്തെ മോചിപ്പിക്കാൻ അപ്പോഴേക്കും ഏകശിലാരൂപം നഷ്ടപ്പെട്ട കമ്യൂണിസ്റ്റ് പാർട്ടികൾക്ക് അകത്തും പുറത്തും നടന്ന പ്രധാനപ്രയത്നത്തോടെയാണ്. അവ 'ക്ലാസിക്കു'കളുടെ പ്രമാണരചനാശേഖരത്തിൽപ്പെടാത്തവയെങ്കിലും മാർക്സിന്റേതാണ് എന്നതിൽ സംശയമൊന്നും ഇല്ലായിരുന്നു. അതുകൊണ്ടുതന്നെ 1844 ലെ രചനകളും 1857–58 ലെ കയ്യെഴുത്തുപ്രതികളും കമ്യൂണിസ്റ്റു പാർട്ടികൾകത്ത് അതുവരെ അടഞ്ഞ നിലപാടുകൾ ന്യായമായി തുറക്കാനുള്ള അടിത്തറയായി. ഏകദേശം സമാന്തരമായാണ് ഗ്രാംഷിയുടെ രചനകൾ അന്തർദേശീയതലത്തിൽ കണ്ടെത്തപ്പെടുന്നത്. യു എസ് എസ് ആറിൽ അദ്ദേഹത്തിന്റെ രചനകൾ ആദ്യം പ്രസിദ്ധം ചെയ്യപ്പെട്ടത് 1957–59 ലാണ്. അവയും അതേ കർത്തവ്യം തന്നെയാണ് നിറവേറ്റിയത്. *ഗ്രുൻഡ്രിസി* ന് വിശ്വാസബഹുത്വം പ്രചോദിപ്പിക്കാനുള്ള സാധ്യതയുണ്ടെന്ന് തെളിയിക്കുന്നതാണ് ആന്ത്രോപ്പോസും (1968) *New*

Left Review യുടെ ആഭിമുഖ്യത്തിൽ നിക്കോളാസും ഫ്രഞ്ചിൽ ചെയ്ത അനൗദ്യോഗിക സ്വതന്ത്രവിവർത്തനങ്ങൾ. ഈ വിവർത്തകർ പരിഷ്കരണവാദികളായിരുന്നു. കമ്യൂണിസ്റ്റ് പാർട്ടികൾക്ക് പുറത്ത് *ഗ്രുൻഡ്രിസി*ന് കമ്യൂണിസ്റ്റേതരം എങ്കിലും നിസ്സംശയമായും മാർക്സിസം തന്നെയായ ചിന്താധാരയെ ന്യായീകരിക്കേണ്ട കർത്തവ്യം കൂടി ഉണ്ടായിരുന്നു. പക്ഷേ, 1960 കളിലെ വിദ്യാർഥി കലാപങ്ങൾ വരെ ഇതിന് രാഷ്ട്രീയ പ്രാധാന്യം കിട്ടിയിരുന്നില്ല. ഫ്രാങ്ക്ഫർട്ട് പാരമ്പര്യത്തോട് ഉറ്റബന്ധമുള്ള ജർമൻ പണ്ഡിതന്മാർ അതിന്റെ പ്രാധാന്യം അംഗീകരിച്ചുകഴിഞ്ഞിരുന്നു. പക്ഷേ, ലിച്ച്തിം, യുവ ഹാബർമാസ് എന്നിവരടക്കം ഉള്ള രാഷ്ട്രീയ മണ്ഡലത്തിൽ അത് അത്ര അംഗീകരിക്കപ്പെട്ടിരുന്നില്ല. അതിവേഗം വികസിച്ചുകൊണ്ടിരുന്ന സർവകലാശാലകളിലെ വിദ്യാർഥി വിപ്ലവവൽക്കരണത്തോടെ ഇത്തരം പ്രയാസമേറിയ പാഠങ്ങൾക്ക് പ്രതീക്ഷിക്കാവുന്നതിൽ ഏറെ വായനക്കാർ ഉണ്ടായി. അല്ലെങ്കിൽ പെൻഗ്വിൻ ബുക്സ് പോലെയുള്ള വാണിജ്യ പ്രസാധകർ 'പെലിക്കൻ മാർക്സ് ലൈബ്രറി' യുടെ ഭാഗമായിട്ടെങ്കിലും *ഗ്രുൻഡ്രിസ്* പ്രസിദ്ധം ചെയ്യാൻ തയാറാവില്ലായിരുന്നു. മടിച്ചുമടിച്ചാണെങ്കിലും യു എസ് എസ് ആറിൽ മാർക്സിന്റെ രചനാസമാഹാരത്തിന്റെ അവിഭാജ്യഘടകമായി ആ ഗ്രന്ഥം ഉൾപ്പെടുത്തിയിട്ടുണ്ട്. താമസിയാതെ ഹങ്കറിയിലും ചെക്കോസ്ലോവാക്യയിലും മൗവിന്റെ അന്ത്യത്തിനുശേഷം ചൈനയിലും അതിറങ്ങി.

അതുകൊണ്ട് *ഗ്രുൻഡ്രിസി*നെക്കുറിച്ചുള്ള സംവാദങ്ങളെ അവ നടന്ന രാഷ്ട്രീയപശ്ചാത്തലത്തിൽനിന്നും അവയ്ക്ക് പ്രചോദനമായ ഘടകങ്ങളിൽനിന്നും അടർത്തിമാറ്റി കാണാൻ കഴിയില്ല. 1970 കളിലാണ് സംവാദങ്ങൾ ഏറ്റവും തീവ്രമായത്. ആ കാലത്ത് അതിന് വലിയൊരു തലമുറ/സംസ്കാരനഷ്ടവും സംഭവിച്ചു: മാർക്സിയൻ പാഠങ്ങളിൽ തീവ്രമായ സമർപ്പണ ബുദ്ധിയും അറിവും പുലർത്തിയിരുന്ന ഡേവിഡ് റയ്സനോവ്, റോമൻ റോസ്ഡോൾസ്കി തുടങ്ങിയ ആദ്യതലമുറ പണ്ഡിതൻമാർ മൺമറഞ്ഞു. മാർക്സിന്റെ ചിന്തയുടെ വികാസത്തിൽ 1857–58 ലെ കയ്യെഴുത്തുപ്രതികൾക്കുള്ള സ്ഥാനത്തെപ്പറ്റിയുള്ള മുൻ അപഗ്രഥനങ്ങൾ അടിസ്ഥാനമാക്കി പഠനം വികസിപ്പിക്കാൻ പിൽക്കാലത്തെ ട്രോട്സ്കിയിസ്റ്റ് ബുദ്ധിജീവികളിൽ ചെറുപ്പക്കാർ ഗൗരവമേറിയ ചില പരിശ്രമങ്ങളൊക്കെ നടത്തി. *മൂലധന*ത്തിന്റെ കബന്ധമായി മാറിയ പൊതു പദ്ധതിയിലെ ആ രചനകളുടെ സ്ഥാനവും അവർ അപഗ്രഥിക്കുകയുണ്ടായി. ഫ്രാൻസിലെ ലൂയി അൽത്തൂസർ, ഇറ്റലിയിലെ അന്റോണിയോ നെഗ്രി എന്നിവരെപ്പോലുള്ള എഴുത്തുകാർ പ്രമുഖമായ ചില മാർക്സിസ്റ്റ് സൈദ്ധാന്തികതർക്കങ്ങൾ തൊടുത്തു വിട്ടു; പക്ഷേ, മാർക്സിയൻ രചനകളിൽ വേണ്ടത്ര അവഗാഹമില്ലാതെയാണ് ഈ ശ്രമങ്ങൾ നടത്തിയത് എന്ന് സ്പഷ്ടം. അവ ഏറ്റെടുത്ത യുവാക്കൾക്കും മൂലപാഠങ്ങളെക്കുറിച്ചുള്ള ജ്ഞാനം കുറവായിരുന്നു, അവ സംബന്ധിച്ച്

മുൻപ് നിലവിലുണ്ടായിരുന്ന വിവാദങ്ങൾ, ഭാഷാപരമായ കാരണങ്ങൾ കൊണ്ടായിരിക്കാം, വിലയിരുത്താനും അവർക്ക് ശേഷിയുണ്ടായിരുന്നില്ല.

ആഗോളരംഗത്ത് മാർക്സിസ്റ്റ് പാർട്ടികളും പ്രസ്ഥാനങ്ങളും ദുർലഭമായി മാത്രം മുഖ്യവേഷം കയ്യാളുന്ന, മാർക്സിന്റെയും എംഗൽസിന്റെയും അനുയായികളുടെയും രചനകളെപ്പറ്റിയുള്ള സംവാദങ്ങൾക്ക് അനിവാര്യമായ ചട്ടക്കൂടായി അവരുടെതന്നെ പ്രമാണങ്ങളും തന്ത്രങ്ങളും രീതികളും ലക്ഷ്യങ്ങളും വർത്തിക്കാത്ത ഒരു സാഹചര്യത്തിലാണ് സമാഹൃതവാല്യത്തിന്റെ വരവ്. അതേസമയം മുതലാളിത്തവ്യവസ്ഥയുടെ സാമ്പത്തികപ്രവർത്തനരീതി സംബന്ധിച്ച മാർക്സിന്റെ ഉൾക്കാഴ്ചയുടെ സൂക്ഷ്മത ലോകമാകെ അംഗീകരിക്കപ്പെടുന്ന കാലം കൂടിയാണ്, ഇത്. ഒരുപക്ഷേ, ക്രൂഷ്ചേവിന്റെ സ്റ്റാലിൻ നിരാസത്തിനും ഗോർബച്ചേവിന്റെ വീഴ്ചയ്ക്കും ഇടയ്ക്കുള്ള കാലത്തെ ഇടതുപക്ഷ രാഷ്ട്രീയത്തിന്റെ താൽക്കാലിക പരിഗണനകൾ തീർത്ത പരിമിതികൾ ഇല്ലാത്ത *ഗ്രുൻഡ്രിസ്* പഠനത്തിലേക്ക് തിരിച്ചുപോകാൻ പറ്റിയ സമയവും ഇതുതന്നെയായിരിക്കാം. അത് അങ്ങേയറ്റം കടുപ്പമുള്ള ഒരു പാഠമാണ് – എല്ലാ അർഥത്തിലും. പക്ഷേ, അതിന്റെ വായന ഏറെ പ്രയോജനപ്രദവുമാണ്. *മൂലധനം* ഏതൊരു പ്രബന്ധത്തിന്റെ ഒരു ശകലം മാത്രമാണോ, ആ പ്രബന്ധത്തിന്റെ പൂർണവ്യാപ്തി മനസിലാക്കാനുള്ള ഒരു മാർഗനിർദേശമെന്ന നിലയിലേക്കും അത് പ്രയോജനം ചെയ്യും. പക്വതയാർജിച്ച മാർക്സിന്റെ രീതിശാസ്ത്രത്തിന്റെ തനതായ ഒരു ആമുഖം കൂടിയാണ് അത്. മാർക്സിന്റെ മുതലാളിത്ത അപഗ്രഥനത്തെ പത്തൊൻപതാം നൂറ്റാണ്ടിനപ്പുറത്തേക്ക്, ഉൽപ്പാദനത്തിന് വമ്പിച്ച അധ്വാനശക്തി ആവശ്യപ്പെടാത്ത ഒരു സമൂഹത്തിലേക്ക്, യന്ത്രവൽക്കരണത്തിന്റെ, വിനോദസാധ്യതകളുടെ യുഗത്തിലേക്ക്, അത്തരം സാഹചര്യങ്ങളിൽ ഉണ്ടാകുന്ന അന്യവൽക്കരണത്തിലെ പരിവർത്തനങ്ങളുടെ സമൂഹത്തിലേക്ക് കൊണ്ടെത്തിക്കുന്ന അപഗ്രഥനങ്ങളും ഉൾക്കാഴ്ചകളും അതിലുണ്ട്. സാങ്കേതികവിദ്യയെക്കുറിച്ച്. ജർമൻ പ്രത്യയശാസ്ത്ര(*German Ideology*)ത്തിൽ മാർക്സ് തന്നെ നടത്തിയ കമ്യൂണിസ്റ്റ് ഭാവി സൂചനകൾക്കും കുറച്ചപ്പുറത്തേക്ക് പോകുന്ന ഒരേയൊരു പാഠവും അതുതന്നെ.

7

മുതലാളിത്തപൂർവ രൂപഘടനകളെപ്പറ്റി മാർക്സ്

1

ആയിരത്തി എണ്ണൂറ്റി അമ്പത്തി ഏഴ് – അമ്പത്തിഎട്ടിൽ കാൾ മാർക്സ് *Critique of Political Economy* (രാഷ്ട്രീയ സമ്പദ്ക്രമ വിമർശം), *Capital* (മൂലധനം) എന്നീ രചനകളുടെ തയാറെടുപ്പായി വലിയൊരു കരട് തയാറാക്കുകയായിരുന്നു. മോസ്കോവിൽ 1939–41 ലാണ് *Groundrisse der Kritik der politischen onomie* എന്ന പേരിൽ അത് പ്രസിദ്ധം ചെയ്യപ്പെട്ടത്. 1903–04 ൽത്തന്നെ അതിലെ ചില ഭാഗങ്ങൾ *Neue Ziet* പ്രത്യക്ഷപ്പെട്ടിരുന്നു. 1952 ൽ ബെർലിനിൽ ഒരു ലഘുലേഖയായി അതിലെ ഒരു ഭാഗം വന്നു; 1953 ൽ അവിടെ വച്ചു തന്നെ *ഗ്രുൻഡ്രിസി* ന്റെ പൂർണരൂപവും പുറത്തിറക്കി. അതുവരെ ആ കൃതി അജ്ഞാതമായി തുടർന്നു. ആദ്യ പ്രസിദ്ധീകരണത്തിന്റെ സ്ഥലവും കാലവുമാണ് ഈ അജ്ഞാതാവസ്ഥയ്ക്ക് കാരണമായത്. അങ്ങനെ, ഗ്രന്ഥകർത്താക്കളുടെ ജീവിതകാലത്ത് പ്രസിദ്ധം ചെയ്യപ്പെടാതെപോയ കയ്യെഴുത്തു പ്രതികളുടെ വലിയൊരു കൂട്ടമുണ്ടായിരുന്നതിലാണ് *ഗ്രുൻഡ്രിസി* ന്റെയും സ്ഥാനം. 1930 മുതൽക്കാണ് വേണ്ടത്ര പഠനം നടത്താൻ അവ ലഭ്യമായതും* *Economic-Philosophical Manuscript of 1844* പോലുള്ള മിക്ക രചനകളും പിൽക്കാലത്തെ ചർച്ചകളിൽ ഇടം പിടിച്ചിട്ടുണ്ട്. അവ മാർക്സിന്റെയും മാർക്സിസത്തിന്റെയും യുവത്വ

---

* *Pre - Capitalist Economic Foundation* (ലോറൻസ് ആന്റ് വിഷാർഡ് ലണ്ടൻ – 1964) എന്ന് ഇംഗ്ലീഷിലറിയപ്പെടുന്ന *ഗ്രുൻഡ്രിസ്* ഭാഗത്തിന് എഴുതിയ ആമുഖമാണ് ഈ അധ്യായം. അധ്യായത്തിലെ പരാമർശങ്ങൾ ആ പരിപാടിയെ പറ്റിയാണ്.

ത്തിലേതാണ്. എന്നാൽ *ഗ്രുൻഡ്രിസ്* മാർക്സ് പൂർണ പക്വതയാർജിച്ച ഘട്ടത്തിലേതാണ്. ഒരു ദശകക്കാലം ഇംഗ്ലണ്ടിനെക്കുറിച്ച് തീവ്രപഠനം നടത്തിയതിന്റെ ഫലമാണ് അവ. 1860 കളിൽ *മൂലധനം* എഴുതുന്നതിന് തൊട്ടുമുമ്പുള്ള അദ്ദേഹത്തിന്റെ ചിന്തയാണ് അവയിൽ പ്രതിഫലിക്കുന്നത്. *മൂലധന*ത്തിന്റെ പ്രാരംഭരൂപം അതിലടങ്ങിയിരിക്കുന്നു എന്ന് നടേ പ്രസ്താവിച്ചല്ലോ. അതുകൊണ്ട് പക്വമതിയായ മാർക്സിന്റേതായി പൊതുജനങ്ങൾക്ക് ലഭിച്ച അവസാനത്തെ പ്രധാനരചനകളാണ് *ഗ്രുൻഡ്രിസി*ൽ ഉള്ളത്.

അത്തരമൊരു സാഹചര്യത്തിൽ അവയോടുള്ള അവഗണന അത്ഭുതപ്പെടുത്തുന്നതാണ്. 'Formen die der Kapitalistischen Produktion vorhergehen' എന്ന തലക്കെട്ടിലുള്ള ഭാഗത്തെ സംബന്ധിച്ചിടത്തോളം ഈ അത്ഭുതം വളരെ പ്രസക്തമാകുന്നു. ഇതിൽ മാർക്സ് മുതലാളിത്തപൂർവമായ ചരിത്രപരിണാമം എന്ന പ്രശ്നത്തെ കൈകാര്യം ചെയ്യാനാണ് ശ്രമിക്കുന്നത്. ഇവയൊന്നും അപ്രധാനമോ അലക്ഷ്യമോ ആയ കുറിപ്പുകളല്ല. *Formen* തന്റെ "പതിനഞ്ചുവർഷത്തെ – അതായത്, എന്റെ ജീവിതത്തിലെ ഏറ്റവും നല്ല കാലത്തെ – ഗവേഷണഫല" മാണ് എന്ന് മാർക്സ് തന്നെ ലസാലെയ്ക്ക് (12 നവംബർ 1858ൽ) എഴുതിയിട്ടുണ്ട്. അതു മാത്രമല്ല; അവ മാർക്സിന്റെ ഏറ്റവും തിളക്കമാർന്ന, ഗാഢതയേറിയ അവസ്ഥയെയാണ് പ്രതിനിധാനം ചെയ്യുന്നത്. *Critique of Political Philosophy* യ്ക്ക് എഴുതിയ ഒന്നാംകിട മുഖവുരയുടെ ഒഴിച്ചുകൂടാനാവാത്ത പതക്കമാണ് അത്. *CPP* എഴുതിയത് അധികം വൈകാതെയാണ്. അതിൽ ചരിത്രപരമായ ഭൗതികവാദത്തെ ഏറ്റവും അർഥഗർഭമായി അവതരിപ്പിക്കുകകൂടി ചെയ്യുന്നുണ്ട്, മാർക്സ്. *ഗ്രുൻഡ്രിസി*നെ കണക്കിലെടുക്കാതെ നടന്ന മാർക്സിസ്റ്റ് ചരിത്രപരമായ ചർച്ചകളെല്ലാം അവയുടെ വെളിച്ചത്തിൽ പരിശോധിക്കപ്പെടണം. അതായത്, 1941 നു മുമ്പുള്ള സകല ചർച്ചയും, അതിനുശേഷം നടന്ന ചർച്ചകളിൽ മിക്കവയും പുതിയ വെളിച്ചത്തിൽ പഠിക്കണം.

ഈ അവഗണനയുടെ കാരണങ്ങൾ സ്പഷ്ടമാണ്. *ഗ്രുൻഡ്രിസ്* "പ്രസിദ്ധീകരണത്തിനല്ലാതെ, എന്റെതന്നെ വ്യക്തതയ്ക്കുവേണ്ടി പല കാലങ്ങളിലായി എഴുതപ്പെട്ട ഏകവിഷയപ്രബന്ധങ്ങളാണ്" എന്ന് മാർക്സ്തന്നെ ലസാലെയ്ക്ക് എഴുതിയിട്ടുണ്ട്. വായനക്കാരന് മാർക്സിന്റെ ചിന്താശൈലി – അദ്ദേഹത്തിന്റെ ബൗദ്ധികപരിണാമം മുഴുവനും, വിശിഷ്യ, അദ്ദേഹത്തിന്റെ ഹെഗലിയനിസം മാത്രം പരിചിതമായാൽ പോരാ. അവ പലപ്പോഴും സ്വകാര്യമായ ഒരു ബൗദ്ധിക ചുരുക്കെഴുത്തിന്റെ രൂപത്തിലാണ് കാണുക. ചിലപ്പോൾ അതിലേക്ക് കടക്കുക പ്രയാസമാകും. കരട് കുറിപ്പുകൾ, ഇടയ്ക്കിടെ ആത്മഗതങ്ങൾ – ഇവയുടെയൊക്കെ അർഥം മാർക്സിന് എത്ര വ്യക്തമായിരുന്നെങ്കിലും നമുക്ക് അവ്യക്തമാണ്. ആ കൃതി വിവർത്തനം ചെയ്യാനോ വെറുതെ പഠിച്ച് വ്യാഖ്യാനിക്കാനോ തുനിഞ്ഞിട്ടുള്ള ആർക്കും ഒരു കാര്യം മന

സിലാകും: ഒറ്റ വാക്യത്തിലുള്ള ഖണ്ഡികകൾ ചിലതൊക്കെ സംശയാതീതമായി അർഥകൽപ്പന നടത്തി അവതരിപ്പിക്കുക പലപ്പോഴും അസാധ്യമാണ്.

ഇനി അഥവാ ഈ അർഥങ്ങളൊക്കെ വ്യക്തമാക്കാൻ മാർക്സ് ശ്രമിച്ചു എന്നുതന്നെ വയ്ക്കുക. അപ്പോഴും അതത്ര എളുപ്പമാവില്ല. കാരണം, അദ്ദേഹം സാമാന്യതയുടെ അത്യുന്നതതലത്തിൽ നിന്നാണ് അപഗ്രഥനം നടത്തുന്നത്; അതായത്, അത്യമൂർത്തമായ തലത്തിൽ. എല്ലാ സാമൂഹികമാറ്റത്തിന്റെയും പൊതുവായ സംവിധാനം സ്ഥാപിക്കുക എന്നതാണ് മാർക്സിന്റെ ലക്ഷ്യം (*Critique*ന്റെ മുഖവുരയിൽ എന്നപോലെ). ഉൽപ്പാദനത്തിന്റെ ഭൗതികശക്തികളുടെ വികാസത്തിലെ നിയതമായ ഒരു ഘട്ടത്തിന് അനുപൂരകമായി ഉൽപ്പാദനത്തിന്റെ സാമൂഹികബന്ധങ്ങൾ രൂപവൽക്കൃതമാകുന്നത്; ഉൽപ്പാദനത്തിന്റെ ശക്തികളും ബന്ധങ്ങളും തമ്മിലുള്ള സംഘട്ടനങ്ങളുടെ കാലാകാലത്തിലുള്ള വികാസം; ബന്ധങ്ങൾ വീണ്ടും ശക്തികളുടെ തലവുമായി പൊരുത്തപ്പെടുന്ന സാമൂഹിക വിപ്ലവകാലഘട്ടങ്ങൾ, ഈ സാമാന്യമായ അപഗ്രഥനം ഒരു തരത്തിലും നിയതമായ ചരിത്രകാലത്തെയോ ഉൽപ്പാദനശക്തികളെയോ ബന്ധങ്ങളെയോ അറിയിക്കുന്നതല്ല. 'വർഗം' എന്ന വാക്ക് 'മുഖവുര' യിൽ പരാമർശിക്കപ്പെടുന്നതേ ഇല്ല. കാരണം, ദീർഘമാണെന്ന് സമ്മതിച്ചാൽപ്പോലും ചില പ്രത്യേക ചരിത്രഘട്ടങ്ങളിലെ ഉൽപ്പാദനത്തിന്റെ സാമൂഹിക ബന്ധങ്ങളുടെ സവിശേഷ പ്രശ്നങ്ങൾ മാത്രമാണ് വർഗം. ചരിത്രപരമായ രൂപഘടനകളും കാലഘട്ടങ്ങളും സംബന്ധിച്ച് ഒരൊറ്റ പ്രസ്താവമേ ഉള്ളൂ. അതും 'ഏഷ്യാറ്റിക്, പ്രാചീനം, ജന്മിത്തം, ആധുനിക ബൂർഷ്വ' എന്നിങ്ങനെ പിന്തുണയോ വിശദീകരണമോ ഇല്ലാത്ത 'സമൂഹത്തിന്റെ സാമ്പത്തികരൂപവൽക്കരണത്തിലെ കാലഘട്ടങ്ങ' ളുടെ സംക്ഷിപ്തമായ പട്ടികയുടെ രൂപത്തിലാണ്. ഇതിലെ അവസാനത്തേതാണ് ഉൽപ്പാദനത്തിന്റെ സാമൂഹിക പ്രക്രിയയുടെ ഒടുവിലത്തെ 'വൈരുധ്യ' രൂപം.

*മുഖവുര*യേക്കാൾ കൂടുതൽ സാമാന്യവും നിയതവുമാണ് *Formen*. അവയും കർശനമായി പറഞ്ഞാൽ 'ചരിത്രം' അല്ല. ഇത് ആദ്യമേ തന്നെ ശ്രദ്ധിക്കേണ്ട വിഷയമാണ്. ഒരുവശത്ത്, സാമൂഹികപരിണാമത്തിന്റെ അപഗ്രഥനത്തിൽ ഏതെങ്കിലും ദ്വന്ദ്വാത്മകമായ (അല്ലെങ്കിൽ ഏതെങ്കിലും തൃപ്തികരമായ) ഒരു സിദ്ധാന്തം, ഏതെങ്കിലും ഒരു വിഷയത്തിൽ, കണ്ടെത്താനുള്ള ഒരു ശ്രമം ആ കരടിലുണ്ട്. ബൗദ്ധിക ലാളിത്യം, സാമാന്യത, തുടർച്ചയില്ലാത്ത ആന്തരികശക്തി എന്നിവ അതിനുണ്ട്. ഈ ഗുണങ്ങളെയാണല്ലോ, ശാസ്ത്രജ്ഞർ 'സൗന്ദര്യം' അഥവാ 'സുഭഗത' എന്ന് വിളിക്കുന്നത്. ഹെഗലിന്റെ ദ്വന്ദ്വാത്മകരീതി ആശയതലത്തിലല്ലാതെ ഭൗതികതലത്തിൽ പ്രയോഗിച്ച് അവയെ സമ്പന്നമാക്കുകയാണ് മാർക്സ്, ഇവിടെ.

ഇത് നമ്മെ ഉടനെതന്നെ രണ്ടാമത്തെ വശത്തിലേക്ക് കൊണ്ടെത്തിക്കുന്നു. ചരിത്രത്തിന്റെ ഉള്ളടക്കത്തെ ഏറ്റവും സാമാന്യമായ രൂപത്തിൽ കരുപ്പിടിപ്പിക്കാനാണ് *Formen* ശ്രമിക്കുന്നത്. പുരോഗതിയാണ് ഈ ഉള്ളടക്കം. ചരിത്രപരമായ പുരോഗതി ഇല്ലെന്നു വാദിക്കുന്നവർക്കും അപക്വമതിയായ മാർക്സിന്റെ രചനകളെ ആധാരമാക്കി മാർക്സ് ചിന്തയെ കേവലം മനുഷ്യ വിമോചനത്തിനായുള്ള നൈതികമായ ആവശ്യം എന്ന നിലയ്ക്ക് കാണുന്നവർക്കും ഇവിടെ പിന്തുണയൊന്നും കിട്ടില്ല. മാർക്സിനെ സംബന്ധിച്ചിടത്തോളം പുരോഗതി വസ്തുനിഷ്ഠമായി നിർവചിക്കാവുന്ന ഒന്നാണ്. അതേസമയം അതിന് അഭിലഷണീയമായതിലേക്ക് വിരൽ ചൂണ്ടാനുള്ള കഴിവും ഉണ്ട്. എല്ലാ മനുഷ്യരുടെയും സ്വതന്ത്രമായ വികാസം എന്ന മാർക്സിസ്റ്റ് വിശ്വാസത്തിന്റെ ആധാരശില അതിനെക്കുറിച്ച് അദ്ദേഹത്തിനുള്ള പ്രത്യാശയല്ല, പിന്നെയോ, ചരിത്രപരമായ വികാസം മാനവവംശത്തെ ആത്യന്തികമാക്കുന്നതിലേക്കാണ് നയിക്കുക എന്ന അപഗ്രഥനം ശരിയാണ് എന്ന അനുമാനമാണ്.

ഒരു സാമൂഹിക ജീവി എന്ന നിലയ്ക്ക് മനുഷ്യനെക്കുറിച്ചുള്ള അപഗ്രഥനമാണ് മാർക്സിന്റെ മാനവികതാവാദത്തിന്റെ വസ്തുനിഷ്ഠമായ അടിസ്ഥാനം. സാമൂഹിക–സാമ്പത്തിക പരിണാമങ്ങളെക്കുറിച്ചുള്ള അദ്ദേഹത്തിന്റെ സിദ്ധാന്തത്തിന്റെ അടിത്തറയും അതുതന്നെ. മനുഷ്യൻ അധ്വാനിക്കുന്നു. അതായത്, അവൻ ഉച്ഛ്വാസത്തിൽ, ഭക്ഷണം തേടലിൽ, പാർപ്പിടം തേടലിൽ, സ്നേഹം തേടലിൽ, അങ്ങനെ നിത്യപ്രയോഗങ്ങളിൽ സ്വന്തം അസ്തിത്വം സൃഷ്ടിക്കുകയും പുനരുൽപ്പാദിപ്പിക്കുകയും ചെയ്യുന്നു. പ്രകൃതിയിൽ പ്രവർത്തിച്ച്, ഈ ലക്ഷ്യത്തോടെ പ്രകൃതിയിൽനിന്ന് എടുത്ത് (ക്രമേണ ബോധപൂർവം പ്രകൃതിയെ മാറ്റി) ആണ് അവനത് ചെയ്യുന്നത്. മനുഷ്യനും പ്രകൃതിയും തമ്മിലുള്ള ഈ സമ്പർക്കം സാമൂഹികപരിണാമമാണ്; അത് സാമൂഹിക - പരിണാമത്തെ ഉൽപ്പാദിപ്പിക്കുന്നു. പ്രകൃതിയിൽനിന്ന് എടുക്കുന്നത്, അല്ലെങ്കിൽ (സ്വന്തം ശരീരം അടക്കം) പ്രകൃതിയുടെ ഒരു ശകലത്തിന്റെ ഉപയോഗം നിർണയിക്കുന്നത്, സാമാന്യദൃഷ്ട്യാ തട്ടിയെടുക്കലാണ്. അതുകൊണ്ട് മൗലികമായി അത് അധ്വാനത്തിന്റെ ഒരു വശം മാത്രമാണ്. ഇത് സ്വത്ത് സങ്കൽപ്പനത്തിൽ ആവിഷ്കൃതമാകുന്നു (ചരിത്രപരമായി സവിശേഷ പ്രശ്നമായ സ്വകാര്യസ്വത്ത് അല്ല, ഇത്). തുടക്കത്തിൽ, തൊഴിലാളിക്ക് തന്റെ അധ്വാനത്തിന്റെ വസ്തുനിഷ്ഠ സാഹചര്യങ്ങളുമായുള്ള ബന്ധം ഉടമസ്ഥതയുടേതല്ല; ഇത് അധ്വാനത്തിന് അതിന്റെ ഭൗതികമായ [*sachliche*] മുന്നുപാധികളുമായുള്ള സ്വാഭാവികൈക്യമാണ് (പുറം 67). ഒരു സാമൂഹിക ജീവി എന്ന നിലയ്ക്ക് മനുഷ്യൻ സഹകരണവും അധ്വാനത്തിന്റെ സാമൂഹികവിഭജനവും (കർത്തവ്യസവിശേഷവൽക്കരണം) വികസിപ്പിക്കുന്നു. വ്യക്തിയെയും അവൻ അംഗമാക്കുന്ന സമൂഹത്തെയും പുലർത്താൻ ആവശ്യമുള്ളതിൽ അധികം മിച്ചം ഉണ്ടാക്കുക മാത്രമല്ല, ഭാവിബാധ്യതകൾ വർധിപ്പിക്കുകയും ചെയ്യുന്നതിലൂടെയാണ്,

അങ്ങനെ ചെയ്യുന്നതുകൊണ്ടുമാണ് ഈ സഹകരണവും സവിശേഷവൽക്കരണവും വികസിപ്പിക്കുന്നത്. മിച്ചവും അധ്വാനത്തിന്റെ സാമൂഹികവിഭജനവും ഉള്ളതുകൊണ്ട് കൈമാറ്റവും സാധ്യമാകുന്നു. പക്ഷേ, തുടക്കത്തിൽ ഉൽപ്പാദനത്തിന്റെയും കൈമാറ്റത്തിന്റെയും ലക്ഷ്യം ഉപയോഗം മാത്രമാണ് – അതായത്, ഉൽപ്പാദകന്റെയും അയാളുടെ സമൂഹത്തിന്റെയും പരിപാലനം. ഇവയാണ് ആ സിദ്ധാന്തം നിർമിക്കപ്പെട്ടിട്ടുള്ള അപഗ്രഥനശിലകൾ. ഇവയെല്ലാം വാസ്തവത്തിൽ ഒരു പ്രത്യേകയിനം സാമൂഹികജന്തുവാണ്, മനുഷ്യൻ എന്ന മൗലികസങ്കൽപ്പനത്തിന്റെ വിസ്തരിക്കലോ അനുബന്ധങ്ങളോ ആണ്.

മനുഷ്യൻ പ്രകൃതിയിൽനിന്ന് വിമോചിതമാകുന്നതിന്റെ തോത് വർധിക്കുന്നു; പ്രകൃതിക്കുമേൽ മനുഷ്യന്റെ നിയന്ത്രണം വർധിക്കുന്നു. ഇതിൽ പുരോഗതി ദൃശ്യമാണ്. പ്രാകൃതമനുഷ്യൻ ജീവിച്ചിരുന്ന രീതിയിൽനിന്നും ജന്തുക്കളിൽനിന്ന് മനുഷ്യസംഘങ്ങളായി പരിണമിക്കുന്ന പ്രക്രിയയിൽ ഉരുവം കൊള്ളുന്ന മൗലികവും അനിച്ഛാപൂർവവുമായ ബന്ധങ്ങളിൽനിന്നും (മാർക്സ് പറയുന്നത് പ്രകൃതിയിൽ വളരുന്ന അവസ്ഥ അഥവാ *naturwuchsig* എന്നാണ്) ഉള്ള ഈ വിമോചനം ഉൽപ്പാദനത്തിന്റെ ശക്തികളെ മാത്രമല്ല, ബന്ധങ്ങളെയും ബാധിക്കുന്നു. ഇതിൽ രണ്ടാമത്തെ വശമാണ് *Formen* കൈകാര്യം ചെയ്യുന്നത്. ഒരു വശത്ത് അധ്വാനത്തിന്റെ സവിശേഷവൽക്കരണഫലമായും കൈമാറ്റത്തെ തുടർന്നും മനുഷ്യർ ഏർപ്പെടുന്ന ബന്ധങ്ങൾ കൂടുതൽ കൂടുതൽ സംപുഷ്ടവും സൂക്ഷ്മാംശപരിഷ്കൃതവും ആകുന്നു – പണം, അതോടൊപ്പം ചരക്ക് ഉൽപ്പാദനം, കൈമാറ്റം എന്നിവ മുമ്പ് അചിന്ത്യമായിരുന്ന മൂലധനസംഭരണം ഉൾപ്പടെയുള്ള നടപടികളുടെ അടിസ്ഥാനമാകുന്നതിലാണ് അത് എത്തിനിൽക്കുന്നത് (പുറം 67 ൽത്തന്നെ ഈ പ്രക്രിയ പരാമൃഷ്ടമാകുന്നുണ്ടെങ്കിലും അതിലെ പ്രധാന വിഷയമാകുന്നില്ല). മറുവശത്ത് മനുഷ്യൻ *naturwuchsig* ൽ നിന്ന് അഥവാ പ്രകൃതിയിൽ വളരുന്ന അവസ്ഥയിൽനിന്ന് മുന്നോട്ടു നീങ്ങവേ അധ്വാനം, സ്വത്ത് എന്നിവ തമ്മിലുള്ള ഇരട്ടബന്ധം കൂടുതൽ കൂടുതൽ ശിഥിലമാകുന്നു. അത് "സൗജന്യാധ്വാനത്തെ അതിന്റെ സാക്ഷാൽക്കാരത്തിന്റെ വസ്തുനിഷ്ഠ സാഹചര്യങ്ങളിൽനിന്ന് അധ്വാന ഉപാധികളിൽനിന്ന് *(Arbeitsmittel),* അധ്വാന സാമഗ്രിയിൽനിന്ന് വേർപെടുത്തുന്നു... അങ്ങനെ, സർവോപരി തൊഴിലാളിയെ സ്വാഭാവിക പരീക്ഷണശാലയായ ഭൂമിയിൽനിന്ന് വേർപെടുത്തുന്നു" (പുറം 67). മുതലാളിത്തത്തിൻ കീഴിലാണ് ഇതിന്റെ അന്തിമമായ സ്ഫുടീകരണം കൈവരിക്കപ്പെടുന്നത്. അതോടെ തൊഴിലാളി അധ്വാനശക്തി മാത്രമായിത്തീരുന്നു. സ്വത്ത്, അധ്വാനത്തിൽനിന്ന് പൂർണമായും വേർപെടുത്തപ്പെട്ട ഉൽപ്പാദന ഉപാധികളുടെ നിയന്ത്രണമായി ചുരുങ്ങുന്നു. അതേസമയം, ഉൽപ്പാദന പ്രക്രിയയിൽ ഉപയോഗം (അതിന് പ്രത്യക്ഷ പ്രസക്തിയില്ല), കൈമാറ്റം, സംഭരണം (ഉൽപ്പാദനത്തിന്റെ പ്രത്യക്ഷ ലക്ഷ്യം) എന്നിവ പൂർണമായും പരസ്പരം

വേറിടുന്നു. ഇതാണ് സാധ്യമായ ഈ വ്യത്യാസങ്ങളോടെ മാർക്സ് അപഗ്രഥിക്കാൻ ശ്രമിക്കുന്നത്. ഈ പരിണാമത്തിന്റെ പ്രത്യേകഘട്ടങ്ങൾ പ്രകടിപ്പിക്കുന്ന പ്രത്യേകമായ സാമൂഹിക–സാമ്പത്തിക രൂപഘടനകൾ വളരെ പ്രസക്തംതന്നെ. പക്ഷേ, അദ്ദേഹത്തിന്റെ മനസിലുണ്ടായിരുന്നത് നൂറ്റാണ്ടുകളിലൂടെ, ഭൂഖണ്ഡങ്ങളിലൂടെ പടർന്നുകിടക്കുന്ന മൊത്തം പ്രക്രിയയാണ്. അതുകൊണ്ട് ഏറ്റവും വിശാലമായ അർഥത്തിൽ മാത്രമേ അദ്ദേഹത്തിന്റെ ചട്ടക്കൂട് കാലാനുക്രമമാകുന്നുള്ളൂ. ഒരു ഘട്ടത്തിൽനിന്ന് മറ്റൊരു ഘട്ടത്തിലേക്കുള്ള സംക്രമണത്തെ സംബന്ധിക്കുന്ന പ്രശ്നങ്ങളൊന്നും അദ്ദേഹത്തിന്റെ പ്രാഥമിക പരിഗണനയിൽ ഇല്ലായിരുന്നു. ദീർഘകാലപരിവർത്തനത്തിലേക്ക് അവ എത്രമാത്രം വെളിച്ചം വീശുന്നു എന്നു മാത്രമേ അദ്ദേഹം കണക്കിലെടുത്തുള്ളൂ.

അതേസമയം ഉൽപ്പാദനത്തിന്റെ ആദിമസ്വാഭാവിക സാഹചര്യങ്ങളിൽനിന്നുള്ള മനുഷ്യന്റെ വിമോചനം മനുഷ്യന്റെ വ്യക്തിവൽക്കരണ പ്രക്രിയ കൂടിയാണ്. "ചരിത്രപ്രക്രിയയിലൂടെ മാത്രമാണ് മനുഷ്യൻ വ്യക്തിവൽകൃതമാകുന്നത് [*vereinzelt sich*]. മൗലികമായി അവൻ ഒരു വംശജീവിയായി, ഗോത്രജീവിയായി, പറ്റജന്തുവായി പ്രത്യക്ഷപ്പെടുന്നു..... കൈമാറ്റംതന്നെ ഈ വ്യക്തിവൽക്കരണത്തിന്റെ മുഖ്യമാധ്യമമാണ്. അത് പറ്റജന്തുവിനെ ഉപരിപ്ലവമാക്കുന്നു, അലിയിച്ചു കളയുന്നു." (പുറം 96). ഇത് വ്യക്തി അയാൾ പ്രവർത്തിച്ചുപോന്ന സമൂഹവുമായുള്ള ബന്ധങ്ങളിൽ പരിവർത്തനം നടക്കുന്നു എന്നുകൂടി സൂചിപ്പിക്കുന്നു. മുൻസമൂഹം മുതലാളിത്തത്തിൽ വ്യക്തിവൽക്കരണം സാധ്യമാക്കുമ്പോൾ തന്നെ വ്യക്തിക്ക് ബാഹ്യവും പ്രതികൂലവുമായ, അമാനവികമായ സാമൂഹിക സംവിധാനമായി രൂപാന്തരപ്പെടുന്നു. അങ്ങനെയാണെങ്കിലും ഇത് മനുഷ്യവംശത്തിന് വമ്പിച്ച സാധ്യതകൾ പ്രദാനം ചെയ്യുന്ന പ്രക്രിയ കൂടിയാണ്. പ്രത്യാശാനിർഭരവും ഉജ്വലവുമായ ഒരു ഖണ്ഡികയിൽ മാർക്സ് നിരീക്ഷിക്കുന്നു: (പുറങ്ങൾ 84–85)

മനുഷ്യൻ (എത്രമാത്രം ഇടുങ്ങിയ ദേശീയ, മതപര, രാഷ്ട്രീയ നിർവചനത്തിലാണെങ്കിലും) എപ്പോഴും ഉൽപ്പാദനത്തിന്റെ ലക്ഷ്യമായി പ്രത്യക്ഷപ്പെടുന്ന പ്രാചീനസങ്കൽപ്പനം ഉൽപ്പാദനം മനുഷ്യന്റെ ലക്ഷ്യവും സമ്പത്ത് ഉൽപ്പാദനത്തി ന്റെ ലക്ഷ്യവും ആക്കുന്ന ആധുനിക ലോകത്തേതിനേക്കാൾ എത്രയോ ഉത്കൃഷ്ടമാണ് എന്ന് തോന്നും. എന്നാൽ വാസ്തവത്തിൽ സങ്കുചിതമായ ബൂർഷ്വാരൂപം തൊലിയുരിച്ചുകളഞ്ഞാൽ പിന്നെ സമ്പത്ത് സാർവലൗകികമായ കൈമാറ്റത്തിൽ ഉൽപ്പാദിപ്പിക്കപ്പെടുന്ന, വ്യക്തികളുടെ ആവശ്യങ്ങൾ, ശേഷികൾ, ആസ്വാദനങ്ങൾ, ഉൽപ്പാദനക്ഷമമായ ശക്തികൾ, ഇത്യാദികളുടെ സാർവലൗകികതയല്ലാതെ മറ്റെന്താണ്? സ്വന്തം പ്രകൃതിക്കുമേൽ, 'പ്രകൃതി' യെന്ന് വിളിക്കപ്പെടുന്നതിന്റെ മേൽ, ഇങ്ങനെ മൊത്തം പ്രകൃതിക്കുമേൽ മനുഷ്യന്റെ നിയന്ത്രണം പൂർണവികാസം പ്രാപിക്കലല്ലാതെ മറ്റെന്താണ്? ഈ പരിണാമത്തിന്റെ സമഗ്രത സൃഷ്ടിക്കുന്ന പൂർവചരിത്രപരിണാമമല്ലാതെ മറ്റൊരു മുന്നുപാധികളും ഇല്ലാതെ അവന്റെ സർഗാത്മകതയുടെ കേവലമായ വിസ്താരമല്ലാതെ മറ്റെന്താണ്? – ഈ പരി

ണാമം തന്നെ മുൻനിശ്ചിതമായ ഒരു മാനദണ്ഡംകൊണ്ടും അളന്നിട്ടില്ലാത്ത, മനുഷ്യശക്തികളുടെ മൊത്തം പരിണാമം തന്നെയല്ലാതെ മറ്റെന്താണ്? ഇതുതന്നെ സ്വയം ഒരു ലക്ഷ്യമല്ലാതെ മറ്റെന്താണ്? മനുഷ്യൻ നിശ്ചിതമായ ഏതെങ്കിലും രൂപത്തിലല്ലാതെ സ്വന്തം സമഗ്രതതന്നെ പുനരുൽപ്പാദിപ്പിക്കലല്ലാതെ മറ്റെന്താണ് ഇത്? മനുഷ്യൻ ഭൂതകാലത്തിൽ രൂപവൽക്കൃതമായ എന്തോ ഒന്നായി തുടരാൻ ഇഷ്ടപ്പെടാതെ ആയിക്കൊണ്ടിരിക്കുന്നതിന്റെ കേവലചലനമാകുന്ന ഒരവസ്ഥയല്ലാതെ മറ്റെന്താണ്? ബൂർഷ്വാ രാഷ്ട്രീയ സമ്പദ്വ്യവസ്ഥയിൽ – അതിന് അനുപൂരകമായ ഉൽപ്പാദനകാലഘട്ടത്തിലും – മനുഷ്യനുള്ളിൽ കുടികൊള്ളുന്നതിന്റെ ഈ പൂർണവിസ്താരം പൂർണമായ അന്യവൽകരണമായും നിശ്ചിതവും ഏകപക്ഷീയവുമായ ഉദ്ദേശ്യങ്ങളുടെ തീർത്തും ബാഹ്യമായ സമ്മർദത്തിന് ബലി എന്ന നിലയ്ക്കുള്ള നശീകരണമായും പ്രത്യക്ഷപ്പെടുന്നു.

ഏറ്റവും അമാനവീകൃതവും പ്രത്യക്ഷത്തിൽ വൈരുധ്യാത്മകവുമായ രൂപത്തിൽപ്പോലും വ്യക്തിയുടെ സ്വതന്ത്രമായ വികാസം എന്ന മാനവികാദർശം ചരിത്രത്തിൽ മുമ്പെന്നത്തേക്കാൾ അധികം സമീപസ്ഥമാണ്. വർഗസമൂഹങ്ങളുടെ യുഗത്തിൽനിന്ന് കമ്യൂണിസത്തിന്റെ യുഗത്തിലേക്കുള്ള മാറ്റം കാത്തുകിടക്കുകയാണ് ആ ആദർശസാക്ഷാത്കാരം.

അങ്ങനെ, മാർക്സിന്റെ ദർശനം ഉജ്വലമായ ഒരു ഏകീകരണ ശക്തിയാകുന്നു. ഹെഗലിന്റേതിൽനിന്ന് വ്യത്യസ്തമായി, അദ്ദേഹത്തിന്റെ സാമൂഹിക–സാമ്പത്തിക വികാസമാതൃക പുനരുക്തികളെയല്ല, ഫലപ്രദമായ മൗലികഫലങ്ങളെ ഉൽപ്പാദിക്കുന്നതിനായി ചരിത്രത്തിൽ പ്രയോഗിക്കാവുന്നതാണ്; അതേസമയം അതിനെ വേണമെങ്കിൽ മനുഷ്യപ്രകൃതിയെക്കുറിച്ചുള്ള പ്രാഥമികവും പ്രായേണ പ്രമാണസ്വഭാവമുള്ളതുമായ പ്രസ്താവനകളിൽ ആവിർഭവിച്ചിട്ടുള്ള യുക്തിസഹമായ സാധ്യതകളുടെ ചുരുൾ നിവർത്തലായും അവതരിപ്പിക്കാം – അധ്വാനം/സ്വത്ത് എന്നിവയും അധ്വാനവിഭജനവും തമ്മിലുള്ള വൈരുധ്യങ്ങളെ ദ്വന്ദ്വാത്മകമായി കൈകാര്യം ചെയ്യലായി. അത് വസ്തുതകളുടെ ഒരു മാതൃകയാണ്. പക്ഷേ, അൽപ്പം വ്യത്യസ്തമായ ഒരു കോണിൽനിന്ന് വീക്ഷിച്ചാൽ അതേ മാതൃകതന്നെ നമുക്ക് മൂല്യനിർണയങ്ങളെയും പ്രദാനം ചെയ്യുന്നുണ്ട്. മാർക്സിന്റെ സിദ്ധാന്തത്തിന്റെ ഈ ബഹുതലസ്വഭാവമാണ് മന്ദബുദ്ധികളോ പക്ഷപാതികളോ അല്ലാത്ത എല്ലാവർക്കും അദ്ദേഹം ആരാധ്യനായ ഒരു ചിന്തകനാക്കുന്നത് – വിയോജിക്കുമ്പോൾ പോലും. പുറത്തുള്ള ഒരു വായനക്കാരന്റെ ആവശ്യങ്ങളെ മാർക്സ് ഒട്ടും കണക്കിലെടുക്കുന്നില്ല. അതുകൊണ്ട് ആ ഗ്രന്ഥം ഏറെ ക്ലിഷ്ടമാണ് എന്ന വസ്തുതയും ഉണ്ട്.

ഈ സങ്കീർണതയുടെ ഒരു ഉദാഹരണം പ്രത്യേകം പരാമർശിക്കേണ്ടതുണ്ട്. വ്യത്യസ്ത അക്കാദമികവിഷയങ്ങളെ വേർപെടുത്താൻ മാർക്സ് കൂട്ടാക്കുന്നില്ല. അദ്ദേഹത്തിനുവേണ്ടി മറ്റുള്ളവർക്ക് വേണമെങ്കിൽ ഈ വേർതിരിക്കൽ നടത്താം. അങ്ങനെയാണ് മാർക്സിന്റെ വിമർശ

കരിൽ കൂടുതൽ കൂർമബുദ്ധിയുള്ളവരിൽ ഒരാളായ ജെ. ഷുംപെറ്റർ മാർക്സ് എന്ന സാമൂഹികശാസ്ത്രജ്ഞനെ മാർക്സ് എന്ന സാമ്പത്തിക ശാസ്ത്രജ്ഞനിൽനിന്ന് വേർതിരിക്കാൻ ശ്രമിക്കുന്നത്. അതോടെ മാർക്സ് എന്ന ചരിത്രകാരനെ വേർതിരിച്ചെടുക്കുക എളുപ്പമാകുന്നു. പക്ഷേ, അത്തരം യാന്ത്രികമായ വിഭജനങ്ങൾ വഴിതെറ്റിക്കും. അത് മാർക്സിന്റെ രീതിക്ക് കടകവിരുദ്ധവുമാണ്. സ്ഥിരവും ചലനാത്മകവുമായ അപഗ്രഥനങ്ങളെ കൃത്യമായ രേഖവരച്ച് വിഭജിക്കാൻ ശ്രമിച്ചത് ബൂർഷ്വാ അക്കാദമിക്കുകളാണ്. സ്ഥിരവ്യവസ്ഥയിലേക്ക് കുറച്ച് 'ചലനം' കുത്തിവച്ച് അതിനെയും ചലനാത്മകമാക്കാം എന്നായിരുന്നു അവരുടെ മോഹം. അങ്ങനെ ഒന്നിനെ മറ്റൊന്നാക്കാം എന്ന് അവർ കരുതി. 'സാമ്പത്തിക വളർച്ച' എന്ന പ്രക്രിയയെ പറ്റുമെങ്കിൽ സമവാക്യങ്ങളാക്കി വൃത്തിയുള്ള ഒരു മാതൃക മെനയാനും അങ്ങനെയുള്ള മാതൃകയാൽ കൊള്ളാത്തവയെ ഒക്കെ 'സാമൂഹികശാസ്ത്രജ്ഞ' രുടെ പ്രവിശ്യയിലേക്ക് തള്ളാനും ഇപ്പോഴും ശ്രമിച്ചുകൊണ്ടിരിക്കുന്നു. അക്കാദമിക സമ്പദ്ശാസ്ത്രജ്ഞരെ അനുസ്മരിപ്പിക്കുന്നതാണ് ഈ പ്രക്രിയയും. ഇതേപോലത്തെ വിഭജനങ്ങൾ അക്കാദമിക സാമൂഹികശാസ്ത്രജ്ഞരും കുറച്ചുകൂടി താഴ്ന്ന തലത്തിൽ ശ്രമിക്കുന്നു. ചരിത്രകാരന്മാരുടെ ശ്രദ്ധ അതിലും കുറഞ്ഞ തലത്തിലും നടക്കുന്നുണ്ട്. പക്ഷേ, ഇത് മാർക്സിന്റെ വഴിയല്ല. ഉൽപ്പാദനത്തിന്റെ സാമൂഹികതലങ്ങളും (വിശാലമായ അർഥത്തിൽ സാമൂഹിക സംഘാടനം) അനുപൂരകമായ ഉൽപ്പാദനത്തിന്റെ ഭൗതികശക്തികളും തമ്മിൽ പിരിക്കാനാവില്ല. "സമൂഹത്തിന്റെ സാമ്പത്തികഘടന രൂപപ്പെടുന്നത് ഈ ഉൽപ്പാദനബന്ധങ്ങളുടെ ആകത്തുകയാണ്." (*മുഖവുര*, *Werke* 13, പുറം 80) സാമ്പത്തികവികസനത്തെ 'സാമ്പത്തിക വളർച്ച' ആയി ലളിതവൽക്കരിക്കാൻ കഴിയില്ല; മൊത്തം ദേശീയവരുമാനത്തിന്റെ 5 ശതമാനത്തിൽ കൂടുതലോ മറ്റോ നിക്ഷേപമാകുന്നുവെങ്കിൽ വളർച്ച ഉൽപ്പാദിപ്പിക്കപ്പെടുന്നു എന്ന് വാദിക്കുന്ന ആധുനികവശങ്ങൾ സാമ്പത്തികശാസ്ത്രജ്ഞനെപ്പോലെ ഉൽപ്പാദനക്ഷമത, മൂലധനസംഭരണം, ഇത്യാദി ഒറ്റപ്പെട്ട ഘടകങ്ങളാക്കി കാണാൻ അത്രയും പറ്റില്ല. പ്രത്യേക ചരിത്രകാലഘട്ടങ്ങളെയോ പ്രത്യേക സാമൂഹികഘടനകളെയോ ആസ്പദമാക്കിയല്ലാതെ അതിനെപ്പറ്റി ചർച്ച ചെയ്യാൻ കഴിയില്ല. ഉൽപ്പാദനത്തിന്റെ പലതരം മുതലാളിത്തപൂർവ രീതികളെ സംബന്ധിച്ച മാർക്സിന്റെ ചർച്ച ഇതിന്റെ ഉജ്വലമായ ഉദാഹരണമാണ്. ചരിത്രപരമായ ഭൗതികവാദത്തെ ചരിത്രത്തിന്റെ സാമ്പത്തിക വ്യാഖ്യാനമോ സാമൂഹികവ്യാഖ്യാനമോ ആയി കാണുന്നത് എത്ര തെറ്റാണ് എന്നതിന്റെ ചിത്രണം കൂടിയാണ്, അത്.

മാർക്സിനെ ഇന്നത്തെ അക്കാദമിക സവിശേഷവൽക്കരണം അനുസരിച്ച് ഖണ്ഡങ്ങളാക്കി വിഭജിക്കരുത് എന്ന് നമുക്ക് നന്നായി അറിയാം. എന്നാലും അദ്ദേഹത്തിന്റെ ചിന്തയുടെ ഐക്യം മനസിലാക്കാൻ പ്രയാസമാണ് എന്നും നമുക്കറിയാം. ഇതിന് രണ്ട് കാരണങ്ങൾ ഉണ്ട്. ഒന്ന്,

ചിട്ടയായി, തെളിഞ്ഞ പഠനത്തിന് ശ്രമിച്ചാൽ അത് നമ്മെ വിവിധവശങ്ങളെ ഒറ്റയ്ക്കൊറ്റയ്ക്ക് പഠിക്കുന്നതിലേക്ക് നയിക്കും. രണ്ട്, ശാസ്ത്രീയ ഗവേഷണം, പരിശോധന എന്നിവ ഏതെങ്കിലും ഒരു ഘട്ടത്തിൽ നമ്മെ അതിലേക്ക് എത്തിക്കുമെന്ന് ഉറപ്പാണ്. എംഗൽസിന്റെ രചനകളിൽ ചിലത് ലക്ഷ്യമിടുന്നതുതന്നെ സ്പഷ്ടീകരണമാണ്. അതുകൊണ്ടാണ് അവ മാർക്സിന്റെ ചിന്തയുടെ സാന്ദ്രത അർപ്പിക്കുന്നതായും ലളിതവൽക്കരിക്കുന്നതായും നമുക്ക് തോന്നുന്നത്. പിൽക്കാലത്തെ ചില മാർക്സിസ്റ്റ് പഠനങ്ങളാകട്ടെ, ഈ ദിശയിൽ ഏറെ – ഒരുപക്ഷേ, ആവശ്യത്തിലേറെ – മുന്നോട്ടുപോകുകയും ചെയ്തിരിക്കുന്നു. ഉദാഹരണത്തിന്, സ്റ്റാലിന്റെ *Dialectical and Historical Materialism* (ദ്വന്ദ്വാത്മകവും ചരിത്രപരവുമായ ഭൗതികവാദം). അതേസമയം മാർക്സിന്റെ ദ്വന്ദ്വാത്മകൈക്യത്തെയും പരസ്പരാശ്രിതത്വത്തെയും ഊന്നാൻ ശ്രമിച്ചാൽ ദ്വന്ദ്വാത്മകതയെക്കുറിച്ചുള്ള ചില അവ്യക്തമായ സാമാന്യവൽക്കരണങ്ങളിലാവും എത്തുക; അല്ലെങ്കിൽ, അടിത്തറ യാന്ത്രികമായി ഉപരിഘടനയെ നിർണയിക്കുന്നില്ല, അത് തിരിച്ചുപ്രവർത്തിക്കും, ചിലപ്പോൾ അടിത്തറ മേൽക്കോയ്മ സ്ഥാപിക്കും എന്ന തരത്തിലുള്ള നിരീക്ഷണങ്ങളിലേക്കാവും എത്തുക. ഇത്തരം പ്രസ്താവനകൾക്ക് ബോധന മൂല്യമുണ്ടാകാം. അവ മാർക്സിസത്തിന്റെ അമിതലളിതവൽക്കൃതമായ വീക്ഷണങ്ങൾക്കെതിരെ (എംഗൽസ് ബ്ലോഹിനെഴുതിയ പ്രശസ്തമായ കത്തിൽ എന്നപോലെ) ജാഗ്രത പുലർത്താൻ സഹായിച്ചേക്കാം. പക്ഷേ, അതിനപ്പുറം നമ്മെ മുന്നോട്ടു നയിക്കാൻ അതിന് കഴിയില്ല. ഈ പ്രയാസങ്ങൾ ഒഴിവാക്കാൻ എംഗൽസ് ബ്ലോഹിനുള്ള കത്തിൽ നിരീക്ഷിച്ചതുപോലെ ഒരു വഴിയുണ്ട്. "ഈ സിദ്ധാന്തത്തെ മൂലരൂപത്തിൽത്തന്നെ കൂടുതൽ പഠിക്കുക, പഠിച്ച വ്യക്തി എഴുതിവച്ചതല്ലാതെ." അതുകൊണ്ടാണ് വാസ്തവത്തിൽ ചിന്തിച്ചുകൊണ്ടിരിക്കുമ്പോഴത്തെ മാർക്സിനെ കൂടുതൽ അടുത്തറിയാൻ സഹായിക്കുന്ന *Formen* കൂടുതൽ സൂക്ഷ്മമായ പഠനം അർഹിക്കുന്നത്.

ഒരു പ്രധാനവശം മിക്ക വായനക്കാർക്കും അറിയാൻ താൽപ്പര്യമുണ്ടാകും: *Critique of Political Economy* യുടെ മുഖവുരയിൽ കൊടുത്തിട്ടുള്ള സംക്ഷിപ്തമായ പട്ടികയ്ക്ക് പശ്ചാത്തലമൊരുക്കുന്ന ചരിത്രപരമായ വികാസത്തിന്റെ കാലഘട്ടങ്ങളെക്കുറിച്ച് മാർക്സ് നടത്തുന്ന ചർച്ച. ഇതുതന്നെ ഒരു സങ്കീർണവിഷയമാണ്. ചരിത്രം, ചരിത്രപരമായ പരിണാമം എന്നിവയെപ്പറ്റിയുള്ള മാർക്സിന്റെയും എംഗൽസിന്റെയും ചിന്തയുടെ വികാസം, അവർ നടത്തിയ ചരിത്രപരമായ കാലഗണനാക്രമങ്ങൾ, പിൽക്കാലത്തെ മാർക്സിസ്റ്റ് ചർച്ചയിലെ വിഭജനങ്ങൾ എന്നിവയുടെ ഭാഗധേയം എന്നിവയെപ്പറ്റി ഏതാണ്ടൊരു ജ്ഞാനം ഉണ്ടെങ്കിലേ അതും മനസിലാക്കാൻ കഴിയൂ.

രാഷ്ട്രീയ സമ്പദ്വ്യവസ്ഥയുടെ വിമർശം എന്ന രചനയുടെ പ്രാഥമികരൂപം മാത്രമാണ് *ഗ്രുൻഡ്രിസ്*. മുൻ ഖണ്ഡികകളിൽ വിവരിച്ച മാന

വപുരോഗതിയുടെ കാലഘട്ടങ്ങളുടെ ക്ലാസിക്കൽരൂപം *വിമർശ*ത്തിന്റെ *മുഖവുര*യിലാണ് ഉള്ളത്. "ഏഷ്യാറ്റിക്, പ്രാചീനം, ജന്മിത്തം, ആധുനിക ബൂർഷ്വാ എന്നിങ്ങനെ ഉൽപ്പാദനരീതികളെ സമൂഹത്തിന്റെ സാമ്പത്തിക രൂപീകരണത്തിലെ പുരോഗതിയുടെ വിവിധഘട്ടങ്ങളായി നമുക്ക് കണക്കാക്കാം" എന്നാണ് അതിൽ മാർക്സ് നിർദേശിക്കുന്നത്. ഈ വീക്ഷണത്തിലേക്ക് അദ്ദേഹത്തെ നയിച്ച അപഗ്രഥനമോ അതിൽ കുടികൊള്ളുന്ന സാമ്പത്തിക പരിണാമസംബന്ധിയായ സൈദ്ധാന്തികമാതൃകയോ *മുഖവുര*യാൽ ചർച്ച ചെയ്യപ്പെടുന്നില്ല. *വിമർശ*ത്തിലും *മൂലധന*ത്തിലും (പ്രത്യേകിച്ച് വാല്യം IIIൽ ഉള്ള പല ഖണ്ഡികകളും അതിന്റെ ഭാഗമോ അതില്ലാതെ മനസിലാക്കാൻ പറ്റാത്തവയോ ആണ്. അതേസമയം, *Formen* പ്രായേണ മുഴുവൻ ഈ പ്രശ്നത്തെയാണ് കൈകാര്യം ചെയ്യുന്നത്. അതുകൊണ്ട്, പൊതുവെ മാർക്സിന്റെ ചിന്താരീതികളോ പ്രത്യേകിച്ച് ചരിത്രപരമായ പരിണാമത്തോടും സംവർഗീകരണത്തോടും ഉള്ള അദ്ദേഹത്തിന്റെ സമീപനങ്ങളോ മനസിലാക്കണം എന്നു കരുതുന്നവർക്ക് *Formen* വായന നിർബന്ധമാണ്.

എന്നുവച്ച് *മുഖവുര*യിലോ *Formen* ലോ മാർക്സ് നൽകിയ ചരിത്രകാല കൽപ്പനയുടെ പട്ടിക സ്വീകരിക്കാൻ നമുക്ക് ബാധ്യതയൊന്നും ഇല്ല. മാർക്സിന്റെ ചിന്തയിൽ ഏറ്റവും സമർപ്പിതരായ ശിഷ്യർ ഇത്രയധികം പരിഷ്കരിച്ചിട്ടുള്ള മറ്റൊരു ഭാഗവും ഇല്ലതാനും. മാർക്സും എംഗൽസും ഈ പട്ടികകൊണ്ട് തൃപ്തരായി ആയുഷ്കാലം കഴിച്ചിട്ടുമില്ല. ആ പട്ടികയും *Formen*ലെ ചർച്ചയുടെ ഏറിയപങ്കും സിദ്ധാന്തത്തിൽ നിന്നല്ല, നിരീക്ഷണത്തിൽനിന്നാണ് ഉരുവം കൊണ്ടത്. ഉൽപ്പാദനരീതികളുടെ ഒരു പരമ്പര ഉണ്ടാകണമെന്നേ ചരിത്രപരമായ ഭൗതികവാദത്തിന്റെ പൊതുസിദ്ധാന്തം ആവശ്യപ്പെടുന്നുള്ളൂ. ഏതെങ്കിലും പ്രത്യേക രീതികൾതന്നെ വേണമെന്നോ ഏതെങ്കിലും പ്രത്യേകമായി മുൻകൂട്ടി നിശ്ചയിച്ച ക്രമത്തിൽവേണമെന്നോ ഇല്ല. യഥാർഥമായ ചരിത്രരേഖകൾ നോക്കിയ മാർക്സ് കരുതിയത് ചില സാമൂഹികസാമ്പത്തികരൂപഘടനകളും ഈ പ്രത്യേകക്രമവും കാണാൻ കഴിയുന്നുണ്ട് എന്നാണ്. ഈ നിരീക്ഷണങ്ങൾ തെറ്റാണെങ്കിലും ഭാഗികവും അതിനാൽത്തന്നെ വഴി തെറ്റിക്കുന്നതുമായ വിവരങ്ങളെ അടിസ്ഥാനമാക്കുന്നതാണെങ്കിലും ചരിത്രപരമായ ഭൗതികവാദത്തിന്റെ പൊതുസിദ്ധാന്തം ഇളക്കം കൂടാതെ നൽകും. മുതലാളിത്തപൂർവമായ കാലഘട്ടങ്ങളെപ്പറ്റി മാർക്സും എംഗൽസും നടത്തിയ നിരീക്ഷണങ്ങൾ മുതലാളിത്തത്തെപ്പറ്റിയുള്ള വിവരണ വിശ്ലേഷണങ്ങളോളം കർക്കശമായ പഠനത്തെ അടിസ്ഥാനമാക്കി ഉള്ളവയല്ല എന്ന് ഇപ്പോൾ പൊതുവെ അംഗീകരിക്കപ്പെടുന്നുണ്ട്. മുതലാളിത്തത്തെക്കുറിച്ച് പഠിക്കാനാണ് മാർക്സ് തന്റെ ഊർജം കേന്ദ്രീകരിച്ചത്. ചരിത്രത്തിന്റെ ബാക്കിഭാഗങ്ങൾ പല അളവിലാണ് അദ്ദേഹം കൈകാര്യം ചെയ്തത് – അതുതന്നെ പ്രധാനമായും മുതലാളിത്തത്തിന്റെ ഉത്ഭവ–വികാസങ്ങളിൽ എത്രമാത്രം സ്വാധീനമു

ണ്ടാക്കിയിട്ടുണ്ട് എന്ന് മനസിലാക്കാൻ മാത്രം. മാർക്സും എംഗൽസും ചരിത്രം നന്നായി അറിയാവുന്നവരായിരുന്നു; പക്ഷേ, അവർ ചരിത്രകാരന്മാർ അല്ലായിരുന്നു. തീർച്ചയായും രണ്ട് മനീഷികൾക്കും സമവയസ്കരേക്കാൾ എത്രയോ നന്നായി തങ്ങളുടെ വായനയെ പ്രയോജനപ്പെടുത്താൻ കഴിഞ്ഞു. പക്ഷേ, അവർ അന്ന് ലഭ്യമായിരുന്ന സാമഗ്രികളെ വച്ചാണ് അവരുടെ വായന നടത്തിയത്. അതാകട്ടെ, ഇന്നത്തേക്കാൾ ദുർലഭവുമായിരുന്നു. അതുകൊണ്ട് മാർക്സിനും എംഗൽസിനും എത്രമാത്രം ചരിത്രം അറിയാമായിരുന്നുവോ, അതും, അന്ന് അവർക്ക് അറിയാൻ വഴിയില്ലായിരുന്നതെത്രയോ, അതും ഒന്ന് കണ്ണോടിച്ച് നോക്കുന്നത് ഉപയോഗപ്രദമാകും. മുതലാളിത്തപൂർവ സമൂഹങ്ങളെ സംബന്ധിച്ച സിദ്ധാന്തങ്ങൾ വിശദീകരിക്കാൻ അവരുടെ ചരിത്രജ്ഞാനം അപര്യാപ്തമായിരുന്നു എന്നൊന്നും ഇതിനർഥമില്ല. അത് തീർത്തും മതിയായിരുന്നിരിക്കാനാണ് സാധ്യത. കുറെ വാല്യങ്ങളും ലേഖനങ്ങളും വായിച്ചു തള്ളിയാൽ ധാരണ കൂടും എന്ന ധാരണ പണ്ഡിതന്മാരുടെ തൊഴിൽപരമായ ഒരു അബദ്ധവിചാരം മാത്രമാണ്. അതുകൊണ്ട് ഗ്രന്ഥപ്പുരകൾ നിറയ്ക്കാം എന്നു മാത്രം. ഏതായാലും മാർക്സിന്റെ ചരിത്രപരമായ അപഗ്രഥനത്തിന്റെ വസ്തുതാപരമായ അടിസ്ഥാനം മനസിലാക്കുന്നത്, ആ അപഗ്രഥനംതന്നെ മനസിലാക്കാൻ ഉപകരിക്കും.

ക്ലാസിക്കൽ (ഗ്രെക്കോ-റോമൻ) പ്രാചീനതയെ സംബന്ധിച്ചിടത്തോളം ശുദ്ധമേ സാഹിത്യപ്രഭവങ്ങളെ ആശ്രയിക്കുന്ന ആധുനികവിദ്യാർഥിയോളംതന്നെ വേണ്ടത്ര അറിവ് ഏതാണ്ടൊക്കെ മാർക്സിനും എംഗൽസിനും ഉണ്ടായിരുന്നു. പക്ഷേ, *Formen* എഴുതുമ്പോൾ പിൽക്കാലത്ത് പ്രാചീനചരിത്രപഠനത്തെ വിപ്ലവാത്മകമായി മാറ്റിയ പുരാവസ്തു വിജ്ഞാനമോ ശിലാലിഖിതങ്ങളോ ഒന്നും അവർക്ക് ലഭ്യമായി വന്നില്ല. പാപ്പിറസ് രേഖകളും അങ്ങനെ തന്നെ(1870 ൽ മാത്രമാണ് ഷ്ലിമാൻ തന്റെ ട്രോയ് ഖനനം ആരംഭിച്ചത്; 1863 ലാണ് മോംസെനിന്റെ *Corpus Inscriptionnum Latinarum* ആദ്യവാല്യം പ്രത്യക്ഷപ്പെട്ടത്). ഇരുവർക്കും ക്ലാസിക്കൽ വിദ്യാഭ്യാസം വേണ്ടുവോളം ഉണ്ടായിരുന്നു. അതുകൊണ്ട് ലാറ്റിനും ഗ്രീക്കും വായിക്കാൻ അവർക്ക് പ്രയാസമുണ്ടായിരുന്നില്ല. വിദൂരപ്രഭവങ്ങളായ ജോർനാദെ, അമ്മിയാനസ് മാർസെല്ലിനസ്, കാസിയോ ഡോറസ്, ഒറാസിയൂസ് എന്നിവരെപ്പോലും അവർക്ക് പരിചയമുണ്ടായിരുന്നു എന്നും നമുക്കറിയാം. പക്ഷേ, ഈ ക്ലാസിക്കൽ വിദ്യാഭ്യാസമോ അന്ന് ലഭ്യമായിരുന്ന സാമഗ്രികളോ വച്ച് ഈജിപ്ത്, പ്രാചീന മിഡിൽ ഈസ്റ്റ് എന്നിവിടങ്ങളുടെ ചരിത്രം ഗൗരവത്തിൽ പഠിക്കുക സാധ്യമല്ലായിരുന്നു. ഈ ഘട്ടത്തിൽ ഈ മേഖലയെക്കുറിച്ച് മാർക്സും എംഗൽസും പഠിച്ചതുമില്ല. ലഘുപരാമർശങ്ങൾ പോലും ദുർലഭമാണ്; അതിനർഥം മാർക്സും എംഗൽസും അവയുടെ ചരിത്രപരമായ പ്രശ്നങ്ങളെ കാണാതെ പോയി എന്നല്ല.

പൗരസ്ത്യചരിത്രത്തിന്റെ മേഖലയിൽ അവരുടെ അവസ്ഥ കുറച്ച് വ്യത്യസ്തമായിരുന്നു. 1848 നു മുമ്പ് മാർക്സോ എംഗൽസോ ഈ വിഷയത്തെപ്പറ്റി ആലോചിക്കുകയോ വായിക്കുകയോ ചെയ്തതിന് തെളിവില്ല. ഹെഗലിന്റെ *Lectures on the Philosophy of History* (*ചരിത്രതത്വശാസ്ത്ര പ്രഭാഷണങ്ങൾ*) എന്ന ഗ്രന്ഥത്തിൽ (അതത്ര വെളിച്ചം പകരുന്ന ഒന്നല്ലതാനും) ഉള്ളതോ അക്കാലത്ത് വിദ്യാഭ്യാസം നേടിയ ജർമൻകാർക്ക് പരിചിതമായതോ അല്ലാത്ത ഏറെ കാര്യങ്ങളൊന്നും മാർക്സിനും എംഗൽസിനും പൗരസ്ത്യചരിത്രത്തെക്കുറിച്ച് അറിയില്ലായിരുന്നു എന്നുകരുതാനാണ് ന്യായം. ഇംഗ്ലണ്ടിൽ രാജ്യഭ്രഷ്ടാവസ്ഥയിൽ താമസിച്ചതും 1850 കളിലെ രാഷ്ട്രീയ സംഭവവികാസങ്ങളും മാർക്സിന്റെ തന്നെ സാമ്പത്തികപഠനങ്ങളും ഇരുവരുടെയും അറിവിൽ അതിദ്രുതമാറ്റമുണ്ടാക്കി. മാർക്സ് തന്നെ 1850 കളിൽ വായിക്കുകയോ വീണ്ടും വായിക്കുകയോ ചെയ്ത ക്ലാസിക്കൽ സാമ്പത്തികശാസ്ത്രജ്ഞരുടെ രചനകളിൽ നിന്ന് ഇന്ത്യയെക്കുറിച്ച് ചില വിവരങ്ങളൊക്കെ മനസിലാക്കി എന്ന് വ്യക്തം (ജെ എസ് മില്ലിന്റെ, *Principles*, ആദം സ്മിത്, റിച്ചാഡ് ജോൺസന്റെ *Introductory Lecture* - 1851]. 1853 ൽ അദ്ദേഹം ചൈനയെക്കുറിച്ചും (ജൂൺ 14) ഇന്ത്യയെക്കുറിച്ചും (ജൂൺ 25) *ന്യൂയോർക്ക് ഡെയ്‌ലി ട്രിബ്യൂണ*ലിൽ ലേഖനങ്ങൾ പ്രസിദ്ധം ചെയ്തു. ആ വർഷം അദ്ദേഹവും എംഗൽസും പൗരസ്ത്യദേശത്തെ ചരിത്രപരമായ പ്രശ്നങ്ങളെക്കുറിച്ച് ഗാഢമായ താൽപ്പര്യമെടുത്തിരുന്നു എന്ന് വ്യക്തമാണ്. എന്തിനധികം, എംഗൽസ് പേർഷ്യൻ ഭാഷ പഠിക്കാനൊരു ശ്രമം നടത്തുകകൂടി ചെയ്തു. 1853 വേനൽ ആദ്യം അവരുടെ എഴുത്തുകുത്തുകളിൽ റവ. സി ഫോസ്റ്ററുടെ *A Historical Geography of Arabia*, ബെർണിയറുടെ *Voyages*, സർ വില്യം ജോൺസ് എന്ന പൗരസ്ത്യവാദിയുടെ രചനകൾ, ഇന്ത്യയെപ്പറ്റിയുള്ള പാർലമെന്ററി രേഖകൾ, സ്റ്റാഫോഡ് റാഫ്ളിന്റെ *History of Jawa* എന്നിവയെക്കുറിച്ച് പരാമർശങ്ങൾ കാണുന്നു. ഈ മാസങ്ങളിലാകാം ഏഷ്യാറ്റിക് സമൂഹത്തെപ്പറ്റിയുള്ള മാർക്സിന്റെ വീക്ഷണങ്ങൾക്ക് ആദ്യമായി പക്വമായ ഒരു രൂപം കൈവരുന്നത്. അവയൊന്നും വെറും വായനയുടെ ഫലങ്ങളായി വന്നില്ലതാനും.

മറിച്ച്, പടിഞ്ഞാറൻ യൂറോപ്പിലെ ജന്മിത്വത്തെക്കുറിച്ചുള്ള മാർക്സിന്റെയും എംഗൽസിന്റെയും പഠനം മറ്റൊരു രീതിയിലാണ് പുരോഗമിച്ചത് എന്ന് കരുതേണ്ടിയിരിക്കുന്നു. മധ്യകാല കാർഷിക ചരിത്രത്തെപ്പറ്റിയുള്ള സമകാലിക ഗവേഷണം മാർക്സ് സൂക്ഷ്മമായി അനുധാവനം ചെയ്തിരുന്നു. ഹാൻസെൻ, മെയ്റ്റ്സെൻ, മൗറർ എന്നിവരുടെ കൃതികൾ ആണ് പരാമൃഷ്ടം. അവരെക്കുറിച്ച് *മൂലധനം* വാല്യം I ൽ ത്തന്നെ പരാമർശങ്ങൾ ഉണ്ട്. പക്ഷേ, മധ്യകാല കൃഷിയുടെ പരിണാമത്തെപ്പറ്റിയോ കുടിയായ്മയെപ്പറ്റിയോ അറിയാൻ അക്കാലത്ത് അദ്ദേഹം വലിയ താൽപ്പര്യമെടുത്തതിന് തെളിവൊന്നും ഇല്ല (കിഴക്കൻ യൂറോ

പ്പിലെ, വിശിഷ്യ റൊമാനിയയിലെ, യഥാർഥ കുടിയായ്മയാണ് പരാമൃഷ്ടമാകുന്നത്). *മൂലധനം* വാല്യം I പ്രസിദ്ധം ചെയ്ത ശേഷമാണ് (*മൂലധനം* II ഉം III ഉം വാല്യങ്ങളുടെ കരട് ഗണ്യമായ ഭാഗം തീർന്നതിനു ശേഷവും) രണ്ട് ചങ്ങാതിമാരും ഇക്കാര്യം ഗൗരവത്തോടെ കാണാൻ തുടങ്ങിയത്. അപ്പോഴാണ് (1868 ൽ) മൗറർ പഠനം മാർക്സ് ഗൗരവമായി എടുത്തത്. അദ്ദേഹത്തിന്റെ രചനകളെയാണ് പിന്നീടിങ്ങോട്ട് ഇരുവരും ഈ മേഖലയിലെ തങ്ങളുടെ അറിവിന്റെ അടിസ്ഥാനമായി കണക്കാക്കിയത്. മാർക്സിന്റെ താൽപ്പര്യം കുടിയായ്മയിലായിരുന്നില്ല, തനത് കർഷകസമൂഹത്തിലായിരുന്നു. എംഗൽസിന് തുടക്കം മുതൽ കുടിയായ്മാ പ്രശ്നത്തിലും താൽപ്പര്യമുണ്ടായിരുന്നതായി തോന്നുന്നു. 1882ൽ മൗറർ രചിച്ച *The Mark* എന്ന ഗ്രന്ഥത്തിന്റെ അടിസ്ഥാനത്തിൽ അദ്ദേഹം അത് വിപുലീകരിക്കുകയും ചെയ്തിട്ടുണ്ട്. 1882 ൽ ഇരുകൂട്ടരും കൈമാറിയ കത്തുകളിൽ ചിലതിൽ കുടിയായ്മയുടെ ചരിത്രപരമായ പരിണാമം വിഷയമാകുന്നുണ്ട്. അവസാനകാലത്ത് മാർക്സിന് ഇക്കാര്യത്തിൽ താൽപ്പര്യം വർധിച്ചു എന്നത് സ്പഷ്ടമാണ്. റഷ്യയുടെ പ്രശ്നങ്ങൾ അദ്ദേഹത്തെ കൂടുതൽകൂടുതൽ അലട്ടിത്തുടങ്ങുന്നത് അപ്പോഴാണ്. പാട്ടത്തിന്റെ പരിവർത്തനങ്ങളെക്കുറിച്ച് പറയുന്ന *മൂലധനം* വാല്യം III ലെ ഭാഗങ്ങൾ പാശ്ചാത്യജന്മിത്ത കൃഷിസമ്പ്രദായത്തെക്കുറിച്ചുള്ള രചനകൾ വിശദമായി വായിച്ചതിന്റെ ഒരു ലക്ഷണവും കാണിക്കുന്നില്ല.

ജന്മിത്തവാണിജ്യം, ധനകാര്യം എന്നിവയെക്കുറിച്ചും ബൂർഷ്വാസിയുടെ മധ്യകാലപ്രഭവങ്ങളെക്കുറിച്ചും മാർക്സിനുണ്ടായിരുന്ന താൽപ്പര്യം എത്രയോ അധികം തീവ്രമായിവന്നു. *മൂലധനം* വാല്യം III ഇതിന് തെളിവാണ്. പാശ്ചാത്യമധ്യകാലത്തെക്കുറിച്ചുള്ള സാമാന്യരചനകൾ മാത്രമല്ല, മധ്യകാല വിലനിലവാരങ്ങളെപ്പറ്റിയും (തൊറോൾഡ് റോജേഴ്സ്) മധ്യകാലധനസ്ഥാപനങ്ങളെപ്പറ്റിയും നാണയത്തെപ്പറ്റിയും വാണിജ്യത്തെപ്പറ്റിയും ഉള്ള, അക്കാലത്ത് ലഭ്യമായിരുന്നത്രയും സവിശേഷവൽക്കൃതമായ രചനകളും മാർക്സ് പഠിച്ചു എന്നും വ്യക്തമാണ്. 1850 കളിലും 1860 കളിലും മാർക്സിന്റെ ഏറ്റവും തീവ്രമായ രചനകൾ നടക്കുന്ന സമയത്ത് ഈ വിഷയങ്ങളിലുള്ള പഠനങ്ങൾ ശൈശവാവസ്ഥയിൽ ആയിരുന്നു. അതുകൊണ്ട് കാർഷിക-വാണിജ്യചരിത്രത്തിന് അദ്ദേഹം ഉപയോഗിച്ച പ്രഭവങ്ങളിൽ ചിലതൊക്കെ കാലഹരണപ്പെട്ടവയായി ഗണിക്കണം.

പൊതുവെ പാശ്ചാത്യമധ്യകാലത്തെപ്പറ്റി, (പ്രത്യേകിച്ച് ജർമനിയിലെ) എംഗൽസിനായിരുന്നു മാർക്സിനെക്കാൾ സജീവമായ താൽപ്പര്യം. അദ്ദേഹം പ്രാഥമികസ്രോതസുകളും പ്രാദേശികഏകവിഷയാഖ്യാനങ്ങളും ധാരാളം വായിച്ചു, ജർമൻ, ഐറിഷ് ചരിത്രങ്ങളുടെ രൂപരേഖ കരട് എഴുതി; ഭാഷാപരമായ തെളിവുകൾ മാത്രമല്ല, പുരാവസ്തു തെളിവുകളും സുപ്രധാനമാണെന്ന ധാരണ അദ്ദേഹത്തിന് ഉണ്ടായിരുന്നു (പ്ര

ത്യേകിച്ച് സ്കാൻഡിനേവിയൻ രചനകൾ; ഇത് ഒന്നാന്തരമാണെന്ന് 1860 കളിൽത്തന്നെ മാർക്സ് പറഞ്ഞുവച്ചിരുന്നു). സെയിന്റ് ജർമെയ്നിന്റെ അബ്ബോട്ട് ആയിരുന്ന ജർമിനോയുടെ പോളിപ്റ്റിഷ് പോലുള്ള ഇരുണ്ട യുഗത്തിലെ സാമ്പത്തികരേഖകളുടെ നിർണായക പ്രാധാന്യവും അദ്ദേഹം മറ്റേതൊരു ആധുനിക പണ്ഡിതനെയുംപോലെ തിരിച്ചറിഞ്ഞിരുന്നു. എന്നാൽ മാർക്സിനെപ്പോലെ അദ്ദേഹത്തിനും യഥാർഥത്തിൽ താൽപ്പര്യം ഭൂപ്രഭു വികാസത്തേക്കാൾ പ്രാചീനകർഷകസമൂഹത്തിന്റെ പഠനത്തിലായിരുന്നു എന്ന് കരുതാതെ വയ്യ.

പ്രാകൃതകൂട്ടായ്മാ സമൂഹത്തെ സംബന്ധിച്ച മാർക്സിന്റെയും എംഗൽസിന്റെയും ചരിത്രവീക്ഷണത്തിൽ ഗ്രന്ഥകാരന്മാരുടെ കൃതികളുടെ പഠനംമൂലം വലിയ തോതിൽ മാറ്റം വന്നു. ജർമൻ ചരിത്രത്തിലെ ഒരു ഘട്ടമായി സ്വത്തിന്റെ കൂട്ടായ ഉടമസ്ഥത ഉണ്ടായിരുന്നു എന്ന് തെളിയിക്കാൻ ശ്രമിച്ച ജോർജ് വോൺ മൗറർ, പ്രാകൃതകൂട്ടായ്മയെ സംബന്ധിച്ച അപഗ്രഥനത്തിന്റെ അടിസ്ഥാനമായി വർത്തിച്ച പ്രാചീനസമൂഹം (1877) രചിച്ച ലൂയി മോർഗൻ എന്നിവരാണ് ആ ഗ്രന്ഥകാരന്മാർ. എംഗൽസിന്റെ *The Mark* (1882) അടിസ്ഥാനമാക്കിയത് മൗററുടെ രചനയാണെങ്കിൽ *Origin of the Family, Private Property and the State* (1884) വലിയ തോതിൽ മോർഗന്റെ കൃതിയോട് കടപ്പെട്ടിരിക്കുന്നു. 1868 മുതൽക്കാണ് മൗററുടെ രചനകൾ രണ്ട് സുഹൃത്തുക്കളെയും ഗണ്യമായി സ്വാധീനിച്ചു തുടങ്ങിയത്. ഫ്രഞ്ച് വിപ്ലവത്തിനെതിരെ പ്രതിപ്രവർത്തനം നടത്തിയ മധ്യകാല കാൽപ്പനികതയിൽനിന്ന് പാണ്ഡിത്യം വിമോചിതമാകുന്ന രചനയാണ് മൗററുടേതെന്ന് അവർ വിലയിരുത്തി (അവർക്ക് അത്തരം കാൽപ്പനികതയോട് അനുഭാവമുണ്ടായിരുന്നില്ല; അതുകൊണ്ടാകാം പാശ്ചാത്യജന്മിത്തചരിത്രത്തെ അവർ അത്രയൊന്നും ഗൗനിക്കാതിരുന്നത്). മധ്യയുഗത്തിനും അപ്പുറം കടന്ന് മാനവചരിത്രത്തിന്റെ പ്രാകൃതയുഗങ്ങളിലേക്ക് നോക്കുന്നത് സോഷ്യലിസ്റ്റ് പ്രവണതയ്ക്ക് നിരക്കുന്ന ഒന്നായി കണക്കാക്കപ്പെട്ടിരുന്നു. മൗറർ അതാണ് ചെയ്തത്. പക്ഷേ, ഇങ്ങനെ പ്രാകൃതയുഗങ്ങളെക്കുറിച്ച് പഠിച്ച ജർമൻ പണ്ഡിതന്മാരൊന്നും സോഷ്യലിസ്റ്റുകൾ ആയിരുന്നില്ല എന്നുകൂടി പറയട്ടെ. ശരി തന്നെ, ലൂയി മോർഗൻ ഒരു ഉട്ടോപ്യൻ സോഷ്യലിസ്റ്റ് അന്തരീക്ഷത്തിലാണ് വളർന്നത്. അദ്ദേഹം പ്രാകൃതസമൂഹത്തിന്റെയും ഭാവിയുടെയും പഠനങ്ങൾ തമ്മിലുള്ള ബന്ധം വ്യക്തമായി വരച്ചിട്ടിട്ടുമുണ്ട്. പ്രസിദ്ധം ചെയ്ത് വൈകാതെ മാർക്സ് മോർഗന്റെ കൃതി കാണുകയുണ്ടായി. അതിലെ ഫലങ്ങൾക്ക് തന്റെ പഠനഫലങ്ങളുമായുള്ള സാമ്യം അദ്ദേഹം ശ്രദ്ധിച്ചു. അതുകൊണ്ടുതന്നെ അവയെ അദ്ദേഹം സ്വാഗതം ചെയ്തു, ഉപയോഗിച്ചു. ഇത് സ്വാഭാവികമായിരുന്നു. ഒരു പണ്ഡിതൻ എന്ന നിലയ്ക്ക് സ്വതഃസിദ്ധമായ ശാസ്ത്രീയസത്യസന്ധതയോടെ തന്റെ കടപ്പാട് വ്യക്തമാക്കുന്നുമുണ്ട്, മാർക്സ്. പിൽക്കാലത്ത് മാർക്സ് സമൃദ്ധമായി ഉപയോഗിച്ച മറ്റൊരു പ്രഭവം റഷ്യൻ

പണ്ഡിതന്മാരുടെ രചനകളായിരുന്നു. വിശിഷ്യ എം എം കൊവലെവ്സ്കിയുടേത്.

Formen എഴുതുന്ന കാലത്ത് പ്രാകൃതസമൂഹത്തെപ്പറ്റി മാർക്സിനും എംഗൽസിനും വലിയ അറിവൊന്നും ഉണ്ടായിരുന്നില്ല. ആധുനികനരവംശശാസ്ത്രം ശൈശവാവസ്ഥയിലായിരുന്നു. അമേരിക്കകളിലെ കൊളംബിയൻ പൂർവസംസ്കൃതിയെപ്പറ്റിയും നമുക്ക് ഏറെ അറിവൊന്നും ഉണ്ടായിരുന്നില്ല. പ്രെസ്കോട്ടിന്റെ രചന 1857 ൽ മാർക്സ് വായിച്ചു; അത് *Formen* ൽ അദ്ദേഹം ഉപയോഗിച്ചിട്ടുമുണ്ട്. മോർഗന്റെ കാലംവരെ അതേപ്പറ്റി നമുക്കുണ്ടായിരുന്ന അറിവിൽ കൂടുതലും ക്ലാസിക്കൽ ഗ്രന്ഥകർത്താക്കളുടെ രചനകളിൽനിന്നും കുറെയേറെ മധ്യകാല യൂറോപ്പിനെക്കുറിച്ചും യൂറോപ്പിലെ കൂട്ടായ്മകളുടെ അവശേഷിപ്പുകളെക്കുറിച്ചുമുള്ള സാമഗ്രികളെ ആശ്രയിച്ചുള്ളതാണ്. ഇതിൽത്തന്നെ കൂടുതൽ പ്രധാനം സ്ലാവോനികവും കിഴക്കൻ യൂറോപ്പിലേതുമായ സാമഗ്രികളാണ്. ആ ഭാഗങ്ങളിലെ അത്തരം അവശേഷിപ്പുകൾ കുറേക്കാലമായി പണ്ഡിതശ്രദ്ധ ആകർഷിച്ചുപോരുകയായിരുന്നു. പൗരസ്ത്യം (ഇന്ത്യൻ), ഗ്രെക്കോ-റോമൻ, ജർമനിക്, സ്ലാവോനിക് എന്നിങ്ങനെയുള്ള നാല് അടിസ്ഥാനയിനങ്ങളെന്ന വിഭജനം 1850 കളിൽ അവർക്കുണ്ടായിരുന്ന അറിവിന്റെ പ്രതിഫലനമാണ്.

മുതലാളിത്തവികാസത്തിന്റെ കാര്യത്തിൽ മാർക്സ് 1850 കളോടെ തന്നെ ഗണനീയനായ ഒരു വിദഗ്ധനായിക്കഴിഞ്ഞിരുന്നു. സാമ്പത്തികചരിത്രത്തിലുള്ള രചനകളെ അടിസ്ഥാനമാക്കിയതല്ല, മാർക്സിന്റെ വൈദഗ്ധ്യം. അതിൽ അത്രയൊന്നും രചനകൾ അന്ന് ഉണ്ടായിരുന്നതുമില്ല. സാമ്പത്തികസിദ്ധാന്തം സംബന്ധിച്ച് രചനകൾ ഏറെ ഉണ്ടായിരുന്നു. അദ്ദേഹത്തിന് അവയിൽ ഗാഢമായ അറിവുണ്ടായിരുന്നു. ഈ അറിവായിരുന്നു, അദ്ദേഹത്തിന്റെ വൈദഗ്ധ്യത്തിന്റെ അടിസ്ഥാനം. ഏതായാലും അദ്ദേഹത്തിന്റെ അറിവിന്റെ പ്രകൃതം വേണ്ടത്ര പരിചിതമാണ്. *മൂലധന*ത്തിന്റെ മിക്ക പതിപ്പുകളിലും ചേർത്തിട്ടുള്ള ഗ്രന്ഥസൂചിതന്നെ അതിന് വേണ്ടത്ര തെളിവാണ്. ഇന്നത്തെ മാനദണ്ഡം വച്ചുനോക്കുമ്പോൾ 1850 കളിലെയും 1860 കളിലെയും അറിവ് ഏറെ ന്യൂനതകൾ ഉള്ളതായിരുന്നു. എന്നുവച്ച് അവയെ എഴുതിത്തള്ളാൻ കഴിയില്ല. പ്രത്യേകിച്ച്, മാർക്സിനെപ്പോലൊരു കുശാഗ്രബുദ്ധി അവ ഉപയോഗിക്കുമ്പോൾ. പതിനാറാം നൂറ്റാണ്ടിലെ വിലക്കയറ്റം, അതിൽ അമേരിക്കൻ സ്വർണശേഖരത്തിന്റെ പങ്ക് എന്നിവയെപ്പറ്റിയുള്ള നമ്മുടെ അറിവിന് ശക്തമായ അടിസ്ഥാനമുണ്ടാകുന്നത് ഉദ്ദേശം 1929 ൽ മാത്രമാണെന്ന് - ഒരൽപ്പംകൂടി കഴിഞ്ഞാണെന്നും - വേണമെങ്കിൽ വാദിക്കാം. പക്ഷേ, മാർക്സിന്റെ മരണത്തിനു മുൻപുതന്നെ ഈ വിഷയത്തിൽ ഒരു അടിസ്ഥാനരചനയെങ്കിലും ലഭ്യമായിരുന്നുവെന്നത് മറക്കാൻ എളുപ്പമാണ്. അതിനും എത്രയോ മുമ്പുതന്നെ അതേപ്പറ്റി ബുദ്ധിപൂർവമായ ഒരു ചർച്ചയ്ക്കുവേണ്ട സാമഗ്രികളൊക്കെ ലഭ്യമായിരുന്നു

എന്ന വസ്തുത മറക്കാൻ അതിലും എളുപ്പമാണ്. അത്തരം ഒരു സാമാന്യചർച്ച മാർക്സ് തന്നെ *Critique of Political Economy* യിൽ നടത്തുന്നുണ്ടല്ലോ. ഈ മേഖലയിൽ പിന്നീട് നടന്ന പ്രവർത്തനങ്ങളെ മാർക്സും എംഗൽസും ശ്രദ്ധാപൂർവം പിന്തുടർന്നിരുന്നു എന്നത് പ്രത്യേകം പറയേണ്ടതില്ലല്ലോ.

ഇത്രയുമാണ് മാർക്സിന്റെയും എംഗൽസിന്റെയും ചരിത്രജ്ഞാനത്തിന്റെ സാമാന്യാവസ്ഥ. രത്നച്ചുരുക്കം ഇതാണ്: (*Formen* കരട് തയാറാക്കുന്ന ഘട്ടത്തിൽ തീർച്ചയായും) അത് പ്രാഗ്ചരിത്രം, പ്രാകൃതകൂട്ടായ്മാസമൂഹങ്ങൾ, കൊളംബിയൻ പൂർവ അമേരിക്ക എന്നീ വിഷയങ്ങളിൽത്തന്നെ ശുഷ്കവും ആഫ്രിക്കയുടെ കാര്യത്തിൽ ഏതാണ്ട് ഇല്ലാത്ത സ്ഥിതിയിലും ആയിരുന്നു. മധ്യകാല മിഡിൽ ഈസ്റ്റിനെയോ പ്രാചീന മിഡിൽ ഈസ്റ്റിനെയോ സംബന്ധിച്ച് അവരുടെ വിവരവും അത്ര മെച്ചപ്പെട്ടതായിരുന്നില്ല. പക്ഷേ, ഏഷ്യയുടെ കാര്യത്തിൽ, വിശിഷ്യ ഇന്ത്യയുടെ കാര്യത്തിൽ അവരുടെ സ്ഥിതി കുറേക്കൂടി മെച്ചമായിരുന്നു. ജപ്പാന്റെ കാര്യത്തിൽ അങ്ങനെ അല്ലായിരുന്നുതാനും. ക്ലാസിക്കൽ പ്രാചീനത, യൂറോപ്യൻ മധ്യകാലം എന്നീ വിഷയങ്ങളിൽ അവരുടെ ജ്ഞാനം നന്നായിരുന്നു. മാർക്സിന് (കുറച്ചൊക്കെ എംഗൽസിനും) ഈ കാലഘട്ടത്തിലുള്ള താൽപ്പര്യം ഇടയ്ക്കിടെ കൂടിയും കുറഞ്ഞും ഇരുന്നു. അക്കാലത്തെ സ്ഥിതിയിൽ ആവിർഭവിച്ചുവരികയായിരുന്ന മുതലാളിത്തത്തെക്കുറിച്ച് അവർക്ക് ഒന്നാന്തരം അറിവുണ്ടായിരുന്നു. രണ്ടുപേരും നല്ല ചരിത്രപഠിതാക്കളായിരുന്നു. മാർക്സിന്റെ പ്രവൃത്തിജീവിതത്തിൽ വ്യവസായപൂർവമോ യൂറോപ്യേതരമോ ആയ സമൂഹങ്ങളുടെ ചരിത്രത്തിൽ കുറേക്കൂടി സവിശേഷമായ ശ്രദ്ധ കാണിച്ച രണ്ട് ഘട്ടങ്ങൾ ഉണ്ടായിരുന്നു. 1850 കൾ – *Critique of Political Economy* എഴുതുന്നതിന് തൊട്ടുമുമ്പുള്ള കാലം; 1870 കൾ– *മൂലധനം* വാല്യം I പ്രസിദ്ധംചെയ്യപ്പെടുകയും രണ്ടും മൂന്നും വാല്യങ്ങളുടെ എഴുത്ത് ഗണ്യമായ അളവിൽ തീരുകയും ചെയ്ത ഘട്ടം. ആ ഘട്ടങ്ങളിൽ മാർക്സ് ചരിത്രപഠനത്തിലേക്ക് തിരിച്ചുപോകുന്നുണ്ട്. പ്രത്യേകിച്ച് കിഴക്കൻ യൂറോപ്പ്, പ്രാകൃതസമൂഹം എന്നിവയുടെ ചരിത്രം. റഷ്യയിലെ വിപ്ലവസാധ്യതയിൽ അദ്ദേഹത്തിന് വലിയ താൽപ്പര്യമായിരുന്നല്ലോ. ഒരുപക്ഷേ, അതുമായി ബന്ധപ്പെട്ടായിരിക്കാം, ഈ ചരിത്രപഠനതാൽപ്പര്യവും.

II

ചരിത്രപരമായ കാലഗണന, പരിണാമം എന്നിവയെസംബന്ധിച്ച മാർക്സിന്റെയും എംഗൽസിന്റെയും വീക്ഷണങ്ങൾ ഉരുവംകൊണ്ടതിന്റെ കഥകൂടി ഒന്ന് ശ്രദ്ധിക്കാം. ഇതിന്റെ ഒന്നാംഘട്ടം 1845–46 *German Ideology* യിൽനിന്ന് പഠിക്കാം. അധ്വാനത്തിന്റെ സാമൂഹികവിഭ

ജനഘട്ടങ്ങൾ സ്വത്തിന്റെ വിവിധരൂപങ്ങൾക്ക് അനുപൂരകമാണ് എന്ന് അതിൽ അംഗീകരിക്കുന്നുണ്ട് (ഇത് പുതുമയുള്ള ഒന്നായിരുന്നില്ല താനും). ഈ ഘട്ടങ്ങളിൽ ആദ്യത്തേത് കൂട്ടായ്മകളുടേതാണ്. അത് "ഉൽപ്പാദനത്തിന്റെ അവികസിതഘട്ടമാണ്; ഒരു ജനത വേട്ടയാടിയും മീൻപിടിച്ചും കന്നുകാലിവളർത്തിയും കൂടിവന്നാൽ, കൃഷിചെയ്തും സ്വയം പുലർത്തിയിരുന്ന ഘട്ടം."

ഈ ഘട്ടത്തിൽ ബന്ധുത്വകൂട്ടായ്മ, അതിലെ ആന്തരികമായ അധ്വാനവിഭജനം എന്നിവയുടെ വികാസവും പരിഷ്കാരവുമായി ബന്ധപ്പെട്ടാണ് സാമൂഹികഘടന ഉരുവം കൊള്ളുന്നത്. 'കുടുംബം' എന്ന ഈ ബന്ധുത്വകൂട്ടായ്മ അകമെ മൂപ്പൻമാർ, ബാക്കിയുള്ളവർ എന്ന വ്യതിരിക്തത വികസിപ്പിക്കുന്നു. ജനസംഖ്യ, ആവശ്യങ്ങൾ എന്നിവ വർധിക്കുന്നതോടൊപ്പവും യുദ്ധം, കൈമാറ്റം എന്നീ ബാഹ്യബന്ധങ്ങൾ വളരുന്നതോടൊപ്പവും അടിമത്തംകൂടി ഇതിൽ വളരുന്നു. അധ്വാനത്തിന്റെ സാമൂഹിക വിഭജനത്തിലെ ആദ്യത്തെ മുഖ്യപുരോഗതി വ്യവസായ-വാണിജ്യ അധ്വാനവും കാർഷികാധ്വാനവും തമ്മിലുള്ള ഭിന്നതയിലൂടെയാണ് ഉണ്ടാകുന്നത്. ഇതാണ് പട്ടണ-ഗ്രാമ ദ്വന്ദ്വത്തിലേക്ക് നയിച്ചത്. ഈ ദ്വന്ദ്വമാകട്ടെ, 'പ്രാചീനകാലത്തെ സമൂഹ-ഭരണകൂട സ്വത്ത്' എന്ന സ്വത്ത് ബന്ധങ്ങളുടേതായ രണ്ടാം ചരിത്രഘട്ടത്തിലേക്ക് നയിച്ചു. ഗോത്രക്കൂട്ടായ്മകൾ (സമ്മതിയുടെ അടിസ്ഥാനത്തിലോ പടയോട്ടത്തിലൂടെയോ) ഒന്നിച്ചു ചേർന്ന് നഗരങ്ങൾ ഉണ്ടാക്കുന്നതോടെയാണ് ഈ 'സ്വത്ത്' ആവിർഭവിക്കുന്നത് എന്ന് മാർക്സും എംഗൽസും നിരീക്ഷിക്കുന്നു. അടിമത്തം തുടരുന്നുണ്ട്, ആ ഘട്ടത്തിൽ. സാമൂഹികനഗരസ്വത്ത് (നഗരാടിമകളുടെമേൽ പൗരന്മാർക്കുള്ള കോയ്മയടക്കം) ആണ് പ്രധാനപ്പെട്ട സ്വത്തുരൂപം. പക്ഷേ, ഇതോടൊപ്പം സ്വകാര്യസ്വത്തും ആവിർഭവിക്കുന്നു - ആദ്യം സാമൂഹികസ്വത്തിനു കീഴ്പ്പെട്ടുകൊണ്ടാണെങ്കിലും. ആദ്യം ജംഗമവസ്തുക്കളും പിന്നെ സ്ഥാവരസ്വകാര്യ വസ്തുക്കളും ഈ സ്വത്തധികാരപരിധിയിൽ വന്നു. അതോടെ, ഈ സാമൂഹികക്രമം നശിച്ചു, അതോടൊപ്പം പ്രാകൃത ഗോത്രമനുഷ്യർ എന്ന സംഘപദവിയെ ആശ്രയിച്ച് അടിമകൾക്കുമേലുള്ള പദവി നിർവചിക്കപ്പെട്ടിരുന്ന സ്വതന്ത്ര പൗരന്മാരുടെ നിലയും അധഃപതിച്ചു.

അപ്പോഴേക്കും അധ്വാനത്തിന്റെ സാമൂഹികവിഭജനം ഏതാണ്ട് വിപുലമായിരുന്നു. പട്ടണവും നാട്ടിൻപുറവും തമ്മിലുള്ള വിഭജനം നിലനിൽക്കുന്നു എന്നുതന്നെയുമല്ല, നഗര/ ഗ്രാമതാൽപ്പര്യങ്ങളെ പ്രതിനിധാനം ചെയ്യുന്ന ഭരണകൂടങ്ങൾ തമ്മിലുള്ള വിഭജനം, നഗരത്തിനകമേ വ്യവസായം/സമുദ്രാന്തരവാണിജ്യം, സ്വതന്ത്രപൗരന്മാർ / അടിമകൾ എന്നിവ തമ്മിലുള്ള വിഭജനം - ഇവയും നിലനിൽക്കുന്നു. പരിണാമത്തിന്റെ ഈ ഘട്ടത്തിലെ ആത്യന്തികവികാസമായിരുന്നു, റോമാസമൂഹം. അതിന്റെ അടിത്തറ നഗരമായിരുന്നു. അതിന്റെ പരിമിതികൾക്ക് അപ്പുറം പോകാൻ അതിനൊരിക്കലും കഴിഞ്ഞില്ല.

സ്വത്തിന്റെ മൂന്നാമത്തെ ചരിത്രരൂപം 'ജന്മി/പദവി ഉടമസ്ഥത' യായിരുന്നു. ഇത് കാലാനുക്രമമായി തുടർന്നുവന്നതാണ്. വാസ്തവത്തിൽ *German Ideology* അവ തമ്മിൽ യുക്തിസഹമായ ബന്ധമൊന്നും സൂചിപ്പിക്കുന്നില്ല; ആ തുടർച്ചയും തകർന്ന റോമൻ സ്ഥാപനങ്ങളും തകർത്ത ഗോത്ര (ജർമനിക) സ്ഥാപനങ്ങളും തമ്മിലുള്ള കലർപ്പിന്റെ ഫലവും ശ്രദ്ധിക്കുന്നുണ്ടെന്നു മാത്രം. ജന്മിവാഴ്ച പ്രാകൃതസമൂഹവാഴ്ചയിൽ നിന്നുള്ള ഒരു ബദൽ പരിണാമം എന്ന നിലയ്ക്കാണ് പ്രത്യക്ഷപ്പെടുന്നത്. നഗരങ്ങളൊന്നും ആ അവസ്ഥയിൽ വികസിക്കുന്നില്ല. കാരണം, വിശാലമായ ഒരു ഭൂപ്രദേശത്ത് ജനസാന്ദ്രത കുറവായിരുന്നു. പ്രദേശത്തിന്റെ വലിപ്പം ഏറെ നിർണായകമാകുന്നു. 'ജന്മിത്തവികാസം കുറെക്കൂടി വിശാലമായ ഭൂപ്രദേശങ്ങൾ അടിസ്ഥാനമാക്കിയാണ് ആരംഭിക്കുന്നത്. റോമൻ പടയോട്ടങ്ങളും ഇവയോട് ബന്ധപ്പെട്ട കാർഷിക വ്യാപനവും ഉഴുതൊരുക്കിയ മണ്ണിലാണ് അതിന്റെ വേരോടുന്നത് എന്ന് മാർക്സും എംഗൽസും. ഈ സാഹചര്യങ്ങളിൽ നഗരമല്ല, ഗ്രാമമാണ് സാമൂഹികസംഘടനയിലെ വ്യതിയാനത്തെ കുറിക്കുന്നത്. സമൂഹസ്വത്ത് ഇവിടെ ഭൂപ്രഭുക്കളുടെ സംഘത്തിന്റെ സ്വത്താകുന്നു. അവർക്ക് ജർമനികഗോത്രാധിനിവേശക്കാരുടെ സൈനികപിന്തുണയും ഉണ്ടായിരുന്നു. ഇവിടെയും സമൂഹസ്വത്ത് തന്നെയാണ് അടിസ്ഥാനം. പക്ഷേ, ഏതൊരു ചൂഷിത വർഗത്തിനെതിരെയാണോ ഭൂപ്രഭുവർഗം അതിന്റെ ശ്രേണി സംഘടിപ്പിച്ചതും സായുധചോറ്റു പട്ടാളത്തെ ഏകോപിപ്പിച്ചതും, ആ വർഗം അടിമകളുടേതായിരുന്നില്ല, കുടിയാന്മാരുടേതായിരുന്നു. അതേസമയം പട്ടണങ്ങൾക്കിടയിൽ ഒരു സമാന്തര വിഭജനം നിലനിന്നിരുന്നു. അവിടെ പ്രധാനപ്പെട്ട സ്വത്തുരൂപം വ്യക്തികളുടെ സ്വകാര്യ അധ്വാനമായിരുന്നു. പക്ഷേ, പ്രതിരോധം, മത്സരം, ചുറ്റുമുള്ള നാട്ടിൻപുറങ്ങളിലെ ജന്മിത്തഘടനകളുടെ സ്വാധീനം എന്നിങ്ങനെ നിരവധി ഘടകങ്ങൾ ചേർന്ന് അനുരൂപമായ ഒരു സാമൂഹികസംഘടന ഉൽപ്പാദിപ്പിച്ചു: കൈവേലാ മൂപ്പന്മാരുടെ/ വണിക്കുകളുടെ ഗിൽഡുകൾ. ഈ ഗിൽഡുകൾ ക്രമേണ തൊഴിൽ പരിശീലനാർഥികൾ, തൊഴിൽ ശിഷ്യർ എന്നിവരുമായി ഒരു ഏറ്റുമുട്ടലിൽ എത്തുന്നുണ്ട്. കുടിയാന്മാരുടെ അധ്വാനം കൊണ്ട് നടത്തുന്ന ഭൂസ്വത്തും തൊഴിൽ ശിഷ്യരുടെയും തൊഴിൽ പരിശീലനാർഥികളുടെയും അധ്വാനംകൊണ്ട് നടത്തുന്ന ചെറുകിട കൈവേലകളും ഈ ഘട്ടത്തിൽ ജന്മിത്തത്തിലെ 'മുഖ്യസ്വത്തുരൂപ' മായിട്ടാണ് വിവരിക്കപ്പെടുന്നത് [*Haupteigentum*]. തൊഴിൽ വിഭജനം താരതമ്യേന അവികസിതമായിരുന്നു. അത് മുഖ്യമായും പലതരം പദവികളുടെ കൃത്യമായ വിഭജനത്തിലാണ് ദൃശ്യമായത് – രാജകുമാരന്മാർ, കുലീനർ, പുരോഹിതർ, നാട്ടിൻപുറകർഷകർ, തൊഴിൽമൂപ്പന്മാർ, തൊഴിൽ പരിശീലനാർഥികൾ, തൊഴിൽശിഷ്യർ, ക്രമേണ നഗരങ്ങളിലെ നിത്യവേലക്കാർ അഥവാ 'പ്ലെബു'കൾ അഥവാ ഭടജനങ്ങൾ എന്നിങ്ങനെ. ഇത് പ്രദേശപരമായി അതിവിശാലമായ ഒരു വ്യവസ്ഥയായിരുന്നു.

ഭൂപ്രഭുക്കന്മാരുടെയും നഗരങ്ങളുടെയും താൽപ്പര്യസംരക്ഷണാർഥം താരതമ്യേന വലിയ രാഷ്ട്രീയരൂപങ്ങൾ ആവശ്യമായി വന്നു. അങ്ങനെ ഭൂപ്രഭുരാജവാഴ്ചകൾ സാർവലൗകികമായി.

ജന്മിത്തത്തിൽനിന്ന് മുതലാളിത്തത്തിലേക്കുള്ള പരിവർത്തനം ജന്മിത്തപരിണാമത്തിന്റെ ഒരു ഉൽപ്പന്നമാണ്. അത് നഗരങ്ങളിൽ ആരംഭിക്കുന്നു. കാരണം, പട്ടണം/നഗരം വിഭജനമാണ് അധ്വാനത്തിന്റെ സാമൂഹികവിഭജനത്തിലെ മൗലികവും സംസ്കൃതിയുടെ ജനനം മുതൽ പത്തൊമ്പതാം നൂറ്റാണ്ടുവരെ സ്ഥിരവുമായ ഘടകം. മധ്യകാലത്തിൽ വീണ്ടും ഉയിർത്ത നഗരങ്ങൾക്ക് അകമേ ഉൽപ്പാദനം, കച്ചവടം എന്നിവ തമ്മിൽ ഒരു തൊഴിൽവിഭജനം വികസിച്ചു. പ്രാചീനകാലഘട്ടത്തിന്റെ അവശേഷിപ്പായി നിലവിലില്ലാത്ത സ്ഥലങ്ങളിലാണ് ഈ തൊഴിൽ വിഭജനം ഉണ്ടായത്. ഭൂസ്വാമിമാർക്കെതിരെ ബർഗറുകൾ ഉയർത്തിയ പ്രതിരോധം, നഗരങ്ങൾ തമ്മിലുള്ള സമ്പർക്കം എന്നിവ ഒറ്റയൊറ്റ പട്ടണങ്ങളിലെ ബർഗർ സംഘങ്ങളിൽനിന്ന് ഒരു ബർഗർ വർഗം ഉരുത്തിരിയുന്നതിനു കാരണമായി. "നിലനിൽപ്പിന്റെ സാഹചര്യങ്ങൾ ഉയരുമ്പോൾ ബൂർഷ്വാസിതന്നെ ക്രമേണ വികസിക്കുകയും തൊഴിൽ വിഭജനത്തോടെ വിവിധവിഭാഗങ്ങളായി ഭിന്നിക്കുകയും ക്രമേണ നിലവിലെ സ്വത്തുള്ള എല്ലാ വർഗങ്ങളെയും ആഗിരണം ചെയ്യുകയും (അതേസമയം ഭൂരിപക്ഷം ജനങ്ങൾ അടങ്ങുന്ന സ്വത്തില്ലാത്ത വർഗങ്ങളും അതുവരെ സ്വത്തുണ്ടായിരുന്ന വർഗങ്ങളുടെ ഒരു ഭാഗവും ചേർന്ന് ഒരു പുതിയ വർഗം രൂപപ്പെടുന്നു – തൊഴിലാളിവർഗം) ആണ്; അതോടെ നിലവിലെ സ്വത്തെല്ലാം വാണിജ്യമൂലധനമോ വ്യവസായ മൂലധനമോ ആയി മാറുന്നു." മാർക്സ് ഒരു കുറിപ്പ് കൂട്ടിച്ചേർക്കുന്നു: "ഒന്നാമത്തെ വിഷയത്തിൽ, അത് പ്രത്യക്ഷത്തിൽ ഭരണകൂടത്തിന്റേതായ, എല്ലാ തൊഴിൽശാഖകളെയും പിന്നീട് പ്രായേണ പ്രത്യയശാസ്ത്രപരമായ എല്ലാ എസ്റ്റേറ്റുകളെയും ആഗിരണം ചെയ്യുന്നു."

കച്ചവടം ലോകവ്യാപകമായിട്ടില്ലാത്തിടത്തോളം കാലം, അത് വൻകിടവ്യവസായത്തിൽ അധിഷ്ഠിതമായിട്ടില്ലാത്തിടത്തോളംകാലം ഈ വികാസങ്ങളുടെ ഫലമായി ഉണ്ടായ സാങ്കേതിക വിദ്യാപുരോഗതികൾ അരക്ഷിതമായി തുടരും. പ്രാദേശികമോ മേഖലീയമോ ആയതിനാൽ അവ ബർബരാധിനിവേശങ്ങളുടെയോ യുദ്ധങ്ങളുടെയോ ഫലമായി നഷ്ടപ്പെട്ടുപോകാം. പ്രാദേശിക പുരോഗതികൾ സാമാന്യവൽക്കരിക്കാനും കഴിയില്ല (ചരിത്രപരമായ അഴിവ്, പിന്നോട്ടടി എന്ന സുപ്രധാനപ്രശ്നങ്ങളെ *German Ideology* സ്പർശിക്കുന്നുണ്ട് എന്ന് ആനുഷംഗികമായി കുറിക്കട്ടെ). അതുകൊണ്ട് മുതലാളിത്തത്തിലെ നിർണായകവികാസം ലോകവിപണിയുടെ വികാസമാണ്.

പട്ടണങ്ങൾക്കിടയിലെ തൊഴിൽവിഭജനത്തിന്റെ ആദ്യത്തെ അനന്തരഫലം ഗിൽഡുകളിൽനിന്ന് സ്വതന്ത്രമായി പണിശാലകൾ ഉയർന്നു എന്നതാണ്. ഇവ (ഇറ്റലി, ഫ്ളാൻഡേഴ്സ് എന്നീ ആദ്യകേന്ദ്രങ്ങളിൽ

എന്നപോലെ) വിദേശ വ്യാപാരത്തെയോ ഇംഗ്ലണ്ട്, ഫ്രാൻസ് എന്നിവിടങ്ങളിലെപോലെ ആഭ്യന്തരവിപണിയെയോ ആണ് ആശ്രയിക്കുന്നത്. ജനസാന്ദ്രതാ വളർച്ച – പ്രത്യേകിച്ച് നാട്ടിൻപുറങ്ങളിൽ ഗിൽഡുകൾക്ക് അകത്തും പുറത്തുമുള്ള മൂലധനകേന്ദ്രീകൃത ഭരണത്തിലെ വളർച്ച എന്നിവയെക്കൂടി ആശ്രയിച്ചാണ് ഈ പണിശാലകൾ നിലനിൽക്കുന്നത്. ഈ നിർമാണ തൊഴിലാളികളിൽ നെയ്ത്ത് (എത്ര പരുക്കനാണെങ്കിലും അത് യന്ത്രങ്ങളെ ആശ്രയിക്കുന്നുണ്ട് എന്നതിനാൽ) ആണ് ഏറ്റവും പ്രധാനമായത്. നഗരങ്ങളിലേക്ക് പലായനം ചെയ്ത ജന്മിവാഴ്ച്ചയ്ക്കു കീഴിലെ കർഷകരെ ഗിൽഡുകൾ അടുപ്പിച്ചിരുന്നില്ല. ഈ കർഷകരെ സംബന്ധിച്ചിടത്തോളം നിർമാണശാലകൾ ഒരു രക്ഷയായി. പഴയ പ്രഭുദാസന്മാരും പട്ടാളക്കാരുമായിരുന്നു ഈ തൊഴിൽസേനയുടെ വലിയൊരു പങ്ക്. കാർഷികപരിഷ്കാരങ്ങളും മേച്ചിൽപ്പുറങ്ങൾ ഉഴവുഭൂമിയാക്കിയതും എല്ലാം കുറേ ആളുകളെ വിസ്ഥാപിതരാക്കിയിരുന്നു. ഈ വിസ്ഥാപിതർക്കും നിർമാണശാലകൾ അഭയമായി.

നിർമാണശാലകളുടെ ഉദയത്തോടെ രാഷ്ട്രങ്ങൾ മത്സരിക്കാൻ തുടങ്ങി, വാണിജ്യസംസ്കാരം (കച്ചവടയുദ്ധങ്ങൾ, താരിപ്പുകൾ, നിരോധനങ്ങൾ) ദേശീയതലത്തിൽ വ്യാപിച്ചു. നിർമാണശാലകൾക്കകത്ത് മുതലാളി – തൊഴിലാളി ബന്ധം വികസിച്ചു. അമേരിക്കകളുടെ കണ്ടെത്തൽ, ഇന്ത്യയിലേക്കുള്ള സമുദ്രപാത കീഴടക്കൽ, സ്വർണം ഉൾപ്പെടെയുള്ള വിദേശ ഉൽപ്പന്നങ്ങൾ വൻതോതിൽ ഇറക്കുമതി ചെയ്യൽ എന്നിവയൊക്കെ ചേർത്ത് ഭൂവുടമസ്ഥവർഗത്തിന്റെ സ്വത്തിനും പണിയാള വർഗത്തിനും വലിയ ഇളക്കമുണ്ടാക്കി. ഇതിന്റെ ഫലമായി വർഗബന്ധങ്ങളിൽ മാറ്റം വന്നു, പടയോട്ടം, അധിനിവേശം, സർവോപരി അപ്പോൾ സാധ്യമായതും വൻതോതിൽ വികസിച്ചതുമായ വിപണികളുടെ ആഗോളതലത്തിലേക്കുള്ള വളർച്ച എന്നിവയെല്ലാം ചേർന്ന് ചരിത്രവികാസത്തിലെ ഒരു പുതിയ ഘട്ടം തുറന്നു.

ഈ വാദം ഈ ഘട്ടത്തിൽ കൂടുതൽ മുന്നോട്ടു കൊണ്ടുപോകേണ്ടതില്ല. ഏതായാലും *German Ideology* വ്യവസായവിജയത്തിനു മുമ്പുള്ള രണ്ട് വികാസഘട്ടങ്ങളെ രേഖപ്പെടുത്തിയിട്ടുണ്ട് എന്നുമാത്രം പരാമർശിക്കട്ടെ. പതിനേഴാം നൂറ്റാണ്ടിന്റെ മധ്യംവരെയും തുടർന്ന് പതിനെട്ടാം നൂറ്റാണ്ടറുതി വരെയും ആണ് ഈ ഘട്ടങ്ങൾ. ബ്രിട്ടണിൽ വ്യവസായവികസനത്തിന് വിജയിക്കാൻ കഴിഞ്ഞത് പതിനേഴാം നൂറ്റാണ്ടിൽ ആ രാജ്യത്ത് കച്ചവടവും നിർമാണവും ഒരേസമയം കേന്ദ്രീകൃതമായി വന്നു എന്നതിലാണ് എന്നും *Ideology* യിൽ പറയുന്നുണ്ട്. ഇത് ക്രമേണ "താരതമ്യേന ലോകവ്യാപകം എന്നു വിശേഷിപ്പിക്കാവുന്ന കമ്പോളം" സൃഷ്ടിച്ചു. "ഈ ലോകകമ്പോളം ആ രാജ്യത്തിന് ഗുണമായി, അവിടത്തെ നിർമാണവസ്തുക്കൾക്ക് ആവശ്യം വർധിച്ചു; നിലവിലെ വ്യവസായോൽപ്പാദനത്തിന്റെ ശക്തികൾ പോരാ നിർമാണോൽപ്പന്നങ്ങളുടെ ആവശ്യം പൂർത്തീകരിക്കാൻ എന്ന അവസ്ഥയായി."

ഈ അപഗ്രഥനമാണ് *കമ്യൂണിസ്റ്റ് മാനിഫെസ്റ്റോ* യിലെ ചരിത്രപരമായ വിവരങ്ങൾക്ക് നിദാനമായത് എന്ന് വ്യക്തം. അതിന്റെ ചരിത്രപരമായ അടിത്തറ നന്നെ ശുഷ്കമാണ്– ക്ലാസിക്കൽ പ്രാചീന(ഭൂരിഭാഗവും റോമൻ), പാശ്ചാത്യ–മധ്യയൂറോപ്യൻ പ്രദേശങ്ങളുടെ ചരിത്രം എന്നിവ. മൂന്നിനം വർഗസമൂഹത്തെ മാത്രമേ അത് അംഗീകരിക്കുന്നുള്ളൂ; പ്രാചീനതയിലെ അടിമസമൂഹം, ജന്മിവാഴ്ച, ബൂർഷ്വസമൂഹം. ആദ്യത്തെ രണ്ടും പ്രാകൃതകൂട്ടായ്മാസമൂഹത്തിൽനിന്ന് പുറത്തുകടക്കാനുള്ള ബദൽ മാർഗങ്ങൾ എന്ന നിലയ്ക്കാണ് അവതരിപ്പിക്കുന്നത്. രണ്ടാമത്തേത് ഒന്നാമത്തേതിന്റെ അവശിഷ്ടങ്ങൾക്ക് മീതെയാണ് സ്ഥാപിതമായത് എന്ന ഒരൊറ്റ വസ്തുതയാണ് അവയെ പരസ്പരം ബന്ധിപ്പിക്കുന്നത്. ആദ്യത്തേത് തകരാനുണ്ടായ കാരണങ്ങളൊന്നും വിവരിക്കപ്പെട്ടിട്ടില്ല. അപഗ്രഥനത്തിൽ അത് ഉള്ളടങ്ങിയിട്ടുണ്ടെന്ന് തോന്നുന്നു. ജന്മിത്തസമൂഹത്തിന്റെ ആഭ്യന്തരവൈരുധ്യങ്ങളിൽ നിന്നാണ് ബൂർഷ്വ സമൂഹം ഉയർന്നുവന്നത് എന്ന് നിരീക്ഷിക്കപ്പെടുന്നു. നഗരങ്ങളുടെ വളർച്ച, നഗരങ്ങൾക്കകത്തെ വളർച്ച എന്ന രീതിയിൽ മാത്രമാണ് അത് ചിത്രീകരിക്കപ്പെടുന്നത്. കാർഷികജന്മിവാഴ്ചയുടെ നുകം വലിച്ചെറിഞ്ഞ് ഓടിയെത്തിയവരാണ് നഗരങ്ങളിലെ ആദ്യ ജനവിഭാഗങ്ങളിൽ ഒന്ന്; മുൻകുടിയാന്മാരാണ് അതിനെ ഇടയ്ക്കിടെ പോഷിപ്പിച്ചത്. ഇതായിരുന്നു, ജന്മിത്തവുമായി നഗരങ്ങൾക്കുണ്ടായിരുന്ന ബന്ധം. പട്ടണങ്ങളിലും നിർമാണശാലകളിലും തൊഴിൽസേന ലഭ്യമാക്കാൻവേണ്ട മിച്ച ജനസംഖ്യയുടെ പ്രഭവം കണ്ടെത്താൻ ഇതുവരെ ഗൗരവമുള്ള പഠനങ്ങളൊന്നും നടന്നിട്ടില്ല. ഇതെപ്പറ്റിയുള്ള അഭിപ്രായ പ്രകടനങ്ങൾ അപഗ്രഥനത്തിന് ഗുരുത്വം നൽകാൻ പാകത്തിന് ശക്തമല്ല. അതിനെ ചരിത്രപരമായ വികാസത്തിന്റെ പരുക്കനും താൽക്കാലികവുമായ ഒരു അനുമാനത്തിന്റെ നിലവാരത്തിലേ കാണാൻ കഴിയൂ. ആനുഷംഗികമായ ചില നിരീക്ഷണങ്ങൾ ഏറെ അർഥഗർഭവും ഉജ്ജ്വലവുമാണ് എന്ന് പറയാതെയും വയ്യ.

Formen മാർക്സിന്റെ ചിന്താപദ്ധതിയുടെ ഘട്ടത്തെപ്പറ്റി നൽകുന്ന ഈ സൂചന കുറേക്കൂടി സൂക്ഷ്മവും ചിന്താബന്ധുരവുമാണ്. അതിൽ കുറേക്കൂടി വലുതും വ്യത്യസ്തവുമായ ചരിത്രപഠനങ്ങൾ ഉണ്ട്. ഇതാകട്ടെ, യൂറോപ്പിൽ ഒതുങ്ങുന്നുമില്ല. ചരിത്രഘട്ടങ്ങളുടെ പട്ടികയിലെ ഏറ്റവും മുഖ്യമായ നൂതനത്വം 'ഏഷ്യാറ്റിക്' അഥവാ 'പൗരസ്ത്യ' വ്യവസ്ഥയുമാണ്. ഇത് *Critique of Political Economy* യുടെ പ്രശസ്തമായ മുഖവുരയിൽ ചേർത്തിട്ടുണ്ട്.

വിശാലമായ അർഥത്തിൽ ഇപ്പോൾ പ്രാകൃതകൂട്ടായ്മ വ്യവസ്ഥയിൽനിന്ന് പുറത്തുകടക്കാൻ ഉപയോഗിക്കപ്പെട്ടതായി കാണുന്ന മൂന്നോ നാലോ ബദൽ മാർഗങ്ങൾ ഉണ്ട്. ഓരോന്നും നടെതന്നെ നിലവിലുള്ളതോ അന്തർലീനമോ ആയ തൊഴിലിന്റെ സാമൂഹികവിഭജനത്തെ പ്രതിനിധാനം ചെയ്യുന്നു: പൗരസ്ത്യം, പ്രാചീനം, ജർമനികം (ഇതിനെ

മാർക്സ് ഒരു പ്രത്യേക ജനതയുടേതെന്ന് ഒതുക്കുന്നില്ല), അധികം ചർച്ച ചെയ്യാതെ സ്ലാവോനികം എന്നിവയാണ് ആ രൂപങ്ങൾ. നാലാമത്തേതിന് ഒന്നാമത്തേതുമായി അടുപ്പങ്ങൾ ഉണ്ട് (പുറങ്ങൾ 89,97). ഇവ തമ്മിലുള്ള വ്യതിരിക്തതകളിൽ പ്രധാനപ്പെട്ട ഒന്ന് ചരിത്രപരമായ പരിണാമത്തെ വെറുക്കുന്ന വ്യവസ്ഥകളും അനുകൂലിക്കുന്ന വ്യവസ്ഥകളും തമ്മിലുള്ളതാണ്. മാർക്സിന്റെ ചരിത്രപരമായ വികാസത്തെ സംബന്ധിച്ചുള്ള വീക്ഷണം ഒരിക്കലും ഏകരേഖീയമായിരുന്നില്ല; കേവലം പുരോഗതിയുടെ രേഖയായും മാർക്സ് അതിനെ കണക്കാക്കിയിരുന്നില്ല. ഏതായാലും 1857–58 ഓടെ ചർച്ച കുറേകൂടി മുന്നേറുന്നതായി കാണുന്നു.

പൗരസ്ത്യസമ്പ്രദായം മുഖ്യമായും മാർക്സിന്റെയും എംഗൽസിന്റെയും ആദ്യകാലത്തെ കുത്തകകളെയും, ഇന്ത്യയെക്കുറിച്ചുള്ള മാർക്സിന്റെ ലേഖനങ്ങളെയും അടിസ്ഥാനമാക്കി ഉള്ളവയാണ്(രണ്ടും 1853 ലേത്); അവയിൽ പൗരസ്ത്യസമ്പ്രദായത്തിന്റെ പ്രകൃതമായി പറയുന്നത്– ഏറ്റവും ആദ്യത്തെ വിദേശനിരീക്ഷകരുടെ വീക്ഷണങ്ങളോട് സമാനമായി– 'ഭൂസ്വത്തിന്റെ അസാന്നിധ്യം' ആണ്– ഈ ചർച്ച *Formen* നെ കുറിച്ചുള്ള അജ്ഞതയുടെ ഫലമായി ഉണ്ടായതാണ്. ഇത് പ്രത്യേക സാഹചര്യംമൂലം സംജാതമായ അവസ്ഥയാണ്; അനിതരസാധാരണമായ കേന്ദ്രീകരണം ആവശ്യമാകുന്ന സാഹചര്യങ്ങളായിരുന്നു അവ; ഉദാഹരണത്തിന്, പൊതുമരാമത്ത്, ജലസേചനപദ്ധതികൾ എന്നിവ കൂടാതെ ഫലപ്രദമായി കൃഷി നടത്താനാവാത്ത സാഹചര്യം– ഇതായിരുന്നു, ധാരണ. എന്നാൽ, കുറച്ചുകൂടി ചിന്തിച്ച് മാർക്സ് പറഞ്ഞു: ഈ സമ്പ്രദായത്തിന്റെ മൗലികസ്വഭാവം 'നിർമാണശാല, കൃഷി എന്നിവയുടെ സ്വയംപര്യാപ്തമായ ഐക്യം ആണ്; ഇത് പ്രവർത്തിക്കുന്നത് "പ്രത്യുൽപ്പാദനത്തിനും മിച്ചോൽപ്പാദനത്തിനും ആവശ്യമായ സാഹചര്യങ്ങളെല്ലാം അകമെ തന്നേ ഉള്ള" ഒരു ഗ്രാമകൂട്ടായ്മയ്ക്കകത്താണ് (പുറങ്ങൾ 70, 83, 91). അതുകൊണ്ടുതന്നെ അത് തകർച്ചയെയും സാമ്പത്തിക പരിണാമത്തെയും മറ്റേതൊരു സമ്പ്രദായത്തേക്കാളും അധികം ശാഠ്യത്തോടെ ചെറുക്കുന്നു(പുറം 83). 'പൗരസ്ത്യസ്വേഛാധിപത്യ' ത്തിൽ സിദ്ധാന്തപരമായി സ്വത്തില്ലായിരുന്നു എന്നത് അതിന്റെ അടിസ്ഥാനമായ 'ഗോത്ര/കൂട്ടായ്മാസ്വത്തി' നെ മൂടിവയ്ക്കുന്നു (പുറങ്ങൾ 69–71). അത്തരം സമ്പ്രദായങ്ങൾ രൂപത്തിൽ വികേന്ദ്രീകൃതമാകാം, കൂടുതൽ കേന്ദ്രീകൃതമാകാം, സേച്ഛാധിപത്യപരമാകാം, കൂടുതൽ കൂടുതൽ ജനാധിപത്യപരമാകാം,' അവയുടെ സംഘാടനം പല തരത്തിലാവാം. അത്തരം ചെറിയ കൂട്ടായ്മകൾ വലിയ കൂട്ടായ്മയുടെ ഭാഗമായി നിലനിൽക്കുന്നിടത്ത് അവ മിച്ചോൽപ്പാദനത്തിന്റെ ഒരു ഭാഗം 'വലിയ കൂട്ടായ്മയുടെ ചെലവിലേക്ക്, അതായത്, യുദ്ധം, മതപരമായ ആരാധനകൾ, ഇത്യാദികൾക്ക്' നൽകുന്നു, ജലസേചനം, ആശയവിനിമയ ശൃംഖലയുടെ പരിപാലനം എന്നിങ്ങനെ സാമ്പത്തികമായി ആവശ്യമായ

പ്രവർത്തനങ്ങൾക്കായി നീക്കിവയ്ക്കുന്നു. ആ പ്രവർത്തനങ്ങൾ കൂടുതൽ വലിയ കൂട്ടായ്മ, 'ചെറുകൂട്ടായ്മകൾക്കു മുകളിൽ തൂങ്ങിനിൽക്കുന്ന സ്വേച്ഛാധിപത്യപരമായ സർക്കാർ' നടത്തുമെന്നാണ് പ്രത്യക്ഷത്തിൽ കരുതപ്പെട്ടത്. ഈ മിച്ചോൽപ്പാദനത്തിന്റെ അന്യവൽക്കരണം 'മൂലാർഥത്തിൽ പ്രഭുവാഴ്ച' യുടെ വിത്തുകൾ പേറുന്നു; വില്ലെയ്നെയ്ജ് (*Villeinage*) അതിൽ നിന്ന് വികസിച്ചതാകാം. കൂട്ടായ്മകളുടെ 'അടഞ്ഞ' പ്രകൃതം സൂചിപ്പിച്ചിരിക്കുന്നത് നഗരങ്ങൾ സമ്പദ്ക്രമത്തിന്റെ ഭാഗമേ ആയിരുന്നില്ല എന്നതാണ്. അവ ബാഹ്യവ്യാപാരത്തിന് പ്രത്യേകം അനുകൂലമായ സ്ഥലത്തോ ഭരണാധികാരി/അയാളുടെ സാമന്തന്മാർ വരവു മുഴുവൻ (മിച്ചോൽപ്പാദനം) അധ്വാനത്തിനു പകരം കൈമാറുന്നിടത്തോ മാത്രമേ ഉരുവം കൊണ്ടിരുന്നുള്ളൂ (പുറം 71). അതുകൊണ്ട് ഏഷ്യാറ്റിക് സമ്പ്രദായം വർഗസമൂഹമായി അഥവാ അതൊരു വർഗ സമൂഹമായിരുന്നെങ്കിൽത്തന്നെ അതിന്റെ വളരെ പ്രാകൃതരൂപമായിരുന്നു. മെക്സിക്കൻ, പെറുവിയൻ, കെൽടിക് സമൂഹങ്ങളൊക്കെ ഒരേ ജനുസിൽപ്പെട്ടവയാണെന്ന് മാർക്സ് കണക്കാക്കി– ചില ഗോത്രങ്ങൾ/ കൂട്ടായ്മകൾ മറ്റു ചിലവയാൽ കീഴടക്കപ്പെടുമ്പോഴത്തെ സങ്കീർണതകളും വിസ്താരങ്ങളും ഒക്കെ ഇരിക്കെ തന്നെ (പുറങ്ങൾ 70–88). അത് തുടർന്നുള്ള പരിണാമത്തെ ഒരു ആഡംബരമായി മാത്രമേ അനുവദിക്കുന്നുള്ളൂ എന്നുമാത്രം; ഗോത്രം/ഗ്രാമം എന്നീ സുസ്ഥിര സ്വയം പര്യാപ്ത സാമ്പത്തികയൂണിറ്റുകളിൽനിന്ന് അല്ലെങ്കിൽ ആ യൂണിറ്റുകളിൽ എടുത്ത/ എടുക്കപ്പെട്ട മിച്ചത്തിൽനിന്ന് വികസിക്കാൻ കഴിയുന്നിടത്തോളം മാത്രമാണ് പരിണാമം അനുവദിക്കപ്പെടുന്നത്.

പ്രാകൃത സമൂഹത്തിൽനിന്ന് ആവിർഭവിക്കുന്ന രണ്ടാമത്തെ സമ്പ്രദായം– 'കുറേക്കൂടി ചലനാത്മകമായ ചരിത്രകാല ജീവിതത്തിന്റെ ഉൽപ്പന്നം' (പുറം 71)– ആണ് നഗരത്തെയും അതിലൂടെ പ്രാചീനരീതിയെയും ഉൽപ്പാദിപ്പിക്കുന്നത്. ഈ രീതി വിസ്താരപ്രവണതയുള്ളതും ചലനാത്മകവും മാറുന്നതുമായ ഒരു സമൂഹത്തിന്റേതാണ് (പുറം 71–77 ലും പിന്നെ അവിടവിടെയും); 'അനുബന്ധമായ അതിർത്തി (*Landmark*) ഉള്ള നഗരം ഒരു സാമ്പത്തിക പൂർണമായി രൂപം കൊണ്ടു' (പുറം 79). വികസിതരൂപത്തിൽ അതിന്റെ മുഖമുദ്ര വിൽക്കാനും വാങ്ങാനും അവകാശം അന്തർലീനമായ ജംഗമ അടിമത്തമാണ്. പക്ഷേ, മാർക്സ് ഇതിനു മുമ്പുള്ള പ്രക്രിയയുടെ ദൈർഘ്യവും സങ്കീർണതയും അടിവരയിട്ട് പറയുന്നുണ്ട്. അതിന് അതിന്റേതായ സാമ്പത്തികപരിമിതികൾ ഉണ്ട്. അതുകൊണ്ട് പകരം കുറേക്കൂടി അയവുള്ളതും ഉൽപ്പാദനക്ഷമവുമായ ചൂഷണരൂപം വേണ്ടി വന്നു. അതാണ് ആശ്രിതകർഷകരെ പ്രഭുക്കന്മാർ ചൂഷണം ചെയ്യുന്ന ജന്മിത്തം. അത് മുതലാളിത്തത്തിന് വഴി മാറുകയും ചെയ്യുന്നു.

മൂന്നാമത്തെ ഇനത്തിൽ അടിസ്ഥാനഘടകം ഗ്രാമക്കൂട്ടായ്മയോ നഗരമോ അല്ല, പിന്നെയോ, "ഓരോ തറവാടും ആണ്; അത് ഓരോന്നും

സ്വാശ്രിതമായ ഉൽപ്പാദനകേന്ദ്രമാകുന്നു (സ്ത്രീകളുടെ ഗാർഹികാധ്വാനത്തിന്റെ ഇളവു പറ്റുന്ന നിർമാണം (പുറം 79).” അവ ഓരോന്നും പരസ്പരം ഒരു അയഞ്ഞ ബന്ധം ഉണ്ട് (ഒരേ ഗോത്രത്തിലേതാകണം എന്നു മാത്രം). ഇടയ്ക്കിടെ ‘യുദ്ധം, മതം, നിയമപരമായ തർക്കങ്ങൾക്ക് പരിഹാരം, ഇത്യാദി’കൾക്കുവേണ്ടി അവ യോജിക്കും (പുറം 80). ചിലപ്പോൾ ഈ യോജിപ്പ് സ്വന്തം നിലയ്ക്ക് സ്വയംപര്യാപ്തമായ തറവാടുകൾക്ക് കൂട്ടായ്മയുടെ മേച്ചിൽപ്പുറങ്ങളും വേട്ടനിലങ്ങളും മറ്റും ഉപയോഗിക്കാൻ അനുവാദം നൽകുന്നതിലും കാണാം. അങ്ങനെ അടിസ്ഥാന യൂണിറ്റ് ഗ്രാമക്കൂട്ടായ്മയേക്കാൾ ദുർബലവും കൂടുതൽ ‘വ്യക്ത്യധിഷ്ഠിത’ മാക്കാൻ സാധ്യതയുള്ളതും ആണ്. ഇതിനെയാണ് മാർക്സ് ജർമനികഇനം എന്നു വിളിക്കുന്നത്. അതിനെ അദ്ദേഹം ഏതെങ്കിലും ഒരു ജനതയിലേക്ക് പരിമിതപ്പെടുത്തിയിരുന്നില്ല എന്ന് ഞാൻ ആവർത്തിക്കട്ടെ. പ്രാചീനസമ്പ്രദായവും ജർമനികസമ്പ്രദായവും പൗരസ്ത്യസമ്പ്രദായത്തിൽനിന്ന് വ്യത്യസ്തമായതുകൊണ്ട് ജർമനികസമ്പ്രദായത്തെ പൗരസ്ത്യസമ്പ്രദായത്തേക്കാൾ ചലനാത്മകതയ്ക്ക് സാധ്യതയുള്ള ഒന്നായി മാർക്സ് കണക്കാക്കിയിരുന്നു എന്ന് നമുക്ക് അനുമാനിക്കാം. ഈ സാധ്യത അസ്വാഭാവികമല്ലതാനും. ഈ ഇനത്തെപ്പറ്റിയുള്ള മാർക്സിന്റെ നിരീക്ഷണങ്ങൾക്ക് വശ്യമായ ഒരു സമ്പൂർണത ഉണ്ടായിരുന്നു. എന്നാൽ, പ്രാകൃതസമൂഹത്തിൽനിന്ന് ജന്മിത്തത്തിലേക്ക് നേരിട്ടൊരു പകർച്ചയ്ക്ക് വഴിതുറന്നിട്ടുകൊണ്ടാണ് അദ്ദേഹവും എംഗൽസും കാര്യങ്ങൾ അവതരിപ്പിച്ചത്- ജർമനിക ഗോത്രങ്ങളിലേതു പോലെ.

1845–46 ൽ മാർക്സിന്റെ അപഗ്രഥനത്തിലെ മൗലികഘടകമായിരുന്നു, പട്ടണവും ഗ്രാമവും (അഥവാ കാർഷികവും കാർഷികേതരവുമായ ഉൽപ്പാദനം) തമ്മിലുള്ള വിഭജനം. ഇത് *Formen* ലും മൗലികഘടകമായി തുടരുന്നുണ്ട്. പക്ഷേ, ഇവിടെ അത് കുറേക്കൂടി വിശാലമായ ഒരു അടിത്തറയിൽ കുറേക്കൂടി ഭംഗിയായി അവതരിപ്പിക്കുന്നുണ്ട്:

> പ്രാചീനചരിത്രം നഗരങ്ങളുടെ ചരിത്രമാണ്; പക്ഷേ കൃഷിയിലും ഭൂസ്വത്തിലും അധിഷ്ഠിതമായ നഗരങ്ങളുടെ ചരിത്രമാണത്; ഏഷ്യൻ ചരിത്രം പട്ടണ–ഗ്രാമങ്ങളുടെ വ്യത്യാസകൽപ്പനയില്ലാത്ത ഒരു അനുസ്യൂതിയാണ് (അങ്ങനെ പറഞ്ഞാൽ വലിയ നഗരം യഥാർഥസമ്പദ് ഘടനയ്ക്കുമേൽ ചാർത്തപ്പെടുന്ന രാജപാളയം മാത്രമായേ കരുതാവൂ); മധ്യയുഗം (ജർമനിക കാലം) തുടങ്ങുന്നത് ചരിത്രസ്ഥാനമായി നാട്ടിൻപുറത്തെ പ്രതിഷ്ഠിച്ചുകൊണ്ടാണ്. അതിന്റെ പിന്നീടുള്ള വികാസം പട്ടണ–ഗ്രാമങ്ങളുടെ എതിർസ്ഥാനീയമായിട്ടാണ് നടക്കുന്നത്. ആധുനികചരിത്രം നാട്ടിൻപുറങ്ങളുടെ നഗരവൽക്കരണമാണ്, അല്ലാതെ പ്രാചീനർക്കിടയിലെപോലെ നഗരത്തിന്റെ ഗ്രാമവൽക്കരണമല്ല (പുറം 77–78).

അധ്വാനത്തിന്റെ സാമൂഹികവിഭജനത്തിന്റെ വ്യത്യസ്ത രൂപങ്ങൾ കൂട്ടായ്മാസമൂഹത്തിന്റെ വിഘടനത്തിന്റെ ബദൽരൂപങ്ങളാണ് എന്ന് വ്യക്തം. അതേസമയം, *Formen* ൽ നിയതമായി പറയുന്നില്ലെങ്കിലും *Critique* ന്റെ മുഖവുരയിൽ അത് അവതരിപ്പിക്കപ്പെടുന്നത് അനന്തര ചരിത്രഘട്ടങ്ങളായിട്ടാണ്. അക്ഷരാർഥത്തിൽ ഇത് അസത്യമാണ്.

കാരണം, ഏഷ്യാറ്റിക് ഉൽപ്പാദനരീതി മറ്റെല്ലാ രീതികളുടെ കൂടെയും വർത്തിച്ചു: തന്നെയുമല്ല, *Formen* - ലോ മറ്റേതെങ്കിലും രചനയിലോ പ്രാചീനരീതി അതിൽനിന്ന് ഉരുവംകൊണ്ടതാണ് എന്ന സൂചന ഒട്ടില്ല താനും. അതുകൊണ്ട്, കാലാനുക്രമമായ പിന്തുടർച്ചയെക്കുറിച്ചല്ല, ഒരു വ്യവസ്ഥ അതിനു മുമ്പുള്ളതിൽനിന്നും ഉരുത്തിരിയുന്നു എന്നുപോലുമല്ല(മുതലാളിത്തം, ജന്മിത്തം എന്നിവയുടെ കാര്യത്തിൽ അങ്ങനെയാണെങ്കിലും) മാർക്സ് പറയുന്നത്. ഇവിടെ ഉരുത്തിരിയൽ അഥവാ പരിണാമം സാമാന്യമായ അർഥത്തിലാണ് പ്രയോഗിക്കപ്പെടുന്നത്. 'ചരിത്രപ്രക്രിയയിലൂടെ മാത്രമേ മനുഷ്യൻ ഒരു വ്യക്തിയാകൂ (*vereinzelt sich selbst*). അവൻ/അവൾ ആദിമമായി ഒരു വംശജീവി, ഒരു ഗോത്രജീവി, ആയിട്ടാണ് പ്രത്യക്ഷപ്പെടുന്നത്. ഇങ്ങനെ ക്രമേണ മനുഷ്യൻ വ്യക്തിയായി മാറുന്ന പ്രക്രിയയുടെ വിവിധരൂപങ്ങൾ ചരിത്രത്തിന്റെ വിവിധഘട്ടങ്ങളാണ്. ആദിമൈക്യത്തിന്റെ വിശ്ലേഷണം കൂടിയാണ് ആ പ്രക്രിയ. ഇവ ഓരോന്നും 'നിയതമായ(ഗോത്ര) കൂട്ടായ്മയുടെയും അതുമായി ബന്ധപ്പെട്ട സ്വത്തിന്റെയും അഥവാ പ്രകൃത്യാ നിലനിൽക്കുന്ന ഉൽപ്പാദനത്തിന്റെ വസ്തുനിഷ്ഠ സാഹചര്യങ്ങളുടെ ബന്ധത്തിന്റെയും മൗലികമായ ഐക്യ'ത്തിൽനിന്ന് ഒരടി ദൂരെ പോകുന്നു (പുറം 94).

അതായത്, അവ സ്വകാര്യസ്വത്തിന്റെ പരിണാമത്തെ പ്രതിനിധാനം ചെയ്യുന്നു.

ഈ പരിണാമത്തിൽ നാല് അപഗ്രഥനാത്മകഘട്ടങ്ങളാണ് മാർക്സ് എടുത്തുകാട്ടുന്നത്. അവ കാലാനുക്രമമാണെന്ന് അർഥമില്ല. ഒന്നാമത്തേത് പ്രത്യക്ഷമായ കൂട്ടുസ്വത്താണ്, പൗരസ്ത്യ മാതൃകയിൽ കാണുന്നതുപോലെ. സ്ലാവോനിക വ്യവസ്ഥയിലും പരിഷ്കൃത രൂപത്തിൽ ഇത് കാണാം. രണ്ടും വർഗസമൂഹങ്ങളായി പൂർണരൂപം കൈക്കൊണ്ടവയല്ലതാനും. രണ്ടാമത്തേത് പ്രാചീന രൂപത്തിലും ജർമനികരൂപത്തിലും ഉള്ളതുപോലെ പരസ്പരവിരുദ്ധമായ/ വർഗപരമായ വ്യവസ്ഥകളുടെ അടിയടരായി കൂട്ടുസ്വത്ത് തുടരുന്ന ഘട്ടമാണ്. മാർക്സിന്റെ വാദപ്രകാരം മൂന്നാംഘട്ടം വരുന്നത് ജന്മിത്തത്തേക്കാൾ അധികം 'കൈവേലത്തര' ങ്ങളുടെ നിർമാണത്തിലൂടെയാണ്. ഇവിടെ ഗിൽഡുകൾ എന്ന കോർപ്പറേറ്റ് രൂപത്തിൽ ഒന്നിച്ചു നിൽക്കുന്ന സ്വതന്ത്രരായ കൈവേലക്കാർ പ്രതിനിധാനം ചെയ്യുന്നത് ഉൽപ്പാദനരീതികളെയും ഉപഭോഗത്തിന്റെയും മേലുള്ള നിയന്ത്രണം കുറേക്കൂടി വ്യക്തിപരമാകുന്ന ഒരു രൂപത്തെയാണ്. അത് ഉൽപ്പാദിപ്പിക്കുമ്പോൾതന്നെ അതിനെ ഉപജീവിക്കാനും അവന്/അവൾക്ക് കഴിവുണ്ടാകുന്നു. ഉൽപ്പാദനത്തിന്റെ കൈവേല വിഭാഗത്തിന് കുറച്ചൊക്കെ സ്വാശ്രയത്വം ഉണ്ടായിരുന്നു എന്നതാവണം മാർക്സ് സൂചിപ്പിച്ചത്. കാരണം, പ്രാചീനമായ പൗരസ്ത്യരീതിയിലെ നിർമാണശാലകളെ അദ്ദേഹം ബോധപൂർവം ഒഴിവാക്കുകയാണ്. കാരണങ്ങൾ നിരത്താതെയല്ല താനും, ഈ ഒഴിവാക്കൽ. നാലാമത്തേതിലാണ് തൊഴിലാളി വർഗത്തിന്റെ ഉദയം. മനുഷ്യരെ അടിമകളോ

അടിയാന്മാരോ ആക്കുന്ന പരുക്കൻ ചൂഷണരീതി മാറി 'അധ്വാനം' കയ്യടക്കലാണ് ഇവിടെ നടക്കുന്നത്. "മൂലധനത്തിന്, തൊഴിലാളി ഉൽപ്പാദനത്തിന്റെ ഒരു ഘടകമാകുന്നില്ല; അധ്വാനം മാത്രമേ അങ്ങനെയാകുന്നുള്ളൂ. ഇത് യന്ത്രംകൊണ്ടോ ജലം, വായു എന്നിവകൊണ്ടോ നടന്നാലും മതി. അത്രയും നല്ലതാണ്. മൂലധനം കയ്യടക്കുന്നത് തൊഴിലാളിയെ അല്ല, അവന്റെ അധ്വാനത്തെയാണ്- അതും പ്രത്യക്ഷമായിട്ടല്ല, കൈമാറ്റരീതിയിലാണ്" (പുറം 99).

മാർക്സിന്റെ ചിന്ത കുറച്ച് ക്ലിഷ്ടമാണ്. അദ്ദേഹത്തിന്റെ കുറിപ്പുകൾ അവ്യക്തവും. അതുകൊണ്ട് അത്ര ഉറപ്പിക്കാൻ ആവില്ലെങ്കിലും ഈ അപഗ്രഥനം ഇനി പറയുന്ന രീതിയിലാകാം ചരിത്രഘട്ടവിഭജനത്തിന്റെ പദ്ധതിയിലേക്ക് ചേരുക: മനുഷ്യന്റെ ഉത്ഭവത്തോട് ഏറ്റവും അടുത്ത ഘട്ടങ്ങൾ പൗരസ്ത്യവും സ്ലാവോനികവുമാണ്. കാരണം, അവ വിശാലമായ സാമൂഹിക ഉപരിഘടനയ്ക്കിടയിലും പ്രാകൃത(ഗ്രാമ)കൂട്ടായ്മയുടെ പ്രവർത്തനം പരിപാലിക്കുന്നു, അവയിൽ വേണ്ടത്ര വികസിതമായ ഒരു വർഗവ്യവസ്ഥയൊട്ട് ഇല്ലതാനും(മാർക്സ് തന്റെ രചനാകാലത്ത് ഇപ്രകാരം നിരീക്ഷിച്ചിരിക്കുന്നു: രണ്ട് വ്യവസ്ഥകളും ലോകകമ്പോളത്തിന്റെ പ്രത്യാഘാതത്തിൽ തകരുകയാണ്, അതുകൊണ്ട് അവയുടെ സ്വഭാവസവിശേഷതകളും അപ്രത്യക്ഷമാകുകയാണ്). പ്രാചീനവും ജർമനികവുമായ രീതികളും പ്രാഥമികം തന്നെ- പൗരസ്ത്യത്തിൽനിന്ന് രൂപം കൊണ്ടതല്ല. പക്ഷേ അവ പ്രാകൃത കൂട്ടായ്മാവ്യവസ്ഥയിൽനിന്ന് പുറത്തേക്കുവളർന്ന, കുറേക്കൂടി വാചാലമായ ഒരു രൂപത്തിന്റെ പ്രതിനിധികളാണ്. എങ്കിലും 'ജർമനികവ്യവസ്ഥ' സ്വയം ഒരു പ്രത്യേക സാമൂഹിക-സാമ്പത്തിക രൂപഘടനയല്ല. മധ്യയുഗപട്ടണവുമായി ചേർന്ന്(അതാണല്ലോ സ്വാശ്രിതകൈവേല ഉൽപ്പാദനത്തിന്റെ ആവിർഭാവകേന്ദ്രം) ജന്മിത്തത്തിന്റെ സാമൂഹിക-സാമ്പത്തിക ഘടനയ്ക്ക് രൂപംനൽകുന്നു. ഈ സംയോജനം ആവിർഭവിക്കുന്നത് മധ്യകാലങ്ങളിലാണ്. അതാണ് മൂന്നാമത്തെ ഘട്ടം. ജന്മിത്തത്തിൽനിന്ന് ബൂർഷ്വസമൂഹം ആവിർഭവിക്കുന്നു. അതാണ് നാലാമത്തെ ഘട്ടം. ഏഷ്യാറ്റിക് പ്രാചീനജന്മിത്ത ബൂർഷ്വരൂപഘടനകൾ 'പുരോഗമനപരമാണ്' എന്നു പറയുമ്പോൾ ചരിത്രത്തിന്റെ നേർരേഖീയമായ ഒരു ലളിതവീക്ഷണത്തെയല്ല, വിവക്ഷിക്കുന്നത്; എല്ലാ ചരിത്രവും പുരോഗമനമാണ് എന്ന ലളിതവീക്ഷണത്തെയുമല്ല; ഈ വ്യവസ്ഥകൾ ഓരോന്നും മനുഷ്യന്റെ പ്രാകൃതാവസ്ഥയിൽനിന്നും അനുക്രമം അകലത്താണ്; അങ്ങനെ അകലുന്നത് നിർണായകമായ വശങ്ങളിലാണ്- ഇതാണ് വിവക്ഷ.

III

ഈ വ്യവസ്ഥകളുടെ ആന്തരികമായ ചാലകങ്ങളെയാണ് ഇനി നാം പരിശോധിക്കേണ്ടത്. എന്താണ് അവയുടെ ഉദയാസ്തമയങ്ങളുടെ

നിദാനം? പൗരസ്ത്യരീതിയെ സംബന്ധിച്ചിടത്തോളം മറുപടി താരതമ്യേന എളുപ്പമാണ്. അത് തകർച്ചയെയും സാമ്പത്തികപരിണാമത്തേയും ചെറുക്കുന്ന സ്വഭാവങ്ങളോടുകൂടിയ ഒന്നാണ്. മുതലാളിത്തത്തിന്റെ ബാഹ്യശക്തിയാൽ തകർക്കപ്പെടുംവരെ ഈ ചെറുത്തുനിൽപ്പ് നിലനിൽക്കുന്നു. ഈ ഘട്ടത്തിൽ സ്ലാവോനിക വ്യവസ്ഥയെക്കുറിച്ച് മാർക്സ് വളരെ കുറച്ചേ നമുക്ക് പറഞ്ഞുതരുന്നുള്ളൂ. അതുകൊണ്ട് അഭിപ്രായപ്രകടനമൊന്നും അക്കാര്യത്തിൽ സാധ്യമല്ല. അതേസമയം പ്രാചീന ജന്മിത്തവ്യവസ്ഥയുടെ ആന്തരികവൈരുധ്യങ്ങളെക്കുറിച്ചുള്ള അദ്ദേഹത്തിന്റെ വീക്ഷണങ്ങൾ സങ്കീർണവുമാണ്. അത് ചില ദുഷ്കരപ്രശ്നങ്ങൾ ഉയർത്തുന്നു.

പ്രാചീനവ്യവസ്ഥയുടെ മുഖ്യസ്വഭാവം അടിമത്തമാണ്. പക്ഷേ അടിമത്തം തുടർന്നുള്ള സാമ്പത്തികപരിണാമത്തിനു മേൽ പരിമിതികൾ അടിച്ചേൽപ്പിക്കുകയും അതുവഴി അതിന്റെതന്നെ തകർച്ചയ്ക്ക് വഴിവയ്ക്കുകയും ചെയ്യുന്നു എന്ന ലളിതവീക്ഷണം ശരിയാവില്ല. കാരണം, ആ വ്യവസ്ഥയുടെ അടിസ്ഥാനപരമായ ആന്തരികവൈരുധ്യത്തെ പറ്റിയുള്ള മാർക്സിന്റെ വീക്ഷണം അതിലേറെ സങ്കീർണമാണ്. അദ്ദേഹത്തിന്റെ അപഗ്രഥനത്തിന് ആധാരമാകുന്നത് മധ്യധരണ്യാഴിയുടെ പടിഞ്ഞാറെ റോമൻ പ്രദേശമാണ്, ഗ്രീസല്ല എന്ന് നാം ശ്രദ്ധിക്കണം. റോം കർഷകരുടെ കൂട്ടായ്മയായിട്ടാണ് തുടങ്ങുന്നത്, അതിന്റെ സംഘാടനം നാഗരികമാണെങ്കിലും. പ്രാചീനചരിത്രം "ഭൂസ്വത്തിലും കൃഷിയിലും സ്ഥാപിതമായ നഗരങ്ങളുടെ ചരിത്രമാണ്" (പുറം 77). അത് തീർത്തും സമമായ ഒരു കൂട്ടായ്മയല്ല. കാരണം, ഗോത്രവികാസങ്ങളും ഗോത്രാനന്തര വിവാഹങ്ങൾ, പടയോട്ടങ്ങൾ എന്നിവയും ചേർന്ന് സാമൂഹികമായി ഉയർന്നതും താഴ്ന്നതുമായ ബന്ധുക്കൂട്ടായ്മകൾ ഉണ്ടാകുന്ന പ്രവണത നിലനിന്നില്ലെങ്കിലും റോമാപൗരൻ അടിസ്ഥാനപരമായും ഒരു ഭൂവുടമയായിരുന്നു. 'കൂട്ടായ്മയുടെ തുടർച്ച അതിലെ എല്ലാ അംഗങ്ങളുടെയും കർഷകരെന്ന നിലയ്ക്കുള്ള പുനരുൽപ്പാദനമാണ്; അവരുടെ മിച്ചസമയം കൂട്ടായ്മയ്ക്കുവേണ്ടി ഉള്ളതാണ്– (കൂട്ടായ്മയുടെ) യുദ്ധം, ഇത്യാദി ആവശ്യങ്ങൾക്കുവേണ്ടി വിനിയോഗിക്കാനുള്ളത് പുറം 74). കൂട്ടായ്മയുടെ മുഖ്യവ്യാപാരം യുദ്ധമാണ്. കാരണം, കൂട്ടായ്മകളുടെ ഭൂമിയിൽ കണ്ണുവയ്ക്കുന്നതുവരെ കൂട്ടായ്മയുടെ ആക്രമണഭീഷണി മാത്രമേ അതിന്റെ നിലനിൽപ്പിനുനേരെ ഉയരുന്നുള്ളൂ. ഓരോ പൗരനും ഭൂമിവേണമെങ്കിൽ ജനസംഖ്യ വർധിക്കുന്നതിനനുസരിച്ച് ഭൂലഭ്യതയും വർധിപ്പിക്കണം. അതിന് യുദ്ധം കൂടിയേ കഴിയൂ (പുറം 171). അത്തരം കർഷകക്കൂട്ടായ്മയുടെ യുദ്ധോന്മുഖവും വിസ്താരോന്മുഖവുമായ പ്രവണതകൾതന്നെ അവയുടെ അടിസ്ഥാനകാർഷികഗുണങ്ങളുടെ തകർച്ചയിലേക്കേ നയിക്കൂ. ഒരളവുവരെ അടിമത്തം, ഭൂസ്വത്ത് കേന്ദ്രീകരണം, കൈമാറ്റം, നാണയാധിഷ്ഠിതമായ സമ്പദ്വ്യവസ്ഥ, പടയോട്ടം, ഇത്യാദികൾ എല്ലാം ഈ കൂട്ടായ്മയുടെ അടിസ്ഥാനശിലകളുമായി പൊരു

ത്തപ്പെട്ടുപോകും. അതിനപ്പുറം അവ അതിന്റെ തകർച്ചയിലേക്കേ നയിക്കൂ. അതോടെ സമൂഹത്തിന്റെ /വ്യക്തിയുടെ പരിണാമം അസാധ്യമാകും (പുറങ്ങൾ 83–84). അതുകൊണ്ട്, ഒരു അടിമ സമ്പദ്ക്രമത്തിന്റെ വികാസത്തിനു മുമ്പുതന്നെ സാമൂഹികസംഘാടനത്തിന്റെ പ്രാചീനരൂപം നിർണായകമായ പരിമിതികൾ ഉള്ളതായിരുന്നു. ഉൽപ്പാദനത്തിന്റെ വികാസം അതിന്റെ മൗലികമായ കർത്തവ്യമല്ലായിരുന്നു, അങ്ങനെ ആകാനും തരമില്ലായിരുന്നു എന്ന വസ്തുതതന്നെ ഈ പരിമിതികളുടെ സൂചനയാണ്. 'പ്രാചീനർക്കിടയിൽ ഭൂസ്വത്തും മറ്റും ഏറ്റവും ഉൽപ്പാദനക്ഷമമാകുന്നതും പരമാവധി സമ്പത്ത് സൃഷ്ടിക്കുന്നതും ഏതു രൂപങ്ങളാകും എന്ന അന്വേഷണം ഒരിക്കലും കാണുന്നില്ല... എന്തുതരം സ്വത്താണ് ഏറ്റവും നല്ല പൗരനെ സൃഷ്ടിക്കുക എന്നായിരുന്നു എപ്പോഴും അവരുടെ അന്വേഷണം. മധ്യകാല സമൂഹത്തിലെ ജൂതരെപ്പോലെ പ്രാചീനലോകത്തിന്റെ ദ്വാരങ്ങളിൽ വസിക്കുന്ന ഏതാനും വണികജനതകൾ– വ്യാപാരകുത്തകക്കാർ–മാത്രമേ സമ്പത്തു തന്നെ ലക്ഷ്യം എന്നു ഗണിച്ചിരുന്നുള്ളൂ.(പുറം 84)

അങ്ങനെ, രണ്ട് പ്രധാനഘടകങ്ങൾ അതിനെ തുരങ്കംവയ്ക്കുന്നതായി കാണുന്നു. ഒന്ന്, കൂട്ടായ്മയ്ക്കകത്തെ സാമൂഹിക തരംതിരിവ്. കൂട്ടായ്മ/സ്വകാര്യം എന്ന തലത്തിലുള്ള ഭൂസ്വത്തിന്റെ സവിശേഷമായ പ്രാചീനചേരുവ ആ തരംതിരിവിനെ ചെറുക്കാൻ പര്യാപ്തമല്ല. വ്യക്തിക്ക്/പൗരന് സ്വത്ത് നഷ്ടപ്പെടാം. അതായത്, അവന്റെ പൗരത്വത്തിന്റെ അടിസ്ഥാനം നഷ്ടപ്പെടാം. സാമ്പത്തിക വികാസം എത്രമാത്രം വേഗതയിലാണോ, അത്രമാത്രം ഇതിനുള്ള സാധ്യതയും കൂടുന്നു. അതാണ് വ്യാപാരം, നിർമാണം എന്നിവയെ പ്രാചീനർ സംശയത്തോടെ വീക്ഷിച്ചിരുന്നതിന്റെ കാരണം. അതൊക്കെ വിമോചിതരായ അടിമകൾ, കക്ഷികൾ, (*Clients*) വിദേശികൾ എന്നിവർക്ക് വിടുന്നതാകും നല്ലത്. പൗരന്മാർ 'വിദേശി'കളുമായി സമ്പർക്കമുണ്ടാക്കുന്നതിനെയും മിച്ച ഉൽപ്പന്നങ്ങൾ കൈമാറ്റം ചെയ്യാനുള്ള അഭിലാഷത്തേയും മറ്റും ഭയക്കാനും അതുതന്നെ കാരണം. രണ്ടാമത്, അടിമത്തം. അധിനിവേശസമൂഹത്തിനു മാത്രമേ പൗരത്വം നൽകപ്പെടൂ. അതുകൊണ്ടുതന്നെ അധിനിവേശിതർ അടിമകളോ കുടിയാന്മാരോ ആകും. ഇവിടെ പൗരത്വം എന്നാൽ ഭൂവുടമസ്ഥത എന്നാണ്. "അതുകൊണ്ട്, അടിമത്തവും കുടിയായ്മയും ഗോത്രീയതയെ അടിസ്ഥാനമാക്കുന്ന സ്വത്തിന്റെ അനന്തരവികാസങ്ങളാണ്" (പുറം 91). അതുകൊണ്ട്; കൂട്ടായ്മയുടെ പരിരക്ഷണം എന്നതിൽ അതിന് ആധാരമായ സാഹചര്യങ്ങളുടെ നാശംകൂടി അന്തർലീനമായിരിക്കുന്നു, അങ്ങനെ അത് അതിന്റെതന്നെ എതിരാകുന്നു (പുറം 93). ആദ്യം എല്ലാ പൗരന്മാരും 'പൊതുക്ഷേമ'ത്തിന്റെ പ്രതിനിധികൾ ആയിരുന്നു. പിന്നെ ആ പ്രാതിനിധ്യം കുലീനകുലപതികൾ ഏറ്റെടുക്കുകയാണ്. അവർ മാത്രമേ പൂർണ ഭൂവുടമകളായി തുടരുന്നുള്ളൂ. അവരിലും താഴ്ന്നവരും അടിമകളും എതിർചേരിയിൽ. പൗര

ന്മാർ ഒരു ചേരിയിൽ, അപൗരന്മാരും അടിമകളും എതിർചേരിയിൽ. ഒരു അടിമസമ്പദ്ക്രമത്തിന്റെ യഥാർഥ സാമ്പത്തികവൈവിധ്യങ്ങളെക്കുറിച്ച് മാർക്സ് ഈ പശ്ചാത്തലത്തിൽ ചർച്ച ചെയ്യുന്നില്ല. *Formen* ലെ അപഗ്രഥനത്തിന്റെ വളരെ സാമാന്യമായ ഒരു തലത്തിൽ അവ പ്രാചീന സമൂഹത്തിലെ മൗലികവൈരുധ്യത്തിന്റെ പ്രത്യേകവശം മാത്രമാകുന്നു. പ്രാചീനതയിൽ എന്തുകൊണ്ടാണ് അടിമത്തം വികസിച്ചത്, അടിയായ്മ വികസിക്കാത്തത് എന്നതും അദ്ദേഹം ചർച്ച ചെയ്യുന്നില്ല. പ്രാചീനമധ്യധരണ്യാഴി പ്രദേശങ്ങളിൽ നടേതന്നെ എത്തിച്ചേർന്ന ഉൽപ്പാദന ശക്തികളുടെ നില, ഉൽപ്പാദനത്തിന്റെ സാമൂഹിക ബന്ധങ്ങളുടെ സങ്കീർണത എന്നിവ കാരണമാകാം, ഇത്.

പ്രാചീനരീതിയുടെ തകർച്ച അതിന്റെ സാമൂഹിക-സാമ്പത്തിക സ്വഭാവത്തിൽത്തന്നെ അന്തർലീനമാണ് എന്നു ചുരുക്കം. അത് അനിവാര്യമായും ജന്മിത്തത്തിലേക്കുതന്നെ നയിക്കണം എന്നതിന് യുക്തിസഹമായ കാരണങ്ങളൊന്നും കാണുന്നില്ല. എന്തുകൊണ്ട് മറ്റ് 'അധ്വാനത്തിന്റെ പുതിയ രൂപങ്ങൾ, ചേരുവകൾ' അല്ല എന്നതിനും വിശദീകരണമില്ല. അത്തരം പുതിയ രൂപങ്ങൾ, ചേരുവകൾ കൂടുതൽ ഉയർന്ന ഉൽപ്പാദനക്ഷമത സാധ്യമാക്കുമായിരുന്നില്ലേ എന്നതിന് വ്യക്തമായ ഉത്തരമില്ല. അതേസമയം, പ്രാചീനരീതിയിൽനിന്ന് മുതലാളിത്തത്തിലേക്ക് പ്രത്യക്ഷമായ ഒരു പരിണാമം ഒഴിവാക്കപ്പെട്ടിരിക്കുന്നു.

ഇനി മുതലാളിത്തം യഥാർഥത്തിൽ ഉരുവംകൊണ്ട ജന്മിത്തത്തിന്റെ കാര്യം. അവിടെ പ്രശ്നം കുറേക്കൂടി കടുത്ത ഒരു പ്രഹേളികയാകുന്നതു കാണാം. ഇതേപ്പറ്റി മാർക്സ് നന്നെക്കുറച്ചേ നമുക്ക് പറഞ്ഞുതരുന്നുള്ളൂ എന്നതാവാം ഒരു കാരണം. പ്രാചീനരീതിയെപ്പറ്റി ഉള്ളതുപോലെ ജന്മിത്തത്തിന്റെ ആന്തരികവൈരുധ്യത്തെപ്പറ്റി യാതൊന്നും *Formen* ൽ കാണുന്നില്ല. അടിയായ്മയെപ്പറ്റി (അടിമത്തത്തെപ്പറ്റി ഉള്ളതിനേക്കാൾ) കൂടുതലൊന്നും ചർച്ച ചെയ്ത് കാണുന്നില്ല. ഈ രണ്ട് ഉൽപ്പാദന ബന്ധങ്ങളും ഒരുമിച്ചു കൂട്ടിയ രീതിയിലാണ് പ്രത്യക്ഷപ്പെടുന്നത്; 'ആധിപത്യ-കീഴാള' ബന്ധം എന്ന നിലയ്ക്കാണ് ചിലപ്പോൾ അത് വരുന്നത്. ഇത് സ്വതന്ത്ര തൊഴിലാളിയുടെ പദവിയിൽനിന്ന് വ്യത്യസ്തമാണ്. ജന്മിത്തത്തിനകത്തുനിന്നും മുതലാളിത്തം ഉരുവപ്പെടുന്നത് നഗരം എന്ന ഘടകത്തിൽ നിന്നാണ്; 1845–46 ലും 1857–58 ലും അത് അങ്ങനെ തന്നെയാണ് അവതരിപ്പിക്കപ്പെടുന്നത്. കുറേക്കൂടി കൃത്യമായി പറഞ്ഞാൽ, നഗരത്തിലെ വ്യാപാരികൾ, കൈവേലക്കാർ (പുറം 97–98, 100 കാണുക). കൂട്ടായ്മയുടെ അടിത്തറയിൽനിന്ന് ഉൽപ്പാദനരീതികളുടെ ഉടമസ്ഥത വിമോചിതമാവുകയാണ്. മധ്യകാല കൈവേലകളുടെ കാര്യത്തിലും അതുതന്നെയാണ് ഉണ്ടായത്. ഇത് 'ഉൽപ്പാദനത്തിന്റെ വസ്തുനിഷ്ഠ സാഹചര്യ' ങ്ങളിൽനിന്ന് 'അധ്വാനത്തെ' വേർതിരിക്കുന്നതിന്റെ അടിത്തറകൂടിയാകുന്നു. ഭൂസ്വത്തിന്റെ ഒപ്പവും അതിനു പുറത്തുമായി 'തൊഴിലെടുക്കുന്ന ഉടമ' രൂപംകൊള്ളുന്നത്, കൈവേല, അധ്വാനത്തിന്റ

നാഗരികപരിണാമം എന്നിവ അടങ്ങുന്ന വികാസം തന്നെ. 'ഭൂസ്വത്തിന്റെ ഒരു വശം (*akzident*)... അല്ല, അതിന്റെ കീഴിലാക്കപ്പെടുന്നുമില്ല'(പുറം 100). ഈ വികാസം മുതലാളിയുടെ പരിണാമത്തിന്റെ അടിത്തറയാകുന്നു.

ഈ പ്രക്രിയയിൽ കാർഷികജന്മിത്തത്തിന്റെ പങ്ക് ചർച്ചചെയ്യപ്പെടുന്നില്ല. അതിനെ ഏതാണ്ട് നിഷേധാത്മകമാണെന്ന രീതിയിലാണ് വിലയിരുത്തുന്നത് എന്നു തോന്നുന്നു. ശരിയായ സന്ദർഭത്തിൽ കർഷകൻ മണ്ണിൽനിന്നും അടിയാൻ പ്രഭുവിൽനിന്നും വേറിട്ട് കൂലിവേലക്കാരൻ ആകാൻ അത് സന്ദർഭമൊരുക്കേണ്ടതുണ്ട്. അതോടെ ഇല്ലതാകുന്നത് ഗ്രാമീണഭൂവുടമസ്ഥതയാണോ സ്വകാര്യസ്വത്താണോ കർഷക അടിയായ്മയാണോ അതല്ല, ഏതെങ്കിലും തരം കാണക്കുടിയായ്മയാണോ എന്നത് പ്രസക്തമല്ല. ഇതൊന്നും മനുഷ്യർ സ്വതന്ത്രതൊഴിലാളികളായി മാറുന്നതിന് വിഘാതമായിക്കൂടാ എന്നതാണ് പരമപ്രധാനം.

ഇതെപ്പറ്റി *Formen* ചർച്ചചെയ്യുന്നില്ല (*മൂലധനം* വാല്യം III ചർച്ച ചെയ്യുന്നുണ്ട്.) 'എന്നിരിക്കിലും, കുടിയായ്മയും തത്തുല്യമായ മറ്റ് ആശ്രിതബന്ധങ്ങളും സാമ്പത്തികമായി അടിമത്തത്തിൽനിന്ന് വ്യത്യസ്തമാണ്. ഭൂസ്വാമിയുടെ നിയന്ത്രണത്തിൻ കീഴിലാണ് കുടിയാൻ. എന്നിരിക്കിലും അയാൾ സാമ്പത്തികമായി സ്വതന്ത്രനായ ഒരു ഉൽപ്പാദകനാണ്; അടിമ അങ്ങനെയല്ല. പ്രഭുക്കന്മാരെ കുടിയായ്മയിൽനിന്ന് മാറ്റിയാൽ മിച്ചമാവുന്നത് ചെറുകിട ചരക്കുൽപ്പാദനമാണ്; തോട്ടങ്ങളെയും അടിമകളെയും വേർപെടുത്തിയാൽ (അടിമകൾ മറ്റെന്തെങ്കിലും ചെയ്യാത്തിടത്തോളം കാലം) ഒരുതരത്തിലുള്ള സമ്പദ്ക്രമവും ബാക്കിയാവുന്നില്ല. അതുകൊണ്ട് വ്യക്തി പാരതന്ത്ര്യം, വ്യക്തി അസ്വതന്ത്രത, (അത് ഏത് രൂപത്തിലുള്ളതായാലും) എന്നിവയുടെ സാഹചര്യങ്ങൾ, മനുഷ്യരെ ഭൂമിയുടെ ഭാഗമാക്കി കെട്ടിയിടൽ, ശരിയായ അർഥത്തിൽ വില്ലെയ്നേജ്, ആണ് ആവശ്യം.' (*മൂലധനം* വാല്യം III, പുറം 841). അടിയായ്മയുടെ സാഹചര്യത്തിൽ കുടിയാന് അധ്വാനമിച്ചം ഉണ്ടാക്കാനാകും, അത് ഒരു രൂപത്തിലല്ലെങ്കിൽ മറ്റൊരു രൂപത്തിൽ അവന്റെ പ്രഭുവിന് കൈവശപ്പെടുത്താൻ കഴിയും. പക്ഷേ അതേസമയം അടിയാന് ഒരു ലാഭം തനിക്കായി സ്വരൂപിക്കാനും കഴിയും. ജന്മിത്തത്തെപ്പോലെ സാമ്പത്തികമായി പ്രാകൃതവും അവികസിതവുമായ വ്യവസ്ഥകളിൽ സാമ്പ്രദായിക വ്യാപ്തി എന്ന നിലയ്ക്ക് മിച്ചം മാറ്റമില്ലാതെ തുടരാനാണ് പ്രവണത കാണിക്കുക. "(അടിയാന്റെ) അധ്വാനത്തിന്റെ ഉപയോഗം ഒരുതരത്തിലും കൃഷിയിൽ മാത്രം ഒതുങ്ങുന്നില്ല; ഗ്രാമീണ ഗാർഹികനിർമാണ പ്രവർത്തനങ്ങളും അതിൽപ്പെടും. അതുകൊണ്ട് ഇവിടെ ഒരുതരത്തിലുള്ള സാമ്പത്തികപരിമാണത്തിന് സാധ്യതയുണ്ട്...."(*മൂലധനം*, വാല്യം III, പുറങ്ങൾ 884–85).

അടിമത്തത്തിന്റെ ആഭ്യന്തരവൈവിധ്യങ്ങളേക്കാൾ കൂടുതലൊന്നും അടിയായ്മയുടെ ഈ വശങ്ങളെപ്പറ്റി മാർക്സ് ചർച്ചചെയ്യുന്നില്ല. രണ്ടി

ന്റെയും 'സാമ്പത്തികചരിത്രം' ചിത്രീകരിക്കലല്ല, *Formen*ൽ അദ്ദേഹത്തിന്റെ ദൗത്യം. മുതലാളിത്തത്തിന്റെ മുന്നുപാധികൾ വിശദീകരിക്കാൻ ആവശ്യമുള്ളതിൽ കവിഞ്ഞ ഒരു താൽപ്പര്യവും മുതലാളിത്തപൂർവമായ വ്യവസ്ഥകളുടെ ആഭ്യന്തരചാലകങ്ങളെ സംബന്ധിച്ച് അദ്ദേഹം ഇവിടെ പ്രകടിപ്പിക്കുന്നില്ല. രണ്ട് നിഷേധാത്മക പ്രശ്നങ്ങളിലാണ് അദ്ദേഹത്തിന് ആകെ താൽപ്പര്യം: എന്തുകൊണ്ടാണ് ജന്മിത്തത്തിൽനിന്നല്ലാതെ മറ്റൊരു മുതലാളിത്തപൂർവ സാമൂഹിക - സാമ്പത്തിക രൂപഘടനയിൽ നിന്നും അധ്വാനം, മൂലധനം എന്നിവ ഉയിർക്കൊള്ളാതിരുന്നത്? എന്തുകൊണ്ടാണ് കാർഷികരൂപത്തിൽ ജന്മിത്തം അവയുടെ ഉദയത്തെ അനുവദിച്ചത്? എന്തുകൊണ്ടാണ് അവയ്ക്ക് അത് മൗലികതടസം സൃഷ്ടിക്കാതിരിക്കുന്നത്?

ഇത് അദ്ദേഹത്തിന്റെ രചനയിലെ സുവ്യക്തമായ വിടവുകൾ വിശദീകരിക്കുന്നു. 1845–46 ലേതുപോലെ തന്നെ ജന്മിത്ത കൃഷിയുടെ കൃത്യമായ പ്രവർത്തന രീതിയെക്കുറിച്ച് ചർച്ചയൊന്നും ഇല്ല. ജന്മിത്ത നഗര-ഗ്രാമങ്ങൾ തമ്മിലുള്ള നിയതമായ ബന്ധം, ഒന്ന് മറ്റൊന്നിനെ ഉൽപ്പാദിപ്പിക്കുന്നത് എന്തുകൊണ്ട് എന്ന വിഷയങ്ങളെപ്പറ്റിയൊന്നും ചർച്ചയില്ല. യൂറോപ്യൻ ജന്മിത്തം അന്യമാണ് എന്നൊരു ധ്വനി ഉണ്ട് താനും. ഈ വ്യവസ്ഥയുടെ മറ്റൊരു രൂപവും മധ്യകാലനഗരത്തെ ഉൽപ്പാദിപ്പിച്ചിട്ടില്ല; മധ്യകാലനഗരമാണ് മുതലാളിത്ത പരിണാമത്തെക്കുറിച്ചുള്ള മാർക്സിയൻ സിദ്ധാന്തത്തിന്റെ മർമപ്രധാനമായ ചുഴിപ്പുകളിൽ ഒന്ന്. യൂറോപ്പിനുപുറത്ത് (ഒരുപക്ഷേ ജപ്പാനിലും-ഇതെപ്പറ്റി മാർക്സ് എവിടെയും വിശദമായി ചർച്ചചെയ്യുന്നില്ല) നിലനിൽക്കുന്ന ഒരു പൊതു ഉൽപ്പാദന രീതി എന്ന നിലയ്ക്ക് ജന്മിത്തത്തെക്കുറിച്ച്, മുതലാളിത്തത്തിലേക്ക് പരിണമിക്കാനുള്ള അതിന്റെ പ്രവണത സംബന്ധിച്ച്, ആധികാരികമായി എന്തെങ്കിലും 'സാമാന്യനിയമം' വായിച്ചെടുക്കാവുന്ന യാതൊന്നും മാർക്സ് പറഞ്ഞു വച്ചിട്ടില്ല.

Formen ൽ ചർച്ചചെയ്യപ്പെടുന്നത് ജർമനികവ്യവസ്ഥയാണ്. അതായത്, പ്രാകൃതകൂട്ടായ്മാ വ്യവസ്ഥയുടെ ഒരു സവിശേഷ ഉപവിഭാഗം. അങ്ങനെ ഒരു സവിശേഷ ഉപവിഭാഗമായതുകൊണ്ടുതന്നെ അത് ഒരു പ്രത്യേകയിനം സാമൂഹ്യഘടനയായി ഉരുവംകൊള്ളാനുള്ള പ്രവണതയും പ്രകടിപ്പിക്കുന്നു. സാമ്പത്തികസ്വാശ്രിതത്വമുള്ള കുടുംബയൂണിറ്റുകളുടെ ചിതറിക്കിടക്കുന്ന ആവാസവ്യവസ്ഥകളിലാണ് അതിന്റെ മർമം കുടികൊള്ളുന്നത്. പ്രാചീനരുടെ കർഷകനഗരത്തിൽനിന്ന് ഭിന്നമാണത്. "ഓരോ തറവാടും ഒരു സമ്പദ്ക്രമമാണ്. അതിൽ സ്വതന്ത്രമായ ഉൽപ്പാദനകേന്ദ്രമുണ്ട്.(നിർമാണം സ്ത്രീകളുടെയും മറ്റും ഉപാധ്വാനത്തിന്റെ ബലത്തിൽ മാത്രം നടക്കുന്ന) പ്രാചീനലോകത്തിൽ അനുബന്ധദേശം ഉള്ള നഗരം ഒരു സാമ്പത്തികപൂർണം ആകുന്നു. ജർമനിക ലോകത്ത് അത് ഒറ്റയൊറ്റ തറവാടുകളാണ്(പുറം 79). ഒരേ ഗോത്രത്തിൽപ്പെട്ട മറ്റു തറവാടുകളുമായുള്ള ബന്ധമാണ് അതിന്റെ നിലനിൽപ്പ്

സുരക്ഷിതമാക്കുന്നത്. ഇടയ്ക്കിടെ യുദ്ധം, മതം, തർക്കപരിഹാരം, പരസ്പര സുരക്ഷ എന്നീ ആവശ്യങ്ങൾക്കായി ഈ തറവാട്ടുകാർ കൂടിച്ചേരും. ഈ കൂടിച്ചേരലാണ് ആ ബന്ധത്തിന്റെ ബാഹ്യാവിഷ്കാരം(പുറം 80). പൊതുവായ സ്വത്ത് ഓരോ അംഗവും വ്യക്തി എന്ന നിലയ്ക്കാണ് ഉപയോഗിക്കുന്നത്. മേച്ചിൽപ്പുറങ്ങൾ, വേട്ടനിലങ്ങൾ, ഇത്യാദിയൊക്കെ ഇത്തരം പൊതുസ്വത്തിൽ ഉൾപ്പെടുന്നു. പ്രാചീനസമൂഹത്തിൽ ആണെങ്കിൽ അത് പൊതുക്ഷേമത്തിന്റെ പ്രതിനിധിയാകും. റോമൻ സാമൂഹികസംഘാടനത്തെ നമുക്ക് ഓക്സ്ഫഡിലെയോ കേംബ്രിജിലെയോ കോളേജിനോട് തുലനം ചെയ്യാവുന്നതാണ്. അവിടത്തെ 'ഫെലോ'കൾ കൂട്ടായ ഒരു സ്ഥലം എന്ന നിലയ്ക്ക് ഭൂമി, കെട്ടിടങ്ങൾ എന്നിവയുടെ ഉടമകളാണ്. പക്ഷേ വ്യക്തിപരമായി അതിന്റെ ഏതെങ്കിലും ഒരു ഭാഗം ആരുടെയും 'സ്വന്തം' അല്ല താനും. ജർമനിക വ്യവസ്ഥയെ ഒരു ഭവന സഹകരണസംഘത്തിന്റെ സംഘാടനത്തോട് തുലനം ചെയ്യാം. അവിടെ ഒരുവന് ഫ്ളാറ്റ് കൈവശമുണ്ടെന്ന് അവകാശപ്പെടണമെങ്കിൽ മറ്റ് അംഗങ്ങളുമായി ഏകീകരണവും തുടരുന്ന സഹകരണവും ഉണ്ടായിരിക്കണം. ഇനി അഥവാ ഇല്ലെങ്കിലും വ്യക്തിസ്വത്ത് എന്ന നിലയ്ക്കു തന്നെ ആ ഫ്ളാറ്റിൽ അവന്റെ ഉടമസ്ഥത തിരിച്ചറിയാവുന്ന രൂപത്തിൽ നിലനിൽക്കുകയും ചെയ്യുന്നുണ്ട്. ഇത് കൂട്ടായ്മാവ്യവസ്ഥയുടെ താരതമ്യേന അയഞ്ഞ രൂപമാണ്. ഇതിൽ സാമ്പത്തിക വൈയക്തീകരണത്തിന് കൂടുതൽ സാധ്യതയുണ്ട്. അതുകൊണ്ട് 'ജർമനിക വ്യവസ്ഥ' (ജന്മിത്തം വഴി) ബൂർഷ്വസമൂഹത്തിന്റെ നേർ മുൻഗാമിയാകുന്നു.

ഈ വ്യവസ്ഥ ജന്മിത്തമായി പരിണമിക്കുന്നത് എങ്ങനെയെന്ന് ചർച്ച ചെയ്യപ്പെടുന്നില്ല. ആഭ്യന്തരവും ബാഹ്യവുമായ തരംതിരിവുകൾ (ഉദാ: യുദ്ധം, അധിനിവേശം എന്നിവയുടെ ഫലങ്ങൾ) പലതും പ്രത്യക്ഷപ്പെടുന്നുണ്ട്. മാർക്സ് സൈനികസംഘാടനത്തിന് ഗണ്യമായ പ്രാധാന്യം കൊടുക്കുന്നുണ്ടെന്ന് ഊഹിക്കാം. (കാരണം, പ്രാചീനവ്യവസ്ഥയിൽ എന്നതുപോലെ ജർമനികവ്യവസ്ഥയിലും യുദ്ധം 'സ്വത്ത് പരിപാലിക്കാനും ആർജിക്കാനും വേണ്ടിയുള്ള അത്തരം പ്രാകൃത കൂട്ടായ്മകളുടെയെല്ലാം ആദിമകർത്തവ്യങ്ങളിൽ ഒന്നാകുന്നു (പുറം 89). ഇതാണ് *Origin of the Family* യിൽ പിന്നീട് എംഗൽസ് കൈക്കൊള്ളുന്ന വിശദീകരണവും. അവിടെ റ്റ്യൂറ്റോണികഗോത്രങ്ങൾക്കിടയിലെ സൈനിക നേതൃത്വത്തിന്റെ പരിവർത്തനത്തിൽനിന്നാണ് രാജാവ് ഉണ്ടാകുന്നത്. മാർക്സ് ഇതിൽനിന്ന് വ്യത്യസ്തമായി ചിന്തിച്ചിരിക്കാം എന്നു കരുതേണ്ടതില്ല.

ജന്മിത്തത്തിന്റെ ആഭ്യന്തരവൈരുധ്യങ്ങൾ എന്തൊക്കെയായിരുന്നു? അത് മുതലാളിത്തമായി ഉരുവംകൊണ്ടതെങ്ങനെ? ഈ പ്രശ്നങ്ങൾ മാർക്സിസ്റ്റ് ചരിത്രകാരന്മാരെ കൂടുതൽ കൂടുതൽ മഥിക്കുന്നുണ്ട്. ഉദാ: എം എച്ച് ദോബ്ബിന്റെ *Studies in the Development of Capitalism* (1950 കളുടെ തുടക്കം). ഇത് അക്കാലത്ത് വലിയ അന്തർദേശീയ ചർച്ചാ

വിഷയമായി. അധികം താമസിയാതെ യു എസ് എസ് ആറിൽ 'ജന്മിത്തത്തിന്റെ മൗലികമായ സാമ്പത്തികനിയമ' ത്തെപ്പറ്റി സംവാദം നടക്കുന്നുണ്ട്. രണ്ട് ചർച്ചകളുടെയും യോഗ്യത എന്തോ ആകട്ടെ. ആദ്യത്തേതാണ്, രണ്ടാമത്തേതിനെ അതിശയിച്ചതെന്ന് തോന്നുന്നു. ഏതായാലും രണ്ട് ചർച്ചകളും വിഷയത്തിൽ മാർക്സിന്റെ വീക്ഷണം ഒട്ടും ഇല്ലാത്തതുകൊണ്ട് അപൂർണമാണെന്നു കാണുന്നു. ജന്മിത്തം ക്ഷയിക്കാൻ കാരണം 'ഒരു ഉൽപ്പാദനവ്യവസ്ഥ എന്ന നിലയ്ക്ക് അത് പ്രകടിപ്പിച്ച കാര്യക്ഷമത ഇല്ലായ്മയും ഭരണവർഗത്തിന്റെ വരുമാനം കൂട്ടാനുള്ള ത്വര'യും ആയിരുന്നു എന്നുപറയുന്നിടത്ത് മാർക്സ് ദോബ്ബിനോട് യോജിക്കുമായിരുന്നിരിക്കാം (*Studies* പുറം 42). ജന്മിത്തത്തിലെ ഭരണവർഗത്തിന്റെ ആവശ്യങ്ങളുടെ ആപേക്ഷികമായ അയവില്ലായ്മ, ആ ആവശ്യങ്ങളെ സാമ്പ്രദായികമായി ഉറപ്പിക്കാനുള്ള അതിന്റെ പ്രവണത എന്നിവ മാർക്സ് ഊന്നുന്നുണ്ട് എന്നാണ് കരുതേണ്ടത്. "ജന്മിത്തസമൂഹത്തിലെ" 'പ്രാഥമിക ചാലകശക്തി' 'പാട്ടത്തിനുള്ള പരിശ്രമമായിരുന്നു' എന്ന ആർ എച്ച് ഹിൽട്ടന്റെ വീക്ഷണത്തോടും അദ്ദേഹം യോജിക്കുമായിരുന്നു എന്നു കരുതാനും അത്രതന്നെ ന്യായമുണ്ട്. പക്ഷേ ചൂഷിതവർഗങ്ങളുടെ ലളിതമായ പരിശ്രമം മാത്രമായിരുന്നു അത്തരമൊരു പ്രാഥമികചാലകശക്തി ആയി വർത്തിച്ചത് എന്ന പോർഷ്നേവിന്റെ അതിലളിതവൽക്കൃതമായ വീക്ഷണത്തെ മാർക്സ് തീർച്ചയായും തിരസ്കരിച്ചിരിക്കാനാണ് സാധ്യത. പക്ഷേ ഇത്തരം വാദഗതികൾ ഒന്നും മുൻകാണുന്നതിന്റെ യാതൊരു ലക്ഷണവും മാർക്സ് ഒരു രചനയിലും കാണിക്കുന്നില്ല; *Formen* ൽ ഒട്ടുമില്ല.

ഈ ചർച്ചകളിൽ പങ്കെടുത്തവരിൽ മാർക്സിന്റെ തിരിച്ചറിയാവുന്ന വഴികൾ പിൻതുടരുന്നു എന്ന് പറയാവുന്ന ആരെങ്കിലും ഉണ്ടെങ്കിൽ അത് പി എം സ്വീസിയാണ്. മാർക്സിനെ പിൻപറ്റി അദ്ദേഹം വാദിച്ചത് ജന്മിത്തം ഉപയോഗാധിഷ്ഠിതമായ ഉൽപ്പാദനത്തിന്റെ വ്യവസ്ഥയാണ് എന്നാണ്. അത്തരം സാമ്പത്തിക രൂപങ്ങളിൽ 'ഉൽപ്പാദനത്തിന്റെ തന്നെ പ്രകൃതത്തിൽനിന്ന് മിച്ചാധ്വാനത്തിനുള്ള സീമാതീതമായ ദാഹമൊന്നും ഉളവാകുന്നില്ല' എന്ന മാർക്സിന്റെ നിരീക്ഷണം ഓർക്കുക (*മൂലധനം*, വാല്യം I, പുറം 219, അധ്യായം X, വിഭാഗം 2). അതുകൊണ്ട് കച്ചവടത്തിന്റെ വളർച്ചയാണ് മുഖ്യമായും തകർച്ചയ്ക്ക് കാരണമാകുന്ന ഘടകം. ജന്മിത്തം നിലനിൽക്കുന്ന നാട്ടിൻപുറവും അതിന്റെ വിളുമ്പിൽ സ്ഥിതിചെയ്യുന്ന പട്ടണങ്ങളും തമ്മിലുള്ള സംഘട്ടനത്തിന്റെയും അന്യോന്യ ലീലയുടെയും ഫലമാണ് ഈ വളർച്ച *Transition*, പുറം 2, 7–12). ഈ വാദത്തിന് *Formen* വാദവുമായി ഏറെ സാമ്യമുണ്ട്.

മാർക്സിനെ സംബന്ധിച്ചിടത്തോളം ജന്മിത്തത്തിൽനിന്നുള്ള മുതലാളിത്തത്തിന്റെ വികാസത്തിന് നിദാനമാകുന്നത് മൂന്നു പ്രതിഭാസങ്ങളുടെ സമ്മേളനമാണ്. ഒന്ന്, ഒരു പ്രത്യേകഘട്ടത്തിൽ കർഷകവൃന്ദത്തെ 'സ്വതന്ത്രമാക്കി വിടാൻ' അനുവദിക്കുന്ന ഒരു ഗ്രാമീണസാമൂഹികഘടന;

രണ്ട്, കൈവേലകളുടെ രൂപത്തിൽ സവിശേഷവൽക്കൃതവും സ്വത ന്ത്രവും കാർഷികേതരവുമായ ചരക്കുൽപ്പാദനം നടത്തുന്ന നാഗരിക കൈവേലാവികാസം; മൂന്ന്, വ്യാപാരം, പലിശ, വായ്പ എന്നിവയിലൂടെ ലഭ്യമാകുന്ന പണസമ്പത്തിന്റെ സംഭരണം (ഈ കാര്യം മാർക്സ് അസന്ദിഗ്ധമായി പറയുന്നുണ്ട്) (പുറം 107–108). അത്തരം പണസംഭര ണങ്ങളുടെ രൂപവൽക്കരണം 'ബൂർഷ്വാ സമ്പദ്വ്യവസ്ഥയുടെ പ്രാഗ്ച രിത്രത്തിൽപ്പെടുന്നു' (പുറം 113); അത് അപ്പോഴും മൂലധനം ആയിട്ടില്ല. അത് ഉണ്ടായതുകൊണ്ടോ, അതിന് പ്രത്യക്ഷമായ മേൽക്കോയ്മ ഉള്ള തുകൊണ്ടോ മാത്രം തനിയെ മുതലാളിത്തവികാസം സംഭവിക്കുന്നില്ല. അല്ലെങ്കിൽ 'പ്രാചീന റോം, ബൈസാന്റിയം, ഇത്യാദി സമൂഹങ്ങളും സ്വതന്ത്രാധ്വാനം, മൂലധനം എന്നിവയിലൂടെ ആയിരുന്നേനെ അവയുടെ ചരിത്രം അവസാനിപ്പിക്കുന്നത്' (പുറം 109). പക്ഷേ അത് അത്യാവശ്യ മാണ്.

അത്രതന്നെ അത്യാവശ്യമാണ് നാഗരികകൈവേല എന്ന ഘട കവും. ഈ വിഷയത്തിൽ മാർക്സിന്റെ നിരീക്ഷണങ്ങൾ അവ്യക്തവും സൂചനകൾ മാത്രം ഉള്ളവയുമാണ്. പക്ഷേ അദ്ദേഹത്തിന്റെ അപഗ്രഥ നത്തിൽ അതിനുള്ള പ്രാധാന്യം വ്യക്തമാണ്. കൈവേലാശേഷി, അഭി മാനം, സംഘാടനം എന്നിവയിലാണ് അദ്ദേഹം ഏറ്റവും കൂടുതൽ ഊന്നു ന്നത്. മധ്യകാലയുഗത്തിലെ കൈവേലയുടെ രൂപീകരണത്തിന്റെ പ്രാധാന്യം 'അധ്വാനത്തെതന്നെ കൈവേലയാൽ നിർണയിതമായ ഒരു ശേഷിയാക്കി വികസിപ്പിക്കുക വഴി (അത്) സ്വയം ഒരു സ്വത്തായി മാറുന്നു, കേവലം സ്വത്തിന്റെ പ്രഭവമല്ലാതാകുന്നു' എന്നിടത്താണ്(പുറം 104). അങ്ങനെ അത് അധ്വാനം, ഉൽപ്പാദനത്തിന്റെ മറ്റ് ഉപാധികൾ എന്നി വയുടെ വേർതിരിവ് സാധ്യമാക്കുന്നു. അതോടെ അധ്വാനം കൂട്ടായ്മാ വ്യവസ്ഥയിലേതിനെക്കാൾ കൂടുതൽ വ്യക്തിവൽക്കരണത്തിന് വിധേ യമാകുന്നു, അത് സ്വതന്ത്രാധ്വാനം എന്നൊരു സംവർഗമാകാനുള്ള സാധ്യത വർധിക്കുന്നു. പക്ഷേ കൈവേല–പണിക്കൂട്ടം അവസ്ഥയിൽ, 'അധ്വാനോപകരണം ജീവനുള്ള അധ്വാനവുമായി അഭേദ്യമായി കലർന്നി രിക്കുന്നതിനാൽ അധ്വാനം ചംക്രമണയോഗ്യമാകുന്നില്ല' (പുറം 108). അതിന് സ്വയം അധ്വാനവിപണി ഉൽപ്പാദിപ്പിക്കാൻ കഴിയില്ലെങ്കിലും കൈവേലാപ്രവർത്തനത്തിന്റെ മുന്നുപാധിക്കുകീഴിൽ മാത്രമേ അധ്വാ നവിപണി സൃഷ്ടിക്കാനാകൂ. ഈ പ്രവർത്തനമാകട്ടെ, "മൂലധന ത്തെയോ കൂലിവേലയെയോ അല്ല, പണിക്കൂട്ടങ്ങളും മറ്റുമായുള്ള തൊഴിൽ സംഘാടനത്തെയാണ് ആധാരമാകുന്നത്,"(പുറം 112). പക്ഷേ ഇതിനൊക്കെ ചേരുന്ന ഗ്രാമീണഘടന ആവശ്യമായിരുന്നു. 'കൈമാറ്റ മൂല്യങ്ങളുടെ – ഉപയോഗമൂല്യങ്ങളുടെ അല്ല – ഉൽപ്പാദനത്തിൽ നാട്ടിൻപുറം മുഴുവൻ ഉൾപ്പെട്ടുകൊണ്ടു മാത്രമേ മുതലാളിത്തത്തിന് വികസിക്കാൻ കഴിയൂ' (പുറം 116). ഇതുകൊണ്ടാണ് പ്രാചീനർക്ക് കൈവേലകളെക്കുറിച്ച് പുച്ഛവും സംശയവും ഉണ്ടെങ്കിലും നാഗരികകൈ

വേലാപ്രവർത്തനത്തിന്റെ ഒരു ഭാഷ്യം ഉൽപ്പാദിപ്പിച്ചിട്ടും വൻകിടവ്യവസായം ഉൽപ്പാദിപ്പിക്കാൻ കഴിയാതെ പോയത്(അതേ ഗ്രന്ഥം, അതേ പുറം). ജന്മിത്തത്തിന്റെ ഗ്രാമീണഘടനയെ ഇങ്ങനെ അലിവുപാകമാക്കിയത് 'ജർമനികവ്യവസ്ഥ' യുടെ സ്വഭാവ സവിശേഷതകൾക്കപ്പുറം മറ്റെന്താണ് എന്ന് പറയുന്നില്ല. ഈ ഘട്ടത്തിൽ മാർക്സിന്റെ വാദത്തിന്റെ പശ്ചാത്തലത്തിൽ കൂടുതൽ അന്വേഷിക്കേണ്ട കാര്യവുമില്ല. ഒരു കൈമാറ്റ സമ്പദ്ക്രമത്തിന്റെ വളർച്ചയുടെ ഫലങ്ങൾ പലതും ആനുഷംഗികമായി പരാമർശിക്കപ്പെടുന്നുണ്ട്.(ഉദാ: പുറം 112–113). 'ഭാഗികമായി(അധ്വാനവും ഉൽപ്പാദനത്തിന്റെ വസ്തുനിഷ്ഠ ഉപാധികളും തമ്മിലുള്ള)വേർതിരിച്ചിലിന്റെ ഈ പ്രക്രിയ നടന്നത്(പണസമ്പത്ത്) കൂടാതെയാണ്(പുറം 113). പൊതുവായ ഒരു വിതരണത്തോട് ഏറ്റവും അടുത്തു നിൽക്കുന്നത് (പുറം 114 മുതൽ) നൽകുന്ന സൂചന മൂലധനം ആദ്യം പഴയ ഉൽപ്പാദനരീതികളോടൊപ്പം പലപ്പോഴായി '*പ്രാദേശിക*' മായി (ഊന്നൽ മാർക്സിന്റേത്) പ്രത്യക്ഷപ്പെടുന്നു എങ്കിലും ക്രമേണ എല്ലായിടത്തും അവയെ (പഴയ ഉൽപ്പാദന രീതികളെ) തകർക്കുന്നു.

വിദേശക്കമ്പോളത്തിനായുള്ള നിർമാണം ആദ്യം വിദൂരവാണിജ്യത്തിന്റെ അടിസ്ഥാനത്തിൽ അത്തരം കച്ചവടത്തിന്റെ കേന്ദ്രങ്ങളിലാണ്, പണിക്കൂട്ടകേന്ദ്രങ്ങളിലല്ല, ആവിർഭവിക്കുന്നത്. ഏറ്റവും കുറഞ്ഞ ശേഷി വേണ്ട, ഏറ്റവും കുറഞ്ഞ തോതിൽ പണിക്കൂട്ടനിയന്ത്രണമുള്ള ഗ്രാമീണമായ അനുബന്ധവേലകളാണ് നടക്കുന്നത്. നെയ്ത്ത്, നൂൽപ്പ് എന്നിവ ആ ഗണത്തിൽപ്പെടുന്നു. കപ്പൽ ഗതാഗതവുമായി ബന്ധപ്പെട്ട കപ്പൽനിർമാണംപോലുള്ള നാഗരികശാഖകളിലും ഈ ഗണത്തിൽപ്പെടുന്ന നിർമാണപ്രവർത്തനങ്ങൾ നടക്കുന്നു. അതേസമയം നാട്ടിൻപുറത്ത് കർഷകപ്പാട്ടഅടിയാൻ പ്രത്യക്ഷപ്പെടുന്നു, ഗ്രാമീണർ സ്വതന്ത്ര ദിവസതൊഴിലാളികളായി പരിവർത്തനം ചെയ്യുന്നു. ഈ നിർമാണപ്രക്രിയകൾക്കൊപ്പം വിപുലമായ വിപണി ഒരു മുന്നുപാധിയാണ്. അടിയായ്മ ഇല്ലാതായി, നിർമാണവേല ആവിർഭവിക്കുന്നതോടെ ക്രമേണ എല്ലാ ഉൽപ്പാദനശാഖകളും മുതലാളിത്ത ഉൽപ്പാദനശാഖകളായി മാറുന്നു. നഗരങ്ങളിൽ ദിവസത്തൊഴിലാളികളും മറ്റുമായി പണിക്കൂട്ടങ്ങൾക്കു പുറമെയുള്ള ഒരു വർഗം ശരിയായ ഒരു തൊഴിലാളി വർഗത്തിന്റെ സൃഷ്ടിയിലെ ഒരു ഘടകമായി വർത്തിക്കുന്നു (പുറം 114–17).

ഗ്രാമീണ അനുബന്ധവേലകൾ തകരുന്നതോടെ മൂലധനത്തിന് ആഭ്യന്തരവിപണി സൃഷ്ടിക്കപ്പെടുകയാണ്. മുമ്പൊക്കെ ഉപഭോഗചരക്കുകൾക്കായി ഗ്രാമീണമേഖലയെയാണ് ആശ്രയിച്ചിരുന്നത്. എന്നാൽ പിന്നെപ്പിന്നെ നിർമാണശാലകളിലെയും വ്യവസായശാലകളിലെയും ഉൽപ്പാദനം അതിനു പകരം വരുന്നു. "തൊഴിലാളികൾ ഉൽപ്പാദനത്തിന്റെ ഉപാധികളാൽ മണ്ണിൽനിന്നും സ്വത്തിൽനിന്നും (അടിയായ്മാസ്വത്താണെങ്കിലും) വേർതിരിക്കപ്പെടുന്നതോടെ സ്വാഭാവികമായും ഉദയം കൊള്ളുന്നതാണ് ഈ പ്രക്രിയ (പുറം 118). പിന്നീട് നാഗരികവേലകൾ

വ്യവസായങ്ങളായി മാറുന്നുണ്ട്. അതിന് വ്യവസായശാലകളെ ആശ്രിയിക്കുന്ന ഉൽപ്പാദനമായി മാറാനുള്ള ശേഷി കൈവരിക്കാൻ ഉൽപ്പാദന രീതികളിൽ ഗണ്യമായ പുരോഗതി ഉണ്ടായേ തീരൂ. നിയതമായും മുതലാളിത്ത പൂർവരൂപഘടനകളെക്കുറിച്ച് ചർച്ചചെയ്യുന്ന മാർക്സിന്റെ രചനയിലെ ഭാഗം ഇവിടെ തീരുകയാണ്. മുതലാളിത്തവികാസത്തിന്റെ ഘട്ടങ്ങൾ ചർച്ചചെയ്യപ്പെടുന്നില്ല.

IV

Formen ൽ അവതരിപ്പിക്കുന്ന സാമാന്യവീക്ഷണങ്ങൾ പരിഷ്കരിക്കുന്നതിലേക്കും വിപുലീകരിക്കുന്നതിലേക്കും പിന്തുടരുന്നതിലേക്കും മാർക്സിന്റെയും എംഗൽസിന്റെയും പിന്നീടുള്ള ചിന്തയും പഠനവും എത്രമാത്രം നയിച്ചിട്ടുണ്ട് എന്നാണ് ഇനി നാം പരിശോധിക്കേണ്ടത്.

പ്രാകൃതകൂട്ടായ്മാവ്യവസ്ഥയുടെ പഠനമേഖലയിലെ ഒരു വിഷയമായിരുന്നു, പ്രധാനമായും ഇത്. *മൂലധനം*(1867) പ്രസിദ്ധം ചെയ്ത ശേഷം മാർക്സിന്റെതന്നെ ചരിത്രപരമായ താൽപ്പര്യം സാമൂഹിക വികാസത്തിന്റെ ഒരു ഘട്ടത്തെപ്പറ്റി ആയിരുന്നു എന്ന് തീർച്ചയാണ്. ഇതിന് അദ്ദേഹത്തിന് മൗറർ, മോർഗൻ എന്നിവരിൽനിന്നും 1873 നുശേഷം ആർത്തിയോടെ വായിച്ചു തീർത്ത റഷ്യൻ രചനകളിൽനിന്നും ധാരാളം ഉപാദാനങ്ങൾ കിട്ടി. 1857–58 ൽ ലഭ്യമായിരുന്നതിനേക്കാൾ ദൃഢമായ ഒരു പഠനാടിസ്ഥാനം ആ രചനകൾ അദ്ദേഹത്തിന് പ്രദാനം ചെയ്തു. *മൂലധനം* III ന്റെ കാർഷികോന്മുഖമായ സ്വഭാവത്തിനപ്പുറം രണ്ട് കാരണങ്ങൾ ഈ താൽപ്പര്യകേന്ദ്രീകരണത്തിന് ചൂണ്ടിക്കാണിക്കാം : ഒന്ന്, റഷ്യൻവിപ്ലവ പ്രസ്ഥാനം വികസിക്കുകയായിരുന്നു; അത് മാർക്സിനെയും എംഗൽസിനെയും റഷ്യയിൽ ഒരു യൂറോപ്യൻ വിപ്ലവത്തിന് സാധ്യത കാണുന്നതിലേക്ക് നയിച്ചു. മാർക്സ് പടിഞ്ഞാറൻ വികസിത വ്യവസായവൽകൃതരാജ്യങ്ങളിൽ മാത്രമാണ് വിപ്ലവപ്രതീക്ഷയർപ്പിച്ചിരുന്നത് എന്ന വീക്ഷണം അങ്ങേയറ്റം വികലമാണ്. ഗ്രാമക്കൂട്ടായ്മാവ്യവസ്ഥയുടെ പദവി റഷ്യൻ വിപ്ലവകാരികൾക്കിടയിൽ മൗലികമായ സൈദ്ധാന്തികവിയോജിപ്പിന്റെ വിഷയമായിരുന്നു. ഈ വിഷയത്തിൽ അവർ മാർക്സിന്റെ ഉപദേശം തേടിയിട്ടുണ്ട്. അതുകൊണ്ട് അദ്ദേഹം അതിനെപ്പറ്റി കുറേക്കൂടി വിശദമായി അന്വേഷിച്ചു എന്നത് സ്വാഭാവികം മാത്രം.

അദ്ദേഹത്തിന്റെ വീക്ഷണങ്ങൾ നരോദ്നിക്കുകളുടേതിനോടാണ് ചായ്‌വു പ്രകടിപ്പിച്ചത് എന്നത് അപ്രതീക്ഷിതവും കൗതുകകരമാണ്. റഷ്യൻ ഗ്രാമക്കൂട്ടായ്മാവ്യവസ്ഥയ്ക്ക് മുതലാളിത്തവികാസത്തിലൂടെ വിഘടനം കൂടാതെ തന്നെ നേരിട്ട് സോഷ്യലിസത്തിലേക്ക് പരിവർത്തനം ചെയ്യാനുള്ള അടിത്തറ പാകാൻ കെൽപ്പുണ്ട് എന്നായിരുന്നല്ലോ, നരോദ്നിക്കുകളുടെ കാഴ്ചപ്പാട്. ഇത് മാർക്സിന്റെ മുൻ ചരിത്രവീക്ഷണത്തിന്റെ സ്വാഭാവികപ്രവണത പിൻപറ്റുന്ന ഒരു കാഴ്ചപ്പാടല്ല. ഇത്

റഷ്യൻ മാർക്സിസ്റ്റുകാർ അംഗീകരിച്ച കാഴ്ചപ്പാടും അല്ലായിരുന്നു(ഇക്കാര്യത്തിൽ അവർ നരോദ്നിക്കുകളുടെ എതിരാളികളായിരുന്നു). പിൽക്കാല മാർക്സിസ്റ്റുകാരും ഈ കാഴചപ്പാട് ഏറ്റെടുത്തില്ല. ഏതായാലും അത് അടിസ്ഥാനരഹിതമാണെന്ന് തെളിയിക്കുകയും ചെയ്തു. അതിന്റെ ഒരു സൈദ്ധാന്തിക ന്യായീകരണം എഴുതിയുണ്ടാക്കാൻ മാർക്സ് അനുഭവിച്ച ബുദ്ധിമുട്ട് ഒരളവുവരെ അതത്ര ദഹിക്കാത്തതിന്റെ ഒരു പ്രതിഫലനമായിരുന്നു എന്നു കരുതണം. അതേ സമയം എംഗൽസ് സ്പഷ്ടമായും ഒന്നാംതരമായും മുഖ്യ മാർക്സിസ്റ്റ് പാരമ്പര്യത്തിലേക്ക് തിരിച്ച് പോകുന്നുണ്ട്. അദ്ദേഹം ഏതാനും വർഷങ്ങൾക്കുശേഷം റഷ്യൻ മാർക്സിസ്റ്റുകാരെ പിന്തുണയ്ക്കുമ്പോൾ ഈ വിഷയം ചർച്ച ചെയ്യുന്നുണ്ട്. ഇത് ഏതായാലും പ്രാകൃതകൂട്ടായ്മാ വ്യവസ്ഥയിൽ മാർക്സിന്റെ താൽപ്പര്യം വർധിച്ചുവരാനുണ്ടായ കാരണങ്ങളിൽ രണ്ടാമത്തേതിലേക്കാണ് നമ്മെ നയിക്കുന്നത്. മുതലാളിത്തസമൂഹത്തോട് അദ്ദേഹത്തിന്റെ വെറുപ്പും പുച്ഛവും വർധിച്ചുവരികയായിരുന്നു. (മാർക്സിസത്തിന്റെ വിപ്ലവപ്രയോഗത്തെ ഉപേക്ഷിക്കുകയും അദ്ദേഹത്തിന്റെ സിദ്ധാന്തത്തോടുള്ള വാത്സല്യം നിലനിർത്തുകയും ചെയ്യുന്ന ചില വിമർശകർക്കിടയിൽ പ്രായം കൂടിയപ്പോൾ മാർക്സിന്റെ ചെറുപ്പത്തിലെ വിപ്ലവവീര്യം അൽപ്പം കുറഞ്ഞു എന്ന ധാരണ വളരെ ജനപ്രിയത ആർജിച്ചിട്ടുണ്ടല്ലോ). പടിഞ്ഞാറൻ മുതലാളിത്തം അമാനവികമാണ്; പക്ഷേ മുതലാളിത്തപൂർവമായ സമ്പദ്ക്രമങ്ങളുടെ സ്തംഭനാവസ്ഥയ്ക്കുമേൽ അത് സൃഷ്ടിക്കുന്ന പ്രത്യാഘാതം ചരിത്രപരമായി പുരോഗമനാത്മകമാണ്– ഇതായിരുന്നു മാർക്സ് ആദ്യം നിരീക്ഷിച്ചിരുന്നത്. പക്ഷേ ക്രമേണ ഈ അമാനവികതയുടെ വർധമാനമായ കരാളത അദ്ദേഹത്തെ ഞെട്ടിച്ചു തുടങ്ങി. പ്രാകൃതക്കൂട്ടായ്മാവ്യവസ്ഥ എത്രമാത്രം പിന്നോക്കമായ ഒരു അവസ്ഥയാണെങ്കിലും അതിൽ പ്രസാദാത്മകമായ സാമൂഹികമൂല്യങ്ങൾ ഉണ്ടായിരുന്നു എന്ന് മാർക്സ് കരുതി. അവയെ അദ്ദേഹം എപ്പോഴും വിലമതിക്കുകയും ചെയ്തു. 1857–58 നു ശേഷം *മൂലധനം* III വാല്യത്തിലും തുടർന്നുള്ള റഷ്യൻ ചർച്ചയിലും അദ്ദേഹം പ്രാകൃത കൂട്ടായ്മയുടെ സാധ്യതയിലും ചരിത്രപരമായ വിഘടനത്തെ ചെറുക്കാനുള്ള അതിന്റെ ശക്തിയിലും മുൻകൂർ നാശമില്ലാതെതന്നെ കൂടുതൽ ഉന്നതമായ ഒരു സാമ്പത്തികരൂപത്തിലേക്ക് സംക്രമിക്കാനുള്ള ശേഷിയിലും കൂടുതൽ കൂടുതൽ ഊന്നിത്തുടങ്ങിയിരുന്നു എന്ന് തീർച്ചയാണ്. പ്രാകൃതപരിണാമത്തെപ്പറ്റി മാർക്സ് അവതരിപ്പിച്ചിരുന്ന സാമാന്യ ചിത്രത്തിന്റെ വിശദാംശങ്ങളൊന്നും ഞാനിവിടെ ചേർക്കുന്നില്ല. അത് എംഗൽസിന്റെ *Origin of the Family* യിൽ ഉണ്ട്. കാർഷികക്കൂട്ടായ്മാ വ്യവസ്ഥയെക്കുറിച്ച് പ്രത്യേകിച്ച് മാർക്സ് പറഞ്ഞിട്ടുള്ളതും ഇവിടെ ഞാൻ പരാമർശവിഷയമാക്കുന്നില്ല. പക്ഷേ ഈ രചനകളുടെ സ്വഭാവത്തെപ്പറ്റിയുള്ള രണ്ട് സാമാന്യനിരീക്ഷണങ്ങൾ ഇവിടെ പ്രസക്തമാണ്. ഒന്ന്, വർഗപൂർവസമൂഹം സ്വയമേവ വലിയതും സങ്കീർണവുമായ ഒരു

ചരിത്രകാലഘട്ടമാണ്. അതിന് സ്വന്തമായ വികാസചരിത്രവും നിയമങ്ങളും ഉണ്ട്, സ്വന്തമായ സാമൂഹിക-സാമ്പത്തിക സംഘാടനവുമുണ്ട്. ഇതിനെ മാർക്സ് *archaic formation* (കാലം തെറ്റിയ രൂപഘടന) അഥവാ *type* (ഇനം/തരം) എന്നാണ് ഒന്നിച്ചു ചേർത്ത് വിളിക്കുന്നത്. ഇതിൽ *Formen* ൽ വിവരിച്ചതുപോലെ പ്രാകൃതക്കൂട്ടായ്മാ വ്യവസ്ഥയുടെ നാല് അടിസ്ഥാന തരങ്ങൾ ഉൾപ്പെടുന്നു. ഒരു പക്ഷെ 'ഏഷ്യാറ്റിക രീതി' യും ഇതിൽപ്പെടും (ഇതാണല്ലോ വികസിത സാമൂഹിക-സാമ്പത്തിക രൂപഘടനകളിൽ ഏറ്റവും പ്രാകൃതം). അതുകൊണ്ടായിരിക്കാം എംഗൽസ് ഈ വിഷയത്തെപ്പറ്റി *Anti-Duhring* ലും *Origin of the Family* യിലും വിവരിക്കുമ്പോൾ ഈ രീതി ഒട്ടുമേ പരാമർശവിധേയമാകാത്തതും. കൂട്ടായ്മാ വിഘടനത്തിന്റെ ഒരു ഇടക്കാലം, അതിൽനിന്ന് ആവിർഭവിക്കുന്ന പലതരം ഭരണവർഗങ്ങൾ എന്ന ആശയം മാർക്സും എംഗൽസും മനസിൽ വച്ചിരുന്നിരിക്കാനും സാധ്യതയുണ്ട്.

രണ്ടാമത്, 'കാലം തെറ്റിയ' സാമൂഹിക പരിണാമത്തെ സംബന്ധിച്ച അപഗ്രഥനം എല്ലാ തരത്തിലും *German Ideology* ലും *Formen* ലും ഉള്ള അപഗ്രഥനവുമായി പൊരുത്തപ്പെടുന്നുണ്ട്. അത് അവയെ വിശദീകരിക്കുന്നു എന്നു മാത്രം. *Ideology* യിൽ മനുഷ്യ(ലൈംഗിക)പുനരുൽപ്പാദനത്തിന്റെ നിർണായക പ്രാധാന്യത്തെപ്പറ്റി ചെറിയ പരാമർശങ്ങൾ ആണല്ലോ ഉള്ളത്. അവയെ മോർഗന്റെ ദത്തങ്ങൾ വച്ച് വികസിപ്പിക്കുകയാണ് *Origin of the Family.* അതുപോലെ പ്രാകൃത കൂട്ടായ്മാ സ്വത്തിനെക്കുറിച്ചുള്ള സംഗ്രഹീതാപഗ്രഥനം കൊവെലെവ്സ്കിയെപ്പോലുള്ള പണ്ഡിതന്മാരുടെ(അദ്ദേഹം തന്നെ മാർക്സിനാൽ സ്വാധീനീകരിക്കപ്പെട്ടിരുന്നു എന്ന് ആനുഷംഗികമായി പറയട്ടെ) അറിവിന്റെ വെളിച്ചത്തിൽ പൂർണമാക്കുകയും പരിഷ്കരിക്കുകയും ചെയ്തിട്ടുണ്ട്. അങ്ങനെ സാസുലിച്ച് കരടുകളിൽ എത്തുമ്പോൾ കാർഷിക കൂട്ടായ്മാവ്യവസ്ഥയുടെ വിഘടന ഘട്ടങ്ങളായി വിശദീകരിക്കപ്പെടുന്നു.

മാർക്സിസത്തിന്റെ ഉപജ്ഞാതാക്കൾ സവിശേഷപഠനം തുടർന്ന രണ്ടാമത്തെ മേഖലയാണ് ജന്മിത്ത കാലഘട്ടം. മാർക്സിനേക്കാൾ എംഗൽസിനായിരുന്നു, ഇതിനോട് കൂടുതൽ പ്രിയം. ജന്മിത്തത്തിന്റെ ഉത്ഭവത്തെപ്പറ്റിയാണ് അത് ഭൂരിഭാഗവും വിശദീകരിക്കുന്നത്. അതുകൊണ്ടു തന്നെ അതിൽ പ്രാകൃതക്കൂട്ടായ്മാ രൂപങ്ങളെപ്പറ്റിയുള്ള മാർക്സിന്റെ പഠനങ്ങളുടെ അടർച്ചാർത്തുകൾ കാണാം. പക്ഷേ എംഗൽസിന്റെ താൽപ്പര്യം മാർക്സിന്റേതിൽനിന്ന് തെല്ല് വ്യത്യസ്തമായിരുന്നു എന്നാണ് കരുതേണ്ടത്. ജന്മിത്തത്തിന്റെ ഉയർച്ചതാഴ്ചകളെ കുറിച്ചാണ്, പ്രാകൃതകൂട്ടായ്മയുടെ വ്യവസ്ഥയുടെ നിലനിൽപ്പിനെയോ വിഘടനത്തെയോ കുറിച്ചല്ല, എംഗൽസ് കൂടുതൽ ശ്രദ്ധാലുവായത്. അടിയായ്മാകൃഷിയുടെ ചാലകശക്തിയെക്കുറിച്ച് അദ്ദേഹത്തിന് മാർക്സിനേക്കാൾ ഉൽക്കണ്ഠയുണ്ടായിരുന്നു. ഈ വിഷയങ്ങളിൽ മാർക്സിന്റെ അവസാനകാലത്തെ അപഗ്രഥനങ്ങൾ നാം കാണുന്നത് എംഗൽസിന്റെ

നിർധാരണങ്ങളിലാണ്. മാത്രമല്ല, രാഷ്ട്രീയ–സൈനികഘടകങ്ങൾ എംഗൽസിന്റെ രചനകളിൽ വലിയ പങ്കുവഹിക്കുന്നതായും കാണുന്നു. അദ്ദേഹം ഏതാണ്ട് പൂർണമായും മധ്യകാലജർമനിയുടെ കാര്യമാണ് ശ്രദ്ധിച്ചത് (ഒന്നോ രണ്ടോ തവണ അയർലൻഡിലേക്ക് ചെറുതായൊന്ന് എത്തിനോക്കുന്നുണ്ട്; ആ ദേശവുമായി അദ്ദേഹത്തിന് വ്യക്തിപരമായി ബന്ധമുണ്ടായിരുന്നു). ദേശീയതയുടെ ഉദയം, ചരിത്രവികാസത്തിൽ അതിന്റെ കർത്തവ്യം എന്നിവയെപ്പറ്റി മാർക്സിനേക്കാൾ എംഗൽസാണ് താൽപ്പര്യമെടുത്തത് എന്നതിന് സംശയമില്ല. എംഗൽസിന്റെ അപഗ്രഥനം മാർക്സിനോളം സാമാന്യവൽകൃതമായ തലത്തിലല്ല പ്രവർത്തിക്കുന്നത് എന്നതായിരിക്കാം ഈ ഊന്നൽവ്യത്യാസത്തിന്റെ ഒരു കാരണം. അങ്ങനെയല്ലാത്ത കാരണങ്ങളും ഉണ്ട്. ഇരുവരും സയാമീസ് ഇരട്ടകളായിരുന്നില്ല എന്നും മാർക്സായിരുന്നു കൂടുതൽ മഹാനായ ചിന്തകൻ എന്നും (എംഗൽസ് മനസിലാക്കുന്നതുപോലെ) അംഗീകരിക്കുമ്പോൾത്തന്നെ മാർക്സിനെയും എംഗൽസിനെയും തുലനം ചെയ്ത് എംഗൽസ് താരതമ്യേന മോശക്കാരൻ എന്ന് പറയാനുള്ള പുതിയ പ്രവണതയെക്കുറിച്ചും നാം ബോധവാന്മാരാകണം. രണ്ടാളുകൾ നാൽപ്പതു വർഷത്തിലധികം വലിയ സൈദ്ധാന്തികവിയോജിപ്പുകൾ ഒന്നും കൂടാതെ ഇത്രയും അടുത്തു സഹകരിച്ചു പ്രവർത്തിക്കുമ്പോൾ ഒരാൾക്ക് മറ്റൊരാളുടെ മനോവ്യാപാരങ്ങൾ പരിചിതമാകും എന്ന് അനുമാനിക്കാവുന്നതേയുള്ളൂ. *Anti-Duhring* എഴുതിയത് മാർക്സായിരുന്നെങ്കിൽ ആ രചന വ്യത്യസ്തമായേനെ എന്നതിൽ സംശയമില്ല. ഒരുപക്ഷേ അതിലെ ഉള്ളടക്കത്തെക്കുറിച്ച് അദ്ദേഹത്തിന് എന്തെങ്കിലും വിയോജിപ്പുണ്ടായിരുന്നതായി വിശ്വസിക്കാൻ യാതൊരു കാരണവും കാണുന്നില്ല. മാർക്സിന്റെ മരണശേഷം എംഗൽസ് നടത്തിയ രചനകളുടെ കാര്യവും അങ്ങനെതന്നെ.

ജന്മിത്തവികാസത്തെക്കുറിച്ച് എംഗൽസ് അവതരിപ്പിച്ച അപഗ്രഥനം (അതിനെ അദ്ദേഹം യൂറോകേന്ദ്രിതമായി തന്നെയാണ് കാണുന്നത്). 1857–58 ലെ അത്യധികം ആഗോള സ്വഭാവമുള്ള അപഗ്രഥനത്തിലുണ്ടായിരുന്ന നിരവധി വിടവുകൾ നികത്താനാണ് ശ്രമിക്കുന്നത്. ഒന്നാമതായി, പ്രാചീനവ്യവസ്ഥയുടെ ക്ഷയം, ജന്മിത്തരീതിയുടെ ഉദയം എന്നിവ തമ്മിൽ യുക്തിസഹമായ ഒരു ബന്ധം സ്ഥാപിക്കപ്പെടുന്നു. വിദേശ ബർബരാധിനിവേശക്കാർ. ഒന്ന് മറ്റൊന്നിന്റെ അവശിഷ്ടങ്ങൾക്കു മീതെ സ്ഥാപിച്ചതാണെങ്കിലും. പ്രാചീനകാലത്ത് വൻകിട കൃഷി സാധ്യമാകാൻ അടിമക്കൂട്ടം ഉണ്ടായേതീരൂ എന്ന അവസ്ഥയുണ്ടായിരുന്നു. പക്ഷെ ഒരു ഘട്ടം കഴിയുമ്പോൾ അത് സാമ്പത്തികമായി മെച്ചമില്ലാത്ത സ്ഥിതിയാകുന്നു. പിന്നെയത് വീണ്ടും ചെറുകിട കൃഷിക്ക് വഴിമാറുന്നു. ‘അതുമാത്രമാണ് ലാഭകരമായ ഒരേയൊരു രൂപം’ എന്ന അവസ്ഥയാകുന്നു. അതുകൊണ്ട് പ്രാചീനകൃഷി അപ്പോൾതന്നെ മധ്യകാലത്തേക്കുള്ള വഴി പാതി താണ്ടിക്കഴിഞ്ഞിരുന്നു. ജന്മിത്ത കാർഷികവൃത്തി

യിൽ ആധിപത്യം പുലർത്തിയിരുന്നത് ചെറുകിട കൃഷിയായിരുന്നു. അത് 'പ്രാവർത്തികമായി' അപ്രസക്തമാകുകയും അതോടെ കർഷകവൃന്ദത്തിലെ ചില അംഗങ്ങൾ സ്വാതന്ത്ര്യരാവുകയും ചിലർ പ്രഭുക്കന്മാരോട് പലതരത്തിലും കടപ്പെട്ടവരാകുകയും ചെയ്തു. സ്വന്തം ഉൽപ്പാദനോപാധികൾ ഉള്ള ചെറു ഉടമകളുടെ ചെറുകിട ഉൽപ്പാദനം തന്നെയാണ് നഗരങ്ങളിലും ആധിപത്യം പുലർത്തിയിരുന്നത്. സാഹചര്യങ്ങൾ കണക്കിലെടുക്കുമ്പോൾ അത് കുറേക്കൂടി സാമ്പത്തികമെച്ചമുള്ള ഉൽപ്പാദന രൂപമായിരുന്നെങ്കിലും ആദി ജന്മിത്തഘട്ടത്തിലെ സാമ്പത്തികജീവിതത്തിന്റെ പൊതുവായ പിന്നോക്കാവസ്ഥ പരിമിതികളും അടിച്ചേൽപ്പിക്കുന്നുണ്ട്– പ്രാദേശിക സ്വയംപര്യാപ്തത നല്ലപോലെ ഉണ്ടായിരുന്നതിനാൽ വളരെക്കുറച്ച് മിച്ചമേ വിൽപ്പനയ്ക്കോ തിരിച്ചു വിടാനോ ലഭ്യമായിരുന്നുള്ളൂ. പ്രഭുത്വ വ്യവസ്ഥ ഏതായാലും (വലിയ തോട്ടങ്ങൾ/ അവയിലെ ഉൽപ്പാദകരുടെ സംഘങ്ങൾ നിയന്ത്രിക്കാനുള്ള അധികാരത്തെയാണ് അത് അടിസ്ഥാനമാക്കിയിരുന്നത്) അത് 'ഭരിക്കുന്ന ഭൂവുടമകളുടെയും ആശ്രിതരായ കൊച്ചു കർഷകരുടെയും വൻ സംഘങ്ങളെ ഉൽപ്പാദിപ്പിച്ചേ മതിയാകൂ' എന്ന സ്ഥിതി ഉറപ്പുവരുത്താൻ ആ പരിമിതി സഹായിച്ചു. അതേസമയം അടിമത്തത്തിൽ അധിഷ്ഠിതമായ പ്രാചീന രീതിയിലോ വൻകിട അടിയായ്മാകൃഷിയുടെ ആധുനിക രീതിയിലോ അത്തരം വലിയ തോട്ടങ്ങളെ ചൂഷണം ചെയ്യുക അസാധ്യമാക്കുകയും ചെയ്തു, ആ പരിമിതി. അതാണ് ചാർലെ മാഗ്നെയുടെ ഇംപീരിയൽ 'വില്ല' കളുടെ പരാജയം നൽകുന്ന പാഠം. സന്യാസിമഠങ്ങൾ മാത്രമായിരുന്നു, അപവാദം. അവ 'അസാധാരണമായ സാമൂഹിക സംഘങ്ങൾ' ആയിരുന്നല്ലോ. അവയുടെ അടിത്തറ ബ്രഹ്മചര്യമായിരുന്നു. അതുകൊണ്ടു തന്നെ അവയുടെ അനന്യമായ സാമ്പത്തികപ്രകടനവും അനന്യമായി തന്നെ തുടരണം.

ഈ അപഗ്രഥനം ഒരളവുവരെ മധ്യകാലഘട്ടത്തിന്റെ ഉച്ചാവസ്ഥയിൽ നിലവിലുണ്ടായിരുന്ന വൻകിട ലേ ഡിമെസ്നെ* കൃഷിയുടെ പങ്കിനെ വില കുറച്ചു കാണുന്നുണ്ടാകാം. പക്ഷേ അത് അതിസൂക്ഷ്മമാണ്. പ്രത്യേകിച്ച് വൻതോട്ടത്തെ സാമൂഹികവും രാഷ്ട്രീയവും സാമ്പത്തികവുമായ ഒരു യൂണിറ്റ് എന്ന നിലയ്ക്കും ഒരു ഉൽപ്പാദന യൂണിറ്റ് എന്ന നിലയ്ക്കും വ്യതിരിക്തമായി കാണുന്നതിൽ. ജന്മിത്തത്തിൽ കർഷകകൃഷിക്കാണ്, ഡിമെസ്നെ കൃഷിക്കല്ല മേൽക്കോയ്മ എന്ന വിശകലനവും അതിസൂക്ഷ്മം തന്നെ. പക്ഷെ വില്ലെയ്നെയ്ജ്, ജന്മിത്തപ്രഭുത്വം എന്നിവയുടെ ഉത്ഭവത്തെപ്പറ്റി അത് സന്ദിഗ്ധതയും അവശേഷിപ്പിക്കുന്നു. എംഗൽസ് അതിനെ സാമൂഹികവും രാഷ്ട്രീയവും സൈനികവുമായിട്ടാണ്, സാമ്പത്തികമെന്നതിലേറെ, വിശദീകരിക്കുന്നത്. നിര

* കൈവശഭൂമി എന്നർഥം വരുന്ന ഫ്രഞ്ചുപദം. കൊട്ടാര ഭൂമിയുടെ തുടർച്ചയല്ലെങ്കിലും പ്രഭു നേരിട്ട് കൂലികൊടുത്ത് കൃഷിചെയ്യിക്കുന്ന സമ്പ്രദായത്തിലെ ഭൂമി.

ന്തരയുദ്ധം സ്വതന്ത്ര റ്റ്യൂറ്റോണിക കർഷകവൃന്ദത്തെ ദരിദ്രമാക്കിയിരുന്നു. അതിന് കുലീനരുടെയോ പുരോഹിതരുടെയോ സംരക്ഷണം തേടേണ്ടി വന്നു. വിജയകരമായ പടയോട്ടങ്ങൾവഴി അത് സൃഷ്ടിച്ച വലിയ രാഷ്ട്രീയഘടനകളെ ഭരിക്കാനോ നിയന്ത്രിക്കാനോ ശേഷിയില്ലാത്ത ഒരു തരം ബന്ധുതാധിഷ്ഠിതമായ സാമൂഹികസംഘാടനമായിരുന്നു അതിന്റേത് എന്നതായിരുന്നു, മൂലകാരണം. അതുകൊണ്ട് അവ വർഗങ്ങളുടെയും ഭരണകൂടത്തിന്റെയും ഉത്ഭവത്തെക്കൂടി സൂചിപ്പിക്കുന്നുണ്ട്. ലളിതരൂപത്തിൽ ഈ അനുമാനം അത്ര തൃപ്തികരമല്ല. പക്ഷേ സാമൂഹികഘടനയുടെ വൈവിധ്യങ്ങളിൽനിന്നാണ് (കേവലം പ്രാകൃതസാമ്പത്തിക നിർണയവാദത്തിൽ നിന്നല്ല) വർഗത്തിന്റെ ആവിർഭാവം എന്ന ആശയം പ്രധാനമാണ്. ഇത് 1857–58 ലെ കയ്യെഴുത്തു പ്രതികളുടെ ചിന്താധാരയുടെ തുടർച്ചയാണ്– അടിമത്തത്തെക്കുറിച്ചുള്ളവയുടേത് ഉദാഹരണം.

ജന്മിത്തത്തിന്റെ ക്ഷയത്തിന് നിദാനമാകുന്നത് വീണ്ടും കൈവേലകളുടെയും വ്യാപാരത്തിന്റെയും ഉദയം, പട്ടണ–നഗര വിഭജനം, സംഘട്ടനം എന്നിവതന്നെ. കാർഷികവികാസത്തിൽ അത് ജന്മിത്തപ്രഭുക്കന്മാരുടെ ഉപഭോഗവസ്തുക്കളുടെ (ആയുധങ്ങളുടെയും/ഉപകരണങ്ങളുടെയും അടക്കം) ആവശ്യം വർധിപ്പിച്ചതിലാണ് പ്രതിഫലിപ്പിക്കുന്നത്. ഇത്തരം വസ്തുക്കളാകട്ടെ, വാങ്ങാൻ മാത്രമേ കിട്ടൂ. കൃഷിയുടെ സ്തംഭിതമായ സാങ്കേതിക സാഹചര്യങ്ങൾ കണക്കിലെടുത്തതിൽ ഒരു പരിധിവരെ കർഷകരിൽനിന്ന് പിഴിഞ്ഞെടുത്ത് മിച്ചം സൃഷ്ടിക്കൽ വിപുലമായി മാത്രം നേടാവുന്ന ഒന്നായിരുന്നു– ഉദാഹരണത്തിന്, പുതിയ പ്രദേശങ്ങളെ കൃഷിയോഗ്യമാക്കിത്തീർത്തും പുതിയ ഗ്രാമങ്ങൾ സ്ഥാപിച്ചും. പക്ഷേ ഇവിടെ 'വില്ലെയ്നുകളാകട്ടെ, സ്വതന്ത്രരാകട്ടെ, കോളണിസ്റ്റുകളുമായി ഒരു സൗഹൃദക്കരാർ' ഉണ്ടാകുന്നുണ്ട് എന്ന വസ്തുത സൂചിതമാണ്. പ്രഭുത്വത്തിന്റെ പ്രാകൃതരൂപത്തിൽ ചൂഷണം തീവ്രമാക്കാനുള്ള യാതൊരു ചോദനയും ഉള്ളടങ്ങിയിരുന്നില്ല. കാലക്രമേണ കർഷകരുടെ നിയതമായ ഭാരങ്ങൾ കൂടുതൽ ലഘൂകരിക്കാനുള്ള പ്രവണതയാണ് അതിൽ ഉണ്ടായിരുന്നത്. അങ്ങനെ കർഷകസ്വാതന്ത്ര്യം ശ്രദ്ധേയമായ തോതിൽ വർധിക്കുന്ന പ്രവണതയും ദൃശ്യമായി, വിശിഷ്യ പതിമൂന്നാം നൂറ്റാണ്ടിനുശേഷം. (ഇവിടെ വീണ്ടും എംഗൽസിന് മധ്യകാലഘട്ടത്തിന്റെ ഉച്ചാവസ്ഥയിൽ നടന്ന ഡിമെസ്നെ കമ്പോളകൃഷിയുടെ വികാസത്തെക്കുറിച്ചും പതിനാലാം നൂറ്റാണ്ടിലെ 'ജന്മിത്ത പ്രതിസന്ധി' യെക്കുറിച്ചും അറിവില്ലായിരുന്നതിനാൽ ചിത്രം അൽപ്പം ലളിതവൽക്കൃതവും വക്രവുമാണ്.

പക്ഷേ, പതിനഞ്ചാം നൂറ്റാണ്ടു മുതൽ പ്രവണത നേരെ തിരിഞ്ഞു. പ്രഭുക്കന്മാർ സ്വതന്ത്രരെ വീണ്ടും കുടിയാന്മാരാക്കി, കർഷകഭൂമി വീണ്ടും സ്വന്തം തോട്ടങ്ങളാക്കി. ഇത് (ജർമനിയുടെ കാര്യത്തിലെങ്കിലും) പ്രഭുക്കന്മാരുടെ ആവശ്യവർധന മാത്രം കാരണമായിരുന്നില്ല. അവ

നിറവേറ്റാൻ സ്വന്തം തോട്ടങ്ങളിൽനിന്നുള്ള വിൽപ്പന കൂടിയേ തീരു എന്ന നിലയുണ്ടായിരുന്നു. പ്രവണത വിപരീതമായതിന് രാജാക്കന്മാരുടെ അധികാരവർധനയും കാരണമാണ്. അതോടെ കുലീനർക്ക് വഴിക്കൊള്ളയടക്കമുള്ള തട്ടിപ്പറികളിൽനിന്ന് മുമ്പുണ്ടായിരുന്ന വരുമാനങ്ങളൊക്കെ നിലച്ചു. അങ്ങനെ അടിയായ്മയുടെയും മുതലാളിത്തത്തിന്റെയും വളർച്ചയ്ക്ക് അനുപൂരകമായി നടന്ന കർഷകകുടിയിറക്കലുകളുടെയും അടിസ്ഥാനത്തിൽ വൻകിടകൃഷി പുനരുദ്ധരിക്കപ്പെടുന്നതോടെയാണ് ജന്മിത്തം അവസാനിക്കുന്നത്. "നാട്ടിൻപുറങ്ങളിൽ മുതലാളിത്ത യുഗത്തിന് നാന്ദികുറിച്ചത് കുടിയായ്മാ തൊഴിൽസേവനങ്ങളുടെ അടിസ്ഥാനത്തിലുള്ള വൻകിട കൃഷിയുടെ ഒരു ഘട്ടമാണ്."

ജന്മിത്ത ക്ഷയത്തിന്റെ ഈ ചിത്രം അത്ര തൃപ്തികരമല്ല. അത് ജന്മിത്തത്തെക്കുറിച്ചുള്ള ആദ്യ മാർക്സിസ്റ്റ് വിശകലനത്തിൽനിന്ന് ഗണ്യമായി മുന്നോട്ടുപോകുന്നുണ്ടെന്നത് ശരിതന്നെ. അത് ജന്മിത്ത കൃഷിയുടെ ചാലകശക്തികളെ സ്ഥാപിക്കാനും കണക്കിലെടുക്കാനും ശ്രമിക്കുന്നു. പ്രത്യേകിച്ച്, പ്രഭുക്കളും ആശ്രിതകർഷകരും തമ്മിലുള്ള ബന്ധത്തെ. ഇതിന് പ്രധാനമായും കാരണക്കാരൻ എംഗൽസാണ്. കാരണം, *The Mark* ന്റെ രചനയുമായി ബന്ധപ്പെട്ട കത്തുകളിലൂടെ അദ്ദേഹമാണ് തൊഴിൽസേവനങ്ങളുടെ സഞ്ചലനങ്ങളെ പ്രത്യേകമായി ഊന്നി പഠിച്ച് മാർക്സിന് ഈ വിഷയത്തിൽ മുൻപ് തെറ്റുപറ്റിയെന്ന് ചൂണ്ടിക്കാണിക്കുന്നത്. മധ്യകാല കാർഷികചരിത്രത്തെപ്പറ്റിയുള്ള അങ്ങേയറ്റം ഫലവത്താണെന്ന് പിന്നീട് തെളിഞ്ഞ ഒരു വിശകലനം അതിലൂടെ എംഗൽസ് അവതരിപ്പിക്കുന്നു. (മൗററെയാണ് അദ്ദേഹം പ്രധാനമായും അടിസ്ഥാനമാക്കിയത്.) അതേസമയം ഈ പഠനമേഖല മാർക്സിന്റെയും എംഗൽസിന്റെയും മുഖ്യതാൽപ്പര്യങ്ങളുടെ അരികുകളിലേ സ്ഥാനമുള്ളു എന്നുകൂടി ശ്രദ്ധിക്കേണ്ടതുണ്ട്. ജന്മിത്തസമൂഹത്തിന്റെ ഉത്ഭവത്തെക്കുറിച്ച് എഴുതുമ്പോഴുള്ള വൈദഗ്ധ്യമൊന്നും എംഗൽസ് ഈ പ്രശ്നത്തെക്കുറിച്ചുള്ള എഴുത്തിൽ കാണിക്കുന്നില്ല. മധ്യകാലഘട്ടങ്ങളുടെ തുടക്കത്തിൽ സാമ്പത്തികമെച്ചം ഇല്ലാതിരുന്ന വൻകിടകൃഷി എന്തുകൊണ്ട് അടിയായ്മയുടെ അടിസ്ഥാനത്തിൽ ഈ കാലഘട്ടത്തിന്റെ അവസാനമായപ്പോൾ ലാഭകരമായി മാറി എന്നതിന് വേണ്ടത്ര/പ്രത്യക്ഷമായ വിശദീകരണങ്ങൾ ഒന്നും എംഗൽസ് നൽകുന്നില്ല. പുരാതത്വശാസ്ത്രം രേഖപ്പെടുത്തിയ പ്രാചീനതയിൽനിന്ന് മധ്യകാലഘട്ടങ്ങളിലേക്കുള്ള സംക്രമണത്തിൽ നടന്ന സാങ്കേതികവിദ്യാവികാസങ്ങളിൽ അതീവ താൽപ്പര്യം പുലർത്തിയിരുന്ന എംഗൽസ് എന്തുകൊണ്ട് കൃഷിയിലെ സാങ്കേതികവിദ്യയിൽ വന്ന മാറ്റങ്ങളെക്കുറിച്ച് യഥാർഥത്തിൽ ചർച്ച ചെയ്യുന്നില്ല എന്നത് അത്ഭുതമുളവാക്കുന്നു. പടിഞ്ഞാറൻ, മധ്യയൂറോപ്പ് പ്രദേശങ്ങൾക്കു പുറമേക്ക് അപഗ്രഥനം പ്രയോഗിക്കാനുള്ള ഒരു ശ്രമവുമില്ല. ആകെയുള്ളത് അർഥസൂചന നിറഞ്ഞ ഒരു അഭിപ്രായപ്രകടനവും ഒരു നിരീക്ഷണവും മാത്രം: റഷ്യയിലെയും

അയർലൻഡിലെയും പോലെ പ്രാകൃത കാർഷികക്കൂട്ടായ്മ പ്രത്യക്ഷവും പരോക്ഷവുമായ വില്ലെനെയ്ജിന്റെ രൂപത്തിൽ നിലനിന്നിരുന്നു; കിഴക്കൻ യൂറോപ്പിൽ കർഷകരുടെ രണ്ടാം അടിയായ്മാവൽക്കരണം നടന്നത് കാർഷികോൽപ്പന്നങ്ങളുടെ കയറ്റുമതിക്കമ്പോളത്തിന്റെ ഉദയം കാരണമാണ്. രണ്ടും ആനുപാതികമായ അളവിൽ വളർന്നു. പല വർഷങ്ങൾക്കു മുമ്പ് താനും മാർക്സും ചേർന്ന് ആവിഷ്കരിച്ച ജന്മിത്ത–മുതലാളിത്ത സംക്രമണത്തെ സംബന്ധിച്ച പൊതുചിത്രം ഭേദഗതി ചെയ്യാനുള്ള യാതൊരു ഉദ്ദേശ്യവും എംഗൽസിന് ഉണ്ടായിരുന്നതായി തോന്നുന്നില്ല.

മാർക്സിന്റെയും എംഗൽസിന്റെയും അവസാന വർഷങ്ങളിൽ 'മുതലാളിത്തത്തിന് മുൻപുള്ള രൂപങ്ങളുടെ' ചരിത്രത്തിലേക്ക് സുപ്രധാനമായ സഞ്ചാരങ്ങൾ ഒന്നും നടക്കുന്നില്ല. അക്കാലത്ത് പതിനാറാം നൂറ്റാണ്ടിന് ശേഷമുള്ള കാലഘട്ടത്തെക്കുറിച്ച്, വിശിഷ്യ സമകാലികചരിത്രത്തെ ആസ്പദമാക്കി, പ്രധാനപ്പെട്ട പ്രവർത്തനങ്ങൾ അവർ നടത്തിയില്ല എന്നല്ല. അതുകൊണ്ട് ഇനി അവശേഷിക്കുന്നത് സാമൂഹികവികാസത്തിന്റെ ഘട്ടങ്ങൾ എന്ന പ്രശ്നത്തെക്കുറിച്ചുള്ള അവരുടെ ചിന്തകളുടെ രണ്ടുവശങ്ങൾ ചുരുക്കത്തിലൊന്ന് ചർച്ചചെയ്യുക മാത്രമാണ്. *Critique of Political Economy* യുടെ മുഖവുരയിൽ അവതരിപ്പിച്ച രൂപഘടനകളുടെ പട്ടിക അവർ എത്രമാത്രം നിലനിർത്തുന്നുണ്ട്? സാമൂഹിക–സാമ്പത്തിക വികാസത്തിന്റെ മറ്റേതെല്ലാം പൊതു ഘടനകളാണ് അവർ പരിഗണിക്കുകയോ പുനഃപരിഗണിക്കുകയോ ചെയ്യുന്നത്?

അവസാനവർഷങ്ങളിൽ മാർക്സും എംഗൽസും വലിയ സാമൂഹികവർഗീകരണങ്ങൾക്ക് ഉള്ളിൽതന്നെ ഉപവിഭാഗങ്ങൾ, ഉപഘട്ടങ്ങൾ, അന്തരാളഘട്ടങ്ങൾ എന്നിവയുടെ സൂചനകളും നൽകുന്ന പ്രവണത കാണിക്കുന്നുണ്ട്. പ്രത്യേകിച്ച് വർഗപൂർവ സമൂഹത്തിനകമേ പല രൂപഘടനകളുടെ പൊതുപട്ടികയിൽ വലിയ മാറ്റമൊന്നും കാണുന്നില്ല. ഒരു പക്ഷേ 'ഏഷ്യാറ്റിക് രീതി' യെ 'കാലംതെറ്റിയ ഇനം' സമൂഹമായി കാണുന്നതൊഴിച്ചാൽ. അതാകട്ടെ, തീർത്തും രൂപപരമായ ഒരു മാറ്റമാണുതാനും. ഏഷ്യാറ്റിക് രീതിയെ ഉപേക്ഷിക്കാനോ (സ്ലാവോനിക രീതിയെ പുനരധിവസിപ്പിക്കാനോ) യാതൊരു ശ്രമവും മാർക്സ് നടത്തുന്നില്ല; അതിനെ ജന്മിത്തമെന്ന് പുനർവർഗീകരിക്കാൻ അദ്ദേഹം ബോധപൂർവം കൂട്ടാക്കുന്നില്ല. ജർമനോ–റോമൻ ജന്മിത്തത്തിന്റെ നാല് സവിശേഷതകളിൽ മൂന്നെണ്ണം ഇന്ത്യയിൽ ദൃശ്യമാണെന്ന കൊവെലെവ്സ്കിയുടെ വീക്ഷണത്തിനെതിരെ വാദിക്കവേ മാർക്സ് ചൂണ്ടിക്കാണിക്കുന്നു: "ഇന്ത്യയെ സംബന്ധിച്ചിടത്തോളം ഗണ്യമായ പ്രാധാന്യമില്ലാത്ത അടിയായ്മയെ മറ്റു കാര്യങ്ങളോടൊപ്പം കൊവെലെവ്സ്കി മറന്നുപോകുന്നു (അസ്വതന്ത്രകർഷകരുടെ മാത്രമല്ല, സ്വതന്ത്ര കർഷകരുടെയും സംരക്ഷകർ എന്ന നിലയ്ക്കുള്ള ജന്മിപ്രഭുക്കന്മാരുടെ വ്യക്തിപരമായ പങ്ക്... ഇതും ഇന്ത്യയെ സംബന്ധിച്ചിടത്തോളം പ്രധാനമല്ല...

വഖഫ് (മതകാര്യങ്ങൾക്ക് സമർപ്പിതമായ ഭൂസ്വത്ത്,) ഒഴികെ റോമനോ-ജർമനികജന്മിത്തത്തിന്റെ പ്രത്യേകമായ ' മണ്ണിന്റെ കവിത' യും റോമിൽ ദൃശ്യമാകുന്നതിൽ കുടുതലൊന്നും ഇന്ത്യയിൽ ദൃശ്യമല്ല. കുലീനർക്കല്ലാതെ(*roturiers*) മറ്റാർക്കും ഭൂമി സ്വന്തമല്ല എന്ന അവസ്ഥ ഉണ്ടെന്ന് പറയാവുന്നിടത്തോളം കുലീനതയൊന്നും ഭൂമിക്ക് ഇന്ത്യയിൽ ഇല്ല. എംഗൽസിന് പ്രഭുത്വം, പ്രാകൃതക്കൂട്ടായ്മാ വ്യവസ്ഥയുടെ അടിയടര് എന്നിവയിൽ കൂടുതൽ താൽപ്പര്യമുണ്ടായിരുന്നതുകൊണ്ട് അത്രതന്നെ അസന്ദിഗ്ധമായി ഇതെപ്പറ്റി പറയുന്നില്ല. പക്ഷെ ജന്മിത്തത്തിൽനിന്ന് പൗരസ്ത്യദേശത്തെ അദ്ദേഹം കൃത്യമായും ഒഴിവാക്കുന്നുണ്ട്. കാർഷികജന്മിത്തത്തെക്കുറിച്ചുള്ള അപഗ്രഥനത്തെ യൂറോപ്പിനപ്പുറം കൊണ്ടുപോകാനുള്ള ഒരു ശ്രമവും അദ്ദേഹം നടത്തുന്നുമില്ല. കാർഷികജന്മിത്തവും മധ്യകാലനഗരവും തമ്മിലുള്ള സവിശേഷമായ സങ്കലനത്തെ തികച്ചും യൂറോപ്യനായ ഒരു സവിശേഷതയായി മാത്രമല്ല മാർക്സും എംഗൽസും കണ്ടിരുന്നത് എന്ന് സൂചിപ്പിക്കാൻ യാതൊരു ദൃഷ്ടാന്തവും ഇല്ല.

അതേസമയം ഈ അവസാന വർഷങ്ങളിൽ ഉൽപ്പാദനത്തിന്റെ സാമൂഹിക ബന്ധങ്ങളെക്കുറിച്ചുള്ള സങ്കൽപ്പനത്തിന്റെ ഏറെ രസകരമായ ഒരു വിപുലീകരണം പല ഖണ്ഡികകളിലും സൂചിതമാകുന്നുണ്ട് താനും. ഇവിടെയും എംഗൽസാണ് മുൻകൈ എടുത്തത് എന്നു കരുതേണ്ടിയിരിക്കുന്നു. അങ്ങനെ, അടിയായ്മയെക്കുറിച്ച് അദ്ദേഹം എഴുതുന്നു (മാർക്സിന്റെ നിർദേശപ്രകാരമാകാം, 1882 ഡിസംബർ 22 ന് എംഗൽസ് ഇതെഴുതിയത്): "അടിയായ്മയും വില്ലെയ്നെജും കൃത്യമായും മധ്യകാല-ജന്മിത്ത രൂപമല്ല; അത് എല്ലായിടത്തും അഥവാ അധിനിവേശക്കാർ തദ്ദേശീയരെക്കൊണ്ട് തങ്ങൾക്കുവേണ്ടി ഭൂമിയിൽ കൃഷി ചെയ്യാൻ നിർബന്ധിച്ചിട്ടുള്ള ഏതാണ്ട് എല്ലായിടങ്ങളിലും നടക്കുന്നുണ്ട്;" കൂലിവേലയെക്കുറിച്ച്: "ആദ്യ മുതലാളിമാർ തന്നെ കൂലിവേലയെ ഒരു രൂപമായി അഭിമുഖീകരിക്കുന്നുണ്ട്. പക്ഷേ അവർ അതിനെ എന്തോ ഒരനുബന്ധമായിട്ടാണ്, അനന്യമോ താൽക്കാലികമോ ആയ എന്തോ ആയിട്ടാണ്, കടന്നു പോകവെ കാണപ്പെടുന്ന ഒന്നായിട്ടാണ് കണക്കാക്കിയത്." ചിലതരം ബന്ധങ്ങളാൽ അടയാളപ്പെടുത്തുന്ന ഉൽപ്പാദനരീതികൾ, പല ഘട്ടങ്ങളിൽ അഥവാ പല സാമൂഹിക- സാമ്പത്തിക പശ്ചാത്തലങ്ങളിൽ നിലനിൽക്കുന്ന അത്തരം ബന്ധങ്ങളുടെ 'രൂപങ്ങൾ' എന്നിവ തമ്മിലുള്ള വ്യതിരിക്തത ആദ്യകാലത്തെ മാർക്സിയൻ ചിന്തയിൽത്തന്നെ അന്തർലീനമാണ്. പണം, വാണിജ്യപ്രവർത്തനങ്ങൾ എന്നിവ ചർച്ച ചെയ്യുമ്പോഴും മറ്റും അത് പ്രത്യക്ഷവുമാണ്. പ്രാചീന ഈജിപ്തിൽ വ്യാപാരികളുണ്ടായിരുന്നു, മധ്യകാല തറവാടുകൾ (manors) വിളവെടുപ്പിന് കൂലി പണമായിട്ടാണ് നൽകിയിരുന്നത് എന്നീ വാദങ്ങൾ ഉന്നയിച്ച് മുതലാളിത്തം അത്ര പുതിയതല്ല എന്നു ശഠിക്കുന്ന ചിലരുടെ പ്രാകൃത വാദങ്ങളെ തിരസ്കരിക്കാൻ അത് സഹായിക്കുന്നു

എന്നതുകൊണ്ട് അതിന് വലിയ പ്രാധാന്യമുണ്ട്. അടിസ്ഥാന സാമൂഹികബന്ധങ്ങൾ എണ്ണത്തിൽ പരിമിതമാണ്; അവയെ മനുഷ്യർ പല സന്ദർഭങ്ങളിലായി 'കണ്ടുപിടിക്കുക'യോ 'വീണ്ടും കണ്ടുപിടിക്കുകയോ' ചെയ്യുകയാണ്; എല്ലാത്തരം പണാധിഷ്ഠിത ഉൽപ്പാദനരീതികളും (ഒരുപക്ഷേ മുതലാളിത്തം ഒഴികെ) അവയുടെ പലതരം സംയോഗങ്ങളിലൂടെ നിർമിക്കപ്പെടുന്നവയാണ് എന്ന വസ്തുതയിലേക്ക് ശ്രദ്ധയാകർഷിക്കുകയും ചെയ്യുന്നുണ്ട്, അത്.

V

അവസാനമായി, മാർക്സിന്റെയും എംഗൽസിന്റെയും മരണാനന്തരം മാർക്സിസ്റ്റുകാർക്കിടയിൽ നടന്ന മുഖ്യ സാമൂഹിക-സാമ്പത്തികരൂപഘടന സംബന്ധിച്ച ചർച്ച ഒന്നു ചുരുക്കി പരിശോധിക്കാം. തീർച്ചയായും മാർക്സിന്റെയും എംഗൽസിന്റെയും രചനകൾ ആത്യന്തികസത്യത്തിന്റെ മൂർത്തീകരണമാണ് എന്ന നിലയ്ക്ക് ഒരിക്കലും കാണാതിരിക്കാൻ അത് സഹായിച്ചു എന്നത് വാസ്തവമാണ്. പക്ഷേ പലതുകൊണ്ടും അത് തൃപ്തികരമല്ലായിരുന്നു. വാസ്തവത്തിൽ അവ വിപുലമായ പരിഷ്കാരങ്ങൾക്ക് വിധേയമായിട്ടുണ്ട്. ഏതായാലും ഈ പരിഷ്കാരങ്ങൾ അടുക്കും ചിട്ടയുമില്ലാതെയാണ് നടന്നത്. ഇത് അസാധാരണമാണ്. അതിലെ ചർച്ചയുടെ സൈദ്ധാന്തികനിലവാരം നിരാശാജനകമാണ്. വിഷയത്തെ മൊത്തത്തിൽ സങ്കീർണമാക്കുകയാണ്, സ്പഷ്ടമാക്കുകയല്ല, ആ ചർച്ച ചെയ്തിട്ടുള്ളത്.

രണ്ട് പ്രവണതകൾ ശ്രദ്ധിക്കേണ്ടതുണ്ട്. മാർക്സിന്റെയും എംഗൽസിന്റെയും ചിന്ത ഗണ്യമായി ലളിതവൽക്കരിക്കുന്നതാണ് അതിലൊന്ന്. മനുഷ്യസമൂഹങ്ങളാകെ പടിപടിയായി കയറുന്ന ഒരൊറ്റ കോണിയായി മുഖ്യ സാമൂഹിക-സാമ്പത്തിക രൂപഘടനകളെ ചുരുക്കുകയാണ് ഈ ലളിതവൽക്കരണം. കയറ്റക്കാരുടെ വേഗതയിൽ വ്യത്യാസമുണ്ടാകും; പക്ഷേ എല്ലാവരും അവസാനം മുകളിലെത്തും. രാഷ്ട്രീയം, നയതന്ത്രം എന്നിവയുടെ പരിപ്രേക്ഷ്യം വച്ചു നോക്കിയാൽ ഇതിൽ ചില നേട്ടങ്ങൾ ഉണ്ട്. കാരണം, ചരിത്രവികാസത്തിൽ വൻകുതിപ്പു നടത്തുന്ന സമൂഹങ്ങൾ, അത്ര തന്നെ വേഗതയില്ലാത്തവ എന്ന വ്യതിരിക്തത ഒഴിവാക്കുന്നു. സാമാന്യമായ ചരിത്രനിയമങ്ങൾക്ക് അപവാദമാണ് തങ്ങൾ എന്ന് ഏതെങ്കിലും രാജ്യങ്ങൾക്ക് അവകാശപ്പെടാൻ കഴിയാതാകുന്നു. പക്ഷെ അതുകൊണ്ട് ശാസ്ത്രീയമായി നോക്കിയാൽ നേട്ടമൊന്നുമില്ല. തന്നെയുമല്ല, അത് മാർക്സിന്റെ വീക്ഷണങ്ങളുമായി യോജിക്കുന്നില്ല. സർവോപരി, രാഷ്ട്രീയമായി അത് തീർത്തും അനാവശ്യമാണ്. കാരണം, പണ്ടത്തെ ചരിത്രവികാസത്തിലെ വ്യത്യാസങ്ങൾ എന്തു തന്നെയായാലും വംശത്തിനും ചരിത്രപശ്ചാത്തലത്തിനും അതീതമായി എല്ലാ ജനതകൾക്കും ആധുനികസംസ്കൃതിയുടെ നേട്ടങ്ങൾ കൈവരിക്കാ

നുള്ള കഴിവുണ്ട്- അവയ്ക്കായി പരിശ്രമിക്കാനുള്ള സ്വാതന്ത്ര്യം നേടിയെടുക്കുകയേ വേണ്ടൂ എന്നാണ് മാർക്സിസത്തിന്റെ വീക്ഷണം.

നേർരേഖീയമായ സമീപനം ഓരോ രൂപഘടനയുടെയും 'മൗലിക നിയമങ്ങൾ' തേടാൻ പ്രേരിപ്പിക്കുന്നു. ആ നിയമങ്ങളാണ് അടുത്ത ഉയർന്ന രൂപത്തിലേക്കുള്ള അതിന്റെ പകർച്ചയെ വിശദീകരിക്കുന്നത് എന്നു വരുന്നു. സാർവലൗകികമെന്ന് പരക്കെ അംഗീകരിക്കപ്പെട്ട പ്രാകൃതക്കൂട്ടായ്മയുടെ അവസ്ഥയിൽനിന്ന് വർഗസമൂഹത്തിലേക്കുള്ള പകർച്ചയിലേക്കും തുലോം വ്യത്യസ്തമായ മുതലാളിത്തവികാസത്തിലേക്കും ഉള്ള പകർച്ചയുടെ നിദാനമായി മാർക്സും എംഗൽസും അത്തരം സാമാന്യ സംവിധാനങ്ങൾ നടേതന്നെ നിർദേശിക്കുന്നുണ്ട് (പ്രത്യേകിച്ച് *Origin of the Family* യിൽ എംഗൽസ്). ജന്മിത്തത്തിനും സമാനമായ 'പൊതുനിയമങ്ങൾ' കണ്ടെത്താൻ ശ്രമങ്ങൾ പലതും നടന്നിട്ടുണ്ട്; അടിമത്ത ഘട്ടത്തിനും. ഈ ശ്രമങ്ങൾ അത്ര വിജയിച്ചിട്ടില്ല എന്നത് പരക്കെ അംഗീകരിക്കപ്പെടുന്ന വസ്തുതയാണ്. അവസാനം പൊതു സമ്മതിക്കായി അവതരിപ്പിക്കപ്പെട്ട സൂത്രവാക്യങ്ങൾപോലും നിർവചനങ്ങളേക്കാൾ കൂടുതലൊന്നും അല്ലായിരുന്നു. ജന്മിത്തത്തിനും അടിമസമൂഹത്തിനും ബാധകമാകുന്ന, പൊതുവെ അംഗീകരിക്കപ്പെടുന്ന 'മൗലിക നിയമങ്ങൾ' കണ്ടെത്തുന്നതിൽ വന്ന ഈ പരാജയംതന്നെ അത്ര അവഗണനീയമല്ല.

ഒന്നാമത്തെ പ്രവണതയുടെ തുടർച്ചയാണ്, ഭാഗികമായി രണ്ടാമത്തെ പ്രവണത. പക്ഷേ ഭാഗികമായി അവ രണ്ടും വിരുദ്ധവുമാണ്. ഇത്, മാർക്സിന്റെ സാമൂഹിക-സാമ്പത്തിക രൂപഘടനയുടെ പട്ടികയിൽ രൂപപരമായി പരിഷ്കരിക്കുന്നതിലേക്ക് നയിച്ചു. 'ഏഷ്യാറ്റിക് രീതി' ഒഴിവാക്കപ്പെട്ടു, 'പ്രാചീനരീതി' യുടെ വ്യാപ്തി ചുരുക്കപ്പെട്ടു. അതോടൊപ്പം 'ജന്മിത്ത' രീതിയുടെ വ്യാപ്തി വർധിപ്പിക്കുകയും ചെയ്തു. 1920 കളുടെ അന്ത്യത്തിലും 1930 കളുടെ അന്ത്യത്തിനും ഇടയിലാണ്, വിശാലമായി പറഞ്ഞാൽ, 'ഏഷ്യാറ്റിക രീതി' ഒഴിവാക്കപ്പെടുന്നത്. സ്റ്റാലിന്റെ *Dialectical and Historical Materialism* (1938) എന്ന രചനയിൽ അത് പരാമർശിക്കപ്പെടുന്നില്ല. പക്ഷേ ഏറെക്കഴിഞ്ഞും ചില മാർക്സിസ്റ്റുകാർ - മുഖ്യമായും ഇംഗ്ലീഷ് സംസാരിക്കുന്നവർ - അതിന്റെ ഉപയോഗം തുടരുന്നതായി കാണുന്നു. ചരിത്രപരമായ പരിണാമത്തെ ചെറുക്കൽ ആണ് മാർക്സ് അതിന്റെ സ്വഭാവമായി കാണുന്നത്. അത് ഇല്ലാതാകുന്നതോടെ കുറേക്കൂടി എളുപ്പം സാർവലൗകികവും നേർരേഖീയവുമായ വ്യാഖ്യാനങ്ങൾക്ക് വഴങ്ങുന്ന, കുറേക്കൂടി ലളിതമായ ഒരു പദ്ധതിയാണ് ഉൽപ്പന്നമാകുന്നത്. പക്ഷേ അത് പൗരസ്ത്യ സമൂഹങ്ങൾ 'മാറ്റമില്ലാത്തവ' യും ചരിത്രേതരവുമാണ് എന്ന തെറ്റിദ്ധാരണയും ഇല്ലാതാകുന്നു. "മാർക്സ് തന്നെ ഇന്ത്യയെപ്പറ്റി പറഞ്ഞത് അതേപടി എടുക്കാനാവില്ല" എന്നും (ഇന്ത്യാ ചരിത്രത്തിന്റെ) സൈദ്ധാന്തികമായ അടിത്തറ മാർക്സിസ്റ്റ് ആയി തുടരുന്നു എന്നും പറഞ്ഞു കേൾക്കാറുണ്ട്. 'പ്രാചീ

നരീതി' പരിമിതപ്പെടുത്തിയതുകൊണ്ട് വലിയ രാഷ്ട്രീയ പ്രശ്നങ്ങളോ രാഷ്ട്രീയ ചർച്ചകളുടെ പ്രതിഫലനങ്ങളോ ഉളവാക്കിയിട്ടില്ല. പണ്ഡിതന്മാർക്ക് എല്ലായിടത്തും അടിമത്തഘട്ടം കണ്ടെത്താൻ കഴിഞ്ഞില്ല. താരതമ്യേന ലളിതമായ ഒരു അടിമ സമ്പദ്വ്യവസ്ഥയുടെ മാതൃക മതി പ്രാചീന ക്ലാസിക്കൽ സമൂഹങ്ങളെ വിശകലനം ചെയ്യാൻ എന്ന് മനസിലാക്കുന്നതിലും അവർ പരാജയപ്പെട്ടു. ഔദ്യോഗികസോവിയറ്റ് ശാസ്ത്രം അടിമസമൂഹത്തിന്റെ സാർവലൗകികത അംഗീകരിക്കണമെന്ന് ശഠിക്കാതെയായി.

ഈ മാറ്റങ്ങൾ അവശേഷിച്ച വിടവുകൾ നികത്താൻ കൂടിയാണ് 'ജന്മിത്തം' അതിന്റെ വ്യാപ്തി വർധിപ്പിച്ചത്. ബാധിക്കപ്പെട്ട ഒരു സമൂഹത്തെയും മുതലാളിത്തമെന്ന് പുനർവർഗീകരിക്കാൻ ആവില്ലായിരുന്നു. അല്ലെങ്കിൽ അവ പ്രാകൃതക്കൂട്ടായ്മാവ്യവസ്ഥ/കാലം തെറ്റിയ വ്യവസ്ഥ എന്ന് പുനർവർഗീകരിക്കപ്പെട്ടു (കാലം തെറ്റിയ വ്യവസ്ഥ അഥവാ *archaic* എന്ന് പറയാനാണ് മാർക്സും എംഗൽസും ഇഷ്ടപ്പെട്ടത്). ജന്മിത്തത്തിന്റെ വ്യാപ്തിവർധന ഭാഗികമായി അതുവരെ പ്രാകൃതകൂട്ടായ്മാവ്യവസ്ഥ എന്ന് വർഗീകരിക്കപ്പെട്ടിരുന്ന സമൂഹങ്ങളുടെ ചെലവിലാണ് നടന്നത്. കുറച്ചൊക്കെ ഭാരം മുതലാളിത്തവികാസത്തിന്റെ ആദ്യഘട്ടങ്ങൾക്കും പേറേണ്ടി വന്നു. ആദ്യമൊക്കെ അയഞ്ഞ മട്ടിൽ 'ഗോത്രീയം' എന്നു വിളിക്കപ്പെട്ടിരുന്ന ചില സമൂഹങ്ങളിൽ(ഉദാ: ആഫ്രിക്കയുടെ പല ഭാഗങ്ങളിലും) വർഗവ്യതിരിക്തത ഏറെ പുരോഗമിച്ചിരുന്നു എന്ന് ഇപ്പോൾ വ്യക്തമായി നമുക്ക് അറിയാം. കാലമാനത്തിന്റെ മറ്റേയറ്റത്ത് ഔപചാരികമായ ഒരു 'ബൂർഷ്വാ വിപ്ലവം' അത് എല്ലാ സമൂഹങ്ങളെയും 'ജന്മിത്ത' മായി വർഗീകരിക്കുന്ന പ്രവണത ഗണ്യമായി വർധിച്ചു, വിശിഷ്യ ബ്രിട്ടനിൽ. പക്ഷേ 'ജന്മിത്തം' ഒരു അവശിഷ്ട സംവർഗമായി മാത്രം വളർന്നതല്ല. മാർക്സിനുശേഷമുള്ള കാലത്തിന്റെ തുടക്കം മുതൽക്കേ പ്രാകൃതകൂട്ടായ്മാ വ്യവസ്ഥയുടെ തകർച്ചയിൽനിന്ന് വളർന്ന ഒരിനം പ്രാകൃത/പ്രാങ്ജന്മിത്ത വ്യവസ്ഥയെ ആദ്യത്തെ പൊതുവായ വർഗസമൂഹരൂപമായി കാണാനുള്ള ശ്രമങ്ങൾ നടന്നിരുന്നു. (പ്രാകൃതകൂട്ടായ്മാവ്യവസ്ഥയിൽനിന്ന് നേരിട്ട് ജന്മിത്തത്തിലേക്കുള്ള സംക്രമണം മാർക്സും എംഗൽസും സൂചിപ്പിക്കുന്നുണ്ട്). ഈ പ്രാഗ്ജന്മിത്തത്തിൽ നിന്ന് വികസിതമായ യൂറോപ്യൻ (ജാപ്പനീസും) ഇനം ജന്മിത്തം അടക്കം മറ്റു നിരവധി രൂപഘടനകൾ വികസിച്ചു എന്നാണ് വാദം. അതേസമയം പുരോഗമനസാധ്യത കുറവുള്ളതും വാസ്തവത്തിൽ കൂടുതൽ ഉയർന്ന വികാസം നടത്തിയിട്ടുള്ളതുമായ രൂപഘടനകളിൽനിന്ന് ജന്മിത്തത്തിലേക്കുള്ള പിന്നോട്ടടിയും നടക്കാമെന്ന് പരക്കെ അംഗീകരിക്കപ്പെട്ടിരുന്നു. ഉദാഹരണത്തിന്, റോമാ സാമ്രാജ്യത്തിൽനിന്ന് ഗോത്രറ്റ്യൂറ്റോണിക രാജവാഴ്ചയിലേക്കുള്ള പിന്നോട്ടടി. "നമ്മൾ പരീക്ഷണാത്മകമായി ചിന്തിക്കാറുള്ള ഒരു പ്രക്രിയയാണ് പരിണാമാത്മകമോ പിന്നോട്ടടി സ്വഭാവമുള്ളതോ ആയ ജന്മിത്തം എന്നത്" എന്നുവരെ ഒവൻ ലാറ്റിമോർ പറ

യുന്നു. കൂടുതൽ വികസിതമായ സമൂഹങ്ങളുമായി സമ്പർക്കം പുലർത്തുന്ന ഗോത്രസമൂഹങ്ങൾ താൽക്കാലിക ജന്മിത്തവൽക്കരണത്തിന് വിധേയമാകാനുള്ള സാധ്യത നാം മനസിൽ വയ്ക്കണം എന്നുകൂടി അദ്ദേഹം ആവശ്യപ്പെടുന്നു.

വ്യത്യസ്തമായ ഈ പ്രവണതകളുടെ സഞ്ചിതഫലം 'ജന്മിത്തം' എന്ന വിശാലമായ ഒരു സംവർഗം ഭൂഖണ്ഡങ്ങളിലും സഹസ്രാബ്ദങ്ങളിലുമായി പടർന്നുകിടക്കുന്നു എന്നതാണ്. വടക്കൻ നൈജീരിയ മുതൽ 1788 ൽ ഫ്രാൻസുവരെ, സ്പാനിഷ് പടയോട്ടത്തിനു തൊട്ടുമുമ്പത്തെ അസ്ടെക് സമൂഹം മുതൽ പത്തൊൻപതാം നൂറ്റാണ്ടിലെ സാറിസ്റ്റ് റഷ്യ വരെ അത് വ്യാപിക്കുന്നു. ഇവയെ എല്ലാം പൊതുവായ ഒരൊറ്റ വർഗീകരണത്തിന് ഉൾപ്പെടുത്താൻ കഴിഞ്ഞേക്കാം. അതിന് അപഗ്രഥനാത്മകമായ മൂല്യവും ഉണ്ടാകാം. അതേസമയം നല്ലൊരളവ് ഉപവർഗീകരണത്തിനും ഉപതരങ്ങളുടെയും ഒറ്റയൊറ്റ ചരിത്ര ഘട്ടങ്ങളുടെയും അപഗ്രഥനംകൂടി ഇല്ലെങ്കിൽ സാമാന്യസങ്കൽപ്പനം കൈകാര്യം ചെയ്യാൻ പറ്റാത്തത്ര ബൃഹത്താകും എന്ന അപകടസാധ്യതയും ഉണ്ട്. അത്തരത്തിൽ പല ഉപവർഗീകരണങ്ങളും പരീക്ഷിക്കപ്പെട്ടിട്ടുണ്ട്. ഉദാഹരണത്തിന്, അർധജന്മിത്തം. പക്ഷേ ജന്മിത്തത്തെപ്പറ്റിയുള്ള മാർക്സിസ്റ്റ് സ്പഷ്ടീകരണം ഇതുവരെ വേണ്ടത്ര പുരോഗതി കൈവരിച്ചിട്ടില്ല.

ഇവിടെ പരാമർശിച്ച രണ്ടു പ്രവണതകളുടെ സംയോഗം ഒന്നു രണ്ട് ആനുഷംഗികവൈഷമ്യങ്ങളും ഉൽപ്പാദിപ്പിച്ചിട്ടുണ്ട്. എല്ലാ സമൂഹത്തെയും കാലഘട്ടത്തെയും അംഗീകൃതമായ പൊഴികൾ ഏതെങ്കിലുമൊന്നിൽ ദൃഢമായി തിരുകി വയ്ക്കാനുള്ള ശ്രമം അതിരുതർക്കങ്ങളും സൃഷ്ടിച്ചിട്ടുണ്ട്. ചലനാത്മകമായ സങ്കൽപ്പനങ്ങളെ സ്തംഭിത രൂപത്തിലേക്ക് ഒതുക്കാൻ ശ്രമിക്കുമ്പോൾ അത് സ്വാഭാവികമാണ്. അടിമത്തത്തിൽനിന്ന് ജന്മിത്തത്തിലേക്കുള്ള സംക്രമണം എങ്ങനെ ഏതു തീയതിയിൽ നടന്നു എന്നതു സംബന്ധിച്ച് ചൈനയിൽ ചൂടേറിയ ചർച്ചകൾ നടക്കുന്നത്. 'ഈ സമരം അനവധി നൂറ്റാണ്ടുകൾ നീണ്ട ഒന്നാണ്.... ചൈനയെന്ന വിശാലമായ ഭൂപ്രദേശത്ത് പലതരം സാമൂഹിക-സാമ്പത്തിക ജീവിത രീതികൾ താൽക്കാലികമായി സഹവർത്തിച്ചിട്ടുണ്ട്.' പടിഞ്ഞാറൻ രാജ്യങ്ങളിലും പതിനാല്-പതിനെട്ട് നൂറ്റാണ്ടുകളുടെ സ്വഭാവത്തെക്കുറിച്ചുള്ള ചർച്ചകളിലേക്ക് നയിച്ചത് ഇതുപോലൊരു പ്രയാസം പിടിച്ച വീക്ഷണമാണ്. ഈ ചർച്ചകൾ ചുരുങ്ങിയ പക്ഷം പലതരം ഉൽപ്പാദന ബന്ധങ്ങളുടെ 'രൂപങ്ങൾ' കൂടിക്കലരുന്നതും സഹവർത്തിക്കുന്നതും സംബന്ധിച്ച പ്രശ്നങ്ങൾ ഉയർത്തുന്നു എന്ന ഗുണമെങ്കിലും ചെയ്തിട്ടുണ്ട്. മറ്റുതരത്തിൽ ഇതര വിഷയങ്ങളിലെ മാർക്സിസ്റ്റ് ചർച്ചകളോളം മഹത്തല്ല, ഈ ചർച്ചകൾ.

സ്റ്റാലിൻ പ്രഭാവോന്മൂലനം, *Formen* പ്രഭാവസ്വാധീനം എന്നിവയുടെ മാർക്സിസ്റ്റ് ചർച്ച കഴിഞ്ഞ ഏതാനും ദശകങ്ങളായി അംഗീക

രിച്ച് തുടർന്നു പോന്നിരുന്ന പല വീക്ഷണങ്ങളെയും പുനരുദ്ധരിക്കാനും ചോദ്യം ചെയ്യാനുമുള്ള സ്വാഗതാർഹമായ പ്രവണത ഉടലെടുത്തിട്ടുണ്ട്. ഈ പുനരുദ്ധാരണം സോഷ്യലിസ്റ്റും സോഷ്യലിസ്റ്റേതരവുമായ നിരവധി രാജ്യങ്ങളിൽ സ്വതന്ത്രമായി ആരംഭിച്ചതായാണ് കാണുന്നത്. ഫ്രാൻസ്, ജർമൻ ഡെമോക്രാറ്റിക് റിപ്പബ്ലിക്, ഹങ്കറി, ബ്രിട്ടൺ, ഇന്ത്യ, ജപ്പാൻ, ഈജിപ്ത് എന്നിവിടങ്ങളിൽ നിന്നൊക്കെ സംഭാവനകൾ ഉണ്ടായി. ചരിത്രപരമായ കാലക്രമീകരണത്തിന്റെ പൊതുവായ പ്രശ്നങ്ങളെയാണ് ഭാഗികമായി ഇവ കൈകാര്യം ചെയ്തത്. *Marxism Today* (1962) യിൽ വന്ന സംവാദം ഒരു ഉദാഹരണമാണ്. ഭാഗികമായി അവ നിയതമായ മുതലാളിത്ത പൂർവ സാമൂഹിക-സാമ്പത്തിക രൂപഘടനകളെയാണ് അഭിസംബോധന ചെയ്തത്. മറ്റൊരു ഭാഗത്ത് അവ ഇപ്പോൾ വീണ്ടും തുറക്കപ്പെട്ട, കുഴഞ്ഞുമറിഞ്ഞ ഒരു പ്രശ്നവും കൈകാര്യം ചെയ്യുന്നുണ്ട്– 'ഏഷ്യാറ്റിക് രീതി' എന്ന പ്രശ്നം.

ഇതെല്ലാം 1950 കളുടെ മധ്യത്തിനു മുമ്പുള്ള തലമുറയിലെ അന്തർദേശീയ മാർക്സിസ്റ്റ് പ്രസ്ഥാനത്തിന്റെ ചരിത്രപരമായ വികാസങ്ങളിൽനിന്ന് രക്ഷപ്പെടാനുള്ള ശ്രമങ്ങളെയാണ് സൂചിപ്പിക്കുന്നത്. ആ സംഭവവികാസങ്ങൾ മറ്റു പല രംഗങ്ങളിൽ എന്നപോലെ ഈ രംഗത്തും ഉള്ള മാർക്സിസ്റ്റ് ചർച്ചയുടെ നിലവാരത്തെ പ്രതികൂലമായിട്ടാണ് ബാധിച്ചത് എന്നതിൽ സംശയമില്ല. ചരിത്രപരമായ പരിണാമത്തെപ്പറ്റി മാർക്സ്തന്നെ പുലർത്തിയിരുന്ന സമീപനത്തിലെ ചില അംശങ്ങൾ ലളിതവൽക്കരിക്കപ്പെടുകയും മാറ്റപ്പെടുകയും ചെയ്തിട്ടുണ്ട്. അദ്ദേഹത്തിന്റെ രീതികളുടെ ഗാഢവും സങ്കീർണവുമായ പ്രകൃതത്തെ ഓർമപ്പെടുത്തുന്ന *Formen* പോലുള്ള രചനകൾ ഈ പ്രവണതകൾ തിരുത്താൻ ഉപയോഗപ്പെട്ടിട്ടുമില്ല. മാർക്സിന്റെ സാമൂഹിക-സാമ്പത്തിക രൂപഘടനകളുടെ ആദ്യപട്ടികയിൽ ഭേദഗതികൾ വരുത്തപ്പെട്ടിട്ടുണ്ട്. പക്ഷേ തൃപ്തികരമായ ഒരു ബദൽ ഇതുവരെ ലഭ്യമായിട്ടുമില്ല. മാർക്സിന്റെയും എംഗൽസിന്റെയും ഉജ്വലമെങ്കിലും അപൂർണവും താൽക്കാലികവുമായ ചർച്ചയിലെ വിടവുകൾ ചിലതൊക്കെ കണ്ടെത്തി നികത്തിയിട്ടുണ്ട്. പക്ഷേ അവരുടെ അപഗ്രഥനത്തിലെ ഏറ്റവും ഫലക്ഷമമായ ഭാഗങ്ങളിൽ ചിലത് കാണാമറയത്താകുകയും ചെയ്തിട്ടുണ്ട്.

അതുകൊണ്ട് ചരിത്രപരമായ പരിണാമത്തെപ്പറ്റിയുള്ള മാർക്സിസ്റ്റ് വീക്ഷണം സ്പഷ്ടമാക്കേണ്ടത് ഇന്ന് ഏറെ പ്രധാനമാകുന്നു. പ്രത്യേകിച്ച് വികാസത്തിലെ മുഖ്യഘട്ടങ്ങളെ സംബന്ധിച്ചുള്ള വീക്ഷണം. *Formen* ശ്രദ്ധാപൂർവം വായിക്കുന്നത്– മാർക്സിന്റെ എല്ലാ നിഗമനങ്ങളും അംഗീകരിക്കുക എന്ന് ഇതിനർഥമില്ല– ഈ കർത്തവ്യത്തിൽ നമ്മെ സഹായിക്കും. അത് ആ കർത്തവ്യനിർവഹണത്തിലെ അവിഭാജ്യഘടകവുമാണ്.

8

മാർക്സ്, എംഗൽസ് രചനകളുടെ ഭാഗധേയം

I

സോഷ്യലിസ്റ്റ്, കമ്യൂണിസ്റ്റുപാർട്ടികൾക്കിടയിൽ മാർക്സ്, എംഗൽസ് എന്നിവരുടെ രചനകൾക്ക് 'ക്ലാസിക്' പദവി കൈവന്നിട്ടുണ്ട്. ആ രചനകളാണ് അവയുടെ പ്രചോദനം. 1917 നുശേഷം നിരവധി ഭരണകൂടങ്ങൾ ആ രചനകളെ ഔദ്യോഗിക പ്രത്യയശാസ്ത്രത്തിന്റെ അടിത്തറയാക്കിയിട്ടുണ്ട്. ചിലടത്തൊക്കെ അവ ദൈവശാസ്ത്രത്തിന്റെ മതേതര പര്യായംപോലും ആയിട്ടുണ്ട്. എംഗൽസിന്റെ മരണശേഷം മാർക്സിസ്റ്റ് ചർച്ച ഏറെയും പാഠാർഥവ്യാഖ്യാനത്തിന്റെയും ഊഹങ്ങളുടെയും വ്യാഖ്യാനത്തിന്റെയും രൂപത്തിലാണ് നടക്കുന്നത്. രചനകളിലൂടെ വെളിപ്പെടുന്ന മാർക്സ്-എംഗൽസ് വീക്ഷണങ്ങൾ അംഗീകരിക്കണോ പരിഷ്കരിക്കണോ എന്ന സംവാദവും മുറയ്ക്ക് നടക്കുന്നുണ്ട്. ഈ രചനകൾ ആദ്യം രണ്ട് ക്ലാസിക്കുകളുടെ പ്രസിദ്ധീകൃതസമാഹാരത്തിന്റെ രൂപത്തിലല്ല വന്നത്. 1920 കൾക്കു മുമ്പ് അവരുടെ രചനകൾ സമ്പൂർണപതിപ്പായി പ്രസിദ്ധപ്പെടുത്തുവാൻ യാതൊരു ശ്രമവും നടന്നില്ല. 1920 കളിലാണ് മോസ്കോവിൽ ഡേവിഡ് റയ്സനോവിന്റെ പത്രാധിപത്യത്തിൽ മെഗാ *(MEGA)* പദ്ധതി രൂപപ്പെടുന്നത്. മൂലജർമൻ ഭാഷയിൽ അത് അപൂർണമായി നിലനിന്നു. റഷ്യയിൽ ആ പ്രവർത്തനം തുടർന്നു. പക്ഷേ ആദ്യം ഉദ്ദേശിച്ചത്ര പൂർണമായിരുന്നില്ല, അത്. പൂർണമാകണം എന്ന ഉദ്ദേശ്യത്തോടെ ചില സ്വതന്ത്രസംരംഭങ്ങൾ അങ്ങിങ്ങ് നടന്നു. പ്രത്യേകിച്ച് ആൽഫ്രെഡ് കോസ്റ്റസ് എഡിറ്റെയുറിന്റെ നേതൃത്വത്തിൽ ഫ്രാൻസിൽ. നിറവുള്ളതെങ്കിലും പൂർണമല്ലാത്ത ഒരു മാർക്സ്-എംഗൽസ് സമാഹാരം 1956 ൽ ജി ഡി ആറിൽ ഇറങ്ങി (*Werke* എന്ന

പേരിലാണ് ഇത് പൊതുവെ അറിയപ്പെടുന്നതും പരാമർശിക്കപ്പെടുന്നതും). മറ്റു ഭാഷകളിലും അത്തരം നിലവധി പതിപ്പുകൾക്ക് ഈ സമാഹാരം ആധാരമായി. ഇത്തരം പതിപ്പുകളിൽ കൂടുതൽ നിറവുള്ള സ്വപ്നസമാനപദ്ധതിയാണ് 1975 മുതൽ 2004 വരെയുള്ള കാലയളവിൽ ഇംഗ്ലീഷിൽ ഇറങ്ങിയ 50 വാല്യങ്ങൾ.

ദീർഘമായ തയാറെടുപ്പിനുശേഷം പുതിയ മെഗാ (*MEGA*) എന്ന പേരിൽ യു എസ് എസ് ആറിലെയും ജി ഡി ആറിലെയും മാർക്സിസം – ലെനിസം ഇൻസ്റ്റിറ്റ്യൂട്ടുകൾ 1975 മുതൽ പ്രസിദ്ധീകരണം ആരംഭിച്ചു. രണ്ട് രാഷ്ട്രങ്ങളും മൺമറഞ്ഞതോടെ ഈ പ്രസിദ്ധീകരണം പ്രത്യയശാസ്ത്രരീതിയിൽനിന്ന് അക്കാദമിക രീതിയിലേക്ക് മാറി. പദ്ധതിയുടെ മൊത്തം ചുമതല ആംസ്റ്റർഡാം ഇന്റർനാഷനൽ ഇൻസ്റ്റിറ്റ്യൂട്ട് ഫോർ സോഷ്യൽ ഹിസ്റ്ററിയിലെ ഇന്റർനാഷനൽ മാർക്സ്–എംഗൽസ് സിസ്റ്റത്തിലേക്ക് മാറ്റപ്പെട്ടു. 1933 മുതൽ മാർക്സിന്റെയും എംഗൽസിന്റെയും യഥാർഥ ഗ്രന്ഥപ്പുര സൂക്ഷിച്ചുപോന്നത് ഈ ഫൗണ്ടേഷനായിരുന്നു. പദ്ധതി പ്രവർത്തനം ബർലിനിലേക്കും ബ്രാൻഡെൻബർഗ് അക്കാദമി ഒഫ് സയൻസിലേക്കും പല രാജ്യങ്ങളിലായുള്ള ഗവേഷണകേന്ദ്രങ്ങളിലേക്കും മാറി. ഏതാണ്ട് 120 ലധികം വാല്യങ്ങളിലാണ് പദ്ധതി വിഭാവനം ചെയ്തത്. വായനാക്കുറിപ്പുകൾ, കുറിപ്പുകൾ, മറ്റ് മാർജിൻ കുറിപ്പുകൾ എന്നിവരൊക്കെ ഉൾപ്പെടെ അത്രയും മതിയാവില്ല. പുതിയ നൂറ്റാണ്ട് തുടക്കമായപ്പോഴേക്കും 54 വാല്യങ്ങൾ ഇറങ്ങിക്കഴിഞ്ഞിരുന്നു. 2030 ഓടെ പ്രസിദ്ധീകരണം പൂർത്തിയാകും.

മാർക്സിസത്തിന്റെ ചരിത്രം പരിശോധിച്ചാൽ അറിയാം, സംവാദം മാർക്സ്–എംഗൽസ് രചനകളിൽനിന്ന് പലതരത്തിൽ തെരഞ്ഞെടുത്ത പാഠങ്ങളെയാണ് ആധാരമാക്കിപ്പോന്നിട്ടുള്ളത്. ആ ചരിത്രം അറിയണമെങ്കിൽ ഈ രചനകളുടെ ഭാഗധേയം അൽപ്പമൊന്ന് ചുരുക്കി അവലോകനം ചെയ്യേണ്ടതുണ്ട്.

പത്രപ്രവർത്തനത്തിന്റെ ഭാഗമായി 1840 കളിലും 1850 കളിലും എഴുതിയ രചനകൾ ഒഴിവാക്കുക. പിന്നെ അവരുടെ ആയുഷ്കാലത്തു തന്നെ പ്രസിദ്ധപ്പെടുത്തിയ രചനകൾതന്നെ കുറവാണ്. 1848 ലെ വിപ്ലവത്തിനു മുമ്പ് ഏതാണ്ട് ഒരു കണക്കെടുത്താൽ കിട്ടുന്നത് ഇരുവരും ചിട്ടയായ സഹകരണം ആരംഭിക്കുന്നതിനു മുമ്പ് മാർക്സ് എഴുതിയ (കുറച്ചൊക്കെ എംഗൽസ് എഴുതിയതും) പ്രധാന ലേഖനങ്ങളാണ്. എംഗൽസിന്റെ *Condition of the Working Class in England*(1845); മാർക്സ്–എംഗൽസിന്റെ *Die Heilige Family*(1845); മാർക്സ് പ്രൂധോണുമായി നടത്തിയ തർക്കവിതർക്കങ്ങൾ അടങ്ങുന്ന *Misere de la Philosophie* (1847); *Communist Manifesto* (1848) പിന്നെ 1840 കളുടെ അവസാനത്തിലെ ചില പ്രഭാഷണങ്ങൾ, ലേഖനങ്ങൾ. *മാനിഫെസ്റ്റോ* അല്ലാതെ ഇതിൽ മറ്റൊരു രചനയും മാർക്സിന്റെ ജീവിതകാലത്ത് പൊതുജനങ്ങൾക്ക് പ്രാപ്യമായ രൂപത്തിൽ പ്രസിദ്ധം ചെയ്യപ്പെട്ടിട്ടില്ല. 1848–49 ലെ

തോൽവിക്കുശേഷമാണ് വിപ്ലവത്തെയും അതിന്റെ അനന്തരഫലങ്ങളെയുംകുറിച്ചുള്ള അപഗ്രഥനങ്ങൾ മാർക്സ് പ്രസിദ്ധം ചെയ്തത്. അവ ഇപ്പോൾ ഏറെ കൊണ്ടാടപ്പെടുന്നുണ്ട്. പക്ഷേ അന്ന് അവ വെളിച്ചം കണ്ടത് വളരെ കുറച്ച് പ്രചാരമുണ്ടായിരുന്ന കുടിയേറ്റക്കാരുടെ റിവ്യൂകളിലായിരുന്നു. ഇപ്പോൾ ആ രചനകൾ അറിയപ്പെടുന്നത് *Class Struggles in France* എന്ന പേരിലാണ്. അതിന്റെ യഥാർഥ പേര് *The 18th Brumaire of Louis Bonaparte* എന്നാണ്. രണ്ടാമതു പറഞ്ഞ കൃതി അദ്ദേഹം 1869 ൽ പുനർമുദ്രണം ചെയ്തു. *German Peasant War* (1850) എന്ന എംഗൽസിന്റെ രചനയും കുടിയേറ്റ പ്രസിദ്ധീകരണത്തിലാണ് അച്ചടിച്ചു വന്നത്. ഇപ്പോൾ *Revolution and Counter-revolution in Germany* എന്നറിയപ്പെടുന്ന ലേഖനങ്ങളാകട്ടെ, മാർക്സിന്റെ പേരിൽ *New York Tribune* ലാണ് വന്നത്. ഇത് മാർക്സിന്റെ ജീവിതകാലത്ത് പുനർമുദ്രണം ചെയ്യപ്പെട്ടില്ല. എന്നാൽ *German Peasant War*(എംഗൽസ്) മാർക്സിന്റെ ജീവിതകാലത്തുതന്നെ പുനർമുദ്രണം ചെയ്യപ്പെട്ടു. സമകാലിക പത്രപ്രവർത്തനവും രാഷ്ട്രീയതർക്കങ്ങളും ഒഴിച്ചാൽ പിന്നീടുള്ള മാർക്സിന്റെ രചനകൾ, *Critique of Political Economy* (1859)(പുനർമുദ്രണം ഇല്ല); *Das Kapital* (വാല്യം 1, 1867)(ഇതിന്റെ ചരിത്രം ചുരുക്കത്തിൽ പരാമർശിക്കുന്നുണ്ട്); ഇന്റർനാഷനൽ വർക്കിങ് മെൻസ് അസോസിയേഷനുവേണ്ടി തയാറാക്കിയ നിരവധി രചനകൾ എന്നിവയാണ്. ഇതിൽ അവസാനം പറഞ്ഞ ഗണത്തിൽ ഏറ്റവും പ്രശസ്തം *Inaugural Address* (1864) ഉം *The Civil war in France* (1871) ഉം ആണ്. ഇതിൽത്തന്നെ രണ്ടാമത്തേത് പല സന്ദർഭങ്ങളിലും പുനർമുദ്രണം ചെയ്യപ്പെട്ടു. എംഗൽസ് നിരവധി ലഘുലേഖകൾ ഇറക്കി. പ്രധാനമായും സൈനികവും രാഷ്ട്രീയവുമായ വിഷയങ്ങളാണ് ലഘുലേഖകൾ കൈകാര്യം ചെയ്തിരുന്നത്. പക്ഷേ 1870 കളിൽ *Herr Eugen Duhrings Umwalzung der Wissenschaft* (1878) അഥവാ *Anti-Duhring* ൽ തുടങ്ങി അദ്ദേഹത്തിന്റേതായി അനവധി രചനകൾ വന്നു. ഫലത്തിൽ അവയിലൂടെയാണ് അന്തർദേശീയ സോഷ്യലിസ്റ്റ് പ്രസ്ഥാനം രാഷ്ട്രീയസമ്പദ്ക്രമമല്ലാത്ത വിഷയങ്ങളിൽ മാർക്സിന്റെ ചിന്ത പരിചയപ്പെടുന്നത്. ഇവയിൽ മിക്കതും മാർക്സിന്റെ മരണശേഷമുള്ള കാലത്തേതാണ്.

1875 ൽ മാർക്സിന്റെയും എംഗൽസിന്റെയും അറിയപ്പെടുന്നതും ലഭ്യമായതുമായ രചനകൾ ദുർലഭമായിരുന്നു. കാരണം, ആദ്യകാല രചനകൾ മിക്കതും എത്രയോ മുമ്പ് വിറ്റുപോയിരുന്നു. ഇവയിൽ പ്രധാനപ്പെട്ടതാണ് *കമ്യൂണിസ്റ്റ് മാനിഫെസ്റ്റോ*. ഇത് 1870 കളുടെ തുടക്കം മുതൽക്കാണ് കൂടുതൽ പ്രസിദ്ധമായത്. പിന്നെയുള്ളത് *മൂലധന*മാണ്. അത് ഇറ്റാലിയനിലേക്കും ഫ്രഞ്ചിലേക്കും വിവർത്തനം ചെയ്യപ്പെട്ടു. *ഫ്രാൻസിലെ ആഭ്യന്തരയുദ്ധം* മാർക്സിന് ഏറെ പരസ്യം നേടിക്കൊടുത്തു. 1867–1875 കാലത്താണ് മാർക്സിന്റെ ഒരു രചനാസമാഹാരം ആദ്യമായി ലഭ്യമാകുന്നത് എന്നു പറയാം.

മാർക്സിന്റെ മരണത്തിനും(1883) എംഗൽസിന്റെ മരണത്തിനും (1895) ഇടയ്ക്കുള്ള കാലഘട്ടം ഒരു ഇരട്ടപരിവർത്തനത്തിന്റെ കാലഘട്ടമായിരുന്നു. ഒന്നാമത്,

അന്തർദേശീയ സോഷ്യലിസ്റ്റ് പ്രസ്ഥാനത്തിന്റെ ഉദയത്തോടെ മാർക്സിന്റെയും എംഗൽസിന്റെയും രചനകളിലുള്ള താൽപ്പര്യം വർധിച്ചു. ഈ പന്ത്രണ്ടുവർഷങ്ങളിൽ 15 ഭാഷകളിലായി *കമ്യൂണിസ്റ്റ് മാനിഫെസ്റ്റോയുടെ* 75 പതിപ്പുകൾ ഇറങ്ങി എന്ന് ആൻഡ്രിയാസ് പറയുന്നു. സാറിസ്റ്റ് സാമ്രാജ്യത്തിലെ ഭാഷകളിൽ ഇറങ്ങിയ പതിപ്പുകൾ മൂലഭാഷയായ ജർമനിൽ ഇറങ്ങിയവയേക്കാൾ എണ്ണത്തിൽ കൂടുതലായിരുന്നു. രണ്ടാമത്, ക്ലാസിക്കുകളിൽ വലിയൊരു ഭാഗം ജർമൻ ഭാഷയിൽ തന്നെ ചിട്ടയായി പ്രസിദ്ധം ചെയ്തു. ഇതിന് എംഗൽസുതന്നെയാണ് പ്രധാനമായും മുൻകയ്യെടുത്തത്. ഇതിൽ ഏറെക്കാലമായി ലഭ്യമല്ലാത്ത രചനകളുടെ പുനഃപ്രസിദ്ധീകരണം (പൊതുവെ പുതിയ അവതാരികയുണ്ടാകും) – അങ്ങനെ അവയുടെ പ്രാധാന്യത്തിന് അടിവരയിടുക എന്നതായിരുന്നു, എംഗൽസിന്റെ ഉദ്ദേശ്യം; മാർക്സ് പ്രസിദ്ധം ചെയ്യാതെയോ അപൂർണമായോ വിട്ടുപോയ രചനകളുടെ പുതിയ പ്രസിദ്ധീകരണം; എംഗൽസിന്റെ പുതിയ രചനകൾ; (ഇവയിൽ ചിലപ്പോൾ മാർക്സിന്റെ അപ്രകാശിതമെങ്കിലും പ്രധാനപ്പെട്ട ചില പാഠങ്ങളും ഉൾച്ചേർത്തിരിക്കും. ഉദാഹരണം: ഫോയർബാഹിനെ കുറിച്ചുള്ള തീസിസ്. അതിൽ മാർക്സിയൻ പ്രമാണത്തിന്റെ സുഭദ്രവും വർത്തുളവുമായ ഒരു ചിത്രം അവതരിപ്പിക്കാനാണ് എംഗൽസ് ശ്രമിച്ചത്) – ഇവയൊക്കെ ഉൾപ്പെടുന്നു. ആദ്യത്തെ ഗണത്തിലാണ് എംഗൽസ് *Wage Labour and Capital, The Poverty of Philosophy, The 18th Brumaire, The Civil War in France, Class Struggles in France* എന്നീ മാർക്സ് രചനകൾ പ്രസിദ്ധം ചെയ്തത്. തന്റെ തന്നെ *Condition of the Working Class* ഉം 1870 കൾ മുതൽക്കുള്ള മറ്റു പല രചനകളുടെയും പുതിയ പതിപ്പുകളും എംഗൽസ് ഇതിൽ ഉൾപ്പെടുത്തി പ്രസിദ്ധം ചെയ്തു. രണ്ടാമത്തെ ഗണത്തിൽപ്പെടുത്തി ലഭ്യമാക്കപ്പെട്ട പ്രധാനകൃതികൾ *മൂലധനം*, *ഗോഥ പരിപാടിയുടെ വിമർശം* (1891) എന്നിവയാണ്. മൂന്നാമത്തേതിലെ പ്രധാനകൃതികളിൽ, *Anti-Duhring*, ഇടയ്ക്കിടെ പുതിയ പതിപ്പുകൾ ഇറങ്ങിയിരുന്ന *Socialism, Utopian and Scientific* (ഇത് കൂടുതൽ വലിയ *The Origin of the Family, Private Property and the State* (1884) എന്ന കൃതിയെ ആധാരമാക്കി സംഗ്രഹിച്ചതാണ്), *Lundwig Feuerbach* (1888) എന്നിവയും സമകാലിക രാഷ്ട്രീയ സംവാദത്തിലേക്കുള്ള നിരവധിയായ സംഭാവനകളും ഉൾപ്പെടുന്നു. ഏതായാലും പിന്നീട് അവയെല്ലാം സ്ഥിരമായി ലഭിക്കുന്ന അവസ്ഥയായി. മാർക്സിന്റെയും എയാൽസിന്റെയും രചനകളുടെ വലിയൊരു ഭാഗമാണ് ഇപ്പറഞ്ഞവ. മാർക്സ് തുടർന്നും ജീവിച്ചിരുന്നെങ്കിൽ *Theories on Surplus Value* പോലുള്ള ചിലവ കൂടി ചേർക്കാമായിരുന്നു എന്നുവേണം

കരുതാൻ. ഇത് പിന്നീട് കൗട്സ്കിയുടെ നേതൃത്വത്തിൽ പുറത്തുവന്നു. *Peasant War* ന്റെ പരിഷ്കരിച്ച ഭാഷ്യവും ഇറക്കണമെന്ന് എംഗൽസിന് മോഹമുണ്ടായിരുന്നു.

എംഗൽസ് മരിച്ച് താമസിയാതെ എലെനോർ മാർക്സ് ഇംഗ്ലീഷിൽ രചിക്കപ്പെട്ട ചില കൃതികൾ പുനഃപ്രസിദ്ധീകരിച്ചു. ഇത്തരം ചില അപവാദങ്ങൾ ഒഴിച്ചാൽ പത്തൊമ്പതാം നൂറ്റാണ്ടിന്റെ അവസാനം അന്തർദേശീയ മാർക്സിസ്റ്റ് പ്രസ്ഥാനത്തിന് ലഭ്യമായിരുന്ന സാമഗ്രികൾ ഇത്രയുമായിരുന്നു. ഇതിൽ വിദേശഭാഷകളിലേക്ക് മൊഴിമാറ്റിയവയും പെടും. എംഗൽസ് തെരഞ്ഞെടുക്കുകയും ഒട്ടൊക്കെ സമാഹരിക്കുകയും ചെയ്ത രൂപത്തിലാണ് നമുക്ക് അവ കിട്ടിയിട്ടുള്ളത്. അങ്ങനെ, *മൂലധനം* മാർക്സ് എങ്ങനെ വിഭാവനം ചെയ്തിരിക്കാമെന്ന എംഗൽസിന്റെ കണക്കുകൂട്ടലനുസരിച്ചാണ് ഇറങ്ങിയത്, മാർക്സ് വിഭാവനം ചെയ്തതുപോലെയല്ല. അവസാനത്തെ മൂന്ന് വാല്യങ്ങൾ എംഗൽസാണ് സംയോജനം നടത്തിയത്. പിന്നീട് കൗട്സ്കിയും. ആ സംയോജനത്തിന് ആധാരമായത് മാർക്സിന്റെ അപൂർണമായ കരടുകളാണ്. ഏതായാലും ഒന്നാം വാല്യത്തിനും അവസാനരൂപം നൽകിയത് മാർക്സല്ല, എംഗൽസാണ്. മാർക്സ് പരിഷ്കരിച്ച രണ്ടാംപതിപ്പിന്റെ വെളിച്ചത്തിൽ എംഗൽസ് ഭേദഗതി ചെയ്താണ് 1890 ലെ ജർമൻ നാലാം പതിപ്പ് – അതാണ് മാനകീകൃത ഭാഷ്യം – ഇറക്കിയത്. പിന്നീട് ഫ്രഞ്ച് പതിപ്പിന് (1872–75) മാർക്സും ചില മാറ്റങ്ങൾ വരുത്തി. അദ്ദേഹം ചില കയ്യെഴുത്തു കുറിപ്പുകളും അതിൽ ചേർത്തു. (1867–ലെ ഒന്നാം പതിപ്പിൽ ചില ഭാഗങ്ങൾ ഗണ്യമായി മാറ്റിയെഴുതിയാണ് മാർക്സിന്റെ തന്നെ 1872–ലെ രണ്ടാം പതിപ്പ് ഇറങ്ങിയത്.) രണ്ടാം ഇന്റർനാഷനൽ അടിസ്ഥാനമാക്കിയ പ്രധാന മാർക്സിയൻ ഗ്രന്ഥങ്ങൾ ഇവ മാത്രമായേനെ – അതിന്റെ ജർമനിയിലും മറ്റുമുള്ള സൈദ്ധാന്തികർക്കും നേതാക്കൾക്കും നേരിട്ട് വ്യക്തിബന്ധങ്ങൾ ഇല്ലായിരുന്നെങ്കിൽ. അവർ തമ്മിലുള്ള എഴുത്തുകുത്തുകളും സംഭാഷണങ്ങളും ഒന്നാം ലോകയുദ്ധത്തിനുശേഷമാണ് പ്രസിദ്ധം ചെയ്യപ്പെട്ടത്. അത് 'പൂർത്തിയായ' സൈദ്ധാന്തികരചനകളുടെ ഒരു സമാഹാരമാണ് എന്നതാണ് ശ്രദ്ധേയം. അതങ്ങനെ ആകണമെന്നു തന്നെയാണ് എംഗൽസ് ഉദ്ദേശിച്ചിരുന്നതും. മാർക്സ് അവശേഷിപ്പിച്ച വിടവുകൾ നികത്താനും മുൻപ്രസിദ്ധീകരണങ്ങൾ സമകാലികമാക്കാനും എംഗൽസ് സ്വന്തം രചനകളിലൂടെ ശ്രമിച്ചതിന്റെ ഫലവും ഈ സമാഹാരത്തിൽ കാണാം. *മൂലധന*ത്തിൽ അദ്ദേഹം ചെലുത്തിയ അധ്വാനത്തിന്റെ ലക്ഷ്യം മാർക്സിന്റെ തന്നെ സാമ്പത്തികചിന്തയുടെ ഒഴുക്കും വികാസവും പുനർനിർമിക്കൽ ആയിരുന്നില്ല. *മൂലധന*ത്തിന്റെ ഉൽപ്പത്തി–വികാസങ്ങൾ ചരിത്രപരമായി പുനർനിർമിക്കാനുള്ള അത്തരമൊരു ശ്രമം (പ്രസിദ്ധം ചെയ്യപ്പെട്ട വാല്യം പുനഃപ്രസിദ്ധം ചെയ്യുമ്പോഴത്തെ മാറ്റങ്ങൾ അടക്കം ഉൾക്കൊള്ളിച്ച്) രണ്ടാം ലോകയുദ്ധത്തിനുശേഷമേ ഗൗരവമായി ആരംഭിച്ചിട്ടുള്ളു. അതിപ്പോഴും പൂർണമായിട്ടുമില്ല. തന്റെ സുഹൃ

ത്തിന്റെ പ്രധാനകൃതിയുടെ 'അന്തിമപാഠം' ഉണ്ടാകണം, അതോടെ മുൻകരടുകൾ അപ്രസക്തമാകണം – ഇതായിരുന്നു, എംഗൽസിന്റെ ഉദ്ദേശ്യം.

എംഗൽസിന്റെതന്നെ മാർക്സിസ്റ്റ് സമാഹാരം, വിശിഷ്യ ഏറെ വിജയകരമായ *Socialism, Utopian and Scientific,* ലക്ഷ്യം വച്ചിരുന്നത് പുതിയ സോഷ്യലിസ്റ്റ് പാർട്ടികളുടെ അംഗങ്ങൾക്ക് ഈ സിദ്ധാന്തസഞ്ചയം ലഭ്യമാക്കുക എന്നതായിരുന്നു. സോഷ്യലിസ്റ്റ് പ്രസ്ഥാനങ്ങളുടെ സൈദ്ധാന്തികരും നേതാക്കളും അക്കാലത്ത് അങ്ങനെയൊരു യത്നത്തിൽ ഏർപ്പെട്ടിരിക്കുകയായിരുന്നു. അതിന്റെ ഫലമായി ഫ്രാൻസിൽ ഡിവില്ലെ, ഇറ്റലിയിൽ കഫിയെറോ, ബ്രിട്ടനിൽ അവെലിങ് എന്നിവർ *മൂലധന*ത്തിന്റെ സഞ്ചയങ്ങൾ ഇറക്കി. കൗട്സ്കി *Economic Doctrines of Karl Marx* പ്രസിദ്ധം ചെയ്തു. ഈ ഇനത്തിൽപ്പെട്ട ഏതാനും രചനകൾ മാത്രമാണ് ഇവ. പുതിയ സോഷ്യലിസ്റ്റ് പ്രസ്ഥാനങ്ങളുടെ വിദ്യാഭ്യാസപരമായ, പ്രചാരണാത്മകമായ പ്രയത്നങ്ങൾ കേന്ദ്രീകരിച്ചത് ഇത്തരം രചനകളുടെ ഉൽപ്പാദന–വിതരണങ്ങളിലാണ്, മാർക്സിന്റെയും എംഗൽസിന്റെയും സ്വന്തം രചനകളുടെയല്ല. ഉദാഹരണം: ജർമനിയിൽ 1905 നുമുമ്പ് *കമ്യൂണിസ്റ്റ് മാനിഫെസ്റ്റോ* യുടെ ഓരോ പതിപ്പും 2000 –3000 പ്രതികൾ വീതമേ അച്ചടിക്കപ്പെട്ടിട്ടുണ്ടായിരുന്നുള്ളൂ. അതിനുശേഷം ഇത് വർധിച്ചു എന്നത് ശരിയാണ് (എസ് പി ഡി *Parteitage* ദത്തങ്ങൾ). അതേസമയം കൗട്സ്കിയുടെ *Social Revolution* (ഭാഗം I) 1903 ൽ 7000 പ്രതിയും 1905 ൽ 21, 500 പ്രതിയും അച്ചടിക്കപ്പെട്ടു; ബെബെലിന്റെ *Christenthum and Sozialismus* 1898 നും 1902 നും ഇടയ്ക്ക് 37000 പ്രതികളാണ് വിറ്റുപോയത്. പിന്നീട് 1903 ൽ 20,000 പ്രതികളുടെ മറ്റൊരു പതിപ്പും ഇറങ്ങി; പാർട്ടിയുടെ *Erfurt Programme* (1891) 1,20,000 പ്രതികളാണ് വിതരണം ചെയ്യപ്പെട്ടത്.

ഇന്ന് ലഭ്യമാകുന്ന ക്ലാസിക് രചനകളുടെ സഞ്ചയങ്ങൾ സൈദ്ധാന്തികമനസുള്ള സോഷ്യലിസ്റ്റുകൾ വായിക്കുന്നില്ലെന്നല്ല, ഇതിനർഥം. അവ പല ഭാഷകളിലേക്കും അതിവേഗം വിവർത്തനം ചെയ്യപ്പെട്ടിട്ടുണ്ട്. 1890 കളിൽ ബുദ്ധിജീവികൾക്കിടയിൽ മാർക്സിസത്തിലുള്ള താൽപ്പര്യം ഏറെ സജീവമായിരുന്നു എന്ന് നമുക്കെല്ലാം അറിയാവുന്ന ഇറ്റലിയിൽ 1900 ത്തോടെ തന്നെ എംഗൽസ് തെരഞ്ഞെടുത്ത പടിയുള്ള മൊത്തം രചനാസഞ്ചയവും ലഭ്യമായിരുന്നു (*മൂലധന*ത്തിന്റെ പിൽക്കാല വാല്യങ്ങൾ ഒഴികെ). ചിച്ചോട്ടി എഡിറ്റുചെയ്ത മാർക്സ് – എംഗൽസ് – ലസാലെയുടെ *Scritti* (1899 മുതൽ) യിൽ പിൽക്കാല രചനകൾ പലതും ഉൾപ്പെടുത്തിയിരുന്നു. 1930 കളുടെ മധ്യംവരെ ഇംഗ്ലീഷ് ഭാഷയിൽ ക്ലാസിക് രചനകളൊന്നും ഏറെ കാണുന്നില്ല. ശരിയാണ്, 1913 ൽ തന്നെ അവ വിവർത്തനം ചെയ്യപ്പെട്ടിരുന്നു. പക്ഷേ പലപ്പോഴും അത് വളരെ മോശം നിലവാരത്തിലുള്ള വിവർത്തനങ്ങളായിരുന്നു. ചിക്കാഗോ

യിലെ ചാൾസ് എച്ച് കെറിന്റെ സ്ഥാപനമാണ് മുഖ്യമായും അവ പ്രസിദ്ധം ചെയ്തത്.

മധ്യ, പൂർവ യൂറോപ്യൻ ബുദ്ധിജീവികൾക്കിടയിലും ഭാഗികമായി മാർക്സിസത്തോട് വലിയ താൽപ്പര്യമുണ്ടായിരുന്ന ഇറ്റലിയിലും അവ ശേഷിക്കുന്ന മാർക്സ്–എംഗൽസ് രചനകൾ പ്രസിദ്ധം ചെയ്തുകിട്ടണമെന്ന ആഗ്രഹം സജീവമായിരുന്നു. സ്ഥാപകരുടെ സാഹിത്യസ്ഥാപനങ്ങൾ കൈവശം വച്ചിരുന്ന ജർമനിയിലെ സോഷ്യൽ ഡെമോക്രാറ്റിക് പാർട്ടി അവരുടെ സമ്പൂർണസമാഹാരം പുറത്തിറക്കാൻ യാതൊരു പരിശ്രമവും നടത്തിയില്ല. താരതമ്യേന നയക്കുറവും മൂർച്ചയും പ്രകടമാകുന്ന ചില രചനകളും ശുദ്ധമേ താൽക്കാലിക താൽപ്പര്യം മാത്രം ഉണർത്താവുന്ന രചനകളും പുനഃപ്രസിദ്ധം ചെയ്യാനും അവർ ശ്രമിച്ചില്ല. ജർമനിയിൽ കൗട്സ്കയും ഫ്രാൻസിൽ മെഹ്റിങ്ങും റഷ്യയിൽ ഡിറയസനോവും എംഗൽസ് ഉടനെ ആവശ്യമെന്ന് കരുതിയതിനേക്കാൾ സമ്പൂർണമായ ഒരു സമാഹാരം പ്രസിദ്ധം ചെയ്യാനുള്ള ഉദ്യമങ്ങൾ തുടങ്ങി. മെഹ്റിങ്ങിന്റെ *Aus dem literarischen Nachlass von Marx and Engles*ൽ 1840 കളിലെ രചനകൾ പുനഃപ്രസിദ്ധം ചെയ്തു. റയസനോവ് 1852–1862 കാലത്തെ രചനകൾ നിരവധി വാല്യങ്ങളാക്കി പുനഃപ്രകാശനം ചെയ്തു.

1914–നു മുമ്പ് അപ്രസിദ്ധീകൃത രചനകളുടെ കാര്യത്തിൽ ഒരു പ്രധാന മുന്നേറ്റം ഉണ്ടായി – മാർക്സിന്റെയും എംഗൽസിന്റെയും കത്തുകൾ 1913 ൽ പുറത്തിറക്കപ്പെട്ടു. കൗട്സ്കി നടേതന്നെ തെരഞ്ഞെടുത്ത കയ്യെഴുത്തുപ്രതികൾ എസ് പി ഡിയുടെ സൈദ്ധാന്തിക റിവ്യൂ ആയ *Neue Zeit* ൽ പ്രസിദ്ധപ്പെടുത്തിയിരുന്നു. 1902 ൽ അച്ചടിച്ചുവന്ന മാർക്സ് ഡോ. കുഗെൽമാനിന് എഴുതിയ കത്തുകൾ, *Grundrisse* എന്നറിയപ്പെടുന്ന രചനയിലെ *Critique of Political Economy* യുടെ ആമുഖം പോലുള്ള അപൂർണരചനകളുടെ ശകലങ്ങൾ (1903–04) എന്നിവ ഇവയിൽ ശ്രദ്ധേയമാണ്. മാർക്സും എംഗൽസും വിവിധരാജ്യങ്ങളിലുള്ള ലേഖകരുമായി നടത്തിയ എഴുത്തുകുത്തുകൾ പ്രാദേശികമായി ഇടയ്ക്കിടെ പുറത്തിറങ്ങി. അവ അതതു രാജ്യത്തെ ഭാഷയിലാണ് ഇറങ്ങിയത്. മറ്റുഭാഷകളിലേക്കുള്ള വിവർത്തനം ദുർലഭമായിരുന്നു. 1914 ൽ ക്ലാസിക് രചനകളുടെ ലഭ്യതയുടെ സൂചന ലെനിന്റെ കാൾ മാർക്സ് വിജ്ഞാന നിഘണ്ടുവിൽ അനുബന്ധമായി ചേർത്തിട്ടുള്ള ഗ്രന്ഥസൂചിയിൽ കാണാം. നിഘണ്ടു എഴുതപ്പെട്ടത് അതേ വർഷമാണ്; അത് പലപ്പോഴായി *The Teachings of Karl Marx* എന്ന പേരിൽ പുനഃപ്രസിദ്ധം ചെയ്യപ്പെട്ടിട്ടുണ്ട്. റഷ്യൻ മാർക്സിസ്റ്റുകാരായിരുന്നല്ലോ ക്ലാസിക് രചനകളുടെ ഏറ്റവും സമർപ്പണബുദ്ധിയുള്ള പഠിതാക്കൾ. ഏതെങ്കിലും മാർക്സ്–എംഗൽസ് രചന അവർക്ക് പരിചയമില്ല എന്ന് പറഞ്ഞാൽ അതിന്റെ അർഥം അന്തർദേശീയ പ്രസ്ഥാനത്തിന് അവ ലഭിക്കാനുള്ള അവസരവും ഇല്ലായിരുന്നു എന്നാണ്.

II

റഷ്യൻ വിപ്ലവത്തോടെ ക്ലാസിക് രചനകളുടെ പ്രസിദ്ധീകരണവും പ്രചാരണവും പലതരത്തിലും പരിവർത്തനവിധേയമായി. ഒന്ന്, മാർക്സിയൻ പാണ്ഡിത്യത്തിന്റെ കേന്ദ്രം എംഗൽസുമായി യാതൊരു വ്യക്തിബന്ധവും ഇല്ലാത്ത സംശോധകരുടെ ഒരു തലമുറയിലേക്ക് മാറി – ബേൺസ്റ്റീൻ, കൗട്സ്കി, മെഹ്റിങ് ഇത്യാദി. എംഗൽസിന് ക്ലാസിക്കുകളെക്കുറിച്ചുണ്ടായിരുന്ന വ്യക്തിപരമായ അഭിപ്രായങ്ങളോ, നയം, താൽക്കാലികമായ ആവശ്യം എന്നിവയോ ഒന്നും അവരെ സ്വാധീനിച്ചില്ല. ഇതൊക്കെ മാർക്സിന്റെയും എംഗൽസിന്റെയും അടുത്ത നിർവാഹകരെ സ്വാധീനിച്ചിരുന്നു എന്ന് നമുക്കറിയാം. വ്യക്തികൾ, സമകാലികരാഷ്ട്രീയം എന്നീ കാര്യങ്ങളിലൊന്നും ഇരുവരുടെയും സമീപനങ്ങൾ വ്യക്തിപരമായി ഈ അടുത്ത തലമുറക്കാരെ ബാധിച്ചിരുന്നില്ല. മാർക്സിയൻ പ്രസിദ്ധീകരണത്തിന്റെ മുഖ്യകേന്ദ്രം കമ്യൂണിസ്റ്റ് പ്രസ്ഥാനമായി എന്നതു തന്നെ ഈ വിടുതിക്ക് അടിവരയിട്ടു. ജർമൻ സോഷ്യൽ ഡെമോക്രസി ചില ഒഴിവാക്കലുകളും ഭേദഗതികളും വരുത്തിയത് 'അവസരവാദപരമായ' വക്രീകരണങ്ങളായിരുന്നു എന്നാണ് അവർ വിലയിരുത്തിയത്, ഇത് ചില കാര്യങ്ങളിൽ ശരിയുമായിരുന്നു. രണ്ട്, വിപ്ലവം ബോൾഷെവിക് മാർക്സിസ്റ്റുകാർക്ക് വഴി തുറന്നുകൊടുത്തു. അവർക്ക് സോവിയറ്റ് ഭരണകൂടത്തിന്റെ വിഭവങ്ങൾ ലഭ്യമായിരുന്നല്ലോ. അതുവച്ച് ക്ലാസിക്ക് രചനകൾ മുഴുവൻ പ്രസിദ്ധം ചെയ്യാനുള്ള സാഹചര്യം ഒരുങ്ങി.

ഇതിൽ നിരവധി സാങ്കേതികപ്രശ്നങ്ങൾ ഉണ്ടായിരുന്നു. രണ്ടെണ്ണം ഇവിടെ പരാമർശിക്കാം. മാർക്സിന്റെ, കുറഞ്ഞ തോതിൽ എംഗൽസിന്റെയും, രചനകളിൽ പല അളവിലുള്ള അവധാനതയോടെ പ്രസിദ്ധം ചെയ്തവ പെടുന്നു. പല അളവിലുള്ള അപൂർണത ദൃശ്യമാകുന്നവയും ഉണ്ട്. വെറും വായനക്കുറിപ്പുകളും മാർജിൻ കുറിപ്പുകളും ഉണ്ട്. 'രചന'കളും പ്രാഥമിക കുറിപ്പുകൾ, കരടുകൾ എന്നിവയും തമ്മിലുള്ള വിഭജനരേഖ വരയ്ക്കാൻ അത്ര എളുപ്പമല്ല. ഗംഭീരാശയനായ മാർക്സ് പണ്ഡിതൻ ഡി റയ്സനോവിന്റെ നേതൃത്വത്തിലുള്ള പുതിയ മാർക്സ് –എംഗൽസ് ഇൻസ്റ്റിറ്റ്യൂട്ട് യഥാർഥ 'രചനകളിൽ' നിന്ന് ചിലതൊക്കെ ഒഴിവാക്കി. അവർ അത്തരം രചനകളൊക്കെ സമാന്തരമായി നടത്തിപ്പോന്ന ഒരു അവിയൽ ആനുകാലികമായ *Marx-Engels Archiv* ൽ പ്രസിദ്ധം ചെയ്തു. എല്ലാ രചനകളും ചേർത്ത് 1970 കളിൽ പുതിയ *MEGA* ഇറങ്ങുംവരെ ഒന്നിലും അവയെ ഉൾക്കൊള്ളിച്ചില്ല. യഥാർഥ കരടുകൾ ഭൂരിഭാഗവും എസ് പി ഡി യുടെ കൈവശം ഉണ്ടായിരുന്ന (1933നുശേഷം ആംസ്റ്റർഡാമിലെ ഇന്റർനാഷനൽ ഇൻസ്റ്റിറ്റ്യൂട്ട് ഫോർ സോഷ്യൽ ഹിസ്റ്ററിക്ക് കൈമാറിയ) മാർക്സ്–എംഗൽസ് ശേഖരത്തിൽ ലഭ്യമായിരുന്നു. എന്നാൽ ക്ലാസിക്കുകളുടെ എഴുത്തുകുത്തുകൾ വ്യാ

പകമായി ചിതറിക്കിടക്കുകയായിരുന്നു. അതുകൊണ്ട് അവ സമാഹരിക്കുക പ്രയാസമായിരുന്നു. അവയിൽ പലതും എവിടെയാണെന്നുപോലും അറിവില്ലായിരുന്നു. ഉദ്ദേശം 1920 മുതൽ മാർക്സിന്റെയും എംഗൽസിന്റെയും പല കത്തുകളും വെവ്വേറെ പ്രസിദ്ധം ചെയ്യപ്പെട്ടു – ചിലപ്പോൾ അവയുടെ മേൽവിലാസക്കാർ, ചിലപ്പോൾ അവരുടെ സാഹിത്യസഞ്ചയം കൈകാര്യം ചെയ്യാൻ നിയമപരമായി നിയുക്തരായവർ. പക്ഷേ ലാഫാർഗുമായുള്ള കത്തിടപാടുകൾ പോലെ പ്രധാനപ്പെട്ടവ പലതും 1950 കൾ വരെ പ്രസിദ്ധം ചെയ്യപ്പെട്ടില്ല. മെഗാ ഒരിക്കലും പൂർത്തീകരിക്കപ്പെട്ടില്ല. അത് അവയുടെ അടിയന്തിരസ്വഭാവം താമസിയാതെ നഷ്ടപ്പെട്ടു. പക്ഷേ അവയും ശ്രദ്ധേയമാണ്. മാർക്സിയൻ സാമഗ്രികളുടെ പഴയ കേന്ദ്രങ്ങളിൽ നിലനിൽക്കുന്ന മാർക്സ് രചനകൾ തുടർന്നും പ്രസിദ്ധം ചെയ്യപ്പെടുന്നതും ശ്രദ്ധേയമാണ്. ക്ലാസിക്കുകൾ എല്ലാം ചേർത്ത് ഒരു സമ്പൂർണസമാഹാരമാക്കാനായി മോസ്കോ ഇൻസ്റ്റിറ്റ്യൂട്ട് അവ സമ്പാദിക്കാൻ ശ്രമിച്ചു. ഇങ്ങനെ ഒരൊറ്റ സമ്പൂർണസമാഹാരമേ ഇപ്പോൾ പണിപ്പുരയിൽ ഉള്ളൂ. പക്ഷേ അതിവിപുലമായ ശേഖരത്തിന്റെ ഫോട്ടോകോപ്പികൾ കൈവശപ്പെടുത്താനേ അതിന് കഴിഞ്ഞുള്ളൂ. മൂലരൂപങ്ങൾ പാശ്ചാത്യരാജ്യങ്ങളിൽ തന്നെയാണ്.

1920 കളിൽ ക്ലാസിക്കുകളുടെ പ്രസിദ്ധീകരണത്തിൽ വലിയ വിസ്ഫോടനം നടന്നു. ആദ്യമായി രണ്ടിനം സാമഗ്രികൾ പൊതുവെ ലഭ്യമായി: അപ്രകാശിതമായ കയ്യെഴുത്തുപ്രതികളും മാർക്സ്, എംഗൽസ് എന്നിവർ മറ്റുള്ളവരുമായി നടത്തിയ കത്തിടപാടുകൾ. പക്ഷേ രാഷ്ട്രീയ സംഭവവികാസങ്ങൾ പ്രസിദ്ധീകരണവും വ്യാഖ്യാനവും തടഞ്ഞു. 1914 നു മുമ്പ് ഇങ്ങനെയൊന്ന് ആലോചിക്കാൻ കഴിഞ്ഞിരുന്നില്ല. 1933 ൽ നാസികളുടെ ജയം മാർക്സിയൻ പഠനങ്ങളുടെ പാശ്ചാത്യ (ജർമൻ) കേന്ദ്രങ്ങൾക്ക് വലിയ ആഘാതമായി. അവയെ ആധാരമാക്കിയ വ്യാഖ്യാനങ്ങളുടെ പ്രത്യാഘാതങ്ങൾ ഏറിയ പങ്കും മാറ്റിവയ്ക്കപ്പെട്ടു. ഒരു ഉദാഹരണം മാത്രം എടുക്കാം. അഗാധപാണ്ഡിത്യം വിളങ്ങുന്ന ഒരു രചനയാണ് ഗുസ്താവ് മയെറുടെ എംഗൽസ് ജീവചരിത്രം. സ്മാരകതുല്യമായ ആ കൃതി 1934 ൽ ഒരു ഡച്ച് കുടിയേറ്റക്കാരന്റെ അച്ചടിശാലയിൽ പ്രസിദ്ധം ചെയ്യേണ്ടിവന്നു. അത് 1945 നുശേഷമുള്ള പടിഞ്ഞാറൻ ജർമനിയിലെ താരതമ്യേന യുവാക്കളായ മാർക്സിസ്റ്റുകാർക്ക് 1970 കൾ വരെ അപരിചിതമായി തുടർന്നു. മാർക്സിയൻ ഗ്രന്ഥങ്ങളുടെ പുതിയ പ്രസിദ്ധീകരണങ്ങൾ പലതും 'മാർക്സിസ്റ്റ് അപൂർവതകൾ' പുനരുൽപ്പാദിപ്പിക്കുക മാത്രമായിരുന്നില്ല (അതാണ് 1920 കളിൽ പ്രസിദ്ധം ചെയ്യപ്പെട്ട ഒരു പരമ്പരയുടെ തലക്കെട്ട്), അനിവാര്യമായും അപൂർവതകൾ ആയി മാറുകയും ആയിരുന്നു. റഷ്യയിൽ സ്റ്റാലിന്റെ ഉദയം മാർക്സ്–എംഗൽസ് ഇൻസ്റ്റിറ്റ്യൂട്ടിന്റെ പ്രവർത്തനങ്ങളിൽ ഇടങ്കോലിട്ടു. പ്രത്യേകിച്ച് ഡിറക്റ്റർ റയ്സനോവിന്റെ പുറത്താക്കലിനും തുടർന്നുണ്ടായ വധത്തിനുംശേഷം. അതോടെ ഇവയുടെ

ജർമൻ പ്രസിദ്ധീകരണം നിലച്ചു. ഉന്മൂലനങ്ങൾ ദുരന്തം വിതച്ചെങ്കിലും പത്രാധിപപ്രവർത്തനങ്ങൾക്ക് വലിയ തടസമൊന്നും ഉണ്ടായില്ല. യാഥാസ്ഥിതിക സ്റ്റാലിനിസത്തിന്റെ മാർക്സിസ വ്യാഖ്യാനം വളർന്നു. *History of the CPSU (b): Short Course* [1938] ൽ ആണ് അത് പരസ്യമായി പുറത്തുവന്നത്. അതോടെ മാർക്സിന്റെതന്നെ ചില രചനകൾ വിശ്വാസവിരുദ്ധമായി കരുതപ്പെട്ടു തുടങ്ങി. അവയുടെ പ്രസിദ്ധീകരണത്തിൽ ചില പ്രശ്നങ്ങൾ ഉടലെടുത്തു. 1840 കളുടെ തുടക്കത്തിലെ രചനകളുടെ കാര്യത്തിൽ ഇതാണ് സംഭവിച്ചത്. രണ്ടാം ലോകയുദ്ധം സൃഷ്ടിച്ച തടസങ്ങൾ മാർക്സ് രചനകൾക്കുമേൽ ഗുരുതരമായ പ്രത്യാഘാതങ്ങളാണ് ഉണ്ടാക്കിയത്. 1939–41 ൽ മോസ്കോവിൽ ഇറങ്ങിയ *ഗ്രുൻഡ്രിസി* ന്റെ ഉജ്വലമായ പതിപ്പ് 1953 ൽ കിഴക്കൻ ബർലിനിൽ ഒരു പുനർമുദ്രിതപതിപ്പ് ഇറങ്ങുംവരെ പ്രായേണ അജ്ഞാതമായി തുടർന്നു (ഒന്നോ രണ്ടോ പ്രതികൾ യു എസിൽ എത്തിയിരുന്നത് ഒഴിച്ചാൽ).

1917 നുശേഷം ക്ലാസിക്കുകളുടെ പ്രസിദ്ധീകരണത്തെ മാറ്റിമറിച്ച മറ്റൊരു ഘടകം അവയുടെ പ്രചാരണമാണ്. 1914 നു മുമ്പുള്ള ബഹുജന സോഷ്യൽ ഡെമോക്രാറ്റിക് പാർട്ടികൾ അംഗങ്ങളെ മാർക്സ്–എംഗൽസ് രചനകൾ വായിക്കാൻ ഗൗരവമായി പ്രേരിപ്പിച്ചില്ല. ഒരുപക്ഷെ *Socialism, Utopian and Scientific* എന്ന കൃതിയും *മാനിഫെസ്റ്റോ*യും അപവാദങ്ങളായിരിക്കാം. *മൂലധനം* ഒന്നാം വാല്യം ഇടയ്ക്കിടെ പുനർമുദ്രണം ചെയ്യപ്പെട്ടു - ജർമനിയിൽത്തന്നെ 1903–1922 കാലത്ത് പത്തു തവണ. പക്ഷെ അത് പരക്കെ വായിക്കപ്പെട്ടിരുന്നോ എന്ന് സംശയമാണ്. വാങ്ങിയവരിൽപ്പലരും ആ പുസ്തകം സോഷ്യലിസത്തിന്റെ അനിവാര്യത മാർക്സ്തന്നെ ശാസ്ത്രീയമായി തെളിയിച്ചതിന്റെ പ്രത്യക്ഷതെളിവായി ഷെൽഫിൽവച്ചു തൃപ്തിയടയുകയായിരുന്നു. ബുദ്ധിജീവികളുടേതായാലും അണികളുടേതായാലും മാർക്സിസ്റ്റ് വിഭാഗങ്ങളായി ഒന്നിച്ചുചേരാൻ താൽപ്പര്യപ്പെടുന്ന അസാധാരണമായ അർപ്പണബുദ്ധിയുള്ള രണോത്സുകസഖാക്കളുടേതായാലും ചെറുകക്ഷികൾ അംഗങ്ങളോട് കൂടുതൽ ശ്രദ്ധ ആവശ്യപ്പെട്ടു. അങ്ങനെ, 1848 നും 1918 നും ഇടയ്ക്ക് *മാനിഫെസ്റ്റോ* യുടെ 34 പതിപ്പുകൾ താരതമ്യേന ചെറിയ മാർക്സിസ്റ്റ് സംഘങ്ങൾക്കും കക്ഷികൾക്കും വേണ്ടി ഇംഗ്ലീഷിൽ പുറത്തിറങ്ങി. ആംഗ്ലോ–സാക്സൻ ലോകത്തെ വായനക്കാരെ ലക്ഷ്യമിട്ടാണ് അവ ഇറക്കപ്പെട്ടത്. അതേസമയം ഫ്രഞ്ചിൽ 26 ഉം ജർമൻ സംസാരിക്കുന്ന രാജ്യങ്ങളിലെ വമ്പൻ കക്ഷികൾക്കുവേണ്ടി ജർമനിൽ 55 ഉം പതിപ്പുകളാണ് ഇറങ്ങിയത്.

അതേസമയം അന്തർദേശീയകമ്യൂണിസ്റ്റ് പ്രസ്ഥാനം അംഗങ്ങളുടെ മാർക്സിസ്റ്റ് വിദ്യാഭ്യാസത്തിൽ അങ്ങേയറ്റം ശ്രദ്ധ പതിപ്പിച്ചു. അതിനവർ ആശ്രയിച്ചത് സൈദ്ധാന്തികഗ്രന്ഥസഞ്ചയങ്ങളെയല്ല, യഥാർഥ ക്ലാസിക് ഗ്രന്ഥങ്ങളെത്തന്നെയാണ്. അതുകൊണ്ട് ഇത്തരം ഗ്രന്ഥങ്ങളുടെ തെരഞ്ഞെടുപ്പും പ്രചാരണവും അവരുടെ പ്രധാനവേവലാതി

യായി. രാഷ്ട്രീയവാദങ്ങൾക്ക് ഉപോദ്ബലകമായി പ്രമാണഗ്രന്ഥങ്ങളുടെ ആധികാരികത പ്രയോഗിക്കുക മാർക്സിസ്റ്റ് പാരമ്പര്യത്തിന്റെ അടയാളമായി, വിശിഷ്യ റഷ്യയിൽ. ഈ രീതി ഏതായാലും ക്ലാസിക് രചനകളുടെ പ്രചാരണത്തിന് ഏറെ ഗുണം ചെയ്തു. ക്രമേണ മാർക്സ്–എംഗൽസ് രചനകളേക്കാൾ സ്ഥാനം ലെനിൻ–സ്റ്റാലിൻ രചനകൾക്ക് കൈവന്നു എന്നത് വേറെ കാര്യം. ഏതായാലും ഇത്തരം ഗ്രന്ഥങ്ങൾ വ്യാപകമായി ലഭ്യമായതോടെ അവ അനുവദനീയമായ ഇടങ്ങളിൽ മാർക്സിസം പഠിക്കാൻ താൽപ്പര്യമുള്ളവരുടെ അവസ്ഥയിൽ വലിയ മാറ്റം വന്നു എന്നതിൽ സംശയമില്ല – 1933 – 1944 കാലത്ത് അവ അനുവദിക്കപ്പെടുന്ന സ്ഥലങ്ങളുടെ വ്യാപ്തി ഗണ്യമായി ചുരുങ്ങിയെങ്കിലും.

അതുവരെ പ്രകാശിതമാകാത്ത പ്രധാനപ്പെട്ട കയ്യെഴുത്തുപ്രതികളിൽ 1938–നു മുമ്പ് ഏറ്റവും കൂടുതൽ സ്വാധീനം ചെലുത്താൻ ആരംഭിച്ചത് 1840 കളിലെ രചനകളാണ്. 1844 ലെ *German Ideology* യും *Economic - Philosophical Manuscripts* ഉം 1934 ൽ പ്രസിദ്ധം ചെയ്യപ്പെട്ടു. വിപുലമായി വിവർത്തനം ചെയ്യപ്പെടാൻ അവയ്ക്ക് കുറേക്കൂടി കാത്തിരിക്കേണ്ടിവന്നു. അവയുടെ പ്രാധാന്യം ചർച്ച ചെയ്യാനുള്ള സ്ഥലമല്ല, ഇത്. 1945 നു ശേഷമുള്ള മാർക്സിസ്റ്റ് ചർച്ചകളിൽ വലിയൊരു പങ്കും ഈ ആദ്യകാലരചനകളിലേക്കാണ് തിരിഞ്ഞിട്ടുള്ളത് എന്നും 1932 നു മുമ്പുള്ള മാർക്സിസ്റ്റ് ചർച്ചകളിൽ വലിയൊരു പങ്കും അവയെക്കുറിച്ചുള്ള അറിവില്ലായ്മ പുലർത്തിയിരുന്നു എന്നും കുറിക്കുക മാത്രമേ വേണ്ടു. അപ്രകാശിത കയ്യെഴുത്തുപ്രതികളിൽ രണ്ടാമത്തെ വലിയ സഞ്ചയം *മൂലധന*ത്തിന്റെ പ്രാഥമികപ്രവർത്തനങ്ങളുമായി ബന്ധപ്പെട്ടവയാണ്. 1857–58 ലെ *ഗ്രുൻഡ്രിസ്* അവയിൽ ഒന്നാണ്. അത് പിന്നെയും ഏറെക്കാലം അറിയപ്പെടാതെ കിടന്നു. ആദ്യമായി വേണ്ട രീതിയിൽ അത് പ്രസാധനം ചെയ്യപ്പെട്ടത് 1953 ലാണ്. അതിന്റെ (അതൃപ്തമായ) ആദ്യ വിവർത്തനങ്ങൾ വരുന്നത് 1960 കളുടെ ഒടുവോടെയും. 1960 കൾ വരെ അത് അന്തർദേശീയ മാർക്സിസ്റ്റ് സംവാദത്തിന് ഒരു മുഖ്യ അടിസ്ഥാനമായില്ല. അപ്പോൾ പോലും ആദ്യമൊന്നും അതിന് മൊത്തത്തിൽ പ്രാമാണ്യം കിട്ടിയില്ല. കയ്യെഴുത്തുപ്രതിയിലെ ചരിത്രസംബന്ധിയായ ഭാഗമാണ് ശ്രദ്ധിക്കപ്പെട്ടത്. അത് വേറെ തന്നെ *Formen, die der Kapitalistischen Produktion vorhergehen* (ബർലിൻ; 1952) എന്ന പേരിൽ പ്രസാധനം ചെയ്യപ്പെടുകയായിരുന്നു. ഏതാനും വർഷങ്ങൾക്കുള്ളിൽ അതിന്റെ ഇറ്റാലിയൻ വിവർത്തനവും (1953–54) ഇംഗ്ലീഷ് വിവർത്തനവും (1964) ഇറങ്ങി. അതുവരെ അതെപ്പറ്റി അറിവില്ലാതിരുന്ന മാർക്സിസ്റ്റുകാർ അതോടെ മാർക്സിന്റെ രചനകളെയപ്പാടെ വലിയതോതിൽ പുനഃപരിഗണിക്കാൻ നിർബന്ധിതരായി. *മൂലധനം* കരടിന്റെ ഭാഗങ്ങളൊന്നും അന്തിമമായി പ്രകാശനം ചെയ്യപ്പെട്ട ഭാഷ്യത്തിൽ ഉൾപ്പെടുത്തിയിട്ടില്ല. അതിലെ ചില ഖണ്ഡങ്ങൾ പ്രചാരത്തിൽ വന്നത് പിന്നെയും ഏറെ കഴിഞ്ഞാണ്, ഏറെ സാവകാശവും. ഉദാഹരണം:

വാല്യം I ന്റെ ഭാഗം VII ആയി വിഭാവനം ചെയ്യപ്പെട്ട കരടിലെ ഭാഗം. [*Resultate des unmittelbaren Produktionsprozesses*]. അത് 1933 ൽ *Arkhiv K Marksa i F. Engelsa* യിൽ വന്നു. പക്ഷെ 1960 കളുടെ അവസാനം വരെയും അത് ഗൗരവമായി ചർച്ച ചെയ്യപ്പെട്ടില്ല. 1976 നുശേഷമാണ് ഇംഗ്ലീഷിൽ അതിനൊരു വിവർത്തനം ഉണ്ടാകുന്നത്. ആ സാമഗ്രികളിൽ ചിലത് ഇപ്പോഴും അപ്രകാശിതമാണ്.

എംഗൽസിന്റെ *Dialectics of Nature* ആണ് അപ്രകാശിതമായ പ്രധാന കയ്യെഴുത്തുപ്രതികളിൽ മൂന്നാമത്തേത്. അതിന്റെ പ്രകാശനം ആദ്യം നടന്നത് താരതമ്യേന മുമ്പായിരുന്നു. അത് എംഗൽസിന്റെ മറ്റു കരടുകളോടൊപ്പം *Arkhiv K Marksa i F. Engelsa* (1925) യിൽ വന്നു. *Gesamtausgabe* യിൽ അത് ഉൾപ്പെടുത്താത്തത് അപ്പോഴേക്കും 1870 കളിൽ എംഗൽസ് എഴുതിയ പ്രകൃതി ശാസ്ത്രസംബന്ധിയായ പലതും വസ്തുതാപരമായി പഴഞ്ചനായിക്കഴിഞ്ഞിരുന്നതിനാൽ ആകണം. ഇക്കാര്യം റയ്സനോവും പരാമർശിക്കുന്നുണ്ട്. എന്നാൽ ആ രചന മാർക്സിസത്തിന്റെ 'ശാസ്ത്രവാദ' മുഖത്തിന് യോജിച്ചതായിരുന്നു. ഈ മുഖമാണല്ലൊ ഏറെക്കാലമായി റഷ്യയിൽ പ്രചാരത്തിലുണ്ടായിരുന്നതും സ്റ്റാലിൻ യുഗത്തിൽ പുനർബലീകരിക്കപ്പെട്ടതും. അതുകൊണ്ട് 1930 കളിൽ *Dialectics of Nature* അതിവേഗം പ്രചരിപ്പിക്കപ്പെട്ടു. സ്റ്റാലിൻ 1938 ലെ *Short course* ൽ അതിലെ ഉദ്ധരണികൾ എടുത്തു ചേർക്കുന്നുണ്ട്. അപ്പോഴേക്കും എണ്ണത്തിൽ അതിവേഗം വളർന്നുവരാൻ തുടങ്ങിയിരുന്ന മാർക്സിസ്റ്റ് പ്രകൃതിശാസ്ത്രജ്ഞർക്കിടയിൽ അതിന് കുറച്ചൊക്കെ സ്വാധീനം ഉണ്ടാവുകയും ചെയ്തു.

മറ്റുള്ളവരുമായി മാർക്സും എംഗൽസും നടത്തിയ കത്തിടപാടുകളിൽ 1914 നുമുമ്പ് നന്നെ കുറച്ചേ വെളിച്ചം കണ്ടിരുന്നുള്ളൂ. ഒരുപക്ഷേ കുറിപ്പുകൾ കഴിഞ്ഞാൽ ഏറ്റവും വലിയ മാർക്സിയൻ സാമഗ്രിസഞ്ചയം ഈ കത്തിടപാടുകൾ ആയിരിക്കും. ഇതിൽ ചിലതൊക്കെ ആനുകാലികങ്ങളിൽ വന്നു, ചിലതൊക്കെ ഒറ്റയൊറ്റ സ്വീകർത്താക്കൾ തെരഞ്ഞെടുക്കുകയോ സമാഹരിക്കുകയോ ചെയ്തു. ഉദാഹരണം, *Briefe and Ausuge aus Briefen von Joh. Phil. Becker, Jos. Dietzgen, Friedrich Engels, Karl Marxoc A. an. F.A. Sorge and Andre* (സ്റ്റുറ്റ്ഗർട്ട്, 1906). അത്തരത്തിലുള്ള നിരവധി സമാഹാരങ്ങൾ 1971 നു ശേഷം ഇറങ്ങി. അവയിൽ ശ്രദ്ധേയം ബേൺസ്റ്റീനുള്ള കത്തുകൾ (റഷ്യനിൽ 1924– ൽ, ജർമനിൽ 1925– ൽ), ബെബൽ, ലീബെക്നെക്ത്, കൗട്സ്കി ഇത്യാദി പേരുമായുള്ള കത്തിടപാടുകൾ (റഷ്യൻ 1932, ജർമൻ, ലെനിൻഗ്രാഡ് 1933) എന്നിവയാണ്. പക്ഷെ 1934–36 ന് ഇറങ്ങിയ റഷ്യൻ പതിപ്പിനുമുമ്പ് (*Sochineniya XXV - XXIX*) സമ്പൂർണമായ ഒരു സമാഹാരവും ഇറങ്ങിയില്ല. ജർമനിൽ 1956–68 ൽ *Werke* പതിപ്പിനുമുമ്പും കത്തുകളുടെ സമാഹാരമൊന്നും വന്നില്ല. 1950 കൾ അവസാനംവരെ ഏറെ പ്രാധാന്യമുള്ള ചില സമാഹാരങ്ങൾ ലഭ്യമായിരുന്നില്ല എന്ന

വസ്തുത നടേതന്നെ സൂചിപ്പിച്ചുവല്ലോ. ഇപ്പോഴും കത്തിടപാടുകളുടെ പ്രസാധനം പൂർണമായി എന്നു പറയാറായിട്ടില്ല. 1933 ഓടെ മോസ്കോ ഇൻസ്റ്റിറ്റ്യൂട്ടിന് ലഭ്യമായ സാമഗ്രികളിൽ വലിയൊരു കൂട്ടം കത്തുകളും ഉണ്ട്. അവ പ്രധാനമായും വിദേശ വിവർത്തനങ്ങളിലൂടെയും 1930-കളുടെ ആരംഭം മുതൽക്കുള്ള *Selected Correspondence* ന്റെ ആശയാനുവാദങ്ങളിലൂടെയുമാണ് പ്രചരിപ്പിക്കപ്പെട്ടത്.

ഈ കത്തുകളുടെ 'ഔദ്യോഗിക' പ്രസിദ്ധീകരണത്തെപ്പറ്റി ഒന്ന് പറയാതെ പോകുന്നത് ശരിയാവില്ല. മാർക്സും എംഗൽസും തമ്മിലുള്ള കത്തിടപാടുകൾ ഒഴിച്ചാൽ മറ്റുള്ളവയെ കത്തുകൾ എന്നതിനേക്കാൾ ഉപരി ക്ലാസിക് രചനകളുടെ ഭാഗം എന്ന നിലയ്ക്കാണ് കൈകാര്യം ചെയ്തിട്ടുള്ളത്. അതുകൊണ്ട് ഔദ്യോഗികകമ്യൂണിസ്റ്റ് സമാഹാരങ്ങളിൽ ഒന്നിലും പൊതുവേ മാർക്സിന്റെയും എംഗൽസിന്റെയും കത്തുകൾ ഉൾപ്പെടുത്തുക പതിവില്ല. പ്രത്യേക സമാഹാരങ്ങളുടെ ചില പതിപ്പുകളിൽ രണ്ടു വശത്തുനിന്നുമുള്ള എഴുത്തുകൾ ഉൾപ്പെടുത്തിയിട്ടുണ്ട്. ഇതിൽ മിക്കതും പുറത്തിറക്കിയിട്ടുള്ളത് മാർക്സിന്റെയും എംഗൽസിന്റെയും കത്തുകൾ കിട്ടിയവരോ അവരുടെ കാര്യനിർവഹണച്ചുമതല ഉള്ളവരോ ആണ് (ഉദാ: കൗട്സ്കി, വിക്ടർ അഡ്ലെർ). ഇരുവശത്തുള്ളവരുടേയും കത്തുകൾ ഉൾപ്പെടുത്തി കമ്യൂണിസ്റ്റ് പ്രായോജകത്വത്തിൽ ഇറക്കിയ ആദ്യത്തെ അത്തരം സമാഹാരം എംഗൽസ് - ലാഫാർഗ് എഴുത്തുകുത്തുകളാണ്. ഇത് മാർക്സ് - എംഗൽസ് പാഠങ്ങളിലെ ഈ വശത്തിന്റെ പഠനത്തിൽ ഒരു പുതിയ ഘട്ടത്തിന് തുടക്കം കുറിച്ചു. മാർക്സ് - എംഗൽസ് കത്തുകളും മറ്റുള്ളവരുമായി അവർ നടത്തിയ കത്തിടപാടുകളും 1970 കൾ വരെ വ്യത്യസ്തസമാഹാരങ്ങളിൽ വേറിട്ടാണ് ചേർത്തുപോന്നത്. ഇത് ആ കത്തുകളെ കാലാനുക്രമമായി പഠിക്കുന്നതിന് താരതമ്യേന അസൗകര്യം സൃഷ്ടിച്ചു.

III

രണ്ടാംലോകയുദ്ധത്തിനുശേഷം, വിശിഷ്യ സ്റ്റാലിനനന്തര യുഗത്തിൽ മാർക്സ് - എംഗൽസ് രചനകളുടെ പ്രസാധനവും വിവർത്തനവും കുറേക്കൂടി പൂർണരൂപത്തിലാക്കുന്നതിൽ ഗണ്യമായ പുരോഗതിയുണ്ടായി. 1970 കളുടെ തുടക്കത്തോടെ അറിയപ്പെടുന്ന രചനകളിൽ സിംഹഭാഗവും മൂലഭാഷയിൽ അച്ചടിച്ചുകഴിഞ്ഞിരുന്നു. പിന്നീട് കണ്ടെത്തിയ കരടുകളും കത്തുകളും മാത്രമേ അതിൽപ്പെടാതെ പോയിട്ടുള്ളൂ. അവയെല്ലാം വളരെ വ്യാപകമായി ലഭ്യമായിത്തുടങ്ങി എന്നല്ല. ഇതിൽ അങ്ങേയറ്റം അപൂർണമായ ഗൃഹപാഠ സാമഗ്രികൾ കൂടുതൽ കൂടുതൽ ഉൾപ്പെട്ടുതുടങ്ങി എന്നാണ്. ഇവയിൽ വായനാക്കുറിപ്പുകളും മാർജിൻ കുറിപ്പുകളും ഒക്കെപ്പെടുന്നു. ഇവയെയെല്ലാം 'രചനകൾ' ആയി കണക്കാക്കുന്ന പതിവും വർധിച്ചു. പ്രസാധനവും അതിന് അനുസൃതമായി. മാർക്സ് ചില വിഷയങ്ങളിൽ കരടുകൾ പ്രസിദ്ധപ്പെടുത്താ

തിരുന്നിട്ടുണ്ട്. അവപോലും മാർക്സിന്റെ ചിന്താധാര കണ്ടെത്തുക എന്ന ലക്ഷ്യംവച്ച് അപഗ്രഥിക്കുകയും വ്യാഖ്യാനിക്കുകയും ചെയ്യാനുള്ള പ്രവണത വർധിച്ചു. ഉദാഹരണം : മാർക്സിന്റെ *Ethnological Notebooks* (സംശോധനം : എൽ. ക്രാഡെർ, അസ്സെൻ, 1972). ഇത് മാർക്സിയൻ പാഠപാണ്ഡിത്യത്തിന്റെ പുതിയൊരു ഘട്ടത്തിന്റെ, വാഗ്ദാനം നിറഞ്ഞ ഒരു ഘട്ടത്തിന്റെ തുടക്കമാണെന്ന് കരുതാം. അതേ സ്ഥിതി തന്നെയാണ് മാർക്സിയൻ കരടുകളുടെയും വ്യത്യസ്ത ഭാഷ്യങ്ങളുടെയും കാര്യത്തിലും കാണുക. ഉദാഹരണം: *Civil War in France* ന്റെ ഗൃഹപാഠ കരടുകളും 1881ലെ വേരിസസുലിച്ചിന് എഴുതിയ പ്രശസ്തമായ കത്തും. ഇത്തരമൊരു വികാസം അനിവാര്യമായിരുന്നു. കാരണം, *ഗ്രുൻഡ്രിസ്* പോലുള്ള കൂടുതൽ പ്രധാനപ്പെട്ട പുതിയ പല പാഠങ്ങളും കരടുരൂപത്തിലായിരുന്നു, ഇപ്പോഴുള്ള രീതിയിൽ പ്രസിദ്ധീകരിക്കപ്പെടാൻ ഉദ്ദേശിച്ചുള്ളവയായിരുന്നില്ല. പാഠാന്തരങ്ങളുടെ പഠനവും *മൂലധനം* ഒന്നാംവാല്യം (1867 പതിപ്പ്) മൂലത്തിലെ ആദ്യാധ്യായം ജപ്പാനിൽ പുനഃപ്രസിദ്ധം ചെയ്യപ്പെട്ടതോടെ ഗണ്യമായി പുരോഗതി കൈവരിച്ചു. തുടർന്നുള്ള പതിപ്പുകളെ ഉദ്ദേശിച്ച് മാർക്സ് തന്നെ ഗണ്യമായി മാറ്റിയെഴുതിയതായിരുന്നു അത്.

1960 കൾക്കുശേഷം മാർക്സിലും എംഗൽസിലും മാർക്സിയൻ പണ്ഡിതന്മാർ തേടിയത് മാർക്സിസ്റ്റ് സിദ്ധാന്തത്തിന്റെ നിർവചനീയവും 'അന്തിമ'വുമായ ഒരു കൂട്ടം പാഠങ്ങളല്ല, വികസിച്ചുകൊണ്ടിരിക്കുന്ന ചിന്തയുടെ ഒരു പ്രക്രിയയാണ് എന്നു പറയാം. മാർക്സിന്റെയും എംഗൽസിന്റെയും രചനകൾ മാർക്സിസസഞ്ചയത്തിലെ വേർതിരിച്ചറിയാൻ കഴിയാത്ത ഘടകങ്ങളാണ് എന്ന വീക്ഷണവും ഉപേക്ഷിക്കപ്പെട്ടു തുടങ്ങി. ആയുഷ്കാല പങ്കാളികളായിരുന്ന ഇവരുടെയും വ്യത്യസ്തകളും ചിലപ്പോഴൊക്കെ വഴിപിരിച്ചിലുകളും അന്വേഷിക്കാനും പഠിതാക്കൾ ഉത്സാഹം കാണിച്ചു തുടങ്ങിയിട്ടുണ്ട്. വ്യത്യസ്തതകളെ പർവതീകരിച്ച് വ്യാഖ്യാനിക്കാൻ ചിലപ്പോഴെങ്കിലും ശ്രമങ്ങൾ നടന്നിട്ടുണ്ട് എന്നത് നമ്മെ അലട്ടേണ്ട കാര്യമില്ല. 1950 കൾ മുതൽ മാർക്സിസം ക്രമത്തിൽ ഒരു ഔപചാരിക വരട്ടുതത്വവ്യവസ്ഥ എന്ന നിലയ്ക്ക് ക്ഷയിച്ചു തുടങ്ങി. ഇത് സ്വാഭാവികമായും മാർക്സിയൻ പാഠപാണ്ഡിത്യത്തിൽ പുതിയ പ്രവണതകൾ നാമ്പെടുക്കുന്നതിന് നിദാനമായി. ഇത് അടുത്തകാലത്ത് ഇറങ്ങിയ, പ്രചാരം നൽകപ്പെട്ട, താരതമ്യേന പരിചയം കുറഞ്ഞ മാർക്സിയൻ രചനകളിൽ ബദൽ/പ്രമാണ വാദ ഭാഷ്യങ്ങൾക്ക് പാഠാധികാരികത തേടുന്ന പ്രവണതയെയും പ്രോത്സാഹിപ്പിച്ചു കാണുന്നു.

IV

1956 നുശേഷം പ്രമാണവാദമാർക്സിസം ക്ഷയിച്ചു തുടങ്ങിയതോടെ ഏതാണ്ട് ഏകശിലാരൂപമുള്ള മാർക്സിസ്റ്റ് ഔദ്യോഗിക പ്രമാ

ണങ്ങളുടെ പിൻബലത്തോടെ മാർക്സിസ്റ്റ് സർക്കാരുകൾ ഭരിക്കുന്ന രാജ്യങ്ങളും പലയിനം മാർക്സിസ്റ്റ് പാർട്ടികളും സംഘങ്ങളും പ്രവണതകളും സഹവർത്തിക്കുന്ന ലോകത്തെ മറ്റുരാജ്യങ്ങളും തമ്മിൽ അകൽച്ച വർധിച്ചു. അത്തരമൊരു അകൽച്ച 1956–നു മുമ്പ് ഇല്ലായിരുന്നു എന്നുതന്നെ പറയാം. 1914–ലെ രണ്ടാം ഇന്റർനാഷനലിനുമുമ്പ് മാർക്സിസ്റ്റ് പാർട്ടികൾ വലതുപക്ഷ 'തിരുത്തൽവാദി'കളെയും ഇടതുപക്ഷ അരാജകസിൻഡിക്കലിസ്റ്റുകളെയും എതിർത്ത് ഒരു യാഥാസ്ഥിതിക വ്യാഖ്യാനം വികസിപ്പിക്കാനാണ് താൽപ്പര്യം പ്രകടിപ്പിച്ചിരുന്നതെങ്കിലും വ്യാഖ്യാന ബഹുത്വത്തെ അവർ അംഗീകരിച്ചിരുന്നു. ഇനി അഥവാ ആ ബഹുത്വം തടയണമെന്ന് അവർ കരുതിയിരുന്നെങ്കിൽപ്പോലും അവർക്ക് അതിനുള്ള കഴിവില്ലായിരുന്നു. മുരത്ത തിരുത്തൽവാദിയായ എഡ്വേഡ് ബേൺസ്റ്റീൻ 1913 ൽ മാർക്സ് – എംഗൽസ് കത്തുകൾ എഡിറ്റു ചെയ്തതിൽ ഒരപാകതയും ജർമൻ എസ് പി ഡിയിലെ ഒരംഗവും കണ്ടില്ല. ശരിതന്നെ, അദ്ദേഹത്തിന്റെ സംശോധകതീർപ്പുകളിൽ ലെനിൻ 'അവസരവാദം' ദർശിച്ചിരുന്നു. സോഷ്യൽ ഡെമോക്രാറ്റിക് മാർക്സിസവും കമ്യൂണിസ്റ്റ് മാർക്സിസവും 1920 കളിൽ സഹവർത്തിച്ചു. എങ്കിലും മാർക്സ് – എംഗൽസ് ഇൻസ്റ്റിറ്റ്യൂട്ടിന്റെ സ്ഥാപനത്തോടെ ക്ലാസിക് രചനകളുടെ പ്രസിദ്ധീകരണത്തിനായുള്ള കേന്ദ്രം കൂടുതൽ കൂടുതൽ കമ്യൂണിസ്റ്റ് പക്ഷത്തേക്ക് ചാഞ്ഞു. അത് അവിടെത്തന്നെ നിൽക്കുകയാണ് ഇപ്പോഴും എന്നുകൂടി കുറിക്കട്ടെ. 1960 കൾ മുതൽ എതിർപതിപ്പുകൾ ഇറക്കാൻ നിരവധി ശ്രമങ്ങൾ നടന്നു. (ഉദാ: ഫ്രാൻസിൽ എം റുബെൽ, ജർമനിയിൽ ബെനഡിക്ട് കൗട്സ്കി). പക്ഷെ മാനകീകൃത പതിപ്പുകൾ മോസ്കോ അടിസ്ഥാനമാക്കി തന്നെയാണ് പിന്നെയും പുറത്തുവന്നത്. അവ കൂടാതെ മറ്റു പതിപ്പുകളോ അസംഖ്യം വിവർത്തനങ്ങളോ സാധ്യമാകുകയും ഇല്ലായിരുന്നു. (1945 മുതൽ കിഴക്കൻ ബർലിനും അത്തരമൊരു പ്രസിദ്ധീകരണ കേന്ദ്രമായി.) മാനകീകൃത പതിപ്പുകൾ ഒന്നാമത്തെയും രണ്ടാമത്തെയും *മെഗാ*യും *Werke* ഉം ആണ്. 1933 നു ശേഷം പ്രായോഗികതയുടെ പേരിൽ യു എസ് എസ് ആറിന് അകത്തും പുറത്തുമുള്ള മാർക്സിസ്റ്റുകാരിൽ വലിയൊരു ഭാഗവും കമ്യൂണിസ്റ്റ് പാർട്ടികളുമായി ബന്ധപ്പെട്ടാണ് നിന്നിരുന്നത്. കമ്യൂണിസ്റ്റ് പ്രസ്ഥാനത്തിലെ പിളർപ്പന്മാർക്കും വിശ്വാസനിന്ദകർക്കും വലിയതോതിൽ പിന്തുണക്കാരുണ്ടായില്ല. 1933–34 ൽ ജർമൻ, ആസ്ട്രിയൻ സോഷ്യൽ ഡെമോക്രാറ്റിക് പാർട്ടികൾ പ്രായേണ തകർന്നത് ഒഴിച്ചുനിർത്തിയാലും അവയിലെ മാർക്സിസം കൂടുതൽ ദുർബലമാവുകയും അവ ക്ലാസിക് യാഥാസ്ഥിതികത്വത്തെ തുറന്നു വിമർശിക്കുന്ന നില വരികയും ചെയ്തു. 1945 നുശേഷം ഏതാനും അപവാദങ്ങൾ ഒഴിച്ചാൽ ഈ പാർട്ടികൾ സ്വയം മാർക്സിസ്റ്റ് ആയി കണക്കാക്കാതെയായി – ഒരുപക്ഷേ ചരിത്രപരമായ അർഥത്തിൽ ഒഴികെ. 1960 കളിലെയും 1970 കളിലെയും മാർക്സിസ്റ്റ് ബഹുതയുടെ വെളിച്ചത്തിൽ

നടന്ന പുനരാലോചനയുടെ ഫലമായി മാത്രമാണ് യുദ്ധങ്ങൾക്കിടയിലെ മാർക്സിസ്റ്റ് സാഹിത്യത്തിന്റെ ബഹുസ്വരത അംഗീകരിക്കപ്പെടുകയും ആ കാലഘട്ടത്തിലെ രചനകൾ പ്രസിദ്ധപ്പെടുത്തുകയോ പുനർമുദ്രണം നടത്തുകയോ ചെയ്യാനുള്ള പരിശ്രമങ്ങൾ ഉണ്ടാവുകയും ചെയ്തത്. 1960 കളുടെ മധ്യം മുതൽ ജർമനിയിൽ നടന്ന ഈദൃശപ്രവർത്തനങ്ങളാണ് പ്രത്യേകം ശ്രദ്ധേയം.

ഏതാണ്ട് കാൽനൂറ്റാണ്ടോളം യു എസ് എസ് ആറിലെയും മറ്റു രാജ്യങ്ങളിലെയും കമ്യൂണിസ്റ്റു പാർട്ടികളുടെ മാർക്സിസം തമ്മിൽ ഗണ്യമായ വ്യത്യാസം ഉണ്ടായിരുന്നില്ല. ചുരുങ്ങിയ പക്ഷം അത്തരം വ്യത്യാസമാക്കാൻ അനുവദിക്കപ്പെട്ടിരുന്നില്ല. 1956 നു ശേഷം ക്രമത്തിൽ, എന്നാൽ കൂടുതൽ കൂടുതൽ വേഗത്തിൽ, സ്ഥിതി മാറി. യു എസ് എസ് ആറും ചൈനയും വഴിപിരിഞ്ഞതോടെ ഒരു പ്രമാണ യാഥാസ്ഥിതികത്വം ചുരുങ്ങിയത് രണ്ടെണ്ണമെങ്കിലും ആയി. എന്നുമാത്രമല്ല, ബുദ്ധിജീവികൾക്കിടയിലെങ്കിലും – മാർക്സിയൻ പാഠവായനക്കാർക്കിടയിൽ എങ്കിലും – കൂടുതൽ ഗണ്യമായ പിന്തുണയുള്ള എതിർ മാർക്സിസ്റ്റ് സംഘങ്ങളിൽനിന്ന് സർക്കാരേതര കമ്യൂണിസ്റ്റു പാർട്ടികൾ കൂടുതൽ കൂടുതൽ മത്സരം നേരിട്ടു. മാർക്സിസ്റ്റ് പ്രമാണങ്ങളുടെ കാര്യത്തിലെങ്കിലും ഈ മത്സരം കടുത്തതായിരുന്നു. അങ്ങനെ, മാർക്സിസം ഔദ്യോഗിക പ്രമാണമായിരിക്കുന്ന, സർക്കാരുമായി അടുത്ത സഹയോഗമുള്ള, ഏതൊരു വിഷയത്തിലും 'മാർക്സിസം എന്തു പഠിപ്പിക്കുന്നു' എന്നതിനെപ്പറ്റി ഏകഭാഷ്യം അംഗീകരിക്കുന്ന രാജ്യങ്ങളും സ്ഥിതി അങ്ങനെയല്ലാത്ത രാജ്യങ്ങളും തമ്മിൽ പ്രകടമായ അകൽച്ച ഉണ്ടായി. സ്ഥാപകരുടെ യഥാർഥ ജീവചരിത്രത്തെ രണ്ട് ഗണത്തിലുംപെട്ട കൂട്ടർ സമീപിച്ച രീതി തന്നെയാണ് ഈ അകൽച്ചയുടെ സൗകര്യപ്രദമായ ഒരു അളവുകോൽ ആക്കാവുന്നത്. ആദ്യത്തെ കൂട്ടം രാജ്യങ്ങളിൽ ഇത് 'ജയജയ'ഗാനത്തോട് അടുത്തുനിൽക്കുന്ന അവസ്ഥയായിരുന്നു. അവരെക്കുറിച്ച് അവമതിപ്പ് ഉണ്ടാക്കിയേക്കാവുന്ന കാര്യങ്ങൾ, അവ വസ്തുതകളാണെങ്കിൽപ്പോലും, പറയാൻ വല്ലാത്ത മടിയായിരുന്നു അവിടത്തുകാരായ ജീവചരിത്രകാരർക്ക്. (ഈ പാരമ്പര്യം പുതിയതായിരുന്നില്ല. 1914 നു മുമ്പുള്ള ജർമനിയിലെ യാഥാസ്ഥിതിക മാർക്സ് ജീവചരിത്രത്തിന്റെ ആദ്യഘട്ടത്തിൽ ഇത് ഏറെ ദൃശ്യമാണ്. മെഹ്റിങ് രചിച്ച സമാന്തര ഔദ്യോഗിക സ്വഭാവമുള്ള ജീവചരിത്രം ഇതിന് ഉദാഹരണമാണ്. 1918–ലാണ് അത് പ്രസിദ്ധം ചെയ്യപ്പെട്ടത്. മാർക്സ്–എംഗൽസ് *Correspondence* ൽ വിട്ടുകളഞ്ഞവയും ഈ പ്രവണതയുടെ മാറുന്ന മുദ്രകളാണ്.) രണ്ടാമത്തെ കൂട്ടം രാജ്യങ്ങളിലെ മാർക്സിസ്റ്റുകാരും മാർക്സ് ജീവചരിത്രകാരന്മാരും സ്ഥാപകരുടെ ജീവിതപ്രവർത്തനമണ്ഡലങ്ങളിലെ അത്ര ആകർഷകമല്ലാത്ത വശങ്ങളെയും ഉൾക്കൊള്ളാൻ പഠിച്ചു. അവരത് പരസ്യമാക്കുകയും ചെയ്തു. 1950 മുതൽ മാർക്സിസത്തി

ന്റെയും മാർക്സിയൻ രചനകളുടെയും ചരിത്രത്തിൽ ഇത്തരം അകൽച്ചകൾ കൂടുതൽ കൂടുതൽ മുദ്രചാർത്തിവരുന്നുണ്ട്.

ക്ലാസിക്കുകളുടെ പ്രചാരം ഒന്ന് ചുരുക്കി അവലോകനം ചെയ്യുക കൂടി വേണം, ഇനി. ഇവിടെയും 'ഏകശിലാ' രൂപമായ കമ്യൂണിസ്റ്റ് യാഥാസ്ഥിതികത്വത്തിന്റെ കാലഘട്ടം എത്രമാത്രം പ്രധാനമായിരുന്നു എന്നത് ശ്രദ്ധേയമാണ്. അതേകാലത്തുതന്നെയാണ് സ്ഥാപകരുടെ യഥാർഥ രചനകൾ ചിട്ടയായി പ്രചരിപ്പിക്കപ്പെട്ടതും. ഈ പ്രചാരണത്തിന് നാലുരൂപങ്ങൾ ഉണ്ടായിരുന്നു. മാർക്സിന്റെയും എംഗൽസിന്റെയും രചനകൾ വെവ്വേറെ പ്രസിദ്ധം ചെയ്ത ഘട്ടം; തെരഞ്ഞെടുത്ത / സമാഹരിച്ച രചനകളുടെ പ്രസിദ്ധീകരണഘട്ടം; പ്രത്യേകവിഷയാടിസ്ഥാനത്തിലുള്ള സമാഹാരങ്ങൾ പ്രസിദ്ധം ചെയ്ത ഘട്ടം; ക്ലാസിക്കുകളെ ഉപജീവിച്ച, അവയിൽനിന്ന് ഉദ്ധരണികൾ ഉൾപ്പെടുത്തിയ, മാർക്സിസ്റ്റ് സിദ്ധാന്ത ഗ്രന്ഥങ്ങളുടെ സമാഹരണ ഘട്ടം. ഈ കാലഘട്ടത്തിലെ 'ക്ലാസിക്കു'കളുടെ ഗണത്തിൽ ലെനിനും പിന്നീട് സ്റ്റാലിനും കൂടി മാർക്സ്-എംഗൽസ് രചനകളോടൊപ്പം ഉണ്ടായിരുന്നു എന്ന് പ്രത്യേകം പറയേണ്ടതില്ലല്ലൊ. 1920-കൾക്കു ശേഷമെങ്കിലും അന്തർദേശീയതലത്തിൽ പ്ലെഖനോവ് ഒഴികെയുള്ള മാർക്സിസ്റ്റ് രചിയതാക്കൾ ആരും 'ക്ലാസിക്കു'കളുടെ കൂട്ടത്തിൽ നിലനിന്നില്ല.

കുറച്ചുകൂടി വിനയത്തോടെ ഇറക്കിയ ചില പരമ്പരകളുണ്ട്. ഉദാഹരണങ്ങൾ: *Les Elements du Communisme, Piccola Biblioteca Marxista* (1933നു മുമ്പ് ജർമനിയിൽ ആദ്യം വന്ന *Elemantarbucher des Kommumismus*-ന്റെ മാതൃകയിലാകാം). ഈ പരമ്പരകളിലാണ് *മാനിഫെസ്റ്റോയും* *സോഷ്യലിസം: ഉട്ടോപ്യനും ശാസ്ത്രീയവും* എന്ന രചനയും *മൂല്യം, വില, ലാഭം* എന്ന കൃതിയും *കൂലിവേലയും മൂലധനവും* എന്ന രചനയും *ഫ്രാൻസിലെ ആഭ്യന്തരയുദ്ധവും* ഇറങ്ങിയത്. ചില വിഷയാധിഷ്ഠിത സമാഹാരങ്ങളും വന്നു. ഉദാഹരണത്തിന്, 1930-കളിൽ മാർക്സും എംഗൽസും അരാജകവാദികളുമായി നടത്തിയ തർക്കവിതർക്കങ്ങൾ. കൂടുതൽ ദൈർഘ്യമുള്ള രചനകൾ സാധാരണ ഒരു മാനകീകൃത രൂപത്തിലാണ് ഇറക്കിയിരുന്നത്. *The Marxist - Leninist Library, Classical del Marxismo* എന്നൊക്കെയാകാം അവയുടെ തലക്കെട്ട്. ബ്രിട്ടണിൽ രണ്ടാംലോകയുദ്ധത്തിനു തൊട്ടുമുമ്പ് ഈ ഗ്രന്ഥങ്ങൾ അടങ്ങുന്ന പട്ടികയുണ്ടായിരുന്നത് കണ്ടാൽ അത്തരമൊരു പരമ്പരയുടെ ഉള്ളടക്കം മനസിലാക്കാം. മാർക്സിന്റെയോ എംഗൽസിന്റെയോ രചനകൾ ഒഴിവാക്കി അതിൽ ഇനിപ്പറയുന്ന രചനകൾ ഉൾപ്പെടുന്നു : *Anti-Duhring; Feurbach, Letters to Kugelmann, Class Struggles in France; Civil War in France; Germany, Revolution and Counter-Revolution* എംഗൽസിന്റെ *The Housing Question; Poverty of Philosophy* എംഗൽസിന്റെയും മാർക്സിന്റെയും *Selected Correspondence, Critique of the Gotha Programme;* എംഗൽ

സിന്റെ *Essays on 'Capital', German Ideology* യുടെ ചെറിയ പതിപ്പ്. അപ്പോഴേക്കും *മൂലധനം* വാല്യം I വ്യാപകമായി പ്രസാധനം ചെയ്യപ്പെട്ടിരുന്നു. സോഷ്യൽ – ഡെമോക്രാറ്റിക് യുഗത്തിലെ സംഗ്രഹിതമോ ഗുളികപ്പരുവമോ ആയ രൂപത്തിലായിരുന്നില്ല അത് ഇറങ്ങിയത്. 1930 കളുടെ അവസാനം വരെ മാർക്സ്–എംഗൽസ് *Selected Works* ഇറക്കാനുള്ള ഒരു ശ്രമവും നടന്നതായി കാണുന്നില്ല. പക്ഷെ മോസ്കോ അത്തരമൊരു തെരഞ്ഞെടുത്ത സമാഹാരം രണ്ട് (പിന്നീട് മൂന്ന്) വാല്യങ്ങളിലായി പ്രസിദ്ധം ചെയ്തു. അത് വിവിധഭാഷകളിൽ വിതരണം ചെയ്യപ്പെട്ടു. യുദ്ധാനന്തരമാണ് അത് കൂടുതൽ വിതരണം ചെയ്യപ്പെട്ടത്. *മെഗാ* കഴിഞ്ഞ് *Werke (1956 - 68)* പ്രത്യക്ഷപ്പെടും വരെ റഷ്യനിലല്ലാതെ മറ്റേതെങ്കിലും ഭാഷയിൽ ഒരു സമാഹാരം ഇറക്കാനുള്ള കമ്യൂണിസ്റ്റ് പരിശ്രമമെന്നും നടന്നതായി കാണുന്നില്ല. 1960 കൾ വരെ ഫ്രഞ്ച് പതിപ്പ് പണി തുടങ്ങിയില്ല; ഇറ്റാലിയൻ പതിപ്പ് പണി തുടങ്ങിയത് 1972 ലാണ്, ഇംഗ്ലീഷ് പതിപ്പ് 1975 ലും. വിവർത്തനം അതിവിശാലവും പ്രയാസകരവുമായിരുന്നതിനാലാണ് ഇങ്ങനെ സംഭവിച്ചത്. മാർക്സിസ്റ്റ് ഗ്രന്ഥങ്ങളുടെ പ്രചാരണത്തിന് നൽകപ്പെട്ടിരുന്ന പ്രാധാന്യം ഈ രചനകളുടെ ഇറ്റാലിയൻ ഭാഷ്യങ്ങൾ പലതും വിവർത്തനം ചെയ്യാൻ ഇറ്റാലിയൻ കമ്യൂണിസ്റ്റ് പാർട്ടി നേതാവ് പാമിറോ തൊഗ്ളിയാത്തി തന്നെ തയാറായി എന്ന വസ്തുതയിൽനിന്ന് വ്യക്തമാകുന്നു.

പല വിഷയങ്ങളിലും ഉള്ള മാർക്സിസ്റ്റ് രചനകളുടെ സമാഹാരങ്ങൾ റഷ്യൻ അധിഷ്ഠിതവും പ്രാദേശികാധിഷ്ഠിതവുമായ തെരഞ്ഞെടുപ്പുകളിൽ 1930 കളോടെ പ്രചുരപ്രചാരം നേടിയതായി കരുതാം : ബ്രിട്ടനെക്കുറിച്ച് മാർക്സ് – എംഗൽസ്; കലാസാഹിത്യാദികളെപ്പറ്റി മാർക്സ് – എംഗൽസ്, ഇന്ത്യ, ചൈന, സ്പെയിൻ, ഇത്യാദി രാജ്യങ്ങളെക്കുറിച്ച് മാർക്സ് – എംഗൽസ് അതുവരെയുള്ള സമാഹാരങ്ങളിൽ ഏറ്റവും ആധികാരികം *History of the CPSU (b)* : Short Course-ലെ നാലാമധ്യായം രണ്ടാം ഭാഗമായിരുന്നു. ഇത് സ്റ്റാലിനുമായി നേരിട്ടു ബന്ധപ്പട്ടതാണ്. ക്ലാസിക്കുകളുടെ തദ്ദേശീയ ഭാഷാരൂപങ്ങൾ ഇല്ലാത്ത രാജ്യങ്ങളിൽ പ്രത്യേകിച്ചും ഈ രചന ഏറെ സ്വാധീനം ചെലുത്തി. കമ്യൂണിസ്റ്റുകാർ അത് പഠിച്ചേ തീരൂ എന്ന സമ്മർദം കാരണം മാത്രമല്ല അതിന് അത്രയും സ്വാധീനമുണ്ടായത്. ലളിതവും തെളിമയാർന്നതുമായ അവതരണരീതി കൊണ്ട് ഒന്നാംതരം ഫലക്ഷമതയുള്ള ഒരു അധ്യാപന സഹായിയായി അത് ഉയർന്നതിനാൽ കൂടിയാണ്. 1938–1956 കാലഘട്ടത്തിലെ തലമുറയിലും ഒരുപക്ഷേ പ്രത്യേകിച്ചും 1945–നു ശേഷം കിഴക്കൻ യൂറോപ്പിലും അത് ചെലുത്തിയ സ്വാധീനം അതിശക്തമായിരുന്നു എന്നു പറഞ്ഞാൽ ഒട്ടും അതിശയോക്തി ആവില്ല.

1960 കളിൽ മാർക്സിസതൽപ്പരരായ ഒരു വലിയ വിഭാഗം വിദ്യാർഥികളും ബുദ്ധിജീവികളും രംഗത്തുവന്നതോടെ ക്ലാസിക് രചനകളുടെ പ്രചാരണത്തിൽ യു എസ് എസ് ആറിന്റെയും അതുമായി ബന്ധപ്പെട്ട

കമ്യൂണിസ്റ്റ് പാർട്ടികളുടെയും കുത്തക പൊളിഞ്ഞു. കമ്യൂണിസ്റ്റ് പാർട്ടികൾക്കു പുറത്തും നിരവധി മാർക്സിസ്റ്റ് / *Marxisant* പ്രസ്ഥാനങ്ങൾ ഉയർന്നുവന്നതും ഇതിന് സഹായകമായി. വ്യാപാരതാൽപ്പര്യങ്ങളോടു കൂടിയ പ്രസാധകരും ഈ വിപണിയിൽ കടന്നുകൂടി. അതിന് അവയിലെ മാർക്സിസ്റ്റുകാരായ/അനുഭാവികളായ ജീവനക്കാരുടെ പ്രേരണ ഉണ്ടായിരുന്ന അവസരങ്ങളും ഇല്ലായിരുന്ന സന്ദർഭങ്ങളും ഉണ്ട്. ഇടതുപക്ഷ – 'പുരോഗമനാത്മക' പ്രസാധകരുടെ എണ്ണവും വൈവിധ്യവും വർധിച്ചു. ഒരളവുരെ ഇത് രാഷ്ട്രീയാർഥത്തിനപ്പുറം സാമാന്യമായി മാർക്സിനെ ഒരു 'ക്ലാസിക്' ആയി അംഗീകരിക്കുന്നവരുടെ എണ്ണത്തിലുള്ള വർധനയുടെ പ്രതിഫലനം കൂടിയായിരുന്നു. സാധാരണ വിദ്യാഭ്യാസമുള്ള, സംസ്കാരചിത്തരായ വായനക്കാരൻ അറിഞ്ഞിരിക്കേണ്ട ഒരു വ്യക്തിയാണ് മാർക്സ് എന്ന വിചാരം വ്യാപകമായി – അവന്റെ /അവളുടെ പ്രത്യയശാസ്ത്രവീക്ഷണം ഏതായാലും. അങ്ങനെയാണ് ഫ്രഞ്ച് ക്ലാസിക്കുകളുടെ പ്ലീയെയ്ഡ് പരമ്പരയിൽ മാർക്സ് പ്രസിദ്ധം ചെയ്യപ്പെട്ടതും ബ്രിട്ടീഷ് എവ്രിമാൻസ് ലൈബ്രറിയൽ *മൂലധനം* ആദ്യമേതന്നെ ഇറങ്ങിയതും. മാർക്സിസത്തിലുള്ള ഈ പുത്തൻ താൽപ്പര്യം ജനപ്രിയ രചനകളുടെ പരമ്പരാഗതസമഹാരത്തിന്റെ അതിരുകൾ ഭേദിച്ചു. 1960 കളിൽ അതുവരെ മാർക്സിയൻ പഠനങ്ങളിൽ മുൻപന്തിയിൽ ഇല്ലായിരുന്ന സ്പെയിൻ അടക്കമുള്ള പല രാജ്യങ്ങളിലും *Critique of Hegel Philosophy of Law, Holy Family,* മാർക്സിന്റെ ഡോക്ടറൽ പ്രബന്ധം, 1844 ലെ കയ്യെഴുത്തുപ്രതികൾ, *German Ideology* എന്നിവ ലഭ്യമായിത്തുടങ്ങി. ഇവയിൽ ചിലതൊന്നും കമ്യൂണിസ്റ്റ് മേൽനോട്ടത്തിലല്ല, ആദ്യം വിവർത്തനം ചെയ്യപ്പെട്ടത്.ഉദാ : *ഗ്രുൻഡ്രിസി*ന്റെ ഫ്രഞ്ച്, സ്പാനിഷ്, ഇംഗ്ലീഷ് വിവർത്തനങ്ങൾ യഥാക്രമം 1967–68, 1973; ഇറ്റാലിയൻ വിവർത്തനം ഇറങ്ങിയത് 1968–70 ലാണ്.

അവസാനമായി, മാർക്സിയൻ ക്ലാസിക്കുകളുടെ ഭൂമിശാസ്ത്രപരമായ വിതരണം. ചില അടിസ്ഥാനഗ്രന്ഥങ്ങൾ ഒക്ടോബർ വിപ്ലവത്തിനു മുമ്പുതന്നെ വ്യാപകമായി വിവർത്തനം ചെയ്യപ്പെട്ടിരുന്നു. അങ്ങനെ, 1848 നും 1918 നും ഇടയ്ക്ക് *Communist Manifesto* ഏതാണ്ട് 30 ഭാഷകളിൽ ഇറങ്ങി. മൂന്ന് ജപ്പാനിസ് പതിപ്പുകളും ഒരു ചൈനീസ് പതിപ്പും ഇവയിലുണ്ടായിരുന്നു. ചൈനീസ് മാർക്സിസത്തിന്റെ മുഖ്യാധാര പ്രായോഗികതലത്തിൽ കൗട്സ്കിയുടെ *Economic Doctrines of Karl Marx* തന്നെയായി നിലനിന്നു. *Communist Manifesto* യുടെ ഭാഗധേയത്തെപ്പറ്റി കൂടുതൽ സമ്പൂർണമായ ഒരു അപഗ്രഥനം അധ്യായം 5 ൽ ഉണ്ട്. ഇക്കാലയളവിൽ *മൂലധനം* ഒന്നാം വാല്യം എംഗൽസിന്റെ മരണത്തിനു മുമ്പുതന്നെ യൂറോപ്പിലെ പ്രധാന സാഹിത്യഭാഷകൾ മിക്കതിലും വിവർത്തനം ചെയ്യപ്പെട്ടിരുന്നു (ജർമൻ, റഷ്യൻ, ഫ്രഞ്ച്, ഡാനിഷ്, ഇറ്റാലിയൻ, ഇംഗ്ലീഷ്, ഡച്ച്, പോളീഷ്). സ്പാനിഷിൽ വന്നത് അപൂർണമായിരുന്നു. ഒക്ടോബർ വിപ്ലവത്തിനുമുമ്പ് അത് ബൾഗേറിയനിലേക്കും

(1910), ചെക്ക് ഭാഷയിലേക്കും (1913–15), എസ്റ്റോണിയനിലേക്കും (1910 –14) ഫിന്നിഷിലേക്കും (1913) യിദ്ദിഷിലേക്കും (1917) വിവർത്തനം ചെയ്യപ്പെട്ടു. പടിഞ്ഞാറൻ യൂറോപ്പിൽനിന്ന് വഴി തെറ്റിയ ചിലർ പിറകെയെത്തി. 1930–31 ൽ : നോർവീജിയൻ (ഒരു സാഹിത്യഭാഷ എന്ന നിലയിൽ ഡാനിഷ് പരിചിതമായതുകൊണ്ടാകാം അവിടെ വൈകിയത്), 1962 ൽ ആദ്യത്തെ അപൂർണ പോർച്ചുഗീസ് പതിപ്പ്. യുദ്ധങ്ങൾക്കിടയിൽ *മൂലധനം* തെക്കുകിഴക്കൻ യൂറോപ്പിലാകെ തുളഞ്ഞുകയറി. അപൂർണതകൾ ഉണ്ടായിരുന്നു എങ്കിലും 1921 ൽ ഹങ്കേറിയനിലും 1927 ൽ ഗ്രീക്കിലും 1933–34 ൽ സെർബിയനിലും പതിപ്പുകൾ വന്നു. യു എസ് എസ് ആർ ഭാഷകളിൽ ഉക്രെയിനിയൻ (1925) ഒഴികെ മറ്റൊന്നിലേക്കും വിവർത്തനയത്നങ്ങളൊന്നും നടന്നതായിതോന്നുന്നില്ല. സ്വതന്ത്ര ലാത്വിയയിൽ (1920) ഒരു പ്രാദേശികഭാഷ്യം ഇറങ്ങി. ഇത് സാറിസ്റ്റ് സാമ്രാജ്യത്തിലെ മാർക്സിസവികാസത്തിന്റെ വൈകിയെത്തിയ പ്രതിധ്വനിയായി കണക്കാക്കാം. ഇതേ കാലത്താണ് *മൂലധനം* യൂറോപ്പേതര ലോകത്തേക്ക് (യു എസ് എ ഒഴികെ) കടന്നുചെന്നത്. അർജന്റീന (1918), ജപ്പാൻ (1920), ചൈന (1930–33), അറബ്‌രാജ്യങ്ങൾ (1939) എന്നിവിടങ്ങളിലെ ഭാഷകളിൽ അത് പ്രസിദ്ധം ചെയ്യപ്പെട്ടു. ഈ കടന്നുകയറ്റം റഷ്യൻ വിപ്ലവത്തിന്റെ പ്രഭാവഫലമായിരുന്നു എന്ന് സുരക്ഷിതമായി നമുക്ക് അനുമാനിക്കാം.

യുദ്ധാനന്തര ദശകങ്ങളിൽ കമ്യൂണിസ്റ്റ് സർക്കാർ നിലവിലുള്ള രാജ്യങ്ങളിലെ ഭാഷകളിൽ *മൂലധനം* വൻതോതിൽ വിവർത്തനം ചെയ്യപ്പെട്ടു (റൊമാനിയൻ 1947, മാസിഡോണിയൻ 1953, സ്ലോവാക് 1955, കൊറിയൻ 1955–56, സ്ലൊവെൻ 1961, വിയറ്റ്നാമീസ് 1961–62, സ്പാനിഷ് (ക്യൂബ) 1962). യു എസ്എസ് ആർ ഭാഷകളിലേക്ക് ഈ കൃതി വിവർത്തനം ചെയ്യാൻ ചിട്ടയായ പ്രവർത്തനങ്ങൾ 1952 വരെയും അതിനുശേഷവും നടന്നില്ല (ബൈലോറഷ്യൻ, അർമേനിയൻ, ജോർജിയൻ, ഉസ്ബെക്, അസർബെയ്ജാനി, ലിത്വാനിയൻ, ഉഗ്രിയൻ, തുർക്ക്മെൻ, കസാക്ക് ഭാഷകളിലേക്ക്). *മൂലധനം* പ്രധാനമായും പിന്നെ വിവർത്തനം ചെയ്യപ്പെട്ടത് സ്വതന്ത്രേന്ത്യയിലാണ് – 1950 കളിലും 1960 കളിലും മറാഠി, ഹിന്ദി, ബംഗാളി ഭാഷകളിൽ.

ചില അന്തർദേശീയഭാഷകൾക്ക് വ്യാപകമായ പ്രചാരമുള്ളതുകൊണ്ട് (ലാറ്റിൻ അമേരിക്കയിൽ സ്പാനിഷ്, ഇസ്ലാമിക ലോകത്ത് അറബി, ഇംഗ്ലീഷ്, ഫ്രഞ്ച്, ഇത്യാദി) മാർക്സിയൻ ഗ്രന്ഥങ്ങളുടെ ഭൂപരമായ വ്യാപ്തി ശരിക്ക് മനസിലാക്കുക പ്രയാസമാണ്. പക്ഷെ ലാറ്റിൻ അമേരിക്കയിലൊഴികെ യൂറോപ്പിനു പുറത്തുള്ള സോഷ്യലിസ്റ്റേതര ലോകത്തിന്റെ വലിയൊരു ഭാഗത്ത് സംസാരിക്കപ്പെടുന്ന ഭാഷകളിൽ 1970–കളുടെ അവസാനം പോലും മാർക്സ് – എംഗൽസ് രചനകൾ ലഭ്യമായിരുന്നു എന്ന് നിരീക്ഷിക്കാവുന്നതാണ്. ലഭ്യമായ ഗ്രന്ഥങ്ങൾ എത്രമാത്രം പ്രാപ്യമായിരുന്നു, എത്രമാത്രം വ്യാപകമായി പ്രചാരത്തിലു

ണ്ടായിരുന്നു എന്നൊന്നും ഇവിടെ അന്വേഷിക്കാൻ കഴിയില്ല. പക്ഷെ ലോകത്ത് സർക്കാർ നിരോധനം ഇല്ലാത്ത എല്ലായിടത്തും അവ സ്കൂളുകളിലും സർവകലാശാലകളിലും വിദ്യാസമ്പന്നരായ പൊതുജനങ്ങൾക്കിടയിലും പൂർവാധികം വ്യാപകമായി ലഭ്യമായിരുന്നു എന്നുപറയാം. ഈ വൃത്തങ്ങൾക്ക് പുറത്ത് അവ എത്രമാത്രം വായിക്കപ്പെട്ടിരുന്നു, വാങ്ങിക്കപ്പെട്ടിരുന്നു എന്നൊന്നും വ്യക്തമല്ല. ഈ ചോദ്യത്തിന് മറുപടി പറയണമെങ്കിൽ ഇപ്പോൾ ഏറ്റെടുത്തതിലും കൂടുതൽ ഗവേഷണം ആവശ്യമാണ്.

II

മാർക്സിസം

9

ഡോ. മാർക്സും വിക്ടോറിയൻ വിമർശകരും

മാർക്സിസം ഒരു ബൗദ്ധികശക്തിയായി പ്രത്യക്ഷപ്പെട്ടതിൽപ്പിന്നെ അതിനെ നിരാകരിക്കാൻ ശ്രമം നടക്കാത്ത ഒരൊറ്റ വർഷവും – 1945 നുശേഷം ആംഗ്ലോ–സാക്സൺ ലോകത്ത് ഒരൊറ്റ ആഴ്ചയും – കടന്നുപോയിട്ടില്ല. ഈ നിരാകരണസാഹിത്യം കൂടുതൽ കൂടുതൽ ബോറടിച്ചു തുടങ്ങിയിട്ടുണ്ട്. ആവർത്തനവിരസത തന്നെ കാരണം. മാർക്സിന്റെ രചനകൾ അനേകവാല്യങ്ങൾ ഉണ്ട്. പക്ഷെ അതിന്റെ വലിപ്പം പരിമിതമാണ്; അവയെപ്പറ്റി മൗലികമായ വിമർശനങ്ങൾ ഇത്രയൊക്കെയേ ഉന്നയിക്കാൻ കഴിയൂ എന്നുണ്ട്. അത്തരത്തിലുള്ള വിമർശനങ്ങളൊക്കെ വളരെ മുമ്പുതന്നെ ഉന്നയിക്കപ്പെട്ടു കഴിഞ്ഞു. അതേസമയം മാർക്സിനെ പിന്തുണയ്ക്കുന്നവർ പറയുന്നതിലും ആവർത്തനം വന്നു തുടങ്ങി, പുതിയ രീതിയിൽ ചിന്തിക്കാൻ അവർ ശ്രമിക്കുന്നുണ്ട്. പക്ഷെ ഇത് അസാധ്യമാവുകയാണ്. രണ്ടു രീതിയിൽ മാത്രമേ നൂതനത്വം ഉണ്ടാക്കാനാകൂ: മാർക്സിനെക്കുറിച്ച് പറയാതെ പിൽക്കാല മാർക്സിസ്റ്റുകാരെപ്പറ്റി പറയുക, അല്ലെങ്കിൽ അവസാന വിമർശകൻ എഴുതിയതിനുശേഷം പുറത്തുവന്ന വസ്തുതകൾ ഏതെങ്കിലും ഉണ്ടോ എന്നു നോക്കി, ഉണ്ടെങ്കിൽ അവയുമായി മാർക്സിന്റെ ചിന്തയെ തട്ടിച്ചു നോക്കുക. ഇവിടെയും സാധ്യതകൾ നന്നെ പരിമിതമാണ്.

പിന്നെ എന്തുകൊണ്ടാണ് പണ്ഡിതന്മാർക്കിടയിൽ സംവാദം തുടരുന്നത്? മൗലികതയെക്കുറിച്ച് പ്രാഥമിക ഉൽക്കണ്ഠകളൊന്നും പുലർത്താത്ത ഇരുവശത്തെയും പ്രചാരകർക്കിടയിൽ അത് സ്വാഭാവികമാണല്ലൊ. ബഹുജനങ്ങളുടെ ഉള്ളിൽ തട്ടാത്തിടത്തോളം കാലം ആശയങ്ങൾ ശക്തികളാകുന്നില്ല. പരസ്യദല്ലാളന്മാർക്ക് അറിയാവുന്ന ഇക്കാര്യം ഏറെ ആവർത്തനവും തോറ്റവും ആവശ്യപ്പെടുന്നു. മാർക്സ് മഹാനായിരുന്നു. അദ്ദേഹത്തിന്റെ ഉദ്ബോധനങ്ങൾ രാഷ്ട്രീയമായി അഭിലഷ

ണീയമാണ് എന്ന് കരുതുന്ന നമ്മളിൽ ചിലർക്കും അതിനു വിപരീത മായ വീക്ഷണം വച്ചുപുലർത്തുന്നവർക്കും ഇത് ബാധകമാണ്. മറ്റൊരു കാരണം തികഞ്ഞ അജ്ഞതയാണ്. പുസ്തകങ്ങളും ലേഖനങ്ങളും എഴു തുന്നവരുടെ ദുഃഖാത്മക ഭ്രമമാണ് അച്ചടിക്കപ്പെട്ട വാക്ക് സനാതനമാ ണെന്ന തോന്നൽ. സത്യത്തിൽ അതങ്ങനെയാകുന്നത് അപൂർവമാണ്. പ്രസാധനം കഴിഞ്ഞ് ഏതാനും ആഴ്ചകൾ, വർഷങ്ങൾ കഴിയു മ്പോൾത്തന്നെ അച്ചടിച്ച രചനകൾ ഭൂരിഭാഗവും വിസ്മൃതിയിൽ ആ ണ്ടുപോകും. ഇടയ്ക്കൊക്കെ ഗവേഷണവിദ്യാർഥികൾ അവയെ ഒന്നു ണർത്തും – ഒരുപക്ഷേ അത്രയും തന്നെ ഹ്രസ്വമായി. അവയിൽപ്പലതും ഇംഗ്ലീഷ് വ്യാഖ്യാതാക്കൾക്ക് അപ്രാപ്യമായ ഭാഷകളിലാകും. അങ്ങ നെയല്ലെങ്കിലും മാർക്സിന്റെ ബ്രിട്ടനിലെ ആദ്യ ബൂർഷ്വാ വിമർശകരെ പ്പോലെ അവയും വിസ്മൃതരാകും. എങ്കിലും അവരുടെ രചനകൾ വിക്ടോ റിയൻ കാലഘട്ടത്തിന്റെ അവസാനത്തിലെ നമ്മുടെ രാജ്യത്തിന്റെ ബൗദ്ധികചരിത്രത്തിലേക്ക് മാത്രമല്ല. മാർക്സ് വിമർശനത്തിന്റെ പൊതു പരിണാമത്തിലേക്കും വെളിച്ചം വിതറുന്നു.

അവയുടെ സ്വരമാണ് നമ്മുടെ ശ്രദ്ധ ആകർഷിക്കുന്നത്. അത് സാധാരണയിൽനിന്ന് ഏറെ വ്യത്യസ്തമാണ്. ഏതാനും വർഷങ്ങൾക്കു മുമ്പ് *Marxism and the Study of History* യെപ്പറ്റി ഒരു പ്രബന്ധം എഴുതിയ പ്രൊഫസർ ട്രെവർ – റോപ്പർ ആ നിരുത്സാഹദശകത്തിൽ മാർക്സിസവിരുദ്ധത പുലർത്തിയിരുന്ന സ്വരത്തിൽനിന്ന് ഏറെ വ്യത്യ സ്തമല്ലായിരുന്നു. മാർക്സ് "മറ്റു ചിന്തകർ മുന്നോട്ടുവച്ച ആശയങ്ങൾ അടിച്ചുകൂട്ടി അവയെ ഒരു പരുക്കൻ താത്വികപ്രമാണത്തിന്റെ അനുബ ന്ധമാക്കുക എന്നതിൽ അധികം" വലിയ മൗലികസംഭാവനയൊന്നും ചരിത്രത്തിലേക്ക് ചെയ്തിട്ടില്ല എന്ന ആർക്കും ബോധ്യപ്പെടാത്ത വാദം ഉന്നയിക്കാനാണ് അദ്ദേഹം വലിയൊരളവ് ഇടം ചെലവഴിച്ചത്. അദ്ദേഹ ത്തിന്റെ ചരിത്രവ്യാഖ്യാനങ്ങൾ ഭൂതകാലജ്ഞാനാർജനത്തിന് ഉപയോ ഗശൂന്യമാണ്, ഭാവി പ്രവചനത്തിന്റെ അടിത്തറയാകാൻ അയോഗ്യമാണ്, ഗൗരവബുദ്ധികളായ ഒരു ചരിത്രകാരനെയും ഗണ്യമായി സ്വാധീനിച്ചി ട്ടില്ല എന്നു കൂടി അദ്ദേഹം പറഞ്ഞുവച്ചു. "മാർക്സും ലെനിനും 'ബൂർഷ്വ' സാമൂഹിക ചരിത്രം" എന്നു വിളിച്ചേക്കാമായിരുന്നതരം രച നകളാണ് മാർക്സിസ്റ്റുകാർ എന്ന് സ്വയം വിശേഷിപ്പിച്ചവർ എഴുതിയത്. അല്ലെങ്കിൽ അവർ, 'മറ്റുള്ളവരുടെ പാണ്ഡിത്യത്തെക്കുറിച്ച് അഭിപ്രായ പ്രകടനം നടത്തുന്നതിൽ മുഴുകിയ മന്ദബുദ്ധിജീവികളായിരുന്നു.' ചുരു ക്കത്തിൽ, മാർക്സിന്റെ ബൗദ്ധികകീർത്തി വല്ലാതെ പെരുപ്പിച്ചതാണ് എന്ന വാദം പരക്കെ അംഗീകരിക്കപ്പെട്ടിരുന്നു. കാരണം, "ചരിത്രത്തെ ക്കുറിച്ചുള്ള മാർക്സിസ്റ്റ് വ്യാഖ്യാനം എല്ലാ ബൗദ്ധികപാഠങ്ങളാലും തെറ്റെന്നു തെളിയിക്കപ്പെട്ടവയാണ്, അവ നിലനിർത്തുന്നുന്നതും അയു ക്തികമായി ന്യായീകരിക്കുന്നതും സോവിയറ്റ് ശക്തികൊണ്ട് മാത്ര മാണ്."

വിക്ടോറിയൻ മാർക്സ് വിമർശകരുടെ രചനകൾ ഏറെയും വിസ്മൃതിയിലായിക്കഴിഞ്ഞു. ആ മറവി ന്യായവുമാണ്– ഈ ചർച്ചയിൽ പങ്കെടുക്കുന്നവർക്കുള്ള ഒരു മുന്നറിയിപ്പ്. പക്ഷെ നാം അതിന്റെ ആഴത്തിലേക്ക് ഊളിയിടുമ്പോൾ തീർത്തും വ്യത്യസ്തമായ ഒരു സ്വരമാണ് കേൾക്കുന്നത്. ബ്രിട്ടീഷ് എഴുത്തുകാർക്ക് ശാന്തത പുലർത്തുക എളുപ്പമായിരുന്നു. മുതലാളിത്തവിരുദ്ധ പ്രസ്ഥാനങ്ങളൊന്നും അവരെ വെല്ലുവിളിക്കാനില്ല, മുതലാളിത്തത്തിന്റെ സനാതനത്വത്തെക്കുറിച്ച് ഒരു സന്ദേഹവും അവരെ അലട്ടുന്നില്ല, 1850 നും 1880 നും ഇടയ്ക്ക് നമ്മൾ ഉദ്ദേശിക്കുന്ന അർഥത്തിൽ മാർക്സിസ്റ്റാണ് എന്നു പോകട്ടെ, സോഷ്യലിസ്റ്റാണ് എന്നുപോലും അവകാശപ്പെടുന്ന ഒരൊറ്റ ബ്രിട്ടീഷ് പൗരനും ഉണ്ടായിരുന്നിരിക്കാൻ പ്രയാസമാണ്. അതുകൊണ്ട് മാർക്സ് തെറ്റാണെന്ന് തെളിയിക്കേണ്ടത് ഒരു അടിയന്തരാവശ്യമായിരുന്നില്ല, അത്ര വലിയ പ്രായോഗികപ്രാധാന്യമുള്ള ഒരു കാര്യവും ആയിരുന്നില്ല. ഒരുപക്ഷേ നമ്മുടെ ഏറ്റവും ആദ്യത്തെ മാർക്സിസ്റ്റേതര മാർക്സിസവിദഗ്ധനായിരുന്ന റവ. എം കൗഫ്മാൻ പറഞ്ഞതുപോലെ, മാർക്സ് തന്റെ പ്രമാണങ്ങളെ പ്രയോഗിച്ചുനോക്കാത്ത ശുദ്ധ സൈദ്ധാന്തികനായിരുന്നു. മാർക്സിന് അരാജകവാദികളെക്കാൾ അപകടം കുറവാണ്, വിപ്ലവ മാനദണ്ഡങ്ങൾ വച്ചു നോക്കിയാലും, എന്നായിരുന്നു, വിധി. അതുകൊണ്ടായിരിക്കാം അദ്ദേഹത്തെ അരാജകവാദികൾ എന്ന തീവിഴുങ്ങികളോട് താരതമ്യം ചെയ്തിരുന്നത്. ഈ താരതമ്യത്തെ ബ്രോഡെറിക് മാർക്സിന് അനുകൂലമായും ബെൽഫാസ്റ്റിലെ ക്വീൻസ് കോളേജിലെ ഡബ്ല്യു ഗ്രഹാം പ്രതികൂലമായും ആണ് പ്രയോഗിച്ചത്. ഗ്രഹാം പറഞ്ഞു : "അരാജകവാദികൾക്ക് ഒരു രീതിയും യുക്തിയുമുണ്ട്...... എതിരെ നിൽക്കുന്ന കാൾ മാർക്സ്, മിസ്റ്റർ ഹൈൻഡ്മാൻ പ്രഭൃതികളുടെ പദ്ധതി പിൻപറ്റുന്ന വിപ്ലവകാരികൾക്ക് അതില്ല. ഇതിന്റെ ഫലമായി ബൂർഷ്വ വായനക്കാർ ശാന്തതയോടെയാണ് അദ്ദേഹത്തെ കണ്ടത്. റവ. കൗഫ്മാനെപ്പോലുള്ളവരാകട്ടെ, ക്രിസ്തീയസഹിഷ്ണുതയോടെയും. (ഇത് നമ്മുടെ തലമുറയ്ക്ക് നഷ്ടം വന്നുപോയ ഒരു മനോഭാവമാണ്.)" മാർക്സ് തത്വശാസ്ത്രത്തിൽ ഒരു ഹെഗെലിയനാണ്. മതപുരോഹിതരുടെ സാമാന്യം കടുത്ത എതിരാളിയുമാണ്. പക്ഷെ അദ്ദേഹത്തിന്റെ രചനകളെക്കുറിച്ച് അഭിപ്രായം രൂപവൽക്കരിക്കുമ്പോൾ മാർക്സ് എന്ന മനുഷ്യനോട് പക്ഷപാതിത്വം കാണിക്കാൻ നാം നമ്മെത്തന്നെ അനുവദിക്കരുത്. മാർക്സ് ഈ അനുമോദനം തിരികെ കൊടുത്തിട്ടുണ്ട് എന്നുവേണം കരുതാൻ. കാരണം, പേരു പറയാത്ത ഒരു 'പരിചയക്കാരന്റെ' പ്രകോപനത്തിന് വഴങ്ങി പിന്നീടൊരു പുസ്തകത്തിൽ കൗഫ്മാന്റെ വിവരണം പരിഷ്കരിക്കുന്നുണ്ട്.

മാർക്സിസത്തെക്കുറിച്ചുള്ള ഇംഗ്ലീഷ് രചനകൾ ശാന്തവും നീതിപൂർവകമായിട്ടാണ് വിഷയം കൈകാര്യം ചെയ്തത് എന്ന് ബോനർ നിരീക്ഷിക്കുന്നു. ഈ മനോഭാവം അന്നേ ജർമൻ ചർച്ചകളിൽനിന്ന് അപ്രത്യക്ഷമായിരുന്നു. മാർക്സിന്റെ ലക്ഷ്യങ്ങൾ, മൗലികത, ശാസ്ത്രീയ

മായ ആർജവം എന്നിവയ്ക്കെതിരെ ആക്രമണങ്ങൾ ഒന്നും ഉണ്ടായില്ല. അദ്ദേഹത്തിന്റെ ജീവിതം, രചനകൾ എന്നിവയെ ഏറെയും വിശദീകരണാത്മകമായിട്ടാണ് കൈകാര്യം ചെയ്തിട്ടുള്ളത്. ആ രചനകളോട് വിയോജിപ്പു പ്രകടിപ്പിക്കുന്ന എഴുത്തുകാർ വേട്ടയും വിശദീകരണവും കലർത്തുന്നതുകൊണ്ട് എന്നതിലേറെ വേണ്ടത്ര വായിക്കാത്തതുകൊണ്ടും മനസിലാക്കാത്തതുകൊണ്ടും ആണ് അങ്ങനെ ചെയ്യുന്നത്. അവരുടെ വിശദീകരണങ്ങളിൽ ന്യൂനതകൾ ഉണ്ടെന്നത് സമ്മതിക്കണം. കിർകുപ്പിന്റെ *History of Socialism* (1900)ത്തിനുമുൻപ് ഇന്ന് മനസിലാക്കുന്ന രീതിയിൽ ഉപയോഗക്ഷമത അൽപ്പമെങ്കിലും ഉള്ള മാർക്സിസത്തിന്റെ മുഖ്യപ്രമാണങ്ങളെക്കുറിച്ചുള്ള സോഷ്യലിസ്റ്റേതര സംഗ്രഹങ്ങൾ ഏതെങ്കിലും ഉണ്ടോ എന്ന് എനിക്ക് സംശയമാണ്. മാർക്സ് ആരാണ്, എന്തായിരുന്നു അദ്ദേഹത്തിന്റെ പ്രവൃത്തി എന്നതിനെപ്പറ്റി വസ്തുതാപരമായ ഒരു വിവരണം വായനക്കാരന് പ്രതീക്ഷിക്കാം എന്നു മാത്രം.

മാർക്സിന്റെ പദവിയെക്കുറിച്ച് ഏതാണ്ട് സാർവലൗകികമായ ഒരംഗീകാരം അവയിൽ ഒരു വായനക്കാരന് പ്രതീക്ഷിക്കാം. 1882 ൽ വൈറ്റ് ചാപ്പൽ പ്രഭാഷണങ്ങളിൽ മിൽനെർ അദ്ദേഹത്തെ പരസ്യമായി ശ്ലാഘിക്കുന്നുണ്ട്. ഹെൻറി ജോർജിന്റെ "ആശയങ്ങളെ (അവയുടെ) ബൗദ്ധിക ശക്തിയുടെ കാര്യത്തിലോ (അവയുടെ) സ്ഥിരതയിലോ (അവയുടെ) സാമാന്യമായ യുക്തിഭദ്രതയിലോ വിശിഷ്യ (അവയുടെ) സാമ്പത്തിക യുക്തി അവതരണത്തിലോ" മാർക്സിന്റെ ആശയങ്ങളോട് തുലനപ്പെടുത്താൻ ശ്രമിക്കുന്നത് അസംബന്ധമാണ് എന്നായിരുന്നു 1885 ൽ ബാൽഫോർ പറഞ്ഞത്. ആദ്യകാല വിദഗ്ധരിൽ ഏറ്റവും കുശാഗ്ര ബുദ്ധിയായ ജോൺ റായിയും അദ്ദേഹത്തെ അതേ ഗൗരവത്തോടെയാണ് കണ്ടത്. നല്ല വിധികർത്താക്കൾ *മൂലധന*ത്തെ "റിക്കാഡോയോടൊപ്പം പ്രതിഷ്ഠിക്കുന്നു" എന്നും, "മാർക്സിന്റെ ശേഷിയെക്കുറിച്ച് ഏകാഭിപ്രായമാണ്" എന്നും 1883 ൽ ഇവിടെ *French and German Socialism* എന്ന ഗ്രന്ഥം ഇറക്കിയ, അവ്യക്തമായ ഇടതുപക്ഷചായ്‌വുള്ള അമേരിക്കൻ പ്രൊഫസർ റിച്ചാർഡ് ഏലി പറഞ്ഞു. ഈയടുത്ത കാലത്ത് മാർക്സ് വിമർശകർ പുനരധിവസിപ്പിക്കാൻ വിഫലയത്നം നടത്തുന്ന ദുരിതം പിടിച്ച ദ്യുറിങ് ഒഴികെ മറ്റെല്ലാവരും അംഗീകരിക്കുന്ന അഭിപ്രായത്തെ ഡബ്ല്യു എച്ച് ഡോസൺ ഇങ്ങനെ സംഗ്രഹിക്കുന്നു: "(*മൂലധന*ത്തിന്റെ) താളുകളിൽ..... കാണുന്ന ആചാര്യതുല്യമായ മേധാശക്തി, സുദുർലഭമായ കുശാഗ്രത, സൂക്ഷ്മമായ വാദമുഖങ്ങൾ, മൂർച്ചയേറിയ തർക്കാവതരണം എന്നിവയെക്കുറിച്ച് അതിലെ ഉദ്ബോധനങ്ങളെ ഏതു നിലയ്ക്ക് നോക്കിക്കാണുന്നവർക്കും തർക്കമുണ്ടാവില്ല."*

* *മൂലധനം* വാല്യം I ലെ (1938) ഡോണ ടോറിന്റെ അനുബന്ധത്തിൽ ഇതിലെ ചില അഭിപ്രായങ്ങൾ വായനക്കാർക്ക് കാണാം. പക്ഷേ ലഭ്യമായ രചനകളിൽ ചെറിയൊരു പങ്കുമാത്രമേ അവർ പരിശോധിച്ചിരുന്നുള്ളൂ എന്ന് സ്പഷ്ടമാണ്.

മാർക്സിനെ മൊത്തത്തിൽ തിരസ്കരിക്കണം എന്ന പക്ഷക്കാരായിരുന്നില്ല ആദ്യകാലത്തെ വ്യാഖ്യാതാക്കൾ ആരും എന്ന് ഓർമിക്കുമ്പോൾ ഈ അഭിനന്ദനപ്രവാഹം നമ്മെ അത്ര അത്ഭുതപ്പെടുത്തില്ല. ചിലർ ഉദാരവാദത്തിനെതിരായ തങ്ങളുടെ പോരാട്ടത്തിൽ ഉപയോഗിക്കാവുന്ന ഒരു സഖ്യകക്ഷിയായി അദ്ദേഹത്തെ കണ്ടു; ചിലർക്ക് അദ്ദേഹത്തിന്റെ സിദ്ധാന്തങ്ങളുടെ വിപ്ലവകരമായ പ്രത്യാഘാതങ്ങൾ മനസിലാക്കാൻ കഴിഞ്ഞില്ല, ചിലർ ശാന്തസ്വഭാവിയായിരുന്നതിനാൽ അദ്ദേഹത്തെ അദ്ദേഹത്തിന്റെ യോഗ്യതകളുടെ അടിസ്ഥാനത്തിൽ വിലയിരുത്താൻ ആത്മാർഥമായും തയാറായിരുന്നു; തത്വത്തിൽ അവർ അദ്ദേഹത്തിൽനിന്ന് പഠിക്കാൻപോലും തയാറായിരുന്നു. ഒരു കാര്യമൊഴികെ : മൂല്യത്തിന്റെ അധ്വാനസിദ്ധാന്തം: അഥവാ, കുറേക്കൂടി കൃത്യമായി പറഞ്ഞാൽ, ലാഭം, പലിശ എന്നിവയുടെ സമകാലിക ന്യായീകരണങ്ങൾക്കെതിരെ മാർക്സിന്റെ ആക്രമണങ്ങൾ. വിമർശനത്തിന്റെ തീയാകെ ഇവയ്ക്കെതിരെ പ്രയോഗിക്കാൻ കരുതിവച്ചപോലെയായിരുന്നു. അതിന് കാരണമുണ്ട്. "അധ്വാനമാണ് എല്ല മൂല്യത്തിന്റെയും പ്രഭവം" എന്ന പ്രയോഗത്തിൽ അന്തർലീനമായ ധാർമികാരോപണം മുതലാളിത്തത്തിന്റെ ക്ഷയപതനങ്ങളെക്കുറിച്ചുള്ള പ്രവചനങ്ങളേക്കാൾ കൂടുതൽ മുതലാളിത്തത്തിൽ പൂർണവിശ്വാസം അർപ്പിച്ചിരുന്നവരെ ബാധിച്ചു. അങ്ങനെയെങ്കിൽ വാസ്തവത്തിൽ അവർ മാർക്സിനെ വിമർശിച്ചത് അദ്ദേഹത്തിന്റെ ചിന്തയിലെ താരതമ്യേന മാർക്സിസ സ്വഭാവം കുറഞ്ഞ ഒരു ശകലത്തെയാണ്. ഇത് കുറച്ച് കൂടുതൽ പരുക്കൻ ഭാഷയിൽ റിക്കാർഡോ ഉൾപ്പെടെയുള്ള മാർക്സ് – പൂർവ സോഷ്യലിസ്റ്റുകൾ നടേ തന്നെ അവതരിപ്പിച്ച ആശയവുമാണ്. മൂല്യസിദ്ധാന്തമാണ് "ജർമൻ മാത്രമല്ല, എല്ലായിനം ആധുനികസോഷ്യലിസത്തിന്റെയും കേന്ദ്രസ്തംഭം" എന്ന് ഏതായാലും കണക്കാക്കപ്പെട്ടു. അത് നിലംപൊത്തിയാൽ മതി, പ്രധാനപ്പെട്ട വിമർശന പ്രവർത്തനം കഴിഞ്ഞു.

ഏതായാലും അതിനപ്പുറം മാർക്സിന് ഏറെ സംഭാവന ചെയ്യാനുണ്ടെന്ന കാര്യം വ്യക്തമായിരുന്നു എന്നു കരുതണം. പ്രത്യേകിച്ച് അന്നും പ്രചാരത്തിലുണ്ടായിരുന്ന പരുക്കൻ മാൽത്തൂസിയനിസത്തെ വിമർശിക്കുന്ന തൊഴിലില്ലായ്മാ സിദ്ധാന്തം. ജനസംഖ്യ, 'കരുതൽ അധ്വാനസേന' എന്നിവയെപ്പറ്റിയുള്ള അദ്ദേഹത്തിന്റെ വീക്ഷണങ്ങൾ പൊതുവേ വിമർശനമില്ലാതെ അവതരിപ്പിക്കപ്പെട്ടിരുന്നു (റായിയെപ്പോലെ). തന്നെയുമല്ല, ചിലപ്പോഴൊക്കെ അംഗീകാരരൂപേണ അത് ഉദ്ധരിക്കപ്പെടാറും ചിലപ്പോൾ ഭാഗികമായി ദത്തെടുക്കപ്പെടാറും ഉണ്ട്. ഉദാഹരണത്തിന്, സാമ്പത്തികചരിത്രത്തിലെ ആദ്യപഥികരിൽ ഒരാളായ ആർച്ച് ഡീക്കൻ കണ്ണിങ്ഹാം. അദ്ദേഹം 1879 ൽ തന്നെ *മൂലധനം* വാങ്ങിച്ചിരുന്നു. സാമ്പത്തികചരിത്രത്തിലെ രചനകൊണ്ട് (*Factory Industry and Socialism*, ഗ്ലാസ്ഗോ; 1887) പ്രശസ്തനായ ഗ്ലാസ്ഗോയിലെ വില്യം സ്മാർട്ട് ആണ് ആ ഗണത്തിലെ മറ്റൊരു ശ്രദ്ധേയൻ. അതുപോലെ തൊഴിൽ വിഭജനം, യന്ത്രസാമഗ്രികൾ എന്നിവയെക്കുറിച്ചുള്ള മാർക്സിന്റെ വീക്ഷണങ്ങളും

പൊതുവേ അംഗീകരിക്കപ്പെട്ടിരുന്നു. ഉദാഹരണത്തിന് 1887-ൽ *Athenaeum* ൽ *മൂലധനം* റിവ്യൂ ചെയ്ത വ്യക്തി. ജെ എ ഹോബ്സൻ (*Evolution of Modern Capitalism*, 1894) അവയിൽ ആകൃഷ്ടനായിരുന്നു എന്നവ്യക്തമാണ്. മാർക്സിനെക്കുറിച്ച് അദ്ദേഹം നടത്തുന്ന പരാമർശങ്ങളെല്ലാം ഈ വിഷയമാണ് കൈകാര്യം ചെയ്യുന്നത്. പക്ഷെ എഡിൻബറിലെ ജെ ഷീൽഡ് നിക്കോൾസനെപ്പോലുള്ള യാഥാസ്ഥിതികരും ശത്രുതാമനോഭാവമുള്ളവരുമായ എഴുത്തുകാർപോലും ഈ വിഷയത്തിലും ബന്ധപ്പെട്ട മറ്റു വിഷയങ്ങളിലും മാർക്സിന്റെ നിർധാരണം "പണ്ഡിതോചിതവും സമഗ്രവും അതേസമയം വായിക്കേണ്ടതുമാണ്" എന്നാണ് നിരീക്ഷിക്കുന്നത്. കൂലി, സാമ്പത്തികകേന്ദ്രീകരണം എന്നിവ സംബന്ധിച്ച അദ്ദേഹത്തിന്റെ വീക്ഷണങ്ങളും ശ്രദ്ധിക്കാതിരിക്കാൻ കഴിയില്ലായിരുന്നു. ചില വ്യാഖ്യാതാക്കൾ മാർക്സിനെ സമ്പൂർണമായി തിരസ്കരിക്കുന്നത് ഒഴിവാക്കുന്നതിൽ അതീവജാഗ്രത പുലർത്തിയിരുന്നു. അതുകൊണ്ടാണ് മൂല്യസിദ്ധാന്തവിമർശം കണ്ട് വായനക്കാർ *മൂലധനം* വായിക്കാതിരിക്കുന്നത് ഒഴിവാക്കാനായി വില്യം സ്മാർട്ട് 1887 ലെ റിവ്യൂവിൽ ഗ്രന്ഥത്തിൽ ചരിത്രകാരനും സാമ്പത്തികശാസ്ത്രജ്ഞനും മൂല്യവത്തായ ഏറെയുണ്ട് എന്നെഴുതിയത്.

മാർക്സിസ്റ്റേതരർ മാർക്സിൽ എന്തുകാണുന്നു എന്നത് തരക്കേടില്ലാത്ത വിധം സംഗ്രഹിക്കുന്നുണ്ട്, ഇന്ത്യൻ സർവകലാശാലാ വിദ്യാർഥികൾക്കായി രൂപകൽപ്പന ചെയ്ത ഒരു പ്രാഥമിക പാഠപുസ്തകത്തിൽ എം പ്രൊഥെറോ. അതിൽ ഒരൽപ്പം അജ്ഞതയുണ്ട്. അതുകൊണ്ടുതന്നെ വ്യക്തിപരമായ പഠനത്തേക്കാൾ സമകാലിക വീക്ഷണങ്ങളെയാണ് അത് പ്രതിഫലിപ്പിക്കുന്നത്. മൂന്ന് കാര്യങ്ങളാണ് അതിൽ എടുത്തുപറയുന്നത്. മൂല്യസിദ്ധാന്തം, തൊഴിലില്ലായ്മ സിദ്ധാന്തം, ചരിത്രകാരൻ എന്ന നിലയ്ക്ക് മാർക്സിന്റെ നേട്ടം. "നിലവിലുള്ള മുതലാളിത്തസമൂഹത്തിന്റെ സാമ്പത്തികഘടന ജന്മിത്തസമൂഹത്തിന്റെ സാമ്പത്തികഘടനയിൽനിന്ന് വളർന്നതാണ്" എന്ന് ആ പുസ്തകത്തിൽ ആദ്യമായി ചൂണ്ടിക്കാട്ടുന്നു. തീർച്ചയായും ഒരു ചരിത്രകാരൻ എന്ന നിലയിലാണ് മാർക്സ് ഏറ്റവുമധികം പ്രത്യാഘാതം സൃഷ്ടിച്ചിട്ടുള്ളത്, തങ്ങളുടെ വിഷയത്തോട് ചരിത്രപരമായ ഒരു സമീപനം കൈക്കൊള്ളുന്ന സാമ്പത്തികശാസ്ത്രജ്ഞർക്കിടയിലും. (ശുദ്ധമേ ഭരണഘടനാപരവും രാഷ്ട്രീയവും നയതന്ത്രപരവും സൈനികവുമായ ചരിത്രത്തിൽ ആണ്ടുകിടന്ന ഇംഗ്ലണ്ടിലെ പ്രൊഫഷണൽ സാമ്പത്തികേതര ചരിത്രകാരന്മാരെ അദ്ദേഹം നന്നെ കുറച്ചേ സ്വാധീനിച്ചിട്ടുണ്ടായിരുന്നുള്ളൂ.) സമീപകാലത്തെ എഴുത്തുകാർ ഇരിക്കെതന്നെ അദ്ദേഹത്തെ വായിച്ചിട്ടുള്ളവർക്കിടയിൽ അദ്ദേഹത്തിന്റെ സ്വാധീനത്തെപ്പറ്റി വാസ്തവത്തിൽ തർക്കമൊന്നും ഉണ്ടായിരുന്നില്ല. 1880-കളിൽ കിട്ടാവുന്നതിൽ വച്ച് ഏറ്റവും കടുത്ത മാർക്സിസ്റ്റുവിരുദ്ധ അക്കാദമിഷ്യനായ ഫോക്സ്വെൽ ആനുഷംഗികമായി മാർക്സിനെപ്പറ്റി പരാമർശിച്ചത് സാമ്പത്തികശാസ്ത്രജ

ഞർക്കിടയിൽ "ഈ രാജ്യത്തെ ഗൗരവമുള്ള പഠിതാക്കളിൽ ഏറ്റവുമധികം സ്വാധീനം ചെലുത്തിയ" വ്യക്തി എന്നും ആ ഘട്ടത്തിൽ "ചരിത്രവികാരത്തിൽ" ഏറ്റവും ശ്രദ്ധേയമായ പുരോഗതി സൃഷ്ടിച്ച വ്യക്തി എന്നും ആണ്. *മൂലധന*ത്തിലെ വിചിത്രവും എന്റെ അഭിപ്രായത്തിൽ തെറ്റും ആയ മൂല്യസിദ്ധാന്തത്തെ തിരസ്കരിച്ചവർപോലും ചരിത്രസംബന്ധിയായ അധ്യായങ്ങളെ അങ്ങനെയല്ല എന്ന അഭിപ്രായക്കാരായിരുന്നു. മാർക്സിന്റെ പ്രചോദനംകൊണ്ട് ഈ "പുതിയ വെളിച്ചത്തിൽ ചരിത്രത്തിന്റെ വലിയ ഭാഗങ്ങൾ വീണ്ടും എഴുതേണ്ടിവരും എന്ന് നാമിപ്പോൾ തിരിച്ചറിഞ്ഞു തുടങ്ങുകയാണ്" എന്ന കാര്യത്തിൽ ആർക്കും സംശയമുണ്ടായിരുന്നില്ല. ഈ പ്രചോദനം ആദം സ്മിത്തിന്റെയും ഹ്യൂമിന്റെയും ഡി ടോക്വിവില്ലെയുടെയും ഫുസ്റ്റൽ ഡി കൗലാൻ ജസിന്റെയും ആണെന്ന ട്രെവർ – റോപ്പറുടെ വാദത്തെ എല്ലാവരും അവഗണിച്ചു. "ചരിത്രത്തിന്റെ സാമ്പത്തിക/ഭൗതികവീക്ഷണം പ്രാഥമികമായും മാർക്സിനോട് ചേർത്താണ് വായിക്കപ്പെടേണ്ടത്" എന്ന കാര്യത്തിൽ സംശയമില്ല – അതിനെ "ബക്കിളിന്റെയും ലെ പ്ലേയുടെയും വാദങ്ങളുടെ സഹായത്തോടെയും ചിത്രീകരിക്കാ"മെങ്കിലും. ചരിത്രപരമായ ഭൗതികവാദത്തിന്റെ ഉപജ്ഞാതാവ് മാർക്സ് അല്ല, പതിനേഴാം നൂറ്റാണ്ടിലെ ചിന്തകൻ ഹാറിങ്ടൺ ആണ് എന്ന് വാദിക്കുന്ന ബൊനാർ ഇനി പ്പറയുന്ന മാർക്സിസ്റ്റ് ചരിത്രവാദങ്ങളെക്കുറിച്ച് മുമ്പ് കേട്ടിട്ടില്ലായിരുന്നു: "റിഫോർമേഷൻ അഥവാ പരിഷ്കാരം ഒരു സാമ്പത്തികകാരണം കൊണ്ടാണ് ഉണ്ടായത്, ത്രിദശകയുദ്ധം അത്രയും കാലം നീണ്ടത് സാമ്പത്തിക കാരണം കൊണ്ടാണ്. വിശുദ്ധയുദ്ധങ്ങൾ ജന്മിമാരുടെ ഭൂമി വിഴുങ്ങിവിശപ്പ് കാരണമാണ് ഉണ്ടായത്. കുടുംബത്തിന്റെ പരിണാമം സാമ്പത്തികകാരണം കൊണ്ടാണ് ഉണ്ടായത്, ദെക്കാർത്തെയുടെ മൃഗങ്ങളെ യന്ത്രങ്ങളായി കാണുന്ന രീതി നിർമാണവ്യവസ്ഥയുടെ വളർച്ചയുമായി ബന്ധപ്പെടുത്താം," ഇത്യാദി ആശയങ്ങൾ ബൊനാറിനെ അത്ഭുതപ്പെടുത്തുന്നു.

സ്വാഭാവികമായും മാർക്സിന്റെ സ്വാധീനം ഏറ്റവും പ്രകടമാകുന്നത് നമ്മുടെ സാമ്പത്തികചരിത്രകാരന്മാരിലാണ്. അവരിൽ തൊറോൾഡ് റോജേഴ്സിനെ മാത്രമേ പ്രചോദനമുക്തനായി കണക്കാക്കാൻ കഴിയൂ. കേംബ്രിജിൽ കണ്ണിങ്ഹാം 1870 കളിൽ ത്തന്നെ അദ്ദേഹത്തെ അനുഭാവപൂർവം വായിച്ചിരുന്നു. പ്രാദേശിക ഹെഗെലിയന്മാർക്കിടയിലെ ജർമനികപാരമ്പര്യത്തോട് ഏറെ കടപ്പാടുള്ളതുകൊണ്ടാകാം, ഓക്സ്ഫഡുകാർക്ക് ഇംഗ്ലീഷ് മാർക്സിസ്റ്റ് സംഘങ്ങൾ ഉണ്ടാകുന്നതിനുമുമ്പുതന്നെ അദ്ദേഹത്തെ പരിചയമുണ്ടായിരുന്നു. ടോയൻബി ആകെ ഒരുതവണയേ, അതും ആനുഷംഗികമായി മാത്രമേ, അദ്ദേഹത്തിന്റെ ചരിത്രത്തെ (*The Industrial Revolution*) വിമർശിച്ചിട്ടുള്ളൂ. അത് തെറ്റായ വിമർശനവുമായിരുന്നു. തന്റെ തലമുറയിലെ ഏറ്റവും ശ്രദ്ധേയനായ ഇംഗ്ലീഷ് സാമ്പത്തികചരിത്രകാരൻ ജോർജ് അൺവിൻ തന്റെ വിഷയം തെരഞ്ഞെടു

ത്തതുതന്നെ മാർക്സിലൂടെയാണ്; അഥവാ മാർക്സ് തെറ്റെന്നു തെളിയിക്കാനാണ്. പക്ഷെ, "ശരിയായ തരം ചരിത്രമാണ് മാർക്സ് അവതരിപ്പിക്കാൻ ശ്രമിക്കുന്നത്. യാഥാസ്ഥിതിക ചരിത്രകാരന്മാർ മനുഷ്യവികാസത്തിലെ ഏറ്റവും പ്രധാനപ്പെട്ട ഘടകങ്ങളെയൊക്കെ അവഗണിക്കുന്നു" എന്ന കാര്യത്തിൽ അദ്ദേഹത്തിന് സംശയമുണ്ടായിരുന്നില്ല.

മുതലാളിത്തത്തിന്റെ ചരിത്രകാരൻ എന്ന നിലയ്ക്ക് മാർക്സിന്റെ നേട്ടത്തെക്കുറിച്ചും ഏറെ വിയോജിപ്പൊന്നും ഉണ്ടായിരുന്നില്ല. *(Athenaeum* ത്തിൽ റിവ്യു എഴുതിയ വ്യക്തി ആദ്യകാലഘട്ടങ്ങളെക്കുറിച്ചുള്ള മാർക്സിന്റെ വീക്ഷണങ്ങൾ "അതൃപ്തികരവും തീർത്തും ഉപരിപ്ലവവുമാണ്" എന്ന് വിശ്വസിച്ചു. പക്ഷെ അവ സാധാരണയായി അവഗണിക്കപ്പെട്ടു. തന്നെയുമല്ല, അദ്ദേഹത്തിന്റെയും എംഗൽസിന്റെയും ഏറ്റവും ഉജ്വലമായ രചനകൾ കൂടുതൽ ആളുകൾക്ക് അന്ന് ലഭ്യമായിരുന്നുമില്ല.) അദ്ദേഹത്തിന്റെ ചിന്തയുടെ ഏറ്റവും വ്യാപ്തിയുള്ള, കടുത്ത ശത്രുത പുലർത്തുന്ന വിമർശമാണ് ഫ്ളിന്റിന്റെ *Socialism* (1895; എഴുത്ത് കൂടുതലും നടന്നത് 1890–91 ലാണ്). അതിൽപ്പോലും ഇങ്ങനെയൊരു അംഗീകാരം കാണാം : "ഒരു ചരിത്ര സൈദ്ധാന്തികൻ എന്ന നിലയ്ക്ക് മാർക്സ് ആകെ ചെയ്ത അവിസ്മരണീയമായ പ്രവൃത്തി മുതലാളിത്തയുഗത്തിന്റെ അപഗ്രഥനം, വ്യാഖ്യാനം എന്നിവയാണ്. ഇക്കാര്യത്തിൽ അദ്ദേഹം സ്തുത്യർഹമായ സേവനമാണ് നടത്തിയത് എന്ന് അദ്ദേഹത്തിന്റെ അപഗ്രഥനം കൃത്യം എന്നതിനേക്കാൾ ധ്വന്യാത്മകമാണ് എന്നും വ്യാഖ്യാനങ്ങൾ സത്യം എന്നതിനേക്കാൾ മൗലികമാണ് എന്നും കരുതുന്നവർപോലും അംഗീകരിക്കും."

ബ്രിട്ടീഷുകാർ പൊതുവെ മാർക്സിന്റെ "യുക്തിയിൽ അമിതമിനുക്ക് നടത്താനുള്ള പ്രവണത" അവിശ്വാസത്തോടെയാണ് സമീപിച്ചിരുന്നത്. ഫ്ളിന്റും അങ്ങനെതന്നെ ആയിരുന്നു. അതേസമയം മുതലാളിത്തത്തിന്റെ, വിശിഷ്യ പത്തൊമ്പതാം നൂറ്റാണ്ടിലെ മുതലാളിത്തത്തിന്റെ ചരിത്രകാരൻ എന്ന നിലയ്ക്ക് മാർക്സിന്റെ യോഗ്യത അംഗീകരിക്കുന്ന കാര്യത്തിലും ഫ്ളിന്റ് മറ്റു ബ്രിട്ടീഷുകാരിൽനിന്ന് വ്യത്യസ്തനായിരുന്നില്ല. മാർക്സിന്റെയും എംഗൽസിന്റെയും പാണ്ഡിത്യം, ആർജവം, പ്രഭവോപയോഗം എന്നിവയെപ്പറ്റി സംശയങ്ങൾ ഉയർത്തുക ആധുനികമായ ഒരു ഏർപ്പാടാണ്. പക്ഷെ സമകാലികർ ഈ വിമർശനമേഖയിലേക്ക് ഇറങ്ങിയിട്ടില്ല. കാരണം, മാർക്സ് ആക്രമിക്കുന്ന തിന്മകൾ അങ്ങേയറ്റം യഥാർഥമാണെന്ന് അവർക്ക് സുവ്യക്തമായിരുന്നു. "സമകാലിക സാമൂഹിക ജീവിതത്തിന്റെ ഇരുണ്ട വശം മാത്രമേ അദ്ദേഹം നമ്മുടെ മുന്നിൽ അവതരിപ്പിക്കുന്നുള്ളൂ എങ്കിലും മനഃപൂർവം തെറ്റായി വ്യാഖ്യാനിക്കുകയാണെന്ന് കരുതാൻ കഴിയില്ല" എന്ന് പറയുമ്പോൾ കൗഫ്മാൻ മറ്റു പലരുടെയും അഭിപ്രായം കൂടിയാണ് വ്യക്തമാക്കുന്നത്. "മാർക്സ്

* അവസാനം കൊടുത്തിട്ടുള്ള പ്രത്യേക 'കുറിപ്പിൽ' അദ്ദേഹത്തിന്റെ വീക്ഷണങ്ങൾ കുറേക്കൂടി വിശദമായി പരാമർശിക്കുന്നുണ്ട്.

ചിത്രത്തെ വല്ലാതെ കറുപ്പിച്ചിട്ടുണ്ട്; എങ്കിലും അദ്ദേഹം ആധുനിക വ്യവസായത്തിന്റെ കൂടുതൽ ഇരുണ്ട വശങ്ങളിലേക്ക് നമ്മുടെ ശ്രദ്ധ ആകർഷിച്ച് വലിയൊരു സേവനമാണ് നടത്തിയിട്ടുള്ളത്. ആ വശങ്ങൾ നാം സാധാരണ കാണാറില്ല." എന്നാണ് ലെവെലിൻ – സ്മിഥ് പ്രസ്താവിച്ചത്. ചില കാര്യങ്ങളിൽ മാർക്സിന്റെ രീതി അൽപ്പം അതിശയോക്തി കലർന്നതാണ് എന്ന് അഭിപ്രായമുള്ള ഷീൽഡ് നിക്കോൾസണും പക്ഷെ "ചില തിന്മകൾ അതിഭീമമായതുകൊണ്ട് അതിശയോക്തിക്ക് വകുപ്പില്ല" എന്ന് സമ്മതിക്കുന്നുണ്ട്. മാർക്സിന്റെ പാണ്ഡിത്യത്തെക്കുറിച്ച് സന്ദേഹപ്പെടുത്തവർപോലും അദ്ദേഹം വെളുത്തതോ ഏറിവന്നാൽ ചാരനിറമാർന്നതോ ആയ ഒരു ചിത്രത്തെ കറുപ്പടിച്ചു എന്ന് അവകാശപ്പെടാൻ ധൈര്യപ്പെട്ടില്ല; വസ്തുതകൾ കറുപ്പുതന്നെ, പക്ഷെ അവിടവിടെയുള്ള 'രജതരേഖകൾ' മാർക്സ് ഒട്ടുമേ ഗൗനിച്ചില്ല എന്നു മാത്രമേ അവർപോലും പറഞ്ഞിട്ടുള്ളൂ.

മാർക്സ്വിമർശനത്തിൽ ഇന്ന് ഭ്രാന്തമായ ഒരു ഉൽക്കണ്ഠയുടെ ചീറ്റലുണ്ട്. പക്ഷെ ആദ്യകാലത്തെ ബൂർഷ്വവിമർശനത്തിൽ അത് ഒട്ടും ഉണ്ടായിരുന്നില്ല എന്നുണ്ടോ? അങ്ങനെയല്ല. ബ്രിട്ടണിൽ മാർക്സിസ്റ്റ് പ്രചോദനം ഉൾക്കൊണ്ട ഒരു സോഷ്യലിസ്റ്റ് പ്രസ്ഥാനം പ്രത്യക്ഷപ്പെട്ട നിമിഷം മുതൽ ധാരണയെ വികലമാക്കുന്ന തരത്തിലുള്ള അവിശ്വാസ പ്രകടനങ്ങളും എതിർവാദങ്ങളും അടങ്ങുന്ന ആധുനികമുദ്രയുള്ള മാർക്സ് വിമർശനവും പ്രത്യക്ഷപ്പെട്ടു തുടങ്ങി. അവയിൽ ചിലത് ഇംഗ്ലീഷിലേക്ക് വിവർത്തനം ചെയ്യപ്പെട്ട യൂറോപ്യൻ രചനകളിലാണ് കാണുക. പ്രത്യേകിച്ച് എൺപതുകളുടെ മധ്യം മുതൽക്ക്. ശത്രുതാ സമീപനത്തോടെയുള്ള യൂറോപ്യൻ കൃതികൾ അപ്പോഴേക്കും വിവർത്തനം ചെയ്യപ്പെട്ടു. ലവെലെയുടെ *Socialism of Today* (1885), ഷാഫ്ലെയുടെ *Quintessence of Socialism* (1889) എന്നിവ. പക്ഷെ ബ്രിട്ടണിൽതന്നെ മാർക്സിസവിരുദ്ധത മുളപൊട്ടിത്തുടങ്ങുന്നുണ്ട്. പ്രത്യേകിച്ച് അക്കാദമിക സാമ്പത്തികശാസ്ത്രത്തിന്റെ നേതൃസ്ഥാനമുള്ള കേംബ്രിജിൽ. മാർക്സിന്റെ പാണ്ഡിത്യത്തിനെതിരായ ആദ്യത്തെ ഗുരുതരമായ ആക്രമണം 1885–ൽ രണ്ട് കേംബ്രിജ് ആചാര്യന്മാരിൽനിന്നാണ് ഉയരുന്നത് (ടാനർ, കാറി). ഓക്സ്ഫഡിലെ ലെവെലിൻ – സ്മിഥ് ആ വിമർശനത്തെ അത്ര വലിയ ദുരന്തമായി എടുത്തില്ല. ഓക്സ്ഫഡ് അന്ന് ഇത്രയധികം മാർക്സിസ്റ്റ് – വിരുദ്ധമായ ഒരു സ്ഥലമായിരുന്നില്ല. ഏതാനും വർഷങ്ങൾക്കുശേഷം ലെവെലിൻ – സ്മിഥ് ഇപ്രകാരം നിരീക്ഷിക്കുന്നുണ്ടെന്നു മാത്രം: മാർക്സിന്റെ "പ്രമാണഗ്രന്ഥങ്ങളിൽനിന്നുള്ള ഉദ്ധരണികൾ വളരെ പ്രധാനവും ഏറെ വിജ്ഞാനദായകവുമാണ്. എങ്കിലും എല്ലായ്പ്പോഴും അവ വിശ്വസനീയമാകണമെന്നില്ല". കേംബ്രിജ് വിമർശകരുടെ നസ്യം പറച്ചിലാണ്, ഉള്ളടക്കത്തേക്കാൾ രസകരം. എന്നും ഉള്ള കുത്തുവാക്കുകൾ ഉദാഹരണങ്ങൾ. ഇതിൽ തെളിയുന്നത് കേവലം പണ്ഡിതന്മാരുടെ അനംഗീകാരം മാത്രമല്ല, അതിൽ കവിഞ്ഞ മറ്റെന്തോ

ആണ് – ചുരുങ്ങിയ പക്ഷം സാമ്പത്തികവിഷയങ്ങളിലെങ്കിലും. വാസ്തവത്തിൽ തെളിവുകൾ കൈകാര്യം ചെയ്ത വിധം മാത്രമല്ല ടാനറെയും കാറിയെയും വിറളിപിടിപ്പിക്കുന്നത്. "മനഃപൂർവം വ്യാജനിർമിതി നടത്തുന്നു" എന്ന ആരോപണം അവർ ഉന്നയിക്കുന്നില്ല. കാരണം, 'വ്യാജനിർമിതി അത്രമാത്രം അനാവശ്യമാണ്." (വസ്തുക്കൾ അല്ലെങ്കിൽ തന്നെ വേണ്ടത്ര കറുത്തതാണ്.) പക്ഷെ "മൂലധനത്തോടുള്ള അദ്ദേഹത്തിന്റെ മൊത്തം മനോഭാവത്തിലെ അന്യായ"മാണ് അവരെ കോപാകുലരാക്കുന്നത്. മുതലാളിമാർ മാർക്സ് പറയുന്നതിനേക്കാൾ ദയാശീലരാണ്, അദ്ദേഹം അവരോട് നീതി പുലർത്തുന്നില്ല; നമ്മൾ അദ്ദേഹത്തോടും നീതി പുലർത്തേണ്ടതില്ല. ഇതായിരുന്നു, വിമർശകരുടെ മനോഭാവത്തിന്റെ വിശാലമായ അടിത്തറ.

മാർക്സ് വാക്ചാതുരിയുള്ള കിറുക്കനാണ്, ബുദ്ധിജീവികൾക്കിടയിലെ അപക്വമതികളെ മാത്രമാണ് അദ്ദേഹം ആകർഷിക്കുന്നത് എന്നത് ഇപ്പോൾ പരിചിതമായ ഒരു പല്ലവിയാണ്. അത് കേംബ്രിജിലെ ഫോക്സ്വെൽ അക്കാലത്ത് വികസിപ്പിച്ചെടുത്ത ഒരു സമീപനമാണ്. ബാൽഫോറിന്റെ മുന്നറിയിപ്പുണ്ട് എങ്കിലും ഹെൻറി ജോർജിനോടൊപ്പം ഒരേ നുകത്തിൽ കൂട്ടിക്കെട്ടാവുന്ന ഒരാളാണ് മാർക്സ് എന്നും ഫോക്സ്വെൽ പറഞ്ഞുവച്ചു: "ദരിദ്രരുടെ വേദനാകരമായ സ്ഥിതി മനസിലാക്കാനും അതിൽ മനംനോവാനും വേണ്ടത്ര വിദ്യാഭ്യാസം ഉള്ള, എന്നാൽ ഈ ദുരിതത്തിന്റെ യഥാർഥകാരണങ്ങൾ കണ്ടുപിടിക്കാനുള്ള ക്ഷമയില്ലാത്ത, തലയുറയ്ക്കാത്ത, ഏറെ വാചാടോപത്തോടെ ഫലപ്രദമായി അവതരിപ്പിക്കുന്ന മുറിവൈദ്യ ചികിത്സകളുടെ പൊള്ളത്തരം മനസിലാക്കാൻ മതിയായ പരിശീലനം കിട്ടാത്ത, കൂട്ടരുടെ പ്രായേണ വഴിവിട്ട ഉത്സാഹത്തെ ആകർഷിക്കാൻ പാകത്തിനാണ് *മൂലധനം* രൂപകൽപ്പന ചെയ്തിരിക്കുന്നത്." വഴിവിട്ട, ക്ഷമയില്ലാത്ത, തലയുറയ്ക്കാത്ത, മുറിവൈദ്യം, വാചാടോപം ..... വിമർശകന്റെ പദാവലിക്കു മേൽ വൈകാരികതയുടെ അമിതഭാരം കുന്നുകൂടുന്നു. മാക്സ് തോംസണെയും ഹോഡ്ജ്സ്കിന്നിനെയും പ്രൂധോണിനെയും റോബെർട്ടസിനെയും എന്നു വേണ്ട വിമർശകർക്ക് പ്രിയങ്കരരായ സകലരേയും മോഷ്ടിച്ച അദ്ദേഹത്തിന് മൗലികതയില്ല എന്ന ജർമൻ വാദത്തിന് പ്രചാരം കൊടുത്തതിന് ഫോക്സ്വെല്ലിനോട് നാം കടപ്പെട്ടിരിക്കുന്നു. മാർഷൽ ഒരടിക്കുറിപ്പിലൂടെ തന്റെ *Principles* (1890)ൽ ഈ ശകാരം ഏറ്റെടുത്തു. മാർക്സിന് മൗലികതയില്ല എന്ന മെഞ്ചറുടെ വാദം ആവർത്തിച്ചു പറഞ്ഞിരുന്നത് നാലാംപതിപ്പിൽ (1898) ഒഴിവാക്കിയിട്ടുണ്ട്. റോഡ്ബെർട്ടസും മാർക്സും–ഇരുവരെയും പലപ്പോഴും കൂട്ടിക്കെട്ടാറുണ്ട്– "മുൻഗാമികളായ സാമ്പത്തിക ശാസ്ത്രങ്ങളുടെ പ്രമാണങ്ങളെ അതിശയോക്തി കലർത്തി അവതരിപ്പിക്കുകയോ അവയിൽനിന്ന് അനുമാനങ്ങൾ എടുക്കുകയോ ആണ് മുഖ്യമായും ചെയ്തിരുന്നത്" എന്നും മാർക്സിന് ചരിത്രത്തെപ്പറ്റി പറയാനുണ്ടായിരുന്നതൊക്കെ മുൻപ്

റോഡ്ബെർട്ടസോ കോംതെയോ മറ്റേതെങ്കിലും ചിന്തകനോ എത്രയോ നന്നായി പറഞ്ഞുവച്ചതാണ് എന്നും ഉള്ള വാദം നമ്മെ പരിചിതമായ ഒരു ലോകത്തേക്കാണ് എത്തിക്കുന്നത്. കേംബ്രിജ് സാമ്പത്തികശാസ്ത്ര ജ്ഞരിൽ ഏറ്റവും മഹാനായ മാർഷൽ തന്നെ മാർക്സിനോട് ശ്രദ്ധേയ മായ വൈകാരികശത്രുത പുലർത്തുകയും വളച്ചുകെട്ടി വിമർശിക്കു കയും ആണ് പതിവ്. പക്ഷെ പൊതുവേ അടിമുടി മാർക്സിസ്റ്റ് വിരുദ്ധ രായിരുന്ന കൂട്ടർ പത്തൊമ്പതാം നൂറ്റാണ്ടിൽ ഒരു ന്യൂനപക്ഷം തന്നെ യായിരുന്നു. അതിനുശേഷമുള്ള ഒരു തലമുറ വളഞ്ഞവഴിക്ക് കുത്തു വാക്കു പറയുന്ന മാർഷലിയൻ രീതിയാണ്, സമ്പൂർണമായ ഒരു കട ന്നാക്രമണത്തേക്കാൾ കൂടുതൽ പ്രയോഗിച്ചത്. കാരണം, മാർക്സിസ ത്തിന്, ചർച്ചകൾക്ക് പ്രകോപനമാകുന്ന തരത്തിലുള്ള ആ പ്രഭാവം അതി വേഗം നഷ്ടമായി.

ശാന്തമായ മാർക്സ് വിമർശനമാണ് ഭ്രാന്തമായ വിമർശന ത്തേ ക്കാൾ ഫലം കണ്ടത് എന്നതാണ് അസാധാരണം. 1884 ഒക്ടോബറിലെ സോഷ്യലിസ്റ്റ് സ്വഭാവമുള്ള *Today* യിൽ പ്രത്യക്ഷപ്പെട്ട ഫിലിപ് വിക് സ്റ്റീഡിന്റെ *Das Kapital - a Criticism* ത്തേക്കാൾ കൂടുതൽ ഫലപ്രദ മായ മാർക്സ് വിമർശം മറ്റൊന്നില്ല. അനുഭാവത്തോടും വിനയത്തോടും കൂടി എഴുതപ്പെട്ട ആ ലേഖനം ആ മഹത്തായ കൃതിയെ പൂർണമായി അഭിനന്ദിക്കുന്നു. മാർക്സ് മൂല്യങ്ങളെപ്പറ്റി ചർച്ച ചെയ്യുന്ന "ആ ശ്രദ്ധേ യമായ ഭാഗത്തെ" ഉജ്വലമെന്ന് വാഴ്ത്തുന്ന വിക്സ്റ്റീഡ് അദ്ദേഹത്തിന്റെ "അങ്ങേയറ്റം പ്രാധാന്യമുള്ള സംഭാവനകളെ" ഉൾക്കൊള്ളുന്നു. വാല്യം 1-ന്റെ അവസാന ഭാഗത്തിലാണ് അത്തരം "സംഭാവനകൾ" ഉള്ളതായി വിക്സ്റ്റീഡ് കണ്ടെത്തുന്നത്. പക്ഷെ, മൂല്യ സിദ്ധാന്തത്തോടുള്ള ശുദ്ധമേ പാശ്ചാത്യവൽകൃത സമീപനത്തെപ്പറ്റി ഇന്നു നാം കരുതുന്നത് എന്തുത ന്നെയായാലും സോഷ്യലിസത്തിന്റെ സാമ്പത്തികന്യായീകരണത്തിന്റെ വിഷയത്തിൽ മാർക്സിന്റെ മൂല്യസിദ്ധാന്തം എങ്ങനെയോ അപ്രസക്ത മാകുന്നു എന്ന തെറ്റിദ്ധാരണ സോഷ്യലിസ്റ്റുകൾക്കിടയിൽ പ്രചരിപ്പി ക്കാൻ വിക്സ്റ്റീഡിന്റെ ലേഖനമാണ് ഏറ്റവുമധികം സഹായിച്ചത്. ഇത് ഫോക്സ്വെല്ലിന്റെയോ ഫ്ളിന്റിന്റെയോ ('സാമ്പത്തികശാസ്ത്രചരിത്ര ത്തിലെ ഏറ്റവും വലിയ പരാജയം') വൈകാരികമായ നസ്യങ്ങളേക്കാൾ അക്കാര്യത്തിൽ ഫലം കണ്ടു. ഹാംസ്റ്റെഡിലെ ഒരു ചർച്ചാ സംഘത്തിൽ വിക്സ്റ്റീഡ്, എഡ്ജ്വർത്ത്* - വൈകാരികത ഒഴിവാക്കിയ മറ്റൊരു പാർശ്വവാദി - ഷാ, വെബ്ബ്, വാലസ്, ഒലിവിയർ, ഇത്യാദി വ്യക്തികൾ *മൂലധന*ത്തെക്കുറിച്ച് ചർച്ച ചെയ്യുകയുണ്ടായി. അതിൽ വച്ചാണ് *Fabian Essays* ന്റെ വലിയൊരു ഭാഗവും പാകപ്പെടുന്നത്. മാർക്സ് "അടിസ്ഥാ

* *മൂലധന*ത്തിലെ "സമ്മിശ്രബീജഗണിതം" എന്ന പ്രയോഗവും, "ആധികാരിക പ്രഭവങ്ങളെ ഉപയോഗിക്കുന്നതിൽ മാർക്സ് പുലർത്തുന്ന കുറ്റകരമായ അന വധാനത"യും കണക്കിലെടുക്കുമ്പോൾ മാർക്സ് രചനകളിലെ ഇതരഭാഗങ്ങളെ സംശയത്തോടെ വീക്ഷിക്കേണ്ടിവരും.

നപരമായും ഒരു ആശയക്കുഴപ്പം സൃഷ്ടിച്ചിട്ടുണ്ട്." അത് "ഇംഗ്ലീഷ് വായനക്കാരൻ .... പരിശോധിച്ച് സമയം കളയേണ്ടതില്ല"; കാരണം "ഇംഗ്ലീഷ് സോഷ്യലിസ്റ്റുകളിൽ കൂടുതൽ ശേഷിയും സ്വാധീനവുമുള്ളവർ അതിനെ ഇപ്പോൾ വടികൊണ്ടുപോലും തൊടുന്നില്ല." ഇങ്ങനെ സിഡ്ജ്‌വിക്കിന് ഏതാനും വർഷങ്ങൾ കഴിഞ്ഞപ്പോൾ പറയാൻ കഴിഞ്ഞത് ആ ചർച്ചകളുടെ ബലത്തിലാണ്. പക്ഷെ സിഡ്ജ്‌വിക്കിന്റെ പരിഹാസമല്ല, വിക്സ്റ്റീഡിന്റെ വാദങ്ങളാണ് അതിനുള്ള മണ്ണൊരുക്കിയത്. ഒരുപക്ഷേ മാർക്സിയൻ രാഷ്ട്രീയ സമ്പദ്ശാസ്ത്രത്തെ വിമർശങ്ങളിൽനിന്ന് പ്രതിരോധിക്കാൻ ബ്രിട്ടീഷ് മാർക്സിസ്റ്റുകൾക്ക് കഴിവില്ലാതെ പോയതും അതിന് തുണയായിട്ടുണ്ടാകും. തൊഴിലാളികൾ അപ്പോഴും മാർക്സിസം വേണമെന്നു ശഠിച്ചു. അവർ ആദ്യകാല WEA യ്ക്കെതിരെ കലാപമുയർത്തി. കാരണം, അവർ അത് പഠിപ്പിച്ചിരുന്നില്ല. പക്ഷെ മാർക്സ് വിമർശകരുടെ സിദ്ധാന്തങ്ങൾ അസ്ഥാനത്താണെന്ന്, അല്ലെങ്കിൽ അമിതമാണെന്ന് സംഭവഗതികൾ തെളിയിക്കുംവരെ മാർക്സിസം ഒരു അക്കാദമിക ശക്തിയായി വീണ്ടെടുക്കപ്പെട്ടില്ല. ഇനി അത് അക്കാദമിക രംഗത്തുനിന്ന് അപ്രത്യക്ഷമാകാൻ സാധ്യതയില്ല.

കുറിപ്പ്

മാർഷലും മാർക്സും

മാർക്സിനെക്കുറിച്ച് പ്രത്യേകിച്ച് ശ്രദ്ധേയമായ വീക്ഷണങ്ങളൊന്നും ഇല്ലാതെയാണ് മാർഷൽ ആരംഭിച്ചത് എന്നാണ് തോന്നുന്നത്. *Economics of Industry* (1879) ലെ ഒരേയൊരു പരാമർശം അങ്ങുമിങ്ങും തൊടാതെയുള്ളതാണ്. *Principles* ന്റെ ഒന്നാം പതിപ്പിൽപ്പോലും മുതലാളിത്തതിന് ഹെൻറി ജോർജാണ് മാർക്സിനേക്കാൾ അപകടകാരി (പുറം 138) എന്നാണ് മാർഷൽ കരുതിയിരുന്നത് എന്നതിന്റെ അടയാളങ്ങൾ കാണാം. *Principles* ലെ മാർക്സ് പരാമർശങ്ങൾ ഇവയാണ്: (1) മൂലധനം ഉടമസ്ഥർക്ക് മറ്റുള്ളവരെ കൊള്ളയടിക്കാനും ചൂഷണം ചെയ്യാനുമുള്ള അവസരം നൽകുന്ന ഒന്നുമാത്രമാണ് എന്ന മാർക്സിന്റെ 'വിവാദസിദ്ധാന്തം' (പുറം 138). (മൂന്നാംപതിപ്പ് 1895 മുതൽ ഇത് സ്ഥാനം മാറ്റിയിട്ട് വിശദീകരിക്കുന്നുണ്ട്). (2) സാമ്പത്തിക ശാസ്ത്രജ്ഞൻ 'വർജനം' എന്ന വാക്ക് വർജിച്ച് 'കാത്തുനിൽപ്പ്' എന്ന വാക്ക് ഉപയോഗിക്കണം. ഈ ഘട്ടത്തിൽ ഇങ്ങനെയൊരു അടിക്കുറിപ്പ് കൂട്ടിച്ചേർക്കുന്ന

---

* മാർക്സിനെ ഗൗരവമായി പഠിക്കാൻ എഡ്ജ്‌വർത്ത് ഒരിക്കലും ശ്രമിച്ചിരുന്നില്ല. അദ്ദേഹം മാർക്സിനെ പൂർണമായി തള്ളുകയും വെറുക്കുകയും ചെയ്ത കേംബ്രിജ് സാമ്പത്തിക ശാസ്ത്രജ്ഞരുടെ കൂടെയായിരുന്നു എന്നുവേണം കരുതാൻ. പക്ഷെ പഴയ നൂറ്റാണ്ടിൽ അദ്ദേഹം ഒരു വീക്ഷണം പരസ്യമായി പ്രകടിപ്പിച്ചിരുന്നതിന് തെളിവൊന്നുമില്ല.

തിന് ഞാൻ വ്യാഖ്യാനിക്കുന്നത് ഇങ്ങനെ: "റോത്സ്ചൈൽഡ് പ്രഭുവിന്റെ വർജനം വഴി ഉണ്ടാക്കുന്ന സമ്പദ്സംഭാരങ്ങളെക്കുറിച്ച് ധ്യാനിക്കുന്നതിൽ മാർക്സിന് അനുയായികളും ഏറെ രസം കണ്ടെത്തിയിട്ടുണ്ടായിരുന്നു, (പുറം 290). മൂന്നാം പതിപ്പുമുതൽ പദസൂചികയിൽനിന്ന് ഈ പരാമർശം ഒഴിവാക്കുന്നുണ്ട്. പലിശ്കൊടുപ്പ്, അധ്വാനത്തിന്റെ മോഷണവുമാണ് എന്ന് അവകാശപ്പെടുന്നിടത്ത് റോബെർട്ടസിനോ മാർക്സിനോ വീക്ഷണങ്ങളിൽ മൗലികമല്ല എന്ന വിമർശനമുണ്ട്; അവ "മാർക്സിന് ഏറെ താൽപ്പര്യമുള്ള ഹെഗെലിയൻ പദപ്രയോഗങ്ങളുടെ നിഗൂഢതകൾകൊണ്ട് പൊതിഞ്ഞിട്ടുണ്ടെങ്കിലും" (പുറങ്ങൾ 619–20). രണ്ടാംപതിപ്പിൽ ആദ്യത്തെ ഹാസ്യരേഖ ഒഴിവാക്കി മാർക്സിന്റെ ചൂഷണസിദ്ധാന്തത്തിന്റെ സംഗ്രഹം ചേർക്കാനാണ് ശ്രമിച്ചിട്ടുള്ളത് (1891). (4) മാർക്സ് മാത്രമല്ല, വേണ്ടത്ര അറിവില്ലാത്ത മാർക്സിസ്റ്റേതരും തെറ്റായി അവകാശപ്പെടുന്നതുപോലെ റിക്കാഡോ മൂല്യത്തിന്റെ അധ്വാനസിദ്ധാന്തക്കാരനല്ല എന്ന വാദം. (ഈ പ്രതിരോധം തുടർന്നുള്ള പതിപ്പുകളിൽ കൂടുതൽ കൂടുതൽ വിപുലമാക്കുന്നുണ്ട്.) സോഷ്യലിസ്റ്റ് സൈദ്ധാന്തികരുടെ പൂർവസൂരിയായി കണക്കാക്കി റിക്കാഡോയെ വലിച്ചെറിയാൻ മാർഷലിന് കഴിയില്ലായിരുന്നു. കാരണം, അദ്ദേഹം റിക്കാഡോയെ ഏറെ മതിച്ചിരുന്നു. എന്നാൽ ഫോക്സ്വെല്ലിനെപ്പോലെ ചിലർക്ക് അതിന് മടിയുണ്ടായിരുന്നില്ല. റിക്കാഡോ ഒരു അധ്വാനസിദ്ധാന്തക്കാരനല്ല എന്ന് തെളിയിക്കുക സങ്കീർണമായ ഒരു പണിയാണ്. അത് അദ്ദേഹത്തിന് നല്ല ബോധ്യമുണ്ടായിരുന്നു എന്നാണ് കരുതേണ്ടത്. അങ്ങനെ, മാർഷലിന്റെ എല്ലാ മാർക്സ് പരാമർശങ്ങളും വിമർശനാത്മകമോ വാദപ്രതിവാദപരമോ ആണ് എന്നുമാത്രമല്ല, പ്രതീക്ഷിക്കാവുന്നതിൽ ഏറ്റവും സമകാലികരായ, പ്രശസ്തരായ അക്കാദമിക സാമ്പത്തികശാസ്ത്രജ്ഞർ ഏറ്റെടുത്തിൽ ഏറെയും വിശദമായ മാർക്സ് രചനാപഠനത്തെ അടിസ്ഥാനമാക്കിയതാണ് എന്നുകൂടി നാം മനസിലാക്കുന്നു. ഫ്രോയിഡിനു മുൻപാണ് അദ്ദേഹം ജീവിച്ചിരുന്നത് എന്നതിനാലായിരിക്കാം, മാർക്സിന് മാർഷൽ നൽകുന്ന ഒരേയൊരു ഇളവ് ഇതാണ്: അദ്ദേഹം നല്ലൊരു ഹൃദയത്തിന്റെ ഉടമയായിരുന്നു.

10

മാർക്സിസത്തിന്റെ സ്വാധീനം 1880–1914

I

ഒഴിവാക്കൽ വഴിയാണ് പൊതുവേ മാർക്സിസത്തിന്റെ ചരിത്രങ്ങൾ വിഷയത്തെ നിർവചിച്ചിട്ടുള്ളത്. മാർക്സിസ്റ്റല്ലാത്തവർ അവയുടെ അതിര് കൃത്യമായി നിർണയിച്ചിട്ടുണ്ട്. ആ സംവർഗത്തെ പ്രത്യയശാസ്ത്രത്തിന്റെയും രാഷ്ട്രീയത്തിന്റെയും അടിസ്ഥാനത്തിൽ പരമാവധി വിപുലീകരിക്കാൻ മാർക്സിസത്തെ വിശ്വാസപ്രമാണമാക്കിയവരും എതിർക്കുന്നവരും ശ്രമിച്ചിട്ടുണ്ട്. 'മാർക്സിസ്റ്റുകൾ', 'മാർക്സിസ്റ്റേതരർ' എന്നിവരെ കൃത്യമായി വേർതിരിച്ചാണ് ഏറ്റവും സമഗ്രതയും ഹൃദയവിശാലതയും ഉള്ള ചരിത്രകാരന്മാർപോലും ശ്രമിച്ചിട്ടുള്ളത്. അവരുടെ ശ്രദ്ധ മുഴുവൻ 'മാർക്സിസ്റ്റുകാർ' എന്ന സംവർഗത്തിലായിരുന്നു. അതിൽ പറ്റുന്നത്ര ആളുകളെ ഉൾക്കൊള്ളിക്കാനും അവർ യത്നിച്ചിട്ടുണ്ട് എന്നു മാത്രം. അത് അങ്ങനെയേ വരുമായിരുന്നുള്ളൂ. അല്ലെങ്കിൽ മാർക്സിസത്തിന്റെ ചരിത്രം സവിശേഷമായി എഴുതേണ്ട ആവശ്യമുണ്ടാവില്ലായിരുന്നു. അതിന് കഴിയുകയുമില്ലായിരുന്നു. എങ്കിലും നിയതമായ മാർക്സിസ്റ്റു സിദ്ധാന്തത്തിന്റെ അകമേ നടക്കുന്ന വികാസസംവാദങ്ങളുടെ ചരിത്രമെന്ന നിലയിൽ മാത്രം മാർക്സിസത്തിന്റെ ചരിത്രം എഴുതാനും അവർ പ്രേരിതരായിട്ടുണ്ട്. അതുകൊണ്ടുതന്നെ അത്ര എളുപ്പം നിർവചിക്കാൻ കഴിയാത്തതെങ്കിലും സുപ്രധാനമായ ഒരു മാർക്സിസ്റ്റ് പാരമ്പര്യശാഖയെ അവഗണിക്കാനുള്ള പ്രവണതയും അവർ കാണിച്ചിട്ടുണ്ട്. മാർക്സിസ്റ്റ് പ്രസ്ഥാനങ്ങളിൽനിന്ന് വ്യതിരിക്തമെന്ന മട്ടിൽ അവയെ അവഗണിക്കാൻ ആധുനികലോകത്തിന്റെ ചരിത്രകാരന് കഴിയില്ല. 'ഡാർവിനിസ'ത്തിന്റെ ചരിത്രം ഡാർവീനിയന്മാരിലോ പൊതുവേ

ജന്തുശാസ്ത്രജ്ഞരിലോ ഒതുക്കാൻ കഴിയില്ലല്ലോ. ഡാർവീനിയൻ ആശയങ്ങളും രൂപകങ്ങളും പദപ്രയോഗങ്ങളും ഗാലപഗോസ് ദ്വീപുകളിലെ ജന്തുജാലത്തെക്കുറിച്ചോ ആധുനിക ജനിതകശാസ്ത്രത്തിന്റെ വെളിച്ചത്തിൽ പ്രകൃതിനിർധാരണം സംബന്ധിച്ച സിദ്ധാന്തത്തിൽ വരുത്തേണ്ട പരിഷ്കാരങ്ങളെക്കുറിച്ചോ ഒരിക്കലും ചിന്തിക്കാത്ത ജനങ്ങളുടെ ബൗദ്ധിക പ്രപഞ്ചത്തിന്റെ ഭാഗമായിട്ടല്ലാതെ കണക്കാക്കുക സാധ്യമല്ല. അതുപോലെ മനോവിശ്ലേഷണം സംബന്ധിച്ച വ്യത്യസ്ത അഭിപ്രായങ്ങൾക്കും പരസ്പരം ഏറ്റുമുട്ടുന്ന പദ്ധതികൾക്കും അപ്പുറത്താണ്, ഫ്രോയിഡിന്റെ സ്വാധീനം. ഡാർവിനെയും ഫ്രോയ്ഡിനെയുംപോലെ മാർക്സും തങ്ങളുടെ പേരുകളും ചിന്തകളും ഒരു രൂപത്തിൽ അല്ലെങ്കിൽ മറ്റൊരു രൂപത്തിൽ ആധുനികലോകത്തിന്റെ പൊതുസാംസ്കാരികമണ്ഡലത്തിലേക്ക് പ്രവേശിച്ചിട്ടുള്ള ചെറിയൊരു വിഭാഗം ചിന്തകരിൽപ്പെട്ടവരാണവർ. പൊതുസംസ്കാരത്തെ മാർക്സിസം ഇങ്ങനെ സ്വാധീനിക്കാൻ തുടങ്ങിയത് വിശാലമായി പറഞ്ഞാൽ രണ്ടാം ഇന്റർനാഷണലിന്റെ കാലഘട്ടത്തിലാണ്. ഇതിന്റെ പര്യവേക്ഷണമാണ് ഈ അധ്യായം ഉദ്യമിക്കുന്നത്.

1880 കളിലും 1890 കളിലും കാൾ മാർക്സിന്റെ പേരുമായി ചേർന്നുനിന്ന തൊഴിലാളി – സോഷ്യലിസ്റ്റ് പ്രസ്ഥാനങ്ങളുടെ നാടകീയമായ വ്യാപനത്തോടെ അനിവാര്യമായും അദ്ദേഹത്തിന്റെ (അല്ലെങ്കിൽ അദ്ദേഹത്തിന്റേതെന്നു കരുതപ്പെട്ടിരുന്ന) സിദ്ധാന്തങ്ങളുടെ സ്വാധീനവും ഈ പ്രസ്ഥാനങ്ങൾക്കുള്ളിലും പുറത്തും വ്യാപിക്കാൻ ഇടയായി. അകമേ 'മാർക്സിസം' മത്സരിച്ചതും പല രാജ്യങ്ങളിലും മേൽക്കോയ്മ നേടിയതും മറ്റ് ഇടതുപക്ഷ ആശയങ്ങളുമായിട്ടാണ്. പുറത്ത് 'സാമൂഹിക പ്രശ്ന'ത്തിന്റെ പ്രത്യാഘാതവും സോഷ്യലിസ്റ്റ് പ്രസ്ഥാനങ്ങളുടെ വളർന്നുകൊണ്ടിരുന്ന വെല്ലുവിളിയും അവയോടു ചേർത്തു വായിച്ചിരുന്ന ചിന്തകന്റെ ആശയങ്ങളിലേക്ക് ആളുകളെ ആകർഷിച്ചു. ആ ചിന്തകന്റെ മൗലികതയും ബൗദ്ധികമായ ഔന്നിത്യവും സ്പഷ്ടമായിരുന്നുതാനും. മാർക്സിനെ എളുപ്പം നിരാകരിക്കാം എന്നു തെളിയിക്കാൻ വാദപ്രതിവാദശ്രമങ്ങൾ നടന്നു. മുൻകാലത്തെ സോഷ്യലിസ്റ്റുകളും മുതലാളിത്ത വിമർശകരും ചെയ്തതിലധികമൊന്നും അദ്ദേഹം പറഞ്ഞിട്ടില്ല; അതല്ല, അദ്ദേഹം അവരിൽനിന്ന് ആശയങ്ങൾ കട്ടെടുത്തു എന്നുവരെ തെളിയിക്കാനും പലരും പ്രയത്നിച്ചു. പക്ഷെ അത്രയും പ്രാഥമികമായ ഒരു പ്രമാദം ഗൗരവബുദ്ധിയുള്ള മാർക്സിസ്റ്റ് ഇതരർക്കുപോലും പറ്റിയില്ല. ഒരു പരിധിവരെ മാർക്സിസ്റ്റേതര അപഗ്രഥനങ്ങളെ പരിപോഷിപ്പിക്കാനായി അദ്ദേഹത്തിന്റെ അപഗ്രഥനം ഉപയോഗിക്കപ്പെട്ടു. ഉദാഹരണത്തിന്, തൊഴിലില്ലായ്മയെപ്പറ്റിയുള്ള മാൽത്തൂസിയൻ യാഥാസ്ഥിതിക സിദ്ധാന്തത്തിന്റെ അപര്യാപ്തതകളെപ്പറ്റി ബോധമുണ്ടായിരുന്ന ബ്രിട്ടീഷ് സാമ്പത്തികശാസ്ത്രജ്ഞർ പൊതുവേ മാർക്സിന്റെ 'അധ്വാനത്തിന്റെ കരുതൽപ്പട'യെ സംബന്ധിച്ച വീക്ഷണങ്ങളിൽ പ്രസാദാ

ത്മകമായ താൽപ്പര്യമെടുത്തു. അത്തരത്തിൽ വികാരരഹിതമായ ഒരു സമീപനം കൈക്കൊള്ളുക ബ്രിട്ടണിലേക്കാൾ ശക്തമായ മാർക്സിസ്റ്റ് പ്രചോദിത തൊഴിലാളി പ്രസ്ഥാനങ്ങൾ ഉള്ള രാജ്യങ്ങളിൽ അത്ര എളുപ്പമല്ലായിരുന്നു. അവിടങ്ങളിൽ അദ്ദേഹത്തെ എതിർക്കാൻ, ചുരുങ്ങിയ പക്ഷം അദ്ദേഹത്തിന്റെ ആകർഷണീയതയുടെ പൊരുളറിയാനെങ്കിലും കെൽപ്പുള്ള അക്കാദമിക ഭൗതിക പട്ടാളം ഇറങ്ങേണ്ടത് ആവശ്യമായിരുന്നു. അതുകൊണ്ടാണ് ജർമനിയിലും ആസ്ട്രേലിയയിലും 1980 കളുടെ മധ്യത്തിലും അവസാനത്തിലും വലിയ വലിയ പണ്ഡിതന്മാർ ഇക്കാര്യത്തിനു വേണ്ടി കൃതികൾ രചിക്കാൻ തുനിഞ്ഞത് : ബോം - ബാവെർക്കിന്റെ *Das Ende des Marxschen Systems* (1896), റുഡോൾഫ് സ്റ്റാംലെറുടെ *Wirtschaft und Recht nach materialistischer Geschichtsauffasung,* ഹെൻറിച്ച് ഹെർക്നറുടെ *Die Arbeiterfrage* (1896) എന്നിവ അത്തരം പ്രവർത്തനങ്ങളുടെ ഫലങ്ങളാണ്.

തൊഴിലാളി - സോഷ്യലിസ്റ്റ് പ്രസ്ഥാനങ്ങൾക്കു പുറത്ത് രൂപം കൊണ്ട് മറ്റൊരു മാർക്സിസ്റ്റ് സ്വാധീനധാരയുടെ വക്താക്കൾ അർധ മാർക്സിസ്റ്റുകാരോ മുൻ മാർക്സിസ്റ്റുകാരോ ആയിരുന്നു. 1890-കളുടെ അവസാനത്തോടെ ഉരുവംകൊണ്ട 'മാർക്സിസത്തിലെ പ്രതിസന്ധി'യുടെ കാലം മുതൽ അവരുടെ എണ്ണം പെരുകിവന്നു. അക്കാലത്താണ് മാർക്സിസത്തെ സ്ത്രീപുരുഷന്മാരുടെ രാഷ്ട്രീയ - ബൗദ്ധിക വികാസത്തിലെ ഒരു താൽക്കാലികഘട്ടമായി കണക്കാക്കുക എന്ന പരിചിതമായ പ്രതിഭാസം ജനിച്ചത്. അത്തരമൊരു ഘട്ടത്തിലൂടെ കടന്നുപോയ ഒരാളും ആ അനുഭവത്തിന്റെ മുദ്രപേറാത്തവരായി ഉണ്ടാവില്ല. ഇറ്റലിയിലെ ക്രോസെ, റഷ്യയിലെ സ്ട്രൂവേ, ബെർദ്യയെവ്, തുഗൻ-ബാറണോവ്സ്കി, ജർമനിയിലെ സോംബാർട്ട്, മൈക്കൽസ്, അത്രതന്നെ അക്കാദമികനല്ലെങ്കിലും ബ്രിട്ടണിലെ ബെർണാഡ് ഷാ എന്നിവരുടെ പേരുകൾ പഞ്ഞാൽ മതി, 1880 കളിലും 1890 കളിലും പൊതുസംസ്കാരത്തിലും ബൗദ്ധിക ജീവിതത്തിലും ആ ഒന്നാംതലമുറ മുൻമാർക്സിസ്റ്റുകാർ ചെലുത്തിയ സ്വാധീനം മനസിലാക്കാൻ. മാർക്സിസവുമായി ബന്ധം മുറിക്കാൻ മടിക്കുമ്പോഴും കൂടുതൽ മൂർച്ചയോടെ നിർവചിക്കപ്പെട്ട യാഥാസ്ഥിതികത്വത്തിൽ ജർമൻ-തിരുത്തൽവാദി ബുദ്ധിജീവികൾ ഉദാഹരണം - കൂടുതൽ കൂടുതൽ അകന്നുതുടങ്ങിയ കൂട്ടരെയും മാർക്സിസ്റ്റല്ലാത്ത, എന്നാൽ ഒരു സോഷ്യലിസ്റ്റ് ഇടതുപക്ഷത്തോട് ചായ്വുള്ളതുകൊണ്ട് മാർക്സിന്റെ ആശയങ്ങളുടെ ചില അംശങ്ങളോട് താൽപ്പര്യമുള്ള കൂട്ടരെയും ഈ മുൻമാർക്സിസ്റ്റുകാരുടെ സംഘത്തിൽ ചേർക്കണം.

എവിടെയൊക്കെ ഈ ഘട്ടത്തിൽ തൊഴിലാളി - സോഷ്യലിസ്റ്റ് പ്രസ്ഥാനങ്ങൾ വികസിച്ചുവോ അവിടെയൊക്കെ മാർക്സിസ വികിരണത്തിന്റെ ഈ രൂപങ്ങൾ കാണാം. അതായത്, യൂറോപ്പിൽ പ്രായേണ എല്ലായിടത്തും പിന്നെ യൂറോപ്യൻ കുടിയേറ്റക്കാർ ആവാസമുറപ്പിച്ചി

ട്ടുള്ള പ്രദേശങ്ങളിലും. അത്തരം പ്രസ്ഥാനങ്ങളുടെ പ്രഭവപ്രദേശങ്ങൾക്കപ്പുറം അത് അക്കാലത്ത് ഏറെയൊന്നും ദൃശ്യമായിരുന്നില്ല. ഒരുപക്ഷെ ജപ്പാൻ മാത്രമാകാം അതിനൊരു അപവാദം. 1914 മുമ്പ് ഇന്ത്യയിൽ ഉണ്ടായിരുന്ന വിപ്ലവ പ്രസ്ഥാനങ്ങളിൽ മാർക്സിസ്റ്റ് സ്വാധീനത്തിന്റെ തെളിവുകളൊന്നും കാണുന്നില്ല. അവ (വ്യക്തമായും) ബ്രിട്ടീഷ് ബുദ്ധിജീവികളുടെ മാത്രമല്ല, റഷ്യൻ സ്വാധീനത്തിനും തുറന്നിട്ട അവസ്ഥയുണ്ടായിരുന്നു. എന്നാൽ 1914 ന് മുൻപുള്ള ബംഗാൾ തീവ്രവാദികളുടെ മണ്ഡലം പിന്നീട് മാർക്സിസത്തോട് ഏറെ ആഭിമുഖ്യം കാണിച്ചതും സ്പഷ്ടമാണ്. ഇസ്ലാമിക ലോകത്തും സബ് – സഹാറൻ ആഫ്രിക്കയിലും കുടിയേറ്റക്കാരുടെ സാന്ദ്രത ഏറെയുള്ള 'തെക്കൻകുമ്പിൾ' ഒഴികെ ലാറ്റിനമേരിക്കയിലും അതിന് യാതൊരു സ്വാധീനവും കാണുന്നില്ല. ഈ പ്രദേശങ്ങളെയൊക്കെ നമുക്ക് അവഗണിക്കാം.

അതേസമയം യൂറോപ്പിലെ ചില രാജ്യങ്ങളിൽ സോഷ്യലിസ്റ്റ് – തൊഴിലാളി പ്രസ്ഥാനങ്ങളുമായി ബന്ധമുള്ളതും ഇല്ലാത്തതുമായ എല്ലാ സാമൂഹിക ചിന്തയിലും മാർക്സിന്റെ സ്വാധീനം അടയാളപ്പെടുന്നുണ്ട്. അവിടങ്ങളിൽ മാർക്സിസവികിരണം സവിശേഷപ്രാധാന്യം കൈവരിച്ചിരുന്ന പശ്ചാത്തലത്തിൽ മാർക്സ് അംഗീകൃത ബൂർഷ്വാ യാഥാസ്ഥിതികരുമായി (അത് ഏറെയൊന്നും ഉണ്ടായിരുന്നില്ല) വെല്ലുവിളിക്കുന്ന വ്യക്തിയായിട്ടല്ല, സമൂഹത്തിന്റെയും അതിന്റെ പരിവർത്തനങ്ങളുടെയും എല്ലാത്തരം അപഗ്രഥനത്തിന്റെയും സ്ഥാപകനേതാക്കളിൽ പ്രമുഖനായിട്ടാണ് കാണപ്പെട്ടിരുന്നത്. കിഴക്കൻ യൂറോപ്പിലും വിശിഷ്യ സാറിസ്റ്റ് റഷ്യയിലും ഇതായിരുന്നു സ്ഥിതി. അത്തരം രാജ്യങ്ങളിൽ അക്കാലത്തും മാർക്സിനെ ഒഴിക്കാൻ യാതൊരു വഴിയും ഉണ്ടായിരുന്നില്ല. കാരണം, അവിടങ്ങളിലെ ബൗദ്ധികജീവിതത്തിന്റെ പൊതുധാരയുടെ ഭാഗമായി അദ്ദേഹം മാറിക്കഴിഞ്ഞിരുന്നു. അദ്ദേഹത്തിന്റെ സ്വാധീനം ബാധിച്ചവരെല്ലാം സ്വയം ഏതെങ്കിലും നിയതമായ അർഥത്തിൽ മാർക്സിസ്റ്റുകാരായി കണ്ടില്ല, അങ്ങനെ കാണാൻ കഴിയുകയുമില്ല.

II

ഈ അധ്യായം കൈകാര്യം ചെയ്യുന്ന കാലയളവ് 30 വർഷത്തിൽ കൂടില്ല, എങ്കിലും അതിനെ ഒരൊറ്റ ഘട്ടമായി കണക്കാക്കാൻ കഴിയില്ല. മൂന്ന് പ്രധാനപ്പെട്ട ഉപഘട്ടങ്ങൾ വേർതിരിച്ചു പറയേണ്ടതുണ്ട്. ഒന്ന്, ഏതാണ്ട് മാർക്സിസ്റ്റ് വീക്ഷണമുള്ള സോഷ്യലിസ്റ്റ് – തൊഴിലാളി പാർട്ടികൾ ആവിർഭവിച്ച 1880കളും 1890കളുടെ ആരംഭവർഷങ്ങളും. അത്തരം പ്രസ്ഥാനങ്ങൾ ഇന്റർനാഷണലിന്റെ ആദ്യത്തെ അഞ്ചാറു വർഷങ്ങളിൽ വൻകുതിപ്പാണ് നടത്തിയത്. ഈ പ്രസ്ഥാനങ്ങളുടെ സംഘടനാപരമോ തെരഞ്ഞെടുപ്പുപരമോ തൊഴിൽ സംഘടനാപരമോ ആയ ശക്തിയല്ല ഈ കാലഘട്ടത്തിൽ പ്രധാനമായി വിലയിരുത്തേണ്ടത്.

ഇതും വലുതായിരുന്നു എന്ന് പലപ്പോഴും തെളിഞ്ഞിട്ടുണ്ട്. പക്ഷെ അതത് രാജ്യങ്ങളിലെ രാഷ്ട്രീയമണ്ഡലത്തിലും അന്തർദേശീയ രാഷ്ട്രീയമണ്ഡലത്തിലും (മെയ്ദിനം പോലുള്ള അടയാളങ്ങളിലൂടെ) അത് പൊടുന്നനെ പൊട്ടിത്തെറിച്ചു എന്നതാണ് ശ്രദ്ധേയം. അതോടൊപ്പം ശ്രദ്ധേയമാണ് തൊഴിലാളിവർഗത്തിൽ അത് ഉയർത്തിയ പ്രത്യാശ - ഈ പ്രത്യാശ ചിലപ്പോഴൊക്കെ ഉട്ടോപ്യനായിരുന്നെങ്കിലും. മുതലാളിത്തം പ്രതിസന്ധിയിലായിരുന്നു; ഏതെങ്കിലും നിയതമായ രൂപത്തിൽ വിഭാവനം ചെയ്യപ്പെട്ടില്ലെങ്കിലും അതിന്റെ അന്ത്യം ആസന്നമാണ് എന്ന് തോന്നിച്ചിരുന്നു. തൊഴിലാളി പ്രസ്ഥാനങ്ങൾക്കത്തേക്ക് മാർക്സിസം കടന്നുകയറിയതും അതിന്റെ പ്രസാദാത്മകവും നിഷേധാത്മകവുമായ വികിരണം ഈ പ്രസ്ഥാനങ്ങൾക്ക് അപ്പുറത്തേക്ക് വ്യാപിച്ചതും എല്ലാം, നിരവധി രാജ്യങ്ങളിൽ ശ്രദ്ധേയമായ പുരോഗതി ഉണ്ടാക്കി. (ജർമൻ സോഷ്യൽ ഡെമോക്രാറ്റിക് പാർട്ടി 1891-ൽ ഔദ്യോഗികമായി അതിനോട് പ്രതിബദ്ധത പ്രഖ്യാപിച്ചു.)

രണ്ടാമത്തെ ഉപഘട്ടം തുടങ്ങുന്നത് 1890-കളുടെ മധ്യത്തിലാണ്. ആഗോള മുതലാളിത്തവികാസത്തിന്റെ പുനരുത്ഥാനം വ്യക്തമായത് അക്കാലത്താണ്. ചാഞ്ചാട്ടങ്ങളൊക്കെ ഉണ്ടായിരുന്നെങ്കിലും എവിടെയൊക്കെ ബഹുജന സോഷ്യലിസ്റ്റ് തൊഴിലാളി പ്രസ്ഥാനങ്ങൾ നിലവിലുണ്ടായിരുന്നുവോ അവിടെയൊക്കെ അവ അതിവേഗം വളർച്ച തുടർന്നു. ചില രാജ്യങ്ങളിൽ ബഹുജനപ്രസ്ഥാനങ്ങളോ ഏതാണ്ടൊക്കെ സ്ഥിരം സംഘടനാ രൂപമുള്ള പ്രസ്ഥാനങ്ങളോ ഈ ഘട്ടത്തിൽ നിലവിൽവന്നു. അവ നിയമാനുസൃതം പ്രവർത്തിച്ചിരുന്ന ഇടങ്ങളിൽ വിപ്ലവമോ പൂർണമായ സാമൂഹിക പരിവർത്തനമോ അവയുടെ അടിയന്തിര ലക്ഷ്യമല്ല എന്ന കാര്യം കൂടുതൽ കൂടുതൽ വ്യക്തമായി എന്നത് ശരിയാണ്. 1898 മുതൽ ബാഹ്യനിരീക്ഷകർ ശ്രദ്ധിച്ച 'മാർക്സിസത്തിലെ പ്രതിസന്ധി' മാർക്സിസ്റ്റ്സിദ്ധാന്തത്തിന്റെ പ്രാധാന്യത്തെപ്പറ്റിയുള്ള ഒരു സംവാദമോ മുതലാളിത്തം അപ്പോഴും തഴച്ചുവളരുകയാണ് എന്ന 'തിരുത്തൽവാദ' സംവാദമോ ആയിരുന്നില്ല. അതുവരെ സോഷ്യലിസത്തിന്റെ ഒരൊറ്റ മുന്നോട്ടുകുതിപ്പായി കാണപ്പെട്ടിരുന്ന പ്രസ്ഥാനത്തിൽ വളരെ വ്യത്യസ്തമായ താൽപ്പര്യങ്ങൾ ഉള്ള കൂട്ടങ്ങൾ ആവിർഭവിച്ചു എന്നതു കൂടിയായിരുന്നു - ആസ്ട്രിയ, പോളണ്ട്, റഷ്യ എന്നിവിടങ്ങളിലെ അത്തരം പ്രസ്ഥാനങ്ങൾക്കകത്ത് ദേശീയതലത്തിൽതന്നെ പിളർപ്പുണ്ടായത് അതിന്റെ ലക്ഷണമായിരുന്നു. ഇത് സ്പഷ്ടമായും മാർക്സിസത്തിനകത്തെയും സോഷ്യലിസ്റ്റ് പ്രസ്ഥാനങ്ങൾക്കകത്തെയും സംവാദങ്ങളുടെ സ്വഭാവവും അവയ്ക്ക് പുറത്ത് മാർക്സിസത്തിന്റെ പ്രത്യാഘാതവും മാറ്റാൻ ഇടയാക്കി.

മൂന്നാമത്തെ ഉപഘട്ടം റഷ്യൻവിപ്ലവമാണ്. അത് 1914-ൽ അവസാനിച്ചതായി കണക്കാക്കാം. ഒരുവശത്ത് വൻതോതിൽ ബഹുജനപ്രക്ഷോഭങ്ങൾ പുനരുജ്ജീവിപ്പിക്കപ്പെട്ടു. 1905-ലെ വിപ്ലവവും കുറച്ചു വർഷ

ങ്ങൾക്കുശേഷം ഒന്നാം ലോകയുദ്ധത്തിന്റെ തൊട്ടുമുമ്പുള്ള വർഷങ്ങളിൽ ഉയർന്ന തൊഴിലാളി കലാപങ്ങളും അതിന് വഴിമരുന്നിട്ടു. മറുവശത്ത് മാർക്സിസ്റ്റ് പ്രസ്ഥാനങ്ങൾക്കകത്തും പുറത്തും ഒരു വിപ്ലവ ഇടതുപക്ഷത്തിന്റെ പുനരുജ്ജീവനവും നടന്നു (വിപ്ലവാത്മക സിൻഡിക്കലിസം). അതേസമയം സംഘടിത ബഹുജന തൊഴിലാളി പ്രസ്ഥാനങ്ങളുടേ തോത് വളർന്നുകൊണ്ടേയിരുന്നു. 1905–നും 1913–നും ഇടയ്ക്കുള്ള കാലയളവിൽ ആംസ്റ്റർഡാം ട്രേഡ് യൂണിയൻ ഇന്റർനാഷണലിന്റെ പരിധിയിൽപ്പെട്ട രാജ്യങ്ങളിലെ സോഷ്യൽ ഡെമോക്രാറ്റിക് യൂണിയനുകളുടെ അംഗത്വം ഇരട്ടിയായി, മുപ്പതുലക്ഷത്തിൽനിന്ന് അറുപതുലക്ഷത്തോളമായി. ജർമനി, ഫിൻലാൻഡ്, സ്വീഡൻ എന്നിവിടങ്ങളിൽ 30–40% വോട്ടുകളോടെ സോഷ്യൽ ഡെമോക്രാറ്റുകൾ ഏറ്റവും വലിയ ഒറ്റക്കക്ഷിയായി.

സോഷ്യലിസ്റ്റ് പ്രസ്ഥാനങ്ങൾക്കു പുറത്ത് മാർക്സിസവുമായുള്ള വ്യവഹാരത്തിന്റെ ആക്കം സ്വാഭാവികമായി വർധിച്ചു. മാക്സ് വെബറുടെ *Archiv fur Sozialwissenschaft and Sozialpolitik* ൽ 1900–1904–ൽ ആകെ നാല് ലേഖനങ്ങളേ ഈ വിഷയത്തിൽ വന്നുള്ളു; എന്നാൽ 1905–1908 ൽ അവയുടെ എണ്ണം 15 ആയി. സോഷ്യലിസം, തൊഴിലാളിവർഗം, ഇത്യാദി പ്രമേയങ്ങളെ ആധാരമാക്കുന്ന ജർമൻ അക്കാദമികപ്രബന്ധങ്ങൾ 1890 കളിൽ പ്രതിവർഷം ശരാശരി രണ്ടും മൂന്നും എണ്ണമായി വന്നത്. 1900–5 ൽ നാലായി, 1905–9 ൽ 10.2 ആയി, 1902–12 ൽ 19.7 ആയി. ഇക്കാലത്ത് വിപ്ലവപ്രസ്ഥാനം മാർക്സിസവുമായി ബന്ധപ്പെട്ടു മാത്രമല്ല കാണപ്പെട്ടിരുന്നത്. യുദ്ധത്തിനു തൊട്ടുമുമ്പുള്ള വർഷങ്ങളിൽ വിപ്ലവാത്മക സിൻഡിക്കലിസവും അത്രതന്നെ നിർവചിതമല്ലാത്ത കലാപരൂപങ്ങളും അതിനോട് മത്സരിക്കാനുണ്ടായിരുന്നു. അതുകൊണ്ടുതന്നെ അനുഭാവികളാകാൻ സാധ്യതയുള്ളവരിലും വിമർശകരിലും മാർക്സിസം സൃഷ്ടിച്ചിരിക്കാവുന്ന പ്രത്യാഘാതം സങ്കീർണവും നിർവചിക്കാൻ പ്രയാസമുള്ളതും ആയിരുന്നു. എങ്കിലും അക്കാലമായപ്പോഴേക്ക് ഒരുപക്ഷേ അത് ഒരു രൂപത്തിലല്ലെങ്കിൽ മറ്റൊരു രൂപത്തിൽ മുമ്പത്തെക്കാൾ അധികം വ്യാപകമായി പടർന്നുപിടിച്ചിരുന്നു. അപ്പോഴേക്കും എണ്ണത്തിൽ ഗണ്യമായി വർധിച്ചിരുന്ന മുൻ മാർക്സിസ്റ്റുകാരുടെ രചനകളിലൂടെയോ മാർക്സിസവുമായി ബന്ധപ്പെട്ട് തങ്ങളുടെ നിലപാട് സ്ഥാപിച്ചേ പറ്റൂ എന്ന് കരുതിയവരുടെ രചനകളിലൂടെയോ നടന്ന വ്യാപനവും ഒട്ടും ചെറുതായിരുന്നില്ല.

III

മാർക്സിസത്തിന്റെ സ്വാധീനം കുറേക്കൂടി കൃത്യമായി മനസിലാക്കാൻ നാം തൊഴിലാളി – സോഷ്യലിസ്റ്റ് പാർട്ടികളുടെ വിപ്ലവത്തിന് പുറമെ രണ്ട് പ്രധാനപ്പെട്ട അസ്ഥിരാങ്കങ്ങളെക്കൂടി കണക്കിലെടുക്കണം:

ഈ പാർട്ടികൾതന്നെ എത്രമാത്രം മാർക്സിസ്റ്റായിരുന്നു? സിദ്ധാന്തങ്ങളെപ്പറ്റി മറ്റാരേക്കാളും അധികം വേവലാതിപ്പെടാൻ സാധ്യതയുള്ള ബുദ്ധിജീവികളുടെ തലത്തിൽ മാർക്സിസത്തിന്റെ ആകർഷണീയത എത്രമാത്രം വ്യാപകമായിരുന്നു.

തൊഴിലാളി പ്രസ്ഥാനങ്ങൾ ഒന്നുകിൽ ഔദ്യോഗികമായി മാർക്സിസ്റ്റ് ആയിരുന്നു, അല്ലെങ്കിൽ അവ അങ്ങനെയായി. അതുമല്ലെങ്കിൽ മറ്റ് വിപ്ലവാത്മകമായ, സോഷ്യലിസ്റ്റ് ഇനത്തിൽപ്പെട്ട, സമാനമായ പ്രത്യയശാസ്ത്രങ്ങളുമായി ബന്ധപ്പെട്ടിരുന്നു. ഇനിയും ചിലത് അടിസ്ഥാനപരമായും സോഷ്യലിസ്റ്റേതരവുമായിരുന്നു. വിശാലമായ അർഥത്തിൽ രണ്ടാം ഇന്റർനാഷണലിലെ അംഗ കക്ഷികൾ പലതും ആദ്യത്തെ ഇനത്തിൽപ്പെട്ടവരായിരുന്നു. ജർമൻ എസ് പി ഡി ആയിരുന്നു നേതൃത്വത്തിൽ. അവയുടെ അകമേ മാർക്സിസത്തിന്റെ കോയ്മയായിരുന്നതിനാൽ മറ്റു നിരവധി പ്രത്യയശാസ്ത്ര സ്വാധീനങ്ങളുടെ സാന്നിധ്യം മറഞ്ഞുകിടന്നു. എന്നാൽ ഫ്രാൻസിലേതുപോലെ കൂടുതൽ പഴയതും തനതുമായ വിപ്ലവ പാരമ്പര്യങ്ങൾ ഉള്ള ചിലതിൽ മാർക്സിസത്തിന്റെ സ്വാധീന സ്പർശമേ ഉണ്ടായിരുന്നുള്ളൂ. അത്തരം പാർട്ടികളിൽ സോഷ്യലിസ്റ്റ് ഇടതുപക്ഷം വലിയ അളവിൽ കാണപ്പെട്ടിരുന്ന ചില രാജ്യങ്ങളുണ്ട്. മറ്റു ചില രാജ്യങ്ങളിൽ എതിർ പ്രത്യയശാസ്ത്രങ്ങളും അതുമായി മത്സരിച്ചു.

ദേശീയതാവാദത്തിന് ആധിപത്യമുണ്ടായിരുന്ന ചിലതൊഴിച്ചാൽ ഇടതുപക്ഷത്തെ എതിർപ്രത്യയശാസ്ത്രങ്ങൾക്കിടയിൽ മാർക്സിസ്റ്റ് സ്വാധീനത്തിന് കടന്നുകയറാൻ കുറച്ചൊക്കെ സാധ്യതയുണ്ടായിരുന്നു. സോഷ്യലിസത്തിന്റെ ഏറ്റവും മഹാനായ ചിന്തകനുമായി ബന്ധപ്പെടുന്നതിന് ഒരു പ്രതീകാത്മക മൂല്യമുണ്ടായിരുന്നു എന്നതാണ് അതിന്റെ ഭാഗികമായ കാരണം. പക്ഷെ മുഖ്യകാരണം മറ്റൊന്നായിരുന്നു. വിപ്ലവം നടത്താനുള്ള വഴികൾ, വിപ്ലവാനന്തരസമൂഹത്തിന്റെ ഭാവി എന്നിവയെപ്പറ്റി അവയ്ക്കുണ്ടായിരുന്ന ആശയങ്ങൾ അന്ന് അവ്യക്തമായിരുന്നു; പക്ഷെ സമൂഹത്തിന് പിഴച്ചതെവിടെ എന്നതിനെപ്പറ്റിയുള്ള അവയുടെ സൈദ്ധാന്തികമായ അപഗ്രഥനം അതിനേക്കാൾ അവികസിതമായിരുന്നു. പ്രാഥമികമായും ദേശീയതയുടേതൊഴികെ (അതിൽ മാർക്സിസം കടന്നു കയറിയിട്ടുണ്ട്) നാമിവിടെ പരമാർശിക്കുന്ന പ്രത്യയശാസ്ത്രങ്ങൾ അരാജകവാദവും അതിന്റെ ഭാഗിക തൽഭവമായ വിപ്ലവാത്മക സിൻഡിക്കലിസവും, നരോദ്നിക് പ്രവണതകളും, പ്രത്യേകിച്ചും വിപ്ലവ രൂപത്തിലുള്ള റാഡിക്കൽ ജക്കോബിൻ പാരമ്പര്യവും ആണ്. ഈ വാദത്തിന്റെ പ്രധാന ബൗദ്ധിക കേന്ദ്രം ബ്രിട്ടീഷ് ഫാബിയൻ സൊസൈറ്റി ആയിരുന്നു. ചെറുതായിരുന്നെങ്കിലും ഇത് കുറച്ചൊക്കെ അന്തർദേശീയ സ്വാധീനം ചെലുത്തി. താൽക്കാലിക താമസക്കാരായ വിദേശികൾ – പ്രത്യേകിച്ച് എഡ്വേഡ് ബേൺസ്റ്റീൻ – മുഖാന്തിരം മാത്രമല്ല ബ്രിട്ടണും നെതർലാൻഡ്സ്, സ്കാൻഡിനേവിയ, ഇത്യാദി പ്രദേശങ്ങളും തമ്മി

ലുള്ള സാംസ്കാരികബന്ധങ്ങൾ വഴിയും ഈ സ്വാധീനം വ്യാപിച്ചു. ഫാബിയനിസവികിരണം രസകരമാണ്, പക്ഷെ പരിശോധന അർഹിക്കുന്നത്ര വലുതല്ല.

മഹത്തായ ഒരു വിപ്ലവനാമത്തോടും ആശയങ്ങളോടും ആദരവ് പ്രകടിപ്പിക്കാൻ സർവാത്മനാ തയാറായ അൽപ്പം കൂടുതൽ വിപ്ലവസ്വഭാവമുള്ള അംഗങ്ങൾ ഉണ്ടായിട്ടും റാഡിക്കൽ ജാക്കൊബിൻ പാരമ്പര്യം ഏറെക്കുറെ മാർക്സിസത്തിന്റെ പ്രഭാവത്തോട് പരാങ്മുഖത്വം പുലർത്തി. ഫ്രാൻസിൽ മാർക്സിസം അസാധാരണമാംവിധം അവികസിതമായി തുടർന്നു. 1930 കൾവരെ ഫ്രഞ്ച് കമ്യൂണിസ്റ്റ് പാർട്ടിയിലെ നിരവധി പ്രശസ്ത ബുദ്ധിജീവികളെ സൈദ്ധാന്തിക മാർക്സിസ്റ്റുകാർ എന്ന് ഗൗരവത്തോടെ വിശേഷിപ്പിക്കാൻ കഴിയാത്ത സ്ഥിതിയായിരുന്നു. അവരിൽ എല്ലാവരുമില്ലെങ്കിലും ചിലരൊക്കെ സ്വയം അങ്ങനെ വിശേഷിപ്പിച്ചുതുടങ്ങിയിരുന്നു എന്നത് ശരിയാണ്. 1938 ലാണ് അവിടെ പാർട്ടിയുടെ ബൗദ്ധിക വിശകലന പത്രികയായ *La Pense* സ്ഥാപിതമായത്. *ആധുനിക യുക്തിവാദത്തിന്റെ വിശകലനം* എന്നാണ് അതിന്റെ തലക്കെട്ട്. മാർക്സും ബക്കുനിനും തമ്മിലുള്ള ശത്രുത കുപ്രസിദ്ധമായിരുന്നു. എങ്കിലും അരാജകവാദം മാർക്സിയൻ അപഗ്രഥനത്തിൽനിന്ന് ആവോളം കടംകൊണ്ടു – രണ്ടു പ്രസ്ഥാനങ്ങളും തമ്മിലുള്ള തർക്കത്തിലെ നിയതമായ വിഷയങ്ങളിലൊഴികെ. ഇതിൽ അത്ര അത്ഭുതപ്പെടാനില്ല. 1896 ൽ – ചില രാജ്യങ്ങളിൽ അതും കഴിഞ്ഞ് – അരാജകവാദികൾ ഇന്റർനാഷണലിൽനിന്ന് ഒഴിവാക്കപ്പെട്ടശേഷം കലാപത്തിന്റെയും പ്രത്യയശാസ്ത്രത്തിന്റെയും ഒരേ പശ്ചാത്തലത്തിന്റെ ഭാഗമായ വിപ്ലവപ്രസ്ഥാനത്തിനകത്ത് അവർക്കും മാർക്സിസ്റ്റുകാർക്കും ഇടയിൽ തീർച്ചയുള്ള ഒരു രേഖവരയ്ക്കുക സാധ്യമല്ലാതായിരുന്നു.

അതിനേക്കാൾ വലുതായിരുന്നു യാഥാസ്ഥിതികമാർക്സിസവും വിപ്ലവാത്മകസിൻഡിക്കലിസവും തമ്മിലുള്ള അഭിപ്രായവ്യത്യാസങ്ങൾ. മാർക്സിസത്തിന്റെ സംഘടന, ഭരണകൂടം എന്നിവ സംബന്ധിച്ച വീക്ഷണങ്ങളെ മാത്രമല്ല, കൗട്സ്കിയുടെ ചരിത്രപരമായ അപഗ്രഥനസമ്പ്രദായത്തെ മൊത്തമായാണ് ഈ വിപ്ലവകാരികൾ തള്ളിയത്. കൗട്സ്കിയുടേത് സിദ്ധാന്തത്തിൽ ചരിത്രപരമായ നിർണായവാദം–വിധിവാദംതന്നെ ആണെന്നും പ്രയോഗത്തിൽ പരിഷ്കരണവാദം ആണെന്നും അവർ വിലയിരുത്തി. പ്രത്യയശാസ്ത്ര ചർച്ചകളിൽ കമ്പമുണ്ടായിരുന്ന ഇടതുപക്ഷ ബുദ്ധിജീവികൾക്ക് വിപ്ലവാത്മക സിൻഡിക്കലിസത്തോട് ആകർഷണം തോന്നിയിരിക്കാം. പക്ഷെ മാർക്സിസസത്തിൽനിന്ന് വരാത്ത കൂട്ടർ – പ്രത്യേകിച്ച് 1890 കളുടെ അനുഭവം ഉൾക്കൊള്ളാൻ മാത്രം മുതിർന്നിട്ടില്ലാത്തവർ – പോലും മാർക്സിസ്റ്റ് വാദങ്ങൾ തിങ്ങിയ വായുവാണ് ശ്വസിച്ചിരുന്നത് എന്ന കാര്യം നാം മറക്കരുത്. അതുകൊണ്ടാണ് കലാപകാരിയായ യൂറോപ്യേതര വീക്ഷണമുള്ള യുവ ബ്രിട്ടീഷ് സോഷ്യലിസ്റ്റ് ജി ഡി എച്ച് കോനിന് ജോർജ് സോറെലിന്റെ രചനകൾ

'നവമാർക്സിസ്റ്റ് ആയി തോന്നിയത്. വാസ്തവത്തിൽ വിപ്ലവാത്മക സിൻഡിക്കലിസ്റ്റ്' ബുദ്ധിജീവികൾ മാർക്സിസ്റ്റ് അപഗ്രഥനത്തോടല്ല കൂടുതൽ പ്രതിഷേധിച്ചത്. ഔദ്യോഗിക സോഷ്യൽ ഡെമോക്രസിയുടെ അനിച്ഛാപൂർവമായ പരിണാമാത്മകവാദത്തെയും യുവഗ്രാംഷി "പോസിറ്റിവിസ്റ്റും ശാസ്ത്രവാദപരവുമായ പൊറ്റകൾ"എന്നു വിശേഷിപ്പിച്ച അവസ്ഥ വിപ്ലവചിന്തയെ ശ്വാസം മുട്ടിക്കുന്ന സ്ഥിതിവിശേഷത്തെയും ആണ്. ഏറെക്കാലമായി മാർക്സിസമെന്ന പേരിൽ ചെലവഴിക്കപ്പെട്ടിരുന്ന (പ്രത്യേകിച്ച് ഇറ്റലിയിൽ) ഡാർവിൻ, സ്പെൻസർ ഇത്യാദി പോസിറ്റിവിസ്റ്റ് ചിന്തകന്മാരെയും മാർക്സിനെയും കലർത്തിയുണ്ടാക്കിയ യൗഗികത്തെയാണ് ഇവിടെ വിവക്ഷിക്കുന്നത്. 1860 കളിൽ ജനിച്ച ആദ്യ തലമുറ മാർക്സിസപരിവർത്തിതർ പടിഞ്ഞാറൻ രാജ്യങ്ങളിൽ സ്വാഭാവികമായും മാർക്സിനെ നിലവിലുള്ള ബൗദ്ധികസ്വാധീനങ്ങളുമായി ചേർത്തുവച്ചു. അവരിൽ പലർക്കും ഒരു സിദ്ധാന്തം എന്ന നിലയിൽ എത്ര പുതിയതും മൗലികവും ആകട്ടെ, മാർക്സിസം പുരോഗമനചിന്തയുടെ പൊതുമണ്ഡലത്തിൽപ്പെട്ട ഒന്നായിരുന്നു. ശരിതന്നെ, രാഷ്ട്രീയമായി അത് കൂടുതൽ റാഡിക്കലും നിയതമായി തൊഴിലാളിവർഗത്തോട് കണ്ണിചേർന്നതുമാണ്.

അതേസമയം സാമൂഹികമായി സ്ഫോടകാത്മകമായ സ്ഥിതിവിശേഷം നിലനിന്നിരുന്ന കിഴക്കൻ യൂറോപ്പിൽ പത്തൊമ്പതാം നൂറ്റാണ്ടിലെ ആധുനികതയിലേക്കുള്ള പരിവർത്തനം സംബന്ധിച്ച മറ്റൊരു വിശദീകരണത്തിനും മാർക്സിസത്തോട് കിടപിടിക്കാൻ കഴിഞ്ഞിരുന്നില്ല. അതോടൊപ്പം അതിന്റെ സ്വാധീനം വർധിച്ചു. ആ രാജ്യങ്ങളിൽ തൊഴിലാളിവർഗമോ പ്രസ്ഥാനമോ പ്രാദേശികമായ ദേശീയതാവാദങ്ങളൊഴിച്ച് ഗണ്യമായ ഏതെങ്കിലും ബൂർഷ്വാ പ്രത്യയശാസ്ത്രമോ വികസിക്കുന്നതിന് മുമ്പുതന്നെ മാർക്സിസത്തിന്റെ സ്വാധീനവർധന ദൃശ്യമായിരുന്നു. സാമൂഹികമായി പൊരുത്തപ്പെടാത്ത ഒരു തലത്തിൽപ്പെട്ടവരാണ് വിമർശനാത്മക 'ബുദ്ധിജീവിവർഗം'. അതിന്റെ ജന്മനാടായ റഷ്യക്ക് മറ്റേതൊരു രാജ്യത്തേക്കാളും മുമ്പ് *മൂലധന*ത്തിന് വികാരബദ്ധരായ വായനക്കാരെ ഉൽപ്പാദിപ്പിക്കാൻ കഴിഞ്ഞതും ആ സ്വാധീനവർധനയുടെ ഫലമായിട്ടാണ്. അതുകൊണ്ടുതന്നെയാണ് പിൽക്കാലത്ത് കിഴക്കൻ യൂറോപ്പിന് വികാരവത്തായ മാർക്സിസ്റ്റ് പാണ്ഡിത്യത്തിന്റെയും വിശകലനത്തിന്റെയും ജന്മനാടായി മാറാൻ കഴിഞ്ഞതും. രാഷ്ട്രീയമായി, മാർക്സിസ്റ്റിന്റെ ആദ്യത്തെ റഷ്യൻ ആരാധകർ നരോദ്നിക്കുകളോട് അനുഭാവം പുലർത്തിയിരിക്കാൻ സാധ്യതയുണ്ട്. (1880 കളിൽ അവർ മാർക്സിസ്റ്റ് സംഘങ്ങളായി മാറുംവരെ). പക്ഷേ അവരിൽ സ്പഷ്ടമായും വിശകലനത്തിലെയും പദപ്രയോഗത്തിലെയും മാർക്സിസ്റ്റ് രീതി അംഗീകരിച്ച ഉൽപ്പതിഷ്ണുക്കളല്ലാത്ത അക്കാദമിക സാമ്പത്തിക ശാസ്ത്രജ്ഞരും ഉണ്ടായിരുന്നു. മുതലാളിത്തത്തിന്റെ വികാസം തിരിച്ചുപോകാനാകാത്തതാണ്. മുതലാളിത്ത ബാഹ്യശക്തികൾ (ഉദാഹര

ണത്തിന് കൃഷിക്കാർ) ഉയർത്തിക്കൊണ്ടുവരുന്ന പ്രതിരോധം എത്ര കടുത്തതാണെങ്കിലും അതിനെ തരണം ചെയ്യാനാവില്ല; എന്നാൽ മുതലാളിത്തം തന്നെ സൃഷ്ടിച്ചതും അതിനെ മറികടക്കാൻ വിധിക്കപ്പെട്ടതുമായ ശക്തികൾക്കു മാത്രമെ അതിനു കഴിയൂ. ഇത്തരത്തിലുള്ള ആ പ്രത്യയശാസ്ത്രം റഷ്യയെ കീഴടക്കിയിരുന്നു. റഷ്യ മുതലാളിത്ത ഘട്ടത്തിലൂടെ കടന്നുപോകണമെന്നായിരുന്നു ഇതിന്റെ അർഥം.

ഇതാണ് റഷ്യൻ മാർക്സിസത്തിന്റെ വിരോധാഭാസം. അത് ഒരേ സമയം നരോദ്നിക്കുകളുടെ കർഷകാധിഷ്ഠിതമായ, വിപ്ലവകരമായ മുതലാളിത്തവിരുദ്ധതയ്ക്ക് ബദലും (അവരേതായാലും മാർക്സിന്റെ മുതലാളിത്ത വിശകലനത്തിലെ ഭാഗങ്ങൾ ഏറ്റെടുത്തിരുന്നു) ബൂർഷ്വാ മുതലാളിത്തത്തോട് ആഴത്തിലുള്ള താൽപര്യക്കുറവ് നിലനിൽക്കുന്ന ഒരു രാജ്യത്ത് ന്യായീകരണവും ആയിരുന്നു. അത് വിപ്ലവകാരികളെയും 'നിയമാനുസൃത മാർക്സിസ്റ്റുകാർ' എന്ന കൗതുകകരമായ ഒരു സംവർഗത്തെയും ഉൽപ്പാദിപ്പിച്ചു. സാമ്പത്തികപുരോഗതി മുതലാളിത്തത്തിലൂടെ മുന്നോട്ടുപോകുന്നതിൽ തങ്ങളുടെ വിശ്വാസമർപ്പിച്ച ഈ സംവർഗത്തിൽപ്പെട്ടവർ അതിനെ അട്ടിമറിക്കാനുള്ള സാധ്യത അപ്രസക്തമാണെന്നും കരുതി. മധ്യ, പടിഞ്ഞാറൻ യൂറോപ്പിൽ അത്തരത്തിൽ ഒരു അനുരഞ്ജനവും മാർക്സും ബൂർഷ്വാസിയും തമ്മിൽ ആവശ്യമായി വന്നില്ല. അത്തരം ചിന്തകൾ വച്ചുപുലർത്തുന്നവരെത്തന്നെ ഏതെങ്കിലും ഒരിനം ഉദാരവാദികളായി കാണാമെന്ന് തീർച്ചയായിരുന്നു. വിദ്യാസമ്പന്നരായ റഷ്യൻ ഇടതുപക്ഷത്തിലെ വിവിധ വിഭാഗങ്ങൾക്കിടയിൽ എന്തെല്ലാം വിയോജിപ്പുകൾ ഉണ്ടായിരുന്നെങ്കിലും (ടോൾസ്റ്റോയിയെപ്പോലെ ഒരു ചെറുവിഭാഗമൊഴികെ) മാർക്സിന്റെ സ്വാധീനം സർവവ്യാപിയായിരുന്നു.

1890 കളോടെ സോഷ്യലിസവുമായി ബന്ധമില്ലാത്ത തൊഴിലാളി പ്രസ്ഥാനങ്ങൾ ബ്രിട്ടൺ, ആസ്ട്രേലിയ, യു എസ് എ എന്നീ ആംഗ്ലോ സാക്സൺ മേഖലകളിൽ എത്രമാത്രം സാധാരണമായിരുന്നോ, അത്രത്തോളം ദുർലഭമായിരുന്നു, അവയ്ക്ക് പുറത്ത്. എങ്കിലും ആ രാജ്യങ്ങളിലും മാർക്സിസം ശക്തമായിരുന്നു – യൂറോപ്യൻ ഭൂഖണ്ഡത്തിനോളം അല്ലെങ്കിലും. ജർമനി, സാറിസ്റ്റ് റഷ്യ ഇത്യാദി സ്ഥലങ്ങളിൽനിന്ന് യു എസ് എ യിലേക്ക് വരികയും മാർക്സിസ്റ്റ് സ്വാധീനമുള്ള പ്രത്യയശാസ്ത്രങ്ങൾ കൂടെ കൊണ്ടുവരികയും ചെയ്ത കുടിയേറ്റക്കാരുടെ പ്രാധാന്യത്തെ നാം കുറച്ചുകാണരുത്. യു എസ് എയിൽ അത് തീവ്രമായ സാമൂഹികസംഘർഷത്തിന്റെ കാലമായിരുന്നു. അപ്പോൾ 'വൻവാണിജ്യ' ത്തോട് ചെറുത്തുനിന്ന പ്രസ്ഥാനത്തെയും നാം കുറച്ചുകാണരുത്. ആ പ്രസ്ഥാനമാണ് മുതലാളിത്തത്തെക്കുറിച്ചുള്ള സോഷ്യലിസ്റ്റ് വിമർശനങ്ങൾ ഉൾക്കൊള്ളാൻ, ചുരുങ്ങിയ പക്ഷം അവയിൽ താൽപ്പര്യമെടുക്കാൻ നിരവധി റാഡിക്കൽ ചിന്തകർക്ക് പ്രേരണയായത്. തോൺസ്റ്റീൻ വെബ്ലെൻ മാത്രമല്ല, കേന്ദ്രസ്ഥാനമുണ്ടായിരുന്ന സാമ്പത്തിക ശാസ്ത്രജ്ഞന്മാരും (റിച്ചാർഡ് ഏലി – 1854–1943) ഇക്കൂട്ടത്തിൽ ഉണ്ടായിരുന്നു. റിച്ചാർഡ് ഏലി 'ഒരുപക്ഷേ മറ്റേതൊരു വ്യക്തിയേക്കാളും

ഏറെ അമേരിക്കൻ സാമ്പത്തികശാസ്ത്രത്തെ അതിന്റെ പ്രധാനപ്പെട്ട ആദ്യവർഷങ്ങളിൽ സ്വാധീനിച്ചു. ഇക്കാരണങ്ങളാൽത്തന്നെ തനതായ ഒരു മാർക്സിസ്റ്റ് ചിന്താധാരയൊന്നും വികസിപ്പിച്ചില്ലെങ്കിലും യു എസ് എ മാർക്സിസ്റ്റ് രചനകളുടെയും സ്വാധീനത്തിന്റെയും പ്രചാരണത്തിന്റെ ഗണ്യമായ ഒരു കേന്ദ്രമായി മാറി. ഇത് ആസ്ട്രേലിയ, ന്യൂസിലാൻഡ്, ജപ്പാൻ തുടങ്ങിയ പസഫിക് രാജ്യങ്ങളെ മാത്രമല്ല, ബ്രിട്ടണെയും ബാധിച്ചു. ബ്രിട്ടണിൽ 1900 ങ്ങളിൽ ഉണ്ടായിരുന്ന ചെറുതെങ്കിലും വളർന്നുവന്നിരുന്ന ഒരുകൂട്ടം മാർക്സിസ്റ്റ് തൊഴിലാളി പ്രവർത്തകർക്ക് അവരുടെ വായനാസാമഗ്രികൾ ഭൂരിഭാഗവും – മാർക്സ്, എംഗൽസ് എന്നിവരുടെ രചനകൾ മാത്രമല്ല, ഡയറ്റ്സ്ജെന്നിന്റെ ഗ്രന്ഥങ്ങളും – കിട്ടിയിരുന്നത് ചാൾസ് എച്ച് കെറിന്റെ ചിക്കാഗോയിലുള്ള പ്രസാധനശാലയിൽനിന്നാണ്.

അധീശസംഘടനങ്ങളുടെ ബൗദ്ധികക്കോയ്മയ്ക്ക് സോഷ്യലിസ്റ്റേതര പ്രസ്ഥാനങ്ങൾ വലിയ വെല്ലുവിളിയൊന്നും ഉയർത്തിയതായി കാണപ്പെടാത്തതിനാൽ ഈ വെല്ലുവിളി അടിയന്തരമായി നേരിടണമെന്ന വിചാരം അതിലെ ബുദ്ധിജീവികൾക്കും ഉണ്ടായില്ല. 1880–കളിലും 1890 കളിലും അവർ മാർക്സ്, സോഷ്യലിസം എന്നിവയെപ്പറ്റി 1900 കളിലേതിനേക്കാൾ കൂടുതൽ ചർച്ചചെയ്തു. അങ്ങനെ കേംബ്രിജിലെ *The Apostles* (അപ്പോസ്തലന്മാർ) എന്ന് പൊതുവേ അറിയപ്പെട്ടിരുന്ന (രഹസ്യ) വരേണ്യ വർഗത്തിലെ ബുദ്ധിജീവിക്കിടയിൽ ഇരുപതാം നൂറ്റാണ്ടിന്റെ ആദ്യവർഷങ്ങൾ ശ്രദ്ധേയമാംവിധം രാഷ്ട്രീയേതരമായ ഒരു കാലഘട്ടമായിരുന്നു. (എച്ച് സിഡ്ജ്വിക്, ബെർട്രൻഡ് റസ്സൽ, ജി ഇ മൂർ, ലിറ്റൻ സ്ട്രാച്ചി, ഇ എം ഫോസ്റ്റർ, ജെ എം കെയ്ൻസ്, റുപ്പർട്ട് ബ്രൂക് ഇത്യാദിപേർ ആണ് അതുമായി ബന്ധപ്പെട്ടവർ) സിഡ്ജ്വിക് മാർക്സിനെ വിമർശിക്കുകയും 1890 കളിൽ ഫാബിയന്മാരുമായി അടുപ്പമുണ്ടായരുന്ന ബെർട്രൻഡ് റസ്സൽ സോഷ്യൽ ഡെമോക്രസിയെക്കുറിച്ച് (1896–ൽ) ഒരു ഗ്രന്ഥം രചിക്കുകയും ചെയ്തിരുന്നു, ഈ വൃത്തത്തിൽനിന്ന് രാഷ്ട്രീയമായി സജീവപ്രവർത്തനത്തിലേക്കു വന്ന സാമ്പത്തികശാസ്ത്രജ്ഞരിൽ ഏറ്റവും പ്രമുഖനായ ജെ എം കെയ്ൻസ് 1914 നു മുമ്പുള്ള അവസാനത്തെ വിദ്യാർഥിതലമുറകൾ പോലും സോഷ്യലിസത്തിലേക്ക് (മാർക്സിസ്റ്റേതര രൂപത്തിലാണെങ്കിലും) തിരിയാൻ ആരംഭിച്ചിട്ടുപോലും മാർക്സിലോ മാർക്സിനെക്കുറിച്ചുള്ള സാമ്പത്തിക സംവാദങ്ങളിലോ യാതൊരു താൽപ്പര്യവും എടുക്കുന്നില്ല; അദ്ദേഹത്തെ അറിയുമെന്ന ഭാവംപോലും നടിക്കുന്നില്ല.

IV

മധ്യവർഗ ബുദ്ധിജീവികൾക്കിടയിൽ മാർക്സിസത്തിന് ലഭിച്ച സ്വീകാര്യതയെ മാർക്സിസ്റ്റ് സ്വാധീനം നിർണയിക്കുന്നതിലെ രണ്ടാ

മത്തെ ഘടകമെന്നു പ്രതീക്ഷിക്കാം. അതിന് പ്രാദേശികതൊഴിലാളിവർഗ പ്രസ്ഥാനത്തിന്റെ വലുപ്പം വലിയ പ്രശ്നമായിരുന്നില്ല. ആ കാലത്ത് ഒരൊറ്റ ബുദ്ധിജീവിയും ഇല്ലാത്ത, അല്ലെങ്കിൽ ഒരു ബുദ്ധിജീവിയെയും ആകർഷിക്കാത്ത ശക്തമായ തൊഴിലാളി പ്രസ്ഥാനങ്ങൾ ഉണ്ടായിരുന്നു. ഉദാഹരണത്തിന്, 1904 ൽത്തന്നെ ഒരു ലേബർ സർക്കാർ ഉണ്ടായ ആസ്ട്രേലിയയിൽ. ആ ഭൂഖണ്ഡത്തിൽ നന്നെ കുറച്ച് ബുദ്ധിജീവികളേ ഉണ്ടായിരുന്നുള്ളൂ എന്നതാകാം ഇതിനു കാരണം. അതുപോലെ സ്പെയിനിലെ ശക്തവും മുഖ്യമായും അരാജകവാദ സ്വഭാവമുള്ളതുമായ തൊഴിലാളി പ്രസ്ഥാനം സ്പാനിഷ് ബുദ്ധിജീവികളെ ആകർഷിച്ചതേയില്ല. സർവകലാശാല വിദ്യാർഥികളിൽ ഒതുങ്ങുന്ന മാർക്സിസ്റ്റ് വിപ്ലവസംഘടനകളെ നമുക്ക് പരിചയമുണ്ട്. രണ്ടാം ഇന്റർനാഷനലിന്റെ ഉച്ചാവസ്ഥയിൽ അത്തരമൊരു പ്രതിഭാസം പ്രായേണ അസാധാരണമായി തോന്നിയേനെ, ഏതായാലും റഷ്യയിലെപ്പോലെ ചിലയിടങ്ങളിൽ തൊഴിലാളി പ്രസ്ഥാനങ്ങൾ ഏറിയകൂറും ബുദ്ധിജീവികളായിരുന്നു. ഒരു ബഹുജന തൊഴിലാളിപ്രസ്ഥാനം ഉരുവംകൊള്ളുന്നതിന് ഏറെ നിയമതടസങ്ങൾ ഉണ്ടായിരുന്നതുകൊണ്ടാവാം, അങ്ങനെ വന്നത്. ഇറ്റലിയിലെപ്പോലെ ചില രാജ്യങ്ങളിൽ ബുദ്ധിജീവികളെയും അക്കാദമിക്കുകളെയും സോഷ്യലിസം വലിയ തോതിൽ ആകർഷിച്ചിരുന്നു.

ഇതുമായി ബന്ധപ്പെട്ട് നാം ഒരുകൂട്ടം എന്ന നിലയ്ക്ക് ബുദ്ധിജീവികളുടെ സാമൂഹികശാസ്ത്രത്തിലേക്കോ അക്കൂട്ടർ വേറിട്ട ഒരു അടരായി(ബുദ്ധിജീവിവർഗം അഥവാ *Intellegintsia*) വ്യവച്ഛേദിക്കപ്പെട്ടിരുന്നോ ന്നതിലേക്കോ വല്ലാതെ കുഴിച്ചുനോക്കേണ്ട കാര്യം നമുക്കിപ്പോൾ ഇല്ല (രണ്ടാമത്തെ പ്രശ്നം അക്കാലത്ത് മാർക്സിസ്റ്റ് ചർച്ചയിൽ വലിയ വിഷയമായിരുന്നു). എല്ലാ രാജ്യങ്ങളിലും ഏതെങ്കിലും തരത്തിൽ ഉന്നതവിദ്യാഭ്യാസം നേടിയ ഒരുകൂട്ടം പുരുഷന്മാർ (അവരേക്കാൾ എണ്ണത്തിൽ കുറവായിരുന്നു സ്ത്രീകൾ) ഉണ്ടായിരുന്നു; അവരെ സോഷ്യലിസം/ മാർക്സിസം എത്രമാത്രം ആകർഷിച്ചിരുന്നു എന്നതാണ് വിഷയം. എസ് പി ഡി സംവാദങ്ങളിൽ ഇന്ന് നാം 'ബുദ്ധിജീവികൾ' എന്നു വിളിക്കുന്ന കൂട്ടരെ *Akademiker* അഥവാ ഡിപ്ലോമ ഉള്ളവർ എന്നാണ് വിശേഷിപ്പിച്ചിരുന്നത്. ഏതായാലും രണ്ടു നിരീക്ഷണങ്ങൾ ആവശ്യമാകുന്നു. പല രാജ്യങ്ങളിലും *കുൻസ്റ്റ്* എന്നും *വൈസെൻഷാഫ്റ്റ്* എന്നും ജർമൻകാർ സൗകര്യപൂർവം വിളിക്കുന്ന രണ്ട് വിഷയങ്ങളുടെ പ്രയോക്താക്കളെയും വേർതിരിച്ചു കാണേണ്ടതുണ്ട്. *Kunst* (കുൻസ്റ്റ്) എന്നാൽ എല്ലാ കലകളും. *Wissenschaft* (വൈസെൻഷോഫ്റ്റ്) എന്നാൽ എല്ലാ പഠനമേഖലകളും ശാസ്ത്രവും അടങ്ങുന്ന വിഷയലോകം. രണ്ട് കൂട്ടരിലും മധ്യവർഗക്കാർ ധാരാളം ഉണ്ടായിരുന്നു എന്നു നാം കാണണം. അങ്ങനെ, 1890 കളിൽ ഫ്രാൻസിൽ 'കലാകാരന്മാർ' (വിശാലമായ അർഥത്തിൽ) ഏറെപ്പേരെ ആകർഷിച്ച അരാജകവാദത്തിന് സർവകലാശാലകളിൽ

ഗണ്യമായ ആകർഷണമൊന്നും ഉണ്ടായിരുന്നില്ല. ഈ വ്യത്യാസം ഈ പശ്ചാത്തലത്തിൽ അടയാളപ്പെടുത്താനേ കഴിയൂ, വിശദീകരിക്കാൻ കഴിയില്ല. മാർക്സിസവും കലയും തമ്മിലുള്ള ബന്ധങ്ങൾ വേറെതന്നെ തുടർന്ന് പരിഗണിക്കാം. രണ്ടാമത്, ഒരു ന്യൂനപക്ഷം ബുദ്ധിജീവികൾ സോഷ്യലിസ്റ്റ് പാർട്ടികളിലും പ്രസ്ഥാനങ്ങളിലും ഉണ്ടായിരുന്ന, ഭൂരിപക്ഷം അവയ്ക്കു പുറത്തായിരുന്ന, രാജ്യങ്ങളെയും (ഉദാഹരണം: ജർമനി, ബെൽജിയം) 'ബുദ്ധിജീവി', 'ഇടതുപക്ഷബുദ്ധിജീവി' എന്ന പ്രയോഗങ്ങൾ തമ്മിൽ യുവാക്കൾക്കിടയിലെങ്കിലും വലിയ വ്യത്യാസമില്ലായിരുന്ന രാജ്യങ്ങളെയും (ഉദാഹരണം: റഷ്യ) വേർതിരിച്ചു കാണണം. മിക്ക സോഷ്യലിസ്റ്റു പ്രസ്ഥാനങ്ങളും നേതൃത്വത്തിൽ ബുദ്ധിജീവികൾക്ക് മുഖ്യമായ ഒരു സ്ഥാനം നൽകിയിരുന്നു. (വിക്റ്റർ അഡ്ലെർ, ട്രോയെൽസ്ട്ര, ലെനിൻ, ഷോറസ്, ബ്രാൻറിങ്, വാൻഡെർവെൽഡെ, ലുക്സംബർഗ്, പ്ലെഖനോവ്, റ്ററാറ്റി ഇത്യാദിപേർ.) അവയുടെ സൈദ്ധാന്തികർ മുഴുവൻ അവരിൽനിന്നുള്ളവർ ആയിരുന്നുതാനും.

ആ കാലത്തെ യൂറോപ്യൻ വിദ്യാർഥികളുടെയും അക്കാദമിക്കുകളുടെയും രാഷ്ട്രീയസമീപനം സംബന്ധിച്ച താരതമ്യപഠനങ്ങളൊന്നും വേണ്ടത്ര ഇല്ല. മുതിർന്ന ബുദ്ധിജീവികളിൽ മിക്കവരും ഉൾപ്പെടുമായിരുന്ന കൂടുതൽ വിശാലമായ പ്രൊഫഷണൽ തലത്തെപ്പറ്റി അത്രയും ഇല്ല. അതുകൊണ്ട് അവരെ സോഷ്യലിസം/മാർക്സിസം എങ്ങനെ ആകർഷിച്ചു എന്നതിനെപ്പറ്റിയുള്ള നമ്മുടെ വിലയിരുത്തൽ പൊതുധാരണയെ ആശ്രയിച്ചിട്ടുള്ളതേ ആവൂ. ഏതായാലും മൊത്തത്തിൽ ഈ ആകർഷണം ചില രാജ്യങ്ങളിൽ മാത്രമേ അസാധാരണമാംവിധം വലുതായിരുന്നുള്ളൂ എന്നു പറഞ്ഞാൽ തെറ്റില്ല. ആ രാജ്യങ്ങൾ മിക്കതും മുതലാളിത്തത്തിന്റെ വികസിതമേഖലയുടെ വിളുമ്പുകളിലുള്ളതാവും.

ഐബീരിയൻ ഉപദ്വീപിൽ ബുദ്ധിജീവികൾ ഭൂരിപക്ഷവും പുരോഹിതവർഗവിരുദ്ധ ഉത്തരവാദികളും റാഡിക്കലുകളും ആയിത്തുടർന്നു. യുദ്ധത്തിലെ തോൽവികൾക്കുശേഷം, സ്പെയിനിന്റെ നവീകരണത്തിന് ആഹ്വാനം ചെയ്ത 'തൊണ്ണൂറ്റിയെട്ടിലെ തലമുറ' ഉദാരവാദികളാകാതിരിക്കാൻ കാരണവും അതാകാം. ഉനമുനോ, ബരോജ, മെയ്സ്റ്റു, ഗാനിവെറ്റ്, വല്ലെ-ഇൻക്ലാൻ, മച്ചാഡോ ഇത്യാദിപേർ ആ 'തലമുറയിൽ' പെടുന്നു. ബ്രിട്ടണിൽ ബുദ്ധിജീവികൾ ഏറിയ പങ്കും ഏതെങ്കിലും ഒരിനത്തിൽപ്പെട്ട ഉദാരവാദികളായിരുന്നു. അവർക്ക് സോഷ്യലിസത്തോട് വലിയ ആഭിമുഖ്യമൊന്നും ഉണ്ടായിരുന്നില്ല. ഒരുപക്ഷെ മധ്യവർഗത്തിൽപ്പെട്ട വിദ്യാസമ്പന്നരായ യുവതികളുടെ പാർശ്വവൽകൃത വിഭാഗത്തിന് ആകർഷണം കൂടുതൽ തോന്നിയിരിക്കാം. ആ യുവതികളാണ് ഫാബിയൻ സൊസൈറ്റി അംഗത്വത്തിന്റെ വലിയൊരു ഭാഗം. അവരെയായിരുന്നു 1880 കളിലെയും 1890 കളിലെയും 'പുതുസ്ത്രീ' മാതൃകയായി പത്രപ്രവർത്തകർ കൊണ്ടാടിയത്. 1914-ന് തൊട്ടുമുമ്പുള്ള വർഷങ്ങൾവരെ ഗണ്യമായ ഒരു സോഷ്യലിസ്റ്റ് വിദ്യാർഥി പ്രസ്ഥാനം ആവിർഭ

വിച്ചില്ല. ഫാബിയൻ സൊസൈറ്റിയിലെ പുരുഷ ബുദ്ധിജീവികളിൽ വലിയൊരു പങ്കും സ്വയം വളർന്നുവന്ന പ്രൊഫഷണലുകൾ എന്ന പുതിയൊരു അടരിൽനിന്നാണ് വന്നത്. ഇവരുടെ പശ്ചാത്തലം തൊഴിലാളിവർഗമോ കീഴ്മധ്യവർഗമോ ആയിരുന്നു (ഷാ, വെബ്ബ്, എച്ച് ജി വെൽസ്, ആർണോൾഡ് ബെനെറ്റ്). പക്ഷെ ഇംഗ്ലണ്ടിലെ ഏറ്റവും ഉജ്വലനായ ഇടതുപക്ഷ സൈദ്ധാന്തികൻ, മാർക്സിനാൽ സ്വാധീനിക്കപ്പെടാൻ തക്ക ഭൂഖണ്ഡ പ്രവണതാപരിചയം ഉള്ള (*Development of Modern Capitalism* ത്തിൽ) മാർക്സിസ്റ്റുകളെ സ്വാധീനിച്ച (*Imperialism* ത്തിലൂടെ) വ്യക്തി, ജെ എ ഹോബ്സൻ, ഒരു ഫാബിയൻ സോഷ്യലിസ്റ്റ് പോലും അല്ലായിരുന്നു, ഒരു പുരോഗമന ചിന്താഗതിക്കാരനായ ഉദാരവാദി ആയിരുന്നു. തദ്ദേശീയരായ മധ്യവർഗ മാർക്സിസ്റ്റ് ബുദ്ധിജീവികൾ എണ്ണത്തിലും ബുദ്ധിയിലും അഗണ്യരായിരുന്നു. വില്യം മോറിസ് എന്ന ഒരപവാദം ഒഴിച്ചാൽ.

ഫ്രഞ്ച് വിപ്ലവപാരമ്പര്യവും സ്വാഭാവികമായും അവിടത്തെ ബുദ്ധിജീവികളിൽ വലിയ സ്വാധീനം ചെലുത്തി. അതിൽ ഒരു തദ്ദേശീയ സോഷ്യലിസ്റ്റ് അംശം ഉണ്ടായിരുന്നതിനാൽ സോഷ്യലിസത്തിന്റെ സ്വാധീനവും അനുഭവവേദ്യമായിരുന്നു. പലപ്പോഴും അതൊരു ഇടതുപക്ഷ ബാഡ്ജ് പോലെയായിരുന്നു എന്നത് വേറെ കാര്യം. (മറ്റു രാജ്യങ്ങളിലെ കൂറിന്റെ സ്ഥിരതയിൽനിന്ന് വ്യത്യസ്തമായി ഫ്രാൻസിൽ 1893–ൽ ഡെപ്യൂട്ടിമാരായി തെരഞ്ഞെടുക്കപ്പെട്ട ആറ് സോഷ്യലിസ്റ്റുകളിൽ അഞ്ചുപേരും 1907 ഓടെ കേവലം സോഷ്യലിസ്റ്റേതരർ അല്ല, സോഷ്യലിസ്റ്റ് വിരുദ്ധർതന്നെ ആയി മാറി എന്നാണ് മൈക്കൽസ് നിരീക്ഷിക്കുന്നത്. അതുപോലെ, യുവത്വപൂർണമായ ഒരു തീവ്രറാഡിക്കലിസവും ബൂർഷ്വാ പാരമ്പര്യത്തിന്റെ ഭാഗമായിരുന്നു. അതുകൊണ്ട് ഫ്രഞ്ച് ബുദ്ധിജീവികൾക്കിടയിൽ സോഷ്യലിസം കണ്ടെത്തുക ഒട്ടും ശ്രമകരമായ ഒരു പണിയല്ലായിരുന്നു. എക്കോലെ നോർമെലെ സുപ്രീരിയുറെ പോലുള്ള ചില ഒന്നാംകിട സ്ഥാപനങ്ങൾ 1890 മുതൽ, വിശിഷ്യ ഡ്രെയ്ഫസ് കാലഘട്ടത്തിൽ സോഷ്യലിസ്റ്റോ, സോഷ്യലിസത്തിലേക്ക് പരുവപ്പെടുന്നവരോ ആയ ബുദ്ധിജീവികളുടെ വളർത്തുകേന്ദ്രമായിരുന്നു. എങ്കിലും മാർക്സിന്റെ സ്വാധീനം – മാർക്സിനോട് കൂറ് പ്രഖ്യാപിച്ചതായി അവകാശപ്പെട്ട സോഷ്യലിസ്റ്റ് പാർട്ടിയായ ഗുയെഡിസ്റ്റെസിനോടുള്ള ആകർഷണം പോലും കുറവായിരുന്നു. പിന്നെ ഫ്രഞ്ച് ബുദ്ധിജീവികൾക്കിടയിൽ അതിന്റെ സ്വാധീനത്തെക്കുറിച്ച് പറയാനില്ലല്ലൊ. 1914 –നു മുമ്പ് മാർക്സ്–എംഗൽസ് രചനകളുടെ ലഭ്യതയും താരതമ്യേന ഇംഗ്ലീഷിലുള്ളവയേക്കാൾ കുറവായിരുന്നു. അങ്ങനെ ലഭ്യമായിരുന്നവയിൽത്തന്നെ അമേരിക്കൻ പതിപ്പുകളും പെടും. ജർമനിയിലോ ഇറ്റലിയിലോ റഷ്യനിലോ ഉള്ളതുമായി ഫ്രഞ്ചിൽ ലഭ്യമായിരുന്നതിനോട് താതമ്യം ചെയ്യാൻ ആവില്ലായിരുന്നു.

1848–ൽ എത്രമാത്രം ഉദാരവാദിയായിരുന്നു എന്നുണ്ടെങ്കിലും ജർമൻ ബുദ്ധിജീവി അക്കാദമികസമൂഹങ്ങൾ 1890 കളോടെ വിൽഹെ

മൈൻ സാമ്രാജ്യത്തോട് അതിഗാഢമായ പ്രതിബദ്ധത ഉള്ളവരായി മാറിയിരുന്നു. അതിന്റെ സോഷ്യലിസവിരുദ്ധത സൈനികോത്സുകമായിരുന്നു. ജൂതന്മാർക്കിടയിൽ 1907-ൽ രേഖാങ്കനം ചെയ്യപ്പെടാത്ത ദത്തമനുസരിച്ച് (മൈക്കൽസ്) 20-30 ശതമാനം ബുദ്ധിജീവികൾ സോഷ്യൽ ഡെമോക്രസിക്ക് അനുകൂലമായിരുന്നു എന്നതുമാത്രമേ ഒരപവാദമായി ഉണ്ടായിരുന്നുള്ളൂ. 1889 നും 1909 നും ഇടയ്ക്ക് ഫ്രഞ്ച് സർവകലാശാലകൾ സോഷ്യലിസം, സോഷ്യൽ ഡെമോക്രസി, മാർക്സ് എന്നിവയുടെ സാമാന്യമേഖലയിൽ 31 പ്രബന്ധങ്ങൾ ഉൽപ്പാദിപ്പിച്ചു. അതിലും എത്രയോ വലിയ ജർമൻ അക്കാദമികസമൂഹം അതേ കാലയളവിൽ വെറും 11 പ്രബന്ധങ്ങളാണ് ഈ വിഷയങ്ങളിൽ ഉൽപ്പാദിപ്പിച്ചത്. മാർക്സിസവും സോഷ്യൽ ഡെമോക്രസിയും ജർമൻ ബുദ്ധിജീവികളുടെയും അക്കാദമിക്കുകളുടെയും വിഷയങ്ങളായിരുന്നു; അവർ പലരും അവയിൽ ആകൃഷ്ടരായിരുന്നില്ല. ഇനി അഥവാ 1914 നു തൊട്ടുമുമ്പത്തെ വർഷങ്ങളിൽ സോഷ്യൽ ഡെമോക്രസിയിൽ ആകൃഷ്ടരായിരുന്ന വല്ലവരും ഉണ്ടായിരുന്നെങ്കിൽത്തന്നെ അവർ ഇടതുപക്ഷത്തായിരുന്നില്ല, മിതവാദി, തിരുത്തൽവാദി പക്ഷങ്ങളിൽ ആയിരുന്നു. തീർച്ചയായും ജർമനിയിലെ സോഷ്യലിസ്റ്റ് വിദ്യാർഥി സംഘടനയാണ് തിരുത്തൽവാദത്തിന്റെ ആദ്യവക്താക്കൾ. ജർമൻ പാർട്ടിയുടെ ഘടനയിൽ തൊഴിലാളിവർഗത്തിനു തന്നെയായിരുന്നു, പ്രാമുഖ്യം; മറ്റ് ബഹുജനസോഷ്യലിസ്റ്റ് പാർട്ടികളേക്കാൾ ഒരുപക്ഷേ കൂടുതൽ. ഏതായാലും ഇത്തരം പരിമിതികൾക്കകമേ മാർക്സിസത്തോടുള്ള ജർമൻ ബുദ്ധിജീവികളുടെ താരതമ്യേന മിതമായ ആകർഷണത്തിന്റെ സൂചനയാണ് പാർട്ടിക്കുതന്നെ സ്വന്തം മാർക്സിസ്റ്റ് സൈദ്ധാന്തികരിൽ പ്രമുഖരായ പലരെയും ഇറക്കുമതി ചെയ്യേണ്ടി വന്നു എന്ന വസ്തുത: പോളണ്ടിൽനിന്ന് റോസ ലുക്സംബർഗ്, ആസ്ട്രോ- ഹങ്കറിയിൽനിന്ന് കൗട്സ്കിയും ഹിൽഫെർദിങ്ങും, റഷ്യയിൽനിന്ന് 'പാർവസ്'.

വടക്കുപടിഞ്ഞാറൻ യൂറോപ്പിലെ ചെറിയ രാജ്യങ്ങളിൽ ബെൽജിയം, സ്കാൻഡിനേവിയ എന്നീ രാഷ്ട്രങ്ങൾ താരതമ്യേന ഭീമമായ, ശക്തമായ തൊഴിലാളിവർഗ ബഹുജനപാർട്ടികൾ വികസിപ്പിച്ചു. അവ ഔദ്യോഗികമായിത്തന്നെ മാർക്സിസ്റ്റ് ആണെന്ന് പ്രഖ്യാപിക്കുകയും ചെയ്തിരുന്നു. ബെൽജിയത്തിൽ വിശാലാടിത്തറയുള്ള പാർട്ടി ഓവ്റിയർ ഇടതുപക്ഷത്തിന്റെ മുൻകാല തദ്ദേശീയ പാരമ്പര്യങ്ങളും സ്വാംശീകരിച്ചിരുന്നു എന്നുകൂടി പറയണം. സ്കാൻഡിനേവിയക്കാരിൽ ഡാനുകളാണ് സ്വീഡുകൾ, നോർവീയന്മാർ എന്നിവരേക്കാൾ ശക്തമായി മാർക്സിൽ താൽപ്പര്യം കാണിച്ചത്. നോർവേയിൽ വല്ലപ്പോഴുമൊരു ഡോക്ടറോ പാതിരിയോ വന്നെങ്കിലായി. ബാക്കിയുള്ള നേതൃനിരക്കാരെല്ലാം തൊഴിലാളികളായിരുന്നു. സ്വീഡിഷ് പ്രസ്ഥാനം ഇതര സ്കാൻഡിനേവിയൻ പ്രസ്ഥാനങ്ങളെപ്പോലെതന്നെ ശക്തമായി സംഘടിതമായിരുന്ന ഫിൻലാൻഡിലേതുൾപ്പെടെ ശ്രദ്ധേയരായ സൈദ്ധാന്തികരെ

ആരെയും ഉൽപ്പാദിപ്പിച്ചില്ല. ഇന്റർനാഷനലിന്റെ സംവാദങ്ങളിൽ ഗണ്യമായ പങ്കൊന്നും വഹിച്ചതുമില്ല. കലകളുടെ ലോകത്ത് സോഷ്യലിസത്തിന്റെ (അല്ലെങ്കിൽ അരാജകവാദത്തിന്റെ) സ്വാധീനം കുറേക്കൂടി ശക്തമായിരുന്നിരിക്കാം. പക്ഷെ മൊത്തത്തിൽ സ്കാൻഡിനേവിയയിൽ ബുദ്ധിജീവികൾക്കിടയ്ക്ക് ഉണ്ടായിരുന്ന സോഷ്യലിസം യൂറോപ്പിന്റെ ആ ഭാഗത്ത് നിലവിലുള്ള ജനാധിപത്യ പുരോഗമനാത്മക റാഡിക്കലിസത്തിന്റെ ഇടതുപക്ഷത്തേക്കുള്ള വ്യാപനം മാത്രമായിരുന്നു. ഒരുപക്ഷേ അതിൽ സാംസ്കാരികവും ലൈംഗികസദാചാരപരവുമായ പരിഷ്കാരത്തിൽ പ്രത്യേകമായ ഊന്നലും ഉണ്ടായിരുന്നു. ഈ ഘട്ടത്തിൽ സ്വീഡിഷ് ബുദ്ധിജീവികളിൽ സൈദ്ധാന്തിക ഇടതുപക്ഷത്തെ പ്രതിനിധാനം ചെയ്യുന്ന ആരെങ്കിലും ഉണ്ടെങ്കിൽ അത് റിപ്പബ്ലിക്കിനും നിരീശ്വരവാദിയും സ്ത്രീപക്ഷവാദിയും നവ–മാൽത്തൂസിയനും ആയ നൂട്ട് വിക്സെൽ ആണ്. അദ്ദേഹം സോഷ്യലിസത്തിൽനിന്ന് വിട്ടുനിന്നു.

പതിനേഴാം നൂറ്റാണ്ടിനുശേഷം യൂറോപ്യൻ സംസ്കാരത്തിൽ കീഴ്‌രാജ്യങ്ങൾ ഇത്രയധികം പങ്കുവഹിച്ച മറ്റൊരു കാലമുണ്ടായിട്ടില്ല. തൊഴിലാളിവർഗത്തിന് മേൽക്കൈ ഉണ്ടായിരുന്ന ബെൽജിയൻ ലേബർ പാർട്ടിയിൽ ബുദ്ധിജീവികളും അക്കാദമിക്കുകളും ശ്രദ്ധേയമാംവിധം പ്രമുഖമായ പങ്കുവഹിച്ചു. ഇവരിൽ ഭൂരിപക്ഷവും ബ്രസൽസിലെ യുക്തിവാദി അക്കാദമികാന്തരീക്ഷത്തിൽ നിന്നുള്ളവരായിരുന്നു. വാൻഡെർ വെൽഡെ, ഹുയ്സ്മാൻസ്, ഡെസ്ട്രി, ഹെക്ടർ ഡെനിസ്, എഡ്മണ്ട് പിക്കാഡ്, ഇടതുപക്ഷത്ത് ഡി ബ്രൗക്കെറെ. എന്നാൽ പാർട്ടിയും അതിന്റെ ബുദ്ധിജീവിവക്താക്കളും അന്തർദേശീയ പ്രസ്ഥാനത്തിന്റെ വലതുപക്ഷത്ത് നിലയുറപ്പിക്കുന്ന പ്രവണതയാണ് പ്രകടമാക്കിയിരുന്നത് എന്നും അന്തർദേശീയ മാനദണ്ഡങ്ങൾ വച്ചു വിലയിരുത്തിയാൽ ഏറിവന്നാൽ ഏതാണ്ട് മാർക്സിസ്റ്റുകാർ എന്നേ അവരെപ്പറ്റി പറയാനാവൂ എന്നും ശ്രദ്ധിക്കണം. വാൻഡെർവെൽഡെ സ്വയം ഒരു മാർക്സിസ്റ്റ് എന്ന് വിളിക്കുമായിരുന്നോ എന്ന് സംശയമാണ്, ആ സമയവും ആ കാലവും അല്ലായിരുന്നെങ്കിൽ. ജി ഡി എച്ച് കോലെ പറഞ്ഞതുപോലെ മാർക്സിസം ജർമൻ സോഷ്യൽ ഡെമോക്രാറ്റിക് രൂപത്തിൽ പടിഞ്ഞാറെ യൂറോപ്പിലെ സോഷ്യലിസ്റ്റ് വികാസത്തിന്റെ അച്ചാണിയായി മാറിയ സമയമായിരുന്നു. രാഷ്ട്രീയ നേതൃത്വത്തിന് കാംക്ഷിക്കുന്ന – പ്രത്യേകിച്ചും അന്തർദേശീയതലത്തിൽ ഏതൊരു കോണ്ടിനെന്റൽ സോഷ്യലിസ്റ്റിനും നിലവിലുള്ള മാർക്സിസ്റ്റ് ചട്ടക്കൂട് അംഗീകരിച്ച് തന്റെ ചിന്ത അതിനോട് പൊരുത്തപ്പെടുത്തുക ഏതാണ്ട് ആവശ്യവും സ്വാഭാവികവും ആയിരുന്ന ഒരു ഘട്ടത്തിലാണ് അദ്ദേഹം സോഷ്യലിസ്റ്റ് പ്രസ്ഥാനത്തിലേക്ക് വന്നത്. പ്രത്യേകിച്ച് ഒരു ചെറിയ രാജ്യത്തെ ബഹുജന തൊഴിലാളി പാർട്ടിയിലുള്ള ഒരാൾ തീർച്ചയായും ബെൽജിയൻ ബുദ്ധിജീവികളിൽ മാർക്സിസത്തിന്റെ സ്വാധീനം അത്ര ശ്രദ്ധേയമായിരുന്നില്ല.

അതിനോട് താരതമ്യപ്പെടുത്താവുന്ന രാഷ്ട്രീയശക്തിയുള്ള ഒരു ദേശീയ തൊഴിലാളിപ്രസ്ഥാനമൊന്നും നെതർലാൻഡ്സിൽ വികസിച്ചില്ല. അതു മാത്രമായിരുന്നു ബുദ്ധിജീവികൾക്കിടയിൽ സോഷ്യലിസം സാംസ്കാരികമായി നിർണായകമായിരുന്ന ഒരേയൊരു പടിഞ്ഞാറൻ യൂറോപ്യൻ രാജ്യം. അവിടത്തെ പ്രസ്ഥാനത്തിൽ ബുദ്ധിജീവികളുടെ പങ്ക് അതുകൊണ്ടുതന്നെ അസാധാരണമായ വിധം ശ്രദ്ധേയവുമായിരുന്ന സോഷ്യൽ ഡെമോക്രാറ്റിക് പാർട്ടിയെ ചിലപ്പോഴൊക്കെ വിദ്യാർഥി- പാതിരി – വക്കീൽ പാർട്ടി എന്നാണ് പരിഹാസപൂർവം വിശേഷിപ്പിച്ചിരുന്നത്. മറ്റിടങ്ങളിലെപ്പോലെ അവിടെയും അത് ക്രമേണ ഏറെയും നിപുണ കായികവേലക്കാരുടെ പാർട്ടിയായി മാറി; പക്ഷെ രാജ്യത്ത് അധീശത്വം പുലർത്തിയിരുന്ന, പരമ്പരാഗതമായി കുമ്പസാര സംഘങ്ങളായി വിഭജിക്കപ്പെട്ടിരുന്ന കൂട്ടരുണ്ടായിരുന്നു – കാൽവിനിസ്റ്റുകൾ, കത്തോലിക്കർ, മതേതരർ എന്നിങ്ങനെ. അവ ഓരോന്നും ഓരോ രാഷ്ട്രീയ കട്ടകളായിരുന്നു, വർഗാതീതമായിത്തന്നെ. അതുകൊണ്ട് ആദ്യമൊക്കെ ഒരു വർഗപ്പാർട്ടിയുടെ രൂപീകരണത്തിന് മറ്റെവിടത്തെക്കാളും കുറഞ്ഞ സാധ്യതയേ അവിടെ ഉണ്ടായിരുന്നുള്ളൂ. സംസ്കാര മേഖലയിലെ മതേതരവിഭാഗം നല്ല തോതിൽ വിപുലീകൃതമായിരുന്നതുകൊണ്ടാകാം ഇത്. തുടക്കത്തിൽ പുതിയ പാർട്ടി രണ്ട് ഏതാണ്ട് അസമാനമായ മേഖലകളുടെ ബലത്തിലാണ് നിന്നത് – ഫ്രിസിയയിലെ കർഷകതൊഴിലാളികൾ (ഇവർ ഒരേസമയം അതിർപരമായി പാർശ്വവൽകൃതവും ദേശീയമായി നിയതവുമായിരുന്നു), ആംസ്റ്റർഡാമിലെ വജ്രപ്പണിക്കാർ. ഈ ചെറിയ പ്രസ്ഥാനത്തിൽ പാർട്ടിയുടെ പ്രധാന മിതവാദി നേതാവായി മാറിയ ഫ്രിസിയക്കാരൻ ട്രോയെൽസ്ട്ര (1860–1930), കവയിത്രി ഹെൻറിറ്റ റൊളാങ്-ഹോൾസ്റ്റ്, ജ്യോതിശാസ്ത്രജ്ഞൻ എ പന്നെകോയെക് എന്നിവരോടൊപ്പം വിപ്ലവ ഇടതുപക്ഷത്തിലെ മുഖ്യ വ്യക്തിത്വമായ പ്രശസ്ത സാഹിത്യകാരൻ ഹെർമൻ ഗോർട്ടെർ എന്നീ ബുദ്ധിജീവികൾ ആനുപാതികമല്ലാത്ത ദൃശ്യത്രമായ പങ്കുവഹിച്ചു. പാർട്ടിയിലെ ബുദ്ധിജീവികളുടെ പങ്ക്, ഡബ്ല്യു ബോങ്കറെന്ന ക്രിമിനോളജിസ്റ്റിനെപ്പോലുള്ള മാർക്സിസ്റ്റ് സാമൂഹികശാസ്ത്രജ്ഞരുടെ വരവ് എന്നിവ മാത്രമല്ല, തദ്ദേശീയരായ അതിതീവ്ര ഇടതുപക്ഷത്തിന്റെ അന്തർദേശീയ പ്രാമുഖ്യവും നമ്മെ അത്ഭുതപ്പെടുത്തും. റോസ ലുക്സംബർഗുമായി സമാനതകളും ബന്ധങ്ങളും ഉണ്ടായിരുന്നെങ്കിലും അത് കിഴക്കൻ യൂറോപ്യൻ സ്വാധീനത്തിൽനിന്ന് സ്വതന്ത്രമായിരുന്നു. ഡച്ചുകാർ പടിഞ്ഞാറൻ യൂറോപ്പിലെ ചെറുതെങ്കിലും കൂട്ടംതെറ്റിയ കൂട്ടരായിരുന്നു.

വിക്ടർ ആഡ്ലെറും (1852–1918) വൃദ്ധനായ എംഗൽസും തമ്മിലുള്ള അടുത്ത വ്യക്തിബന്ധം കാരണമാകാം, മാർക്സിനോട് ചേർത്തു കാണുന്ന ശക്തമായ ആസ്ട്രിയൻ സോഷ്യൽ ഡെമോക്രാറ്റിക് പാർട്ടി സൈനികോത്സുകതകൊണ്ടും ശ്രദ്ധേയമായിരുന്നു. ആസ്ട്രിയ മാത്ര

മാണ് സ്വന്തമായ ഒരു മാർക്സിസപദ്ധതി ആവിഷ്കരിച്ചത്. ആസ്ട്രോ –മാർക്സിസം. ഹാബ്സ്ബർഗ് രാജവാഴ്ചാ പ്രദേശം മാർക്സിസത്തിന്റെ പൊതുസംസ്കാരത്തിലെ സാന്നിധ്യം അനിഷേധ്യവും സോഷ്യൽ ഡെമോക്രസിയിൽ ബുദ്ധിജീവികൾക്കുള്ള ആകർഷണം നിസ്സാരമല്ലാത്തതുമായ ഒരു മേഖലയാണ്. പക്ഷേ അവരുടെ പ്രത്യയശാസ്ത്രം അനിവാര്യമായും ഗാഢമായും രാജവാഴ്ചയുടെ വിധി നിർണയിച്ച 'ദേശീയ പ്രശ്ന'ത്താൽ മുദ്രിതമായിരുന്നു. സ്വാഭാവികമായും അത് ആദ്യമായി ചിട്ടയോടെ വിശകലനം ചെയ്തതും ആസ്ട്രിയൻ മാർക്സിസ്റ്റുകാർ തന്നെ.

സ്വാശ്രയത്വം ഇല്ലാത്ത രാഷ്ട്രങ്ങളിലെ ബുദ്ധിജീവികൾ (ചെക്കുകാരെപ്പോലെ) സ്വന്തം ഭാഷീയ ദേശീയതയിലേക്കോ ഏതെങ്കിലും പ്രദേശസംഘാതത്തിന്റെ ഭാഗങ്ങളാണെങ്കിൽ അവർ ചേരാൻ ഉദ്ദേശിക്കുന്ന രാജ്യത്തെ ഭാഷാദേശീയതയിലേയ്ക്കോ (ഉദാ: റൊമാനിയ, ഇറ്റലി) ആണ് ആകൃഷ്ടരായത്. സോഷ്യലിസ്റ്റുകളുടെ സ്വാധീനം ഉള്ളപ്പോൾ പോലും അവരിൽ ആ ദേശീയാംശം നിലനിന്നു – ഉദാഹരണം: 1890 കളിൽ ആസ്ട്രിയൻ പാർട്ടിയിൽനിന്ന് പിളർന്നുപോന്ന് സത്താപരമായും ചെക്ക് പെറ്റിബൂർഷ്വ റാഡിക്കൽ പാർട്ടിയായി മാറിയ നരോദ്നിക് സോഷ്യലിസ്റ്റുകൾ. അവർക്ക് മാർക്സിസം നല്ലപോലെ അറിയാമായിരുന്നു. എന്നിട്ടും അവർ അതിനാൽ ഒട്ടുംതന്നെ ബാധിക്കപ്പെടാതിരിക്കാൻ ശ്രദ്ധിച്ചു. ചെക്ക് ബുദ്ധിജീവികളിൽ ഏറ്റവും പ്രമുഖനായ ടോമസ് മസാറിക് റഷ്യയെക്കുറിച്ചുള്ള ഒരു പഠനവും മാർക്സിസത്തെക്കുറിച്ചുള്ള ഒരു വിമർശവും വഴിയാണ് അന്തർദേശീയ ഖ്യാതി നേടിയത്. ബാക്കിയുണ്ടായിരുന്നത് ജർമൻ, മഗ്യാർ എന്നീ രണ്ട് അധീശസംസ്കാരങ്ങളിലെയും ബുദ്ധിജീവികളും ജൂതന്മാരുമാണ്. ഇരട്ട രാജവാഴ്ചയിലെ പൊതുസംസ്കാരത്തിൽ മാർക്സിസം ചെലുത്തിയ സ്വാധീനം ഈ കൂട്ടംതെറ്റിയ ന്യൂനപക്ഷത്തെ തെല്ലൊന്ന് പഠിച്ചാലല്ലാതെ മനസിലാവില്ല.

സാംസ്കാരികമായും രാഷ്ട്രീയമായും ആഗിരണം ചെയ്യുക എന്നതായിരുന്നു പടിഞ്ഞാറൻ യൂറോപ്പിലെ മധ്യവർഗത്തിൽപ്പെട്ട ജൂത ന്യൂനപക്ഷത്തിന്റെ പൊതുവായ പ്രവണത. അതിന് അവർ ഏറെക്കുറെ അനുവദിക്കപ്പെടുകയും ചെയ്തിരുന്നു–ഡിസ്രേലിയെപ്പോലെ ജൂത ഇംഗ്ലീഷുകാരനാകാൻ, ദുർഖിമിനെപ്പോലെ ജൂത ഫ്രഞ്ചുകാരനാകാൻ, ജൂത ഇറ്റാലിയനാകാൻ, സർവോപരി ജൂത ജർമൻകാരനാകാൻ. ആസ്ട്രിയയിൽ 1860 കളിലും 1870 കളിലും പ്രായേണ ജർമൻ സംസാരിക്കുന്ന എല്ലാ ജൂതന്മാരും സ്വയം ജർമൻകാരായിട്ടാണ് കണ്ടത് – ഉദാരസ്വഭാവമുള്ള ഒരു ഐക്യമഹാജർമനിയിൽ വിശ്വസിക്കുന്നവർ. ജർമനിയിൽനിന്ന് ആസ്ട്രിയ ഒഴിവാക്കപ്പെട്ടതും 1870 കളുടെ അവസാനത്തോടെ ഉയർന്ന രാഷ്ട്രീയമായ സെമിറ്റിസവിരുദ്ധതയും സാംസ്കാരികമായി ആഗിരണം ചെയ്യപ്പെടാതെ പോയ ജൂതരുടെ പടിഞ്ഞാട്ടുള്ള വൻ പലായനവും ജൂത

സമുദായത്തിന്റെ ഭീമത്വവുമെല്ലാം ചേർന്ന് ഈ നിലപാട് അസാധ്യമാക്കിത്തീർത്തു. ഫ്രാൻസ്, ബ്രിട്ടൺ, ഇറ്റലി, ജർമനി എന്നിവിടങ്ങളിൽ നിന്ന് വിഭിന്നമായി ജൂതന്മാർ ജനസംഖ്യയുടെ ചെറിയൊരു അംശമായിരുന്നില്ല, മധ്യവർഗത്തിലെ വലിയൊരു വിഭാഗമായിരുന്നു: വിയന്നയിലെ ജനസംഖ്യയുടെ 8–10 ശതമാനം, ബുഡാപെസ്റ്റിൽ 20–25 ശതമാനം (1890–1910). ജൂതബുദ്ധിജീവികളുടെ അവസ്ഥ പ്രത്യേകമായിരുന്നു. വിദ്യാഭ്യാസത്തിന്റെ ഏറ്റവും ഉത്സാഹികളായ ഗുണഭോക്താക്കൾ തീർച്ചയായും ജൂതന്മാരായിരുന്നല്ലോ.

ഹങ്കറിയിൽ മഗ്യർവൽക്കരണ നയത്തിന്റെ ഭാഗമായി ജൂതന്മാരുടെ ആഗിരണം സജീവമായി സ്വാഗതം ചെയ്യപ്പെടുന്ന അവസ്ഥ തുടർന്നു. അതുകൊണ്ടു തന്നെ ജൂതന്മാരും അതേനയം പിൻപറ്റി. എങ്കിലും അവരെ പൂർണമായും ഉദ്ഗ്രഥിക്കുക സാധ്യമല്ലായിരുന്നു. ഒരർഥത്തിൽ അവരുടെ സാഹചര്യം ഇരുപതാം നൂറ്റാണ്ടിൽ തെക്കെ ആഫ്രിക്കയിലെ ജൂതന്മാരുടേതിനു സമാനമായിരുന്നു. മഗ്യറുകൾ അല്ലാത്ത (വെള്ളക്കാരല്ലാത്ത) കൂട്ടരിൽനിന്ന് ഭിന്നമായി ഭരണരാഷ്ട്രത്തിന്റെ ഭാഗമായി അവർ കണക്കാക്കപ്പെട്ടിരുന്നു. പക്ഷേ അവരുടെ സാന്ദ്രതയും സാമൂഹികസവിശേഷവൽക്കരണവും കൊണ്ടുതന്നെ അവർ പൂർണമായ സാത്മ്യത്തിൽനിന്ന് ഒഴിവാക്കപ്പെട്ടു. ഹങ്കേറിയൻ സോഷ്യൽ ഡെമോക്രസി സൈദ്ധാന്തികവിഷയങ്ങളിൽ താൽപ്പര്യമൊന്നും പ്രകടിപ്പിച്ചില്ല. അത് മിതമായ അടിച്ചമർത്തലിന്റെ സാഹചര്യത്തിലാണ് പ്രവർത്തിച്ചിരുന്നത്. അതിൽ ജൂതരുടെ പങ്ക് അത്ര ഉജ്വലമൊന്നും അല്ലായിരുന്നു എന്നതാണ് സത്യം. പക്ഷേ 1900 ങ്ങളിൽ വിദ്യാർഥി പ്രസ്ഥാനത്തിൽ ശക്തമായ സാമൂഹികവിപ്ലവധാരകൾ സ്വാധീനം ചെലുത്തി. അത് 1917 ലെ വിപ്ലവത്തിൽ ഹങ്കേറിയൻ ഇടതുപക്ഷത്ത് ജൂതസാന്നിധ്യം ശക്തമാകുന്നതിലേക്ക് നയിച്ചു. ഇങ്ങനെയൊക്കെ ആണെങ്കിലും വിദേശത്ത് ഏറ്റവും വ്യാപകമായി അറിയപ്പെടുന്ന ഹങ്കേറിയൻ മാർക്സിസ്റ്റുകാരുടെ വിഷയം ശ്രദ്ധേയമാണ്. 1902 മുതലെങ്കിലും സോഷ്യലിസ്റ്റായിരുന്ന, രാജ്യത്തെ മുൻനിര മാർക്സിസ്റ്റ്/ അരാജക – സിൻഡിക്കലിസ്റ്റ് ബുദ്ധിജീവിയായ എർവിൻ സാബോ (1877–1918) യുമായി ബന്ധമുണ്ടായിരുന്ന, ജോർജ് ലൂക്കാച്ച് (1885–1971) 1914 ന് മുമ്പ് മാർക്സിസ്റ്റ് സൈദ്ധാന്തിക വിഷയങ്ങളിൽ ഗൗരവമായ താൽപ്പര്യമുണ്ടാക്കുന്നതിന്റെ ലക്ഷണമൊന്നും കാണിച്ചില്ല.

രാജവാഴ്ചയിലെ ആസ്ട്രിയൻപകുതി കുറേക്കൂടി മുമ്പു തന്നെ കുറേക്കൂടി പ്രകടമായി ജൂതന്മാരെ പാർശ്വവൽക്കരിച്ചിരുന്നു. മഗ്യറുകളിൽനിന്ന് വ്യത്യസ്തമായി അവർക്ക് ജൂതരല്ലാത്ത, ജർമൻ സംസാരിക്കുന്ന ബുദ്ധിജീവികളുടെ വിപുലമായ ഒരു ശേഖരം ഉണ്ടായിരുന്നു. അത് മുതിർന്ന പൊതുസേവന ഉദ്യോഗസ്ഥതലങ്ങളിലേക്കും അക്കാദമിക പദവികളിലേക്കും വേണ്ടത്ര മനുഷ്യവിഭവം നൽകാൻ പര്യാപ്തമായിരുന്നു. ഇതു രണ്ടും കയറിയിറങ്ങിക്കിടക്കുന്ന മേഖലകളാണല്ലോ.

1870 നു ശേഷം ഉദയംകൊണ്ട സാമ്പത്തിക ശാസ്ത്രത്തിലെ 'ആസ്ട്രിയൻ പദ്ധതി' അത്തരക്കാരുടെ വിഹാരരംഗമായിരുന്നു. മിസെസ് സഹോദരന്മാർ ഒഴികെ ഇതിൽ മറ്റൊരു ജൂതനെയും കാണാനില്ല. മെഞ്ചർ, വിയെസർ, ബോം–ബാവെർക്, അൽപ്പംകൂടി ചെറുപ്പമായിരുന്ന ഷുംപെറ്റർ, ഹയെക്. മിക്ക ജൂതന്മാരും ഭാഗഭാക്കുകളായിരുന്ന മഹാജർമൻദേശീയതയാകട്ടെ, പൂർണമായിട്ടല്ലെങ്കിലും സവിശേഷമായി സെമിറ്റിസവിരുദ്ധതയോടെയാണ് ബന്ധപ്പെട്ടിരുന്നത്. അതോടെ ജൂതന്മാരുടെ കൂറിനും രാഷ്ട്രീയാഭിലാഷങ്ങൾക്കും സ്പഷ്ടമായ ഒരു കേന്ദ്രബിന്ദു ഇല്ലാതെയായി. സോഷ്യലിസമായിരുന്നു ഒരു ബദൽ. അതാണ് വിക്ടർ ആഡ്ലെർ സ്വീകരിച്ചത്. അദ്ദേഹത്തെക്കാൾ ചെറുപ്പമായ സമകാലികരിൽപ്പോലും ഒരു ന്യൂനപക്ഷം മാത്രമേ, പക്ഷെ, അതിനോട് അടുത്തിരുന്നുള്ളൂ. ആസ്ട്രിയൻ സോഷ്യൽ ഡെമോക്രസി 1938 വരെ മഹാജർമൻ ഐക്യത്തോട് വൈകാരികമായി പ്രതിബദ്ധത പുലർത്തിപ്പോന്നു. അത്യാഗിരണ സ്വഭാവമുള്ള ഒരു വിയന്നീസ് ബുദ്ധിജീവിയുടെ കണ്ടുപിടിത്തമായ സയോണിസവും ബദലായി പിന്നീട് വന്നു. പക്ഷേ അപ്പോൾ അതിന് താരതമ്യേന കുറച്ച് ആകർഷണീയതയേ ഉണ്ടായിരുന്നുള്ളൂ. ശ്രദ്ധേയ ശക്തിയുള്ള, സമർപ്പിതമായ, സൈനികോത്സുകമായ ഒരു തൊഴിലാളി പ്രസ്ഥാനം പ്രാഥമികമായും ജർമൻ സംസാരിക്കുന്ന തൊഴിലാളികൾക്കിടയിൽ ഉയർന്നുവന്നത് തീർച്ചയായും ബുദ്ധിജീവികൾക്കിടയിൽ തെല്ലൊരു മതിപ്പ് ഉണ്ടാക്കി. വിയന്നയിലും മറ്റിടങ്ങളിലെപ്പോലെ സെമിറ്റിസവിരുദ്ധ പാർട്ടികളുടെ പ്രമത്തതയെ എതിർത്ത ഒരേയൊരു ബഹുജനപ്രസ്ഥാനം അതായിരുന്നു എന്ന വസ്തുത കണ്ടില്ലെന്നു നടിക്കാൻ കഴിയില്ല. എങ്കിലും ആസ്ട്രിയൻ ജൂത ബുദ്ധിജീവികളിൽ ഭൂരിപക്ഷവും സോഷ്യലിസത്തിലേക്ക് ആകൃഷ്ടരായില്ല എന്ന് തീർച്ച. സ്വന്തം സംസ്കാരത്തിന്റെ പ്രതിസന്ധിയിൽനിന്ന് അരാഷ്ട്രീയമായി ഓടിപ്പോകുന്ന, അല്ലെങ്കിൽ അതേപ്പറ്റി ആത്മവിമർശനപരമായ വിശകലനം നടത്താത്ത, സംസ്കാരം, വ്യക്തിബന്ധങ്ങൾ എന്നിവയുടെ തീവ്രജീവിതത്തിൽ ആസക്തമായ ഒരു നിലപാടാണ് അവർ സ്വീകരിച്ചത്. (ക്രിസ്തീയ ബുദ്ധിജീവികളെ സോഷ്യലിസം അത്രപോലും ആകർഷിച്ചില്ല). ആ കാലത്തെ ആസ്ട്രിയൻ (ഏറെയും വിയന്നീസ്) സംസ്കാരത്തെപ്പറ്റി പറയുമ്പോൾ ആദ്യം മനസിൽ വരുന്ന പേരുകൾ ഫ്രോയിഡ്, ഷ്നിറ്റ്സ്ലെർ, കാൾ ക്രോസ്, ഷോവെൻബർഗ്, മാലെർ, റിൽക്കെ, മാഹ്, ഹോഫ്മാൻസ്താൾ, ക്ലിംറ്റ്, ലൂസ്, മ്യൂസിൽ എന്നിവരുടേതാണ്.

അതേസമയം പ്രധാനനഗരങ്ങളിൽ, വിശിഷ്യ വിയന്നയിലും പ്രാഗിലും, സോഷ്യൽ ഡെമോക്രസി (അതായത്, ബൗദ്ധികരൂപത്തിൽ മാർക്സിസം) യുവ ബുദ്ധിജീവികളുടെ അനുഭവത്തിന്റെ അനുപേക്ഷണീയ ഘടകമായി മാറി. സംസ്കാരചിത്തരായ വിയന്നീസ് മധ്യവർഗത്തെക്കുറിച്ച് (ഭൂരിപക്ഷവും ജൂതർ) ആർതർ ഷ്നിസെലറുടെ *Der Wlgeins Freie* (1908) എന്ന നോവലിൽ നൽകുന്ന വിവരണത്തിൽ ഇതു

വ്യക്തമാണ്. അതുകൊണ്ട് ആസ്ട്രിയൻ സോഷ്യൽ ഡെമോക്രസി മാർക്സിസ്റ്റ് ബുദ്ധിജീവി വളർത്തുകേന്ദ്രമായി എന്നതിലും ഒരു ആസ്ട്രോ-മാർക്സിസ്റ്റ് സംഘം അതിൽനിന്ന് രൂപപ്പെട്ടു എന്നതിലും അത്ഭുതപ്പെടാനില്ല. കാൾ റെന്നർ, ഓട്ടോ ബോയർ, മാക്സ് ആഡ്ലെർ, ഗുസ്താവ് എക്സ്റ്റീൻ, റുഡോൾഫ് ഹിൽഫെർദിങ്, മാർക്സിസ്റ്റ് യാഥാസ്ഥിതികത്വ സ്ഥാപകൻ കാൾ കൗട്സ്കി, അങ്ങനെ പെരുകിയ ധാരാളം മാർക്സിസ്റ്റ് അക്കാദമിക്കുകൾ - ഇവരൊക്കെ ആസ്ട്രോ-മാർക്സിസ്റ്റ് പദ്ധതിക്കാരായിരുന്നു. (ആസ്ട്രിയൻ സർവകലാശാലകൾ ജർമൻ സർവകലാശാലകളുടെയത്ര ചിട്ടയായ വിവേചനം പാലിക്കാറില്ലായിരുന്നു.) ഇവരിൽ കാൾ ഗ്രൂൺബെർഗ്, ലുഡോ എം ഹാർട്ട്മാൻ, സ്റ്റെഫാൻ ബോയർ എന്നിവർ 1893 ൽ പിൽക്കാലത്ത് *Vierteljahrschriftfur Sozial-und Wirtschafts geschitchte* എന്ന പേരിൽ അറിയപ്പെട്ട ആനുകാലികം സ്ഥാപിച്ച് ശ്രദ്ധേയരായി. ഈ ആനുകാലികം ജർമൻ സംസാരിക്കുന്ന ലോകത്തിലെ സാമ്പത്തിക-സാമൂഹികചരിത്രത്തിന്റെ പ്രധാന ജിഹ്വയായി. പക്ഷേ, അത് ക്രമേണ അതിന്റെ സോഷ്യലിസ്റ്റ് ഉൽപ്പത്തി പ്രതിഫലിപ്പിക്കാതെയായി. വിയന്നയിലെ പീഠത്തിൽ നിന്നാണ് ഗ്രൂൺബെർഗ് *Archiv fur die Geschichte des Sozialismus und der Arbeiterbewegung* (പൊതുവേ ഗ്രൂൺബെർഗ് ആർക്കൈവ് എന്നാണ് ഇത് അറിയപ്പെടുന്നത്) 1910 ൽ സ്ഥാപിച്ചത്. ഇവിടെയാണ് ആദ്യമായി സോഷ്യലിസ്റ്റ് പ്രസ്ഥാനത്തിന്റെ, വിശിഷ്യ മാർക്സിസ്റ്റ് പ്രസ്ഥാനത്തിന്റെ ചരിത്രപഠനം അക്കാദമികതലത്തിൽ ആദ്യമായി ആരംഭിച്ചത്. അതുപോലെ, ആസ്ട്രിയൻ സോഷ്യൽ ഡെമോക്രസിക്ക് അത്യുജ്വലമായ ഒരു പത്രവും അസാധാരണവിശാലതയുള്ള സാംസ്കാരിക താൽപ്പര്യവും ഉണ്ടായിരുന്നു. ഷോയെൻബർഗിനോട് ആരാധനയൊന്നും ഇല്ലായിരുന്നെങ്കിലും ആ സംഗീതവിപ്ലവകാരിയെ തൊഴിലാളി ഗാനസംഘങ്ങളുടെ ഡിറക്റ്റർ ആയി ഉപജീവനം നടത്താൻ സഹായിച്ച ചുരുക്കം ചില സ്ഥാപനങ്ങളിൽ ഒന്നായിരുന്നു അത്.

ഇറ്റലിയെപ്പറ്റി ഒരു അമേരിക്കൻ എഴുത്തുകാരൻ ഇങ്ങനെ നിരീക്ഷിച്ചു: "ശാസ്ത്രജ്ഞന്മാർ, പണ്ഡിതന്മാർ, പ്രശസ്ത സാഹിത്യകാരന്മാർ എന്നിവർക്കിടയിൽ ഇത്രയധികം സോഷ്യലിസ്റ്റുകാർ ഉള്ള മറ്റൊരു രാജ്യം ഉണ്ടാകാൻ ഇടയില്ല". ഇറ്റാലിയൻ സോഷ്യലിസ്റ്റ് പ്രസ്ഥാനത്തിൽ ബുദ്ധിജീവികളുടെ ശ്രദ്ധേയമായവിധം വലിയ, പ്രമുഖമായ പങ്കും 1890 കളിലെങ്കിലും അവിടെ നിലനിന്നിരുന്ന മാർക്സിസത്തിന്റെ പ്രഭാവവും പലപ്പോഴും എടുത്തു പറയപ്പെട്ടിട്ടുണ്ട്. എണ്ണത്തിൽ അവർ ഏറെയൊന്നും ഉണ്ടായിരുന്നില്ല - 1904 ൽ 4 ശതമാനത്തിൽ കുറവ്. 1890 കളുടെ തുടക്കത്തിൽ (പുരുഷ) ബൂർഷ്വാ യുവാക്കൾക്കിടയിലും വിദ്യാർഥികൾക്കിടയിലും അവർ ഭൂരിപക്ഷമായിരുന്നില്ല എന്ന് ഉറപ്പാണ്. എന്നാൽ ജർമനിയിലെയും ആസ്ട്രിയയിലെയും സർവകലാശാലകളിൽനിന്ന് ഭിന്നമായി (അവിടങ്ങളിലെ വിദ്യാർഥികളും പ്രൊഫസർമാരും

മഹാഭൂരിപക്ഷവും യാഥാസ്ഥിതികരായിരുന്നു) ഇറ്റാലിയൻ സോഷ്യലിസം ഇറ്റാലിയൻ സർവകലാശാലകളിലെ പുരോഗമനാത്മകവും അക്കാദമിക-രാഷ്ട്രീയസ്വാധീനം ഏറെയുള്ളതുമായ അന്തരീക്ഷത്തിൽനിന്നാണ് പലപ്പോഴും വ്യാപിച്ചത് (ഫ്രഞ്ച് അക്കാദമികസോഷ്യലിസം ഇതിനെ ഉപയോഗിക്കുകയല്ല, പിൻതുടരുകയാണ് ചെയ്തത്). റ്റ്യൂറിൻ സർവകലാശാല ഒന്നാംതരം ഉദാഹരണമാണ്. ഇക്കാലത്തെ ഫ്രഞ്ച് സർവകലാശാലകൾ വലിയതോതിൽ മാർക്സിസ്റ്റേതര സോഷ്യലിസമാണ് പോഷിപ്പിച്ചിരുന്നത്. എന്നാൽ ഇറ്റാലിയൻ അക്കാദമിക ബുദ്ധിജീവികൾ മാർക്സിസത്തിലേക്ക് ശക്തമായി ആകർഷിക്കപ്പെട്ടിരുന്നതിനാൽ ഇറ്റാലിയൻ മാർക്സിസത്തിലെ ഏറിയ പങ്കും മധ്യവർഗ പുരുഷ സംസ്കാരത്തിന്റെ അടിസ്ഥാനപരമായും പോസിറ്റിവിസ്റ്റും പരിണാമവാദപരവും പുരോഹിതവിരുദ്ധവുമായ പച്ചക്കറിക്കൂട്ടിനുമുകളിൽ ഒഴിച്ച സൂർക്ക കണക്കായിരുന്നു. തന്നെയുമല്ല, അത് കേവലം യുവത്വത്തിന്റെ കലാപ്രസ്ഥാനം മാത്രമായിരുന്നില്ലതാനും. ഇറ്റാലിയൻ സോഷ്യലിസത്തിലേക്ക് മാർക്സിസത്തിലേക്ക് പരിവർത്തനം നടത്തിയവരിൽ സ്ഥാപിതരും പക്വതയാർജിച്ചവരും ഉണ്ടായിരുന്നു: 1843 ലാണ് ലാബ്രിയോള ജനിച്ചത്, ലൊംബ്രോസോ 1836 ൽ, എഴുത്തുകാരൻ ഡി അമിക്കിസ് 1846 ൽ. ഇന്റർനാഷണലിന്റെ നേതാക്കൾ മിക്കവരും ഉദ്ദേശം 1856–66 തലമുറക്കാരായിരുന്നു എന്നത് ശരിതന്നെ. ഇറ്റാലിയൻ ബുദ്ധിജീവികൾക്കിടയിൽ നിലനിന്നിരുന്നത് ഏതുതരം മാർക്സിസം/ മാർക്സിസ്റ്റ് സോഷ്യലിസം ആയിരുന്നെങ്കിലും അതെപ്പറ്റി നാം എന്തു കരുതിയാലും, അവർ മാർക്സിസത്തിൽ ഏറെ മുഗ്ധരായിരുന്നു എന്നതിൽ സംശയമില്ല. താർക്കികരായ മാർക്സിസ്റ്റ് വിരുദ്ധർപോലും (ക്രോച്ചെയെപ്പോലെ ചിലർ സ്വയം മുൻ മാർക്സിസ്റ്റുകാർ ആയിരുന്നു) ഇതിന് സാക്ഷ്യം വഹിക്കുന്നു. ലാഫാർഗ് (പാരീസ്, 1894) തെരഞ്ഞെടുത്ത *മൂലധന*ത്തിലെ സംക്ഷിപ്തങ്ങൾ ചേർത്ത ഒരു വാല്യം അവതരിപ്പിച്ചത് പരെറ്റോ തന്നെയാണ്.

വടക്കും തെക്കും തമ്മിൽ വ്യത്യാസമുണ്ട്, പ്രാദേശികത ഏറെ കൂടുതലുണ്ട്, എന്നിരുന്നാലും ബുദ്ധിജീവി സമൂഹം ദേശീയമായിരുന്നു; അത് വിദേശ (ഫ്രഞ്ച്, ജർമൻ) ബൗദ്ധികസ്വാധീനങ്ങളെ സ്വീകരിക്കാൻ തയാറായിരുന്നു. അതുകൊണ്ട് നമുക്ക് ന്യായമായും ഇറ്റാലിയൻ ബുദ്ധിജീവികളെ മൊത്തത്തിൽ വിലയിരുത്താം. ഒരു കാര്യത്തിൽ പ്രാദേശികവ്യത്യാസങ്ങൾ വലിയ പങ്കുവഹിക്കുന്നുണ്ട്. ബുദ്ധിജീവികളുടെ സോഷ്യലിസം, തൊഴിലാളിപ്രസ്ഥാനത്തിന്റെ സോഷ്യലിസം എന്നിവ തമ്മിലുള്ള ബന്ധങ്ങളെക്കുറിച്ച് ദേശീയാടിസ്ഥാനത്തിൽ ആലോചിക്കുന്നത് അത്രതന്നെ ന്യായമാവില്ല. വ്യാവസായികസ്വഭാവമുള്ള വടക്ക് മിലാനിലും റ്റ്യൂറിനിലും ബുദ്ധിജീവികളും സോഷ്യലിസ്റ്റ് തൊഴിലാളി പ്രസ്ഥാനവും തമ്മിലുള്ള വ്യവഹാരങ്ങളെ ബെൽജിയത്തിലെയും ആസ്ട്രിയയിലെയും അവസ്ഥയോട് തുലനം ചെയ്യാം; പക്ഷേ

നേപ്പിൾസിലും സിസിലിയിലും സ്ഥിതി വ്യത്യസ്തമായിരുന്നു. ഇറ്റലി പടിഞ്ഞാറൻ മാർക്സിസ്റ്റ് സോഷ്യൽ ഡെമോക്രസിയുടെയോ കിഴക്കൻ യൂറോപ്പിന്റെയോ പ്രരൂപത്തിൽ കൊള്ളില്ല എന്നതാണ് അതിന്റെ സവിശേഷത. അതിന്റെ ബുദ്ധിജീവികൾ വിമതവിപ്ലവ ബുദ്ധിജീവിവർഗം ആയിരുന്നില്ല. 1890 കളുടെ തുടക്കത്തിൽ മാർക്സിസം അതിന്റെ ഉച്ചാവസ്ഥയിലായിരുന്നപ്പോൾ ഉയർന്ന അവരുടെ ഉത്സാഹത്തിരമാല സാമാന്യം വേഗം താണു. സോഷ്യലിസ്റ്റ് പാർട്ടിയുടെ ബുദ്ധിജീവികളിൽ മിക്കവരും 1901 നു ശേഷം പരിഷ്കരണ–തിരുത്തൽവാദ പക്ഷത്തേക്ക് അതിവേഗം മാറിയതും പാർട്ടിക്ക് വലിയൊരു മാർക്സിസ്റ്റ് ഇടതുപക്ഷ പ്രതിപക്ഷമൊന്നും വികസിപ്പിക്കാൻ– ജർമനിയിലെയും ആസ്ട്രിയയിലെയുംപോലെ– കഴിയാഞ്ഞതും ഇതിന്റെ തെളിവാണ്.

ഒരു സംഘം എന്ന നിലയിൽ ഇറ്റാലിയൻ ബുദ്ധിജീവികൾ അക്കാലത്തെ അടിസ്ഥാന പടിഞ്ഞാറൻ യൂറോപ്യൻ പ്രരൂപത്തോട് യോജിച്ചു നിന്നു: അവർ ദേശീയമധ്യവർഗത്തിലെ സുസമ്മത വ്യക്തിത്വങ്ങളായിരുന്നു; 1898 നു ശേഷം സോഷ്യലിസ്റ്റ് രാഷ്ട്രീയക്കാർ ആയിരിക്കെതന്നെ വ്യവസ്ഥിതിയുടെ ഭാഗമായി അംഗീകരിക്കപ്പെടുകയും ചെയ്തു. 1890 കളിൽ അവരിൽപ്പലരും സോഷ്യലിസ്റ്റുകളാകാൻ മതിയായ കാരണങ്ങൾ ഉണ്ടായിരുന്നു എന്നതിന് തർക്കമില്ല. റിസോർഗിമെന്റോയ്ക്കുശേഷം ഇറ്റലിയിൽ നടന്ന രാഷ്ട്രീയ സംഭവവികാസങ്ങൾ വച്ചുനോക്കുമ്പോൾ ഇറ്റാലിയൻ തൊഴിലാളികളുടെയും കർഷകരുടെയും ദുരിതമയമായ ദാരിദ്ര്യവും 1880 കളിലെയും 1890 കളിലെയും വമ്പിച്ച ജനകീയകലാപങ്ങളും ബെൽജിയത്തിലേതിനേക്കാൾ ശക്തമായ കാരണങ്ങളായിരുന്നു. യുവതയുടെ ഉദാരമനസ്കതയും കലാപവാസനയും ഇവയെ ഊട്ടിയുറപ്പിച്ചു. അതേസമയം സോഷ്യലിസ്റ്റ് മധ്യവർഗബുദ്ധിജീവികൾക്കെതിരെ അങ്ങനെ വിവേചനമൊന്നും ഉണ്ടായില്ല. ചുരുക്കം ചില അപവാദങ്ങൾ ഒഴിച്ചാൽ അവരുടെ സോഷ്യലിസം പുരോഗമനാത്മകവും റിപ്പബ്ലിക്കനുമായ വീക്ഷണങ്ങളുടെ ഉൾക്കൊള്ളാവുന്ന ഒരു വ്യാപനമായിരുന്നതിനാലാകാം ഇത്. അതേസമയം അവരുടെ ജീവിതവും തൊഴിലും ഒന്നും സോഷ്യലിസ്റ്റേതര ബുദ്ധിജീവികളുടേതിൽനിന്ന് ഏറെ വ്യത്യസ്തമായിരുന്നില്ല എന്നതും വിവേചനം കാണിക്കപ്പെടാതിരിക്കാൻ കാരണമായിട്ടുണ്ടാകാം. 1893 ൽ സോഷ്യലിസ്റ്റ് പാർട്ടിയോട് രണോത്സുകമായ ബന്ധം പുലർത്തിയതിന്റെ പേരിൽ ഒരു സെക്കൻഡറി സ്കൂൾ അധ്യാപകനെന്ന നിലയ്ക്ക് ഫെലിസ് മോമിഗ്ലിയാനോയ്ക്ക് (1866–1924) അധ്യാപന വൃത്തിയിൽ ചില പ്രയാസങ്ങളൊക്കെ നേരിടേണ്ടിവന്നു. പക്ഷേ, അതിൽപ്പിന്നെ ഒരു അധ്യാപകനെന്ന നിലയ്ക്ക് വിദ്യാലയത്തിലോ പ്രൊഫസറെന്ന നിലയ്ക്ക് സർവകലാശാലയിലോ സാഹിത്യപ്രവർത്തനമണ്ഡലത്തിലോ ഒന്നും അദ്ദേഹത്തെ മസീനിയൻ പശ്ചാത്തലമുള്ള, ശക്തമായ ബൗദ്ധികതാൽപ്പര്യമുള്ള സോഷ്യലിസ്റ്റേതര ആചാര്യന്മാരിൽനിന്ന് വേർതിരിക്കാവുന്ന ഒന്നും ഉണ്ടായിട്ടില്ല. ഒരു സോഷ്യ

ലിസ്റ്റ് ആയിരുന്നില്ലെങ്കിൽ കുറേക്കൂടി മുമ്പ് സർവകലാശാലയിൽ എത്തിയിരുന്നേനെ അദ്ദേഹം, എന്നു മാത്രമേ നമുക്ക് ഏറിവന്നാൽ ഊഹിക്കാൻ കഴിയൂ.

ചുരുക്കത്തിൽ, മാക്സ് ആഡ്ലെർ പറഞ്ഞതുപോലെ, പടിഞ്ഞാറൻ സോഷ്യലിസ്റ്റ് ബുദ്ധിജീവികൾ മിക്കവർക്കും "വ്യക്തിപരമായ സുരക്ഷിതത്വവും സ്വന്തം ആത്മീയ (*geistige*) താൽപ്പര്യങ്ങൾ സ്വതന്ത്രമായി വികസിപ്പിക്കാനുള്ള സാധ്യതയും ആസ്വദിക്കാൻ കഴിഞ്ഞു. എന്നാൽ റഷ്യൻ ഇനത്തിൽപ്പെട്ട ബുദ്ധിജീവികളുടെ അവസ്ഥ ഇതായിരുന്നില്ല. ആദ്യമായും പ്രാഥമികമായും വന്നത് ജനങ്ങളിലെ സമ്പന്ന വർഗങ്ങളിൽ" നിന്നായിരുന്നെങ്കിലും സത്താപരമായ വിപ്ലവനിർവചനം കാരണം ആ വർഗങ്ങളിൽനിന്ന് വേർപെടുത്തിയാണ് അവരെ കണ്ടുപോന്നത്. 'ഭൂരിപക്ഷം വരുന്ന' കുലീനരെയും ഉദ്യോഗസ്ഥരെയും 'ബുദ്ധിജീവികളുടെ സംവർഗത്തിൽ ഉൾപ്പെടുത്താൻ കഴിയില്ല' എന്നാണ് പെസെഹോനോവ് 1906 ൽ പറഞ്ഞത്. അവരുടെ തൊഴിൽ, അവർ എതിർത്തത് ഏതൊരു ഭരണത്തെയും സമൂഹത്തെയുമാണോ, അവയുടെ പ്രതികരണം എന്നിവ പടിഞ്ഞാറൻ രീതിലൊരു ഉദ്ഗ്രഥനത്തിന്റെ സാധ്യത ഇല്ലാതാക്കി. നരോദ്നിക്കുകളെപ്പോലെ ബുദ്ധിജീവിവർഗത്തെ വ്യക്തിനിഷ്ഠമായും ആദർശാത്മകമായും നിർവചിച്ചാലും വേറിട്ടൊരു അടരായി കണക്കാക്കിയാലും ആ ഉദ്ഗ്രഥനം അസാധ്യമായിരുന്നു. 1900 ങ്ങളുടെ തുടക്കത്തിൽ റഷ്യൻ ഇടതുപക്ഷം ഈ പ്രശ്നം ഏറെ ചർച്ച ചെയ്യുകയുണ്ടായി. 1900 കളിൽ ഒരു തൊഴിലാളിവർഗവും വർധിച്ച ആത്മവിശ്വാസമുള്ള ബൂർഷ്വാസിയും വളർന്നതോടെ അവരുടെ സ്ഥിതി സങ്കീർണമായി. ബുദ്ധിജീവിവർഗത്തിലെ കൂടുതൽ കൂടുതൽ ദൃശ്യമായ ഭാഗം ബൂർഷ്വാസിയാണെന്ന് വന്നതോടെ (പടിഞ്ഞാറൻ യൂറോപ്പിലെപോലെ) റഷ്യയിലും ബുദ്ധിജീവിവർഗം തകരുകയാണ്; അതിന്റെ അംശങ്ങളിൽ ഒന്ന്, ബൂർഷ്വ അംശം, ബൂർഷ്വാസിയുടെ ആജ്ഞാനുവർത്തികളായി സ്വയം പ്രതിഷ്ഠിക്കുകയും നിശ്ചയദാർഢ്യത്തോടെ അതിൽ ലയിക്കുകയും ചെയ്യുന്നു' എന്നാണ് ട്രോട്സ്കി വാദിച്ചത്. ഈ അടരിന്റെ സ്വഭാവം, അല്ലെങ്കിൽ അതിന്റെ വേറിട്ട അസ്തിത്വംപോലും അവ്യക്തമായി. ഏതായാലും ഈ സംവാദങ്ങളുടെ സ്വഭാവംതന്നെ പടിഞ്ഞാറൻ യൂറോപ്പും റഷ്യയെപ്പോലുള്ള ഉത്തമോദാഹരണമായിരുന്ന മറ്റു രാജ്യങ്ങളും തമ്മിലുള്ള ഗാഢമായ വ്യത്യാസങ്ങളുടെ സൂചനയാണ്. ബുദ്ധിജീവികൾ വിപ്ലവകരമായ ഒരു പ്രത്യയശാസ്ത്രം ഉപയോഗിച്ച് തൊഴിലാളി വർഗത്തിന്റെ സഹായത്തോടെ ബൂർഷ്വാസിക്ക് ബദലാവുകയും പിന്നെ സ്വയം തൊഴിലാളിവർഗത്തെ ചൂഷണം ചെയ്യുകയും ലക്ഷ്യംവച്ച് നീങ്ങുന്ന ഒരു സാമൂഹിക സംഘമാണ് എന്ന് റൂസോ-പോളിഷ് വിപ്ലവകാരി മച്ചാജ്സ്കി (1866–1926) യെയും അദ്ദേഹത്തിന്റെ ചില വ്യാഖ്യാതാക്കളെയും പോലെ വാദിക്കാൻ പടിഞ്ഞാറൻ യൂറോപ്പിൽ ആർക്കും സാധിക്കുമായിരുന്നില്ല.

റഷ്യയിലെ ആധുനികസമൂഹത്തിന്റെ വിശകലനത്തിന് പ്രചോദനമേകുന്നതിൽ മാർക്സിന്റെ മുഖ്യപങ്ക് കണക്കിലെടുക്കുമ്പോൾ ബുദ്ധിജീവി വർഗത്തിനുമേൽ മാർക്സിസ്റ്റ് സ്വാധീനം സർവാശ്ലേഷിയായതിൽ അത്ഭുതപ്പെടാനില്ല. സ്വഭാവം, പ്രചോദനം എന്നിവ എന്തോ ഏതോ ആകട്ടെ, ഇടതുപക്ഷത്തുള്ള എല്ലാ നിലപാടുകളും അതുമായി ബന്ധപ്പെടുത്തി വേണം നിർവചിക്കാൻ എന്ന സ്ഥിതിയായിരുന്നു. അതിന്റെ പ്രാധാന്യം അത്ര വലുതായതിനാൽ ദേശീയതാപ്രസ്ഥാനങ്ങളിൽ പോലും ആ സ്വാധീനം അനുഭവപ്പെട്ടു. ജോർജിയയിൽ മെൻഷെവിക്കുകൾ ഫലത്തിൽ പ്രാദേശിക 'ദേശീയ' പാർട്ടിയായി. ജൂതന്മാരുടെ ദേശീയ രാഷ്ട്രീയ സംഘടന എന്നു വിളിക്കാവുന്ന ബണ്ട്(*bund*), ശക്തമായ വിധത്തിൽ മാർക്സിസ്റ്റായിരുന്നു. അക്കാലത്ത് മിതമായ ശക്തി മാത്രം ഉണ്ടായിരുന്ന സയണിസ്റ്റ് പ്രസ്ഥാനംപോലും ഈ സ്വാധീനം പ്രകടമാക്കിയിരുന്നു. 1905 ലെ വിപ്ലവത്തിന്റെ അനന്തരഫലമായി "രണ്ടാം ആലിയ്യ"യിൽ (*Second Aliyah*) പലസ്തീനിലേക്ക് വന്ന ഇസ്രയേലിന്റെ സ്ഥാപക പിതാക്കൾ റഷ്യയിലെ വിപ്ലവപ്രത്യയശാസ്ത്രങ്ങളും കൂടെ കൊണ്ടുവന്നു. അവ അവിടത്തെ സയണിസ്റ്റ് സമുദായത്തിന്റെ ഘടനയെയും പ്രത്യയശാസ്ത്രത്തെയും പ്രചോദിപ്പിച്ചു. ജൂതന്മാരേക്കാൾ മാർക്സിസത്തിന്റെ സ്വാധീനത്തിന് വഴങ്ങാൻ ഇടയില്ലാത്ത ജനതകൾപോലും ആ സ്വാധീനം പ്രകടിപ്പിക്കുന്നുണ്ട്. പോളിഷ് ദേശീയതയുടെ മുഖ്യവക്താവായി മാറിയത് രണ്ടാം ഇന്റർനാഷണലിലെ പോളിഷ് സോഷ്യലിസ്റ്റ് പാർട്ടിയാണ്. അത് ഒരളവോളം ഒരു യഥാർഥ തൊഴിലാളി പാർട്ടി ആയിരുന്നു. അതിലും പഴയ മാർക്സിസ്റ്റ് പാരമ്പര്യത്തിന് ഒരു ശത്രുവായി, കൂടുതൽ യഥാർഥമാർക്സിസ്റ്റായി, പുനഃസംഘടിക്കേണ്ടിവന്നു. പോളണ്ട്, ലിത്വാനിയ, രാജഭരണങ്ങളിലെ സോഷ്യൽ ഡെമോക്രസിയായ (റോസ ലുക്സംബർഗിന്റെയും ലിയോ ജോഗിഷെസിന്റെയും നേതൃത്വത്തിൽ) അതേപോലൊരു വിഭജനം അർമേനിയയിലും നടന്നു – ദഷ്നാക്കുകളുടെ ഉദയത്തോടെ (അവർ പക്ഷേ രണ്ടാം ഇന്റർനാഷനലിന്റെ ഭാഗമായിത്തന്നെയാണ് സ്വയം കണ്ടത്). ചുരുക്കത്തിൽ, റഷ്യയിൽ സ്വന്തം ജനങ്ങളുടെ പഴയ പാരമ്പര്യത്തിൽനിന്ന് വിട്ട ബുദ്ധിജീവികൾക്ക് ഒരു രൂപത്തിൽ അല്ലെങ്കിൽ മറ്റൊരു രൂപത്തിലുള്ള മാർക്സിസത്തിന്റെ സ്വാധീനത്തിൽനിന്ന് വിട്ടുനിൽക്കാൻ കഴിഞ്ഞില്ല.

അവരെല്ലാം മാർക്സിസ്റ്റുകാരായിരുന്നു എന്നോ അല്ലെങ്കിൽ അങ്ങനെതന്നെ തുടർന്നു എന്നോ അങ്ങനെ സ്വയം വിശേഷിപ്പിക്കുമ്പോൾ പോലും മാർക്സിസത്തിന്റെ ശരിയായ വ്യാഖ്യാനം ഇന്നതാണ് എന്ന് ഒരേ അഭിപ്രായം ഉള്ളവരായിരുന്നു എന്നോ ഒന്നും ഇതിനർഥമില്ല. മറ്റിടങ്ങളിലെപ്പോലെ റഷ്യയിലും 1890 കളുടെ തുടക്കത്തിലെ വലിയ കോളിക്കത്തിനുശേഷം (ഇക്കാലത്താണ് നരോദിസം ക്ഷയിച്ചതും മിക്ക വിപ്ലവ–പുരോഗമന പ്രത്യയശാസ്ത്രങ്ങളും മൂല മാർക്സിസത്തിലേക്ക്

താൽക്കാലികമായി ചേരാനുള്ള പ്രവണത പ്രകടിപ്പിച്ചതും) അടുത്ത നൂറ്റാണ്ടിൽ അകൽച്ചകളും വിഭജനങ്ങളും ശരിക്കും പ്രകടമായി. ഒരുപക്ഷേ ആദ്യമായി അവിടെ മാർക്സിസ്റ്റ് വിരുദ്ധവും ഒരുതരത്തിൽ നോക്കിയാൽ അരാഷ്ട്രീയ സ്വഭാവമുള്ളതുമായ ബുദ്ധിജീവി വർഗം ആവിർഭവിച്ചതും അക്കാലത്താണ്. പക്ഷേ, അത് അനിവാര്യമായും മാർക്സിസവുമായി സമ്പർക്കത്തിൽ വന്ന ഒരു മൂശയിൽനിന്നാണ് ആവിർഭവിച്ചത് എന്നതിനാൽ ആ സ്വാധീനവും അതിനെ ബാധിച്ചിരുന്നു.

തെക്കുകിഴക്കൻ യൂറോപ്പിലെ ബുദ്ധിജീവികൾക്ക് മാർക്സിസത്തോടുള്ള ആകർഷണം പരിമിതമായിരുന്നു. അതിന് പല കാരണങ്ങളും ഉണ്ട്. ഒന്ന്, ബാൽക്കൻസിന്റെ ചില ഭാഗങ്ങൾ എന്നപോലെ ഏറെ പിന്നോക്കം നിൽക്കുന്ന പ്രദേശങ്ങളിൽ ബുദ്ധിജീവികൾ നന്നെ വിരളമായിരുന്നു. രണ്ട് ഗ്രീസിലും, ഒരളവുവരെ പാരീസുനോക്കിയായ റൊമാനിയയിലും എന്നപോലെ ജർമൻ, റഷ്യൻ സ്വാധീനങ്ങളെ അവർ ചെറുത്തു. മൂന്ന്, 1890 കൾ കഴിഞ്ഞ ഉടനെ ഒരു ഒറ്റപ്പെട്ട കൂട്ടം ബുദ്ധിജീവികളുടെ സോഷ്യലിസം തകർന്നുപോയ റൊമാനിയയിൽ എന്നപോലെ ഗണ്യമായ തൊഴിലാളി, കർഷക പ്രസ്ഥാനങ്ങൾ ഒന്നും ആവിർഭവിച്ചില്ല. നാല്, ക്രൊയേഷ്യയിലെപ്പോലെ ദേശീയതാപ്രത്യയശാസ്ത്രങ്ങളുടെ ആകർഷണം എതിരായി നിലനിന്നിരുന്നു. നരോദ്നിക് സ്വാധീനം (പ്രത്യേകിച്ച് ബൾഗേറിയയിൽ) കാരണം ഈ മേഖലയിലെ ചില ഭാഗങ്ങളിലേക്ക് മാർക്സിസം ചെന്നെത്തി. കിഴക്കൻ യൂറോപ്പിൽനിന്നുള്ള രാഷ്ട്രീയ വിമതവിദ്യാർഥികൾ കേന്ദ്രീകരിച്ച് ഇടകലർന്നു പുലർത്തിയിരുന്നതുകൊണ്ട് വിപ്ലവകരമായ ഏകോപനത്തിന്റെ കേന്ദ്രബിന്ദുക്കളായി മാറിയ സ്വിസ് സർവകലാശാലകൾ വഴിയും മാർക്സിസം പ്രവേശിച്ചു. 1914 നു മുമ്പ് ബൾഗേറിയൻ ഒഴികെ ഒരൊറ്റ തെക്കുകിഴക്കൻ യൂറോപ്യൻ ഭാഷയിലും *മൂലധനം* വിവർത്തനം ചെയ്യപ്പെട്ടിരുന്നില്ല. ഈ പിന്നോക്കപ്രദേശങ്ങളിൽ അൽപ്പമെങ്കിലും മാർക്സിസം കടന്നുകയറിയതാണ് ശ്രദ്ധേയം. മാസിഡോണിയയിലെ വിദൂരതാഴ്വരകളിൽപ്പോലും അത് കുറച്ചൊക്കെ അരിച്ചെത്തി എന്നത് (റഷ്യൻ സ്വാധീനമുള്ള ബൾഗേറിയയ്ക്കു പുറത്ത്) അതിന്റെ പ്രത്യാഘാതം താരതമ്യേന കുറവായിരുന്നു എന്നതിനേക്കാൾ ശ്രദ്ധേയമാണ്.

V

ഇങ്ങനെയുള്ള ദേശീയ-മേഖലീയ വ്യത്യാസങ്ങൾക്ക് ഇളവു നൽകി വിലയിരുത്തുകയാണെങ്കിൽ ഈ കാലഘട്ടത്തിലെ വിദ്യാസമ്പന്നമായ സംസ്കാരത്തിൽ മാർക്സിസത്തിന്റെ സ്വാധീനം എന്തായിരുന്നു? ഈ ചോദ്യം തന്നെ പക്ഷപാതസ്വഭാവമുള്ളതാണ് എന്ന വസ്തുത നാം നമ്മെത്തന്നെ ഓർമിപ്പിക്കുന്നത് നന്ന്. മാർക്സിസവും മാർക്സിസ്റ്റേതര (അഥവാ സോഷ്യലിസ്റ്റേതര) സംസ്കാരവും തമ്മിലുള്ള

ഒരു സമ്പർക്കത്തെയാണ് നാം ഇവിടെ പരിശോധിക്കുന്നത്, രണ്ടാമത്തേത് ഏതളവിൽ ഒന്നാമത്തേതിന്റെ സ്വാധീനം പ്രകടമാക്കുന്നു എന്നല്ല. അതിനെ മാർക്സിസത്തിനകത്തെ മാർക്സിസ്റ്റേതരആശയങ്ങളുടെ സ്വാധീനത്തിൽനിന്ന് വേർപെടുത്തിക്കാണുക അസാധ്യമാണ്. ഇവയെ കൂടുതൽ കർക്കശക്കാരായ മാർക്സിസ്റ്റുകാർ അപലപിച്ചു. മാർക്സിസ്റ്റ് തത്വശാസ്ത്രത്തിന്റെ കാന്റുവൽക്കരണത്തിനും മാച്ചിന്റെ 'അനുഭവൈക വിമർശന'ത്തിനും എതിരെ ലെനിൻ നടത്തിയ തർക്കങ്ങൾ ഇതിന്റെ സാക്ഷ്യങ്ങളാണ്. ഈ എതിർപ്പുകൾ നമുക്ക് മനസിലാക്കാവുന്നതേയുള്ളൂ. മാർക്സിന് കാന്റിയൻ ആകണം എന്നുണ്ടായിരുന്നെങ്കിൽ എളുപ്പം അങ്ങനെ ആകാമായിരുന്നു. മാർക്സിസത്തിൽ ഹെഗലിന്റെ സ്ഥാനത്ത് കാന്റിനെ പ്രതിഷ്ഠിക്കാനുള്ള പ്രവണത ചിലപ്പോൾ തിരുത്തൽവാദവുമായി ചേർന്നാണ് വായിക്കപ്പെടാറുള്ളത് എന്നതിൽ സംശയമില്ല. ഈ സന്ദർഭത്തിൽ ശരിയായ മാർക്സിസം, തെറ്റായ മാർക്സിസം, 'ശുദ്ധ മാർക്സിസം, അശുദ്ധ മാർക്സിസം എന്നിവ നിശ്ചയിക്കലല്ല ചരിത്രകാരന്റെ കടമ. രണ്ടാമത്, ഇങ്ങനെ മാർക്സിസ്റ്റ്/ മാർക്സിസ്റ്റേതര ആശയങ്ങൾ അങ്ങോട്ടുമിങ്ങോട്ടും കടന്നു കയറുന്നതു തന്നെ വിദ്യാസമ്പന്നരുടെ പൊതുസംസ്കാരത്തിൽ മാർക്സിസ്റ്റ് സാന്നിധ്യത്തിന്റെ ഏറ്റവും ശക്തമായ തെളിവാണ്. കാരണം, ബൗദ്ധിക മണ്ഡലത്തിൽ മാർക്സിസം ശക്തമായി സന്നിഹിതമായിരിക്കുമ്പോഴാണ് മാർക്സിസ്റ്റ്/മാർക്സിസ്റ്റേതര ആശയങ്ങളെ പരസ്പരം തൊടാത്ത അറകളിലാക്കി വയ്ക്കുക ഏറ്റവും പ്രയാസമാകുന്നത്. രണ്ടും ഉള്ള ഒരു സാംസ്കാരിക പ്രപഞ്ചത്തിലാണ് മാർക്സിസ്റ്റുകാരും മാർക്സിസ്റ്റേതരരും പ്രവർത്തിക്കുന്നത്. അങ്ങനെ, 1960 കളിൽ മാർക്സിനെ ഘടനാവാദവുമായും മനോവിശ്ലേഷണവുമായും അക്കാദമിക സമ്പദ്ഗണിതശാസ്ത്രവുമായും മറ്റും സംയോജിപ്പിക്കാൻ ഇടതുപക്ഷത്തെ ചിലർ നടത്തിയ ശ്രമങ്ങൾ അന്നത്തെ സർവകലാശാലാ ബുദ്ധിജീവികൾക്ക് മാർക്സിസത്തോടുള്ള ശക്തമായ ആകർഷണത്തിന്റെ തെളിവാണ്. 1900 ങ്ങളിൽ ബ്രിട്ടണിലെ അക്കാദമിക സാമ്പത്തിക ശാസ്ത്രജ്ഞർ മാർക്സ് ജനിച്ചിട്ടേയില്ല എന്ന മട്ടിലാണ് എഴുതിയിരുന്നത്. അതേ ബ്രിട്ടണിൽ തന്നെയാണ് സൈനികോത്സുകരായ ചെറുസംഘങ്ങളിൽ ഒതുങ്ങിനിന്ന മാർക്സിസ്റ്റ് സാമ്പത്തികശാസ്ത്രം യാതൊരു അടർച്ചാർത്തുമില്ലാതെ തീർത്തും വേറിട്ട് മാർക്സിസ്റ്റേതര സാമ്പത്തിക ശാസ്ത്രത്തോടൊപ്പം നിലനിന്നത്.

ഇന്റർനാഷനലിൽ പങ്കെടുത്ത വലിയ മാർക്സിസ്റ്റ് പാർട്ടികൾ തിരുത്തൽവാദം അടക്കമുള്ള വിശ്വാസനിന്ദയ്ക്ക് എതിരെ യാഥാസ്ഥിതിക മാർക്സിസ്റ്റ് പ്രമാണം രൂപപ്പെടുത്താനുള്ള പ്രവണത ഉണ്ടായിരുന്നെങ്കിലും സോഷ്യലിസ്റ്റ് പ്രസ്ഥാനത്തിനകത്തെ സംവാദത്തിന്റെ ന്യായമായ പരിവൃത്തിയിൽനിന്ന് ബഹുവിധ വ്യാഖ്യാനങ്ങളെ ഒഴിച്ചുനിർത്താതിരിക്കാൻ ശ്രദ്ധിച്ചിരുന്നു. പ്രായോഗിക രാഷ്ട്രീയസംഘടനകൾ എന്ന

നിലയ്ക്ക് പാർട്ടിയുടെ ഐക്യം നിലനിർത്താൻ ഗണ്യമായ സൈദ്ധാന്തിക വൈവിധ്യം സ്വീകരിക്കണം എന്നു തിരിച്ചറിഞ്ഞ് അവ അതിനായി പ്രയത്നിച്ചിരുന്നു എന്നു മാത്രമല്ല ക്ലാസിക് ഗ്രന്ഥങ്ങൾ വേണ്ടത്ര അല്ലെങ്കിൽ യാതൊരു മാർഗനിർദേശവും നൽകാത്ത മേഖലകളിലും വിഷയങ്ങളിലും മാർക്സിസ്റ്റായ വിശകലനങ്ങൾ രൂപപ്പെടുത്തുക എന്ന കടമയും നിറവേറ്റേണ്ടിയിരുന്നു. ഉദാഹരണത്തിന്, 'ദേശീയപ്രശ്നം,' സാമ്രാജ്യത്വം, അങ്ങനെ നിരവധി വിഷയങ്ങൾ. ഇത്തരം കാര്യങ്ങളിൽ 'എന്താണ് മാർക്സിസം പഠിപ്പിച്ചത്' എന്ന് കണ്ണുമടച്ച് വിധിക്കാൻ കഴിയില്ലായിരുന്നു. ആധികാരിക ഗ്രന്ഥങ്ങളിൽ അവയ്ക്കുള്ള പരിഹാരങ്ങൾ തേടാൻ ഒട്ടും കഴിയില്ലായിരുന്നു. മാർക്സിസ്റ്റ് സംവാദത്തിന്റെ വ്യാപ്തി അങ്ങേയറ്റം വിപുലമായിരുന്നു. എങ്കിലും മാർക്സിസത്തെ അമാർക്സിസത്തിൽനിന്നും തിരിച്ചും ഒഴിച്ചു നിർത്തുക മാർക്സിസ്റ്റ് യാഥാസ്ഥിതികത്വത്തിന്റെ ഉദ്ദണ്ഡമായ പരിമിതപ്പെടുത്തൽകൊണ്ടു മാത്രമേ സാധ്യമാകുമായിരുന്നുള്ളൂ. അല്ലെങ്കിൽ ഭരണകൂടശക്തിയോ പാർട്ടി അധികാരമോ ഉപയോഗിച്ച് എല്ലാത്തരം വൈവിധ്യങ്ങളെയും നിരോധിക്കണമായിരുന്നു – അതാണ് നടന്നത്. ആദ്യത്തെ വഴി ലഭ്യമായിരുന്നില്ല. രണ്ടാമത്തേത് പ്രയോഗിക്കപ്പെട്ടില്ല, അഥവാ ആപേക്ഷികമായി നിഷ്ഫലമായിരുന്നു. പ്രസ്ഥാനത്തിനു പുറത്തെ മാർക്സിസ്റ്റ് ആശയങ്ങളുടെ വളർന്നു വന്ന സ്വാധീനത്തോടൊപ്പം പ്രസ്ഥാനത്തിനകത്തെ അമാർക്സിയൻ സംസ്കാരത്തിൽനിന്നുള്ള ആശയങ്ങളുടെ ചില സ്വാധീനങ്ങളും വളർന്നു. അവ ഒരേ നാണയത്തിന്റെ രണ്ടുവശങ്ങളായിരുന്നു.

അതിന്റെ പ്രകൃതമോ രാഷ്ട്രീയപ്രാധാന്യമോ സംബന്ധിച്ച് വിധി പറയാതെ 1880–1914 കാലത്ത് പൊതു വിദ്യാസമ്പന്ന സംസ്കാരത്തിൽ മാർക്സിസത്തിന്റെ സ്വാധീനത്തെ വിലയിരുത്താൻ നമുക്ക് കഴിയുമോ? മാർക്സിസം പ്രകൃതിശാസ്ത്രങ്ങളാൽ, വിശിഷ്യ (ഡാർവീനിയൻ) പരിണാമ ജന്തുശാസ്ത്രത്താൽ ശക്തമായി സ്വാധീനിക്കപ്പെട്ടിരുന്നെങ്കിലും പ്രകൃതിശാസ്ത്രങ്ങളിൽ മാർക്സിസത്തിന്റെ സ്വാധീനം നന്നെ ചെറുതായിരുന്നു. മാർക്സിന്റെ തന്നെ രചനകൾ പ്രകൃതിശാസ്ത്രങ്ങളെ സ്പർശിച്ചില്ല. എംഗൽസിന്റെ രചനകൾ തൊഴിലാളി പ്രസ്ഥാനത്തിലെ ശാസ്ത്രപ്രചാരണത്തിനും തൊഴിലാളി വിദ്യാഭ്യാസത്തിനും മാത്രമേ ഉതകിയുള്ളൂ. അദ്ദേഹത്തിന്റെ *Dialetics of Nature* 1895 മുതൽ ശാസ്ത്രരംഗത്ത് നടന്ന വികാസങ്ങൾക്ക് ഒപ്പം എത്തുന്നില്ലായിരുന്നതിനാൽ മാർക്സ്–എംഗൽസ് സമാഹാരത്തിൽനിന്ന് റയ്സനോവ് അത് ഒഴിവാക്കി. പിന്നീട് മാർക്സ്–എംഗൽസ് ആർക്കൈവിലാണ് അത് ആദ്യമായി പ്രസിദ്ധം ചെയ്യപ്പെട്ടത്. 1930 കളിൽ ഒന്നാംകിട പ്രകൃതിശാസ്ത്രജ്ഞർ മാർക്സിസത്തിൽ കാണിച്ച തീവ്രമായ താൽപ്പര്യത്തോട് താരതമ്യപ്പെടുത്താവുന്ന യാതൊന്നും രണ്ടാം ഇന്റർനാഷനലിന്റെ കാലത്ത് കാണുന്നില്ല. അക്കാലത്തെ പ്രകൃതിശാസ്ത്രജ്ഞർക്കിടയിലും വലിയ രാഷ്ട്രീയ റാഡിക്കലിസത്തിന്റെ ലക്ഷണമൊന്നും കാണുന്നില്ല. ഒരു

പക്ഷേ രസതന്ത്രം, വൈദ്യശാസ്ത്രം എന്നീ മേഖലകളിലെ എണ്ണത്തിൽ അവഗണനീയമായ (ഏറെയും ജർമൻ) ഒരു സംഘം ഒഴികെ. പടിഞ്ഞാറ് അവിടവിടെ അവർക്കിടയിൽ ഒരു സോഷ്യലിസ്റ്റിനെ കണ്ടെന്നിരിക്കും. ഉദാഹരണത്തിന്, എക്കോളെ നോർമെൽ സുപ്പെരിയുറെയെപ്പോലുള്ള ഇടതുപക്ഷ സ്ഥാപനങ്ങളുടെ ഉൽപ്പന്നങ്ങൾ (ഉദാ: യുവ പോൾ ലാങ്കെവിൻ). മാർക്സിസവുമായി സമ്പർക്കമുള്ള ഒരു ശാസ്ത്രജ്ഞൻ വല്ലപ്പോഴുമാണ് ഉണ്ടാകുക. ഉദാ: ജീവശാസ്ത്ര സ്ഥിതിവിവരഗണിതജ്ഞൻ കാൾ പിയേഴ്സൺ. അദ്ദേഹമാകട്ടെ, വളരെ വ്യത്യസ്തമായ ഒരു പ്രത്യയശാസ്ത്ര പാതയിലൂടെയാണ് നീങ്ങിയത്. സോഷ്യലിസ്റ്റ് ഡാർവിനീയന്മാരെ കണ്ടെത്താൻ ഉത്സാഹിച്ച മാർക്സിസ്റ്റുകാർക്ക് ഏറെപ്പേരെയൊന്നും കണ്ടെത്താനായില്ല. നവ മാൽത്തൂസിയൻ യൂജെനിക്സ് (ജനിതകനിർണയവാദം) ആയിരുന്നു, (മുഖ്യമായും ആംഗ്ലോ – സാക്സൺ ആയിരുന്നു) ജൈവശാസ്ത്രജ്ഞർക്കിടയിലെ ഏറ്റവും വലിയ രാഷ്ട്രീയ പ്രവണത. അത് ഭാഗികമായെങ്കിലും അക്കാലത്ത് രാഷ്ട്രീയ ഇടതുപക്ഷത്താണ് എന്നാണ് വിലയിരുത്തിയിരുന്നത്. പക്ഷേ അത് മാർക്സിസ്റ്റ് സോഷ്യലിസത്തോട് ശത്രുത പുലർത്തിയിരുന്നു എന്ന് പറയാൻ മടിയുണ്ടെങ്കിൽ ചുരുങ്ങിയപക്ഷം അതിൽനിന്ന് സ്വതന്ത്രമായിരുന്നു എന്നെങ്കിലും പറയാതെ വയ്യ.

കിഴക്കൻ യൂറോപ്പിൽ വളർന്ന ശാസ്ത്രജ്ഞർക്കും (ഉദാ: മേരി സ്ക്ലോഡ്കോവ്സ്ക – ക്യൂരി) സ്വിസ് സർവകലാശാലകളിൽ പരിശീലനം നേടുകയോ പ്രവർത്തിക്കുകയോ ചെയ്യുന്നവർക്കും ഇടയിൽ വലിയ പ്രാമാണ്യം ഉണ്ടായിരുന്നത് റാഡിക്കൽ കിഴക്കൻ ബുദ്ധിജീവി വർഗത്തിനാണ്. അവർക്ക് മാർക്സിനെയും മാർക്സിസ്റ്റ് സംവാദങ്ങളെയും നല്ല പരിചയമുണ്ടായിരുന്നു എന്ന് വ്യക്തമാണ്. അതുകൊണ്ട് കൂടെ പഠിച്ചിരുന്ന സൂറിച്ചിൽനിന്നുള്ള യൂഗോസ്ലാവ്യക്കാരിയെ വിവാഹം ചെയ്ത ഐൻസ്റ്റീൻ ഈ പശ്ചാത്തലവുമായി സമ്പർക്കം പുലർത്തിയിരുന്നു. പക്ഷേ, പ്രായോഗിക തലത്തിൽ പ്രകൃതിശാസ്ത്രങ്ങളും മാർക്സിസവും തമ്മിലുള്ള ഈ സമ്പക്കങ്ങൾ ജീവചരിത്രപരവും നന്നെ അവഗണനീയവും ആയിത്തന്നെ കാണണം. ആ വിഷയം തന്നെ നമുക്ക് അവഗണിക്കാം.

പക്ഷേ തത്വശാസ്ത്രത്തിലും അതിൽക്കൂടുതൽ സാമൂഹികശാസ്ത്രങ്ങളിലും സ്ഥിതി അതല്ല. മാർക്സിസത്തിന് ഗാഢമായ തത്വശാസ്ത്ര പ്രശ്നങ്ങൾ ഉയർത്താതെ തരമില്ലായിരുന്നു. അത് കുറച്ചൊക്കെ ചർച്ച ചെയ്യാതെയും തരമില്ലാത്ത തരം പ്രശ്നങ്ങളായിരുന്നു. ഇറ്റലി, റഷ്യ എന്നിവിടങ്ങളിലെപ്പോലെ ഹെഗലിന്റെ സ്വാധീനം ശക്തമായിരുന്നിടങ്ങളിൽ ഈ ചർച്ച തീവ്രമായിരുന്നു. (ശക്തമായ ഒരു മാർക്സിസ്റ്റ് പ്രസ്ഥാനം ഇല്ലായിരുന്നതിനാൽ ബ്രിട്ടീഷ് തത്വശാസ്ത്രത്തിലെ ഹെഗലിയന്മാർ – പ്രധാനമായും ഓക്സ്ഫഡ് ഗ്രൂപ്പുകാർ–മാർക്സിൽ ഒട്ടും താൽപ്പര്യം കാണിച്ചില്ല – അവരിൽ പലരും സാമൂഹിക പരിഷ്കരണ

ത്തിലേക്ക് ആകൃഷ്ടരായിരുന്നു എന്നിരിക്കിലും). തത്വശാസ്ത്രജ്ഞരുടെ ഭവനമായ ജർമനി അക്കാലത്ത് ശ്രദ്ധേയമാംവിധം ഹെഗലിയനേതരമായിരുന്നു. ഇത് ഹെഗലും മാർക്സും തമ്മിലുള്ള കുടുംബബന്ധം കാരണം മാത്രമായിരുന്നില്ല. *Neue Zeit* ന് ഹെഗലിയൻ പ്രമേയങ്ങളെക്കുറിച്ച് ചർച്ച ചെയ്യാൻ വേണ്ടത്ര തത്വശാസ്ത്ര വൈദഗ്ധ്യമുള്ള ജർമൻ സോഷ്യൽ ഡെമോക്രാറ്റുകളുടെ അസാന്നിധ്യത്തിൽ പ്ലെഖനോവിനെപ്പോലുള്ള റഷ്യക്കാരെ ആശ്രയിക്കേണ്ടിവന്നു.

വളരെ കൂടുതൽ സ്വാധീനശക്തിയുണ്ടായിരുന്ന നവകാന്റിയൻ പദ്ധതി ജർമൻ മാർക്സിസ്റ്റുകാരെ സ്വാധീനിക്കുക മാത്രമല്ല ചെയ്തത്, (ഉദാ: തിരുത്തൽവാദികൾ, ആസ്ട്രോ-മാർക്സിസ്റ്റുകാർ) അത് സോഷ്യൽ ഡെമോക്രസിയിൽ അനുഭാവപൂർവമായ താൽപ്പര്യമുണർത്തുകയും ചെയ്തു. (ഉദാഹരണം: വോർലിൻഡറുടെ *Kant und des Sozialismus* - ബർലിൻ, 1900.) തത്വശാസ്ത്രജ്ഞർക്കിടയിൽ, അതുകൊണ്ട്, മാർക്സിസ്റ്റ് സാന്നിധ്യം അനിഷേധ്യമായിരുന്നു.

സാമൂഹിക ശാസ്ത്രങ്ങളിൽ സാമ്പത്തികശാസ്ത്രം ഏതാണ്ട് ദൃഢമായി മാർക്സിനോട് ശത്രുതാമനോഭാവംതന്നെ കൈക്കൊണ്ടു. ആസ്ട്രിയൻ, ആംഗ്ലോ-സ്കാൻഡിനേവിയൻ, ഇറ്റാലോ-സ്വിസ് എന്നീ പാർശ്വസ്വഭാവി നവ ക്ലാസിസ പദ്ധതികൾക്ക് അദ്ദേഹത്തിന്റെ തരം രാഷ്ട്രീയ സാമ്പത്തിക ശാസ്ത്രവുമായി വലിയ ബന്ധമൊന്നും ഉണ്ടായിരുന്നില്ല. ആസ്ട്രിയന്മാർ (മെഞ്ചർ, ബോം-ബാവെർക്) അദ്ദേഹം തെറ്റാണെന്ന് തെളിയിക്കാൻ ഏറെ സമയം ചെലവഴിച്ചു. അതേസമയം 1880 കളോടെ മാർക്സിയൻ രാഷ്ട്രീയ സമ്പദ്ശാസ്ത്രം തെറ്റാണെന്ന് സ്വയം തൃപ്തിപ്പെട്ട ആംഗ്ലോ -സ്കാൻഡിനേവിയക്കാർ പലരും അദ്ദേഹത്തെ എതിർക്കാൻപോലും സമയം കണ്ടെത്തിയില്ല. മാർക്സിയൻ സാന്നിധ്യം അനുഭവപ്പെട്ടില്ല എന്നല്ല ഇതിനർഥം. ആസ്ട്രിയൻ പദ്ധതിയിലെ ഏറ്റവും ഉജ്വലനായ യുവ അംഗം ജോസഫ് ഷുംപെറ്റർ (1883-1950) തന്റെ ശാസ്ത്രപ്രവർത്തനജീവിതത്തിന്റെ തുടക്കം മുതൽ (1908) മുതലാളിത്തത്തിന്റെ ചരിത്രപരമായ വിധിയെക്കുറിച്ചും മാർക്സിന്റേതിന് ബദലായ ഒരു സാമ്പത്തികവികാസവ്യാഖ്യാനം രൂപപ്പെടുത്തുന്നതിനെക്കുറിച്ചും വേവലാതി കൊണ്ടിരുന്നു (അദ്ദേഹത്തിന്റെ *Theorie der wirtschaftlichen Entwicklung*, 1912 കാണുക). പക്ഷേ, പുതിയ യാഥാസ്ഥിതികതകൾ മനഃപൂർവം സാമ്പത്തികശാസ്ത്രരംഗത്ത് പരിമിതികൾ സൃഷ്ടിച്ചു. അതുകൊണ്ട് വളർച്ച, സാമ്പത്തികപ്രതിസന്ധികൾ, ഇത്യാദി സ്ഥൂലസാമ്പത്തിക മേഖലയിൽ വരുന്ന പ്രശ്നങ്ങൾ സംബന്ധിച്ച എന്തെങ്കിലും സംഭാവന ചെയ്യാൻ അതിന് പ്രയാസകരമായി. ഇറ്റാലിയന്മാർ (കർശനമായും അമാർക്സിസ്റ്റ് അല്ലെങ്കിൽ മാർക്സിസ്റ്റ് വിരുദ്ധ നിലപാടിൽ നിന്നുകൊണ്ട്) സോഷ്യലിസത്തിൽ പ്രകടിപ്പിച്ച താൽപ്പര്യംതന്നെ ഒരു സോഷ്യലിസ്റ്റ് സമ്പദ്ഘടന സൈദ്ധാന്തികമായി സാധ്യമാണ് എന്ന് തെളിയിക്കുന്നതിലേക്കാണ് നയിച്ചത്. അങ്ങനെ

യൊരു സാധ്യതയില്ല എന്ന് വാദിച്ച ആസ്ട്രിയനായ മിസെസിന്റെ നില പാടിന് എതിരായിരുന്നു, ഇത്. സോഷ്യലിസത്തിന്റെ അപ്രായോഗികത സൈദ്ധാന്തികമായി തെളിയിക്കാൻ കഴിയില്ല എന്ന് ബാറോൺ (1908) തന്റെ മൗലികപ്രബന്ധമായ *Il ministro della produzione nello stato colletivo* അവതരിപ്പിക്കും മുമ്പുതന്നെ പരെറ്റോ വാദിച്ചിരുന്നു. ഈ പ്രബന്ധം പരാമൃഷ്ടകാലഘട്ടത്തിനു ശേഷം സാമ്പത്തികസംവാദ ത്തിൽ പ്രത്യാഘാതം സൃഷ്ടിച്ചു. യു എസ് എ യിൽ അന്ന് പ്രചാരത്തി ലുണ്ടായിരുന്ന അമേരിക്കൻ സാമ്പത്തികശാസ്ത്രത്തിന്റെ സ്ഥാപന പദ്ധതി അഥവാ ധാരയിൽ കുറച്ച് മാർക്സിസ്റ്റ് സ്വാധീനം അഥവാ ചോദന കാണാം. അവിടെ പല സാമ്പത്തികശാസ്ത്രജ്ഞരുടെയും 'പുരോഗമനവാദ'ത്തിനോടും സാമൂഹികപരിഷ്കാരത്തോടും ഉള്ള ആഭി മുഖ്യം അവരെ വൻകിട ബിസിനസിനെ വിമർശിക്കുന്ന വാദങ്ങളോട് അനുകൂല മനോഭാവമുള്ളവരാക്കിയിരുന്നു (വിസ്കോൺസിൻ പദ്ധതി യിലെ ആർ ടി ഏലി, സർവോപരി തോർസ്റ്റീൻ വെബ്ലൻ).

മറ്റ് സാമൂഹികശാസ്ത്രങ്ങളിൽനിന്ന് വേറിട്ട ഒരു വിഷയമായി സാമ്പ ത്തികശാസ്ത്രം ജർമനിയിൽ ഉണ്ടായിരുന്നില്ല. അവിടെ 'ചരിത്രപരത യുടെ പദ്ധതി'യും *Staatswissenschaften* (നയകാര്യ ശാസ്ത്രം എന്നാ യിരിക്കും ഏറ്റവും ഭേദപ്പെട്ട വിവർത്തനം) സങ്കൽപ്പനവും ആണ് ആധി പത്യം പുലർത്തിയിരുന്നത്. സാമ്പത്തിക ശാസ്ത്രത്തിൽ മാർക്സിസ ത്തിന്റെ പ്രത്യാഘാതം (ജർമൻ സോഷ്യൽ ഡെമോക്രസിയുടെ വമ്പിച്ച വസ്തുത) ഒറ്റയ്ക്കെടുത്ത് പരിശോധിക്കാൻ കഴിയില്ല. വിൽഹെമൈൻ ജർമനിയിലെ ഔദ്യോഗിക സാമൂഹികശാസ്ത്രങ്ങൾ ശക്തമായി മാർ ക്സിസ്റ്റ് വിരുദ്ധമായിരുന്നു എന്ന് പറയേണ്ടതില്ലല്ലോ. മാർക്സുമായി നേരിട്ട് തർക്കങ്ങൾ നടത്തിയിട്ടുള്ള പഴയ ഉദാരവാദികൾ (ലൂജൊ ബ്രെന്റാനോ, ഷാഫ്‌ലെ) കൂടുതൽ ഔത്സുക്യം കാണിച്ചത് വിവാദങ്ങ ളിലേക്ക് എടുത്തു ചാടാനാണ്. ഇതിൽ അവർ ഷ്മോള്ളറുടെ പ്രഷ്യൻ രീതിയിലുള്ള പദ്ധതിയിൽപ്പെട്ടവരെ അതിശയിച്ചു. 1898 നുമുമ്പ് *Schmoller's Jahrbuch* മാർക്സിനെപ്പറ്റി ഒരൊറ്റ ലേഖനവും പ്രസിദ്ധം ചെയ്തില്ല. അതേസമയം ഷാഫ്‌ലെയുടെ *Zeitschrift fur die gesamte Staatswissenschaft* സോഷ്യൽ ഡെമോക്രസിയുടെ ഉയർച്ചയോട് പ്രതി കരിച്ചത് നിരവധി ലേഖനങ്ങൾ പ്രസിദ്ധം ചെയ്തുകൊണ്ടാണ് (1890 നും 1894 നും ഇടയിൽ ഏഴെണ്ണം). പിന്നെ അത് ആ വിഷയത്തിൽ മൗനമായി. പൊതുവെ എസ് പി ഡി യുടെ ശക്തിക്കൊപ്പം ജർമൻ സാമൂ ഹിക ശാസ്ത്രത്തിന്റെ മാർക്സിസതാൽപ്പര്യവും വർധിച്ചു.

ജർമൻ സാമൂഹികശാസ്ത്രങ്ങൾ സവിശേഷവൽകൃത സാമ്പ ത്തികശാസ്ത്രത്തിൽനിന്ന് മാത്രമല്ല അകലം പാലിച്ചത്, ഫ്രാൻസിലും ബ്രിട്ടണിലും ഇടതുപക്ഷത്തോട് കൂടുതൽ അനുഭാവമുള്ള താൽപ്പര്യം പ്രകടമാക്കുന്ന മറ്റുരാജ്യങ്ങളിലും ഉള്ള സവിശേഷവൽകൃത സാമൂ ഹികശാസ്ത്രത്തെ അവിശ്വസിക്കുകയും ചെയ്തു. ജർമനിയിൽ സാമൂ

ഹിക ശാസ്ത്രം ഒരു പ്രത്യേക പഠനമേഖലയായി ആവിർഭവിച്ചത് ഒന്നാം ലോകയുദ്ധത്തിനു (1909) തൊട്ടു മുമ്പുള്ള വർഷങ്ങളിൽ മാത്രമാണ്. എങ്കിലും സാമൂഹിക ശാസ്ത്രചിന്ത പര്യവേക്ഷണവിധേയമാക്കുമ്പോൾ മനസിലാകുന്നത് പേരെന്തു തന്നെ ആയിരുന്നെങ്കിലും മാർക്സിന്റെ സ്വാധീനം പിന്നീടത്തെപ്പോലെ അന്നും അതിശക്തമായിരുന്നു എന്നാണ്. സാമൂഹികശാസ്ത്രങ്ങളോടുള്ള മാർക്സിന്റെയും എംഗൽസിന്റെയും സമീപനം ക്വറ്റെലെറ്റിന്റേതിനെക്കാൾ വിശ്വസനീയവും കോംതെയുടേതിനെക്കാൾ 'കൂടുതൽ യുക്തിസഹവും സുഭദ്രവും' ആണെന്നതിൽ ഗൊഥെയിന് യാതൊരു സംശയവും ഉണ്ടായിരുന്നില്ല. അവരാണ് ഏറ്റവും ശക്തമായ ഏകചാലകമായി വർത്തിച്ചത് എന്നും അദ്ദേഹം നിരീക്ഷിച്ചു. പരാമൃഷ്ടകാലഘട്ടത്തിന്റെ അവസാനം മാർക്സിസത്തിന്റെ പദവി സൂചിപ്പിക്കുന്നതാണ് ഏറ്റവും സ്വാധീനശക്തിയുള്ള അമേരിക്കൻ സാമൂഹിക ശാസ്ത്രജ്ഞരിൽ ഒരാളുടെ ഈ ഉദ്ധരണി:

> മാർക്സ് സാമൂഹികശാസ്ത്ര ചരിത്രത്തിലെ വിരളമായ മഹാന്മാരായ ചിന്തകരിൽ ഒരാളായിരുന്നു... താൻ പ്രകടപ്പിച്ച അതേപടി അന്തിമമാകുന്ന ഒരൊറ്റ സമവാക്യം മാർക്സ് സാമൂഹികശാസ്ത്രത്തിലേക്ക് കൂട്ടിച്ചേർത്തു എന്ന് ഞാൻ കരുതുന്നില്ല. അങ്ങനെയാണെങ്കിലും ചരിത്രത്തിന്റെ അന്തിമമായ തീർപ്പുകൽപ്പനയിൽ സാമൂഹികശാസ്ത്രത്തിൽ മാർക്സിന്റെ പദവി ഭൗതികശാസ്ത്രത്തിൽ ഗലീലിയോവിനുള്ള പദവിയുടേതിന് തുല്യമാകും എന്ന് ആത്മവിശ്വാസത്തോടെ ഞാൻ പ്രവചിക്കുന്നു.

മാർക്സിസത്തിന്റെ സ്വാധീനത്തെ പല സാമൂഹികശാസ്ത്രജ്ഞരുടെയും (അവർ മാർക്സിസ്റ്റാണെങ്കിലും അല്ലെങ്കിലും) രാഷ്ട്രീയറാഡിക്കലിസം പ്രോത്സാഹിപ്പിച്ചു. അത്തരക്കാർ ബെൽജിയത്തിലെന്നപോലെ സോഷ്യൽ ഡെമോക്രാറ്റിക് പ്രസ്ഥാനങ്ങളോട് അടുപ്പം പുലർത്തിയിരുന്നു. ഇപ്പോൾ ആരും ഓർക്കാത്ത ലിയോൺ വിനിയാർസ്കിയുടെ സിദ്ധാന്തങ്ങൾ ഒരർഥത്തിലും മാർക്സിസ്റ്റല്ല. പക്ഷേ അദ്ദേഹം *Neue Zeit* (1, 1891) *Socialism in Russian Poland* എന്നൊരു ലേഖനം എഴുതിയതായി കാണാം. ജർമൻ സോഷ്യോളജിക്കൽ സൊസൈറ്റി സ്ഥാപകർ തന്നെ മാർക്സിസ്റ്റേതരരിൽ മാർക്സിന്റെ പ്രത്യക്ഷ സ്വാധീനത്തിനുള്ള സാക്ഷ്യങ്ങളാണ്. അവരിൽ മാക്സ് വെബറും ഏണസ്റ്റ് ട്രോയൽട്ഷെയും ജോർജ് ഡിമ്മെലും ഫെർഡിനാൻഡ് ടോണീസും ഉൾപ്പെടുന്നു. "മത്സരത്തിന്റെ മോശമായവശത്തെ ദൃഢനിശ്ചയത്തോടെ മാർക്സ് തുറന്നു കാട്ടിയത്... തോമസ് ഹോബ്സിന്റെ സ്വാധീനത്തിന് തൊട്ടടുത്തു വരുന്നത്ര ശക്തമാണ്." സോഷ്യലിസവുമായി അടുപ്പമുള്ളവരോ അതിനാൽ സ്വാധീനിക്കപ്പെട്ടവരോ അതുമായി താദാത്മ്യം പ്രാപിച്ചവരോ ആയ എഴുത്തുകാരുടെ സഹകരണം ഉൾക്കൊണ്ടിരുന്ന ജർമൻ സാമൂഹിക ശാസ്ത്രത്തിലെ ഒരേയൊരു *ജിഹ്വ* വെബറുടെ *Archiv fur Sozialwissenschaft and Sozial Politik* ആയിരുന്നു.

ഇറ്റാലിയൻ, റഷ്യൻ, പോളിഷ്, ആസ്ട്രിയൻ സാമൂഹിക ശാസ്ത്രത്തിലേക്ക് പോസിറ്റിവിസത്തോടുകൂടിയ മാർക്സിനെയും മാർക്സിസ്റ്റ് വിരുദ്ധതർക്കങ്ങളെയും കടംകൊണ്ടതിനെപ്പറ്റി അവയും മാർക്സിന്റെ സാന്നിധ്യം പ്രകടമാക്കുന്നു എന്നൊഴികെ മറ്റൊന്നും പറയാനില്ല. കുറേക്കൂടി വിദൂരമായ ചില രാജ്യങ്ങളുണ്ട്. അവിടെ സാമൂഹിക ശാസ്ത്രവും മാർക്സിസവും പ്രായേണ ഒന്നാണെന്ന മട്ടിലായിരുന്നു സ്ഥിതി. ഉദാഹരണത്തിന്, സെർബിയ. അവയെപ്പറ്റി അത്രയും പറയേണ്ടതില്ല. പക്ഷേ ഫ്രാൻസിൽ മാർക്സിസ്റ്റ് സാന്നിധ്യം ദുർബലമാണ്. ഇത് അപ്രതീക്ഷിതവും ശ്രദ്ധേയവുമാണ്. ഉദാഹരണത്തിന് ദുർഖീമിൽ. ശക്തമായ റിപ്പബ്ലിക്കനിസവും ഡ്രെയ്ഫസിയനിസവും പ്രകടമായിരുന്ന ഫ്രഞ്ച് സാമൂഹികശാസ്ത്രം ഇടതുപക്ഷത്തേക്കാണ് ചെരിഞ്ഞിരുന്നത്. *Annie Sociologique* സംഘത്തിലെ ചെറുപ്പക്കാർ പലരും സോഷ്യലിസ്റ്റുകാർ ആവുകയും ചെയ്തു എങ്കിലും ഹാൾബ്‌വ്ച്ച്സിന്റെ (1877–1945) കാര്യത്തിൽ മാത്രമേ അൽപ്പമെങ്കിലും മാർക്സിസ്റ്റ് സ്വാധീനം അവകാശപ്പെടാനാകൂ. 1914 നു മുമ്പ് ഏതായാലും മറ്റൊരാളിലും ഇത് കാണാൻ കഴിയില്ല.

ബൗദ്ധികചരിത്രം പിന്നോക്കം വായിച്ച് ആധുനികസാമൂഹികശാസ്ത്രത്തിന്റെ മുൻഗാമികളെന്ന് ചില ചിന്തകരെ പ്രത്യേകമെടുത്ത് പ്രതിഷ്ഠിച്ചാലും, അല്ല, 1880 കൾക്കും 1900 കൾക്കും ഇടയ്ക്ക് സ്വാധീനവത്തായ സാമൂഹികശാസ്ത്രം എന്ന് അംഗീകരിക്കപ്പെട്ട ചിലരുടെ (ഗുംപ്ലോവിച്ച്, ററാറ്റ്സെൻഹോഫർ, ലോറിയ, വിനിയാർസ്കി, ഇത്യാദി) രചനകൾ നോക്കിയാലും മാർക്സിസത്തിന്റെ സ്വാധീനം ശക്തവും അനിഷേധ്യവുമാണ്. ഇന്ന് രാഷ്ട്രമീമാംസ എന്നു വിളിക്കുന്ന ശാഖയുടെ കാര്യവും ഇതു തന്നെ. ഈ കാലത്ത് വികസിപ്പിക്കപ്പെട്ട 'ഭരണകൂടത്തെ' സംബന്ധിച്ച പരമ്പരാഗത രാഷ്ട്രീയസിദ്ധാന്തം മാർക്സിസ്റ്റായിരുന്നില്ല, തീർച്ച. എങ്കിലും മുഖ്യമായും തത്വശാസ്ത്രജ്ഞരാലും നിയമവിദഗ്ധരാലും വികസിപ്പിക്കപ്പെട്ട ഈ ശാഖയിലും ചരിത്രപരമായ ഭൗതികവാദം ഉയർത്തിയ തത്വശാസ്ത്രപരമായ വെല്ലുവിളി ശക്തമായി അനുഭവപ്പെടുകയും അതിനോടുള്ള പ്രതികരണം ഉണ്ടാവുകയും ചെയ്തിട്ടുണ്ട്. പ്രയോഗത്തിൽ സാമൂഹികപ്രസ്ഥാനങ്ങളും രാഷ്ട്രീയപ്രസ്ഥാനങ്ങളും ഒക്കെ ഉൾപ്പെട്ട രാഷ്ട്രീയത്തിന്റെ പ്രവർത്തനം എങ്ങനെയായിരുന്നു എന്ന പൂർണമായ അന്വേഷണം കൂടുതൽ പ്രത്യക്ഷമായിത്തന്നെ സ്വാധീനിക്കപ്പെട്ടിരിക്കാനാണ് സാധ്യത. ജനാധിപത്യ രാഷ്ട്രീയം, ബഹുജന പാർട്ടികൾ എന്നിവയുടെ ആവിർഭാവം വർഗസമരത്തെയും ബഹുജനങ്ങളെ രാഷ്ട്രീയമായി കൈകാര്യം ചെയ്യുക എന്ന പ്രവൃത്തിയെയും (അഥവാ അങ്ങനെ കൈകാര്യം ചെയ്യുന്നതിനോട് അവർ കാണിച്ച ചെറുത്തുനിൽപ്പിനെയും) തീവ്രമായ പ്രായോഗികപ്രശ്നങ്ങളാക്കിയ ഒരു കാലഘട്ടത്തിൽ അവയെ കണ്ടെത്താൻ സൈദ്ധാന്തികർക്ക് മാർക്സിനെ ആവശ്യമായിരുന്നു എന്ന് നാം

അവകാശപ്പെടേണ്ടതില്ല. ഒരു റഷ്യക്കാരനിൽ പ്രതീക്ഷിക്കാത്ത തരത്തിൽ ഒസ്ട്രഗോർസ്കി (1854–1921) ഡി ടോകിവില്ലെയേക്കാൾ, ബാഗെഹോട്ടിനെക്കാൾ, ബ്രൈസിനേക്കാൾ കൂടുതൽ മാർക്സ് സ്വാധീനത്തിന്റെ ലക്ഷണങ്ങളൊന്നും കാണിക്കുന്നില്ല. ഭരണകൂടം എല്ലായ്പ്പോഴും ഭൂരിപക്ഷത്തെ കീഴ്പ്പെടുത്തിവയ്ക്കാൻ ന്യൂനപക്ഷം ഉപയോഗിക്കുന്ന ഉപകരണമാണ് എന്ന ഗുംപ്ലോവിച്ച് പ്രമാണത്തിൽ ഭാഗികമായി മാർക്സിന്റെ സ്വാധീനം കാണാം. ഈ പ്രമാണം പരെറ്റോവിനെയും മോസ്കയെയും ഒരളവുവരെ ബാധിച്ചിട്ടുണ്ട്. സോറെൽ, മൈക്കൽസ് എന്നിവരുടെ മാർക്സിസ്റ്റ് സ്വാധീനം പ്രകടമാണ്. ഇപ്പോഴത്തേതിനേക്കാൾ എത്രയോ കുറവുമാത്രം വികസിച്ചിരുന്ന ഒരു മേഖലയെക്കുറിച്ച് ഇനിയും പറയേണ്ടതില്ല.

സാമൂഹികശാസ്ത്രം മാർക്സിനാൽ സ്വാധീനിക്കപ്പെട്ടുവെങ്കിൽ ഔദ്യോഗിക അക്കാദമികചരിത്രത്തിന്റെ നെടുങ്കോട്ടകൾ അത്തരം കടന്നുകയറ്റങ്ങളെ വികാരാവേശത്തോടെ ചെറുത്തുനിന്നു, പ്രത്യേകിച്ചും പടിഞ്ഞാറൻ രാജ്യങ്ങളിൽ. അത് സോഷ്യൽ ഡെമോക്രസിക്കും വിപ്ലവത്തിനും എതിരായ ചെറുത്തുനിൽപ്പു മാത്രമായിരുന്നില്ല, എല്ലായിനം സാമൂഹികശാസ്ത്രങ്ങൾക്കും എതിരായിരുന്നു. ചരിത്രനിയമങ്ങൾ, രാഷ്ട്രീയം, ആശയങ്ങൾ എന്നിവയുടെ പ്രാഥമികത, പൂർവനിശ്ചിതഘട്ടങ്ങളുടെ പരമ്പരയിലൂടെയുള്ള പരിണാമം ഇത്യാദികളെ അത് തിരസ്കരിച്ചു. എല്ലാത്തരം ചരിത്രപരമായ സാമാന്യവൽക്കരണങ്ങളുടെയും ന്യായത്തെ അത് സംശയിച്ചു എന്ന് ഉറപ്പാണ്. യുവ ഓട്ടോ ഹിൻസെ വാദിച്ചു: “അടിസ്ഥാനപ്രശ്നം ചരിത്രപ്രതിഭാസത്തിന് നിയമത്തിന്റെ ക്രമസ്വഭാവമുണ്ടോ എന്നുള്ള പഴയ വിവാദം തന്നെയാണ്:” ലാബ്രിയോള അത്ര തന്നെ അപായസൂചനയില്ലാത്ത ഒരു റിവ്യൂവിൽ എഴുതി “ചരിത്രം ഒരു വിവരണാത്മകവിഷയമാകും, ആകണം.”

അതായത്, ചരിത്രകാരന്റെ മേഖലയിൽ മാർക്സ് മാത്രമായിരുന്നില്ല ശത്രു, അതിലേക്ക് കടന്നുകയറാൻ സാമൂഹികശാസ്ത്രജ്ഞർ നടത്തുന്ന ശ്രമങ്ങളായിരുന്നു. തൊണ്ണൂറുകളുടെ മധ്യത്തിൽ നടന്ന ജർമൻ വാദകോലാഹലത്തിന് ചില അന്തർദേശീയപ്രതിധ്വനികളുമുണ്ടായി. അതിലെ പ്രധാന എതിരാളി മാർക്സായിരുന്നില്ല, തർക്കമനസുള്ള കാൾ ലാംപ്രക്റ്റ് ആയിരുന്നു; കോംതെയുടെ പ്രചോദനം ഉൾക്കൊണ്ട എല്ലാ ചരിത്രകാരന്മാരും ആയിരുന്നു; അല്ലെങ്കിൽ ഇവിടെ സംശയത്തിന്റെ സ്വരം സുവ്യക്തമാണ് സാംസ്കാരിക – സാമൂഹികപരിണാമത്തിൽനിന്ന് രാഷ്ട്രീയചരിത്രമോ ഏതെങ്കിലും തരത്തിലുള്ള സാമ്പത്തിക ചരിത്രമോ കരുപ്പിടിപ്പിക്കാനുള്ള ശ്രമങ്ങളായിരുന്നു. എല്ലാതരം സംഘസ്വഭാവമുള്ള ചരിത്രവും ചരിത്രത്തിന്റെ ഭൗതികവാദസങ്കൽപ്പമാണ് എന്നതിനാൽ അതിനെ ആക്രമിച്ച എല്ലാവരുടെ മനസിലും മാർക്സിസം ഉണ്ടായിരുന്നു എന്ന് ജർമനിയുടെ കാര്യത്തിലെങ്കിലും വ്യക്തമാണ്. തന്നെ ഭൗതികവാദിയെന്ന് കുറ്റപ്പെടുത്തിയത് മാർക്സിസ്റ്റാക്കാനാണ് എന്നാണ്

ലാംപ്രക്റ്റ് അവകാശപ്പെട്ടത്. (ഇതിൽ കൂടുതൽ ചെറുപ്പക്കാരായ ആർ എഫ്റെൻബർഗിനെപ്പോലുള്ള ചരിത്രകാരന്മാരുടെ പിന്തുണ അദ്ദേഹത്തിന് ഉണ്ടായിരുന്നു. *Zeitalter der Fugger* അത്തരം ആക്രമണം നേരിട്ടിരുന്നു.) ബൂർഷ്വാ ചരിത്രകാരന്മാരിൽ "ചരിത്രപരമായ ഭൗതികവാദത്തിന് ഏറ്റവും അടുത്തെത്തി" എഫ്റെൻബർഗ് എന്നാണ് അദ്ദേഹത്തെ വിമർശിക്കുമ്പോഴും *Neue Zeit* വിലയിരുത്തിയത്. അതുകൊണ്ടുതന്നെ വസ്തുത അങ്ങനെയല്ല എന്ന അദ്ദേഹത്തിന്റെ ഏറ്റുപറച്ചിൽ യാഥാസ്ഥിതികർ വിശ്വസിച്ചില്ല. "അദ്ദേഹം തന്റെ പദ്ധതി അനുവദിക്കുന്നതിനെക്കാൾ കൂടുതൽ മാർക്സിൽനിന്ന് പഠിച്ചു" എന്നാണ് അവർ സൂചിപ്പിച്ചത്.

അതുകൊണ്ട് പരസ്യമായി മാർക്സിസ്റ്റാണെന്ന് പ്രഖ്യാപിച്ച ചരിത്രകാരന്മാരിൽ മാത്രം മാർക്സിസത്തിന്റെ സ്വാധീനം തേടുന്നത് തെറ്റാകും. അത്തരക്കാർ കുറവായിരുന്നു. മറ്റുള്ളവരിൽ തന്നെ ചിലരെ ചരിത്രപരമായ അയോഗ്യരായ പ്രചാരണക്കാർ എന്ന നിലയ്ക്ക് തള്ളിക്കളയാം. അതിൽ ഒരു തെറ്റുമില്ല. സാമൂഹികശാസ്ത്രത്തെപ്പോലെ തന്നെ മാർക്സിന്റെ ചോദ്യങ്ങളോട് സാമ്യമുള്ള ചോദ്യങ്ങൾ ഉന്നയിച്ച എഴുത്തുകാരിലാണ് അത് തേടേണ്ടത് - അവർ കണ്ടെത്തിയ ഉത്തരങ്ങൾ ഒന്നുതന്നെയായിരുന്നോ അല്ലയോ എന്നു നോക്കേണ്ടതില്ല. ആഖ്യാനപരവും രാഷ്ട്രീയപരവും സ്ഥാപനപരവും സാംസ്കാരികവുമായ ചരിത്രത്തെ കുറേക്കൂടി വിശാലമായ സാമൂഹീക - സാമ്പത്തികപരിവർത്തനങ്ങളുടെ ചട്ടക്കൂട്ടിൽ ഉദ്ഗ്രഥിക്കാൻ ശ്രമിച്ച ചരിത്രകാരന്മാരിലാണ് അത് അനുഭവപ്പെടുക എന്നർഥം. സോഷ്യലിസത്തിന്റെ ഒരിനവുമായും അടുപ്പമില്ലാത്ത ഹെൻറി പിറെന്നെ എന്ന ബെൽജിയംകാരനിൽ ലാംപ്രെക്റ്റിന്റെ സ്വാധീനം വ്യക്തമായും കാണാമെങ്കിലും അവരിൽ യാഥാസ്ഥിതിക അക്കാദമികചരിത്രകാരന്മാർ ആരും ഉണ്ടായിരുന്നില്ല. ഹെൻറി പിറെന്നെ *Revue Historique* (1897) ൽ ലാംപ്രെക്റ്റിനെ പിന്താങ്ങി അതിശക്തമായി എഴുതുകയുണ്ടായി. സാമ്പത്തികശാസ്ത്രവും സാമൂഹികചരിത്രവും - സാധാരണ ചരിത്രത്തിൽനിന്ന് അതിൽ വലിയൊരു പങ്കും വേറിട്ടു നിന്നിരുന്നു - ആയിരുന്നു ഏറ്റവും സ്വീകരണസ്വഭാവമുള്ള തട്ടകം. ഔദ്യോഗിക പാരമ്പര്യവാദത്തിന്റെ ഊഷരതയിൽ മനംമടുത്ത യുവചരിത്രകാരന്മാർ ഈ സവിശേഷമേഖലയിൽ സ്വാസ്ഥ്യം കണ്ടെത്തി. ജർമനിയിൽത്തന്നെ സാമ്പത്തിക - സാമൂഹികചരിത്രത്തിലെ ആദ്യ ജേണൽ (കൂടുതലും ആസ്ട്രിയക്കാരായ) മാർക്സിസ്റ്റുകാരുടെ മുൻകയ്യിലാണ് ഇറങ്ങിയത്. തന്റെ തലമുറയിൽ ഇംഗ്ലണ്ടിലെ ഏറ്റവും ഉജ്ജ്വലനായ സാമ്പത്തികചരിത്രകാരന്മാർ ജോർജ് അൺവിൻ വിഷയം സ്വീകരിച്ചതുതന്നെ മാർക്സ് തെറ്റാണെന്ന് സ്ഥാപിക്കാനാണ്. പക്ഷെ, "മാർക്സ് ശരിയായ തരം ചരിത്രം മനസിലാക്കാനാണ് ശ്രമിച്ചിരുന്നത്. യാഥാസ്ഥിതിക ചരിത്രകാരന്മാർ മനുഷ്യവികാസത്തിലെ മിക്കവാറും ഏറ്റവും പ്രധാനപ്പെട്ട എല്ലാ ഘടകങ്ങളെയും അവഗണിക്കുന്നു" എന്ന്

അദ്ദേഹം പോലും സമ്മതിച്ചു. നരോദ്നികതയും മാർക്സിസവും നിറഞ്ഞ റഷ്യൻ ചരിത്രകാരന്മാരെയും കുറച്ചുകാണരുത്. ഫ്രാൻസിൽ കരെയീവ്, ലൗച്ചിസ്കി; ബ്രിട്ടണിൽ വിനോഗ്രാദോവ്.

സംഗ്രഹിക്കാം. സാമൂഹികശാസ്ത്രങ്ങളിലേക്ക് ചരിത്രത്തെ ഉദ്ഗ്രഥിക്കാനുള്ള പൊതുപ്രവണതയുടെയും സാമൂഹിക – സാമ്പത്തികഘടകങ്ങൾക്ക് രാഷ്ട്രീയ – ബൗദ്ധികവികാസങ്ങളിൽപ്പോലും ഉള്ള അടിസ്ഥാനപരമായ പങ്കിനെ ഊന്നാനുമുള്ള പ്രത്യേക പ്രവണതയുടെയും ഭാഗമായിരുന്നു, മാർക്സിസം. അങ്ങനെ ചെയ്യാൻ ശ്രമിക്കുന്ന ഏറ്റവും സമഗ്രവും ശക്തവും സ്ഥിരതയുള്ളതുമായ സിദ്ധാന്തമായിരുന്നതിനാൽ അതിന്റെ സ്വാധീനം, മറ്റുള്ളവയിൽനിന്ന് കർശനമായി വേർപെടുത്തികാണാൻ കഴിയില്ലെങ്കിലും, ഗണനീയമായിരുന്നു. സമൂഹത്തിന്റെ ശാസ്ത്രത്തിന് കോംതെയേക്കാൾ കൂടുതൽ ഗൗരവമുള്ള ഒരു അടിത്തറ ലഭ്യമാക്കിയത് മാർക്സാണ് എന്ന് അംഗീകരിക്കണം. അതിൽ അദ്ദേഹം മാക്സ് വെബറെപ്പോലുള്ള അമാർക്സിയന്മാരിൽപ്പോലും "മഹത്തായ, ഒരുപക്ഷെ അന്തർലീനമായ, സ്വാധീനം ചെലുത്തിയിരുന്ന" ഒരു ജ്ഞാനസാമൂഹികശാസ്ത്രത്തെയും ഉൾപ്പെടുത്തി. അതുകൊണ്ടുതന്നെ പരമ്പരാഗതചരിത്രം ഏറ്റവും യഥാർഥമായ വെല്ലുവിളി നേരിടുന്നത് ലാംപ്രെക്റ്റിനെപ്പോലുള്ളവരിൽ നിന്നല്ല, മാർക്സിൽനിന്നാണ് എന്ന് നന്നായി അറിയാമായിരുന്ന നിരീക്ഷകർ അന്നുതന്നെ ഉണ്ടായിരുന്നു.

എന്നാൽ മാർക്സിസ്റ്റേതരചിന്തയിൽ മാർക്സിസത്തിന്റെ യഥാർഥസ്വാധീനം എപ്പോഴും വ്യക്തമായി വ്യവച്ഛേദിക്കാനോ നിർവചിക്കാനോ കഴിയില്ല. ചാരം മൂടിക്കിടക്കുന്ന ഒരു വിശാല മേഖലയുണ്ട്. അവിടെയും അതിന്റെ സാന്നിധ്യം വർധമാനമായ തോതിൽ ദൃശ്യമായിരുന്നു എന്ന് തീർച്ച. പക്ഷേ ഇക്കാര്യം രാഷ്ട്രീയകാരണങ്ങളാൽ മാർക്സിസ്റ്റുകാരും മാർക്സിസ്റ്റേതരരും നിഷേധിക്കും. ലാബ്രിയോള "സോഷ്യലിസ്റ്റ് സിദ്ധാന്തത്തിന്റെ യുവപ്രതിനിധികളേക്കാൾ കൂടുതൽ ബൂർഷ്വാചരിത്രകാരന്മാരുടെ സങ്കൽപ്പനങ്ങളോട് അടുത്തെത്തുന്നു" എന്നോ, അദ്ദേഹം അറിയപ്പെടുന്നിടത്തോളം ഒരു മിതഭൗതികവാദത്തെ പ്രതിനിധാനം ചെയ്യുന്നു എന്നോ പറയുമ്പോൾ *Historische Zeitschrift*ലെ റിവ്യൂ എഴുത്തുകാർ മാർക്സിസവുമായി ഒത്തുകൂടുകയായിരുന്നോ? അവർ അങ്ങനെ ചിന്തിച്ചിരുന്നില്ല. കാരണം, അവർ അദ്ദേഹത്തെയും മാർക്സിനെയും നിരാകരിച്ചു. എങ്കിലും ഈ അവ്യക്തമേഖലയിലാണ് മാർക്സിസ്റ്റേതരർ മാർക്സിസ്റ്റുകാർ പറയുന്നതിനോട് പൂർണമായി വിയോജിക്കാൻ കഴിയില്ലെന്ന് തിരിച്ചറിഞ്ഞത്. അവരിലും മാർക്സിസ്റ്റേതരരുടെ സംസ്കാരത്തിൽ പൊതുവെയും മാർക്സിസം ചെലുത്തിയ സ്വാധീനത്തിൽ ഏറിയപങ്കും അന്വേഷിക്കേണ്ടത് അവിടെയാണ് എന്നും അവർ തിരിച്ചറിഞ്ഞിരുന്നു. മാർക്സിന്റെ മരണസമയത്ത് അത് ചെറുതായിരുന്നു. കിഴക്കൻ യൂറോപ്പിലെ ബുദ്ധിജീവി വർഗത്തിനു പുറത്ത് അപ്പോൾ മാർക്സ് അറിയപ്പെട്ടിട്ടില്ലായിരുന്നു, അദ്ദേഹത്തിന്റെ രചന

കൾ വായിക്കപ്പെട്ടിട്ടില്ലായിരുന്നു. 1914 ഓടെ അത് വളരെ വലുതായി. യൂറോപ്പിലെ ഏറിയ പങ്ക് രാജ്യങ്ങളിലും വിദ്യാസമ്പന്നർക്കിടയിൽ അദ്ദേഹത്തെ അറിയാത്തവർ ആരുമില്ല എന്ന അവസ്ഥയായി. അദ്ദേഹത്തിന്റെ സിദ്ധാന്തത്തിന്റെ ചില വശങ്ങൾ പൊതുമണ്ഡലത്തിലേക്ക് പ്രവേശിക്കുകയും ചെയ്തുകഴിഞ്ഞിരുന്നു

VI

മാർക്സിസവും കലകളും, പ്രത്യേകിച്ച് ഇക്കാലത്ത് ഒരു പ്രധാന പങ്കുവഹിച്ച സാംസ്കാരിക അവാങ് ഗാർദ് പ്രസ്ഥാനവും തമ്മിലുള്ള ബന്ധങ്ങൾ എന്ന കുറേക്കൂടി സാമാന്യമായ പ്രശ്നമാണ് ഇനി നമുക്ക് പരിശോധിക്കാൻ ബാക്കിയുള്ളത്. രണ്ട് പ്രതിഭാസങ്ങളും തമ്മിൽ ആവശ്യമായ, അഥവാ യുക്തിസഹമായ ബന്ധമൊന്നും ഇല്ല. കാരണം, കലയിൽ വിപ്ലവകരമായത് രാഷ്ട്രീയത്തിലും വിപ്ലവകരമാകണം എന്ന അനുമാനം ശബ്ദാർഥത്തിൽ വന്ന ഒരു പാകപ്പിഴയാണ്. അതേസമയം അസ്തിത്വപരമായ ഒരു ബന്ധം എപ്പോഴും ഉണ്ട് /ഉണ്ടായിരുന്നു. കാരണം, സോഷ്യൽ ഡെമോക്രാറ്റുകളും കല/സാംസ്കാരിക അവാങ് ഗാർദുകളും ഒരുപോലെ ബൂർഷ്വാ യാഥാസ്ഥിതികത്വത്തെ എതിർക്കുന്നവരും അതിനാൽ എതിർക്കപ്പെടുന്നവരും അതിനാൽത്തന്നെ ബഹിഷ്കൃതരും ആയിരുന്നു. അവാങ് ഗാർദുകളും ബൊഹിമിയരും പലരും ദരിദ്രരും യുവാക്കളുമായിരുന്നു. ബൂർഷ്വസമൂഹത്തിലെ സദാചാര - മൂല്യവ്യവസ്ഥകളുടെ വിമതരുമായി സഹവസിക്കാനും ഇരുകൂട്ടരും നിർബന്ധിതരായിരുന്നു. രാഷ്ട്രീയമായി വിപ്ലവസ്വഭാവമുള്ള, അല്ലെങ്കിൽ പുരോഗമനസ്വഭാവമുള്ള ന്യൂനപക്ഷപ്രസ്ഥാനങ്ങൾ പതിവുള്ള സാംസ്കാരിക വൈവിധ്യത്തെയും ബദൽജീവിതരീതികളെയും ആകർഷിച്ചു - സസ്യാഹാരികൾ, ആത്മീയതാവാദികൾ, ദൈവവാദികൾ, ഇത്യാദി. സ്വതന്ത്രരും വിമോചിതരുമായ, ലൈംഗികയാഥാസ്ഥിതികത്വത്തെ വെല്ലുവിളിക്കുന്ന സ്ത്രീകൾ, ബൂർഷ്വാസമൂഹത്തിലേക്ക് ഇനിയും വഴി കണ്ടെത്താത്ത രണ്ട് ലിംഗങ്ങളിലും പെട്ടവർ, ഏറ്റവും പ്രകടനാത്മകമെന്ന് അവർ കണ്ടെത്തിയ രീതിയിൽ അതിനോട് കലാപം നടത്തിയവർ, അതിൽനിന്ന് ഒഴിവാക്കപ്പെട്ടുവെന്ന് തോന്നിയവർ - ഇവരെയും ആ പ്രതിഭാസങ്ങൾ ആകർഷിച്ചു. വിശ്വാസവൈവിധ്യങ്ങൾ അടർകലർന്നു കിടന്നു. എല്ലാ സാംസ്കാരികചരിത്രകാരന്മാർക്കും ഇത്തരം പശ്ചാത്തലങ്ങൾ പരിചിതമാകും. 1880 കളിൽ ബ്രിട്ടനിലുണ്ടായിരുന്ന ചെറിയ സോഷ്യലിസ്റ്റ് പ്രസ്ഥാനം തന്നെ പല ഉദാഹരണങ്ങളും നൽകുന്നു. എലിയനോർ മാർക്സ് കേവലമൊരു മാർക്സിയൻ രണോത്സുകവാദി മാത്രമായിരുന്നില്ല, ഔദ്യോഗിക വിവാഹം നിരാകരിച്ച, ഒരു സ്വതന്ത്ര തൊഴിൽ ജീവിതം സ്വീകരിച്ച, ഇബ്സൺ കൃതികൾ വിവർത്തനം ചെയ്ത, അമേച്വർ നർത്തകിയായ ഒരു വനിത കൂടിയായിരുന്നു. ബർണാഡ് ഷാ

മാർക്സിസ്റ്റ് സ്വാധീനമുള്ള ഒരു സാമൂഹിക ആക്റ്റിവിസ്റ്റും സ്വയം വളർന്ന ഒരു സാഹിത്യകാരനും സംഗീതം, നാടകം എന്നിവയുടെ നിരൂപകനെന്ന നിലയ്ക്ക് പരമ്പരാഗത യാഥാസ്ഥിതികത്വത്തെ തലയ്ക്കടിച്ച ചുറ്റികയും കലയിലും ചിന്തയിലും (വാഗ്നർ, ഇബ്സൻ) അവാങ് ഗാർദിന്റെ വക്താവുമായിരുന്നു. അവാങ് ഗാർദ് ആർട്സ് ആൻഡ് ക്രാഫ്റ്റ്സ് പ്രസ്ഥാനം (വില്യം മോറിസ്, വാൾട്ടർ ക്രെയ്ൻ) ഒന്നാകെ (മാർക്സിയൻ) സോഷ്യലിസത്തിലേക്ക് വലിച്ചടുപ്പിക്കപ്പെട്ടു. അതേസമയം അവാങ് ഗാർദ് ലൈംഗികവിമോചനവും അതേ പശ്ചാത്തലത്തിൽ തന്നെയാണ് പ്രവർത്തിച്ചത് – സ്വവർഗാനുരാഗിയായ എഡ്വേഡ് കാർപ്പെൻററും പൊതുവായ ലൈംഗികവിമോചനത്തിന്റെ വക്താവായ ഹാവ്‌ലക് എല്ലിസും ഒക്കെ അവിടെ സന്നിഹിതരായിരുന്നു. ഓസ്കർ വൈൽഡിന് രാഷ്ട്രീയപ്രവർത്തനം പഥ്യമല്ലായിരുന്നെങ്കിലും സോഷ്യലിസം അദ്ദേഹത്തെ ഹഠാദാകർഷിച്ചിരുന്നു. അദ്ദേഹം ആ വിഷയത്തിൽ ഒരു പുസ്തകവും എഴുതി.

അവാങ് ഗാർദുകളുടെയും മാർക്സിസത്തിന്റെയും ഈ സഹവർത്തിത്വത്തിന്റെ ഭാഗ്യം, മാർക്സും എംഗൽസും കലയെക്കുറിച്ച് നന്നെ കുറച്ചേ എഴുതിയിട്ടുള്ളൂ. പ്രസിദ്ധം ചെയ്തതാകട്ടെ, അതിലും കുറവാണ്. അതുകൊണ്ട് ഒരു ക്ലാസിക്കൽ പ്രമാണത്തിന്റെ പരിമിതി വലിയതോതിലൊന്നും ആദ്യകാല മാർക്സിസ്റ്റുകാരുടെ രുചികളെ ബാധിച്ചില്ല. 1840 കൾക്കു ശേഷമുള്ള ഒരു സമകാലിക അവാങ് ഗാർദിലും ഒരു താൽപ്പര്യവും മാർക്സും എംഗൽസും കാണിച്ചില്ല. അതേസമയം സ്ഥാപകനേതാക്കളുടേതായ ഒരു ലാവണ്യശാസ്ത്ര പ്രമാണസഞ്ചയം ഇല്ലാതിരുന്നത് അവരെ അത് കരുപ്പിടിപ്പിക്കാൻ നിർബന്ധിതരാക്കി. സോഷ്യൽ ഡെമോക്രാസിക്ക് ഏറ്റവും സ്വീകാര്യമായ സമകാലിക കലാമാനദണ്ഡം (സ്ഥാപക പിതാക്കന്മാരെപ്പറ്റി യാതൊരു ശങ്കയും ഒരിക്കലും ഉണ്ടായിരുന്നില്ല) മുതലാളിത്തസമൂഹത്തിന്റെ യാഥാർഥ്യങ്ങളെ തുറന്നും വിമർശനാത്മകമായും അവതരിപ്പിക്കണം, പറ്റുമെങ്കിൽ തൊഴിലാളികൾക്ക് പ്രത്യേകം ഊന്നൽ നൽകിക്കൊണ്ട് ആദർശാത്മകമായി പറഞ്ഞാൽ അവരുടെ പ്രക്ഷോഭങ്ങളോട് പ്രതിബദ്ധത പുലർത്തിക്കൊണ്ട്, അവതരിപ്പിക്കണം എന്നതു മാത്രമായിരുന്നു. അവാങ് ഗാർദ് വേണമെന്ന് ഒരു സൂചനയും ഇതിൽ അന്തർഭവിച്ചിട്ടില്ലായിരുന്നു. പാരമ്പര്യസ്ഥാപിത രചയിതാക്കൾക്കും ചിത്രകാരന്മാർക്കും ഒക്കെ അത്രതന്നെ എളുപ്പം അവരുടെ വിഷയമോ സാമൂഹികമായ അനുഭാവമോ വ്യാപിക്കാവുന്നതേ ഉള്ളൂ. ചിത്രകാരന്മാരിൽ ചിലർ വ്യവസായദൃശ്യങ്ങൾ–തൊഴിലാളികൾ, കർഷകർ, ചിലപ്പോൾ തൊഴിലാളി പ്രക്ഷോഭങ്ങൾ (ഉദാഹരണം: എച്ച് ഹെർകോമറുടെ *Strike*) എന്നിവയൊക്കെ വിഷയങ്ങളാക്കുക കൂടി ചെയ്തു. ഈയൊരു വഴിത്തിരിവ് മിതപുരോഗമനവാദികളും എന്നാൽ അവാങ് ഗാർദിൽനിന്ന് ഏറെ അകലെയുള്ളവരുമായ (ലീബർമാൻ, ലീബസൽ) കലാകാരന്മാരിൽ കാണാം.

ഇത്തരം സോഷ്യലിസ്റ്റ് ലാവണ്യശാസ്ത്രം ശക്തമായ സാമൂഹിക രാഷ്ട്രീയതാൽപ്പര്യങ്ങൾ ഉള്ള യഥാതഥരചയിതാക്കളും അങ്ങനെ വ്യാഖ്യാനിക്കപ്പെടാവുന്നവരും ഒക്കെ ചുരുങ്ങിയ പക്ഷം ഗദ്യസാഹിത്യത്തിലെങ്കിലും ആധിപത്യം പുലർത്തിയിരുന്ന 1880 കളിലും 1890 കളിലും മാർക്സിസം – അവാങ് ഗാർദ് ബാന്ധവത്തിന് പ്രത്യേകിച്ച് പ്രശ്നങ്ങളൊന്നും ഉണ്ടാക്കിയില്ല. ചിലർ തൊഴിലാളിവർഗത്തിന്റെ ഉദയത്താൽ കൂടുതൽക്കൂടുതൽ സ്വാധീനിക്കപ്പെടുകയും ക്രമേണ തൊഴിലാളികളിൽ പ്രത്യേക താൽപ്പര്യമെടുക്കാൻ പ്രേരിതരാവുകയും ചെയ്തു. ഇക്കാരണങ്ങളാൽ തന്നെ 'പുരോഗമനവാദി'കളുടെ ശ്രമഫലമായി പടിഞ്ഞാറ് കണ്ടെത്തപ്പെട്ട മഹാന്മാരായ റഷ്യൻ നോവലിസ്റ്റുകളുടെയും ഇബ്സന്റെ നാടകത്തെയും മറ്റ് സ്കാൻഡിനേവിയൻ സാഹിത്യകൃതികളെയും (ഹാംസൻ, ആധുനികനേത്രങ്ങൾക്ക് അത്ഭുതമുണർത്തുംവിധം സ്ട്രിൻബർഗ് എന്നിവരുടേത് ഉദാഹരണങ്ങൾ), സർവോപരി പരമ്പരാഗതകലാകാരന്മാർ, മാറിപ്പോന്നത് മുതലാളിത്ത യാഥാർഥ്യത്തിന്റെ ഏതെല്ലാം വശങ്ങളിൽനിന്നാണോ (ഫ്രാൻസിൽ സോളയും മൊപ്പസാങ്ങും ജർമനിയിൽ ഹോപ്റ്റ്മാൻ, സുദർമാൻ, ഇറ്റലിയിൽ വെർഗ) അതേ വശങ്ങളാൽ സ്പഷ്ടമായും വേദനിച്ചിരുന്ന, 'പ്രകൃതിവാദികൾ' എന്ന് വിശേഷിക്കപ്പെട്ടിരുന്ന പദ്ധതിയിൽപ്പെട്ട എഴുത്തുകാർ എന്നിവരെ സ്വാഗതം ചെയ്യാൻ മാർക്സിസ്റ്റുകാർക്ക് യാതൊരു പ്രയാസവും ഉണ്ടായിരുന്നില്ല. ഇത്രയധികം 'പ്രകൃതിവാദികൾ' രാഷ്ട്രീയ സാമൂഹികപ്രചാരകരായിരുന്നു, ഹോപ്റ്റ്മാനെപ്പോലെ സോഷ്യൽ ഡെമോക്രസിയിലേക്ക് ആകൃഷ്ടരായിരുന്നു എന്നത് പ്രകൃതിവാദത്തെ കുറേക്കൂടി സ്വീകാര്യമാക്കി. പ്രത്യയശാസ്ത്രജ്ഞർ സോഷ്യലിസ്റ്റ് അവബോധത്തെയും വെറും ചെളികൂട്ടിക്കുഴയ്ക്കലിനെയും വേർതിരിച്ചുകാണാൻ ശ്രദ്ധ പുലർത്തി. 1892 – 93 ൽ പ്രകൃതിവാദത്തെ അവലോകനം ചെയ്ത മെഹ്റിങ് അതിനെ 'കല മുതലാളിത്തത്തെ അതിന്റെ ശരീരംകൊണ്ട് അറിയാൻ തുടങ്ങുന്ന'തിന്റെ ലക്ഷണമായി വിലയിരുത്തി. പ്രകൃതിവാദവും ഇംപ്രഷനിസവും തമ്മിലുള്ള സമാനതകളെയും അദ്ദേഹം അവലോകനം ചെയ്യുന്നുണ്ട്. മുതലാളിത്തസമൂഹത്തിന്റെ വൃത്തികെട്ട വിസർജ്യങ്ങളിൽ ഇംപ്രഷനിസ്റ്റുകളും പ്രകൃതിവാദികളും എടുക്കുന്ന, മറ്റൊരുതരത്തിലും വിശദീകരിക്കാനാവാത്ത ആനന്ദത്തെ ഇങ്ങനെ നമുക്ക് എളുപ്പത്തിൽ വിശദീകരിക്കാം; അവർ അത്തരം അഴുക്കുകളുടെ നടുവിലാണ് ജീവിക്കുന്നത്. അജ്ഞാതമായ ഏതോ ഉൾപ്രേരണയ്ക്ക് കീഴടങ്ങി അവർക്ക് തങ്ങളെ പീഡിപ്പിക്കുന്നവരുടെ മുഖങ്ങളിലേക്ക് വലിച്ചെറിയാൻ അതിനേക്കാൾ പീഡിപ്പിക്കുന്ന പ്രതിഷേധം വേറെയില്ല, പക്ഷെ ഇത് ഏറിവന്നാൽ 'ഉണ്മയായ' കലയിലേക്കുള്ള ആദ്യചുവടുവയ്പുമാത്രമാണ്. ഏതായാലും പംക്തികൾ ആധുനികതാവാദികൾക്ക് തുറന്നിട്ട ഹോപ്റ്റ്മാൻ, മൊപ്പസാങ്, കൊറോലെൻകോ, ദസ്തേവ്സ്കി, സ്ട്രിൻബർഗ് ഹാംസൺ, സോള, ഇബ്സൻ, ജോൻസൻ, ടോൾസ്റ്റോയ്, ഗോർക്കി എന്നിവരെ റിവ്യൂ

ചെയ്യുകയോ അവരുടെ രചനകൾ പ്രസിദ്ധം ചെയ്യുകയോ ഉണ്ടായി. ജർമൻ പ്രകൃതിവാദം സോഷ്യൽ ഡെമോക്രസിയിലേക്ക് ആകർഷിക്കപ്പെട്ടിരുന്നു എന്ന് "ജന്മിത്ത സോഷ്യലിസ്റ്റുകൾ എത്രമാത്രം ബൂർഷ്വമനസ്കരായിരുന്നോ അത്രമാത്രം ബൂർഷ്വപ്രകൃതിവാദികൾ സോഷ്യലിസ്റ്റ് മനസ്കരുമാണ് – ഒട്ടും കൂടുതലോ കുറവോ അല്ല," എന്ന് വിശ്വസിക്കുമ്പോഴും മെഹ്റിങ് പ്രസ്താവിച്ചു.

മാർക്സിസവും കലകളും തമ്മിലുള്ള സമ്പർക്കത്തിലെ രണ്ടാമത്തെ മുഖ്യബിന്ദു ദൃശ്യകലയായിരുന്നു. സാമൂഹികാവബോധമുള്ള ദൃശ്യകലാകാരന്മാർ നിരവധി പേർ തൊഴിലാളിവർഗത്തെ ഒരു വിഷയമായി തിരിച്ചറിഞ്ഞു, അതുവഴി അവർ തൊഴിലാളിപ്രസ്ഥാനത്തിലേക്ക് ആകൃഷ്ടരായി. അവാങ് ഗാർദ് സംസ്കാരത്തിൽ എല്ലായിടത്തെയുംപോലെ ഇവിടെയും കീഴ്‌രാജ്യങ്ങളുടെ പങ്ക് ഗണ്യമായിരുന്നു. ഇതിന്റെ സ്ഥാനം ഫ്രഞ്ച്, ബ്രിട്ടീഷ് ഒരളവുവരെ ജർമൻ സ്വാധീനങ്ങളുടെ സന്ധിയിലായിരുന്നു. അവിടെ അങ്ങേയറ്റം ചൂഷിതരും മർദിതരുമായ ഒരു തൊഴിലാളി ജനതയും ഉണ്ടായിരുന്നു (ബെൽജിയത്തിൽ). ഈ രാജ്യങ്ങളുടെ – പ്രത്യേകിച്ച് ബെൽജിയത്തിന്റെ – അന്തർദേശീയ സാംസ്കാരികരംഗത്തെ പങ്ക് മുൻനൂറ്റാണ്ടുകളിലേതിനേക്കാൾ കേന്ദ്രസ്ഥാനീയമായിരുന്നു. അവരുടെ സംഭാവനയല്ലാതെ പ്രതീകാത്മകതയോ നവകലയോ പിൽക്കാലത്തെ ആധുനിക വാസ്തുശാസ്ത്രമോ അവാങ് ഗാർദ് ചിത്രങ്ങളോ (ഇംപ്രഷനിസ്റ്റുകൾക്കുശേഷം) മനസിലാക്കാൻ കഴിയില്ല. ബെൽജിയൻ ലേബർ പാർട്ടിയുമായി അടുത്ത ബന്ധമുണ്ടായിരുന്ന കലാകാരന്മാരുടെ സംഘത്തിൽപ്പെട്ട കോൺസ്റ്റാന്റിൻ മെയുനിയർ (1831–1905) പിൽക്കാലത്ത് സോഷ്യലിസ്റ്റ് വിഗ്രഹശാസ്ത്രത്തിന്റെ അടയാളമായി മാറിയ 'തൊഴിലാളി' സൃഷ്ടിച്ചു – ഉറച്ച പേശികളോടുകൂടിയ, നഗ്നമായ നെഞ്ച് വിരിച്ചുനിൽക്കുന്ന അധ്വാനിക്കുന്ന മനുഷ്യനും ദുരിതംകൊണ്ട് ശോഷിച്ച തൊഴിലാളിവർഗ ഭാര്യയും അമ്മയും. (ദരിദ്രരുടെ ലോകത്തേക്ക് വാൻഗോഗ് നടത്തിയ സഞ്ചാരങ്ങൾ പിന്നീടാണ് തിരിച്ചറിയപ്പെട്ടത്.) പ്ലെഖനോവിനെപ്പോലുള്ള മാർക്സിസ്റ്റ് വിമർശകർ ചിത്രകലയുടെ വിഷയം ഇങ്ങനെ മുതലാളിത്തത്തിന്റെ ഇരകളിലേക്ക് വ്യാപിച്ചതിനെ പതിവ് അൽപ്പഭാഷിത്വത്തോടെയാണ് കണ്ടത്–അത് കേവലം രേഖാങ്കനത്തിനും സാമൂഹ്യ കാരുണ്യപ്രകടനത്തിനും അപ്പുറം പോയപ്പോൾ പോലും. ഏതായാലും പ്രാഥമികമായും തങ്ങളുടെ വിഷയത്തോട് തൽപ്പരരായിരുന്ന ആ കലാകാരന്മാരെ സംബന്ധിച്ചിടത്തോളം അത് അവരുടെ ലോകത്തിനും മാർക്സിസം സംവാദവിഷയമായ പശ്ചാത്തലത്തിനും ഇടയ്ക്കൊരു പാലമായി.

സോഷ്യലിസവുമായുള്ള കുറേക്കൂടി ശക്തവും പ്രത്യക്ഷവുമായ ബന്ധം വന്നത് പ്രയോഗകലയിലൂടെയും അലങ്കാരകലയിലൂടെയുമാണ്. ഈ ബന്ധം പ്രത്യക്ഷവും ബോധപൂർവകവുമായിരുന്നു. പ്രത്യേകിച്ച് ബ്രിട്ടീഷ് ആർട്സ് ആൻഡ് ക്രാഫ്റ്റ്സ് പ്രസ്ഥാനത്തിൽ. അതിന്റെ മഹാ

നായ ആചാര്യൻ വില്യം മോറിസ് (1834–96) ഒരുതരത്തിൽ ഒരു മാർക്സിസ്റ്റായി. കലയുടെ സാമൂഹികപരിവർത്തനത്തിന് അദ്ദേഹം ശക്തമായ സൈദ്ധാന്തികസംഭാവനയും അനന്യമായ പ്രായോഗികസംഭാവനയും നൽകി. കലയുടെ ഈ ശാഖകൾ വ്യക്തിയായ ഒറ്റപ്പെട്ട കലാകാരനെയല്ല, കൈവേലക്കാരനെയാണ് വ്യതിയാനബിന്ദുവായി എടുത്തത്. അവർ സർഗാത്മകത ഏറെയുള്ള തൊഴിലാളി – കൈവേലക്കാരനെ മുതലാളിത്തവ്യവസായം വെറുമൊരു 'പ്രവർത്തകൻ' ആക്കിയതിനെതിരെ പ്രതിഷേധിച്ചു. അവരുടെ പ്രധാനലക്ഷ്യം വൈയക്തിക കലാസൃഷ്ടികൾ അല്ലായിരുന്നു; അത്തരത്തിലുള്ള ഏകാന്തതയിൽ ധ്യാനിക്കേണ്ട സൃഷ്ടികൾക്കുപകരം മനുഷ്യന്റെ നിത്യനിദാനങ്ങളുടെ ചട്ടക്കൂട് – ഗ്രാമങ്ങൾ, പട്ടണങ്ങൾ, വീടുകൾ, അവയ്ക്കകത്തെ വസ്തുക്കൾ എന്നിവ ആയിരുന്നു, അവരുടെ സൃഷ്ടിവിഷയം. സാമ്പത്തിക കാരണങ്ങളാൽ അവരുടെ ഉൽപ്പന്നങ്ങൾക്ക് സാംസ്കാരികമായി സാഹസികത കൈമുതലായുള്ള ബൂർഷ്വാസിയും പ്രൊഫഷണൽ മധ്യവർഗങ്ങളും ആയിരുന്നു വിപണി – അപ്പോഴും പിന്നീടും 'ജനനാട്യവേദി' യുടെ വക്താക്കൾക്ക് പരിചിതമായ ഒരു വിധി. ആർട്സ് ആൻഡ് ക്രാഫ്റ്റ്സ് പ്രസ്ഥാനവും അതിന്റെ വികാസമായ 'നവകല'യും ആണ് പത്തൊമ്പതാം നൂറ്റാണ്ടിലെ ശരിക്കും സുഖകരമായ ബൂർഷ്വജീവിതശൈലി ആദ്യമായി പകർത്തിയത് – നഗരപ്രാന്തത്തിലോ അർധഗ്രാമീണാന്തരീക്ഷത്തിലോ ഉള്ള 'കോട്ടേജ്' അഥവാ 'വില്ല' ഈ ശൈലിയും അതിന്റെ വ്യത്യസ്ത ഭാഷ്യങ്ങളും യുവ പ്രവിശ്യാബൂർഷ്വസമുദായങ്ങളിൽ പ്രത്യേകം സ്വാഗതം ചെയ്യപ്പെട്ടു. ആ സമുദായങ്ങൾക്ക് അവരുടെ സാംസ്കാരിക സ്വത്വം ആവിഷ്കരിക്കാൻ വലിയ ആകാംക്ഷയായിരുന്നു – ബ്രസൽസിൽ, ബാഴ്സിലോണയിൽ, ഗ്ലാസ്ഗോയിൽ, ഹെൽസിങ്കിയിൽ, പ്രാഗിൽ. എന്നാൽ അവാങ് ഗാർദിലെ കൈവേലക്കലാകാരുടെയും വാസ്തുശിൽപ്പികളുടെയും സാമൂഹികാഭിലാഷങ്ങൾ മധ്യവർഗാവശ്യങ്ങൾ നിറവേറ്റിക്കൊടുക്കുന്നതിൽ ഒതുങ്ങുന്നതായിരുന്നില്ല. അവർ സാമൂഹിക – ഉട്ടോപ്യൻ അംശം പ്രകടമായ ആധുനികവാസ്തുശിൽപ്പത്തിനും പട്ടണാസൂത്രണത്തിനും അടിത്തറയിട്ടു–"ആധുനിക പ്രസ്ഥാനത്തിന്റെ ഈ ആദ്യപഥികർ, പൂന്തോട്ടനഗരങ്ങളുടെ വക്താക്കൾ, ബ്രിട്ടീഷ് പുരോഗമന സോഷ്യലിസ്റ്റ് പശ്ചാത്തലത്തിൽ നിന്നുള്ളവരായിരുന്നു. ഡബ്ലിയു ആർ ലെഥാബി (1857–1931), പാട്രിക് ഗെഡെസ് എന്നിവർ ഉദാഹരണങ്ങൾ. ഭൂഖണ്ഡത്തിലെ അതിന്റെ വക്താക്കളെല്ലാം സോഷ്യൽ ഡെമോക്രസിയുമായി അടുത്ത ബന്ധമുള്ളവരായിരുന്നു. ബെൽജിയൻ നവകലയുടെ മഹാശിൽപ്പി വിക്ടർ ഹോർത്ത (1861 – 1947) യാണ് ബ്രസൽസിലെ മെയ്സൻ ഡ്യു പ്യൂപ്പിൾ (1867) രൂപകൽപ്പന ചെയ്തത്. അവിടത്തെ 'കലാവിഭാഗ'ത്തിലാണ് ജർമനിയിലെ ആധുനികതാപ്രസ്ഥാനത്തിന്റെ വികാസത്തിൽ പിന്നീട് മുഖ്യപങ്കുവഹിച്ച എച്ച് വാൻ ഡിവെൽഡെ, വില്യം മോറിസിനെക്കുറിച്ച് പ്രഭാഷണങ്ങൾ നടത്തിയത്.

ഡച്ച് വാസ്തുകലയുടെ സോഷ്യലിസ്റ്റ് ആദ്യപഥികനായ എച്ച് പി ബെർലാജ് (1856–1934) ആംസ്റ്റർഡാം ഡയമണ്ട് വർക്കേഴ്സ് യൂണിയനു (1899) വേണ്ടി ഓഫീസുകൾ രൂപകൽപ്പന ചെയ്തു.

പുതിയ രാഷ്ട്രീയവും പുതിയ കലയും ഈ ബിന്ദുവിൽ കേന്ദ്രീകരിച്ചു എന്നതാണ് നിർണായക വസ്തുത. പ്രയോഗകലയിലെ ഈ വിപ്ലവത്തിന്റെ ആദ്യപഥികരായ കലാകാരന്മാർ (പ്രധാനമായും ബ്രിട്ടീഷുകാർ) മോറിസിനെപ്പോലെ നേരിട്ട് മാർക്സിസത്താൽ സ്വാധീനിക്കപ്പെട്ടവർ മാത്രമല്ലായിരുന്നു; അവരാണ് വാൾട്ടർ ക്രെയിനിനെപ്പോലെ സോഷ്യൽ ഡെമോക്രാറ്റിക് പ്രസ്ഥാനത്തിന്റെ അന്തർദേശീയ സമകാലിക വിഗ്രഹശാസ്ത്രപദാവലി ഭൂരിഭാഗവും പ്രദാനം ചെയ്തത്. വില്യം മോറിസ് കലയും സമൂഹവും തമ്മിലുള്ള ബന്ധങ്ങളെക്കുറിച്ച് ശക്തമായ ഒരു വിശകലനം വികസിപ്പിച്ചെടുത്തിരുന്നു. അത് മാർക്സിസ്റ്റാണെന്ന് അദ്ദേഹം കരുതുകയും ചെയ്തിരുന്നു. റഫേൽ പൂർവസ്വാധീനങ്ങളും റസ്കിൻ സ്വാധീനവും നമുക്കദ്ദേഹത്തിൽ കാണാം എന്നത് വേറെ കാര്യം. രസകരമെന്നു പറയട്ടെ, കലകളെക്കുറിച്ചുള്ള യാഥാസ്ഥിതിക മാർക്സിസ്റ്റ് ചിന്തയിൽ ഈ സംഭവവികാസങ്ങൾ ഒരു മാറ്റവും വരുത്തിയില്ല. ഇന്നും വില്യം മോറിസിന്റെ രചനകൾ, 1945 നുശേഷം കൂടുതൽ പ്രശസ്തമാവുകയും ഒന്നാംതരം മാർക്സിസ്റ്റ് വക്താക്കളെ കണ്ടെത്തുകയും ചെയ്തെങ്കിലും, മാർക്സിസ്റ്റ് ലാവണ്യശാസ്ത്രസംവാദങ്ങളുടെ മുഖ്യധാരയിലേക്ക് കടന്നിട്ടില്ല.

1880 കളിലും 1890 കളിലും മറ്റൊരു പ്രധാനപ്പെട്ട അവാങ് ഗാർദ് സംഘം ഉണ്ടായി. അവരെ ഒഴുക്കനെ നമുക്ക് പ്രതീകാത്മകവാദികൾ അഥവാ സിംബോളിസ്റ്റുകൾ എന്നുവിളിക്കാം. സിംബോളിസ്റ്റുകളെയും മാർക്സിസ്റ്റുകാരെയും ഒരുമിച്ചുകൊണ്ടുവരാൻ ഇപ്പറഞ്ഞ തരത്തിൽ പ്രകടമായ കണ്ണികളൊന്നും ഉണ്ടായിരുന്നില്ല. എങ്കിലും സിംബോളിസ്റ്റ് കവികൾ മിക്കവർക്കും വിപ്ലവത്തോടോ സോഷ്യലിസത്തോടോ ആഭിമുഖ്യം ഉണ്ടായിരുന്നു എന്നത് ഒരു വസ്തുതയാണ്. ഫ്രാൻസിൽ 1890 കളുടെ തുടക്കത്തിൽ അവരുടെ മുഖ്യാകർഷണം അരാജകവാദത്തോടായിരുന്നു. അക്കാലത്തെ പുതിയ ചിത്രകാരന്മാർ ഭൂരിപക്ഷവും അങ്ങനെ തന്നെയായിരുന്നു. (പിസ്സാറോവിനെപ്പോലെ ചില ഒറ്റപ്പെട്ട അപവാദങ്ങൾ ഒഴിച്ചാൽ, മുതിർന്ന ഇംപ്രഷനിസ്റ്റുകളെല്ലാം അരാഷ്ട്രീയവാദികളായിരുന്നു.) തത്വത്തിൽ മാർക്സിനോട് എന്തെങ്കിലും എതിർപ്പുണ്ടായിരുന്നതുകൊണ്ടല്ല ഇത്. ബക്കുനിന്റേതായാലും കാൾ മാർക്സിന്റേതായാലും കലാപത്തിന്റെ പ്രമാണത്തിലേക്ക് പരിവർത്തിതരായ "യുവകവികളിൽ ഭൂരിപക്ഷവും" അനുയോജ്യമായ ഏത് കലാപക്കൊടി കിട്ടിയാലും സ്വീകരിക്കുമായിരുന്നു. ഷോറസ് വരുംവരെ അവിടെയുണ്ടായിരുന്ന ഫ്രഞ്ച് സോഷ്യലിസ്റ്റുകാർ ആരുംതന്നെ അവരെ പ്രചോദിപ്പിച്ചില്ല എന്നതാണ് സത്യം. ഗുയെഡിസ്റ്റെകളുടെ സ്കൂൾ അധ്യാപകതുല്യമായ ഫിലിസ്റ്റിനിസം അവരെ ഒട്ടും ആകർഷിച്ചില്ല. അരാജകവാദികളാണ്

കലയിൽ കൂടുതൽ താൽപ്പര്യം എടുത്തത്. മാത്രമല്ല, അവർ ആദ്യസൈനികോത്സുക സംഘത്തിൽ ചിത്രകാരന്മാരെയും വിമർശകരെയും ഉൾപ്പെടുത്തുകയും ചെയ്തു. ഉദാഹരണം: ഫെലിക്സ് ഫെനിയോവർ. അതുപോലെ, ബെൽജിയത്തിൽ സിംബോളിസ്റ്റുകളെ ആകർഷിച്ചത് പാർട്ടി ഔവ്റിയെർ ബെൽജെ ആണ്. അരാജകവാദത്തിലേക്ക് മാറിക്കൊണ്ടിരുന്ന കലാപകാരികളെ ഉൾപ്പെടുത്തി എന്നതു കൊണ്ടുമാത്രമല്ല, അതിലെ നേതൃസംഘാംഗങ്ങളും വക്താക്കളും കലയിൽ ദൃശ്യമായ, സജീവമായ താൽപ്പര്യമെടുക്കുന്ന സംസ്കാരസമ്പന്നരായ മധ്യവർഗക്കാരായിരുന്നു എന്നതുകൊണ്ടുകൂടിയാണ് ആ പാർട്ടിയിലേക്ക് അവർ ആകൃഷ്ടരായത്. ജൂൾസ് ദെസ്ട്രി സോഷ്യലിസം, കല എന്നിവയെക്കുറിച്ച് ഏറെ എഴുതുകയും ഓഡിലോൺ റെഡോണിന്റെ ലിത്തോഗ്രാഫുകളെക്കുറിച്ച് ഒരു കാറ്റലോഗ് ഇറക്കുകയും ചെയ്തു; വാൻ ഡെർവെൽഡെ കവികളെ സ്ഥിരമായി സന്ദർശിച്ചു; മറ്റെർലാക് 1914 വരെ പാർട്ടിയുമായുള്ള ബന്ധം തുടർന്നു; വെർഹെയ്റെൻ ഏതാണ്ട് അതിന്റെ ഔദ്യോഗിക കവിയായി, ഈഖൗദ്, ഖ്നോഫ് എന്നീ ചിത്രകാരന്മാർ മെയ്സൺ ഡ്യു പ്യൂപ്പിളിൽ സജീവമായിരുന്നു. സിംബോളിസം തഴച്ചു വളർന്നത് അതിനെ അപലപിക്കാൻ ഉത്സാഹം കാണിച്ച (പ്ലെഖനോവിനെപ്പോലുള്ള) മാർക്സിസ്റ്റ് സൈദ്ധാന്തികർ ഏറെയൊന്നും ഇല്ലായിരുന്ന രാജ്യങ്ങളിലാണ് എന്നത് സത്യമാണ്. അങ്ങനെ, കലയിലെയും രാഷ്ട്രീയത്തിലെയും കലാപങ്ങൾ തമ്മിലുള്ള ബന്ധം ഏതാണ്ട് സൗമ്യമായി തുടർന്നു.

അതുകൊണ്ട് നൂറ്റാണ്ടറുതിവരെ സാസ്കാരിക അവാങ് ഗാർദുകൾ, വിവേചനബുദ്ധിയുള്ള ന്യൂനപക്ഷക്കാർ ആസ്വദിച്ചിരുന്ന കല എന്നിവയ്ക്കും മാർക്സിസ്റ്റ് സ്വാധീനം വർധിച്ചുവന്ന സോഷ്യൽ ഡെമോക്രസിക്കും പൊതുവായ ഏറെ ഘടകങ്ങൾ ഉണ്ടായിരുന്നു. 1860നടുത്ത് ജനിച്ച പുതിയ പാർട്ടികളുടെ നേതാക്കളായ സോഷ്യലിസ്റ്റ് ബുദ്ധിജീവികൾക്ക് അപ്പോഴും പുരോഗമിച്ചവരുടെ രുചികളുമായി സമ്പർക്കം നഷ്ടപ്പെടാനുള്ള പ്രായമായില്ലായിരുന്നു. ഏറ്റവും പ്രായമായ വിക്ടർ ആഡ്ലെർക്കും (ജനനം 1852) കൗട്സ്കിക്കും (ജനനം 1854) പോലും 1890 ൽ പ്രായം നാൽപ്പതിൽ കുറവായിരുന്നു. കഫെ ഗ്രിയെൻസ്റ്റീ ഡെലായിരുന്നു അന്ന് വിയന്നീസ് കലാകാരന്മാരുടെയും ബുദ്ധിജീവികളുടെയും കേന്ദ്രം. അവിടെ ഇടയ്ക്കിടെ പോയിരുന്ന വിക്ടറ്റർ ആഡ്ലെർക്ക് ക്ലാസിക്കൽ സാഹിത്യവും സംഗീതവും ഏറെ ഇഷ്ടമായിരുന്നു. അദ്ദേഹം ഒരു തീവ്ര വാഗ്നറിയനായിരുന്നു (പ്ലെഖനോവിനെയും ഷായെയുംപോലെ വാഗ്നറുടെ വിപ്ലവകരവും സോഷ്യലിസ്റ്റുമായ പ്രത്യാഘാതങ്ങളിലാണ് അദ്ദേഹം ഊന്നിയത്). സുഹൃത്ത് ഗുസ്താവ് മലെറിനെ അദ്ദേഹം ആരാധിച്ചു; ബ്രക്നെറിന്റെ ആദ്യകാല വക്താവായിരുന്നു, ആഡ്ലെർ. ഇബ്സനെയും ദസ്തയെവ്സ്കിയെയും ആ തലമുറയിലെ മറ്റെല്ലാ സോഷ്യലിസ്റ്റുകാരെയുംപോലെ ആഡ്ലെറും

ആരാധിച്ചു. വെർഹെയ്റെന്റെ കവിതകൾ അദ്ദേഹത്തെ ഗാഢമായി സ്പർശിച്ചു. അദ്ദേഹത്തിന്റെ കവിതകൾ ആഡ്ലെർ വിവർത്തനം ചെയ്തിട്ടുണ്ട്. പ്രകൃതിവാദികൾ, സിംബോളിസ്റ്റുകൾ, ഇത്യാദി അക്കാലത്തെ പുരോഗമനപദ്ധതിക്കാർ പലരും തൊഴിലാളി പ്രസ്ഥാനത്തിലേക്കും (ഫ്രാൻസിനും പുറത്ത്) സോഷ്യൽ ഡെമോക്രസിയിലേക്കും ആകൃഷ്ടരായി. ഈ ആകർഷണം എപ്പോഴും സ്ഥായിയായിരുന്നില്ല. 'ആധുനിക'രുടെ വക്താവാണെന്ന് സ്വയം കണ്ട ആസ്ട്രിയൻ സാഹിത്യകാരൻ ഹെർമൻ ബാർ 1880 കളുടെ അവസാനം മാർക്സിസത്തിൽനിന്ന് അകന്നു. മഹാനായ പ്രകൃതിവാദി ഹോപ്റ്റ്മാനാകട്ടെ, സിംബോളിസ്റ്റ് ദിശയിലേക്ക് ചരിച്ചു; ഇത് മാർക്സിസ്റ്റ് വ്യാഖ്യാതാക്കളുടെ സൈദ്ധാന്തികമായ അകൽച്ചയെ ന്യായീകരിച്ചു. സോഷ്യലിസ്റ്റുകാരും അരാജക വാദികളും തമ്മിലുള്ള പിളർപ്പും പ്രത്യാഘാതങ്ങൾ ഉണ്ടാക്കി. അവരിൽ ചിലർ (പ്രത്യേകിച്ച് ദൃശ്യകലയിലുള്ളവർ) എല്ലായ്പ്പോഴും അരാജകവാദികളും ശുദ്ധകലാപത്തിൽ ആകൃഷ്ടരുമായിരുന്നു. എങ്കിലും തൊഴിലാളി പ്രസ്ഥാനങ്ങളുടെ സാമീപ്യത്തിലാണ് 'ആധുനികർ' സ്വസ്ഥത കണ്ടെത്തിയിരുന്നത്; മാർക്സിസ്റ്റുകാർ– ചുരുങ്ങിയ പക്ഷം അവരിലെ സംസ്കാരചിത്തരായ ബുദ്ധിജീവികൾ– 'ആധുനിക'രുടെ കൂടെ നിൽക്കുന്നതിലും.

വേണ്ടത്ര അന്വേഷണം നടന്നിട്ടില്ലാത്ത ഏതോ കാരണങ്ങളാൽ കുറച്ചുകാലത്തേക്ക് ഈ കണ്ണികൾ അറ്റുപോയ അവസ്ഥയുണ്ടായി. ചില കാരണങ്ങൾ ചൂണ്ടിക്കാട്ടാവുന്നതാണ്. ഒന്നാമത് 1890 കളുടെ അവസാനം മാർക്സിസത്തിലെ പ്രതിസന്ധി പ്രകടമായതോടെ മുതലാളിത്തം തകർച്ചയുടെ വക്കത്താണ്, സോഷ്യലിസ്റ്റ് പ്രസ്ഥാനം വിപ്ലവകരമായ വിജയത്തിന്റെ വക്കത്താണ് എന്ന വിശ്വാസം പടിഞ്ഞാറൻ യൂറോപ്പിൽ നിലനിർത്തുക അസാധ്യമായി. പ്രത്യാശ, ആത്മവിശ്വാസം, എന്തിന് ഉട്ടോപ്യൻ പ്രതീക്ഷവരെ ഉയർത്തിയ, വിശാലമെങ്കിലും അവ്യക്തമായി മാത്രം നിർവചിതമായ ഒരു തൊഴിലാളി പ്രസ്ഥാനത്തിലേക്ക് ആകൃഷ്ടരായ ബുദ്ധിജീവികളും കലാകാരന്മാരും ഭാവിസാധ്യതകൾ അനിശ്ചിതത്വത്തിലായ ആഭ്യന്തര വിഭാഗീയസംവാദങ്ങൾ കലുഷിതമാക്കിയ ഒരവസ്ഥയെ അഭിമുഖീകരിക്കേണ്ടിവന്നു. കിഴക്കൻ യൂറോപ്പിലും ഈ പ്രത്യയശാസ്ത്ര ശകലീകരണം ഉണ്ടായിരുന്നു. എല്ലാ ധാരകളും പൊതുവായ ഒരു മാർക്സിസ്റ്റ് ദിശയിലേക്ക് ഒഴുകിക്കൊണ്ടിരുന്ന (1890 കളുടെ തുടക്കത്തിലെന്നപോലെ) ഒരു പ്രസ്ഥാനവുമായി, അല്ലെങ്കിൽ ദേശീയവാദികളും ദേശീയതാവിരുദ്ധവാദികളും തമ്മലുള്ള പിളർപ്പിനു മുമ്പത്തെ പോളിഷ് സോഷ്യലിസവുമായി സഹകരിക്കുക എന്നതും വിപ്ലവകാരികൾക്കും വിപ്ലവവിരുദ്ധർക്കും ഇടയിലുള്ള ശത്രുപക്ഷങ്ങളിൽ ഏത് എന്ന് തെരഞ്ഞെടുക്കുക എന്നതും തീർത്തും വ്യത്യസ്തമായ രണ്ട് കാര്യങ്ങളായിരുന്നു.

പടിഞ്ഞാറൻ രാജ്യങ്ങളിൽ ഒരു ഘടകം കൂടിയുണ്ടായിരുന്നു. പുതിയ പ്രസ്ഥാനങ്ങൾ, സ്ഥാപനവൽക്കരിക്കപ്പെടുകയും കലാകാര

ന്മാരെയോ എഴുത്തുകാരെയോ ഉത്സാഹിപ്പിക്കാൻ ഉതകാത്ത വിധം നിത്യരാഷ്ട്രീയത്തിൽ ഇടപെട്ടുതുടങ്ങുകയും ചെയ്തിരുന്നു. പ്രായോഗികതലത്തിൽ അവ പരിഷ്കരണവാദത്തിലേക്കാണ് തിരിഞ്ഞത്. അതോടെ ഭാവിവിപ്ലവത്തെ ചരിത്രപരമായ അനിവാര്യതയ്ക്ക് വിട്ടുകൊടുക്കുകയായിരുന്നു, ആ പ്രസ്ഥാനങ്ങൾ. തന്നെയുമല്ല സ്ഥാപനവൽക്കൃതമായ ബഹുജനപാർട്ടികൾ പലപ്പോഴും സ്വന്തമായ ഒരു സാംസ്കാരികലോകം വികസിപ്പിക്കുകയും അതോടെ തൊഴിലാളിവർഗത്തിലെ പൊതുജനങ്ങൾക്ക് എളുപ്പം മനസിലാകുകയും അവർ അംഗീകരിക്കുകയും ചെയ്യാത്ത കലയോടുള്ള അവയുടെ ആഭിമുഖ്യം കുറയുകയും ചെയ്തു. ജർമൻ തൊഴിലാളികളുടെ ഗ്രന്ഥശാലകളിൽ രാഷ്ട്രീയ പുസ്തകങ്ങൾക്ക് ആവശ്യക്കാർ കുറഞ്ഞു, കൽപ്പിതകഥകൾക്ക് വായനക്കാർ കൂടി. കവിത വായന കുറഞ്ഞു, ക്ലാസിക്കൽ സാഹിത്യ താൽപ്പര്യവും കുറഞ്ഞു. പക്ഷെ അവരുടെ ഏറ്റവും ജനപ്രിയസാഹിത്യകാരനായ സാഹസികകഥാനുഗായി ഫ്രെഡ് റിച്ച് ഗെർസ്റ്റെയ്കർക്ക് പോലും അവാങ് ഗാർദിനെ പ്രചോദിപ്പിക്കാൻ കഴിവില്ലായിരുന്നു. വിയന്നയിൽ ആദ്യമൊക്കെ സ്വന്തം സാംസ്കാരികരാഷ്ട്രീയവിമതത്വത്തിൽ പ്രേരിതനായി സോഷ്യൽ ഡെമോക്രാറ്റുകളോട് ഏറെ അടുത്തുനിന്ന കാൾ ക്രോസ് 1900 കളിൽ അവരിൽനിന്ന് അകന്നു. തൊഴിലാളികൾക്കിടയിൽ വേണ്ടത്ര ഗൗരവത്തോടുകൂടിയ ഒരു സാംസ്കാരിക നിലവാരം വളർത്തിയെടുക്കാത്തതിൽ അവരെ അദ്ദേഹം കുറ്റപ്പെടുത്തി. പാർട്ടിയുടെ സുപ്രധാനവും പിന്നീട് വിജയപ്രദവുമായ സാർവലൗകിക വോട്ടവകാശത്തിനായുള്ള പ്രചാരണം അദ്ദേഹത്തെ ഒട്ടും പ്രചോദിപ്പിച്ചില്ല.

ആദ്യമൊക്കെ പടിഞ്ഞാറൻ രാജ്യങ്ങളിൽ പ്രായേണ പാർശ്വസ്ഥാനീയമായിരുന്ന സോഷ്യൽ ഡെമോക്രസിയിലെ വിപ്ലവാത്മക ഇടതുപക്ഷവും വിപ്ലവാത്മക സിൻഡിക്കലിസ്റ്റ് അരാജകവാദപ്രവണതകളായിരുന്നു റാഡിക്കൽ മനോഭാവമുള്ള അവാങ് ഗാർദ് സംസ്കാരത്തെ ആകർഷിക്കാൻ കൂടുതൽ സാധ്യതയുള്ളത്. 1900 നു ശേഷം ലാറ്റിൻ അമേരിക്കയിലെ ചില രാജ്യങ്ങൾക്കു പുറത്ത് അരാജകത്വവാദികൾ സാമൂഹികാടിത്തറ കണ്ടെത്തി. ബൊഹീമിയരും സ്വയം വിദ്യാഭ്യാസം ആർജിച്ച തൊഴിലാളികളും ഒക്കെ പടിഞ്ഞാറൻ ലോകത്തെ വിവിധ മോണ്ട്മാർട്രെകളിലെ തൊഴിലാളിവർഗത്തിലെ അലസകുക്ഷികളിലേക്ക് നിഴൽവീഴ്ത്തി നിന്ന പശ്ചാത്തലത്തിൽ ഒരു സാമൂഹികാടിത്തറ രൂപപ്പെടുകയും 'ബൂർഷ്വാ' ജീവിതശൈലികളും സംഘടിത ബഹുജന പ്രസ്ഥാനങ്ങളും തിരസ്കരിക്കുകയോ അതിലേക്ക് ഉൾച്ചേർക്കപ്പെടാതിരിക്കുകയോ ചെയ്ത ഒരുകൂട്ടരുടെ പൊതുവായ ഉപസംസ്കാരത്തിൽ തമ്പടിക്കുകയും ചെയ്തു. പൊതുധാരയ്ക്ക് വിരുദ്ധവും വ്യക്തിവാദപരവുമായ കലാപം സാമൂഹികകലാപത്തിനോട് എതിർപ്പുള്ളതായിരുന്നില്ല. കലാപത്തിന്റെയും വിപ്ലവത്തിന്റെയും പറ്റിയ ഒരു

മുഹൂർത്തം വന്നാൽ അതിൽ ചേരാൻ പാകത്തിന് അവർ കാത്തിരിക്കുകയായിരുന്നു. യുദ്ധം വന്നപ്പോഴും റഷ്യൻവിപ്ലവം വന്നപ്പോഴും ഒന്നിനെതിരായും മറ്റൊന്നിന് അനുകൂലമായും അവർ സംഘടിച്ചു. 1919ലെ മ്യൂണിക്ക് സോവിയറ്റാണ് ഒരുപക്ഷേ അതിന് രാഷ്ട്രീയമായി സ്ഥാനമുറപ്പിക്കാൻ കിട്ടിയ ഏറ്റവും വലിയ സന്ദർഭം. എങ്കിലും യാഥാർഥ്യത്തിലും സിദ്ധാന്തത്തിലും അത് മാർക്സിസത്തോട് പരാങ്മുഖമായി. സ്പഷ്ടമായ കാരണങ്ങളിൽ മാർക്സിസ്റ്റുകൾക്കും സോഷ്യൽ ഡെമോക്രാറ്റുകൾക്കും ഗാഢമായ വിരോധമുണ്ടായിരുന്ന നീഷെയ്ക്ക് 'ബൂർഷ്വ'യോട് കടുത്ത വെറുപ്പായിരുന്നു. എന്നിട്ടും അദ്ദേഹം അരാജകവാദികളോ അങ്ങനെയായിത്തീർന്നുകൊണ്ടിരിക്കുന്നവരോ ആയ കലാപകാരികൾക്ക് ആചാര്യനായി; ആ രാഷ്ട്രീയ മധ്യവർഗ സാംസ്കാരികഭിന്നസ്വരത്തിന്റെ രാജഗുരുവായി.

പുതിയ നൂറ്റാണ്ടിലെ അവാങ് ഗാർദ് വികാസങ്ങളുടെ സാംസ്കാരിക റാഡിക്കലിസംതന്നെ അവരെ രുചികളിൽ പാരമ്പര്യബദ്ധത പുലർത്തിയ തൊഴിലാളികളുടെ പ്രസ്ഥാനങ്ങളിൽനിന്ന് വിച്ഛേദിച്ചു. അവരാകട്ടെ (അവരുടെ പ്രസ്ഥാനവും), കലാസൃഷ്ടികളുടെ ഉള്ളടക്കം ആവിഷ്കരിച്ച, ജ്ഞേയഭാഷകളിലും പ്രതീകാത്മകമായ ആശയവിനിമയസംജ്ഞകളിലും ബദ്ധരായി തുടർന്നു. നൂറ്റാണ്ടിന്റെ അവസാനപാദത്തിലെ അവാങ് ഗാർദുകൾ അപ്പോഴും ആ ഭാഷകളിൽനിന്ന് വിടുതി നേടിയിരുന്നില്ല; അവർ അവയെ അൽപ്പമൊക്കെ വലിച്ചു നീട്ടിയിരുന്നെങ്കിലും. വാഗ്നറും ഇംപ്രഷനിസ്റ്റുകളും സിംബോളിസ്റ്റുകളിൽ ഏറെ പങ്കും 'എന്തായിരുന്നു' എന്ന് മനസിലാക്കാൻ ചെറിയൊരു നീക്കുപോക്ക് മതിയാകുമായിരുന്നു. ഒരുപക്ഷെ ഇരുപതാം നൂറ്റാണ്ടിന്റെ ആദ്യം മുതൽ സ്ഥിതി മാറി. 1905 ലെ പാരീസ് സലോൺ ഡി ഓട്ടോം ആയിരിക്കാം ദൃശ്യകലയിലെ വിച്ഛേദം അടയാളപ്പെടുത്തുന്നത്.

1870 നുശേഷം ജനിച്ച യുവതലമുറയിൽപ്പെട്ട സോഷ്യലിസ്റ്റ് നേതാക്കൾപോലും 'സമ്പർക്കം' പുലർത്താതെയായി. ആധുനിക എഴുത്തുകാരെ ഇഷ്ടപ്പെടുന്നില്ല എന്ന കുറ്റാരോപണം ചെറുക്കാൻ റോസ ലുക്സംബർഗ് നിർബന്ധിതയായി. ജർമൻ പ്രകൃതിവാദി കവികളെപ്പോലെയുള്ള 1890 കളിലെ അവാങ് ഗാർദുകൾ റോസയെ ഗാഢമായി സ്പർശിച്ചിരുന്നെങ്കിലും ഫോഫ് മാൻസ്തിളിനെ മനസിലാക്കാൻ കഴിയുന്നില്ലെന്നും സ്റ്റെഫാൻ ജോർജിനെക്കുറിച്ച് കേട്ടിട്ടില്ലെന്നും അവർ സമ്മതിച്ചു. പുതിയ പരിഷ്കാരങ്ങളുമായി ഏറ്റവും അടുത്ത ബന്ധംപുലർത്തുന്ന ആൾ എന്ന് സ്വയം അഭിമാനിച്ചിരുന്ന ട്രോട്സ്കിപോലും (1908 ൽ *Neue Zeit* ൽ ഫ്രാങ്ക് വെഡെകിൻഡിനെപ്പറ്റി ദീർഘമായ ഒരു വിശകലനമെഴുതുകയും കലാപ്രദർശനങ്ങൾ റിവ്യൂ ചെയ്യുക യുമുണ്ടായി, ട്രോട്സ്കി) 1905–14 ലെ സാഹസികതയുടെ അവാങ് ഗാർദ് എന്ന് കണക്കാക്കുമായിരുന്ന യാതൊന്നുമായും കൃത്യമായ പരിചയം ഉണ്ടായിരുന്നതായി അവകാശപ്പെടുന്നില്ല. ഒരുപക്ഷെ റഷ്യൻ സാഹി

ത്യത്തിലെ പുതുമകൾ അദ്ദേഹത്തിന് പരിചയമുണ്ടായിരിക്കാം. റോസ ലുക്സംബർഗിനെപ്പോലെ അദ്ദേഹവും തീവ്രമായ ആത്മനിഷ്ഠതയെ അംഗീകരിച്ചില്ല. അതിനെ ഒരു 'മാനസികാവസ്ഥ' എന്ന് ആവിഷ്കരിക്കാൻ മാത്രമേ കഴിയു എന്നാണ് ലുക്സംബർഗ് വിമർശിച്ചത്. ("പക്ഷെ ഒരാൾക്ക് മാനസികാവസ്ഥകൾ കൊണ്ട് മനുഷ്യരെ സൃഷ്ടിക്കാനാവില്ല.") പക്ഷെ റോസ ലുക്സംബർഗിൽനിന്ന് വ്യത്യസ്തമായി ട്രോട്സ്കി ആത്മനിഷ്ഠ കലാപത്തിന്റെയും "സ്വാഭാവികമായും അക്കാദമിസിസത്തിനെതിരായ കലാപത്തെ ഉള്ളടക്കത്തിനെതിരായ സ്വയം പര്യാപ്തത കലാരൂപത്തിന്റെ കലാപമാക്കി അലംഭാവപൂർവമായ ഒരു പ്രവൃത്തിയാക്കി മാറ്റു"ന്ന "ശുദ്ധമേ ലാവണ്യശാസ്ത്ര യുക്തി"യുടെയും പുതിയ പ്രവണതകൾക്ക് ഒരു മാർക്സിസ്റ്റ് വ്യാഖ്യാനം ഉണ്ടാക്കാൻ ശ്രമിച്ചു. ആധുനികരാക്ഷസ നഗരത്തിന്റെ പരിതഃസ്ഥിതിയിൽ ജീവിക്കുക എന്ന നവ്യാനുഭവമാണ് അതിനു കാരണം എന്ന് അദ്ദേഹം പറഞ്ഞുവച്ചു. ആധുനിക ബാബിലോണുകളിൽ വസിക്കുന്ന ബുദ്ധിജീവികളുടെ അനുഭവത്തിന്റെ ആവിഷ്കാരമാണ് ആ ആത്മനിഷ്ഠകലാപമെന്നും അദ്ദേഹം വ്യാഖ്യാനിച്ചു. ലുക്സംബർഗും ട്രോട്സ്കിയും പ്രതിധ്വനിപ്പിച്ചത് റഷ്യൻ ലാവണ്യശാസ്ത്രത്തിന്റെ സിദ്ധാന്തം സംബന്ധിച്ച ശക്തമായ സാമൂഹിക മുൻധാരണകളാണ് എന്നതിൽ സംശയമില്ല. പക്ഷെ ഉള്ളിന്റെയുള്ളിൽ അവർ പ്രതിഫലിപ്പിച്ചത് കിഴക്കനായാലും പടിഞ്ഞാറനായാലും മാർക്സിസ്റ്റുകാരുടെ വളരെ പൊതുവായ ഒരു സമീപനമാണ്. കലയിൽ പ്രത്യേക താൽപ്പര്യമുള്ള പുതിയ പ്രവണതകളുമായി സമ്പർക്കം നിലനിർത്താൻ ആകാംക്ഷയുള്ള ഒരാൾക്ക് ഈ നൂതനത്വങ്ങളിൽ ചിലതിനോട് ഒരു സ്വകാര്യവ്യക്തി എന്ന നിലയ്ക്ക് അഭിരുചി തോന്നാം. പക്ഷെ അത്തരമൊരു താൽപ്പര്യത്തെ കൃത്യമായും എങ്ങനെയാണ് അവന്റെ/അവളുടെ സോഷ്യലിസ്റ്റ് പ്രവർത്തനങ്ങളും വിശ്വാസങ്ങളുമായി ബന്ധപ്പെടുത്തുക?

അത് കേവലം പ്രായത്തിന്റെ പ്രശ്നമല്ല. ഇന്റർനാഷനലിലെ സ്ഥാപിതനാമങ്ങളിൽ ആരും 1910 ൽ 30 ൽ കുറഞ്ഞ പ്രായക്കാർ ഉണ്ടായിരുന്നില്ല. മിക്കവരും മധ്യവയസിന്റെ രണ്ടാംപകുതിയിലേക്ക് കടന്നവരായിരുന്നു. മാർക്സിസ്റ്റുകാർ രൂപപരമായ നൈപുണി യിലേക്കും പരീക്ഷണത്തിലേക്കും ഉള്ള മടക്കമായും കലയിലെ ദൃശ്യവും മനസിലാക്കാവുന്നതുമായ സാമൂഹിക-രാഷ്ട്രീയ ഉള്ളടക്കത്തെ അടക്കം തിരസ്കരിക്കുന്ന പ്രവണതയായും കണ്ട ആ പ്രക്രിയയെ മനസിലാക്കുന്നതിൽ അവർ പരാജയപ്പെട്ടു. അവാങ് ഗാർദ് ആകട്ടെ ഈ 'മടക്ക'ത്തെ മുന്നേറ്റമായിട്ടാണ് കണ്ടത്. മാർക്സിസ്റ്റുകാർക്ക് ഏതാണ്ട് അഹംമാത്രവാദത്തോളം വരുന്ന ശുദ്ധമായ ആത്മനിഷ്ഠത തെരഞ്ഞെടുത്ത അവാങ് ഗാർദിന്റെ രീതിയെ അംഗീകരിക്കാൻ കഴിഞ്ഞില്ല. ക്യൂബിസ്റ്റുകളിൽ പ്ലെഖനോവ് ദർശിച്ചത് അത്തരമൊരു സ്വഭാവമാണ്. തൊഴിലാളിവർഗപക്ഷത്തേക്ക് മാറുന്ന ബൂർഷ്വപ്രത്യയശാസ്ത്ര

ജ്ഞരിൽ കലാകാരന്മാർ കുറവാണെന്നത് കഷ്ടമാണ്; അതിനൊരു വിശദീകരണം സാധ്യമല്ലാതിരിക്കാമെങ്കിലും (കുൻസ്റ്റ്ലർ); തന്നെയുമല്ല, 1900 ത്തിനു മുമ്പത്തേക്കാൾ കുറവായിരുന്നു, 1914 നുമുമ്പ് തൊഴിലാളി പ്രസ്ഥാനത്തിലേക്ക് ആകൃഷ്ടരായ കലാകാരന്മാരുടെ എണ്ണം – ഫ്രഞ്ച് ചിത്രകാരന്മാരിലെ അവാങ് ഗാർദുകൾ ബൗദ്ധിക സാമൂഹിക പ്രക്ഷോഭങ്ങളിൽനിന്ന് വിട്ടും സങ്കേതസംബന്ധിയായ തർക്കങ്ങളിൽ സ്വയം ചുരുങ്ങിയും കഴിയുകയായിരുന്നു. അതിനേക്കാൾ ഏറെ, 'ഇന്നത്തെ കലാകാരന്മാരിൽ ഭൂരിപക്ഷവും ബൂർഷ്വവീക്ഷണമാണ് കൈക്കൊള്ളുന്നത്; അവർ നമ്മുടെ കാലത്തെ സ്വാതന്ത്ര്യത്തെപ്പറ്റിയുള്ള മഹത്തായ ആശയങ്ങളെക്കുറിച്ച് തീർത്തും അജ്ഞരാണ്' എന്ന് 1912–13ൽ പ്ലെഖനോവിന് പ്രസ്താവിക്കാൻ കഴിയുന്ന അവസ്ഥ വന്നു. 'ബൂർഷ്വാ വിരുദ്ധർ' എന്ന് അവകാശപ്പെട്ട കലാകാരന്മാരിൽ ഏറെപ്പേരുണ്ടായിരുന്നു. പക്ഷെ സംഘടിതസോഷ്യലിസ്റ്റ് പ്രസ്ഥാനങ്ങളോട് അടുത്തുനിൽക്കുന്നവർ നന്നെ കുറവായിരുന്നു. അരാജകവാദികൾക്കുപോലും ചിത്രകാരന്മാർക്കിടയിൽ 1890 കൾക്കു മുമ്പുണ്ടായിരുന്നത്ര ഉത്സാഹികളായ അനുചരന്മാരെ കണ്ടെത്താൻ കഴിഞ്ഞിരുന്നില്ല. പക്ഷെ തൊഴിലാളികളുടെ അരസികതയെപ്പറ്റി പരാതിപറയുന്നവരെയും ജർമനിയിലെ സ്റ്റെഫാൻ ജോർജ് വൃത്തം, റഷ്യയിലെ പൂർണതാവാദികൾ എന്നിവയിലെ വരേണ്യവർഗക്കാരെയും പ്രഭുകുടുംബാംഗങ്ങളുടെ (പറ്റുമെങ്കിൽ വനിതകളുടെ) സൗഹൃദം തേടുന്നവരെയും പ്രതിലോമകാരികളാകാൻ സാധ്യതയുള്ളവരെയും യഥാർഥ പ്രതിലോമകാരികളെയും (സാഹിത്യത്തിൽ പ്രത്യേകിച്ചും) കണ്ടെത്താൻ താരതമ്യേന ഏറെ എളുപ്പമായിരുന്നു. മാത്രമല്ല, 1880കളിലും 1890കളിലും തൊഴിലാളി–സോഷ്യലിസ്റ്റ് പ്രസ്ഥാനങ്ങളുമായി താരതമ്യേന കൂടുതൽ അടുപ്പമുണ്ടായിരുന്ന അവാങ് ഗാർദുകളെപ്പോലെ അക്കാദമിസിസത്തോടല്ല, പരീക്ഷണവാദികളായ പുതിയ അവാങ് ഗാർദുകൾ കലഹിച്ചത് എന്ന വസ്തുത നാം മറന്നുകൂടാ.

ചുരുക്കത്തിൽ ബൂർഷ്വസംസ്കാരത്തിലെ പ്രതിസന്ധിയുടെ ഇനിയുമൊരു ലക്ഷണമല്ലാതെ മറ്റെന്താണ് മാർക്സിസ്റ്റുകാർക്ക് ഈ പുതിയ അവാങ് ഗാർദുകളിൽ കാണാനാവുക? അതുപോലെ, ഭൂതകാലത്തിന് ഭാവിയെ മനസിലാക്കാൻ കഴിയില്ലെന്നതിന്റെ മറ്റൊരു തെളിവല്ലാതെ അവാങ് ഗാർദുകൾക്ക് മാർക്സിസത്തിൽ എന്താണ് കാണാനാവുക? ശരിയാണ്, കലാസൃഷ്ടികൾ ശേഖരിക്കുകയോ വിൽപ്പന നടത്തുകയോ ചെയ്യുന്ന ചില മാർക്സിസ്റ്റ് അനുഭാവികളുടെ അഭ്യുദയകാംക്ഷിത്വം അവർക്ക് അവശ്യമായിരുന്നു. (ഉദാഹരണത്തിന് മൊറോസോവിന്റെ, ഷ്ചുകിന്റെ) കലാപകലയിലെ അമെചറുകൾ ഇക്കാലത്ത് രാഷ്ട്രീയത്തിൽ യാഥാസ്ഥിതികത പുലർത്തുന്നവരാകാൻ സാധ്യത കുറവായിരുന്നു. ഇടയ്ക്കൊക്കെ ലൂണാചാർസ്കിയെപ്പോലെ, ബൊഗ്ദനോവിനെപ്പോലെ ചില മാർക്സിസ്റ്റ് സൈദ്ധാന്തികർ നൂതനാ

വിഷ്കാരകരോടുള്ള അനുഭാവത്തിന് യുക്തി കണ്ടെത്തുകയും ചെയ്തിരിക്കാം. പക്ഷെ അത്തരം നിലപാടുകൾക്കെതിരെ ഉടൻതന്നെ വിമർശനവും ഉയരാറുണ്ട്. ഏതായാലും സോഷ്യലിസ്റ്റ്, തൊഴിലാളി പ്രസ്ഥാനങ്ങളുടെ സാംസ്കാരിക ലോകത്തിൽ പുതിയ അവാങ് ഗാർദുകൾക്ക് സ്ഥാനമൊന്നും ഉണ്ടായിരുന്നില്ല. മാർക്സിസത്തിന്റെ യാഥാസ്ഥിതിക ലാവണ്യശാസ്ത്രസൈദ്ധാന്തികർ (യഥാർഥത്തിൽ ഒരു മധ്യ, പൂർവയുറോപ്യൻ ഇനം) അവരെ അപലപിച്ചു.

പുതിയ അവാങ് ഗാർദുകളിൽ ചിലർ സോഷ്യലിസത്തിൽനിന്നു മാത്രമല്ല, മറ്റെല്ലാ രാഷ്ട്രീയത്തിൽനിന്നും അകലം പാലിച്ചു. അവരിൽ തന്നെ ചിലർ പിന്നീട് പരസ്യമായി പ്രതിലോമകാരികളായിട്ടുണ്ട്; എന്തിന്; ഫാസിസ്റ്റുകൾ വരെ ആയിട്ടുണ്ട്. എങ്കിലും കലയിലെ കലാപകാരികളിൽ വലിയൊരു ഭാഗം കലയിലെയും രാഷ്ട്രീയത്തിലെയും കലാപങ്ങൾ ഒരിക്കൽക്കൂടി ഒന്നാകുന്ന ഒരു ചരിത്രസന്ധിക്കായി കാത്തിരിക്കുക മാത്രമായിരുന്നു. 1914 നു ശേഷമുള്ള യുദ്ധവിരുദ്ധ പ്രസ്ഥാനത്തിലും റഷ്യൻവിപ്ലവത്തിലും അവരത് കണ്ടെത്തുകയും ചെയ്തു. 1917 നു ശേഷം മാർക്സിസവും (ലെനിന്റെ ബോൾഷെവിസത്തിന്റെ രൂപത്തിൽ) അവാങ് ഗാർദും തമ്മിൽ വീണ്ടും സന്ധിച്ചു. ആദ്യം ഈ സംയോഗം നടന്നത് റഷ്യയിലും ജർമനിയിലും ആണ്. നാസികൾ (ശരിയായിത്തന്നെ) സാംസ്കാരിക ബോൾഷെവിസം എന്നു വിളിച്ച യുഗം ഈ അധ്യായത്തിന്റെ പരിധിയിൽ വരുന്നില്ല: രണ്ടാം ഇന്റർനാഷനലിന്റെ കാലത്തെ മാർക്സിസത്തിന്റെ ചരിത്രം. എങ്കിലും 1917 നു ശേഷമുള്ള സംഭവവികാസങ്ങൾ പരാമർശിക്കപ്പെടണം. കാരണം, അവ 'യഥാതഥവാദി'കൾ 'അവാങ് ഗാർദിസ്റ്റു'കൾ എന്ന വിഭജനത്തിലേക്ക് മാർക്സിസ്റ്റ് ലാവണ്യശാസ്ത്രസിദ്ധാന്തത്തെ നയിച്ചു – ലൂക്കാച്ചും ബ്രെഹ്ത്തും തമ്മിൽ, ടോൾസ്റ്റോയിയുടെയും ജെയിംസ് ജോയ്സിന്റെയും ആരാധകർ തമ്മിൽ ഉള്ള സംഘർഷങ്ങളിലേക്ക്. നടേ പറഞ്ഞതുപോലെ ഈ വിഭജനത്തിന്റെ വേരുകൾ 1914 നു മുമ്പുള്ള കാലഘട്ടത്തിലേക്ക് നീളുന്നു.

രണ്ടാം ഇന്റർനാഷനലിന്റെ കാലഘട്ടത്തെ മൊത്തത്തിൽ എടുത്താൽ മാർക്സിസവും കലയും തമ്മിലുള്ള ബന്ധം 1900 നു മുമ്പും അത്ര സുഖകരമായിരുന്നില്ല എന്നു കാണാം. 1900 ത്തിലാണല്ലോ അത് പ്രകടമായ വിധത്തിൽ പ്രയാസകരമായത്. 1880 കളിലെയും 1890 കളിലെയും 'ആധുനിക' പ്രസ്ഥാനങ്ങളെ കുറിച്ച് മാർക്സിസ്റ്റ് സൈദ്ധാന്തികർ ഒരിക്കലും സന്തോഷവാന്മാരായിരുന്നില്ല. മാർക്സിസത്തിന്റെ അരികുകളിൽ സഞ്ചരിക്കുന്ന ബുദ്ധിജീവികളെ (ബെൽജിയത്തിലെന്നപോലെ)യും മാർക്സിസ്റ്റേതര വിപ്ലവകാരികളെയും സോഷ്യലിസ്റ്റുകാരെയും അവർ ഉത്സാഹത്തോടെ കൊണ്ടുനടന്നിരുന്നു എന്നത് വേറെ കാര്യം. യാഥാസ്ഥിതിക മാർക്സിസ്റ്റ് വിമർശകരിൽ മുൻനിരക്കാർ സംസ്കാരത്തിന്റെ കാൽപ്പന്തുകളിയിലെ കമന്റേറ്റർമാരും റഫറിമാരുമായി നിന്നു;

പിന്തുണക്കാരോ കളിക്കാരോ ആയില്ല. ബൂർഷ്വാസമൂഹത്തിന്റെ അഴിവുകളുടെ ലക്ഷണങ്ങളാണ് കലാലോകത്തെ ഈ സംഭവവികാസങ്ങൾ എന്ന അവരുടെ ചരിത്രപരമായ വിശകലനത്തിന് അതുകൊണ്ട് യാതൊരു ദോഷവും വരാതെ കഴിഞ്ഞു. അത്ര നല്ല വിശകലനമായിരുന്നല്ലോ. പക്ഷേ അവരുടെ അപഗ്രഥനത്തിന്റെ പൊള്ളത്തരം, ഉപരിപ്ലവത, നമുക്ക് കാണാതിരിക്കാൻ കഴിയില്ല. ഓരോ മാർക്സിസ്റ്റ് ബുദ്ധിജീവിയും തത്വശാസ്ത്രം, ശാസ്ത്രങ്ങൾ എന്നിവയിലെ പ്രയത്നങ്ങളിൽ എത്രമാത്രം അമെചർ നിലയിലാണെങ്കിലും പങ്കാളിയാണ് എന്ന് സ്വയം കരുതിപ്പോന്നിരുന്നു. കലയും സമൂഹവും, കലയും പ്രസ്ഥാനവും ഒക്കെ തമ്മിലുള്ള ബന്ധത്തെ വിശകലനം ചെയ്ത് അവർ വിവിധ പദ്ധതികൾക്കും കലാകാരന്മാർക്കും കലാസൃഷ്ടികൾക്കും മാർക്കിട്ടു. അവരുടെ പ്രസ്ഥാനങ്ങളിൽ ചേർന്ന കലാകാരന്മാർക്കു മാത്രം അവർ പ്രോത്സാഹനം നൽകി. അവരുടെ വ്യക്തിപരവും പ്രത്യയശാസ്ത്രപരവുമായ വികൃതികൾക്ക് ഇളവു നൽകി. അതുതന്നെയാണല്ലോ ബൂർഷ്വാ സമൂഹവും ചെയ്തിരുന്നത്. അതുകൊണ്ടുതന്നെ കലകളിലെ മാർക്സിസ്റ്റ് സ്വാധീനവും ഉപരിപ്ലവമായിരുന്നു. സമകാലികമായ സോഷ്യലിസ്റ്റ് പ്രസ്ഥാനങ്ങളോട് അടുപ്പമുണ്ടായിരുന്ന പ്രകൃതിവാദം, സിംബോളിസം എന്നിവപോലും മാർക്സിസം അവയിൽ യാതൊരു താൽപ്പര്യവും എടുത്തില്ലെങ്കിലും ഇതുപോലൊക്കെത്തന്നെ ഉരുവം കൊള്ളുമായിരുന്നു. വാസ്തവത്തിൽ മുതലാളിത്തത്തിനുകീഴിൽ ഒരു പ്രചാരണക്കാരൻ, ഒരു സാമൂഹികശാസ്ത്രലക്ഷണം, ഒരു 'ക്ലാസിക്' മാത്രമാണ് കലാകാരൻ എന്നായിരുന്നു മാർക്സിസ്റ്റുകാർ വിലയിരുത്തിയത്. രണ്ടാം ഇന്റർനാഷനലിന്റെ മാർക്സിസത്തിന് വേണ്ട വിധത്തിലുള്ള ഒരു കലാസിദ്ധാന്തമുണ്ടായിരുന്നില്ല എന്നും 'ദേശീയപ്രശ്ന'ത്തിന്റെ കാര്യത്തിലെന്നപോലെ ഈ സൈദ്ധാന്തികമായ അപര്യാപ്തത അടിയന്തരമായി കണ്ടെത്തണമെന്നത് ഒരു രാഷ്ട്രീയാവശ്യമായിരുന്നില്ല എന്നും പറയാൻ നമ്മൾ പ്രേരിതരാകുന്നു.

പക്ഷേ രണ്ടാം ഇന്റർനാഷനലിന്റെ മാർക്സിസത്തിനകത്ത് സമൂഹത്തിൽ കലയുടെ പങ്കിനെ സംബന്ധിച്ച് ഉണ്മയായ ഒരു സിദ്ധാന്തം ഉണ്ടായിരുന്നു; മാർക്സിസ്റ്റ് പ്രമാണത്തിന്റെ ഔദ്യോഗിക സഞ്ചയത്തിന് അതെപ്പറ്റി ബോധമുണ്ടായിരുന്നില്ല എന്നുമാത്രം; അതാണ് വില്യം മോറിസ് പൂർണമായും വികസിപ്പിച്ച സിദ്ധാന്തം. കലയിൽ മാർക്സിസത്തിന് എന്തെങ്കിലും പ്രധാനപ്പെട്ട, സനാതനമായ സ്വാധീനമുണ്ടായിരുന്നെങ്കിൽ അത് ഈ ചിന്താധാരയിലൂടെ വന്നതാണ്. ഈ ചിന്താധാരയാകട്ടെ, ബൂർഷ്വയുഗത്തിലെ കലയുടെ ഘടനയ്ക്കപ്പുറം (വ്യക്തിയായ കലാകാരൻ/ കലാകാരി) എല്ലാ അധ്വാനത്തിലുമുള്ള കലാപരമായ സർഗാത്മകതയുടെ അംശത്തിലേക്കും ജനജീവിതത്തിന്റെ (പാരമ്പര്യ) കലയിലേക്കും കലയിലെ കമ്പോളച്ചരക്ക് ഉൽപ്പാദനത്തിനപ്പുറം (ഒറ്റയൊറ്റ 'കലാസൃഷ്ടി') ദൈനംദിന ജീവിതത്തിന്റെ പരിതഃസ്ഥിതിയിലേക്കും

നോക്കി. സ്വാഭാവികമായി വാസ്തുകലയെ ശ്രദ്ധിച്ചതും, അതിനെ കലയുടെ താക്കോലായും, അതിന്റെ കിരീടമായും യഥാർഥത്തിൽ കരുതിയതുമായ മാർക്സിസ്റ്റ് സൗന്ദര്യശാസ്ത്രത്തിന്റെ ഒരേയൊരു ശാഖ ഇതായിരുന്നു. മാർക്സിസ്റ്റു വിമർശനം പ്രകൃതിവാദം അഥവാ റിയലിസത്തിന്റെ ചക്രത്തിന്റെ കീൽ (fly) ആയിരുന്നുവെങ്കിൽ, അത് കലാകാരകൗശലപ്രസ്ഥാനത്തിന്റെ എഞ്ചിനും ആയിരുന്നു. ഇതിന് ആധുനിക വാസ്തുകലയുടെയും രൂപകൽപനയുടെയും മേലുള്ള ചരിത്രപരമായ സ്വാധീനം മൗലികമായിരുന്നു. അതു തുടരുകയും ചെയ്യുന്നു.

ആദ്യത്തെ ബ്രിട്ടീഷ് മാർക്സിസ്റ്റുകാരിൽ ഒരാളായിരുന്നു വില്യം മോറിസ്. കലാകാരൻ എന്ന നിലയ്ക്ക് പ്രശസ്തനും രാഷ്ട്രീയത്തിൽ ശിശുവുമായിട്ടാണ് അദ്ദേഹം കണക്കാക്കപ്പെട്ടിരുന്നത്. അതുകൊണ്ടാണ് അദ്ദേഹത്തിന്റെ ലാവണ്യസിദ്ധാന്തം അവഗണിക്കപ്പെട്ടത്. അതുമാത്രമല്ല, കാരണം. കല, സമൂഹം എന്നിവയെപ്പറ്റി സിദ്ധാന്തവൽക്കരിക്കുന്ന (നവകാൽപ്പനികമധ്യയുഗം, റസ്കിൻ) ബ്രിട്ടീഷ് പാരമ്പര്യത്തെയാണ് അദ്ദേഹം മാർക്സിസവുമായി ലയിപ്പിച്ചത്. ആ പാരമ്പര്യത്തിനാകട്ടെ, മാർക്സിസ്റ്റ് ചിന്തയിലെ മുഖ്യധാരയുമായി സമ്പർക്കമൊന്നും ഉണ്ടായിരുന്നില്ല. പക്ഷെ അത് കലയ്ക്കുള്ളിൽനിന്നുതന്നെയാണ് വന്നത്. അത് മാർക്സിസ്റ്റ് ആയിരുന്നുതാനും. ചുരുങ്ങിയപക്ഷം മോറിസ് അങ്ങനെയാണ് പ്രഖ്യാപിച്ചത്. അത് യൂറോപ്പിൽ വലിയ ഒരു ഭാഗത്തെ കലാപ്രയോക്താക്കളെയും രൂപകൽപ്പനക്കാരെയും വാസ്തുശാസ്ത്രജ്ഞരെയും പട്ടണആസൂത്രകരെയും മ്യൂസിയങ്ങൾ, കലാവിദ്യാലയങ്ങൾ എന്നിവയുടെ സംഘാടകരെയും പരിവർത്തനം ചെയ്തു, സ്വാധീനിച്ചു. കലയിലെ ഈ പ്രധാന മാർക്സിസ്റ്റ് സ്വാധീനം ബ്രിട്ടനിൽനിന്നാണ് വന്നത് എന്നത് ആകസ്മികമായിരുന്നില്ല. ആ രാജ്യത്ത് മാർക്സിസത്തിന് അവഗണിക്കാവുന്നത്ര പ്രാധാന്യമേമുണ്ടായിരുന്നുള്ളു എന്നത് ശരിയാണ്. ഈ കാലഘട്ടത്തിൽ വ്യാവസായികോൽപ്പാദനം കൈവേല ഉൽപ്പാദനത്തെ മാറ്റാൻ മാത്രം മുതലാളിത്തത്തിലേക്ക് പരിവർത്തിതമായിരുന്ന ഒരേയൊരു യൂറോപ്യൻ രാജ്യം ബ്രിട്ടണായിരുന്നു. മുതലാളിത്തം കലയെ എന്തു ചെയ്തു എന്നതു സംബന്ധിച്ച ഒരേയൊരു മഹത്തായ വിമർശനം ഉൽപ്പാദിപ്പിച്ചത് മാർക്സിന്റെ മുതലാളിത്തവികാസത്തിന്റെ ക്ലാസിക് രാജ്യം തന്നെയായതിൽ അത്ഭുതപ്പെടാനില്ല. കലയ്ക്കകത്തെ ഈ പ്രാധാന്യമേറിയ പ്രസ്ഥാനത്തിലെ മാർക്സിസ്റ്റ് അംശം മറക്കയ്പ്പെട്ടതും അത്ഭുതകരമല്ല. മുതലാളിത്തം നിലനിൽക്കുന്നിടത്തോളം കലയ്ക്കു സോഷ്യലിസ്റ്റാവുക സാധ്യമല്ല എന്ന് മനസിലാക്കാനുള്ള യാഥാർഥ്യബോധം മോറിസിന് ഉണ്ടായിരുന്നു. മുതലാളിത്തം അതിന്റെ പ്രതിസന്ധിയിൽനിന്ന് ഉയിർത്ത് തഴച്ചുവളരുകയും വ്യാപിക്കുകയും ചെയ്തപ്പോൾ അത് വിപ്ലവകാരികളുടെ കലയെ സ്വന്തമാക്കുകയും സ്വാംശീകരിക്കുകയും ചെയ്തു. സുഖിമാന്മാരായ, സംസ്കാരചിത്തരായ മധ്യവർഗം, വ്യാവസായിക രൂപകൽപ്പനക്കാർ അതിനെ ഏറ്റെടുത്തു.

ഡച്ച് സോഷ്യലിസ്റ്റ് വാസ്തുശിൽപ്പി എച്ച് പി ബെർലാജിന്റെ ഏറ്റവും മഹത്തായ നിർമിതി ഡയമണ്ട് വർക്കേഴ്സ് യൂണിയൻ കെട്ടിടമല്ല, ആംസ്റ്റർഡാം സ്റ്റോക് എക്സ്ചേഞ്ച് കെട്ടിടമാണ്. ജനകീയനഗരങ്ങൾ വിഭാവനം ചെയ്ത മോറിസിയൻ പട്ടണആസൂത്രകർ എത്തിച്ചേർന്നത് 'ഉദ്യാനപ്രാന്തനഗരങ്ങ'ളിലാണ്. അവയാകട്ടെ, ക്രമേണ മധ്യവർഗക്കാർ കയ്യടക്കുകയും ചെയ്തു. വ്യവസായത്തിൽനിന്ന് ദൂരെ 'ഉദ്യാനനഗരങ്ങ'ളും പരികൽപ്പന ചെയ്തു – അത്രമാത്രം. ഇങ്ങനെ കല രണ്ടാം ഇന്റർനാഷനലിന്റെ സോഷ്യലിസത്തിലെ ആശകളും നിരാശകളും പ്രതിഫലിപ്പിക്കുന്നു.

11

ഫാസിസവിരുദ്ധരുടെ യുഗത്തിൽ 1929 – 45

I

പടിഞ്ഞാറൻ യൂറോപ്പിലെയും ഇംഗ്ലീഷ് ഭാഷാലോകത്തിലെയും ബുദ്ധിജീവികൾക്കിടയിൽ മാർക്സിസം ഗൗരവമേറിയ ഒരു ശക്തിയായിത്തീർന്ന ദശകമാണ് 1930 കൾ. കിഴക്കൻ യൂറോപ്പിലും മധ്യയൂറോപ്പിന്റെ ചില ഭാഗങ്ങളിലും അത് പ്രബലശക്തിയായിട്ട് ഏറെക്കാലമായിരുന്നു. റഷ്യൻവിപ്ലവം സ്വാഭാവികമായും നിരവധി പടിഞ്ഞാറൻ സോഷ്യലിസ്റ്റുകാരെയും മറ്റ് കലാപകാരികളെയും വിപ്ലവകാരികളെയും ആകർഷിച്ചിരുന്നു. എന്നാൽ പൊതുധാരണയ്ക്ക് വിരുദ്ധമായി, 1917–20 ലെ വിപ്ലവത്തിരമാല അടങ്ങിയശേഷം കമ്യൂണിസ്റ്റ് ഇന്റർനാഷനലിന്റെ മാർക്സിസമാണ് ആധിപത്യം നേടിയത്. പടിഞ്ഞാറൻ ബുദ്ധിജീവികൾക്ക്, വിശിഷ്യ ബൂർഷ്വ ഉൽപ്പത്തിയുള്ളവർക്ക്, ഇതിൽ വലിയ ആകർഷണീയതയൊന്നും കാണാനായില്ല. ചില വിമത മാർക്സിസ്റ്റ് ഗ്രൂപ്പുകളാണ് അവർക്ക് കൂടുതൽ ആകർഷകമായി തോന്നിയത്, വിശിഷ്യ ട്രോട്സ്കിയിസം. പക്ഷെ അത്തരം സംഘങ്ങൾ പ്രധാന കമ്യൂണിസ്റ്റ് പാർട്ടികളുമായി താരതമ്യപ്പെടുത്തിയാൽ എണ്ണത്തിൽ നന്നെ ചെറുതായി വരുന്നു. അതുകൊണ്ട് ഗണപരമായി അത് അവഗണനീയമാണ്. പടിഞ്ഞാറൻ രാജ്യങ്ങളിലെ മിക്ക കമ്യൂണിസ്റ്റ് പാർട്ടികളിലും തൊഴിലാളിവർഗത്തിന്റെ മേൽക്കോയ്മയായിരുന്നു. അവയിൽ ബൂർഷ്വ ബുദ്ധിജീവിയുടെ അവസ്ഥ പലപ്പോഴും അസംഗതവും അസുഖകരവും ആയിരുന്നു. "ബോൾഷെവികവൽക്കരണ"ത്തിന്റെ കാലഘട്ടത്തിനു ശേഷം പ്രത്യേകിച്ചും അത്തരം പാർട്ടികളിലെ നേതൃത്വത്തിൽ തൊഴിലാളികളുടെ പങ്ക് ബോധപൂർവം ഊന്നപ്പെട്ടിരുന്നു. രണ്ടാം ഇന്റർനാഷനലിലെ പാർട്ടികളിൽനിന്ന് വിഭിന്നമായി കമ്യൂണിസ്റ്റ് പാർട്ടി നേതാക്ക

ളിൽ പ്രമുഖരും ബുദ്ധിജീവികൾ ആയിരുന്നില്ല (ചില വികസിത കൊളോണിയൽ രാജ്യങ്ങളിലൊഴികെ). അത്തരം പാർട്ടികളൊന്നും തലപ്പത്ത് ബുദ്ധിജീവികൾ ഉണ്ടാകുന്നതിൽ അഭിമാനംകൊണ്ടിരുന്നുമില്ല. മറ്റു പദവികളിൽ തങ്ങളുമായി അത്തരക്കാർ ബന്ധം പുലർത്തുന്നത് അവർക്ക് ഇഷ്ടമായിരുന്നു. 1930 കളിൽ കമ്യൂണിസ്റ്റുപാർട്ടികളിലേക്ക് ബുദ്ധിജീവികളുടെ കടന്നുവരവ് ഒരു പുതിയ പ്രതിഭാസമായിരുന്നു. ബ്രിട്ടനിൽ 1938 ലെ പാർട്ടി കോൺഗ്രസ് പ്രതിനിധികളിൽ 15 ശതമാനവും വിദ്യാർഥികളോ പ്രൊഫഷനലുകളോ ആയിരുന്നു.

ബൗദ്ധികമാർക്സിസത്തിന്റെ കടന്നുവരവ് ഈ പടിഞ്ഞാറൻ രാജ്യങ്ങളെ സംബന്ധിച്ചിടത്തോളം നൂതനമായിരുന്നു. രണ്ടാം ഇന്റർനാഷനലിന്റെ കാലത്ത് സോഷ്യലിസവും മാർക്സിസവും പ്രചരിപ്പിക്കുന്നതിൽ രാഷ്ട്രീയ അഭയാർഥികൾ വഹിച്ച നിർണായക പങ്ക് കുറച്ചൊക്കെ ശ്രദ്ധ പിടിച്ചുപറ്റിയിട്ടുണ്ട്. 1930 കൾ വമ്പിച്ച രാഷ്ട്രീയകുടിയേറ്റത്തിന്റെ കാലഘട്ടമായിരുന്നു. അത്തരം കുടിയേറ്റക്കാർ ആതിഥേയ രാജ്യങ്ങളിലെ ബൗദ്ധികജീവിതത്തിൽ സൃഷ്ടിച്ച പ്രത്യാഘാതം ഗാഢമായിരുന്നു. ബ്രിട്ടനിലും അതിൽ കൂടുതൽ യു എസ് എ യിലും അത്രതന്നെ ഇല്ലെങ്കിലും ഫ്രാൻസിലും ഇതായിരുന്നു സ്ഥിതി. പക്ഷെ പടിഞ്ഞാറ് ഈ ദിശയിലേക്ക് അക്കാലത്ത് തിരിഞ്ഞ തദ്ദേശീയ തലമുറകളുടെ മാർക്സിസത്തിൽ അതിന് വലിയ സ്വാധീനമൊന്നും ഉണ്ടാക്കാൻ കഴിഞ്ഞില്ല.

അവരെ ഹഠാദാകർഷിച്ച ഭാഷ്യം കമ്യൂണിസ്റ്റ് പാർട്ടികളും യു എസ് എസ് ആറുമായി ബന്ധപ്പെട്ടതായിരുന്നതിനാലാവാം ഇങ്ങനെ സംഭവിച്ചത്. അത്തരം ഭാഷ്യങ്ങൾ വിവർത്തനം ചെയ്ത 'ക്ലാസിക്കു'കളുടെ (അതിൽ ലെനിനും സ്റ്റാലിനും പ്ലെഖനോവും പെടുന്നു) രൂപത്തിൽ അവർക്ക് ലഭ്യമായിത്തുടങ്ങിയിരുന്നുവല്ലോ. അപ്പോഴേക്കും മാനവീകൃതമായ ഒരു അന്തർദേശീയ മാർക്സിസഭാഷ്യം തന്നെ നിലവിൽവന്നിരുന്നു. ഇതിന്റെ വലിയ ഉദാഹരണമാണ് *History of the CPSU (B): Short Course (1938)* ലെ *Dialectical and Historical Materialism* എന്ന ഭാഗം. ഈ മാനകീകൃതഭാഷ്യത്തോട് യോജിക്കാത്ത യാതൊന്നും യാഥാസ്ഥിതിക കമ്യൂണിസ്റ്റ് അഭയാർഥികൾ കൂടെക്കൊണ്ടു വരികയോ പരസ്യമായി പ്രചരിപ്പിക്കുകയോ ചെയ്തില്ല. ശാസ്ത്രവിരുദ്ധ മാർക്സിസ്റ്റുകാർ അഥവാ *Marxisants* തങ്ങളുടെ 'ശാസ്ത്ര'വിരുദ്ധത കാരണം താരതമ്യേന ഒറ്റപ്പെടും, അഥവാ കൂറുള്ള കമ്യൂണിസ്റ്റുകാരെ അവരുമായി സമ്പർക്കം പുലർത്തുന്നതിൽനിന്ന് യഥാർഥത്തിൽ വിലക്കിയിരുന്നില്ലെങ്കിൽ കൂടി. ട്രോട്സ്കിയുടെ അനുയായികൾക്ക് സംഭവിച്ചത് അതാണ്.

പ്രവാസി മാർക്സിസത്തിന്റെ സ്വാധീനം പരിമിതപ്പെടുത്തിയ മറ്റു രണ്ടു ഘടകങ്ങൾ കൂടിയുണ്ടായിരുന്നു. ഒന്നാമത്തേത്, ഭാഷീയമായിരുന്നു. മുൻ മാർക്സിസ്റ്റ് ചർച്ചകൾ പ്രധാനമായും രണ്ട് ഭാഷകളിലാണ് നടന്നത്. ജർമൻ, റഷ്യൻ പടിഞ്ഞാറൻ രാജ്യങ്ങളിൽ അവ അറിയുന്ന

വർ വിരളമായിരുന്നു. അല്ലെങ്കിൽ ഒട്ടുമുണ്ടായിരുന്നില്ല. യു എസ് എയ്ക്കു പുറത്ത് റഷ്യയിൽനിന്നോ ജർമനിയിൽനിന്നോ ഉള്ള അത്തരം രചനകൾ ആ ഭാഷകളിൽ വായിക്കാൻ കെൽപ്പുള്ള ഇടതുപക്ഷ രചനകളിൽ താൽപ്പര്യമുണ്ടാകാൻ സാധ്യതയുള്ള പൊതുജനങ്ങളും വിരളമായിരുന്നു. അങ്ങനെ യാഥാസ്ഥിതിക കമ്യൂണിസ്റ്റുകാർക്ക് സ്വീകാര്യരായ രചയിതാക്കളുടെ കൃതികൾപോലും വിവർത്തനമില്ലാതെ വായിക്കാൻ പറ്റുന്നവർ ഇല്ലാത്ത അവസ്ഥയായി; വിവർത്തനങ്ങളാണെങ്കിൽ ദുർലഭം. പുസ്തകരൂപത്തിൽ ലൂക്കാച്ചിന്റെ പഠനങ്ങൾ ആദ്യമായി ഇറങ്ങുന്നത് 1950 ലാണ്. മാർക്സിന്റെ *Fruhschriften* പോലെ അടിസ്ഥാനപാഠമായ കൃതിപോലും (അത് 1932 മുതൽ ലഭ്യമായിരുന്നു) ഫ്രാൻസിൽ അത് ജർമനിൽതന്നെ വായിക്കാൻ കഴിയുന്ന രണ്ടോ മൂന്നോ വ്യക്തികൾ വഴിയാണ് പ്രത്യാഘാതം സൃഷ്ടിച്ചത്; അതും ഉടനെയുണ്ടായില്ല. വിവർത്തനം ചെയ്യപ്പെട്ട കൃതികൾക്കാവട്ടെ, ആവശ്യത്തിലധികം പ്രാധാന്യവും കൈവന്നു. ഉദാഹരണത്തിന്, ബി ഹെസെന്റെ ന്യൂട്ടണെക്കുറിച്ചുള്ള പ്രബന്ധം ബ്രിട്ടീഷ് ശാസ്ത്രജ്ഞരിൽ സൃഷ്ടിച്ച വിപ്ലവകരമായ പ്രത്യാഘാതം (വിശദവിവരങ്ങൾ അന്യത്ര). തദ്ദേശീയസമൂഹങ്ങൾ കുടിയേറ്റക്കാരാരുടെ പ്രവാഹത്തിനെതിരെ അടയുന്ന പതിവ് വർധിച്ചു എന്നതാണ് രണ്ടാമത്തെ ഘടകം. ഹിറ്റ്ലറുടെ ജർമനിയിൽനിന്ന് രാഷ്ട്രീയമോ രാഷ്ട്രീയേതരമോ ആയ കാരണങ്ങളാൽ പലായനം ചെയ്ത് എത്തുന്നവരെ പാശ്ചാത്യരാജ്യങ്ങൾ മടിയോടെയാണ് സ്വീകരിച്ചത്. ഭാഗികമായി യു എസ് എയിലൊഴികെ മറ്റൊരിടത്തും അവർ സ്വീകാര്യരായിരുന്നില്ല. ചില പ്രത്യേക വ്യക്തികളൊഴികെ മറ്റുള്ളവർ ഉദ്ഗ്രഥിതരായതും ഇല്ല. അവർ പാർശ്വസ്ഥാനീയരും പലപ്പോഴും അജ്ഞാതരുമായി തുടർന്നു. അതുകൊണ്ട് പടിഞ്ഞാറൻ മാർക്സിസ്റ്റുകാർ മഖ്യമാർക്സിസ്റ്റ് പാരമ്പര്യത്തിൽനിന്ന് – പാരമ്പര്യങ്ങളിൽനിന്ന്–സ്വതന്ത്രമായി വികാസം പ്രാപിച്ചു.

രണ്ടാം ഇന്റർനാഷനലിന്റെ കാലത്തെ സംവാദങ്ങളെയും സംഭവവികാസങ്ങളെയും ഉൾക്കൊള്ളിച്ച് ഇംഗ്ലീഷിൽ ആദ്യത്തെയും ഒരുപക്ഷെ ഏറ്റവും നല്ലതുമായ മാർക്സിസ്റ്റ് സാമ്പത്തിക സിദ്ധാന്തവിവരണം ഇറങ്ങിയത് കുടിയേറ്റക്കാരുടെ മാർക്സിസവും അഥവാ മാർക്സിസത്തെപ്പറ്റിയുള്ള അറിവും) തദ്ദേശീയ 'നവഇടതുപക്ഷ'ത്തിന്റെ മാർക്സിസവും തമ്മിലുള്ള വ്യത്യാസം ഏറ്റവും കുറഞ്ഞ അളവിൽ അടയാളപ്പെടുത്തിയിരുന്ന യു എസ് എ യിലായത് ആകസ്മികമാകാൻ തരമില്ല.

അതുകൊണ്ട് മാർക്സിസത്തിന്റെ കടന്നുകയറ്റം ഒരു വിരോധാഭാസപ്രതിഭാസമായിരുന്നു. അത് തദ്ദേശീയമായി വളർന്നതാണ്, ഇറക്കുമതി ചെയ്യപ്പെട്ടതല്ല എന്നു പറയാം. കാരണം, ഔദ്യോഗിക കമ്യൂണിസം മാത്രമേ ആ വളർച്ചയെ സ്വാധീനിച്ചിട്ടുള്ളൂ. അതേസമയം അതേ കാരണത്താൽ തന്നെ അതിന്റെ ഏകരൂപവും മാനകീകൃതവുമായ സ്വഭാവം വല്ലാതെ വർധിക്കുകയും ചെയ്തിരുന്നു. എന്നാൽ ഈ ഏക

രൂപസ്വഭാവത്തിനും ദേശീയ ബൗദ്ധിക തരംതിരിവിലേക്കു ചായാനുള്ള പ്രവണത മറച്ചുവയ്ക്കാൻ കഴിയില്ല. അത് രണ്ടാം ഇന്റർനാഷനലിന്റെ കാലത്തിനും 1960 മുതൽ ബൗദ്ധിക മാർക്സിസം പ്രകടമാക്കിയിരുന്ന അന്തർദേശീയ സ്വഭാവത്തിനും യോജിച്ചതായിരുന്നില്ല. കമ്യൂണിസ്റ്റ് ഇന്റർനാഷനലിന്റെ കേന്ദ്രീകൃതവും അച്ചടക്കബദ്ധവുമായ ഘടനയും അതിൽനിന്നും യു എസ് എസ് ആറിൽനിന്നും പുറത്തുവന്ന രചനകളുടെ വർധിതമായ 'ഔദ്യോഗിക' സ്വഭാവവും ആണ് ഭാഗികമായി ഇതിനിടയാക്കിയത്. വിവിധഭാഷകളിൽ ഉള്ളടക്കത്തിൽ ചില വ്യത്യാസങ്ങൾ മാത്രം വരുത്തി പ്രസിദ്ധം ചെയ്യപ്പെട്ടിരുന്ന ഇന്റർനാഷനൽ പ്രസ് കറസ്പോണ്ടൻസ്, കമ്യൂണിസ്റ്റ് ഇന്റർനാഷണൽ ഇത്യാദി അന്തർദേശീയ കമ്യൂണിസ്റ്റ് ആനുകാലികങ്ങൾ സമകാലികരാഷ്ട്രീയത്തിലാണ് കൂടുതൽ ശ്രദ്ധ ചെലുത്തിയിരുന്നത്. അവയിലെ രചനകൾ പലതും രാഷ്ട്രീയ നേതാക്കളും പ്രസ്ഥാനത്തിന്റെ അന്തർദേശീയ ജീവനക്കാരായ എഴുത്തുകാരും ആണ് തയാറാക്കിയിരുന്നത്. 1930 കളിൽ *Neue Zeit* ന് തുല്യമായ ഒന്നും ഒരു ഭാഷയിലും ഉണ്ടായിരുന്നില്ല. 1930കളുടെ അവസാനത്തിൽ പല പടിഞ്ഞാറൻ രാജ്യങ്ങളിലും ഇറങ്ങിത്തുടങ്ങിയ സൈദ്ധാന്തിക, ബൗദ്ധിക, സാംസ്കാരിക മാർക്സിസ്റ്റ് ആനുകാലികങ്ങൾ മിക്കവാറും രാഷ്ട്രീയമായ ആധികാരികത കുറഞ്ഞ ബുദ്ധിജീവികൾക്ക് വിട്ടുകൊടുത്തിരിക്കുകയായിരുന്നു. രചിതഭാഷകളുടെ തദ്ദേശീയരായ പ്രയോക്താക്കൾക്കപ്പുറം ഗണ്യമായ/ അന്തർദേശീയ അനുരണനമൊന്നും സൃഷ്ടിക്കാൻ അവയ്ക്ക് കഴിഞ്ഞില്ല. അവരിൽ ചിലർ അന്തർദേശീയ ബന്ധങ്ങൾ സ്ഥാപിച്ചിരിക്കാം. ഈ വിഷയത്തിൽ അന്തർദേശീയ 'ലൈൻ' ഒന്നുമില്ലാത്തതുകൊണ്ടോ ആ 'ലൈൻ' നിർബന്ധമാണെന്ന കാര്യം വേണ്ടത്ര പരസ്യപ്പെടുത്താത്തതുകൊണ്ടോ പ്രാദേശിക വ്യത്യസ്തതകൾക്കും വികാസത്തിനും സാധ്യതയുണ്ടായിരുന്നു എന്നതാണ് വിരോധാഭാസം. അങ്ങനെ, കുറെയേറെ സ്വതന്ത്രമായ മാർക്സിസ്റ്റ് സിദ്ധാന്തവൽക്കരണങ്ങൾ ഉണ്ടായി. ഉദാഹരണത്തിന്, പ്രകൃതിശാസ്ത്രങ്ങളെക്കുറിച്ചും സാഹിത്യത്തെക്കുറിച്ചും ബ്രിട്ടനിൽ ഇവയിൽ ചിലതൊക്കെ ഷഡാനോവ് കാലഘട്ടത്തിൽ കുറേക്കൂടി സർവാശ്ലേഷിയായ യാഥാസ്ഥിതികത്വത്തിന് ഇരകളായി പട്ടുപോയി. ഏതായാലും അടിസ്ഥാനപരമായി മാർക്സിസം ഔദ്യോഗികമായി നിരോധിക്കപ്പെടാത്ത ഓരോ രാജ്യവും അല്ലെങ്കിൽ ഓരോ സാംസ്കാരികമേഖലയും സ്വന്തം രീതിയിലും തനത് പ്രദേശത്തെ സാഹചര്യങ്ങളുടെ വെളിച്ചത്തിലും മാനകീകൃതമായ അന്തർദേശീയമാതൃക സ്വായത്തമാക്കി – 1934 നു ശേഷം കോമിന്റേണിന്റെ അന്തർദേശീയലൈനിൽ വന്ന മാറ്റമാണ് ഈ വികാസത്തിന് വഴിയൊരുക്കിയത്.

യഥാർഥത്തിൽ അകേന്ദ്രീകൃതമായ ഒരു അന്തർദേശീയത ഇടതുപക്ഷബുദ്ധിജീവികൾക്ക് അവകാശപ്പെടാൻ കഴിയുന്ന ഒരൊറ്റ മേഖലയേ ഉള്ളൂ. അത് സാഹിത്യത്തിന്റെയും കലയുടെയും മേഖലയാണ്. ഇടതു

പക്ഷ രാഷ്ട്രീയത്തോടുള്ള അവയുടെ ബന്ധം അക്കാലത്തെ പ്രക്ഷോഭങ്ങളോട് അവയുടെ പ്രയോക്താക്കളും ആരാധകരും പുലർത്തിയിരുന്ന വൈകാരികപ്രതിബദ്ധതയിലൂടെയാണ്, സൈദ്ധാന്തിക മനനത്തിലൂടെയല്ല, സ്ഥാപിതമായത്. ഒന്നാംലോക യുദ്ധത്തിന്റെ കാലത്ത് കലയും ഇടതുപക്ഷവും ശക്തമായ കണ്ണികൾ പുനഃസ്ഥാപിച്ചു. പക്ഷെ അത് യാഥാസ്ഥിതിക മാർക്സിസ്റ്റ്സിദ്ധാന്തത്തിലൂടെ ആയിരുന്നില്ല. സംസ്കാരത്തിന്റെ മേഖലയിൽ മാത്രമാണ് യാഥാസ്ഥിതികത്വം അടിച്ചേൽപ്പിക്കുന്നതിനോട് കമ്യൂണിസ്റ്റ് ബുദ്ധിജീവികൾക്കിടയിൽ പോലും യഥാർഥപ്രതിരോധം കാണാനാവുന്നത്. 'സോഷ്യലിസ്റ്റ് യഥാതഥവാദ'ത്തെ ഒരു കമ്യൂണിസ്റ്റും തുറന്നു വെല്ലുവിളിച്ചില്ല. 1934 മുതൽ അത് യു എസ് എസ് ആറിൽ ഔദ്യോഗികമായി ആധുനികത എന്താണ് എന്നതിനെപ്പറ്റിയുള്ള സംവാദം ഒരിക്കലും അവസാനിച്ചില്ല. യാഥാസ്ഥിതിക വിരുദ്ധർ ഒരിക്കലും അടിയറവു പറഞ്ഞില്ല എന്നത് പ്രധാനമാണ്. ബ്രെഹ്ത് ലൂക്കാച്ചിന് വഴങ്ങിയില്ല. 1930 കൾക്കുശേഷം യു എസ് എസ് ആറിൽനിന്നു പുറത്തുവന്ന സൃഷ്ടികളെ ആസ്വദിക്കാൻ ആർജവമാർന്ന ശ്രമങ്ങൾ നടന്നു- ആസ്വദിക്കാനാവാത്തവയെ നിശ്ശബ്ദം കടന്നുപോകാനും (പ്രത്യേകിച്ച് ചിത്രകലയിലും ശിൽപ്പകലയിലും). പക്ഷേ യഥാർഥത്തിലുള്ള ആസ്വാദനം ഭൂരിഭാഗവും 1920 കളിലെ സോവിയറ്റ് കലാസാഹിത്യസൃഷ്ടികളിൽ അവശേഷിച്ചവയ്ക്കു മാത്രമേ അവകാശപ്പെടാൻ കഴിഞ്ഞുള്ളൂ. കലയിലെ ആധുനികതാപ്രസ്ഥാനത്തിലെ അന്തർദേശീയ വ്യക്തിത്വങ്ങളെക്കുറിച്ചുള്ള ഔദ്യോഗികവിമർശനത്തോട് പരസ്യമായി വിയോജിക്കാൻ തയാറുള്ളവർ വിരളമായിരുന്നു. 'സോഷ്യലിസ്റ്റ് യഥാതഥ' വാദത്തിനോട് കൂടുതൽ അടുത്തുനിൽക്കുന്ന ശൈലികൾ ആത്മാർഥമായി പ്രചരിപ്പിക്കുമ്പോഴും ജോയ്സിനെയും മത്തെസിനെയും പിക്കാസോവിനെയും സ്വകാര്യമായി ആരാധിക്കുന്നത് നിർത്താൻ തയാറല്ലാത്തവരുടെ എണ്ണം അതിൽ കൂടുതലായിരുന്നു. ഔദ്യോഗിക യാഥാസ്ഥിതികത്വം ജാസിനെ അംഗീകരിച്ചില്ല. പക്ഷെ അതിനെ വികാരതീവ്രതയോടെ സജീവമായി ആരാധിക്കുകയും പ്രചരിപ്പിക്കുകയും പ്രായോഗികമായി പിന്തുണയ്ക്കുകയും ചെയ്തിരുന്നവരിൽ കൂടുതലും (ആംഗ്ലോ - സാക്സൻ ലോകത്ത്) കമ്യൂണിസ്റ്റുകാരും കമ്യൂണിറ്റ് അനുഭാവികളും ആയിരുന്നു.

അതുകൊണ്ട് ലോകത്തിന്റെ ഇതരഭാഗങ്ങളുമായുള്ള ബന്ധം വിച്ഛേദിച്ചിട്ടില്ലാത്ത മാർക്സിസ്റ്റുകാർ അവരുടെ മാതൃരാജ്യം ഏതായിരുന്നാലും ഒരു അന്തർദേശീയ ഇടതുപക്ഷസംസ്കാരം പങ്കുവയ്ക്കാനാണ് ഇഷ്ടപ്പെട്ടിരുന്നത്. അതിൽ കമ്യൂണിസവുമായി താദാത്മ്യം പ്രാപിക്കാനോ ചുരുങ്ങിയ പക്ഷം ഫാസിസ്റ്റ് വിരുദ്ധ പ്രക്ഷോഭത്തോട് പ്രതിബദ്ധത പുലർത്തുകയോ ചെയ്തിട്ടുള്ള എഴുത്തുകാരും കലാകാരന്മാരും ഉണ്ടായിരുന്നു. അത്തരക്കാരുടെ എണ്ണം ഭാഗ്യത്തിന് വളരെ കൂടുതലായിരുന്നു. മൽറോ, സിലോണെ, ബ്രെഹ്ത്, ഗാർഷ്യ, ലോർക്ക, ദോസ്

പാസോസ്, ഐസെൻസ്റ്റീൻ, പിക്കാസോ മുതലായവർ. ഈ പട്ടികയിൽ കമ്യൂണിസ്റ്റ് പാർട്ടി അംഗങ്ങളെ സംബന്ധിച്ചിടത്തോളം ഏതാണ്ട് ഔദ്യോഗികമായി കമ്യൂണിസ്റ്റ് 'പുരോഗമനവാദി' എന്ന് അംഗീകരിക്കപ്പെട്ട ബാർബുസെ, റോളാൻഡ്, ഗോർക്കി, ആൻഡേഴ്സൻ നെക്സോ, ഡ്രെയ്സർ തുടങ്ങിയ എഴുത്തുകാരെക്കൂടി ഉൾപ്പെടുത്താം. പ്രതിലോമതയും ഫാസിസവുമായി ബന്ധമില്ലാത്ത വിദ്യാസമ്പന്നസംസ്കാരത്തിലെ അന്തർദേശീയ കഥാപാത്രങ്ങളുടെ പേരുകളും ഇതിൽ ഉൾപ്പെടും: ജോയ്സ്, പ്രൂസ്റ്റ്, ഇത്യാദി എഴുത്തുകാർ, ഇരുപതാം നൂറ്റാണ്ടിന്റെ ആദ്യഘട്ടത്തിലെ പ്രശസ്ത ചിത്രകാരന്മാർ (മിക്കവരും ഫ്രഞ്ചുകാർ), ആധുനികപ്രസ്ഥാനത്തിലെ ആഘോഷിക്കപ്പെടുന്ന വാസ്തുശിൽപ്പികൾ, പ്രശസ്തരായ റഷ്യൻ സിനിമാസംവിധായകർ, ചാർലി ചാപ്ലിൻ എന്നിവരടക്കം. അനവധാനമായി പല രാജ്യങ്ങളിൽനിന്നും എടുത്തുനിരത്തിയ കുറേ പേരുകൾ ഉൾപ്പെട്ട അത്തരമൊരു അന്തർദേശീയസംസ്കാരം നിലനിന്നിരുന്നതിലല്ല 1930 കളുടെ പുതുമ കുടികൊള്ളുന്നത്, ഇടതുപക്ഷത്തോടുള്ള രാഷ്ട്രീയ പ്രതിബദ്ധതയോടുകൂടിയ ഉറ്റസൗഹൃദത്തിലാണ്. ഫ്രാൻസ്, അമേരിക്ക, ബ്രിട്ടീഷ് ഐൽസ്, റഷ്യ, ജർമനി, സ്പെയിൻ, അങ്ങനെ നിരവധി രാജ്യങ്ങളിൽ നിന്നുള്ളവരാണ് ആ സംസ്കാരത്തെ അടയാളപ്പെടുത്തിയത് എന്നതു ശരിതന്നെ. ഏതായാലും അത് നിയതമായ ഒരു മാർക്സിസ്റ്റ് സംസ്കാരം ആയിരുന്നില്ല. പക്ഷെ അതിന് മൂർത്തരൂപം നൽകുന്നതിൽ ന്യൂനപക്ഷമെങ്കിലും പ്രതിബദ്ധരായ മാർക്സിസ്റ്റുകാരുടെ (പ്രായോഗികാർഥത്തിൽ, കമ്യൂണിസ്റ്റുകാരുടെ) പങ്ക് നിർണായകമായി വന്നു എന്നതിൽ സംശയമില്ല.

II

1930 കളിലെ ബുദ്ധിജീവികളുടെ റാഡിക്കലൈസേഷൻ ആ ദശകത്തിന്റെ ആദ്യവർഷങ്ങളിൽ മുതലാളിത്തം അനുഭവിച്ച വേദനാകരമായ പ്രതിസന്ധിയോടുള്ള പ്രതികരണത്തിൽ വേരൂന്നിയ ഒരു പ്രക്രിയയായിരുന്നു. താരതമ്യേന യുവത്വമുള്ള തലമുറകളെ സംബന്ധിച്ചിടത്തോളമെങ്കിലും അതിന്റെ ഉൽപ്പത്തി 1929–33 ലെ മഹാമാന്ദ്യത്തിലാണ് എന്നു പറയുകയാവും ഭേദം. ബ്രിട്ടനിലെ ബുദ്ധിജീവികൾക്കിടയിൽ മാർക്സിസത്തിലും കമ്യൂണിസ്റ്റ് പാർട്ടിയിലും താൽപ്പര്യം വളരുന്നതിന്റെ ആദ്യത്തെ ഗൗരവമേറിയ അടയാളങ്ങൾ 1931 ൽ ചെറിയൊരു കൂട്ടം അക്കാദമിക്കുകളുടെയും അവിടവിടെയായി (കേംബ്രിജ് സർവകലാശാല ഉദാഹരണം) സ്വയം സ്ഥാപിച്ച വിദ്യാർഥി കമ്യൂണിസ്റ്റ് സംഘത്തിന്റെയും ഇടയിൽ വൈരുധ്യാത്മകവും ചരിത്രപരവുമായ ബൗദ്ധികവാദം ഒരു സംവാദവിഷയം ആവുന്നതോടെയാണ് കാണപ്പെടുന്നത്. ഒരുവശത്ത് മുതലാളിത്ത സമ്പദ്വ്യവസ്ഥയുടെ ആഗോള ദുരന്തം, വമ്പിച്ച തോതിലുള്ള തൊഴിലില്ലായ്മ, മിച്ചം വന്ന ഗോതമ്പ്, കാപ്പി എന്നിവ നശിപ്പി

ക്കൽ, അതും ജനങ്ങൾ പട്ടിണികൊണ്ട് പൊറുതി മുട്ടിയ സമയത്ത് – ഇതൊക്കെയായിരുന്നു ആ ദുരന്തത്തിന്റെ അടയാളങ്ങൾ. എന്നാൽ സോവിയറ്റ് യൂണിയന് ഇതൊന്നും ബാധകമായിരുന്നതായി തോന്നിയില്ല. ഇതാണ് ഇത്തരം ചെറിയ കൂട്ടം കമ്യൂണിസ്റ്റ് ബുദ്ധിജീവികളെയും അവരുടെ പക്ഷത്തേക്ക് ചേരാൻ സാധ്യതയുള്ളവരെയും കൂടുതൽ വിശാലമായ ഒരുവിഭാഗത്തെയും ഒക്കെ ഏറ്റവും ആകർഷിച്ചത്. പ്രക്രിയയുടെ ഒരു ഘട്ടത്തിന്റെ ഏറ്റവും നല്ല തെളിവ് സോഷ്യൽ ഡെമോക്രാറ്റിക് അനുക്രമസിദ്ധാന്തത്തിന്റെ ഏറ്റവും മുതിർന്ന വക്താക്കളും ഫാബിയനിസത്തിന്റെ സ്ഥാപകരുമായ സിഡ്നി വെബ്ബിന്റെയും ബിയാട്രിസ് വെബ്ബിന്റെയും "ലാഭമുണ്ടാക്കുന്ന മുതലാളിത്തത്തിന്റെ ചരിത്രപരമായ വികാസം സംബന്ധിച്ച മാർക്സിയൻ സിദ്ധാന്തത്തിലേക്കുള്ള" ഉജ്ജ്വലപരിവർത്തനം തന്നെയാണ്. ബ്രിട്ടീഷ് കമ്യൂണിസ്റ്റ് പാർട്ടി ഏവർക്കും വലിയ പഥ്യമൊന്നും ആയിരുന്നില്ല. എങ്കിലും ശിഷ്ടകാലം മുഴുവൻ സോവിയറ്റ് യൂണിയന്റെ ആരാധനാനിർഭരമായ വിശദീകരണത്തിനായിട്ടാണ് അവർ ചെലവിട്ടത്.

മുതലാളിത്തത്തിന്റെ തകർച്ചയും ആസൂത്രിത സോഷ്യലിസ്റ്റ് വ്യവസായവൽക്കരണവും തമ്മിലുള്ള താരതമ്യം ചില ബുദ്ധിജീവികളെ മാർക്സിസത്തിലേക്ക് തിരിയാൻ പ്രേരിപ്പിച്ചു. എന്നാൽ ഹിറ്റ്ലറുടെ വിജയമായിരുന്നു ആ പ്രതിസന്ധിയുടെ വ്യക്തമായ ഒരു രാഷ്ട്രീയഫലം. ഇത് എത്രയോ കൂടുതൽ ബുദ്ധിജീവികളെ ഫാസിസ്റ്റ് വിരുദ്ധപാളയത്തിൽ എത്തിച്ചു. നാഷണൽ സോഷ്യലിസ്റ്റ് (നാസി) ഭരണം സ്ഥാപിതമായതോടെ ഫാസിസം മൂന്നു കാരണങ്ങളാൽ കേന്ദ്രരാഷ്ട്രീയ പ്രശ്നമായി മാറി. ഒന്ന്, അതുവരെ ഒരു ഇറ്റാലിയൻ പ്രസ്ഥാനമായി കണക്കാക്കപ്പെട്ടിരുന്ന ഫാസിസം രാഷ്ട്രീയ വലതുപക്ഷത്തിന്റെ പ്രധാനപ്പെട്ട അന്തർദേശീയ വാഹനമായി. ഫാസിസ്റ്റ് രാഷ്ട്രീയപ്രസ്ഥാനങ്ങൾ അഥവാ അപ്പോൾ ഫാസിസ്റ്റ് വാഴ്ച നിലവിൽ ഉണ്ടായിരുന്ന രണ്ട് പ്രധാന യൂറോപ്യൻ രാജ്യങ്ങളുടെ അന്തസ്സും അധികാരവുമായി ബന്ധപ്പെടാൻ ആഗ്രഹിക്കുന്ന പ്രസ്ഥാനങ്ങൾ നിരവധി രാജ്യങ്ങളിൽ പെരുകി വളർന്നു. സൈനികോത്സുകമായ പ്രതിലോമതയുടെ പ്രസ്ഥാനങ്ങൾ ആഭ്യന്തരമോ വൈദേശികമോ ആയ ഫാസിസവുമായി ബന്ധപ്പെട്ടു നിന്നു. അല്ലെങ്കിൽ വിദേശ ഫാസിസത്തിൽനിന്ന് സഹായം തേടി, അല്ലെങ്കിൽ സ്വന്തം നാട്ടിലെ ഇടതുപക്ഷത്തിനെതിരായ കോട്ടയായി അന്തർദേശീയ (വിശിഷ്യ ജർമൻ) ഫാസിസത്തിന്റെ ഉദയത്തെ കണ്ടുതുടങ്ങി. "ലിയോൺ ബ്ലൂമിനേക്കാൾ ഭേദം ഹിറ്റ്ലർ" എന്നൊരു പ്രയോഗം തന്നെ ഉണ്ടായി. അത്തരത്തിലുള്ള എല്ലാ പ്രസ്ഥാനങ്ങളെയും ഫാസിസവുമായി അഥവാ ഫിലോഫാസിസവുമായി ബന്ധപ്പെടുത്തിക്കാണാനും അവയുടെ ബെർലിൻ, റോം ബന്ധങ്ങൾ ഊന്നിപ്പറയാനും തുടങ്ങി, ഇടതുപക്ഷം. വലതുപക്ഷത്തിന് കമ്യൂണിസം എന്നപോലെ ഓരോ രാജ്യത്തെയും ഇടതുപക്ഷത്തിന് ഫാസിസം കേവലം വിദേശികളുടെ പ്രശ്നമല്ലാതായി.

അന്തർദേശീയ സ്വഭാവംകൊണ്ടും രണ്ട് വർഗശക്തികളുടെ അനുഭാവവും പിന്തുണയുംകൊണ്ടും കൂടുതൽ ഭീഷണമായിത്തീർന്ന ഒരു ആഭ്യന്തര അപകടമായി. 1930 ൽ സ്പാനിഷ് റിപ്പബ്ലിക്കിന് അനുകൂലമായി ഉയർന്ന അന്തർദേശീയ പിന്തുണയുടെ തരംഗം മനസിലാക്കുക യൂറോപ്പിലെ ഏതാണ്ട് ഒരു ഓണംകേറാമൂലയിലുള്ള കൊച്ചുരാജ്യത്തിൽ നടന്ന ഈ പോരാട്ടങ്ങൾ കൃത്യമായ അർഥത്തിൽ ഫ്രാൻസ്, ബ്രിട്ടൻ, യു എസ് എ, ഇറ്റലി, ഇത്യാദി രാജ്യങ്ങളുടെ ഭാവിക്കുവേണ്ടിയുള്ള പോരാട്ടങ്ങളായിരുന്നു എന്ന ധാരണയില്ലെങ്കിൽ അസാധ്യമാകും.

രണ്ട്, ഫാസിസത്തിന്റെ ഭീഷണി കേവലം രാഷ്ട്രീയത്തിലുപരിയായിരുന്നു. പ്രശ്നം ഒരു സംസ്കൃതിയുടെയാകെ ഭാവിയായിരുന്നു. ഇക്കാര്യം ബുദ്ധിജീവികളോളം മനസിലാക്കിയ മറ്റാരും ഇല്ലായിരുന്നു. ഫാസിസം ചവിട്ടിപ്പുറത്താക്കിയത് മാർക്സിനെ മാത്രമല്ല, വോൾട്ടയറെയും ജോൺ സ്റ്റുവർട്ട് മില്ലിനെയും കൂടിയാണ്. സോഷ്യലിസത്തെയും കമ്യൂണിസത്തെയും തിരസ്കരിച്ച അതേ സ്വരത്തിൽ തന്നെ അത് ഉദാരവാദത്തിന്റെ സകലരൂപങ്ങളെയും തള്ളിക്കളഞ്ഞു. പതിനെട്ടാം നൂറ്റാണ്ടിലെ പ്രബുദ്ധോദയത്തിന്റെ പൈതൃകത്തെയാകെ അത് തള്ളിക്കളഞ്ഞു, കൂടെ അമേരിക്കൻ ഫ്രഞ്ച്, റഷ്യൻ, വിപ്ലവങ്ങളിൽനിന്ന് ഉയിർക്കൊണ്ട ഭരണരൂപങ്ങളെയും. ഒരേ ശത്രു, ഒരേ ഉന്മൂലനഭീഷണി. അങ്ങനെ കമ്യൂണിസ്റ്റുകാരും ഉദാരവാദികളും ഒരേ പാളയത്തിൽ ഞെരുങ്ങാൻ നിർബന്ധിതരാവുകയായിരുന്നു. അക്കാലത്ത് യു എസ് എസ് ആറിൽ സംഭവിച്ചുകൊണ്ടിരുന്നതിനെ വിമർശിക്കാനോ അങ്ങനെയൊക്കെ നടക്കുന്നുവെന്ന് സമ്മതിക്കാനോ ഇടതുപക്ഷക്കാർ മടിച്ചതിന്റെ കാരണം ഇടതുപക്ഷത്തിലെ തന്നെ യു എസ് എസ് ആർ വിമർശകരുടെ ഒറ്റപ്പെടലിന്റെ കാരണം മനസിലാക്കാൻ ഫാസിസത്തിനെതിരായ പോരാട്ടത്തിൽ ഗാഢമായ ഒരർഥത്തിൽ കമ്യൂണിസവും ഉദാരവാദവും ഒരേ പക്ഷത്തായിരുന്നു എന്ന ധാരണയില്ലെങ്കിൽ അസാധ്യമാകും. ഒന്നിന് മറ്റൊന്നിനെ ആവശ്യമായിരുന്നു. 1930കളിൽ സ്റ്റാലിന്റെ പ്രവൃത്തികൾ ഒരു റഷ്യൻ പ്രശ്നമായിരുന്നു. എന്നാൽ, ഹിറ്റ്ലറുടെ ചെയ്തികൾ എല്ലായിടത്തെയും പ്രശ്നമായിരുന്നു. ഭരണഘടനാനുസൃതം, രൂപവൽക്കരിച്ച ജനാധിപത്യസർക്കാരിനെ പിരിച്ചുവിടൽ, കോൺസെൻട്രേഷൻ പാളയങ്ങൾ, പുസ്തകങ്ങൾ കത്തിക്കൽ, ജർമൻ ബൗദ്ധികജീവിതത്തിന്റെ കിടയറ്റ പ്രതിസന്ധികളെ അടക്കം സകല രാഷ്ട്രീയവിമതരെയും ജൂതരെയും നാടുകടത്തൽ, അവരുടെ കുടിയേറ്റം– ഇതെല്ലാം ചേർന്ന് ആ ഭീഷണിയെ അത്യന്തം നാടകീയമാക്കി. ഇറ്റാലിയൻ ഫാസിസത്തിന്റെ ചരിത്രം അതുവരെ സൂചിപ്പിക്കുക മാത്രം ചെയ്തിരുന്നതൊക്കെ പരസ്യമായി, ഏറ്റവും ഹ്രസ്വദൃഷ്ടിയായ ഒരാൾക്കുപോലും കാണാൻ പാകത്തിനായി.

നാസി ജർമനിക്ക് അത് കൈവരിച്ച അതിവേഗ സാമ്പത്തികവിജയം രാഷ്ട്രീയ മുതൽക്കൂട്ടാക്കി മാറ്റാൻ കഴിയാതിരുന്നത് ഫാസിസഭീഷണി

യുടെ ഈ അംശത്തിന്റെ പ്രാധാന്യത്തെ കുറിക്കുന്നു. 1930കളിൽ തൊഴിലില്ലായ്മ ഉന്മൂലനം ചെയ്തു എന്നത് ഹിറ്റ്ലറുടെ പ്രചരണത്തിന് 1920കളിൽ 'തീവണ്ടികൾ സമയത്തിന് ഓടുന്നു' എന്ന മുസോളിനി പ്രചാരണത്തോളംപോലും ഗുണം ചെയ്യാൻ കഴിഞ്ഞില്ല. നാസി ജർമനി സാമ്പത്തിക മാന്ദ്യത്തിൽനിന്ന് കരകയറുന്നതിൽ കൈവരിച്ച വിജയത്തെ വച്ചല്ല അളക്കേണ്ടത് എന്ന് വ്യക്തമായി.

മൂന്നാമത്തേയും ഏറ്റവും നിർണായകവുമായ പ്രശ്നം - 'ഫാസിസം എന്നാൽ യുദ്ധം' എന്ന അവസ്ഥയായിരുന്നു. 1933 നു ശേഷം ഓരോ വർഷവും ഇതിന് നാടകീയമായ തെളിവുകൾ പ്രത്യക്ഷപ്പെട്ടുകൊണ്ടിരുന്നു. ആസ്ട്രിയയിലേക്ക് നാസി കടന്നാക്രമണം (*The Putsch*) 1934 ൽ തുടങ്ങി. തുടർന്ന് 1934 ൽ എത്യോപ്യൻ യുദ്ധം, 1936 ൽ ഹിറ്റ്ലർ റൈൻലാൻഡ് വീണ്ടെടുക്കുന്നു. സ്പാനിഷ് ആഭ്യന്തരയുദ്ധം തുടങ്ങുന്നു, 1937 ൽ ജപ്പാൻ ചൈനയെ ആക്രമിക്കുന്നു, 1938 ൽ ജർമനി ആസ്ട്രിയയ്ക്കു മേൽകോയ്മ സ്ഥാപിക്കുന്നു. മ്യൂണിക്കിനുശേഷം ചെക്കോസ്ലാവാക്യയിലും. 1918 നു ശേഷമുള്ള തലമുറകൾ മറ്റൊരു ലോകയുദ്ധഭീതിയിലാണ് നിരന്തരം ജീവിച്ചുപോന്നത്. 1933 നു ശേഷം ഇത് സ്ഥിരമായി ഒഴിവാക്കാമെന്ന പ്രതീക്ഷ തന്നെ ആരും വച്ചുപുലർത്താതെയായി. പക്ഷെ ഫാസിസ്റ്റുകളും ഫാസിസ്റ്റ് സർക്കാരുകളും മാത്രം ആ സാധ്യതയെ ഭയമില്ലാതെയാണ് കണ്ടത്. ഈ ഘട്ടത്തോളം സ്പഷ്ടമായി കടന്നുകയറ്റക്കാർക്കും ചെറുത്തുനിൽപ്പുകാർക്കും ഇടയിലുള്ള രേഖ വരഞ്ഞിട്ട മറ്റൊരു കാലവും ഉണ്ടായിട്ടില്ല. അത്രതന്നെ വ്യക്തമായിരുന്നു, ഫാസിസ്റ്റേതര രാജ്യങ്ങളിലുള്ള ചെറുത്തു നിൽക്കാൻ - വേണ്ടിവന്നാൽ ആയുധമെടുത്തു തന്നെ - തയാറായവർക്കും എന്തോ കാരണത്താൽ അതിന് തയാറല്ലാത്തവർക്കും ഇടയ്ക്കുള്ള രേഖയും. അത് കേവലം ഇടതുവലത് വിഭജനരേഖയായിരുന്നില്ല. പരമ്പരാഗത യാഥാസ്ഥിതികർക്കും രാജ്യഭക്തർക്കും ഇടയ്ക്ക് ചെറുത്തുനിൽപ്പുകാർ ഉണ്ടായിരുന്നു. കമ്യൂണിസ്റ്റേതര ഇടതുപക്ഷത്ത്, പ്രത്യേകിച്ച് ഫ്രാൻസിലും ജർമനിയിലും, പ്രീണനക്കാരും സമാധാനവാദികളും ഉണ്ടായിരുന്നു. ചെറുത്തുനിൽപ്പുകാർപോലും യുദ്ധത്തിന് ആഹ്വാനം നൽകിയില്ല. കടന്നാക്രമണകാരികളെ ചെറുക്കാൻ തയാറുള്ളവരും അവരെ ഞെട്ടിക്കാൻ ശേഷിയുള്ളവരുമായ ഭരണകൂടങ്ങളുടെയും ജനതകളുടെയും വിശാലവും ശക്തവുമായ ഒരു മുന്നണി സൃഷ്ടിച്ചാൽ ദുരന്തം ഒഴിവാക്കാൻ നല്ല സാധ്യതയുണ്ട് എന്ന് അവർ വിശ്വസിച്ചു. പക്ഷെ കടന്നാക്രമണം മുന്നേറുകയും വിജയിക്കുകയും ചെയ്തതോടെ ചെറുത്തുനിൽപ്പിന്റെ ആവശ്യം കൂടുതൽകൂടുതൽ വ്യക്തമായി. അതോടെ രാഷ്ട്രീയവബോധമുള്ളവർ ഫാസിസ്റ്റ്വിരുദ്ധ പാളയത്തിൽ ചേർന്നു. ഏതായാലും പിന്നീട് കടന്നാക്രമണം വിജയിച്ചുതുടങ്ങിയതോടെ ചെറുത്തുനിൽപ്പിന്റെ ആവശ്യകത സംശയാതീതമായി. അതോടെ ഫാസിസ്റ്റ്വിരുദ്ധർ കമ്യൂണിസ്റ്റുകാരോട് കൂടുതൽ അടുത്തു. വിശാലമായ ഫാസിസ്റ്റു വിരുദ്ധസ

ഖ്യത്തിന്റെയും ചെറുത്തുനിൽപ്പിന്റെയും നയം ആദ്യമായി സിദ്ധാന്ത വൽക്കരിക്കുമാത്രമല്ല പ്രയോഗത്തിൽതന്നെ ആ പ്രക്ഷോഭത്തിൽ നേതൃത്വപരമായ പങ്കുവഹിക്കുകയും ചെയ്തത് അവരാണല്ലോ. 1940 മേയ് മാസത്തിനുശേഷം യൂറോപ്പിന്റെ വിശാലപ്രദേശങ്ങൾ ഫാസിസം കീഴടക്കിയതോടെ ഫാസിസ്റ്റ് അപകടം തീവ്രമായി. അതങ്ങനെതന്നെ നിലനിന്നതുകൊണ്ട് 1939 ൽ അന്തർദേശീയ കമ്യൂണിസ്റ്റ് നയത്തിൽ വന്ന താൽക്കാലികപിന്നോക്കംപോക്ക് എന്ന അസംബന്ധത്തിനുപോലും ഈ പ്രവണതയെ തടയാനായില്ല.

എന്നാൽ ബുദ്ധിജീവികളും മറ്റും ഫാസിസ്റ്റ് വിരുദ്ധതയിലേക്കും അതുകൊണ്ട് ഇടതുപക്ഷത്തേക്കും ചിലപ്പോഴൊക്കെ മാർക്സിസ്റ്റ് ഇട തുപക്ഷത്തേക്കും ആകർഷിക്കപ്പെട്ട പ്രക്രിയ പ്രത്യക്ഷത്തിൽ കാണു ന്നത്ര രേഖീയമോ പ്രശ്നരഹിതമോ ആയിരുന്നില്ല. കോമിന്റേണിന്റെയും സോവിയറ്റ് നയത്തിന്റെയും വളവുതിരിവുകൾ നടേതന്നെ പരാമൃഷ്ട മായിട്ടുണ്ട്. ഇതിനിയും നമ്മെ പിന്നോക്കം പിടിക്കേണ്ടതില്ല. 'മൂന്നാം ഘട്ട'ത്തിലെ വിഭാഗീയതന്ത്രം ഇല്ലാതാകുന്നതിലെ കാലതാമസം, 1939 –41 ലെ മലക്കംമറിച്ചിൽ എന്നിവയാണ് വിവക്ഷ. പക്ഷെ ചർച്ച ചെയ്യേണ്ട സങ്കീർണഘടകങ്ങൾ ഉണ്ട്.

ആഗോളതലത്തിൽ പറയുകയാണെങ്കിൽ ഇവയിൽ ഏറ്റവും പ്രധാ നപ്പെട്ടത് ആശ്രിത – കൊളോണിയൻ രാജ്യങ്ങളുമായി ബന്ധപ്പെട്ടവ യായിരുന്നു. ഇവയിൽ ഫാസിസ്റ്റ് വിരുദ്ധത പരമപ്രധാനമായ ഒരു പ്രശ്ന മായിരുന്നില്ല. രണ്ടു കാരണങ്ങളുണ്ട്, ഇതിന്. ഒന്ന്, യൂറോപ്യൻ ഫാസിസം അവയിൽനിന്ന് ഏറെ ദൂരെയായിരുന്നു. അവയിലെ ആഭ്യന്ത രസാഹചര്യങ്ങളിൽ ഈ പ്രതിഭാസം വലിയ പ്രത്യാഘാതമൊന്നും ഉണ്ടാക്കുന്നില്ലായിരുന്നു. ഉദാഹരണം: ലാറ്റിൻ അമേരിക്കയുടെ കുറേ ഭാഗങ്ങളിൽ. രണ്ട് ഫാസിസത്തെ മുഖ്യശത്രുവോ മുഖ്യഅപകടമോ രണ്ടുമോ ആയി കണക്കാക്കാൻ യാഥാർഥ്യബോധത്തോടെ നോക്കി യാൽ അവയ്ക്ക് കഴിയില്ലായിരുന്നു. ശരിയാണ്, ലാറ്റിൻ അമേരിക്കയിൽ പരമ്പരാഗത വലതുപക്ഷം (വിശിഷ്യ, അത് ക്രൈസ്ത്രവസഭയെ ആശ്ര യിക്കുന്ന ഇടങ്ങളിൽ) പ്രസക്തമായ യൂറോപ്യൻ വലതുപക്ഷത്തോട് അനുഭാവം പുലർത്താൻ സാധ്യതയുണ്ടായിരുന്നു. അത് ഫാസിസവു മായി കൂടുതൽ കൂടുതൽ ശക്തമായ കൂട്ടുകെട്ടിലേക്ക് ആകർഷിക്കപ്പെ ടുകയും ഉണ്ടായി – പ്രത്യേകിച്ച് സ്പാനിഷ് ആഭ്യന്തരയുദ്ധത്തിൽ. അവി ടവിടെ ഫാസിസ്റ്റ് മാതൃകയിൽ ചില തീവ്രവലതുപക്ഷ പ്രസ്ഥാനങ്ങളും വികസിച്ചുവന്നിരുന്നു. ഉദാഹരണത്തിന്, മെക്സിക്കോയിലെ സിനാർക്കി സ്റ്റുകൾ, ബ്രസീലിലെ പ്ലിനിയോ സാൽഗദോവിന്റെ ഇന്റഗ്രലിസ്റ്റുകൾ. അത്രത്തോളം വരെ ഇടതുപക്ഷവും ഫാസിസ്റ്റ് വിരുദ്ധതയുമായി സഖ്യം സൃഷ്ടിച്ചിരിക്കും. മറ്റു കാരണങ്ങളാൽ അതുവരെ അവരതിന് പ്രേരിത രായിരുന്നില്ല എങ്കിൽപ്പോലും. ഉദാഹരണത്തിന്, മാർക്സിസ്റ്റ് സാമ്രാ ജ്യത്വവിരുദ്ധത, ലാറ്റിൻ അമേരിക്കൻ ബുദ്ധിജീവികളിലെ ശക്തമായ

യൂറോപ്യൻ സാംസ്കാരിക സ്വാധീനം; അവയുടെ വൈയക്തികമായ അനുഭവങ്ങൾ. ഇവിടെ സ്പാനിഷ് ആഭ്യന്തരയുദ്ധം നിർണായകമായ ഒരു പങ്കുവഹിച്ചു. വിശിഷ്യ മെക്സിക്കോ, ചിലി, ക്യൂബ എന്നിവിടങ്ങളിൽ. അതേസമയം 1930 കളിൽ ലാറ്റിൻ അമേരിക്കയുടെ കുറെ ഭാഗങ്ങളിൽ കടംകൊണ്ട ഫാസിസത്തിന്റെ ആശയങ്ങൾക്കും പദാവലിക്കും അതിന്റെ ഉൽപ്പത്തി രാജ്യങ്ങളിൽ ഉണ്ടായിരുന്ന അതേ അർഥസൂചനകളായിരുന്നു ഉണ്ടായിരുന്നത് എന്നു പറയാനാവില്ല. ലാറ്റിൻ അമേരിക്ക ഏറെക്കാലമായി പ്രത്യയശാസ്ത്ര നവീനതകൾക്ക് ഉറ്റുനോക്കിയിരുന്നത് ഏതൊരു യൂറോപ്പിലേക്കാണോ, ആ യൂറോപ്പിലെ അന്തസുറ്റ, വിജയകരമായ ഒരു പ്രസ്ഥാനമായിരുന്നല്ലോ ഫാസിസം. അവിടെ അത്തരം ആശയങ്ങളാൽ ആകൃഷ്ടരായിരുന്ന രാഷ്ട്രീയക്കാർക്കോ രാഷ്ട്രീയാഭിമുഖ്യമുള്ള യുവ ഓഫീസർമാർക്കോ ഒരു ട്രേഡ് യൂണിയനിസ്റ്റ്, തെരഞ്ഞെടുപ്പു ശക്തിയായി (അർജന്റീനയിലെപ്പോലെ) തൊഴിലാളികളെ സംഘടിപ്പിച്ചോ ഒരു സാമൂഹികവിപ്ലവം ഉണ്ടാക്കാനായി ട്രേഡ് യൂണിയനുകളുമായി കൈകോർത്തോ (ബൊളീവിയയിലെപ്പോലെ) ദേശീയ ജീവിതത്തിൽ തങ്ങളുടെ സ്ഥാനം ഉറപ്പിക്കാമെന്ന് മോഹിക്കാൻ കഴിയില്ലായിരുന്നു. ഒരുപക്ഷെ ഇതൊന്നും ഭൂഖണ്ഡത്തിലെ ബുദ്ധിജീവികളിൽ ഏറെപ്പേരെയും സ്വാധീനിച്ചിരിക്കില്ല. പക്ഷെ, യൂറോപ്യൻ രാഷ്ട്രീയസഖ്യങ്ങളുടെ സ്വഭാവം ലാറ്റിൻ അമേരിക്കയിൽ അത്ര എളുപ്പം എടുത്തു ചാർത്തിക്കൊടുക്കുന്നതിനെതിരെ ഒരു മുന്നറിയിപ്പാകണം അത്. മാത്രമല്ല, ആ ഭൂഖണ്ഡം രണ്ടാം ലോകയുദ്ധത്തിൽ അത്ര ഫലപ്രദമായി പങ്കെടുത്തിരുന്നതല്ല.

പ്രാദേശികഫാസിസം ഇല്ലാത്ത ഏഷ്യയിലും (അവിടെ രാഷ്ട്രീയമായി സംഘടിതരായിരുന്നു, ജനങ്ങൾ) ആഫ്രിക്കയിലും സാഹചര്യങ്ങൾ കുറേക്കൂടി സങ്കീർണമായിരുന്നു. രണോത്സുകമായ കമ്യൂണിസ്റ്റ് വിരുദ്ധത പ്രകടിപ്പിച്ചിരുന്ന ജപ്പാൻ ആകട്ടെ, ജർമനിയും ഇറ്റലിയുമായി കൂട്ടുചേർന്നിരുന്നുതാനും. അവിടങ്ങളിൽ സാമ്രാജ്യത്വവിരുദ്ധർക്ക് മുഖ്യശത്രുക്കൾ സ്പഷ്ടമായും ബ്രിട്ടനും ഫ്രാൻസും നെതർലാൻഡ്സുമായിരുന്നു. മതേതരബുദ്ധിജീവികളിൽ ഏറെപ്പേരും യൂറോപ്യൻ ഫാസിസത്തിന് എതിരായിരുന്നു, അതിന്റെ മഞ്ഞയും തവിട്ടും കറുപ്പും തൊലിക്കാർക്കെതിരെയുള്ള വംശീയവിവേചനത്തിന്റെ നിലപാടിനോട് എതിരായിരുന്നു. ഈ രാജ്യങ്ങളിലെ പ്രസ്ഥാനങ്ങൾ പലപ്പോഴും മഹാരാജ്യങ്ങളിലെ പ്രസ്ഥാനങ്ങളാൽ ശക്തമായി സ്വാധീനിക്കപ്പെട്ടിരുന്നു. ഉദാഹരണത്തിന്, പടിഞ്ഞാറൻ യൂറോപ്പിലെ ഉദാരജനാധിപത്യപാരമ്പര്യങ്ങൾ ഇന്ത്യൻ നാഷണൽ കോൺഗ്രസിൽ ചെലുത്തിയ സ്വാധീനം. ഏറെക്കാലമായി ഐറിഷ് കലാപകാരികൾ പുലർത്തിപ്പോന്ന 'ഇംഗ്ലണ്ടിന്റെ ദുരവസ്ഥ ഐർലാൻഡിന്റെ അവസരം' എന്ന വീക്ഷണം സാമ്രാജ്യത്വവിരുദ്ധരും കൈക്കൊണ്ടത് യുക്തിസഹമായിരുന്നു. പ്രാദേശിക കോളനിസ്റ്റുകളുടെ ശത്രുക്കളിൽനിന്ന് പിന്തുണ തേടുന്ന പാരമ്പര്യ

ത്തിന് ഒന്നാം ലോകയുദ്ധത്തോളം പഴക്കമുണ്ട്. അക്കാലത്ത് ഐർലാൻഡിലെയും ഇന്ത്യയിലെയും വിപ്ലവകാരികൾ (പിന്നീട് മാർക്സിസ്റ്റുകാരായ ചിലരടക്കം) ബ്രിട്ടനെതിരെ ജർമനിയുടെ സഹായമാണ് തേടിയത്. അതുകൊണ്ട് ജർമനി, ഇറ്റലി, ജപ്പാൻ എന്നിവരെ തോൽപ്പിക്കാൻ ഫാസിസ്റ്റ്‌വിരുദ്ധതയുമായി ചേരുകയാണോ ഉടനെ കോളനിവാഴ്ചയിൽനിന്ന് വിമോചനം നേടുകയാണോ പ്രഥമപരിഗണനയിലാകേണ്ടത് എന്ന പ്രശ്നം പ്രാദേശികസാമ്രാജ്യത്വവിരുദ്ധതയുടെ വികാരങ്ങളും രാഷ്ട്രീയകണക്കുകൂട്ടലുകളുമായി ഇടഞ്ഞുനിന്നു. എത്യോപ്യ, ചൈന, ഇത്യാദി ചില പ്രത്യേക രാജ്യങ്ങളുടെ കാര്യത്തിൽ മാത്രമേ ഇങ്ങനെ സംഭവിക്കാതിരുന്നുള്ളൂ. യുദ്ധം പൊട്ടിപ്പുറപ്പെട്ടതോടെ പ്രശ്നം കേവലം അക്കാദമികം അല്ലാതായിത്തീർന്നു. കുറച്ചുകാലം മുൻപുതന്നെ പ്രാദേശിക രാഷ്ട്രീയജീവിതത്തെ അത് കലുഷമാക്കിത്തുടങ്ങിയിരുന്നു. (ഉദാഹരണം: ഇന്തോ-ചൈനയിൽ) ആഗോള ഫാസിസ്റ്റ് വിരുദ്ധതയ്ക്കാണ് യാഥാസ്ഥിതിക കമ്യൂണിസ്റ്റുകാർ മുൻഗണന കൊടുത്തത്. മധ്യപൂർവപ്രദേശങ്ങളിൽ 1940 മുതൽക്കും ദക്ഷിണ - ദക്ഷിണപൂർവേഷ്യൻ പ്രദേശങ്ങളിൽ 1942 മുതൽക്കും യുദ്ധം അടുത്തു തുടങ്ങിയതോടെ ആ മുൻഗണനയുടെ ഫലവും അവർ അനുഭവിച്ചുതുടങ്ങി - രാഷ്ട്രീയമായ ഒറ്റപ്പെടൽ. ജവഹർലാൽ നെഹ്റു അടക്കം ഇന്ത്യൻ നാഷണൽ കോൺഗ്രസിലെ സൈദ്ധാന്തിക ഫാസിസ്റ്റ്‌വിരുദ്ധതയുമായി, അല്ലെങ്കിൽ ഒരിനം മാർക്സിസവുമായിപ്പോലും ബന്ധം ഉറപ്പിച്ച ഇടതുപക്ഷ ബുദ്ധിജീവികൾ ബ്രിട്ടീഷ് സാമ്രാജ്യത്വവുമായി നേരിട്ടൊരു ഏറ്റുമുട്ടലിന് ഇറങ്ങുകയോ ബംഗാളിലെ സുഭാഷ് ചന്ദ്രബോസിനെപ്പോലെ ജപ്പാന്റെ മേൽനോട്ടത്തിൽ ഒരു ഇന്ത്യൻ ആർമി ഓഫ് ലിബറേഷൻ സംഘടിപ്പിക്കുകയോ ചെയ്തു. മുസ്ലിം മധ്യപൂർവ പ്രദേശങ്ങളിലെ സാമ്രാജ്യത്വവിരുദ്ധതയിൽ ഏറിയ പങ്കും - അതിന്റെ പ്രത്യയശാസ്ത്രം എന്തായാലും - ജർമൻ അനുകൂലമായിരുന്നു. ചുരുക്കത്തിൽ യൂറോപ്പിനു പുറമെയുള്ള ബുദ്ധിജീവികളും ഫാസിസ്റ്റ് വിരുദ്ധരും തമ്മിലുള്ള ബന്ധം യൂറോപ്യൻ പ്രരൂപം അനുസരിച്ചുള്ളതായിരുന്നില്ല, അങ്ങനെയാകാനും പറ്റില്ലായിരുന്നു.

യൂറോപ്യൻ ഫാസിസവിരുദ്ധതയ്ക്ക് അതിന്റേതായ സങ്കീർണതകൾ ഉണ്ടായിരുന്നു. ഒന്നാമത്, 1930 കൾ മുന്നോട്ടു പോകുംതോറും ഒരു കാര്യം കൂടുതൽകൂടുതൽ വ്യക്തമായി: ഫാസിസ്റ്റു വിരുദ്ധസഖ്യം രാഷ്ട്രീയമായ മധ്യപക്ഷത്തെയും ഇടതുപക്ഷത്തെയും മാത്രമല്ല, ഏതു കാരണം കൊണ്ടായാലും ഫാസിസത്തെയും ഫാസിസ്റ്റ് ശക്തികളെയും ചെറുക്കാൻ തയാറുള്ള എല്ലാ വ്യക്തികളെയും പ്രവണതകളെയും സംഘടനകളെയും ഭരണകൂടങ്ങളെയും ഉൾപ്പെടുത്തിയേ തീരുമായിരുന്നുള്ളൂ. ജനകീയ മുന്നണികൾ ക്രമേണ 'ദേശീയമുന്നണികൾ' ആയി. കമ്യൂണിസ്റ്റുകാർ ഈ സാഹചര്യത്തെ യുക്തിപൂർവം അംഗീകരിച്ചു. ഇത് ബുദ്ധിജീവികളടക്കമുള്ള ഇടതുപക്ഷത്തിന്റെ പരമ്പരാഗത സംവേ

ദനശീലങ്ങളെ ഞെട്ടിച്ചു: തോറെസ് കത്തോലിക്കർക്കു നേരെ കൈനീട്ടുന്നു; ഫ്രഞ്ച് പാർട്ടി ദീർഘകാലമായി തീവ്രവലതുപക്ഷപ്രതീകമായിരുന്ന ജോൺ ഓഫ് ആർക്കിനു നേരെ കൈനീട്ടുന്നു; ബ്രിട്ടീഷ് പാർട്ടി അതുവരെ സർവപ്രതിലോമതകളുടെയും പ്രതീകവും ലേബർ പ്രസ്ഥാനത്തിന്റെ എതിരാളിയുമായിരുന്ന വിൻസ്റ്റൺ ചർച്ചിലുമായി സഖ്യത്തിന് ആഹ്വാനം ചെയ്യുന്നു. ചുരുങ്ങിയപക്ഷം വിമോചനം/ വിജയം കൈവരിക്കുംവരെയെങ്കിലും ഇത് താരതമ്യേന വലിയ പ്രശ്നമൊന്നും ഉണ്ടാക്കിയില്ല. നാസിജർമനി എന്ന അപകടം മുന്നിൽ നിൽക്കുമ്പോൾ ഇന്നലത്തെയും നാളത്തെയും ശത്രുക്കൾ ഐക്യമുന്നണിയുണ്ടാക്കുന്നത് അർഥവത്തായിരുന്നു. പ്രത്യേകിച്ച് അതിൽ പ്രത്യയശാസ്ത്രപരമായ രഞ്ജിപ്പിന്റെ ധ്വനിയൊന്നും ഇല്ലായിരുന്നതിനാൽ. ഇറ്റലിക്കെതിരെ എത്യോപ്യക്ക് സഹായം നൽകുന്നത് എതിർത്ത തീവ്രഇടതുപക്ഷക്കാർക്ക് വലിയ പിന്തുണയൊന്നും കിട്ടിയില്ല. ഹെയ്ൽ സെലാസി ഒരു ഭൂപ്രഭുചക്രവർത്തിയാണ് എന്നായിരുന്നു ആ തീവ്ര ഇടതുപക്ഷക്കാരുടെ വാദം. അതേസമയം വിശാലമായ ഫാസിസ്റ്റ് വിരുദ്ധതന്ത്രം (ഹ്രസ്വകാലത്തേക്കെങ്കിലും) തങ്ങളുടെ യഥാർഥലക്ഷ്യമായ സോഷ്യലിസ്റ്റ് വിപ്ലവത്തിന്റെ ചെലവിൽ വേണോ എന്ന വിപ്ലവസോഷ്യലിസ്റ്റ് ഇടതുപക്ഷ പ്രശ്നം കുറേക്കൂടി ഗാഢമായ അനിശ്ചിതത്വങ്ങൾ ഉണർത്തി. ഫാസിസത്തെ പിറകോട്ടടിപ്പിക്കുക എന്ന അവശ്യലക്ഷ്യം നേടാൻ വിപ്ലവകാരികൾ എന്തു ത്യാഗങ്ങളാണ് സഹിക്കേണ്ടത്? ഫാസിസത്തിനെതിരായ യുദ്ധം ജയിക്കും. പക്ഷെ വിപ്ലവം നീളുകയോ ഫാസിസ്റ്റേതര മുതലാളിത്തത്തിന് പുനർബലീകരണം കൈവരിക്കുകയോ ചെയ്യും എന്ന അപകടവും ഉണ്ട്. ഇത്തരം പരിഗണനകൾ മഥിച്ചിരുന്ന അളവിൽ വിപ്ലവകാരികൾക്ക് കൊളോണിയൽ അർധകൊളോണിയൽ, ലോകത്തെ ഫാസിസവിരുദ്ധതയുമായി ചില പൊതുതത്വങ്ങൾ ഉണ്ടായിരുന്നു.

പക്ഷെ മറ്റ് രണോത്സുകരെക്കാൾ അത്തരം ചോദ്യങ്ങൾ ഉയർത്താനുള്ള മനഃസ്ഥിതി കാത്തുസൂക്ഷിക്കുന്ന വിപ്ലവകാരികൾപോലും അവയെപ്രതി അത്ര മനഃപ്രയാസം അനുഭവിച്ചിരുന്നില്ല. പ്രതിബദ്ധരായ വിപ്ലവകാരികൾക്കും ഫാസിസത്തിന്റെ പരാജയം ഒരു ജീവന്മരണ പ്രശ്നമായിരുന്നു. കമ്യൂണിസ്റ്റുകാരോ വിമതമാർക്സിസ്റ്റുകാരോ ഫാസിസ്റ്റ് വിരുദ്ധതയും വിപ്ലവവും തമ്മിൽ എന്തെങ്കിലും പൊരുത്തക്കേട് കണ്ടതായി അവകാശപ്പെട്ടില്ല. വിശാലമായ ഫാസിസ്റ്റ് വിരുദ്ധമുന്നണി ഒരുപക്ഷെ സോഷ്യലിസത്തിലേക്കുള്ള സംക്രമണത്തിന് ഈ തന്ത്രം പ്രദാനം ചെയ്തേക്കാം എന്ന് കോമിന്റേണിനകത്ത് കരുതലോടെയെങ്കിലും ഇടയ്ക്കിടെ അത്ര പരസ്യമായല്ലാതെ വാദമുയർത്തിയിരുന്നു. തീർച്ചയായും ഫാസിസ്റ്റ് വിരുദ്ധതയുടെ പരിമിതമായ ജനാധിപത്യ പ്രതിരോധവശങ്ങളാണ് പരസ്യമായി മറ്റെല്ലാറ്റിലും ഉപരി ഊന്നിയിരുന്നത്. ചില ബൂർഷ്വാസർക്കാരുകൾ അടക്കം സോഷ്യലിസ്റ്റേതരമായ ഫാസിസ്റ്റ് വിരുദ്ധരെ പേടിപ്പിച്ച് അകറ്റാതിരിക്കാൻ വേണ്ടിയായിരുന്നു, ഈ

ഊന്നൽ. അതിന്റെ ഫലമായി ഉളവായ അവ്യക്തതകൾ തുടർന്ന് ചർച്ച ചെയ്യപ്പെടും. ഫാസിസ്റ്റ് വിരുദ്ധതയും ഉടനടി തൊഴിലാളിവിപ്ലവവും തമ്മിൽ ഒരു വൈരുധ്യവുമില്ല എന്ന ഉട്ടോപ്യൻ പാതയാണ് റാഡിക്കലുകൾ സ്വീകരിച്ചത്. വിശാലമായ ഫാസിസ്റ്റ് വിരുദ്ധ മുന്നണിയെ അനാവശ്യമായ വിപ്ലവവഞ്ചനയായി കണക്കാക്കി അപ്പാടെ തിരസ്കരിക്കാൻ (അത്തരമൊരു മുന്നണിയുടെ പ്രധാനവക്താവായ സ്റ്റാലിനിസ്റ്റ് കോമിന്റേണിനോടുള്ള ശത്രുതകൊണ്ട് വഴിതെറ്റിയ ട്രോട്സ്കി ചെയ്തതുപോലെ) കൂട്ടാക്കാത്തവർപോലും പറ്റിയ സമയത്ത് അതിനെ കലാപമാക്കി മാറ്റാനാണ് ആഹ്വാനം ചെയ്തത് – ഫ്രാൻസിൽ 1936 ൽ ഫ്രാൻസിലും ഇറ്റലിയിലും 1944–45 ൽ എന്നിങ്ങനെ. 1936 ൽ സ്പെയിനിൽ അത്തരമൊരു കലാപത്തെ അവർ എതിരേൽക്കുകയും ചെയ്തു. അക്കാലത്ത് ഇത്തരം ഉട്ടോപ്യൻ വാദങ്ങൾക്ക് വലിയ ഗൗരവമൊന്നും ആരും കൽപ്പിച്ചില്ല. ട്രോട്സ്കിയൈറ്റുകൾ അടക്കമുള്ള വിമത മാർക്സിസ്റ്റ് കൂട്ടങ്ങൾ – ഒറ്റപ്പെടാനും അവർക്ക് സ്വാധീനമില്ലാതാകാനും കാരണമായതുപോലും അവരുടെ ഈദൃശവാദങ്ങളാകാനാണ് സാധ്യത. കടന്നാക്രമിക്കുന്ന ഫാസിസ്റ്റ് ശക്തികളോട് നേർക്കുനേർ പോരാടുന്ന ജനങ്ങൾ തൊട്ടുമുന്നിലുള്ള പോരാട്ടത്തിനാണ് മുൻഗണന നൽകിയത്. ആ പോരാട്ടത്തിൽ തോറ്റാൽ നാളെ വിപ്ലവത്തിനു സാധ്യതയില്ലാതാകും. സ്പെയിനിലാണെങ്കിൽ ഇന്നത്തെ വിപ്ലവത്തിന്.

പ്രക്ഷോഭത്തിന്റെ യുക്തി ഫാസിസ്റ്റ് വിരുദ്ധ ഇടതുപക്ഷത്തിന്റെ മറ്റൊരു സങ്കീർണതകൂടി വെളിപ്പെടുത്തി: പസിഫിസം അഥവാ സമാധാനവാദം. ഏതാണ്ട് നിയതമായ ഒരു പ്രത്യയശാസ്ത്രമെന്ന നിലയിൽ, അത് ആംഗ്ലോ – സാക്സൻ ലോകത്തിൽ ഒതുങ്ങിനിന്നിരുന്നു. അവിടെ അത് തൊഴിലാളിപ്രസ്ഥാനത്തിന്റകത്ത് തഴച്ചുവളർന്നു. 1930 കളിൽ താൽക്കാലികമായിട്ടാണെങ്കിലും ഉദാരവാദികൾക്കിടയിലും പൊതുവായ നിരായുധീകരണം, അന്തർദേശീയധാരണ, ലീഗ് ഓഫ് നേഷൻസ് എന്നിവയെ അനുകൂലിച്ചിരുന്ന കൂടുതൽ വിശാലമായ ഒരു പ്രസ്ഥാനത്തിലും സമാധാനവാദം പിന്തുണ കണ്ടെത്തി. യുദ്ധത്തിനെതിരായ, ആഴത്തിൽ വേരൂന്നിയ വൈകാരികമായ അറപ്പിന്റെ, ഒന്നാംലോകയുദ്ധത്തിലെ കൂട്ടക്കുരുതിപോലെ മറ്റൊന്നുണ്ടാകുമോ എന്ന ഭയത്തിന്റെ, അല്ലെങ്കിൽ യു എസ് എ യിലെ യൂറോപ്പിന്റെ യുദ്ധങ്ങളിൽ പങ്കുചേരാനുള്ള വിസമ്മതത്തിന്റെ രൂപത്തിൽ അത് വ്യാപകമായിരുന്നു. സ്വതേ യുദ്ധത്തോടും സൈനികതയോടും ഉള്ള വെറുപ്പ് രാഷ്ട്രീയ ഇടതുപക്ഷത്തിന്റെ ഒരു പ്രതിഭാസമായിരുന്നു. സമാധാനപൂർവമായ നിസ്സഹകരണം ഒന്നുകൊണ്ടു മാത്രം ഏതോ വിധത്തിൽ ഹിറ്റ്ലറെ തടയാനാകും എന്ന ഉറച്ച വിശ്വാസം (പൊതുവെ ഇതിന് നിദാനമായി ഗാന്ധിയെയും ഇന്ത്യയിലെ അഹിംസാത്മക പ്രതിരോധത്തെയും എടുത്തുകാട്ടാറുണ്ട്) കൊണ്ടല്ലാതെ മറികടക്കാനാവാത്ത ധർമസങ്കടം കലർന്ന അത്തരം വിശ്വാസങ്ങൾ ഉള്ള പുരുഷന്മാരെയും സ്ത്രീകളെയും ഫാസിസം

നേരിട്ടു. ബുദ്ധിജീവികൾക്കിടയിൽപ്പോലും ആരും ഗൗരവബുദ്ധ്യാ ഈ വിശ്വാസം വച്ചുപുലർത്തിയില്ല. പോരാട്ടത്തിന് തയാറല്ല എന്ന നിലപാടിൽ ഫാസിസം ജയിച്ചോട്ടെ എന്ന മനോഭാവം കുടികൊള്ളുന്നു എന്നുവന്നു. അത്യധികം വൈകാരികമായി സമാധാനവാദം ഉയർത്തിപ്പിടിച്ച പലരും ഫ്രാൻസിൽ ഫാസിസത്തിന്റെ സഹകരണക്കാരായി. സമാധാനവാദം ഉപേക്ഷിച്ച് ഫാസിസത്തിനെതിരായ ചെറുത്തുനിൽപ്പ് ആയുധമെടുക്കുന്നതിനെ ന്യായീകരിക്കുന്നു എന്ന് തീരുമാനിക്കുകയായിരുന്നു ബദൽ. ക്വേക്കർമാരെപ്പോലെ മതത്താൽതന്നെ സമാധാനവാദത്തോട് പ്രതിബദ്ധരായവർ ഒഴികെ സമാധാനകാംക്ഷികളായ ഫാസിസ്റ്റ് വിരുദ്ധർ ഭൂരിപക്ഷവും വാസ്തവത്തിൽ ഈ വീക്ഷണമാണ് കൈക്കൊണ്ടത്. 1940 ജൂണിനുശേഷം 'മനഃസാക്ഷിയുള്ള എതിർപ്പുകാർ' ആയി യുദ്ധാരംഭത്തിൽ രജിസ്റ്റർ ചെയ്ത പല യുവബ്രിട്ടീഷ് ബുദ്ധിജീവികളും സൈന്യത്തിൽ ചേർന്നു. ഒരു യുദ്ധവും– ഫാസിസത്തിനെതിരെപ്പോലും – അരുതെന്ന വാദം ഗൗരവമുള്ള ഒരു രാഷ്ട്രീയശക്തിയായി നിലനിന്നത് 'ഒറ്റപ്പെട്ടുനിൽക്കൽ സിദ്ധാന്തം' പറ്റുന്നിടത്തു മാത്രമാണ് – നാസി ജർമനിയിൽനിന്ന് ഏറെ ദൂരെയായതിനാൽ ഹിറ്റ്ലറുടെ പടയോട്ടത്തെ വല്ലാതെ ഗൗരവത്തിൽ എടുക്കേണ്ടതില്ലാത്ത യു എസ് എ പോലുള്ള രാജ്യങ്ങളിൽ മാത്രം.

ചുരുക്കത്തിൽ, യൂറോപ്യൻ ഇടതുപക്ഷത്തിൽ മറ്റെല്ലാറ്റിലും ഉപരിനിന്നത് ഫാസിസ്റ്റ് വിരുദ്ധത തന്നെയാണ്. തൊഴിലാളി വർഗകലാപത്തിനായുള്ള പോരാട്ടംപോലും ഫ്രാങ്കോവിനെതിരെ സ്പാനിഷ് റിപ്പബ്ലിക്കിന്റെ സായുധകാലാളുകൾ നടത്തിയ നീക്കത്തിലും ഹിറ്റ്ലർക്കും മുസോളിനിക്കും എതിരെ സായുധപാർട്ടിസാന്മാർ നടത്തിയ ചെറുത്തുനിൽപ്പിലും ആവിഷ്കാരം കണ്ടെത്തി; അതുപോലെതന്നെ യുദ്ധത്തിനെതിരായ പോരാട്ടവും, വിരോധാഭാസമെന്നു പറയാം, ഫാസിസ്റ്റു വിരുദ്ധയുദ്ധത്തിനായി ബുദ്ധിജീവികളെ സംഘടിപ്പിക്കുന്നതിലേക്കാണ് നയിച്ചത്. കേംബ്രിജ് ശാസ്ത്രജ്ഞരുമായി യുദ്ധവിരുദ്ധസംഘത്തിൽ, അതിലൂടെ റാഡിക്കലൈസ് ചെയ്യപ്പെടുകയും 1930 കളിൽ ഏറെ സമയവും 1918 നു ശേഷമുള്ള തലമുറകളെ വേട്ടയാടിയ വ്യോമാക്രമണ വിഷവാതക ഭീകരതകളിൽനിന്ന് ഫലപ്രദമായ യാതൊരു സംരക്ഷണവും സാധ്യമല്ല എന്ന് ജനങ്ങളെ ഉദ്ബോധിപ്പിക്കാൻ ചെലവഴിക്കുകയും ചെയ്ത ബ്രിട്ടീഷ് ശാസ്ത്രജ്ഞർ ശാസ്ത്രീയമായി യുദ്ധം നിർമിക്കുന്നവരായിത്തീർന്നു. വ്യോമാക്രമണത്തിൽനിന്ന് സാധാരണ ജനങ്ങളെ സംരക്ഷിക്കാനുള്ള വഴികളെക്കുറിച്ചുള്ള മൗലികമായ അന്വേഷണങ്ങൾ വഴിയാണ് ബെർണൽ, ഹാൽദെയ്ൻ, ബ്ലാക്കെറ്റ്, തുടങ്ങിയ മുൻനിര റാഡിക്കൽ, കമ്യൂണിസ്റ്റ് വ്യക്തിത്വങ്ങൾ യുദ്ധപ്രയത്നങ്ങളിൽ ഉൾപ്പെട്ടത്. അതാണ് അവരെ ആദ്യം സർക്കാർ ആസൂത്ര–കരുമായി ബന്ധപ്പെടുത്തിയത്.

III

ബുദ്ധിജീവികളെക്കുറിച്ച് പൊതുവെ നമ്മൾ പറഞ്ഞുകഴിഞ്ഞു. 'പൊതുബുദ്ധിജീവികൾ' അഥവാ പബ്ലിക് ഇന്റലക്ചൽസ് എന്ന വിഭാഗത്തിന്റെ ഫാസിസത്തിനെതിരായ സംഘാടനവും തീർച്ചയായും ഏറെ ശ്രദ്ധേയമായിരുന്നു. മിക്ക ഫാസിസ്റ്റേതര രാജ്യങ്ങളിലും സർഗാത്മക കലാലോകത്തെ - പ്രത്യേകിച്ച് സാഹിത്യത്തിലെ-ചില പ്രശസ്ത വ്യക്തിത്വങ്ങൾ രാഷ്ട്രീയവലതുപക്ഷത്തേക്ക് ആകൃഷ്ടരായി. ദൃശ്യകലയിൽ ഇത്തരക്കാർ തുലോം കുറവായിരുന്നു; ശാസ്ത്രമേഖലകളിൽനിന്ന് ആരും ഉണ്ടായിരുന്നില്ല. ഏതായാലും ഇക്കൂട്ടർ ചെറുതും സവിശേഷവുമായ ന്യൂനപക്ഷങ്ങളായി രൂപപ്പെട്ടു. പാരമ്പര്യവാദപരമായ പ്രത്യയശാസ്ത്രം വലതുപക്ഷത്തേക്ക് തിരിക്കാൻ ഇടയുണ്ടാക്കിയിരുന്ന ചിലർ പോലും (ബ്രിട്ടീഷ് സാഹിത്യനിരൂപകരിൽ ഏറ്റവും സ്വാധീനശക്തിയുണ്ടായിരുന്ന എഫ് ആർ ലീവിസിനെപ്പോലെ) ഫാസിസ്റ്റ് വിരുദ്ധവും മാർക്സിസ്റ്റും ആയ ശിഷ്യരിൽ ചുറ്റപ്പെട്ടിരുന്നതായി കാണുന്നു. പക്ഷേ അവരും ലക്ഷ്യത്തോട് കരുതലോടെയും ഉപാധിയോടെയും ഉള്ള അനുഭാവം പ്രകടിപ്പിക്കുന്നതിന്റെ വക്കിലെത്തുമ്പോൾ മടിച്ചു. പിന്നെ രാഷ്ട്രീയമണ്ഡലത്തിൽനിന്ന് പിൻവലിഞ്ഞു.

ബ്രിട്ടനിലും ഫ്രാൻസിലും യു എസ് എ യിലും സ്പാനിഷ് റിപ്പബ്ലിക്കിന് അനുകൂലമായും പൊതുവെ ഫാസിസവിരുദ്ധമായും സംഘടിച്ചവരിൽ ഭൂരിപക്ഷവും കഴിവുറ്റവരും ബുദ്ധിമാന്മാരുമായിരുന്നു. സ്പാനിഷ് റിപ്പബ്ലിക്കിന് പിന്തുണ പ്രഖ്യാപിച്ച അമേരിക്കൻ എഴുത്തുകാരിൽ ഷെർവുഡ് ആൻഡേഴ്സനും സ്റ്റീഫൻ വിൻസെന്റ് ബെനെറ്റും ദോസ് പാസോസും ഡ്രെയ്സറും ഫോക്നറും ഹെമിങ്‌വേയും ആർച്ചിബാൾഡ് മക്‌ലീഷും അപ്റ്റൻ സിൻക്ലെയറും ജോൺ സ്റ്റീൻബെക്കും തോൺടൺ വൈൽഡറും ഉൾപ്പെട്ടിരുന്നു. പട്ടിക മുഴുവനായിട്ടില്ല. ഹിസ്പാനിക ലോകത്ത് കവികൾ ഏതാണ്ട് എല്ലാവരും സ്പാനിഷ് റിപ്പബ്ലിക്കിനെ പിന്തുണച്ചു. അത്തരത്തിൽ പ്രശസ്തരായവരുടെ പേരുകൾക്ക് ഏറെ പരസ്യമൂല്യം ഉള്ളതുകൊണ്ടും പലതരം കൂട്ടായ്മകളും പരസ്യപ്രസ്താവനകളും മറ്റ് പ്രചാരണരീതികളും ആ പേരുകൾ ഉപയോഗിച്ചു. അതുകൊണ്ടുതന്നെ ബുദ്ധിജീവികളുടെ ഫാസിസവിരുദ്ധതയുടെ ഈ ഭാഗം നന്നായി രേഖാങ്കനം ചെയ്യപ്പെട്ടിട്ടുണ്ട്. വിഷയത്തിലെ ചില വിവരണങ്ങൾ പൊതുബുദ്ധിജീവിവർഗത്തിൽ - അടിസ്ഥാനപരമായും സാഹിത്യരംഗത്തുള്ളവരിൽ ഒതുങ്ങിപ്പോയിരുന്നു എന്നു മാത്രം.

അസാധാരണമായ കഴിവും ബുദ്ധിയും സ്ഥാപിതമോ പ്രതീക്ഷിതമോ ആയ ബൗദ്ധികനേട്ടവും ഉള്ള വ്യക്തികളുടെ ഫാസിസ്റ്റുവിരുദ്ധത ചരിത്രപരമായി പ്രധാനമാണ്. ഈ കാലഘട്ടത്തിൽ മാർക്സിസത്തോട് അവർ കാണിച്ച ആകർഷണവും പ്രധാനമാണ്, ഇത് 1930 കൾക്കും 1940 കൾക്കും ഇടയ്ക്ക് മുതിർന്ന് പക്വതയാർജിച്ച തലമുറകളിൽ

പ്രത്യേകം ദൃശ്യമായിരുന്നു. ഈ പ്രതിഭാസം ബ്രിട്ടൻ, യു എസ് എ ഇത്യാദി മാർക്സിസത്തിന് സ്ഥാപിതമായ ബൗദ്ധികപാരമ്പര്യമൊന്നും ഇല്ലാത്ത രാജ്യങ്ങളിൽ പ്രത്യേകം ശ്രദ്ധേയമായി. (യു എസ് എ യിൽ മറ്റെവിടത്തേക്കാൾ അധികം ട്രോട്സ്കി പ്രഭാവത്തിൽപ്പെട്ട വിമത മാർക്സിസത്തിന് നിരവധി ബുദ്ധിജീവി ആരാധകർ ഉണ്ടായി. (അസാമാന്യശേഷിയുള്ളവരെ ഇങ്ങനെ പ്രത്യേകഘട്ടങ്ങളിൽ തെരഞ്ഞെടുത്ത് ചേർക്കുന്ന ഏർപ്പാട് ഇക്കാലത്ത് തൃപ്തികരമായി വ്യാഖ്യാനിക്കാൻ പ്രയാസമാണ്. പക്ഷെ വസ്തുതകൾ സംശയാതീതമാണ്.) ഏതായാലും അതുകൊണ്ടൊന്നും ഫാസിസ്റ്റ് വിരുദ്ധതയും ബുദ്ധിജീവികളും എന്ന പ്രശ്നം തീരുന്നില്ല. ചില കാര്യങ്ങളിൽ ഫാസിസ്റ്റ് വിരുദ്ധ ബുദ്ധിജീവികളുടെ സാമൂഹികസ്വത്വം അവ്യക്തമാക്കുക വഴി അത് അപഗ്രഥനം പ്രയാസകരമായിരുന്നു.

സാമൂഹികമായി പറഞ്ഞാൽ – തെല്ലിട ദേശീയവ്യതിയാനങ്ങളിൽനിന്ന് നിസ്വാർഥവൽക്കരിക്കുകയും ചെയ്താൽ – 1930 കളിലെ പടിഞ്ഞാറൻ ബുദ്ധിജീവികൾ ഒന്നുകിൽ സ്ഥാപിതബൂർഷ്വാസിയുടെ മക്കളായിരുന്നു (പരമ്പരാഗതമായി ഉന്നതവിദ്യാഭാസത്തിലൂടെ പദവി നേടിയ, അംഗീകാരമുള്ള *Bildungsburgertum* എന്ന അടരിൽ ഈ ബൂർഷ്വാസി പെടുമായിരിക്കാം, പെടില്ലായിരിക്കാം.) അല്ലെങ്കിൽ ദരിദ്രവർഗങ്ങളിലെ മേലോട്ടുപോക്കുകാരെ അഥവാ ഔന്നത്യകാംക്ഷികളെ (യുപ്പി അഥവാ *Upwardly Mobile*) പ്രതിനിധാനം ചെയ്യുന്നവരായിരുന്നു. ലളിതമായി പറഞ്ഞാൽ, അവർ മക്കൾക്ക് തൊഴിലധിഷ്ഠിതമല്ലാത്ത ഉന്നതവിദ്യാഭ്യാസം ഉറപ്പായിരുന്ന ഒരുവിഭാഗക്കാരിൽപ്പെട്ടവരായിരുന്നു, അല്ലെങ്കിൽ അങ്ങനെ ഉറപ്പാകാത്ത ഒരുവിഭാഗത്തിൽ പതിനഞ്ച്–പതിനാറ് വയസു കഴിഞ്ഞവർക്ക് വിദ്യാഭ്യാസം നൽകുന്ന പഴയ വ്യവസ്ഥാപിത സ്ഥാപനങ്ങൾ ഉന്നതവർഗത്തിലെ തറവാടികൾക്ക് പറഞ്ഞിട്ടുള്ളതായിരുന്നതിനാൽ, രണ്ടിനത്തിൽപ്പെട്ടവരുടെയും വിദ്യാഭ്യാസരൂപീകരണവും സാമൂഹികപശ്ചാത്തലവും വ്യത്യസ്തമായിരുന്നു. തുടർന്ന് അവർ ഏതു തൊഴിലിലേക്കാണ് പോകുന്നത് എന്നതിൽ അത്രതന്നെ വ്യക്തമായ വ്യതിരിക്തതകളൊന്നും ഉണ്ടായിരുന്നില്ല. 'പരമ്പരാഗത ബുദ്ധിജീവി'കളുടെ കൂടുതൽ പഴമയുള്ളതും ആഭിജാത്യമുള്ളതുമായ തൊഴിലുകളും ബൂർഷ്വാസിയിലെ ജൈവബുദ്ധിജീവികളുടെ ഉന്നതസാങ്കേതിക തൊഴിലുകളും സ്ഥാപിതബൂർഷ്വാസിക്കാണ് കൂടുതൽ പ്രാപ്യമായിരുന്നിരിക്കാൻ ഇട; അതിലെ അംഗങ്ങളായിരിക്കണം ഈ തൊഴിൽമേഖലകളിൽ പഴയ തലമുറകളേക്കാൾ കോയ്മ പുലർത്തിയിരുന്നത്. അതേസമയം കൂടുതൽ ദരിദ്രമായ പശ്ചാത്തലങ്ങളിൽനിന്നുള്ള ഭൂരിപക്ഷം ബുദ്ധിജീവികൾക്കും പ്രായോഗികതലത്തിൽ അധ്യാപനം, ഉദ്യോഗസ്ഥവൃത്തി, പുരോഹിതവൃത്തി, എന്നീ കീഴാളതൊഴിൽമേഖലകളിൽ ഒതുങ്ങേണ്ടതില്ല എന്ന നിലയിലായി. എങ്കിലും അധ്യാപനവും സർക്കാർ ജോലിയും തന്നെയായിരുന്നു, അവരെ സംബന്ധിച്ചിടത്തോളം ഏറ്റവും വലിയ മതേ

തര തൊഴിൽമേഖലകൾ. ഒന്നാം തലമുറ ബുദ്ധിജീവികൾക്ക് താവളമുറപ്പിക്കാൻ നിരവധി കായികേതരതൊഴിലുകളും വികസിച്ചുവരുന്നവരുന്നുണ്ടായിരുന്നു. ഉദാഹരണം: അതിവേഗം വളർന്നുവന്ന മാധ്യമരംഗം, വെള്ളക്കോളർ - കീഴാളസാങ്കേതിക രൂപകൽപ്പനാവൃത്തി എന്നിവ.

രണ്ടു ഗ്രൂപ്പുകളുടെയും ഇടയിലുള്ള രേഖ എത്രമാത്രം മൂർച്ചയുള്ളതായിരുന്നു എന്നത് ദേശീയസാഹചര്യങ്ങളെ ആശ്രയിച്ചിരുന്നു. ദേശീയപാരമ്പര്യങ്ങൾ തന്നെയാണ് വലിയൊരളവുവരെ സാമാന്യവും സവിശേഷവുമായ തൊഴിലുകളിൽ ഏർപ്പെട്ടിരുന്ന ബുദ്ധിജീവികളുടെ രാഷ്ട്രീയ അനുഭാവങ്ങളും നിർണയിച്ചിരുന്നത്. ഫ്രഞ്ച് സെക്കൻഡറി സ്കൂൾ അധ്യാപകരും അക്കാദമിക്കുകളും കൂടുതലും ഇടതുപക്ഷക്കാരായിരുന്നു. ജർമനിയിലെ സമശീർഷർ വ്യക്തമായും വലതുപക്ഷക്കാരായിരുന്നു. മിക്ക രാജ്യങ്ങളും കർശനമായും ബൗദ്ധികവേലകളിൽ ഏർപ്പെട്ടിരിക്കുന്നവരും സർഗാത്മകവിനോദകലകളിൽ വ്യാപരിക്കുന്നവരും തമ്മിലുള്ള വ്യതിരിക്തതയും ശ്രദ്ധേയമാണ്. അവരുടെ രാഷ്ട്രീയ പെരുമാറ്റം ഒരുതരത്തിലും ഒരുപോലെയായിരുന്നില്ല. പ്രായം, ലിംഗം ദേശീയ-ചരിത്രപരമായ പ്രഭവങ്ങൾ എന്നിവയും കണക്കിലെടുക്കണം. മറ്റെല്ലാം തുല്യമാണെങ്കിൽ, യുവാക്കളാണ് മുതിർന്നവരെക്കാൾ റാഡിക്കലുകളാകാൻ സാധ്യതയുള്ളവർ. എന്നുവച്ച് അവർ ഇടതുപക്ഷ റാഡിക്കലുകൾ ആകണമെന്നില്ല. സ്ത്രീ ബുദ്ധിജീവികൾ നിർവചനപ്രകാരം തന്നെ വാമപക്ഷമാകാനാണ് കൂടുതൽ സാധ്യത. വലതുപക്ഷം വനിതാവിമോചനത്തെ സമൂലം എതിർത്തിരുന്നു എന്നതുമാത്രമല്ല ഇതിന് കാരണം. പെൺമക്കൾക്ക് ബൗദ്ധികവിദ്യാഭ്യാസം നൽകണമെന്ന് ആഗ്രഹിക്കുന്ന കുടുംബങ്ങൾ കൂടുതലും സ്ഥാപിതബൂർഷ്വാസിയിലെ ഉദാരവാദിയോ 'പുരോഗമനവാദി'യോ ആയ ധാരയിൽ പെടുന്നവയാകാനാണ് സാധ്യത. ജൂതർ (പഠനത്തെ നെഞ്ചേറ്റുകയും വിവേചനത്തിന്റെ അനുഭവതീവ്രത മനസിൽ സൂക്ഷിക്കുകയും ചെയ്യുന്നവർ), ബ്രിട്ടനിലെ വെൽഷ് (തദ്ദേശീയ ബൂർഷ്വാസിയല്ലെങ്കിലും സാഹിത്യം, അധ്യാപനം, പ്രബോധനം എന്നീ ബൗദ്ധികസാംസ്കാരിക നേട്ടങ്ങൾക്ക് വലിയ മൂല്യം കൽപ്പിക്കുന്നവരുടെ പദവിവ്യവസ്ഥയാണ് അവരുടേത്) എന്നിവർക്കിടയിൽ പ്രത്യേകിച്ച് ഇടതുപക്ഷത്തിനും അമിതപ്രാതിനിധ്യം കണ്ടുവന്നു. മറ്റുചില സ്ഥലങ്ങളിൽ ബുദ്ധിജീവികൾക്ക് വേണ്ടത്ര പ്രാതിനിധ്യം ഇല്ലാത്ത അവസ്ഥയും കണ്ടുവന്നു. ഉദാഹരണത്തിന് യു എസ് എ യിലെത്തുന്ന സ്ലാവികവും ഇറ്റാലിയനും ആയ കുടിയേറ്റക്കാർ. അവരിൽ ഭൂരിപക്ഷവും പിന്നോക്ക വിഭാഗക്കാരായിരുന്നു, കായികാധ്വാനം ചെയ്യുന്ന കീഴാളരായിരുന്നു. അതുതന്നെയാണ് ആഫ്രിക്കൻ അമേരിക്കക്കാരുടെയും അവസ്ഥ (ആഫ്രോ-കരീബിയരുടേതല്ല).

അവസാനമായി, നിയതമായ ദേശീയ-മേഖലീയ രാഷ്ട്രീയ- സാഹചര്യവും പാരമ്പര്യവും നിർണായകമായിരുന്നിരിക്കാം. പടിഞ്ഞാറൻ മധ്യയൂറോപ്പിലെ സർവകലാശാല വിദ്യാർഥികൾ പ്രായേണ ഫാസിസ്റ്റ്

വിരുദ്ധത ബാധിക്കാത്ത കൂട്ടരാണ്. ജർമനിയിലെയും ആസ്ട്രിയയിലെയും ഫ്രാൻസിലെയും മറ്റുംപോലെ വലതുപക്ഷത്ത് സംഘടിക്കാനായിരുന്നു, അവർക്കിടയിൽ പ്രവണത. അതേസമയം ബാൽക്കൻ രാജ്യങ്ങളിൽ (പ്രത്യേകിച്ച് യൂഗോസ്ലാവിയയിൽ) അക്കൂട്ടരുടെ കമ്യൂണിസ്റ്റ് താൽപ്പര്യം ഇതിഹാസസമാനമായിരുന്നു. ബ്രിട്ടീഷ്, അമേരിക്കൻവിദ്യാർഥികൾ പൊതുവെ രാഷ്ട്രീയക്കാരായിരുന്നിരിക്കണം. പക്ഷേ സംഘടിതവലതുപക്ഷം അവർക്കിടയിൽ ശക്തമായിരുന്നില്ല. സംഘടിത ഇടതുപക്ഷം മുമ്പത്തേക്കാൾ തീർച്ചയായും ശക്തരായിരുന്നുതാനും. ചില സർവകലാശാലകളിൽ അത് ആധിപത്യം പുലർത്തുകകൂടി ചെയ്തു. ഇന്ത്യൻ വിദ്യാർഥികൾ കൂടുതലും സാമ്രാജ്യത്വവിരുദ്ധരായിരുന്നു. പക്ഷേ ബംഗാളിൽനിന്നുള്ള ദേശീയവാദി ബുദ്ധിജീവികൾ കൂടുതലും വിപ്ലവഇടതുപക്ഷത്തേക്കാണ് (1930 കളിൽ മാർക്സിസത്തിലേക്ക്) ചാഞ്ഞത്. അതുകൊണ്ട് ബുദ്ധിജീവികളെയും ഫാസിസ്റ്റുവിരുദ്ധരെയും ഒറ്റക്കൂട്ടമായി എടുത്ത് സാമാന്യവൽക്കരിക്കുക അസാധ്യമാണ്.

സ്ഥാപിതബൂർഷ്വാസിയിൽനിന്നുള്ള ബുദ്ധിജീവികളുടെ രാഷ്ട്രീയമാണ് ഏറ്റവും കൂടുതൽ ശ്രദ്ധയാകർഷിച്ചിരുന്നത്. ഇത് ബൗദ്ധിക തൊഴിലുകളിലേക്കുള്ള പ്രവേശനം ഈ വിഭാഗത്തിലെ കുട്ടികൾക്ക് പറഞ്ഞുവച്ചിട്ടുള്ള രാജ്യങ്ങളെ സംബന്ധിച്ചിടത്തോളം തികച്ചും ന്യായമാണ്. അത്തരം രാജ്യങ്ങളിൽ കീഴാളവിഭാഗത്തിൽനിന്ന് കൂടുതൽ ഉയർന്ന ബൗദ്ധിക പ്രവർത്തനങ്ങളിലേക്കുള്ള മാറ്റം പ്രയാസമായിരുന്നുതാനും. നിയമവിരുദ്ധമായ ഇറ്റാലിയൻ കമ്യൂണിസ്റ്റ് പാർട്ടി ബുദ്ധിജീവികളിലെ ഒരു പുതിയ തലമുറയെ ആകർഷിച്ചുതുടങ്ങിയപ്പോൾ അവരും സ്വാഭാവികമായും ഈ പശ്ചാത്തലത്തിൽനിന്നുള്ളവരായിരുന്നു. അമെൻദോല, സെറെനി, റോസ്സി–ദോറിയ എന്നിങ്ങനെ നേപ്പിൾസ് സർവകലാശാലവഴി 1970 കളുടെ ഉത്തരാർധത്തിൽ ഇറ്റാലിയൻ കമ്യൂണിസ്റ്റു പാർട്ടിയിലേക്ക് എത്തിയവർ അനന്യമായ ഉന്നതപശ്ചാത്തലത്തിൽനിന്ന് വന്നവരായിരിക്കാം. എങ്കിലും ഉന്നത മിലനീസ് ബൂർഷ്വാസിയിലെ യുവാക്കളും അനുഭാവികളുടെ കൂട്ടത്തിൽ ഉണ്ടായിരുന്നു എന്നു വ്യക്തം. മറ്റിടങ്ങളിലെ ഏറെയും ബൂർഷ്വ പശ്ചാത്തലത്തിൽനിന്നുമുള്ള വിദ്യാർഥികളും അക്കൂട്ടത്തിൽ ഉണ്ടായിരുന്നു.

അതുപോലെ ബ്രിട്ടനിൽ പബ്ലിക് സ്കൂളുകൾ എന്നു വിളിക്കപ്പെടുന്ന വിദ്യാലയങ്ങളിൽനിന്നും പ്രാചീനസർവകലാശാലകളിൽനിന്നുമുള്ള ഉന്നത ബൂർഷ്വാസിയിലെ യുവനിര അനുപാതത്തിനു നിരക്കാത്ത്രത കൂടുതൽ പൊതുജനശ്രദ്ധ ആകർഷിച്ചിട്ടുണ്ട്. അവരുടെ ഉയർന്ന സാംസ്കാരിക ദൃശ്യതയായിരിക്കാം ഭാഗികമായ കാരണം (ഡബ്ല്യൂ എച്ച് ഓഡൻ, സ്റ്റീഫൻ സ്പെൻഡർ, സിസിൽ ഡേ – ലൂയിസ് എന്നിവരടങ്ങുന്ന ഇടതുപക്ഷ കവിക്കൂട്ടം ഉദാഹരണം). നിരവധി യുവ കമ്യൂണിസ്റ്റ് ബുദ്ധിജീവികൾ പ്രതിബദ്ധത മൂത്ത് 1930 കളിൽ സോവിയറ്റ് രഹസ്യ ഏജന്റുമാരാവുകവരെ ഉണ്ടായി എന്നതാണ് മറ്റൊരു കാരണം. (ബർ

ഗസ്, മക്ലീൻ, ഫിൽബി, ബ്ലണ്ട്.) ബ്രിട്ടീഷുകാരെ പോലെ അത്രയും ആത്മവിശ്വാസമുള്ള കുലുങ്ങാത്ത ഒരു ഭരണവർഗത്തിൽപ്പെട്ട കുട്ടികളുടെ എണ്ണത്തിൽ കുറവെങ്കിലും ശ്രദ്ധേയമായ ഒരു ന്യൂനപക്ഷം എന്തു കൊണ്ട് കമ്യൂണിസത്തിലേക്ക് മാറി എന്ന് ഊഹാപോഹങ്ങൾ നടത്താനുള്ള സ്ഥലമല്ലിത്. അതാകട്ടെ, ചിട്ടയായി അന്വേഷിക്കപ്പെട്ടിട്ടുമില്ല. ഒരു പക്ഷേ, സോവിയറ്റ് ഏജന്റുമാർക്കുവേണ്ടിയുള്ള അന്വേഷണത്തിന്റെ അസാധാരണമായ പശ്ചാത്തലത്തിലല്ലാതെ, ഒരുപക്ഷേ യുവകലാപകാരികൾ മിക്കവാറും (അവരിൽ ഒരാൾ എഴുതിയ പുസ്തകത്തിന്റെ പേരു പോലെ) ഉദാരവാദത്തിൽനിന്ന് മുന്നോട്ട് നീങ്ങിയവരാകാം. 1920 കളിലെയും 1930 കളിലെയും തലമുറകൾ അങ്ങനെ ചെറുതോ വലുതോ ആയ കാലയളവുകളിലേക്ക് കമ്യൂണിസത്തിലേക്ക് മാറിയ നിരവധി പരമ്പരാഗത ഉദാരവാദി, പുരോഗമനവാദി ഉന്നത മധ്യവർഗ കുടുംബങ്ങളുടെ ഉദാഹരണങ്ങൾ ചൂണ്ടിക്കാണിക്കാനുണ്ട്. ഏതായാലും പരമ്പരാഗതമായി യാഥാസ്ഥിതിക, സാമ്രാജത്വകുടുംബങ്ങളിൽനിന്ന് ബന്ധം വിച്ഛേദിച്ചു വന്നവരും ഉണ്ടായിരുന്നു (ഫിൽബി). പരമ്പരാഗത പ്രഭുവർഗത്തിന്റെ ഒരുഭാഗത്തുപോലും രാഷ്ട്രീയധ്രുവീകരണത്തിന്റെ ലക്ഷണങ്ങൾ ഉണ്ടായിരുന്നു. റെഡിസ് ഡെയ്ൽ പ്രഭുവിന്റെ മക്കളിൽ രണ്ട് പെൺകുട്ടികളും ഒരു മകനും ഫാസിസ്റ്റുകളായി, ഒരു മകൾ കമ്യൂണിസ്റ്റായി. അവർ വിവാഹം കഴിച്ചതോ, വിൻസ്റ്റൻ ചർച്ചിലിന്റെ സ്പെയിനിലെ യുദ്ധത്തിൽ പങ്കെടുക്കാൻ പോയ ഒരു മരുമകനെയും.

യു എസ് എയിലെയും കിഴക്കൻ പ്രദേശത്തെ കോടീശ്വര കുടുംബങ്ങളിലെ വരേണ്യരായ യുവാക്കൾ ചിലർ കമ്യൂണിസത്തിലേക്ക് ആകൃഷ്ടരായതിനും തെളിവുണ്ട് (ഉദാഹരണം: ലാമോണ്ട്സ്, വിറ്റ്നി സ്ട്രെയ്റ്റ്). മറ്റ് യൂറോപ്യൻ രാജ്യങ്ങളുടെ ചരിത്രം ഗവേഷണം നടത്തുന്നത് മറ്റിടങ്ങളിലെ ഇത്തരം പ്രതിഭാസങ്ങളെ വെളിപ്പെടുത്തുകയും വിശദീകരിക്കാൻ സഹായിക്കുകയും ചെയ്തേക്കാം. യൂറോപ്പിന് പുറത്ത് പാശ്ചാത്യവിദ്യാഭ്യാസം വളരെ ചെറിയൊരു വരേണ്യവർഗത്തിലേക്ക് പരിമിതപ്പെട്ട അവസ്ഥയായിരുന്നു. അവിടങ്ങളിൽ പാശ്ചാത്യ ഉദാരവാദം, പ്രാദേശികസംസ്കാരങ്ങളെ ആധുനികവൽക്കരിക്കാനുള്ള പ്രസ്ഥാനങ്ങൾ എന്നിവയെപ്പോലെ 1930 കളിൽ കമ്യൂണിസം ആ തലത്തിൽ ഒതുങ്ങിനിൽക്കയായിരുന്നു എന്നതിൽ അത്രതന്നെ അത്ഭുതപ്പെടാനില്ല. ആ തലത്തിലെ കുടുംബങ്ങളാണ് പ്രാദേശികസർക്കാരിലും ഉന്നതസമൂഹത്തിലും കൊളോണിയൽ ക്രമത്തിന്റെ ഉദ്യോഗസ്ഥരായോ അല്ലാതെയോ ഗണ്യമായ പങ്കുവഹിച്ചിരുന്നതും. ആ ചെറിയ സംഭരണിയിൽ നിന്ന് പലതരം അണികളെയും എളുപ്പത്തിൽ എടുക്കാൻ കഴിഞ്ഞു. അത്തരമൊരു ഇന്ത്യൻ കുടുംബത്തിലെ നാലുകുട്ടികളിൽ – എല്ലാവരും ഇംഗ്ലണ്ടിൽ പഠിച്ചവർ, ആൺകുട്ടികൾ ഈറ്റണിലും – മൂന്നുപേർ കമ്യൂണിസ്റ്റുകാരായി; രണ്ടു പേർ പിന്നീട് മന്ത്രിയായി; വ്യാപാരിയായി; നാലാമത്തെ ആൾ ഇന്ത്യൻ സൈന്യത്തിന്റെ സർവസൈന്യാധിപതിയായി.

അത്തരത്തിൽ കമ്യൂണിസത്തിലേക്ക് തെരഞ്ഞെടുക്കപ്പെട്ട വരേണ്യർ കാരണം ബ്രിട്ടീഷ് പബ്ലിക് സ്കൂളുകളിൽനിന്നോ വരേണ്യ യു എസ് പ്രെപ് സ്കൂളുകളിൽനിന്നോ 'ഐവി ലീഗ്' സർവകലാശാലകളിൽ നിന്നോ അല്ലാത്ത ഫാസിസ്റ്റ് വിരുദ്ധരും കമ്യൂണിസ്റ്റുകാരുമായ വിദ്യാർഥികളുടെ എണ്ണം വളരെ വലുതായിരുന്നു എന്ന വസ്തുത മങ്ങിക്കൂടാ. ബ്രിട്ടണിലും യു എസ് എയിലും അത്തരക്കാരായിരുന്നു ഭൂരിപക്ഷം. ചില ബുദ്ധിജീവികളാകട്ടെ, ഒരു സർവകലാശാലയിലും പോകാത്തവരായിരുന്നു. 1930 കളുടെ ചരിത്രത്തിൽ ലണ്ടൻ സ്കൂൾ ഒഫ് ഇക്കണോമിക്സ്, ന്യൂയോർക്ക് സിറ്റി കോളേജ് എന്നീ മാർക്സിസ്റ്റ് സ്ഥാപനങ്ങളാണ് ഓക്സ്ഫഡോ എയ്ലോ ചെയ്തതിനേക്കാൾ അതിൽ കൂടുതൽ പ്രധാനപ്പെട്ട പങ്കുവഹിച്ചത്. 1930 കളുടെയും 1940 കളുടെയും തലമുറയുടെ ബ്രിട്ടീഷ് മാർക്സിസ്റ്റ് ചരിത്രകാരന്മാരിൽ പിന്നീട് പ്രശസ്തരായ മിക്കവരും വ്യാകരണവിദ്യാലയങ്ങൾ കടന്നുവന്നവരായിരുന്നു, പലപ്പോഴും പ്രവിശ്യകളിലെ സ്ഥിതിവാദവിരുദ്ധമായ ഉദാര തൊഴിലാളിവർഗ പശ്ചാത്തലങ്ങളിൽനിന്നുള്ളവരായിരുന്നു. അവരിൽ പലരും ഓക്സ്ഫഡിലെയും കേംബ്രിജിലെയും പ്രാചീനസർവകലാശാലകളിലെ വരേണ്യരുമായി ഒന്നിച്ചുചേർന്നു എന്നുള്ളത് വേറെ കാര്യം. ഫ്രാൻസിൽ മേൽഗതി വേണമെങ്കിൽ യോഗ്യത വേണം. അതിന് മെരിറ്റോക്രസി അഥവാ യോഗ്യതാവാഴ്ച എന്നു പറയും. ആ ഇടുങ്ങിയ ഗോവണി വഴി റിപ്പബ്ലിക്കന്മാരായ കീഴുദ്യോഗസ്ഥന്മാരുടെയും പ്രൈമറി സ്കൂൾ അധ്യാപകരുടെയും ആൺമക്കളും ദീർഘകാലത്തെ ഉന്നതഅക്കാദമിക വിദ്യാഭ്യാസ പാരമ്പര്യമുള്ള പ്രൊഫഷണൽ കുടുംബങ്ങളിലെ ആൺമക്കളും ഒരുമിച്ചുവന്നു. ചുരുക്കത്തിൽ സ്ഥാപിതമായ ഉദാരജനാധിപത്യം ഉണ്ടായിരുന്ന, മധ്യ–കീഴ്മധ്യ വർഗക്കാർക്കിടയിൽ ഫാസിസം അത്ര ബുദ്ധിജീവികളുടെ ആകർഷണീയമല്ലാതിരുന്ന രാജ്യങ്ങളിൽ ഫാസിസ്റ്റ് വിരുദ്ധ തിരഞ്ഞെടുപ്പ് താരതമ്യേന വിശാലമായിരുന്നു.

സർവകലാശാലക്കാരല്ലാത്ത ബുദ്ധിജീവികൾക്കിടയിൽ ഇത് പ്രത്യേകം വ്യക്തമായിരുന്നു. ബ്രിട്ടീഷ് ലെഫ്റ്റ് ബുക് ക്ലബ് അംഗങ്ങളിൽ, (ഉച്ചാവസ്ഥയിൽ അതിന്റെ അംഗത്വം, 57,000 ആയിരുന്നു; വായനക്കാരുടെ എണ്ണം രണ്ടരലക്ഷവും) 75 ശതമാനവും വെള്ളക്കോളർ ജീവനക്കാരും കീഴ്ത്തല തൊഴിലാളികളും മറ്റ് അക്കാദമികേതര ബുദ്ധിജീവികളും ആയിരുന്നു. ഈ പൊതുജനം തീർച്ചയായും 1930 കളുടെ മധ്യത്തിൽ പെൻഗ്വിൻ ബുക്സ് ബ്രിട്ടനിൽ കണ്ടെത്തിയ വില കുറഞ്ഞതും ബൗദ്ധികവ്യായാമം ആവശ്യപ്പെടുന്നതുമായ പേപ്പർ ബാക്കുകൾക്ക് കൊതിച്ച ബഹുജനങ്ങളോട് സാമ്യമുള്ളതായിരുന്നു. പെൻഗ്വിൻ ബുക്സിന്റെ പ്രധാനപ്പെട്ട ബൗദ്ധിക ഗ്രന്ഥപരമ്പരകൾ ഇടതുപക്ഷക്കാരാണ് എഡിറ്റു ചെയ്തത്. ബ്രിട്ടണിലെയും അമേരിക്കയിലെയും നാടൻ സംഗീതത്തിലും ജാസിലും വികാരവത്തായ താൽപ്പര്യമുണ്ടായിരുന്ന കൂട്ടരെ നിപുണ തൊഴിലാളിവർഗക്കാരുടെയും കീഴാള സാങ്കേതിക

ജോലിക്കാരുടെയും അത്തരം തൊഴിലെടുക്കുന്നവരുടെയും മധ്യവർഗ ക്കാരുടെയും വിദ്യാർഥികളുടെയും അതിരുകളിലാണ് കാണപ്പെട്ടിരുന്നത്. ഇക്കൂട്ടരിൽ ബ്രിട്ടനിൽ യുവ കമ്യൂണിസ്റ്റുകാർ അനുപാതത്തിനു നിര ക്കാത്തത്രയധികം പേർ ഉണ്ടായിരുന്നു. പത്രപ്രവർത്തനമേഖല വളരു കയായിരുന്നു. പരസ്യം, വിനോദം എന്നീ മേഖലകൾ സർവകലാശാ ലേതരരായ ബുദ്ധിജീവികൾക്കും പരമ്പരാഗതമായ പൊതു സ്വകാര്യ പ്രൊഫഷണലുകൾ സ്വീകരിക്കാൻ താൽപ്പര്യമില്ലാത്ത സർവകലാശാല ബുദ്ധിജീവികൾക്കും ധാരാളം തൊഴിൽ സാധ്യതകൾ തുറന്നിട്ടു. പ്രത്യേ കിച്ച് ഈ പുതിയ മേഖലകളിലേക്ക് പ്രവേശനം താരതമ്യേന എളുപ്പ മായിരുന്ന യു എസ് എയിലും ബ്രിട്ടണിലും മറ്റും. സിനിമാ വ്യവസായ ത്തിൽ (അതായിരുന്നു, അക്കാലത്തെ ഏറ്റവും വലിയ ബഹുജന മാധ്യമം) ഹോളിവുഡ് പോലുള്ള കേന്ദ്രങ്ങളിലും രാഷ്ട്രീയേതരമെ ങ്കിലും പ്രത്യേകിച്ച് പ്രതിലോമകരമല്ലാത്തതരം ബഹുജന പത്രപ്രവർ ത്തനരംഗത്തും സംഘടിതമായ ഫാസിസ്റ്റ് വിരുദ്ധ– ഇടതുപക്ഷ പ്രവർ ത്തനങ്ങളുടെ പുതിയ കേന്ദ്രങ്ങൾ വികസിച്ചു.

അതുകൊണ്ട്, ഫാസിസ്റ്റുവിരുദ്ധത ഒരു ബൗദ്ധികവരേണ്യവർഗ ത്തിൽ ഒതുങ്ങിയ ഒന്നായിരുന്നില്ല. യു എസ് എ യിലെ കമ്യൂണിസം പ്രത്യേകമായ ആകർഷണീയത കണ്ടെത്തിയ ലൈബ്രേറിയൻമാരും സാമൂഹിക പ്രവർത്തകരും അതിലുണ്ടായിരുന്നു. വരേണ്യവർഗം വെറുത്ത കൂട്ടരും അതിൽ ഉണ്ടായിരുന്നു. അതൃപ്തനായ മാസിക എഴു ത്തുകാരൻ, ഹോളിവുഡിലെ കുറ്റം ചെയ്ത രംഗപടക്കാരൻ, വേതനര ഹിതനായ ഹൈസ്കൂൾ അധ്യാപകൻ, രാഷ്ട്രീയാനുഭവമില്ലാത്ത ശാസ്ത്രജ്ഞൻ, ബുദ്ധിമാനായ ഗുമസ്തൻ, സാംസ്കാരികാഭിലാഷങ്ങൾ ഉള്ള ദന്തവൈദ്യൻ എന്നിവർ. അങ്ങനെ അത് ബുദ്ധിജീവിവർഗത്തിന്റെ ജനാധിപത്യവൽക്കരണത്തെ പ്രതിഫലിപ്പിച്ചു.

IV

ഫാസിസ്റ്റ് വിരുദ്ധത കമ്യൂണിസത്തേക്കാൾ എത്രയോ വിശാല മായ പ്രസ്ഥാനമായിരുന്നു. അതുകൊണ്ട് കമ്യൂണിസ്റ്റുകാർ ബുദ്ധിജീ വികളെ മാർക്സിസത്തിലേക്ക് കൂട്ടത്തോടെ മാറ്റാനൊന്നും തുനിഞ്ഞില്ല. ഫാസിസ്റ്റ് വിരുദ്ധതയിലൂടെ രാഷ്ട്രീയമായി സംഘടിതരായവരുടെ എണ്ണം വർധിച്ചുവന്നു. അക്കൂട്ടത്തിൽ പാർട്ടികൾ സ്വാഭാവികമായും അംഗത്വസാധ്യതയുള്ള ബുദ്ധിജീവികളെ കണ്ടെത്തി. ഏറ്റവും വിശാല മായ ഒരു ബുദ്ധിജീവിനിരയെ സംഘടിപ്പിക്കുക, അതും ഏറ്റവും പ്രശ സ്തരായവർ അടങ്ങുന്ന ഒരു നിരയെ, എന്നിട്ട് അവരെ ഫാസിസ്റ്റുവിരു ദ്ധതയുടെയും സമാധാനത്തിന്റെയും പല രൂപങ്ങളുമായി ബന്ധപ്പെടു ത്തുക എന്നതായിരുന്നു ഏറ്റവും വലിയ കടമ. ആറഗോൺ, ബെർണാ നോസ്, ചാംസൺ, കോലെറ്റെ, ഗുയെഹെന്നോ, മൽറോ, മറിടെയ്ൻ,

മൊണ്ടെർലാൻഡ്, ജൂൾസ് റൊമെയ്ൻസ്, ഷ്ലുംബെർഗർ എന്നിങ്ങനെ വൈവിധ്യമാർന്ന വ്യക്തിത്വങ്ങൾ ഹിറ്റ്ലർ പ്രാഗ് കീഴടക്കിയതിനെ തുടർന്ന് ഒപ്പിട്ട് പുറത്തിറക്കിയ ഒരു പ്രസ്താവനയിൽ പ്രത്യയശാസ്ത്രമായിരുന്നില്ല, ഐക്യത്തിന്റെ മാനദണ്ഡം.

ഇടതുപക്ഷത്തോട് പ്രതിബദ്ധതയുള്ള ബുദ്ധിജീവി പാരമ്പര്യമുള്ള രാജ്യങ്ങളിൽ കമ്യൂണിസ്റ്റ് പാർട്ടിയിൽ ശരിക്കും ചേർന്നവരോടുപോലും പ്രത്യയശാസ്ത്രം നാടകീയമായി മാറ്റാൻ ആവശ്യപ്പെടുക സാധ്യമല്ലായിരുന്നു, പ്രത്യേകിച്ച് ഹർജിക്ക് പകിട്ടേകാൻ പാകത്തിന് അവർ പ്രശസ്തരാണെങ്കിൽ. ഫ്രഞ്ച് കമ്യൂണിസ്റ്റ് പാർട്ടിയുടെ സ്ഥിതി ഇതുതന്നെയായിരുന്നു. അവിടെ ഇടതുപക്ഷ പാരമ്പര്യം ശക്തം, മാർക്സിസം ദുർബലം എന്നതായിരുന്നു സ്ഥിതി. 'ജനകീയ മുന്നണി, പ്രതിരോധം, വിമോചനം എന്നിവയുടെ കാലം മുതലാണ്' അത്തരം ഇടതുപക്ഷ ബുദ്ധിജീവികൾ, മിക്കവാറും സോഷ്യലിസ്റ്റുകൾ, 'നന്മയിലും പുരോഗതിയിലും നീതിയിലും അധ്വാനത്തിലും സത്യത്തിലും'... വിശ്വസിക്കുന്നവർ ക്രമേണ സ്വച്ഛന്ദമായ (കമ്യൂണിസത്തോട്) സമാനമനസ്ക സഖ്യം ഉണ്ടാക്കിയത്; മുൻപുണ്ടായിരുന്ന യുക്തിവാദ പോസിറ്റിവിസ്റ്റ് അഭിപ്രായങ്ങൾ മാറ്റിയിരുന്നതുകൊണ്ടല്ല, തങ്ങളോടുതന്നെ സത്യസന്ധരായിരുന്നുകൊണ്ടാണ് അവർ അപ്രകാരം ചെയ്തത്. മാർക്സിസ്റ്റല്ല എന്ന് അവകാശപ്പെട്ടുകൊണ്ടു തന്നെ ഫാസിസ്റ്റ് വിരുദ്ധതയുടെയും പ്രതിരോധത്തിന്റെയും ചരിത്രം നോക്കി കമ്യൂണിസ്റ്റ് പാർട്ടിയിൽ ചേർന്ന പ്രൊഫസർമാർ 1940 കളിലും ഉണ്ടായിരുന്നു. ഈയിനം ബുദ്ധിജീവികളെയും മാർക്സിസ്റ്റ് സിദ്ധാന്തത്തിലൂടെ കമ്യൂണിസത്തിലേക്ക് ആകർഷിക്കപ്പെട്ട (പ്രധാനമായും യുവതലമുറയിൽപ്പെട്ട) പാർട്ടിക്കകത്തുവച്ചും പ്രാന്തങ്ങളിൽവച്ചും മാർക്സിസവിദ്യാഭ്യാസം ചിട്ടയായി കിട്ടിയ ബുദ്ധിജീവികളെയും വേർതിരിച്ചു കാണണം. മാർക്സിസത്തിന്റെ 'ക്ലാസിക്കുകൾ' പ്രസിദ്ധം ചെയ്യാനും പ്രചരിക്കാനും പഠിക്കാനും അതുവരെയുള്ളതിൽവച്ച് ഏറ്റവും ചിട്ടയായ അന്തർദേശീയപ്രയത്നങ്ങൾ നടന്നത് 1930 കളിലാണ് എന്ന വസ്തുത മറക്കരുത്. അത് ചെയ്തത് കമ്യൂണിസ്റ്റുകാരാണ്.

ഏറ്റവും പഴയതും പുതിയതും ആയ ഇടതുപക്ഷത്തെ വ്യക്തമായി വിഭജിക്കുന്ന രേഖയൊന്നും ഉണ്ടായിരുന്നില്ല. 1933 നു ശേഷമുള്ള കമ്യൂണിസ്റ്റുകാർ ബൂർഷ്വാവിപ്ലവങ്ങളുടെ പുരോഗമന പാരമ്പര്യത്തിലും സോഷ്യലിസ്റ്റുകളും ഉദാരവാദികളുമായി അവർ പങ്കുവയ്ക്കുന്ന ഫാസിസ്റ്റ് വിരുദ്ധതയിലും പിടിച്ച് ആണയിടുമ്പോൾ 'പഴയ' ഇടതുപക്ഷവും പൊതുനിലം ഉണ്ടാകേണ്ടതിന്റെ ആവശ്യകത തിരിച്ചറിഞ്ഞു. ബൂർഷ്വാസിതന്നെ യുക്തിവാദം, ശാസ്ത്രം, പുരോഗതി ഇത്യാദി പഴയ തത്വങ്ങളെ ഉപേക്ഷിക്കുകയല്ലേ? ആരൊക്കെയാണ് ഇന്ന് അവയുടെ ഏറ്റവും നിശ്ചയദാർഢ്യയുള്ള പക്കമേളക്കാർ? 1936 ൽ *Nouvelle Revue Francaise (French New Review)* ന്റെ അഭിജാതമായ ആഭിമു

ഖ്യത്തിൽ പ്രസിദ്ധം ചെയ്പ്പെട്ട ജോർജ് ഫ്രീഡ്മാന്റെ *La Crise du Progres* വാദിച്ചത് പൊതുനിലം വൈരുധ്യാത്മക ഭൗതികവാദമാണ് എന്നാണ്. ഭൗതികതയിലാണ് ഊന്നൽ എന്നതിനാൽ മനുഷ്യവംശത്തിന്റെ സർവോന്നതമായ അഭിലാഷങ്ങളുടെ മുഴുവൻ ശത്രുവാണെന്ന് ആരോപിച്ച് എതിരാളികൾ തള്ളിക്കളഞ്ഞതാണ് ഭൗതികവാദം എന്നു കൂടി ഓർക്കുക. ബൂർഷ്വാസി ഉപേക്ഷിച്ച പാരമ്പര്യങ്ങളുടെയും അഭിലാഷങ്ങളുടെയും പ്രതിനിധിയായി, യു എസ് എസ് ആർ.

ഇതൊക്കെച്ചേർന്ന് ഫാസിസ്റ്റ് വിരുദ്ധബുദ്ധിജീവികളെ മാർക്സിസത്തിലേക്ക് അടുപ്പിക്കുക എളുപ്പമാക്കി. അത് മാർക്സിസത്തിന്റെ തന്നെ വികാസത്തെയും ബാധിച്ചു. അത് അകത്തുതന്നെയുള്ള പ്രബുദ്ധോദയത്തിന്റെ യുക്തിവാദപോസിറ്റിവിസ്റ്റ് ശാസ്ത്രപാരമ്പര്യത്തോടും മനുഷ്യന് പുരോഗതി നേടാൻ അപരിമിതമായ ശേഷിയുണ്ടെന്ന അതിന്റെ വിശ്വാസത്തോടും ഏറ്റവും അടുപ്പമുള്ള അംശങ്ങളെ പുനർബലീകരിച്ചു. ബോധപൂർവമാണെങ്കിലും അല്ലെങ്കിലും മാർക്സിസ്റ്റുകളും മാർക്സിസ്റ്റേതരരും തമ്മിലുള്ള ഈ അടുപ്പം മാർക്സിസ്റ്റുകാർ അവരുടെ സിദ്ധാന്തത്തെ മാർക്സിസ്റ്റേതരരേക്കാൾ ഗണ്യമായ തോതിൽ പരിഷ്കരിക്കുന്നതിന് കാരണമായി. പക്ഷേ അവരത് ചെയ്തത് മാർക്സിസ്റ്റേതര ബുദ്ധിജീവികളോടൊത്ത് ഫാസിസത്തിനെതിരെ ഒരു മുന്നണിയുണ്ടാക്കണമെന്ന മോഹംകൊണ്ട് മാത്രമല്ല. അവരുടെ ഉദ്ദേശ്യം പ്രാഥമികമായും അതായിരുന്നിരിക്കണം എന്നുമല്ല. 'വിപ്ലവമുന്നണിയുടെ ഒറ്റപ്പെടൽ എന്ന്' ദിമിത്രോവ് വിശേഷിപ്പിച്ച അവസ്ഥ തരണം ചെയ്യുക എന്നാൽ 'മാറുന്ന സാഹചര്യത്തിന് അനുസരിച്ച് നമ്മുടെ നയങ്ങളും അടവുകളും' പുനർനിർമിക്കുക എന്നു കൂടിയാണ് അർഥം. എന്നാൽ മാർക്സിസ്റ്റ് സിദ്ധാന്തം, പ്രത്യയശാസ്ത്രം എന്നിവയിൽ എന്തെങ്കിലും പരിഷ്ക്കാരം വരുത്തുക എന്ന് അതിനർഥമില്ല. പത്തൊമ്പതാം നൂറ്റാണ്ടിന്റെ പുരോഗതി എന്ന പഴയ പ്രത്യയശാസ്ത്രത്തോട് മാർക്സിസത്തെ കൂടുതൽ അടുപ്പിച്ച ആഭ്യന്തരപ്രവണതകളുടെ പുനർബലീകരണത്തിലേക്ക് നയിച്ചത്, വിരോധാഭാസമെന്നു പറയട്ടെ, ഹിറ്റ്ലറെ ചെറുക്കുക എന്ന ആവശ്യത്തേക്കാൾ ഉപരി യു എസ് എസ് ആറിലെ ആഭ്യന്തര സംഭവവികാസങ്ങളാണ്. ഫാസിസ്റ്റ് വിരുദ്ധകാലഘട്ടത്തിലെ അനുഭവത്തിൽ ഹിറ്റ്ലറുടെ പ്രത്യാഘാതത്തെയും യു എസ് എസ് ആറിന്റെ പ്രത്യാഘാതത്തെയും വ്യക്തമായി വേർതിരിക്കാനാവില്ലതാനും.

അങ്ങനെ ഈ കാലഘട്ടത്തിൽ സ്റ്റാലിന്റെ ആധികാരികത ഉറച്ചതോടെ കമ്യൂണിസ്റ്റുകാർക്ക് വേദവാക്യമായി മാറിയ 'വൈരുധ്യാത്മകവും ചരിത്രപരവുമായ ഭൗതികവാദ'ത്തിന്റെ വ്യാഖ്യാനത്തിന് ഫാസിസ്റ്റ് വിരുദ്ധമുന്നണി നിർമാണത്തോട് കടപ്പാടൊന്നുമില്ല. തീർച്ചയായും അത് അത്തരമൊരു മുന്നണിക്കുവേണ്ട സൗകര്യമൊരുക്കിക്കൊടുത്തിരിക്കാം. രണ്ടാം ഇന്റർനാഷനലിന്റെ മാർക്സിസ്റ്റ് യാഥാസ്ഥിതികത്വത്തിൽനിന്നാണ് ആ വ്യാഖ്യാനം ഉരുത്തിരിഞ്ഞത്. അതിന്റെ

വക്താവ് കാൾ കൗട്സ്കി ആയിരുന്നു. ആ യാഥാസ്ഥിതികത്വമാകട്ടെ, എംഗൽസ് തന്റെയും മാർക്സിന്റെയും ഉദ്ബോധനങ്ങളെ ക്രോഡീകരിച്ച് തയാറാക്കിയ മാർക്സിസത്തിന് ശാസ്ത്രത്തിന്റെ ആധികാരികത നൽകിയ ശാസ്ത്രരീതിയുടെയും പ്രവചനത്തിന്റെയും നിശ്ചിതത്വം നൽകിയ വൈരുധ്യാത്മക ഭൗതികവാദംകൊണ്ട് പ്രപഞ്ച പ്രതിഭാസങ്ങളെയൊക്കെ വ്യാഖ്യാനിക്കാനുള്ള അവകാശം നൽകിയ ഒരു ഭാഷ്യത്തെയാണ് അടിസ്ഥാനമാക്കിയിരുന്നത്. ഇതിലെ വൈരുധ്യാത്മകത ഹെഗലിയനാണ്; പക്ഷേ ഭൗതികവാദം സത്താപരമായും പതിനെട്ടാം നൂറ്റാണ്ടിലെ ഫ്രഞ്ച് *ഫിലോസഫെസിൽ* നിന്നാണ്. മാർക്സിസത്തെയും പത്തൊമ്പതാം നൂറ്റാണ്ടിൽ വിജയക്കൊടിപാറിച്ച പ്രകൃതിശാസ്ത്രങ്ങളെയും യോജിപ്പിച്ച ഒരു വ്യാഖ്യാനമായിരുന്നു, അത്. (എംഗൽസിന്റെ *Feuerbach* ലേതു പോലെ.) അവ പതിനെട്ടാം നൂറ്റാണ്ടിലെ ഉപരിപ്ലവവും സ്തംഭിതവും യാന്ത്രികവുമായ ഭൗതികവാദം തിരസ്കരിക്കണം. എംഗൽസിന്റെ വീക്ഷണത്തിൽ ഈ ശാസ്ത്രങ്ങളുടെ പുരോഗതിതന്നെ അത്തരമൊരു തിരസ്കാരത്തിന് അവയെ പ്രേരിപ്പിക്കുമായിരുന്നു — പ്രത്യേകിച്ച് കോശത്തിന്റെ കണ്ടെത്തൽ 'ഊർജപരിവർത്തനം' ഡാർവിന്റെ പരിണാമസിദ്ധാന്തം എന്നീ നിർണായകഘടകങ്ങളുടെ സ്വാധീനത്തിൽ.

"പുരോഗതിയും വിപ്ലവവും തമ്മിലും 18-ാം നൂറ്റാണ്ടിലെ ഭൗതികവാദവും മാർക്സിസവും തമ്മിലുള്ള ബാന്ധവത്തെ പ്രകൃതി ശാസ്ത്രത്തിലെ സുനിശ്ചിതത്വങ്ങളും ചരിത്രപരമായ അനിവാര്യതകളുമായി സംയോജിപ്പിച്ചത് തൊഴിലാളിവർഗപ്രസ്ഥാനങ്ങളെ ഗാഢമായി ആകർഷിച്ചിരുന്നു." ഇക്കാര്യത്തിൽ റഷ്യൻ പ്രസ്ഥാനവും വ്യത്യസ്തമായിരുന്നില്ല. മാത്രമല്ല, റഷ്യയിലെ വിപ്ലവാനന്തരസാഹചര്യം കുറെക്കൂടി ഉറച്ച ശാസ്ത്രവാദത്തെ പ്രോത്സാഹിപ്പിക്കാൻ സാധ്യതയുള്ളതും ആയിരുന്നു, മാർക്സും ലെനിനും വിപ്ലവത്തിന്റെ പ്രാഥമിക ലക്ഷ്യമായിക്കണ്ടത് 'പടിഞ്ഞാറ് ഒരു തൊഴിലാളിവിപ്ലവത്തിന് അടയാളം കൊടുക്കുകയും അങ്ങനെ രണ്ടും അനുപൂരകങ്ങളാക്കുകയും ചെയ്യുക എന്നതായിരുന്നു. ഇതിൽ വിപ്ലവം പരാജയപ്പെട്ടു. അതോടെ ബോൾഷെവിക്കുകളുടെ പ്രധാനകടമ പിന്നോക്കം നിൽക്കുന്ന ദരിദ്രമായ ഒരു രാജ്യത്തിന്റെ സാമ്പത്തികവും സാംസ്കാരികവുമായ വികാസം കൈവരിക്കുക എന്നതായി, അതങ്ങനെതന്നെ ആവണമായിരുന്നുതാനും. അങ്ങനെ മാത്രമേ ഒറ്റപ്പെട്ടതെങ്കിലും കൂറ്റനായ ആ രാജ്യത്ത് വിദേശാക്രമണത്തെ അതിജീവിക്കാനും സോഷ്യലിസം നിർമിക്കാനും വേണ്ട സാഹചര്യങ്ങൾ സൃഷ്ടിക്കാനാവുമായിരുന്നുള്ളൂ. ഭൗതിക തലത്തിൽ ഉൽപ്പാദനത്തിനും സാങ്കേതികവിദ്യയ്ക്കും (ലെനിന്റെ 'വൈദ്യുതിവൽക്കരണം') ആയിരുന്നു മുൻഗണന നൽകേണ്ടിയിരുന്നത്. സാംസ്കാരികതലത്തിൽ ബഹുജനവിദ്യാഭ്യാസം, മതത്തിനും വിശ്വാസത്തിനും എതിരായ പോരാട്ടം എന്നിവ ഉൾപ്പെടുന്ന ബഹുജനപ്രബുദ്ധവൽക്കരണത്തിനാണ് മുൻഗണന

നൽകിയത്. പിന്നോക്കാവസ്ഥയ്ക്ക് എതിരെയും 'വികസന'ത്തിനുവേണ്ടിയും ഉള്ള പോരാട്ടം പത്തൊൻപതാം നൂറ്റാണ്ടിലെ ഇത്തരം പോരാട്ടങ്ങളിൽനിന്ന് വ്യത്യസ്തമായ വഴിയിലാണ് നടന്നത്. ഏതായാലും ശാസ്ത്രം, യുക്തി, പുരോഗമനം എന്നിവ അക്കാലത്തെപ്പോലെ തന്നെ വിമോചനശക്തികളായ പ്രമേയങ്ങൾ തന്നെയായിരുന്നു. അത്തരമൊരു സമൂഹത്തിൽ 'വൈരുധ്യാധിഷ്ഠിത ഭൗതികവാദം' കരുത്താർജ്ജിച്ചത് പാരമ്പര്യത്തിൽനിന്നും അധികാരത്തിൽനിന്നും മാത്രമല്ല, ഈ പോരാട്ടത്തിലെ ഒരു ആയുധമെന്ന നിലയിൽ അതിന്റെ ഉപയോഗക്ഷമതയിൽനിന്നും പാർട്ടിയുടെ രണോത്സുകർക്കും ഭാവി അണികൾക്കും അതിനോടുള്ള ആകർഷണീയതയിൽ നിന്നുമാണ്. അക്കൂട്ടരാകട്ടെ, തൊഴിലാളികളും കർഷകരുമായിരുന്നു. അവർക്ക് അത് ശാസ്ത്രീയമായി സത്യവും വിജയിക്കുമെന്ന് ഉറപ്പുള്ളതുമായ ഒരു സിദ്ധാന്തത്തിൽ ആത്മവിശ്വാസവും നിശ്ചിതത്വവും വിദ്യാഭ്യാസവും നൽകി.

ബൂർഷ്വസമൂഹത്തിലെ 'പുരോഗതിയുടെ പ്രതിസന്ധി'യും യു എസ് എസ് ആറിലെ പാരമ്പര്യമൂല്യങ്ങളുടെ ആത്മവിശ്വാസത്തോടെയുള്ള സ്ഥിരീകരണവും കൂടിയുള്ള ഒരു സംയോഗമാണ് ബുദ്ധിജീവികളെ മാർക്സിസത്തിലേക്ക് അടുപ്പിച്ചത്. ബൂർഷ്വാസി കൈവിട്ട യുക്തിയുടെയും ശാസ്ത്രത്തിന്റെയും പതാകവാഹകരായി ജ്ഞാനോദയ മൂല്യങ്ങളെ അവ നശിപ്പിക്കാൻ കച്ചകെട്ടിയിറങ്ങിയ ഫാസിസത്തിൽനിന്ന് സംരക്ഷിക്കുന്ന ശക്തിയായി അവർ അതിലേക്ക് ചെന്നു. അങ്ങനെ ചെല്ലുമ്പോൾത്തന്നെ അവർ സോവിയറ്റ് അന്തർദേശീയ യാഥാസ്ഥിതികത്വം രൂപപ്പെടുത്തിയ 'വൈരുധ്യാത്മക ഭൗതികവാദ'ത്തെ സ്വാഗതം ചെയ്യുകയും വികസിപ്പിക്കുകയും ചെയ്തു. പ്രത്യേകിച്ച് അവർ പുതിയ മാർക്സിസ്റ്റുകാരായിരുന്നെങ്കിൽ: ഈ ഘട്ടത്തിൽ മാർക്സിസ്റ്റ് ബുദ്ധിജീവികളിൽ ഭൂരിപക്ഷവും നവ – മാർക്സിസ്റ്റുകാരായിരുന്നു. അവർക്ക് മാർക്സിസം ജാസിനോളവും, ശബ്ദ സിനിമകൾ, ഡിക്റ്ററ്റീവ് നോവലുകൾ എന്നിവയോളവും നൂതനമായിരുന്നു.

V

ഇരുപതാം നൂറ്റാണ്ടിന്റെ അവസാനത്തിലെ മാർക്സിസത്തിന്റെ സന്ദർഭം, അതുകൊണ്ടുതന്നെ ഈ ചരിത്രത്തിന്റെ വായനക്കാർ മിക്കവരുടെയും അനുഭവം, ഒക്കെ വളരെ വ്യത്യസ്തമാണ്. അതിനാൽ ഫാസിസ്റ്റ് വിരുദ്ധകാലഘട്ടത്തിലെ മാർക്സിസത്തിന്റെ നിയതമായ ചരിത്രസ്വഭാവം അടിവരയിട്ട് പറയണം. അല്ലെങ്കിൽ കാലസ്ഖലിതം വന്ന, തെറ്റായ വ്യാഖ്യാനങ്ങൾ ഉണ്ടാകും. 1960 കൾ മുതൽക്കുള്ള ഭൗതിക മാർക്സിസ്റ്റുകാർ മാർക്സിസ്റ്റ് സാഹിത്യസംവാദങ്ങളുടെ മഴവെള്ളപ്പാച്ചിലിൽ മുങ്ങിപ്പോയിരിക്കുന്നു. അവർക്ക് മാർക്സിസങ്ങളുടെയും മാർക്സിസ്റ്റ് രചയിതാക്കളുടെയും കൂറ്റൻ സൂപ്പർമാർക്കറ്റുകൾതന്നെ പ്രാപ്യ

മാണ്. ഏതൊരു കാലഘട്ടത്തിലും ഏതൊരു രാജ്യത്തും ഭൂരിപക്ഷ ത്തിന്റെ തിരഞ്ഞെടുപ്പിനെ നിർണയിക്കുന്നത് ചരിത്രമാണ്. അതുകൊണ്ട് രാഷ്ട്രീയസാഹചര്യമോ ഫാഷനോ തങ്ങളുടെ തിരഞ്ഞെടുപ്പുസാധ്യ തകളുടെ സൈദ്ധാന്തികവ്യാപ്തിയെപ്പറ്റി ബോധവാൻമാരാകുന്ന തിൽനിന്ന് അവരെ തടയുന്നില്ല. ഈ സാധ്യതകൾ ഇപ്പോൾ കുറെക്കൂടി വിപുലമാണ്. കാരണം, മാർക്സിസം വീണ്ടും 1960 കൾ മുതൽ ഔപ ചാരിക ഉന്നതവിദ്യാഭ്യാസത്തിലേക്ക് — ചുരുങ്ങിയപക്ഷം മാനവി കതാവിഷയങ്ങളിലും സാമൂഹിക ശാസ്ത്രങ്ങളിലുമെങ്കിലും– ഉദ്ഗ്രഥി ക്കപ്പെട്ടു കഴിഞ്ഞിരിക്കുന്നു. 1930 കളിലെ മിക്ക പടിഞ്ഞാറൻ രാജ്യങ്ങ ളിലെയും നവമാർക്സിസ്റ്റുകാർക്ക് താരതമ്യേന ദുർലഭമായ രചനകൾ മാത്രമേ പ്രാപ്യമായിരുന്നുള്ളു. അതുതന്നെ ഔദ്യോഗികസംസ്കാരം, വിദ്യാഭ്യാസം എന്നിവയിൽനിന്ന് എതിർവിമർശനത്തിന്റെ ലക്ഷ്യമെന്ന നിലയ്ക്കല്ലാതെ ഏതാണ്ട് തീർത്തും ഒഴിവാക്കപ്പെടുകയും ചെയ്തിരു ന്നു. മാർക്സിസ്റ്റ് സാഹിത്യത്തിലേക്ക് അവരുടെതന്നെ സംഭാവനകളും അപ്പോൾ നന്നെ കുറവായിരുന്നു. അതുകൊണ്ട് 1946 നു മുമ്പ് മാർക്സിസ്റ്റ് എന്നോ മാർക്സിസത്തോട് ഏറ്റവും അടുത്തത് എന്നോ വിശേഷിപ്പിക്കാവുന്ന ചരിത്രസംബന്ധിയായ ഇംഗ്ലീഷ് പുസ്തകങ്ങളുടെ എണ്ണം 'ക്ലാസിക്കു'കളുടെ കാര്യം ഒഴിവാക്കിയാൽ കഷ്ടിച്ച് മുപ്പ തെണ്ണവും ലേഖനങ്ങളുടെ എണ്ണം കൂടിവന്നാൽ ഒന്നുരണ്ട് ഡസനും മാത്രമേ ഉണ്ടായിരുന്നുള്ളൂ എന്ന സ്ഥിതിയായിരുന്നു.

കൂടുതൽ പഴയ മാർക്സിസ്റ്റ് പാരമ്പര്യങ്ങൾ ഏതെങ്കിലും നിലനി ന്നിരുന്നെങ്കിൽത്തന്നെ നവമാർക്സിസ്റ്റുകാർ നാലുകാരണങ്ങളാൽ അവ യിൽനിന്ന് ഏറെക്കുറെ വിച്ഛേദിതരായിരുന്നു. സോഷ്യൽ ഡെമോക്ര സിയും കമ്യൂണിസവും തമ്മിലുള്ള പിളർപ്പ് കാരണം അവർ 1914 നു മുമ്പുള്ള സോഷ്യൽ ഡെമോക്രാറ്റിക് മാർക്സിസത്തെയും പിന്നീടുള്ള അതിലെ സംഭവവികാസങ്ങളെയും സംശയത്തോടെയാണ് കണ്ടിരുന്ന ത്. മാർക്സിസ(ലെനിനിസ)ത്തിന്റെ ഒരു മാനകീകൃത കമ്യൂണിസ്റ്റ് ഭാഷ്യം രൂപംകൊണ്ടതോടെ കമ്യൂണിസത്തിന്റെ ആദ്യവർഷങ്ങളിൽ നിലനിന്നിരുന്ന വിപ്ലവാത്മക മാർക്സിസത്തിന്റെ തദ്ദേശീയപാരമ്പര്യ ങ്ങൾ അതിൽ മൂടിപ്പോയി (ഉദാ: ബ്രിട്ടണിൽ പ്ലെബ്സ് ലീഗുമായി ബന്ധപ്പെട്ടവ) കമ്യൂണിസ്റ്റ് മാർക്സിസത്തിന്റെ തന്നെ ഉള്ളിൽ ഉരുവംകൊണ്ട ചില പ്രവണതകളെപ്പോലും അത് പാർശ്വവൽക്കരിച്ചു, അവ അപലപിക്കപ്പെടാതിരുന്നപ്പോൾ പോലും. സ്റ്റാലിന്റെ എതിരാളി കളും മറ്റ് 'വ്യതിയാനക്കാരും' ഉന്മൂലനം ചെയ്യപ്പെട്ടതോടെ ബോൾഷെ വിക് മാർക്സിസ്റ്റ് രചനകളിലെ ഒരു വിഭാഗം ഫലപ്രദമായ പ്രചാരണ ത്തിൽനിന്ന് നീക്കം ചെയ്യപ്പെട്ടു. (ഉദാഃ ബൊഗ്ദനോവ്, ക്രമത്തിൽ ബുക്കാറിൻ; ട്രോട്സ്കിയുടെ കാര്യം പിന്നെ പറയേണ്ടതുമില്ല.) അങ്ങനെ 1920 കളിലെ 'ബോൾഷെവികവൽക്കരണം' രാഷ്ട്രീയവും സംഘടനാപരവും മാത്രമായിരുന്നില്ല, അത്രതന്നെ ബൗദ്ധികവും ആയി

രുന്നു. അവസാനമായി, ഭാഷാപരവും രാഷ്ട്രീയവുമായ (ഉദാ: ഹിറ്റ്ലറുടെ വിജയത്തിന്റെ ഫലങ്ങൾ) കാരണങ്ങളാൽ അത്തരത്തിലുള്ള മിക്ക രചനകളും ലഭ്യമല്ലാതായി. അങ്ങനെ, ഗുസ്താവ് മേയറുടെ ഗംഭീരമായ എംഗൽസ് ജീവചരിത്രം (1934 ൽ നെതർലാഡ്സിൽ ഒരു കുടിയേറ്റ പതിപ്പായി ഇറങ്ങിയത്) യുദ്ധാനന്തരവും ഏറെക്കാലത്തേക്ക് അജ്ഞാതമായി തുടർന്നു; പിന്നീട് ഇംഗ്ലീഷിൽ ലഭ്യമായതാകട്ടെ, നിഷ്ഠുരമായി സംഗ്രഹിക്കപ്പെട്ട രൂപത്തിലുമായിരുന്നു.

അജ്ഞത — പ്രത്യേകിച്ച്, ഭാഷാപരമായ അജ്ഞത — സമകാലിക മാർക്സിസ്റ്റുകാരുടെ ചക്രവാളങ്ങളെ ചുരുക്കിയതൊന്നുമില്ല. കമ്യൂണിസ്റ്റ് പ്രസ്ഥാനങ്ങൾക്കുമേൽ അടിച്ചേൽപ്പിക്കപ്പെട്ടുകൊണ്ടിരുന്ന ഏകശിലാ സൈദ്ധാന്തികയാഥാസ്ഥിതികത്വത്തിന്റെ സാഹചര്യങ്ങളിൽപ്പോലും അതിന് എതിർഫലമാണ് ഉണ്ടായത്. സമകാലികപാശ്ചാത്യ മാർക്സിസ്റ്റുകാർക്ക് സോവിയറ്റ് യാഥാസ്ഥിതികത്വത്തെക്കുറിച്ച് വലിയ പിടിപാടൊന്നും ഉണ്ടായിരുന്നില്ല. ആ യാഥാസ്ഥിതികത്വമാകട്ടെ, യു എസ് എസ് ആറിൽ 1930 കളുടെ തുടക്കത്തിൽ സാഹിത്യം, കല, സാമ്പത്തികസിദ്ധാന്തം, ചരിത്രം, തത്വശാസ്ത്രം എന്നിങ്ങനെ വ്യത്യസ്തവിഷയങ്ങളിൽ കുറെക്കൂടി വ്യക്തമായി നിർവചിതവും നിയതവും നിർബന്ധിതവും ആയി; അതിലൂടെ ഉരുവംകൊണ്ട വൈരുധ്യാത്മക ഭൗതികവാദത്തിൽ മാർക്സിനെത്തന്നെ വലിയതോതിൽ തിരുത്തിയിട്ടുമുണ്ട് എന്ന് നമുക്കിന്ന് വ്യക്തമാണ്. എന്നാൽ ഈ യാഥാസ്ഥികത്വം യു എസ് എസ് ആറിനു പുറത്തുള്ള കമ്യൂണിസ്റ്റുകാർക്കുമേൽ ഔപചാരികമായി അടിച്ചേൽപ്പിക്കപ്പെട്ടു കഴിഞ്ഞിരുന്നില്ല. രാഷ്ട്രീയ വിശ്വാസനിന്ദയെ അപ്പേരിൽത്തന്നെ തള്ളിക്കളയണം എന്ന കടമ അറിയാത്ത ഒരു കമ്യൂണിസ്റ്റുകാരനും ഉണ്ടായിരുന്നില്ല (പ്രത്യേകിച്ച് അങ്ങനെ മുദ്ര വീണ ട്രോട്സ്കിയിസംപോലുള്ളവയെ). അതേസമയം രാഷ്ട്രീയപ്രയോഗത്തിൽനിന്ന് ഏറെ വിദൂരമായ വിഷയങ്ങളിൽ പുതിയൊരു യാഥാസ്ഥിതികത്വം അടിച്ചേൽപ്പിക്കപ്പെട്ട കാര്യം റഷ്യക്കു പുറത്ത് അങ്ങനെ പരസ്യമാക്കപ്പെട്ടിരുന്നില്ല. കല/സാഹിത്യം എന്നിവയൊഴികെ ഉള്ള പ്രധാന ചർച്ചകളൊക്കെ വിവർത്തനം ചെയ്യപ്പെടാതെ കിടന്നു. അതുകൊണ്ട് അവ പ്രായേണ അജ്ഞാതമായി തുടരുകയും ചെയ്തു.

അതുകൊണ്ടുതന്നെ അവ പാശ്ചാത്യ കമ്യൂണിസ്റ്റുകളെ കാര്യമായി ബാധിച്ചില്ല. 1930 കൾ ഉടനീളവും ഇംഗ്ലീഷ് സംസാരിക്കുന്ന രാജ്യങ്ങളിൽ പിന്നീടും ബ്രിട്ടീഷ്/അമേരിക്കൻ/ ചൈനീസ് എഴുത്തുകാരടക്കം സകലരും 'ഏഷ്യാറ്റിക് ഉൽപ്പാദനരീതി' വച്ചാണ് പ്രവർത്തനം തുടർന്നത്. റഷ്യൻ എഴുത്തുകാർ അതൊഴിവാക്കാൻ എല്ലായ്പ്പോഴും ശ്രദ്ധിച്ചു. ബ്രിട്ടീഷുകാരുടെ ഉപയോഗത്തിന് പറ്റിയ തരത്തിൽ ആക്കിയ ഒരു സോവിയറ്റ് തത്വശാസ്ത്ര പാഠപുസ്തകം പ്രസിദ്ധം ചെയ്തത് ഒരു കമ്യൂണിസ്റ്റേതര പ്രസാധകനാണ്. അതിൽ ഡെബോറിൻ, ലൂപ്പോൾ എന്നിവരെ കൃത്യമായി തള്ളിപ്പറഞ്ഞിരുന്നു. പക്ഷേ ഫ്രഞ്ച് കമ്യൂണിസ്റ്റ്

പാർട്ടി ഒദ്യോഗിക പ്രസാധനസ്ഥാപനം 1936 ൽ ലൂപ്പോളിന്റെ ഒരു രചന മടികൂടാതെ പ്രസിദ്ധം ചെയ്തതു. ജർമൻ അറിയുന്ന, *Fruhschriften* പ്രാപ്യമായിരുന്ന മാർക്സിസ്റ്റുകാർ പാരിസ് മാനുസ്ക്രിപ്റ്റുകളിലെ മാർക്സിനെ തങ്ങളുടെ അപഗ്രഥനത്തിൽ ഉൾക്കൊള്ളിച്ചു. അവർക്ക് ഈ ആദ്യകാല രചനകളെപ്പറ്റി സോവിയറ്റ് യൂണിയൻ പുലർത്തിയിരുന്ന അസംതൃപ്തി അറിയില്ലായിരുന്നു എന്നു വേണം കരുതാൻ. വൈരുധ്യാത്മകവും ചരിത്രപരവുമായ ഭൗതികവാദത്തിന്റെ പുതിയ പ്രമാണങ്ങൾ ഉൾക്കൊള്ളിച്ച, *History of the CPSU (b): Short Course* ലെ പ്രശസ്തമായ നാലാം അധ്യായം വായിക്കപ്പെട്ടതുപോലും അവയിൽനിന്ന് വ്യതിചലിച്ചവരെ വിമർശിക്കാനുള്ള ആഹ്വാനമായിട്ടല്ല, അടിസ്ഥാന മാർക്സിസ്റ്റ് വിശ്വാസങ്ങളുടെ തെളിമയാർന്ന, ശക്തമായ ആവിഷ്കാരമായിട്ടാണ്. അഥവാ ആവശ്യപ്പെട്ടിരുന്നെങ്കിൽ പാശ്ചാത്യകമ്യൂണിസ്റ്റുകാർ സോവിയറ്റ് സംവാദങ്ങളിൽ പ്രത്യക്ഷമായോ പരോക്ഷമായോ അപലപിക്കപ്പെട്ട വീക്ഷണങ്ങൾവച്ചു പുലർത്തുന്നവരെ ട്രോട്സ്കിയിസത്തെ തള്ളിപ്പറയുമ്പോൾ പ്രകടിപ്പിച്ച അതേ കൂറോടും വിശ്വാസത്തോടുംകൂടിത്തന്നെ തള്ളിപ്പറഞ്ഞേനെ. പക്ഷേ അക്കാലത്ത് അവരോട് അതിന് ആവശ്യപ്പെട്ടിരുന്നില്ല. മാത്രമല്ല, റഷ്യൻ കമ്യൂണിസ്റ്റുകാരോട് അങ്ങനെ ആവശ്യപ്പെട്ടിരുന്ന വിവരം പലർക്കും അറിയില്ലായിരുന്നുതാനും.

അത്രയുംവരെ 1930കളിലെ നവമാർക്സിസ്റ്റുകാർ മാർക്സിസ്റ്റ് സിദ്ധാന്തത്തിന്റെ ബദൽ വ്യാഖ്യാനങ്ങളെക്കുറിച്ച് ഏറെക്കുറെ അജ്ഞരായിരുന്നു — അതിനുശേഷം 'പാശ്ചാത്യ മാർക്സിസം' എന്നു വിളിക്കപ്പെട്ടവയെക്കുറിച്ചുപോലും. ഇരുപതാം നൂറ്റാണ്ടറുതിയിലെ മാർക്സിസ്റ്റുകാരിൽ നിന്ന് വ്യത്യസ്തമായി അവർക്ക് സിദ്ധാന്തത്തെ സംബന്ധിച്ച് മാർക്സിസ്റ്റുകാർ തമ്മിൽ നടക്കുന്ന വിവാദങ്ങളിൽ പ്രത്യേകിച്ച് താൽപ്പര്യമൊന്നും ഉണ്ടായിരുന്നുമില്ല (ലെനിൻ –സ്റ്റാലിൻ സഞ്ചയത്തിൽ ഉള്ളവയിലും സോവിയറ്റ് കോമിന്റേൺ തീരുമാനങ്ങൾ പ്രകാരം നിർബന്ധിതമാക്കപ്പെട്ടവയിലും ഒഴികെ). മുൻകാലത്തെ മാർക്സിസ്റ്റ് അപ്രഗ്രഥനത്തിന്റെ സാധ്യതയെപ്പറ്റി അനിശ്ചിതത്വം ഉള്ള ഘട്ടങ്ങളിലോ (ഉദാഹരണത്തിന്, പത്തൊമ്പതാം നൂറ്റാണ്ടറുതിയിലെ തിരുത്തൽവാദികൾ ഉന്നയിച്ച 'മാർക്സിസത്തിലെ പ്രതിസന്ധി') ആഗോള മുതലാളിത്തവിജയത്തിന്റെ സ്റ്റാലിനിസാനന്തര സംഭവവികാസങ്ങളുടെയും ഘട്ടങ്ങളിലോ ആണ് അത്തരം സംവാദങ്ങൾ ഉയരുക പതിവ്. പക്ഷേ 1930 കളിലെ നവ മാർക്സിസ്റ്റുകാർ മുതലാളിത്തത്തിന്റെ വമ്പിച്ച പ്രതിസന്ധിയെക്കുറിച്ചുള്ള മാർക്സിസ്റ്റ് വിലയിരുത്തലിനെ സംശയിക്കാനോ ക്ലാസിക് രചനകളെ ബദൽ അർഥങ്ങൾക്കുവേണ്ടി പരിശോധിക്കാനോ കാരണമൊന്നും കണ്ടില്ല. അതുവരെ അറിയപ്പെടാതെയും പ്രഹേളികാരൂപത്തിലും നിലനിന്നിരുന്ന പ്രതിഭാസങ്ങളുടെ വലിയൊരു നിര ശരിക്കും മനസിലാക്കാനുള്ള താക്കോലായിട്ടാണ് മാർക്സിസത്തെ അവർ കണ്ടത്.

ഗണിതജ്ഞനും സൈനികോത്സുകനുമായ ഒരു യുവമാർക്സിസ്റ്റ് പറഞ്ഞു: "ഇപ്പോഴും വിപുലമായ അന്വേഷണം പുരോഗമിക്കുന്ന അനവധി കാര്യങ്ങളുടെ നടുക്കുനിൽക്കുന്ന ഒരു മാർക്സിസ്റ്റിന് ഇതാ, ഇവിടെ ചിന്തയുടെ വിശാലമായ സാമ്രാജ്യങ്ങൾ വൈരുധ്യാത്മക ധാരണ കാത്തുകിടക്കുന്നു എന്ന് തോന്നാതെ വയ്യ." ആ വിശാല സാമ്രാജ്യങ്ങളുടെ സാഹസികമായ അന്വേഷണമായിട്ടാണ് അവർ സ്വന്തം ഭൗതികപ്രവർത്തനങ്ങളെ വിലയിരുത്തിയത്. ക്ലാസിക്കുകളെയും പഴയ മാർക്സിസ്റ്റ് രചനകളെയും ഭൗതികവിശദീകരണം വേണ്ടുന്ന നിഗൂഢത എന്നതിലുപരി വെളിച്ചം തരുന്ന ആശയങ്ങളുടെ സംഭൃത നിധിപ്പുരയായിട്ടാണ് അവർ കണ്ടത്. അതിൽ കണ്ടേക്കാവുന്ന വിടവുകളും ആഭ്യന്തരമായ ചാഞ്ചാട്ടങ്ങളും അത് സാധ്യമാക്കിയ വമ്പിച്ച കുതിച്ചുചാട്ടങ്ങളോട് താരതമ്യപ്പെടുത്തുമ്പോൾ നിസ്സാരമാണ് എന്നും അവർ വിശ്വസിച്ചു. ബുദ്ധിജീവികളെ സംബന്ധിച്ചിടത്തോളം ഈ കുതിച്ചുചാട്ടങ്ങളിൽ ഏറ്റവും പ്രധാനം അവരെ ചുഴ്ന്നുനിന്ന മാർക്സിസ്റ്റേതര വീക്ഷണങ്ങളുടെ വിമർശമായിരുന്നു. സ്വാഭാവികമായും അവർ മറ്റു മാർക്സിസ്റ്റുകാരെ വിമർശിക്കുന്നതിനേക്കാൾ ശ്രദ്ധ കേന്ദ്രീകരിച്ചത് ആ വിമർശനത്തിലാണ് — അവരുടെ രാഷ്ട്രീയപ്രതിബദ്ധതയ്ക്കൊപ്പം അത്തരം വിമർശനവും ഇല്ലെങ്കിൽ. അവരെ അങ്ങനെ വിട്ടിരുന്നെങ്കിൽ അവർക്ക് യോജിപ്പില്ലാത്ത മാർക്സിസ്റ്റുകാരെപ്പോലും താൽപ്പര്യമുളവാകുന്നവർ എന്നേ വിലയിരുത്തുമായിരുന്നുള്ളൂ, കുടിലമനസ്കർ എന്ന് വിലയിരുത്തുമായിരുന്നില്ല. ദേശീയപ്രശ്നത്തെപ്പറ്റിയുള്ള രസകരമായ മൗനങ്ങളിൽ ഹെൻറി ലെഫെബ്വ്റെ(1937) ഓട്ടോ ബോയെറുടെ ദേശീയതാനിർവചനം സ്റ്റാലിന്റേതിനെക്കാൾ സൂക്ഷ്മത കുറഞ്ഞതായിരുന്നു എന്നു മാത്രമേ വിലയിരുത്തിയുള്ളു, അപകടകരമാംവിധം തെറ്റാണെന്നല്ല.

മറ്റൊന്നും അറിയാത്തതുകൊണ്ടു മാത്രമല്ല നവ മാർക്സിസ്റ്റുകാർ യാഥാസ്ഥിതികവ്യാഖ്യാനം അംഗീകരിച്ചത്; 'മാർക്സിസ' ത്തിനകത്തെ പ്രമാണ സംബന്ധമായ സൂക്ഷ്മ വ്യതിരിക്തതകളെക്കുറിച്ച് വല്ലാതെ വേവലാതി ഇല്ലാത്തതുകൊണ്ടും മാത്രമല്ല; അത് മാർക്സിസത്തോടുള്ള അവരുടെ സമീപനത്തിന് അനുയോജ്യമായിരുന്നതുകൊണ്ടുകൂടിയാണ്. കാൾ കോഷ്ചിന്റെ *Karl Marx* (ഇംഗ്ലീഷിൽ1938) അഗണ്യമായ പ്രത്യാഘാതമേ സൃഷ്ടിച്ചിട്ടുള്ളൂവെങ്കിൽ അതിനുകാരണം അദ്ദേഹം ഒരു അംഗീകൃതവിമതനായിരുന്നു എന്നതിനേക്കാൾ (ജർമൻ കുടിയേറ്റക്കാർ ചിലർക്കൊഴികെ അദ്ദേഹത്തെ ആർക്കും അറിയില്ലായിരുന്നു) ആ രചന ഈ സമീപനത്തിന് നിരക്കാത്തതാണ് എന്നതാണ്. മാർക്സിന്റെ ആദ്യകാല തത്വശാസ്ത്ര രചനകളെപ്പറ്റിയുള്ള ഔദ്യോഗിക വീക്ഷണം അവ മാർക്സിന്റെ യൗവനകാലരചനകൾ ഉൾക്കൊള്ളുന്നു, അവ ഹെഗലിയൻ ആദർശവാദത്തിൽനിന്ന് സ്ഥിരതയുള്ള ഒരു ഭൗതികവാദമായി അദ്ദേഹത്തിന്റെ പരിണാമത്തെ പ്രതിഫലിപ്പിക്കുന്നു എന്നതാണ്. ഫ്രഞ്ച് സി.

പിയിൽ തത്വശാസ്ത്രശേഖരം വേണ്ടത്ര ഉണ്ടായിരുന്നെങ്കിലും മാർക്സും ഹെഗലും തമ്മിലുള്ള ബന്ധം മനസിലാക്കാൻ അത് വേണ്ടത്ര സഹായിച്ചിരുന്നെങ്കിലും, ജോർഹസ് പോലിറ്റ്സറുടെ *Prin-cipes Elementaires de la Philosophie* (1935–36 ൽ നടത്തിയ പ്രഭാഷണ കോഴ്സിനെ അടിസ്ഥാനമാക്കിയ രചന) യിൽ ഹെഗലിയൻ മാർക്സിന്റെ പ്രതിധ്വനി ഒട്ടുമില്ല. ഇംഗ്ലീഷുകാരൻ ഡേവിഡ് ഗെസ്റ്റിന് ലെനിന്റെ തത്വശാസ്ത്രക്കുറിപ്പുകളെപ്പറ്റി നല്ല വിവരവും ധാരണയും ഉണ്ടായിരുന്നെങ്കിലും, അതിലും ഈ പ്രതിധ്വനി ഉണ്ടായിരുന്നില്ല. ശേഷമുള്ള സ്വതന്ത്ര ചിന്തകരായ ഇവർ ഇരുവരെയും വെറും ജനപ്രിയതാകാംക്ഷികൾ എന്ന് കണക്കാക്കാൻ കഴിയില്ല.

ഫാസിസ്റ്റ് വിരുദ്ധതയുടെ കാലത്തെ പാശ്ചാത്യമാർക്സിസത്തിന്റെ നിയതമായ സ്വഭാവം ഒരുപക്ഷേ, ഏറ്റവും നന്നായി ചിത്രീകരിക്കുന്നത് അതാണ്. ആദ്യമായി ഇത്രയധികം പ്രകൃതിശാസ്ത്രജ്ഞർ മാർക്സിസത്തിലേക്ക് ആകർഷിക്കപ്പെട്ട 'കുറെക്കൂടി സാമാന്യമായ ഫാസിസ്റ്റ് വിരുദ്ധ പ്രവർത്തനങ്ങളിൽ സംഘടിച്ച' ഒരു കാലഘട്ടം (ഒരുപക്ഷേ ഇന്നുവരെ അങ്ങനെയൊരു കാലം വേറെ ഉണ്ടായിട്ടുമില്ല) എന്ന വസ്തുതയായിരിക്കാം. മാർക്സിസം പ്രകൃതി പ്രപഞ്ചവും മനുഷ്യചരിത്രവും ഉൾക്കൊള്ളുന്ന സമഗ്രമായ ഒരു ലോകവീക്ഷണമാണ് എന്ന ആശയത്തെ തള്ളിപ്പറയുക 1960 കളിലും 1970 കളിലും ഒരു പരിഷ്കാരമായി മാറി. എത്രയോമുമ്പ് കോർഷും മറ്റും വഴിമരുന്നിട്ട ഒരു വാദത്തിന്റെ പ്രതിഫലനം കൂടിയായിരുന്നു, ഈ മനോഭാവം. പക്ഷേ 1930 കളിൽ മാർക്സിസത്തിന്റെ ഈ സമഗ്രത തന്നെയാണ് നവ മാർക്സിസ്റ്റുകാരെയും മുതിർന്നവരും യുവാക്കളുമായ പ്രകൃതിശാസ്ത്രജ്ഞരെയും എംഗൽസ് വ്യാഖ്യാനിച്ച ആ സിദ്ധാന്തത്തിലേക്ക് ആകർഷിച്ചത്.

ഈ പ്രതിഭാസം ബ്രിട്ടൺ, യു എസ് എ, ഫ്രാൻസ്, എന്നിങ്ങനെ ജർമൻ ദുരന്തത്തിനുശേഷം പ്രകൃതിശാസ്ത്ര ഗവേഷണത്തിലെ പ്രധാനപ്പെട്ട പാശ്ചാത്യകേന്ദ്രങ്ങളായ രാജ്യങ്ങളിലാണ് ഏറ്റവും ശക്തിയായി പ്രകടമായത്. ഈ അവസ്ഥയുടെ പരകോടിയിൽ പ്രശസ്തരായവരും പിന്നീട് പ്രശസ്തരായവരും ആയ കമ്യൂണിസ്റ്റുകാരോ അനുഭാവികളോ റാഡിക്കൽ ഇടതുപക്ഷവുമായി ബന്ധമുള്ളവരോ ആയ ശാസ്ത്രജ്ഞരുടെ എണ്ണം അങ്ങേയറ്റം മതിപ്പുളവാക്കുംവിധം ഉയർന്നതായിരുന്നു. ബ്രിട്ടണിൽ മാത്രം അവരിൽ ഭാവിയിൽ നോബെൽ പുരസ്കാര ജേതാക്കളാകാനിരുന്ന അഞ്ചുപേരെങ്കിലും ഉണ്ടായിരുന്നു. കേംബ്രിജായിരുന്നു, അക്കാലത്ത് ബ്രിട്ടണിലെ ഏറ്റവും പ്രധാനപ്പെട്ട ശാസ്ത്രകേന്ദ്രം. അവിടത്തെ ശാസ്ത്രജ്ഞരുടെ റാഡിക്കലിസം ശ്രദ്ധേയമായിരുന്നു. കേംബ്രിജ് ശാസ്ത്രജ്ഞരുടെ യുദ്ധവിരുദ്ധസംഘത്തിൽ തുടക്കത്തിൽ ഏകദേശം എൺപത് ഗവേഷകരാണ് അംഗങ്ങളായിരുന്നത്. അന്ന് അത് ഒരു പരിമിതസംഘമായിരുന്നു. സജീവപ്രവർത്തകർ ന്യൂനപക്ഷമായിരുന്നെങ്കിലും ഭൂരിപക്ഷവും നിശ്ശബ്ദമായി ഇടതുപക്ഷത്തെ അനുകൂലി

ക്കുന്നവരായിരുന്നു. നാൽപ്പതു വയസിനു താഴെയുള്ള ഏറ്റവും നല്ല 200 ബ്രിട്ടീഷ് ശാസ്ത്രജ്ഞരിൽ 1936 ൽ 15 പേർ കമ്യൂണിസ്റ്റ് പാർട്ടി അംഗങ്ങളോ സഹയാത്രികരോ ആയിരുന്നു, 50 പേർ സജീവമായി ഇടതുപക്ഷത്തായിരുന്നു, നൂറു പേർ നിശ്ശബ്ദാനുഭാവികളായിരുന്നു, ബാക്കിയുള്ളവർ നിഷ്പക്ഷവും. അഞ്ചോ ആറോ കിറുക്കന്മാർ മാത്രമേ വലതുപക്ഷത്ത് ഉണ്ടായിരുന്നുള്ളു.

ശാസ്ത്രജ്ഞരുടെ ഫാസിസ്റ്റ്വിരുദ്ധത സ്വാഭാവികമായിരുന്നു. ഫാസിസത്തിന്റെ രാജ്യങ്ങളിൽനിന്ന് ശാസ്ത്രജ്ഞർ കൂട്ടംകൂട്ടമായി പുറത്താക്കപ്പെടുകയും കുടിയേറുകയും ചെയ്തിരുന്ന കാലമായിരുന്നു. എംഗൽസിന്റെ വീക്ഷണം കരുപ്പിടിപ്പിച്ചത് 19–ാം നൂറ്റാണ്ടിലെ മാതൃകളെ ആശ്രയിച്ചായിരുന്നു; ലെനിൻ തത്വശാസ്ത്രതലത്തിൽ പോരാടിയതും അവയ്ക്കുവേണ്ടിയായിരുന്നു. അവയെ 20–ാം നൂറ്റാണ്ടിലെ ശാസ്ത്രവുമായി പൊരുത്തപ്പെടുത്തുക പ്രയാസമുള്ള ഒരു പ്രക്രിയയായിരുന്നു. അതുകൊണ്ടുതന്നെ ശാസ്ത്രജ്ഞർക്ക് മാർക്സിസത്തോടുള്ള ആകർഷണവും എല്ലാ അർഥത്തിലും സമമായിരുന്നില്ല എന്നത് സ്വാഭാവികമായിരുന്നുതാനും. എംഗൽസിന്റെ *Dialectics of Nature* ഉം ലെനിന്റെ *Materialism and Empiriocriticism* വും ലഭ്യമായിരുന്നു, തീർച്ച. എംഗൽസിന്റെ കയ്യെഴുത്തുപ്രതി ശാസ്ത്രീയ മൂല്യനിർണയത്തിനായി 1924 ൽത്തന്നെ ഐൻസ്റ്റീന് സമർപ്പിച്ചിരുന്നു എന്ന വസ്തുത പണ്ഡിതോചിതമായ ആർജവത്തോടെ റയ്സനോവ് രേഖപ്പെടുത്തിയിട്ടുണ്ട്. "ഇതിലെ ഉള്ളടക്കം സമകാലികഭൗതികവാദത്തിനോ ഭൗതികശാസ്ത്രത്തിന്റെ ചരിത്രത്തിനോ എന്തെങ്കിലും പ്രത്യേക താൽപ്പര്യമുണ്ടാകേണ്ട ഒന്നല്ല." പക്ഷേ എംഗൽസിന്റെ ബൗദ്ധികമായ പ്രാധാന്യം പ്രകാശിപ്പിക്കുക എന്ന പ്രക്രിയയിലേക്ക് രസകരമായ ഒരു സംഭാവനയാണ് എന്നതിനാൽ പ്രസിദ്ധീകരണയോഗ്യമായി പരിഗണിക്കാം എന്നാണ് ആ മഹാശാസ്ത്രജ്ഞൻ പ്രസ്താവിച്ചത്. എങ്കിലും അത് എംഗൽസിന്റെ ബൗദ്ധികജീവചരിത്രത്തിലേക്ക് ഒരു സംഭാവന എന്ന നിലയ്ക്കല്ല അത് വായിക്കപ്പെട്ടത്. ശാസ്ത്രത്തെക്കുറിച്ചുള്ള തങ്ങളുടെ ആശയങ്ങളുടെ രൂപവൽക്കരണത്തിന് പ്രചോദനം പകരുന്ന ഒരു സംഭാവനയായിട്ടാണ് ഈ ഗ്രന്ഥകാരന്റെ കേംബ്രിജ് സമകാലികരിൽപ്പെട്ട യുവശാസ്ത്രജ്ഞരെങ്കിലും അതിനെ കണ്ടത്. അക്കാലത്തും തങ്ങളുടെ ഗവേഷണത്തിന് പ്രത്യേകമായ പ്രസക്തിയുള്ള ഒന്നല്ല വൈരുധ്യാത്മക ഭൗതികവാദം എന്ന് സ്വകാര്യമായി സമ്മതിച്ച കമ്യൂണിസ്റ്റ് ശാസ്ത്രജ്ഞർ ഉണ്ടായിരുന്നു എന്നുകൂടി പറയട്ടെ.

പ്രകൃതിശാസ്ത്രങ്ങളുടെ മാർക്സിസ്റ്റ് വ്യാഖ്യാനത്തിന്റെ ചരിത്രം അന്വേഷിക്കാനുള്ള സ്ഥലമല്ല ഇത്. അതുകൊണ്ട് അവയിൽ വൈരുധ്യാത്മകത പ്രയോഗിക്കാൻ നടന്ന ശ്രമങ്ങളെപ്പറ്റി ഇവിടെ ഒന്നും പറയാൻ കഴിയില്ല. എങ്കിലും പ്രകൃതിശാസ്ത്രജ്ഞർക്ക് മാർക്സിസത്തോട് തോന്നിയ ആകർഷണത്തെപ്പറ്റി മൂന്ന് നിരീക്ഷണങ്ങൾ ഇവിടെ ചേർക്കട്ടെ.

ഒന്ന്, പത്തൊമ്പതാം നൂറ്റാണ്ടിലെ നിർണയവാദപരമായ യാന്ത്രികഭൗതികവാദത്തിൽ ശാസ്ത്രജ്ഞർക്ക് തോന്നിയിരുന്ന അതൃപ്തിയുടെ പ്രതിഫലനമായിരുന്നു അത്. ഈ വിശദീകരണാത്മകത്വവുമായി പൊരുത്തപ്പെടുത്തുക പ്രയാസമായ ഫലങ്ങളാണ് ആയിനം ഭൗതികവാദം ഉൽപ്പാദിപ്പിച്ചത്. ഓരോ ശാസ്ത്രത്തിനകത്തും ഗണ്യമായ ബുദ്ധിമുട്ടുകൾ മാത്രമല്ല സൃഷ്ടിച്ചത്. ശാസ്ത്രത്തിൽ അത് പൊതുവെ ശകലീകരണം ഉണ്ടാക്കി. ശാസ്ത്രീയജ്ഞാനത്തിലെ വിപ്ലവകരമായ മുന്നേറ്റങ്ങളും അത് വിശദീകരിക്കുന്നു എന്നു കരുതപ്പെട്ട സമഗ്രയാഥാർഥ്യത്തിന്റെ കുഴമറിഞ്ഞ, അഭദ്രമായ പ്രതിബിംബവും തമ്മിലുള്ള വൈരുധ്യം വളരാനും അത് കാരണമായി. ഉജ്വല മാർക്സിസ്റ്റായ ഒരു യുവാവ് (അദ്ദേഹം താമസിയാതെ സ്പെയിനിൽ വച്ച് കൊല്ലപ്പെട്ടു) പറഞ്ഞു:

> ഓരോ വകുപ്പിലും സവിശേഷവൽകൃതമായ സിദ്ധാന്തത്തോടു ചേർന്ന പ്രയോഗം മൊത്തത്തിൽ ശാസ്ത്രത്തിന്റെ രൂപവൽകൃതമല്ലാത്ത പൊതുസിദ്ധാന്തത്തോട് ഇടഞ്ഞുനിൽക്കുന്ന ഒരു ബിന്ദുവിൽ മെക്കാനിസത്തിന്റെ മൊത്തം തത്വം തന്നെ പൊട്ടിത്തെറിക്കുന്നു. ജന്തുശാസ്ത്രം, ഭൗതികശാസ്ത്രം, മനഃശാസ്ത്രം, നരവംശശാസ്ത്രം, രസതന്ത്രം എന്നിവയ്ക്കൊക്കെ അവയുടെ അനുഭവൈകമായ കണ്ടെത്തലുകൾ ശാസ്ത്രത്തിന്റെ പൊതുവായ അബോധസിദ്ധാന്തത്തിനുമേൽ വലിയ ഭാരമായി അനുഭവപ്പെട്ടു തുടങ്ങുമ്പോൾ ശാസ്ത്രം ശകലങ്ങളായി അലിഞ്ഞുപോകുന്നു. ശാസ്ത്രജ്ഞർ ശാസ്ത്രത്തിന്റ പൊതു വായ സിദ്ധാന്തത്തിൽ നിരാശരാകുന്നു, അവർ അനുഭവൈകവാദത്തിൽ അഭയം തേടുന്നു; അവിടെ പൊതുവായ ഒരു ലോകവീക്ഷണത്തിനായുള്ള എല്ലാ ശ്രമങ്ങളും ഉപേക്ഷിക്കപ്പെടുന്നു. അല്ലെങ്കിൽ ഒരു സാർവലൗകികതയിൽ അഭയം തേടുന്നു; അവിടെ എല്ലാ സവിശേഷവൽകൃത സിദ്ധാന്തങ്ങളും കൂട്ടിക്കുഴച്ച് തുന്നിപ്പിടിപ്പിച്ച ഒരു ലോകവീക്ഷണം സൃഷ്ടിക്കാൻ ശ്രമം നടക്കുന്നു — അവയെ ഉദ്ഗ്രഥിക്കാനുള്ള യാതൊരു പരിശ്രമവും കൂടാതെ; അല്ലെങ്കിൽ സവിശേഷവൽക്കരണത്തിൽ അഭയം തേടുന്നു; അവിടെ ലോകമാകെ സൈദ്ധാന്തികൻ വ്യവഹരിക്കുന്നത് ഏതു ശാസ്ത്രവുമായിട്ടാണോ ആ ശാസ്ത്രത്തിന്റെ സവിശേഷ സിദ്ധാന്തത്തിലേക്ക് ചുരുക്കപ്പെടുന്നു. ഏതായാലും ശാസ്ത്രം അരാജകത്വത്തിൽ അലിഞ്ഞു ചേരുന്നു; മനുഷ്യൻ ഇദംപ്രഥമമായി അതിൽനിന്ന് യാഥാർഥ്യത്തെപ്പറ്റി പ്രസാദാത്മകമായ ഒരു അറിവും കിട്ടാത്തതിൽ സങ്കടപ്പെടുന്നു. (ക്രിസ്റ്റഫർ കാഡ്വെൽ, *ഭൗതിക ശാസ്ത്രത്തിലെ പ്രതിസന്ധി.*)

ശാസ്ത്രത്തിന്റെ ലോകവീക്ഷണം ഇങ്ങനെ മുൻ ദശകങ്ങളിലെ ഏറെ വിപ്ലവകരമായ മുന്നേറ്റങ്ങളുടെ തന്നെ ഫലമായി തകരുന്നു എന്നു തോന്നിയവരെ സംബന്ധിച്ചിടത്തോളം വൈരുധ്യാത്മക ഭൗതികവാദത്തിന് മൂന്ന് ആകർഷണീയതകൾ ഉണ്ടായിരുന്നു. ക്രിസ്റ്റഫർ കാഡ്വെൽ എഴുതിയ *ഭൗതിക ശാസ്ത്രത്തിലെ പ്രതിസന്ധി*യിലും ജെ ബി എസ് ഹാൽഡെയ്ൻ മറികടക്കാൻ ശ്രമിച്ച ഡാർവിനിയൻ പരിണാമസിദ്ധാന്തത്തിനുവേണ്ടി സൃഷ്ടിക്കപ്പെട്ട ജനിതകശാസ്ത്രത്തിലെ ബുദ്ധിമുട്ടുകളിലും അതുമല്ലെങ്കിൽ പൊതുവായും ഈ തകർച്ച ദൃശ്യമായിരുന്നുല്ലൊ. ഒന്നാമത്, അത് എല്ലാ വിജ്ഞാനമേഖലകളെയും ഏകീകരിക്കുന്നു എന്നും ഉദ്ഗ്രഥിക്കുന്നു. എന്നും അതുകൊണ്ടു തന്നെ ശാസ്ത്രത്തിന്റെ ശകലീകരണത്തെ ചെറുക്കുന്നു എന്നും അവകാശപ്പെട്ടു. ഹാൽഡെയ്ൻ, ജെ ഡി ബെർനൽ, ജോസഫ് നീഡ്ഹാം ഇത്യാദി ഏറ്റവും പ്രമുഖരായ മാർക്സിസ്റ്റ് ശാസ്ത്രജ്ഞർ അറിവിലും താൽപ്പര്യങ്ങളിലും വിജ്ഞാന നിഘണ്ടു സമാനമായ വൈവിധ്യവും ആഴവും ഉള്ളവരായത് ഒരുപക്ഷേ ആകസ്മികമല്ല. ഒരേയൊരു പ്രപഞ്ചം, അത് വസ്തുനിഷ്ഠമായി നിലനിൽക്കുന്ന, യുക്തികൊണ്ടു ഗ്രഹിക്കാം — ഈ വിശ്വാസത്തെയാണ് അത് തത്വശാസ്ത്രപരമായ ദൈവനിഷേധത്തിന്റെയും പോസിറ്റിവിസത്തിന്റെയും ഗണിതലീലകളുടെയും പശ്ചാത്തലത്തിലും മുറുകെപ്പിടിച്ചത്. ഈ അർഥത്തിൽ അവർ 'ആശയവാദ'ത്തിനെതിരെ 'ഭൗതികവാദ'ത്തിന്റെപക്ഷത്താണ് നിലയുറപ്പിച്ചിരുന്നത്. ലെനിന്റെ *Empiriocriticism* പോലെയുള്ള പ്രതിരോധാത്മകരചനകളിലെ ദൗർബല്യങ്ങളെയും കണ്ടില്ലെന്ന് വയ്ക്കാനും അവർ തയാറായിരുന്നു.

രണ്ടാമതായി, മാർക്സിസം എപ്പോഴും യാന്ത്രികവും നിർണയവാദപരവുമായ ഭൗതികവാദത്തിന്റെ വിമർശമായിരുന്നു. ഇത്തരം ഭൗതികവാദമായിരുന്നു, പത്തൊമ്പതാം നൂറ്റാണ്ടിലെ ശാസ്ത്രത്തിന്റെ അടിത്തറ എന്നതിനാൽ അതിനൊരു ബദലാണ് മാർക്സിസമെന്ന അവകാശവാദവും ഉണ്ടായിരുന്നു. അതിന്റെതന്നെ ശാസ്ത്രീയബന്ധങ്ങൾ ഗലീലിയേതരവും ന്യൂട്ടണേതരവും ആയിരുന്നു. എംഗൽസ് തന്നെ ജർമൻ വിദ്യാർഥികൾ അറിഞ്ഞു വളർന്ന 'പ്രകൃതിശാസ്ത്ര'ത്തോട് ഒരു വാത്സല്യം ജീവിതകാലം മുഴുവൻ സൂക്ഷിച്ചിരുന്നു. അദ്ദേഹത്തിന്റെ അനുഭാവം ഗലീലിയോയേക്കാൾ കൂടുതൽ കെപ്ലറോടായിരുന്നു. മാർക്സിസ്റ്റ് പാരമ്പര്യത്തിലെ ഈ അംശം (ജീവശാസ്ത്രമേഖലയിൽ) ശാസ്ത്രജ്ഞരെ കണ്ടുപിടിക്കുന്നതിന് സഹായിച്ചു. ഭൗതികവാദത്തെ ശാസ്ത്രത്തിന്റെ ഏറ്റവും വലിയ വിജയമാക്കുന്ന യാന്ത്രികന്യൂനീകരണം മാതൃകകളെയും പരീക്ഷണവിഷയത്തെ അതിന്റെ സന്ദർഭത്തിൽനിന്ന് ഒറ്റപ്പെടുത്തുന്ന ('മറ്റെല്ലാ കാര്യങ്ങളും തുല്യമാക്കിവച്ചു കൊണ്ട്') അപഗ്രഥനരീതിയെയും അക്കൂട്ടർ പ്രത്യേകിച്ചും അനുചിതമായി കണ്ടിരുന്നു. അത്തരം വ്യക്തികൾക്ക് (ജോസഫ് നീഡ്ഹാം, സി

എച്ച് വാഡിങ്ടൺ) താൽപ്പര്യം ഭാഗങ്ങളോടല്ല; സാമാന്യ വ്യവസ്ഥാ സിദ്ധാന്തത്തോടായിരുന്നു. അക്കാലത്ത് ആ പ്രയോഗം അത്രതന്നെ പരിചിതമായിരുന്നില്ല. സാമ്പ്രദായിക 'ശാസ്ത്രരീതി' വേർപ്പെടുത്തിക്കാണുന്ന പ്രതിഭാസങ്ങളെയും ജീവനുള്ള യാഥാർഥ്യത്തിൽ ഉദ്ഗ്രഥിക്കുന്നതായിരുന്നു, ഈ സിദ്ധാന്തം; ഉദാഹരണത്തിന്, 'അപ്പോഴും പ്രവർത്തനനിരതമായിരുന്ന നഗരങ്ങൾക്കു മീതെ ബോംബിട്ടു' (ഫാസിസ്റ്റ് വിരുദ്ധതയുടെ കാലത്തിന് യോജിച്ച ഒരു നീഡ്ഹാം ഉദാഹരണം).

മൂന്നാമത്, വൈരുധ്യാത്മകഭൗതികവാദം സമീപനത്തിൽത്തന്നെ വൈരുധ്യമെന്ന സങ്കൽപ്പനം ഉൾക്കൊള്ളിച്ച് ശാസ്ത്രത്തിന്റെ അസ്ഥിരതകളിൽനിന്നൊരു പോംവഴി ലഭ്യമാകുന്നതായി തോന്നിച്ചു. ('വ്യത്യസ്ത വേലക്കാരുടെ കണ്ടെത്തലുകൾ തീർത്തും പരസ്പരവിരുദ്ധമാണെന്ന് തോന്നാം. ഇവിടെ വൈരുധ്യാത്മക സമീപനം അത്യാവശ്യമാണ്.' –ജെ ബി എസ് ഹാൽഡെയ്ൻ.)

വ്യാജവൽക്കരിക്കാൻ പാകത്തിന് അനുമാനങ്ങളെ ആവിഷ്കരിക്കാൻ കൂടുതൽ നല്ല ഒരു വഴിയോ സ്വന്തം മേഖലകളെ സ്വയം പഠനാത്മകമായി നോക്കിക്കാണാനുള്ള ഫലപ്രദമായ ഒരു വഴിയോ ആയിട്ടല്ല മാർക്സിസത്തെ ശാസ്ത്രജ്ഞർ കണ്ടത് എന്നർഥം. എംഗൽസിന്റെ *Dialectics of Nature* ലെ തെറ്റുകളും പഴഞ്ചത്തവുമെന്നും അവരെ അലട്ടിയില്ല. പ്രപഞ്ചം വിഘടിച്ചു പോയി, അതിന്റെ സ്ഥാനത്ത് മറ്റൊന്നും പ്രതിഷ്ഠിക്കപ്പെട്ടിട്ടുമില്ല എന്നുതോന്നിച്ച ഒരുകാലത്ത് അതിനെയും അതിലടങ്ങിയ എല്ലാറ്റിനെയും സമഗ്രവും ഉദ്ഗ്രഥിതവുമായി സമീപിക്കുന്ന ഒരു രീതിയാണ് അവരതിൽ കണ്ടത്. 1930 കളിൽ ശാസ്ത്രം അലങ്കോലപ്പെട്ട അവസ്ഥയിലായിരുന്നു; (ഭൗതികശാസ്ത്രത്തിലെപ്പോലെ) ഭദ്രതയെക്കുറിച്ച് വേവലാതിയേതും ഇല്ലാതെ പുതിയ മേഖലകളിലേക്ക് ഉന്തി മുന്നേറുന്ന പുതിയ തലമുറയും (ഹെയ്സൺ ബെർഗ്, ഷ്റോഡിങർ, ദിറാക്ക്) ഒരു തരം 'കല്ലടുക്കിപ്രതിരോധം' തീർക്കുന്നതിൽ മുഴുകുകയും 'ശത്രു സാങ്കേതങ്ങ'ളിലേക്ക് കടന്നാക്രമണമൊന്നും നടത്താനാവാതെ ഉഴറുകയും ചെയ്യുന്ന 'ഭൗതികവാദത്തിന്റെ പഴയ കാവൽക്കാരായ ന്യൂട്ടോണിയൻ ഐൻസ്റ്റീനും പ്ലാങ്കും തമ്മിലുള്ള വിഘടനം' സ്പഷ്ടമായിരുന്ന കാലമായിരുന്നത് — ഇക്കാര്യം മനസിലാക്കാതെ വൈരുധ്യാത്മക ഭൗതികവാദത്തിലൂടെ ഒരു പുതുവഴിക്കായുള്ള അന്വേഷണം നടത്തുന്നത് മനസിലാക്കാൻ കഴിയില്ല.

മാർക്സിസം ശാസ്ത്രത്തിലേക്ക് മറ്റൊരു പ്രധാനസംഭാവന കൂടി നൽകിയിട്ടുണ്ട്. ശാസ്ത്രചരിത്രത്തിലെ അതിന്റെ പ്രയോഗം പല ശാസ്ത്രജ്ഞരെയും ഒരു വെളിപാടിന്റെ ശക്തിയോടെ ഉണർത്തിവിട്ടു. ശാസ്ത്രജ്ഞരുടെ വികാസത്തിൽ മാർക്സിസത്തിനുള്ള പങ്കിനെപ്പറ്റി ബി ഹെസ്സെൻ 1931 ൽ ബ്രിട്ടണിൽ വച്ചു നടന്ന ഒരു സമ്മേളനത്തിൽ അവതരിപ്പിച്ചു. *The Social and Economic Roots of Newton's Principia* എന്ന പ്രബന്ധം അതുകൊണ്ടാണ് പ്രധാനമാകുന്നത്. ശാസ്ത്രപുരോ

ഗതിയെ സമൂഹത്തിന്റെ സഞ്ചലനങ്ങളുമായി ഉദ്ഗ്രഥിക്കുകയും അതിലൂടെ ശാസ്ത്രീയ വിശദീകരണത്തിന്റെ 'പ്രരൂപങ്ങൾ' അഥവാ പാരഡൈമുകൾ (ഇത് ഏറെക്കഴിഞ്ഞ് നിലവിൽവന്ന ഒരു വാക്കാണ്) ഭൗതികാന്വേഷണങ്ങളുടെ ആന്തരികപുരോഗതിയിൽനിന്നു മാത്രം ഉത്ഭവംകൊള്ളുന്നതല്ല എന്ന് തെളിയിക്കുകയും ചെയ്തു ആ പ്രബന്ധം. ഇവിടെയും മൂർത്തമായ മാർക്സിസ്റ്റ് അപഗ്രഥനങ്ങളുടെ യഥാർഥസാധുതയായിരുന്നില്ല പ്രധാനപ്രശ്നം. ഹെസ്സെന്റെതന്നെ പ്രബന്ധം അന്നുതന്നെ ന്യായമായ വിമർശനം ക്ഷണിച്ചുവരുത്താൻ പാകത്തിലുള്ളതായിരുന്നു. സമീപനത്തിന്റെ പുതുമയും ഫലക്ഷമതയുമാണ് അതിനെ ശ്രദ്ധേയമാക്കിയത്.

മൂന്നാമത്, മാർക്സിസം എന്നതിനുപരി മാർക്സിസ്റ്റ് ശാസ്ത്രജ്ഞരും യു എസ് എസ് ആറും ശാസ്ത്രലോകത്തിന് നൽകിയ വൻ സംഭാവനയാണ്: ശാസ്ത്രത്തിന്റെ സാമൂഹികപ്രാധാന്യം അതിന്റെ വികാസം, ആസൂത്രിതമാകേണ്ടതിന്റെ ആവശ്യകത, അങ്ങനെ ആസൂത്രണം ചെയ്യുന്നതിൽ ശാസ്ത്രജ്ഞനുള്ള പങ്ക്. 'ടോട്സ് ആൻഡ് ക്രോട്ടസ്' എന്ന ബ്രിട്ടീഷ് ശാസ്ത്രജ്ഞ ബുദ്ധിജീവി ക്ലബ്ബിന്റെ ചർച്ചകളിൽ മാർക്സിസം പ്രവേശിക്കുന്നത് 1932 ന്റെ തുടക്കത്തിൽ മാർക്സിസ്റ്റ് ഗണിതജ്ഞൻ എച്ച് ലെവി തയാറാക്കിയ (ഹാൽഡെയ്നും ഹോഗ്ബെനും ബെർണലും അതിനെ പിന്തുണച്ചു.) ശാസ്ത്രത്തെ 'സാമൂഹിക വികാസത്തിലെ പ്രവണതകൾക്ക് അനുരൂപമായി' ആസൂത്രണം ചെയ്യേണ്ടതിന്റെ ആവശ്യത്തെക്കുറിച്ചുള്ള ഒരു പ്രബന്ധത്തിന്റെ രൂപത്തിലായത് ആകസ്മികമല്ല. ശാസ്ത്രീയഗവേഷണത്തിന് ചിട്ടയായ പിൻബലം കിട്ടാത്ത ഫ്രാൻസിനെപ്പോലൊരു സമൂഹത്തിൽ ഇടതുപക്ഷത്തെ ശാസ്ത്രജ്ഞർ അതിന്റെ മുന്നണിപ്പോരാളികളായതും ജനമുന്നണി സർക്കാറിന് അവരുടെ ഇടപെടൽകൊണ്ട് അതിന്റെ ആവശ്യകതയെപ്പറ്റി ബോധ്യപ്പെട്ടതും ആകസ്മികമാകാൻ തരമില്ല. പിന്നീട് സെന്റർ നാഷണൽ ഡി ലാ റിഷെർഷെ സയന്റിഫിക്ക് എന്ന് നാമകരണം ചെയ്യപ്പെട്ട കെയ്സെ നാഷണലെ ഡി ലാ റിഷെർഷെ സയന്റിഫിക്കിന്റെ രൂപൽക്കരണത്തിന് കാരണഭൂതരായത് പ്രധാനമായും സോഷ്യലിസ്റ്റ് ഴാങ് പെറിനും കമ്യൂണിസ്റ്റ് അനുഭാവി (പിന്നീട് കമ്യൂണിസ്റ്റ്) ആയപോൾ ലാങ്ങെവിനും ആയിരുന്നു; ഐറിൻ ജോലിയോ-ക്യൂറ അണ്ടർ സെക്രട്ടറി ഒഫ് സ്റ്റേറ്റ് ഫോർ സയൻസായി. ഈയർഥത്തിൽ ഒരുപക്ഷേ മാർക്സിസ്റ്റ് ശാസ്ത്രത്തിന്റെ ഏറ്റവും പ്രാധാനവും തീർച്ചയായും ഇതുവരെ ഏറ്റവും സ്വാധീനം ചെലുത്തിയതുമായ പ്രസിദ്ധീകരണം ജെ ഡി ബെർണാലിന്റെ *The Social Function of Science* (ലണ്ടൻ 1939) ആണ്. അതിന് കാരണം ലളിതം: പ്രത്യേകിച്ച് മാർക്സിസത്തോട് വലിയ അനുഭാവമൊന്നും ഇല്ലാത്ത ശാസ്ത്രജ്ഞരുടെ വിശാലമായ നിരപോലും പങ്കുവച്ച വികാരങ്ങളും അഭിപ്രായങ്ങളും രൂപവൽക്കരിച്ചത് ഒരു മാർക്സിസ്റ്റായിരുന്നു. നാലാമത്തെയോ അഞ്ചാമത്തെയോ നെടുംതൂണായി കണ

ക്കാക്കണമെന്ന് ശാസ്ത്രജ്ഞരുടെ അവകാശവാദം, ഉൽപ്പാദന (യുദ്ധത്തിലും) ത്തിൽ ശാസ്ത്രത്തിനുള്ള അടിസ്ഥാനപരമായ പങ്ക് കാണാൻ കൂട്ടാക്കാത്ത ഭരണകൂടങ്ങളുടെയും സമൂഹങ്ങളുടെയും വിമർശം എന്നിവയൊക്കെ ബെർനാൽ അവതരിപ്പിക്കുന്നു. ശാസ്ത്രത്തിന്റെ സഹായത്തോടെ വേണം സമൂഹത്തിന് വിഭവങ്ങൾ ആസൂത്രണം ചെയ്യാൻ എന്നും അദ്ദേഹം അതിൽ ചൂണ്ടിക്കാണിക്കുന്നു. അക്കാലത്ത് ഈ ആഹ്വാനം ഏറെപ്പേർ ചെവിക്കൊണ്ടു. കാരണം, പുതിയ ശാസ്ത്രവിപ്ലവത്തിന്റെ സൈദ്ധാന്തികവും പ്രായോഗികവുമായ പ്രത്യാഘാതങ്ങൾ തങ്ങൾക്കു മാത്രമേ അറിയാവൂ എന്ന് ശാസ്ത്രജ്ഞർ വിശ്വസിച്ചു. (ഉദാ: ആണവശാസ്ത്രത്തിന്റെ) സമൂഹത്തിന് ആധുനിക ശാസ്ത്രസിദ്ധാന്തം ഒഴിച്ചുകൂടാനാവില്ല എന്ന് സർക്കാറുകളെ ബോധിപ്പിക്കുന്നതിൽ ശാസ്ത്രജ്ഞർ ഏറ്റവും കൂടുതൽ വിജയം കൈവരിച്ചത് ഫാസിസത്തിനെതിരായ യുദ്ധത്തിലാണ് എന്നത് ചരിത്രത്തിലെ ഒരു വിരോധാഭാസമാണ്. ആണവായുധങ്ങൾ നിർമിക്കുന്നതിനുള്ള സാധ്യതയും അതിന്റെ ആവശ്യകതയും അമേരിക്കൻ സർക്കാറിന് ബോധ്യപ്പെടുത്തിക്കൊടുത്തതും ഫാസിസ്റ്റ് വിരുദ്ധശാസ്ത്രജ്ഞരാണ്, അവ നിർമിച്ചത് ഏറെക്കുറെ ഫാസിസ്റ്റ് വിരുദ്ധരായ ശാസ്ത്രജ്ഞരുടെ ഒരു അന്തർദേശീയസംഘമാണ് എന്നത് അതിലും വലിയ, അതിലും ദുരന്തപൂർണമായ വിരോധാഭാസം.

ഗണനീയരായ നിരവധി പ്രകൃതിശാസ്ത്രജ്ഞരെ സംബന്ധിച്ചിടത്തോളം മാർക്സിസത്തിന്റെ ആകർഷണീയത അൽപ്പായുസ്സായിരുന്നു. യു എസ് എസ് ആറിലെ ആഭ്യന്തര സംഭവവികാസങ്ങൾ (ലൈസൻകോ പ്രശ്നമാണ് ഏറ്റവും ശ്രദ്ധേയമായത്) പൊതുവെ ശാസ്ത്രജ്ഞരെ വെറുപ്പിക്കുകയും 1948 നുശേഷം കമ്യൂണിസ്റ്റ് ശാസ്ത്രജ്ഞരുടെ നില പരുങ്ങലിലാക്കുകയും ചെയ്തില്ലെങ്കിലും, ആ ആകർഷണീയത ഒരു പക്ഷേ നിലനിൽക്കില്ലായിരുന്നു. മാർക്സിസ്റ്റ് ചർച്ചയിലും ചരിത്രശാസ്ത്രത്തിലും അത് പ്രയേണ വിസ്മരിക്കപ്പെട്ടിരിക്കുന്നു. ചുരുങ്ങിയ പക്ഷം മാർക്സിന് പ്രകൃതി ശാസ്ത്രങ്ങളെപ്പറ്റി ഒന്നും പറയാനില്ലായിരുന്നു എന്ന് പറയുന്നത് ഒരു പരിഷ്ക്കാരമായ എംഗൽസിന്റെ രചനകളെ പത്തൊമ്പതാം നൂറ്റാണ്ടിലെ ഏതോ പരിണാമവാദിയുടെ ശാസ്ത്ര-തത്വശാസ്ത്രരംഗത്തെ അമച്വർ സൃഷ്ടികളായി തള്ളിക്കളയുകയും ചെയ്തിരുന്ന ഒരു കാലഘട്ടത്തിലെങ്കിലും. എങ്കിലും മാർക്സിസത്തിന് പ്രകൃതിശാസ്ത്രങ്ങളോടുള്ള ബന്ധത്തെ തള്ളിക്കളയാനാവില്ല, അത് ഫാസിസ്റ്റ് വിരുദ്ധതയുടെ കാലത്തെ ബുദ്ധിജീവികളുടെ മാർക്സിസത്തിലെ ഒരു അടിസ്ഥാനാംശമായിരുന്നു എന്നതിന്റെ ഓർമപ്പെടുത്തലാണ് ആ ആകർഷണീയത. മാർക്സിസ്റ്റ്പൂർവമായ യുക്തിവാദത്തിന്റെയും പുരോഗതിയുടെയും പാരമ്പര്യത്തിന്റെ തുടർച്ചയെയും ഈ പാരമ്പര്യം പ്രയോഗത്തിലും സിദ്ധാന്തത്തിലും വിപ്ലവം നടത്തുക വഴിയേ മുന്നോട്ടു കൊണ്ടുപോകാനാകൂ എന്ന തിരിച്ചറിവിനെയും പ്രതി

ഫലിക്കുന്നു, അത്. എന്തുകൊണ്ടാണ് സമകാലിക മാർക്സിസ്റ്റ് ബുദ്ധിജീവികൾ വൈരുധ്യാത്മകവും ചരിത്രപരവുമായ ഭൗതികവാദത്തിന്റെ യാഥാസ്ഥിതിക സോവിയറ്റ് ഭാഷ്യത്തെ ഉണ്മയായും ആത്മാർഥമായും കൊണ്ടാടിയത്, അത് യു എസ് എസ് ആറിൽനിന്നുവന്നതുകൊണ്ടു മാത്രം വെറുതെ അംഗീകരിക്കുകയല്ലായിരുന്നു, എന്ന് വിശദീകരിക്കാൻ അത് സഹായകമാകുന്നു.

മാർക്സിസ്റ്റുകാരെ സംബന്ധിച്ചിടത്തോളം യുക്തി, ശാസ്ത്രം, പുരോഗതി എന്നിവയുടെ പഴയ ബൂർഷ്വ (തീർച്ചയായും തൊഴിലാളിവർഗ) പാരമ്പര്യത്തിന്റെ തുടർച്ചയിലും സിദ്ധാന്തത്തിലും പ്രയോഗത്തിലും മാർക്സിസം വിപ്ലവകരമായ പരിവർത്തനമായിരുന്നു. പൊതുശത്രുവിനോടുള്ള പോരാട്ടത്തിൽ കമ്യൂണിസ്റ്റുകാരുടെ ഒപ്പം നിന്ന മാർക്സിസ്റ്റേതര ബുദ്ധിജീവികൾക്ക് അത്തരത്തിൽ വലിയ സൈദ്ധാന്തിക പ്രത്യാഘാതങ്ങളൊന്നും മാർക്സിസത്തിൽനിന്ന് അനുഭവിച്ചില്ല. അവർ മാർക്സിസ്റ്റുകാരുടെ കൂടെ, ഒരേ പക്ഷത്താണ് തങ്ങളുടെ നിൽപ്പ് എന്നറിഞ്ഞു. വാദങ്ങൾ അസാധാരണമായി തോന്നിയെങ്കിലും മനോഭാവങ്ങളും അഭിലാഷങ്ങളും പരിചിതമാണെന്ന് അവർ കണ്ടു, അഥവാ അവർക്കങ്ങനെ തോന്നി. ചുരുങ്ങിയ പക്ഷം അവർ യുവാക്കളായ അന്ധവിശ്വാസികളുടെ പ്രത്യാശ, ആത്മവിശ്വാസം, ധീരത, ധാർമികശക്തി, വീരശൂരത്വം, ആത്മത്യാഗം എന്നിവയെ ആരാധിച്ചു. മാർക്സിസത്തോടോ യാതൊരു തരത്തിലും ഉള്ള സോഷ്യലിസത്തോടോ. ഒട്ടും അനുഭാവമല്ലാത്ത ജെ എം കെയിൻസിനെപ്പോലുള്ളവരും ആ കൂട്ടത്തിൽ ഉണ്ടായിരുന്നു.

> ഉദാരവാദികളുടെ അണികൾക്ക് പുറത്ത് മുപ്പത്തഞ്ചു വയസിനു താഴെയുള്ള കമ്യൂണിസ്റ്റ് ബുദ്ധിജീവികളല്ലാതെ കാൽക്കാശിനു കൊള്ളാവുന്ന ഒരാളും രാഷ്ട്രീയത്തിൽ ഇന്നില്ല. അവരെയും ഞാൻ ഇഷ്ടപ്പെടുന്നു, ആദരിക്കുന്നു. യാഥാസ്ഥിതികതയോട് പൊരുത്തപ്പെടാത്ത കുരിശുയുദ്ധങ്ങൾക്ക് ഇറങ്ങിത്തിരിച്ച പരിഷ്കരണയുഗം സാധ്യമാക്കിയ, വൻകലാപത്തിൽ പോരാടിയ, നമുക്ക് നമ്മുടെ പൗര - മത സ്വാതന്ത്ര്യങ്ങൾ നേടിത്തന്ന, കഴിഞ്ഞ നൂറ്റാണ്ടിലെ തൊഴിലാളിവർഗത്തെ മാനവീകരിച്ച ഇംഗ്ലീഷ് മാന്യരോട് വികാരപരമായും വേദനകൊണ്ടും ഏറ്റവും സാമ്യമുള്ളവർ ഒരുപക്ഷേ അവരാണ്. (*New Stateman* ലെ അഭിമുഖസംഭാഷണം)

മുൻകാല പ്രാബല്യത്തോടെ സംശയാസ്പദമായും കളിയാക്കിയും ചരിത്രത്തിൽ വരുന്ന പലതരം ബുദ്ധിജീവി 'സഹയാത്രികർ' ഉണ്ട്, ഈ കൂട്ടത്തിൽ. സഹയാത്രികർ എന്ന പ്രയോഗം തന്നെ അവ്യക്തത നിറഞ്ഞതാണ്. കാരണം, അതുവച്ചാണ് ശീതയുദ്ധകാലത്തെ കമ്യൂണിസ്റ്റ്

വിരുദ്ധ ഫാസിസം, ഫാസിസവിരുദ്ധതയുടെ പ്രായോഗികമായ ആവശ്യങ്ങൾ എന്നിവയുടെ കാര്യത്തിൽ ഉദാര, കമ്യൂണിസ്റ്റ് ബുദ്ധിജീവികൾക്കിടയിൽ ഉണ്ടായിരുന്ന വ്യാപകമായ രാഷ്ട്രീയ സമവായത്തെയും കമ്യൂണിസ്റ്റുകാർ സംഘടിപ്പിക്കുന്ന കോൺഗ്രസുകളിലെ 'വിശാല' വേദികൾ അലങ്കരിക്കുന്ന കാര്യത്തിലും അവരുടെ മാനിഫെസ്റ്റോകൾ ഒപ്പിടുന്ന കാര്യത്തിലും ഒക്കെ വിശ്വസിച്ച് ആശ്രയിക്കാവുന്ന കുറെക്കൂടി ചെറിയ ഒരു സംഘത്തെയും സോവിയറ്റ് നയങ്ങളെ സ്ഥിരമായി അനുകൂലിക്കുകയോ അവയുടെ മാപ്പിയാന്മാരാവുകയേ ചെയ്യുന്നതിലും ചെറിയൊരു സംഘത്തെയും കൂട്ടിക്കെട്ടാൻ ശ്രമിച്ചിട്ടുള്ളത്. ഈ സംഘങ്ങളെ വിഭജിക്കുന്ന രേഖതന്നെ അവ്യക്തവും അടിക്കടി മാറുന്നതും ആയിരുന്നു, പക്ഷേ അത് വരയ്ക്കാൻ കഴിയുമായിരുന്നു. ഫാസിസവിരുദ്ധതയുടെ അനുപേക്ഷണീയതകൾ അതിന്റെ ഏറ്റവും സജീവവും ഫലപ്രദവുമായ ശക്തികളെ വിമർശിക്കുന്നത് നിരുത്സാഹപ്പെടുത്തി; യുദ്ധത്തിന്റെ അനുപേക്ഷണീയതകൾ ഹിറ്റ്ലർക്കും അച്ചുതണ്ട് കക്ഷികൾക്കും എതിരെ പോരാടുന്ന ശക്തികളുടെ ഐക്യത്തെ ദുർബലമാക്കുന്ന എല്ലാറ്റിനെയും നിരുത്സാഹപ്പെടുത്തിയതുപോലെതന്നെ. പക്ഷേ ഇതിൽ 'സഹയാത്ര'യുടെ യാതൊരു സൂചനയും അന്തർഭവിച്ചിട്ടുണ്ടായിരുന്നില്ല.

ബ്രിട്ടണിൽ ജോർജ് ഓർവെല്ലിന്റെ സാഹിത്യഭാഗധേയം ഇതിന്റെ തെളിവാണ്. സ്റ്റാലിനിസം, സ്പാനിഷ്, ആഭ്യന്തരയുദ്ധത്തിലെ കമ്യൂണിസ്റ്റ് നയം, ബ്രിട്ടീഷ് ഇടതുപക്ഷത്തെ വ്യത്യസ്ത പ്രവണതകൾ എന്നിവയുടെ വിമർശകനായ ഈ എഴുത്തുകാരനെ ബുദ്ധിമുട്ടിച്ചത് കമ്യൂണിസ്റ്റുകാരോ (അദ്ദേഹത്തിന് അവരുമായി ഒരു ബന്ധവും ഇല്ലായിരുന്നു) അവരുടെ അനുഭാവികളോ അല്ല; 'മറുപക്ഷ'ത്തിന് സഹായവും സൗകര്യവും നൽകിയേക്കാവുന്ന രചനകൾ പ്രസിദ്ധം ചെയ്യാൻ ആത്മാർഥമായിമടിച്ച കമ്യൂണിസ്റ്റേതരരും മാർക്സിസ്റ്റേതരുമായ പത്രാധിപന്മാരും പ്രസാധകരുമാണ്. യുദ്ധാനന്തര കാലഘട്ടത്തിലാണ് ഓർവെല്ലിന് വിപുലമായ പ്രേക്ഷകരെ കിട്ടിയത്. അതുവരെ അത്തരം രചനകളോട് പൊതുജനങ്ങൾ തീർത്തും പരാങ്മുഖരായിരുന്നു. അദ്ദേഹത്തിന്റെ *Homage to Catalonia* (1938) വളരെക്കുറച്ചേ വിറ്റുപോയുള്ളു.

ബുദ്ധിജീവികളായ 'സഹയാത്രികർ' എന്ന പേരിന് അർഹരായവർ — എല്ലാ യോഗ്യതകളോടും കൂടിത്തന്നെ– ബൗദ്ധികമായ ഉൽപ്പത്തികൊണ്ടും അനുഭാവംകൊണ്ടും പലതരക്കാർ ആയിരുന്നു. ആകെയുള്ള ഒരു പൊതുസ്വഭാവം ഒന്നാം ലോകയുദ്ധ കാലത്തെ അനുഭവങ്ങളാണ്. അത് അവർക്കെല്ലാവർക്കും പീഡനാത്മകവും നിർണായകവുമായിരുന്നു. അവരിൽ മിക്കവരും ഉദാര–യുക്തിവാദി ഇടതുപക്ഷക്കാർ ആയിരുന്നു, അല്ലെങ്കിൽ പിന്നീട് അങ്ങനെ ആയി. മാർക്സിസം അവരെ ദുർലഭമായേ ആകർഷിച്ചിരുന്നുള്ളു. കമ്യൂണിസ്റ്റ് പാർട്ടികളും അങ്ങനെത്തന്നെ. ബുദ്ധിജീവിയുടെ പങ്ക് പൊതുവെ ഉയർന്നതാണ് എന്ന ഒരു

ആത്മബോധമാണ് അവർ വച്ചുപുലർത്തിയിരുന്നത്. അതുകൊണ്ട് നിരന്തരമായ പ്രവർത്തനം, പാർട്ടി അച്ചടക്കത്തോട് വിധേയത്വം എന്നിവയൊന്നും തങ്ങൾക്ക് പറഞ്ഞിട്ടുള്ളതല്ല. എന്നായിരുന്നു, അവരുടെ ധാരണ. റൊമെയ്ൻ റോളണ്ട്, ഹെൻറിച്ച് മാൻ, ലയൺ ഫ്യൂഷ്റ്റ്വാങ്കർ ഇത്യാദി വ്യക്തികൾ ചിലപ്പോൾ (സോളയെപ്പോലെ) പൊതു കാര്യത്തിൽ ഇടപെടാൻ തയാറായി എങ്കിലും എല്ലായ്പ്പോഴും തങ്ങൾ പറയുന്നത് ശ്രദ്ധിച്ചു കേൾക്കപ്പെടണം എന്ന് ആഗ്രഹിച്ചവരായിരുന്നു. അവർ റോളണ്ടിന്റെ പ്രയോഗം ഉപയോഗിച്ചു പറഞ്ഞാൽ *'au dessus de la melee'* നിൽക്കുന്നതായി അഥവാ പ്രക്ഷോഭത്തിന്റെ കാലുഷ്യത്തിനുമേലെ നിൽക്കുന്നതായി സ്വയം കണ്ടു.

റഷ്യയിലെയോ മറ്റെവിടത്തേതെങ്കിലുമോ വിപ്ലവത്തിന്റെ നാടകീയതയൊന്നും അവരെ ഏറെ ആകർഷിച്ചിരുന്നില്ല. റോളണ്ട്, മാൻ, ആർനോൾഡ് സ്വിഗ് എന്നിവരെപ്പോലെ അവരെല്ലാം സോവിയറ്റ് ആഭ്യന്തര നയത്തിലെ മർദക- ഭീകരവശങ്ങളിൽ മനംമടുത്തവരും ആയിരുന്നു. ഹിറ്റ്ലറുടെ വിജയത്തിനു മുമ്പ് അവർ അതിനെതിരെ പ്രതിഷേധിക്കുകകൂടി ചെയ്തു. 1930കളിൽ ഫാസിസ്റ്റ് വിരുദ്ധതയ്ക്കു മാത്രമേ അവരെ യു എസ് എസ് ആറിനെ പിന്തുണയ്ക്കുന്നതിലേക്കും പ്രതിരോധിക്കുന്നതിലേക്കും നയിക്കാൻ കഴിയുമായിരുന്നുള്ളൂ. “റഷ്യൻ വിപ്ലവത്തെ ആദരിക്കാൻ എന്നെ പ്രേരിപ്പിക്കാൻ മറ്റൊന്നിനു കഴിയില്ലെങ്കിലും ഫാസിസത്തോടുള്ള അതിന്റെ സംശയാതീതമായ എതിർപ്പിന് കഴിയും,” എന്നാണ് തോമസ് മാൻ 1951 ൽ പറഞ്ഞത്. എന്നാലും അടിസ്ഥാനപരമായും അവർ യു എസ് എസ് ആറിൽ അംഗീകരിച്ചത് പ്രബുദ്ധോദയം, യുക്തിവാദം, ശാസ്ത്രം, പുരോഗതി എന്നിവയുടെ പൈതൃകത്തെയാണ്.

യു എസ് എസ് ആറിന്റെ യാഥാർഥ്യം ബുദ്ധിജീവികളെ വെറുപ്പിച്ച് അകറ്റാൻ പാകത്തിലായിരുന്ന ഘട്ടത്തിലാണ് അവർ അപ്രകാരമൊരു നിലപാട് കൈക്കൊണ്ടത് — സ്റ്റാലിനിസ്റ്റ് ഭീകരതയുടെ കാലത്ത് റഷ്യൻ സംസ്കാരത്തിലെ ഹിമയുഗം ആരംഭിക്കുന്നതിന്റെ സൂചനയായി ഹിമാനികൾ മുന്നേറിക്കൊണ്ടിരുന്ന കാലത്ത്. പക്ഷേ പടിഞ്ഞാറ് ബൂർഷ്വ–ഉദാരവാദി സമൂഹങ്ങളിൽ ഭൂകമ്പങ്ങളുടെ കാലം കൂടിയായിരുന്നു അത് — മാന്ദ്യം, ഫാസിസ്റ്റ് വിജയം, ആസന്നമായ ലോകയുദ്ധം എന്നിങ്ങനെ മൂന്നു വിധമായ ആഘാതങ്ങളായിരുന്നു അവയെ പിടിച്ചുലച്ചിരുന്നത്. പടിഞ്ഞാറ് ഉദാരവാദം അസ്തമിക്കുമ്പോൾ റഷ്യ പ്രബുദ്ധോദയത്തിന്റെ മൂല്യങ്ങളോടും അഭിലാഷങ്ങളോടും പരസ്യമായ പ്രതിബദ്ധത പ്രകടിപ്പിക്കുന്ന കാഴ്ചയാണ് അവർ കണ്ടത്. അതിനുമുന്നിൽ റഷ്യയിൽ ദീർഘകാലമായി നിലനിന്നിരുന്നു എന്നു കരുതപ്പെട്ടിരുന്ന പിന്നോക്കാവസ്ഥയും കാടത്തവും അത്ര പ്രസക്തമല്ലെന്നും അവർക്കു തോന്നിയിരിക്കാം. ഉദാരവാദ സമ്പദ്വ്യവസ്ഥയുടെ പ്രതിസന്ധി മൂർഛിക്കുമ്പോൾ അവിടെ റഷ്യയിൽ ആസൂത്രിതമായ വ്യവസായവൽക്കരണം തഴയ്ക്കുകയായിരുന്നു എന്ന താരതമ്യവും റഷ്യയുടെ വികാരവത്തായ ഫാസിസ്റ്റ്

വിരുദ്ധതയും അവർ കണ്ടു. 'യു എസ് എസ് ആർ നിർമിക്കപ്പെടുന്നു' ***(U S S R in Construction)*** എന്നായിരുന്നു അതിസമൃദ്ധമായ ചിത്രീകരണങ്ങളോടെ വിദേശരാജ്യങ്ങളിൽ പ്രചാരണത്തിനായി ഇറക്കിയ ഒരു ആനുകാലികത്തിന്റെ തലക്കെട്ട്. യുക്തി, ശാസ്ത്രം, പുരോഗതി എന്നിവയുടെ അടിത്തറയിൽ പ്രബുദ്ധോദയത്തിന്റെയും മഹത്തായ ഫ്രഞ്ചു വിപ്ലവത്തിന്റെയും നേരവകാശിയായി ഉയർന്നുപൊങ്ങുന്ന ഒരു സമൂഹമായിട്ടാണ് റഷ്യ അതിലൂടെ പുറംലോകത്ത് പ്രത്യക്ഷപ്പെട്ടത്. മനുഷ്യാവശ്യങ്ങൾക്കായി നടത്തുന്ന സാമൂഹിക എൻജിനീയറിങ്ങിന്റെ ഉത്തമോദാഹരണമായും അത് നിലകൊണ്ടു. കൂടുതൽ നല്ല ഒരു സമൂഹത്തിനായുള്ള മനുഷ്യന്റെ പ്രത്യാശയുടെ ശക്തിക്ക് ഒരു സാക്ഷ്യപത്രമായി. ഉട്ടോപ്യൻ പ്രത്യാശകളും വിപ്ലവത്തിന്റെതന്നെ സാമൂഹികസ്ഫോടനങ്ങളും ദാരിദ്ര്യത്തിന്റെയും ഉയർന്ന പ്രതീക്ഷകളുടെയും ആദർശങ്ങളുടെയും അസംബന്ധങ്ങളുടെയും അവിയലും 1920 കളിലെ സാംസ്കാരികമായ ഉത്സാഹവും ഒന്നുമല്ല, സോവിയറ്റ് ചരിത്രത്തിലെ ഈ ഘട്ടമാണ് എഴുത്തുകാരെ ആകർഷിച്ചത്.

വിപ്ലവഘട്ടത്തിൽ സോവിയറ്റ് റഷ്യയും ആദ്യകാല കമ്യൂണിസ്റ്റ് പാർട്ടികളും ഉദാരവാദ മാനുഷികതയെ തിരസ്കരിച്ചിരുന്നു. പക്ഷേ ഇപ്പോൾ അവർ അതുമായി എന്താണോ പൊതുവായി പങ്കുവയ്ക്കാനുള്ളത്, അവയിൽ ഊന്നിത്തുടങ്ങി. അവാങ്-ഗാർ ദുകൾക്കെതിരെ ജോർജ് ലൂക്കാച്ച് ഉയർത്തിയ വാദം അവിടെ ശ്രദ്ധേയമാണ്. മഹത്തായ ബൂർഷ്വ ക്ലാസിക്കുകളും അവയുടെ പിൻമുറക്കാരും — ഗോർക്കി, റോളണ്ട്, മാൻദ്വയം (ഹെൻറിച്ച് മാൻ, തോമസ് മാൻ) — ആണ് ഏറ്റവും നല്ല സാഹിത്യം. രാഷ്ട്രീയമായി ഏറ്റവും പ്രസാദാത്മകമായ സാഹിത്യം സൃഷ്ടിച്ചത് എന്ന് ലൂക്കോച്ച് വാദിച്ചു. ഈ വിധിപ്രസ്താവം അദ്ദേഹത്തിന്റെ അഭിരുചിയോടും വിമർശനാത്മക തത്വങ്ങളോടും (1928 –29 ലെ 'ബ്ലൂം പ്രബന്ധ'ത്തിനു ശേഷം സ്വച്ഛന്ദമായി ആവിഷ്കരിക്കാൻ കഴിയാതെപോയ രാഷ്ട്രീയ ചായ്വുകളോടും) മാത്രമല്ല, അപ്പോഴേക്കും ഔദ്യോഗിക കമ്യൂണിസ്റ്റ് നയമായി കഴിഞ്ഞിരുന്ന വിശാലമായ ഫാസിസ്റ്റ് വിരുദ്ധ മുന്നണിയുടെ തത്വങ്ങളോടും ഒത്തുപോകുന്നതായിരുന്നു. 1936 ലെ യു എസ് എസ് ആർ ഭരണഘടന അതിന്റെ മുൻഗാമിയെക്കാൾ പടിഞ്ഞാറൻ 'ബൂർഷ്വ ജനാധിപത്യ വാദികൾ'ക്ക് സ്വീകാര്യമായിരുന്നു. അത് തീർത്തും കടലാസിൽ അവശേഷിച്ചുവെങ്കിലും ആ കടലാസ് അവർ ആത്മാർഥമായി സ്വാഗതം ചെയ്യാൻ തയാറായിരുന്ന അഭിലാഷങ്ങളെയാണ് പ്രതിനിധാനം ചെയ്തിരുന്നത്.

അങ്ങനെ മാർക്സിസ്റ്റുകാരെയും മാർക്സിസ്റ്റേതരരെയും ഒരുമിപ്പിച്ചിരുന്നത് ഒരു പൊതുശത്രുവിനെതിരെ സംഘടിക്കുക എന്ന പ്രായോഗികമായ ആവശ്യത്തിലും വലിയ ഒന്നായിരുന്നു. മാന്ദ്യവും ഹിറ്റ്ലറുടെ ജയവും ചേർന്ന് അടിവരയിട്ട ഗാഢമായ ഒരു അവബോധമായിരുന്നു അത് — തങ്ങളെല്ലാം ഫ്രഞ്ചുവിപ്ലവത്തിന്റെ യുക്തിയുടെ, ശാസ്ത്ര

ത്തിന്റെ, പുരോഗതിയുടെ, മാനവമൂല്യങ്ങളുടെ, പാരമ്പര്യത്തിൽപ്പെട്ടവരാണ്. ഈ താദാത്മ്യം ഇരുപക്ഷത്തിനും എളുപ്പമാക്കിയത് ഈ കാലഘട്ടത്തിൽ ഔദ്യോഗികമായി മാറിയ മാർക്സിസ്റ്റ് ഭാഷ്യവും പടിഞ്ഞാറൻ മാർക്സിസത്തിന്റെ കേന്ദ്രങ്ങളുടെ ഈ പാരമ്പര്യം കടന്നുകയറിയിട്ടുള്ള ഒരു സംസ്കാരത്തിൽ മാർക്സിസ്റ്റും മാർക്സിസ്റ്റേതരരുമായ ബുദ്ധിജീവികൾ രൂപപ്പെട്ട ഫ്രാൻസിലേക്കും ആംഗ്ലോ – സാക്സൺ രാജ്യങ്ങളിലേക്കും ഉള്ള മാറ്റവുമായിരുന്നു.

VI

എങ്കിലും ഫാസിസ്റ്റ് വിരുദ്ധത അക്കാദമികസിദ്ധാന്തത്തിലേക്കുള്ള ഒരു പടിവാതിലായിരുന്നില്ല. അത് പ്രാഥമികമായും രാഷ്ട്രീയപ്രവൃത്തി, നയം, തന്ത്രം എന്നിവയുടെ വിഷയമായിരുന്നു. ബുദ്ധിജീവികളായവരും അല്ലാത്തവരുമായ മാർക്സിസ്റ്റുകാരെയും ഫാസിസ്റ്റുവിരുദ്ധകാലത്ത് രാഷ്ട്രീയത്തിൽ പ്രവേശിച്ചവരെയും ഈ അധ്യായത്തിൽനിന്ന് ഒഴിവാക്കാൻ ആവാത്ത, കൂടുതൽ ദീർഘമായ രാഷ്ട്രീയസ്മരണകളുള്ള രാഷ്ട്രീയവിശകലനം, തീരുമാനങ്ങൾ എന്നിവയുടെ കാര്യത്തിൽ പ്രശ്നങ്ങളുള്ള വ്യക്തികളെയും അഭിമുഖീകരിച്ച ഒന്നായിരുന്നു.

ഫാസിസ്റ്റ് വിരുദ്ധതയുടെ പിന്നിൽ അണിനിരന്ന ബുദ്ധിജീവികളുടെ ഗണപരമായ വലുപ്പം വിലയിരുത്തുക ഗവേഷണത്തിന്റെ ഇപ്പോഴത്തെ അവസ്ഥയിൽ അസാധ്യമാണ്. പക്ഷേ ഡ്രെയ്ഫസ് പ്രശ്നംപോലെ അത് ഒരുസംഘം എന്ന നിലക്ക് അവരെ ആകർഷിച്ചു. രാഷ്ട്രീയപ്രവൃത്തിയിലേക്ക് അവരിൽ കുറെയേറെ പേരെ സംഘടിപ്പിച്ചു. സർവോപരി ബുദ്ധിജീവികൾ എന്ന നിലയ്ക്ക് ആ പോരാട്ടത്തിൽ പങ്കെടുക്കാൻ മുമ്പുണ്ടായിരുന്നതിനേക്കാൾ അവസരങ്ങൾ അവർക്ക് ലഭ്യമാക്കി എന്ന് ആത്മവിശ്വാസത്തോടെ പറയാം. പ്രത്യേകിച്ച് ഒരു പ്രോത്സാഹനശ്രമവും ഇല്ലാതെതന്നെ അവരിൽ ചിലർ സ്പെയിനിൽ യുദ്ധം ചെയ്യാൻ പോയതിൽ അത്ഭുതപ്പെടാനില്ല. ബ്രിട്ടണിൽ വിദ്യാർഥികളെ സന്നദ്ധസൈനികസേവനത്തിൽ നിന്ന് നിരുത്സാഹപ്പെടുത്താനാണ് നിശ്ശബ്ദശ്രമങ്ങൾ നടന്നത്. ഏതായാലും അവർ ഇന്റർനാഷൽ ബ്രിഗേഡ്സിൽ ചേർന്നത് ബുദ്ധിജീവികളായിട്ടല്ല, പട്ടാളക്കാരായിട്ടാണ്. യുദ്ധകാലത്തെ പ്രതിരോധപ്രസ്ഥാനങ്ങളിൽ അവർ ചേർന്നതിലും അത്ഭുതപ്പെടാനില്ല. അവർ ചേർന്നു എന്നുതന്നെയല്ല, ചിലപ്പോൾ സായുധപോരാട്ടത്തിൽ പ്രമുഖരാകുകയും ചെയ്തു. രണ്ട് പ്രവൃത്തികളും ബുദ്ധിജീവികളിൽ മാത്രം ഒതുങ്ങിയിരുന്നില്ല. ഈ ഘട്ടത്തിൽ പുതിയതായി വന്നത് — ഒരുപക്ഷേ കമ്യൂണിസ്റ്റ് പ്രസ്ഥാനമായിരിക്കും ഇത് ആദ്യം തിരിച്ചറിഞ്ഞത് — ഫാസിസ്റ്റ് വിരുദ്ധ പ്രസ്ഥാനത്തിൽ ഉന്നയിക്കുന്ന ബുദ്ധിജീവികൾക്ക് ഇന്നയിന്ന സംഭാവനകൾ നൽകാനുണ്ട് എന്ന കാഴ്ചപ്പാടാണ്. പ്രമുഖരാണെങ്കിൽ പ്രചാരണബിംബങ്ങളെന്ന നിലയ്ക്ക് മാത്രമല്ല,

പുസ്തകപ്രസാധനം, പത്രം, സിനിമ, നാടകം ഇത്യാദി മാധ്യമങ്ങളിലെ പ്രവർത്തനങ്ങളിലൂടെയും അവരുടെ യോഗ്യതകൾ ആവശ്യമായ മറ്റു രംഗങ്ങളിലൂടെയും അവർക്ക് ധാരാളം സംഭാവനകൾ നൽകാൻ കഴിയുമല്ലോ. ശാസ്ത്രജ്ഞർ ശാസ്ത്രജ്ഞരെന്ന നിലയ്ക്കുതന്നെ യുദ്ധത്തിനെതിരെയും തുടർന്ന് യുദ്ധത്തിനായും സന്നദ്ധവും സ്വേച്ഛാപൂർവവുമായി സംഘടിച്ചു; അതിന് മുൻവഴക്കങ്ങളില്ല.

ആദ്യത്തെ അണുബോംബുകൾ നിർമിച്ചതിൽ മുഖ്യമായ ഉത്തരവാദിത്തം നിർവഹിച്ച ജെ റോബർട്ട് ഓപ്പൻഹീമറെപ്പോലെയുള്ള ഒരു വ്യക്തിയുടെ തൊഴിൽജീവിതം അതിനെ നിർണയിച്ച നിയതമായ ചരിത്രസാഹചര്യങ്ങളുടെ പശ്ചാത്തലത്തിലേ മനസിലാക്കാനാകൂ. അദ്ദേഹത്തെപ്പോലെ ഒരു ബുദ്ധിജീവി ഫാസിസ്റ്റ് വിരുദ്ധനായതും 1930 കളിൽ കമ്യൂണിസത്തിലേക്ക് ആകൃഷ്ടനായതും സ്വാഭാവികമായിരുന്നു. പക്ഷേ ഫാസിസ്റ്റ് വിരുദ്ധ ശാസ്ത്രജ്ഞർക്കു മാത്രമേ അവരുടെ സർക്കാരുകളുടെ ശ്രദ്ധ ആണവായുധങ്ങളുടെ സാധ്യതയിലേക്ക് തിരിക്കാൻ കഴിയുമായിരുന്നുള്ളൂ. കാരണം, ശാസ്ത്രജ്ഞർക്കു മാത്രമേ ആ സാധ്യത തിരിച്ചറിയാൻ കഴിയുമായിരുന്നുള്ളൂ. ഫാസിസ്റ്റുകൾക്കു മുമ്പ് ആ ആയുധങ്ങൾ ആർജിക്കേണ്ടതിന്റെ അടിയന്തരസ്വഭാവം രാഷ്ട്രീയാവബോധമുള്ള ശാസ്ത്രജ്ഞരേ തിരിച്ചറിയുമായിരുന്നുള്ളൂ. അനിവാര്യമായും അത്തരം വ്യക്തികൾ സർക്കാരുകൾക്ക് ഒഴിവാക്കാൻ കഴിയാത്തവരായി, സർക്കാറിന്റെ ഏറ്റവും പ്രധാനപ്പെട്ട രഹസ്യങ്ങൾപോലും അറിയുന്നവരായി. അങ്ങനെ രഹസ്യമാകേണ്ടത് ആവശ്യമായതുകൊണ്ട് രഹസ്യമായിത്തീർന്ന അത്തരമൊന്ന് കണ്ടെത്താനോ നിർമിക്കാനോ കഴിയുമായിരുന്നില്ല. അവരുടെ നില സങ്കീർണവും പ്രയാസകരവും ആവുക എന്നതും അത്രതന്നെ അനിവാര്യമായിരുന്നു. തങ്ങളെ നിയോഗിച്ച ഭരണകൂടത്തിന്റേതിൽനിന്ന് വ്യത്യസ്തമായ ധാർമിക–രാഷ്ട്രീയ നിലപാടുകൾ അവർക്ക് കൈക്കൊള്ളേണ്ടിവന്നതും (സ്വതന്ത്ര ശാസ്ത്രീയ ആശയവിനിമയത്തിന്റെ കാര്യത്തിലെങ്കിലും) അതേ ഭരണകൂടം ബുദ്ധിജീവികൾ എന്ന നിലയ്ക്ക് അവരെ അവിശ്വസിക്കാൻ തുടങ്ങിയതും യുദ്ധാനന്തര റഷ്യ മുഖ്യശത്രുവായപ്പോൾ അവരെ ഫാസിസ്റ്റ് വിരുദ്ധ, ഫിലോ – കമ്യൂണിസ്റ്റ് ഭൂതകാലമുള്ളവരായി കണക്കാക്കിത്തുടങ്ങിയതും ശാസ്ത്രജ്ഞരുടെ ദുഃസ്ഥിതിയാണ് എന്ന് ചരിത്രം ചൂണ്ടിക്കാണിക്കുന്നു. സൈനിക – സാങ്കേതിക വിഷയങ്ങളിലെയും ധാർമിക– രാഷ്ട്രീയ പ്രശ്നങ്ങളിലെയും അവരുടെ അഭിപ്രായങ്ങളെ വ്യക്തമായി വേർതിരിക്കാനാവാത്ത സ്ഥിതിയും അനിവാര്യമായും സംജാതമായി. ഫാസിസ്റ്റ് വിരുദ്ധപോരാട്ടം എല്ലാ മനസുകളിലും ആധിപത്യം പുലർത്തിയൊരുകാലത്ത് ഇതത്ര പ്രയാസകരമായിരുന്നില്ല. പക്ഷേ യുദ്ധാനന്തരം കൈക്കൊള്ളേണ്ട ആണവനയത്തിന്റെ കാര്യത്തിൽ– ഉദാ: ഹൈഡ്രജൻ ബോംബുകൾ നിർമിക്കണോ വേണ്ടയോ എന്ന വിഷയത്തിൽ– ധാർമികവും രാഷ്ട്രീയവുമായ ഭിന്നാഭിപ്രായങ്ങൾക്ക് ധാരാളം ഇടമുണ്ടായിരുന്നു.

ഓപ്പൻഹീമർ ശീതയുദ്ധത്തിന്റെ ഏറ്റവും ദൃശ്യതയുള്ള ഇരയായി ത്തീർന്നു; യു എസ് സർക്കാറിന്റെ ഏറ്റവും പ്രമുഖനും സ്വാധീനശക്തി യുമുള്ളവനുമായ ഔദ്യോഗിക ശാസ്ത്രോപദേഷ്ടാക്കളിൽ ഒരാളായ അദ്ദേഹത്തെ അടിസ്ഥാനരഹിതമായി റഷ്യൻ ചാരനെന്ന് മുദ്രകുത്തു കയും 'സുരക്ഷാഭീഷണി'യുടെ പേരിൽ അദ്ദേഹത്തിന് വിവരപ്രാപ്യത നിഷേധിക്കുകയും ചെയ്തു. അദ്ദേഹത്തെപ്പോലുള്ള വ്യക്തികളുടെയും അദ്ദേഹത്തിന്റെ സർക്കാരിന്റെയും ധർമസങ്കടം അതിനുമുമ്പ് ഒരു യുദ്ധ വേളയിലും ഉണ്ടായിട്ടില്ലാത്തതാണ്. കാരണം, ശുദ്ധ സർവകലാശാലാ ശാസ്ത്രജ്ഞരുടെ മുൻകയ്യിനെയും വൈദഗ്ധ്യത്തെയും ആശ്രയിക്കുന്ന മറ്റൊരു ആയുധവും അതുവരെ ഉണ്ടായിട്ടില്ല. തുടർന്നുള്ള തലമുറക ളിലെ ശാസ്ത്രജ്ഞർക്കും അങ്ങനെയൊരു അവസ്ഥ വരാനിടയുണ്ടാ യിരുന്നില്ല. കാരണം, അവർക്ക് പൂർവസൂരികളുടേതുപോലെ രാഷ്ട്രീ യമായി -സന്ദിഗ്ധതകൾ നിറഞ്ഞ ഒരു ഭൂതകാലം ഇല്ല. നാശാത്മക മായ ആവശ്യങ്ങൾക്കുവേണ്ടി ഒരു തൊഴിലെന്ന നിലയിൽ രാഷ്ട്രീയേ തര വിദഗ്ധരുടെ സ്ഥാനത്തുനിന്ന് പണിയെടുക്കുന്ന ശാസ്ത്രജ്ഞ തൊഴിലാളികളുടെ ഗണത്തിൽപ്പെടാത്തവർക്കുപോലും ആ ധർമസങ്കടം ഇന്ന് അനുഭവിക്കേണ്ടിവരുന്നില്ല. അത് ഫാസിസ്റ്റ വിരുദ്ധതയുടെ കാലത്തെ ബുദ്ധിജീവികളും അവരുമായി ഇടപെട്ട സർക്കാരുകളും മാത്രം അനുഭവിക്കേണ്ടിവന്ന ഒന്നാണ്.

അങ്ങനെ, ബുദ്ധിജീവികളെ — അവർക്കിടയിലെ മാർക്സിസ്റ്റുകാരെ — പുതിയ കടമകളും സാധ്യതകളും മാത്രമായിട്ടല്ല, പുതിയ രാഷ്ട്രീയ പൊതുപ്രവർത്തനങ്ങൾ കൂടിയായിട്ടാണ് ഫാസിസ്റ്റ് വിരുദ്ധത അഭിമു ഖീകരിച്ചത്. കമ്യൂണിസ്റ്റുകാരും കമ്യൂണിസ്റ്റ് അനുഭാവികളും കൂടുതൽ തീവ്രമായി ഇവ നേരിട്ടു. ഫാസിസത്തിന്റെ പരാജയത്തിനുശേഷമുള്ള സംഭവവികാസങ്ങളോട് അവർ പ്രകടിപ്പിച്ച പ്രതികരണം ഇവിടെ അസ്ഥാ നത്താകും. ഫാസിസ്റ്റു വിരുദ്ധതയുടെ കാലത്ത് കമ്യൂണിസ്റ്റ് പ്രസ്ഥാന ത്തിൽ നടന്ന ഏതെങ്കിലും പ്രത്യേക നയംമാറ്റങ്ങളുടെ പ്രത്യാഘാത ങ്ങൾ പരിശോധിക്കാനും നമ്മൾ ഏറെ സമയം മിനക്കെടുത്തേണ്ടതില്ല. അവയിൽ ചിലത് 1939-41 ലെ സോവിയറ്റ് നയത്തിലെ പിറകോട്ടടിയും അമേരിക്കകളിലെ ചില കമ്യൂണിസ്റ്റ് പാർട്ടികളുടെ താൽക്കാലികമായ പിരിച്ചുവിടലും (ബ്രൗഡറിസം) കമ്യൂണിസ്റ്റുകാർക്കിടയിൽ വലിയ ഞെട്ട ലുണ്ടാക്കി എന്ന വസ്തുത ഇരിക്കത്തന്നെ. വിശാലാർഥത്തിൽ കമ്യൂ ണിസ്റ്റ് പ്രസ്ഥാനത്തിന്റെ അന്തർദേശീയമാർഗം 1934 നും 1947 നും ഇടയ്ക്ക് മാറ്റമൊന്നും കൂടാതെ തുടർന്നു, ചില താൽക്കാലികവ്യതിയാ നങ്ങൾക്കു ശേഷം വീണ്ടും മുഖ്യമാർഗത്തിലേക്ക് മടങ്ങി. കമ്യൂണിസ്റ്റ് പാർട്ടികൾക്കകത്തെ നേതാക്കളും ബുദ്ധിജീവികളും തമ്മിലുള്ള ഘർഷ ണങ്ങളെക്കുറിച്ചും നാം വേവലാതിപ്പെടേണ്ടതില്ല. അത്തരം ഘർഷണ ങ്ങൾ ഉണ്ടായിരുന്നു എന്ന് നടേ പറഞ്ഞുവച്ചല്ലോ. ഫാസിസ്റ്റ് വിരു ദ്ധതയുടെ കാലത്ത് പ്രസ്ഥാനത്തിലേക്ക് ധാരാളം ബുദ്ധിജീവികൾ കട

ന്നുവരികയും പാർട്ടികൾ അവരുടെ രാഷ്ട്രീയ മൂല്യം മനസിലാക്കുകയും ചെയ്തതോടെ അവയെല്ലാം മാറ്റിവയ്ക്കപ്പെട്ടു. കൃത്യമായ പാർട്ടിമുദ്രയില്ലാത്ത, ഏതാണ്ട് 'വിശാലമായ' ജേർണലുകളും അംഗസംഘടനകളും പെരുകിയത് ആ കടന്നുവരവിന്റെ ബാല്യവും കുറിക്കുന്നു. അവർക്ക് താരതമ്യേന സ്വാശ്രിതത്വത്തോടെ പ്രവർത്തിക്കാനുള്ള സാധ്യതകൾ ഉണ്ടായിരുന്നു. വ്യക്തികൾ പുറത്തുപോവുകയോ പുറത്താക്കപ്പെടുകയോ ചെയ്യുന്ന പ്രവണത തീർച്ചയായും തുടർന്നു. കമ്യൂണിസ്റ്റ് നയത്തെയും യു എസ് എസ് ആറിനെയും വാചാലമായി വിമർശിക്കുന്നവർ ബുദ്ധിജീവികൾ തന്നെയായിരുന്നു. പക്ഷേ മൊത്തത്തിൽ ഈ കാലത്ത് കമ്യൂണിസ്റ്റ് പ്രസ്ഥാനത്തിൽ വലിയ പിളർപ്പുകളൊന്നും ഉണ്ടായില്ല, ബുദ്ധിജീവി സംഘങ്ങൾ വേറിട്ട സന്ദർഭങ്ങൾ ഉണ്ടായില്ല. (യു എസ് എയിലൊഴികെ). വിമത മാർക്സിസ്റ്റ് സംഘങ്ങൾ അക്കാലത്ത് അഗണ്യമായിരുന്നു. അതുകൊണ്ട് 'കൂറുറ്റ' തൊഴിലാളിവർഗക്കാരുടെ പ്രതിനിധികൾ എന്ന് സ്വയം കണക്കാക്കിയിരുന്ന പാർട്ടികളും 'പെറ്റി–ബൂർഷ്വ' എന്നും 'വിശ്വസിക്കാൻ കൊള്ളാത്തവർ' എന്നും കണക്കാക്കപ്പെട്ടിരുന്ന ബുദ്ധിജീവികളും തമ്മിലുള്ള സംഘർഷം മൊത്തത്തിൽ നിയന്ത്രണത്തിലായിരുന്നു.

അന്തർദേശീയ കമ്യൂണിസ്റ്റ് പ്രസ്ഥാനം ഫാസിസ്റ്റ് വിരുദ്ധമായ നിലപാട് കൈക്കൊണ്ടതിൽനിന്നാണ് വലിയ പ്രയാസങ്ങൾ ഉദ്ഭൂതമായത്. 'വർഗം വർഗത്തിനെതിരെ' എന്നതിൽനിന്ന് ഫാസിസ വിരുദ്ധതയെയും ജനകീയ മുന്നണികളെയും പിന്തുണയ്ക്കുന്നതിലേക്കുള്ള മാറ്റം അന്യത്ര ചർച്ചചെയ്യപ്പെടുന്നുണ്ട്. ഏതായാലും രാഷ്ട്രീയത്തിൽ കമ്യൂണിസ്റ്റുകാർ എന്തു വിശ്വസിക്കാൻ പഠിച്ചുവോ അതിൽ വലിയൊരു മാറ്റമായിരുന്നു, അതെന്ന് സംശയമില്ല. അവരുടെ വിശ്വാസങ്ങൾ രൂപപ്പെട്ടത് ഉദാരവാദത്തിനു സോഷ്യൽ ഡെമോക്രസിക്കും എതിരായിട്ടായിരുന്നു; ലോകവിപ്ലവത്തിന് സ്വയം സമർപ്പിച്ച ബോൾഷെവിസത്തെ പരിഷ്കരണവാദത്തിന്റെയും യാഥാസ്ഥിതികവാദവുമായുള്ള അനുരഞ്ജനത്തിന്റെയും അഴുക്കിൽനിന്ന് സംരക്ഷിക്കുക എന്നതായിരുന്നു, ആ എതിർപ്പിന്റെ ലക്ഷ്യം.

ഇത് ഉളവാക്കിയ പ്രയാസങ്ങൾ സൈദ്ധാന്തികം എന്നതിലേറെ മനഃശാസ്ത്രപരമായിരുന്നു. കോമിന്റേണിന്റെ ഏഴാം ലോക കോൺഗ്രസിന്റെ മാർഗത്തിന് മാർക്സിസ്റ്റ് ന്യായീകരണങ്ങളും കീഴ്വഴക്കങ്ങളും കണ്ടെത്തുക പ്രയാസമായിരുന്നില്ല. പൊതുലക്ഷ്യവുമായി പ്രത്യക്ഷത്തിൽ ഒന്നിക്കുന്നതായി കാണപ്പെട്ടതിനാൽ അവ കൂടുതൽ വിശ്വാസയോഗ്യമായി തോന്നുകയും ചെയ്തിരുന്നു. 'ബോൾഷെവികവൽക്കരണം നടന്ന' 'വർഗം വർഗത്തിനെതിരെ തിരിഞ്ഞ' കാലഘട്ടത്തിൽ വളർന്ന കമ്യൂണിസ്റ്റ്കാർക്ക് പുതിയ ലൈനിനെ ശുദ്ധമേ അടവുപരമായി, താൽക്കാലികസാഹചര്യത്തിന് നൽകുന്ന താൽക്കാലിക ഇളവായി മാത്രം കാണുക വലിയ പ്രയാസമായിരുന്നു; അതിനുശേഷം പഴയ സമ

രങ്ങൾ പുനഃരാരംഭിക്കുമെന്നും അതുകൊണ്ട് ഇതൊരു പ്രഛന്നവേഷമാണെന്നും ഉൾക്കൊള്ളാൻ അവർ വിഷമിച്ചു. ഇത് ഒരു പ്രത്യേക രാഷ്ട്രീയസന്ധിയിൽ വേണ്ടിവരുന്ന അനുകൂലനം മാത്രമാണ്, പഴയതിൽനിന്നുള്ള വേറിട്ടുപോക്കല്ല, മുൻകാലത്തെ ഒഴിവാക്കാമായിരുന്ന 'തെറ്റു'കളുടെ തിരുത്താണ് എന്ന ശാഠ്യംകൊണ്ടു തന്നെ ഏഴാംലോക കോൺഗ്രസ് (കമ്യൂണിസ്റ്റുകാരെ സംബന്ധിച്ചിടത്തോളം) പുതിയ ലൈനിന്റെ നൂതനത്വത്തിന് തെളിവായി. അതേസമയം പുതിയ പരിപ്രേക്ഷ്യങ്ങളുടെ നൂതനത്വത്തിന് അടവുപരമായ കാരണങ്ങളിൽ അവയെക്കുറിച്ച് സ്വതന്ത്രമായും വ്യക്തമായും ചർച്ചചെയ്യാനുള്ള മടി കൊണ്ടുതന്നെ മങ്ങലേൽക്കുകയും ചെയ്തു. യു എസ് എസ് ആറിന്റെ ഭരണകൂടനയത്തിന്റെ തിരഞ്ഞെടുപ്പു സാധ്യതകളെ മുൻകൂറായി ചുരുക്കാതിരിക്കുക എന്നൊരു ലക്ഷ്യം കൂടി ആ മടിക്കു പിറകിൽ ഉണ്ടായിരുന്നിരിക്കാം. പഴയതും പുതിയതുമായ കമ്യൂണിസ്റ്റുകാർ അവയുടെ പ്രത്യാഘാതങ്ങളെ എങ്ങനെ തിരിച്ചറിഞ്ഞു, അല്ലെങ്കിൽ അംഗീകരിച്ചു എന്നതിനെപ്പറ്റിയും വലിയ വ്യക്തതയില്ല. അവർ അപ്പോഴും 'ചൂഷകരുടെ വർഗഭരണത്തെ' അട്ടിമറിക്കുന്ന ഒരേയൊരു രൂപമായി സോവിയറ്റ് ശക്തിയെ ഔദ്യോഗികമായി കണക്കാക്കിയിരുന്നു എന്നുകൂടി ശ്രദ്ധിക്കണം.

എങ്കിലും എത്രതന്നെ മുൻകരുതലോടെയും താൽക്കാലികമായും ആണ് രൂപപ്പെടുത്തിയിരുന്നതെങ്കിലും പുതിയ മാർഗം കേവലം അടവുപരമായ ഒരു താൽക്കാലികത്വമായല്ല വിഭാവനം ചെയ്യപ്പെട്ടിരുന്നത് എന്ന് വ്യക്തമാണ്. കലാപത്തിലൂടെ അധികാരം പിടിച്ചടക്കിയല്ലാതെ സോഷ്യലിസത്തിലേക്ക് സംക്രമിക്കുക എന്ന ആശയത്തിന്റെ ഒരു മാതൃകയായിരുന്നു അത് വിഭാവനം ചെയ്തിരുന്നത്. എർക്കോളിയുടെ റിപ്പോർട്ടിൽ പറയുന്നതുപോലെ, സമാധാനപൂർണമായ ഒരു സംക്രമണം. അത് 'പുത്തൻ ജനാധിപത്യ'ത്തിലും 'ജനകീയജനാധിപത്യ'ത്തിലും ഉൾച്ചേർന്നിരുന്ന 'തൊഴിലാളിവർഗസർവാധിപത്യ'ത്തോട് സാമ്യമുള്ളതാകണം എന്നില്ലാത്ത സംക്രമണഘട്ട ഭരണസമ്പ്രദായങ്ങളെയാണ് വിഭാവനം ചെയ്തിരുന്നത്. തൊഴിലാളികളും മുതലാളിമാരും തമ്മിൽ ആവശ്യവും സാധ്യവുമായ 'വർഗസഖ്യങ്ങൾ' രൂപപ്പെടുത്തി നടത്തുന്ന വർഗസമരത്തിന്റെ ഒരു വ്യാപനം തന്നെ ആയിരിക്കണമെന്നില്ലാത്ത ഒരു കമ്യൂണിസ്റ്റ് രാഷ്ട്രീയത്തിന്റെ സൂചനകൂടി അതിൽ അന്തർഭവിച്ചിരുന്നു. പഴയ മാർഗപ്രകാരം നടേ പറഞ്ഞതരം വർഗസമരത്തിലൂടെയുള്ള സംക്രമണം മുതലാളിത്തത്തിന്റെ തന്നെ സാമ്പത്തികഘടനയിൽനിന്ന് നേരിട്ട് രൂപപ്പെടുത്താവുന്ന ഒന്നായിരുന്നു. അതേസമയം പുതിയ മാർഗം വിഭാവനം ചെയ്തത്, അഥവാ സൂചിപ്പിച്ചത് രാഷ്ട്രത്തിനുമേൽ ഒട്ടാകെ തൊഴിലാളിവർഗ നേതൃത്വം/ അധീശത്വം നേടാൻ പാകത്തിന് രൂപകൽപ്പനചെയ്യപ്പെട്ട സ്വാശ്രിതമായ ഒരു രാഷ്ട്രീയമായിരുന്നു. ഫാസിസം മുതലാളിത്തത്തിന്റെ ഏറ്റവും തീവ്രവും യുക്തിസഹവുമായ ഭാഷ്യമായിട്ടാണ്

അവതരിപ്പിക്കപ്പെട്ടത്; എല്ലാ മുതലാളിമാരും ഫാസിസ്റ്റ് ആണെന്ന വാദമൊന്നും ഉണ്ടായിരുന്നില്ലെങ്കിലും. തത്വത്തിൽ ഫാസിസ്റ്റുകളായ ഒരു ന്യൂനപക്ഷം അവർക്കിടയിൽ ഉണ്ടായിരുന്നു. അവരെ 'കുത്തക മുതലാളിമാർ' (ഫ്രാൻസിലെ '200 കുടുംബങ്ങളെപ്പോലെ') എന്ന് കണക്കാക്കാം. അവരെ 'കർഷകരുടെയും കൈവേലക്കാരുടെയും പെറ്റി-ബൂർഷ്വാ ബഹുജനങ്ങളുടെയും' തൊഴിലാളികളുടെയും ചൂഷകരായി കാണാം. പക്ഷേ ഫാസിസ്റ്റ് വിരുദ്ധത അളക്കുന്നത് വർഗനിലപാടോ പ്രത്യയശാസ്ത്രമോ വച്ചല്ല, ഫാസിസ്റ്റ് വിരുദ്ധ മുന്നണിയിൽ ചേരാനുള്ള, അഥവാ കുറേക്കൂടി കൃത്യമായി പറഞ്ഞാൽ യുദ്ധത്തിന്റെ മുഖ്യ പ്രകോപനമായ ജർമൻ ഫാസിസത്തെ എതിർക്കുന്നതിൽ ചേരാനുള്ള അനുകൂല മനോഭാവം നോക്കിയാണ്. വിജയത്തിനുശേഷം മുതലാളിമാരെ മുതലാളിമാർ എന്ന നിലയ്ക്കല്ല, ഫാസിസ്റ്റുകളും ദ്രോഹികളുമെന്ന നിലയ്ക്കാണ് ഒഴിപ്പിക്കേണ്ടത്.

അന്നത്തേക്കാൾ വ്യക്തമായി ഇന്ന് ആ പുതിയ ലൈനിന്റെ പ്രത്യാഘാതങ്ങൾ കാണാൻ കഴിയുന്നുണ്ട്. സ്പാനിഷ് ആഭ്യന്തരയുദ്ധത്തെപ്പറ്റി പാമിറോ തൊഗ്ലിയാത്തി *The Spanish Revolution* (ഡിസംബർ 1936)ൽ എഴുതിയ ഔദ്യോഗികവിശകലനം ഒന്നുകൂടി വായിച്ചു നോക്കുക. അതിന്റെ സ്വരം നിരങ്കുശമാണ്. സ്പാനിഷ് ജനതയുടെ പോരാട്ടം "മുതലാളിത്ത രാജ്യങ്ങളിലെ ബഹുജനങ്ങൾ തങ്ങളുടെ വിമോചനത്തിനായി നടത്തുന്ന പോരാട്ടങ്ങളിൽ ഏറ്റവും മഹത്തായ സംഭവമാണ്, 1917 ലെ ഒക്ടോബർ വിപ്ലവം മാത്രമെന്നതിനേക്കാൾ മഹത്തരമായിട്ടുള്ളു." അത് ഒരു വിപ്ലവമായിരുന്നു. "ബൂർഷ്വ ജനാധിപത്യവിപ്ലവത്തിന്റെ കടമകൾ... ബഹുജനങ്ങളുടെ ഏറ്റവും ആഴത്തിലുള്ള താൽപ്പര്യങ്ങൾക്ക് അനുയോജ്യമായ പുതിയ രീതിയിൽ നിർവഹിക്കുകയാണ്," ആ വിപ്ലവം. അതായത്, അത് കേവലം ഒരു ബൂർഷ്വാ ജനാധിപത്യ വിപ്ലവമല്ല (അതിനെ പൂർണമായും 1905 ലെയോ 1917 ലെയോ വിപ്ലവങ്ങളുമായി താരതമ്യപ്പെടുത്താൻ കഴിയില്ലെന്ന് തൊഗ്ലിയാത്തി തന്നെ പറഞ്ഞിട്ടുണ്ട്.) അത് നടന്നത് സൈനികകലാപത്തിന്റെ പശ്ചാത്തലത്തിൽ സായുധപോരാട്ടത്തിന്റെ സാഹചര്യങ്ങളിലാണ്; അവിടെ ഭൂപ്രഭുക്കളുടെയും തൊഴിൽദാതാക്കളുടെയും കലാപക്കാർ അടങ്ങുന്ന വിഭാഗത്തിന്റ സ്വത്ത് കണ്ടുകെട്ടേണ്ടിവന്നു. അതിന് റഷ്യൻ വിപ്ലവത്തിന്റെ അനുഭവത്തിൽനിന്ന് പാഠം ഉൾക്കൊള്ളാനുള്ള സാധ്യതയുണ്ടായിരുന്നു; അവസാനമായി, സ്പാനിഷ് തൊഴിലാളിവർഗം വിപ്ലവത്തിലെ നേതൃപരമായ പങ്ക് നിർവഹിക്കാനും അതിന്റെ പോരാട്ടത്തിന്റെ അമ്പരപ്പിക്കുന്ന പരപ്പും രൂപവും കൊണ്ട് വിപ്ലവത്തിനുമേൽ ഒരു തൊഴിലാളിവർഗ മുദ്ര ചാർത്താനും ആണ് ശ്രമിക്കുന്നത്. അതേസമയം തൊഴിലാളികളും കർഷകരും മാത്രം നടത്തുന്ന ഒരു ക്ലാസിക് പോരാട്ടമല്ല അത്. കാരണം, സ്പാനിഷ് പോപ്പുലർ ഫ്രണ്ടിന് കുറെക്കൂടി വിശാലമായ ഒരടിത്തറ ഉണ്ടായിരുന്നു. അത് 1905 ൽ ലെനിൻ വിഭാവനം ചെയ്ത 'തൊഴിലാ

ളിവർഗത്തിന്റെയും കർഷകവൃന്ദത്തിന്റെയും ജനാധിപത്യപരമായ സർവാധിപത്യ'മായിരുന്നില്ല. കാരണം, 'ആഭ്യന്തരയുദ്ധത്തിന്റെ സമ്മർദത്തിൽ അത് വിപ്ലവജനാധിപത്യ സർവാധിപത്യത്തിന്റെ പരിപാടിക്കപ്പുറം കുറെച്ചൊക്കെ മുന്നോട്ടുപോകുന്ന നടപടികളും കൈക്കൊള്ളുന്നുണ്ട്.' യുദ്ധത്തിന്റെ ആവശ്യകതകൾ അതിനെ 'രാജ്യത്തെ മൊത്തം സാമ്പത്തികജീവിതത്തിന്റെ കർശനക്രമീകരണ' ത്തിന്റെ ദിശയിലേക്ക് മുന്നോട്ടുപോകാൻ നിർബന്ധിക്കും. അതുകൊണ്ട് 'ജനങ്ങൾ വിജയിക്കണമെങ്കിൽ ഈ പുതിയ ജനാധിപത്യത്തിന് എല്ലാ യാഥാസ്ഥിതികയിൽനിന്നും അന്യമാകാതെ വയ്യ; കാരണം, അതിന്റെ കൈവശം സ്വന്തം മുന്നോട്ടുള്ള വികാസത്തിനുവേണ്ട എല്ലാ സാഹചര്യങ്ങളും ഉണ്ട്, സ്പെയിനിലെ തൊഴിലെടുക്കുന്ന ജനങ്ങൾക്ക് കൂടുതൽ സാമ്പത്തിക -രാഷ്ട്രീയ നേട്ടങ്ങൾ അത് ഉറപ്പു നൽകുന്നുണ്ട്.'

ചുരുക്കത്തിൽ, കോമിന്റേണിന്റെ ഒരു വക്താവായി തൊഗ്ലിയാത്തി അവതരിപ്പിച്ചത് ഫാസിസ്റ്റ് വിരുദ്ധ പോരാട്ടത്തിന്റെ നിയതമായ സാഹചര്യങ്ങളിൽനിന്ന് സോഷ്യലിസത്തിലേക്കുള്ള സംക്രമണം ഉണ്ടാക്കാനുള്ള ഒരു തന്ത്രമാണ്. ഇവിടെ അത് ആഭ്യന്തരയുദ്ധത്തിന്റെ രൂപത്തിൽ 1915 ലെ റഷ്യൻ വിപ്ലവപ്രക്രിയയിൽനിന്ന് വ്യത്യസ്തമായിട്ടാണ് വരുന്നത്. ഈ പോരാട്ടത്തിന്റെ രൂപങ്ങളെക്കുറിച്ച് തർക്കത്തിനിടയുണ്ട്. അതായത്, റിപ്പബ്ലിക്കൻ സർക്കാറിന്റെ രൂപങ്ങളെപ്പറ്റിയും യുദ്ധം ജയിക്കാനുള്ള ഏറ്റവും നല്ല വഴികളെപ്പറ്റിയും. തർക്കമുണ്ടായി, സംവാദങ്ങൾ ഇപ്പോഴും തുടരുന്നു. പക്ഷേ ഈ അപഗ്രഥനത്തിന്റെ വിപ്ലവപരിപ്രേക്ഷ്യത്തെപ്പറ്റി തർക്കത്തിനിടയില്ല — പിൽക്കാലത്ത് സ്പെയിനിനെപ്പറ്റി വന്ന കമ്യൂണിസ്റ്റ് പ്രസ്താവനകൾ ആ രാജ്യത്തെ സംഭവങ്ങളുടെ വിപ്ലവസ്വഭാവത്തെ താഴ്ത്തിക്കെട്ടുന്ന പ്രവണതയാണ് പ്രകടിപ്പിച്ചതെങ്കിലും. എങ്കിലും തൊഗ്ലിയാത്തിയുടെ ആവിഷ്കാരങ്ങളിലെ അവ്യക്തതയും പിടിതരായ്മയും ('വിശാലമായ ജനസഞ്ചയത്തിന്റെ ഏറ്റവും ആഴമേറിയ താൽപ്പര്യങ്ങൾക്ക് അനുയോജ്യമായി.' 'ഏതാണ്ട് അൽപ്പംകൂടി മുന്നോട്ടുപോകുന്നു;' 'സ്വന്തം മുന്നോട്ടുള്ള വികാസത്തിന് വേണ്ട സാഹചര്യങ്ങളെല്ലാം' ഇത്യാദി) പഴയ ബോൾഷെവികൾക്ക് വ്യക്തമായിരുന്നിരിക്കാം; പക്ഷേ അതിൽ മനഃപൂർവമായ അവ്യക്തതയുടെ ഒരംശം ഉണ്ടായിരുന്നു.

ഫാസിസത്തിനുമേലുള്ള ജനകീയമുന്നണിയുടെ അന്തിമ വിജയം തൊഴിലാളിവർഗത്തിന്റെ വിജയത്തിനുള്ള തയാറെടുപ്പാണ് എന്ന സോഷ്യലിസ്റ്റേതരരായ ഫാസിസ്റ്റ് വിരുദ്ധരെ ഓർമിപ്പിക്കുക അത്യാവശ്യമായിരുന്നില്ല. പുതിയ മാർഗം വിപ്ലവതന്ത്രത്തെപ്പറ്റിയുള്ള മുൻ ധാരണകളിൽനിന്ന് എത്ര മഹത്തായ ഒരു വേറിടലാണ് എന്ന് കമ്യൂണിസ്റ്റുകാരെ വല്ലാതെ വ്യക്തമായി പറഞ്ഞു മനസിലാക്കുന്നതും അത്യാവശ്യമായിരുന്നില്ല. ഇരുകൂട്ടർക്കും ഫാസിസ്റ്റ് വിരുദ്ധ പോരാട്ടത്തിന്റെ അടിയന്തരകടമകളിൽ ശ്രദ്ധ കേന്ദ്രീകരിക്കുന്നതായിരുന്നു, ഏറ്റവും നല്ലത്.

1936–39ൽ സ്പാനിഷ് റിപ്പബ്ലിക്കിനെ വികാരവായ്പ്പോടെ പിന്തുണച്ച വമ്പിച്ച ജനസഞ്ചയത്തെ ഇതൊന്നും ബാധിച്ചിരുന്നില്ല. ഫാസിസത്തിനെതിരായ ഏറ്റവും വലിയ അനിച്ഛാപൂർവമായ അന്തർദേശീയ സംഘാടനത്തിന് പ്രകോപനമായി, സ്പാനിഷ് ആഭ്യന്തരയുദ്ധം — വിശിഷ്യ ബുദ്ധിജീവികൾക്കിടയിൽ യുദ്ധകാലത്തെ പ്രതിരോധപ്രസ്ഥാനങ്ങളേക്കാൾ താരതമ്യേന വലുതായിരുന്നു അത്. കാരണം, അത് സർക്കാറുകളുടെ പ്രായോജകത്വത്തിലോ സ്വന്തം രാജ്യത്തിനുനേരെ വന്ന ആക്രമണത്തോടുള്ള പ്രതികരണം എന്ന നിലയ്ക്കോ ആയിരുന്നില്ല നടന്നത്; മുഖ്യശത്രുവിന്റെ പ്രകൃതം എന്തെന്ന കാര്യത്തിൽ തർക്കവും ഉണ്ടായിരുന്നില്ല. അത് അന്തർദേശീയ വലതുപക്ഷത്തിൽ — കത്തോലിക്കർക്കിടയിൽ വരെ — ഭിന്നിപ്പുണ്ടാക്കി. കാരണം, അതിലെ ചില വിഭാഗങ്ങൾക്ക് റിപ്പബ്ലിക്കിനോട് അനുഭാവവും അതിന്റെ ശത്രുക്കളോട് എതിർപ്പുമുണ്ടായിരുന്നു. ഉദാര ജനാധിപത്യവാദികൾ മുതൽ അരാജകവാദികൾ വരെയുള്ള ഇടതുപക്ഷത്തെ അത് ഏകോപിപ്പിച്ചു — ഇരുവർക്കുമിടയിലെ ശത്രുതകൾക്ക് അതീതമായി. പല കാര്യങ്ങളിലും ഇടതുപക്ഷത്തിന് വിയോജിപ്പുണ്ടായിരുന്നു, ഫ്രാങ്കോവിനോട് പോരടിക്കാൻ ഏറ്റവും നല്ല വഴി ഏതെന്ന വിഷയത്തിൽപ്പോലും. പക്ഷേ അയാൾക്കെതിരെ പോരാടണം എന്ന കാര്യത്തിൽ അവർക്കും തർക്കമുണ്ടായിരുന്നില്ല. വിദേശത്തെ റിപ്പബ്ലിക്കൻ അനുകൂലികൾ മിക്കവർക്കും എല്ലാറ്റിലും വലുത് ഫ്രാങ്കോവിനെ തോൽപ്പിക്കലായിരുന്നു, മറിച്ച് അതിനുശേഷം വരുന്ന സ്പാനിഷ് ഭരണത്തിന്റെ പ്രകൃതമായിരുന്നില്ല. ഇനിയും മുന്നോട്ടുപോകാം. മിക്ക റിപ്പബ്ലിക്കൻ അനുഭാവികളും യുദ്ധകാലത്തെ പ്രതിരോധത്തിന്റെ അനുഭാവികളെപ്പോലെ തന്നെ ഫാസിസത്തിനു ശേഷം 'പുതിയ' ' വിപ്ലവകരമായ' ഒരു ഭരണക്രമം ഉണ്ടാകും, കൂടുതൽ സ്വാതന്ത്ര്യവും നീതിനിർഭരവുമായ സമൂഹങ്ങൾ ഉണ്ടാകും, ഏതായാലും പഴയ അവസ്ഥ തിരിച്ചുവരില്ല എന്നെങ്കിലുമാണ് ആഗ്രഹിച്ചത്.

എന്നാൽ മാർക്സിസ്റ്റുകാരെ സംബന്ധിച്ചിടത്തോളം ഫാസിസവിരുദ്ധതയും സോഷ്യലിസവും തമ്മിലുള്ള ബന്ധം കുറെക്കൂടി മൂർത്തവും തീവ്രവുമായിരുന്നു. കമ്യൂണിസ്റ്റുകാർക്കാകട്ടെ, അതെപ്പറ്റിയുള്ള സംവാദത്തെ ചുഴന്ന മൂടൽമഞ്ഞ് ഒരിക്കലും അലിഞ്ഞതുമില്ല. കമ്യൂണിസ്റ്റുകാരെന്ന നിലയ്ക്ക് വിശാലമായ ഫാസിസ്റ്റ്വിരുദ്ധ ലൈൻ അധികാരക്കൈമാറ്റത്തിലേക്ക് അവരെ കൂടുതൽ അടുപ്പിക്കും എന്ന ആത്മവിശ്വാസം അവർക്കുണ്ടായിരുന്നു. അത് പ്രയോഗിച്ചതോടെ കമ്യൂണിസ്റ്റ് പാർട്ടികളുടെ കരുത്ത് നാടകീയമായി വർധിച്ചു; പ്രതിരോധപ്രസ്ഥാനങ്ങൾ– ഫാസിസ്റ്റ് വിരുദ്ധലൈനിന്റെ യുക്തിസഹമായ ഉൽപ്പന്നങ്ങൾ– വാസ്തവത്തിൽ രാഷ്ട്രീയ പോരാട്ടത്തെ ഒരു സായുധസമരമാക്കി മാറ്റി. ഫാസിസ്റ്റ് വിരുദ്ധകാലഘട്ടത്തിൽനിന്ന് കമ്യൂണിസ്റ്റ് പാർട്ടികൾ പൂർവാധികം ശക്തമായി — സ്പെയിനിലോ ജർമനിയുടെ പലഭാഗങ്ങളിലോ ഒഴികെ — ആവിർഭവിച്ചു എന്നു തന്നെയല്ല, ഫാസിസ്റ്റ് വിരുദ്ധസഖ്യ

ത്തിലെ പല സർക്കാറുകളിലും പങ്കാളികൾ എന്ന നിലയ്ക്ക് പല രാജ്യങ്ങളിലും അധികാരം യഥാർഥത്തിൽ കൈമാറ്റം ചെയ്യപ്പെടുകയും ഉണ്ടായി.

അതുകൊണ്ടുതന്നെ ഫാസിസ്റ്റ് വിരുദ്ധ ഐക്യം ശക്തിപ്പെടുത്തുന്നത് വഴി വർഗസമരവും വിപ്ലവവും വഞ്ചിക്കപ്പെടുകയാണ്, യു എസ് എസ് ആറിന് (ചുവപ്പുസേന അടിച്ചേൽപ്പിച്ചതല്ലാതെ) വിദേശവിപ്ലവങ്ങളിൽ താൽപ്പര്യമില്ല എന്നൊക്കെ വാദിച്ച വിമത മാർക്സിസ്റ്റുകാരുടെയും മറ്റും വിമർശനങ്ങളിൽ കമ്യൂണിസ്റ്റുകാർ ആരും അസ്വസ്ഥരായില്ല. മുഖ്യശത്രുവിനെതിരായി കുറേക്കൂടി തീവ്രമായ രീതിയിൽ പ്രയോഗിക്കപ്പെട്ട ദേശീയ അന്തർദേശീയ ഐക്യം സൈനികോത്സുകരെ ഞെട്ടിച്ചു. കാരണം, അത് അവരുടെ ഉൾപ്രേരണകൾക്കും പാരമ്പര്യങ്ങൾക്കും അനുഭവങ്ങൾക്കും എതിരായിരുന്നു. എന്തായാലും പൊതുവായ കമ്യൂണിസ്റ്റ് ലൈനിൽ അത് ഫാസിസ്റ്റ് വിരുദ്ധതയുടെ യുക്തിയെ പ്രതിനിധാനം ചെയ്യുന്നിടത്തോളം വിശ്വസനീയവും യാഥാർഥ്യബോധത്തോടുകൂടിയതുമാണെന്ന് തോന്നിച്ചു. സ്പാനിഷ് ആഭ്യന്തരയുദ്ധത്തിൽ പോരാടുക എന്ന കമ്യൂണിസ്റ്റ് നയത്തിന് എന്ത് ബദലാണ് അപ്പോൾ ഉണ്ടായിരുന്നത്? അപ്പോഴും ഇപ്പോഴത്തെപ്പോലെ ഉത്തരം ഇതാണ്: ഒന്നുമില്ലായിരുന്നു. മാഴ്സെയു പിവെർട്ടിനെതിരെ 1936 ൽ തോറസ് നടത്തിയ പ്രഖ്യാപനം തെറ്റായിരുന്നോ? 'ജനകീയ മുന്നണി എന്നാൽ വിപ്ലവമല്ല.' ചരിത്രകാരന്മാരും ഇടതുപക്ഷക്കാരും ഇതെപ്പറ്റി തർക്കിച്ചിട്ടുണ്ട്. പക്ഷേ അക്കാലത്ത് അത് ക്ഷോഭജനകമായ ഒരു പ്രസ്താവനയായിട്ടല്ല, യുക്തിസഹമായ ഒന്നായിട്ടാണ് കാണപ്പെട്ടത്. 1943–45 ൽ കുറെക്കൂടി റാഡിക്കലായ ഒരു നയം പിന്തുടരാത്തതിന് ഇറ്റലിയിലെയും ഫ്രാൻസിലെയും കമ്യൂണിസ്റ്റ് പാർട്ടികൾക്ക് കടുത്ത ശകാരം കേൾക്കേണ്ടിവന്നിട്ടുണ്ട്. അധികാരം പിടിച്ചെടുക്കാൻ നോക്കണമായിരുന്നു എന്നുവരെ ചിലർ പറഞ്ഞിട്ടുണ്ട്. പക്ഷേ അവയുടെ ഭൂരിപക്ഷം അംഗങ്ങളും അനുഭാവികളും (ഇവരിൽ മിക്കവാറും പ്രതിരോധത്തിന്റെയും വിമോചത്തിന്റെയും കാലത്ത് തെരഞ്ഞെടുക്കപ്പെട്ടവരായിരുന്നു) വലിയ പ്രയാസമൊന്നും കൂടാതെ പാർട്ടിയുടെ ലൈൻ അംഗീകരിച്ചു എന്നാണ് മനസിലാക്കേണ്ടത്. യു എസ് എസ് ആറിനെ സംബന്ധിച്ചിടത്തോളം അതിന് വിദേശത്തെ സോഷ്യലിസത്തെ അനുകൂലിക്കാനാവില്ല എന്ന ആശയം തന്നെ യു എസ് എസ് ആറിന്റെ അന്തർദേശീയ ഭരണകൂടനയം എത്രയൊക്കെ വൈവിധ്യമായാൽ തന്നെയും ലോകത്തെ ആദ്യത്തെ സോഷ്യലിസ്റ്റ് രാഷ്ട്രത്തിന്റെയും മറ്റെവിടെയും അതിന്റെ മാതൃകയിൽ സോഷ്യലിസം കെട്ടിപ്പടുക്കാമെന്ന് ആഗ്രഹിക്കുന്നവരുടെയും താൽപ്പര്യങ്ങൾ മൗലികമായും സമാനമാകാതെ തരമില്ല എന്ന സങ്കൽപ്പത്തിന്റെ അടിസ്ഥാനത്തിൽ രാഷ്ട്രീയ വിശകലനം നടത്തുന്ന കമ്യൂണിസ്റ്റുകാർക്ക് പരിഹാസ്യമായി കാണപ്പെട്ടു.

തീർച്ചയായും ഫാസിസ്റ്റ് വിരുദ്ധതയുടെ ഘട്ടത്തിലെ കമ്യൂണിസ്റ്റ് ലൈനിന്റെ സാധുതയെപ്പറ്റിയുള്ള സംവാദങ്ങൾ അക്കാലത്ത് താരതമ്യേന അപ്രധാനമായിരുന്നു, ഒറ്റപ്പെട്ട വിമത മാർക്സിസ്റ്റുചേരികളിൽ ഒഴികെ. സ്റ്റാലിന്റെ ഭരണത്തെ തുടർന്ന് മോസ്കോകേന്ദ്രിതമായ, ഏകശിലാരൂപിയായ കമ്യൂണിസ്റ്റ് പ്രസ്ഥാനം തകർന്നതോടെ മാത്രമല്ല, അസാധാരണവിജയങ്ങൾ നേടിയെങ്കിലും ഫാസിസ്റ്റ് വിരുദ്ധതന്ത്രം ഒന്നല്ലെങ്കിൽ മറ്റൊരു കാരണത്തിൽ കമ്യൂണിസ്റ്റ് പാർട്ടിയെ അധികാരത്തിലേക്ക് നയിച്ച രാജ്യങ്ങളിലല്ലാതെ മറ്റെവിടെയും സോഷ്യലിസത്തിന്റെ മുന്നേറ്റമെന്ന പ്രശ്നം പരിഹരിച്ചിട്ടില്ലായിരുന്നു എന്ന തിരിച്ചറിവ് ഉണ്ടായതോടെയുമാണ് അത്തരം സംവാദങ്ങൾക്ക് കൂടുതൽ വിശാലമായ പ്രേക്ഷകരുണ്ടായത്. ഏതായാലും ഫാസിസ്റ്റ്‌വിരുദ്ധ ലൈനിന്റെ ഗൂഢപരിപ്രേക്ഷ്യങ്ങളെ ചുഴന്ന ബോധപൂർവമായ അവ്യക്തത ഈ പ്രശ്നത്തെ വിശകലനം ചെയ്യുന്നതിൽ കാലതാമസം വരുത്തുകയും നിരുത്സാഹപ്പെടുത്തുകയും ചെയ്തു എന്നതിൽ സംശയമില്ല.

അതുകൊണ്ട് അതിനോട് മാർക്സിസ്റ്റ് ബുദ്ധിജീവികൾ (അഥവാ ഏതൊരു കമ്യൂണിസ്റ്റ് മാർക്സിസ്റ്റുകാരും) സ്വീകരിച്ച നിലപാടിനെക്കുറിച്ചുള്ള ചർച്ച ഏറെ പ്രയാസകരമായി, ചിലപ്പോൾ അസാധ്യവും. ഫാസിസത്തിനുമേൽ വിജയം സുനിശ്ചിതമാണ് എന്നു തോന്നിച്ച നിമിഷം വരെ അതൊരു പ്രശ്നമായി ഉയർന്നതേയില്ല — ഏതാണ്ട് 1943 വരെ. പക്ഷേ സ്പാനിഷ് വിപ്ലവത്തിന്റെ പശ്ചാത്തലത്തിൽ അതിന്റെ സാധ്യത വിഭാവനം ചെയ്യപ്പെട്ടിരുന്നു. ഫാസിസം പ്രകടമായ തോൽവി നേരിടുന്ന ഘട്ടം വരെ അതിനെത്തുടർന്ന് എന്താണ് നിലവിൽവരിക എന്നത് കേവലം ഒരു അക്കാദമികപ്രശ്നം മാത്രമായിരുന്നു. വിജയം സുനിശ്ചിതമായതോടെ കമ്യൂണിസ്റ്റുകാരുടെ മുന്നിൽ പുതിയ പരിപ്രേക്ഷ്യം 'ജനകീയ ജനാധിപത്യ'ത്തിന്റെ അല്ലെങ്കിൽ 'പുത്തൻ ജനാധിപത്യ'ത്തിന്റെ രൂപത്തിൽ പ്രത്യക്ഷപ്പെട്ടു. പക്ഷേ കമ്യൂണിസ്റ്റ് ഇന്റർനാഷണൽ അപ്രത്യക്ഷമായിരുന്നു, യുദ്ധസാഹചര്യങ്ങളും. അതുകൊണ്ട് അത് ഏഴാംലോക കോൺഗ്രസിൽ ഫാസിസ്റ്റ് വിരുദ്ധത എന്നപോലെ ഔദ്യോഗികമായി പ്രഖ്യാപിക്കപ്പെട്ടില്ല, കമ്യൂണിസ്റ്റ് പാർട്ടികളിലെല്ലാം ചിട്ടയായി പ്രസരിപ്പിക്കപ്പെടുകയോ ചർച്ചചെയ്യപ്പെടുകയോ ഉണ്ടായില്ല. അവ വിവിധ സോവിയറ്റ് പാളയങ്ങളിൽ നിന്നോ മറ്റ് കമ്യൂണിസ്റ്റ് ഉറവിടങ്ങളിൽ നിന്നോ പുറത്തുവരുന്ന രേഖാപരമ്പരകളുടെ രൂപത്തിലോ താൽക്കാലിക പാർട്ടി തീരുമാനങ്ങളുടെ രൂപത്തിലോ (അവയിൽ ചിലത് പിന്നീട് റദ്ദാക്കപ്പെടുന്നുമുണ്ട്) ആണ് പ്രത്യക്ഷപ്പെട്ടത്.

രാഷ്ട്രീയ വേദിയിലേക്ക് പാർശ്വകവാടം വഴിയാണ് 'ജനകീയ ജനാധിപത്യം' പ്രവേശിച്ചത് എന്നത് ആ പദത്തിന്റെ അവ്യക്തത ഇല്ലാതാക്കാൻ ഒട്ടും സഹായകമായില്ല. അതിനെ ശുദ്ധമേ ഹ്രസ്വകാലികമായ അർഥത്തിൽ അച്ചുതണ്ട് ശക്തികൾക്കെതിരെ പോരാടുന്ന ശക്തികളുടെ അന്തർദേശീയവും രാഷ്ട്രാഭ്യന്തരവുമായ ഐക്യം പരമാവധി നില

നിർത്തുക എന്ന താൽപ്പര്യത്തെ മുൻനിർത്തി നടത്തിയ അവശ്യം ആവശ്യമായ ഒരു ഇളവായി കാണാവുന്നതായിരുന്നു. കമ്യൂണിസ്റ്റുകാർ തങ്ങളുടെ നിലവിലുള്ള ആഭ്യന്തര- വിദേശസഖ്യകക്ഷികൾക്കെതിരെ പോരാട്ടം പുനരാരംഭിക്കുന്നതിനുള്ള ശ്രമത്തിലാണ് എന്ന സംശയം പോലും ആ ഘട്ടത്തിൽ നിലവിലുള്ള ശത്രുക്കളോട് പോരാടുന്നതിൽ പൂർണമനസ്സ് അർപ്പിക്കുന്നതിനു പകരം ഭാവിശത്രുക്കളോടുള്ള പോരാട്ടത്തിന് വട്ടംകൂട്ടാൻ സഖ്യകക്ഷികളെയും പ്രേരിപ്പിച്ചേക്കുമെന്ന അവസ്ഥയുണ്ടായിരുന്നു. ഇതാണ്, ഒരുപക്ഷേ ഇതുമാത്രമാണ് 1942 മുതൽ കോമിന്റേൺ അംഗീകരിച്ച പുതിയ 'ലൈൻ.' വിമോചിത രാജ്യങ്ങളിലെ ഭരണക്രമങ്ങൾ 'ജനാധിപത്യങ്ങൾ' ആകും — ജനകീയമോ 'പുതിയതോ' ആയ ജനാധിപത്യങ്ങൾ. പക്ഷേ ഇവ സ്ഥാപിക്കുക എന്ന പദ്ധതി ഒരു സോഷ്യലിസ്റ്റ് പരിപാടിയല്ല; ആസ്ട്രിയൻ കമ്യൂണിസ്റ്റുകാരാണ് യാഥാർഥ്യബോധത്തോടെ ഈ നിരീക്ഷണം നടത്തിയത്. അതിന്റെ അടിയന്തരകടമ, ദിമിത്രോവ് പ്രസ്താവിച്ചതുപോലെ, 'സോഷ്യലിസത്തിന്റെ സാക്ഷാൽക്കാരമോ സോവിയറ്റ് വ്യവസ്ഥയുടെ അവതരണമോ അല്ല, പക്ഷേ 'ജനാധിപത്യ - പാർലമെന്ററി ഭരണക്രമത്തിന്റെ ക്രോഡീകരണ'മാണ്. വിമോചനശേഷം കിഴക്കും പടിഞ്ഞാറും യൂറോപ്പുകളിൽ ഉണ്ടായ പങ്കാളിത്തത്തോടുകൂടിയ ദേശീയ ഫാസിസ്റ്റ് വിരുദ്ധൈക്യത്തിന്റെ ഔപചാരികമായി സാമ്യമുള്ള സർക്കാരുകൾക്കിടയിലെ രേഖ അങ്ങേയറ്റം അവ്യക്തമായി നിലനിന്നു.

പക്ഷേ അതിനെ ഏഴാംലോക കോൺഗ്രസിൽ രൂപരേഖ തയാറാക്കപ്പെട്ട ലൈനിലുള്ള തരം സംക്രമത്തിന്റെ യുക്തിസഹമായ വികാസമായും കണക്കാക്കാവുന്നതാണ്. 'ഫാസിസ്റ്റു വിരുദ്ധ ഐക്യമുന്നണി സർക്കാർ' 'ദേശീയ ഫാസിസ്റ്റു വിരുദ്ധ മുന്നണിയായി വികസിപ്പിച്ചാൽ സോഷ്യലിസത്തിലേക്ക് ക്രമേണയും സമാധാനപൂർണവുമായ സംക്രമണത്തിനുള്ള സംഘടനകളായി പരിവർത്തനം ചെയ്യാവുന്നവയാകാൻ സാധ്യതയുണ്ട്; ഫാസിസ്റ്റ് വിരുദ്ധ ശക്തികൾക്കുമേൽ തൊഴിലാളി വർഗത്തിന്റെ അധീശത്വം സ്ഥാപിക്കുകയും ആ അധീശത്വം ഫാസിസത്തിനെതിരായ പോരാട്ടത്തിൽ തൊഴിലാളിവർഗം നിറവേറ്റിയ നേതൃത്വപരമായ പങ്കുകൊണ്ടും തത്ഫലമായി കമ്യൂണിസ്റ്റ് പാർട്ടികൾ ആർജിച്ച പദവികൾകൊണ്ടും നേടിയതാവുകയും ചെയ്യുമ്പോഴാണ് അത്തരമൊരു സംക്രമണ സാധ്യത തെളിയുന്നത്. ഈ അർഥത്തിൽ അത് 1917 ൽ റഷ്യ കൈക്കൊണ്ട സോഷ്യലിസത്തിലേക്കുള്ള മാർഗത്തിന്റെ ഒരു ബദലായിരുന്നു. അത് ദിമിത്രോവും അദ്ദേഹത്തിന്റെ അക്കാലത്തെ വക്താവായ ഷെർവെങ്കോയും 1947 സെപ്തംബറിൽ നടന്ന കോമിൻഫോമിന്റെ ഉദ്ഘാടന യോഗത്തിൽ പറഞ്ഞതുപോലെ 'തൊഴിലാളിവർഗ സർവാധിപത്യ'ത്തിനൊരു ബദലും ആയിരുന്നു. അതെപ്പറ്റി പരസ്യമായി ഏറെയൊന്നും ചർച്ചചെയ്യപ്പെട്ടിട്ടില്ലാത്തതുകൊണ്ട് അത്തരമൊരു മാർഗം സാധ്യമോ അസാധ്യമോ ആക്കുമായിരുന്ന രാഷ്ട്രീയസാഹചര്യങ്ങൾ

അവ്യക്തമായിത്തന്നെ തുടർന്നു, അത്തരം സംക്രമണഘട്ടത്തിൽ ബഹുകക്ഷി രാഷ്ട്രീയം സൃഷ്ടിക്കാവുന്ന അഭൂതപൂർവമായ പ്രശ്നങ്ങളും തഥൈവ. കിഴക്കും പടിഞ്ഞാറും ഈ പരിപ്രേക്ഷ്യം ഔദ്യോഗികമായി തന്നെ ഉപേക്ഷിക്കപ്പെടുംവരെ കമ്യൂണിസ്റ്റ് പ്രസ്ഥാനത്തിൽ ഇത് പരസ്യമായി ഉയർത്തപ്പെട്ടതേയില്ല.

മൂന്നാമതായി, പുതിയ ലൈനിനെ യുദ്ധാനന്തരമുള്ള അന്തർദേശീയ ബന്ധങ്ങളുടെ അവസ്ഥ വച്ചും വ്യാഖ്യാനിക്കാം. യുദ്ധകാലസഖ്യം തുടരും; അതോടൊപ്പം ഫാസിസ്റ്റല്ലാത്ത മുതലാളിത്ത രാജ്യങ്ങളും സോഷ്യലിസ്റ്റ് രാജ്യങ്ങളും ദീർഘകാലാടിസ്ഥാനത്തിൽ സമാധാനപൂർവം സഹവർത്തിക്കും — ഇതായിരുന്നു, വിഭാവനം ചെയ്യപ്പെട്ടത്. കമ്യൂണിസ്റ്റുകാർക്ക് പരസ്യമായി ചിട്ടയായി ചർച്ചചെയ്യാൻ പറ്റുന്നത്ര, അതങ്ങനെതന്നെയാണ് ഉണ്ടായതും. പ്രത്യേകിച്ച് 1943 അവസാനം സ്റ്റാലിനും റൂസ്വെൽറ്റും ചർച്ചിലും തെഹ്റാനിൽവച്ച് നടത്തിയ കൂടിക്കാഴ്ചയുടെ വെളിച്ചത്തിൽ. അത് ചില കമ്യൂണിസ്റ്റ് ബുദ്ധിജീവികൾക്കിടയ്ക്കെങ്കിലും കുറച്ച് നീരസം ഉണ്ടാക്കി. എങ്കിലും തെഹ്റാൻ പരിപ്രേക്ഷ്യം സോഷ്യലിസത്തിലേക്കുള്ള സംക്രമണത്തിന്റെ ജനകീയ 'ജനാധിപത്യ' പരിപ്രേക്ഷ്യം ഒഴിവാക്കിയിരുന്നില്ല; ചില രാജ്യങ്ങളിൽ സോഷ്യലിസത്തിനായുള്ള പോരാട്ടത്തെ സമാധാനപൂർവമുള്ള സഹവർത്തിത്വത്തിനും മറ്റുചിലയിടങ്ങളിലെ മുന്നേറ്റത്തിന്റെ സാധ്യതകൾക്കും ബോധപൂർവം കീഴ്പ്പെടുത്തേണ്ടതുണ്ട് എന്നുകൂടി അതിനാൽ സൂചിതമായിരുന്നു. നിഷ്ഠൂരമായി പറഞ്ഞാൽ "സോവിയറ്റ് യൂണിയനുമായി ചേർന്ന് യുദ്ധം ചെയ്തു എന്നതുകൊണ്ട്... വിജയശ്രീലാളിതമായ ചുവപ്പൻ സേനയുടെ പ്രചോദനം ഉൾക്കൊണ്ട് സോവിയറ്റ് സോഷ്യലിസ്റ്റ് വ്യവസ്ഥ പടിഞ്ഞാറൻ യൂറോപ്പിലേക്ക് വ്യാപിക്കില്ല... എന്ന് ബ്രിട്ടീഷ്-അമേരിക്കൻ ഭരണവൃത്തങ്ങളെ പറഞ്ഞു ബോധ്യപ്പെടുത്തേണ്ടതുണ്ട്." യു എസ് എ യിൽ സോഷ്യലിസത്തിന് യാഥാർഥ്യബോധത്തോടെ നോക്കിയാൽ സാധ്യതയൊന്നും ഇല്ലായിരുന്നു. അതുകൊണ്ട് അവിടത്തെ കമ്യുണിസ്റ്റ് നയത്തിന്റെ അടിസ്ഥാനം മുതലാളിത്തം (യു എസ് എസ് ആറുമായി സഹകരിക്കാൻ തയാറുള്ള ഒരു മുതലാളിത്തം) നിലനിർത്താൻ തന്നെയാകും എന്ന് യുക്തസഹമായി അനുമാനിക്കാവുന്നതായിരുന്നു. പക്ഷേ ഇടതുപക്ഷ സാധ്യതകൾ മറ്റിടങ്ങളിൽ മുൻകൂട്ടി കൊട്ടിയടയ്ക്കുക സ്വാഗതം ചെയ്യപ്പെടാൻ ഇടയില്ലാത്ത ഒരു നിലപാട് ആയേനെ; അതുകൊണ്ടാണ് 1945 ൽ ഫ്രാൻസിൽ 'ബ്രൗഡറിസം' അപലപിക്കപ്പെട്ടത്. ഏതായാലും യു എസ് എസ് ആറിന്റെ സ്വാധീനമുണ്ടാകും എന്ന് പ്രതീക്ഷിക്കുന്ന മണ്ഡലത്തിനു പുറത്തുള്ള ചില കമ്യുണിസ്റ്റ് പാർട്ടികൾ ഒരുപക്ഷേ തങ്ങളുടെ രാജ്യങ്ങളിൽ മുതലാളിത്തത്തിന് ദീർഘമായ ഒരു ഭാവി അംഗീകരിച്ചേക്കാം എന്നൊരു ധ്വനി 'തെഹ്റാൻ' 'പരിപ്രേക്ഷ്യ' ത്തിൽ അടങ്ങിയിരുന്നു. ഈ രാജ്യങ്ങൾ ഏവ, അവ സോഷ്യലിസ്റ്റ് പരിവർത്തനത്തിനായുള്ള പോരാട്ടം

എത്ര നീണ്ട/ചെറിയ കാലയളവിലേക്കാകും ഉപേക്ഷിക്കേണ്ടിവരിക, ഈ സാഹചര്യങ്ങളിൽ അവിടങ്ങളിലെ കമ്യൂണിസ്റ്റുകളുടെ ഭാവി പരിപ്രേക്ഷ്യങ്ങൾ എന്തായിരിക്കാം എന്നൊക്കെ അവ്യക്തമായിത്തന്നെ അവശേഷിച്ചു. യു എസ് എയിലെ അൽപ്പായുസ്സായ ബ്രൗഡർ സംഭവമൊഴികെ അത്തരം ചോദ്യങ്ങൾ ഒരിക്കലും ഉയർത്തപ്പെട്ടില്ല, അതുകൊണ്ടുതന്നെ അവയ്ക്ക് മറുപടിയും ഉണ്ടായില്ല.

ഫാസിസ്റ്റ് വിരുദ്ധതയുടെ ഘട്ടം അവസാനിക്കാറായ കാലത്ത് കുറച്ചിടമാത്രം നിലനിന്ന അനിശ്ചിതത്വങ്ങളും അവ്യക്തതകളും ആയിരുന്നു ഇവ. എങ്കിലും തുടക്കം മുതൽ ഫാസിസ്റ്റ് വിരുദ്ധ തന്ത്രത്തിൽ അന്തർഭവിച്ചിരുന്ന അവ്യക്തതകളുടെ ചിത്രീകരണം കൂടിയാണ് ഇവ. ട്രോസ്കി അനുചരരും മറ്റ് ഇടതുപക്ഷക്കാരും ശരിയായിത്തന്നെ ചൂണ്ടിക്കാട്ടിയതുപോലെ, സോഷ്യലിസ്റ്റ് അധികാരത്തിനായുള്ള പോരാട്ടത്തോട് അതുവരെ ബോൾഷെവിക്കുകളും മറ്റ് സാമൂഹിക വിപ്ലവകാരികളും പരികൽപ്പന ചെയ്തിരുന്ന 'തൊഴിലാളിവർഗവിപ്ലവ'ത്തിന്റെ സമീപനത്തിൽ നിന്ന് വ്യത്യസ്തമായ ഒരു സമീപനമാണ് അതിൽ ഉള്ളടങ്ങിയിരുന്നത്. ഇക്കാര്യത്തിൽ അവർ ശരിയായിരുന്നു. ഫാസിസത്തെ പരാജയപ്പെടുത്താൻ സ്വയം നല്ല ബദലുകളൊന്നും മുന്നോട്ടുവയ്ക്കാൻ ഇല്ലാത്തതുകൊണ്ട് മാർക്സിസ്റ്റുകാരോ അല്ലാത്തവരോ ആയ മിക്ക ബുദ്ധിജീവികൾക്കും ആവശ്യമായിരുന്ന നയങ്ങളെ തിരസ്കരിച്ചുകൊണ്ട് അവർ ഒറ്റപ്പെടൽ സ്വയം വരിച്ചു എന്നത് വേറെകാര്യം. എങ്കിലും ഈ തന്ത്രം വ്യക്തതയുടെ വക്കിൽ തത്തിക്കളിച്ചതേയുള്ളു. അവ ഒരിക്കലും വ്യക്തമായി രൂപവൽക്കൃതമായില്ല. അക്കാലത്തിന്റെ ഏറിയ പങ്കും അവ്യക്തമായിട്ടല്ലാതെ ഉള്ള ഫാസിസാനന്തര ഭാവിയെ സംബന്ധിച്ച ചർച്ചകൾ നിശ്ശബ്ദമാക്കപ്പെടുകയോ നിരുത്സാഹപ്പെടുത്തുകയോ ആയിരുന്നു. അത്രതന്നെ കൂറുറ്റ കമ്യൂണിസ്റ്റുകാർക്കും — ഉദാ: തൊഗ്ലിയാത്തി, റ്റിറ്റോ–ഫാസിസ്റ്റ് വിരുദ്ധ ലൈനിൽ രാഷ്ട്രീയപ്രവൃത്തിക്ക് വളരെ വ്യത്യസ്തമായ പ്രത്യാഘാതങ്ങൾ വായിച്ചെടുക്കാമായിരുന്നു, അത്തരത്തിൽ സാധ്യമായ തെരഞ്ഞെടുപ്പ് ഉന്നതാധികാരത്തിൽനിന്ന് ഒരു തീരുമാനം വഴി ഉന്മൂലനം ചെയ്യപ്പെടാത്തിടത്തോളം.

ഭാവിയെ ചുഴ്ന്നു ചുറ്റിയ സൈദ്ധാന്തിക മൂടൽമഞ്ഞ് അക്കാലത്ത് കമ്യൂണിസ്റ്റ് ബുദ്ധിജീവികളെ അലട്ടേണ്ടത്ര അലട്ടിയില്ല. വർത്തമാന കാലത്തെ കടമകൾ സുവ്യക്തമായിരുന്നു എന്നതാകാം ഇതിനു കാരണം. ഫാസിസത്തിനുമേൽ വിജയം ഉറപ്പാകും വരെ കമ്യൂണിസ്റ്റു തന്ത്രം–1939–41 പോലുള്ള താൽക്കാലിക സംഭവങ്ങൾ ഒഴിച്ചാൽ ഇപ്പോൾ ചെയ്യേണ്ടതിനെപ്പറ്റി തെളിമയുറ്റതും വിശ്വസനീയവുമായ ഒരു മാർഗനിർദേശവുമായി വർത്തിച്ചിരുന്നു എന്നതും ഇതിന് കാരണമായിരുന്നിരിക്കാം. കാരണം, അവസാന വിശകലനത്തിൽ അവരിൽ മിക്കവർക്കും ഫാസിസത്തിനെതിരായ പോരാട്ടം തന്നെയായിരുന്നു പ്രാഥമികം. അത് നഷ്ടപ്പെട്ടാൽ ഭാവിയെപ്പറ്റിയുള്ള തർക്കങ്ങളൊക്കെ അക്കാദമികമായി

ത്തീരും. പ്രായമുള്ള/യുവാക്കളായ മാർക്സിസ്റ്റ് ബുദ്ധിജീവികൾക്ക് ഫാസിസ വിരുദ്ധത സ്വയം ഒരു ലക്ഷ്യമായിരുന്നില്ല. ലോക മുതലാളിത്തത്തെ അല്ലെങ്കിൽ ചുരുങ്ങിയപക്ഷം ലോകത്തിന്റെ വലിയൊരു ഭാഗത്തെ മുതലാളിത്തത്തെ ആത്യന്തികമായി തൂത്തെറിയുന്നതിലേക്ക് അത് നൽകുന്ന സംഭാവനയാണ് അതിന്റെ നീതിമത്ക്കരണം. പക്ഷെ യഥാർഥത്തിൽ അതിന് അത്തരമൊരു നീതിമത്കരണം ആവശ്യമില്ലായിരുന്നു. ഭാവി എന്തായാലും ഫാസിസം തിന്മയാണ്, അത് ചെറുക്കപ്പെടണം. ബുദ്ധിജീവികളുടെ ഒരു തലമുറ തന്നെ മാർക്സിസത്തിലേക്ക് വന്നത് മാന്ദ്യത്തിലൂടെയും ഫാസിസവിരുദ്ധ പോരാട്ടത്തിലൂടെയും അന്ധകാരം ആസന്നമായ കാലത്താണ്. അതിജീവിച്ചവർ പലപ്പോഴും നിരാശരായിട്ടുണ്ട്. തങ്ങൾക്ക് തെറ്റുപറ്റിയോ, എന്തായിരുന്നിരിക്കാം ആ പിഴവുകൾ, ഉന്നതമായ പ്രതീക്ഷകൾക്ക് എന്താണ് സംഭവിച്ചത് എന്ന് അവർ ഭൂതകാലം ചികഞ്ഞു പരിശോധിച്ചിട്ടുണ്ട്. പലരും മാർക്സിസ്റ്റല്ലാതായിട്ടുണ്ട്. പക്ഷെ ഫാസിസത്തിനെതിരായ പോരാട്ടത്തിൽ ഫാസിസത്തിന്റെ തോൽവിയിൽ തങ്ങൾ നിർവഹിച്ച പങ്കിനെ അവരാരും തള്ളിപ്പറഞ്ഞിട്ടില്ല എന്ന് തീർച്ച. സ്പാനിഷ് റിപ്പബ്ലിക്കിനെ പിന്തുണച്ചതിലോ ഫാസിസത്തിനെതിരായ പോരാട്ടത്തിൽ ചെറിയതെങ്കിൽ ചെറിയ പങ്ക് വഹിച്ചതിലോ പശ്ചാത്തപിക്കുന്ന ഒരാളെയും–സാധാരണ പൗരനാകട്ടെ, യൂണിഫോം ഇട്ട പടയാളിയാകട്ടെ, പ്രതിരോധ സേനാനിയാകട്ടെ, കണ്ടെത്താനാവും എന്നു തോന്നുന്നില്ല. അത് അവർ മിതമായ അഭിമാനത്തോടെ തിരിഞ്ഞുനോക്കുന്ന ഭൂതകാലത്തിലെ ഒരു ഭാഗമാണ്. അക്കാലത്തെ അതിജീവിച്ചവർ നിരുപാധികമായ സംതൃപ്തിയോടെ തിരിഞ്ഞുനോക്കുന്ന സ്വന്തം രാഷ്ട്രീയഭൂതകാലത്തിലെ ഒരേയൊരു ഭാഗമാണ് ചിലർക്ക് അത്.

12

ഗ്രാംഷി

അന്റോണിയോ ഗ്രാംഷി 1937 ൽ അന്തരിച്ചു. അതിനുശേഷം പത്തു വർഷത്തോളം 1920 കളിലെ പഴയ സഖാക്കൾക്കല്ലാതെ ആർക്കും അദ്ദേഹത്തെ അറിയാത്ത അവസ്ഥയായിരുന്നു. കാരണം, അദ്ദേഹത്തിന്റെ രചനകൾ നന്നെ കുറവു മാത്രമേ പ്രസിദ്ധം ചെയ്യപ്പെട്ടിരുന്നുള്ളൂ. അവ തന്നെ ദുർലഭവും. അദ്ദേഹത്തിന് സ്വാധീനം കുറവായിരുന്നു എന്നല്ല ഇതിനർഥം. പാമിറോ തൊഗ്ലിയാത്തി ഇറ്റാലിയൻ കമ്യൂണിസ്റ്റ് പാർട്ടിയെ നയിച്ചത് ഗ്രാംഷിയൻ മാർഗത്തിലൂടെയായിരുന്നു എന്നു പറയാവുന്നതാണ്; അഥവാ ഗ്രാംഷിയൻ മാർഗത്തെ അദ്ദേഹം വ്യാഖ്യാനിച്ച രീതിയിൽ. ഏതായാലും രണ്ടാം ലോകയുദ്ധാവസാനം വരെ കമ്യൂണിസ്റ്റുകാർക്കും ലോകജനതയ്ക്കും ഗ്രാംഷി ഒരു പേരിൽ കൂടുതൽ ഒന്നുമായിരുന്നില്ല. മരണം കഴിഞ്ഞ് രണ്ടാമത്തെ ദശകത്തിലാണ് അദ്ദേഹം പ്രശസ്തനായത്. അതോടെ ഇറ്റലിയിൽ മാത്രമല്ല, കമ്യൂണിസ്റ്റ് വൃത്തങ്ങൾക്ക് എത്രയോ പുറത്തുപോലും അദ്ദേഹത്തിന് ആരാധകരുണ്ടായി. കമ്യൂണിസ്റ്റ് പാർട്ടി അദ്ദേഹത്തിന്റെ രചനകൾ വ്യാപകമായി പ്രസിദ്ധം ചെയ്തു, പ്രത്യേകിച്ച് എയ്നൗദി എന്ന പ്രസാധനശാല. ഈ ആദ്യകാല പതിപ്പുകളെപ്പറ്റി വിമർശനങ്ങൾ ഉണ്ടാകാം. പക്ഷെ ഗ്രാംഷിയെ വ്യാപകമായി ലഭ്യമാക്കാൻ അവ സഹായിച്ചു. പ്രധാനപ്പെട്ട ഒരു മാർക്സിസ്റ്റ് ചിന്തകൻ എന്ന നിലയ്ക്ക്, ഇരുപതാം നൂറ്റാണ്ടിലെ ഇറ്റാലിയൻ സംസ്കാരത്തിലെ ഒരു പ്രമുഖ വ്യക്തിത്വം എന്ന നിലയ്ക്ക്, അദ്ദേഹത്തിന്റെ ഔന്നത്യം മനസിലാക്കാൻ ഇറ്റാലിയന്മാർക്ക് അത് അവസരം സൃഷ്ടിക്കുകയും ചെയ്തു.

പക്ഷെ ഇറ്റാലിയന്മാർക്കു മാത്രം. കാരണം, അപ്പോഴും ഗ്രാംഷി സ്വരാജ്യത്തിന് പുറത്ത് തീർത്തും അജ്ഞാതനായിരുന്നു; അദ്ദേഹത്തിന്റെ കൃതികളൊന്നും വിവർത്തനം ചെയ്യപ്പെട്ടുകഴിഞ്ഞിരുന്നില്ല. ബ്രിട്ട

ണിലും യു എസ് എയിലും അദ്ദേഹത്തിന്റെ ഹൃദയസ്പർശിയായ 'ജയിൽ കത്തുകൾ' പ്രസിദ്ധം ചെയ്യാനുള്ള ശ്രമങ്ങൾപോലും പരാജയപ്പെട്ടു. ഇറ്റലിയിൽ വ്യക്തിപരമായി അദ്ദേഹവുമായി സമ്പർക്കമുള്ളവർ, അതും ഇറ്റാലിയൻ ഭാഷ വായിക്കാൻ അറിയുന്നവർ, മിക്കവരും കമ്യൂണിസ്റ്റുകാർ, ഒഴികെ മറ്റുള്ളവരെ സംബന്ധിച്ചിടത്തോളം ആൽപ്സിനിപ്പുറം അങ്ങനെയൊരാൾ ജീവിച്ചിരുന്നോ എന്നുപോലും അറിയില്ലായിരുന്നു.

മരണാനന്തരം മൂന്നാം ദശകത്തിലാണ് വിദേശരാജ്യങ്ങളിൽ ഗ്രാംഷിയോടുള്ള താൽപ്പര്യത്തിന്റെ തിരനോട്ടം തുടങ്ങിയത്. സ്റ്റാലിനികരണത്തിന്റെ ഉച്ചാടനങ്ങളായിരുന്നു അതിന്റെ മുഖ്യപ്രചോദനം. 1956 നുശേഷം തൊഗ്ലിയാത്തി കൈക്കൊണ്ട സ്വതന്ത്രസമീപനവും തുണയായി. ഏതായാലും അക്കാലത്താണ് അദ്ദേഹത്തിന്റെ രചനകൾ ആദ്യമായി ഇംഗ്ലീഷിൽ ഇറങ്ങിയത്. അദ്ദേഹത്തിന്റെ ആശയങ്ങൾ കമ്യൂണിസ്റ്റ് പാർട്ടിക്കു പുറമെ ആദ്യമായി ചർച്ചചെയ്യപ്പെടുന്നതും അക്കാലത്താണ്. ഇറ്റലിക്കുപുറത്ത് ഇംഗ്ലീഷ് സംസാരിക്കുന്ന രാജ്യങ്ങളാണ് ആദ്യമായി ഗ്രാംഷിയിൽ സ്ഥായിയായ താൽപ്പര്യം ദർശിച്ചതായി കാണുന്നത്. ഇറ്റലിയിലാകട്ടെ, അതേ ദശകത്തിലാണ് ഗ്രാംഷി വിമർശനത്തിന് ഒച്ചപ്പാട് കൂടിയത്. ഇറ്റാലിയൻ കമ്യൂണിസ്റ്റ് പാർട്ടിയുടെ ഗ്രാംഷി വ്യാഖ്യാനത്തെപ്പറ്റിയും തർക്കങ്ങൾ ഉയർന്നു.

ഒടുവിൽ 1970 കളിൽ ഗ്രാംഷിക്ക് സ്വന്തം മേൽവിലാസമുണ്ടായി. ഇറ്റലിയിൽ തന്നെ ആദ്യമായി അദ്ദേഹത്തിന്റെ രചനകൾക്ക് പണ്ഡിതോചിതമായ ഒരു പദവി നൽകി പ്രസിദ്ധം ചെയ്തത് അക്കാലത്താണ്. *Prison Letters* പൂർണ രൂപത്തിൽ ഇറങ്ങി(1965). ആദ്യകാല രാഷ്ട്രീയ രചനകൾ ഇറങ്ങി. സർവോപരി, ജറാറ്റാനയുടെ പാണ്ഡിത്യത്തിന്റെ മകുടോദാഹരണമായി കാലാനുക്രമത്തിൽ ചിട്ടപ്പെടുത്തിയ *Prison Notebooks* ന്റെ പതിപ്പും പുറത്തുവന്നു (1975). ഗ്രാംഷിയുടെ ജീവചരിത്രവും കമ്യൂണിസ്റ്റ് പാർട്ടി ചരിത്രത്തിൽ അദ്ദേഹത്തിന്റെ പങ്കും വളരെയധികം വ്യക്തമാക്കാൻ കമ്യൂണിസ്റ്റ് പാർട്ടിതന്നെ സ്വന്തം രേഖകൾ ചിട്ടയായി ഒരുക്കാൻ കാണിച്ച വ്യഗ്രതയും ഏറെ സഹായിച്ചു. ചർച്ചകൾ ഇപ്പോഴും തുടരുന്നു. 1960 കൾക്കുശേഷമുള്ള ഇറ്റലിയിലെ ഗ്രാംഷി സംവാദങ്ങൾ പരിശോധിക്കാനുള്ള ഇടമല്ല, ഇത്. വിദേശത്ത് വേണ്ടത്ര ഗ്രാംഷി സമാഹാരങ്ങൾ ലഭ്യമായിത്തുടങ്ങി. *ലോറൻസ് ആൻഡ് വിഷാർട്ട്* വാല്യങ്ങൾ ശ്രദ്ധേയം. ഹോയറെ, നോവെൽ സ്മിത്ത് എന്നിവരാണ് അത് എഡിറ്റുചെയ്തത്. *Fiori's Life* (1970) ദ്വിതീയ രചനകളിൽ പ്രധാനപ്പെട്ട ഒന്നാണ്. അതിന്റെ വിവർത്തനവും ഇറങ്ങി. ഇവിടെയും ഇംഗ്ലീഷിൽ പെരുകിവരുന്ന ഗ്രാംഷിയൻ രചനകളുടെ വിവർത്തനസഞ്ചയം പരിശോധിക്കാൻ മിനക്കെടേണ്ടതില്ല. വ്യത്യസ്തമെങ്കിലും സാർവലൗകികമായി ആദരിക്കപ്പെടുന്ന വീക്ഷണങ്ങളെ അവ പ്രതിനിധാനം ചെയ്യുന്നു. ഒന്നുമാത്രം: നാൽപ്പതാം ചരമവാർഷികമായപ്പോ

ഴേക്കും ഗ്രാംഷിയെ ആർക്കും അറിയില്ലെന്ന് പറയാൻ കഴിയാത്ത സ്ഥിതിയായി. അദ്ദേഹത്തിന്റെ രചന വായിച്ചിട്ടില്ലാത്തവർക്കു പോലും ഇന്ന് അദ്ദേഹത്തെ അറിയാം എന്നുള്ളതാണ് പ്രധാനം. ഗ്രാംഷിയൻ പ്രയോഗമായ ***hegemony*** അഥവാ അധീശത്വം ഇന്ന് നമ്മുടെ രാഷ്ട്രീയ - ചരിത്രവർത്തമാനങ്ങളിൽ ലോകയുദ്ധങ്ങൾക്കിടയിൽ ഫ്രോയിഡിയൻ പദങ്ങൾ ഉപയോഗിച്ചിരുന്നത്രയും അലസമായി, അയഞ്ഞമട്ടിൽ കേട്ടു വരുന്നുണ്ടല്ലോ. ഗ്രാംഷി നമ്മുടെ ബൗദ്ധികപ്രപഞ്ചത്തിന്റെ ഭാഗമായിരിക്കുന്നു. 1917 നു ശേഷം പടിഞ്ഞാറുദിച്ച ഏറ്റവും മൗലികതയുള്ള ചിന്തകനാണ് അദ്ദേഹമെന്ന് ഞാൻ കരുതുന്നു. മൗലികചിന്തകൻ എന്ന നിലയ്ക്കുള്ള അദ്ദേഹത്തിന്റെ പദവിപരക്കെ അംഗീകരിക്കപ്പെടുന്നുമുണ്ട്. എങ്കിലും അദ്ദേഹം പറഞ്ഞതെന്താണ്, എന്താണ് അതിന്റെ പ്രാധാന്യം എന്നൊന്നും ഇന്നും അത്ര വ്യാപകമായി അറിയില്ല - അദ്ദേഹം പ്രധാനപ്പെട്ട ഒരു വ്യക്തി ആണ് എന്നൊഴികെ. അദ്ദേഹത്തിന്റെ പ്രാധാന്യത്തിന് ഒരൊറ്റ കാരണം ഞാനിവിടെ പറയാം: അദ്ദേഹത്തിന്റെ രാഷ്ട്രീയസിദ്ധാന്തം.

ചിന്തകർ അമൂർത്തതയിൽ ആശയങ്ങൾ കണ്ടുപിടിക്കുകയല്ല, അവരുടെ ചരിത്രപരവും രാഷ്ട്രീയപരവുമായ പശ്ചാത്തലം അറിഞ്ഞാലേ അവ മനസിലാക്കാൻ കഴിയൂ എന്നത് മാർക്സിസത്തിന്റെ പ്രാഥമികമായ ഒരു നിരീക്ഷണമാണ്. മനുഷ്യൻ സ്വന്തം ചരിത്രം സ്വയം സൃഷ്ടിക്കുകയാണ് എന്ന് മാർക്സ് ഊന്നിപ്പറയുന്നു. അവർ സ്വന്തം ആശയങ്ങളെ ചിന്തിക്കുന്നു എന്നും പറയാം. അതോടൊപ്പം അദ്ദേഹം ഊന്നിയ മറ്റൊന്നുണ്ട്: അവരുടെ ഉടനടി ചുറ്റുപാടുകൾവച്ചും അവർ ആർജിച്ച ചുറ്റുപാടുകൾ വച്ചും മാത്രമേ അവർക്ക് അങ്ങനെ ചെയ്യാൻ കഴിയൂ (*18th Brumaire* ലെ പ്രശസ്തമായ ഖണ്ഡികയിൽ). ഗ്രാംഷിയുടെ ചിന്തതികച്ചും മൗലികമാണ്. അദ്ദേഹം ഒരു മാർക്സിസ്റ്റാണ്, തീർച്ചയായും ഒരു ലെനിനിസ്റ്റാണ്. എന്താണ്, എന്തല്ല മാർക്സിസം എന്ന് കൃത്യമായി അറിയാം എന്നു പറയുന്ന സ്വന്തം മാർക്സിസ്റ്റ് ഭാഷ്യത്തിന് പകർപ്പവകാശം എടുത്തിട്ടുള്ള പലതരം വിഭാഗീയതക്കാർ ഉയർത്തുന്ന ആരോപണങ്ങളിൽനിന്ന് അദ്ദേഹത്തെ സംരക്ഷിക്കേണ്ട ബാധ്യതയൊന്നും എനിക്കില്ല. അതുകൊണ്ട് ഞാനതിന് സമയം പാഴാക്കാൻ ഉദ്ദേശിക്കുന്നില്ല. എന്നാലും 1914 നു മുമ്പും 1917 നുശേഷവുമുള്ള ക്ലാസിക്കൽ മാർക്സിസപാരമ്പര്യത്തിൽ വളർന്നുവന്ന ഞങ്ങളിൽ ചിലർക്ക് അദ്ദേഹം പലപ്പോഴും അത്ഭുതപ്പെടുത്തുന്ന ഒരിനം മാർക്സിസ്റ്റാണ്. ഉദാഹരണത്തിന്, അദ്ദേഹം സാമ്പത്തികവികാസത്തെക്കുറിച്ച് നന്നെ കുറച്ചേ എഴുതിയിട്ടുള്ളു, രാഷ്ട്രീയത്തെക്കുറിച്ച് ഏറെ എഴുതിയിട്ടുണ്ട്; ക്രോസെ, സോറെൽ, മാക്യവെല്ലി ഇത്യാദി ക്ലാസിക്കൽ രചനകളിൽ ഏറെയൊന്നും വരാത്ത സൈദ്ധാന്തികരെക്കുറിച്ചും അവരെ അധികരിച്ചും എഴുതിയിട്ടുണ്ട്. അതുകൊണ്ട് അദ്ദേഹത്തിന്റെ പശ്ചാത്തലവും ചരിത്രപരമായ അനുഭവവും അദ്ദേഹത്തിന്റെ മൗലികതയെ എത്രമാത്രം വിശദീകരി

ക്കുന്നുണ്ട് എന്ന് കണ്ടെത്തേണ്ടത് പ്രധാനമാണ്. ഇത് ഏതെങ്കിലും വിധേന അദ്ദേഹത്തിന്റെ ബൗദ്ധികപദവി ഇകഴ്ത്തുകയില്ല എന്ന് ഞാൻ കൂട്ടിച്ചേർക്കേണ്ടതില്ല.

മുസോളിനിയുടെ തടവറയിൽ പ്രവേശിക്കുമ്പോൾ ഗ്രാംഷി ഇറ്റാലിയൻ കമ്യൂണിസ്റ്റ് പാർട്ടി നേതാവായിരുന്നു. ഗ്രാംഷിയുടെ കാലത്ത് ഇറ്റലിക്ക് മാർക്സിസ്റ്റ് ചിന്തയിൽനിന്ന് മൗലികമായ കുതിപ്പുകൾ പ്രോത്സാഹിപ്പിക്കുന്ന നിരവധി ചരിത്രപരമായ പ്രത്യേകതകൾ ഉണ്ടായിരുന്നു. ചിലതൊക്കെ ഞാൻ ചുരുക്കിപ്പറയാം.

(1) ഒരേ രാജ്യത്ത് മഹാനഗരങ്ങളും കോളനികളും ഉള്ള, മുന്നോക്ക-പിന്നോക്കപ്രദേശങ്ങൾ ഉള്ള, ഇറ്റലി അന്ന് ലോക മുതലാളിത്തത്തിന്റെ ഒരു സൂക്ഷ്മപ്രപഞ്ചമായിരുന്നു. ഗ്രാംഷിയുടെ ജന്മസ്ഥലമായ സാർഡിനിയ ഇറ്റലിയുടെ പിന്നോക്കം നിൽക്കുന്ന, കാലം തെറ്റിയ, അർധ കൊളോണിയൽ വശത്തിന്റെ നല്ലൊരു ഉദാഹരണമായിരുന്നു. ഫിയറ്റ് തൊഴിൽശാലയുണ്ടായിരുന്ന ട്യൂറിൻ ഇന്നത്തെപ്പോലെ അന്നും മുതലാളിത്തത്തിന്റെ ഏറ്റവും പുരോഗമിച്ച ഘട്ടത്തെയും കുടിയേറ്റ കർഷകർ തൊഴിലാളികളായി മാറുന്ന വമ്പിച്ച ജനപരിവർത്തനത്തെയും പ്രതിനിധാനം ചെയ്യുന്ന ഒരിടമായിരുന്നു. അവിടെയാണ് ഗ്രാംഷി ഒരു തൊഴിലാളിവർഗ നേതാവായത്. ബുദ്ധിമാനായ ഒരു ഇറ്റാലിയൻ മാർക്സിസ്റ്റിന് ഒരേ സമയം വികസിതമുതലാളിത്തലോകത്തിന്റെയും 'മൂന്നാംലോക'ത്തിന്റെയും സ്വഭാവം, അവയുടെ പരസ്പരവ്യവഹാരങ്ങൾ എന്നിവ മനസിലാക്കാൻ കഴിയുന്ന അസുലഭാവസരം കിട്ടിയിരുന്നു. ഇത് ഏതെങ്കിലും ഒരുതരത്തിൽപ്പെട്ട രാജ്യങ്ങളിലെ മാർക്സിസ്റ്റുകാർക്ക് കിട്ടാത്ത ഒരു അവസരമായിരുന്നു. അതുകൊണ്ടു തന്നെ ഗ്രാംഷിയെ വെറും 'പാശ്ചാത്യ കമ്യൂണിസ'ത്തിന്റെ സൈദ്ധാന്തികൻ മാത്രമായി കാണുന്നത് തെറ്റാകും. അദ്ദേഹത്തിന്റെ ചിന്ത തീർത്തും വ്യാവസായികമായി മുന്നേറിയ രാജ്യങ്ങൾക്കുവേണ്ടി മാത്രമോ അവയ്ക്കു മാത്രം ബാധകമാകുന്നതോ അല്ലായിരുന്നു.

(2) 1914 നു മുമ്പുതന്നെ ഇറ്റാലിയൻ തൊഴിലാളി പ്രസ്ഥാനം വ്യവസായികവും കാർഷികവും തൊഴിലാളിവർഗ സ്വഭാവമുള്ളതും കർഷകാടിത്തറയുള്ളതും ആയിരുന്നു എന്നതാണ് ഇറ്റലിയുടെ ചരിത്രപരമായ സവിശേഷതയുടെ ഒരു പ്രധാന അനന്തരഫലം. ഇക്കാര്യത്തിൽ 1914നു മുമ്പ് ആ രാജ്യം യൂറോപ്പിൽത്തന്നെ ഏകാകിയായിരുന്നു. ഈ വിഷയം വിശദമാക്കേണ്ട സ്ഥലമിതല്ല. എങ്കിലും രണ്ട് ലളിതമായ ഉദാഹരണങ്ങൾ അതിന്റെ പ്രസക്തി വ്യക്തമാക്കും. കമ്യൂണിസ്റ്റ് സ്വാധീനം ഏറ്റവും ശക്തമായിരുന്ന എമിലിയ, ടസ്കനി, അംബ്രിയ എന്നീ പ്രദേശങ്ങൾ വ്യാവസായിക മേഖലകളായിരുന്നില്ല. യുദ്ധാനന്തര ഇറ്റാലിയൻ ട്രേഡ് യൂണിയൻ പ്രസ്ഥാനത്തിന്റെ മഹാനായ നേതാവ് ഡി വിറ്റോറിയോ തെക്കുനിന്നെത്തിയ ഒരു കർഷകത്തൊഴിലാളി ആയിരുന്നു. തൊഴിലാളി പ്രസ്ഥാനത്തിൽ ബുദ്ധിജീവികൾ അസാധാരണമാംവിധം പ്രധാനപ്പെട്ട

പങ്കുവഹിച്ചു; ഇക്കാര്യത്തിൽ ഇറ്റലി ഒറ്റപ്പെട്ട രാജ്യമായിരുന്നില്ല. ബുദ്ധിജീവികൾ മിക്കവരും പിന്നോക്കം നിൽക്കുന്ന, അർധകൊളോണിയൽ ദക്ഷിണ പ്രദേശങ്ങളിൽ നിന്നുള്ളവരായിരുന്നു. ഏതായാലും ഈ പ്രതിഭാസം ശ്രദ്ധേയമാണ്. കാരണം, അത് ഗ്രാംഷിയുടെ ചിന്താപ്രക്രിയയിൽ പ്രധാന പങ്ക് വഹിക്കുന്നു.

(3) ഒരു രാഷ്ട്രം, ഒരു ബൂർഷ്വസമൂഹം എന്നീ നിലകളിൽ ഇറ്റലിയുടെ ചരിത്രത്തിന്റെ അത്യധികം സവിശേഷമായ സ്വഭാവമാണ് മൂന്നാമത്തേത്. ഇവിടെയും വിശദാംശങ്ങളിലേക്ക് ഞാൻ കടക്കുന്നില്ല. മൂന്നു കാര്യങ്ങൾ മാത്രം നമുക്ക് വെറുതെയൊന്ന് ഓർത്തുവയ്ക്കാം; (എ) മറ്റു രാജ്യങ്ങളെക്കാൾ നിരവധി നൂറ്റാണ്ടുകൾക്ക് മുമ്പ് ആധുനിക സംസ്കൃതിയും മുതലാളിത്തവും അവതരിച്ച ഇറ്റലിക്ക് നേട്ടം നിലനിർത്താൻ കഴിയാതെ നവോത്ഥാനത്തിനും റൈസോർജിമെന്റോയ്ക്കും (*Risorgimento*) ഇടയിലെ കാലത്ത് ഏതോ കായൽതീരങ്ങളിലേക്ക് തെറ്റിയൊഴുകി; (ബി) ഫ്രാൻസിൽനിന്ന് ഭിന്നമായ ബൂർഷ്വാസി അവിടെ സമൂഹം സ്ഥാപിച്ചത് വിജയകരമായ ഒരു വിപ്ലവത്തിലൂടെയല്ല; ജർമനിയിൽനിന്ന് ഭിന്നമായി അത് മുകളിൽനിന്ന് പഴയ ഭരണവർഗം വച്ചുനീട്ടിയ അനുരഞ്ജന സൂത്രവാക്യം അംഗീകരിച്ചുമില്ല. അത് ഒരു ഭാഗികവിപ്ലവമാണ് നടത്തിയത്; ഇറ്റാലിയൻ ഐക്യം ഭാഗികമായി മുകളിൽനിന്ന് കൈവരിക്കപ്പെട്ടു- കാവറിയിലൂടെ; ഭാഗികമായി താഴെനിന്നും- ഗരിബാൾഡിയിലൂടെ; (സി) അതുകൊണ്ട് ഒരർഥത്തിൽ ഇറ്റാലിയൻ ബൂർഷ്വാസി ഇറ്റാലിയൻ രാഷ്ട്രനിർമാണമെന്ന ചരിത്രപരമായ ദൗത്യത്തിൽ പരാജയപ്പെട്ടു- അഥവാ, ഭാഗികമായി പരാജയപ്പെട്ടു. അതിന്റെ വിപ്ലവം അപൂർണമായിരുന്നു. അതുകൊണ്ട് ഗ്രാംഷിയെപ്പോലുള്ള ഇറ്റാലിയൻ സോഷ്യലിസ്റ്റുകൾക്ക് അവരുടെ പ്രസ്ഥാനം രാഷ്ട്രനേതൃത്വം ഏറ്റെടുക്കാനുള്ള സാധ്യതയെക്കുറിച്ച്, ദേശീയ ചരിത്രവാഹകൻ എന്ന നിലയ്ക്കുള്ള അതിന്റെ പങ്കിനെക്കുറിച്ച് ഒക്കെ നല്ല അവബോധമുണ്ടായിരുന്നിരിക്കണം.

(4) മറ്റുപല രാജ്യങ്ങളെയും പോലെ ഇറ്റലി വെറും ഒരു കത്തോലിക്ക രാജ്യം ആയിരുന്നില്ല (ഇപ്പോഴുമല്ല). അവിടെ സഭ നിയതമായ ഒരു ഇറ്റാലിയൻ സ്ഥാപനമായിരുന്നു; ഭരണകൂടസംവിധാനമില്ലാതെ, അതിൽനിന്ന് വേറിട്ട്, ഭരണവർഗത്തിന്റെ വാഴ്ച നിലനിർത്താനുള്ള ഉപാധി ആയിരുന്നു. ഒരു ദേശീയവരേണ്യസംസ്കാരമാണ് അവിടെ ഒരു ദേശരാഷ്ട്രത്തിനുമുമ്പ് ഉണ്ടായത്. അതുകൊണ്ട് ഇറ്റാലിയൻ മാർക്സിസ്റ്റിന് മറ്റുള്ളവരേക്കാൾ കൂടുതൽ ഗ്രാംഷി പറയുന്ന 'അധീശത്വം' മനസിലാവും. അതായത്, ബലപ്രയോഗത്തിന്റെ ശക്തിയിൽ മാത്രം ഊന്നാതെ അധികാരം നിലനിർത്താനുള്ള വഴികൾ.

(5) അതുകൊണ്ട് ഇറ്റലി രാഷ്ട്രീയാനുഭവങ്ങളുടെ ഒരുതരം പരീക്ഷണശാലയായിരുന്നു. പതിനാറാം നൂറ്റാണ്ടിലെ മാക്യവെല്ലി മുതൽ ഇരുപതാം നൂറ്റാണ്ടിന്റെ തുടക്കത്തിലെ പരെറ്റോ, മോസ്ക എന്നിവർ

വരെ നീളുന്ന ശക്തമായ ഒരു രാഷ്ട്രീയപാരമ്പര്യം ഈ രാജ്യത്തിന് ഉണ്ടായത് യാദൃച്ഛികമല്ല. രാഷ്ട്രീയ സാമൂഹികശാസ്ത്രം എന്ന് ഇന്നു നമ്മൾ വിളിക്കുന്ന മേഖലയിലെ വിദേശികളായ ആദ്യപഥികർക്കു പോലും ഇറ്റലി ബന്ധം ഉണ്ടാകും, അല്ലെങ്കിൽ അവർ ആശയങ്ങൾ സ്വരുക്കൂട്ടിയത് അവരുടെ ഇറ്റാലിയൻ അനുഭവത്തിൽ നിന്നാകും – സോറെൽ, മൈക്കിൾസ് ഇത്യാദി വ്യക്തികളെക്കുറിച്ചാണ് ഞാൻ പറയുന്നത്. അതുകൊണ്ട് ഒരു പ്രശ്നം എന്ന നിലയിൽ രാഷ്ട്രീയസിദ്ധാന്തത്തെക്കുറിച്ച് ഇറ്റാലിയൻ മാർക്സിസ്റ്റുകാർ പ്രത്യേകിച്ച് ബോധവാന്മാരായിരിക്കുന്നതിൽ അത്ഭുതപ്പെടാനില്ല.

(6) അവസാനമായി, അതിപ്രധാനമായ ഒരു വസ്തുത. 1917 നു ശേഷം സാമൂഹികവിപ്ലവത്തിന്റെ ആത്മനിഷ്ഠവും വസ്തുനിഷ്ഠവുമായ സാഹചര്യങ്ങൾ പലതും നിലനിന്നിരുന്നതായി തോന്നിച്ച ഒരു രാജ്യമായിരുന്നു ഇറ്റലി. ബ്രിട്ടണേക്കാൾ, ഫ്രാൻസിനേക്കാൾ, എന്തിന്, ജർമനിയേക്കാൾ എന്നു ഞാൻ പറയും. എന്നിട്ടും അവിടെ വിപ്ലവം നടന്നില്ല. മറിച്ച്, ഫാസിസമാണ് അവിടെ അധികാരത്തിൽ വന്നത്. റഷ്യൻ ഒക്ടോബർ വിപ്ലവം എന്തുകൊണ്ട് പാശ്ചാത്യരാജ്യങ്ങളിലേക്ക് വ്യാപിച്ചില്ല, അത്തരം രാജ്യങ്ങളിൽ സോഷ്യലിസത്തിലേക്കുള്ള സംക്രമണത്തിന് എന്തെല്ലാം ബദൽതന്ത്രങ്ങളും അടവുകളുമാണ് ആവശ്യം എന്നതിനെപ്പറ്റി ഒരു അപഗ്രഥനം ഏറ്റെടുക്കുന്നതിലും ആദ്യപഥികർ ഇറ്റാലിയൻ മാർക്സിസ്റ്റുകാർ ആയതിൽ അസ്വാഭാവികതയൊന്നും ഇല്ല. അതാണ് ഗ്രാംഷി ചെയ്തതും.

അങ്ങനെ ഞാനെന്റെ പ്രധാന പ്രമേയത്തിലേക്ക് എത്തുകയാണ്– ഗ്രാംഷി മാർക്സിസത്തിനു നൽകിയ പ്രധാനസംഭാവന ഒരു മാർക്സിസ്റ്റ് രാഷ്ട്രീയസിദ്ധാന്തം രൂപവൽക്കരിച്ചു എന്നതാണ്. മാർക്സും എംഗൽസും രാഷ്ട്രീയത്തെപ്പറ്റി അനവധി എഴുതിയിട്ടുണ്ട്. പക്ഷേ ഈ മേഖലയിൽ ഒരു സാമാന്യ സിദ്ധാന്തം വികസിപ്പിച്ചെടുക്കുന്നതിൽ അവർ ഏറെക്കുറെ വിമുഖരായിരുന്നു. ചരിത്രത്തെ സംബന്ധിച്ച ഭൗതികവാദ സങ്കൽപ്പനം വിശദമാക്കുന്ന പ്രശസ്തമായ കത്തുകളിൽ എംഗൽസ് ചൂണ്ടിക്കാണിച്ചതുപോലെ, ഭരണകൂടത്തിന്റെ നിയമബന്ധങ്ങളും രൂപങ്ങളും അവയിൽത്തന്നെ മനസിലാക്കാൻ കഴിയില്ല. അവ ജീവിതത്തിന്റെ ഭൗതികസാഹചര്യങ്ങളിൽ വേരുള്ളവയാണ്, (*Critique of Political Economy* യുടെ മുഖവുര) എന്ന വിലയിരുത്തലാണ് കൂടുതൽ പ്രധാനമെന്ന് അവർ ഇരുവരും കരുതി. അതുകൊണ്ട് അവർ സർവോപരി ഊന്നൽനൽകിയത് "അടിസ്ഥാനസാമ്പത്തികവസ്തുതകളിൽ നിന്ന് രാഷ്ട്രീയവും നിയമപരവും മറ്റ് പ്രത്യയശാസ്ത്രപരവുമായ സങ്കൽപ്പനങ്ങൾ കരുപ്പിടിക്കു"ന്നതിനാണ് (എംഗൽസ് മെഹ്റിങ്ങിന്). അങ്ങനെ ഭരണത്തിന്റെ സ്വഭാവം, ഘടന, ഭരണകൂടത്തിന്റെ രൂപവും സംഘാടനം, രാഷ്ട്രീയപ്രസ്ഥാനങ്ങളുടെ സ്വഭാവം, സംഘാടനം എന്നിവയെക്കുറിച്ചുള്ള മാർക്സിന്റെയും എംഗൽസിന്റെയും ചർച്ചകൾ ഏതാണ്ട് മുഴു

വനും പൊതുവെ മറ്റ് വിഭാഗങ്ങൾക്ക് ആനുഷംഗികമായി വരുന്ന സമകാലികവ്യാഖ്യാനത്തിൽനിന്ന് ഉയരുന്ന നിരീക്ഷണങ്ങളുടെ രൂപത്തിലാണ്– ഒരുപക്ഷെ ഭരണകൂടത്തിന്റെ ഉൽപ്പത്തി, ചരിത്രസ്വഭാവം എന്നിവയെക്കുറിച്ചുള്ള അവരുടെ സിദ്ധാന്തം ഒഴികെ. അധികാരം ഏറ്റെടുക്കുന്നതിനു തൊട്ടുമുമ്പ് ഭരണകൂടം, വിപ്ലവം എന്നിവയെക്കുറിച്ച് കുറേക്കൂടി ചിട്ടയായ ഒരു സിദ്ധാന്തം ആവശ്യമാണെന്ന് ലെനിന് തോന്നിയിരുന്നു. പക്ഷെ, അത് പൂർത്തിയാക്കുംമുമ്പ് ഒക്ടോബർ വിപ്ലവം വന്നു. രണ്ടാം ഇന്റർനാഷനലിന്റെ കാലത്ത് വികസിച്ച സോഷ്യലിസ്റ്റ് പ്രസ്ഥാനങ്ങളുടെ ഘടന, സംഘാടനം, നേതൃത്വം എന്നിവയെപ്പറ്റിയുള്ള തീവ്രമായ ചർച്ചകൾ പ്രായോഗികപ്രശ്നങ്ങളെ ചുഴ്ന്നുള്ളവയായിരുന്നു. മാർക്സിന്റെയും എംഗൽസിന്റെയും പിൻമുറക്കാർക്ക് പ്രായേണ തുടക്കം തൊട്ട് തുടങ്ങേണ്ടിവന്ന ദേശീയതാപ്രശ്നത്തിന്റെ മേഖലയിലൊഴികെ അതിന്റെ സൈദ്ധാന്തികമായ സാമാന്യവൽക്കരണങ്ങൾ ആനുഷംഗികവും താൽക്കാലികവുമായിരുന്നു. ഇത് പ്രധാനപ്പെട്ട സൈദ്ധാന്തിക കണ്ടുപിടിത്തങ്ങളിലേക്ക് നയിച്ചില്ല എന്നു ഞാൻ പറയുന്നില്ല. തീർച്ചയായും ലെനിന് അതിന് കഴിഞ്ഞു. മാർക്സിസ്റ്റ് അപഗ്രഥനത്തിന്റെ അന്തർധാര ഉണ്ടെന്നിരിക്കിലും അവ സൈദ്ധാന്തികം എന്നതിലേറെ പ്രായോഗികമായിരുന്നു എന്നതാണ് വിരോധാഭാസം. ഉദാഹരണത്തിന്, പാർട്ടിയെപ്പറ്റിയുള്ള ലെനിന്റെ പുതിയ സിദ്ധാന്തം. സംവാദത്തിൽ എത്രകുറച്ച് മാർക്സിസ്റ്റ് സിദ്ധാന്തം മാത്രമേ കടന്നുവരുന്നുള്ളു എന്നത് അത്ഭുതകരമാണ്–കൗട്സ്കി, ലുക്സംബർഗ്, പ്ലെഖനോവ്, ട്രോട്സ്കി, മാർട്ടോവ്, റെയസ്നോവ് ഇത്യാദി പ്രഗൽഭരായ മാർക്സിസ്റ്റുകാർ അതിൽ പങ്കെടുത്തിട്ടും. രാഷ്ട്രീയത്തെപ്പറ്റിയുള്ള ഒരു സിദ്ധാന്തം അതിൽ അന്തർഭവിച്ചിരുന്നു. പക്ഷെ അത് ഭാഗികമായി മാത്രമേ പുറത്തുവന്നുള്ളു.

ഈ വിടവിന് പല കാരണങ്ങളുണ്ട്. ഏതായാലും 1920 കൾ വരെ അതത്ര വലിയ പ്രശ്നമായി വന്നില്ല. പക്ഷേ അത് ക്രമേണ ഗൗരവമേറിയ ഒരു ദൗർബല്യമായി വളർന്നു എന്നു ഞാൻ പറയും. റഷ്യക്കു പുറത്ത് വിപ്ലവം പരാജയപ്പെടുകയോ ഒരിക്കലും നടക്കാതിരിക്കുകയോ ചെയ്തു. ചിട്ടയായ ഒരു പുനഃപരിഗണന ആവശ്യമായി വന്നു. അധികാരം പിടിച്ചടക്കാനുള്ള പ്രസ്ഥാനത്തിന്റെ തന്ത്രം മാത്രമല്ല, സോഷ്യലിസത്തിലേക്കുള്ള സംക്രമണത്തിലെ സാങ്കേതിക പ്രശ്നങ്ങളും പുനഃപരിഗണിക്കണം എന്നുവന്നു. അവയൊന്നും 1917 നു മുമ്പ് മൂർത്തവും അടിയന്തരവുമായ പ്രശ്നങ്ങളായി ഗൗരവത്തിൽ കണക്കാക്കിയിരുന്നില്ല. യു എസ് എസ് ആറിനകത്ത് സോവിയറ്റ് ശക്തി സ്ഥിരമായി നിലനിർത്താനുള്ള ബദ്ധപ്പാടുകളിൽനിന്ന് ആവിർഭവിച്ചതോടെ സോഷ്യലിസ്റ്റ് സമൂഹത്തിന്റെ രാഷ്ട്രീയഘടന, സ്ഥാപനങ്ങൾ എന്നിവ എന്താകും, എന്താകണം എന്നതും ഒരു 'പൗരസമൂഹം' എന്ന നിലയ്ക്ക് അത് എന്താകും എന്നതും പ്രശ്നങ്ങളായി ഉയർന്നുവന്നു. അടിസ്ഥാനപര

മായും ഇത് അടുത്ത കാലത്ത് മാർക്സിസ്റ്റുകാരെ വേവലാതിപ്പെടുത്തുന്ന ഒരു പ്രശ്നമാണ്. ഇതുതന്നെയാണ് സോവിയറ്റ് കമ്യൂണിസ്റ്റുകാരും മാവോയിസ്റ്റുകാരും 'യൂറോകമ്യൂണിസ്റ്റുകാരും' തമ്മിലുള്ള പ്രശ്നവും. കമ്യൂണിസ്റ്റ് പ്രസ്ഥാനത്തിനു പുറത്തുള്ളവരുടെ കാര്യം പറയുകയും വേണ്ട.

ഇവിടെ നാം സംസാരിക്കുന്നത് രണ്ട് വ്യത്യസ്തഗണങ്ങളിൽപ്പെട്ട രാഷ്ട്രീയപ്രശ്നങ്ങളെക്കുറിച്ചാണ് എന്ന വസ്തുത ഞാൻ ഊന്നിപ്പറയട്ടെ: സോഷ്യലിസ്റ്റ് സമൂഹങ്ങളുടെ തന്ത്രം, സ്വഭാവം എന്നിവയാണ് ആ ഗണങ്ങൾ. അവ രണ്ടിലും ഒരു പിടുത്തം കിട്ടാനായിരുന്നു, ഗ്രാംഷിയുടെ ശ്രമം. ചില വ്യാഖ്യാനങ്ങൾ തന്ത്രത്തിൽ മാത്രം അമിതമായി ശ്രദ്ധ കേന്ദ്രീകരിച്ചു എന്നാണ് എനിക്ക് തോന്നുന്നത്. ഈ പ്രശ്നങ്ങളുടെ സ്വഭാവം എന്തായാലും താമസിയാതെ അവ കമ്യൂണിസ്റ്റ് പ്രസ്ഥാനത്തിനകത്ത് ചർച്ച ചെയ്യുക സാധ്യമല്ലാതായി, അതങ്ങനെതന്നെ തുടരുകയും ചെയ്തു. രാഷ്ട്രീയത്തിൽനിന്ന് വിച്ഛേദിതനായി, വർത്തമാന കാലത്തിനു വേണ്ടിയല്ലാതെ ഭാവിക്കു വേണ്ടി തടവറയിൽ ഇരുന്ന് എഴുതിയതുകൊണ്ടാണ് ഗ്രാംഷിക്ക് അവയുമായി മല്ലടിക്കാൻ കഴിഞ്ഞത് എന്നുപോലും വാസ്തവത്തിൽ പറയാം.

രാഷ്ട്രീയാർഥത്തിൽ 1920 കളിലെയും 1930 കളുടെ തുടക്കത്തിലെയും സമകാലിക സാഹചര്യങ്ങളുടെ വെളിച്ചത്തിലല്ല അദ്ദേഹം എഴുതിയിരുന്നത് എന്ന് ഇതുകൊണ്ട് അർഥമാകുന്നില്ല. വാസ്തവത്തിൽ ഇന്ന് നമ്മിൽ പലർക്കും അറിയാത്ത, അല്ലെങ്കിൽ തമ്മിൽ പലരും മറന്നുപോയ, ചർച്ചകളും പരിചിതമാണെന്ന വിശ്വാസത്തോടെയാണ് അദ്ദേഹം എഴുതിയത് എന്നതാണ് അദ്ദേഹത്തിന്റെ രചനകൾ മനസിലാക്കുന്നതിൽ നാം നേരിടുന്ന ആ പ്രശ്നങ്ങളിൽ ഒന്ന്. അദ്ദേഹത്തിന്റെ തനതുചിന്തകളിൽ ചിലത് 1920 കളുടെ തുടക്കത്തിലെ കോമിന്റേൺ സംവാദങ്ങളിൽനിന്ന് രൂപംകൊണ്ട പ്രമേയങ്ങളുടെ വികാസമാണ് എന്ന് പെറി ആൻഡേഴ്സൻ ഈയിടെ നമ്മെ ഓർമപ്പെടുത്തുകയുണ്ടായി. ഏതായാലും മാർക്സിസത്തിനകത്ത് ഒരു സമ്പൂർണരാഷ്ട്രീയസിദ്ധാന്തത്തിന്റെ അംശങ്ങൾ വികസിപ്പിക്കുന്നതിലേക്ക് അദ്ദേഹം നയിക്കപ്പെട്ടു, അങ്ങനെ ചെയ്യുന്ന ആദ്യത്തെ മാർക്സിസ്റ്റ് ആയിരുന്നു അദ്ദേഹം എന്നു പറയാം. ഞാൻ അദ്ദേഹത്തിന്റെ ആശയങ്ങളെ സംഗ്രഹിക്കാൻ ശ്രമിക്കുന്നില്ല; പകരം ചില നാരുകൾ പിടിച്ച് അവയുടെ പ്രാധാന്യം എന്തെന്ന് എനിക്കു തോന്നുന്നത് ഞാൻ എടുത്തു പറയാം.

രാഷ്ട്രീയത്തെ ഒരു 'സ്വാശ്രയ പ്രവർത്തന'മായിട്ടാണ് (*Prison Notebooks*) ഗ്രാംഷി കണ്ടത്. അതുകൊണ്ടാണ് അദ്ദേഹം ഒരു രാഷ്ട്രീയ സൈദ്ധാന്തികനാകുന്നത്. ആ സ്വാശ്രയ പ്രവർത്തനം നടക്കുന്നത് ചരിത്രപരമായ വികാസം നിർണയിച്ച സന്ദർഭത്തിലും അതിരുകൾക്കുള്ളിലും ആണ്. "മാർക്സിസത്തിന്റെ ലോകത്തെ ചിട്ടയായി (സുഭദ്രവും യുക്തിഭദ്രവുമായി) സങ്കൽപ്പനം ചെയ്യുന്നതിൽ രാഷ്ട്ര

മീമാംസയ്ക്കുള്ള സ്ഥാനം" (അതേ ഗ്രന്ഥം) എന്തെന്ന് കൃത്യമായ അന്വേഷണവിധേയമാക്കുന്നു, ഗ്രാംഷി. അതുകൊണ്ടുകൂടിയാണ് അദ്ദേഹം ഒരു രാഷ്ട്രീയ സൈദ്ധാന്തികൻ ആകുന്നത്. ഇത് മാർക്സിസത്തിൽ അദ്ദേഹം അവതരിപ്പിച്ച ആശയങ്ങളേക്കാൾ അധികം അദ്ദേഹത്തിന്റെ നായകനായ മാക്യവെല്ലിയുടെ രചനകളിൽ കാണുന്നതരം ചർച്ചകളാണ് മുന്നോട്ടുവയ്ക്കുന്നത്. മാർക്സിന്റെയോ എംഗൽസിന്റെയോ രചനകളിൽ മാക്യവെല്ലി അത്രയധികം തവണയൊന്നും വരുന്നില്ല. രാഷ്ട്രീയം അദ്ദേഹത്തെ സംബന്ധിച്ചിടത്തോളം സോഷ്യലിസം നേടുന്നതിനുള്ള തന്ത്രത്തിന്റെ മാത്രമല്ല, സോഷ്യലിസത്തിന്റെ തന്നെ മർമമാണ്. ഹോയറും നോവെൽ സ്മിത്തും ശരിയായി പ്രാകൃതികവുമായ ലോകവുമായി എല്ലാ രൂപങ്ങളിലും സമ്പർക്കത്തിലാക്കാൻ സഹായിക്കുന്ന സർവപ്രധാനമായ മാനവപ്രവൃത്തിയാണ് *(Prison Notebooks.)* ചുരുക്കത്തിൽ, അത് പൊതുവെ ഉപയോഗിക്കപ്പെടുന്നതിനേക്കാൾ എത്രയോ വിശാലമായ ഒരു പദമാണ്. "ഫലപ്രദമായ യാഥാർഥ്യത്തിൽ താൽപ്പര്യമുണർത്താനും കൂടുതൽ കർക്കശമായ കൂടുതൽ ഊർജസ്വലമായ രാഷ്ട്രീയ ഉൾക്കാഴ്ചകൾക്ക് പ്രചോദനമാകാനും ഉപകരിക്കുന്ന ഗവേഷണം, വിശദമായ നിരീക്ഷണങ്ങൾ എന്നിവയ്ക്കുള്ള പ്രയോഗികനിയമങ്ങളുടെ ഒരു സഞ്ചയം" എന്ന് അദ്ദേഹംതന്നെ വിശേഷിപ്പിക്കുന്ന "രാഷ്ട്രീയത്തിന്റെ ശാസ്ത്രം, കല" എന്നിവയേക്കാൾ വ്യാപ്തിയുള്ള ഒന്നാണ് ഗ്രാംഷിക്ക് രാഷ്ട്രീയം. *praxis* അഥവാ പ്രയോഗം എന്ന സങ്കൽപ്പനത്തിൽ തന്നെ അത് ഭാഗികമായി അന്തർഭവിച്ചിട്ടുണ്ട്. ലോകത്തെ മനസിലാക്കലും മാറ്റലും ഒന്നുതന്നെ. മനുഷ്യൻ സ്വയം നിർമിക്കുന്ന ചരിത്രം നിയതമായ - വികാസം കൊള്ളുന്ന–ചരിത്രപരമായ സാഹചര്യങ്ങളിൽ അവർ ചെയ്യുന്നത് ആണ് *Praxis* അഥവാ പ്രയോഗം. അത് കേവലം മനുഷ്യർ സമൂഹത്തിലെ വൈരുധ്യങ്ങളെക്കുറിച്ച് ബോധവാന്മാരാകുന്ന പ്രത്യയശാസ്ത്രരൂപങ്ങൾ മാത്രമല്ല. മാർക്സിനെ ഉദ്ധരിച്ചു പറഞ്ഞാൽ, "അത് അവർ എങ്ങനെ അതുമായി പോരടിച്ച് വിജയിക്കുമോ", അതാണ്. ചുരുക്കത്തിൽ അതിനെ രാഷ്ട്രീയപ്രയോഗം എന്നു വിളിക്കാം. പക്ഷെ ഭാഗികമായി അത് രാഷ്ട്രീയപ്രയോഗം സ്വയം ഒരു സ്വാശ്രിത പ്രവർത്തനമാണ് എന്നതിന്റെ അംഗീകാരംകൂടിയാകുന്നു. അത് "സാമ്പത്തിക ജീവിതത്തിന്റെ 'സ്ഥിരവും' 'ജൈവ'വുമായ പ്രതലത്തിൽ ജനിച്ചതാണെങ്കിൽകൂടി."

ഇത് സോഷ്യലിസത്തിന്റെ നിർമാണത്തിലും ബാധകമാണ്. ഒരു പക്ഷെ മറ്റെന്തിലും ഉപരി ഗ്രാംഷിക്ക് സോഷ്യലിസത്തിന്റെ അടിസ്ഥാനം സാമ്പത്തികാർഥത്തിലുള്ള സാമൂഹികവൽക്കരണമല്ല; അതായത്, സാമൂഹികമായ ഉടമസ്ഥത നിലനിൽക്കുന്ന, ആസൂത്രിതമായ സമ്പദ്ക്രമമല്ല. അദ്ദേഹത്തിനത് രാഷ്ട്രീയവും സാമൂഹികശാസ്ത്രപരവുമായ സാമൂഹികവൽക്കരണമാണ്; അതായത്, സംഘമനുഷ്യനിൽ ശീലങ്ങൾ രൂപവൽക്കരിക്കുന്ന പ്രക്രിയ. അതോടെ സാമൂഹികപെരുമാറ്റം അനിച്ഛാപൂർവ

മായ മാനദണ്ഡങ്ങൾ അടിച്ചേൽപ്പിക്കുന്ന ബാഹ്യമായ സംവിധാനം വേണ്ടാതാകും; അനിച്ഛാപൂർവമെങ്കിലും ബോധപൂർവമായ പെരുമാറ്റം എന്നർഥം. സോഷ്യലിസത്തിൽ ഉൽപ്പാദനത്തിനുള്ള പങ്കിനെക്കുറിച്ച് ഗ്രാംഷി പറയുമ്പോൾ അത് ഭൗതികസമൃദ്ധിയിൽനിന്ന് സമൂഹത്തെ സൃഷ്ടിക്കാനുള്ള ഒരു ഉപാധി മാത്രമായിട്ടല്ല വിഭാവനം ചെയ്യപ്പെടുന്നത്. തീർച്ചയായും ഉൽപ്പാദനം പരമാവധി ആക്കേണ്ടതിന് മുൻഗണന വേണമെന്ന കാര്യത്തിൽ അദ്ദേഹത്തിന് സംശയമുണ്ടായിരുന്നില്ല. ഉൽപ്പാദത്തിൽ മനുഷ്യന്റെ സ്ഥാനമാണ് മുതലാളിത്തത്തിൻ കീഴിൽ അവന്റെ ബോധത്തിന്റെ മർമം. വൻ തൊഴിൽശാലകളിലെ തൊഴിലാളികളുടെ അനുഭവമാണ് ഈ ബോധത്തിന്റെ സ്വാഭാവികമായ വിദ്യാലയം. ട്യൂറിനിലെ അനുഭവത്തിന്റെ വെളിച്ചത്തിലായിരിക്കാം, ഗ്രാംഷി വൻകിട ആധുനിക തൊഴിൽശാലയെ അന്യവൽക്കരണത്തിന്റെ സ്ഥലമായിട്ടല്ല, സോഷ്യലിസത്തിന്റെ വിദ്യാലയമായിട്ടാണ് കണ്ടത്.

അതുകൊണ്ട് സോഷ്യലിസത്തിലെ ഉൽപ്പാദനത്തെ വേറിട്ട ഒരു സാങ്കേതിക, സാമ്പത്തികപ്രശ്നമായി മാത്രം കണക്കാക്കിയാൽ പോര എന്നതാണ് കാര്യം. അതിനെ ഒരേ സമയം (അദ്ദേഹത്തിന്റെ വീക്ഷണത്തിൽ പ്രാഥമികമായി) രാഷ്ട്രീയവിദ്യാഭ്യാസത്തിന്റെയും രാഷ്ട്രീയ ഘടനയുടെയും പ്രശ്നമായി കാണണം. ഇക്കാര്യത്തിൽ പുരോഗമന സ്വഭാവമുള്ള ബൂർഷ്വാ സമൂഹത്തിൽപ്പോലും തൊഴിൽ എന്ന സങ്കൽപ്പനം വിദ്യാഭ്യാസപരമായി മർമപ്രധാനമാണ്. കാരണം, സാമൂഹികവും പ്രാകൃതികവുമായ ക്രമങ്ങൾക്ക് മധ്യസ്ഥമാകുന്നത് തൊഴിലാണ്; മനുഷ്യന്റെ സൈദ്ധാന്തികവും പ്രായോഗികവുമായ പ്രവർത്തനമാണ് എന്ന കണ്ടെത്തൽ എല്ലാത്തരം മാന്ത്രികതയിൽനിന്നും അന്ധവിശ്വാസത്തിൽനിന്നും മുക്തമായ ഒരു ലോകത്തെക്കുറിച്ചുള്ള ഉൾക്കാഴ്ചയുടെ ആദ്യാംശങ്ങൾ സൃഷ്ടിക്കുന്നു. അത് ലോകത്തെക്കുറിച്ച് ചരിത്രപരവും വൈരുധ്യാത്മകവുമായ സങ്കൽപ്പനത്തിന്റെ അനന്തര വികാസത്തിന് അടിത്തറ പ്രദാനം ചെയ്യുന്നു. ഈ സങ്കൽപ്പനം ചലനത്തെയും മാറ്റത്തെയും മനസിലാക്കുന്നു... സമകാലികലോകത്തെ ഭൂതകാലത്തിന്റെ കടന്നുപോയ എല്ലാ തലമുറകളുടെയും ഒരു സംശ്ലേഷണമായി, ഭാവിയിലേക്ക് സ്വയം വിക്ഷേപിക്കുന്ന ഒരു സംശ്ലേഷണമായി കാണുന്നു. അതാണ് പ്രാഥമിക വിദ്യാലയത്തിന്റെ യഥാർഥ അടിത്തറ. പോകുന്ന പോക്കിൽ ഇവിടെ നമുക്ക് ഗ്രാംഷിയുടെ നിരന്തരപ്രമേയങ്ങളിൽ ഒന്നിനെക്കൂടി ഒന്നു സ്പർശിക്കാം: ഭാവി.

ഗ്രാംഷിയുടെ രാഷ്ട്രീയ സിദ്ധാന്തത്തിലെ പ്രധാന പ്രമേയങ്ങളുടെ രൂപരേഖ 1931 സെപ്തംബറിലെ പ്രശസ്തമായ കത്തിൽ ഉണ്ട്:

> ബുദ്ധിജീവികളെക്കുറിച്ചുള്ള എന്റെ പഠനം വിശാലമായ ഒരു പദ്ധതിയാണ് ... ബുദ്ധിജീവികളെക്കുറിച്ചുള്ള ധാരണയെ ഞാൻ ആ പദത്തിന്റെ ഇന്നത്തെ അർഥത്തിനപ്പുറത്തേക്ക് നീട്ടുകയാണ്.

> മുഖ്യമായും മഹാന്മാരായ ബുദ്ധിജീവികളെയാണ് ഇന്ന് അത് കുറിക്കുന്നത്. ഈ പഠനം എന്നെ ഭരണകൂടത്തെ സംബന്ധിച്ച ചില നിർണയങ്ങളിലേക്കും നയിക്കുന്നു. പൊതുവെ ഇത് രാഷ്ട്രീയസമൂഹവും പൗരസമൂഹവും തമ്മിലുള്ള ഒരു സന്തുലനം (അതായത് സഭ, ട്രേഡ് യൂണിയനുകൾ, വിദ്യാലയങ്ങൾ, ഇത്യാദി സ്വകാര്യസംഘടനകൾ വഴി ഒരു സാമൂഹികസംഘം ദേശീയസമൂഹത്തിനുമേൽ മൊത്തത്തിൽ പുലർത്തുന്ന അധീശത്വം) എന്ന അർഥത്തെയല്ല പിന്നെയോ രാഷ്ട്രീയ സമൂഹം (അതായത്, നിർധാരിതസമയത്ത് ആധിപത്യം പുലർത്തുന്ന ഉൽപ്പാദനം, സമ്പദ്വ്യവസ്ഥ എന്നിവയുടെ ഇനത്തോട് പൊരുത്തപ്പെടാൻ ബഹുജനങ്ങളെ ശക്തമായി നിർബന്ധിക്കുന്ന സംവിധാനത്തിന്റെ ഏകാധിപത്യം) എന്ന അർഥത്തിലാണ് മനസിലാക്കപ്പെടുന്നത്. ബുദ്ധിജീവികളുടെ സവിശേഷപ്രയോഗമേഖല പൗരസമൂഹമാണ്.

ഇനി, ബലപ്രയോഗത്തിന്റെയും അധീശത്വത്തിന്റെയും സ്ഥാപനങ്ങൾ തമ്മിലുള്ള സന്തുലനം (അഥവാ രണ്ടിന്റെയും ഐക്യം) ആണ് ഭരണകൂടം എന്ന സങ്കൽപ്പനം സ്വയം ഒരു പുതുമയല്ല, ചുരുങ്ങിയപക്ഷം ലോകത്തെ യാഥാർഥ്യബോധത്തോടെ വീക്ഷിക്കുന്നവർക്കെങ്കിലും ഒരു ഭരണവർഗം ബലപ്രയോഗത്തിനുള്ള ശക്തിയെയും അധികാരത്തെയും മാത്രമല്ല, അധീശത്വത്തിൽനിന്ന് രൂപം കൊള്ളുന്ന സമ്മതിയെക്കൂടിയാണ് ആശ്രയിക്കുന്നത്. ഇതിനെയാണ് ഗ്രാംഷി ബൗദ്ധികവും ധാർമികവുമായ നേതൃത്വം എന്ന വിളിക്കുന്നത്; ഈ ബൗദ്ധിക -ധാർമിക നേതൃത്വം പ്രയോഗിക്കുന്നതാകട്ടെ, ഭരണസംഘവും. “ആധിപത്യം ചെലുത്തുന്ന മൗലികസംഘം സാമൂഹികജീവിതത്തിൽ അടിച്ചേൽപ്പിക്കുന്ന പൊതുവായ ദിശയും” ആണ്. ബൂർഷ്വ അധീശത്വംപോലും അനിച്ഛാപൂർവം കൈവന്നതല്ല, ബോധപൂർവമായ രാഷ്ട്രീയപ്രയോഗ-സംഘാടനങ്ങൾ വഴി നേടിയെടുത്തതാണ് എന്ന നിരീക്ഷണമാണ് ഗ്രാംഷിയിൽ പുതിയതായി ഉള്ളത്. ഇറ്റാലിയൻ നവോത്ഥാന നഗര ബൂർഷ്വാസിക്ക് ദേശീയാധീശത്വം കൈവന്നത്, മാക്യവെല്ലി പറഞ്ഞതുപോലെ, അത്തരം പ്രയോഗത്തിലൂടെ മാത്രമേ ആകാൻ തരമുള്ളു. വാസ്തവത്തിൽ ഒരിനം ജാക്കോബിയനിസത്തിലൂടെ. ഗ്രാംഷി സാമ്പത്തിക-സംയുക്തകസംഘാടനം എന്നു വിളിക്കുന്ന പ്രക്രിയയെ തരണം ചെയ്താൽ മാത്രമേ ഒരു വർഗത്തിന് രാഷ്ട്രീയാധീശത്വം കൈവരൂ. അതുകൊണ്ടാണ് ഏറ്റവും സമരോത്സുകമായ ട്രേഡ് യൂണിയനിസം പോലും മുതലാളിത്ത സമൂഹത്തിന്റെ കീഴാളപക്ഷമായി നിലനിൽക്കുന്നത്. അതായത്, ആധിപത്യമുള്ള, അധീശത്വമുള്ള, കീഴാളമായ, വർഗങ്ങൾ തമ്മിലുള്ള വ്യതിരിക്തത മൗലികമാണ് എന്നർഥം. അത് മറ്റൊരു ഗ്രാംഷിയൻ കണ്ടെത്തലാണ്, അദ്ദേഹത്തിന്റെ ചിന്തയെ സംബന്ധിച്ചി

ടത്തോളം നിർണായകവുമാണ്. കാരണം, അതുവരെ കീഴാളമായി വരുന്ന ഒരു വർഗത്തെ അധീശത്വത്തിന് ശേഷിയുള്ളതാക്കിമാറ്റുക എന്നുള്ളതാണ് വിപ്ലവത്തിന്റെ അടിസ്ഥാനപ്രശ്നം; അതിന് ഭരണവർഗമാകാൻ സാധ്യതയുണ്ട്, മറ്റു വർഗങ്ങൾക്ക് അങ്ങനെതന്നെ വിശ്വസനീയമാകാനുള്ള സാധ്യതയുണ്ട് എന്ന ആത്മവിശ്വാസം ഉണ്ടാക്കലും ആ പ്രശ്നത്തിന്റെ ഭാഗം തന്നെ.

ഇവിടെയാണ് പാർട്ടിക്ക് ഗ്രാംഷി കൊടുക്കുന്ന പ്രാധാന്യം – "അത് ആധുനികരാജകുമാരനാണ്." ബൂർഷ്വാകാലത്തെ പാർട്ടിയുടെ വികാസത്തിന്റെ പൊതുവായ ചരിത്രപ്രാധാന്യത്തിനുപുറമെ ഇതേപ്പറ്റി ഗ്രാംഷിക്ക് ഉജ്വലമായ ചിലത് പറയാനുണ്ട്– പാർട്ടി പ്രസ്ഥാനത്തിലൂടെയും സംഘാടനത്തിലൂടെയും മാത്രമേ തൊഴിലാളിവർഗത്തിന് അതിന്റെ അവബോധം വികസിപ്പിക്കാനാവൂ, അന്തശ്ചോദനാപൂർവമായ "സാമ്പത്തിക–സംയുക്തക" ട്രേഡ് യൂണിയൻ ഘട്ടത്തെ തരണം ചെയ്യാനാവൂ എന്ന് അദ്ദേഹം തിരിച്ചറിയുന്നു. വാസ്തവത്തിൽ സോഷ്യലിസം വിജയിച്ചു തുടങ്ങിയിടത്തെല്ലാം പാർട്ടികൾ ഭരണകൂടങ്ങളായി പരിവർത്തനം നേടിയിട്ടുണ്ട്, അങ്ങനെ പരിവർത്തനം നേടിയതിലൂടെയാണ് സോഷ്യലിസം വിജയിച്ചിട്ടുള്ളതും. പാർട്ടിയുടെ പങ്കിനെപ്പറ്റിയുള്ള സാമാന്യവീക്ഷണത്തിൽ ഗ്രാംഷി അങ്ങേയറ്റം ലെനിനിസ്റ്റാണ്. നിർധാരിതസമയത്ത് പാർട്ടി സംഘടന എന്തായിരിക്കണം, പാർട്ടി ജീവിതത്തിന്റെ സ്വഭാവം എന്നതിനെക്കുറിച്ചൊക്കെയുള്ള വീക്ഷണങ്ങളിൽ അദ്ദേഹം ലെനിനിസ്റ്റായിരുന്നു എന്നല്ല. ഏതായാലും, പാർട്ടികളുടെ സ്വഭാവം, കർത്തവ്യങ്ങൾ എന്നിവയെക്കുറിച്ചുള്ള അദ്ദേഹത്തിന്റെ ചർച്ച ലെനിന്റേതിനുമപ്പുറം മുന്നേറുന്നുണ്ട് എന്നാണ് എന്റെ കാഴ്ചപ്പാട്.

എത്രമാത്രം ചരിത്രപരമായ സാമ്യമുണ്ടെങ്കിലും പാർട്ടിയും വർഗവും ഒന്നല്ല, ചിലപ്പോൾ അകലുകപോലും ചെയ്തേക്കാം. പ്രത്യേകിച്ച് സോഷ്യലിസ്റ്റ് സമൂഹങ്ങളിൽ. ഈ വസ്തുത ഏറെ പ്രായോഗിക പ്രശ്നങ്ങൾ ഉണ്ടാക്കുന്നുണ്ട് എന്ന് നമുക്കറിയാം. ഗ്രാംഷി ഇതേപ്പറ്റി ശരിക്കും ബോധവാനായിരുന്നു. ഉദ്യോഗസ്ഥവൃന്ദവൽക്കരണത്തെക്കുറിച്ചും അദ്ദേഹം ബോധവാനായിരുന്നു. യു എസ് എസ് ആറിലെ സ്റ്റാലിനിസ്റ്റ് സംഭവവികാസങ്ങളോടുള്ള എതിർപ്പ് അദ്ദേഹത്തിന് തടവറയിൽപ്പോലും ബുദ്ധിമുട്ടുണ്ടാക്കി. ഈ പ്രശ്നങ്ങൾക്ക് മതിയായ പരിഹാരങ്ങൾ അദ്ദേഹം നിർദേശിച്ചിരുന്നു എന്നു പറയണമെന്ന് എനിക്കുണ്ട്. പക്ഷെ അദ്ദേഹം അങ്ങനെ ചെയ്തിട്ടുണ്ടോ എന്നെനിക്ക് സംശയമാണ്. ഏതായാലും ഉദ്യോഗസ്ഥസ്വഭാവമുള്ള കേന്ദ്രീകരണത്തെക്കുറിച്ചുള്ള അദ്ദേഹത്തിന്റെ അഭിപ്രായപ്രകടനം ഗൗരവമായി പഠിക്കേണ്ടത് ആവശ്യമാണ് – അത് ഏറെ കുറുകിയതും മനസിലാക്കാൻ പ്രയാസമുള്ളതും ആണെങ്കിലും(ഉദാഹരണത്തിന്, *Prison Notebooks.*)

ഭരണസംവിധാനത്തിൽ അതിന്റെ അധീശഭാവത്തിലും അധികാരിഭാവത്തിലും അടിസ്ഥാനപരമായി ബുദ്ധിജീവികളാണ് ഉള്ളത് എന്ന

ഗ്രാംഷിയുടെ ശാഠ്യത്തിലും ഒരു നൂതനത്വമുണ്ട്. അവരെ അദ്ദേഹം നിർവചിക്കുന്നത് ഒരു പ്രത്യേക വരേണ്യവർഗമെന്നോ ഒരു പ്രത്യേക സാമൂഹികവർഗം, സംവർഗം/സംവർഗങ്ങൾ എന്നോ അല്ല, ഈ ഉദ്ദേശ്യങ്ങൾക്കായുള്ള ഒരുതരം സാമൂഹികമായ കർത്തവ്യസവിശേഷവൽക്കരണം എന്നാണ്. ഗ്രാംഷിയെ സംബന്ധിച്ചിടത്തോളം എല്ലാ ആളുകളും ബുദ്ധിജീവികളാണ്. പക്ഷേ എല്ലാവരും ബുദ്ധിജീവികളുടെ സാമൂഹികധർമം നിറവേറ്റുന്നില്ല. ഇത് പ്രധാനമാണ്. കാരണം, സാമൂഹിക പ്രക്രിയയിൽ ഉപരിഘടനയ്ക്കുള്ള സ്വാശ്രിതപങ്കിന് അത് അടിവരയിടുന്നു. അഥവാ തൊഴിലാളിവർഗത്തിൽനിന്നു വന്ന ഒരു രാഷ്ട്രീയക്കാരനും ലെയ്ത്തിൽ പണിയെടുക്കുന്ന തൊഴിലാളിയും ഒരേപോലെയാകണമെന്നില്ല എന്ന ലളിതമായ വസ്തുതയ്ക്ക് അത് അടിവരയിടുന്നു. ഈ നിരീക്ഷണം ഗ്രാംഷിയുടെ രാഷ്ട്രീയ സിദ്ധാന്തത്തിന് അത്ര പ്രധാനമാണെന്ന് അഥവാ അദ്ദേഹം കരുതുന്നത്ര പ്രധാനമാണെന്ന് എനിക്കു തോന്നുന്നില്ല. പ്രത്യേകിച്ച് 'പാരമ്പര്യ' ബുദ്ധിജീവികളും ഒരു പുതിയ വർഗത്തിൽ ഉൽപ്പാദിക്കപ്പെട്ട ജൈവ ബുദ്ധിജീവികളും തമ്മിലുള്ള വ്യതിരിക്തത അദ്ദേഹം നിർദേശിക്കുന്നത്ര പ്രധാനമല്ല – ചില രാജ്യങ്ങളിലെങ്കിലും. ഇവിടെ ഒരുപക്ഷേ അദ്ദേഹത്തിന്റെ പ്രയാസമേറിയ സങ്കീർണമായ ചിന്ത; പൂർണമായി ഞാൻ ഗ്രഹിക്കായ്കയാകാം. ഗ്രാംഷിയെ സംബന്ധിച്ചിടത്തോളം ഈ പ്രശ്നം ഏറെ പ്രധാനമാണെന്ന് ഊന്നിപ്പറയേണ്ടതുണ്ട് എന്നും ഞാൻ കരുതുന്നു. പ്രത്യേകിച്ച് അദ്ദേഹം അതിനുവേണ്ടി അർപ്പിച്ചിട്ടുള്ള താളുകളുടെ വൈപുല്യം കാണുമ്പോൾ.

അതേസമയം ഗ്രാംഷിയുടെ തന്ത്രസംബന്ധമായ ചിന്ത ഉജ്വലമായ ചരിത്രപരമായി ഉൾക്കാഴ്ചകൾ നൽകുന്നുവെന്നു മാത്രമല്ല, പ്രായോഗികതലത്തിൽ ഏറെ പ്രധാനവുമാണ്. ഇതേ സംബന്ധിച്ച് മൂന്നു കാര്യങ്ങൾ തീർത്തും വെവ്വേറെ തന്നെ കാണണം എന്ന് എനിക്കു തോന്നുന്നു: ഗ്രാംഷിയുടെ പൊതുവായ വിശകലനം, നിയതമായ ചരിത്രഘട്ടങ്ങളിലെ കമ്യൂണിസ്റ്റ് തന്ത്രത്തെക്കുറിച്ചുള്ള അദ്ദേഹത്തിന്റെ ആശയങ്ങൾ, നിർധാരിതസമയത്ത് ഇറ്റാലിയൻ കമ്യൂണിസ്റ്റ് പാർട്ടി തന്ത്രത്തെക്കുറിച്ച് പുലർത്തിയ ആശയങ്ങൾ (ഇവ ഗ്രാംഷിയുടെ സിദ്ധാന്തം വായിച്ച് തൊഗ്ലിയാത്തിയും പിൻഗാമികളും ഉൾക്കൊണ്ട പ്രചോദനത്തിലൂടെ ഉരുത്തിരിഞ്ഞതാണ് എന്നതിൽ സംശയമില്ല) ഇവയിൽ മൂന്നാമത്തെ കാര്യത്തിലേക്ക് ഞാൻ കടക്കുന്നില്ല. കാരണം, ഈ പ്രബന്ധത്തിന് അത് പ്രസക്തമല്ല. രണ്ടാമത്തെ കാര്യവും ദീർഘമായി ചർച്ച ചെയ്യാൻ ഞാൻ ഉദ്ദേശിക്കുന്നില്ല. കാരണം, 1920 കളിലെയും 1930 കളിലെയും സവിശേഷ സാഹചര്യങ്ങളുടെ വിലയിരുത്തൽ വച്ചല്ല നമ്മൾ ഗ്രാംഷിയെ മനസിലാക്കേണ്ടത്. *18th Brumaire* മാർക്സിന്റെ ഏറ്റവും പ്രൗഢവും അടിസ്ഥാനപരവുമായ രചനയായി കണക്കാക്കാം; 1852–70 ൽ നെപ്പോളിയൻ മൂന്നാമനോട് അദ്ദേഹം കൈക്കൊണ്ട സമീപനവും അദ്ദേഹത്തിന്റെ രാഷ്ട്രീയവാഴ്ചയുടെ സ്ഥിരതയെക്കുറിച്ചുള്ള മാർക്സിന്റെ കണക്കു

കൂട്ടലും യാഥാർത്ഥ്യബോധത്തിന് നിരക്കാത്തതായിരുന്നിരിക്കാം. എന്നുവച്ച്, ഗ്രാംഷിയുടെയോ തൊഗ്ലിയാത്തിയുടെയോ തന്ത്രത്തെ സംബന്ധിച്ച വിമർശനമൊന്നും ഇവിടെ നടത്തുന്നില്ല. രണ്ടിനും മതിയായ പിൻബലമുണ്ട്. ഇതൊക്കെ മാറ്റിവച്ച്, ഗ്രാംഷിയുടെ തന്ത്ര സംബന്ധമായ സിദ്ധാന്തത്തിലെ മൂന്ന് അംശങ്ങൾ വേർതിരിച്ച് അവതരിപ്പിക്കാനാണ് ഞാൻ ശ്രമിക്കുന്നത്.

ഒന്ന്: പടിഞ്ഞാറ് ദീർഘവും നിലപാടുപരവുമായ യുദ്ധതന്ത്രമാണ് ഗ്രാംഷി തെരഞ്ഞെടുക്കുന്നത്, 'കയറി അടിക്കൽ' അഥവാ 'ചലിത' യുദ്ധതന്ത്രമല്ല. (ഇതിനെ *trench war* അഥവാ കിടങ്ങുയുദ്ധം എന്നും *war of movement* അഥവാ ചലിതയുദ്ധം എന്നുമാണ് ടോം ബോട്ടംമോർ വിളിക്കുന്നത് –വിവ.) എങ്ങനെ തെരഞ്ഞെടുത്തു എന്നതല്ല പ്രധാനം, എങ്ങനെ ഈ സാധ്യതകളെ അദ്ദേഹം അപഗ്രഥിച്ചു എന്നതാണ്. ശരിയാണ്, ഇറ്റലിയിലും പടിഞ്ഞാറ് മറ്റ് മിക്കയിടങ്ങളിലും 1920 കൾ മുതൽ ഒരു ഒക്ടോബർ വിപ്ലവമൊന്നും ഉണ്ടാകാൻ പോകുന്നില്ലായിരുന്നു. അതിന് യാഥാർത്ഥ്യബോധത്തോടെ നോക്കിയാൽ സാധ്യതയൊന്നും ഉണ്ടായിരുന്നില്ല. അതുകൊണ്ട് ഒരു ദീർഘയുദ്ധം തന്നെ വിഭാവനം ചെയ്യേണ്ടിവന്നു, ഗ്രംഷിക്ക്. പക്ഷേ അങ്ങനെ നീണ്ട ഒരു നിലപാടുയുദ്ധ*(war of position)*ത്തിന്റെ ഫലം ഇന്നതായിരിക്കുമെന്ന് ഗ്രാംഷി തത്വത്തിൽ പറഞ്ഞുവച്ചതൊന്നുമില്ല – അതാണ് അദ്ദേഹം പ്രവചിച്ചതും ശുപാർശ ചെയ്തതും എങ്കിലും. അത് ഒരുപക്ഷേ നേരിട്ട് സോഷ്യലിസത്തിലേക്കൊരു സംക്രമണം നടക്കുന്നതിലേക്ക് നയിച്ചേക്കാം, അല്ലെങ്കിൽ ചലിതയുദ്ധത്തിന്റെയും കടന്നടിയുടെയും മറ്റൊരു ഘട്ടത്തിലേക്ക് നയിച്ചേക്കാം, അതുമല്ലെങ്കിൽ മറ്റേതെങ്കിലും തന്ത്രത്തിന്റെ ഘട്ടത്തിലേക്കും നയിച്ചേക്കാം. എന്താണ് സംഭവിക്കുക എന്നതാണ് മൂർത്തമായ സാഹചര്യത്തിൽ വരാവുന്ന മാറ്റങ്ങളെ ആശ്രയിച്ചിരിക്കും. മറ്റു മാർക്സിസ്റ്റുകാർക്ക് ഇല്ലാത്തത്ര വ്യക്തതയോടെ അദ്ദേഹം അഭിമുഖീകരിച്ച മറ്റൊരു പ്രശ്നമുണ്ട്: പടിഞ്ഞാറ് വിപ്ലവം ഒരിക്കൽ പരാജയപ്പെട്ടാൽ ദീർഘകാലാടിസ്ഥാനത്തിൽ പുരോഗമന ശക്തികൾ ദുർബലമാകും. അത് ഏറെ അപകടകരമാകും. നിഷ്ക്രിയ വിപ്ലവത്തിലൂടെയാണ് ഈ ദുർബലപ്പെടൽ നടക്കുക. ഒരുവശത്ത് ഭരണവർഗം ചില ആവശ്യങ്ങളൊക്കെ അംഗീകരിച്ച് വിപ്ലവം തടയാനും ഒഴിവാക്കാനും ശ്രമിക്കും. മറുവശത്ത് പ്രയോഗത്തിൽ (ഒരുപക്ഷേ സിദ്ധാന്തത്തിൽ അങ്ങനെ സംഭവിക്കില്ലായിരിക്കാം) വിപ്ലവപ്രസ്ഥാനത്തിന് അതിന്റെ ഷണ്ഡത്വം അംഗീകരിച്ച് രാഷ്ട്രീയമായി വ്യവസ്ഥയിലേക്ക് ഉദ്ഗ്രഥിക്കപ്പെടേണ്ടിവന്നേക്കും (*Prison Notebooks* കാണുക). ചുരുക്കത്തിൽ നിലപാടുയുദ്ധത്തെ ഒരു പോരാട്ടതന്ത്രമായി ചിട്ടയായി ചിന്തിച്ചു രൂപപ്പെടുത്തണം; അല്ലാതെ പ്രതിരോധദുർഗം പടുത്തുയർത്താൻ കഴിയാതെവരുമ്പോൾ വിപ്ലവകാരികൾക്ക് ചെയ്യാനുള്ള ഒന്നായി അതിനെ കാണരുത്. 1914 നു മുമ്പ് തന്നെ സോഷ്യൽ ഡെമോ

ക്രസിയുടെ അനുഭവത്തിൽനിന്ന് മാർക്സിസം ചരിത്രപരമായ നിർണയവാദമല്ല എന്ന് ഗ്രാംഷി മനസിലാക്കിയിരുന്നു. ചരിത്രം ഏതോ വിധേന തൊഴിലാളികളെ സ്വമേധയാ അധികാരത്തിലേറ്റുന്നതും കാത്ത് ഇരുന്നാൽ പോരാ.

രണ്ട്, തൊഴിലാളിവർഗത്തെ ഒരു ഭരണവർഗമായി മാറാനുള്ള ശക്തിയായി വളർത്തുന്നതിന് വേണ്ട പോരാട്ടം, അധീശത്വത്തിനായുള്ള പോരാട്ടം, അധികാര സംക്രമണത്തിന് മുമ്പും ആ ഘട്ടത്തിലും അതിനുശേഷവും നടത്തണം എന്ന ഗ്രാംഷിയുടെ ശാഠ്യം. ഈ പോരാട്ടം കേവലം 'നിലപാടുയുദ്ധ'ത്തിന്റെ ഒരുവശം മാത്രമല്ല, അത് എല്ലാ സാഹചര്യങ്ങളിലും വിപ്ലവകാരികളുടെ തന്ത്രത്തിന്റെ നിർണായകമായ ഒരു വശമാണ്. ഭരണവർഗശക്തിയുടെ മർമം ബലപ്രയോഗത്തിലല്ലാതെ ബഹുജനങ്ങളുടെ കീഴാളത്തത്തിൽ കുടികൊള്ളുന്ന രാജ്യങ്ങളിൽ അധികാരക്കൈമാറ്റത്തിനു മുമ്പുതന്നെ അധീശത്വം നേടിയെടുക്കുക എന്നത് സുപ്രധാനമാകുന്നു. തീവ്രഇടതർ എന്തു പറഞ്ഞാലും, അവസാന വിശകലനത്തിൽ ബലപ്രയോഗം ഉപയോഗിക്കപ്പെടേണ്ടിവരും എന്ന വസ്തുത ചോദ്യം ചെയ്യപ്പെടാത്ത രീതിയിൽ അവശേഷിക്കുന്നുണ്ടെങ്കിലും, ഇതാണ് മിക്ക 'പടിഞ്ഞാറൻ' രാജ്യങ്ങളിലെയും അവസ്ഥ. ചിലി, ഉറുഗ്വെ ഇത്യാദി രാജ്യങ്ങളിലെ അനുഭവം നോക്കുക. ഒരു പ്രത്യേക ബിന്ദുവിനപ്പുറം ഭരിക്കാൻ ബലം പ്രയോഗിക്കുന്നത് സമ്മതിപ്രതീതിയുടെയോ യഥാർഥ സമ്മതിയുടെയോ ഉപയോഗവുമായി ഒട്ടും പൊരുത്തപ്പെടാതാകുമ്പോൾ ഭരണക്കാർക്ക് അധീശത്വം /ശക്തി അഥവാ പരുപരുത്ത കൈയുറ/ഇരുമ്പുമുഷ്ടി എന്നിവയിൽ ഏതുവേണമെന്നു തെരഞ്ഞെടുക്കേണ്ടിവരും. അവർ ബലപ്രയോഗം തെരഞ്ഞെടുക്കുന്നിടങ്ങളിൽ ഫലം പൊതുവെ തൊഴിലാളിവർഗ പ്രസ്ഥാനത്തിന് അനുകൂലമായിട്ടില്ല.

പഴയ ഭരണക്കാരെ വിപ്ലവകരമായി തുത്തെറിഞ്ഞ രാജ്യങ്ങളിൽപ്പോലും (പോർട്ടുഗൽ ഉദാഹരണം) അധീശത്വശക്തിയുടെ അഭാവത്തിൽ വിപ്ലവങ്ങൾ പോലും മണൽമൂടിപ്പോയേക്കാം. പഴയ ഭരണക്രമത്തിൽ നിന്ന് ഇനിയും വിടുതി നേടിയിട്ടില്ലാത്ത അടരുകളിൽനിന്ന് വേണ്ടത്ര പിന്തുണയും സമ്മതിയും അവർ നേടേണ്ടിവരും. അധീശത്വത്തിന്റെ അടിസ്ഥാന പ്രശ്നം, തന്ത്രപരമായി പരിഗണിച്ചാൽ വിപ്ലവകാരികൾ എങ്ങനെ അധികാരത്തിൽ വരും എന്നതല്ല, ഈ പ്രശ്നം വളരെ പ്രധാനം തന്നെയാണെങ്കിലും. അവർ രാഷ്ട്രീയമായി നിലവിലുള്ള – ഒഴിവാക്കാനാവാത്ത ഭരണക്കാർ എന്ന നിലയ്ക്ക് മാത്രമല്ല മാർഗനിർദേശകർ, നേതാക്കൾ, എന്ന നിലയ്ക്കും എങ്ങനെ അംഗീകരിക്കപ്പെടുന്നു എന്നുള്ളതാണ് ഏറ്റവും പ്രധാനപ്രശ്നം. ഇതിന് സ്പഷ്ടമായും രണ്ടു വശങ്ങളുണ്ട്. എങ്ങനെ സമ്മതം നേടിയെടുക്കാം, നേതൃത്വം പ്രയോഗിക്കാൻ വിപ്ലവകാരികൾ തയാറാണോ? അവരുടെ പ്രയത്നങ്ങൾ കൂടുതൽ ഫലപ്രദമോ കൂടുതൽ പ്രയാസകരമോ ആക്കിയേക്കാവുന്ന ദേശീ

യവും അന്തർദേശീയവുമായ മൂർത്ത രാഷ്ട്രീയസാഹചര്യവും ഉണ്ട്. 1945 ൽ പോളിഷ് കമ്യൂണിസ്റ്റുകാർ ഒരുപക്ഷേ അധീശത്വ ശക്തിയായി അംഗീകരിക്കപ്പെട്ടില്ലായിരിക്കാം അവർ അതിന് തയാറായിരുന്നെങ്കിലും. പക്ഷേ അവർ അന്തർദേശീയസാഹചര്യത്തിന്റെ ആനുകൂല്യത്തിലാണ് അധികാരം സ്ഥാപിച്ചത്. 1918ൽ ജർമൻ സോഷ്യൽ ഡെമോക്രാറ്റുകൾ ഒരു അധീശത്വശക്തിയായി അംഗീകരിക്കപ്പെട്ടേനെ. പക്ഷേ അങ്ങനെയൊന്നായി പ്രവർത്തിക്കാൻ അവർ തയാറായില്ല. അവിടെയാണ് ജർമൻ വിപ്ലവത്തിന്റെ ദുരന്തം കുടികൊള്ളുന്നത്. 1945 ലും 1968 ലും അധീശത്വ ശക്തിയായി അംഗീകരിക്കപ്പെടാൻ സാധ്യതയുണ്ടായിരുന്ന ചെക്ക് കമ്യൂണിസ്റ്റുകാർ ആ പങ്ക് നിർവഹിക്കാൻ തയാറുമായിരുന്നു. പക്ഷേ അവർക്ക് അതിന് അനുവാദമുണ്ടായില്ല. സംക്രമണത്തിന് മുമ്പും അക്കാലത്തും അതിനുശേഷവും അധീശത്വത്തിനായുള്ള പോരാട്ടം (സംക്രമണത്തിന്റെ സ്വഭാവമോ വേഗതയോ എന്തായാലും എത്രയായാലും) അതിപ്രധാനമായി അവശേഷിക്കുന്നു.

മൂന്ന്: ഗ്രാംഷിയുടെ തന്ത്രത്തിന്റെ മർമം സ്ഥിരം സംഘടിത വർഗപ്രസ്ഥാനമാണ്. ഈ അർഥത്തിൽ അദ്ദേഹത്തിന്റെ 'പാർട്ടി'യെ സംബന്ധിച്ച ആശയം മാർക്സിന്റെ സ്വന്തം സങ്കൽപ്പത്തിലേക്ക് തിരിച്ചുപോകുന്നുണ്ട്. ഒരു സംഘടിത വർഗമായിട്ടാണല്ലോ മാർക്സ് പാർട്ടിയെ വിഭാവനം ചെയ്തത് – ജീവിതത്തിന്റെ അവസാന വർഷങ്ങളിലെങ്കിലും. പക്ഷേ ഗ്രാംഷി മാർക്സിനെക്കാൾ, എംഗൽസിനെക്കാൾ, ഒരുപക്ഷേ ലെനിനെക്കാൾ ശ്രദ്ധിച്ചത് ഔപചാരികമായ സംഘാടനത്തിനല്ല, രാഷ്ട്രീയനേതൃത്വത്തിന്റെയും ഘടനയുടെയും രൂപങ്ങളിലും അദ്ദേഹം വർഗവും പാർട്ടിയും തമ്മിലുള്ള 'ജൈവ'ബന്ധം എന്നു വിളിക്കുന്ന ഘടകത്തിലുമാണ്. ഒക്ടോബർ വിപ്ലവത്തിന്റെ കാലത്ത് തൊഴിലാളി വർഗത്തിന്റെ മിക്ക ബഹുജന പാർട്ടികളും സോഷ്യൽ ഡെമോക്രാറ്റിക് ആയിരുന്നു. 1917 നു മുമ്പുള്ള ബോൾഷെവിക്കുകൾ ഉൾപ്പെടെ മിക്ക വിപ്ലവ സൈദ്ധാന്തികരും കാഡർ പാർട്ടികളെക്കുറിച്ചോ പറ്റുമ്പോഴൊക്കെ ബഹുജനങ്ങളുടെ അതൃപ്തമായ ഉൾവിളികളെ ഏകോപിപ്പിക്കുന്ന പ്രവർത്തകസംഘങ്ങളെക്കുറിച്ചോ മാത്രം ചിന്തിക്കാൻ നിർബന്ധിതരായിരുന്നു. കാരണം, ബഹുജന പ്രസ്ഥാനങ്ങൾ ഒന്നുകിൽ നിലനിൽക്കാൻ അനുവദിക്കപ്പെട്ടിരുന്നില്ല, അല്ലെങ്കിൽ പൊതുവെ പരിഷ്ക്കരണവാദികളായിരുന്നു. സ്വന്തം രാജ്യങ്ങളിൽ സ്ഥിരവും വേരൂന്നിയതുമായ, അതേസമയം വിപ്ലവസ്വഭാവമുള്ള ബഹുജന തൊഴിലാളിവർഗ പ്രസ്ഥാനങ്ങൾ രാഷ്ട്രീയരംഗത്ത് സുപ്രധാനമായ പങ്കു വഹിക്കുന്നതിനെപ്പറ്റി അവർക്ക് അന്ന് ചിന്തിക്കാൻ കഴിയില്ലായിരുന്നു. ഗ്രാംഷി തന്റെ ആശയങ്ങൾ രൂപവൽക്കരിക്കുന്നത് ട്യൂറിൻ പ്രസ്ഥാനത്തിലാണ്. അത് താരതമ്യേന ദുർലഭമായ ഒരപവാദമായിരുന്നു. ചില കമ്യൂണിസ്റ്റ് ബഹുജന പാർട്ടികളെ സൃഷ്ടിക്കാനായത് കമ്യൂണിസ്റ്റ് ഇന്റർനാഷണലിന്റെ പ്രധാനനേട്ടങ്ങളിൽ ഒന്നായിരുന്നെ

ങ്കിലും പഴയ രീതിയിൽ വികസിച്ചു ബഹുജന തൊഴിലാളി പ്രസ്ഥാന ങ്ങളുടെ പ്രശ്നങ്ങളെപ്പറ്റി അവർ ദേശീയ കമ്യൂണിസ്റ്റ് നേതൃത്വത്തിന് (ബഹുജന തൊഴിലാളി പ്രസ്ഥാനങ്ങൾ ഉള്ള ചില രാജ്യങ്ങളിൽ നിന്ന് വ്യത്യസ്തമായി) അറിവില്ലായിരുന്നതിന്റെ ലക്ഷണങ്ങൾ ഉണ്ട്. ഉദാഹ രണത്തിന്, മൂന്നാംഘട്ടം എന്നു വിളിക്കുന്ന കാലത്തെ വിഭാഗീയത.

ഇവിടെ വിപ്ലവകാരികളും ബഹുജന പ്രസ്ഥാനങ്ങളും തമ്മിലുള്ള "ജൈവബന്ധ'ത്തിൽ ഗ്രാംഷി നൽകുന്ന ഊന്നൽ പ്രധാനമാണ്. അത്തരം 'ജൈവ'ബന്ധമല്ലാത്ത, പറയുമ്പോഴൊക്കെ സംഘടിക്കുന്ന 'സന്നദ്ധപ്രവർത്തകരുടെ സംഘങ്ങളായ വിപ്ലവ ന്യൂനപക്ഷങ്ങൾ, അദ്ദേ ഹത്തിന് ഇറ്റാലിയൻ ചരിത്രാനുഭവത്തിൽനിന്ന് പരിചിതമായിരുന്നു. അവയൊന്നും 'യഥാർഥത്തിൽ ബഹുജനപ്പാർട്ടികളേയല്ല... നാടോടിക്കൂ ട്ടങ്ങളുടെ അഥവാ ഊരുതെണ്ടികളുടെ രാഷ്ട്രീയ പര്യായങ്ങളായി രുന്നു." (*Prison Notebooks*) ഇടതുപക്ഷനയങ്ങളിൽ വലിയൊരു പങ്കും ഇന്നും - പ്രത്യേകിച്ച് ഇന്ന് - ഇങ്ങനെതന്നെ ഏതാണ്ട് സമാനമായ കാരണങ്ങൾകൊണ്ട് ബഹുജന സംഘടനയോടുകൂടിയ യഥാർഥ തൊഴിലാളി വർഗത്തെയല്ല, തൊഴിലാളി വർഗപ്രതീതിയെയാണ്, തൊഴിലാളി വർഗത്തെയോ മറ്റേതെങ്കിലും ഏകോപനസാധ്യതയുള്ള സംഘത്തെയോ പുറത്തുനിന്ന് നോക്കുമ്പോൾ കിട്ടുന്ന ഒരു വീക്ഷണ ത്തെയാണ് അടിസ്ഥാനമാക്കുന്നത്. ഈ പ്രലോഭനത്തിന് ഒരിക്കലും വഴങ്ങാത്ത ഒരു വിപ്ലവകാരിയായിരുന്നു എന്നതാണ് ഗ്രാംഷിയുടെ മൗലി കത. അദ്ദേഹത്തിന്റെ അപഗ്രഥനത്തിന്റെയും തന്ത്രത്തിന്റെയും അടി സ്ഥാനം സംഘടിതതൊഴിലാളി വർഗം തന്നെയായിരുന്നു, അല്ലാതെ അത് എന്തായിരിക്കണം എന്നതിന്റെ സിദ്ധാന്തമായിരുന്നില്ല.

ഗ്രാംഷിയുടെ രാഷ്ട്രീയചിന്ത തന്ത്രസംബന്ധമോ ഉപകരണപരമോ പ്രവർത്തനപരമോ മാത്രമായിരുന്നില്ല എന്നാണല്ലോ ഞാൻ ആവർത്തി ച്ചുറപ്പിക്കുന്നത്. അതിന്റെ ലക്ഷ്യം കേവലം വിജയമല്ല; അതിനുശേഷം വ്യത്യസ്തമായ ഒരു ക്രമത്തിൽ വ്യത്യസ്തമായ ഒരിനം പ്രവർത്തനം തുടങ്ങാമെന്ന മട്ടല്ല. അദ്ദേഹം ഒരു ചരിത്ര പ്രശ്നത്തെയോ സംഭവ ത്തെയോ ആരംഭബിന്ദുവായി എടുത്ത് അതിൽനിന്ന് ഭരണവർഗത്തിന്റെ രാഷ്ട്രീയത്തെപ്പറ്റി മാത്രമല്ല, പൊതുവെ രാഷ്ട്രീയത്തെപ്പറ്റിയുള്ള സാമാ ന്യവൽക്കരണത്തിലേക്ക് വികസിപ്പിക്കുകയാണ് ചെയ്യുന്നത്. എല്ലാ സമൂ ഹങ്ങളിലെയും, ചുരുങ്ങിയപക്ഷം ചരിത്രപരമായി വളരെ വിശാലമായ ഒരു നിര സമൂഹങ്ങളിലെയും മനുഷ്യർക്കിടയിലെ രാഷ്ട്രീയബന്ധങ്ങ ളിൽ പൊതുവായ ഒരു ഘടകം ഉണ്ടെന്ന് അദ്ദേഹത്തിന് എല്ലായ്പ്പോഴും അറിയാമായിരുന്നു. ഉദാഹരണത്തിന്, നേതാക്കളും നയിക്കപ്പെടുന്നവരും തമ്മിലുള്ള വ്യത്യാസം. സമൂഹങ്ങൾ സാമ്പത്തികാധിപത്യത്തിന്റെയും രാഷ്ട്രീയാധികാരത്തിന്റെയും ഘടനകൾ എന്നതിനേക്കാൾ കൂടുത ലെന്തോ ആണ്, അവയ്ക്ക് വർഗസമരങ്ങളിൽ, ഭിന്നമായി നിൽക്കുമ്പോൾ പ്പോലും ഒരു ഭദ്രതയുണ്ട് (എംഗൽസ് കുറെ മുമ്പ് ഇത് ചൂണ്ടിക്കാട്ടിയി

ട്ടുണ്ട്), ചൂഷണത്തിൽ നിന്നുള്ള മോചനം അവയെ സ്വതന്ത്രമനുഷ്യരുടെ യഥാർഥ സമൂഹങ്ങളായി സംഘടിപ്പിക്കുന്നതിനുള്ള സാധ്യത സൃഷ്ടിക്കുന്നു എന്നീ വസ്തുതകൾ അദ്ദേഹം ഒരിക്കലും മറന്നില്ല. ഒരു സമൂഹത്തിന്റെ – യഥാർഥത്തിൽ ഉള്ളതോ ഉണ്ടാകാൻ സാധ്യതയുള്ളതോ ആയ സമൂഹത്തിന്റെ – ഉത്തരവാദിത്വം ഏറ്റെടുക്കുക എന്നാൽ അടിയന്തരമായ വർഗ/വിഭാഗീയ/ഭരണകൂട താൽപ്പര്യങ്ങൾ പരിപാലിക്കുക എന്നല്ല എന്ന വസ്തുതയും അദ്ദേഹം ഒരിക്കലും മറന്നില്ല. ഉദാഹരണത്തിന്, അത് ഭൂതകാലത്തിന്റെയോ പാരമ്പര്യത്തിന്റെയോ ഭാവിയുടെയോ തുടർച്ച മുൻ കാണുന്നു എന്ന്. അതുകൊണ്ട് പിടിച്ചെടുക്കലുകാരിൽ നിന്ന് പിടിച്ചെടുക്കൽ എന്ന അർഥത്തിൽ മാത്രമല്ല, വിപ്ലവത്തെ അദ്ദേഹം കാണുന്നത്. ഇറ്റലിയിൽ അത് ഒരു ജനതയുടെ സൃഷ്ടിയും ഒരു രാഷ്ട്രത്തിന്റെ ആവിഷ്ക്കാരവും ഒരേസമയം ഭൂതകാലത്തിന്റെ നിഷേധപ്രധാനമായ, ഒരു പ്രശ്നത്തെ വിരളമായി മാത്രം ചർച്ച ചെയ്യപ്പെട്ടിട്ടുള്ള ആ പ്രശ്നത്തെ ഉയർത്തിക്കാട്ടുകയാണ് – ഒരു വിപ്ലവത്തിൽ പഴമയിലെ എന്താണ് വിപ്ലവവൽക്കരിക്കപ്പെടുന്നത്, എന്താണ്, എന്തുകൊണ്ടാണ് പരിരക്ഷിക്കപ്പെടുന്നത് തുടർച്ചയും വിപ്ലവവും തമ്മിലുള്ള വൈരുധ്യാത്മകതയാണ് ഇവിടെ നിർധാരണം ചെയ്യപ്പെടുന്നത്.

ഗ്രാംഷിയെ സംബന്ധിച്ചിടത്തോളം ഈ പ്രശ്നം പ്രധാനമാകുന്നത് ജനകീയ സംഘാടനത്തിന്റെയും സ്വയം പരിവർത്തനത്തിന്റെയും, ബൗദ്ധിക – ധാർമിക പരിവർത്തനത്തിന്റെയും കൂട്ടായ്മയിലുള്ള സ്വയം വികസനത്തിന്റെയും ഉപാധിയായിട്ടാണ്. അതിന്റെയും പ്രസ്ഥാനത്തിന്റെയും നേതൃത്വത്തിൽ സ്വയം നിർമിക്കുന്ന ഒരു പ്രക്രിയയാണ്. സോഷ്യലിസ്റ്റ് ഭാവിയെപ്പറ്റിയുള്ള ഊഹങ്ങളെ മറ്റു പല മാർക്സിസ്റ്റുകാരെയും പോലെ ഗ്രാംഷിയും സംശയത്തോടെയാണ് വീക്ഷിക്കുന്നതെങ്കിലും മറ്റുള്ളവരിൽനിന്ന് വ്യത്യസ്തമായി അദ്ദേഹം പ്രസ്ഥാനത്തിന്റെ സ്വഭാവത്തിനകത്തു തന്നെ അതിന്റെ സൂചന അന്വേഷിക്കുന്നുണ്ട്. അഥവാ അദ്ദേഹം ഒരു രാഷ്ട്രീയപ്രസ്ഥാനം, ഒരു പാർട്ടി എന്ന നിലയ്ക്ക് അതിന്റെ സ്വഭാവം, ഘടന, വികാസം എന്നിവയെ ഇത്ര വിശദമായി, ഇത്ര സൂക്ഷ്മമായി അപഗ്രഥിക്കുന്നുവെങ്കിൽ; അതിനുകാരണം അതിദ്രുത 'സ്ഫോടന'ത്തിൽനിന്ന് വ്യതിരിക്തമായി സ്ഥിരവും സംഘടിതവുമായ ഒരു പ്രസ്ഥാനത്തിന്റെ ആവിർഭാവത്തിന്റെ ഏറ്റവും ചെറിയ ധമനികളും സൂക്ഷ്മാണുഘടകങ്ങളും വരെ പിൻതുടർന്നു ചെല്ലുന്നുവെങ്കിൽ, സമൂഹത്തിന്റെ ഭാവി അത്തരം ഒരു പ്രസ്ഥാനത്തിലൂടെ, അത്തരമൊരു പ്രസ്ഥാനത്തിലൂടെ മാത്രം നടക്കുന്ന ഒരു സംഘബോധരൂപവൽക്കരണത്തെ ആശ്രയിച്ചാണ് നിലകൊള്ളുന്നുന്നത് എന്ന് അദ്ദേഹം കാണുന്നു എന്നാണ് അർഥം. കാരണം, അത്തരമൊരു മാർഗത്തിലൂടെ മാത്രമേ അതുവരെ കീഴാളമായിരുന്ന ഒരു വർഗത്തിന് അധീശത്വസാധ്യതയുള്ള ഒന്നായി, സോഷ്യലിസം കെട്ടിപ്പടുക്കാൻ ശേഷിയുള്ള

ഒന്നായി മാറാൻ കഴിയൂ. അങ്ങനെ മാത്രമേ പാർട്ടിയിലൂടെ അതിന് "ആധുനിക രാജകുമാരൻ", പരിവർത്തനത്തിന്റെ രാഷ്ട്രീയയന്ത്രം, ആകാൻ യഥാർഥത്തിൽ കഴിയൂ. അങ്ങനെ കെട്ടിപ്പടുക്കുമ്പോൾ അത് ഒരർഥത്തിൽ പുതിയ സമൂഹനിർമിതിയുടെ തന്നെ ചില അടിത്തറകളും സ്ഥാപിക്കും; അതിലൂടെ അതിന്റെ ചില രൂപരേഖകൾ പ്രത്യക്ഷപ്പെടുകയും ചെയ്യും. എന്തുകൊണ്ട് ഈ അധ്യായത്തിൽ ഗ്രാംഷിയെന്ന രാഷ്ട്രീയ സൈദ്ധാന്തികനിൽ ശ്രദ്ധ കേന്ദ്രീകരിക്കാൻ ഞാൻ തീരുമാനിച്ചു എന്നുകൂടി അവസാനമായി പറയട്ടെ. അദ്ദേഹം അസാധാരണമാംവിധം താൽപ്പര്യമുളവാക്കുന്ന, ഉത്സാഹം ഉളവാക്കുന്ന ഒരു വ്യക്തിയായതുകൊണ്ടല്ല. പാർട്ടികളും ഭരണകൂടങ്ങളും എങ്ങനെ സംഘടിപ്പിക്കണം എന്നതിന്റെ രുചിക്കൂട്ട് അദ്ദേഹത്തിന്റെ കൈയിലുണ്ട് എന്നു കരുതിയിട്ടുമല്ല. സമൂഹങ്ങൾ എങ്ങനെ സ്ഥാപിതമാകണം അല്ലെങ്കിൽ മാറ്റപ്പെടണം എന്നതിന്റെ സൈദ്ധാന്തികനാണ്, മാക്യവെല്ലിയെപ്പോലെ അദ്ദേഹവും; അല്ലാതെ, ഭരണഘടനാപരമായ വിശദാംശങ്ങളുടെയോ ലോബി ലേഖകരെ വേവലാതിപ്പെടുത്തുന്ന നിസ്സാരതകളുടെയോ സൈദ്ധാന്തികനല്ല. മാർക്സിസ്റ്റ് സൈദ്ധാന്തികരിൽ സമൂഹത്തിന്റെ ഒരു പ്രത്യേകമാനം എന്ന നിലയ്ക്ക് രാഷ്ട്രീയത്തിന്റെ പ്രാധാന്യം ഏറ്റവും വ്യക്തമായി തിരിച്ചറിഞ്ഞിട്ടുള്ള ഒരാളാണ് ഗ്രാംഷി എന്നതുകൊണ്ടും രാഷ്ട്രീയത്തിൽ അധികാരത്തിനപ്പുറം ഉള്ളടങ്ങിയിരിക്കുന്നു എന്ന് അദ്ദേഹം മനസിലാക്കിയിരുന്നു എന്നതുകൊണ്ടുമാണ്. ഇത് അങ്ങേയറ്റം പ്രായോഗികപ്രാധാന്യമുള്ള ഒരു കാര്യമാണ്, പ്രത്യേകിച്ച് സോഷ്യലിസ്റ്റുകൾക്ക്.

വികസിതരാജ്യങ്ങളിലെങ്കിലും ബൂർഷ്വസമൂഹം അതിലെ രാഷ്ട്രീയചട്ടക്കൂടിനും സംവിധാനങ്ങൾക്കുമാണ് പ്രഥമപരിഗണന നൽകിയിട്ടുള്ളത്. അതിന് ചരിത്രപരമായ കാരണങ്ങളുണ്ട്. അവ ചർച്ചചെയ്യാനുള്ള സ്ഥലമല്ല ഇത്. അതുകൊണ്ട് ബൂർഷ്വ അധീശത്വത്തെ പുനർബലീകരിക്കുന്നതിനുള്ള ശക്തമായ ഉപാധിയായി രാഷ്ട്രീയ സംവിധാനങ്ങൾ മാറിയിട്ടുള്ളത്, റിപ്പബ്ലിക്കിന്റെ പ്രതിരോധം, ജനാധിപത്യത്തിന്റെ പ്രതിരോധം, പൗരാവകാശ–പൗരസ്വാതന്ത്ര്യങ്ങളുടെ പ്രതിരോധം, ഇത്യാദി മുദ്രാവാക്യങ്ങൾ ഭരണക്കാരെയും ഭരിക്കപ്പെടുന്നവരെയും പരസ്പരബദ്ധരാക്കുന്നത് ഭരണവർഗത്തിനായിരിക്കും എന്നുവച്ച് ഭരിക്കപ്പെടുന്നവർക്ക് അത് അപ്രസക്തമാണെന്നല്ല പ്രയോജനപ്പെടുന്നത്. ഇതുവരെ അവ ബലപ്രയോഗം മറയ്ക്കാൻ ഉപയോഗിക്കുന്ന മുഖലേപനത്തെക്കാൾ, വെറും പറ്റിക്കലിനേക്കാൾ വലുതാണ്.

മനസിലാക്കാവുന്ന ചരിത്രപരമായ കാരണങ്ങളാൽ സോഷ്യലിസ്റ്റ് സമൂഹങ്ങൾ മറ്റ് കർത്തവ്യങ്ങളിലാണ് ശ്രദ്ധ കേന്ദ്രീകരിച്ചിട്ടുള്ളത്. പ്രത്യേകിച്ച് ആസൂത്രണം, സമ്പദ്‌വ്യവസ്ഥ എന്നിവയുടെ കാര്യത്തിൽ. അധികാരം എന്ന നിർണയപ്രശ്നത്തിന്റെയും ബഹുരാഷ്ട്ര രാജ്യങ്ങളിൽ അവയിലെ ഘടകരാഷ്ട്രങ്ങൾ തമ്മിലുള്ള ബന്ധത്തിന്റെയും കാര്യ

ത്തിലൊഴികെ അവർ യഥാർഥരാഷ്ട്രീയ-നിയമ സ്ഥാപനങ്ങൾക്കും പ്രക്രിയകൾക്കും വളരെക്കുറവ് ശ്രദ്ധയേ നൽകിയിട്ടുള്ളൂ. അവയെല്ലാം അനൗപചാരികമായി, പറ്റുന്നത്ര നന്നായി, ചിലപ്പോൾ അംഗീകൃതഭരണഘടനകൾക്കോ പാർട്ടി ചട്ടങ്ങൾക്കോപോലും എതിരായി, പ്രവർത്തിക്കാൻ വിടുകയാണ് അവിടങ്ങളിൽ. ഉദാഹരണത്തിന്, ചിട്ടയായി സമ്മേളനം ചേരണമെന്ന ചട്ടം പാലിക്കപ്പെടണം എന്നില്ല. ഒരുതരം അവ്യക്തയിലാണ് കാര്യങ്ങൾ നടക്കുക എന്ന അവസ്ഥ. ഈ അടുത്ത കാലത്തായി ചൈനയുടെ കാര്യത്തിൽ എന്നപോലെ ചിലതിൽ രാജ്യത്തെയാകെ ബാധിക്കുന്ന സുപ്രധാനമായ രാഷ്ട്രീയതീരുമാനങ്ങൾ പൊടുന്നനെ തലപ്പത്തുള്ള ഒരു ചെറുസംഘം ഭരണക്കാരുടെ പോരാട്ടങ്ങളിൽ നിന്ന് പൊട്ടിമുളയ്ക്കുന്നതുപോലും കണ്ടുവരുന്നു. അത്തരം തീരുമാനങ്ങളുടെ സ്വഭാവം തന്നെ അവ്യക്തമാകും. കാരണം, അവ ഒരിക്കലും പരസ്യമായി ചർച്ച ചെയ്യപ്പെടുന്നില്ല. ഇത്തരം കാര്യങ്ങളിൽ എന്തോ കാര്യമായ പിശകുണ്ട്. ഇങ്ങനെ രാഷ്ട്രീയത്തെ അവഗണിക്കുന്നതിലെ മറ്റു ദൂഷ്യങ്ങൾക്ക് പുറമെ ഒരു പ്രശ്നം കൂടിയുണ്ട്. രാഷ്ട്രീയപ്രക്രിയയിൽ നിന്ന് ബഹുജനങ്ങളെ ഒഴിവാക്കി നിർത്തുകയും അവരെ അരാഷ്ട്രീയവൽക്കരണത്തിലേക്കും പൊതു കാര്യങ്ങളോടുള്ള പരാങ്മുഖത്വത്തിലേക്കും തെന്നിപ്പോകാൻ വിടുകയും ചെയ്യുമ്പോൾ മനുഷ്യ ജീവിതത്തെ പരിവർത്തനം ചെയ്യാം, ഒരു സോഷ്യലിസ്റ്റ് സമൂഹം സൃഷ്ടിക്കാം (സാമൂഹിക ഉടമസ്ഥതയും കൈകാര്യകർതൃത്വവുമുള്ള സമ്പദ്‌വ്യവസ്ഥയല്ല സോഷ്യലിസ്റ്റ് സമൂഹം) എന്ന് പ്രതീക്ഷിക്കാൻ എങ്ങനെയാണ് നമുക്കാവുക? മിക്ക സോഷ്യസിസ്റ്റ് സമൂഹങ്ങളിലും രാഷ്ട്രീയ സംവിധാനങ്ങളെ അവഗണിച്ചതുകൊണ്ട് ഗുരുതരമായ ദൗർബല്യങ്ങൾ ഉണ്ടായിരിക്കുന്നു എന്ന് കൂടുതൽ വ്യക്തമായി വരികയാണ്. അവ പരിഹരിക്കേണ്ടതുണ്ട്. ഇപ്പോഴും സോഷ്യലിസ്റ്റ് ആയിട്ടില്ലാത്ത രാജ്യങ്ങളിലും ഇപ്പോൾ സോഷ്യലിസ്റ്റായ രാജ്യങ്ങളിലും സോഷ്യലിസത്തിന്റെ ഭാവി അവയ്ക്കു കൂടുതൽ ശ്രദ്ധകൊടുക്കുന്നതിനെ ആശ്രയിച്ചിരിക്കുന്നു.

രാഷ്ട്രീയത്തിന്റെ നിർണായകപ്രാധാന്യത്തിൽ ഊന്നുകവഴി ഗ്രാംഷി സോഷ്യലിസം നിർമിക്കുന്നതിലെയും സോഷ്യലിസം നേടുന്നതിലെയും നിർണായകമായ ഒരു വശത്തിലേക്കാണ് ശ്രദ്ധ ക്ഷണിച്ചത്. അത് നാം ചെവിക്കൊള്ളേണ്ട ഒരു ഓർമപ്പെടുത്തലാണ്. അതുകൊണ്ട് തന്നെ രാഷ്ട്രീയത്തിന്റെ അപഗ്രഥനത്തെ മർമമാക്കിയ ഒരു പ്രധാന മാർക്സിസ്റ്റ് ചിന്തകനെ വായിക്കുക, അടയാളപ്പെടുത്തുക, ആഗിരണം ചെയ്യുക എന്നത് ഇന്ന് പ്രത്യേകം പ്രസക്തമായ ഒരു പ്രവർത്തനമാകുന്നു.

13

ഗ്രാംഷിക്കു കിട്ടിയ സ്വീകരണം*

ഗ്രാംഷി യൂറോപ്പിലും അമേരിക്കയിലും

ആയിരത്തിതൊള്ളായിരത്തി തൊണ്ണൂറ്റി നാലിൽ ഇറങ്ങിയ ഒരു ഗ്രന്ഥത്തിൽ ഗ്രാംഷിയുടെ അന്തർദേശീയ പ്രത്യാഘാതത്തെപ്പറ്റിയാണ് പ്രതിപാദിക്കുന്നത്. അത് വായിച്ചിട്ടുള്ളവരെല്ലാം അദ്ദേഹത്തെ ആദ്യമായി പിന്താങ്ങിയ സ്പാനിഷുകാരന്റെ പ്രസ്താവത്തോട് യോജിക്കും. പ്രൊഫ. ഫെർണാണ്ടെസ് ബുയി ഉദ്ധരിച്ചു ചേർത്ത ആ പ്രസ്താവം ഇങ്ങനെയാണ്: "ഗ്രാംഷി ഒരു ക്ലാസിക്കാണ്. എന്നുവച്ചാൽ ഒരിക്കലും പരിഷ്കാരമാവില്ലെങ്കിലും എപ്പോഴും വായിക്കപ്പെടുന്നത് എന്നാണ്." എന്നാൽ ബൗദ്ധിക ഇടതുപക്ഷത്തിന്റെ മാറ്റങ്ങൾക്കൊപ്പം ചാഞ്ചാടിയ ഭാഗധേയമാണ് ഈ ക്ലാസിക് രചയിതാവിന് ഉണ്ടായത് എന്ന വസ്തുതയ്ക്ക് സാക്ഷ്യമാവുകയാണ്, ഗ്രന്ഥത്തിലെ ഓരോ അധ്യായവും. 1960 കളിൽ ലാറ്റിൻ അമേരിക്കയിൽ അൽത്തൂസറായിരുന്നു ഭ്രമം. ഈ ഭ്രമം ഗ്രാംഷിക്ക് തടസമായി ഭവിച്ചു. അൽത്തൂസർ ഫ്രാൻസിൽ പ്രശസ്തനായിരുന്നു. അതുകൊണ്ട് ഗ്രാംഷിയെ ശ്ലാഘിക്കുകയും വിമർശിക്കുകയും ചെയ്ത അൽത്തൂസറിലൂടെ അദ്ദേഹവും ഫ്രാൻസിൽ അതുവരെയില്ലാത്ത പ്രചാരം നേടി. 1960-കളിലും 1970 കളിലും 'നവ ഇടതുപക്ഷം' കത്തിനിന്ന കാലത്താണ് ഗ്രാംഷിക്ക് സ്വീകരണം കിട്ടിയത് എന്നത് 'പരിഷ്കാര' ഘടകത്തിന്റെ തെളിവാണ്. നവ-ഇടതുപക്ഷക്കാർക്ക് പരസ്പരം ചേരാത്ത ബൗദ്ധിക ചേരുവകൾ ചേർത്തുണ്ടാക്കിയ

---

* ഈ അധ്യായം അൻടോണിയോ എ. സൻറുച്ചി എഡിറ്റു ചെയ്ത *Gramsci in Europa e America* എന്ന സംഘകൃതിക്കായി എഴുതപ്പെട്ട അവതാരികയാണ്. (റോം ആൻഡ് ബാരി, 1996)

zuppa eclectica ('ഉത്തമാംശക്കുഴമ്പ്') കഴിക്കാനുള്ള കഴിവ് ഏറെയായിരുന്നു എന്ന് കാർലോസ് നെൽസൻ കൗടിഞ്ഞ്യോ. 1990 കളിൽ മുൻ ഇടതുപക്ഷക്കാർ ഉദാരവാദികളാവുകയും പഴയ തിമിർപ്പുകളെ ഓർമിപ്പിക്കുന്ന ഒന്നിലും താൽപ്പര്യമില്ലാതാകുകയും ചെയ്തപ്പോഴും ഈ പരിഷ്കാരഭ്രമം കൂടുതൽ സ്പഷ്ടമായിരുന്നു. 1991 നു ശേഷമുള്ള റഷ്യയെക്കുറിച്ച് ഇറിനാ ഗ്രിഗർ ഈവ കുറിക്കുന്നതുപോലെ, ഇന്ന് മാർക്സിസവുമായി ബന്ധപ്പെട്ട ആശയങ്ങളുടെ പൈതൃകത്തിലെ എല്ലാ ആശയങ്ങളും അപലപിക്കപ്പെടുന്നു. അതുകൊണ്ട് 1993 ലെ റഷ്യ "ഒരുപക്ഷേ ലോകത്തെ ഏറ്റവും 'ഗ്രാംഷിയൻ' അല്ലാത്ത രാജ്യമായിരുന്നിരിക്കാം."

മരണാനന്തരം നാലു ദശകങ്ങളിലായി രൂപപ്പെട്ട സാഹചര്യങ്ങളുടെ സങ്കീർണമായ ചേരുവയില്ലെങ്കിൽ ഒരുപക്ഷേ ഗ്രാംഷി ലോക ബൗദ്ധിക രംഗത്ത് ഇത്രയും പ്രമുഖനായ ഒരു വ്യക്തിയായിത്തീരില്ലായിരുന്നു എന്നും അത്ര തന്നെ വ്യക്തമാണ്. സഖാവും ആരാധകനുമായ പാമിറോ തൊഗ്ലിയാത്തി ഗ്രാംഷിയുടെ രചനകളെല്ലാം സൂക്ഷിച്ചുവയ്ക്കുകയും പ്രസിദ്ധപ്പെടുത്തുകയും അവയ്ക്ക് ഇറ്റാലിയൻ കമ്യൂണിസത്തിൽ സ്ഥാനം നൽകുകയും ചെയ്തില്ലായിരുന്നെങ്കിൽ അദ്ദേഹം അറിയപ്പെടുകയേ ഇല്ലായിരുന്നു. സ്റ്റാലിനിസത്തിന്റെ സാഹചര്യങ്ങളിൽ ഇതൊരു അനിവാര്യമായ തിരഞ്ഞെടുപ്പായിരുന്നില്ല; വിശിഷ്യ ഗ്രാംഷിയുടെ പ്രശസ്തമായ പ്രമാണവിരുദ്ധത കണക്കിലെടുക്കുമ്പോൾ. ശരിതന്നെ, ഇന്റർനാഷനലിന്റെ ഏഴാം ലോക കോൺഗ്രസ് അതിന്റെ അപകടസാധ്യതയ്ക്ക് കുറച്ചൊരു ശമനമുണ്ടാക്കിയിരുന്നു. ഗ്രാംഷിയെപ്പറ്റിയുള്ള തൊഗ്ലിയാത്തിയുടെ വീക്ഷണങ്ങളെക്കുറിച്ച് വിമർശനങ്ങൾ ഉയർന്നിട്ടുണ്ട്. അതെന്തായാലും ഗ്രാംഷിയെ "വർത്തമാനകാലത്തെ പ്രയാസങ്ങളിൽനിന്ന്" നീക്കി "പാർട്ടിയുടെ ഭാവി ജീവിതത്തിനായി സംരക്ഷിക്കണം" എന്ന തൊഗ്ലിയാത്തിയുടെ തീരുമാനം തന്നെയാണ് ഗ്രാംഷിയുടെ ഭാഗധേയം നിർണയിച്ചത്. ഇറ്റലിയിലേക്ക് മടങ്ങിയ നിമിഷം മുതൽ ഗ്രാംഷിയുടെ മർമപ്രധാനമായ സ്ഥാനം അദ്ദേഹം ഊന്നിപ്പറഞ്ഞിരുന്നു. യുദ്ധാനന്തരം ആദ്യവർഷങ്ങളിൽ പുറത്തിറങ്ങിയ രചനകളിലെ സംശോധനന്യൂനതകളും ഒഴിവാക്കലുകളുമൊക്കെ ഗ്രാംഷിയെ ലോകർക്ക് അറിയിച്ചുകൊടുക്കുന്നതിന് നൽകേണ്ടിവന്ന വിലയാണ്. ഇന്നാലോചിക്കുമ്പോൾ ആ വില ഒട്ടും വലുതല്ല. തൊഗ്ലിയാത്തിയുടെ നിശ്ചയദാർഢ്യവും ഇറ്റാലിയൻ കമ്യൂണിസ്റ്റ് പാർട്ടിയുടെ പുതിയ അന്തസ്സും ചേർന്നപ്പോൾ *Lettere* സ്റ്റാലിന്റെ മരണത്തിനു മുമ്പുതന്നെ ചില ജനകീയ ജനാധിപത്യ രാജ്യങ്ങളിലടക്കം പലയിടത്തും പ്രസിദ്ധം ചെയ്യപ്പെടാൻ അവസരമൊരുങ്ങി. ഉടൻതന്നെ ഒന്നാംതരം ഇംഗ്ലീഷ് വിവർത്തനങ്ങൾ വന്നു. എങ്കിലും *Lettere* യ്ക്ക് ബ്രിട്ടണിലും യു എസ് എ യിലും പ്രസാധകരെ കിട്ടാൻ ദശകങ്ങളെടുത്തു.

ഇങ്ങനെ ഇറ്റാലിയൻ പ്രതിരോധത്തെക്കുറിച്ച് വ്യക്തിപരമായ ഓർമ കളുള്ള യുദ്ധാനന്തര ഇടതുപക്ഷത്ത് സൗഹൃദങ്ങളുള്ള ചില വിദേശി കൾക്കപ്പുറം ഗ്രാംഷിയുടെ സ്വീകരണം(*Rezeptionsgeschichte*) തുട ങ്ങുന്നത് സി പി എസ് യുവിന്റെ ഇരുപതാം കോൺഗ്രസോടെയാണ്. രണ്ടു ദശകങ്ങളായി അന്തർദേശീയ കമ്യൂണിസ്റ്റ് പ്രസ്ഥാനം സ്റ്റാലിന്റെയും കമ്യൂണിസ്റ്റ് ഇന്റർനാഷ്ലിന്റെയും പൈതൃകത്തിൽനിന്ന് സ്വയം വിമോ ചനം നേടാൻ യത്നിക്കുകയായിരുന്നു. 'സോഷ്യലിസ്റ്റ് പാളയ'ത്തിന കത്ത് ഇത് പ്രതിഫലിച്ചത് ഏതാണ്ട് ഉടനെതന്നെ ഗ്രാംഷിയെ ഒരു രാഷ്ട്രീയചിന്തകൻ എന്ന നിലയ്ക്കും ഒരു രക്തസാക്ഷി എന്ന നിലയ്ക്കും ഔദ്യോഗികമായി അംഗീകരിച്ച നടപടിയിലാണ്. ഇതിന് തെളിവാണ് 1957-59 ൽ അദ്ദേഹത്തിന്റെ രചനകളിൽനിന്ന് തെരഞ്ഞെ ടുത്തവ ഉൾക്കൊള്ളിച്ച് യു എസ് എസ് ആറിൽ ഇറങ്ങിയ മൂന്ന് വാല്യ ങ്ങൾ. 1958 ൽ ആദ്യ ഗ്രാംഷി കോൺവെഗ്നോയിലെ സോവിയറ്റ് സാന്നിധ്യം 1967 ൽ രണ്ടാം കോൺവെഗ്നോയിൽ ആവർത്തിച്ചതും അതിന്റെ തെളിവാണ്. രണ്ടാം തവണ പ്രതിനിധിസംഘം എണ്ണത്തിൽ വലുതും പരിഷ്കരണോന്മുഖർ അടങ്ങുന്നതും ആയിരുന്നു.ഇരുപതു വർഷങ്ങളിൽ ഗ്രാംഷിയെ കുറിച്ച് എഴുതിയ ഇറ്റാലിയനേതര ഗ്രന്ഥ കർത്താക്കൾ ഏറെപ്പേരും ഏതെങ്കിലും തരത്തിൽ മുമ്പോ അപ്പോഴോ മാർക്സിസ്റ്റ് പ്രതിബദ്ധത ഉള്ളവരായിരുന്നു. 1970 കൾ അവസാനിക്കും മുമ്പ് എച്ച്. സ്റ്റുവർട്ട് ഹ്യൂഗ്സ് എന്ന അമേരിക്കൻ ചരിത്രകാരനും (അ ദ്ദേഹത്തിന് ഇറ്റലിയിൽ പ്രത്യേക താൽപ്പര്യമുണ്ടായിരുന്നു) ബ്രിട്ടീഷ് ചരിത്രകാരൻ ജെയിംസ് ജോളും (അദ്ദേഹത്തിന്റെ സവിശേഷ പഠന മേഖല ഇടതുപക്ഷത്തിന്റെ ചരിത്രമായിരുന്നു) ഒഴികെ ഈ മേഖലയിൽ വേറെ മാർക്സിസ്റ്റേതരർ ആരും ഉണ്ടായിരുന്നില്ല. ക്രമേണ ഗ്രാംഷി അക്കാദമിക വിഷയമായി.

ഒക്ടോബർ വിപ്ലവം ഒരു മാതൃകയാക്കാൻ കഴിയാത്ത, എന്നാൽ അതിൽനിന്ന് പ്രചോദനം ഉൾക്കൊള്ളാൻ കഴിയുമായിരുന്ന രാജ്യങ്ങൾക്ക് ഒരു മാർക്സിസ്റ്റ് തന്ത്രം പ്രദാനം ചെയ്ത കമ്യൂണിസ്റ്റ് ചിന്തകൻ എന്ന നിലയ്ക്കാണ് ഇറ്റലിക്കുപുറത്ത് ഗ്രാംഷി പ്രാഥമികമായും ശ്രദ്ധയാകർഷി ച്ചത്. അതായത്, വിപ്ലവേതര പരിതഃസ്ഥിതികളിലും സാഹചര്യങ്ങളിലും ഉള്ള സോഷ്യലിസ്റ്റ് പ്രസ്ഥാനങ്ങൾക്ക് പ്രചോദനമേകിയ ചിന്തകൻ എന്ന നിലയ്ക്ക്. യാൾട്ടാ മെമ്മോറാണ്ടത്തിനും എൻറിക്കോ ബെർലിങ്ങറുടെ ഭരണത്തിനും ഇടയ്ക്കുള്ള വർഷങ്ങളിൽ ഇറ്റാലിയൻ കമ്യൂണിസ്റ്റ് പാർട്ടിക്ക് ഉണ്ടായിരുന്ന അന്തസ്സും അത് കൈവരിച്ച വിജയവും സ്വാഭാ വികമായും അതിന്റെ തന്ത്രങ്ങൾക്ക് പ്രചോദനമായി എന്ന് പൊതുവെ കരുതപ്പെടുന്ന ഒരു ചിന്തകൻ എന്ന നിലയ്ക്ക് ഗ്രാംഷിയുടെ സ്വാധീനം വർധിക്കാൻ ഇടയായി. 1970 കളിലെ "യൂറോകമ്യൂണിസ"ത്തിന്റെ കാല ത്താണ് ഗ്രാംഷിയുടെ അന്തർദേശീയഖ്യാതി ഉച്ചാവസ്ഥയിൽ എത്തി യത്. 1980 കളിൽ അത് ഏതാണ്ട് പിന്നോക്കം വലിഞ്ഞു- അദ്ദേഹത്തെ

കുറച്ചു വൈകി കണ്ടെത്തിയ ജർമൻ ഫെഡറൽ റിപ്പബ്ലിക്കിൽ ഒഴികെ. അവിടെ അദ്ദേഹത്തോടുള്ള താൽപ്പര്യം 1980' കളുടെ ആദ്യത്തിലാണ് പരകോടിയിൽ എത്തിയത്. സംഘടിതകലാപത്തിന്റെയും സായുധ പോരാട്ടത്തിന്റെയും കുറെക്കൂടി പരമ്പരാഗതമായ തന്ത്രങ്ങളിൽ ഇടതു പക്ഷം അപ്പോഴും പ്രത്യാശ കൈവിട്ടിട്ടില്ലായിരുന്ന ഇടങ്ങളിൽ അത് മറ്റ് ബൗദ്ധികാചാര്യൻമാരെ തേടി. അതാണ് ഗ്രാംഷിയുടെ ലാറ്റിനമേരിക്ക പ്രവേശനത്തിന്റെ ചരിത്രത്തിന് രണ്ട് ഘട്ടങ്ങളുണ്ടാകാൻ കാരണം: ഒന്ന്, 1956–60 നുശേഷം കമ്യൂണിസ്റ്റ് പാർട്ടി മാർക്സിസത്തിൽ വന്ന മുന്നേറ്റത്തിന്റെ തുടർച്ചയുടെ ഭാഗം, രണ്ട്, 1970/കളിൽ സായുധപോരാട്ടത്തിന്റെ തന്ത്രങ്ങൾ തകർന്ന ഘട്ടം.

ഗ്രാംഷിയെ കുറിച്ചുള്ള അന്തർദേശീയചർച്ചകൾ ഇറ്റലിയിൽ ആ രാജ്യത്തിന്റെ ഏറ്റവും മഹാനായ മാർക്സിസ്റ്റ് ചിന്തകനെ സംബന്ധിച്ച് നടന്ന സംവാദങ്ങളിൽനിന്ന് ഏറെക്കുറെ വേറിട്ടാണ് പുരോഗമിച്ചത്. ഫിയൊറയുടെ ജീവചരിത്രമൊഴികെ ഗ്രാംഷിയെ കുറിച്ചുള്ള പ്രധാന ഇറ്റാലിയൻ പുസ്തകങ്ങളൊന്നും വിവർത്തനം ചെയ്യപ്പെട്ടിട്ടില്ല– ഇംഗ്ലീഷിലേക്ക് ഏതായാലും ഇല്ല എന്നുറപ്പാണ്. പക്ഷേ ഇറ്റാലിയൻ രചനകളുടെ ആമുഖങ്ങൾ ലഭ്യമാണ്. ഉദാഹരണത്തിന് ഷോസ്റ്റാക് സസൂണും മൗഫും എഴുതി എഡിറ്റ് ചെയ്ത രചനകൾ. ഇതിൽ അത്ഭുതപ്പെടാനില്ല. തങ്ങളുടെ താൽപ്പര്യങ്ങൾ എത്രമാത്രം സാർവലൗകികമാണെങ്കിലും വിദേശികൾ ദേശീയ ചിന്തകരെ വായിക്കുന്നത് ആ ചിന്തകളുടെ സംസ്കാരത്തിൽനിന്നുള്ള വായനക്കാരിൽനിന്ന് വ്യത്യസ്തമായ രീതിയിലാണ്. ആ ചിന്തകൻ ഗ്രാംഷിയെപ്പോലെ സ്വന്തം ദേശീയ യാഥാർഥ്യത്തോട് അത്രയധികം അടുത്ത സമ്പർക്കമുള്ള ആളുകൂടിയാകുമ്പോൾ വിദേശികളുടെയും സ്വദേശികളുടെയും വായനകൾ തമ്മിൽ അകലം വരിക സ്വാഭാവികമാണ്. ഇറ്റലിയിൽ ചൂടോടെ ചർച്ച ചെയ്യപ്പെട്ടിരുന്ന പ്രശ്നങ്ങൾ പലതും ഗ്രാംഷിയെപ്പറ്റിയുള്ള വാദങ്ങളായിരുന്നില്ല, ഇറ്റാലിയൻ കമ്യൂണിസ്റ്റ് പാർട്ടി നയത്തിന്റെ ഏതെങ്കിലും ഘട്ടത്തെ അനുകൂലിച്ചോ പ്രതികൂലിച്ചോ ഉള്ള തർക്കങ്ങളായിരുന്നു (കൂടുതലും പ്രതികൂലിക്കുന്നവ). ഇവയാകട്ടെ, പുറത്തുള്ള അവിദഗ്ധർക്ക് താൽപ്പര്യമുണ്ടാകാൻ സാധ്യതയുള്ളവ ആയിരുന്നില്ലതാനും. ഏതായാലും ഗ്രാംഷിയുടെ രചനകളാണ് സ്വന്തം രാജ്യത്ത് കുമിഞ്ഞു കൂടിയിട്ടുള്ള ഗ്രാംഷി വിമർശന–വ്യാഖ്യാന സാഹിത്യത്തെക്കാൾ വിദേശവായനക്കാരുടെ ശ്രദ്ധ പിടിച്ചുപറ്റിയതും അവരെ സ്വാധീനിച്ചതും. ഗ്രാംഷിയുടെ രചനകളുടെ ആദ്യത്തെ തെരഞ്ഞെടുത്ത സമാഹാരങ്ങൾ പ്രാദേശികഭാഷകളിൽ ഇറങ്ങിയകാലം അഥവാ പ്രധാനികളായ പ്രാദേശിക ഗ്രാംഷിയന്മാർ ആദ്യമായി ഭൗതികമണ്ഡലത്തിൽ പ്രത്യക്ഷപ്പെട്ട് അതുവരെ വിവർത്തനം ചെയ്യപ്പെട്ടിട്ടില്ലായിരുന്ന ആ ചിന്തകനെ അവതരിപ്പിച്ച കാലം. ചുരുക്കിപ്പറഞ്ഞാൽ ഇറ്റലിയേതരമായ ഗ്രാംഷി സ്വീകരണം 1960–70 ൽ ലഭ്യമായിരുന്നപടിയുള്ള ഗ്രാംഷിയുടെതായിരുന്നു.

അതുകൊണ്ട് ഗ്രാംഷിയുടെ അന്തർദേശീയസ്വീകരണം രാഷ്ട്രീയ ഇടതുപക്ഷത്തിന്റെ ചാഞ്ചാടുന്ന ഭാഗധേയങ്ങൾക്ക് വിധേയമായിരുന്നു. അത് ഒരളവുവരെ അങ്ങനെത്തന്നെ തുടരും, തുടരണം. കാരണം, ഗ്രാംഷി ഏറ്റവും തിളങ്ങിയത് രാഷ്ട്രീയ പ്രയോഗത്തിന്റെ തത്വശാസ്ത്ര ജ്ഞൻ എന്ന നിലയ്ക്കാണ്. 'പാശ്ചാത്യ മാർക്സിസം' എന്നു വിളിക്കപ്പെടുന്ന ശാഖയിലെ പല താരങ്ങളെയും അക്കാദമിക്കുകൾ എന്ന നിലയ്ക്ക് വായിക്കാം. അവരിൽ പലരും അങ്ങനെയായിരുന്നു. അല്ലെങ്കിൽ അങ്ങനെയാകാവുന്നവർ ആയിരുന്നു. ലൂക്കാച്ച്, കോർഷ്, ബെഞ്ചമിൻ, അൽത്തൂസർ, മാർക്യൂസ് ഇത്യാദി പേർ. അവരെല്ലാം മൂർത്തമായ രാഷ്ട്രീയ യാഥാർത്ഥ്യങ്ങളിൽ നിന്ന് ഒന്നോ രണ്ടോ വട്ടം നീങ്ങി നിന്നാണ് എഴുതിയിരുന്നത്– ഹെൻറി ലെഫെബ്വ്രെയെപ്പോലെ ചിലർ എപ്പോഴൊക്കെയോ അതിൽ രാഷ്ട്രീയ സംഘാടനത്തിൽ നിമഗ്നരായിരുന്നു എന്നതൊഴിച്ചാൽ. ഗ്രാംഷിയെ ഈ യാഥാർഥ്യങ്ങളിൽ നിന്ന് വേർപെടുത്താനാവില്ല. കാരണം, ഏറ്റവും വിശാലമായ സാമാന്യവൽക്കരണങ്ങൾ നടത്തുമ്പോൾ പോലും അദ്ദേഹം അനിവാര്യമായും വ്യാപരിച്ചിരുന്നത് താനെഴുതിയത് ഏത് നിയതമായ സാഹചര്യങ്ങളിൽ വച്ചാണോ, ആ സാഹചര്യങ്ങളിലെ രാഷ്ട്രീയം കൊണ്ട് ലോകത്തെ പരിവർത്തനം ചെയ്യുന്നതിനുള്ള പ്രായോഗിക ഉപാധികൾ സംബന്ധിച്ച അന്വേഷണത്തിലാണ്. ലെനിനെപ്പോലെ, അദ്ദേഹവും അക്കാദമിക ജീവിതത്തിന് പറ്റിയ ആളല്ലായിരുന്നു. പക്ഷേ ലെനിനിൽനിന്ന് വ്യത്യസ്തമായി അദ്ദേഹം ജന്മനാ ബുദ്ധിജീവിയായിരുന്നു, ആശയങ്ങളുടെ കേവലമായ ആകർഷണം കൊണ്ട് കായികമായി ഉത്സാഹഭരിതനായിപ്പോകുന്ന ഒരു മനുഷ്യൻ. വെറുതെയല്ല അദ്ദേഹം ഒരു മാർക്സിസ്റ്റ് ബഹുജന പാർട്ടിയുടെ നേതാവുകൂടിയായ ഒരേയൊരു യഥാർഥ മാർക്സിസ്റ്റ് സൈദ്ധാന്തികനായത് (അത്രതന്നെ മൗലികതയില്ലാത്ത ഓട്ടോ ബോയറിനെ ഒഴിച്ചു നിർത്തിയാൽ). മാർക്സിസ്റ്റായാലും മാർക്സിസ്റ്റേതരരായാലും ചരിത്രകാരന്മാർക്ക് അദ്ദേഹത്തിൽനിന്ന് ഏറെ കിട്ടുമെന്ന അവസ്ഥയുണ്ടായത് മൂർത്തമായ ചരിത്ര, സാമൂഹിക, സാംസ്കാരികയാഥാർഥ്യങ്ങൾ വിട്ട് അമൂർത്തവൽക്കരണത്തിലേക്കും ലളിതവൽകൃത സൈദ്ധാന്തികമാതൃകകളിലേക്കും പോകാൻ അദ്ദേഹം കൂട്ടാക്കാത്തതുകൊണ്ടാണ്.

അതുകൊണ്ട് ഗ്രാംഷി ഇനിയും തുടർന്നു വായിക്കപ്പെടുക രാഷ്ട്രീയത്തിലേക്ക്, അദ്ദേഹത്തിന്റെ തന്നെ വാക്കുകളിൽ ഫലപ്രദമായ യാഥാർഥ്യത്തിൽ താൽപ്പര്യം ഉണർത്താനും കൂടുതൽ കർക്കശവും കൂടുതൽ ഊർജസ്വലമായ രാഷ്ട്രീയ ഉൾക്കാഴ്ചകൾക്ക് പ്രചോദനമാകാനും ഉപയോഗപ്രദമായ ഗവേഷണത്തിനും വിശദമായ നിരീക്ഷണങ്ങൾക്കും വേണ്ട പ്രായോഗികനിയമങ്ങളുടെ സഞ്ചയത്തിലേക്ക് അദ്ദേഹം വീശുന്ന വെളിച്ചത്തിന്റെ പേരിലായിരിക്കും. അത്തരം ഉൾക്കാഴ്ചകൾക്ക് വേണ്ടി അന്വേഷിക്കുന്നവരെ ഇടതുപക്ഷത്ത് കാണാനാകും

എന്ന് ഞാൻ വിശ്വസിക്കുന്നില്ല–ഗ്രാംഷിയുടെ ലക്ഷ്യങ്ങൾ പ്രത്യക്ഷകാരണങ്ങളാൽ പങ്കുവയ്ക്കുന്നവരാകും മാർഗനിർദേശത്തിനായി അദ്ദേഹത്തിലേക്ക് നോക്കുന്നവരിൽ കൂടുതലും. ജോസഫ് ബട്ടിഗീഗ് പറയുന്നതുപോലെ, അമേരിക്കൻ കമ്യൂണിസ്റ്റ് വിരുദ്ധർ അസ്വസ്ഥരാകുന്നത് ലെനിനും സ്റ്റാലിനും ട്രോട്സ്കിക്കും മാവോയ്ക്കും സോവിയറ്റ് അനന്തര ഇടതുപക്ഷത്തെ പ്രചോദിപ്പിക്കാൻ കഴിയാതാവുന്ന ഘട്ടത്തിലും ഗ്രാംഷിക്ക് അതിന് കഴിയുന്നു എന്നതുകൊണ്ടാണ്. ഗ്രാംഷി ഇനിയും ഇടതുപക്ഷത്തിന്റെ വിജയകരമായ രാഷ്ട്രീയ പ്രവർത്തനത്തിന് മാർഗനിർദേശകനാകും എന്ന് പ്രത്യാശിക്കുമ്പോൾത്തന്നെ, അദ്ദേഹത്തിന്റെ അന്തർദേശീയ സ്വാധീനം ഇടതുപക്ഷത്തിനുമപ്പുറം, ഉപകരണവാദരാഷ്ട്രീയത്തിന്റെ മണ്ഡലത്തിനുമപ്പുറം കടന്നു കഴിഞ്ഞു എന്ന് ഇപ്പോഴേ വ്യക്തമാണ് എന്നുകൂടി പറയേണ്ടിവരും.

ഒരു ആംഗ്ലോ – സാക്സൻ റഫറൻസ് ഗ്രന്ഥം അദ്ദേഹത്തെ ഒരൊറ്റ വാക്കിൽ ഒതുക്കി എന്നത് നിസ്സാരമായി തോന്നാം. ഞാൻ ആ ശീർഷകം മുഴുവൻ ഇവിടെ ചേർക്കുന്നു: *Antonio Gramsci (Italian political thinker 1891-1937), See Under HEGEMONY.* (അന്റോണിയോ ഗ്രാംഷി ഇറ്റാലിയൻ രാഷ്ട്രീയ ചിന്തകൻ 1891–1937 അധീശത്വം എന്ന ശീർഷകം കാണുക). ബട്ടിഗീഗ് ഉദ്ധരിക്കുന്ന ഒരു അമേരിക്കൻ പത്രപ്രവർത്തകൻ 'പൗരസമൂഹം' എന്ന സങ്കൽപ്പനം ആധുനികരാഷ്ട്രീയ ചർച്ചയിൽ അവതരിപ്പിച്ചത് ഗ്രാംഷി തന്നെയാണ് എന്ന് വിശ്വസിക്കുന്നത് അസംബന്ധമാകാം. പക്ഷേ ഒരു ചിന്തകൻ ഒരു സ്ഥിരം ക്ലാസിക് ആയി അംഗീകരിക്കപ്പെടുന്നതിന്റെ സൂചനയാണ് അദ്ദേഹം 'പ്രധാനി'യാണ് എന്നതിനപ്പുറം ആ വ്യക്തിയെപ്പറ്റി യാതൊന്നും അറിയാത്ത ആളുകളുടെ അത്തരം ഉപരിപ്ലവമായ പരാമർശങ്ങൾ.

മരിച്ച് അമ്പതു വർഷം കഴിഞ്ഞപ്പോൾ ഗ്രാംഷി അങ്ങനെ ഇറ്റലിക്കു പുറത്തും 'പ്രധാനി'യായി; ഇറ്റാലിയിൽ ദേശീയചരിത്രത്തിലും ദേശീയസംസ്കാരത്തിലും അദ്ദേഹത്തിന്റെ പദവി ഏതാണ്ട് ആദ്യം മുതൽക്കെ അംഗീകൃതമായിരുന്നു. ഇപ്പോഴത് ലോകത്തിന്റെ മിക്ക ഭാഗങ്ങളിലും അംഗീകരിക്കപ്പെടുന്നുണ്ട്. കൊൽക്കത്തയിലെ തഴച്ചുവളരുന്ന 'കീഴാളപഠന'പദ്ധതി സൂചിപ്പിക്കുന്നത് ഗ്രാംഷിയുടെ സ്വാധീനം ഇപ്പോഴും വികസ്വരമായിക്കൊണ്ടിരിക്കുകയാണ് എന്നാണ്. ആദ്യമായി അദ്ദേഹത്തിന് അന്തർദേശീയപ്രാമുഖ്യം നൽകിയ രാഷ്ട്രീയദശാസന്ധികളൊക്കെ അദ്ദേഹം അതിജീവിച്ചു കഴിഞ്ഞു. പ്രത്യയശാസ്ത്ര പരിഷ്കാരങ്ങളുടെ ചാഞ്ചാട്ടങ്ങളിൽനിന്ന് മുക്തനാണ് താൻ എന്ന് അദ്ദേഹം തെളിയിച്ചു കഴിഞ്ഞു. ഇപ്പോൾ ആരെങ്കിലും സ്പെങ്ക്ളറേക്കാൾ അധികം ഒരു ഭ്രമം അൽത്തൂസറിന്റെ പേരിൽ ഉണ്ടാകുമെന്ന് പ്രതീക്ഷിക്കുന്നുണ്ടോ? അദ്ദേഹം മിക്ക 'പാശ്ചാത്യമാർക്സിസ്റ്റ്' ചിന്തകൻമാർക്കും വിധിച്ച അക്കാദമിക തടവറകൾ ഭേദിച്ചു കഴിഞ്ഞു. അദ്ദേഹം താനൊരു 'ഇസ'വും ആകാനില്ലെന്ന്/ആകില്ലെന്ന് പോലും തെളിയിച്ചു കഴിഞ്ഞു.

അദ്ദേഹത്തിന്റെ രചനകളുടെ ഭാവി ഭാഗധേയം എന്താകുമെന്ന് നമുക്കിപ്പോൾ അറിയില്ല. ഏതായാലും അദ്ദേഹത്തിന്റെ നിത്യത ഇപ്പോൾത്തന്നെ വേണ്ടത്ര ഉറപ്പാണ്, അത് അദ്ദേഹത്തിന്റെ അന്തർദേശീയ സ്വീകരണത്തിന്റെ ചരിത്രപരമായ പഠനത്തെ ന്യായീകരിക്കുന്നു.

ഗ്രാംഷി ഇംഗ്ലീഷിൽ

മാനവികവിഷയങ്ങൾ, കലകൾ എന്നിവയെപ്പറ്റിയുള്ള അന്തർദേശീയ സാഹിത്യത്തിൽ അടിക്കടി പ്രമാണമായി എടുത്തു കാണിക്കപ്പെടുന്ന കൃതികൾ രചിച്ചതോടെ പട്ടികയിൽ ഇറ്റാലിയന്മാർ കുറവാണ്; ഉള്ളവരിൽത്തന്നെ പതിനാറാം നൂറ്റാണ്ടിനു ശേഷം ജനിച്ചർ വെറും അഞ്ചുപേരാണ്. അതിൽ വിക്കോയും മാക്യവെല്ലിയും ഇല്ല. പക്ഷേ അതിൽ അന്റോണിയോ ഗ്രാംഷിയുടെ പേരുണ്ട്. പ്രമാണപത്രം അറിവോ ധാരണയോ ഉറപ്പുതരുന്നില്ല. പക്ഷേ തീർച്ചയായും അങ്ങനെ പ്രമാണമായി ഉദ്ധരിക്കപ്പെടുന്ന രചയിതാവിന് ഒരു ബൗദ്ധികസാന്നിധ്യമുണ്ട് എന്നതിന്റെ സൂചനയാണ് അത്. മരിച്ച് അമ്പതു വർഷത്തിനുശേഷം ലോകത്ത് ഗ്രാംഷിയുടെ സാന്നിധ്യം അനിഷേധ്യമാണ്. ഇംഗ്ലീഷ് സംസാരിക്കുന്ന മേഖലകളിലെ ചരിത്രകാരന്മാർക്കിടയിൽ അത് പ്രത്യേകം ശ്രദ്ധേയമായിരുന്നു.

യുദ്ധം കഴിഞ്ഞ ഉടനെയാണ് ഗ്രാംഷി ഈ മേഖലയിൽ അറിയപ്പെട്ടുതുടങ്ങുന്നത്. അക്കാലത്ത് ഇംഗ്ലീഷ് സംസാരിക്കുന്ന നിരവധി ഫാസിസ്റ്റ് വിരുദ്ധബുദ്ധിജീവികൾ ഇറ്റലിയിൽ എത്തിയിരുന്നു. 1948 ൽത്തന്നെ, അതായത് *Il Materialismo Storico* പ്രസിദ്ധം ചെയ്യപ്പെട്ട് താമസിയാതെ *Times Literary Supplement* അദ്ദേഹത്തിന്റെ രചന അനുഭാവപൂർവം ചർച്ചചെയ്യുന്നുണ്ട്. ഇറ്റലിക്കുപുറത്ത് അദ്ദേഹം കണ്ടെത്തപ്പെട്ടതിൽ ചരിത്രകാരന്മാർ വലിയ പങ്കുവഹിച്ചു. ഇറ്റാലിയതേതര ഭാഷയിൽ ഇറങ്ങുന്ന ഗ്രാംഷി രചനകളുടെ ഒരുപക്ഷെ ആദ്യത്തെ സമാഹാരം ഒരു യുവ ബ്രിട്ടീഷ് ചരിത്രകാരനാണ് തയാറാക്കിയത് (ലൂയി മാർക്സ്, *The Modern Prince,* ലണ്ടൻ,1956). പ്രശസ്തനായ ഒരു അമേരിക്കൻ ചരിത്രകാരൻ *'Gramsci and Marxist Humanism'* എന്ന തലക്കെട്ടിൽ അദ്ദേഹത്തെപ്പറ്റി ചർച്ചചെയ്തിരുന്നു. ഇത് ഇന്നും ഇരുപതാം നൂറ്റാണ്ടിന്റെ ആരംഭവർഷങ്ങളിലെ യൂറോപ്പിന്റെ പൊതുവായ ഭൗതികചരിത്രത്തെപ്പറ്റി ഇംഗ്ലീഷിൽ ഇറങ്ങിയ ഏറ്റവും നല്ല രചനയായി നില നിൽക്കുന്നു (എച്ച്. സ്റ്റുവർട്ട് ഹ്യൂഗ്സ്, *Consciousness and Society).* മറ്റൊരു ബ്രിട്ടീഷ് ചരിത്രകാരൻ ഗ്വൈൻ എ വില്യംസ് *The Concept of egemonia in the thought of Antonio Gramsci* എന്ന വിഷയത്തെപ്പറ്റി ഇറ്റാലിയേതര ചർച്ച തുടങ്ങിവച്ചു. (1960 ൽ *Journal of the History of Ideas* ൽ) അതേസമയം മറ്റൊരു ചരിത്രകാരൻ ഒരു അമേരിക്കൻ ഡോക്ടറൽ പ്രബന്ധം തന്നെ തയാറാക്കി. ഇറ്റലിക്കു പുറത്ത് ഗ്രാംഷിയെക്കുറിച്ച് ഇറങ്ങിയ ആദ്യപുസ്തകമായത് ആ പ്രബ

സധമാണ്. ജോൺ എം. കാമ്മെറ്റിന്റെ *Antonio Gramsci and the Orgins of Italian Communism* (സ്റ്റാൻഫോഡ്, 1967). ചുരുക്കത്തിൽ 1960 തോടെ ഇറ്റലിക്കു പുറത്ത് മറ്റേതൊരു ഭാഷാമേഖലയെക്കാളും അധികം ഗ്രാംഷി പ്രചാരത്തിലായത് ഇംഗ്ലീഷ് സംസാരിക്കുന്ന മേഖലയിലാണ്. അത് ഏറിപ്പോയി എന്നല്ല. ഹോയെറും നോവ്വെൽ സ്മിത്തും വളരെ നന്നായി തെരഞ്ഞെടുത്ത് എഡിറ്റ് ചെയ്ത ഗ്രാംഷി രചനകൾ 1971 മുതൽ ഇംഗ്ലീഷ് വായനക്കാർ ആസ്വദിച്ചുപോന്ന നേട്ടത്തെ ഒന്നുകൂടി ഉറപ്പിച്ചു.

സ്വാഭാവികമായും ഗ്രാംഷി ഏറ്റവുമധികം സ്വാധീനിച്ചത് മാർക്സിസ്റ്റ് ചരിത്രകാരന്മാരെ ആയിരുന്നു. എന്തുകൊണ്ടോ പടിഞ്ഞാറ് മറ്റെവിടത്തെക്കാളും അവർ സജീവമായിരുന്നതും സ്വാധീനം ചെലുത്തിയിരുന്നതും ഇംഗ്ലീഷ് സംസാരിക്കുന്ന മേഖലയിലായിരുന്നു. അങ്ങനെയൊക്കെ ആണെങ്കിലും ചരിത്രത്തിൽ ഒരു ഗ്രാംഷിയൻ പദ്ധതിയൊന്നും ഇല്ല; ചരിത്രകാരന്മാരിൽ ഗ്രാംഷി ചെലുത്തിയ സ്വാധീനത്തെ മാർക്സിസത്തിൽ അദ്ദേഹം പൊതുവെ ചെലുത്തിയ സ്വാധീനത്തിൽനിന്ന് വ്യക്തമായി വേർപെടുത്തി കാണാനും സാധിക്കില്ല. ലെനിന്റേതുപോലെ മൗലികമായ തന്ത്രങ്ങളും നിരീക്ഷണങ്ങളും വരെ പാഠത്തിന്റെ യാഥാസ്ഥിതികത്വത്തിനു പിറകിൽ മറച്ചുകൊണ്ട് മാർക്സിസ്റ്റ് ചിന്തയുടെ ജീവത്തായ സഞ്ചയത്തിനു ചുറ്റും വളർന്നപ്രമാണ പ്രാധാന്യത്തിന്റെ കടുംതോട് ഉടയ്ക്കാൻ ഗ്രാംഷിയുടെ രചനകളും ഉദാഹരണവും ഏറ്റവുമധികം സഹായിച്ചത്. വഷളൻ മാർക്സിസത്തിൽ നിന്ന് സ്വയം മോചിപ്പിക്കാൻ ഗ്രാംഷി മാർക്സിസ്റ്റുകാരെ സഹായിച്ചു. അത് ഇടതുപക്ഷ ശത്രുക്കൾക്ക് മാർക്സിസത്തെ നിർണയവാദ പോസിറ്റിവിസത്തിന്റെ ഒരു വ്യതിചലിതരൂപം എന്ന് മുദ്രകുത്തി തള്ളിക്കളയാൻ കൂടുതൽ പ്രയാസമാക്കി.

ഈ അർഥത്തിൽ ഗ്രാംഷിയുടെ പ്രധാന പാഠങ്ങൾ ഗ്രാംഷിയൻ അല്ല, മാർക്സിയൻ ആണ്. "മനുഷ്യൻ സ്വന്തം ചരിത്രം സ്വയം നിർമിക്കുന്നു, പക്ഷേ അവൻ/അവൾ അത് നിർമിക്കുന്നത് സ്വയം തെരഞ്ഞെടുത്ത സാഹചര്യങ്ങൾക്കു കീഴിലല്ല, നേരിട്ട് കാണപ്പെടുന്ന, പ്രദാനം ചെയ്യപ്പെടുന്ന, ഭൂതകാലത്തിൽനിന്ന് സംപ്രേഷണം ചെയ്യപ്പെടുന്ന സാഹചര്യങ്ങൾക്കു കീഴിലാണ്".*(18th Brumaire*) എന്ന മാർക്സിന്റെ തന്നെ പ്രമേയത്തിന്മേൽ അദ്ദേഹം കരുപ്പിടിപ്പിച്ച പാഠഭേദങ്ങളാണ് അവ. അഥവാ, ഗ്വൈൻ എ. വില്യംസ് പറഞ്ഞതുപോലെ "ഗ്രാംഷിയുടെ മാർക്സിസത്തിൽ മനുഷ്യന്റെ ഇഛയാണ് മർമം, പക്ഷേ അത് ചരിത്രപരമായി രൂപപ്പെട്ട ഇഛയാണ്, ചരിത്രത്തിന്റെ വസ്തുനിഷ്ഠയാഥാർഥ്യങ്ങൾ പരുവപ്പെടുത്തിയ ഇഛ." രാഷ്ട്രീയത്തിന്റെയും സംസ്കാരത്തിന്റെയും മണ്ഡലങ്ങളുടെ സ്വാശ്രയത്വം ഗ്രാംഷി ഊന്നിപ്പറയുന്നുണ്ട്. ഇത് മാർക്സിസ്റ്റ് സമകാലികരിൽ ദുർലഭമാണ്. ഇതും മാർക്സിന്റെ ഒരു ഓർമപ്പെടുത്തലായി കാണാം. ഇത് സൂക്ഷ്മ മാർക്സ് പണ്ഡിതനായ, ദിവംഗതനായ ജോർജ് ലിച്ച്തീം നിരീക്ഷിക്കാൻ വിട്ടുപോയിട്ടില്ലാത്ത ഒരു വസ്തുതയാണ്.

അതുകൊണ്ട് ചരിത്രശാസ്ത്രത്തിലെ സംഭവവികാസങ്ങളുടെ ആധികാരികമായ പര്യവേക്ഷണം വരുമ്പോൾ ഗ്രാംഷിയെ ഈ പശ്ചാത്തലത്തിൽ മാത്രമായി കാണുന്നത് സ്വാഭാവികമാണ്. ഒരു മാർക്സിസ്റ്റ് ചരിത്രകാരൻ "മാർക്സിസ്റ്റ് ചരിത്രത്തിൽ ഗ്രാംഷിയുടെ സ്വാധീനം പ്രത്യേകിച്ച് പുതിയതല്ല. ഗ്രാംഷിക്ക് മാർക്സിന്റേതല്ലാത്ത, തനതായ ഒരു സമീപനമൊന്നും ചരിത്രത്തോട് ഉണ്ടായിരുന്നു എന്ന് എനിക്കു തോന്നുന്നില്ല," എന്ന് പറയുന്നതും സ്വാഭാവികമാണ്. ഇത് അദ്ദേഹത്തിന്റെ സ്വാധീനത്തിന്റെ പ്രാധാന്യം കുറയ്ക്കുന്നില്ല. ആർജിതമായ കമ്യൂണിസ്റ്റ് പാരമ്പര്യത്തിന്റെ കാർക്കശ്യങ്ങളിൽ നിന്ന് വിടുതിനേടാൻ ഉത്കണ്ഠപ്പെട്ട ചരിത്രകാരന്മാർക്ക് 'അസാധാരണമായ ശേഷിയുള്ള (ഈ)സൈദ്ധാന്തികൻ" (ലീച്ച്തിമിന്റെ വാക്കുകൾ) അവരുടെ പക്ഷത്താണെന്നറിഞ്ഞ് ഏറെ ഉത്സാഹഭരിതരായി, പ്രചോദിതരായി. മാത്രമല്ല, 1950 കൾ മുതൽ ആവിർഭവിക്കുകയോ വീണ്ടെടുക്കപ്പെടുകയോ ചെയ്ത മാർക്സിസ്റ്റ് സൈദ്ധാന്തികരിൽ വളരെക്കുറച്ചുപേർ മാത്രമേ അദ്ദേഹത്തോളം ചരിത്രത്തിൽ കുളിച്ചു നിൽക്കുന്നവരായി ഉണ്ടായിരുന്നുള്ളു. അതുകൊണ്ട് ചരിത്രകാരന്മാർക്ക് അദ്ദേഹത്തെ പഠിക്കുന്നിടത്തോളം ലാഭകരമായി മറ്റാരെയും പഠിക്കാൻ തോന്നാത്തതിലും അത്ഭുതപ്പെടാനില്ല.

എങ്കിലും ചരിത്രകാരന്മാരിൽ നിയതമായ ഒരു ഗ്രാംഷിയൻ സ്വാധീനവും ഉണ്ട്. അതാകട്ടെ, മാർക്സിലേക്കു തിരിയാനുള്ള അഥവാ മടങ്ങാനുള്ള ഒരു ഗ്രാംഷിയൻ പ്രോത്സാഹനം മാത്രമല്ലതാനും. കാരണം, ഗ്രാംഷിയുടെ തന്നെ സൈദ്ധാന്തികപ്രവർത്തനങ്ങളിലെ ചില സങ്കൽപ്പനങ്ങൾ ചരിത്രപരമായ വിശകലനത്തിന് പുതിയ മാനങ്ങൾ നൽകാൻ തക്ക ഫലപുഷ്ടി ഉള്ളതായിരുന്നു. തന്നെയുമല്ല, അദ്ദേഹം തന്നെ അടിസ്ഥാനപരമായും ചരിത്രപരവും രാഷ്ട്രീയവുമായ പ്രശ്നങ്ങളെപ്പറ്റി വിപുലമായി എഴുതിയിട്ടുണ്ട്.

ഇറ്റാലിയൻ ചരിത്രത്തെക്കുറിച്ചുള്ള അദ്ദേഹത്തിന്റെ പരിചിന്തനങ്ങൾ സ്വന്തം രാജ്യത്ത് ഏറെ ചർച്ച ചെയ്യപ്പെട്ടിട്ടുണ്ട്. പക്ഷേ മറ്റിടങ്ങളിൽ ഇറ്റാലിയനിസ്റ്റുകളുടെ പരിമിതവൃത്തത്തിനു പുറത്ത് അതിന് വലിയ പ്രതിധ്വനികളൊന്നും ഉണ്ടാക്കാനായിട്ടില്ല. അതേസമയം ചരിത്രപഠനത്തിന്റെ ഒരു മേഖലയിൽ അഥവാ മേഖലാ സമുച്ചയത്തിൽ അദ്ദേഹത്തിന്റെ പ്രത്യക്ഷ സ്വാധീനം ശക്തവും ആധിപത്യം പുലർത്താൽ പര്യാപ്തവുമായിട്ടുണ്ട്: പ്രത്യയശാസ്ത്രം, സംസ്കാരം എന്നിവയുടെ ചരിത്രം. ഇതിന് പ്രധാനകാരണം അത് സാധാരണജനങ്ങളെ ബാധിക്കുന്നു എന്നതാണ്. ഈ മേഖലയിൽ ഗ്രാംഷിയുടെ സ്വാധീനത്തിന് വളരെ പഴക്കമുണ്ട്. 1960 ൽത്തന്നെ അന്റോണിയോ ഗ്രാംഷിയുടെ രചനകളിലെ ഏറ്റവും പ്രചോദനദായകമായ നിർദേശങ്ങളിൽ ഒന്ന് "കീഴാള വർഗങ്ങളുടെ ലോകത്തെക്കുറിച്ചുള്ള പഠനത്തിന് മുമ്പത്തേക്കാൾ വളരെയേറെ ശ്രദ്ധകൊടുക്കാനുള്ള ആഹ്വാനമാണ്" എന്ന് ഞാൻ എഴുതിയിട്ടുണ്ട്.

അപ്പോൾമുതൽ കീഴാളവർഗലോകത്തിന്റെ ചരിത്രം, പഠനം എന്നിവ ചരിത്രശാസ്ത്രത്തിലെ തന്നെ ഏറ്റവും വേഗം തഴച്ചു വളരുന്ന ശാഖകളിൽ ഒന്നായിട്ടുണ്ട്. അതിന്റെ പ്രയോക്താക്കൾ മാർക്സിസ്റ്റു കാരോ ഇടതുപക്ഷ ജനപ്രിയതാകാംക്ഷികളോ മാത്രമല്ല, മറ്റു പ്രത്യയ ശാസ്ത്രങ്ങളോട് പ്രതിബദ്ധരായ ചരിത്രകാരന്മാരും ആണ്. ഗ്രാംഷി അത്തരമൊരു പഠനത്തിന് ആഹ്വാനം നൽകിയതുകൊണ്ടല്ല ആ മേഖല വളർന്നത്; പക്ഷേ ഗൗരവമായി അതിലേക്ക് പ്രവേശിക്കുന്ന ആർക്കും ഏതിനത്തിലുംപെട്ട ചിന്തകന്മാരിൽ ഏറ്റവും ദുർലഭരായവരിൽ ഒരാളായ ഗ്രാംഷിയെ ശ്രദ്ധിക്കാതെ പോകാനാകില്ല. (മാർക്സിനെ ഒഴിച്ചു നിർത്തി യാൽ പാശ്ചാത്യമാർക്സിസത്തിൽ അങ്ങനെ ഒരാളേ ഉള്ളൂ.) പുസ്ത കങ്ങളിൽ പരാമർശിക്കപ്പെടുന്ന ഉന്നത സംസ്കാരത്തിന്റെയും ആശയ ങ്ങളുടെയും ചരിത്രകാരന് ആശ്രയിക്കാൻ ദീർഘമായ ഒരു പാരമ്പര്യ ത്തിന്റെ പ്രഭവം ലഭ്യമാണ്; എന്നാൽ ജനപ്രിയ സംസ്കാരത്തിന്റെ പുതിയ മേഖലയിൽ ചരിത്രകാരന്മാർ പ്രായേണ മാർഗദർശനരഹിതരാ ണ്. അതുകൊണ്ടാണ് *histoire des mentalites* പോലെ അരസികമായ സങ്കൽപ്പനങ്ങളുടെ ഹൃദയഭാഗത്തുതന്നെ ബൗദ്ധികശൂന്യത കാണപ്പെ ടുന്നത്. അതുകൊണ്ടാണ് ഈ മേഖലയിലേക്കു ആകർഷിക്കപ്പെടുന്ന കേംബ്രിൻജ് ചരിത്രകാരൻ പീറ്റർ ബുർക്കിനെപ്പോലെയുള്ള മാർക്സി സ്റ്റേതരർപോലും ആനുഷംഗികമായിട്ടെങ്കിലും ഗ്രാംഷി രചനകളിലേക്ക് തിരിയുന്നത്. ഉദാഹരണം: ബുർക്കിന്റെ *Popular Culture in Early Modern Europe* (ലണ്ടൻ 1978) എന്ന ഗ്രന്ഥം. ഇന്ന് ജനപ്രിയ സംസ്കാ രത്തെപ്പറ്റി അല്ല, ഏതൊരു സംസ്കാരത്തെയുംപറ്റി, അതിലെ പ്രശ്ന ങ്ങളെപ്പറ്റി, ഗ്രാംഷിയോട് കൂടുതൽ അടുക്കാതെ ചർച്ചചെയ്യുക പ്രയാ സമോ അസാധ്യമോ ആണ്; അദ്ദേഹത്തിന്റെ ആശയങ്ങളെ പരസ്യമായി ഉപയോഗിക്കുക അനിവാര്യമാണ്. ഇ പി തോംസണും റെയ്മണ്ട് വില്യംസും അങ്ങനെ ചെയ്തുവെന്നാണ് ബുർക്ക് പറയുന്നത്.

പക്ഷേ താൻ ചിന്തിക്കുകയും എഴുതുകയും ചെയ്ത എല്ലാ മേഖ ലകളിലെയും പോലെ ഈ മേഖലയിലും ഗ്രാംഷിയുടെ ബൗദ്ധികവ്യവ ഹാരത്തിന്റെ ശക്തി കുടികൊള്ളുന്നത് അത് ശുദ്ധമേ അക്കാദമികമല്ല എന്ന വസ്തുതയിലാണ്. പ്രയോഗം അഥവാ *praxis* അദ്ദേഹത്തിന്റെ സിദ്ധാന്തത്തെ പ്രചോദിപ്പിക്കുകയും ഫലസമ്പന്നമാക്കുകയും ചെയ്തു, അതുതന്നെയായിരുന്നു അദ്ദേഹത്തിന്റെ സിദ്ധാന്തത്തിന്റെ അന്ത്യഭാഗ വും. ജനപ്രിയസംസ്കാരവുമായി ബന്ധപ്പെട്ട എല്ലാവരെയും സംബ ന്ധിച്ച് ആ മേഖലതന്നെ ശുദ്ധമേ അക്കാദമികമല്ല എന്നതാണ് പ്രത്യയ ശാസ്ത്രം, സംസ്കാരം എന്നിവയുടെ പഠിതാക്കൾക്ക്മേൽ അദ്ദേഹ ത്തിന്റെ സ്വാധീനം ഇത്ര ശക്തമായതിന്റെ കാരണം. ഈ പഠനമേഖല കളിലേക്ക് കടക്കുന്ന മിക്കവരുടെയും പ്രാഥമികലക്ഷ്യം പ്രബന്ധങ്ങൾ എഴുതുകയോ ഗ്രന്ഥങ്ങൾ രചിക്കുകയോ അല്ല. അവർ ഗ്രാംഷിയെപ്പോലെ ഭാവിയെക്കുറിച്ചും ഭൂതത്തെക്കുറിച്ചും വികാരവായ്പോടെ ഉത്കണ്ഠപ്പെ

ടുന്നവരാണ്: തൊഴിലാളിവർഗവും അതിന്റെ പ്രസ്ഥാനങ്ങളും ഉൾപ്പെട്ട മാനവവംശത്തിന്റെ ഭൂരിപക്ഷം വരുന്ന സാധാരണ മനുഷ്യരുടെ ഭാവിയെക്കുറിച്ച്, രാഷ്ട്രങ്ങളുടെയും സംസ്കൃതികളുടെയും ഭാവിയെക്കുറിച്ച്. ഗ്രാംഷി മരിച്ച് എഴുപതു വർഷം കഴിയുമ്പോൾ നാം അദ്ദേഹത്തോട് കടപ്പെട്ടിരിക്കുന്നത് അദ്ദേഹം നൽകിയ ബൗദ്ധികപ്രചോദനത്തിന്റെ പേരിൽ മാത്രമല്ല; ലോകത്തെ പരിവർത്തനം ചെയ്യാനുള്ള പ്രയത്നം മൗലികവും സൂക്ഷ്മവും തുറന്നതുമായ ചരിത്രചിന്തയുമായി പൊരുത്തപ്പെടുന്നു എന്നു തന്നെയല്ല, അതില്ലാതെ സാധ്യവുമല്ല എന്ന് നമ്മെ പഠിപ്പിച്ചതിന്റെ പേരിലുംകൂടിയാണ്.

14

മാർക്സിന്റെ സ്വാധീനം 1945–83

സ്വന്തം ഉത്തരവ് ഇത്ര വിജയകരമായി പാലിച്ച മറ്റൊരു ചിന്തകനും ഉണ്ടാകില്ല: "തത്വശാസ്ത്രജ്ഞർ നാളിതുവരെ ലോകത്തെ വ്യാഖ്യാനിക്കുകയേ ചെയ്തിട്ടുള്ളു. അതിനെ മാറ്റുക എന്നതാണ് കാര്യം' *[Theses on Feuerbach]*. യൂറോപ്പിൽ മിക്ക രാജ്യങ്ങളിലെയും തൊഴിലാളി, സോഷ്യലിസ്റ്റ് പ്രസ്ഥാനങ്ങൾക്ക് പ്രചോദനമേകുന്ന പ്രമാണങ്ങളായി മാർക്സിന്റെ ആശയങ്ങൾ. പ്രധാനമായും ലെനിനിലൂടെയും റഷ്യൻ വിപ്ലവത്തിലൂടെയും അത് ഇരുപതാം നൂറ്റാണ്ടിലെ സാമൂഹികവിപ്ലവത്തിന്റെ മർമ പ്രധാനമായ അന്തർദേശീയപ്രമാണമായി മാറി, ചൈന മുതൽ പെറു വരെ സ്വാഗതം ചെയ്യപ്പെട്ടു. ഈ പ്രമാണങ്ങളുമായി ചേർത്തു വായിക്കപ്പെട്ട പാർട്ടികളുടെയും സർക്കാറുകളുടെയും വിജയത്തിലൂടെ ഈ ആശയങ്ങളുടെ ഭാഷ്യങ്ങൾ ഭരണകൂടങ്ങളുടെ ഔദ്യോഗിക പ്രത്യയശാസ്ത്രമായി; ഉച്ചാവസ്ഥയിൽ മനുഷ്യവംശത്തിന്റെ മൂന്നിലൊരു ഭാഗം അത്തരം രാജ്യങ്ങളിലാണ് താമസിച്ചിരുന്നത്. ലോകത്തിന്റെ ഇതരഭാഗങ്ങളിലെ പല വലിപ്പത്തിലുള്ള, പല തോതിൽ പ്രാധാന്യമുള്ള രാഷ്ട്രീയ പ്രസ്ഥാനങ്ങളും അതിനെ പ്രത്യയശാസ്ത്രമായി ഏറ്റുവാങ്ങി. പദവിയിൽ തുല്യപ്പെടുത്താവുന്ന ചിന്തകർ ഭൂതകാലത്തിലെ മഹത്തായ മതങ്ങളുടെ സ്ഥാപകർ മാത്രമാണ്. ഒരുപക്ഷേ അവരിൽത്തന്നെ മുഹമ്മദിനൊഴികെ ആർക്കും ഇത്ര വലിയതോതിൽ ഇത്ര വേഗത്തിൽ വിജയിക്കാൻ കഴിഞ്ഞിട്ടുമില്ല. ഇക്കാര്യത്തിൽ അദ്ദേഹത്തോടൊപ്പം നിർത്താവുന്ന ഒരൊറ്റ മതേതര ചിന്തകനും ഇല്ല.

തന്റെ പേരിൽ ചെയ്യപ്പെട്ടതിനെയൊക്കെ മാർക്സ്തന്നെ എത്രമാത്രം അംഗീകരിച്ചേനെ, പലപ്പോഴും ദൈവശാസ്ത്രങ്ങളുടെ മതേതര പര്യായമായി മാറിയ, വെല്ലുവിളിക്കപ്പെടാൻ പാടില്ലാത്ത സനാതന സത്യമായി ഔദ്യോഗികാംഗീകാരം നേടിയ തന്റെ പ്രമാണങ്ങളെപ്പറ്റി അദ്ദേഹം

തന്നെ എന്തു കരുതുമായിരുന്നേനെ എന്നൊക്കെയുള്ള പ്രശ്നങ്ങൾ രസകരമെങ്കിലും കേവലം അക്കാദമികമായ ഊഹാപോഹങ്ങൾക്കു മാത്രം കൊള്ളാവുന്ന വിഷയങ്ങളാണ്. അദ്ദേഹത്തിന്റെ ആശയങ്ങളിൽനിന്ന് എത്രമാത്രം വിദൂരമാണെങ്കിലും അത്തരം ചെയ്തികളും ചിന്തകളും ഒക്കെ ചരിത്രപരമായി അവയിൽ നിന്ന് രൂപം കൊണ്ടതുതന്നെയാണ് എന്നാണ് രേഖപ്പെടുത്തിയിട്ടുള്ളവ വച്ചുനോക്കുമ്പോൾ മനസിലാക്കേണ്ടത്. അവ മാർക്സിസത്തിന്റെ ചരിത്രത്തിലെ ഭാഗമാണ്. ഈ വികാസങ്ങൾ മാർക്സിന്റെ ആശയങ്ങളിൽ യുക്തിസഹമായി അന്തർലീനമാണോ എന്നത് വ്യത്യസ്തവും വേറിട്ടതുമായ ഒരു ചോദ്യമാണ്. അത് ഏറെ ചർച്ച ചെയ്യപ്പെട്ടിട്ടുണ്ട്. മാർക്സിന്റെ പേരിൽ (ഇതുവരെ സാധാരണ അദ്ദേഹത്തിന്റെ ശിഷ്യൻ എന്ന് അവകാശപ്പെടുന്ന ഏതെങ്കിലും ഒരു വിപ്ലവകാരിയുടെ പേരു ചേർത്തു–ലെനിൻ, സ്റ്റാലിൻ, മാവോ, ഇത്യാദി) വിജയകരമായി സ്ഥാപിക്കപ്പെട്ടിട്ടുള്ള ഭരണക്രമങ്ങൾക്കും സർക്കാരുകൾക്കും എല്ലാം ഒരു കുടുംബഛായയുണ്ട്. അതുകൊണ്ടായിരിക്കാം ചർച്ചകൾ ധാരാളം നടന്നിട്ടുള്ളത്. അല്ലെങ്കിൽ അവയെല്ലാം ഉദാരജനാധിപത്യത്തിൽനിന്ന് വിഭിന്നമാണ് എന്ന നിഷേധാത്മകസ്വഭാവം പങ്കുവയ്ക്കുന്നതുകൊണ്ടുമാകാം.

ഈ ചോദ്യത്തിന് ഉത്തരം പറയൽ ഈ അധ്യായത്തിന്റെ ഭാഗമല്ല. പക്ഷേ രണ്ട് അഭിപ്രായങ്ങൾ കുറിക്കാം. ഉപജ്ഞാതാവിനെ അതിജീവിക്കുന്ന ഏതൊരു ആശയസഞ്ചയവും മൗലികമായ ഉദ്ദേശ്യങ്ങളുടെയും ഉള്ളടക്കത്തിന്റെയും വരുതിയിൽ നിൽക്കാതാകും. മനുഷ്യന്റെ വ്യാഖ്യാനശേഷിയുടെ ഏറ്റവും വിശാലമായ അതിരുകൾക്കകമെ അല്ലെങ്കിൽ അഭിലഷണീയനോ പ്രിയങ്കരനോ ആയ ഒരു മുൻഗാമിയുമായി ബന്ധമുണ്ടെന്ന് സ്ഥാപിക്കാനുള്ള മനുഷ്യന്റെ വ്യഗ്രതയുടെ അതിരുകൾക്കുകമെ, അത് പ്രയോഗത്തിൽ പ്രവചനാതീതമാംവിധം വിപുലമായ പരിഷ്കാരങ്ങൾക്കും പരിവർത്തനങ്ങൾക്കും വിധേയമാണ്; സിദ്ധാന്തത്തിലുമതെ. ക്രിസ്തീയത അവകാശപ്പെടുന്ന ഒരു പ്രത്യേകഗ്രന്ഥസഞ്ചയത്തിന്റെ ആധികാരികത അവകാശപ്പെടുന്ന ഭരണക്രമങ്ങൾ ഫ്യൂഡൽ രാജവാഴ്ചയായ റഷ്യൻ സാർ സാമ്രാജ്യം മുതൽ ഡച്ച് റിപ്പബ്ലിക്ക് വരെ, കാൽവിന്റെ ജനീവ മുതൽ ജോർജിയൻ ഇംഗ്ലണ്ടുവരെ നിരന്നുകാണുന്നു. ക്രിസ്തീയ ദൈവശാസ്ത്രം പല ഘട്ടങ്ങളിലായി അരിസ്റ്റോട്ടിലിനെയും മാർക്സിനെയും ആഗരിണം ചെയ്തിട്ടുണ്ട്. എല്ലാറ്റിനും യേശുവിന്റെ പ്രബോധനങ്ങളിൽനിന്ന് രൂപം കൊണ്ടതാണെന്ന് അവകാശപ്പെടാം– അത്രതന്നെ വിശ്വാസികളായ മറ്റിനം ക്രിസ്ത്യാനികൾക്ക് അതത്ര രസിക്കില്ലെങ്കിലും. അത്ര വിപുലമായ ആശയപ്രയോഗനിരയാണ് മാർക്സിൽനിന്ന് ഉരുവം കൊണ്ടതാണെന്ന് അവകാശപ്പെടുന്നവയായി നിലവിൽ വന്നിട്ടുള്ളത്. അവയെല്ലാം മാർക്സിന്റെ പ്രമാണങ്ങളുമായി പൊരുത്തപ്പെടുന്നതായും അവകാശവാദമുണ്ട്. ഒന്നുകിൽ നേരിട്ട്, അല്ലെങ്കിൽ അദ്ദേഹത്തിന്റെ പിൻഗാമികൾ വഴി. അവർ ഒരോ ഉൽപ്പത്തി അവ

കാശപ്പെടുന്നു എന്ന് നാം മനസിലാക്കിയില്ലായിരുന്നു എന്നു വയ്ക്കുക. എങ്കിൽ സയണിസ്റ്റ് കിബ്ബുറ്റ്സിമും പോൾ പോട്ടിന്റെ കമ്പുച്ചിയയും, ഹിൽഫെർഡിങ്ങും മാവോയും, സ്റ്റാലിനും ഗ്രാംഷിയും, റോസലുക്സംബർഗും കിം ഇൽ-സുങ്ങും തമ്മിലുള്ള വ്യത്യാസങ്ങളാണ് സാമ്യങ്ങളേക്കാൾ പ്രകടമായി നാം കണക്കാകുക. മാർക്സിസ്റ്റ് ഭരണക്രമങ്ങൾ ഒരു പ്രത്യേകരൂപം കൈക്കൊണ്ടേ തീരു എന്നതിന് സൈദ്ധാന്തിക ാരണങ്ങൾ ഒന്നുമില്ല. എന്നാൽ, വ്യവസായവൽകൃതലോകത്തിന്റെ വിളുമ്പുകളിലോ അവയ്ക്കു പുറത്തോ ഉള്ള നിരവധി രാജ്യങ്ങളിൽ സ്വകീയവിപ്ലവത്തിലൂടെയോ അനുകരണത്തിലൂടെയോ പടയോട്ടത്തിലൂടെയോ 1917നു ശേഷമുള്ള ചുരുങ്ങിയ ചരിത്രകാലയളവിൽ സ്ഥാപിതമായ മാർക്സിസ്റ്റ് ഭരണക്രമങ്ങൾ നിഷേധാത്മകമോ പ്രസാദാത്മകമോ ആയ പൊതുസ്വഭാവങ്ങൾ വികസിപ്പിച്ചിരിക്കാൻ ധാരാളം ചരിത്രപരമായ കാരണങ്ങൾ ഉണ്ടുതാനും. അതുകൊണ്ട് മാർക്സിയൻ സിദ്ധാന്തം എന്നാൽ ലെനിനിസം ആണ്, ലെനിനിസം (അഥവാ മാർക്സിസ്റ്റ് യാഥാസ്ഥിതികത്വം അവകാശപ്പെടുന്ന മറ്റു പദ്ധതികൾ) മാത്രമാണ് എന്ന വാദം നിലംപൊത്തുന്നു.

ഏതായാലും ഒരു കാര്യം പറയാം. മാർക്സിന്റെ തുടക്കം ഏതൊരു ആശയസഞ്ചയവും ബഹുജനങ്ങളെ ഏകോപിപ്പിക്കുന്ന ഗണ്യമായ ഒരു രാഷ്ട്രീയശക്തിയായി മാറുന്നതിലൂടെ അവശ്യം പരിവർത്തനവിധേയമാകുന്നു. ഇങ്ങനെ രാഷ്ട്രീയശക്തിയായി മാറുന്നത് പാർട്ടികളിലൂടെയോ പ്രസ്ഥാനങ്ങളിലൂടെയോ ആകാം, മറ്റുമാർഗങ്ങളിലൂടെയുമാകാം. അതുപോലെ ഏതൊരു ആശയ സഞ്ചയവും പ്രാഥമിക-ദ്വിതീയപാഠശാലകളിലും സർവകലാശാലകളിലും പഠിപ്പിച്ചു തുടങ്ങിയാലും പരിവർത്തനവിധേയമാകുന്നു- ഔപചാരികവൽക്കരണം, സ്ഥിരവൽക്കരണം, ബോധനപരമായ ലളിതവൽക്കരണം എന്നിവയിലൂടെ മാത്രമാണെങ്കിലും. ലോകത്തെ വ്യാഖ്യാനിക്കലും മാറ്റലും ഒന്നല്ല- അവ തമ്മിൽ ജൈവബന്ധം എത്രശക്തമാണെങ്കിലും. പത്തൊൻപതാം നൂറ്റാണ്ടിലെ വ്യാപാരികളുടെയും അവരുടെ നാൾവഴി എഴുത്തുകാരുടെയും ആശയപ്രമാണങ്ങളിൽ നിന്ന് ആദം സ്മിത്തിന്റെ യഥാർഥ രചനകളെ വ്യതിരിക്തമാക്കുന്ന വിശ്വാസസഞ്ചയത്തിന്റെ രൂപവത്കരണത്തിലൂടെയാകാം ഈ മാറ്റം സംഭവിക്കുന്നത്- ആദ്യം പറഞ്ഞവർ ആദം സ്മിത്തിന്റെ രചനകളെയാണ് തങ്ങൾ പ്രമാണമാക്കുന്നത് എന്ന് അവകാശപ്പെടുമെങ്കിലും ഔപചാരിക വരട്ടുതത്ത്വശാസ്ത്രങ്ങളിലൂടെയാകാം അത് നടക്കുന്നത്. ഇതൊന്നും അത്ര പ്രധാനപ്പെട്ട വിഷയങ്ങൾ അല്ല. ഒരുപക്ഷെ വിമതത്വം ഒട്ടും സഹിക്കാത്ത പരിവർത്തനം എന്ന വസ്തുത നിലനിൽക്കുന്നു. മുൻകാല ചിന്തകരുടെ ആശയങ്ങളുടെ അക്കാദമികചരിത്രത്തിൽ, പ്രത്യേകിച്ച് രാഷ്ട്രീയാശയങ്ങളുടെ ചരിത്രത്തിൽ ഭൂരിഭാഗവും ആ ചിന്തകരുടെ ചിന്തയുടെ മൗലികമായ അർഥകൽപ്പനകളും പരാമർശങ്ങളും അവയുടെ ചരമാനന്തരവ്യാഖ്യാനത്തിനു പിന്നിൽ നിന്ന് വീണ്ടെ

ടുത്തവയാണ്. ഈ വിധിയിൽനിന്ന് രക്ഷപ്പെടുന്ന ഒരൊറ്റ രചനകളെ ഉള്ളു – ആരും ഒരിക്കലും ഗൗരവമായി കണക്കിലെടുക്കാത്തവ, അല്ലെങ്കിൽ ഒരു പ്രത്യേക സ്ഥലസമയരാശിയോട് ഏറെ അടുത്തു നിൽക്കുന്നതിനാൽ ഉടനെതന്നെ വിസ്മൃതമാകുന്നവ. ഇന്നത്തെ ആദം സ്മിത്ത് 1776 ലെ ആദം സ്മിത്തല്ല, ഏതാനും സവിശേഷവൽകൃതരായ പണ്ഡിതന്മാർക്കൊഴികെ. മാർക്സിനെ സംബന്ധിച്ചിടത്തോളവും അനിവാര്യമായ സത്യം അതു തന്നെ.

ചരിത്രത്തിന്റെ വീക്ഷണത്തിൽ മാർക്സിന്റെ ഏറ്റവും പ്രധാനപ്പെട്ട നേട്ടം മാർക്സിസത്തിന്റെ രാഷ്ട്രീയപ്രത്യാഘാതമാണ് എന്ന് തീർച്ച. എങ്കിലും അതിന്റെ ബൗദ്ധിക പ്രത്യാഘാതവും അത്രതന്നെ ശ്രദ്ധേയമായിരുന്നു – അതിനെ ചുരുങ്ങിയപക്ഷം മാർക്സിസ്റ്റുകാർക്കെങ്കിലും അതിന്റെ രാഷ്ട്രീയ പ്രത്യാഘാതത്തിൽ നിന്ന് വേറിട്ടു കാണാനാവില്ലെങ്കിലും. പേരു കേൾക്കുന്ന മാത്രയിൽ മാനവ ബൗദ്ധിക പ്രപഞ്ചത്തിലെ വമ്പിച്ച പരിവർത്തനങ്ങൾ ഓർമയിൽവരുന്ന അധികം ചിന്തകരില്ല. ന്യൂട്ടൺ, ഡാർവിൻ, ഫ്രോയിഡ് എന്നിവരോടൊപ്പം മാർക്സും അത്തരം ചിന്തകരുടെ ചെറിയ നിരയിൽ ഉണ്ട്. ഈ പേരുകൾ സൂചിപ്പിക്കുന്ന ബൗദ്ധിക പരിവർത്തനങ്ങൾ താരതമ്യപ്പെടുത്താനാവില്ല, ഒരു കാര്യത്തിൽ ഒഴികെ – അവരെല്ലാം താന്താങ്ങളുടെ മേഖലകളെ ഭേദിച്ച് പൊതുവായ വിദ്യാഭ്യാസസമ്പന്ന സംസ്കാരത്തിലേക്ക് ഏറെ ദൂരം കടന്നു കയറിയവരാണ്. ഫ്രോയിഡോ എന്തിന്, ഡാർവിൻപോലുമോ, ന്യൂട്ടന്റെ ബൗദ്ധികശേഷിക്ക് തുല്യരാണെന്ന സൂചനയൊന്നും ഇവിടെയില്ല. ആശയമിതാണ്: അത്തരം ഒരു പട്ടികയിൽ ശേഷികളും ബൗദ്ധികനേട്ടത്തിന്റെ സ്വഭാവവും എന്തുതന്നെയായാലും ഉൾക്കൊള്ളിക്കാവുന്ന പേരുകൾ വിരളമാണ്. അതിൽ മാർക്സിന്റെ പദവി ചോദ്യം ചെയ്യപ്പെടാൻ ഇടയില്ലാത്തതാണ്. പക്ഷെ ഗ്രന്ഥം തെളിയിക്കുന്നതുപോലെ, പ്രായോഗികാർഥത്തിൽ ആ പദവിലബ്ധി ചരമാനന്തരമാണ്; മാർക്സിന്റെ ജീവിതകാലത്ത് ആരും തന്നെ അദ്ദേഹം ഇങ്ങനെ പ്രശസ്തനാകും എന്നു കരുതിയിരിക്കില്ല. രണ്ട്, നിരന്തരവും വമ്പിച്ചതും വികാരതീവ്രവും ബൗദ്ധികമായി ഒട്ടും തന്നെ അവഗണനീയമല്ലാത്തതുമായ വിമർശനത്തിന്റെ ഒരു നൂറ്റാണ്ട് നേരിട്ടാണ് ആ പ്രശസ്തി വളർന്നത്. മാർക്സിന്റെ തെറ്റുകളും അപര്യാപ്തതകളും തെളിയിക്കാൻ ലോകത്തെ ഏറ്റവും നല്ല മസ്തിഷ്കങ്ങൾ തന്നെ അങ്ങേയറ്റം അർപ്പണബോധത്തോടെ യത്നിച്ചിട്ടുണ്ട്. അവരിൽപ്പലരും ഒരു കാലത്ത് മാർക്സിസ്റ്റുകാരായിരുന്നതു കൊണ്ടാകാം, പിന്നീട് വിമർശകരായവരാണ്. ബൗദ്ധിക പ്രപഞ്ചത്തെ പരിവർത്തനം ചെയ്യുന്ന ചിന്തകരുടെ കാര്യത്തിൽ ഇത് അസാധാരണമല്ല. പക്ഷേ ഈ ഗണത്തിൽപ്പെടുന്ന മറ്റു വ്യക്തിത്വങ്ങളുടെ സഞ്ചാരപഥം ഇത്രതന്നെ ചുഴലിക്കാറ്റു ചുഴന്നതായിരുന്നു എന്നു തോന്നുന്നില്ല. പ്രതിഭകൾ പലരും മാർക്സിന്റെ തെറ്റുകുറ്റങ്ങൾ ഉയർത്തിക്കാട്ടാൻ കഠിന പ്രയത്നം നടത്തിയിട്ടുണ്ട്. ഒരു

കാലത്ത് മാർക്സിസ്റ്റും പിന്നീട് വിമർശകരും ആയ പലരും അക്കൂട്ടത്തിൽ ഉണ്ട്. മാർക്സാകട്ടെ, മരിച്ച് നൂറുവർഷം ആചരിക്കുന്ന ഘട്ടമായപ്പോഴേക്കും ഒരു പേന, ഒരു ടൈപ്പ്റൈറ്റർ, ഒരു പൊതുവേദി, അല്ലെങ്കിൽ അനുയോജ്യമായ സന്ദർഭങ്ങളിൽ സെൻസറുടെ നീലപ്പെൻസിൽ, പൊലീസ് സംഘങ്ങൾ എന്നിവയിൽ ഏതെങ്കിലുമൊക്കെ കൈയെത്തും ദൂരത്ത് ഉള്ള എല്ലാവരുടെയും ഏകാഗ്രമായ വിമർശനാഗ്നിവർഷം നേരിട്ടുകൊണ്ടാണ് അതിജീവിച്ചത്. അദ്ദേഹത്തിന്റെ ബൗദ്ധികപദവി ഗൗരവമായി ആരും ചോദ്യം ചെയ്തിട്ടില്ല; അദ്ദേഹത്തിന്റെ ആഗോള പ്രത്യയശാസ്ത്രസാന്നിധ്യം പൂർവാധികം ശക്തമായിതാനും. അദ്ദേഹത്തിന്റെ തന്നെ രചനകളും അദ്ദേഹം പ്രചോദിപ്പിച്ചവയും പൂർവാധികം സ്വാധീനവത്താകുന്നു, വായിക്കപ്പെടുന്നു, ചർച്ച ചെയ്യപ്പെടുന്നു. മുൻപ് മാർക്സിസ്റ്റ് സോഷ്യൽ ഡെമോക്രാറ്റിക് ആയിരുന്ന പാർട്ടികൾ അദ്ദേഹത്തിന്റെ സ്വാധീനത്തെ തള്ളിപ്പറഞ്ഞ പശ്ചാത്തലത്തിലും സോവിയറ്റ് യൂണിയന്റെ ആഗോള ഇടതുപക്ഷത്തിന് ആകർഷകമല്ലാതായി ത്തീർന്ന, സ്റ്റാലിനീകരണത്തിന്റെ അപനിർമിതിയോടെ അതിന്റെ പ്രമാണികത മാർക്സിസ്റ്റ് പാരമ്പര്യത്തിലുള്ള എല്ലാ വിപ്ലവശാഖകളെയും സംബന്ധിച്ച് അസ്തമിച്ച പശ്ചാത്തലത്തിലും ആയിരുന്നു, മാർക്സ് നില കൊണ്ടത് എന്നുകൂടി മനസിലാക്കണം.

ശ്രദ്ധേയമായ ആ നേട്ടത്തിന് മൂന്ന് കാരണങ്ങളുണ്ടായിരിക്കാം. മാർക്സിന്റെ മരണം കഴിഞ്ഞ് താമസിയാതെ മാർക്സിസം തൽസ്ഥിതിക്കു ഭീഷണിയാകുന്ന ശക്തമായ രാഷ്ട്രീയപ്രസ്ഥാനങ്ങൾ ഏതിനോടെങ്കിലും ചേർത്താണ് എല്ലായ്പ്പോഴും കാണപ്പെട്ടത്. അതുകൊണ്ടാണ് മാർക്സിസം നിരന്തരമായ ആക്രമണത്തിന് വിധേയമായത്. 1917 നു ശേഷം അന്തർദേശീയമായിത്തന്നെ അട്ടിമറി സ്വഭാവമുള്ള, അപകടകാരിയായ, ഭീഷണിയായ ഭരണകൂടക്രമങ്ങളുമായിട്ടാണ് അതിനെ ചേർത്തു കണ്ടിരുന്നത്.1990കൾ വരെ അദമ്യമായ രാഷ്ട്രീയശക്തികളുടെ പ്രതിനിധിയായിട്ടല്ലാതെ അത് കാണപ്പെട്ട കാലമുണ്ടായിട്ടില്ല. മാത്രമല്ല, സദാ സൈദ്ധാന്തികമായി അന്തർദേശീയ സ്വഭാവമുള്ളതായിട്ടാണ് അത് വിലയിരുത്തപ്പെട്ടിരുന്നതും. അതുമൂലമുള്ള അപകടം സാർവലൗകികമാണെന്ന് വിലയിരുത്തപ്പെട്ടിരുന്നു. അത് ഒരു സാർവലൗകികപ്രമാദമാണെന്ന വിലയിരുത്തലും സർവസാധാരണമായിരുന്നു. ഇക്കാര്യത്തിൽ ചില പ്രത്യേക രാഷ്ട്രങ്ങളോടോ വംശങ്ങളോടോ ചേർത്തു കാണപ്പെട്ട പ്രമാണങ്ങളിൽനിന്ന് അത് വ്യത്യസ്തമായിരുന്നു. അത്തരം പ്രമാണങ്ങൾ മറ്റു രാഷ്ട്രങ്ങളെയോ വംശങ്ങളെയോ പരിവർത്തനം ചെയ്തേക്കാനുള്ള സാധ്യത വിരളമാണല്ലൊ. സൈദ്ധാന്തികമായി സാർവലൗകികമെങ്കിലും പ്രയോഗത്തിൽ ചില മേഖലകളിൽ മാത്രം ഒതുങ്ങിനിന്ന ഓർത്തഡോക്സ് ക്രിസ്തുമതം, ഷിയാ ഇസ്ലാം എന്നിവയിൽനിന്നും മാർക്സിസം വ്യത്യസ്തമായിരുന്നല്ലൊ.

ഇതിനെല്ലാം പുറമെ മാർക്സിസം എപ്പോഴും ഗൗരവമേറിയ ബൗദ്ധികനാട്യങ്ങളോടുകൂടിയ തൽസ്ഥിതിക്ക് വിപ്ലവകരമായ വിമർശമായി വർത്തിച്ചു പോന്നിരുന്നു. അതുതന്നെ അത്തരം വിമർശകർക്കിടയിൽ ഏറ്റവും സ്വാധീനശക്തിയുള്ള, ആധിപത്യ ശക്തിയുള്ള ഒരു പ്രവണതയായി താമസിയാതെ സ്ഥാപിതമാകുകയും ചെയ്തു. 1970 കൾ ആയപ്പോഴേക്കും തൽസ്ഥിതിയെ എതിർക്കുകയും അതിനുപകരം പുതിയതും കുറെക്കൂടി നല്ലതുമായ ഒരു സമൂഹം സ്ഥാപിക്കണമെന്ന് ആഗ്രഹിക്കുകയും ചെയ്യുന്ന (പഴയ ആദർശവൽകൃതമായ സമൂഹത്തിലേക്ക് മടങ്ങിയിട്ടാണെങ്കിലും) എല്ലാവരും തങ്ങളുടെ ലക്ഷ്യം 'സോഷ്യലിസ' മാണെന്നാണ് വിശദീകരിച്ചിരുന്നത്. പക്ഷേ സോഷ്യലിസ്റ്റ് സിദ്ധാന്തങ്ങളിലെ മാർക്സിസ്റ്റ് അപഗ്രഥനത്തിന്റെ പദവിയുടെ പ്രത്യേകത കാരണം സോഷ്യലിസത്തെ വിമർശിക്കണമെങ്കിൽ മാർക്സിനെയും വിമർശിച്ചേ തീരൂ എന്ന സ്ഥിതിയായിരുന്നു. സമകാലിക സോഷ്യലിസത്തിന്റെ ഒരു സർവെ അദ്ദേഹത്തിന്റെ മരണം കഴിഞ്ഞ് ഒരു വർഷത്തിനുശേഷം ഇറങ്ങി. അത് ഏറെ വിജ്ഞാനപ്രദമായിരുന്നു. മാർക്സിനു മുൻപുള്ള ഉട്ടോപ്യൻ/അന്യോന്യ പദ്ധതികളുടെ നാശം വിവരിക്കുന്ന ആ സർവെയിൽ ഒമ്പത് അധ്യായങ്ങളുണ്ട്. അതിൽ, പക്ഷേ ഒരൊറ്റ അധ്യായം മാത്രമാണ് കാൾ മാർക്സിന് നീക്കിവച്ചിട്ടുള്ളത്. ഇരുപതാം നൂറ്റാണ്ടിന്റെ ഉത്തരാർധത്തിൽ ചർച്ചകൾ കൂടുതലും സോഷ്യലിസത്തിന്റെ കേന്ദ്രപാരമ്പര്യമെന്ന് മൂകമായി അംഗീകരിക്കപ്പെട്ടിരുന്ന മാർക്സിസത്തിലെ പ്രമാണങ്ങളുമായി സോഷ്യലിസ്റ്റ് പ്രമാണങ്ങളെ ബന്ധപ്പെടുത്തിയാണ് നടന്നത്.

അതുപോലെതന്നെ, നിലവിലുള്ള സമൂഹങ്ങളെ വിമർശിക്കാൻ ആഗ്രഹിച്ചവരും അത്തരം വിമർശനങ്ങളിൽ ആധിപത്യം പുലർത്തിയ സിദ്ധാന്തത്തോട് ആകൃഷ്ടരായി നിലവിലുള്ള സമൂഹങ്ങളെ പിന്താങ്ങണമെന്ന് ആഗ്രഹിച്ചവരാകട്ടെ, അല്ലെങ്കിൽ വിപ്ലവകാരികളുടെ നിർദേശങ്ങളെ സംശയത്തോടെ കണ്ടിരുന്നവരാകട്ടെ, മാർക്സിനെ ആക്രമിക്കാൻ നിർബന്ധിതരായി. തൽസ്ഥിതിയുടെ ഔദ്യോഗിക പ്രത്യയശാസ്ത്രമായി മാർക്സിസ്റ്റ് പ്രമാണം അംഗീകരിക്കപ്പെട്ടിരുന്ന ഭരണക്രമത്തിൽ മാത്രമേ ഇത് അങ്ങനെയല്ലാതിരുന്നുള്ളു. പക്ഷേ മാർക്സിസ്റ്റ് ഭരണക്രമങ്ങളുടെ വാഴ്ച നിലവിലുള്ള ഭരണകൂടങ്ങൾ ന്യൂനപക്ഷമായിരുന്നു. ഏതായാലും യു എസ് എസ് ആർ ഒഴികെ അത്തരം ഭരണകൂടങ്ങളൊന്നും 30–40 വയസിനുമേൽ പ്രായമുള്ളവയായിരുന്നില്ല. ഒന്നാമത്തെ വിപ്ലവാനന്തര തലമുറയുടെ അഥവാ തലമുറകളുടെ മാർക്സിസത്തിലെ സാമൂഹികവിമർശനാംശം അപ്പോഴും പ്രധാനമായി തുടർന്നു, ആ പ്രാധാന്യത്തിന് ക്ഷയം ബാധിച്ചു തുടങ്ങിയിരുന്നെങ്കിലും.

ഇരുപതാം നൂറ്റാണ്ടിന്റെ അവസാനത്തോടെയുള്ള ബൗദ്ധിക പ്രപഞ്ചത്തിൽ മാർക്സിസം, മാർക്സിസത്തെ സംബന്ധിച്ച സംവാദം എന്നിവയ്ക്ക് കേന്ദ്രസ്ഥാനം കിട്ടാൻ മൂന്നാമതൊരു കാരണം കൂടിയുണ്ട്.

ബുദ്ധിജീവികൾക്ക് അതിനോടു തോന്നിയ അനുപാതത്തിനു നിരക്കാത്ത ആകർഷണം. ദ്വിതീയ, സർവകലാശാലവിദ്യാഭ്യാസത്തിൽ സംഭവിച്ച സ്ഫോടനം കാരണം ഈ കാലത്ത് അവരുടെ എണ്ണം പൂർവാധികം പെരുകി. ബുദ്ധിജീവികൾ കൂട്ടത്തോടെ മാർക്സിസത്തിലേക്ക് ആകർഷിക്കപ്പെട്ടത് അപൂർവമായ സന്ദർഭങ്ങളിലാണ് എന്ന് സമ്മതിക്കാം. അവരിൽ പലർക്കും ആ ആകർഷണം സ്ഥിരമായിരുന്നില്ല. എങ്കിലും ഒന്ന് സത്യമാണ്. ആധുനികസാമൂഹിക പ്രസ്ഥാനങ്ങളുമായി ബന്ധപ്പെട്ട എല്ലാ പ്രത്യയശാസ്ത്രങ്ങളിലും വച്ച് ഇതുവരെ ഏറ്റവും താൽപ്പര്യം ഉളവാക്കിയിട്ടുള്ളത് മാർക്സിസമാണ്. അതുകൊണ്ട് അത് രാഷ്ട്രീയ പ്രതിബദ്ധതയ്ക്കും പ്രവർത്തനത്തിനും മാത്രമല്ല, ചർച്ചയ്ക്കും സൈദ്ധാന്തിക വിപുലീകരണത്തിനും പരമാവധി സാധ്യത തുറന്നുകൊടുത്തിട്ടുണ്ട്. *ഇന്റർനാഷനൽ എൻസൈക്ലോപീഡിയ ഓഫ് ദ് സോഷ്യൽ സയൻസസ്* 1968 ലെ പദസൂചിയിൽ മാർക്സ്, മാർക്സിസം എന്നിവയുടെ ശീർഷകപ്രവേശികകളുടെ എണ്ണം മറ്റേതൊരു ചിന്തകന്റേതിനേക്കാൾ എത്രയോ അധികമാണ് (ലെനിനിസത്തിന്റെ അധികശീർഷകങ്ങൾ ഒഴിവാക്കിയാൽപ്പോലും) എന്നത് ആകസ്മികതയോ വെറും ബൗദ്ധികപരിഷ്കാരത്തിന്റെ പ്രതിഫലനമോ അല്ല.

1945 നു ശേഷമുള്ള കാൽ നൂറ്റാണ്ട് കാലം മാർക്സിസ്റ്റ് ചർച്ചകളെ രൂപപ്പെടുത്തിയ പ്രധാനപ്പെട്ട മൂന്ന് സംഭവസമുച്ചയങ്ങൾ ഉണ്ട്: യു എസ് എസ് ആറിലും മറ്റ് സോഷ്യലിസ്റ്റ് രാജ്യങ്ങളിലും 1956 മുതൽ നടന്ന സംഭവവികാസങ്ങൾ; 1950 കളിൽ (തെറ്റായി) 'മൂന്നാം ലോകം' എന്നു വിളിക്കപ്പെട്ടു തുടങ്ങിയ രാജ്യങ്ങളുമായി ബന്ധപ്പെട്ടവ, പ്രത്യേകിച്ച് ലാറ്റിൻ അമേരിക്കയുമായി ബന്ധപ്പെട്ടവ; 1960 കളുടെ അവസാനം വ്യാവസായിക മുതലാളിത്ത രാജ്യങ്ങളിൽ രാഷ്ട്രീയ റാഡിക്കലൈസേഷന്റെ (വിശിഷ്യ വിദ്യാർഥികളുടെ) അപ്രതീക്ഷിതവും ശ്രദ്ധേയവുമായ പൊട്ടിത്തെറി. പ്രത്യക്ഷമായോ പരോക്ഷമായോ അവയുടെ യഥാർഥ രാഷ്ട്രീയ പ്രാധാന്യം പലയളവിലായിരുന്നു. പക്ഷേ മാർക്സിസ്റ്റ് ചർച്ചകൾക്കുമേൽ അത് സൃഷ്ടിച്ച പ്രത്യാഘാതം ഒരേ അളവിലായിരുന്നു. അവയെ ഒന്നിനെയും മറ്റൊന്നിൽനിന്ന് വേർപ്പെടുത്തി കാണാനും കഴിയില്ല, പ്രത്യേകിച്ച് 1960 നു ശേഷം.

'സോവിയറ്റ്' പ്രശ്നസമുച്ചയം മാർക്സിസത്തിലെ വികാസങ്ങളെ മൂന്നുതരത്തിലാണ് സ്വാധീനിച്ചത്. ഒന്ന്, യു എസ് എസ് ആറിനെയും മറ്റ് കിഴക്കൻ യൂറോപ്യൻ രാജ്യങ്ങളിലെയും അപസ്റ്റാലനീകരണത്തിന് പ്രായോഗികവും സൈദ്ധാന്തികവുമായ പ്രത്യാഘാതങ്ങൾ ഉണ്ടായി. ഈ സമൂഹങ്ങളുടെയും അവയുടെ പ്രവർത്തനരീതികളുടെയും പരിഷ്ക്കാരം ആവശ്യമാണ് എന്ന ബോധത്തിലേക്ക് അത് നയിച്ചു. അവയുടെ സമ്പദ്ക്രമങ്ങളും പരിഷ്ക്കരിക്കപ്പെടണം എന്ന ധാരണയും ഉദിച്ചു. ഇരുപതാം കോൺഗ്രസിനെ തുടർന്നുള്ള വർഷങ്ങളിലും 1960 കളുടെ അവസാനത്തിലും ഈ ബോധത്തിന്റെ ബഹിർസ്ഫുരണങ്ങൾ പ്രത്യേകം അനു

ഭവപ്പെട്ടു. ഇതൊരു തരം ഭൗതികമായ മഞ്ഞുരുക്കത്തിലേക്കും നയിച്ചു. ഈ മഞ്ഞുരുക്കം ഒരു പുനർവിചാരത്തിലേക്കും സ്റ്റാലിൻ കാലത്ത് അമർത്തിയടച്ചുവച്ചിരുന്ന ചോദ്യങ്ങൾ വീണ്ടും ഉയർത്തപ്പെടുന്നതിലേക്കും നയിച്ചു.

രണ്ട്, ഒരൊറ്റ 'നേതൃകക്ഷി'യായ യു എസ് എസ് ആറിന്റെ ആധിപത്യത്തിലുള്ള ഏക ശിലാരൂപിയും ഏകകേന്ദ്രിതവുമായ അന്തർദേശീയകമ്യൂണിസ്റ്റ് പ്രസ്ഥാനം എന്ന പരികൽപ്പനയുടെ തകർച്ചയിലൂടെ അത് മാർക്സിസത്തെ സ്വാധീനിച്ചു. 1948 – ൽ യൂഗോസ്ലാവിയ പിരിഞ്ഞുപോയപ്പോൾ ആരംഭിച്ച ദൗർബല്യം പേറുന്ന ഈ ഏകശിലാ രൂപത്തിന്റെ ഐക്യം 1960 ഓടെ ചൈനയും യു എസ് എസ് ആറും തമ്മിൽ ഇടഞ്ഞതോടെ പ്രായേണ ഇല്ലാതായി. എല്ലാ കമ്യൂണിസ്റ്റ് പാർട്ടികളും അതുകൊണ്ടുതന്നെ അവയ്ക്കകത്തെ മാർക്സിസ്റ്റ് ചർച്ചകളും പലയളവിൽ ഈ തകർച്ചയുടെ ഫലം അനുഭവിച്ചു. സോഷ്യലിസത്തിനകത്തും സോഷ്യലിസത്തിലേക്കും പലതരം ദേശീയപാതകൾ ഇപ്പോൾ സാധ്യമാണ്. ചിലപ്പോൾ അതാണ് അഭിലഷണീയവും എന്ന തിരിച്ചറിവിന്റെ ഫലം എന്നു പറയുന്നതാകും കുറെക്കൂടി ശരി. സിദ്ധാന്തത്തിന്റെ ഒരൊറ്റ അന്തർദേശീയ യാഥാസ്ഥിതികത്വത്തിന്റെ പിന്നിൽ പിടിച്ചു തൂങ്ങി നിന്ന ചിലർക്കുപോലും എതിർയാഥാസ്ഥിതികത്വങ്ങളുടെ അസ്തിത്വം പുനഃക്രമീകരണത്തിന്റെ തീവ്രമായ പ്രശ്നങ്ങൾ ഉയർത്തി തുടങ്ങി.

മൂന്ന്, സോഷ്യലിസ്റ്റ് ലോകത്തെ പലപ്പോഴും നാടകീയമായ രാഷ്ട്രീയസംഭവങ്ങളിലൂടെയും സോവിയറ്റ് പ്രശ്നം മാർക്സിസത്തിനകത്തെ വികാസങ്ങളെ ബാധിച്ചു – അഥവാ സോവിയറ്റ് സ്വാധീനമണ്ഡലത്തിനകത്തെ ഭരണകൂടങ്ങളെയും ചൈനയെയും: 1950 ലെ ഇരുപതാം കോൺഗ്രസിനോടുള്ള കിഴക്കൻ യൂറോപ്പിന്റെ ആദ്യപ്രതികരണങ്ങൾ (പോളണ്ട്, ഹങ്കറി), 1960 കളിലെ പ്രതിസന്ധികൾ; ഇവയിൽ 1968 ലെ പ്രാഗ്വസന്തമായിരുന്നു ഏറ്റവും വേദനാകരം; 1968 നും 1981 നും ഇടയ്ക്കുള്ള പോളിഷ് കുഴമറിച്ചിലുകളുടെ പരമ്പര, അമ്പതുകളുടെ അവസാനവും അറുപതുകളുടെ നടുക്കും (സാംസ്കാരിക വിപ്ലവം) മാവോയുടെ മരണശേഷവും ചൈനയെ പിടിച്ചുലച്ച രാഷ്ട്രീയ ഭൂകമ്പങ്ങൾ.

അവസാനമായി, ഗോളത്തിന്റെ സോഷ്യലിസ്റ്റ് ഭാഗവും ഇതര ഭാഗങ്ങളും തമ്മിൽ പത്രപ്രവർത്തനം, വിനോദസഞ്ചാരം, സാംസ്കാരികമായ വച്ചുമാറലുകൾ, സോഷ്യലിസ്റ്റ് രാജ്യങ്ങളിൽ നിന്നുള്ള കുടിയേറ്റസഞ്ചലനങ്ങൾ, ഇത്യാദി പ്രത്യക്ഷമായ ആശയവിനിമയം മാർക്സിസത്തിലെ വികാസങ്ങളെ സ്വാധീനിച്ചു. പടിഞ്ഞാറൻ മാർക്സിസ്റ്റുകാർക്ക് പ്രാപ്യമായ വിവരത്തിന്റെ സഞ്ചയം പെരുകിയതോടെ അവയെ കണ്ടില്ലെന്നു നടിക്കുക അസാധ്യമായിത്തീർന്നു. അപ്പോഴും പടിഞ്ഞാറൻ വിപ്ലവകാരികൾ അത്തരം രാജ്യങ്ങളെ മാതൃകകളായി – ഏതാണ്ട് ഉട്ടോപ്യൻ മാതൃകകളായി – കണ്ടിരുന്നുവെങ്കിൽ അത് അവയെപ്പറ്റി അവർക്ക് ഒന്നുമറിയില്ലായിരുന്നതിനാലാണ്. ചിലപ്പോൾ അവർ കൂടുതൽ പഠിക്കാൻ

പറ്റുന്ന സ്ഥിതിയിലല്ലായിരുന്നു, അവരതിന് ശ്രമിച്ചിട്ടുമല്ല. പല പടിഞ്ഞാറൻ വിപ്ലവകാരികളും ചൈനീസ് 'സാംസ്കാരികവിപ്ലവ'ത്തെ ആദർശവൽക്കരിച്ചതിനൊന്നും ചൈനയുമായി യാതൊരു ബന്ധവുമില്ലായിരുന്നു. മൊണ്ടെസ്ക്യുവിന്റെ *Letters Persanes* ഉം ഇറാനും തമ്മിൽ, പതിനെട്ടാം നൂറ്റാണ്ടിലെ 'കുലീനകാട്ടാള'നും താഹിതിയും തമ്മിൽ ഉണ്ടെന്ന് കൽപ്പിക്കപ്പെട്ട ഇല്ലാബന്ധം പോലെതന്നെ. ഒരു വിദൂരരാജ്യത്തിന്റെ അനുഭവം എന്ന് അവർ കരുതിയ എന്തോ ഒന്നിനെയാണ് എല്ലാവരും ലോകത്തിന്റെ മറ്റൊരു ഭാഗത്തെക്കുറിച്ചുള്ള സാമൂഹികവിമർശനത്തിനായി ഉപയോഗിച്ചത്. ഏതായാലും ആശയവിനിമയം, വിവരസഞ്ചയം എന്നിവയുടെ വളർച്ചയോടെ ഏതെങ്കിലും ആടിയുലഞ്ഞുതുടങ്ങിയ ചുവപ്പൻ ഭരണപതാകയുടെ കീഴിൽ ഉട്ടോപ്യയ കണ്ടെത്താനുള്ള ശ്രമങ്ങൾക്ക് കാര്യമായി കുറഞ്ഞു. 1956 മുതൽക്കുള്ള കാലഘട്ടത്തിൽ പാശ്ചാത്യമാർക്സിസ്റ്റുകാർ മിക്കവരും നിലവിലുള്ള സോഷ്യലിസ്റ്റ് ഭരണക്രമങ്ങളെല്ലാം- യുഎസ് എസ്ആർ മുതൽ ക്യൂബയും വിയറ്റ്നാമും വരെ-ഒരു സോഷ്യലിസ്റ്റ് സമൂഹം, അഥവാ സോഷ്യലിസം കെട്ടിപ്പടുക്കുന്ന പ്രക്രിയയിലുള്ള ഒരു സമൂഹം എന്തായിരിക്കുമെന്ന് തങ്ങൾ കരുതുന്നുവോ. അതിൽനിന്നൊക്കെ ഏറെ അകലെയാണ് എന്ന നിഗമനത്തിലെത്താൻ നിർബന്ധിതരായി. മാർക്സിസ്റ്റുകാർ മിക്കവരും 1917 നു മുമ്പ് എല്ലായിടത്തുമുണ്ടായിരുന്ന സോഷ്യലിസ്റ്റുകളുടെ നിലയിലേക്ക് തിരിച്ചുപോകാൻ നിർബന്ധിതരായി. ഒരിക്കൽക്കൂടി സോഷ്യലിസം മുതലാളിത്ത സമൂഹം സൃഷ്ടിച്ചു പ്രശ്നങ്ങളുടെ അവശ്യപരിഹാരമാണ്, ഭാവിയുടെ പ്രതീക്ഷയാണ് എന്ന് അവർക്ക് വാദിക്കേണ്ടിവന്നു. പക്ഷേ, ഈ പ്രതീക്ഷയെ പിന്താങ്ങാൻ വേണ്ട പ്രായോഗികാനുഭവം തന്നെ കമ്മിയായിരുന്നു താനും.

സോഷ്യലിസ്റ്റ് രാജ്യങ്ങളിൽനിന്നുണ്ടായ 'വിമത'രുടെ കുടിയേറ്റം മാർക്സിനെയും മാർക്സിസത്തെയും അത്തരം ഭരണക്രമങ്ങളുമായി മാത്രം ചേർത്തുകാണുക എന്ന പഴയ പ്രലോഭനത്തെ ഒരിക്കൽക്കൂടി ബലപ്പെടുത്തി. ഒരുകാലത്ത് മോസ്കോയിൽനിന്നുവരുന്ന എന്തിനും പൂർണവും വിമർശനരഹിതവുമായ പിന്തുണ നൽകാൻ വിസമ്മതിക്കുന്ന ആരെയും മാർക്സിസ്റ്റ് സമുദായത്തിൽനിന്ന് ഒഴിവാക്കാൻ അത് സഹായിച്ചിരുന്നു. ഇപ്പോഴത് മാർക്സിനെ മൊത്തം തിരസ്ക്കരിക്കണമെന്നുള്ളവർക്ക് തുണയായി. കാരണം, *കമ്യൂണിസ്റ്റ് മാനിഫെസ്റ്റോയിൽ* നിന്ന് മുന്നോട്ടു പോകുന്ന ഒരേയൊരു പാത, അഥവാ മുന്നോട്ടു നയിക്കാവുന്ന ഒരേയൊരു പാത, ചെന്നെത്തുന്നത് സ്റ്റാലിന്റെ റഷ്യയിലെ ഗുലാഗുകളിലോ മാർക്സ് ശിഷ്യന്മാർ ഭരിക്കുന്ന മറ്റേതെങ്കിലും ഭരണകൂടത്തിലെ തത്തുല്യമായ ഇടങ്ങളിലോ ആയിരിക്കും എന്ന് അക്കൂട്ടർക്ക് വാദിക്കാനുള്ള വകുപ്പായി അത്. 'പരാജിതദൈവ'ത്തെ ച്ചൊല്ലി മാഴ്കുന്ന ഭ്രമവിമോചിതകമ്യൂണിസ്റ്റുകാർക്കിടയിൽ ഈ പ്രതികരണം മനഃശാസ്ത്രപരമായി തെളിഞ്ഞുകാണാമായിരുന്നു. ഇത്തരം ഭരണക്രമങ്ങളുടെ

രക്ഷാധികാരിയായ ചിന്തകനിൽനിന്ന് തുടങ്ങി അവയുടെ ഔദ്യോഗികരൂപങ്ങളെയാകെ തിരസ്കരിക്കുന്ന, സോഷ്യലിസ്റ്റ് രാജ്യങ്ങളിൽ നിന്നുള്ള ബുദ്ധിജീവി വിമതരിൽ ഇത് കുറേക്കൂടി സ്പഷ്ടമായിരുന്നു. ബൗദ്ധികമായി അതിന് യുക്തിനോക്കിയാൽ ക്രിസ്തുമതം മൊത്തത്തിൽ നമ്മെ കൊണ്ടുചെന്നെത്തിക്കുക പാപ്പയുടെ പരമാധികാരത്തിലേക്കാണ് എന്നോ ഡാർവിനിസം മൊത്തം സ്വതന്ത്രമുതലാളിത്ത മത്സരത്തിന്റെ മഹത്വവൽക്കരണമാണ് എന്നോ പറയുന്നതിനുള്ളത്രയും ന്യായീകരണമുണ്ട്–അത്രയേ ഉള്ളു.

'മൂന്നാം ലോക' പ്രശ്നസമുച്ചയം മാർക്സിസത്തിലെ വികാസങ്ങളെ പ്രധാനമായും രണ്ടു രീതിയിലാണ് ബാധിച്ചത്.

ഒന്നാമത്, അത് ശ്രദ്ധകേന്ദ്രീകരിച്ചത് ഏഷ്യ, ആഫ്രിക്ക, ലാറ്റിൻ അമേരിക്ക എന്നിവിടങ്ങളിലെ ജനതകളുടെ വിമോചനസമരങ്ങളിലും അത്തരം പല പ്രസ്ഥാനങ്ങളും അപകോളണീകരണത്തിൽ നിന്ന് ഉയിർത്ത ചില പുതിയ ഭരണക്രമങ്ങളും മാർക്സിസ്റ്റ് മുദ്രാവാക്യങ്ങളിലേക്കും മാർക്സിസവുമായി (ചുരുങ്ങിയപക്ഷം അവരെങ്കിലും) ബന്ധപ്പെട്ട ഭരണസംവിധാനങ്ങളിലേക്കും തന്ത്രങ്ങളിലേക്കും ആകൃഷ്ടരായി എന്ന വസ്തുതയിലുമാണ്. അത്തരം പ്രസ്ഥാനങ്ങളും ഭരണക്രമങ്ങളും സോഷ്യലിസ്റ്റ് രാജ്യങ്ങളുടെ അനുഭവങ്ങളിൽ നിന്നാണ് പിന്നാക്കാവസ്ഥയിൽനിന്ന് രക്ഷനേടാനുള്ള സ്വന്തം പ്രയത്നങ്ങൾക്ക് പ്രചോദനം കണ്ടെത്തിയത്. ആ സോഷ്യലിസ്റ്റ് രാജ്യങ്ങളിൽ പലതും ആദ്യം പിന്നോക്കാവസ്ഥയിൽ ആയിരുന്നല്ലോ. 'മൂന്നാം ലോക'ത്തിലെ നിരവധി പ്രസ്ഥാനങ്ങളും ഭരണക്രമങ്ങളും ഇടയ്ക്കിടെയെങ്കിലും അവകാശപ്പെട്ടിരുന്നത് സോഷ്യലിസമാണ് അവരുടെ ലക്ഷ്യം എന്നായിരുന്നു (പലപ്പോഴും ആഫ്രിക്കൻ സോഷ്യലിസം, ഇസ്ലാമിക സോഷ്യലിസം, ഇത്യാദി വിശേഷണങ്ങൾ സഹിതം). ഈ സോഷ്യലിസങ്ങൾക്ക് ഒരു മാതൃകയുണ്ടായിരുന്നെങ്കിൽ അത് മാർക്സിസ്റ്റുകാർ ഭരിക്കുന്ന വ്യവസ്ഥിതികളിൽ നിന്ന് ഉരുവം കൊണ്ടതായിരുന്നു. സ്വാഭാവികമായും കൊളോണിയലും അർധകൊളോണിയലുമായ രാജ്യങ്ങളെക്കുറിച്ചുള്ള മാർക്സിസ്റ്റ് രചനകളും മറ്റിനം രചനകളും വമ്പിച്ചതോതിൽ വർധിച്ചു.

ആശ്രിത–അവികസിത രാജ്യങ്ങളിൽ ആയിരിക്കും പ്രാഥമികമായും സാമൂഹികവിപ്ലവങ്ങൾ പ്രതീക്ഷിക്കാവുന്നത് എന്നായിരുന്നു, ആഗോള മൂലധന വിസ്ഫോടനത്തിന്റെ ദശകങ്ങളിൽ കരുതപ്പെട്ടിരുന്നത്. ഇത് 'മൂന്നാം ലോക'പ്രശ്നസമുച്ചയത്തിലെ രണ്ടാമത്തെ പ്രശ്നത്തിലേക്ക് വിരൽ ചൂണ്ടുന്നു. മൂന്നാം ലോകാനുഭവം മാർക്സിസ്റ്റുകളെ അധീശവികസിതരാജ്യങ്ങൾ തമ്മിലുള്ള ബന്ധങ്ങളിൽ ശ്രദ്ധ കേന്ദ്രീകരിക്കാൻ പ്രേരിപ്പിച്ചു. അത്തരം രാജ്യങ്ങളിൽ സോഷ്യലിസത്തിലേക്കുള്ള സംക്രമണസാധ്യതകളുടെ നിയതമായ സ്വഭാവം, പ്രശ്നങ്ങൾ എന്നിവയും അവയുടെ ഭാവിവികാസത്തെ ബാധിക്കാവുന്ന സാമൂഹിക–സാംസ്കാരിക സവിശേഷതകളും അവരുടെ ശ്രദ്ധ പ്രത്യേകം പതിഞ്ഞ മേഖല

കളാണ്. ഈ വിഷയങ്ങൾ സമകാലികരാഷ്ട്രീയതന്ത്രത്തിന്റെ പ്രശ്നങ്ങൾ മാത്രമല്ല, മാർക്സിസ്റ്റ് സിദ്ധാന്തത്തിന്റെയും പ്രശ്നങ്ങൾ ഉയർത്തി. തന്നെയുമല്ല, രാഷ്ട്രീയപ്രയോക്താക്കൾ എന്ന നിലയ്ക്കും ('തദ്ഫലമായി' എന്നു പറയാൻ പ്രലോഭനമുണ്ട്) സൈദ്ധാന്തികർ എന്ന നിലയ്ക്കും മാർക്സിസ്റ്റുകാർ പ്രകടിപ്പിച്ച അഭിപ്രായങ്ങൾ തമ്മിൽ വലിയ അകലമുണ്ടായിരുന്നു.

'മൂന്നാം ലോകാ'നുഭവവും മാർക്സിസ്റ്റ് സിദ്ധാന്തവും തമ്മിലുള്ള ഈ വ്യവഹാരം ചരിത്രരചനാശാസ്ത്രത്തിന്റെ മേഖലയിൽ കാണാം. ജന്മിത്തത്തിൽനിന്ന് മുതലാളിത്തത്തിലേക്കുള്ള സംക്രമണത്തിന്റെ സ്വഭാവം ഏറെക്കാലമായി മാർക്സിസ്റ്റ് പണ്ഡിതന്മാരുടെ ഒരു പ്രധാന വിഷയമാണ്. കാരണം, ചുരുങ്ങിയ പക്ഷം റഷ്യയിലെങ്കിലും അത് സമകാലിക താൽപ്പര്യമുള്ള പ്രശ്നങ്ങൾ ഉയർത്തി. അവിടെ ജന്മിത്തം താരതമ്യേന പുതുയ ഒരു പ്രതിഭാസമായിരുന്നു, സാറുകളുടെ 'സ്വേഛാഭരണം' – അതിന്റെ വർഗസ്വഭാവം സംവാദവിഷയമാണ്–ആയിടെയാണ് തൂത്തെറിയപ്പെട്ടത്, ഈ വിഷയങ്ങളെപ്പറ്റി വ്യത്യസ്തമായ വ്യാഖ്യാനങ്ങൾ ഉള്ളവരെ (ഉദാഹരണം: എം എൻ പോക്രോവ്സ്കി) എതിരാളികൾ തെറ്റായോ ശരിയായോ രാഷ്ട്രീയ പ്രതിപക്ഷവുമായിട്ടാണ് അല്ലെങ്കിൽ അതിനെ പ്രോത്സാഹിപ്പിക്കുന്ന സിദ്ധാന്തങ്ങളുമായിട്ടാണ് ചേർത്തുവച്ചിരുന്നത്. ഇത് ജപ്പാനിലും രാഷ്ട്രീയവിധി നിർണയത്തിന്റെ വിഷയമായിരുന്നു മൗരിസ് ഡേ ഡോബ് വിനയത്തോടെ *Studies in the Development of Capitalism* എന്നു പേരിട്ട (1946ൽ) കൃതിയിൽ ഈ പ്രശ്നം ചിട്ടയായി പശിശോധിക്കാനുള്ള ശ്രമം നടത്തുന്നുണ്ട്. നമുക്ക് ഈ തർക്കങ്ങളെ അതിലും പിറകോട്ട് വലിച്ചുനീട്ടേണ്ടതില്ല. ഈ ഗ്രന്ഥം 1950 കളിൽ സജീവമായ അന്തർദേശീയസംവാദത്തിലേക്ക് നയിച്ചതാണ്.

പല പ്രശ്നങ്ങളും ഉയർത്തപ്പെട്ടു. ജന്മിത്തത്തിൽ അതിനെ തകർക്കുകയും ക്രമേണ മുതലാളിത്തത്തിലേക്ക് നയിക്കുകയും ചെയ്ത അടിസ്ഥാനപരമായ ആഭ്യന്തരവൈരുധ്യം (ഒരു സാമാന്യ നിയമം) ഉണ്ടായിരുന്നോ? അങ്ങനെയെങ്കിൽ (മിക്ക യാഥാസ്ഥിതിക മാർക്സിസ്റ്റുകാരും അങ്ങനെയുണ്ടായിരുന്നു എന്നു വിശ്വസിച്ചു) അത് എന്തായിരുന്നു? അങ്ങനെ ഇല്ലായിരുന്നെങ്കിൽ – ജന്മിത്തം സ്വയംസ്ഥിരപ്പെടുത്തുന്ന ഒരു സമ്പദ്വ്യവസ്ഥ ആയിരുന്നെങ്കിൽ – മുതലാളിത്തം അതിനെ എങ്ങനെ പിന്തള്ളി മുന്നോട്ടുവന്നു? ഇനി തകർച്ചയുടെ ഒരു ആന്തരികസംവിധാനം ഉണ്ടായിരുന്നെങ്കിൽ അത് എല്ലാ ജന്മിത്തവ്യവസ്ഥിതികളിലും പ്രവർത്തിക്കുമോ? അങ്ങനെയെങ്കിൽ യൂറോപ്യൻ മേഖലയ്ക്ക്– പുറത്ത് മുതലാളിത്തം വളരാഞ്ഞത് വിശദീകരിക്കേണ്ടിവരും. അതോ, ആ ഒരു പ്രത്യേക പ്രദേശത്തു മാത്രമേ അങ്ങനെയൊരു ആന്തരികസംവിധാനം പ്രവർത്തിച്ചിരുന്നുള്ളു? അങ്ങനെയെങ്കിൽ ആ മേഖലയെ ലോകത്തിന്റെ ഇതരഭാഗങ്ങളിൽ നിന്ന് വ്യതിരിക്തമാക്കുന്ന നിയതമായ സ്വഭാവസവിശേഷതകൾ അപഗ്രഥിക്കപ്പെടേണ്ടതുണ്ട്. ഡോബാണ് സംവാദം ഉദ്ഘാടനം

ചെയ്തത്. പക്ഷേ മുഖ്യ ഉൽപ്പാദനബന്ധത്തിൽ – പ്രഭുക്കളും അടിയാന്മാരും തമ്മിലുള്ള ബന്ധത്തിൽ – ജന്മിത്തത്തിന്റെ തകർച്ചയുടെ സംവിധാനങ്ങൾ അന്തർലീനമായിരുന്നു എന്ന ഡോബിന്റെ വിശദീകരണത്തിൽ പോൾ എം സ്വീസി അതൃപ്തനായിരുന്നു. പകരം, ജന്മിത്ത സമ്പദ് വ്യവസ്ഥയെ അട്ടിമറിക്കുന്നതിലും പരിവർത്തനം ചെയ്യുന്നതിലും കച്ചവടത്തിന്റെ പങ്ക് ഊന്നിപ്പറയുകയാണ് സ്വീസി ചെയ്തത് – അഥവാ വീണ്ടും ഊന്നിപ്പറയുകയാണ് ചെയ്തത്. (മാർക്സിസ്റ്റേതരവും മാർക്സിസ്റ്റുമായ നിരവധി മുൻ വഴക്കങ്ങൾ ഈ വിഷയത്തിൽ ഉണ്ടായിരുന്നല്ലോ). അദ്ദേഹം പറഞ്ഞു:"പടിഞ്ഞാറൻ യൂറോപ്യൻ ജന്മിത്തത്തിന്റെ ക്ഷയം വരുത്തിവച്ചതിലെ നിർണായക ഘടകം കച്ചവടത്തിന്റെ വളർച്ചയായിരുന്നു."

ഇപ്പോഴും ഇടയ്ക്കിടെ തുടർന്നുപോരുന്നുണ്ടെങ്കിലും ആ സംവാദത്തിന്റെ ഊക്കുകുറഞ്ഞു. പക്ഷെ 1960കളിൽ എപ്പോഴോ ആധുനികമുതലാളിത്തസമ്പദ്വ്യവസ്ഥയുടെ ചരിത്രപരമായ ഉൽപ്പത്തി എന്ന പ്രശ്നം വീണ്ടും തീർത്തും വ്യത്യസ്തമായ രീതിയിൽ ഉയർത്തപ്പെട്ടു. ഇത് കൂടുതൽ പഴയതായ സ്വീസിയുടെ വിവാദത്തിന്റെ ചുവട് പിടിച്ചാണെന്ന് പ്രത്യക്ഷത്തിൽ തോന്നുന്നു. പുതിയ സിദ്ധാന്തം താർക്കികതലത്തിൽ മുന്നോട്ടുവച്ചത് എ ഗുന്തർ ഫ്രാങ്ക് (*Capitalism and Under development in Latin America*, 1967) ആണ്. തുടർന്ന് കുറെക്കൂടി വിപുലവും ചരിത്രപരമായ രേഖാങ്കനത്തോടുകൂടിയും ഇമ്മാനുവൽ വോളർസ്റ്റീൻ അത് മുന്നോട്ടുകൊണ്ടുപോകുന്നുണ്ട്. അദ്ദേഹം സമകാലികആഫ്രിക്കയിൽ സവിശേഷപഠനം നടത്തുന്ന രാഷ്ട്രമീമാംസകനായി തുടങ്ങി അവിടെനിന്ന് ചരിത്രത്തിലേക്ക് നീങ്ങുകയായിരുന്നു. ഈ വ്യാഖ്യാനത്തിന്റെ മർമം മൂന്ന് ആശയങ്ങളാണ്. ഒന്ന്, സത്താപരമായി മുതലാളിത്തത്തെ കമ്പോള ബന്ധങ്ങളുമായി തുലനം ചെയ്യാം; ലോകതലത്തിൽ അതിനെ നിരവധി വികസിത 'കേന്ദ്രരാജ്യങ്ങൾ' 'പാർശ്വ' ങ്ങൾക്കുമേൽ കോയ്മ സ്ഥാപിച്ച് അവയെ ചൂഷണം ചെയ്യുന്ന ഒരു ലോകകമ്പോളത്തെ ഉൾക്കൊള്ളുന്ന ഒരു 'ലോകവ്യവസ്ഥ' യുടെ വികാസവുമായി തുലനം ചെയ്യാം. രണ്ട്, പതിനാറാം നൂറ്റാണ്ടിലെ കൊളോണിയൻ പടയോട്ടങ്ങളുടെ ആദ്യയുഗത്തിലേക്ക് ചെന്നെത്തുന്ന ഈ 'ലോകകമ്പോള' സ്ഥാപനം സത്താപരമായും മുതലാളിത്തസ്വഭാവമുള്ള ഒരു ലോകം സൃഷ്ടിച്ചു. ഇതിനെ മുതലാളിത്തസമ്പദ്ക്രമത്തിന്റെ തലത്തിൽ വേണം വിശകലനം ചെയ്യാൻ. മൂന്ന്, ഇതരരാജ്യങ്ങൾക്കുമേൽ ആധിപത്യം സ്ഥാപിച്ചു അവയെ ചൂഷണം ചെയ്തും 'മഹാനഗരകേന്ദ്രമുതലാളിത്ത രാജ്യങ്ങൾ' കൈവരിച്ച വികാസം കേന്ദ്രത്തിന്റെ വികാസത്തോടൊപ്പം മൂന്നാംലോകത്തിന്റെ തുടർച്ചയായ കുവികസനമാണ് സൃഷ്ടിച്ചത്. അതായത്, കേന്ദ്ര രാജ്യങ്ങൾ പാർശ്വരാജ്യങ്ങൾ എന്നിങ്ങനെ രണ്ടായ ലോകത്തിന്റെ ഭാഗങ്ങൾ തമ്മിൽ മുതലാളിത്തത്തിന്റെ കീഴിൽ വിടവ് വർധിച്ച് പാലം തീർക്കാനാവാത്ത വിധമായി അത് വളർന്നു.

ഇത്തരം ചരിത്രപരമായ പ്രശ്നങ്ങൾ സംബന്ധിച്ച താൽപ്പര്യം 1970 കളിൽ വൻതോതിൽ പുനരുദ്ധരിക്കപ്പെട്ടു. ഉൽപ്പത്തിയിൽ അത് ലോകത്തിന്റെ ആ മണ്ഡലത്തിലെ ഇടതുപക്ഷത്തുള്ള നിയതമായ രാഷ്ട്രീയ തർക്കങ്ങളിൽ പ്രതിഫലിക്കുന്നു; വിശിഷ്യ 1950 കളിലെയും 1960 കളിലെയും ലാറ്റിൻ അമേരിക്കയിൽ.

വിപ്ലവകാരികളുടെ മുഖ്യ ആഭ്യന്തരശത്രുവിന്റെ സ്വഭാവമാണ് ആ ഭൂഖണ്ഡത്തിലെ ഇടതുപക്ഷത്തെ വിഭജിച്ചത്. അന്തർദേശീയശത്രു സാമ്രാജ്യത്വം തന്നെ. അതിന്റെ മൂർത്തരൂപമാണ് യു എസ് എ. പക്ഷേ സ്വരാജ്യത്ത് ശരവ്യം ഭൂപ്രഭുക്കളാണോ? അവരാണല്ലൊ വൻതോതിൽ പിന്നോക്കപ്രദേശങ്ങൾ കീഴടക്കിവച്ച് ലോക കമ്പോളത്തിലേക്ക് കയറ്റുമതി ചെയ്യപ്പെടാനുള്ള ചരക്കുകൾ മാത്രം ഉൽപ്പാദിപ്പിക്കുന്ന കാർഷിക സമ്പദ് ക്രമങ്ങൾ കൈയാളുന്നത്. തിരിച്ച്, അവർക്ക് വ്യാവസായികലോകത്തിൽനിന്ന് നിർമിതവസ്തുക്കൾ ഇറക്കുമതി ചെയ്തു കിട്ടുന്നു. ഇനി, അതല്ല, പ്രാദേശിക ബൂർഷ്വാസിയെയാണോ ശരവ്യമാക്കേണ്ടത്? പ്രാദേശിക ബൂർഷ്വ സംഘങ്ങൾക്ക് താൽപ്പര്യം വ്യവസായവൽക്കരണത്തിലാണ് (ഭരണകൂടപിന്തുണയുള്ള ഇറക്കുമതി പകരംവയ്പിലൂടെ). അവരും യാഥാസ്ഥിതിക കമ്യൂണിസ്റ്റ് പാർട്ടികളും ലാറ്റിൻ അമേരിക്കകളുടെ പ്രധാനകടമ കാർഷികതാൽപ്പര്യങ്ങളും ലാറ്റിഫൻഡിസവും (പലപ്പോഴും ഭൂപ്രഭുവാഴ്ചയെയോ അതിന്റെ അവശിഷ്ടങ്ങളെയോ കുറിക്കാൻ ഉപയോഗിക്കപ്പെടുന്ന ഒരു പദം) ഇല്ലാതാക്കലാണ്. 'ദേശീയ'ബൂർഷ്വാസിക്ക്–മാർക്സിസ്റ്റ് ബുദ്ധിജീവികളെ തട്ടിനടക്കാൻ പ്രയാസമുള്ള ഒരു ഭൂഖണ്ഡത്തിൽ ഈ പട്ടം സന്തോഷത്തോടെ നെറ്റിയിൽ പതിച്ചു നടക്കുന്ന ബിസിനസ്സുകാർ വരെ ഉണ്ടായിരുന്നു. വ്യവസായവൽകരണത്തിന്റെ വഴിയിലെ പ്രധാനപ്പെട്ട രാഷ്ട്രീയതടസങ്ങളും ദേശീയനിർമിതികൾക്കുള്ള വൻകിട വിപണികൾ രൂപവൽകൃതമാകുന്നതിന്റെ വഴിയിലെ പ്രധാന സാമ്പത്തിക തടസങ്ങളും നീക്കം ചെയ്യലായിരുന്നു, പ്രധാനകടമകളായി തോന്നിയത്: അതോടെ ആധുനിക സമ്പദ്ക്രമത്തിൽനിന്ന് ദരിദ്രരും പാർശ്വവൽകൃതരുമായ കർഷകജനസാമാന്യത്തിന്റെ ഏതാണ്ട് പൂർണമായ ഒഴിവാക്കലിലേക്കാണ് ഇത് നയിക്കുക എന്ന് സ്പഷ്ടം. യാഥാസ്ഥിതികകമ്യൂണിസ്റ്റുകാരെ സംബന്ധിച്ചിടത്തോളം യു എസ് സാമ്രാജ്യത്വത്തിനും പ്രാദേശികപണാധിപത്യത്തിനും എതിരെ ഒരു പൊതു ദേശീയമുന്നണി സൃഷ്ടിക്കുക എന്നതായിരുന്നു ഇതിനർഥം. ഈ രാജ്യങ്ങളുടെ അടിയന്തിരമായ സോഷ്യലിസ്റ്റ് പരിവർത്തനത്തിനുവേണ്ടിയുള്ള പ്രക്ഷോഭം അജണ്ടയിലില്ല എന്നാണ് അത് സൂചിപ്പിച്ചത്. അതങ്ങനെ അല്ലായിരുന്നുതാനും. കമ്യൂണിസ്റ്റ് പാർട്ടികൾ മിക്കവാറും സായുധകലാപത്തിന്റെ നാടകീയ രൂപങ്ങളിലേക്കൊന്നും പോകാൻ താൽപ്പര്യപ്പെടുന്നില്ല എന്ന സൂചനയും അതിലുണ്ടായിരുന്നു. ഈ കമ്യൂണിസ്റ്റ് നയം വർഗസമരത്തെ വഞ്ചിക്കലാണ് എന്ന് തീവ്ര ഇടതുപക്ഷം. ലാറ്റിൻഅമേരിക്ക ഒരു ഫ്യൂഡൽ സമ്പദ്വ്യവ

സ്ഥയല്ല, ഇരട്ട സമ്പദ് വ്യവസ്ഥ പോലുമല്ല, തീർത്തും മുതലാളിത്ത സമ്പദ് വ്യവസ്ഥയാണ് എന്നും അവർ വാദിച്ചു. അവർ യു എസ് സാമ്രാജ്യത്വത്തിന്റെ താൽപ്പര്യങ്ങൾ തന്നെയാണ് വച്ചുപുലർത്തുന്നത്. അന്തർദേശീയ കുത്തകമൂലധനത്തിന്റെ പ്രാദേശികദല്ലാളാണ് ബൂർഷ്വാസി. അതുകൊണ്ട് ബൂർഷ്വാസിയാണ് മുഖ്യശത്രു. വിജയകരമായ ഒരു വിപ്ലവത്തിനുവേണ്ട വസ്തുനിഷ്ഠ സാഹചര്യങ്ങൾ നിലവിലുണ്ട്. സോഷ്യലിസമാണ്, 'ബൂർഷ്വഡെമോക്രാറ്റിക് ഘട്ട'ത്തിന്റെ സമകാലികതൽസമല്ല, അടിയന്തര ലക്ഷ്യം – ഇതായിരുന്നു, തീവ്ര ഇടതുപക്ഷത്തിന്റെ നിലപാട്. ഇടതുപക്ഷത്തിലെ ഭിന്നതകൾ യു എസ് എസ് ആറിൽ ഏതാണ്ട് സമാന്തരമായി നടന്ന ഭിന്നിപ്പുകൂടിയായപ്പോൾ നാടകീയമായി. ആ ഘട്ടത്തിൽ ചൈനയാകട്ടെ, ആത്യന്തികമായി നഗരങ്ങളെ വളഞ്ഞ് കീഴടക്കുന്ന ഒരു കർഷകവിപ്ലവത്തിനായി സ്വയം സമർപ്പിച്ച ഘട്ടവുമായിരുന്നു. ഫിഡൽ കാസ്ടോ ക്യൂബയിൽ കൈവരിച്ച വിജയവും ഈ നാടകീയതയ്ക്ക് മാറ്റുകൂട്ടി.

രണ്ടുവശത്തെയും വാദങ്ങളുടെ യോഗ്യതകൾ ഇവിടെ നമ്മുടെ പ്രശ്നമല്ല. അവ സമകാലികരാഷ്ട്രീയത്തെ ചരിത്രത്തിലേക്ക് പിന്നോക്കം വിക്ഷേപിക്കുക മാത്രമാണ് ചെയ്തത്. പതിനാറാം നൂറ്റാണ്ടു മുതൽ എല്ലായ്പ്പോഴും സ്പാനിഷ്, പോർട്ടുഗീസ് കോളനികൾ അടിസ്ഥാനപരമായും ഒരു മുതലാളിത്ത സമ്പദ് വ്യവസ്ഥയുടെ ഭാഗമായിരുന്നെങ്കിൽ ജന്മിത്ത/ പിന്നോക്ക രാജ്യങ്ങളെ തഴച്ചു വളരുന്ന ബൂർഷ്വ മുതലാളിത്തരാജ്യങ്ങളാക്കി പരിവർത്തനം ചെയ്യൽ വഴിതെറ്റാനുള്ള വിഷയം മാത്രമായിരുന്നു. 1950 കളിലും 1960 കളിലും ശ്രദ്ധയോടെ വിശകലനം ചെയ്യപ്പെട്ട വികസനത്തിനുള്ള തടസ്സങ്ങൾ ആഭ്യന്തരമായ ജന്മിത്താവശിഷ്ടങ്ങളോ ഒന്നുമല്ല; കൊളോണിയൽ/ നവ കൊളോണിയൽ രാജ്യങ്ങൾ മുതലാളിത്തത്തിന്റെ അന്തർദേശീയ കേന്ദ്രത്തോട് ആശ്രിതത്വം ഉള്ളവയായിരുന്നു, അത് അവയുടെ വികസനത്തെ സൃഷ്ടിക്കുകയും വീണ്ടും ദൃഢീകരിക്കുകയും ചെയ്തു എന്ന ലളിതമായ വസ്തുതയായിരുന്നു. അങ്ങനെയെങ്കിൽ കർഷകരും വ്യവസായികളും തമ്മിലുള്ള സംഘർഷങ്ങൾ പ്രധാനമല്ല, അവയ്ക്ക് കുവികസനത്തെ ഇല്ലാതാക്കാനുള്ള സാഹചര്യങ്ങൾ ഉൽപ്പാദിപ്പിക്കാൻ കഴിയില്ല, അത് സാമൂഹികവിപ്ലവത്തിനും സോഷ്യലിസത്തിനും മാത്രമേ കഴിയൂ.

വ്യവസായലോകവും ഇതരഭാഗങ്ങളും തമ്മിലുള്ള ബന്ധം കേവലം ചരിത്രത്തിന്റെ പ്രശ്നം മാത്രമല്ല എന്ന് വ്യക്തം. അതുവരെ പൊതുവെ സാമ്രാജ്യത്വം എന്ന പൊതുവായ ശീർഷകത്തിൽ ചർച്ചചെയ്യപ്പെട്ടിരുന്ന പ്രശ്നങ്ങളെ ചരിത്രപരമായി ഒരു പുതിയ പശ്ചാത്തലത്തിൽ ഉയർത്തുകയായിരുന്നു അത്. മാത്രമല്ല, ലോകത്തിന്റെ ഈ രണ്ട് മേഖലകളെയും എങ്ങനെ നിർവചിക്കണം/പുനർനിർവചിക്കണം എന്ന പ്രശ്നവും അത് ഉയർത്തി. മുൻ കോളനികൾ അപ്രത്യക്ഷമായതോടെ സാമ്രാജ്യത്വം/കൊളോണിയലിസം എന്നിവ തമ്മിൽ ബന്ധ

മുണ്ടോ എന്ന് സംശയമായി. (ഒരു വിദേശശക്തിയുടെ നേരിട്ടുള്ള ഭരണത്തിൻ കീഴിലായതു കൊണ്ട് പരമാധികാരസർക്കാർ എന്ന നിലയ്ക്ക് സ്വന്തം നയപരമായ തീരുമാനങ്ങൾ എടുക്കാൻ കഴിയാത്ത പ്രദേശമാണ് കോളനി) രാഷ്ട്രീയമായി കോളനിയല്ലാതായിക്കഴിഞ്ഞാലും ആ പ്രദേശവും മഹാനഗരരാജ്യവും തമ്മിലുള്ള സാമ്പത്തികബന്ധം മാറണമെന്നില്ല. ഒരുപക്ഷേ മുൻപ് ഭരിച്ചിരുന്ന രാജ്യത്തിന്റെ നിലയെ അത് ബാധിച്ചേക്കാം എന്നേ ഉള്ളു. അതുകൊണ്ട് അപകോളനീകരണം സ്വയം മാർക്സിസ്റ്റ് വിശകലനത്തിൽ എന്തെങ്കിലും വ്യത്യാസം ഉണ്ടാക്കുന്നില്ല. കാരണം, ഔപചാരികമായി പരമാധികാരമെങ്കിലും വാസ്തവത്തിൽ ഒരു സാമ്രാജ്യ സമ്പദ്വ്യവസ്ഥയുടെ ഭാഗമായി നിൽക്കുന്ന പ്രദേശമുണ്ടാക്കാം; അതുപോലെ നാമമാത്രമായി സ്വതന്ത്രമെങ്കിലും ഒരു വിദേശശക്തിക്ക് കീഴ്പ്പെട്ടു നിൽക്കുന്ന രാജ്യവും ഉണ്ടാക്കാം. ഇക്കാര്യം എത്രയോ മുമ്പ് തിരിച്ചറിയപ്പെട്ടിരുന്നു. അതേസമയം 'മൂന്നാം ലോകം'എന്നും മറ്റുള്ള പദങ്ങളുടെ പുതുമ കൂടുതൽ സമഗ്രമായ പുനർസംവർഗീകരണം ആവശ്യപ്പെട്ടു.

'മൂന്നാംലോക'ത്തിന് ഒരു മാർക്സിസ്റ്റ് മുൻഗാമിയില്ല. മറ്റുള്ളവരെപ്പോലെ മാർക്സിസ്റ്റുകാരും ഈ അവ്യക്തമെങ്കിലും സൗകര്യപ്രദമായ പദം ഉപയോഗിക്കാറുണ്ടെങ്കിലും അതിന് ഏതെങ്കിലും മാർക്സിസ്റ്റ് വിശകലനവുമായി വ്യക്തമായ യാതൊരു ബന്ധവുമില്ല. ഏതായാലും അതുമായി വ്യവഹരിക്കുക എന്ന പ്രലോഭനത്തെ മാർക്സിസ്റ്റുകാർ പലപ്പോഴും ചെറുത്തതായി കാണുന്നില്ല. കാരണം, മുതലാളിത്തത്തിന്റെ പ്രവർത്തനങ്ങളുടെ സ്വഭാവം കൊളോണിയൽ/നവ കൊളോണിയൽ ലോകത്തെ ദരിദ്രമാക്കിയും അടിസ്ഥാനപരമായും വ്യവസായവൽക്കരണത്തിന്റെ സാധ്യതകൾ നിരാകരിച്ചും നിർത്തുന്ന സാമ്രാജ്യത്വചൂഷണത്തിന്റെ പരിഷ്കൃതമാതൃകയിലേക്ക് ചേരുന്ന ഒന്നായി ആ പദപ്രയോഗത്തെ അവർ കണ്ടു. രണ്ടാമത്, വികസിതമുതലാളിത്ത രാജ്യങ്ങളിൽ കൂടുതൽ കൂടുതൽ വിദൂരമായി തോന്നിച്ച സാമൂഹികവിപ്ലവ സാധ്യത നിലനിൽക്കുന്നത് ഏഷ്യയിലും ആഫ്രിക്കയിലും ലാറ്റിൻ അമേരിക്കയിലും മാത്രമാണെന്ന് അവർ കണ്ടു. അത്രടം വരെ 'രണ്ടാംലോകവും' 'മൂന്നാംലോകവും' തമ്മിലുള്ള വ്യത്യാസം കേവലം ക്രമപരമായിരുന്നു. ചൈനീസ് വിപ്ലവത്തോടെ മാർക്സിസ്റ്റ് നേതൃത്വത്തിലുള്ള ഭരണകൂടങ്ങളുടെ എണ്ണം ഒന്നിൽനിന്ന് (ഒരുപക്ഷേ മംഗോളിയയെയും ചേർത്താൽ രണ്ടിൽനിന്ന്) പതിനൊന്നാക്കി ഉയർത്തുകയും സോഷ്യലിസ്റ്റ് മുന്നേറ്റത്തിന്റെ ഒരു ഘട്ടം അങ്ങനെ അവസാനിക്കുകയും ചെയ്തു. ഈ രാജ്യങ്ങളിൽ പലതിനും 'മൂന്നാംലോക'രാജ്യങ്ങളുടെ മിക്ക സ്വഭാവങ്ങളും ഉണ്ടായിരുന്നു, തുടക്കത്തിലെങ്കിലും (ഉദാ: അൽബേനിയ, യൂഗോസ്ലാവിയയുടെ ഭൂരിഭാഗം) അത്തരം രാജ്യങ്ങളുടെ നിരയിലേക്ക് പിന്നെ ചേർന്നവയെല്ലാം യൂറോപ്പിനു പുറത്തുള്ളവയായിരുന്നു: വിയറ്റ്നാം (1954–75), ക്യൂബ (1959) ആഫ്രിക്ക, എത്യോപ്യയ, സൊമാ

ലിയ, തെക്കൻ യെമൻ, കംപൂച്ചിയ, നികരാഗ്വ എന്നീ മുൻ പോർട്ടുഗീസ് കോളനികൾ (1960 കളിലും 1970കളിലും). സോഷ്യലിസ്റ്റാണ്, അല്ലെങ്കിൽ സോഷ്യലിസമാണ് ലക്ഷ്യം. എന്ന് താൽക്കാലികമായിട്ടെങ്കിലും പ്രഖ്യാപിച്ചും എന്നാൽ ഒരു മാർക്സിസ്റ്റ് നേതൃത്വമൊന്നും ഇല്ലാതിരുന്ന/ അംഗീകരിക്കാതിരുന്ന സർക്കാറുകളെല്ലാം ഈ 'മൂന്നാംലോക' മേഖലയിലായിരുന്നു. മാർക്സിസ്റ്റാണെങ്കിലും അല്ലെങ്കിലും ഈ സർക്കാറുകളൊക്കെ ദാരിദ്ര്യം, പിന്നോക്കാവസ്ഥ, (മാർക്സിസ്റ്റാണെങ്കിൽ) യു എസ് എയുടെയും സഖ്യരാഷ്ട്രങ്ങളുടെയും സജീവ ശത്രുത എന്നീ പ്രശ്നങ്ങൾ അഭിമുഖീകരിച്ചിരുന്നു. ഇക്കാര്യത്തിൽ 'മൂന്നാംലോക' രാജ്യങ്ങളുടെ രാഷ്ട്രീയ വ്യവസ്ഥകളും അഭിലാഷങ്ങളും തമ്മിലുള്ള വ്യത്യാസം അവയെല്ലാം പങ്കിട്ട പൊതുസാഹചര്യത്തേക്കാൾ പ്രാധാന്യം കുറഞ്ഞതായിരുന്നു.

വാസ്തവത്തിൽ 1960 കളിലും 1970 കളിലും ആയി ഒരൊറ്റ, സർവാശ്ലേഷിയായ 'കുവികസിത' 'മൂന്നാംലോക' മെന്ന സങ്കൽപ്പനം കൂടുതൽകൂടുതൽ അപ്രായോഗികമാണെന്ന് തെളിയുകയും ഏറെക്കുറെ ഉപേക്ഷിക്കപ്പെടുകയും ചെയ്തു. ഏതായാലും 'മൂന്നാംലോകിസം' നില നിന്ന കാലത്ത് അതിനെ മാർക്സിസ്റ്റ് ചിന്ത ശക്തമായി സ്വാധീനിച്ചിരുന്നു. ആ 'ലോക'ത്ത് പ്രസ്ഥാനങ്ങളൊന്നും തൊഴിലാളിവർഗത്തെ ആശ്രയിച്ചാണ് നിൽക്കുന്നതെന്ന് തോന്നാത്തതുകൊണ്ട് – പല രാജ്യങ്ങളിലും അങ്ങനെയൊന്ന് ഉണ്ടായിരുന്നതേയില്ല – മാർക്സിസ്റ്റുകാർ മറ്റു വർഗങ്ങളുടെ പ്രത്യേകിച്ച് കർഷകവൃന്ദത്തിന്റെ) വിപ്ലവ സാധ്യതയിലേക്കും അതിന്റെ വിശകലനത്തിലേക്കും ശ്രദ്ധ തിരിച്ചു. 1960കൾക്കു ശേഷം കാർഷിക, കർഷകപ്രശ്നങ്ങൾക്കായി മാർക്സിസ്റ്റും മാർക്സിസ്റ്റേതരവുമായ ഏറെ സിദ്ധാന്തം സമർപ്പിക്കപ്പെട്ടിട്ടുണ്ട്. ഈ രംഗത്തെ മാർക്സിസ്റ്റ് രചനകൾ – അവയ്ക്ക് പ്രചോദനമായത് സോഷ്യലിസ്റ്റ് രാജ്യങ്ങളിലെ അനുഭവങ്ങളുടെ പരിചിന്തനങ്ങളും റഷ്യൻ നരോദ്നിക സൈദ്ധാന്തികൻ ചയനോവിന്റെ വീണ്ടെടുപ്പും ആണ് വലുതും ഏറെ ശ്രദ്ധേയവുമാണ്. 'മൂന്നാംലോക'ത്തെ കുറിച്ചുള്ള താൽപ്പര്യം ഒരുപക്ഷേ മാർക്സിസ്റ്റ് സാമൂഹിക നരവംശശാസ്ത്രത്തിന്റെ ഗണ്യമായ വികാസത്തിനു പ്രോത്സാഹനമായി. പ്രത്യേകിച്ച് ഫ്രാൻസിൽ (ഗൊദെലിയർ, മെയ്ല്ലസൗ).

1960കളുടെ അവസാനത്തോടെ ഉണ്ടായ റാഡിക്കലിസത്തിന്റെ അല മാർക്സിസത്തെ പ്രധാനമായും രണ്ടു തരത്തിൽ ബാധിച്ചു. ഒന്ന്, അത് മാർക്സിസ്റ്റ് കൃതികൾ ഉൽപ്പാദിപ്പിക്കുന്നവരുടെയും വായിക്കുന്നവരുടെയും വാങ്ങുന്നവരുടെയും എണ്ണത്തിൽ കണ്ണഞ്ചിപ്പിക്കുന്ന വർധന ഉണ്ടാക്കി. അങ്ങനെ മാർക്സിസ്റ്റ് ചർച്ചയുടെയും സിദ്ധാന്തത്തിന്റെയും തോതിലും വൻവർധന ഉണ്ടായി. രണ്ട്, അതിന്റെ തോത് വിശാലവും– ചില രാജ്യങ്ങളിലെങ്കിലും – അതിന്റെ ആവിർഭാവം നന്നെ പെട്ടെന്നും അപ്രതീക്ഷിതവും, അതിന്റെ സ്വഭാവം അത്ഭുതപൂർവവും ആയിരുന്നതി

നാൽ മിക്ക മാർക്സിസ്റ്റുകാരും എത്രയോ കാലമായി ശ്രദ്ധിക്കാതിരുന്ന പല കാര്യങ്ങളും വ്യാപകമായ പുനഃപരിഗണനയ്ക്ക് വിധേയവുമാക്കിയേ തീരൂ എന്ന അവസ്ഥയായി. ചരിത്രമാനസരായ ചിലരെങ്കിലും 1848ലെ വിപ്ലവത്തിന്റെ ചില വശങ്ങൾ ഈ സംഭവവികാസത്തിലും കണ്ടുപിടിച്ചു. ഈ അലയും അതുപോലെ തന്നെ അതിവേഗം ഉയർന്നുപതിച്ചു. 1848 ലെ വിപ്ലവം പോലെതന്നെ ഇതും ഒറ്റനോട്ടത്തിൽ കാണുന്നതിനേക്കാൾ അധികം പിറകിൽ അവശേഷിച്ചു.

റാഡിക്കൽ തരംഗം പലതുകൊണ്ടും സവിശേഷമായിരുന്നു. അത് വിദ്യാർഥികളായ യുവ ബുദ്ധിജീവികളുടെ ഒരു പ്രസ്ഥാനമായിട്ടാണ് തുടങ്ങിയത്. ലോകത്ത് എല്ലായിടത്തും 1960 കളിൽ വമ്പിച്ചതോതിൽ വർധിച്ച ഒരു വിഭാഗമായിരുന്നല്ലോ, അത്. സാമാന്യമായി പറഞ്ഞാൽ, അവർ മധ്യവർഗകുടുംബങ്ങളിലെ യുവതീയുവാക്കളായിരുന്നു. ചില രാജ്യങ്ങളിൽ അത് വിദ്യാർഥിനികളിൽ/ വിദ്യാർഥികളാകാൻ സാധ്യതയുള്ളവരിൽ ഒതുങ്ങി. പക്ഷേ ഫ്രാൻസ്, ഇറ്റലി, ഇത്യാദി രാജ്യങ്ങളിൽ അത് ഏറെ വർഷമായി ദൃശ്യമായിട്ടില്ലാത്ത അത്ര വിപുലമായ തോതിൽ തൊഴിലാളിവർഗത്തിന്റെ വ്യാവസായിക പ്രസ്ഥാനങ്ങൾക്കും തിരികൊളുത്തി. അത് വികസിത – ആശ്രിത രാജ്യങ്ങൾ മുതലാളിത്ത–സോഷ്യലിസ്റ്റ് സമൂഹങ്ങൾ എന്നിവയ്ക്കിടയിലെ അതിരുകൾ ഉല്ലംഘിച്ച് അസാധാരണമായ ഒരു അന്തർദേശീയ പ്രസ്ഥാനമായി. 1968 യുഗോസ്ലാവിയ, പോളണ്ട്, ചെക്കോസ്ലാവാക്യ എന്നിവിടങ്ങളെ സംബന്ധിച്ചു മാത്രമല്ല, മെക്സിക്കോ, ഫ്രാൻസ്, യു എസ് എ എന്നിവിടങ്ങളിലും ചരിത്രത്തിലെ സവിശേഷമായ ഒരു കാലമാണ്. ഏതായാലും സാമ്പത്തികസമൃദ്ധിയുടെ പരകോടിയിൽ എത്തിയ വികസിത മുതലാളിത്ത സമൂഹത്തിന്റെ മർമ ഭാഗമായ രാജ്യങ്ങളിലൂടെ ആഞ്ഞടിച്ചതുകൊണ്ടാണ് ആ തരംഗം ഇത്രമേൽ ശ്രദ്ധപിടിച്ചുപറ്റിയത്. അവസാനമായി, എത്രമാത്രം അൽപ്പായുസായിരുന്നെങ്കിലും അത് നടന്ന രാജ്യങ്ങൾ പലതിലെയും രാഷ്ട്രീയവ്യവസ്ഥയും സ്ഥാപനങ്ങളിലും. അതിന്റെ പ്രത്യാഘാതം അനുപാതരഹിതമായത്ര നാടകീയമായിരുന്നു.

മാർക്സിസത്തെ സംബന്ധിച്ചിടത്തോളം ആ തരംഗത്തിന്റെ സംഭാവനയാണ് 'നവ–ഇടതുപക്ഷം.' മാർക്സിന്റെയോ മാർക്സിസ്റ്റ് നിരയിലെ മറ്റാരുടെയെങ്കിലുമോ പേരുമായി ചേർന്നു നിൽക്കാനുള്ള അതിന്റെ അഭിലാഷം എന്തായിരുന്നാലും ശരി, നവ–ഇടതുപക്ഷം പരമ്പരാഗത മാർക്സിസത്തിന്റെ അതിരുകൾക്ക് അപ്പുറം നോക്കിയിരുന്നു. അരാജകപ്രവണതകൾ പുനർജനിക്കുന്ന കാഴ്ചയാണ് പിന്നെ നാം കാണുന്നത് ആത്മാവബോധമുള്ള ഒരു പ്രതിഭാസമായും കാഴ്ചയ്ക്ക് മാർക്സിസ്റ്റായ ഏതെങ്കിലും ലേബലിന്റെ വേഷത്തിലും (ഉദാ: പാശ്ചാത്യമാവോയിസത്തിൽ ഏറിയ പങ്കും) അന്താരാഷ്ട്രീയ – രാഷ്ട്രീയവിരുദ്ധ സാംസ്കാരിക വിമത സ്വരത്തിന്റെ രൂപത്തിലും ഒക്കെ ഈ പ്രവണതകളുടെ പുനർജനി ഉണ്ടായി. മാർക്സിസവുമായുള്ള കണ്ണി പരസ്യം ചെയ്യാൻ

ഉത്സാഹം കാണിക്കുമ്പോൾ തന്നെ മാർക്സിസ്റ്റ് വിപ്ലവങ്ങളും നയങ്ങളുമാണ് പിൻപറ്റുന്നതെന്ന വസ്തുത മറച്ചു വയ്ക്കാനും അവർ ശ്രമിച്ചില്ല. റെഡ് ആർമി ഫ്രാക്ഷനുകൾ, റെഡ് ബ്രിഗേഡുകൾ എന്നിവ ലെനിന്റെ മാതൃകയേക്കാൾ റഷ്യൻ നരോദ്നിക് ഭീകരതയുടെ മാതൃകയിലേക്കാണ് ചേരുക. പടിഞ്ഞാറൻ യൂറോപ്പിലെ ദേശീയവിഘടനവാദപ്രസ്ഥാനങ്ങൾ (പലപ്പോഴും ചരിത്രപരമായ പാരമ്പര്യം കൊണ്ട് ഇവ രാഷ്ട്രീയ വലതുപക്ഷത്തോടോ തീവ്ര ഇടതുപക്ഷത്തോടോ ആയിരിക്കും അടുത്തുനിൽക്കുന്നത്) മാർക്സിസ്റ്റ് വിപ്ലവപദാവലി ഉപയോഗിക്കാൻ തുടങ്ങി–പലപ്പോഴും ആത്മാർഥമായിത്തന്നെ. ഈ വികാസത്തിന്റെ ഉൽപ്പന്നങ്ങളിൽ ഒന്ന് 1970 കളിലും 1980കളിലും ദൃശ്യമായി. ദേശീയതാപ്രശ്നം സംബന്ധിച്ച മാർക്സിസ്റ്റ് സംവാദം ശ്രദ്ധേയമായ പുനരുജ്ജീവനം നേടി.

1950 കൾ മുതൽ മാർക്സിസത്തിന്റെ വികാസത്തെ സ്വാധീനിച്ച ദീർഘകാല ഘടകങ്ങളിൽ പരസ്പരബന്ധിതമായ രണ്ടെണ്ണം വേറിട്ടുനിൽക്കുന്നു: ഒരു രാഷ്ട്രീയപ്രത്യയശാസ്ത്രം എന്ന നിലയിൽ മാർക്സിസത്തിന്റെ സാമൂഹികാടിത്തറയിൽ വന്ന മാറ്റം, ലോകമുതലാളിത്തത്തിലെ പരിവർത്തനങ്ങൾ.

രണ്ടാമത്തെയും മൂന്നാമത്തെയും ഇന്റർനാഷനലുകളുടെ കാലഘട്ടങ്ങളിൽനിന്ന് വിഭിന്നമായി 1950 കൾ മുതൽ മാർക്സിസത്തിന്റെ വളർച്ച പ്രാഥമികമായും ബുദ്ധിജീവികൾക്കിടയിലാണ് നടന്നത്. ഇവർ സമൂഹത്തിലെ കൂടുതൽ കൂടുതൽ വലുതും പ്രധാനവുമായ ഒരു അടരായി രൂപപ്പെട്ടുകയായിരുന്നു. ഈ അടരിന്റെ മുഖ്യഭാഗങ്ങളുടെ റാഡിക്കൽ വൽക്കരണത്തിന്റെ പ്രതിഫലനം കൂടിയായിരുന്നു ഇത് എന്നുതീർച്ച. പ്രത്യേകിച്ച് അതിലെ യുവാക്കളുടെ മുമ്പ് മാർക്സിസത്തിന്റെ സാമൂഹികമായ വേരുകൾ പ്രാഥമികമായും – പലപ്പോഴും ഏറ്റവുമധികം – കാണപ്പെട്ടിരുന്നത് കായികാധ്വാനികളുടെ പ്രസ്ഥാനങ്ങളിലും പാർട്ടികളിലുമായിരുന്നു. തൊഴിലാളി പ്രസ്ഥാനവുമായി ബന്ധപ്പെട്ട ചർച്ചാ വേദികൾ, വിദ്യാഭ്യാസ ക്ലാസുകൾ, ഗ്രന്ഥശാലകൾ എന്നിവയിൽ പഠിക്കപ്പെട്ട മാർക്സിസ്റ്റ് സാഹിത്യത്തിന്റെ ഉപഭോക്താക്കൾ അധികവും സ്വയം വിദ്യാഭ്യാസം നേടിയ, തൊഴിലാളി വർഗത്തിൽപ്പെട്ട രണോത്സുകരായിരുന്നു(ബ്രെഹ്ത്തിന്റെ *ലെസെൻഡർ ആർബെയ്റ്റർ*). മാർക്സിസ്റ്റ് സിദ്ധാന്തത്തെപ്പറ്റിയുള്ള പല പുസ്തകങ്ങളും ലഘുലേഖകളും തൊഴിലാളികൾ എഴുതിയതായിരുന്നു എന്നോ വായിച്ചിരുന്നു എന്നോ ഇതിനർഥമില്ല. ദക്ഷിണ വെയ്ൽസിൽ 1890 നും 1930 നും ഇടയ്ക്കുള്ള കാലയളവിൽ നൂറിലധികം ഖനക ഗ്രന്ഥശാലകൾ അടങ്ങുന്ന ഒരു ശൃംഖല രൂപപ്പെട്ടു. അതിലാണ് 1914 നു മുമ്പു മുതൽക്കേ കുപ്രശസ്തമാംവിധം റാഡിക്കലായ ഈ മേഖലയിലെ യൂണിയൻ പ്രവർത്തകരും രാഷ്ട്രീയപ്രവർത്തകരും ബൗദ്ധിക വികാസം ആർജിച്ചത്. അത്തരം പ്രസ്ഥാനങ്ങളിലെ സംഘടിത തൊഴിലാളികൾ ഒരു തൊഴിലാളിവർഗ ശാസ്ത്രമായ

മാർക്സിസത്തിന്റെ രൂപം അംഗീകരിക്കുകയും, ശ്ലാഘിക്കുകയും സ്വാംശീകരിക്കുകയും ചെയ്തു. അതവരുടെ രാഷ്ട്രീയാവബോധത്തിന്റെ ഭാഗമായിരുന്നു. പ്രസ്ഥാനവുമായി ബന്ധപ്പെട്ട ബുദ്ധിജീവികളും മാർക്സിസ്റ്റ് ബുദ്ധിജീവികളും ഭൂരിപക്ഷവും തൊഴിലാളിവർഗത്തിന്റെ, കൂടുതൽ പൊതുവായി പറഞ്ഞാൽ ചരിത്രപരമായി അനിവാര്യമായ തൊഴിലാളിവർഗത്തിന്റെ ഉയർച്ചയുടെയും വിജയത്തിലൂടെയും മാനവവംശത്തിന്റെയാകെ വിമോചനത്തിനായുള്ള ഒരു പ്രസ്ഥാനത്തെ സേവിക്കുന്നവരായിട്ടാണ് സ്വയം അടയാളപ്പെടുത്തിയത്.

1950 കളോടെ ഒരു കാര്യം വ്യക്തമായി: ബഹുജനാടിസ്ഥാനത്തിൽ സോഷ്യലിസ്റ്റ് തൊഴിലാളി പാർട്ടികൾ സ്ഥാപിതമായിരുന്ന ലോകത്തിലെ മിക്കയിടങ്ങളിലും സോഷ്യൽ ഡെമോക്രാറ്റിക് രൂപത്തിലായാലും കമ്യൂണിസ്റ്റ് രൂപത്തിലായാലും ലോകത്തിലെ മിക്കയിടങ്ങളിലും മുന്നേറുകയായിരുന്നില്ല, കാൽക്കീഴിലെ മണൽ ഒലിച്ചു പോകുന്ന അവസ്ഥയിലായിരുന്നു. തന്നെയുമല്ല, വ്യവസായവൽകൃതരാജ്യങ്ങളിൽ തൊഴിലാളി പ്രസ്ഥാനങ്ങളിൽ കേന്ദ്രസ്ഥാനത്തായിരുന്ന കായികാധ്വാനികളുടെ വർഗത്തിന് അടിത്തറ നഷ്ടപ്പെടുകയായിരുന്നു. അവരുടെ സ്ഥാനം ചിലപ്പോൾ ആപേക്ഷികമായും ചിലപ്പോൾ പൂർണമായും ജനസംഖ്യയിലെ മറ്റു വിഭാഗങ്ങൾ കീഴടക്കുകയായിരുന്നു. അവയുടെ ആന്തരികമായ കെട്ടുറപ്പും ദുർബലമായിരുന്നു. തൊഴിലാളിവർഗത്തിന്റെ ജീവിതനിലവാരത്തിൽ വന്ന ശ്രദ്ധേയമായ മെച്ചപ്പെടൽ, ഉപഭോക്താവിനെ വ്യക്തിയോ കുടുംബമോ ആയി കണക്കാക്കി അവരിൽ കേന്ദ്രീകരിച്ച് യഥാർഥമോ ചെലുത്തിയതോ ആയ അഭിലാഷങ്ങളെ പൊലിപ്പിച്ച് വാണിജ്യ പരസ്യങ്ങളും മാധ്യമങ്ങളും സൃഷ്ടിച്ച പ്രളയം, തദ്ഫലമായി ഉണ്ടായ തൊഴിലാളിവർഗജീവിതത്തിന്റെ സ്വകാര്യവൽക്കരണം എന്നിവയെല്ലാം ചേർന്ന് തൊഴിലാളിവർഗ പാർട്ടികളുടെയും പ്രസ്ഥാനങ്ങളുടെയും മുഖ്യ ശക്തി സ്രോതസ്സായിരുന്ന തൊഴിവർഗസമുദായങ്ങളുടെ കെട്ടുറപ്പ് ദുർബലമാക്കി എന്നതിൽ സംശയമില്ല. അതേസമയം കായികേതര തൊഴിലാളികൾ വളർന്നു, ദ്വിതീയ – ഉന്നതവിദ്യാഭ്യാസ മേഖല വികസിച്ചു. ഇത് കുറെക്കൂടി മെച്ചപ്പെട്ട വേതനം ലഭിക്കുന്ന നിർമാണത്തൊഴിലാളി വർഗത്തിലെ യുവതീ യുവാക്കളെയും അണിയിൽനിന്ന് ചോർത്തിക്കളഞ്ഞു. അതോടെ തൊഴിലാളിവർഗത്തിന്റെ കാഡറുകൾ ആകാൻ സാധ്യതയുണ്ടായിരുന്ന, തൊഴിലാളി പ്രസ്ഥാനങ്ങളുടെ നേതൃത്വത്തിലേക്ക് ഉയരുമായിരുന്ന, പഠിക്കാനും വായിക്കാനും ഏറ്റവുമധികം സാധ്യതയുണ്ടായിരുന്ന, വലിയൊരു വിഭാഗവും ചോർന്നു പോയി. 1973 ൽ ദക്ഷിണ വെയ്ൽസിലെ ഖനകരുടെ ഗ്രന്ഥശാലകളെ കേന്ദ്രീകരിച്ചു നടത്തിയ ഒരു സർവെ കണ്ടെത്തിയത് കണ്ണിയിലെ 34 എണ്ണം മാത്രമേ അവശേഷിക്കുന്നുള്ളു എന്നായിരുന്നു. 1930കളിൽ നിന്ന് വ്യത്യസ്തമായി 1960 കളോടെ കൽക്കരിഖനി മേഖലയിൽ വായന ഏറ്റവും വലിയ വിനോദമല്ലാതായി. വിട്ടുപോയവർ മാതാപിതാക്കളുടെ ലക്ഷ്യത്തെ വിശ്വസി

ക്കാത്തതു കൊണ്ടോ രാഷ്ട്രീയമായി സജീവമല്ലാത്തതുകൊണ്ടോ അല്ല വിട്ടുപോയത്. അവർ തങ്ങളുടെ മാതാപിതാക്കളുടെയും തങ്ങളുടെയും ലോകങ്ങൾക്കിടയിലെ വിടവിനെക്കുറിച്ച് അത്യധികം ബോധമുള്ളവരായിരുന്നു എന്നാണ് കാണേണ്ടത്. പ്രത്യേകിച്ച് ഈ അനുഭവം ആത്മകഥ, റിപ്പോർട്ടാഷ്, പ്രത്യയശാസ്ത്രപരിചിന്തനം എന്നിവ സംയോജിപ്പിച്ച ശക്തമായ രചനാസഞ്ചയം തന്നെ ഉൽപ്പാദിപ്പിച്ച ബ്രിട്ടണിൽ. അവിടത്തെ ചില രചയിതാക്കൾ ഇടതുപക്ഷ ചക്രവാളത്തിലെ മിന്നുന്ന താരങ്ങളായി മാറി (ഉദാഹരണം: റെയ്മണ്ട് വില്യംസ്).

ഇത്തരം സംഭവവികാസങ്ങൾ തൊഴിലാളിവർഗപ്രസ്ഥാനങ്ങളെയും മാർക്സിസത്തെയും ബാധിക്കാതെ തരമില്ലായിരുന്നു. കാരണം, മുതലാളിത്തം സ്വന്തം ശവക്കുഴി തോണ്ടുകാരെ തൊഴിലാളിവർഗത്തിന്റെ രൂപത്തിൽ സൃഷ്ടിച്ചിട്ടുണ്ട് (തൊഴിലാളിവർഗം എന്നാൽ വ്യവസായങ്ങളിൽ കായികാധ്വാനം ചെയ്യുന്നവരുടെ വർഗം എന്നാണ്), അവർ എണ്ണത്തിലും ആത്മാവബോധത്തിലും ശക്തിയിലും പെരുകുന്നു, ആ വർഗത്തെ അതിന്റെ പാർട്ടികളോ പ്രസ്ഥാനങ്ങളോ പ്രതിനിധാനം ചെയ്യുന്നു, അവ ചരിത്രപരമായിത്തന്നെ കൂടുതൽ സോഷ്യലിസ്റ്റ് (വിപ്ലവാത്മകം; പക്ഷേ ഇത് കൃത്യമായി സൂചിപ്പിക്കുന്നത് എന്തർഥമാണ് എന്ന കാര്യത്തിൽ ഭിന്നാഭിപ്രായങ്ങൾ ഉണ്ട്) ആകാനും അനിവാര്യമായ ഒരു ചരിത്രപ്രക്രിയയുടെ വാഹനമെന്ന നിലയ്ക്ക് വിജയിക്കാനും വിധിക്കപ്പെട്ടതാണ് എന്നൊക്കെയുള്ള വിശ്വാസത്തിന്റെ അടിസ്ഥാനത്തിലാണ് രണ്ടും വളർന്നുവന്നത്. എന്നാൽ രണ്ടാംലോക യുദ്ധത്തിനുശേഷം നടന്ന പടിഞ്ഞാറൻ മുതലാളിത്തത്തിലെ വികാസവും അതിനകത്തെ തൊഴിലാളിപ്രസ്ഥാനങ്ങളുടെ വികാസവും ചേർന്ന് ഈ പരിപ്രേക്ഷ്യത്തെ കൂടുതൽകൂടുതൽ സംശയാസ്പദമാക്കി.

ഒരുവശത്ത് കായികാധ്വാനികൾക്ക് സോഷ്യലിസ്റ്റ് പ്രസ്ഥാനങ്ങൾ ചരിത്രത്തിൽ തങ്ങൾക്ക് നൽകിയ (അവർ ആ പ്രസ്ഥാനങ്ങൾക്കും നൽകിയ) വിശ്വാസം നഷ്ടപ്പെട്ടു. നേതൃനിരയിലുള്ള ഒരു ബ്രിട്ടീഷ് കൺസർവേറ്റീവ് ഭരണനിപുണനോട് കഴിവുറ്റ, ഉത്സാഹിയായ ഒരു ലേബർ എം പി 1930 കളിൽ ഇപ്രകാരം പറഞ്ഞത്രെ: "നിങ്ങളുടെ വർഗം ക്ഷയോന്മുഖമായ വർഗമാണ്. എന്റെ വർഗം ഭാവിയുടെ വർഗമാണ്." (ആ ലേബർ എം പി തൊഴിലാളിവർഗത്തിൽ ജനിച്ച വ്യക്തിയായിരുന്നു.) 1980 കളിൽ അത്തരമൊരു വർത്തമാനം വിഭാവനം ചെയ്യുക പ്രയാസമാകും. മറുവശത്ത്, രാഷ്ട്രീയതന്ത്രത്തിന് പര്യാപ്തമായ ഒരു മാർഗനിർദേശമല്ല സോഷ്യലിസത്തിന്റെ ചരിത്രപരമായി അനിവാര്യമായ വിജയത്തെപ്പറ്റിയുള്ള പ്രവചനങ്ങൾ എന്ന് ഏറെക്കാലമായി ബോധ്യമുണ്ടായിരുന്ന മാർക്സിസ്റ്റ് പാർട്ടികൾ തങ്ങളുടെ ചരിത്രപരമായ ദിശ നിർണയിക്കാൻ അതുവരെ അംഗങ്ങളും നേതാക്കളും ഉപയോഗിച്ചുപോന്ന അടയാളങ്ങളുടെ അനിശ്ചിതത്വം കാരണം ആകെ അലങ്കോലമാവുകയും ചെയ്തു. യു എസ് എസ് ആറിലും മറ്റ് സോഷ്യലിസ്റ്റ് രാജ്യങ്ങളിലും

1956 മുതൽ ഉണ്ടായ സംഭവവികാസങ്ങൾ ഈ അലങ്കോലാവസ്ഥയെ തീവ്രമാക്കി. ആ സംഭവവികാസങ്ങളെ അംഗീകരിക്കാനോ അംഗീകരിക്കാതിരിക്കാനോ കഴിയാതെ അവ കുഴങ്ങി. അതുവരെ അങ്ങനെയൊക്കെയാണ് എന്ന് കരുതിയിരുന്ന പലതിലും അടിസ്ഥാനപരമായ പുനരാലോചന വേണ്ട അവസ്ഥയായി. മാർക്സടക്കം ഉള്ള ക്ലാസിക്കുകളുടെ അടിസ്ഥാനവിശകലനം തൊട്ട് ദീർഘകാല – ഹ്രസ്വകാല രാഷ്ട്രീയ തന്ത്രം, അടവുകൾ എന്നിവ വരെ എല്ലാം ഇങ്ങനെ പുനരാലോചനാവിധേയമാക്കിയേ തീരൂ എന്ന സ്ഥിതിയായി.

1917 നു ശേഷമുള്ള മാർക്സിസത്തിന്റെ മുഖ്യപാരമ്പര്യത്തിനകത്ത് ഇത്തരമൊരു പുനരാലോചന കൂടുതൽ കൂടുതൽ പ്രയാസമായി വന്നിരുന്നു. യു എസ് എസ് ആറുമായും അന്തർദേശീയ കമ്യൂണിസ്റ്റ് പ്രസ്ഥാനമായും ബന്ധപ്പെട്ടിരുന്ന ആ മുഖ്യപാരമ്പര്യം കൂടുതൽ കൂടുതൽ വരട്ടുതത്വാധിഷ്ഠിതമായി; യാഥാസ്ഥിതികത്വം മൂത്തു; ഒടുവിൽ അത് തകർന്നുതുടങ്ങി. അതുവരെ അത്തരം പുനരാലോചനകളൊന്നും നടന്നില്ല. അതുകൊണ്ടുതന്നെ മാർക്സിസത്തിന്റെ ഈ മുഖ്യപാരമ്പര്യത്തെ അടയാളപ്പെടുത്തിയിരുന്നത് നിശ്ചലതയും കല്ലിപ്പുമായിരുന്നു. മാർക്സിസ്റ്റ് വിശകലനം പരിഷ്കരിക്കുന്ന പ്രക്രിയ കൃത്രിമമായി വൈകിപ്പിച്ചു. അതിന് ഉന്നയിക്കപ്പെട്ട കാരണവും വിചിത്രമായിരുന്നു: 1900 മുതൽ മാർക്സിസ്റ്റുകാരും കമ്യൂണിസ്റ്റ് പ്രസ്ഥാനങ്ങൾക്കുള്ളിൽ രൂപംകൊണ്ട എല്ലാവരും 'പരിഷ്കരണം' എന്ന വാക്കിന് തിരുത്തൽ എന്നാണ് അർഥം നൽകിപ്പോന്നിരുന്നത്. 'തിരുത്തൽവാദം' മാർക്സിസത്തെ ഉപേക്ഷിക്കലാണ്, വഞ്ചിക്കലാണ്. അങ്ങനെ, മാർക്സിസ്റ്റ് വിശകലനം പരിഷ്കരിക്കാനുള്ള പ്രസ്ഥാനം ആരംഭിച്ചപ്പോൾ അത് വളരെ പെട്ടെന്നായിരുന്നു; അതുകൊണ്ടുതന്നെ പഴയ മാർക്സിസ്റ്റുകാരും പുതിയവരും തമ്മിലുള്ള ഏറ്റുമുട്ടലും അത്രതന്നെ നാടകീയമായി. യുദ്ധാനന്തര മുതലാളിത്തത്തിന്റെ മാറിയ സ്വഭാവം യുദ്ധം കഴിഞ്ഞ ഉടനെ നിരീക്ഷിക്കാൻ കഴിയുമായിരുന്നു. ഗാൽബ്രെയ്ത്തിനെപ്പോലുള്ള മാർക്സിസ്റ്റേതരരും സ്ട്രാച്ചി, ഷോൺഫീൽഡ് എന്നിവരെപ്പോലുള്ള മുൻ മാർക്സിസ്റ്റുകാരും 1950 കളിൽത്തന്നെ ഈ നിരീക്ഷണം ആരംഭിച്ചു. പ്രതിബദ്ധരായ മാർക്സിസ്റ്റുകാരും അനുഭാവമുള്ള വിമർശകരും 1930 കളിൽ മാർക്സിസം "അപ്പോഴും ലോക സാമ്പത്തികപ്രതിസന്ധിക്കും ഫാസിസ്റ്റ് വെല്ലുവിളിക്കും അപര്യാപ്തമെങ്കിലും കെട്ടുറപ്പുള്ള ഒരു വിശദീകരണം നൽകി" (ലിച്തിം) എന്നും 1930 കളിലെ മഹാമാന്ദ്യം മാർക്സിയൻ സിദ്ധാന്തത്തെ ഏറെ സാധൂകരിക്കുന്നു (ബറാനും സ്വീസിയും) എന്നും അംഗീകരിക്കുമ്പോൾ തന്നെ മുതലാളിത്താനന്തര സമൂഹത്തെപ്പറ്റി ഒരു സിദ്ധാന്തം രൂപപ്പെടുത്താൻ ഉദാരവാദത്തേക്കാൾ അധികമൊന്നും അതിന് കഴിഞ്ഞിട്ടില്ല എന്നും അത് "സമ്പന്നസമൂഹത്തിന്റെ പ്രധാന സ്വഭാവങ്ങളിൽ ചിലത് സംബന്ധിച്ച നമ്മുടെ ധാരണ വളർത്താൻ കാര്യമായി ഒന്നും സംഭാവന ചെയ്തിട്ടില്ല (ബറാൻ, സ്വീസി) എന്നും സമ്മ

തിക്കുന്നുണ്ട്. ഒരു തലമുറയുടെ വലിയൊരു പങ്ക് മിക്ക മാർക്സിസ്റ്റു കാർക്കും തങ്ങൾ പരിവർത്തനം ചെയ്യണമെന്ന് ആഗ്രഹിച്ച ലോക ത്തിന്റെ യാഥാർഥ്യങ്ങളെ അഭിമുഖീകരിക്കാൻ കഴിഞ്ഞില്ല, അല്ലെങ്കിൽ അവരതിന് മടിച്ചു.

മാർക്സിസത്തിനകത്ത് നവീകരണപ്രതിഭാസം തുടങ്ങിയത് പൊടുന്നനെയാണ് എന്നു പറഞ്ഞുവല്ലോ. ഈ അപ്രതീക്ഷിതത്വം കൂടു തൽ ദൃഢീകരിക്കുന്നതായിരുന്നു, യുവബുദ്ധിജീവികളുടെ വൻതോ തിലുള്ള റാഡിക്കൽവൽക്കരണം. അവരുടെ വിദ്യാഭ്യാസ കാലത്ത് തന്നെയാണ് ഇത് കൂടുതലും നടന്നത്. അതോടെ മാർക്സിസ്റ്റ് സിദ്ധാ ന്തങ്ങളുടെ പിന്തുണയുടെ സാമൂഹികാടിത്തറയും വൻതോതിൽ മാറി. ഭൂരിപക്ഷവും വിദ്യാഭ്യാസഡിപ്ലോമകൾ കൈവശമുള്ള അംഗങ്ങളും നേതാക്കളുമായി മാർക്സിസ്റ്റ് പാർട്ടികളും സംഘടനകളും ആവിർഭ വിച്ചു. അവ കൂടുതലും ചെറിയ കൂട്ടങ്ങളായിരുന്നു. വ്യവസായമേഖ ലയിൽ സംഘടിതകായികാധ്വാനികളുടെ പ്രാധാന്യം കുറഞ്ഞതോടൊപ്പം കായികേതരമായ തൊഴിലുകളിലെ ജീവനക്കാരുടെ ഇടയിൽ ട്രെയ്ഡ് യൂണിയനിസം എണ്ണത്തിലും വണ്ണത്തിലും വർധിച്ചു. പ്രത്യേകിച്ച്, വളർന്നുവരികയായിരുന്ന പൊതുമേഖലയിലും കോർപ്പറേറ്റ് സംഘടി തമായ പ്രൊഫഷനുകളിലും തൊഴിലുകളിലും മാധ്യമങ്ങളിലും സാമൂ ഹിക ഉത്തരവാദിത്തവുമായി നേരിട്ടു ബന്ധപ്പെട്ട വിദ്യാഭ്യാസം, ആരോ ഗ്യം, സാമൂഹികസുരക്ഷ, ഇത്യാദി തൊഴിലുകളിലും. അത്തരം തൊഴിലു കളിലേക്ക് കായികേതരജോലിക്കാരെ കൂടുതലും തെരഞ്ഞെടുത്തിരു ന്നത് ഏതെങ്കിലും രൂപത്തിൽ ഉന്നത സ്കൂൾ വിദ്യാഭ്യാസമെങ്കിലും നേടിയ സ്ത്രീപുരുഷന്മാരെയായിരുന്നു.

മാത്രമല്ല, യുവബുദ്ധിജീവികളുടെ റാഡിക്കൽവൽക്കരണം മാർക്സിസ്റ്റ് രചനകൾക്കുവേണ്ടിയുള്ള പൊതുജനങ്ങളുടെ ആഗ്രഹ ത്തിലും മാർക്സിസ്റ്റ് ബൗദ്ധികസാന്നിധ്യത്തിലും വൻവളർച്ച ഉണ്ടാക്കി, അവയുടെ പുനരുൽപ്പാദത്തിന് സംവിധാനം ലഭ്യമാക്കി.

വിദ്യാർഥികളുടെ പൊതുസംവാദങ്ങൾ മാർക്സിസ്റ്റ് അംശ ങ്ങൾകൊണ്ട് നിറഞ്ഞു. വിദ്യാർഥി റാഡിക്കലിസം ചിലപ്പോൾ ലാറ്റിൻ അമേരിക്കയിലെപ്പോലെ തദ്ദേശീയമായി വ്യാപിക്കുന്നതും ചിലപ്പോൾ 1960 കളിൽ നിരവധി യൂറോപ്യൻ രാജ്യങ്ങളിലെപ്പോലെ പകർച്ചസ്വഭാ വമുള്ളതും ആയിരുന്നു. അത്തരം വിദ്യാർഥി റാഡിക്കലിസത്തിൽനിന്ന് വന്ന സ്ത്രീപുരുഷന്മാർ അധ്യാപകരും ആശയവിനിമയ പ്രവർത്തകരും ആയി. രാഷ്ട്രീയം, സർക്കാർ സേവനം, മാധ്യമങ്ങൾ എന്നിവയിലെ തീരു മാനമെടുക്കുന്ന പദവികളിലേക്കും റാഡിക്കൽ തലമുറകളിലെ സർവ കലാശാല വിദ്യാർഥികൾക്കിടയിൽനിന്നായി തെരഞ്ഞെടുപ്പ്. ഇതോടെ റാഡിക്കലീകരണം സ്വാധീനശക്തിയായി. 1960 കളിലെ യുവത ദീർഘ കാലത്തേക്ക് (ചിട്ടയായ രാഷ്ട്രീയോച്ചാടനങ്ങളിൽപ്പെടുമ്പോൾ ഒഴികെ) വ്യാപരിക്കാൻ വകയുള്ള മണ്ഡലങ്ങളിൽ ചേർന്നു. അവരിൽപ്പലരും യുവ

ത്വത്തിലെ വിശ്വാസങ്ങൾ മിതപ്പെടുത്തുകയോ ഉപേക്ഷിക്കുകയോ ചെയ്യുന്നുണ്ട്. എങ്കിലും അവർ വിദ്യാർഥി റാഡിക്കലിസത്തിന്റെ ഹിംസാത്മകമായ ചാഞ്ചാട്ടങ്ങൾക്ക് വിധേയരായിരുന്നില്ല.

ഈ വികാസം പ്രവചനാതീതമായിരുന്നില്ല. നാടകീയമായി ദൃശ്യമാകുന്നതിന് കുറച്ചുകാലം മുമ്പു തന്നെ മാർക്സിസത്തിന്റെ ഏറ്റവും കഴിവുള്ള നിരീക്ഷകരിൽ ഒരാൾ 'വികസിത' രാജ്യങ്ങളിൽ അത് "ആധുനികസമൂഹത്തിന്റെ ഒരു വിമർശനമായി മാറിയിട്ടുണ്ട്" എന്നും, അതിന്റെ "പ്രധാന ഉദ്ദേശ്യം ആധുനികവ്യവസായവും ശാസ്ത്രസാങ്കേതികവിദ്യയും സൃഷ്ടിച്ച ലോകത്തെ ബുദ്ധിജീവികൾ തിരസ്കരിക്കുന്നു എന്ന വസ്തുതയ്ക്ക് അടിവരയിടുക" എന്നതാണ് എന്നും നിരീക്ഷിച്ചിരിക്കുന്നു. ഈ "സംവാദത്തിന്റെ പ്രധാന പോർനിലം സർവകലാശാലകളാണ്" എന്ന് അദ്ദേഹം (ലിച്ച്തീം) ചൂണ്ടിക്കാണിച്ചിരുന്നു. മാർക്സിസത്തിലേക്കുള്ള ബുദ്ധിജീവികളുടെ പരിവർത്തനത്തിന്റെ തോത് അപ്രതീക്ഷിതമായിരുന്നു. ഈ വികാസം പുതിയതായിരുന്നു. ഇതിന് മുഖ്യകാരണം ലോകത്തുടനീളം 1960 കളിൽ ഉന്നത വിദ്യാഭ്യാസ സ്ഥാപനങ്ങൾ നാടകീയമായി വ്യാപിച്ചതും അവയിലെ വിദ്യാർഥികളുടെ എണ്ണം പെരുകിയതുമാണ്. ഈ വ്യാപനത്തിന് ചരിത്രത്തിൽ മുൻവഴക്കങ്ങളൊന്നും ഇല്ല.

(പ്രധാനമായും യുവാക്കളായ) ബുദ്ധിജീവികളുടെ റാഡിക്കലീകരണത്തിന്റെ നിരവധി സ്വഭാവസവിശേഷതകൾ ആ പശ്ചാത്തലത്തിൽ അതിനുവേണ്ടിത്തന്നെ ഉൽപ്പാദിപ്പിക്കപ്പെട്ട മാർക്സിസ്റ്റ് ചിന്തയിൽ പ്രതിഫലിച്ചു. ഒന്നാമതായി, അത് തുടക്കത്തിൽ സാമ്പത്തികമായ അതൃപ്തിയുടെയും പ്രതിസന്ധികളുടെയും പ്രവൃത്തിയായിരുന്നില്ല. വാസ്തവത്തിൽ 1960 കളുടെ അവസാനത്തിലാണ് അത് വിശ്വരൂപം കാണിച്ചത്. അതായത്, സാമ്പത്തികാത്ഭുതങ്ങളുടെ കാലഘട്ടത്തിന്റെ മുതലാളിത്തവികാസത്തിന്റെ സമൃദ്ധിയുടെ പരകോടിയിൽ മിക്ക രാജ്യങ്ങളിലും വിദ്യാർഥികളുടെ വിദ്യാഭ്യാസ – തൊഴിൽ സാധ്യതകൾ ഒന്നാംതരമായിരിക്കുമ്പോൾ. അതുകൊണ്ട് അതിന്റെ വിമർശനത്തിന്റെ മുഖ്യദിശ സാമ്പത്തികശാസ്ത്രമായിരുന്നില്ല, സാമൂഹികമോ സാംസ്കാരികമോ ആയിരുന്നു. സമൂഹത്തിന്റെ മൊത്തം വിമർശനത്തിനായുള്ള അന്വേഷണത്തെ പ്രതിനിധാനം ചെയ്ത ഒരു അക്കാദമികവിഷയമുണ്ടായിരുന്നെങ്കിൽ അത് സാമൂഹികശാസ്ത്രം ആയിരുന്നു. അതുകൊണ്ട് ഈ വിഷയം അസംഖ്യം റാഡിക്കൽ വിദ്യാർഥികളെ ആകർഷിച്ചു. അത് പ്രായേണ 'നവ–ഇടതുപക്ഷ'ത്തിന്റെ റാഡിക്കലിസവുമായി ചേർത്തു വായിക്കപ്പെട്ടു തുടങ്ങി. രണ്ടാമതായി, തൊഴിലാളിവർഗവുമായി (അതിന്റെ മൂന്നാംലോക ഭാഷ്യമായ കർഷകവൃന്ദവുമായും) മാർക്സിസത്തിന് പരമ്പരാഗതമായ ബന്ധങ്ങൾ ഉണ്ടായിരുന്നെങ്കിലും റാഡിക്കലീകൃതരായ യുവബുദ്ധിജീവികൾ തങ്ങളുടെ ജീവിതപ്രരൂപങ്ങളാലും സാമൂഹിക ഉൽപ്പത്തിയാലും തൊഴിലാളികളിൽനിന്നും കർഷക

രിൽനിന്നും വിഭിന്നരായിരുന്നു – സൈദ്ധാന്തികമായി അവർ അവരുമായി എത്ര വികാരവായ്പ്പോടെ അടുത്തുനിന്നാലും. സ്ഥാപിത ബൂർഷ്വാസിയുടെ മക്കളായിരുന്നെങ്കിൽ അവർക്ക് ഏറിവന്നാൽ പിൽക്കാലനരോദ്നിക്കുകളെപ്പോലെ ജനങ്ങളുടെ അടുത്തേക്ക് പോകാം, അല്ലെങ്കിൽ അവരുടെ സംഘങ്ങളിൽ ചേർന്ന താരതമ്യേന എണ്ണത്തിൽ കുറവായ തൊഴിലാളികളെയും കർഷകരെയും കറുത്ത വർഗക്കാരെയും ചൊല്ലി സ്വയം മഹത്വവൽക്കരിക്കാം. അവർതന്നെ തൊഴിലാളി വർഗത്തിൽനിന്നോ കർഷകവൃന്ദത്തിൽനിന്നോ കീഴ്മധ്യവർഗ പശ്ചാത്തലത്തിൽനിന്നോ വരുന്നവരാണെങ്കിൽ അവരുടെ സാഹചര്യം ഭാവിതൊഴിൽ ജീവിതവും സ്വേചരയാ അവരെ സ്വന്തം സാമൂഹികപരിതഃസ്ഥിതിയിൽനിന്ന് വേർപെടുത്തിക്കൊണ്ടു പോകും. അവർ പിന്നെ തൊഴിലാളികളോ കർഷകരോ ആവില്ല, അവരുടെ മാതാപിതാക്കളോ അയൽക്കാരോ അവരെ അങ്ങനെ കാണുകയുമില്ല, മാത്രമല്ല, അവരുടെ രാഷ്ട്രീയവീക്ഷണങ്ങൾ മിക്ക തൊഴിലാളികളുടേതിൽനിന്നും ഏറെ റാഡിക്കലായിരുന്നു – രണ്ടു കൂട്ടരും (1968 മെയ് മാസത്തിൽ ഫ്രാൻസിൽ എന്നപോലെ) ഒരേസമയം സൈനികോത്സുക പ്രവർത്തനത്തിൽ മുഴുകിയിരുന്നെങ്കിലും.

അതുകൊണ്ട് ബൗദ്ധിക നവഇടതുപക്ഷം ചിലപ്പോഴെങ്കിലും തൊഴിലാളികൾ വിപ്ലവസ്വഭാവമില്ലാതായ വർഗമാണെന്ന് അഭിപ്രായപ്പെടാൻ തുടങ്ങി. അവർ മുതലാളിത്തത്തിലേക്ക് ഉദ്ഗ്രഥിതരായിരിക്കുന്നു, ചിലപ്പോൾ പ്രതിരോധകാരികൾപോലും ആകുന്നു എന്നായിരുന്നു 'നവഇടതുപക്ഷ' ത്തിന്റെ ആരോപണം. ഈ വിശകലനത്തിന്റെ സാധുതയ്ക്ക് അവലംബം ഹെർബർട്ട് മാർക്യൂസിന്റെ *One Dimensional Man* (ലണ്ടൻ, 1964) ആയിരുന്നു. നിലവിലുള്ള ബഹുജന തൊഴിലാളി പ്രസ്ഥാനങ്ങളെയും പാർട്ടികളെയും – അവ സോഷ്യൽ ഡെമോക്രാറ്റിക്ക് ആണെങ്കിലും കമ്യൂണിസ്റ്റ് ആണെങ്കിലും – സോഷ്യലിസ്റ്റ് അഭിലാഷങ്ങളുടെ പരിഷ്കൃതവഞ്ചകർ ആയിട്ടാണ് അവർ കണ്ടത്. അതുപോലെ വികസിതമുതലാളിത്ത രാജ്യങ്ങൾ എല്ലാറ്റിലും, ഒരളവുവരെ അവയ്ക്ക് പുറത്തും, സംഘടിതരായ വിദ്യാർഥികൾ ബഹുജനങ്ങൾക്കിടയിൽ പ്രിയങ്കരരായിരുന്നില്ല. ബഹുജനങ്ങൾ അവരെ സവിശേഷസൗകര്യങ്ങളുള്ള മധ്യവർഗത്തിലെ കുട്ടികളായോ ഇനിയും ഭരണവർഗമാകാൻ സാധ്യതയുള്ള വർഗത്തിലെ കുട്ടികളായോ ആണ് കണ്ടത്. അതുകൊണ്ട്, പുതിയ ഇടതുപക്ഷത്തെ മാർക്സിസ്റ്റ് സിദ്ധാന്തം ഏതാണ്ടൊരു ഒറ്റപ്പെട്ട അവസ്ഥയിലാണ് വികസിച്ചത്. അതിന് മാർക്സിസ്റ്റ് പ്രയോഗവുമായുള്ള ബന്ധങ്ങൾ അസാധാരണമായ വിധം പ്രശ്നാത്മകവും ആയിരുന്നു.

മൂന്നാമതായി, ഈ സാഹചര്യം രണ്ടർഥത്തിൽ അക്കാദമികമായ മാർക്സിസ്റ്റ് ചിന്തയെ ഉൽപ്പാദിപ്പിക്കാനുള്ള പ്രവണതയാണ് പ്രകടിപ്പിച്ചത്: ഒന്ന്, ഭൂത–വർത്തമാന–ഭാവി കാലത്തെ വിദ്യാർഥികളുടെ കൂട്ടത്തെയാണ് അത് പ്രാഥമികമായും അഭിസംബോധന ചെയ്തിരുന്നത്.

അതുകൊണ്ട് അതിന്റെ ഭാഷ താരതമ്യേന നിഗൂഢവും അക്കാദമികേതരർക്ക് എളുപ്പം മനസിലാക്കാൻ പ്രയാസമുള്ളതും ആയിരുന്നു. രണ്ട്, വീണ്ടും ലിച്ച്തീമിനെ ഉദ്ധരിച്ചു പറഞ്ഞാൽ, "അത് മാർക്സിയൻ വ്യവസ്ഥയിലെ രാഷ്ട്രീയപ്രവർത്തനത്തിൽനിന്ന് ഏറ്റവും അകന്നുനിൽക്കുന്ന അംശങ്ങളെയാണ് അള്ളിപ്പിടിച്ചിരുന്നത്." ശുദ്ധസിദ്ധാന്തം, വിഷയങ്ങളിൽവച്ച് ഏറ്റവും സാമാന്യവും അമൂർത്തവുമായ തത്വശാസ്ത്രം എന്നിവയായിരുന്നു അതിന് പഥ്യം. 1960 നുശേഷം മാർക്സിസ്റ്റ് തത്വശാസ്ത്ര പ്രസിദ്ധീകരണങ്ങളുടെ ഗ്രന്ഥസൂചി പെരുകി. റാഡിക്കൽ ബുദ്ധിജീവികളുടെ ശ്രദ്ധ ഏറ്റവും കൂടുതൽ ആകർഷിച്ച ദേശീയ-അന്തർദേശീയ മാർക്സിസ്റ്റ് സംവാദങ്ങൾ തത്വശാസ്ത്രജ്ഞർക്കിടയിലുള്ളവ ആയിരുന്നു: ലൂക്കാച്ച്, ഫ്രാങ്ക്ഫർട്ട് കളരിക്കാർ, ഗ്രാംഷിയൻമാർ, ദെല്ല വോൾപ്പെ, സാർത്രെ, അൽത്തൂസർ, അവരുടെ പലതരത്തിൽപ്പെട്ട അനുയായികൾ, വിമർശകർ, എതിരാളികൾ. ദ്വിതീയവിദ്യാഭ്യാസം പൂർത്തിയാക്കിയ ആർക്കും തത്വശാസ്ത്രപരമായ ഏതെങ്കിലും തരത്തിലുള്ള താൽപ്പര്യം ഒഴിവാക്കാനാവാത്ത സ്ഥിതിവിശേഷം ഉള്ള രാജ്യങ്ങളെ സംബന്ധിച്ചിടത്തോളം ഇതിൽ അത്ഭുതപ്പെടാനില്ലായിരുന്നു. ഉദാഃ ജർമനി, ഫ്രാൻസ്, ഇറ്റലി. പക്ഷേ പൊതുവായ ഉന്നതവിദ്യാഭ്യാസത്തിൽ മാനവികവിഷയങ്ങളിൽ തത്വശാസ്ത്രം ഉൾപ്പെടാത്ത രാജ്യങ്ങളിലും തത്വശാസ്ത്രപരമായ ചർച്ചകൾക്കുള്ള അഭിരുചി കാര്യമായി വർധിച്ചു. ഉദാഹരണം: ആംഗ്ലോ-സാക്സൺ രാജ്യങ്ങൾ.

മാർക്സിന്റെ *മൂലധനം* പ്രാഥമികമായും ജ്ഞാനസിദ്ധാന്തപരമായ ഒരു രചനയായി അൽത്തൂസേറിയന്മാർ കണക്കാക്കുമ്പോൾ സംഭവിക്കുന്നതുപോലെ, പലപ്പോഴും തത്വശാസ്ത്രം മറ്റു വിഷയങ്ങളിലേക്ക് കടന്നുകയറുന്നതായി കാണപ്പെട്ടു. ഒരുവേള അത് പ്രയോഗത്തിനുപകരം സൈദ്ധാന്തികപ്രയോഗം എന്നൊരു പരികൽപ്പനവരെകൊണ്ടു വന്നു. യഥാർഥ ലോകത്തിന്റെ അന്വേഷണം, അപഗ്രഥനം എന്നിവ അതിന്റെ ഘടനകൾ, സംവിധാനം എന്നിവയുടെ പിറകിലേക്ക് പോയി. ചിലപ്പോൾ അത് അവിടെനിന്നും കേവലമായ ധാരണയുടെ മാത്രം പ്രശ്നമായി പിറകോട്ടടിക്കുന്ന സ്ഥിതിവരെയുണ്ടായി. യഥാർഥസമൂഹങ്ങളുടെ യഥാർഥപ്രശ്നങ്ങളെയും സാധ്യതകളെയും കണക്കിലെടുക്കുന്നതിന്റെ സ്ഥാനത്ത് പൊതുവെ ഉൽപ്പാദനരീതികളുടെ ആവിഷ്കാരത്തെ സംബന്ധിച്ച സംവാദത്തിൽ ഏർപ്പെടാൻ സൈദ്ധാന്തികർ പ്രലോഭിതരായി. അന്തരിച്ച നിക്കോസ് പൗലാന്റ്സസിനെതിരെ ഉണ്ടായിരുന്ന വിമർശനം അദ്ദേഹം മൂർത്തമായ അനുഭവൈകചരിത്രപരവസ്തുതകളെക്കുറിച്ച് മൂർത്തമായ വിശകലനങ്ങൾ നടത്തുകയോ ഏറെയൊന്നും പരാമർശിക്കുകയോ ചെയ്യുന്നില്ല എന്നായിരുന്നു. അത്തരം വിമർശനം അനുഭവൈകവാദത്തിന്റെയും നവപോസിറ്റിവിസത്തിന്റെയും ലക്ഷണമാണ് എന്ന് അദ്ദേഹം മറുവാദം ഉന്നയിച്ചു. എങ്കിലും തന്റെ രചനയിൽ "ഒരു പരിധിവരെ സൈദ്ധാന്തികത" എന്ന ദൂഷ്യം ഉള്ളതായി അദ്ദേഹം സമ്മതിച്ചു.

അത്തരം സൈദ്ധാന്തികമായ അമൂർത്തവൽക്കരണത്തിന്റെ തീവ്രതകൾ ഏറെ കഴിവുറ്റ ഫ്രഞ്ച് മാർക്സിസ്റ്റ് തത്വചിന്തകനായ ലൂയി അൽത്തുസറുടെ സ്വാധീനഫലമാണ് എന്ന് പൊതുവെ സമ്മതിക്കപ്പെടുന്നു. ഈ പ്രഭാവം ഉദ്ദേശം 1965–75 കാലത്ത് ഉന്നതാവസ്ഥ പ്രാപിച്ചതായി കാണാം. പക്ഷേ ശുദ്ധ സിദ്ധാന്തവൽക്കരണത്തിന്റെ പൊതുവായ ആകർഷണീയത അപ്പോഴും ശ്രദ്ധേയമായിരുന്നു. അത് നിരവധി പഴയ മാർക്സിസ്റ്റുകാരെ അമ്പരപ്പിച്ചു. അനുഭവൈകവാദത്തോട് ആഭിമുഖ്യമുള്ള രാജ്യങ്ങളിൽ നിന്നുള്ളവർ മാത്രമല്ല, അവരുടെ കൂട്ടത്തിൽ ഉണ്ടായിരുന്നത്.

അത്തരം മാർക്സിസ്റ്റുകാർ അമൂർത്തസിദ്ധാന്തത്തിൽ ശ്രദ്ധ കേന്ദ്രീകരിക്കാനുള്ള പ്രവണതയെ തള്ളിപ്പറഞ്ഞില്ല. വിശിഷ്യ മാർക്സുതന്നെ ഏറെ ഊർജം ചെലവഴിച്ചിട്ടുള്ള പ്രശ്നങ്ങളെ കൈകാര്യം ചെയ്യാനാവുമ്പോൾ. ഉദാഹരണത്തിന്, സാമ്പത്തികസിദ്ധാന്തത്തിൽ രചനകൾ എന്ന നിലയ്ക്കുതന്നെ ഉണ്ടായിരുന്ന അവയോടുള്ള ബൗദ്ധികതാൽപ്പര്യത്തിനുപുറമെ, അത്തരം വിഷയങ്ങളിൽ വ്യാപാരിച്ചിരുന്നവരുടെ ബൗദ്ധികയോഗ്യതകൾക്കു പുറമെ, മാർക്സിന്റെ തന്നെ രചനകളുടെയും മാർക്സിസത്തിന്റെയും കെട്ടുറപ്പുള്ള, സ്ഥിരതയുള്ള ചിന്താസഞ്ചയത്തെ ആവശ്യമായ വിമർശനാത്മകപരിശോധനയ്ക്കു വിധേയമാക്കുന്നതിലെ ഒരു അവശ്യഘടകമായിരുന്നു, മാർക്സിസ്റ്റ് സിദ്ധാന്തത്തിന്റെ പുനരാലോചന. എങ്കിലും, അത്തരം സിദ്ധാന്തവൽക്കരണത്തിന്റെയും ലോകത്തിന്റെ മൂർത്തമായ അപഗ്രഥനത്തിന്റെയും ഇടയ്ക്കുള്ള അകലം വളരെ വലുതായിരുന്നു. അത്തരം സിദ്ധാന്തവൽക്കരണവും മാർക്സിന്റെ തന്നെ മിക്ക രചനകളും തമ്മിലുള്ള ബന്ധം ശാസ്ത്രത്തിന്റെ തത്വശാസ്ത്രജ്ഞരും പണിയെടുക്കുന്ന ശാസ്ത്രജ്ഞരും തമ്മിലുള്ളതിനോട് സമമായിരുന്നു. രണ്ടാത്തെ കൂട്ടർ ആദ്യത്തെ കൂട്ടരെ ശ്ലാഘിക്കും. പക്ഷേ അതുകൊണ്ട് അവർക്ക് യഥാർഥഗവേഷണത്തിന് പ്രത്യേകിച്ച് ഗുണമൊന്നും ഉണ്ടാകില്ല. വിശിഷ്യ, ശാസ്ത്രത്തിന്റെ തത്വശാസ്ത്രജ്ഞർക്ക് എന്താണ് തങ്ങൾ ജീവിതം മുഴുവൻ സ്ഥാപിക്കാൻ ശ്രമിച്ചുകൊണ്ടിരുന്നത് എന്ന് തൃപ്തികരമായി തെളിയിക്കാൻ കഴിയാത്ത സ്ഥിതിക്ക്.

പക്ഷേ ബുദ്ധിജീവികൾക്കിടിയിലെ റാഡിക്കലീകരണത്തിന്റെ അനന്തരഫലങ്ങൾ സൈദ്ധാന്തികം മാത്രമായിരുന്നില്ല. തൊഴിലാളിയോടൊപ്പം ചേരാൻ വർഗരേഖകൾ ഉല്ലംഘിച്ച വ്യക്തികൾ മാത്രമായി അവരെ പരിഗണിക്കാൻ കഴിയാതായി; അവർക്കുതന്നെ സ്വയം അങ്ങനെ കാണാനാകാതായി. കാരണം, സാമൂഹികമായ അടരുകൾ എന്ന നിലയ്ക്ക് ബുദ്ധിജീവകൾക്കും തൊഴിലാളികൾക്കും ഇടയിലെ വിടവ് വികസ്വരമായിരുന്നു. അങ്ങേയറ്റം (യു എസ് എ യിൽ നടന്നതുപോലെ) വിയറ്റ്നാം യുദ്ധകാലത്ത് ഒരു കൂട്ടർ യുദ്ധവിരുദ്ധ ആക്റ്റിവിസ്റ്റുകളെ നൽകി, മറുകൂട്ടർ യുദ്ധാനുകൂലപ്രകടനക്കാരെയും. ഇരുകൂട്ടരും ഇടതുപക്ഷത്തു നിൽക്കുമ്പോൾപ്പോലും അവരുടെ രാഷ്ട്രീയതാൽപ്പ

ര്യങ്ങൾ വ്യത്യസ്തമായിരുന്നു. അതുകൊണ്ട് പാരിസ്ഥിതിക പ്രശ്ന ങ്ങളെപ്പറ്റിയും മറ്റും വികാരതീവ്രമായി പ്രതികരണം ഉണർത്താൻ ശുദ്ധമേ തൊഴിലാളിവർഗ സംഘടകൾക്കിടയിൽ എന്നതിനേക്കാൾ എളുപ്പം ബൗദ്ധികഇടതുപക്ഷത്താണ്. രണ്ടു കൂട്ടരും ഒന്നിച്ചു ചേരു മ്പോൾ രാഷ്ട്രീയമായി വലിയ ശക്തിയാകുന്നു. ഉദാ: ബ്രസീലിൽ ഇട തുപക്ഷത്തിന്റെ ആഭിമുഖ്യത്തിൽ, പോളണ്ടിൽ കമ്യൂണിസ്റ്റു വിരുദ്ധ രുടെ ആഭിമുഖ്യത്തിൽ. രണ്ടും 1980 കളിലാണ് നടന്നത്. അവയ്ക്കിട യിലെ വിടവ് അഥവാ ഏകോപനമില്ലായ്മ – അത് സ്ഥിരമാണെങ്കിലും അല്ലെങ്കിലും – മാർക്സിസ്റ്റ് പ്രസ്ഥാനങ്ങൾ പ്രസ്ഥാനങ്ങളുടെ പ്രവർത്ത നങ്ങളിലൂടെ സമൂഹത്തെ മാറ്റാനുള്ള ശ്രമങ്ങളെ ബാധിക്കാൻ സാധ്യതയുണ്ടായിരുന്നു. അതേസമയം ബുദ്ധിജീവികളെ ആശ്രയിക്കുന്ന പ്രസ്ഥാനങ്ങൾ, ശക്തമായ വർഗബോധത്തിന്റെയും വർഗക്കൂറിന്റെയും കെട്ടുറപ്പ് കൊണ്ട് ഒരുമിച്ചു നിർത്തപ്പെടുന്ന തൊഴിലാളികളുടെ പരമ്പ രാഗത സോഷ്യലിസ്റ്റ് –കമ്യൂണിസ്റ്റ് പാർട്ടികളെപ്പാലെ ബഹുജന പാർട്ടി കൾ ഉണ്ടാക്കാനുള്ള സാധ്യത നന്നെ കുറവായിരുന്നു. ഇതും അത്തരം അടിത്തറയുള്ള സംഘങ്ങളുടെയും അവ വിപുലീകരിക്കുന്ന മാർക്സിസ്റ്റ് പ്രമാണങ്ങളുടെയും രാഷ്ട്രീയസാധ്യതകളെ ബാധിക്കാൻ ഇടയുണ്ടായി രുന്നു.

അതേസമയം മാർക്സിസ്റ്റ് വേദിയിൽ ബുദ്ധിജീവികളുടെ പ്രമാണ്യം വളർന്നതോടെ (വിശിഷ്യ, യുവാക്കളായ അല്ലെങ്കിൽ അക്കാദമി ക്കുകളായ, അതുമല്ലെങ്കിൽ യുവ അക്കാദമിക്കുകളായ ബുദ്ധിജീവികൾ) അവരുടെ കേന്ദ്രങ്ങൾ തമ്മിലുള്ള ആശയവിനിമയത്തിന്റെ ഗതിവേഗം ത്വരിതമായി. ആ ആശയവിനിമയം ദേശാതിർത്തികൾ ഉല്ലംഘിച്ചു. ഈ അടരിലെ അംഗങ്ങൾ അസാധാരണമായ ചലനശേഷിയും അസാധാര ണമായ ആശയവിനിമയവേഗതയും ഉള്ളവരാണ്. അവരുടെ കണ്ണികളും ശൃംഖലകളും അസാധാരണമാം വിധം തടസ്സങ്ങൾക്ക് അതീതമാണ്– ചിട്ടയായ, നിഷ്ഠുരമായ ഭരണകൂട ഇടപെടൽ ഇല്ലാത്തിടത്തോളം. വിദ്യാർഥി പ്രസ്ഥാനങ്ങൾ ഒരു സർവകലാശാലയിൽനിന്ന് മറ്റൊന്നിലേക്ക് പടരുന്ന വേഗത ഇതിന്റെ തെളിവാണ്. അതുകൊണ്ട് പുതിയ ഘട്ടം പ്രയോഗത്തിലും സിദ്ധാന്തത്തിലും ഫലപ്രദമായ, അനൗപചാരികമായ ഒരു അന്തർദേശീയത രൂപം കൊള്ളുന്നതിന് സഹായകമായി. 1889 നു ശേഷം ആദ്യമായി മാർക്സിസ്റ്റ് പ്രസ്ഥാനങ്ങളുടെ സംഘടിതമായ അന്തർദേശീയത ഏതാണ്ട് നിലയ്ക്കുകയായിരുന്നു. അപ്പോഴാണ് ഇത് നടന്നതെന്നതും ശ്രദ്ധേയമാണ്. വാസ്തവത്തിൽ, ഈ പ്രക്രിയയിലൂടെ ആവിർഭവിച്ചത് ഒരുതരം അനൗപചാരികവും കലഹപ്രിയവും എന്നാൽ സാർവലൗകികവുമായ മാർക്സിസ്റ്റുസംസ്കാരമാണ്. തീർച്ചയായും ദേശീയമേഖലാപ്രരൂപങ്ങൾ തുടർന്നു. സ്വദേശത്തിനു പുറത്ത് ഒട്ടും അറി യാത്ത മാർക്സിസ്റ്റ് രചയിതാക്കളുടെ പ്രവർത്തനങ്ങളും തുടർന്നു. അതേസമയം മാർക്സിസ്റ്റ് ബുദ്ധിജീവികളിൽ ചിലരെയെങ്കിലും

അത്തരം കാര്യങ്ങളിൽ താൽപ്പര്യമെടുക്കുന്നവർക്കെല്ലാം അറിയുന്ന ഒര വസ്ഥയും ഉണ്ടായിരുന്നു - അവർ എഴുതിയത് ഇംഗ്ലീഷ്, ഫ്രഞ്ച്, ഇത്യാദി പെട്ടെന്ന് മനസിലാക്കപ്പെടുകയോ വിവർത്തനം ചെയ്യപ്പെടുകയോ ചെയ്യാൻ സാധ്യതയുള്ള ലോകഭാഷകളിൽ ഏതിലായാലും ഈ പരിചിതത്വം ഉറപ്പായിരുന്നു. മാർക്സിസ്റ്റ് സംവാദത്തിന്റെ ഈ അന്തർദേശീയ പ്രപഞ്ചത്തിൽ ചേരുന്നതിനുള്ള പ്രധാന തടസ്സങ്ങൾ ഭാഷാപരമോ (ഉദാഹരണം: മൂലകൃതി ജാപ്പനീസിലാകുമ്പോൾ) സാമ്പത്തികമോ (ഇളവൊന്നുമില്ലാതെ വിൽക്കപ്പെടുന്ന പുസ്തകങ്ങൾ വാങ്ങാനുള്ള ശേഷിയില്ലാത്ത ഇന്ത്യൻ ബുദ്ധിജീവികൾ ഉദാഹരണം അതല്ലെങ്കിൽ വിദേശ കറൺസി കുറവായതുകൊണ്ട് വിദേശ പ്രസിദ്ധീകരണങ്ങളുടെ ഏതാനും പ്രതികളേ വാങ്ങാൻ കഴിയൂ എന്ന അവസ്ഥ) ആയിരുന്നു. എങ്കിലും മാർക്സിസത്തിന്റെ ചരിത്രത്തിലെ ഇതിനുമുമ്പുള്ള കാലഘട്ടങ്ങളെ അപേക്ഷിച്ച് ഈ പ്രപഞ്ചം ഭൂമിശാസ്ത്രപരമായി കൂടുതൽ വിപുലവും അതിനകത്ത് സംവാദങ്ങളിൽ ഏർപ്പെട്ടിരുന്ന 'സൈദ്ധാന്തികരുടെ'യും മറ്റു മാർക്സിസ്റ്റ് രചയിതാക്കളുടെയും എണ്ണം തീർച്ചയായും മുമ്പെന്നത്തെക്കാളും അധികവും വൈവിധ്യപൂർണവുമായിരുന്നു. അവസാനമായി, മാർക്സ് മരിച്ചിട്ട് ഒരു നൂറുവർഷം തികഞ്ഞ 1983 ൽ മാർക്സിസത്തിനകമെ നിലനിന്നിരുന്ന പ്രവണതകളെയും വികാസങ്ങളെയും എങ്ങനെയാണ് നാം സംഗ്രഹിക്കേണ്ടത്?

ഒന്നാമത്, 1914 ന് മുമ്പ് ജർമൻ സോഷ്യൽ ഡെമോക്രാറ്റിക് പാർട്ടിയോ ലോകമാർക്സിസത്തിനുമേൽ അധീശത്വം ഉണ്ടായിരുന്ന കാലത്ത് സോവിയറ്റ് കമ്യൂണിസമോ ചെലുത്തിയിരുന്ന സ്വാധീനം, ഒരു അന്തർദേശീയ യാഥാസ്ഥിതികത്വം എന്ന നിലയ്ക്കുള്ള കോയ്മ, മാർക്സിസത്തിന് നഷ്ടമായി. പ്രമാണവിരുദ്ധ വ്യാഖ്യാനങ്ങളെ മാർക്സിസ്റ്റ് അല്ല എന്ന കാരണം പറഞ്ഞ് തള്ളിക്കളയുക കൂടുതൽ പ്രയാസമായി. കടുത്ത മാറ്റം ലക്ഷ്യമിടുന്ന മറ്റുപാർട്ടികളും പ്രസ്ഥാനങ്ങളും അവയുടെ പ്രത്യയശാസ്ത്രപരമായ ഉടുപ്പിൻമേൽ മാർക്സിന്റെ ബാഡ്ജ് കുത്താൻ താൽപ്പര്യപ്പെട്ടു. സോവിയറ്റ്ചേരി, ചൈന ഇത്യാദി എതിർനിലപാടുകളുള്ള, ഏറ്റുമുട്ടുന്ന മാർക്സിസ്റ്റ് യാഥാസ്ഥിതികത്വങ്ങൾ ഉണ്ടായിരുന്നു. ചില കമ്യൂണിസ്റ്റ് പാർട്ടികളിൽ മാർക്സിസത്തെ സംബന്ധിച്ച ഏതെങ്കിലും ഒരൊറ്റ വ്യാഖ്യാനം നിലനിൽക്കാത്ത സ്ഥിതിയിലേക്ക് മാർക്സിസ്റ്റ് പാർട്ടികൾക്കകത്തെ മാർക്സിസ്റ്റ് വ്യാഖ്യാനങ്ങളെ സംബന്ധിച്ച സംവാദം വളർന്നു. അത്തരം പാർട്ടികളിൽ അത് എതിർപ്രവണതകളും വിഭാഗങ്ങളും സൃഷ്ടിച്ചു. പലതരം സംഘങ്ങളും സംഘടനകളും പഴയ കമ്യൂണിസ്റ്റ് പാർട്ടികളുടെ ഇടതുപക്ഷത്ത് ഉണ്ടായി. അവ ഓരോന്നും മാർക്സിസത്തിന്റെ പേരിൽ പോരടിച്ചു; അവതന്നെ വിഭജിതമായ അവസ്ഥയാണങ്കിൽ കൂടുതൽ പ്രത്യയശാസ്ത്രപരമായി ന്യായീകരിക്കപ്പെട്ട വിള്ളലുകൾ ഉണ്ടാക്കി. മാർക്സിസത്തെ മറ്റു പ്രത്യയ ശാസ്ത്രങ്ങളുമായി എളുപ്പം സംയോജിപ്പിച്ചു തുടങ്ങി–കത്തോലിക്ക, ഇസ്ലാമികദേശീ

യതാ പ്രത്യയശാസ്ത്രങ്ങളുമായിട്ടടക്കം. മറ്റുള്ളവർ കൈയിൽ കിട്ടിയ ഒരു പ്രത്യയശാസ്ത്രവും വച്ച് മാർക്സിനെയോ മറ്റേതെങ്കിലും മാർക്സിസ്റ്റിനെയോ (ഉദാ: മാവോ) ഉയർത്തിപ്പിടിച്ചു. മാർക്സിസ്റ്റ് ജനസംഖ്യയുടെ സാമൂഹികഘടനയിൽ വന്നുകൊണ്ടിരുന്ന മാറ്റം ബഹുത്വപ്രവണതയ്ക്ക് ആക്കം കൂട്ടി. തന്നെയുമല്ല (മാർക്സിസത്തിന്റെ പുതിയ ഭൗതിക നിയോജകമണ്ഡലത്തിലൂടെ), അത് കർശനമായും രാഷ്ട്രീയമല്ലാത്ത, പൊതുവായ അക്കാദമിക-സാംസ്കാരിക മണ്ഡലങ്ങളിലേക്ക് മാർക്സിസത്തെ വ്യാപിപ്പിക്കാനും സഹായിച്ചു.

പുതിയ ബഹുത്വത്തെ 1914 നു മുമ്പ് അഭിപ്രായവ്യത്യാസങ്ങളോട് കാണിച്ചിരുന്ന സഹിഷ്ണുതയിൽനിന്ന് വ്യതിരിക്തമായിത്തന്നെ കാണണം. ബേൺസ്റ്റീനിന്റെ തിരുത്തൽവാദം ജർമൻ എസ് പി ഡി ക്കകത്ത് സഹിഷ്ണുതയോടെ പരിഗണിക്കപ്പെട്ടു. പക്ഷേ പാർട്ടിയും മാർക്സിസ്റ്റുകാരിൽ ഭൂരിപക്ഷവും ഒരു സിദ്ധാന്തമെന്നു നിലയിൽ അതിനെ അനഭിലഷണീയമെന്നും യാഥാസ്ഥിതികമെന്നും വിലയിരുത്തി തിരസ്കരിച്ചു. പുതിയ സാഹചര്യത്തിൽ ചില മാർക്സിസ്റ്റുകാർ മുന്നോട്ടുവച്ച ചില സിദ്ധാന്തങ്ങൾ മറ്റുള്ളവരുടെ സംശയവും ശത്രുതയും ഉയർത്തിയെങ്കിലും എന്താണ് ന്യായമായ വ്യാഖ്യാനം, എന്താണ് മാർക്സിസ്റ്റ് അല്ലാതായിത്തീർന്നിട്ടുള്ളത് എന്നതിനെപ്പറ്റി ദേശീയമോ അന്തർദേശീയമോ ആയി അംഗീകരിക്കപ്പെടുന്ന ഒരു സമവാക്യം ഉണ്ടായില്ല.

വൃത്തിയായി നിർവചിക്കപ്പെടാത്ത ഈ മാർക്സിസ ബഹുത്വത്തിന്റെ അനന്തരഫലങ്ങളിൽ ഒന്ന് മാർക്സിസത്തിനകത്ത് സൈദ്ധാന്തികന്റെ തിരിച്ചുവരവാണ്. ഏതായാലും 1914 ന് മുമ്പുള്ള കാലത്തിൽനിന്ന് ഭിന്നമായി, 'സൈദ്ധാന്തികന്' ഏതെങ്കിലും ഒരു രാഷ്ട്രീയ സംഘടനയുമായോ നയവുമായോ ബന്ധമൊന്നും ഉണ്ടായിരുന്നില്ല. പിന്നെയല്ലേ അതിൽ കൗട്സ്കിയെപ്പോലെയും മറ്റും രാഷ്ട്രീയമായി പ്രധാനപ്പെട്ട ഏതെങ്കിലും പദവി വഹിക്കൽ! പാർട്ടി നേതാക്കൾ സമം സൈദ്ധാന്തികർ എന്ന ഏർപ്പാട് ചില സോഷ്യലിസ്റ്റ് രാജ്യങ്ങൾക്കു പുറത്ത് സ്റ്റാലിനിസത്തോടെ മരിച്ചു. അവിടങ്ങളിൽ അത് ചില കൗതുകകരമായ അപഥസഞ്ചാരങ്ങൾക്ക് വഴിവച്ചു (ഉദാ: വടക്കൻ കൊറിയ). ബുദ്ധിജീവികൾ നയിക്കുന്ന ചില ചെറിയ പ്രസ്ഥാനങ്ങളിൽ നേതാക്കൾ സൈദ്ധാന്തികർ കൂടിയാകുന്ന പതിവ് തുടർന്നില്ലെന്നല്ല. അന്തർദേശീയ മാർക്സിസ്റ്റ് സംവാദത്തിൽ അന്തസ്സും സ്വാധീനവും ഉള്ള ചില വ്യക്തികളുണ്ട്. അവരെ ചുഴന്ന് ചില കളരികൾപോലും രൂപപ്പെടും. അങ്ങനെയുള്ളവരെ ഒരു പാർട്ടിയുടെ അംഗത്വമുണ്ടായിരിക്കെപ്പോലും പാർട്ടിയെ പ്രതിനിധാനം ചെയ്യുന്നവരായി കണക്കാക്കിയിരുന്നില്ല (ഉദാ: ലൂയി അൽത്തുസർ; അദ്ദേഹം ഫ്രഞ്ച് കമ്യൂണിസ്റ്റ് പാർട്ടിയുടെ അംഗമായിരുന്നു). ചുരുക്കത്തിൽ ലേഖന - പുസ്തകരചയിതാക്കളായും അവർ ബദ്ധതാമുക്തരായ സ്വകാര്യവ്യക്തികൾ എന്ന നിലയ്ക്കാണ് സ്വാധീനം ചെലുത്തിയിരുന്നത്. 1950കൾ മുതൽ പല കാലയളവിലും പല ഉദ്ദേശങ്ങൾ

വച്ചും ഇതായിരുന്നു, അൽത്തൂസർ, മാർക്യൂസ്, സാർത്രെ, സ്വീസി, ബറാൻ, കൊല്ലെറ്റി, ഹാബർമാസ്, എ. ഗുന്തർഫ്രാങ്ക് എന്നിവരുടെയൊക്കെ നില. ഈ ഗണത്തിൽപ്പെട്ട ഇനിയും ഏറെപ്പേരുണ്ട്. ഈ കാലഘട്ടത്തിലെ ബഹുത്വത്തിന്റെ പ്രത്യേകത അവയിലെ മാർക്സിസത്തിന്റെ സ്വഭാവം മാത്രമല്ല. മാർക്സിസവുമായി അവയ്ക്കുള്ള യഥാർഥ ബന്ധവും ചിലപ്പോഴൊക്കെ അവ്യക്തമായിരുന്നു എന്നതാണ്. അച്ചടി ജീവനോടെ അവശേഷിക്കുന്നതുകൊണ്ട് അവയുടെ രചയിതാക്കൾ മരിച്ചാലും പ്രശ്നമല്ല എന്ന സ്ഥിതിയായിരുന്നു. തങ്ങളുടെ രചനകളെപ്പറ്റിയുള്ള വ്യാഖ്യാനങ്ങളെക്കുറിച്ച് അവർക്കൊന്നും പറയാൻ പറ്റില്ലെന്നു മാത്രം. യാഥാസ്ഥിതികത്വം തകർന്നതോടെ മുൻകാലത്ത് മാർക്സിസ്റ്റ് സംവാദത്തിന്റെ പരസ്യമണ്ഡലത്തിൽ ഉണ്ടായിരുന്ന നിരവധി മാർക്സിസ്റ്റ് വ്യക്തിത്വങ്ങൾ വീണ്ടെടുക്കപ്പെട്ടു, അവ ആരാധിക്കാനും പ്രചോദനമാകാനും പാകത്തിനായി ലൂക്കാച്ചും ബെഞ്ചമിനും കോർഷും ഓട്ടോ ബോയറും ഗ്രാംഷിയും മാറിയാറ്റെഗുയിയും ബുഖാറിനും ലുക്സംബർഗും ഒക്കെ ആ ഗണത്തിൽപ്പെടുന്നു.

രണ്ടാമതായി, എന്താണ് മാർക്സിസം,എന്തല്ല മാർക്സിസം എന്നതിനിടയിലെ രേഖ കൂടുതൽ കൂടുതൽ മങ്ങി. ഇത് പ്രതീക്ഷിതമായിരുന്നു. കാരണം, മാർക്സിസ്റ്റ് വേരുകൾ ഉള്ള ബുദ്ധിജീവികൾ അടക്കം മാർക്സിസം കുറെയേറെ (ശീതയുദ്ധത്തെ വകവയ്ക്കാതെതന്നെ) അക്കാദമികമായ അധ്യാപനത്തിലേക്കും സംവാദത്തിലേക്കും കിനിഞ്ഞിറങ്ങിയിരുന്നു. റാഡിക്കൽ വിദ്യാർഥികളുടെ വിശാലമായ ഒരു പുതിയ സമൂഹം ഉയർത്തിയ ആവശ്യത്തിന്റെ ഉപോൽപ്പന്നവും മാർക്സിസത്തിന് അനുപേക്ഷണീയം എന്നു കരുതപ്പെട്ടിരുന്ന പലതും ഗൗരവമായി പുനഃ പരിഗണിക്കേണ്ടതുണ്ട് എന്ന കണ്ടെത്തലിന്റെ ഫലവുമായിരുന്നു അത്. യൂറോപ്യൻ ചരിത്രരചന സംബന്ധിച്ച ഒരു(മാർക്സിസ്റ്റേതര) സർവേ 1978 ൽ നിരീക്ഷിച്ചത് “അടുത്ത കാലത്തായി മാർക്സിസ്റ്റ് ചരിത്രകാരന്മാർ തൊഴിൽകൂട്ടങ്ങളിലേക്ക് പ്രവേശിക്കുന്നതിൽ വിജയിച്ചിരുന്നു എന്നാണ്”. ഈ സർവെയുടെ നാമസൂചിയിൽ ലിയോപോൾഡ് വോൺ റാൻകെയും മാക്സ് വെബറും ഒഴിച്ചാൽ ഏറ്റവുമധികം ശീർഷകങ്ങൾ ഉള്ളത് മാർക്സിനാണ്. ഏറ്റവും സ്വാധീനം ചെലുത്തുന്ന സാമ്പത്തികശാസ്ത്ര പാഠപുസ്തകങ്ങളിൽ മാർക്സിസ്റ്റ് സാമ്പത്തിക ശാസ്ത്രത്തിന് 1970കൾ മുതൽ പ്രത്യേക വിഭാഗം തന്നെ ഉൾപ്പെടുത്തി തുടങ്ങി. ഉദാഹരണം: ഫ്രാൻസിൽ മാർക്സിസം മറ്റു പലരും ഉള്ള ബുദ്ധിജീവി ലോകത്തെ കേവലമൊരു ഘടകം മാത്രമായി. ഡി. സസൂർ, ലെവ് സ്ട്രോസ്, ലക്കാൻ, മെർളിയു- പോണ്ടി എന്നുവേണ്ട, ഫ്രഞ്ച് സർവകലാശാലകളിൽ മുതിർന്ന ക്ലാസുകളിൽ സ്വാധീനമുണ്ടാക്കാൻ പോന്ന അല്ലെങ്കിൽ പാരിസിലെ അഞ്ചാമത്തെയോ ആറാമത്തെയോ അർറോൻഡിസെമെൻറുകളിൽ (*Arrondissements*)ചർച്ചചെയ്യപ്പെടുന്ന എല്ലാവരും ആ ബൗദ്ധികലോകത്ത് സന്നിഹിതരായിരുന്നു. അത്തരമൊരു

സംസ്കാരത്തിൽ വളരുകയും മാർക്സിസം ആർജിക്കുകയും ചെയ്ത മാർക്സിസ്റ്റ് ബുദ്ധിജീവികൾക്ക് നിലവിലുള്ള സൈദ്ധാന്തിക ഭാഷയിലേക്ക് മാർക്സിസത്തെ വിവർത്തനം ചെയ്യുന്നതാവും മാർക്സിസ്റ്റ് പദാവലി പരിചയമില്ലാത്ത വായനക്കാർക്ക് മനസിലാക്കാനും അവരുടെതന്നെ സിദ്ധാന്തങ്ങൾ പ്രകാരം പോലും മാർക്സിസത്തിന് ന്യായമായ ചിലത് പറയാനുണ്ട് എന്ന് തെളിയിക്കാനും നല്ലത് എന്നുവന്നു. അത്തരം ഒരു കാലഘട്ടത്തിന്റെ ഉൽപ്പന്നമാണ് "ഇരുപതാം നൂറ്റാണ്ടിലെ അപഗ്രഥന തത്വശാസ്ത്രത്തെ അടയാളപ്പെടുത്തുന്ന തെളിമയുടെയും കാർക്കശ്യത്തിന്റെയും നിലവാരം" പുലർത്തുന്ന ജി എ കൊഹിന്റെ ചരിത്രത്തിന്റെ ഭൗതികപരികൽപ്പനയുടെ പുനരാവിഷ്കാരം. അതല്ലെങ്കിൽ അവർ ഘടനാവാദം, അസ്തിത്വവാദം, മനോവിശ്ലേഷണം ഇത്യാദി സ്വാധീനവത്തായ മറ്റ് സിദ്ധാന്തങ്ങളുമായി മാർക്സിസത്തെ സംയോജിപ്പിച്ച് അവതരിപ്പിക്കും.

സ്കൂളിലോ സർവകലാശാലയിലോ വച്ച് മറ്റേതെങ്കിലും തരത്തിലുള്ള ജ്ഞാനവും സൈദ്ധാന്തികനിലപാടുകളും ആർജിച്ച ശേഷമാകും പുതിയ മാർക്സിസ്റ്റുകാർ മാർക്സിസത്തിലേക്ക് ആകൃഷ്ടരാകുന്നത്. അതുകൊണ്ട് തുടർന്നുള്ള അവരുടെ മാർക്സിസത്തിലും ആ പൂർവജ്ഞാനത്തിന്റെ നിലപാടുകളുടെ നിറം കലരും. തന്റെ ബൗദ്ധികപശ്ചാത്തലം മാർക്സിസത്തിൽനിന്ന് ഏറെ അകലെയാണ്, മാർക്സിന്റെ രചനകളേക്കാൾ തനിക്ക് പരിചയം സ്പിനോസയുടെതാണ് എന്ന് 1948 ൽ യുദ്ധാനന്തരം, മുതിർന്ന ഒരു വ്യക്തിയായ ശേഷം മാത്രം കമ്യൂണിസ്റ്റായ അൽത്തൂസർ പറയുമ്പോൾ അത് ഒരു അയോഗ്യതയാകുന്നില്ല. വേണ്ടത്ര ചെറുപ്പമാണെങ്കിൽ അത്തരം പുതിയ മാർക്സിസ്റ്റുകാർ സ്വന്തം രീതിയിൽ മാർക്സിസത്തിന്റെ അംശങ്ങളെ സംയോജിപ്പിച്ച് ആചാര്യപാദം വന്ദിക്കും. ആ ആചാര്യന്മാരും ഒരുപക്ഷെ യൗവനത്തിൽ വിപ്ലവകാരികളായിരുന്നപ്പോഴാകും മാർക്സിസത്തിനെപ്പറ്റിയുള്ള ജ്ഞാനം ആർജിച്ചിരിക്കുക. തത്വത്തിൽ ഇത് പുതിയ ഏർപ്പാടല്ല. യാഥാസ്ഥിതിക മാർക്സിസ്റ്റുകാർ മനഃപൂർവം ഊന്നാൻ ശ്രമിച്ച മാർക്സിസം, സർവകലാശാലാ സംസ്കാരം എന്നിവയ്ക്കിടയിലെ വിടവുനികത്താൻ ഉന്നത വിദ്യാഭ്യാസമുള്ള മാർക്സിസ്റ്റുകാർ മുൻപും ശ്രമിച്ചിട്ടുണ്ട്. ആസ്ട്രോ മാർക്സിസ്റ്റുകാരും ഫ്രാങ്ക്ഫർട്ട് കളരിക്കാരും ചെയ്തത് ഇതാണ് എന്നു വ്യക്തം. സ്ഥാപനവൽകൃതവും വിഘടനവാദപരവുമായ മാർക്സിസത്തിന്റെ പഴയ ശക്തിദുർഗങ്ങളിൽ പ്രതിസന്ധിയും അനിശ്ചിതത്വവും ഉണ്ടായിരുന്ന ഒരു ഘട്ടത്തിൽ അക്കാദമികവിദ്യാഭ്യാസം നേടിയ ബുദ്ധിജീവികൾ കൂട്ടത്തോടെ റാഡിക്കലൈസ് ചെയ്യപ്പെട്ടു എന്നതായിരുന്നു പുതുമ.

അതേസമയം മാർക്സിസ്റ്റുകാർ മാർക്സിസത്തിനു പുറത്തേക്ക് നോക്കാൻ കൂടുതൽ കൂടുതൽ ബാധ്യസ്ഥരായി. കാരണം, യാഥാസ്ഥിതികരുടെയും ട്രോട്സ്കി അനുചരരെപ്പോലെ വിശ്വാസനിന്ദകരുടെയും

ഇടയിൽ ഒരേപോലെ കമ്യൂണിസ്റ്റ് ചിന്തയുടെ വികാസഘട്ടത്തെ അടയാളപ്പെടുത്തിയ സ്വയം ഒറ്റപ്പെടലും സ്വയം പരിമിതപ്പെടുത്തലും മാർക്സിസ്റ്റുകാർ തന്നെ കുറച്ചുമാത്രം ചിന്തിച്ചിരുന്ന, മാർക്സിസ്റ്റേതരർ ഏറെ ചിന്തിച്ചിരുന്ന വിശാലമായ മേഖലകൾ സൃഷ്ടിച്ചിരുന്നു. മാർക്സിയൻ സമ്പദ്ശാസ്ത്രം ഇതിന്റെ നല്ലൊരു ഉദാഹരണമാണ്. കേന്ദ്രീകൃത ആസൂത്രണം നടത്തുന്ന സമ്പദ്വ്യവസ്ഥകൾ ഉള്ള മാർക്സിയൻ സർക്കാറുകൾക്ക് ആസൂത്രണത്തിന്റെയും കൈകാര്യകർതൃത്വത്തിന്റെയും ന്യൂനതകൾ മനസിലാക്കിയതോടെ ബൂർഷ്വ അക്കാദമിക സാമ്പത്തിക ശാസ്ത്രത്തെ ഒരിനം മുതലാളിത്ത മാപ്പപേക്ഷയായി കണക്കാക്കി തള്ളിക്കളയാൻ പറ്റാതായി. അതുപോലെ മാർക്സിസ്റ്റ് സാമ്പത്തികശാസ്ത്രത്തിന് രാഷ്ട്രീയസാമ്പത്തികശാസ്ത്രത്തിന്റെ യാഥാസ്ഥിതികത്വങ്ങളെ പരിഷ്കരിച്ച് പുനഃപ്രസ്താവിക്കുന്ന ഏർപ്പാടിൽ ഒതുക്കാൻ കഴിയാതെയും ആയി. അത്തരം യാഥാസ്ഥിതികത്വങ്ങൾക്ക് പ്രാഥമികമായും മുതലാളിത്തത്തിന് സ്വന്തം പ്രശ്നങ്ങൾ പരിഹരിക്കാൻ കഴിയില്ല എന്നും അത് സത്താപരമായി സ്വഭാവം മാറ്റിയിട്ടില്ല എന്നും തെളിയിക്കാനായിരുന്നു വ്യഗ്രത. അതേസമയം സോഷ്യലിസ്റ്റ് സമ്പദ് ക്രമങ്ങളെ സംബന്ധിച്ച നിരീക്ഷണങ്ങൾ നിരർഥകമായ സാമാന്യവൽക്കരണങ്ങളിൽ പരിമിതപ്പെടുകയും ചെയ്തു. സൈദ്ധാന്തിക യാഥാസ്ഥിതികത്വം എന്തുതന്നെയാണെങ്കിലും പ്രയോഗത്തിൽ സോഷ്യലിസ്റ്റ് സമൂഹങ്ങളിലെ (സാമ്പത്തികശാസ്ത്രജ്ഞരെന്ന് അവരെ ഔപചാരികമായി വിശേഷിപ്പിച്ചിരുന്നില്ലെങ്കിലും) സാമ്പത്തികശാസ്ത്രപ്രയോക്താക്കൾക്ക് ക്രിയാഗവേഷണം, പ്രോഗ്രാമിങ് തുടങ്ങിയവയും കണക്കിലെടുക്കേണ്ടി വന്നു. ആ പ്രക്രിയയിൽ അവർക്ക് മുതലാളിത്ത സമൂഹങ്ങളിലെ സാമ്പത്തികശാസ്ത്രജ്ഞരുടെ പ്രവർത്തനങ്ങളുമായി യോജിക്കുകയും അവയെ പ്രയോജനപ്പെടുത്തുകയും ചെയ്യേണ്ടിവന്നു – സോഷ്യലിസത്തിലെ സമ്പദ് ക്രമങ്ങളെ സംബന്ധിച്ചുള്ള പ്രവർത്തനങ്ങളെ ഉൾപ്പെടെ സാമ്പത്തികശാസ്ത്രത്തിലെ ചില പ്രധാനപ്പെട്ട സംഭവവികാസങ്ങളുടെ ഉറവിടങ്ങൾ 1920 കളിലെ സോവിയറ്റ് സമ്പദ് ക്രമത്തിലെ പുതിയ പ്രശ്നങ്ങൾ പരിഹരിക്കാൻ ശ്രമിച്ച കിഴക്കൻ യൂറോപ്പിലെയോ മറ്റിടങ്ങളിലെയോ മാർക്സിസ്റ്റുകാരിലേക്ക് ചെന്നെത്തുന്നു എന്നത് വലിയൊരു പ്രശ്നമാക്കേണ്ടതില്ല. അവ ഒരു മാർക്സിസ്റ്റ് വംശത്തിൽപ്പെട്ടതാണെന്ന് പറയാം – ഔദ്യോഗിക മാർക്സിസ്റ്റ് പ്രമാണങ്ങളുടെ നിരയിൽനിന്ന് അവ ഏറെക്കാലമായി ഒഴിവാക്കപ്പെട്ടിരിക്കുകയായിരുന്നു എങ്കിലും.

അങ്ങനെ സത്യത്തിന്റെ അവകാശം പൂർണമായി ഏറ്റെടുക്കുകയും തെറ്റെല്ലാം മറ്റുള്ളവർക്ക് (മാർക്സിസ്റ്റ് വിരുദ്ധർക്ക്) പതിച്ചു നൽകുകയും ചെയ്യാത്ത മാർക്സിസ്റ്റുകാർക്ക് അവരവരുടെ മേഖലകളിൽ മാർക്സിസ്റ്റേതരർ എന്തു ചെയ്യുന്നു എന്ന് ശ്രദ്ധിക്കാതെ വയ്യ എന്ന അവസ്ഥയായി. അക്കാദമികമായി രൂപവൽക്കരിക്കപ്പെട്ട പുതിയ മാർക്

സിസ്റ്റ് ബുദ്ധിജീവികൾക്ക് അക്കൂട്ടരുടെ ജ്ഞാനത്തെ അവഗണിക്കാൻ ഒട്ടും കഴിയുമായിരുന്നില്ല. വിദ്യാർഥി റാഡിക്കലുകളുടെ സമ്മർദം മൂലം മാർക്സിസത്തെ പാഠ്യപദ്ധതിയിൽ ഉൾപ്പെടുത്താൻ അധികൃതർ നിർബ ന്ധിതരായി. മാർക്സിസ്റ്റ് സാമ്പത്തികശാസ്ത്രം പോലുള്ള വിഷയങ്ങ ളാണ് ഇങ്ങനെ സർവകലാശാലകളിൽ എത്തിയത്. അത്തരം വിഷയ ങ്ങളിൽ തികഞ്ഞ അജ്ഞാനമായിരുന്നു അതുവരെ ഉന്നതവിദ്യാകേന്ദ്ര ങ്ങളിൽ നിലനിന്നിരുന്നത്. 1970 കളിൽ അവ ഇംഗ്ലീഷ് സംസാരിക്കുന്ന ലോകത്ത് സർവസാധാരണണമായി. സമ്മർദ്ദങ്ങൾ ഇല്ലാതെതന്നെ അക്കാദമികസ്ഥാപനങ്ങളിലേക്കും വിഷയങ്ങളിലേക്കും മാർക്സിസ്റ്റ് സ്വാധീനം ഗണ്യമായ കടന്നുകയറ്റമാണ് നടത്തിയത്. പഴയ തലമുറ യുടെ തൊഴിൽപരമായ കാലാവധി അവസാനഘട്ടത്തിലേക്ക് പുരോഗ മിച്ചു, 1960 കളുടെ തലമുറ ആ ഇടങ്ങളിൽ എത്തിത്തുടങ്ങി – ഇതായി രുന്നു അതിന്റെ ഭാഗികമായ കാരണം. പക്ഷേ മാർക്സിസത്തിന്റെ സംഭാ വനകളെ പല മേഖലകളിലുള്ള, അതിനോട് പ്രത്യേകിച്ച് അനുഭാവ മൊന്നും ഇല്ലാത്ത കൂട്ടർ പോലും ഉദ്ഗ്രഥിച്ചിരുന്നു എന്നതാണ് മുഖ്യ കാരണം. ചരിത്രത്തിലും സാമൂഹികശാസ്ത്രങ്ങളിലും അതായിരുന്നു അവസ്ഥ. ഫ്രാൻസിലെ ചരിത്രകാരന്മാരുടെ അനാലെസ് കളരിയോ അതിന്റെ മുഖ്യശിൽപ്പി ഫെർനാണ്ട് ബ്രോദെലോ ആദ്യകാലത്ത് ഗണ്യ മായ മാർക്സിസ്റ്റ് സ്വാധീനമൊന്നും പ്രകടമാക്കിയിരുന്നില്ല. എങ്കിലും ബ്രോദെലിന്റെ പിൽക്കാലത്തെ കൃതിയായ *Capitalism and Material Life* ൽ മറ്റേതൊരു രചയിതാവിനേക്കാളുമധികം കാണുന്നത് മാർക്സി നെക്കുറിച്ചുള്ള പരാമർശങ്ങളാണ്. ഒട്ടും മർക്സിസ്റ്റല്ലാത്ത ഈ പ്രശസ്ത ചരിത്രകാരനുപോലും മാർക്സിനെപ്പറ്റി പരാമർശിക്കാതിരിക്കാൻ കഴി യില്ലായിരുന്നു. ഈ സംയോഗം കാരണം മാർക്സിസ്റ്റുകാരും മാർക്സി സ്റ്റേതരരും ഏതാണ്ട് ഒരേപോലെ ഉഴുതിട്ട വലിയ ഗവേഷണമേഖല കൾ ഉണ്ടായിരുന്നതിൽ ഏത് രചനയാണ് മാർക്സിസ്റ്റ്, ഏതല്ല എന്ന് മനസിലാക്കണമെങ്കിൽ രചയിതാവ് ഒന്നുകിൽ മാർക്സിസത്തെ പര സ്യമായി പ്രതിരോധിക്കുകയോ ആക്രമിക്കുകയോ ചെയ്തിരിക്കണം എന്ന അവസ്ഥയായി. പ്രാചീനമായ പ്രമാണവ്യാഖ്യാനങ്ങൾ ഉപേക്ഷി ക്കാൻ കൂടുതൽ മാർക്സിസ്റ്റുകാർ തയാറായതോടെ ഏതെങ്കിലും ഒരു പാളയത്തിന് സ്വാധീനകർതൃത്വം ചാർത്തിക്കൊടുക്കുന്നത് നിരർഥക മായി തുടങ്ങി.

മാർക്സിസ്റ്റ് പാരമ്പര്യങ്ങളെ മാത്രമല്ല, മാർക്സിന്റെ സിദ്ധാന്തത്തെ ത്തന്നെ പുനഃപരിഗണിക്കാൻ മാർക്സിസ്റ്റുകാർ തയാറായതാണ് 1950 കൾക്കു ശേഷമുണ്ടായ മൂന്നാമത്തെ വികാസം. ഇത് പുതിയതൊന്നുമല്ല. 1960 മുതൽ ഉജ്വലമായ തിരിച്ചുവരവ് നടത്തിയ മാർക്സിസ്റ്റ് സാമ്പ ത്തികശാസ്ത്രത്തിനകത്തെ സംവാദങ്ങൾ എപ്പോഴും സജീവമായിരുന്നു – ഉന്നതാധികാര കേന്ദ്രത്തിന്റെ വരട്ടുതത്വശാസ്ത്രം ശ്വാസം മുട്ടിക്കാത്തി ടത്തോളം. 1900 കളിൽതന്നെ മാർക്സിന്റെ അപഗ്രഥനത്തെ പല കാര

ണങ്ങളാൽ ഭാഗികമായി പരിഷ്കരിക്കാനുള്ള ശ്രമങ്ങൾ പരിചിതമായിരുന്നു. ബേൺസ്റ്റീനിന്റെ തിരുത്തൽവാദവുമായി ബന്ധപ്പെട്ടവ മാത്രമല്ല, ഈ ശ്രമങ്ങൾ. മാർക്സിസത്തെ ഒരു പ്രമാണസഞ്ചയമായിട്ടല്ലാതെ ഒരു രീതിയായി കണ്ടുതുടങ്ങിയത് ആദ്യകാല ആസ്ട്രോ - മാർക്സിസ്റ്റുകാരാണ്. ഭാഗികമായി അത് മാർക്സിന്റെ യഥാർഥരചനകളോടുള്ള സൗമ്യമായ വിയോജിപ്പിന്റെ ആവിഷ്കാരമായിരുന്നു.

അങ്ങനെ 1960 കളിലും 1970 കളിലും മാർക്സിസത്തിന്റെ പല സിദ്ധാന്തങ്ങളെയും തിരസ്കരിക്കുന്ന മാർക്സിസ്റ്റുകാർ ധാരാളം രംഗത്തു പ്രത്യക്ഷപ്പെട്ടുതുടങ്ങി - മൂല്യത്തിന്റെ അധ്വാനസിദ്ധാന്തം, ലാഭത്തിന്റെ ക്ഷയോന്മുഖനിരക്ക് എന്നിവയെയെല്ലാം അത്തരക്കാർ തള്ളികളയുന്നുണ്ട്. മനുഷ്യരുടെ ബോധമല്ല, അവരുടെ സാമൂഹികാസ്തിത്വത്തെ നിർണയിക്കുന്നത്, അവരുടെ സാമൂഹികാസ്തിത്വം അവരുടെ ബോധത്തെ നിർണയിക്കുകയാണ്. (മാർക്സിന്റെ കീഴ്ഘടന-ഉപരിഘടനവീക്ഷണങ്ങൾ) എന്ന നിർദേശത്തെ അവർ തള്ളി; 1882 നു മുമ്പുള്ള മാർക്സിന്റെ രചനകളൊന്നും വേണ്ടത്ര മാർക്സിസ്റ്റല്ല എന്ന് അവർ അഭിപ്രായപ്പെട്ടു. പരമ്പരാഗത മാർക്സിസ്റ്റുഭാഷയിൽ ഭൗതികവാദികൾ എന്നതിനേക്കാൾ തത്വശാസ്ത്ര ആദർശവാദികൾ എന്നു വിളിക്കപ്പെടാവുന്നവർ ധാരാളമായി; രണ്ട് നിലപാടുകൾ തമ്മിലുള്ള വ്യത്യാസത്തെ തിരസ്കരിക്കുന്നവർ വന്നു. എംഗൽസിനെ മൊത്തത്തിൽ തള്ളിക്കളയുന്നവരും "ചരിത്രപഠനം ശാസ്ത്രീയമായി മാത്രമല്ല രാഷ്ട്രീയമായും മൂല്യരഹിതമാണ്" എന്ന് വിശ്വസിക്കുന്നവരും വന്നു. മിക്ക മാർക്സിസ്റ്റുകാരും അതുവരെ സ്വീകരിച്ചിരുന്ന ആശയങ്ങളോട് ഇത്രമാത്രം എതിർനിൽക്കുന്ന ആശയങ്ങൾ സ്വയം മാർക്സിസ്റ്റുകാരായി കണക്കാക്കുന്ന ആളുകൾ ഇത്ര വ്യാപകമായി അവതരിപ്പിക്കുകയും പ്രസാദാത്മകമായി അംഗീകരിക്കുകയും ചെയ്ത ഒരു കാലം അതിനു മുമ്പ് ഉണ്ടായിരുന്നു എന്ന് ഞാൻ കരുതുന്നില്ല.

മാർക്സിസത്തിലെ മിക്ക കളരികളും പ്രവണതകളും അവയുടെ സിദ്ധാന്തത്തിന് അടിസ്ഥാനമായി കണക്കാക്കിപ്പോന്ന പലതും ഇങ്ങനെ മൊത്തത്തിൽ തിരുത്തിയെഴുതുന്നതിനെ വിലയിരുത്തുക ചരിത്രകാരന്റെ പണിയല്ല. ഒരു കാര്യം ഉറപ്പ്: ഈ പുനഃ പരിഗണനകളിൽ പലതും കണ്ടാൽ ശുൺഠിക്ക് കുപ്രശസ്തനായിരുന്ന മാർക്സ് ക്രുദ്ധനായേനെ. മാർക്സു തന്നെ പ്രകടിപ്പിച്ച വീക്ഷണങ്ങളോടുള്ള ഇത്തരം വെല്ലുവിളികൾ മാർക്സിസ്റ്റ് ഭൗതികപാരമ്പര്യത്തിന്റെ രേഖാങ്കനം ചെയ്യപ്പെട്ടിട്ടുള്ള അനുസ്യൂതിയിൽനിന്ന് നാളിതുവരെ ഉണ്ടായിട്ടുള്ളതിൽ വച്ച് ഏറ്റവും ആഴത്തിലുള്ള വിഛേദനത്തെ കുറിക്കുന്നു. എംഗൽസിന്റെയും തുടർന്നുള്ള ക്ലാസിക്കുകളുടെയും നേർക്കും ഇത്തരം വെല്ലുവിളികൾ ഉയർന്നു. അതേ സമയം ദിശാനിർദേശം തെറ്റിയിരുന്നെങ്കിലും അല്ലെങ്കിലും അവ പ്രതിനിധാനം ചെയ്തത് മാർക്സിസത്തെ നവീകരിക്കുക വഴി ശക്തിപ്പെടുത്താനും മാർക്സിസ്റ്റ് ചിന്തയെ കൂടുതൽ വികസിപ്പി

ക്കാനും ഉള്ള അസാധാരണമായ പ്രയത്നത്തെയാണ്. അതുകൊണ്ടു തന്നെ അവ മാർക്സിനോടുള്ള ആകർഷണത്തിന്റെയും അദ്ദേഹത്തിന്റെയും ആശയസഞ്ചയത്തിന്റെ ഓജസ്സിന്റെയും തെളിവാണ്. രണ്ടു കാര്യങ്ങളാണ് അവ സൂചിപ്പിച്ചത്. മാർക്സിസത്തെ വലിയതോതിൽ പുനർവ്യാഖ്യാനിക്കേണ്ടതിന്റെ ആവശ്യം അംഗീകരിക്കപ്പെടുന്നു. സ്ഥാപകന്റെ പോലും തെറ്റുകളോ അസ്ഥിരതകളോ ഉണ്ടെങ്കിൽ അന്വേഷിക്കുന്നതിന് മടികാണിക്കാത്ത പ്രയത്നമായിരുന്നു അത്. അതേസമയം മൊത്തത്തിൽ എടുക്കുമ്പോൾ മാർക്സിന്റെ തന്നെ ചിന്ത, ലോകത്തെ മനസിലാക്കാനും മാറ്റാനും ഉതകുന്ന അടിസ്ഥാനമാർഗനിർദേശമാണ് എന്ന വിശ്വാസത്തെയും അത് പ്രതിഫലിപ്പിക്കുന്നു.

സൈദ്ധാന്തികമായ ഈ അടിക്കാട് കുറച്ചൊക്കെ കാലം വെട്ടിമാറ്റും എന്നു തീർച്ച. കാരണം, സൈദ്ധാന്തികമായ പുനരാവിഷ്കർത്താക്കൾ മാർക്സിസത്തിൽനിന്ന് ഉദ്ഭൂതമായ യുക്തിവച്ചു തന്നെയാകും വാദിച്ചു മുന്നേറുക. അതേസമയം മറ്റുള്ളവ ഒരു ഗവേഷണവിഷയമായി ഏതെങ്കിലും ഒരു പി എച്ച് ഡി വിദ്യാർഥി വല്ലപ്പോഴും സമീപിക്കുംവരെ, അല്ലെങ്കിൽ മാർക്സിസത്തെപ്പറ്റി വാല്യങ്ങൾ രചിക്കാൻ ഒരുങ്ങുന്ന ആരെങ്കിലും എത്തുംവരെ, കാണാമറയത്ത് ഊഴം കാത്തുകിടക്കും. ഒരിക്കൽകൂടി മാർക്സിന്റെതന്നെ ചിന്തയിൽനിന്ന് ന്യായമായി കരുപ്പിടിക്കാവുന്ന, മൊത്തത്തിൽ കെട്ടുറപ്പിനെ ഇല്ലാതാക്കാത്ത ഏതെല്ലാം ഭാഗങ്ങളാണ് മാർക്സിന്റെ സിദ്ധാന്തത്തിൽനിന്ന് കളയാവുന്നതെന്ന ആലോചനകൾ ഉണ്ടാവുകയും ഒരു സമവായം ആവിർഭവിക്കുകയും ചെയ്യാനും സാധ്യതയുണ്ട്. (ഇപ്പറഞ്ഞതിൽ കുറച്ച് വിവാദസാധ്യതയും ഉണ്ട്.) അങ്ങനെയെങ്കിൽ മാർക്സിയൻ പാരമ്പര്യത്തിന്റെ തുടർച്ച പുനഃസ്ഥാപിക്കപ്പെടും. അതൊരുപക്ഷേ ഒരൊറ്റ ശരിയായ മാർക്സിസം എന്ന നിലയ്ക്കാവില്ല മാർക്സിസത്തോട് കടപ്പെട്ടുകൊണ്ടെന്ന് യുക്തിസഹമായി അവകാശപ്പെടാവുന്ന സംവാദ - വിയോജനങ്ങളുടെ പരിധികൾ പുനഃസ്ഥാപിക്കുന്നതു വഴിയാകാം; അല്ലെങ്കിൽ അത്തരമൊരു ബൗദ്ധിക നൈരന്തര്യം പുനഃസ്ഥാപിതമായാൽത്തന്നെ മുഖ്യധാരയിലെ മാർക്സിസങ്ങളും അരികുകളിലെ മാർക്സിസങ്ങളും സഹവർത്തിത്വം തുടരും. (ഇത്തരം പാർശ്വമാർക്സിസങ്ങളുടെ വക്താക്കളും കാരണമെന്തായാലും ആശയങ്ങൾക്ക് മാർക്സിസ്റ്റ് പൈതൃകം അവകാശപ്പെടുന്നവരാണ്- ബൗദ്ധികമായ ഡി എൻ എ പരിശോധനകൾ അവരുടെ അവകാശം സ്ഥാപിക്കാൻ പര്യാപ്തമായിട്ടില്ല എന്നതുവേറെ കാര്യം.) മാർക്സിസ്റ്റ് ആണെന്ന് അവകാശപ്പെടുന്ന അളവുവരെ അവയും മാർക്സിസത്തിന്റെ ചരിത്രത്തിന്റെ ഭാഗമാണ്. അതിനുപുറമെ അവയെ മനസിലാക്കാനൊട്ടു കഴിയുകയുമില്ല. ക്രിസ്ത്യൻ എന്ന് അവകാശപ്പെടുന്ന പാർശ്വമതങ്ങൾ, അവിയൽകൾട്ടുകൾ എന്നിവയെല്ലാം എത്രത്തോളം ആ മതത്തിന്റെ ചരിത്രത്തിന്റെ ഭാഗമാണോ, അത്രയ്ക്കും മാർക്സിസങ്ങളും മാർക്സിസ്റ്റ് പാരമ്പര്യത്തിന്റെ ഭാഗമാകാം. മുഖ്യ

ധാരാ മാർക്സിസങ്ങൾക്കും പാർശ്വമാർക്സിസങ്ങൾക്കും വളർന്നു വരുന്ന (മിക്കവാറും അക്കാദമികളായ) മാർക്സിസ്റ്റ് എന്താണ്, എന്തല്ല എന്നതിന്റെ വിഭജനരേഖയ്ക്ക് അത്രയൊന്നും വടിവില്ലാത്ത മേഖലയിൽ സഹവർത്തിക്കാം.

ഏതായാലും ഒരു കാര്യം വ്യക്തമാണ്. എന്താണ് മാർക്സിസ്റ്റ് മുഖ്യ ധാരയുടെ (ധാരകളുടെ) ഘടകങ്ങൾ എന്നതിനെപ്പറ്റി ഒരു സമവായം വീണ്ടും ഉയർന്നില്ലെങ്കിൽപ്പോലും അത് മുമ്പത്തേക്കാൾ ക്ലാസിക്കുക ളിൽ നിന്ന് അകന്നായിരിക്കും വ്യവഹരിക്കുക. ഇനിയും അവ ആവർത്തിച്ചു പരാമർശിക്കപ്പെടാൻ പണ്ടത്തെയത്ര സാധ്യതയില്ല. ആഭ്യ ന്തരമായി സ്ഥിരതയുള്ള ഒരു സിദ്ധാന്തമായി, പ്രമാണമായി സമകാ ലികസമ്പദ്വ്യവസ്ഥകളെയും സമൂഹങ്ങളെയും സംബന്ധിച്ച ഉടൻ പ്രയോഗക്ഷമമായ അപഗ്രഥനവിവരണമായി, അല്ലെങ്കിൽ മാർക്സിസ്റ്റു കാരുടെ വർത്തമാനക്രിയയ്ക്ക് പ്രത്യക്ഷമാർഗ നിർദേശമായി, കെട്ടുറ പ്പുള്ള ഒരു സഞ്ചയമെന്ന നിലയ്ക്ക് അവയെ പരിഗണിക്കലും കുറവാ യിരിക്കും. മാർക്സിസ്റ്റ് പാരമ്പര്യത്തിന്റെ അനുസ്യൂതിയിൽ വന്ന ഭംഗം പൂർണമായും നേരെയാക്കാൻ കഴിയുമോ എന്ന് സംശയമാണ്.

ക്ലാസിക് രചനകളെ രാഷ്ട്രീയക്രിയയ്ക്കുള്ള കൈപ്പുസ്തകങ്ങ ളായി എളുപ്പം ഉപയോഗിക്കാൻ ഇനിയാവില്ല. കാരണം, ഇന്നത്തെയും ഭാവിയിലെയും മാർക്സിസ്റ്റ് പ്രസ്ഥാനങ്ങൾ പ്രവർത്തിക്കുന്നത് മാർക്സും എംഗൽസും ഇരുപതാം നൂറ്റാണ്ടിന്റെ ആദ്യാർധത്തിലെ സോഷ്യലിസ്റ്റ്-കമ്യൂണിസ്റ്റ് പ്രസ്ഥാനങ്ങളും തന്ത്രങ്ങളും അടവുകളും വിപുലീകരിച്ച സാഹചര്യങ്ങളിലല്ല. ലെനിന്റെ മരണം കഴിഞ്ഞ് അരനൂ റ്റാണ്ടിനു ശേഷവും പഴയ കമ്യൂണിസ്റ്റ് പാർട്ടികളിൽ ഭൂരിഭാഗവും സ്വന്തം രാജ്യങ്ങളിൽ മുതലാളിത്തത്തിന് ബദൽ അന്വേഷിക്കുകയാണ് പുതിയ തന്ത്രങ്ങൾ തേടുകയാണ്, അതുകൊണ്ട് (പഴയ അംഗങ്ങളിൽ ചിലർക്ക് ഇപ്പോഴും പ്രാചീനമായ നിശ്ചിതത്വങ്ങളോട് ഗൃഹാതുരത്വം കലർന്ന ഒരു ആഭിമുഖ്യം അവശേഷിക്കുന്നുണ്ടെങ്കിലും) അവർ വേദപുസ്തകത്തിന്റെ അപ്രമാദിത്വം പോലെ മാർക്സിസ്റ്റ് സൂക്തങ്ങളെ കൊണ്ടാടുകയില്ല. പഴയ നിശ്ചിതത്വത്തിനായുള്ള തൃഷ്ണ നിലനിൽക്കുമ്പോൾത്തന്നെ മാർക്സിസം പാഠങ്ങൾ പഠിപ്പിക്കും, അവ ശരിയായി രൂപപ്പെടുത്തി പ്രയോഗിച്ചാൽ മതി എന്ന ചിന്തയും പുലർന്നു- ഒരു കൂട്ടത്തിന്റെ ശരി മറ്റൊരു കൂട്ടത്തിന്റെ തെറ്റ് ആകുമെങ്കിലും. ഇത്തരത്തിലുള്ള മാർക് സിസം പക്ഷേ അവിടങ്ങളിൽപ്പോലും സൈദ്ധാന്തികമായി കല്ലിച്ചു പോയി. അതങ്ങനെ ഏതാനും ലളിതമായ അംശങ്ങളായി ഉടയ്ക്കപ്പെട്ടു, ഏതാണ്ട് മുദ്രാവാക്യപ്പരുവത്തിൽ. വർഗസമരത്തിന്റെ മൗലികമായ പ്രാധാന്യം, തൊഴിലാളികളുടെ ചൂഷണം, കർഷകരുടെ, മൂന്നാംലോക ത്തിന്റെ ചൂഷണം, മുതലാളിത്തത്തിന്റെയോ സാമ്രാജ്യത്വത്തിന്റെയോ തിരസ്കാരം വിപ്ലവം, വിപ്ലവ (സായുധമടക്കം) പോരാട്ടം എന്നിവയുടെ ആവശ്യകത, പരിഷ്കരണവാദത്തിന്റെ, തിരുത്തൽവാദത്തിന്റെ തിര

സ്കാരം, മുന്നണിപ്പടയുടെ ഒഴിച്ചുകൂടാനാകായ്മ, ഇത്യാദി. അത്തരം ലളിതവൽക്കരണങ്ങൾ മാർക്സിസത്തെ യഥാർഥലോകത്തിന്റെ സങ്കീർണതകളുമായി സമ്പർക്കമില്ലാതാകാൻ സഹായിച്ചു. കാരണം, വിശകലനം മുൻപേ പ്രഖ്യാപിക്കപ്പെട്ട സത്യങ്ങളെ അവയുടെ ശുദ്ധരൂപത്തിൽ തെളിയിക്കാൻ മാത്രം രൂപകൽപ്പന ചെയ്യപ്പെട്ടവയാകുന്നു.

അതുകൊണ്ട് അവയെ ശുദ്ധസന്നദ്ധതാ മനോഭാവത്തിന്റെ തന്ത്രങ്ങളുമായി, അല്ലെങ്കിൽ രണോത്സുകർക്ക് ഇഷ്ടംപോലെ ഏതെങ്കിലുമായി, യോജിപ്പിക്കാൻ കഴിയുമെന്നായി. അടിസ്ഥാനപരമായും മൗലികമാർക്സിസത്തിന്റെ ഈ അവശിഷ്ടം ക്രിയാനിർദേശമാക്കുമ്പോൾ അതിലുണ്ടാവുക ക്ലാസിക്കൽ ലെനിനിസത്തിലെ ലളിതവൽകൃതമായ ചില അംശങ്ങളാകും (നവ അരാജകവാദികൾക്കിടയിൽ എന്നപോലെ). അവ വല്ലാതെയങ്ങ് പ്രഭാഷണപരതയിൽ അലിഞ്ഞുചേർന്ന് ഇല്ലാതായ അവസ്ഥയല്ലെങ്കിൽ തീർച്ചയായും ഭൂതകാലത്തെ പോരാട്ടങ്ങളിൽനിന്നു ലെനിനെപ്പോലുള്ള ഒന്നാംതരം വിപ്ലവരാഷ്ട്രീയ പ്രയോക്താക്കളിൽ നിന്നും ഏറെ പഠിക്കാനുണ്ട്. പക്ഷേ ഭൂതകാലത്തെയും അതിന്റെ ഗ്രന്ഥങ്ങളെയും അക്ഷരാർഥത്തിൽ പരാമർശിക്കുക മാത്രം ചെയ്തുകൊണ്ടാവരുത് എന്നുമാത്രം.

മാർക്സിന്റെ പൊതുവായ സാമ്പത്തികസിദ്ധാന്തവും മുതലാളിത്തവികാസത്തെപ്പറ്റിയുള്ള വിശകലനവും പിൽക്കാലത്തെ മാർക്സിസ്റ്റുകാർക്കും ഒരു ആരംഭബിന്ദുവായിരിക്കണം; പക്ഷേ ഒരുഘട്ടത്തിലെ ക്ലാസിക് ഗ്രന്ഥങ്ങൾ മുതലാളിത്തത്തിന്റെ അനന്തര ഘട്ടങ്ങളെ വിശദീകരിക്കാനായി ഉപയോഗിക്കാൻ കഴിയില്ല. ലെനിൻ സ്വതഃസിദ്ധമായ യാഥാർഥ്യബോധത്തോടെ ഇത് തിരിച്ചറിഞ്ഞിരുന്നു: 1900 നു ശേഷമുള്ള മറ്റുചില മാർക്സിസ്റ്റ് രചനകളിൽ നിന്ന് ഭിന്നമായി അദ്ദേഹത്തിന്റെ *Imperialism* ത്തിൽ മാർക്സിന്റെയും എംഗൽസിന്റെയും രചനകളിൽനിന്ന് ആകെ രണ്ട് ഭാഗങ്ങളേ ഉള്ളൂ. അത് *Correspondence* ൽ ബ്രിട്ടീഷ് സാമ്രാജ്യം ബ്രിട്ടീഷ് തൊഴിലാളിവർഗത്തിനുമേൽ സൃഷ്ടിച്ച പ്രത്യാഘാതത്തെപ്പറ്റി പറയുന്ന ഭാഗങ്ങളാണുതാനും. ഏതായാലും 1917നു ശേഷമുള്ള കാലഘട്ടത്തിൽ മുതലാളിത്തത്തിലെ വർത്തമാന കാലത്തെ സംഭവവികാസങ്ങളെക്കുറിച്ചുള്ള മാർക്സിസ്റ്റ് രചനകളിൽ ഭൂരിഭാഗവും ഈ പൂർവ്വമാതൃകകൾ ശ്രദ്ധിച്ചില്ല. പകരം ലെനിന്റെ (അതല്ലെങ്കിൽ ദുർലഭമായി, മറ്റേതെങ്കിലും മാർക്സിസ്റ്റിന്റെ) രചന മുതലാളിത്ത വികാസത്തിന്റെ അവസാനത്തേതെന്ന് അദ്ദേഹം അനവധാനമായി വിവരിച്ചുപോയ ഒരു ഘട്ടത്തെ മതിയായ രീതിയിൽ വിശകലനം ചെയ്യുന്നുണ്ടെന്ന് തെളിയിക്കാനാണ് അവർ ഏറെ സമയവും അധ്വാനവും വ്യയം ചെയ്തത്. അല്ലെങ്കിൽ അതേപ്പറ്റി വിമർശനാത്മകമായ ചില അഭിപ്രായപ്രകടനങ്ങൾ നടത്തുന്നതിന്. അതുമല്ലെങ്കിൽ, അത് തീർത്തും പഴഞ്ചനാണെന്നു വരുമ്പോൾ 1917 ൽ അദ്ദേഹം വളരെ അലസമായി പറഞ്ഞുപോയ ഒന്നിനെ സ്റ്റേറ്റ് കുത്തക മുതലാളിത്തമാക്കി

രണ്ടാം ലോകയുദ്ധത്തിനു ശേഷമുള്ള കാലഘട്ടത്തെ വിവരിക്കാൻ. പഴയ വരട്ടുതത്വവാദ യാഥാസ്ഥിതികത്വങ്ങളുടെ ക്ഷയിച്ചു വന്ന സ്വാധീനപരിധിക്കു പുറത്ത് 1983ഓടെ മുതലാളിത്തത്തിന്റെ വർത്തമാനകാല ഘട്ടത്തെ സംബന്ധിച്ച വിശകലനം പഴയ കാലത്തേതെന്ന് മിക്കവാറും തെളിഞ്ഞുകഴിഞ്ഞ രചനകളിൽ വിവരിക്കപ്പെടുന്ന ഘട്ടങ്ങളെ ആധാരമാക്കി ആവിഷ്കരിക്കണമെന്ന് മിക്ക മാർക്സിസ്റ്റുകാർക്കും തോന്നാതായി.

ചിട്ടയായി രൂപപ്പെടുത്തിയ മാർക്സിന്റെതന്നെ സിദ്ധാന്തത്തിന് ഒരു പ്രധാനകാര്യത്തിലെങ്കിലും സുഭദ്രത ഇല്ല എന്ന വസ്തുത അപ്പോഴേക്കും പരക്കെ അംഗീകരിക്കപ്പെട്ടു കഴിഞ്ഞു. അതിൽ മുതലാളിത്തത്തിന്റെയും അതിന്റെ പ്രവണതകളുടെയും അപഗ്രന്ഥനവും അതേസമയം ഹെഗലിൽനിന്ന് കരുപ്പിടിപ്പിച്ച തത്ത്വശാസ്ത്രത്തിന്റെ രൂപത്തിൽ വമ്പിച്ച പ്രവചനാത്മകവികാരതീവ്രതയോടെ ആവിഷ്കൃതമായ ചരിത്രപരമായ പ്രത്യാശയും ഉണ്ടായിരുന്നു എന്ന് സമ്മതിക്കാം– തൊഴിലാളിവർഗത്തിലൂടെ നേടിയെടുക്കേണ്ട ഉത്തമ സമൂഹത്തെപ്പറ്റി മനുഷ്യൻ എന്നും സൂക്ഷിക്കുന്ന പ്രത്യാശ. മാർക്സിന്റെതന്നെ ബൗദ്ധികവികാസത്തിൽ രണ്ടാമത്തേതിനായിരുന്നു ഒന്നാമതിനേക്കാൾ പ്രാധാന്യം. ഒന്നാമത്തേതിൽ നിന്ന് ഭൗതികമായി കരുപ്പിടിപ്പിച്ചതല്ല, അത്. ഇവിടെ ഉള്ളടങ്ങിയിട്ടുള്ള രണ്ട് നിർദേശങ്ങളും തമ്മിൽ ഗുണപരമായ വ്യത്യാസമുണ്ട്. ആ രണ്ട് ആശയങ്ങൾ ഇവയാണ്: ഒന്ന്, മുതലാളിത്തം പ്രകൃത്യാതന്നെ മറികടക്കാനാവാത്ത വൈരുധ്യങ്ങൾ സൃഷ്ടിക്കുന്നു. അതിന് അനിവാര്യമായും ഉൽപ്പാദനോപാധികളുടെ കേന്ദ്രീകരണവും അധ്വാനത്തിന്റെ സാമൂഹികവൽക്കരണവും അവസാനം മുതലാളിത്ത വികസനവുമായി പൊരുത്തപ്പെടാത്ത ഒരു നിലയിൽ എത്തുന്നതോടെ അത് മുതലാളിത്തത്തെത്തന്നെ മറികടക്കാനുള്ള സാഹചര്യങ്ങൾ സൃഷ്ടിക്കുന്നു. രണ്ട്. മുതലാളിത്താനന്തര സമൂഹം മനുഷ്യന്റെ അന്യവൽക്കരണം അവസാനിക്കുകയും എല്ലാ വ്യക്തികളുടെയും മാനവികശേഷികളുടെ പൂർണവികാസത്തിലേക്ക് നയിക്കുകയും ചെയ്യും. വാസ്തവത്തിൽ ക്രമേണ ഇവ രണ്ടും ശരിയാണെന്ന് തെളിഞ്ഞേക്കാമെങ്കിലും രണ്ടും രണ്ട് വ്യത്യസ്ത സംവാദരൂപങ്ങൾ ആവശ്യപ്പെടുന്ന വിഷയങ്ങളാണ്.

മാർക്സ് ചിട്ടയായ സിദ്ധാന്തത്തിന്റെ പൂർണമാക്കപ്പെട്ട ഒരു സഞ്ചയം അല്ല അവശേഷിപ്പിച്ചത് എന്ന വസ്തുത ആരും ഇതുവരെ നിഷേധിച്ചിട്ടില്ല (*മൂലധന*ത്തിന്റെ ഒരൊറ്റ വാല്യമേ യഥാർഥത്തിൽ പൂർണമാക്കിയിട്ടുള്ളൂ). തന്റെ ദർശനഗാംഭീര്യം തീർത്തും തൃപ്തികരമായ ഒരു സൈദ്ധാന്തികവിശകലനത്തിലേക്ക് വിവർത്തനം ചെയ്യുന്നതിൽ അദ്ദേഹം എല്ലായ്പ്പോഴും വിജയിപ്പിച്ചിരുന്നില്ല എന്നതും അനിഷേധ്യമായ ഒരു വസ്തുതയാണ്. അങ്ങനെ, മാർക്സിയൻ സാമ്പത്തികശാസ്ത്രത്തിൽ മാർക്സിസ്റ്റുകാർക്കിടയിൽത്തന്നെ “ഏറെക്കാലമായി വിവാദവിഷയമായി തുടരുന്ന സൈദ്ധാന്തികപ്രശ്നങ്ങൾ” ഉണ്ട് എന്നതും

മാർക്സിസ്റ്റ് സിദ്ധാന്തങ്ങളുടെ വ്യാഖ്യാനങ്ങൾ തമ്മിൽ വലിയ അന്തരം നിലനിന്നിരുന്നു എന്നതും വസ്തുതയാണ്. ഇത് തീർച്ചയായും സൈദ്ധാന്തികരെ മാർക്സിസ്റ്റ് രചനകളെ സസൂക്ഷ്മം പഠിക്കുന്നതിലേക്ക് നയിച്ചിട്ടുണ്ട്. പക്ഷേ അവയെ സുഭദ്രവും സ്ഥിരവും യാഥാർഥ്യബോധത്തോടുകൂടിയതുമായ ഒരു പൂർണമാക്കി രൂപപ്പെടുത്താനുള്ള അവരുടെ ശ്രമങ്ങൾ "മാർക്സിസം പഠിപ്പിക്കുന്നതെന്ത്" എന്നതു സംബന്ധിച്ച ആധികാരികമായ പ്രസ്താവങ്ങളായി അത്തരം രചനകളെ ഉപയോഗിക്കുന്നതിനും തമ്മിൽ പൊതുവായി ഒന്നുമില്ലാതെപോയി. പരിശീലനം ലഭിച്ച നന്നെ കുറവു സാമ്പത്തികശാസ്ത്രജ്ഞർ മാത്രമേ മാർക്സിയൻ രാഷ്ട്രീയ-സാമ്പത്തികശാസ്ത്രത്തിന്റെ ഏറെ പ്രചാരം നേടിയ രചനകളെ പര്യാപ്തമായി കരുതിയിട്ടുള്ളൂ (ഉദാഹരണം: എംഗൽസിന്റെ *ആന്റി* ദൂറിങ്ങിന്റെ ഭാഗം II അല്ലെങ്കിൽ ലെനിന്റെ *Teaching of Karl Marx*. ഈ അവതരണങ്ങൾ അഥവാ മാർക്സിന്റെ അടിസ്ഥാനരചനകൾ (ഉദാഹരണം: *Value, Price and Profit*) ബഹുജന സോഷ്യലിസ്റ്റ് പാർട്ടിയിലെ അംഗങ്ങളുടെയും രണോത്സുകരുടെയും മാർക്സിസ്റ്റ് വിദ്യാഭ്യാസം ആ പാർട്ടികളുടെ മുഖ്യ കർത്തവ്യമായിരുന്ന കാലത്ത് പ്രധാനപ്പെട്ട ഒരു പങ്കുവഹിച്ചു. അത്തരം പാർട്ടികൾ പരിവർത്തനം ചെയ്യപ്പെടുകയോ ദുർബലമാവുകയോ ചെയ്തതോടെയും ഒരൊറ്റ ശരിയായ മാർക്സിസത്തിന്റെ യാഥാസ്ഥിതികത്വങ്ങൾ ക്ഷയിച്ചതോടെയും ആ രചനകളുടെ പങ്കും കുറഞ്ഞു. ഏതായാലും രണോത്സുകരായാലും അക്കാദമികരായാലും രണ്ടുംചേർന്നവരായാലും ബുദ്ധിജീവികളെ അഭിസംബോധന ചെയ്ത മാർക്സിസ്റ്റ് സിദ്ധാന്തം ക്ലാസിക് രചനകളെ അത്ര വിമർശനരഹിതമായിട്ടല്ല കാണുന്നത് എന്ന സ്ഥിതി വന്നു.

1950കൾക്കുശേഷം ഉള്ള മാർക്സിസ്റ്റ് ചിന്തയുടെ നാലാമതൊരു സ്വഭാവം കൂടി അവസാനമായി പരാമർശിക്കട്ടെ. മാർക്സിസ്റ്റുകാർ അവരുടെ പ്രയത്നം ഏറ്റവുമധികം കേന്ദ്രീകരിച്ചത് മാനവികവിഷയങ്ങളിലും സാമൂഹികശാസ്ത്രങ്ങളിലും രാഷ്ട്രീയ പ്രവർത്തനത്തെ നേരിട്ട് ബാധിക്കുന്ന വിഷയങ്ങളിലുമാണ്. 1947 നു ശേഷം മാർക്സിസ്റ്റുകാരിൽ *മാർക്സിസ്റ്റുകാർ* എന്ന നിലയ്ക്ക് വളരെ കുറച്ചു പേർ മാത്രം പ്രവേശിക്കാൻ ധൈര്യപ്പെട്ടിട്ടുള്ള വിശാലവും നിർണായകവുമായ ഒരു മേഖലയാണ് പ്രകൃതിശാസ്ത്ര - സാങ്കേതികവിദ്യ. ഈ മേഖലയിൽ മാർക്സിസത്തിന് യാതൊരു പ്രസക്തിയും ഇല്ലെന്ന് പറയുക ഒരു പരിഷ്കാരമായി കാണുന്നവർവരെ ഉണ്ടായിരുന്നു. അതിന് മനുഷ്യപ്രകൃതിയുമായിട്ടല്ലാതെ പ്രകൃതിയുമായി ബന്ധമൊന്നും ഇല്ല എന്നുപറയുന്നതും ഒരു ഫാഷനായിരുന്നു. മാർക്സും എംഗൽസും പ്രകൃതിശാസ്ത്രങ്ങളിൽ അതീവൽപ്പരരായിരുന്നു, തങ്ങൾക്ക് അതേപ്പറ്റി ചിലതു പറയാനുണ്ടെന്ന് അവർ വിശ്വസിച്ചിരുന്നു എന്ന വസ്തുതയുമായി ഇത് പൊരുത്തപ്പെടുന്നില്ല (മാർക്സിനേക്കാൾ കൂടുതൽ ഈ മേഖലയിൽ ശ്രദ്ധിച്ചത് എംഗൽസാണ്). ബ്രിട്ടണിലും ഫ്രാൻസിലും മറ്റും പ്രകൃതിശാസ്ത്ര

ജ്ഞർ പലരും മാർക്സിസത്തിലേക്ക് ആകൃഷ്ടരായി താന്താങ്ങളുടെ വിഷയങ്ങളിൽ അത് പ്രയോഗിക്കാൻ ഉത്സാഹം കാട്ടിയിയിരുന്ന 1930 കൾ പോലുള്ള കാലഘട്ടങ്ങളിൽ ഈ ഫാഷന് ഇടവേളകൾ ഉണ്ടായി എന്നുമാത്രം. ഇന്നാകട്ടെ ശാസ്ത്രം, സാമൂഹികകാര്യങ്ങൾ, രാഷ്ട്രീയം എന്നിവ മുമ്പെന്നത്തേക്കാളും ഇഴചേർന്നു കിടക്കുന്നു. പല ശാസ്ത്രജ്ഞർക്കും തങ്ങളുടെ സാമൂഹികകടമയെക്കുറിച്ചും പങ്കിനെക്കുറിച്ചും ബോധമുണ്ടുതാനും. റാഡിക്കൽ ശാസ്ത്രജ്ഞരും വിപ്ലവകാരികളായ ശാസ്ത്രജ്ഞരും മാർക്സിസ്റ്റുകാരായ ശാസ്ത്രജ്ഞരും ഉണ്ട്.

1960 കൾ മുതൽ 'നവ ഇടതുപക്ഷ' റാഡിക്കലീകൃതമായ യുവതയ്ക്കിടയിൽ ശാസ്ത്രത്തോടും സാങ്കേതികവിദ്യയോടും ശത്രുത ദൃശ്യമായിരുന്നു (തത്വശാസ്ത്രത്തിലെ പോസിറ്റിവിസത്തെ തിരസകരിക്കുക എന്ന പേരിലാകും പലപ്പോഴും ഈ ശത്രുത പ്രത്യക്ഷപ്പെടുക). ഇത് ഒരുപക്ഷേ അത്തരം തൊഴിലുകൾ തെരഞ്ഞെടുക്കുന്നവർക്ക് റാഡിക്കൽ ഇടതുപക്ഷത്തോട് ആഭിമുഖ്യമില്ലാതാകാനും ഇടയാക്കിയിട്ടുണ്ട്. ഒരുപക്ഷേ മനുഷ്യൻ, സമൂഹം എന്നിവ സംബന്ധിച്ച വാദങ്ങൾ ഒരു തരത്തിലും ഒഴിവാക്കാനാവാത്ത ചില ജീവശാസ്ത്രശാഖകളിൽ ഈ പരാങ്മുഖത അത്രയ്ക്കുണ്ടായിരുന്നില്ല. (ഉദാഹരണം: ജനിതകശാസ്ത്രത്തിൽ; അമേരിക്കാരൻ സ്റ്റീഫൻ ജെ. ഗൗൾഡാണ് ഈ ഘട്ടത്തിലെ ഏറ്റവും പ്രശസ്തനായ മാർക്സിസ്റ്റ് ശാസ്ത്രജ്ഞൻ.) എങ്കിലും റാഡിക്കൽ ശാസ്ത്രജ്ഞരുടെ മാർക്സിസത്തിന് അവരുടെ തൊഴിൽപരമായ സിദ്ധാന്ത – പ്രയോഗങ്ങളുമായി വലിയ ബന്ധമൊന്നും ഉണ്ടായിരുന്നില്ല.

സോഷ്യലിസ്റ്റ് രാജ്യങ്ങളിൽ 1983 കാലത്ത് മിക്ക പ്രകൃതിശാസ്ത്രജ്ഞരും സാങ്കേതികവിദ്യാവിദഗ്ധരും മാർക്സിസത്തെ സ്വന്തം തൊഴിലിനെ സംബന്ധിച്ചിടത്തോളം അപ്രസക്തമാണെന്ന മട്ടിലാണ് കണ്ടിരുന്നത്. അവരത് പരസ്യമായി പറയില്ല എന്നു മാത്രം. എല്ലാ പ്രധാനപ്പെട്ട ശാസ്ത്രജ്ഞരെയും പോലെ പ്രകൃതിശാസ്ത്രജ്ഞർക്കും സമൂഹത്തിന്റെ വർത്തമാനകാലവും ഭാഷയുമായി അവരുടെ വിഷയങ്ങൾക്കുള്ള ബന്ധത്തെക്കുറിച്ച് ചില വീക്ഷണങ്ങളൊക്കെ ഉണ്ടായിരുന്നുതാനും.

ഈ അവസ്ഥ മാർക്സിസത്തിന്റെ വ്യാപ്തി ചുരുങ്ങിവരുന്നതിന്റെ ഒരു ലക്ഷണമാണെന്ന് തീർച്ച. മുൻ തലമുറകളെ അതിലേക്ക് ആകർഷിച്ചത് അത് ലോകത്തെക്കുറിച്ചുള്ള സമഗ്രവും സർവാശ്ലേഷിയും പ്രകാശം പരത്തുന്നതുമായ ഒരു വീക്ഷണമാണ് എന്ന ചിന്തയായിരുന്നു. മനുഷ്യസമൂഹവും അതിന്റെ വികാസവും അതിലെ ഒരു ഭാഗം മാത്രമേ ആകുന്നുള്ളുവല്ലോ. ഇത് തുടരാൻ സാധ്യതയുണ്ടോ? പറയുക വയ്യ. മാർക്സിസത്തെ മനുഷ്യേതര പ്രപഞ്ചത്തിൽനിന്ന് പൂർണമായി പുറത്താക്കുന്നതിനെതിരെ ചില പ്രതികരണങ്ങളൊക്കെ അടയാളം കാട്ടിത്തുടങ്ങിയിട്ടുണ്ട് എന്നു മാത്രമേ പറയാനാവൂ. ലോകത്തിന്റെ വസ്തുനിഷ്ഠമായ അസ്തിത്വത്തെ അഥവാ പ്രാപ്യതയെ നിരാകരിക്കുന്ന പരി

ഷ്കാരത്തിനും ഇത്തിരി തിളക്കം നഷ്ടപ്പെട്ടിട്ടുണ്ട്. മനുഷ്യമനസിൽ നടേ തന്നെ ഘടന രൂപപ്പെടുത്തിയ സങ്കൽപ്പനങ്ങളെപ്രതി മാത്രമാണ് എല്ലാ വസ്തുതകളും നിലനിൽക്കുന്നത് എന്നായിരുന്നല്ലോ അത്തരക്കാരുടെ ഭ്രമം. (ശാസ്ത്രജ്ഞരുടേതാണെങ്കിലും രാഷ്ട്രീയ ക്രിയകൊണ്ട് ലോകത്തെ മാറ്റാൻ ആഗ്രഹിക്കുന്നവരുടേതാണെങ്കിലും അതിനെ പ്രയോഗവുമായി സംയോജിപ്പിക്കുക പ്രയാസമാണ്.) മുൻ താളുകളിൽ വരച്ചിട്ടതെല്ലാം വച്ചു നോക്കുമ്പോൾ 1950 കൾക്കു ശേഷമുള്ള നിരീക്ഷകർക്ക് ഒരിക്കൽക്കൂടി മാർക്സിസത്തിലെ പ്രതിസന്ധിയെക്കുറിച്ച് വർത്തമാനം പറയാൻ അവസരമായി എന്നതിൽ അത്ഭുതപ്പെടാനില്ല. പഴയ നിശ്ചിതത്വങ്ങൾ – അല്ലെങ്കിൽ പഴയ നിശ്ചിതത്വങ്ങളുടെ കിടമത്സരം നടത്തുന്ന ഭാഷ്യങ്ങൾ – സംസാരിച്ചത് മുതലാളിത്തത്തിന്റെ ഭാവിയെക്കുറിച്ചാണ്, പുതിയൊരു സാമൂഹികവ്യവസ്ഥയിലേക്കുള്ള സംക്രമണം സാധ്യമാകും എന്നു പ്രതീക്ഷിക്കപ്പെടുന്ന സാമൂഹിക–രാഷ്ട്രീയ ശക്തികളെക്കുറിച്ചാണ് അങ്ങനെ സാധ്യമാക്കേണ്ട സോഷ്യലിസത്തിന്റെ സ്വഭാവത്തെക്കുറിച്ചാണ്, ഈ പരിവർത്തനം നേടിക്കഴിഞ്ഞു എന്നവകാശപ്പെടുന്ന സമൂഹങ്ങളുടെ സ്വഭാവത്തെക്കുറിച്ചും സാധ്യതകളെക്കുറിച്ചും ആണ്. പക്ഷേ ഇതൊക്കെ സംശയത്തിലായി. അവയൊന്നും നിലവിലില്ലാതായി. മാർക്സിസത്തിന്റെ അടിസ്ഥാന സിദ്ധാന്തം മാർക്സിന്റേതുതന്നെ ഉൾപ്പെടെ, ഗാഢമായ വിമർശന പരിശോധനയ്ക്ക് വിധേയമാക്കപ്പെട്ടു. അങ്ങനെ നിരവധി പരസ്പരം മത്സരിക്കുന്ന, “എന്നാൽ പൊതുവെ വ്യാപകമായ ഫലങ്ങൾ ഉളവാക്കുന്ന പുനഃരൂപവൽക്കരണ”ങ്ങൾ ഉണ്ടായി. മുമ്പത്തെ മാർക്സിസ്റ്റുകാർ അംഗീകരിച്ചേക്കാവുന്നതിൽ ഭൂരിഭാഗവും ഗൗരവമേറിയ ചോദ്യം ചെയ്യലിന് വിധേയമാക്കപ്പെട്ടു. സോഷ്യലിസ്റ്റ് രാജ്യങ്ങളിലെ ഔദ്യോഗികപ്രത്യയശാസ്ത്രങ്ങളെയും ചില ചെറിയ മൗലികവാദവിഭാഗങ്ങളെയും ഒഴിവാക്കിയാൽ പൊതുവെ മാർക്സിസ്റ്റുകാരുടെ ഭൗതിക പ്രയത്നങ്ങൾ എല്ലാം മാർക്സിസത്തിന്റെ പരമ്പരാഗത സിദ്ധാന്തത്തെയും പ്രമാണങ്ങളെയും ഗണ്യമായ പുനർവിചിന്തനത്തിനും പരിഷ്കരണത്തിനും തിരുത്തലിനും വിധേയമാക്കണം എന്നാണ് ലക്ഷ്യം വച്ചത്. മറുവശത്ത് മാർക്സ് മരിച്ച് നൂറുവർഷം കഴിഞ്ഞപ്പോൾ അത്തരത്തിൽ പുനർവിചിന്തനം ചെയ്യപ്പെട്ടതോ പരിഷ്കരിക്കപ്പെട്ടതോ ആയ മാർക്സിസത്തിന്റെ ഒരൊറ്റ ഭാഷ്യവും ആധിപത്യപദവിയിൽ എത്താൻ പാകത്തിന് സ്ഥാപിക്കപ്പെട്ടതായി കാണുന്നുണ്ടെന്ന് പറയാനാവില്ല.

ഏതായാലും പാരമ്പര്യ മാർക്സിസത്തെ ചോദ്യം ചെയ്യുന്നത് വർധിച്ചതൊടൊപ്പംതന്നെ മാർക്സിസത്തിന്റെ ഭൗതികമായ ആകർഷണീതയും സ്വാധീനവും ആഗോളതലത്തിൽ വർധന രേഖപ്പെടുത്തിക്കാണുന്നു. ഇത് 1980 കളിലേതുപോലെ സജീവവും വളർച്ച തുടരുന്നതുമായ മാർക്സിസ്റ്റ് രാഷ്ട്രീയപാർട്ടികളുടെ ആകർഷകത്വം കൊണ്ടല്ല എന്നു തീർച്ച. കാരണം, ഈ കാലഘട്ടത്തിൽ അത്തരം പാർട്ടികളിൽ

ഭൂരിഭാഗത്തിന്റെയും അവസ്ഥ അത്ര പ്രചോദനദായകമായിരുന്നില്ല. “ശരിയായി നിലനിൽക്കുന്ന സോഷ്യലിസ”ത്തെ പല തരത്തിലും പ്രതിനിധാനം ചെയ്യുന്നു എന്ന് അവകാശപ്പെട്ട രാജ്യങ്ങളുടെ ആകർഷത്വവുമല്ല അതിനു കാരണം. 1956 ന് മുമ്പ് യു എസ് എസ് ആറിനെ തൊഴിലാളികളുടെ രാജ്യങ്ങളിൽ ആദ്യത്തേതെന്നും ആദ്യത്തെ തൊഴിലാളി വിപ്ലവത്തിന്റെ ആദ്യത്തെ സോഷ്യലിസ്റ്റ് സമൂഹം സൃഷ്ടിക്കുന്നതിൽ വ്യാപൃതനായ രാജ്യമെന്നും കൊണ്ടാടിയിരുന്നു. അതിലെ ശരിതെറ്റുകൾ നിൽക്കട്ടെ. അത് ലോക കമ്യൂണിസ്റ്റ് പ്രസ്ഥാനത്തിലെ രണോത്സുകർക്കും 1945 നു മുമ്പ് ഒപ്പമുള്ള മറ്റുള്ളവർക്കും യഥാർഥ പ്രചോദനം തന്നെയായിരുന്നു. പക്ഷേ പിന്നീട് അത് ബുദ്ധിജീവികളിലും പൊതുജനങ്ങളിലും കൂടുതൽ കൂടുതൽ അന്യതാബോധം സൃഷ്ടിച്ചു. 1950 കൾ മുതൽ മാർക്സിസ്റ്റ് വിരുദ്ധതയുടെ മുഖ്യധാരയും രാഷ്ട്രീയതർക്കത്തിൽ വളരെ ലളിതമായ ഒരു വാദഗതിയാണ് ഉന്നയിച്ചു പോരുന്നത്. പലതരത്തിലും തിരുത്തിയതും വിസ്തൃതമാക്കിയതുമായ ‘നവ–മാർക്സിസ’ങ്ങളെപ്പോലും അത്, തിരസ്കരിച്ചു. മാർക്സിനെ കൃത്യമായി നിരാകരിച്ചില്ലെങ്കിൽ സ്റ്റാലിനിസത്തിലേക്കോ അത്തരം മറ്റേതെങ്കിലും ഒന്നിലേക്കോ ആയിരിക്കും പോക്ക് എന്നാണ് അവർ വാദിച്ചത്. മാർക്സിന്റെ സിദ്ധാന്തങ്ങൾ ഭൗതികമായി അസാധുവാണ് എന്ന് തെളിയിക്കാനുള്ള പരമ്പരാഗത ശ്രമങ്ങൾ ഉപേക്ഷിക്കപ്പെട്ടില്ലെങ്കിലും അത്ര പ്രമുഖമല്ലാതായിത്തീർന്നു. മാർക്സും മാർക്സിസ്റ്റുകാരും ഭൗതികമായി നിസ്സാരരാണ് എന്ന് തള്ളിക്കളയാനുള്ള ശ്രമങ്ങളും നന്നെ കുറഞ്ഞു.

മാർക്സിസ്റ്റ് സ്വാധീനവർധനയുടെ കാരണം മറ്റുപലതുമായിരുന്നു. 1950 കളിലെ പ്രത്യയശാസ്ത്രശുചീകരണം ഒരളവുവരെ അതിന് സഹായകമായി എന്നതിൽ സംശയമില്ല. ഫാസിസത്തിന്റെ പരാജയം വിപ്ലവസമാനമായ സംവാദങ്ങളുടെ ഒരു മുഖമുദ്ര എന്ന നിലയിൽ വലതുപക്ഷ റാഡിക്കലിസത്തെ കാണുന്ന രീതി ഒരു വേള ഇല്ലാതാക്കി. ഹിറ്റ്ലറിസവുമായി അതിന്റെ ബന്ധം, ഉദാരസാമൂഹിക വിമർശനത്തെ അതു ഉപേക്ഷിച്ചത് എന്നിവയെല്ലാം ഇതിന് കാരണമായി. ഈയിനം സാമൂഹ്യവിമർശനത്തെയാണ് 1950 കളിൽ പടിഞ്ഞാറൻ സമൂഹം സ്വന്തം പ്രശ്നങ്ങൾ പരിഹരിക്കാനുള്ള ശേഷിയുണ്ടെന്ന പേരിൽ ആഘോഷിക്കാനുള്ള ആത്മരതി കലർന്ന പ്രത്യയശാസ്ത്രമാക്കിയത്. അങ്ങനെ കളം മാർക്സിനായി ഒഴിച്ചിടപ്പെട്ട അവസ്ഥയായി. ബൂർഷ്വസമൂഹം മൗലികമായ വിമർശനം അർഹിക്കുന്നു, അതിലെ ഏറ്റവും പ്രകടമായ അസമത്വം, അനീതി എന്നിവയും വിമർശനം അർഹിക്കുന്നു (ഉദാഹരണത്തിന്, ‘മൂന്നാം ലോക’ത്തിൽ), ഈ വിമർശനം ഒരു അടിയന്തരാവശ്യമാണ് എന്ന തിരിച്ചറിവും ഒട്ടും തന്നെ അംഗീകരിക്കാനാവാത്ത വാഴ്ചകളോടുള്ള എതിർപ്പുമാണ് ആളുകളെ മാർക്സിസ്റ്റുകാരാക്കിയത്.

*   *   *   *   *

അച്ചടി സ്വതന്ത്രമായിരുന്ന രാജ്യങ്ങളിലും സ്പെയിൻ,പോർട്ടുഗൽ, ഗ്രീസ് ഇത്യാദി മർദക – സൈനിക സർക്കാരുകൾ പിൻവാങ്ങലിന്റെയോ അട്ടിമറിയുടെയോ വക്കിലായിരുന്ന രാജ്യങ്ങളിലും 1970 കളിൽ മാർക്സ്, മാർക്സിസം എന്നിവയുടെ ബൗദ്ധികതരംഗം അതിന്റെ ഉത്തുംഗതയിലായിരുന്നു. ജർമൻ റാഡിക്കലുകളുടെ നിയമവിരുദ്ധമായ പ്രസിദ്ധീകരണങ്ങൾ *(Raubdrucke)* മുതൽ ബ്രിട്ടണിലെയും ജർമൻ ഫെഡറൽ റിപ്പബ്ലിക്കിലെ സുർകാംപ് (*Suhkamp*), ബ്രിട്ടണിലെ പെൻഗ്വിൻ, ഇത്യാദി. മറ്റുതരത്തിൽ രാഷ്ട്രീയ മാലിന്യം ഏശാത്ത പ്രസാധാകരുടെ കാറ്റ്ലോഗുകൾ വരെ പഴയതും പുതിയതുമായ മാർക്സിസ്റ്റ് രചനകൾ ഒഴുകി. (ശത്രുതാമനോഭാവമുള്ള) ഒ യു പി മാർക്സിസത്തിന്റെ ഒരു ചരിത്രം മൂന്നു വാല്യങ്ങളിൽ പ്രസിദ്ധം ചെയ്തു. മാക്മില്ലൻ മാർക്സിന്റെ (സൗഹൃദ മനോഭാവമുള്ള) ജീവചരിത്രമിറക്കി. മാർക്സിസ്റ്റുകാർ തന്നെ പ്രസാധകസംരംഭങ്ങൾ ആരംഭിക്കുകയോ (ഉദാഹരണം ന്യൂ ലെഫ്റ്റ് ബുക്സ്) മാർക്സ്– എംഗൽസ് സമാഹാരങ്ങൾ (ബ്രിട്ടണിൽ), മാർക്സിസത്തിന്റെ ചരിത്രങ്ങൾ (ഇറ്റലിയിൽ) എന്നിവ ആസൂത്രണം ചെയ്യുകയോ ഉണ്ടായി. മാർക്സിന്റെ ചരമശതാബ്ദി അടുക്കുംതോറും മാർക്സിസ്റ്റുകാർക്ക് അര നൂറ്റാണ്ട് നീണ്ട അസാധാരണമായ മുന്നേറ്റത്തിലേക്ക് തിരിഞ്ഞു നോക്കാവുന്ന സ്ഥിതിയായി.

മാർക്സിന് അനുകൂലമല്ല കാറ്റ് എന്നതിന്റെ ചില സൂചനകൾ ഉണ്ടായിരുന്നു. പക്ഷേ തിരിച്ചടിയുടെ വേഗതയും തോതും ആർക്കും പ്രവചിക്കാനാവാത്തതായിരുന്നു. എഡിസിയോണി എയ്നൗദിയുടെ സംഘപ്രവൃത്തിയായ *Storia del marxismo* എന്ന വമ്പിച്ച പദ്ധതിയുടെ ഒന്നാം വാല്യം ഇറ്റാലിയൻ കമ്യൂണിസ്റ്റ് പാർട്ടി ഏറ്റവും വലിയ തിരഞ്ഞെടുപ്പ് വിജയം നേടിയ ദശകത്തിൽ അതിന്റെ ദേശീയോത്സവത്തിൽ വച്ച് പുറത്തിറക്കുന്ന പരിപാടിയിൽ പങ്കെടുക്കുമ്പോൾ എനിക്കുപോലും അത് പ്രവചിക്കാൻ കഴിഞ്ഞില്ല. ചരമശതാബ്ദിയെ തുടർന്നുള്ള കാൽനൂറ്റാണ്ട് മാർക്സിന്റെ പൈതൃകത്തിലെ ഏറ്റവും ഇരുണ്ട വർഷങ്ങളായി അടയാളപ്പെടാൻ പാകമായിരുന്നു.

15

പിൻവാങ്ങുന്ന മാർക്സിസം 1983–2000

മാർക്സ് മരിച്ച് ഒരു നൂറ്റാണ്ടു കഴിഞ്ഞപ്പോൾ മാർക്സിസം രാഷ്ട്രീയമായും ബൗദ്ധികമായും അതിവേഗം പിൻവാങ്ങുകയാണെന്ന് വ്യക്തമായി. അടുത്ത 25 വർഷത്തോളം ആ പിൻവാങ്ങൽ തുടർന്നു. നൂറ്റാണ്ടിന്റെ അവസാനം പുരുജ്ജീവനസാധ്യതയുടെ ചില ലക്ഷണങ്ങൾ കാണപ്പെട്ടു. ഇത് *New Yorker* ലെ ജോൺ കാസിഡിയെപ്പോലെ ബിസിനസ് ലോകത്തുള്ള നിരീക്ഷകരാണ് ഏറ്റവും വ്യക്തമായി കണ്ടത് എന്നത് ഒരു വിരോധാഭാസമാണ്. മുതലാളിത്ത സമ്പദ്വ്യവസ്ഥയുടെ വർധമാനമായ തോതിൽ നിയന്ത്രണം വിട്ട ആഗോളീകരണത്തെക്കുറിച്ചാണ് കാസിഡി പ്രവചിച്ചത്.ഏതായാലും മാർക്സ് കാലത്തിന് പ്രസക്തനായ ഒരു ചിന്തകനാണെന്ന പരിഗണന കാൽനൂറ്റാണ്ടോളം ഇല്ലായിരുന്നു എന്നതിൽ സംശയമില്ല. ലോകത്തിന്റെ മിക്ക ഭാഗങ്ങളിലും മാർക്സിസം മധ്യവയസ്കരും വൃദ്ധരുമായി അവശേഷിച്ച ഒരു പറ്റം ആളുകളുടെ ആശയസഞ്ചയമായി ചുരുങ്ങിപ്പോയി. മാർക്സ്–എംഗൽസ് സമാഹൃതകൃതികളുടെ അമ്പതുവാല്യങ്ങളുള്ള വിവർത്തനത്തിന്റെ അവസാനഗഡു 2004 ൽ പുറത്തുവന്നപ്പോൾ സ്വീകരിച്ചത് നിശ്ശബ്ദമായാണ്. പുതിയ മെഗ (MEGA) എന്ന പ്രൗഢമായ മറ്റൊരു പദ്ധതിയിൽ 122 വാല്യങ്ങളായിരുന്നു പുറത്തിറങ്ങേണ്ടത്. അതും 1970 കളിലെ മറ്റൊരു ഗംഭീരപരിപാടിയായിരുന്നു. ഏതായാലും മെഗയുടെ പുരോഗതി ഉജ്ജ്വലമായിരുന്നു. ഒരുവേള അത് ത്വരിതമാകുക കൂടിയുണ്ടായി. പക്ഷെ അതും ആരുടെയും ശ്രദ്ധ ആകർഷിച്ചില്ല. ഒരുപക്ഷേ കമ്യൂണിസ്റ്റ് സർക്കാരുകൾ ആസൂത്രണം ചെയ്ത് സാമ്പത്തികപിന്തുണ നൽകിയിരുന്ന ഒരു പദ്ധതിയിൽ നിന്ന് ബഹുരാഷ്ട്ര അക്കാദമിക സംരംഭത്തിലേക്കുള്ള ഭൗതികമായ തുടർച്ചയുടെ ഒരു മാതൃകാപഠനത്തിനപ്പുറം ഒന്നുമുണ്ടായില്ല. ആ അക്കാദമികസംരംഭത്തിന്റെ തന്നെ രാഷ്ട്രീയ പ്രത്യയശാസ്ത്ര

പ്രത്യാഘാതങ്ങളാകട്ടെ, ത്രിശങ്കുവിലുമായി.

മാർക്സിനും മാർക്സിസത്തിനും നേരിട്ട നാടകീയമായ ഈ തിരിച്ചടിയുടെ കാരണങ്ങൾ സ്പഷ്ടമാണെന്ന് ഒറ്റ നോട്ടത്തിൽ തോന്നും. മാർക്സും മാർക്സിസവുമായി ഔദ്യോഗികബന്ധമുള്ള രാഷ്ട്രീയവാഴ്ചകൾ 1980 കളിൽ യൂറോപ്പിൽ പ്രതിസന്ധി നേരിട്ടു. ചൈനയിൽ നാടകീയമായി ദിശ മാറി. യു എസ് എസ് ആറും അതിന്റെ ഉപഗ്രഹരാജ്യങ്ങളും തകർന്നതോടെ അവിടങ്ങളിൽ ഭരണകൂടമതമായി മാറിയിരുന്ന, സിദ്ധാന്ത–പ്രയോഗങ്ങളുടെ ആധികാരികത അവകാശപ്പെട്ടിരുന്ന മാർക്സിസം – ലെനിനിസവും തൂത്തെറിയപ്പെട്ടു. 'യഥാർഥത്തിൽ നിലവിലുള്ള സോഷ്യലിസം' എന്ന് അവകാശപ്പെട്ടിരുന്ന മേഖലയ്ക്ക് പുറത്ത് മാർക്സിസ്റ്റു ചിന്തയെ ഇത് ബാധിക്കേണ്ട കാര്യമുണ്ടായിരുന്നില്ല. കാരണം, സ്റ്റാലിന്റെ *Short Course* പൊതുവെ വൈരുധ്യാത്മകവും ചരിത്രപരവുമായ ഭൗതികവാദത്തിന്റെ അംഗീകൃതസമാഹാരമായി പരിഗണിക്കപ്പെട്ടിരുന്ന കാലമൊക്കെ എന്നേ കഴിഞ്ഞിരുന്നു. വരട്ടുതത്വവാദത്തിൽ അധിഷ്ഠിതമായ സോവിയറ്റ് യാഥാസ്ഥിതികത്വം സോവിയറ്റ് സമൂഹത്തിൽ നടക്കുന്ന /നടന്ന ഒന്നിനെപ്പറ്റിയും ഒരു യഥാർഥ മാർക്സിസ്റ്റ് വിശകലനത്തിന് വിധേയമാക്കാൻ അനുവദിക്കില്ലായിരുന്നു. 1956 ന് ശേഷം കമ്യൂണിസ്റ്റ് ഭരണകൂടങ്ങൾ ഇല്ലാത്ത സ്ഥലങ്ങളിലെ മിക്ക മാർക്സിസ്റ്റ് ചിന്തകരും ഈ യാഥാസ്ഥിതികത്വത്തെ തെളിഞ്ഞും(മോസ്കോ ലൈൻ കമ്യൂണിസ്റ്റ് പാർട്ടികൾക്കകത്ത്) ഒളിഞ്ഞും വിമർശിച്ചിരുന്നു. 1956 ന് ശേഷം ട്രോസ്കിയിസ്റ്റുകളും മാവോയിസ്റ്റുകളും അടക്കമുള്ള മാർക്സിസ്റ്റുകാരെ നിർവചിച്ചതുതന്നെ സോവിയറ്റ് പ്രത്യയശാസ്ത്രത്തോടും സോവിയറ്റ് ഭരണത്തോടുമുള്ള ശത്രുതയായിരുന്നു.

യു എസ് എസ് ആറിന്റെയും സോവിയറ്റ് മാതൃകയുടെയും പതനം കമ്യൂണിസ്റ്റുകാർക്കു മാത്രമല്ല, സോഷ്യലിസ്റ്റുകൾക്കും വേദനാകരമായിരുന്നു. കാരണം, സ്പഷ്ടമായ ന്യൂനതകൾ ഉള്ളപ്പോഴും സോഷ്യലിസ്റ്റ് സമൂഹം കെട്ടിപ്പടുക്കാനുള്ള ഒരേയൊരു ശ്രമമായിരുന്നു അത്. ഏകദേശം അര നൂറ്റാണ്ടോളം പഴയ മുതലാളിത്തരാജ്യങ്ങൾക്ക് ആഗോള പ്രതിബലമായി വർത്തിച്ച ഒരു വൻശക്തിയെയാണ് അത് സൃഷ്ടിച്ചത്. പാശ്ചാത്യഉദാരമുതലാളിത്തത്തോട് താരതമ്യപ്പെടുത്തുമ്പോൾ പല കാര്യങ്ങളിലും അത് അധമമായിരുന്നുവെങ്കിലും 1989 നു ശേഷം വാഷിങ്ടൺ പ്രത്യയശാസ്ത്രജ്ഞർ കൊണ്ടാടിയ വിജയഗാഥയുടെ പൊലിമ പങ്കുവയ്ക്കാത്തവർക്കുപോലും രണ്ട് കാര്യങ്ങളിലും അതിന്റെ പരാജയം ദൃശ്യമായിരുന്നു. മുതലാളിത്തത്തിന് അതിന്റെ മുഖ്യശത്രുവിനെ നഷ്ടമായി. വ്യത്യസ്തവും കൂടുതൽ മെച്ചപ്പെട്ടതുമായ ഒരു സോഷ്യലിസം (പ്രാഗ്വസന്തം പറഞ്ഞ "മനുഷ്യമുഖത്തോടു കൂടിയ" സോഷ്യലിസം) ഒക്ടോബർ വിപ്ലവത്തിന്റെ പൈതൃകത്തിൽനിന്ന് ആവിർഭവിക്കുന്ന പ്രത്യാശ പാടെ ഇല്ലാതാക്കുന്നതാണ് സോവിയറ്റ് യൂണിയന്റെ അന്ത്യമെന്ന് സോഷ്യലിസ്റ്റുകൾ മനസിലാക്കി. എൺപതു വർഷത്തെ പ്രയോഗത്തിനു ശേഷം മത്സരത്തിനു പകരം സഹകരണത്തിൽ അധിഷ്ഠിതമായ ഒരു സമൂഹം എന്ന മൗലികമായ സോഷ്യലിസ്റ്റ് പ്രത്യാശ കൈവി

ടാതിരുന്നവർക്ക് ഊഹത്തിന്റെയും സിദ്ധാന്തത്തിന്റെയും ഇടങ്ങളിലേക്ക് പിൻവാങ്ങേണ്ടി വന്നു. ചരിത്രപരമായ ഭാവിയെക്കുറിച്ച് തങ്ങളുടെ സിദ്ധാന്തം നടത്തിയ പ്രവചനങ്ങളുടെ വ്യക്തമായ പരാജയത്തിൽ നിന്ന് അവർക്കിടയിലെ മാർക്സിസ്റ്റുകാർക്ക് രക്ഷപ്പെടാൻ കഴിഞ്ഞില്ല.

സോഷ്യലിസ്റ്റ് ഭരണമില്ലാത്ത രാജ്യങ്ങളിലെ സോഷ്യലിസ്റ്റുകൾ ആകെ ചുണകെട്ട അവസ്ഥയിലായി. യഥാർഥത്തിൽ നിലനിൽക്കുന്ന സോഷ്യലിസമുള്ള രാജ്യങ്ങൾക്കകത്തുതന്നെ അതിജീവിച്ച ഏഷ്യൻ സർക്കാർ പാർട്ടികളിൽ വേരൂന്നാത്ത മാർക്സിസം-ലെനിനിസം മൊത്തത്തിൽ തൂത്തെറിയപ്പെട്ടു. ആ രാജ്യങ്ങളിൽ 'മുന്നണി സൈന്യ' മായ കമ്യൂണിസം തിരഞ്ഞെടുക്കപ്പെട്ട, ന്യൂനപക്ഷം വരുന്ന നേതാക്കൾക്കും ആക്ടിവിസ്റ്റുകൾക്കും വേണ്ടിയുള്ള ഒരു പ്രമാണമായിട്ടാണ് രൂപകൽപ്പന ചെയ്യപ്പെട്ടിരുന്നത്, റോമൻ കത്തോലിക്ക മതത്തെയോ ഇസ്ലാമിനെയോ പോലെ സാർവലൗകികമായ മതംമാറ്റത്തിനു പാകത്തിലല്ല. അതുതന്നെ പ്രത്യയശാസ്ത്രം ആവശ്യമായ മണ്ഡലത്തിനുപുറത്തുള്ളവരെ അപരാഷ്ട്രീയവൽക്കരിക്കുന്നതിലേക്കാണ് നയിച്ചത്. ജനങ്ങളെ ഒരുമിപ്പിച്ചുനിർത്തിയിരുന്നത് അവരെ ഭരണകൂടങ്ങളുമായി ബന്ധിപ്പിച്ചിരുന്ന പരമ്പരാഗതമായ കെട്ടുപാടുകളാണ്– ചരിത്രപരമായ അനുസ്യൂതി, രാജ്യസ്നേഹം, വംശീയവും മറ്റുമായ സ്വത്വം, സ്ഥാപിതമായ അധികാരത്തോടുള്ള അനുസരണയടക്കം; അല്ലാതെ, മാർക്സിസം –ലെനിനിസത്തിലുള്ള വിശ്വാസമല്ല. അത് ഒരു പക്ഷെ എല്ലാ കുട്ടികളും കടന്നുപോകേണ്ടുന്ന ധാർമിക/രാഷ്ട്രീയ വിദ്യാഭ്യാസത്തിന്റെ ബാക്കിപത്രമായി മാത്രമാണ് പരിഗണിക്കപ്പെട്ടത്. വ്യവസ്ഥിതി തകർന്നപ്പോൾ അനുസ്യൂതികൾ, സ്മരണകൾ, പ്രതികരണങ്ങൾ എന്നിവയെയാണ്, ഒരു പൗരമതത്തോടുള്ള കൂറിനെയല്ല അത് അവശേഷിപ്പിച്ചത്.

1980 കളോടെ അതിലെ ബുദ്ധിജീവികളിൽ വലിയൊരു പങ്കിനും വ്യവസ്ഥിതിക്കുവേണ്ടി ചെലവഴിക്കാൻ സമയമില്ലാതായി. വിമോചനത്തിന്റെ നാളുകളിൽ പുതിയ ഭരണക്രമങ്ങളെ ഉത്സാഹത്തോടെ പിന്തുണച്ചിരുന്നവർ ആണെങ്കിൽ (അവരിൽപ്പലരും അങ്ങനെയായിരുന്നു) നിശ്ശബ്ദതയിലേക്കോ പരസ്യമായ വിമതത്വത്തിലേക്കോ നീങ്ങി. ഉദാഹരണം: പോളണ്ടിലെ സോളിഡാരിറ്റിയുടെ മസ്തിഷ്കസംഭാരമായി മാറിയ സർവകലാശാലാ കമ്യൂണിസ്റ്റുകാർ. സോഷ്യലിസത്തോട് പ്രതിബദ്ധത തുടർന്നവർ പോലും "യഥാർഥത്തിൽ നിലവിലുള്ള" ഭാഷ്യത്തിന്റെ ന്യൂനതകളെക്കുറിച്ച് വിമർശനം ഉള്ളവരായിരുന്നു, അത് പരിഷ്കരിക്കണമെന്ന് ആഗ്രഹിക്കുന്നവരായിരുന്നു. വ്യവസ്ഥിതിയുടെ തന്നെ നേതൃസ്ഥാനത്തുള്ള കാഡർമാരെപ്പോലും അത് ബാധിച്ചു. 1980 നോടടുത്ത പോളണ്ടിൽ ഗവേഷണാർഥം എത്തിയ ഒരു വിദ്യാർഥിനി പോളിഷ് പാർട്ടി ഭാരവാഹികൾതന്നെ കമ്യൂണിസ്റ്റുകാർ എന്ന് സ്വയം വിവരിക്കാൻ പൂർണമായും വിസമ്മതിച്ചു എന്ന വസ്തുത ചൂണ്ടിക്കാണിക്കുന്നുണ്ട്. ഒരു കേന്ദ്രകമ്മിറ്റി അംഗത്തെ അടുത്തു കിട്ടിയപ്പോൾ അവൾ ചോദിച്ചു: "നിങ്ങൾ ഒരു കമ്യൂണിസ്റ്റാണോ?" കുറെനേരത്തെ മൗനത്തിനുശേഷം അയാൾ മറുപടി പറഞ്ഞു: "ഞാനൊരു പ്രായോഗികതാവാദി ആണ്."

പാർട്ടി അംഗങ്ങൾക്കിടയിലും മാർക്സിസത്തിന് (ഉന്നതങ്ങളിൽനിന്ന് ഉത്തരവാകുന്ന വെല്ലുവിളിക്കാനാവാത്ത പ്രമാണസഞ്ചയത്തിൽനിന്ന് വ്യത്യസ്തമാണിത്) വേരോട്ടം ഉണ്ടായിരുന്നില്ല. മിക്ക അംഗങ്ങൾക്കും/ അംഗത്വകാംക്ഷികൾക്കും അവരുടെ പ്രത്യയശാസ്ത്രത്തിന്റെ സത്യസന്ധതയോ, അതെങ്ങനെ പ്രായോഗിക്കാമെന്നതോ അല്ലായിരുന്നു പ്രധാനം,.അത് ബാധ്യസ്ഥത ഉളവാക്കുന്നതായി മാത്രമാണ് അവർ കണക്കാക്കിയത്. "സ്റ്റാലിന്റെ കാര്യത്തിൽ സംഭവിച്ചപോലെ ലൈൻ മാറിയാലോ?" മോസ്കോ ഹയർ പാർട്ടി സ്കൂളിലെ ഒരു ബ്രിട്ടീഷ് വിദ്യാർഥി ഒരു സോവിയറ്റ് സഹപാഠിയോടു ചോദിച്ചു. "അവൻ എന്നെ ഏതോ രാഷ്ട്രീയനിരക്ഷരനെ എന്നപോലെ നോക്കി. എന്നിട്ടു പറഞ്ഞു: *'അപ്പോൾ അതാകും അപ്പോഴത്തെ സത്യം.'* വ്യവസ്ഥിതി തകർന്നപ്പോൾ അതിലെ വരേണ്യവർഗത്തിന് ദുഃഖിക്കാൻ ഏറെയുണ്ടായിരുന്നു. സമ്പൂർമായ ഒരു ഭരണകൂട പ്രത്യയശാസ്ത്രം ഉൾപ്പെടെ. പക്ഷെ അതിന്റെ മാർക്സിസ്റ്റ്-ലെനിനിസ്റ്റ് ഭാഷ്യം ഉപേക്ഷിക്കാൻ അധികമാർക്കും പ്രയാസമുണ്ടായിരുന്നില്ല. പ്രമാണവുമായി ബന്ധപ്പെട്ട ഏതെങ്കിലും ഒരു ഉപസമിതിയിൽ അംഗമല്ലെങ്കിൽ (അത്തരം സമിതികൾ വത്തിക്കാനിലെ ദൈവശാസ്ത്രജ്ഞരുടേതിനോട് സാമ്യമുള്ളവയായിരുന്നു.) ഏതായാലും സോവിയറ്റനന്തര റഷ്യയിൽ അവർ യാതൊരു പ്രയാസവും കൂടാതെ ഭരണകൂടത്തിന്റെ അഭ്യുദയകാംക്ഷിത്വവും കാട്ടുമുതലാളിത്തവും മാഫിയാശക്തിയും ഒരുമിപ്പിച്ചു.

എന്നുവച്ച് മാർക്സിസത്തിൽനിന്നുള്ള പിൻമാറ്റം മാർക്സിസ്റ്റ്-ലെനിനിസ്റ്റ്, മാവോയിസ്റ്റ് ഭരണകൂടങ്ങളുടെ പതനത്തിന്റെയോ പരിവർത്തനത്തിന്റെയോ മാത്രം ഫലമാണ് എന്നു കരുതുക വയ്യ. കാരണം, അത് അതിലും വളരെ മുമ്പ് ആരംഭിച്ചിരുന്നു. ഭരണാധികാരം ഇല്ലാത്ത കമ്യൂണിസ്റ്റ് പാർട്ടികളുടെ ക്രമമായ തകർച്ച, സ്വഭാവമാറ്റം എന്നിവ ഒരു പ്രധാനഘടകമായിരുന്നു. യൂറോപ്പിൽ അത് ദൃശ്യമായിരുന്നു. ആ പാർട്ടികൾ ഇടതുപക്ഷത്തിൽ മേൽക്കോയ്മ പുലർത്തിയിരുന്ന ഫ്രാൻസിലും ഇറ്റലിയിലും 1945 നു ശേഷമുള്ള ബുദ്ധിജീവികളുടെ തലമുറയ്ക്കുമേൽ അവയ്ക്ക് അധീശത്വം നഷ്ടപ്പെട്ടു. ഫാസിസ്റ്റ്വിരുദ്ധത, ലോകയുദ്ധം, പ്രതിരോധം എന്നിവയുടെ സ്വാധീനത്തിൽ രൂപപ്പെട്ട ഒരു പ്രായപരിധിയിൽ ഉള്ളവരുടെ രാഷ്ട്രീയ - സാംസ്കാരിക മണ്ഡലത്തിൽനിന്നുള്ള തിരോധാനവും ചെറുതല്ലാത്ത രീതിയിൽ ഈ പരിതോവസ്ഥയ്ക്ക് കാരണമായിട്ടുണ്ട്. യൂറോപ്യൻ സ്റ്റേറ്റിതര കമ്യൂണിസ്റ്റ് പാർട്ടികളുടെയും സോഷ്യലിസ്റ്റ് പാർട്ടികളുടെയും സർക്കാരുകളുടെയും പ്രതിസന്ധി 1980 കളുടെ തുടക്കത്തോടെ കൂടുതൽ സ്പഷ്ടമായി. ഫലത്തിൽ പാശ്ചാത്യരാജ്യങ്ങളിലെ അജൻഡയിൽനിന്ന് ലെനിൻ പുറത്തായ വസ്തുത വെളിവായിട്ട് കുറച്ചു കാലമായിരുന്നു. റാഡിക്കലീകൃതമായ വിദ്യാർഥി പ്രസ്ഥാനങ്ങൾ അതു തിരിച്ചറിയാൻ 1968 വരെ കാക്കേണ്ടി വന്നു എന്നു മാത്രം. എക്സ്പ്രസ് വേഗത്തിൽ അന്തർദേശീയ സമ്പദ്ക്രമം ആഗോളീകരിക്കപ്പെടുന്ന അവസ്ഥയിൽ, ഉദാരവാദം ലോകത്താകെ പുനർജനിച്ചുകൊണ്ടിരുന്ന 1973 നു ശേഷമുള്ള കാലഘട്ടത്തിൽ ഭരണ

കൂടത്തിന്റെ ക്രമത്താലുള്ള പ്രവർത്തനത്തിന്റെ ഫലമായി ഉണ്ടാകുന്ന പരിഷ്കരണം എന്ന ഫാബിയൻ ആശയത്തിന്റെ വക്താവായ ബേൺസ്റ്റീനും ഇത് ബാധകമായിരുന്നോ എന്ന് അത്ര വ്യക്തമായിരുന്നില്ല. ഇത് കൂടുതൽ വ്യക്തമായത് പ്രസിഡന്റ് ഫ്രാങ്കോയിസ് മിത്തറാങ്ങിന്റെ പരിപാടി 1981 ൽ പരാജയപ്പെട്ടതിനുശേഷവും പ്രസിഡന്റ് റീഗൻ, പ്രധാനമന്ത്രി മാർഗരറ്റ് താച്ചർ എന്നിവരുടെ ഭരണകാലത്തുമാണ്. 1970 കളിൽ ഒരു പുതിയ കാലഘട്ടം ആരംഭിച്ചിരുന്നെങ്കിലും പുസ്തകക്കടകളിലും സെമിനാറുകളിലും മാർക്സിസ്റ്റ് സാന്നിധ്യം ഉച്ചാവസ്ഥയിലായിരുന്നു. അവയുടെ നാടകീയമായ വിജയത്തിന് വലിയ തോതിൽ സഹായിച്ചത് രാഷ്ട്രീയ-തൊഴിലാളി യൂണിയനുകളുടെ രണോത്സുകതയായിരുന്നു.

രാഷ്ട്രീയം മാറ്റിവച്ചാൽ ബുദ്ധിജിവികൾക്കിടയിൽ മാർക്സിസം നടേതന്നെ പിന്നോട്ടടി തുടങ്ങിയിരുന്നു. 1980 വരെ അതത്ര വെളിവായില്ല എന്നുമാത്രം. മാർക്സിസം മാത്രമല്ല രണ്ടാംലോകയുദ്ധത്തിനു ശേഷം പാശ്ചാത്യചിന്തയിൽ ആധിപത്യം പുലർത്തിപ്പോന്ന, മനുഷ്യസമൂഹസംബന്ധിയായ എല്ലാ ആശയങ്ങളും ഇതേ അവസ്ഥയിലായിരുന്നു. അവയിൽ ഒന്നു മാത്രമാണല്ലോ, മാർക്സിസം. പ്രകൃതിശാസ്ത്രങ്ങൾ പോലും ആക്രമണവിധേയമായി. സാങ്കേതികവിദ്യ ഉണ്ടാക്കുന്ന, അഥവാ ഉണ്ടാക്കിയേക്കാവുന്ന നാശത്തിന്റെ പേരിൽ മാത്രമല്ല, ലോകത്തെ മനസിലാക്കാനുള്ള രീതികൾ എന്ന നിലയ്ക്ക് അവയുടെ സാധുത തന്നെ ചോദ്യം ചെയ്യപ്പെട്ടതു കൊണ്ടുകൂടിയാണ് ഈ ആക്രമണമുണ്ടായത്.

ഇത് ഒരുപക്ഷെ ഏറ്റവും കുറഞ്ഞ തോതിൽ പ്രതിഫലിച്ചത് സാമ്പത്തികശാസ്ത്രത്തിലായിരുന്നു. അവിടെ മാർക്സിസം എപ്പോഴും ഉപരിപ്ലവസാന്നിധ്യം മാത്രമായിരുന്നു. ശരിയാണ്, ആദ്യത്തെ 10 നോബെൽ പുരസ്കാര ജേതാക്കളിൽ മൂന്നു പേരും സോവിയറ്റ് യൂണിയന്റെ ആദ്യകാലത്ത് രൂപപ്പെട്ടവരോ ഭാഗികമായി അതിന്റെ സ്വാധീനമുള്ളവരോ ആയിരുന്നു. (വാസിലി ലിയോൺറ്റീഫ്, സൈമൺ കുസ്നെറ്റ്സ്, ലിയോനിഡ് കാന്റ്റോവിച്ച്). ഏതായാലും 1974 ൽ ഫ്രീഡ്റിച്ച് വോൺ ഹയെക്കിനാണ് നോബെൽ സമ്മാനം കിട്ടിയത്. അദ്ദേഹത്തിന്റെ പ്രത്യയശാസ്ത്രപ്രതിയോഗി സ്വീഡൻകാരനായ ഗുന്നർ മിർഡാലും ഒപ്പമുണ്ടായിരുന്നു. 1976 ൽ അത് കിട്ടിയത് മിൽട്ടൺ ഫ്രീഡ്മാനാണ്. അക്കാലം മുതൽതന്നെ കെയ്നീഷ്യൻ സിദ്ധാന്തവും ഇടപെടൽഅധിഷ്ഠിതമായ മറ്റു സിദ്ധാന്തങ്ങളും വിട്ട് അനുരഞ്ജനരഹിതമായ ഉദാരവാദത്തിലേക്കുള്ള മടക്കമാണ് സാമ്പത്തികശാസ്ത്രത്തെ അടയാളപ്പെടുത്തിയത്. നിലവിലുണ്ടായിരുന്ന പൊതുസമവായത്തിലെ വിള്ളലുകൾ 1990 കളുടെ അവസാനംവരെ പ്രത്യക്ഷപ്പെട്ടു തുടങ്ങിയില്ല.

മാർക്സിസ്റ്റുകാരുടെയും മാർക്സിസ്റ്റേതരുടെയും രാഷ്ട്രീയ-പ്രത്യയശാസ്ത്രപരം എന്നതിനേക്കാൾ രീതിശാസ്ത്രപരമായ സ്ഥാനീകരണം സാമൂഹിക - മാനവിക ശാസ്ത്രങ്ങളിൽ കൂടുതൽ സ്പഷ്ടമാ

യിട്ട് കുറേക്കൂടി കാലമായിരുന്നു- ചുരുങ്ങിയ പക്ഷം യു എസ് എക്ക് പുറത്ത്, അതും സാമൂഹികശാസ്ത്രത്തിലും ചരിത്രത്തിലും. പത്തൊൻപതാം നൂറ്റാണ്ടിന്റെ ഉത്തരാർധം മുതൽ തന്നെ സമൂഹത്തിന്റെ പ്രവർത്തനങ്ങൾ മനസിലാക്കാനുള്ള ശ്രമമായ സോഷ്യോളജി മാർക്സിസവുമായി കെട്ടുപിണഞ്ഞു കിടക്കുകയായിരുന്നു. ലോകത്തെ വ്യാഖ്യാനിക്കുകയല്ല, മാറ്റുകയാണ് ലക്ഷ്യമെന്ന് മാർക്സിസംപോലെ സോഷ്യോളജിയും വിശ്വസിച്ചു. അക്കാദമിയിൽ അതിന്റെ സ്ഥാപകപിതാക്കന്മാരുടെ സ്ഥാനത്തു നിന്ന് അഗസ്റ്റെ കോംതെയും ഹെർബർട്ട് സ്പെൻസറും മാറി ദുർഖിമും മാർക്സും വെബറും വന്നു. മാർക്സ് ഇതിനെ ഒരു പ്രത്യേക അന്വേഷണമേഖലയായി കണക്കാക്കാമായിരുന്നു എന്നു വിശ്വസിക്കാൻ കാരണമൊന്നും കാണുന്നില്ല. 1960 കൾ മുതൽ ഉന്നത വിദ്യാഭ്യാസ രംഗത്ത് നടന്ന അഭൂതപൂർവമായ വികാസം അതിന് അസാധാരണമായ പ്രാമുഖ്യം ലഭിക്കുന്നതിന് സഹായകമായി. ഇപ്പോൾ യു കെയിലെ നാൽപ്പത്തഞ്ച് സർവകലാശാലാ സ്ഥാപനങ്ങളിൽ സോഷ്യോളജി വിഭാഗങ്ങൾ ഉണ്ട്; അല്ലെങ്കിൽ സോഷ്യോളജി കൂടി ഉള്ള വിഭാഗങ്ങൾ. രാഷ്ട്രീയറാഡിക്കലീകരണം പല വിദ്യാർഥികളെയും അതൊരു പഠനവിഷയമാക്കി എടുക്കാൻ പ്രേരിപ്പിക്കുകയും ചെയ്തു. സർവകലാശാലകളിലെ റാഡിക്കൽ അന്തരീക്ഷം മങ്ങിത്തുടങ്ങിയതോടെ ബൗദ്ധികമായ അതിന്റെ പ്രാമുഖ്യവും കുത്തനെ താണുതുടങ്ങി.

ചരിത്രവും വിദ്യാർഥി റാഡിക്കലിസത്തോട് ബന്ധപ്പെട്ട വിഷയമായി. പക്ഷേ ഒരു പഠനമേഖല എന്ന നിലയിൽ അതിന്റെ പരിണാമം കുറേക്കൂടി വിജ്ഞാനപ്രദായകമാണ്. പൊതുവെ എല്ലാത്തരം സാമാന്യവൽക്കരണങ്ങൾക്കും എതിരായ, ഏറെയും പ്രമുഖവ്യക്തിത്വങ്ങളുടെ ക്രിയകളുമായി ബന്ധപ്പെട്ട സംഭവങ്ങളുടെ കാലാനുക്രമമായ രാഷ്ട്രീയ-സൈനിക-സ്ഥാപനപരമായ ആഖ്യാനങ്ങൾ അരങ്ങുവാണിരുന്ന, വരണ്ടുണങ്ങിയ ചരിത്ര വിജ്ഞാനീയത്തിന്റെ സാമ്പ്രദായികനിലങ്ങൾ ഒന്നനയ്ക്കുക എന്ന ലക്ഷ്യമുള്ള ആധുനികവൽക്കരണധാരയുടെ ഭാഗമായിരുന്നു, ഇവിടെ മാർക്സിസ്റ്റുകാർ. സാമൂഹികശാസ്ത്രങ്ങളുടെ ഉൾവെളിച്ചങ്ങളെയും രീതികളെയും ഏകോപിപ്പിച്ചുകൊണ്ടായിരുന്നു, ഈ ആധുനികവൽക്കരണശ്രമങ്ങൾ നടത്തപ്പെട്ടിരുന്നത്. പത്തൊൻപതാം നൂറ്റാണ്ടിന്റെ അവസാനത്തോടെ പരിഷ്കർത്താക്കൾ - വ്യത്യസ്ത വിഷയമേഖലകളിൽനിന്നും പ്രത്യയശാസ്ത്ര പദ്ധതികളിൽനിന്നും വന്നവരായിരുന്നു, അവർ - അംഗീകൃത സാന്നിധ്യമായി മാറിയിരുന്നു. പക്ഷേ, അക്കാദമികചരിത്രത്തിന്റെ ദുർഗം വളയുന്നതിൽ അവർ ഏറെയൊന്നും മുന്നേറിയിരുന്നില്ല. അതിന്റെ വെളിമ്പുറങ്ങളിൽ "സാമ്പത്തിക- സാമൂഹിക ശാസ്ത്രം" എന്നൊരു കാവൽമാടം സ്ഥാപിച്ചതൊഴിച്ചാൽ. യുദ്ധങ്ങൾക്കിടയിലെ കാലത്തും പ്രത്യേകിച്ച് 1930 കളിലും അവർ കുറച്ചൊക്കെ പുരോഗതി കൈവരിച്ചു. പക്ഷേ രണ്ടാം ലോകയുദ്ധം വരെ അവർ ശക്തമായ സാന്നിധ്യമൊന്നും ആയില്ല.

പിന്നെ അവർ ഫലപ്രദമായി ചരിത്രമെന്ന പഠനമേഖലയെ പ്രചോ

ദിപ്പിക്കുകയും മാറ്റുകയും ചെയ്തത് പ്രധാനമായും ചരിത്രവും സാമൂഹികശാസ്ത്രങ്ങളും തമ്മിലുള്ള ബാന്ധവത്തെ അനുകൂലിക്കുന്ന ആനുകാലികങ്ങൾ വഴിയാണ്. മാർക് ബ്ലോഹിന്റെയും ലുഷ്യൻ ഫെബ്വ്രെയുടെയും പ്രശസ്തമായ *Annales d' histoire' economique et sociale* അവയിൽ എടുത്തു പറയേണ്ട ഒന്നാണ്. സാമ്പ്രദായികചരിത്രത്തിന്റെ സൈനികോത്സുകമായ എതിരാളിയായിട്ടാണ് ഫ്രാൻസിൽ അത് 1929 മുതൽ അറിയപ്പെട്ടത്. മാറിയ പേരോടെ ഫെർണാണ്ട് ബ്രോദെലിന്റെ കീഴിൽ അത് ലോകമാകെ ഏറ്റവും സ്വാധീനശക്തിയുള്ള ചരിത്ര ആനുകാലികമായി മാറി. ബ്രോദെൽ തന്നെയാണ് പുതിയതായി നിർമിക്കപ്പെട്ട 'മെയ്സൻ ഡെസ് സയൻസസ് ഡെ എൽ ഹോമെ'യിൽ പഴയ സർവകലാശാലയ്ക്ക് ശത്രുസ്ഥാപനമായി സ്കൂൾ ഓഫ് അഡ്വാൻസ്ഡ് സ്റ്റഡി ഇൻ ദ സോഷ്യൽ സയൻസ് (*Ecole des Hautes Etudes en Science Sociales*) സ്ഥാപിച്ചത്. ബൗദ്ധികമായ ഉൽപ്പത്തി കൊണ്ടോ അനുഭാവം കൊണ്ടോ *Annales* പദ്ധതി ഒരു തരത്തിലും മാർക്സിസ്റ്റ് ആയിരുന്നില്ല. പക്ഷെ അത് ബ്രിട്ടീഷ് മാർക്സിസ്റ്റ് ചരിത്രകാരന്മാർ സ്ഥാപിച്ച *Past & Present* എന്ന ആനുകാലികത്തിന് പ്രചോദനമായി. പഴയ ശൈലിയിലുള്ള അക്കാദമിക് ഔപചാരികമായ ഒരു എതിർസ്ഥാപനം ഇല്ലാതിരുന്നതിനാൽ ഇത് കുറച്ചു കൂടി മിതമായ ഒരു ആംഗലേയബദലായി. രണ്ടും 1960 നുശേഷം 'ചരിത്രപരമായ സാമൂഹികശാസ്ത്രം *(Historical Social Science)* എന്ന തലക്കെട്ടിൽ ജർമൻ ചരിത്ര വിജ്ഞാന ശാഖയുടെ പരിഷ്ക്കരണത്തെ സ്വാധീനിച്ചു. ഇതിന് ഉപോദ്ബലകമായി പുതിയ സർവകലാശാലകളും ഉണ്ടായി. ബീലെഫെൽഡിലേതിലേതാണ് ഇതിൽ ശ്രദ്ധേയം. ജർമൻ പരിഷ്കർത്താക്കളെ പ്രചോദിപ്പിച്ചത് മാർക്സിനേക്കാൾ ഏറെ മാക്സ് വെബറാണ്. അതേസമയം വിഷയാന്തര ആനുകാലികമായി *Comparaitive Study in Society and History* യു എസ് എയിൽ സ്ഥാപിക്കപ്പെടുന്നുണ്ട്. അത് പിന്നീട് കുറെക്കൂടി വിപുലമാക്കി *Social Science History Association* എന്ന പേരിൽ പ്രവർത്തനനിരതമാകുന്നുണ്ട്.

1970 ഓടെ പരിഷ്കർത്താക്കളാണ് ചർച്ചയുടെ സ്വരം നിർണയിക്കുന്നത് എന്ന സ്ഥിതി വന്നു എന്നതിന് സംശയമില്ല. പരമ്പരാഗതചരിത്രകാരന്മാർ തീർത്തും പ്രതിരോധത്തിലായി. കൂടുതൽ കൂടുതൽ റാഡിക്കലീകൃതമായ ഒരു വലിയ സംഘം സർവകലാശാല വിദ്യാർഥികൾ അവരുടെ സ്വാധീനവൃത്തം വിപുലമാക്കുന്നുണ്ട്. അവർ 'സാമൂഹിക ചരിത്ര'ത്തെയും കുറേക്കൂടി സൈദ്ധാന്തികമായ സോഷ്യോളജിയെയും യുവബുദ്ധിജീവികളുടെ ഇഷ്ടവിഷയങ്ങളാക്കി മാറ്റാൻ യത്നിച്ചു. ഈ സംഭവവികാസങ്ങളിൽ മാർക്സും മാർക്സിസവും നിർവഹിച്ച പങ്ക് എന്തായിരുന്നുവെന്ന് വിലയിരുത്തുക പ്രയാസമാണ്. പക്ഷെ 1971 ൽ ഈ മേഖലയെ സംബന്ധിച്ചു നടന്ന ഒരു പര്യവേക്ഷണത്തിലെ പദസൂചിയിൽ അവരുടെ നാമം വരുന്നതിന്റെ ആവൃത്തി മറ്റേതൊരു ചരിത്രകാരന്റെയും ചരിത്രപഠനപദ്ധതിയുടെയും ആവൃത്തിയേക്കാൾ എത്രയോ

അധികമാണ്. 1907–2007 കൂടിയ നൂറ്റാണ്ടിലെ ബ്രിട്ടീഷ് ചരിത്രവിജ്ഞാനീയത്തിൽ ഉൾപ്പെട്ട ഒരു ചരിത്രകാരനെ സംബന്ധിച്ചിടത്തോളം 'മുൻകാലഘട്ടത്തിലെ പഴയ പാഠപുസ്തകങ്ങളിൽ ഗ്രന്ഥപ്പുരയിലെ വിദൂരമായ കോണിൽ ഇരിക്കുന്നവയിൽ ഏറ്റവും അവസാനം വിടപറഞ്ഞത്' മാർക്സിസ്റ്റ് രചനതന്നെയാണ്. ചരിത്രകാരന്മാർക്ക് തെരഞ്ഞെടുക്കാൻ മറ്റൊന്നും ഇല്ലാത്ത കമ്യൂണിസ്റ്റ് സർക്കാരുകൾ ഉള്ള രാജ്യങ്ങളിൽ ഒഴികെ, മാർക്സിസ്റ്റ് ന്യൂനപക്ഷം എപ്പോഴും ചരിത്രവിജ്ഞാനീയത്തിന്റെ ആധുനികവൽക്കരണമെന്ന മഹത്തായ പദ്ധതിയിലെ ഒരംശം മാത്രമായിരുന്നു. അതുതന്നെ വിജയിച്ചു എന്നാണ് പിന്നീട് തോന്നിയത്.

ചരിത്രത്തെ ആധുനികവൽക്കരിക്കാൻ യത്നിച്ച പുരോഗമന ചിന്താഗതിക്കാരുടെ താർക്കികലളിതവൽക്കരണങ്ങളും ആത്മവിശ്വാസവും (ഫ്രാൻസിലെപോലെ) അവരെ വിമർശനത്തിന് തുറന്നിട്ടു എന്നതിൽ ഏറെ അത്ഭുതപ്പെടാനില്ല. ഫ്രഞ്ചുകാർ 'സംഭവങ്ങളുടെ ചരിത്രം' എന്ന് തരംതാഴ്ത്തുകയും മാർക്സിസ്റ്റുകാർ 'ചരിത്രത്തിൽ വ്യക്തിയുടെ പങ്ക്' എന്ന് ഒതുക്കുകയും ചെയ്ത പ്രക്രിയയെ അവഗണിച്ചതോടെ ഹിറ്റ്ലറുടെ ജർമനിയെപ്പറ്റിയും സ്റ്റാലിന്റെ സോവിയറ്റ് യൂണിയനെപ്പറ്റിയും പര്യാപ്തമായ ഒരു ചരിത്രരചന ഇതുവരെ നടക്കാതെ പോയി. പക്ഷെ 1970 കളുടെ തുടക്കം മുതൽ മധ്യം വരെ ഇതിൽ കൂടുതലും നാം കാണുന്നുണ്ട്. സാമൂഹിക ശാസ്ത്രങ്ങളിലൂടെ മനുഷ്യസംഘങ്ങളുടെ ഘടനയും മാറ്റവും മനസിലാക്കാനുള്ള ശ്രമത്തെക്കുറിച്ച് ഒരു പുതിയ സംശയാലുത്വം ഉടലെടുത്തു. സോഷ്യോളജിയിലും സാമൂഹികനരവംശശാസ്ത്രത്തിലും ഒരു കാലത്ത് ഒരേപോലുള്ള വസ്തുനിഷ്ഠതാവിരുദ്ധവും ഘടനാവിരുദ്ധവുമായ ഒരു വഴിത്തിരിവ് കാണാം. അവ 'വിമർശനാത്മകസിദ്ധാന്ത' മെന്ന് വിളിക്കപ്പെടുന്ന ആശയവുമായി ചേർന്ന് ആധുനികോത്തര ആപേക്ഷികതയുടെ ചില തീവ്രരൂപങ്ങൾ ഉൽപ്പാദിപ്പിക്കുന്നതും കാണാം. ചരിത്രേതരമായ ഒരു വിപണി സന്തുലനം ലക്ഷ്യം വച്ച് സ്വതാൽപ്പര്യങ്ങൾക്കു വേണ്ടി യുക്തിപൂർവം പ്രയത്നിക്കുന്ന വ്യക്തികളുടെ ഒരു കലവിയായി നവ–ക്ലാസ്സിക്കൽ സാമ്പത്തികശാസ്ത്രം സമൂഹത്തെ ചുരുക്കി. സാമൂഹികശാസ്ത്രങ്ങൾക്ക് ഏറെ പ്രിയങ്കരമായ രീതികളിൽ നിന്നും സാമൂഹികപരിവർത്തനത്തിന്റെ വിഷയാന്തരമായ 'പ്രധാനസമസ്യ'കളിൽ നിന്നും ഓടിക്കളഞ്ഞു, പുതിയ ചരിത്രകാരന്മാർ. അവർ ചെന്നെത്തിയതോ, ഘടനാപരമായ വിശകലനത്തിലെന്നതിനേക്കാൾ ആഖ്യാനപരമായ (പ്രത്യേകിച്ച് രാഷ്ട്രീയാഖ്യാനപരമായ) വിശകലനത്തിലാണ്. ഒരു വശത്ത് അവർ സംസ്കാരം, ആശയങ്ങൾ എന്നിവയിലേക്കും മറുവശത്ത് ചരിത്രാനുഭവങ്ങളോടുള്ള തന്മയീഭാവം എന്നിവയിലേക്കും ആണ് നീങ്ങിയത്. അതിലെ ഒരു പ്രധാനശാഖ ചരിത്രപരവും സാമൂഹികവുമായ സാമാന്യവൽക്കരണങ്ങളെയും പ്രവചനാത്മകതകളെയും മാത്രമല്ല, ഒരു വസ്തുനിഷ്ഠ യാഥാർത്ഥ്യത്തെ പഠിക്കുക എന്ന സങ്കൽപ്പത്തെതന്നെ തിരസ്കരിച്ചു. അപ്പോൾ മേൽക്കൈ ഉണ്ടായിരുന്ന 'ആധുനികതാവാദി' കളിൽ നിന്നുള്ള ഈ പരാങ്മുഖത്വത്തിന്

പ്രത്യേകിച്ച് രാഷ്ട്രീയ-പ്രത്യശാസ്ത്ര സ്ഥാനീകരണമെന്നും ഉണ്ടായിരുന്നില്ല. മാർക്സിനോളം തന്നെ അതിന്റെ ഇരകളായിരുന്ന, ബ്രോദെലും അദ്ദേഹത്തിന്റെ, *Annales* ഉം പുതിയ തിരുത്തൽവാദത്തിലെ ചില വശങ്ങൾ പരമ്പരാഗതമായ യാഥാസ്ഥിതികർക്ക് സൗകര്യമായി തോന്നിയെങ്കിലും (ഉദാ: ചരിത്രപരമായ നിർണയാത്മകത ഇത് 'അങ്ങനെയെങ്കിൽ എന്ത്' രീതിയിലുള്ള പ്രതിവസ്തുതാചരിത്രത്തിലെ നിരവധി അഭ്യാസങ്ങൾക്ക് ഉറവിടമായി) അതിലെ ഭൂരിഭാഗവും വന്നത് 1968 നു ശേഷമുള്ള റാഡിക്കലിസത്തിന്റെ പശ്ചാത്തലത്തിൽ നിന്നാണ്. ചരിത്രപരമായ 'ഉത്തരാധുനികർ' എന്ന് വിളിക്കാവുന്ന ചിലതൊക്കെ വിപ്ലവാത്മക ഇടതുപക്ഷത്തുതന്നെ നിലയുറപ്പിക്കുകയും ചെയ്തു.

അതുകൊണ്ട് കമ്യൂണിസ്റ്റേതരലോകത്തെ മാർക്സിസത്തിൽ നിന്നുള്ള പിൻമാറ്റം 1970 കളിൽ സാമൂഹികശാസ്ത്രത്തിലും മാനവികശാസ്ത്രത്തിലും ഉണ്ടായ കൂടുതൽ പൊതുവായ ഒരു പരിവർത്തനത്തിന്റെ ഭാഗമാണ്. അതിന് ശീതയുദ്ധ പ്രത്യയശാസ്ത്രമോ യു എസ് എസ് ആറിനോടുള്ള ശത്രുതയോ ഏതെങ്കിലും കമ്യൂണിസ്റ്റ് പാർട്ടിയെ തള്ളിപ്പറയുന്ന വിമതത്വമോ ഒന്നുമായി പ്രത്യക്ഷമായ യാതൊരു ബന്ധവും ഇല്ലായിരുന്നു. 1950 കളിലും 1960 കളിലും ശക്തമായിരുന്ന അവ രാഷ്ട്രീയറാഡിക്കലിസത്തിന്റെ ശ്രദ്ധേയമായ മുന്നേറ്റവുമായി സഹവസിച്ചിട്ടുണ്ട്. ഈ മുന്നേറ്റത്തിൽ ബൗദ്ധികമാർക്സിസവും ഉൾപ്പെടുന്നു. അത് യൂറോപ്യൻ കമ്യൂണിസ്റ്റ് വാഴ്ചകളുടെ പതനത്തിന്റെ മുന്നോടിയും ആയിരുന്നില്ല. അവയെ വെറുത്തവർ പോലും സംഭവം നടക്കുന്നതിനു തൊട്ടുമുമ്പുവരെ അത് പ്രതീക്ഷിച്ചില്ല. 1970 കളിൽ മുമ്പോ ശേഷമോ ഇല്ലാത്തത്ര യൂറോപ്യൻ രാജ്യങ്ങളിൽ സോഷ്യൽ ഡെമോക്രസി പാർട്ടികളാണ് ഭരണം നടത്തിയിരുന്നത്. ആ സോഷ്യൽ ഡെമോക്രസിയിലെ പ്രതിസന്ധികളായിരുന്നു, അതിനുകാരണമെന്നും പറയാനാവില്ലല്ലോ. ബൗദ്ധികമാർക്സിസ്റ്റ് വിരുദ്ധത, ബൗദ്ധിക കമ്യൂണിസ്റ്റ് വിരുദ്ധത എന്നിവയുമായി ഏറ്റവുമധികം ബന്ധപ്പെടുത്തി പറയാറുള്ള പേരുകളിൽ ചുരുക്കം ചിലതൊഴിച്ചാൽ പുതിയതൊന്നും ഉണ്ടായിരുന്നില്ല. 'പരാജിത ദൈവ'ത്തെ തള്ളിപ്പറഞ്ഞവർ പോലും 1970നു മുമ്പുതന്നെ കമ്യൂണിസ്റ്റ് പാർട്ടികളുമായി ബന്ധം വിച്ഛേദിച്ചവരായിരുന്നു. പടിഞ്ഞാറൻ ശീതസേനാനികൾ സോവിയറ്റുകളുടെ 'ആശയപ്പോരാട്ട' ത്തെ ചെറുക്കാൻ ചിട്ടയായി ശ്രമിച്ചിരുന്നതിന്റെ മൂർത്തരൂപങ്ങളായിരുന്നു, സാംസ്കാരിക സ്വാതന്ത്ര്യസമ്മേളനങ്ങൾ. പക്ഷെ സമ്മേളനങ്ങൾക്ക് പണം കൊടുത്തിരുന്നത് സി ഐ എ ആണ് എന്ന് 1967ൽ വെളിപ്പെട്ടതോടെ അത്തരം ശ്രമങ്ങൾ അസ്തമിച്ചു.

മാർക്സിസത്തിൽ നിന്നുള്ള പിൻമാറ്റം പഴയ റാഡിക്കൽ ഇടതുപക്ഷത്തിനകത്തു തന്നെയാണ് ഉൽപ്പാദിപ്പിക്കപ്പെട്ടത്. മാർക്സിസത്തിന്റെ വിപ്ലവാത്മകഭാഷ്യങ്ങളിൽ അന്തർലീനമായിരുന്ന അനിച്ഛാപൂർവമായ ചരിത്രപരിണാമം, വിപ്ലവക്രിയയുടെ പങ്ക് എന്നിവ തമ്മിലുള്ള സംഘട്ടനവും അതിന് ആക്കം കൂട്ടി. ചരിത്രവികാസം അനിവാര്യമായും മുത

ലാളിത്തത്തിലേക്കും അതുകൊണ്ടുതന്നെ അനിവാര്യമായും സോഷ്യ ലിസത്തിന്റെ വിജയത്തിലേക്കും നയിക്കും എന്നുണ്ടെങ്കിൽ പിന്നെ സന്നദ്ധക്രിയയ്ക്ക് നിർണായകമായ പങ്കൊന്നും ഇല്ലെന്നാകും. ചരിത്ര വൃക്ഷത്തിൽ നിന്ന് പാകമാകുമ്പോൾ പഴം വീഴും. അപ്പോൾ പോലും അത് പെറുക്കുക എന്നതിൽ കവിഞ്ഞ് എന്താണ് വിപ്ലവക്രിയയ്ക്ക് ചെയ്യാനുള്ളത്? പ്രയോഗത്തിൽ ഇത് വിപ്ലവത്തിൽ പുതഞ്ഞുനിന്നിരുന്ന കൂട്ടർക്ക് പ്രശ്നങ്ങൾ ഉണ്ടാക്കുക മാത്രമേ ചെയ്തുള്ളൂ. സാമൂഹികവിപ്ല വത്തിന് സാധ്യതകൾ ഒട്ടുമില്ല എന്നാകുമല്ലോ. 1914നു മുമ്പുള്ള വർഷ ങ്ങളിൽ റാഡിക്കൽ ഇടതുപക്ഷം പ്രവർത്തനദാഹത്തോടെ നടക്കുക യായിരുന്നു. അവർ സ്വാഭാവികമായും ജർമൻ സോഷ്യൽ ഡെമോക്രസി യുടെ പരിണാമപ്രതീക്ഷകളുമായി താദാത്മ്യം പ്രാപിച്ച ഒരിനം മാർക്സി സത്തെ തള്ളിക്കളഞ്ഞു. യുവഗ്രാംഷി ഒറ്റ നോട്ടത്തിൽ "*Das Kapital* ന് എതിരായ ഒരു വിപ്ലവത്തെ''ക്കുറിച്ചു സംസാരിക്കുകപോലും ഉണ്ടാ യി. ഒന്നാം ലോക മഹായുദ്ധവും ഒക്ടോബർ വിപ്ലവവും മാത്രമാണ് അവരുടെ അതിതീവ്ര റാഡിക്കലിസത്തെ ലെനിൻ വഴി മാർക്സിലേക്ക് തിരികെ കൊണ്ടുവന്നത്. എന്തുവിലകൊടുത്താലും ആക്റ്റിവിസം കൈവിടില്ലെന്ന് ശഠിച്ച 1960കളിലെ പുതിയ റാഡിക്കൽ ഇടതുപക്ഷ പ്രസ്ഥാനങ്ങൾ നടന്നത് ഉയർന്ന സ്ഥിരവരുമാനം, ക്ഷേമം, ബിസിനസ് സംരംഭങ്ങളും തൊഴിലാളി യൂണിയനുകളും തമ്മിലുള്ള ഇണക്കം എന്നീ ഘടകങ്ങളിലൂടെ പാശ്ചാത്യ മുതലാളിത്ത വിജയത്തിന്റെ പരകോടിയിൽ എത്തിനിൽക്കുന്ന കാലത്താണ്. അവർ ഒരു വിപ്ലവവിഗ്രഹമായി പ്രതി ഷ്ഠിക്കപ്പെട്ടു കഴിഞ്ഞിരുന്ന താടിക്കാരൻ മാർക്സിനെ തള്ളിക്കളഞ്ഞില്ല. സന്നദ്ധകലാപത്തിന്റെ കുറേക്കൂടി അനുയോജ്യനായ ഒരു ബിംബമായി ചെ ഗുവേര കൂടുതൽകൂടുതൽ ആ സ്ഥാനത്ത് പ്രതിഷ്ഠിക്കപ്പെട്ടു തുട ങ്ങിയിരുന്നു എന്നതും സത്യമാണ്.

പക്ഷേ മാർക്സിസത്തിൽ അവർ ഇഷ്ടപ്പെടാത്തത് അനിവാര്യമായ 'തൊഴിലാളി മുന്നേറ്റ' മെന്ന സോഷ്യൽ ഡെമോക്രാറ്റുകളുടെ ഭാഷ്യമല്ല, ലെനിൻ മാർക്സിനുമേൽ കെട്ടിവച്ച കർക്കശമായ കേന്ദ്രീകൃത പാർട്ടി സംഘടനയാണ്. വിപ്ലവചരിത്രത്തെ സംബന്ധിച്ചിടത്തോളം അവർ മാർ ക്സിൽനിന്ന് ബക്കുനിനിലേക്കുള്ള പിൻമാറ്റത്തെയാണ് പ്രതിനിധാനം ചെയ്തത്. സോവിയറ്റ് കമ്യൂണിസത്തെപ്പറ്റി അവർക്ക് വെറുപ്പു തോന്നിയ സകലതും വന്നത് അതിലെ അച്ചടക്കമുള്ള കേന്ദ്രീകരണത്തിൽ നിന്ന്, കേന്ദ്രാനുശാസിതസത്യങ്ങളും പ്രവൃത്തികളും മുതൽ സ്റ്റാലിന്റെ ഇര കളുടെ കൂട്ടബലികുടീരങ്ങൾ വരെയുള്ള അംശങ്ങളിൽ നിന്ന് ആണ്. ഉൾപ്രേരിതപ്രവർത്തനം, അണികളുടെ മുൻകൈ, അനിയന്ത്രിതമായ ആത്മാവിഷ്കാരം (സ്വന്തം കാര്യം ചെയ്യൽ) എന്നിവയാണു അവർ വിപ്ല വപ്രക്രിയയുടെ അടിസ്ഥാനങ്ങളായി കണ്ടത്. നേതൃത്വത്തെ അവർ എപ്പോഴും സംശയത്തോടെ കണ്ടു. താഴെക്കിടയിലെ കൂട്ടായ്മകളിലെ വിവിധസ്വരങ്ങളിൽനിന്നു വേണം തീരുമാനങ്ങൾ ഉരുത്തിരിയാൻ. മാർ ക്സിസ്റ്റ് വിപ്ലവകാരികൾ പാരമ്പര്യലക്ഷ്യം വിട്ടുപോന്ന അധികാരക്കൈ

മാറ്റത്തിനുവേണ്ടി പ്രവർത്തനം തുടരാൻ തീരുമാനിച്ചവർക്കാകട്ടെ, വർഗ മർദനത്തിന്റെ സമൂഹത്തിൽ ലെനിനിസ്റ്റ് 'വിപ്ലവസാഹചര്യങ്ങൾ' ചരിത്രം തന്നെ ഉൽപ്പാദിപ്പിക്കും എന്ന് പ്രതീക്ഷിക്കാൻ കഴിയാതായി. അതുകൊണ്ട് അവർ പരമ്പരയാ മാർക്സിസ്റ്റുകാർ തള്ളിക്കളഞ്ഞു പോന്ന ചെറിയ നിയമവിരുദ്ധസംഘങ്ങളുടെ ഭീകരപ്രവർത്തനങ്ങളെയോ ആസൂത്രിതമായ സായുധകലാപങ്ങളെയോ കൂടുതൽകൂടുതൽ ആശ്രയിച്ചു തുടങ്ങി. ദരിദ്രവും അവികസിതവുമായ രാജ്യങ്ങളിൽ സ്ഥിരം സാമൂഹികസ്ഫോടനത്തിന് പാകമായ സാഹചര്യമാണ് എന്നതുകൊണ്ട് അവിടങ്ങളിൽ അവയ്ക്ക് ന്യായീകരണമുണ്ടാകാം. ചെ ഗുവേരയെപ്പോലെ പുറത്തുനിന്നുള്ള ഒളിപ്പോരാളികൾ ആ സ്ഫോടനാത്മകതയെ ഒന്ന് 'കേന്ദ്രീകരിച്ചു' കൊടുത്താൽ അത് അഗ്നിജ്വാലയായി പൊട്ടിത്തെറിച്ചുകൊള്ളും എന്നായിരുന്നു, അവർ വിശ്വസിച്ചത്. (പ്രായോഗികതലത്തിൽ 1960 കളിലും 1970 കളിലും തിരഞ്ഞെടുക്കപ്പെട്ട ഭൂഖണ്ഡത്തിൽ ക്യൂബൻ പ്രചോദിതമായ ഈ സിദ്ധാന്തം അമ്പേ പരാജയപ്പെട്ടു; റെഴി ദെബ്രെ എത്ര തന്നെ പ്രൗഢമായി അതിന് രൂപഭാവങ്ങൾ നൽകിയിട്ടും.) സമ്പന്ന സമ്പദ്വ്യവസ്ഥകളിൽ അവർക്ക് "കർമംകൊണ്ട് പ്രചാരണം" എന്ന പഴയ അരാജകത്വമുദ്രാവാക്യത്തെയും ചെറുസംഘഭീകരതയെയും ആശ്രയിക്കേണ്ടി വന്നു. അത്തരം പ്രവൃത്തികൾ തലക്കെട്ടുകൾക്കും നാടകീയചിത്രങ്ങൾക്കും വേണ്ടി വിശന്നു നടന്ന ഒരു മാധ്യമവൽകൃത സമൂഹത്തിൽ അപ്രതീക്ഷിതമായി വമ്പിച്ച പ്രത്യാഘാതങ്ങൾ സൃഷ്ടിക്കുകയും ചെയ്തു.

അങ്ങനെ, 1956നു ശേഷം പഴയ (മാർക്സിസ്റ്റ്) ഇടതുപക്ഷത്തിന്റെയും 1960കളുടെ പുതിയ സാംസ്കാരികറാഡിക്കലിസത്തിന്റെയും മഥനത്തിൽനിന്ന് നിരവധി പ്രവണതകളാണ് ഉരുത്തിരിഞ്ഞത്. രണ്ടാമതു പറഞ്ഞത് പരമ്പരാഗത മാർക്സിസ്റ്റ് വിശകലനത്തിൽനിന്ന് അകന്നുവെങ്കിലും പലപ്പോഴും (എപ്പോഴുമല്ല) ഇടതുപക്ഷത്തുതന്നെ നിലയുറപ്പിച്ചു: പ്രത്യേകിച്ച് ബ്രിട്ടണിലെ *History Workshop* പ്രസ്ഥാനം, ആനുകാലികം എന്നിവയും ജർമനിയിലെ *Everyday History (Alltagesgschichte)*, ഇന്ത്യയിലെ *Subaltern School* (കീഴാളപദ്ധതി), പലതരം വിമർശനാത്മകസിദ്ധാന്തരൂപങ്ങൾ (വനിതാവിമോചനത്തിന്റേതടക്കം), പരമ്പരാഗത തൊഴിലാളി പ്രസ്ഥാനങ്ങളിലെ പ്രതിസന്ധി ഉണ്ടാക്കിയ വിടവ് നികത്തുമെന്ന് അവർ പ്രതീക്ഷിച്ച 'നവ–സാമൂഹിക പ്രസ്ഥാന'ങ്ങളെ പ്രതിനിധാനം ചെയ്യുന്നതായി അവകാശപ്പെടുന്ന സ്വത്വചരിത്രങ്ങൾ എന്നിവ.

അതേസമയം (1970കളുടെ ആരംഭം മുതൽ ക്ലബ്ബ് ഓഫ് റോം നാടകീയവൽക്കരിച്ച) ഉൽപ്പാദിപ്പിക്കാനുള്ള മനുഷ്യവംശത്തിന്റെ അപാരമായ ശേഷി അനിയന്ത്രിതമായി വർധിച്ചതോടെ ഭാവിയിൽ ഒരു പരിസ്ഥിതി ദുരന്തത്തിന് കളമൊരുങ്ങുകയും അത് കൂടുതൽ നല്ല ഭാവിയിലേക്ക് ഉറ്റുനോക്കുന്ന ഒരു പരിണാമസിദ്ധാന്തം എന്ന നിലയ്ക്ക് മാർക്സിസത്തിന്റെ ആകർഷണീതയ്ക്ക് വിരുദ്ധമായി വർത്തിക്കുകയും ചെയ്തു.

ക്ഷീണിതമായ ബൂർഷ്വ സമൂഹത്തിന്റെ സ്വഭാവമായി 1930കളിൽ മാർക്സിസ്റ്റുകാർ കണ്ട "പുരോഗതിയുടെ പ്രതിസന്ധി" അതോടെ അവർക്കെതിരെ തിരിഞ്ഞു. പുരോഗതിയുടെ മുതലാളിത്തസ്വഭാവം സൃഷ്ടിക്കുന്ന അനീതികളും മർദനങ്ങളും എല്ലായ്പ്പോഴും തിരസ്കരിക്കപ്പെട്ടിട്ടുണ്ട്. എന്നാൽ അതേ പുരോഗതിതന്നെയാണ് അവിടെ ആക്രമണവിധേയമായത്. മുൻകാലത്ത് മാർക്സിസ്റ്റുകാർ കൊണ്ടാടിയേക്കുമായിരുന്നു. അഥവാ അനിവാര്യമെന്ന് കണക്കാക്കിയേക്കുമായിരുന്നു, (ആഗോളവൽക്കരണത്തെപ്പോലെ) മനുഷ്യന്റെ പ്രകൃതിക്കുമേലുള്ള കോയ്മയിലെ മുന്നേറ്റത്തിനെതിരെ സംരക്ഷണ-പരിപാലനങ്ങളുടെ മന്ത്രവുമായി ഇടതുപക്ഷം പ്രചാരണങ്ങൾ നടത്തിത്തുടങ്ങുകയായിരുന്നു. "ചരിത്രപരമായ അനിവാര്യത"യിലെ പ്രസാദാത്മകവശം മാറി നിഷേധാത്മകവശം ദൃശ്യമാകുന്നതോടെ ആ പിൻമടക്കത്തിന് ഏറ്റവും എളുപ്പം വിധേയമാകുന്ന ഒന്നായി, മാർക്സിസം.

രാഷ്ട്രീയ ഇടതുപക്ഷത്തിലേക്കുള്ള ഒരു ചുവടുമാറ്റം, പ്രത്യേകിച്ച് സർവകലാശാലാവിദ്യാഭ്യാസം നേടിയിട്ടുള്ള, രാഷ്ട്രീയ പ്രാധാന്യമുള്ള കൂട്ടർക്കിടയിൽ, ഒരുപക്ഷേ മാർക്സിന്റെ ഭാഗധേയത്തെ പുനരുജ്ജീവിപ്പിച്ചേനെ. കാരണം, അദ്ദേഹത്തിന്റെ സിദ്ധാന്തങ്ങൾ പലപ്പോഴും വ്യക്തികളുടെ/സംഘങ്ങളുടെ രാഷ്ട്രീയ റാഡിക്കലീകരണവുമായി, അല്ലെങ്കിൽ അധികാരപ്രമത്തതാ വാഴ്ചയിൽനിന്ന് രാജ്യങ്ങൾ മോചനം നേടി ഉയിർക്കുന്ന കാലയളവുകളുമായി ചേർത്താണ് വായിക്കപ്പെടാറുള്ളത്. ബ്രസീൽ, തായ്‌വാൻ, ദക്ഷിണ കൊറിയ, തുർക്കി എന്നീ യൂറോപ്യേതര രാജ്യങ്ങളിൽ 1970 നു ശേഷം മാർക്സിയൻ ബന്ധമുള്ള സാഹിത്യത്തിൽ താൽപ്പര്യം വർധിക്കാൻ രാഷ്ട്രീയപ്രവർത്തനം കാരണമായി എന്നതിന് ചില തെളിവുകളൊക്കെ ഉണ്ടെങ്കിലും പടിഞ്ഞാറൻ രാജ്യങ്ങളിൽ പൊതുവെ ഇങ്ങനെയൊന്നും സംഭവിച്ചില്ല. പടിഞ്ഞാറൻ ഇടതുപക്ഷത്തിന്റെ പ്രധാനസംഭരണിയായിരുന്ന തൊഴിലാളി അധിഷ്ഠിതമായ സോഷ്യൽ ഡെമോക്രാറ്റിക് പ്രസ്ഥാനങ്ങളുടെ പ്രതിസന്ധി അവയ്ക്കുള്ളിൽ സോഷ്യലിസാഭിലാഷങ്ങളെല്ലാം തല്ലിക്കെടുത്തി. കഴിഞ്ഞ 25 വർഷമായി ഒരൊറ്റ യൂറോപ്യൻ ഇടതുപക്ഷ നേതാവും ഒരു വ്യവസ്ഥയെന്ന നിലയിൽ മുതലാളിത്തത്തെ അംഗീകരിക്കാൻ കഴിയില്ല എന്നു പ്രഖ്യാപിച്ചതായി എനിക്കറിയില്ല. യാതൊരു മടിയും കൂടാതെ അത് ചെയ്തത് ജോൺ പോൾ രണ്ടാമൻ മാർപ്പാപ്പ മാത്രമാണ്. വ്യക്തിയുടെ രുചി, ജീവിതശൈലി എന്നിവയിലെ വൈവിധ്യങ്ങൾക്ക് ഇത്രമേൽ ഇടം കൊടുക്കുകയും സമ്പദ്‌വ്യവസ്ഥയിലും സമൂഹത്തിലും ഇത്രയധികം മാധ്യമവൽകൃതമായ ഒരു അസ്തിത്വംകൊടുക്കുകയും ചെയ്ത, പുഷ്കലമായ ഒരു മുതലാളിത്തവ്യവസ്ഥയിലേക്ക് 1968 ലെ കലാപതലമുറയെ - ഇത്തവണ സിറ്റുവേഷനിസ്റ്റുകളെ - ഉൾച്ചേർക്കുന്നത്ര എളുപ്പമായി മറ്റൊന്നും ഉണ്ടായിരുന്നില്ല. അക്കാദമികമികവ് സാമ്പത്തിക ലാഭമായി വിവർത്തനം ചെയ്യുന്ന ഏർപ്പാട് വർധിച്ചു. 1990 കളും 2000 ത്തിൽ തുടങ്ങിയ ദശകവും ശതകോടീശ്വരന്മാരായ ഗവേഷണബിരുദധാരിക

ളുടെ കന്നിക്കൊയ്ത്തു കാലമായിരുന്നു. 2008 ലെ ലോക ധനസ്ഥാപനപ്രതിസന്ധിക്ക് കാരണം മിടുക്കന്മാരായ ബിരുദധാരികൾ അത്രതന്നെ ബുദ്ധിയില്ലാത്ത പഴയ കൂട്ടരെ പിന്തള്ളി ധനകാര്യ രംഗത്തേക്ക് പ്രവേശിച്ച് മിക്ക മുതലാളിമാർക്കും മനസിലാക്കാൻ കഴിയാത്തത്ര സങ്കീർണമായ അൽഗോറിഥങ്ങൾ കണ്ടുപിടിച്ചതാണ് എന്ന ഒരു ഹാസ്യകാരൻ പറയുകയും ചെയ്തു. ബൗദ്ധികമായ ഏറ്റവും സജീവത പുലർത്തുന്ന വിദ്യാർഥികൾക്ക് സാമൂഹികമാറ്റത്തിന്റെ ചക്രവാളത്തിനു പകരം തൊഴിൽ ജീവിതത്തിന്റെ സമൃദ്ധി പ്രതീക്ഷിക്കാം എന്ന സ്ഥിതിയായി.

ഇനി, കുറേക്കൂടി പൊതുവായ ഒരു പ്രതിഭാസം കൂടി നാം മറന്നുകളയാൻ പാടില്ലാത്തതായി ഉണ്ട്. പതിനെട്ടാം നൂറ്റാണ്ടിലെ പ്രബുദ്ധോദയത്തിൽ ഉരുവംകൊണ്ട് സാമൂഹികമാറ്റത്തിന്റെ പ്രത്യയശാസ്ത്രങ്ങളുടെ പൊതുവായ പിൻവാങ്ങൽ, സാമൂഹിക ആക്റ്റിവിസത്തിന്റെ ബദൽ മേഖലകളായി പരമ്പരാഗത മതങ്ങളുടെ ആധുനിവൽകൃത ഭാഷ്യങ്ങൾ ഉയർന്ന/പുനരുജ്ജീവിച്ച അവസ്ഥ – ഇവയ്ക്ക് യൂറോപ്പിൽ വലിയ ആകർഷണീയതയൊന്നും ഉണ്ടായില്ല. പക്ഷെ 1979 ലെ ഇറാനിയൻ വിപ്ലവത്തിലാണ് അത് ആദ്യമായി ഏറ്റവും മികച്ച വിജയം കണ്ടത്. ഇരുപതാം നൂറ്റാണ്ടിലെ വമ്പിച്ച സാമൂഹിക വിപ്ലവങ്ങളിൽ അവസാനത്തേതായിരുന്നല്ലോ, അത്. ഇനി ഇത് ഇങ്ങനെ ആയിരുന്നില്ല എന്നുതന്നെ വച്ചാലും ഇരുപതാം നൂറ്റാണ്ടിന്റെ ഉത്തരാർധത്തിലെ ചരിത്രപരവും ബൗദ്ധികവുമായ വികാസങ്ങൾ പരമ്പരാഗതമായി മാർക്സിൽ നിന്ന് ഉരുവപ്പെടുത്തിയ രാഷ്ട്രീയ വിശകലനങ്ങളെയും പരിപാടികളെയും പ്രവചനങ്ങളെയും അട്ടിമറിച്ചു. മുതലാളിത്തത്തിന്റെ വികാസം, പ്രവർത്തനരീതി എന്നിവ സംബന്ധിച്ച മാർക്സിന്റെ അടിസ്ഥാന വിശകലനം ഇപ്പോഴും ശക്തി ചോരാതെ നിലനിൽക്കുന്നുണ്ട്. പക്ഷേ, മാർക്സിസത്തിലുള്ള താൽപ്പര്യം ഭാവിയിൽ പുനരുജ്ജീവനം നേടണമെങ്കിൽ അദ്ദേഹത്തിന്റെ ചിന്തയെക്കുറിച്ചുള്ള പരമ്പരാഗതവീക്ഷണങ്ങൾ ഗണ്യമായ രീതിയിൽ വീണ്ടും അളന്നു കുറിക്കേണ്ടി വരും.

ബൗദ്ധികവ്യവഹാരങ്ങളിൽ രണ്ടു ദശകത്തോളം മാർക്സിസം ഏതാണ്ട് പൂർണമായി പാർശ്വവൽകൃതമായത് ഇതുകൊണ്ടു മാത്രമായിരുന്നില്ല. മിക്ക കമ്യൂണിസ്റ്റ് സർക്കാരുകളുടെയും പതനം, അവയുടെ പരമ്പരാഗതരീതികളെയും ലക്ഷ്യങ്ങളെയും മറ്റുള്ളവർ ബോധപൂർവം തിരസ്കരിച്ചത്, അതോടൊപ്പം വളർന്ന തൊഴിലാളി അധിഷ്ഠിത സോഷ്യൽ ഡെമോക്രസിയിലെ പ്രതിസന്ധികൾ എന്നിവയെല്ലാം ചേർന്നാണ് മാർക്സിസത്തെ അത്തരമൊരു അവസ്ഥയിലാക്കിയത്. ഒരുകാലത്ത് മാർക്സ് പ്രചോദനം നൽകിയ മാർക്സിസ്റ്റ് വ്യവസ്ഥകളും പ്രസ്ഥാനങ്ങളും അവയുടെ പരമ്പരാഗതലക്ഷ്യങ്ങൾ ഉപേക്ഷിക്കുകയോ അതിജീവിക്കാൻ കഴിയാതെ വരികയോ ചെയ്തതോടെ ചരിത്രം അവമതിച്ച സിദ്ധാന്തങ്ങൾക്കു വേണ്ടി ഏറെ സമയം കളയുന്നത് ബൗദ്ധികമായി അനാവശ്യമാണ് എന്ന്, രാഷ്ട്രീയമായി അപ്രധാനമാണ് എന്ന് വന്നു. ഏതായാലും ശീതയുദ്ധം അവസാനിച്ചു. പോളണ്ടിൽ ജൂതന്മാർ

അപ്രത്യക്ഷരായിട്ടും, ജൂതവിരുദ്ധത നിലനിന്നതുപോലെ ശീതയുദ്ധം അവസാനിച്ചിട്ടും അതിന്റെ ലക്ഷ്യങ്ങളം വിഷയവസ്തുക്കളും ഇല്ലാതായിട്ടും ധാർമികരോഷം കലർന്ന തിരസ്കാരങ്ങൾ അടങ്ങിയില്ല എന്നതാണ് വിരോധാഭാസം.

ശീതയുദ്ധകാലത്തെ കമ്യൂണിസ്റ്റ് വിരുദ്ധതയോടെ വാചാടോപം തുടർന്നു. ഇപ്പോഴത് ഒരിക്കൽ ഭയപ്പെട്ടിരുന്ന ശത്രുവിനെതിരെ എന്നതിലധികം പാശ്ചാത്യ ഉദാര ജനാധിപത്യ മുതലാളിത്തത്തിന്റെ ആഗോള ശ്രേഷ്ഠതയ്ക്കും കോയ്മയ്ക്കും അനുകൂലമായിട്ടായി എന്നു മാത്രം. സായുധവും മൃദുവുമായ അധികാരപ്രയോഗത്തിലൂടെ ഇടപെട്ട്(അതിനെ ന്യായീകരിക്കാൻ സാർവലൗകികമനുഷ്യാവകാശങ്ങൾ എന്നൊരു പ്രത്യയശാസ്ത്രവും) അസ്വസ്ഥത നിറഞ്ഞ ലോകത്ത് ക്രമം കൊണ്ടുവരാനുള്ള ബാധ്യതകൂടി ആ മുതലാളിത്തം സ്വയം ഏറ്റെടുക്കുന്നതും കാണാം. ഇവിടെ മാർക്സിന്റെ സിദ്ധാന്തങ്ങളോ അപഗ്രഥനങ്ങളോ അല്ല തിരസ്കരിക്കപ്പെട്ടത്, അഥവാ കല്ലിച്ചുപോയതായി അവകാശപ്പെട്ടത്, പിന്നെയോ, അദ്ദേഹം വിഭാവനം ചെയ്ത വിപ്ലവത്തിന്റെ സാധ്യതയാണ്. അത് ആദർശവാദികളായ യുവാക്കളെ വഴിതെറ്റിക്കുന്നു; അദ്ദേഹവും ഉദാരവാദത്തിനെതിരെ വെല്ലുവിളി ഉയർത്തുന്ന മറ്റാരെങ്കിലും ഉണ്ടെങ്കിൽ അവരും ഉദ്ഘോഷിക്കുന്നതായി(മുതലാളിത്തം) അവകാശപ്പെടുന്ന സമഗ്രാധിപത്യവുമാണ് തിരസ്കരിക്കപ്പെടുന്നത്; സ്വയം നിയന്ത്രണയുക്തി ഭരിക്കുന്ന വിപണി സമൂഹത്തിന്റെ വഴിയിൽ സോഷ്യലിസ്റ്റ് അഭിലാഷങ്ങൾ ഉയർത്തുന്ന തടസങ്ങളാണ് തിരസ്ക്കരിക്കപ്പെടുന്നത്. ഇതായിരുന്നു, ഉദാരജനാധിപത്യ മുതലാളിത്തത്തിന്റെ വാദം. ചുരുക്കത്തിൽ, മാർക്സ് ഭീകരതയുടെയും ഗുലാഗുകളുടെയും പ്രചോദനമായി ചിത്രീകരിക്കപ്പെട്ടു; കമ്യൂണിസ്റ്റുകാർ ഭീകരതയുടെയും കെ ജി ബിയുടെയും സ്വന്തക്കാരും പങ്കാളികളുമായും. നടേതന്നെ പരിവർത്തിതരല്ലാത്തവരെ ഈ വാചാടോപം എത്രമാത്രം സ്വാധീനിച്ചുവെന്ന് വ്യക്തമല്ല – ചിലരെ സംബന്ധിച്ചിടത്തോളം ഈ പരിവർത്തനം ശീതയുദ്ധക്കാലത്താണ് നടന്നത്: 'പരാജിതദൈവ'ത്തിന്റെ പാതയിൽ നിന്നുള്ള പരിവർത്തനം. മുപ്പതുവയസിനു മേലുള്ളവർക്കു മാത്രമേ ഇന്ന് ശീതയുദ്ധത്തിന്റെ വർഷങ്ങളെപ്പറ്റി യഥാർഥസ്മരണകൾ ഉള്ളൂ എന്നിരിക്കെ, ഈ നിന്ദാവ്യായാമങ്ങൾക്ക് എത്രമാത്രം ആയുസുണ്ടാകും എന്ന് വ്യക്തമല്ല.

ഏതായാലും, ഒടുവിൽ മാർക്സ് ഏതാണ്ട് അപ്രതീക്ഷിതമായ ഒരു തിരിച്ചുവരവ് നടത്തി– മുതലാളിത്തം സ്വന്തം അനിയന്ത്രിതമായ ആഗോള പ്രവർത്തനങ്ങളുടെ ആന്തരസ്വഭാവത്തിന്റെ ഫലമായി(സാമൂഹികവിപ്ലവത്തിന്റെ ഭീഷണിയുടെ ഫലമായിട്ടല്ല) സ്വന്തം ഭാവി തന്നെ ആശങ്കയിലാഴ്ത്തിയ ഒരു ലോകത്തിലേക്ക്. ഈ ദശാസന്ധിയിൽ സ്വതന്ത്ര വിപണിയുടെ യുക്തിസഹമായ തിരഞ്ഞെടുപ്പുകളിലും സ്വയം തിരുത്തൽ സംവിധാനങ്ങളിലും വിശ്വസിക്കുന്നവരേക്കാൾ ഗ്രാഹ്യശക്തിയുള്ള മാർഗനിർദേശകനാവുകയാണ് കാൾ മാർക്സ്.

16

മാർക്സും അധ്വാനവും: ഒരു ദീർഘശതവർഷം

മാർക്സിസത്തിന്റെ ചരിത്രം സംബന്ധിച്ച പഠനങ്ങളുടെ ഒരു സഞ്ചയം തൊഴിലാളിവർഗത്തിന്റെ സംഘടിതപ്രസ്ഥാനത്തെക്കുറിച്ചുള്ള ഒരു പ്രബന്ധത്തിൽ അവസാനിപ്പിക്കുന്നത് ഉചിതമാകും എന്നു കരുതുന്നു. മാർക്സ് തൊഴിലാളിയെ 'മുതലാളിത്തത്തിന്റെ ശവക്കുഴി തോണ്ടുന്നവൻ' ആയിട്ടാണ് കണ്ടത്- സാമൂഹികപരിവർത്തനത്തിന്റെ അടിസ്ഥാനകാര്യകർത്താവായി. ഇരുപതാം നൂറ്റാണ്ടിൽ മിക്ക സംഘടിതതൊഴിലാളി വർഗപ്രസ്ഥാനങ്ങളും പാർട്ടികളും മാർക്സിന്റെ നവസമൂഹസ്വപ്നവുമായി (സോഷ്യലിസം) ബന്ധപ്പെട്ടാണ് പ്രവർത്തിച്ചിരുന്നത്. അതുകൊണ്ട് ഭൂരിപക്ഷം മാർക്സിസ്റ്റുകാരും തൊഴിലാളിവർഗ പാർട്ടികളെയും പ്രസ്ഥാനങ്ങളെയുമാണ് തങ്ങളുടെ രാഷ്ട്രീയപ്രവർത്തനമണ്ഡലമായി കണ്ടത്. എന്നാൽ, മാർക്സിസത്തെയോ തൊഴിലാളിപ്രസ്ഥാനങ്ങളെയോ പരസ്പരം സങ്കീർണവും മാറുന്നതുമായ ബന്ധങ്ങളിൽ ഏർപ്പെടുന്ന സ്വതന്ത്രചരിത്രകാര്യകർത്താക്കളായിട്ടേ കാണാൻ കഴിയൂ. അങ്ങനെ കണ്ടതല്ലാതെ അവ രണ്ടും ഇരുപതാം നൂറ്റാണ്ടിന്റെ ചരിത്രത്തിൽ സൃഷ്ടിച്ച പ്രത്യാഘാതങ്ങളെ മനസിലാക്കാനും സാധ്യമല്ല.

*കമ്യൂണിസ്റ്റ് മാനിഫെസ്റ്റോ*യുടെ ഏതൊരു വായനക്കാരനും അറിയാം, തൊഴിലാളി പ്രസ്ഥാനങ്ങൾക്കു കുറേക്കൂടി ദീർഘമായ ചരിത്രമുണ്ടെന്ന്. എങ്കിലും തൊഴിലാളി പ്രസ്ഥാനങ്ങളുടെയും അവയുടെ പ്രത്യയശാസ്ത്രങ്ങളുടെയും ഈ പര്യവേക്ഷണം പത്തൊൻപതാം നൂറ്റാണ്ടിന്റെ അന്ത്യഭാഗത്തിൽനിന്ന് തുടങ്ങാൻ ന്യായമുണ്ട്. ഗൗരവതരമായ ബ്രിട്ടീഷ് തൊഴിലാളിവർഗചരിത്രം 1890 കളിലാണ് ആരംഭിച്ചത്. വെബ്ബിന്റെ ശ്രദ്ധേയമായ ട്രേഡ് യൂണിയനിസ പഠനങ്ങളാണ് അവയിൽ എടുത്തു പറയേണ്ടത്. ആദ്യത്തെ ആഗോള താരതമ്യപര്യവേക്ഷണം 1900ൽ പ്രത്യക്ഷപ്പെട്ടു. ഡബ്ലിയു കുൾമാന്റെ *Die Gewerkschafts-*

bewegumg. Darstellung der gewerkschaftlichen Organisation der Arbeiter und Arbeitgeber aller Lander. പുതിയ സോഷ്യലിസ്റ്റ് പാർട്ടികൾക്കകത്തുനിന്ന് എഴുതപ്പെട്ട ആദ്യചരിത്രങ്ങൾ ഏകദേശം അതേകാലത്തു തന്നെയാണ് പ്രത്യക്ഷപ്പെട്ടത്. ഉദാഹരണം: 1898 ൽ മെഹ്റിങ്ങിന്റെ ജർമൻ സോഷ്യൽ ഡെമോക്രാറ്റിക് പാർട്ടി ചരിത്രം.

അതിലുപരി, 1890 കൾ യൂറോപ്യൻ സർക്കാരുകൾ ശക്തമായി സംഘടിപ്പിക്കപ്പെട്ട തൊഴിലാളി പ്രസ്ഥാനങ്ങളുടെ രാഷ്ട്രീയാസ്തിത്വത്തെ അംഗീകരിച്ചു തുടങ്ങുന്ന ദശകം കൂടിയായിരുന്നു. ബ്രിട്ടീഷ് സർക്കാർ ആദ്യത്തെ *Abstract of Labour Statistics* 1893-94 ൽ ഇറക്കി; ബെൽജിയൻ സർക്കാർ 1896ൽ ഒരു *Revue du Travail* പ്രസിദ്ധീകരണം ആരംഭിച്ചു. ആദ്യമായി ഒരു ബ്രിട്ടീഷ് പ്രധാനമന്ത്രി — 1894ൽ റോസ്ബെറി പ്രഭു — തൊഴിൽദാതാക്കളും പണിക്കാരും തമ്മിലുള്ള തർക്കത്തിൽ വ്യക്തിപരമായി ഇടപെട്ട് ഒത്തുതീർപ്പുശ്രമം നടത്തി. അഞ്ചുവർഷം കഴിഞ്ഞ് ഷ്നെയ്ഡർ-ക്രിയുസോട്ട് പണിശാലയിലെ സമരം ചെയ്യുന്ന പണിക്കാരുടെ ക്ഷണം സ്വീകരിച്ച് ഫ്രഞ്ച് പ്രസിഡന്റ് വാൽഡെക്-റൂസോ അത്തരമൊരു ഇടപെടൽ നടത്തി. അതേവർഷം തന്നെയാണ് അദ്ദേഹം തൊഴിലാളികളുടെ — ചുരുങ്ങിയ പക്ഷം സോഷ്യലിസ്റ്റ് ആയ തൊഴിലാളികളുടെ — രാഷ്ട്രീയപ്പാർട്ടികളെ അടിമുടി ഉലച്ച ഒരു നടപടി കൈക്കൊണ്ടത്: അത് സോഷ്യലിസ്റ്റായ, നാൽപ്പതുകാരനായ അലെയാന്ദ്രെ മിലെറാങ്ങിനെ വാണിജ്യമന്ത്രാലയത്തിൽ നിയമിച്ചു. ഒരു വിപ്ലവത്തിലൂടെയോ പൊതുസമരത്തിലൂടെയോ മുതലാളിത്തത്തെ അടിയറവു പറയിച്ച ശേഷമല്ലാതെ സർക്കാരിൽ ചേരില്ല എന്നാണ് അതുവരെ സോഷ്യലിസ്റ്റുകാർ കരുതിയിരുന്നത്. ചുരുങ്ങിയ പക്ഷം വിട്ടുവീഴ്ചയ്ക്ക് തയാറല്ലാത്ത ഒരു സോഷ്യൽ ഡെമോക്രാറ്റിക് പാർട്ടി ഒറ്റയ്ക്ക് തിരഞ്ഞെടുപ്പിൽ വിജയിക്കുന്നതുവരെയെങ്കിലും അതുണ്ടാവില്ല എന്നാണ് അവർ ഉറച്ചിരുന്നത്. പ്രത്യശാസ്ത്രപരമായി ഇതാണ് ഇരുപതാം നൂറ്റാണ്ടിലെ തൊഴിലാളിവർഗത്തിന്റെ രാഷ്ട്രീയചരിത്രത്തിൽ ഒരു പ്രതിസന്ധിക്ക് തുടക്കം കുറിച്ചത്.

എന്തുകൊണ്ടാണ് യൂറോപ്യൻ സർക്കാരുകൾ തൊഴിലാളിവർഗത്തെ ഗൗരവമായി കണക്കിലെടുക്കണമെന്ന നിഗമനത്തിലെത്തിയത്? തീർച്ചയായും അതിന്റെ സാമ്പത്തിക ശക്തികൊണ്ടല്ല — തൊഴിൽദാതാക്കൾ പലരും ട്രേഡ് യൂണിയനുകൾ വ്യവസായത്തെ ധൃതരാഷ്ട്രാലിംഗനം ചെയ്ത് തകർക്കാൻ പോകുകയാണ് എന്ന് അവകാശപ്പെട്ടിരുന്നെങ്കിലും യൂണിയൻ സംഘടന അപ്പോഴും മിതമായിരുന്നു — 15–20% ബ്രിട്ടണിലും ഫ്രാൻസിലും, ജർമനിയിൽ അതിലും കുറവ്. ജർമനിയിലൊഴികെ തൊഴിലാളി വർഗം എവിടെയും ഒരു പ്രധാന രാഷ്ട്രീയസാന്നിധ്യമായിരുന്നില്ല. ജർമനിയിൽ 30% പുരുഷ വോട്ടർമാരുടെ പിന്തുണയുള്ള സോഷ്യൽ ഡെമോക്രാറ്റിക് പാർട്ടിയായിരുന്നു, ഏറ്റവും പ്രബലമായ തിരഞ്ഞെടുപ്പു ശക്തി. പക്ഷേ തിരഞ്ഞെടുപ്പ് ജനാധിപത്യം കൊണ്ടുവന്നാൽ (അതിന് സാധ്യത അന്നുതന്നെ ഉണ്ടായിരുന്നു) തൊഴിലാളി പാർട്ടികൾ വലിയ തിരഞ്ഞെടുപ്പു ശക്തികൾ ആകുമെന്ന പ്രതീക്ഷയും

നിലനിന്നിരുന്നു. 1914 നു തൊട്ടുമുമ്പുള്ള വർഷങ്ങളിൽ സ്കാൻഡിനേവിയയിലും മറ്റു ചിലയിടങ്ങളിലും അങ്ങനെ സംഭവിച്ചു. പക്ഷേ സർക്കാരുകളെ വിറപ്പിച്ചത് തിരഞ്ഞെടുപ്പിന്റെ ഗണിതമായിരുന്നില്ല, തൊഴിലാളികളുടെ വ്യക്തമായ വർഗബോധമായിരുന്നു. ആ വർഗബോധമാകട്ടെ, ശക്തമായ 'ചുവപ്പൻ' വർഗപ്പാർട്ടികളിൽ ആവിഷ്കാരം കണ്ടെത്തുകയും ചെയ്തു. 1906 ലെ പുതിയ ലിബറൽ ഭരണത്തിലെ ബോർഡ് ഒഫ് ട്രേഡ് പ്രസിഡന്റ് വിൻസ്റ്റൺ ചർച്ചിൽ പറഞ്ഞതുപോലെ യാഥാസ്ഥിതികരും ഉദാരവാദികളും ഉൾപ്പെടെ പഴയ ദ്വികക്ഷി സമ്പ്രദായം തകർക്കാൻ ബ്രിട്ടീഷ് രാഷ്ട്രീയം വർഗരാഷ്ട്രീയമാകും, വർഗതാൽപ്പര്യങ്ങളുടെ സംഘട്ടനത്തിന് മേൽക്കോയ്മയുള്ള രാഷ്ട്രീയം. ബ്രിട്ടണിലാകട്ടെ, മിക്കവരും 'തൊഴിലാളികളോ' തൊഴിലാളികളായി സ്വയം കണക്കാക്കുന്നവരോ ആയിരുന്നു. അതുകൊണ്ടുതന്നെ അവിടെ പ്രശ്നം അടിയന്തരപ്രാധാന്യം അർഹിക്കുന്ന ഒന്നായി മാറി. പക്ഷേ വർഗസമരത്തിന്റെ രാഷ്ട്രീയം ഒഴിവാക്കുക എന്നത് ഒരു പൊതു പ്രശ്നമായിരുന്നു.

മിലെറാങ് പ്രതിസന്ധി പുതിയ തൊഴിലാളി പാർട്ടികളെ ആദ്യമായി — അവസാനമായിട്ടല്ല — അവ പ്രവർത്തിച്ചുപോന്ന വ്യവസ്ഥിതിയുമായുള്ള അവയുടെ ബന്ധത്തെക്കുറിച്ച് പഠിക്കാൻ പ്രേരിപ്പിച്ചു. ഈ ചോദ്യം ഉന്നയിക്കാൻ തീർത്തും പാകമായ സമയമായിരുന്നു, അത്. കാരണം, ഏകദേശം അതേ സമയത്താണ് (1899 ഹേമന്തത്തിൽ) ജർമൻ മാർക്സിസത്തിന്റെ ഏറ്റവും ആദ്യത്തെ നെടുംതൂണുകളിൽ ഒരാളായ എഡ്വേഡ് ബേൺസ്റ്റീൻ തന്റെ പരിഷ്കരണവാദ മാനിഫെസ്റ്റോ ആയ *Die Vorauss-etzungen des Sozialismus und die Aufgaben der Sozialdemokratie* പ്രസിദ്ധപ്പെടുത്തിയത്. അത് അന്തർദേശീയ പ്രസ്ഥാനത്തിൽ വലിയ ലഹളയ്ക്ക് വഴി വയ്ക്കുകയും ചെയ്തു. ആദ്യമായി *The Crisis of Marxism* എന്നും മറ്റും പേരുള്ള (ചെക്കോസ്ലോവാക്യയുടെ അന്തരിച്ച പ്രസിഡന്റ് മസറിക്ക് എഴുതിയത്) ഗ്രന്ഥങ്ങൾ പ്രസിദ്ധം ചെയ്യപ്പെട്ടതും അക്കാലത്തുതന്നെ ആയിരുന്നു എന്നതിലും കാര്യമുണ്ട്.

മിലെറാങ് പ്രതിസന്ധിക്കും ബേൺസ്റ്റീൻ തിരുത്തൽവാദത്തിനും പിന്നിലെ കാതലായ ചോദ്യം ഇതായിരുന്നു: പരിഷ്കരണമോ വിപ്ലവമോ? 1890 കളുടെ അവസാനത്തിൽ മുതലാളിത്തം തകരുമെന്ന് വികസിതസമ്പദ്വ്യവസ്ഥകളിലെങ്കിലും പ്രതീക്ഷിക്കുക വയ്യായിരുന്നു. അങ്ങനെയെങ്കിൽ തൊഴിലാളിപ്രസ്ഥാനങ്ങളുടെ ചരിത്രപരമായ കടമയെന്താണ്? അതായത്, സോഷ്യലിസത്തിലേക്ക് ഒരു വിപ്ലവേതരമാർഗമുണ്ടോ? മിലെറാങ്ങിന്റെയും ബേൺസ്റ്റീനിന്റെയും വിഷയങ്ങൾ ഏറെ അപവാദവും ഉയർത്തി. കാരണം, അവർ ധാർഷ്ട്യത്തോടെയായിരുന്നെങ്കിലും ഉയർത്തിയ ഈ ചോദ്യത്തിൽനിന്ന് ഒളിച്ചോടുക സാധ്യമല്ലായിരുന്നു. മാർക്സിസത്തെ പരസ്യമായി തിരുത്തണമെന്ന് നിർദേശിച്ചതുകൊണ്ട് എല്ലാവരുടെയും വെറുപ്പിനു പാത്രമായിരുന്ന ബേൺസ്റ്റീൻ ഇന്റർനാഷനലിലെ എല്ലാ വിഭാഗങ്ങളെയും കുപിതരാക്കി. അതുകൊണ്ട് അദ്ദേഹത്തെ തിരസ്കരിച്ചേ പറ്റൂ. മിലെറാങ് പ്രശ്നത്തെ പ്രസ്ഥാനം കുറേക്കൂടി ശ്രദ്ധയോടെയാണ് കൈകാര്യം ചെയ്തത്. കാരണം, അത്

ഒരൊറ്റ വ്യക്തിയുടെ പ്രശ്നമായിരുന്നതിനാൽത്തന്നെ സോഷ്യലിസ്റ്റ് സിദ്ധാന്തമായിരുന്നില്ല അതിലെ പ്രധാനപ്രമേയം. ഒരു ഒത്തുതീർപ്പ് എന്ന നിലയ്ക്ക് 'ബൂർഷ്വസർക്കാരുക'ളിൽ വ്യക്തിക്ക് പങ്കെടുക്കാം, പാർട്ടികൾക്കല്ല എന്ന ആശയം അവതരിപ്പിക്കപ്പെട്ടു. ബേൺസ്റ്റീൻ പ്രശ്നത്തിൽ മുതലാളിത്തത്തിന്റെ കീഴിൽ തൊഴിലാളിവർഗത്തിന്റെ സാഹചര്യങ്ങൾ മെച്ചപ്പെടുത്തലാണ് പ്രസ്ഥാനത്തിന്റെ പ്രധാനപണി എന്ന സിദ്ധാന്തം സോഷ്യൽ ഡെമോക്രസി പ്രായോഗികതലത്തിൽ അംഗീകരിക്കുകയും പരിഷ്ക്കരണവാദത്തിന് ന്യായീകരണമായി അദ്ദേഹം മുന്നോട്ടുവച്ച സിദ്ധാന്തത്തെ അസന്ദിഗ്ധമായി തള്ളിക്കളയുകയും ചെയ്തു. വാസ്തവത്തിൽ 1900 ത്തിനുശേഷം മുതലാളിത്തത്തിന്റെ പ്രധാന രാജ്യങ്ങളിലെ മാർക്സിസ്റ്റ് തൊഴിലാളി പ്രസ്ഥാനങ്ങൾ പോലും മുതലാളിത്തവുമായി അനംഗീകൃതമായ സഹവാസത്തിലാണ് പുലർന്നുപോന്നത്, യുദ്ധമനോഭാവത്തിലല്ല.

തൊഴിലാളിവർഗം, സോഷ്യലിസം എന്നിവ അവിഭാജ്യമാണെന്ന ധാരണ ഉണ്ടായിരുന്നെങ്കിലും രണ്ടും ഒന്നല്ലായിരുന്നു. മിലെറാങ്ങും ബേൺസ്റ്റീനും സോഷ്യലിസത്തിലെ പ്രതിസന്ധിയായിരുന്നു, തൊഴിലാളി പ്രസ്ഥാനങ്ങളിലെയല്ല. തൊഴിലാളിവർഗ ചരിത്രകാരന്മാരുടെ ഒരു അന്തർദേശീയ സമ്മേളനത്തിൽ 'പരാജയപ്പെട്ട ആധുനികതയുടെ പദ്ധതിയെന്ന നിലയ്ക്ക് തൊഴിലാളി പ്രസ്ഥാനം' എന്ന തെറ്റായ ഒരു പ്രമേയത്തിന്മേലാണ് സംവാദം നടന്നത്. തൊഴിലാളി പ്രസ്ഥാനങ്ങളും വർഗ ബോധവും 'പദ്ധതി'കളല്ല. പക്ഷേ അവ സാമൂഹികോൽപ്പാദനത്തിന്റെ ഒരു പ്രത്യേക ഘട്ടത്തിൽ ആവശ്യമാകുന്നു, കൂലിക്ക് നിയമിക്കപ്പെടുന്ന സ്ത്രീ പുരുഷന്മാരുടെ വർഗങ്ങളുടെ അനിവാര്യമായ സ്വഭാവസവിശേഷതകളാകുന്നു. 'പദ്ധതി' എന്ന പേര് ചേരുക സോഷ്യലിസത്തിന്, അതായത്, മുതലാളിത്തത്തിന് പകരം ഒരു പുതിയ സാമ്പത്തിക വ്യവസ്ഥയും ഒരു പുതിയ സമൂഹവും കൊണ്ടുവരിക എന്ന ഉദ്ദേശ്യത്തിന് ആവും. തൊഴിലാളിവർഗം ഉള്ള എല്ലാ സമൂഹങ്ങളിലും തൊഴിലാളിപ്രസ്ഥാനങ്ങൾ ഉണ്ടാകും — അവയെ ബലപ്രയോഗത്തിലൂടെ, ഭീകരമർദനത്തിലൂടെ തടയാത്ത ഇടങ്ങളിലെല്ലാം. യു എസ് എയുടെ ചരിത്രത്തിൽ തൊഴിലാളി പ്രസ്ഥാനങ്ങൾ വളരെ പ്രധാനപ്പെട്ട പങ്കുവഹിച്ചിട്ടുണ്ട്. ഡെമോക്രാറ്റിക് പാർട്ടിക്കകത്ത് അവർ ഇപ്പോഴും അങ്ങനെ ചെയ്യുന്നുണ്ട്. അതേസമയം 'എന്തുകൊണ്ട് യു എസ് എ യിൽ സോഷ്യലിസം ഇല്ല?' എന്ന ചോദ്യം അവിടെ സോഷ്യലിസത്തിന്റെ അഭാവമോ സാധ്യതയോ മുഖവിലയ്ക്കെടുത്ത് — പ്രത്യയശാസ്ത്രമെന്ന നിലയ്ക്കും രാഷ്ട്രീയ പ്രസ്ഥാനമെന്ന നിലയ്ക്കും — ഉന്നയിക്കുന്ന ശീലം മുമ്പേ തുടങ്ങിയിരുന്നു. മുൻ മാർക്സിസ്റ്റും 1906ൽ ഈ ചോദ്യം ഉന്നയിച്ച വ്യക്തിയുമായ വെർണർ സൊംബാർട്ട് അവരിൽ പ്രമുഖനാണ്. ബ്രിട്ടണിൽ ലിബ്-ലേബ്(ലിബറൽ, ലേബർ) ട്രേഡ് യൂണിയൻ പ്രസ്ഥാനം ലിബറൽ പാർട്ടിയുടെ രാഷ്ട്രീയപിന്തുണ തേടി. ആ പാർട്ടിയുമായി അത് യുദ്ധാനന്തരം വരെ ബന്ധങ്ങൾ വിച്ഛേദിച്ചതുമില്ല. അർജന്റീനയിൽ ദീർഘകാലമായി അതൃപ്തരായിരുന്ന സോഷ്യലിസ്റ്റുകളും കമ്യൂണിസ്റ്റുകാരും 1940കളിൽ

പെറോണിസം എന്ന പ്രത്യയശാസ്ത്രത്തിന് പ്രാഥമികമായ കൂറ് തീപ്പൊരിപ്രസംഗകനായ ഒരു പട്ടാളമേധാവിയോടായിരുന്ന ആ രാജ്യത്ത് എങ്ങനെയാണ് രാഷ്ട്രീയമായി സ്വതന്ത്ര്യമായ, റാഡിക്കലായ തൊഴിലാളി പ്രസ്ഥാനം വികസിക്കുക എന്ന് മനസിലാകാതെ വിഷമിച്ചിരുന്നു.

സജീവസോഷ്യലിസ്റ്റ് വിരുദ്ധത പുലർത്തിയിരുന്ന, വിശ്വാസ്യതയുള്ള തൊഴിലാളിപ്രസ്ഥാനങ്ങളും (പോളിഷ് സോളിഡാരിറ്റി) നിയതമായ ദേശീയതകളോടോ മതങ്ങളോടോ ബദ്ധമായ തൊഴിലാളിപ്രസ്ഥാനങ്ങളും ഉണ്ടായിരുന്നു. രണ്ടാമത്തെ കൂട്ടത്തിലുള്ളവയ്ക്ക് മറ്റ് പ്രത്യയശാസ്ത്രങ്ങളുമായി ബന്ധമുണ്ടായിരുന്നിരിക്കാം, ഇല്ലായിരുന്നിരിക്കാം. അങ്ങനെയാണ് 1970കളിൽ ബ്രിട്ടീഷ് സർക്കാർ ഉത്തര ഐർലൻഡിലെ സർക്കാരിൽ കത്തോലിക്കരെ പങ്കെടുപ്പിക്കാൻ നടത്തിയ ശ്രമം പ്രൊട്ടസ്റ്റന്റ് തൊഴിലാളി വർഗം ഒരു പൊതുസമരത്തിലൂടെ അട്ടിമറിച്ചത്. വർഗാടിത്തറ ഇല്ലാത്ത/തേടാത്ത സോഷ്യലിസ്റ്റ്, കമ്യൂണിസ്റ്റ് പ്രസ്ഥാനങ്ങളും യാഥാസ്ഥിതിക/ദൈവനിന്ദക ക്രിസ്ത്രീയ പ്രസ്ഥാനങ്ങളും പത്തൊൻപതാം നൂറ്റാണ്ടിലെ സമുദായ നിർമാണകാംക്ഷികളായ ഉട്ടോപ്യൻ സോഷ്യലിസ്റ്റുകളും ചരിത്രത്തിന്റെ ഭാഗമാണ്. അവസാനത്തെ കൂട്ടർ അക്കാലത്ത് മറ്റെവിടത്തെക്കാളും പ്രചാരം നേടിയിരുന്നത് യു എസ് എയിലാണ് എന്നത് ഒരു വിരോധാഭാസം.

ഒരു കാര്യം അനിഷേധ്യമാണ്. *കമ്യൂണിസ്റ്റ് മാനിഫെസ്റ്റോ* യുടെ കാലംതൊട്ട് 1970 കൾ വരെ സോഷ്യലിസവുമായി എന്തെങ്കിലും ബന്ധമില്ലാത്ത തൊഴിലാളി പ്രസ്ഥാനങ്ങൾ വിരളമായിരുന്നു. പ്രായോഗികതലത്തിൽ സോഷ്യലിസ്റ്റുകളോ സോഷ്യലിസ്റ്റ് പ്രസ്ഥാനങ്ങളിൽ അങ്കം കുറിച്ച വ്യക്തികളോ ഗണ്യമായ ഒരു പങ്കുവഹിക്കാത്ത ഒരു തരത്തിലുള്ള തൊഴിലാളി പ്രസ്ഥാനങ്ങളും കണ്ടെത്തുക സാധ്യമല്ല. തൊഴിലാളിപ്രസ്ഥാനങ്ങളും സോഷ്യലിസവും തമ്മിലുള്ള ഈ സഹവാസം യാദൃച്ഛികമല്ലെന്ന് വ്യക്തം. രണ്ടു ഭാഗങ്ങളും അതിൽനിന്ന് നേട്ടമുണ്ടാക്കി — 'യഥാർഥത്തിൽ നിലവിലുള്ള സോഷ്യലിസം' അവകാശപ്പെട്ട വ്യവസ്ഥിതികൾ ഒഴികെ. അവിടങ്ങളിൽ തൊഴിലാളിവർഗത്തിന്റെയും സോഷ്യലിസത്തിന്റെയും പ്രതിനിധാനം അവകാശപ്പെട്ട പാർട്ടികളുടെ പേരിലുള്ള തൊഴിലാളിപ്രസ്ഥാനങ്ങൾ ഇല്ലാതാക്കപ്പെടുകയായിരുന്നല്ലോ.

ഏതായാലും തൊഴിലാളി പ്രസ്ഥാനങ്ങളും സോഷ്യലിസവും പരസ്പരം ചേർച്ചയുള്ളവ ആയിക്കൊള്ളണം എന്നില്ല. തീർച്ചയായും കൗട്സ്കി മുതൽ ലെനിൻ വരെയുള്ള മാർക്സിസ്റ്റ് സൈദ്ധാന്തികർ വാദിച്ചത് തൊഴിലാളിപ്രസ്ഥാനങ്ങൾ സ്വകീയമായി സോഷ്യലിസത്തെ ഉൽപ്പാദിപ്പിക്കുന്നില്ല, അവയിലേക്ക് അത് പുറത്തുനിന്ന് ഇറക്കുമതി ചെയ്യപ്പെടേണ്ടതുണ്ട് എന്നാണല്ലൊ. ഇത് ഒരുപക്ഷേ അതിശയോക്തി ആയിരിക്കാം. അമേരിക്കൻ, ഫ്രഞ്ച്, വ്യവസായവിപ്ലവങ്ങൾ നിലവിലുള്ള ക്രമത്തെ അവസാനിപ്പിച്ച് തീർത്തും വ്യത്യസ്തവും കൂടുതൽ മെച്ചപ്പെട്ടതുമായ ഒരു സമൂഹം സ്ഥാപിക്കുക എന്ന സാധ്യതയെ പടിഞ്ഞാറൻ രാജ്യങ്ങളിലെങ്കിലും പൊതുബൗദ്ധികമണ്ഡലത്തിന്റെ ഭാഗമാക്കി

എന്ന് വാദിക്കാം. സത്താപരവും സംഘാധിഷ്ഠവുമായ തൊഴിലാളി പ്രക്ഷോഭങ്ങൾ ലക്ഷ്യമിട്ടത് മെച്ചപ്പെട്ട ജീവിതസാഹചര്യങ്ങളാണ്. സാമൂഹികമായി കൂടുതൽ നീതിപൂർവകവും മെച്ചപ്പെട്ടതുമായ ഒരു സമൂഹം, മത്സരത്തിലല്ലാത്ത സമുദായത്തിലും സഹകരണത്തിലും അധിഷ്ഠിതമായ ഒരു സമൂഹം എന്ന പരികൽപ്പന അതിൽ അന്തർലീനമായിരുന്നു. ദരിദ്രരുടെ പ്രസ്ഥാനങ്ങൾ ഈ സാധ്യതയെ അംഗീകരിക്കാനും അനുകൂലിക്കാനുമായിരുന്നു, സാധ്യത. തൊഴിലാളി പ്രസ്ഥാനത്തിലേക്ക് പുറത്തുനിന്ന് കൊണ്ടുവരേണ്ടത് മറ്റൊന്നായിരുന്നു: പുതിയ സമൂഹത്തിന്റെ നിയതമായ പേര്, ഉള്ളടക്കം, മുതലാളിത്തത്തിൽനിന്ന് സോഷ്യലിസത്തിലേക്കുള്ള സംക്രമണത്തിനൊരു തന്ത്രം, സർവോപരി രാഷ്ട്രീയമായി സ്വതന്ത്രമായ, ദേശീയതലത്തിൽ സജീവമായ ഒരു വർഗപ്പാർട്ടി. തൊഴിലാളി യൂണിയനുകൾ, പരസ്പരസഹായ സഹകരണസംഘങ്ങൾ എന്നിവയൊക്കെ തൊഴിലാളികളുടെ ജീവിതാനനുഭവങ്ങളിൽ നിന്ന് സ്വകീയമായി ആവിർഭവിക്കും, പക്ഷേ രാഷ്ട്രീയപ്പാർട്ടികൾ അങ്ങനെ ആവിർഭവിക്കില്ല.

കമ്യൂണിസ്റ്റ് മാനിഫെസ്റ്റോ മുതൽ മാർക്സും എംഗൽസും നൽകിയ മൗലികമായ സംഭാവന തൊഴിലാളികളുടെ വർഗസംഘടന യുക്തിസഹമായും ആ രാജ്യത്തിൽ ഉടനീളവും ഒരുപക്ഷേ അതിനപ്പുറവും സജീവമായ ഒരു രാഷ്ട്രീയ പാർട്ടിയിൽ സാകല്യം നേടണം. (ഇത് ഭരണഘടനയുള്ള, ഉദാര/ബൂർഷ്വാ ജനാധിപത്യ രാജ്യങ്ങളിലേ സാധ്യമാകൂ എന്ന് സമ്മതിക്കണം.) ഇത് ചരിത്രപരമായി വമ്പിച്ച പ്രാധാന്യമുള്ള ഒരു ആശയമായിരുന്നു. അതിന്റെ പ്രാധാന്യം തൊഴിലാളിപ്രസ്ഥാനത്തിന് മാത്രമല്ല, പൊതുവെ ആധുനികരാഷ്ട്രീയത്തിന്റെ ഘടനയ്ക്ക് മൊത്തം ബാധകമായിരുന്നു. തൊഴിലാളിപ്രസ്ഥാനത്തിന് തൊഴിൽദാതാക്കൾക്കെതിരെ സർക്കാർ പിന്തുണ ഏകോപിപ്പിച്ചല്ലാതെ ലക്ഷ്യങ്ങൾ നേടാൻ ഏറെയൊന്നും കഴിയില്ലായിരുന്നല്ലോ. ഏതായാലും ഈ ആശയം യാഥാർഥ്യബോധത്തിന് നിരക്കുന്നതായിരുന്നെന്നും തെളിഞ്ഞു. കാരണം, ലേബർ പാർട്ടി, എൽ പാർട്ടിദോ സോഷ്യലിസ്റ്റ ഒബ്രെറോ എസ്പാനോൾ, സ്വെറിഗസ് സോഷ്യൽ ഡെമോക്രാറ്റിസ്ക അർബെറ്ററേപാർട്ടി, ഡെറ്റ് നോർസ്കെ അർബെയ്ദർപാർട്ടി ഇത്യാദി മൂലവർഗബന്ധം പേറുന്ന നിരവധി പാർട്ടികൾ മാർക്സിന്റെ മരണശേഷം ഉണ്ടായി. അവ കമ്യൂണിസ്റ്റേതര യൂറോപ്പിൽ മിക്കയിടത്തും ഒന്നുകിൽ ഭരണകക്ഷികളായി, അല്ലെങ്കിൽ പ്രധാനപ്രതിപക്ഷ പാർട്ടികളായി. ഇത് നമ്മുടെ (യൂറോപ്പിലെ) ഭൂഖണ്ഡത്തിലെ സമാന്തരമില്ലാത്ത അനുസ്യൂതിയും പ്രാധാന്യവും കുറിക്കുന്ന ഒരു റെക്കോഡാണ്. ആനുഷംഗികമായി പറയട്ടെ, തൊഴിലാളിപ്രസ്ഥാനങ്ങൾ വിപ്ലവാത്മകമാണ്, അങ്ങനെതന്നെ ആയിരിക്കുകയും വേണം; തൊഴിലാളിവർഗം എത്തിച്ചേരാൻ പോകുന്നില്ല എന്ന വിശ്വാസത്തെ അത് അസാധുവാക്കുന്നു. തൊഴിലാളി വർഗം ചരിത്രപരമായ ആവശ്യത്താൽത്തന്നെ 'യഥാർഥത്തിൽ വിപ്ലവാത്മക വർഗ' മായിരുന്നു, അല്ലെങ്കിൽ അങ്ങനെയാവും എന്ന മുൻധാരണയും അബദ്ധമാണെന്ന് ഇപ്പോൾ വ്യക്തമായി കഴിഞ്ഞു. മാത്രമല്ല,

കേവലം വർഗഘടനയുടെ പകർത്തിയെഴുത്തായി കാണാൻ കഴിയാത്തത്ര സങ്കീർണമായ സംഭവപരമ്പരകളാണ് എന്ന് നമ്മെ പഠിപ്പിച്ചിട്ടുണ്ട്. തൊഴിലാളിവർഗത്തിന്റെ ഇടതുപക്ഷ സൈദ്ധാന്തികരും ചരിത്രകാരന്മാരും മാർക്സിസ്റ്റുകാരെപ്പോലെ മിക്ക തൊഴിലാളി പാർട്ടികളും അവയുടെ വിപ്ലവകരമായ പങ്ക് നിറവേറ്റുന്നതിൽ ശാഠ്യത്തോടെ നിഷേധാത്മകനിലപാട് എടുക്കുന്നത് എന്തുകൊണ്ട് എന്ന് വിശദീകരിക്കാൻ അത്രയും സമയവും പ്രയത്നവും ബുദ്ധിശക്തിയും പാഴാക്കിക്കളയാതിരിക്കുന്നതായിരുന്നു നല്ലത്.

മറ്റു കാരണങ്ങളാൽ വിപ്ലവം കർമപരിപാടിയിൽ വരാത്ത, വികസിത മുതലാളിത്ത(ഭരണഘടനയുള്ള)രാജ്യങ്ങളിൽ തൊഴിലാളി പ്രസ്ഥാനങ്ങൾക്കുള്ളിലോ പുറത്തോ വിപ്ലവകാരികൾ ഉണ്ടായിരുന്നു. പക്ഷേ വർഗബോധമുള്ളവർ അടക്കം മിക്ക സംഘടിതതൊഴിലാളികളും സാധാരണയായി അവരുടെ പാർട്ടികൾ സോഷ്യലിസത്തോട് പ്രതിബദ്ധത ഉള്ളവയാണെങ്കിൽ പോലും വിപ്ലവകാരികളാകണം എന്നില്ല. റഷ്യൻ, ഒട്ടോമാൻ സാമ്രാജ്യങ്ങളിലെ രാജ്യങ്ങളിൽ വിപ്ലവത്തിലൂടെയല്ലാതെ എന്തെങ്കിലും നല്ല രാഷ്ട്രീയമാറ്റം വരുമെന്ന് പ്രതീക്ഷിക്കുക വയ്യായിരുന്നു. അത്തരം രാജ്യങ്ങളിൽ സാഹചര്യങ്ങൾ വ്യത്യസ്തമായിരുന്നു.

അതുകൊണ്ട് ഇരുപതാം നൂറ്റാണ്ടിന്റെ തുടക്കത്തിൽ തൊഴിലാളിവർഗവും പുഷ്കലമായ ഒരു സാമ്പത്തികവ്യവസ്ഥയും തമ്മിൽ ഒരു സംയോഗം നടക്കുന്നതിന് വികസിതമുതലാളിത്തത്തിന്റെ പ്രധാന രാജ്യങ്ങളിൽ തടസ്സമെന്നും ഉണ്ടായിരുന്നതായി തോന്നിയിരുന്നില്ല. മുതലാളിത്തത്തിന്റേയോ ഉദാരവും കൂടുതൽ കൂടുതൽ ജനാധിപത്യവൽകൃതവുമായ ഭരണഘടനകളുടെയോ (ഇവ ഈ മേഖലകളിൽ സർവസാധാരണമായിരുന്നു) തകർച്ച അടുത്തെങ്ങും ഉണ്ടാകുന്ന മട്ടും കാണുന്നില്ലായിരുന്നു. വികസനത്തിന്റെ മുതലാളിത്തമാതൃകയ്ക്ക് ഗോളത്തിന്റെ സാമ്രാജ്യത്വഘടനയുള്ളതിനേക്കാൾ വലിയ ഭീഷണിയൊന്നും ഉള്ളതായും തോന്നിയിരുന്നില്ല. കാരണം, 'പിന്നോക്ക ലോകത്തിൽ' 'മുന്നോക്ക' ലോകത്തിന്റെ സാമ്പത്തിക, സാംസ്കാരിക, സൈനിക ശ്രേഷ്ഠത വ്യക്തമായിയിരുന്നു. വിപ്ലവം ഒരു യഥാർഥസാധ്യത തന്നെയായിരുന്ന 'പിന്നോക്ക' രാജ്യങ്ങളിൽ മുതലാളിത്ത വികസനം മാത്രമേ മുന്നോട്ടുവഴിയുള്ളൂ എന്ന് മാർക്സിസ്റ്റുകാർക്ക് വ്യക്തമായിരുന്നു. അതുകൊണ്ട് റഷ്യയിൽ 'നിയമവിധേയ മാർക്സിസ്റ്റുകാർ' എന്നു വിളിക്കപ്പെട്ട കൂട്ടർ മാർക്സിസത്തെ മുതലാളിത്ത വ്യവസായവൽക്കരണത്തിന്റെ ഒരു പ്രത്യയശാസ്ത്രമാക്കി മാറ്റി. പക്ഷേ 1917 വരെ ബോൾഷെവിക്കുകൾക്കു പോലും ആസന്നമായ വിപ്ലവത്തിന്റെ അടിയന്തര ലക്ഷ്യം ഒരു ബൂർഷ്വഉദാരവാദ സമൂഹമാണ് എന്ന ബോധ്യമുണ്ടായിരുന്നു. കാരണം, അതിനുമാത്രമേ തൊഴിലാളിവർഗ വിപ്ലവത്തിലേക്കും പിന്നെ സോഷ്യലിസത്തിലേക്കും മുന്നേറാൻ ആവശ്യമായ ചരിത്രപരമായ സാഹചര്യങ്ങൾ സൃഷ്ടിക്കാൻ കഴിയൂ എന്ന് അവർ കരുതി.

ഒന്നാം ലോകയുദ്ധം അത്തരം പ്രതീക്ഷകളെയെല്ലാം അസ്ഥാന

ത്താക്കി. 1914 മുതൽ 1940 വരെയുള്ള 'ദുരന്തങ്ങളുടെ യുഗം' മനുഷ്യൻ ജീവിച്ചു തീർത്തത് യുദ്ധത്തിന്റെയും സാമൂഹിക-രാഷ്ട്രീയത്തകർച്ച യുടെയും വിപ്ലവത്തിന്റെയും (സർവോപരി) റഷ്യൻ ഒക്ടോബർ വിപ്ല വത്തിന്റെ) നിഴലിലാണ്. പഴയ ലോകത്തെ സംബന്ധിച്ചിടത്തോളം എല്ലാം തെറ്റി. യുദ്ധങ്ങൾ വിപ്ലവങ്ങളിലും കൊളോണിയൽ അസ്വസ്ഥ തകളിലും ആണ് അവസാനിച്ചത്. ഭരണഘടനാനുസൃതമായി രൂപം കൊണ്ട് നിലനിന്നിരുന്ന ബൂർഷ്വ ഉദാര ജനാധിപത്യ സർക്കാരുകൾ നിയ മവാഴ്ച തകർന്ന് 1914നു മുമ്പ് സങ്കൽപ്പിക്കാൻ പോലും കഴിയില്ലായി രുന്ന തരം രാഷ്ട്രീയവാഴ്ചകളായി മാറി — ഹിറ്റ്ലറുടെ ജർമനി, സ്റ്റാലിന്റെ യു എസ് എസ് ആർ, ഇത്യാദി സാമ്പത്തിക ഉദാരവാദത്തിന്റെ സമ്പദ്വ്യവസ്ഥപോലും 1930 കളുടെ തുടക്കത്തിലെ പ്രതിസന്ധിയിൽ തകരുന്നതായി തോന്നിച്ചു. ജനാധിപത്യത്തെയും തൊഴിലാളിപ്രസ്ഥാ നത്തെയും ഹനിക്കുന്ന രൂപത്തിലല്ലാതെ മുതലാളിത്തത്തിന് നില നിൽക്കാൻ പോലും കഴിയുമോ? ആഗോളമുതലാളിത്തത്തിന്റെ കുഴപ്പ ങ്ങളുടെ ആഴത്തിനുമാത്രമേ എന്തുകൊണ്ടാണ് സോവിയറ്റ് യൂണിയനു പുറത്തുപോലും സ്റ്റാലിന്റെ യു എസ് എസ് ആറിലെ പ്രാകൃത വ്യവ സായസമ്പദ്വ്യവസ്ഥ പടിഞ്ഞാറൻ വ്യവസ്ഥയേക്കാൾ ചലനാത്മകമാ ണെന്നും ഒരുപക്ഷേ മുതലാളിത്തത്തിന്റെ ആഗോള ബദലാണെന്നുമുള്ള ധാരണ പരത്തിയത് എന്ന് വിശദീകരിക്കാൻ കഴിയും. 1960 കൾ ആയി ട്ടുപോലും ബ്രിട്ടീഷ് പ്രധാനമന്ത്രി ഹരോൾഡ് മാക്മില്ലനെപ്പോലെ സോഷ്യലിസ്റ്റ് സമ്പദ് വ്യവസ്ഥകൾക്ക് ഉൽപ്പാദനത്തിൽ പടിഞ്ഞാറൻ വ്യവസ്ഥകളെ വെല്ലാൻ കഴിയും എന്ന ക്രൂഷ്ചേവിന്റെ വിശ്വാസം പങ്കു വച്ച ബൂർഷ്വ രാഷ്ട്രീയക്കാർ ഉണ്ടായിരുന്നു. യു എസ് എസ് ആറിന്റെ സാമ്പത്തികനേട്ടത്തെയും സാധ്യതകളെയും പറ്റി കൂടുതൽ സംശയാ ലുക്കളായിരുന്നവർക്കുപോലും ആഗോളരാഷ്ട്രീയരംഗത്തെ ഗുരുത്വ ത്തെയും സൈനികശക്തിയെയും നിഷേധിക്കാൻ കഴിഞ്ഞില്ല. ഒന്നാം ലോകയുദ്ധം സാറിസത്തെ തകർത്തിരുന്നു രണ്ടാം ലോകയുദ്ധം റഷ്യയെ ഒരു വൻശക്തിയാക്കി. വിമോചിതകോളനികൾക്കും 'മൂന്നാം ലോക'ത്തിന്റെ ഇതരഭാഗങ്ങൾക്കും യു എസ് എസ് ആറും അതുവഴി സോഷ്യലിസവും വാസ്തവത്തിൽ പിന്നോക്കാവസ്ഥ മറികടക്കാനുള്ള ഒരു സാമ്പത്തികമാതൃകയായി മാറി.

സോഷ്യലിസ്റ്റുകളെയും തൊഴിലാളിപ്രസ്ഥാനങ്ങളെയും രാഷ്ട്രീയ അജണ്ട ദുരന്തയുഗത്തിൽ മുതലാളിത്തത്തോടൊപ്പം ജീവിക്കുക എന്ന തിൽനിന്ന് അത് അവസാനിപ്പിക്കുക എന്നതിലേക്ക് മാറി. വിപ്ലവവും തുടർന്നുള്ള നവസമൂഹനിർമാണവും ഇവിടെ, ഇപ്പോൾ പരിഷ്ക്കരണ ങ്ങൾ വഴി മെല്ലെ മുന്നോട്ട്, വിദൂരവും അത്ര ഗൗരവത്തിൽ ലക്ഷ്യം വയ്ക്കാത്തതുമായ സോഷ്യലിസത്തിലേക്കുള്ള സഞ്ചലനത്തേക്കാൾ അഭികാമ്യമായി തോന്നിച്ചു. ബ്രിട്ടീഷ് ഫാബിയന്മാരുടെ പ്രചോദനപ്രഭ വങ്ങളും ക്രമാൽ പരിഷ്കരണങ്ങളുടെ അപ്പോസ്തലന്മാരും ആയ (ഇതാണ് വാസ്തവത്തിൽ 1890 കളിൽ ബേൺസ്റ്റീന്റെ തിരുത്തൽ വാദ ത്തിന് പ്രചോദനമായിരുന്നത്) സിഡ്നി - ബിയാട്രിസ് വെബ്ബുമാർ 1930

കളിൽ പരിഷ്കരണവാദത്തെ വെറുത്ത് സോവിയറ്റ് സോഷ്യലിസത്തിൽ വിശ്വാസമർപ്പിക്കുകയായിരുന്നു.

1917നുശേഷം കാര്യങ്ങൾ വളരെ വ്യത്യസ്തമാണെന്ന് തോന്നിച്ചു. എങ്കിലും മുതലാളിത്തത്തെ അതിന്റെ ശക്തിദുർഗങ്ങളിൽ അന്തിമമായ തകർച്ചയോ സാമൂഹികവിപ്ലവമോ ഒന്നും ഭീഷണിപ്പെടുത്തിയില്ല. വിപ്ലവം വ്യവസ്ഥയുടെ വിളുമ്പിലുള്ള രാജ്യങ്ങളിൽ ഒതുങ്ങി. പെട്രോഗ്രാഡിന്റെ സോവിയറ്റ് വിപ്ലവം ബെർലിനിൽ സ്ഥാപിതമായില്ല. അതുണ്ടാകും എന്നു പ്രതീക്ഷിക്കുന്നതും അയഥാർഥമായിരുന്നു എന്ന് നമുക്കിപ്പോൾ മനസിലാകുന്നു. അതുകൊണ്ട് പരിഷ്കരണസംയോഗത്തിന്റെ അടിത്തറ ശക്തമായി അവശേഷിച്ചു. അത് സാമൂഹികവിപ്ലവം, ആഗോള കമ്യൂണിസ്റ്റ് പ്രസ്ഥാനം എന്ന ഭൂതം എന്നിവയിൽ നിന്ന് ഒരു രക്ഷാകവചമായി രാഷ്ട്രീയക്കാരായും സംരഭകരെയും കൂടുതൽ ആകർഷിച്ചു. ആ ആകർഷണം കൂടാനൊരു കാരണമുണ്ട്: സോഷ്യൽ ഡെമോക്രാറ്റിക് പരിഷ്കരണപാർട്ടികളും കമ്യൂണിസ്റ്റ് വിപ്ലവപ്പാർട്ടികളും തമ്മിലുള്ള വ്യതിരിക്തതയ്ക്ക് മൂർച്ച കൂട്ടുന്നു. യുദ്ധങ്ങൾക്കിടയിൽ ഒന്നു മാത്രമേ ഇല്ലാതെ പോയിരുന്നുള്ളൂ — തൊഴിലാളി പ്രസ്ഥാനങ്ങൾക്ക് ആവശ്യമായ ഇളവു നൽകാൻ വേണ്ട സമൃദ്ധി. പ്രതിസന്ധി ഏറ്റവും മോശമായ നാളുകളിൽപ്പോലും ഈ രാജ്യങ്ങളിലെ തൊഴിലാളി പ്രസ്ഥാനങ്ങളിലുള്ള ഭൂരിപക്ഷം ആളുകളും പരിഷ്ക്കരണ പാർട്ടികളിൽനിന്ന് വിപ്ലവപാർട്ടികളിലേക്ക് മാറാൻ കൂട്ടാക്കിയില്ല. യുദ്ധങ്ങൾക്കിടയിൽ കമ്യൂണിസ്റ്റ് പാർട്ടികൾക്ക് അവ നിയമവിധേയമായിരുന്ന മൂന്ന് രാജ്യങ്ങളിൽ മാത്രമേ ബഹുജനപിന്തുണ ഉണ്ടായിരുന്നുള്ളൂ. അവിടെയും അവ സോഷ്യൽ ഡെമോക്രസിയേക്കാൾ ദുർബലമായിരുന്നു: ജർമനി, ഫ്രാൻസ്, ചെക്കോസ്ലോവാക്യ എന്നിവിടങ്ങളിൽ. ഫിൻലൻഡിൽ പാർട്ടി നിയമവിധേയമായിരുന്നെങ്കിൽ എണ്ണം നാലായിരുന്നു. മറ്റിടങ്ങളിൽ യുദ്ധങ്ങൾക്കിടയിൽ കമ്യൂണിസ്റ്റ് പാർട്ടികൾക്ക് പരമാവധി 6% വോട്ടുകളാണ് കിട്ടിയിരുന്നത്(ബെൽജിയം, നോർവ, സ്വീഡൻ). അതും അൽപ്പകാലത്തേക്കു മാത്രം.

രണ്ടാം ലോകയുദ്ധത്തിനുശേഷം സംയോഗം കുറേക്കൂടി ചിട്ടയായി, പടിഞ്ഞാറൻ മുതലാളിത്തത്തിന്റെ ഘടനാപരിഷ്കരണനയത്തിന്റെ ഭാഗമായി പിൻതുടരപ്പെട്ടു. സമ്പൂർണതൊഴിൽ, ക്ഷേമരാഷ്ട്രം എന്നിവ നയമാക്കപ്പെട്ടു. 1945 നുശേഷമുള്ള ദശകങ്ങളിൽ(1947–73) മുതലാളിത്തസമ്പദ്ക്രമങ്ങൾ കൈവരിച്ച വമ്പിച്ച മുന്നേറ്റങ്ങൾ ഇതിന് അടിസ്ഥാനമായി. യുദ്ധങ്ങൾക്കിടയിൽ ഉണ്ടായ മഹാമാന്ദ്യവും ഹിറ്റ്ലറുടെ ജർമനിയും നൽകിയ വേദനാകരമായ അനുഭവങ്ങൾ ഇല്ലായിരുന്നെങ്കിൽ തൊഴിലാളി പ്രസ്ഥാനങ്ങളെ ഉദ്ഗ്രഥിക്കാനുള്ള ബോധപൂർവമായ ഈ പരിശ്രമം ഉണ്ടാകുമായിരുന്നോ? കമ്യൂണിസത്തോടുള്ള ഭയം ഇതിന് എത്രമാത്രം കാരണമായി? ഫാസിസ്റ്റ് വിരുദ്ധ പ്രതിരോധത്തിന്റെ വർഷങ്ങളിൽ അതിന്റെ ശക്തി നാടകീയമായി വർധിച്ചിരുന്നല്ലോ. ഇപ്പോൾ അവർക്കുപിറകിൽ ഒരു വൻശക്തിയാണ് എന്നും ഓർക്കാം. സ്റ്റാലിനും ഹിറ്റ്ലറും ഇല്ലാതെ ബേൺസ്റ്റീൻ ('പ്രസ്ഥാനമാണ് എല്ലാം, അന്തിമ

ലക്ഷ്യം ഒന്നുമല്ല') വിജയമായിരുന്നുവോ? സാധ്യത കുറവാണ്.

മുതലാളിത്തത്തിന്റെ കേന്ദ്രങ്ങളായ രാജ്യങ്ങളിൽ തൊഴിലാളി പ്രസ്ഥാനത്തിന്റെ തിരുത്തൽവാദമാതൃകയാണ് പാശ്ചാത്യ മുതലാളിത്തത്തിന്റെ സുവർണയുഗത്തിൽ പുലർന്നത്, 1959ൽ ഗോഡ്സ്ബെർഗ് പരിപാടിയുടെ ജർമൻ സോഷ്യൽ ഡെമോക്രാറ്റിക് പാർട്ടി ഔപചാരികമായി മാർക്സിസത്തെ ഉപേക്ഷിച്ചപ്പോൾ അത് ആ വിജയത്തിന്റെ പ്രതീകമായി. ആ തിരസ്കാരം വഴി നഷ്ടപ്പെടാൻ വൈകാരികമായ കുറച്ചു സ്മരണകൾ മാത്രമേ ഉള്ളൂ എന്ന അവസ്ഥയായിരുന്നു. കാരണം, സുവർണയുഗം(1947–1973) അവസാനത്തോട് അടുക്കുമ്പോഴേക്കും 1914ൽ ആർക്കും ഊഹിക്കാൻ പറ്റുമായിരുന്നില്ലാത്തത്ര സുഖസൗകര്യങ്ങൾ തൊഴിലാളികൾക്ക് സ്വന്തമായി കഴിഞ്ഞിരുന്നു. പരിഷ്കരണത്തിന്റെ ഏറ്റവും ശുഭാപ്തി വിശ്വാസികളായ പ്രതിനിധികൾക്കുപോലും പ്രവചിക്കാൻ കഴിയാത്തത്ര മെച്ചപ്പെട്ട സ്ഥിതിയായി, തൊഴിലാളികളുടേത്. എങ്കിലും തിരുത്തൽവാദി പാർട്ടികൾ തൊഴിലാളിവർഗത്തിൽ തന്നെ വേരുറപ്പിച്ചുനിന്നു. സോഷ്യലിസമെന്ന 'അന്തിമലക്ഷ്യ' ത്തെ തള്ളിപ്പറഞ്ഞതിന് അവർക്കിടയിലെതന്നെ പരമ്പരാഗത ഇടതുപക്ഷക്കാർ അവരെ കുറ്റപ്പെടുത്തിയിരുന്നു എന്നതും സത്യമാണ്. കായിക തൊഴിലാളിവർഗമായിരുന്നു അവരുടെ പ്രധാന വോട്ടുബാങ്ക്. ആ വോട്ടുകൾ അവർക്കുതന്നെ കിട്ടിക്കൊണ്ടിരുന്നു. അവർ തങ്ങളുടെ വർഗപ്പാർട്ടികളെ കുറേക്കൂടി കഴിഞ്ഞിട്ടാണ് ഉപേക്ഷിച്ചു തുടങ്ങിയത്.

വാസ്തവത്തിൽ 1970കളുടെ അവസാനംവരെ ഉൽപ്പാദനത്തിൽ ഉണ്ടായ വമ്പിച്ച വികാസം കാരണം വ്യവസായതൊഴിലാളികളെ വൻതോതിൽ ആവശ്യമുണ്ടായിരുന്നു. അതുകൊണ്ട് അവർ സമ്മതിദായകരിൽ വലിയൊരു ഭാഗമായിത്തന്നെ തുടർന്നു. 1970 കളിൽ മുതലാളിത്ത യൂറോപ്പിൽ കേവലമായ അർഥത്തിലും ആപേക്ഷികമായ അർഥത്തിലും പത്തൊൻപതാം നൂറ്റാണ്ടിന്റെ അറുതിയിൽ തൊഴിലാളികൾക്കിടയിൽ ഉയർന്ന പുതിയ വർഗബോധത്തിന്റെ ഫലമായി തൊഴിലാളിവർഗ ബഹുജനപാർട്ടികൾ ഉണ്ടായിരുന്നതായി കരുതണം. പരിഷ്ക്കരണവാദികളും വിപ്ലവകാരികളും ഒന്നിച്ചുചേർന്നപ്പോൾപ്പോലും ഈ തൊഴിലാളിവർഗപ്പാർട്ടികൾക്ക് മൊത്തം വോട്ടുകളുടെ പകുതിയിലധികം കിട്ടിയിരുന്നില്ല; അതും രണ്ടാംലോകയുദ്ധത്തിനു ശേഷമാണ് കിട്ടിത്തുടങ്ങിയത്.

യുദ്ധങ്ങൾക്കിടയിലെ കാലഘട്ടം ഒഴിച്ചാൽ 1970കൾക്കു ശേഷമുള്ള കാലത്ത് മർമപ്രധാനമായ മുതലാളിത്തരാജ്യങ്ങളിലെ തൊഴിലാളിപ്രസ്ഥാനങ്ങളുടെ വികാസത്തെ ഇപ്രകാരം സംഗ്രഹിക്കാം.

ഒന്നാംലോകയുദ്ധത്തിനു മുമ്പുതന്നെ ഭരണവർഗങ്ങളുടെ നയങ്ങൾ കൂടുതൽ രാഷ്ട്രീയജനാധിപത്യവൽക്കരണത്തിന് വിധേയമാകുന്നുണ്ടായിരുന്നു (പുതിയ തൊഴിലാളി പാർട്ടികളിൽനിന്നുള്ള സമ്മർദം ഇതിന് ആക്കം കൂട്ടി). അക്കാലത്തു തന്നെ അവ സാമൂഹികപരിഷ്ക്കരണത്തിന്റെ ദിശയിലേക്ക് മാറിത്തുടങ്ങിയിരുന്നു. ഫാസിസ്റ്റേതരരാജ്യങ്ങളിൽ ഈ പ്രക്രിയ യുദ്ധങ്ങൾക്കിടയിലെ കാലത്ത് ഗതിവേഗമാർജിച്ചു.

പക്ഷേ രണ്ടാംലോക യുദ്ധം കഴിഞ്ഞപ്പോഴാണ് 'സമ്പൂർണതൊഴിൽ', 'ക്ഷേമരാഷ്ട്രം' എന്നീ മുദ്രാവാക്യങ്ങൾക്കു കീഴിൽ അത് ചിട്ടയായി മുന്നേറിയത്. 1914 നു മുമ്പുതന്നെ ജനാധിപത്യവൽക്കരണവും സാമ്പത്തികവളർച്ചയും മിതവാദി തൊഴിലാളിപ്രസ്ഥാനങ്ങളുടെ മൂല്യം പരസ്യമായി അംഗീകരിക്കുന്ന ഏർപ്പാട് പ്രോത്സാഹിപ്പിച്ചിരുന്നു. ജർമൻ സാമ്രാജ്യം ഒരു വലിയ അപവാദമായി നിലകൊണ്ടു എന്നത് വേറെ കാര്യം. ഇതിന്റെ ഫലമായി തൊഴിലാളിപ്രസ്ഥാനങ്ങളും പാർട്ടികളും പ്രയോഗതലത്തിൽ അവയുടെ ദേശരാഷ്ട്രങ്ങളുമായി ചേർത്തു കാണപ്പെട്ടു തുടങ്ങി. 1914ൽ യുദ്ധം പൊട്ടിപ്പുറപ്പെട്ടതോടെ ഇത് കൂടുതൽ തെളിവായി എന്നേ ഉള്ളൂ.

യുദ്ധം അവസാനിച്ചതോടെ സംഘടിതതൊഴിലാളിവർഗത്തിന്റെ എണ്ണത്തിലും ശക്തിയിലും വമ്പിച്ച വളർച്ചയുണ്ടായി. യുദ്ധങ്ങൾക്കിടക്കാലത്ത് ഈ വളർച്ച നിലനിർത്താൻ കഴിഞ്ഞില്ലെങ്കിലും രണ്ടാംലോകയുദ്ധക്കാലത്തും അതിനുശേഷവും അതു തുടർന്നു. ഫ്രാൻസ്, സ്പെയിൻ, ഇത്യാദി പരമ്പരയാ ദുർബലവും അസ്ഥിരവുമായ വ്യാവസായികരാജ്യങ്ങൾ ഒഴിച്ച് മറ്റിടങ്ങളിലെല്ലാം സംഘടിത തൊഴിലാളിവർഗം 1970 കളോടെ പരമാവധി ശക്തമായ നിലയിലായി. തൊഴിലാളിപ്രസ്ഥാനങ്ങൾ അങ്ങനെ രാജ്യത്തെയും വ്യവസ്ഥിതിയെയും നിലനിർത്തുന്ന ശക്തികളായി. ഒന്നാംലോകയുദ്ധക്കാലത്തും അതിനുശേഷവും അവയുടെ പ്രതിനിധികൾ സർക്കാരുകളിൽ ഭാഗഭാക്കായി, താമസിയാതെ സ്വയം സർക്കാരുകൾ രൂപവൽക്കരിച്ചു – 1945 നുശേഷമേ സോഷലിസ്റ്റേതര പാർട്ടികളുടെ പിന്തുണ ഇല്ലാതെ അവയ്ക്ക് അതിന് കഴിഞ്ഞുള്ളു എന്നിരിക്കിലും. 1970 കളിൽ ഈ വികാസവും പരകോടിയിൽ എത്തി. അക്കാലമായപ്പോഴേക്കും ആസ്ട്രിയ, ബെൽജിയം, ഡെൻമാർക്ക്, ഫിൻലൻഡ്, നോർവെ, പോർട്ടുഗൽ, ഫ്രാങ്കോയ്ക്കുശേഷമുള്ള സ്പെയിൻ, സ്വീഡൻ, യു കെ, ഫെഡറൽ ജർമനി എന്നിവിടങ്ങളിൽ ഒന്നല്ലെങ്കിൽ മറ്റൊരു സോഷ്യൽ ഡെമേക്രറ്റിക് പാർട്ടി അധികാരത്തിലെത്തിയിരുന്നു. 1981 ൽ ഫ്രാൻസും ഗ്രീസും ഇക്കൂട്ടത്തിൽ ചേർന്നു. അപ്പോഴാണ് പ്രതിസന്ധി വന്നെത്തിയത്.

പാശ്ചാത്യമുതലാളിത്തത്തിന്റെ മർമപ്രധാനമായ രാജ്യങ്ങളിലെ തൊഴിലാളിപ്രസ്ഥാനങ്ങളിൽ എന്തു പങ്കാണ് വിപ്ലകാരികൾ നിറവേറ്റിയത്? സിദ്ധാന്തം എന്തുതന്നെ ആയിരുന്നാലും പ്രയോഗത്തിൽ അവർ വിപ്ലവാത്മകമായിരുന്നില്ല; കാരണം, മുതലാളിത്തത്തിന്റെ പതനമോ സോഷ്യലിസത്തിലേക്കുള്ള സംക്രമണമോ പ്രതീക്ഷിക്കാൻ യാതൊരു വകയും ഇല്ലായിരുന്നു. അതേസമയം അവരെക്കൊണ്ട് ആവശ്യവും ഉണ്ടായിരുന്നു; കാരണം, സോഷ്യലിസ്റ്റേതരമായ തൊഴിലാളിപ്രസ്ഥാനങ്ങൾ പോലും തൊഴിലിടങ്ങളിൽ വർഗസമരം ദേശീയ സർക്കാരുകളിൽ രാഷ്ട്രീയ സമ്മർദം എന്നിവയുടെ ചേരുവയെയും അവരുടെ അഭിലാഷങ്ങൾ ആവിഷ്ക്കരിക്കുന്ന ആശയങ്ങളെയും ആശ്രയിച്ചിരുന്നു. തൊഴിലാളി യൂണിയനുകൾ ശക്തമായിരുന്നിടത്ത് വിപ്ലവകാരികൾക്ക് ഗണ്യമായ ഒരു പങ്ക് നിറവേറ്റാൻ കഴിഞ്ഞു. അതുവഴി കമ്യൂണിസ്റ്റുകാ

രുടെ കൊച്ചു ന്യൂനപക്ഷങ്ങൾക്ക് അവയുടെ പാർട്ടികൾ രാഷ്ട്രീയമായി അപ്രധാനമായിരുന്ന ബ്രിട്ടൺ, യു എസ് എ, ഇത്യാദി രാജ്യങ്ങളിലുള്ള വലുപ്പത്തിലും എത്രയോ കൂടുതൽ ഫലപ്രദമാകാൻ കഴിഞ്ഞു. ബ്രിട്ടീഷ് ട്രേഡ് യൂണിയൻ പ്രസ്ഥാനത്തിൽ കമ്യൂണിസ്റ്റ് പാർട്ടിയുടെ സ്വാധീനം പരകോടിയിലെത്തിയത് 1970കളിലാണ്. അപ്പോഴേക്കും കമ്യൂണിസ്റ്റ് പാർട്ടിതന്നെ മരണവാതിൽക്കലായിരുന്നു.

ദുരന്തത്തിന്റെ യുഗം അവശേഷിപ്പിച്ച സർവാധിപത്യങ്ങളിൽ — ഉദാഹരണം: സ്പെയിൻ, പോർട്ടുഗൽ — നിയമവിരുദ്ധ കമ്യൂണിസ്റ്റുകാർ അപ്പോഴും പ്രതിരോധത്തിന്റെ മുഖ്യശക്തിയായിരുന്നു. അവർ 1970കളിൽ ജനാധിപത്യത്തിലേക്കുള്ള സംക്രമണത്തിൽ ഗണ്യമായ ഒരു പങ്കുവഹിച്ചു. പക്ഷേ താമസിയാതെ അവർ പാർശ്വവൽക്കരിക്കപ്പെട്ടു. ഇറ്റലിയിലേത് യു എസ് സമ്മർദത്തിനു വഴങ്ങി എപ്പോഴും ഭരണത്തിൽനിന്ന് ഒഴിവാക്കപ്പെട്ട, യൂറോപ്പിലെ തന്നെ ഏറ്റവും വലിയ കമ്യൂണിസ്റ്റ് ബഹുജന പാർട്ടിയായിരുന്നു. അത് യു എസ് എസ് ആറിൽ നിന്ന് അകന്ന് ക്രമത്തിൽ ഒരു സോഷ്യൽ ഡെമോക്രാറ്റിക് മാതൃകയിലേക്ക് നീങ്ങി. ഫ്രാൻസിൽ കമ്യൂണിസ്റ്റ് പാർട്ടി 1970 കളിൽ കുറച്ചുകാലം സോഷ്യലിസ്റ്റ് പാർട്ടി പുനർനിർമിച്ച് മിത്തറാങ്ങിന്റെ പുതിയ ജനകീയ മുന്നണിയുടെ ഭാഗമായി ഒരു പരിഷ്ക്കരണനയമാണ് പിന്തുടർന്നത്. അത് കുറച്ചുകാലത്തേക്ക് സർക്കാരിൽ പ്രവർത്തിച്ചു. സോഷ്യലിസ്റ്റ് പ്രസിഡന്റായിരുന്നു, അമരത്ത്. 1981–84 കാലം. 1947 നുശേഷം ആദ്യമായിട്ടായിരുന്നു, ഒരു കമ്യൂണിസ്റ്റ് പാർട്ടിക്ക് ഭരണം പങ്കിടാൻ അനുവാദം കിട്ടിയത്. പക്ഷേ അത് വേഗംതന്നെ പരമ്പരാഗതമായ കടുത്ത നിലപാടിലേക്ക് തിരിച്ചുപോയി. 1972 മുതൽ പുനർനിർമിത സോഷ്യലിസ്റ്റുകളൾക്കിടയിൽ പരാജയപ്പെടുത്തപ്പെട്ട കമ്യൂണിസ്റ്റ് പാർട്ടിയുടെ ബഹുജനപിന്തുണ 1980 കളിൽ തകർന്നു.

മുതലാളിത്തത്തിന്റെ മുഖ്യകേന്ദ്രങ്ങളായ രാജ്യങ്ങൾക്കു പുറത്ത് സാഹചര്യം വളരെ വ്യത്യസ്തമായിരുന്നു — 1917 ലെയും 1945–49 ലെയും വിജയകരമായ ലെനിനിസ്റ്റ് വിപ്ലവത്തിനു കീഴിലുള്ള രാജ്യത്തിലടക്കം. തൊഴിലാളിവർഗത്തിന്റെ പേരിൽ റഷ്യൻ ബോൾഷെവിക്കുകൾ അധികാരത്തിൽ വന്നിരുന്നു. അവരുടെ പഞ്ചവത്സരപദ്ധതികൾ വമ്പിച്ച ഒരു വ്യാവസായികത്തൊഴിലാളി വർഗത്തെ സൃഷ്ടിക്കുന്നു. പക്ഷേ, അവർ നമുക്കറിയുമ്പോലെയുള്ള ഫ്രഞ്ച് പ്രസിഡന്റ് വാൽഡെക്–റൂസോ തൊഴിലാളി പ്രസ്ഥാനം ഇല്ലാതാക്കി. അവസാനംവരെ പാർട്ടിയോ ഭരണകൂടമോ നിയന്ത്രിക്കാത്ത ഒരു തൊഴിലാളി പ്രസ്ഥാനത്തെയും സോവിയറ്റ് യൂണിയൻ അനുവദിച്ചില്ല. 1945നുശേഷം പിൻഗാമികളായി എത്തിയ കമ്യൂണിസ്റ്റ് രാജ്യങ്ങളും അതേ മാതൃക പിന്തുടർന്നു — അവർക്ക് അതിനുള്ള അധികാരം ഉണ്ടായിരുന്ന കാലം വരെ. കമ്യൂണിസ്റ്റ് ലോകത്തെ തൊഴിലാളി വർഗത്തിന്റെയും തൊഴിലാളി സംഘട്ടനങ്ങളുടെയും ചരിത്രം എഴുതാം. പക്ഷേ തൊഴിലാളി പ്രസ്ഥാനങ്ങളുടെ ചരിത്രം എഴുതാനാവില്ല — 1980 കളിൽ പോളണ്ടിലെ സോളിഡാരിറ്റിയുടേതൊഴികെ.

ലോകത്തെ മറ്റു സ്ഥലങ്ങളിൽ സോഷ്യലിസ്റ്റ്, തൊഴിലാളി പ്രസ്ഥാനങ്ങൾ(ആസ്ട്രേലിയയിലെയും മറ്റു ചിലയിടങ്ങളിലെയും മിതമായ ചില അപവാദങ്ങൾ ഒഴിച്ചാൽ) റഷ്യൻ വിപ്ലവത്തോടെ മാത്രമാണ് ആരംഭിച്ചത്. ആ മേഖലകളിൽ രണ്ടാം ഇന്റർനാഷനൽ പ്രായേണ ഇല്ലായിരുന്നു, സോഷ്യൽ ഡെമോക്രാറ്റിക് നയങ്ങൾക്ക് അവിടെ അടിസ്ഥാനവും ഇല്ലായിരുന്നു; പിന്നെയല്ലേ, ബേൺസ്റ്റീനിയൻ നയങ്ങൾ! അതേസമയം ചില രാജ്യങ്ങളിൽ(പ്രത്യേകിച്ച് അമേരിക്കൻ) ചരിത്രപരമായ കാരണങ്ങൾ കൊണ്ട് പഴയ ലോകത്ത് ഇല്ലായിരുന്ന ഒരു പ്രതിഭാസം ദൃശ്യമാകുന്നുണ്ട് — പഴയ ഭൂപ്രഭുക്കളുടെ വരേണ്യവർഗവുമായിട്ടുള്ള പോരാട്ടത്തിന്റെ ഭാഗമായി തൊഴിലാളി പ്രസ്ഥാനങ്ങളെ രാജ്യത്തലവന്മാരായ രാഷ്ട്രീയ ശകുനിമാർ യാതൊരു മടിയും കൂടാതെ അനുകൂലിക്കുന്നു. അർജന്റീനയിലും ബ്രസീലിലും ഇതായിരുന്നു, അവസ്ഥ. മെക്സിക്കോയിൽ ഈ പങ്ക് നിറവേറ്റിയത് മെക്സിക്കൻ വിപ്ലവശേഷം ആവിർഭവിച്ച സ്ഥാപിതഭരണകക്ഷിയായ പി ആർ ഐ ആണ്. വാസ്തവത്തിൽ 1970 കളിലും അതിനുശേഷവും യഥാർഥ വ്യവസായവൽക്കരണം ആരംഭിക്കുംവരെ ഈ മേഖലകളിൽ സംഘടിപ്പിക്കാൻ കൊള്ളാവുന്ന ഒരു തൊഴിലാളിവർഗത്തെ കണ്ടുകിട്ടുക പ്രയാസമായിരുന്നു- ഖനനം, ഊർജം, ഗതാഗതം, സമുദ്രയാനം, വസ്ത്രനിർമാണം എന്നീ രംഗങ്ങളിലൊഴികെ. അപ്പോൾ മുതൽ ഏതായാലും ഒരു നൂറ്റാണ്ട് മുമ്പ് യൂറോപ്പിൽ നടന്നതിനോട് താരതമ്യപ്പെടുത്താവുന്ന രണ്ട് വികാസങ്ങൾ ഉണ്ടായി. ഒന്ന്, കൊറിയയിൽ ബഹുജന ട്രേഡ് യൂണിയൻ പ്രസ്ഥാനത്തിന്റെ ഉദയം; രണ്ട്, ബ്രസീലിൽ പാർട്ടി ഓഫ് ലേബറിന്റെ ഉദയം. രണ്ടും 1980 കളിലാണ് ഉണ്ടായത്. (യാഥാസ്ഥിതികമായാലും വിമതമായാലും) ലെനിനിസത്തിന്റെ സ്വാധീനം അത്തരം പ്രസ്ഥാനങ്ങളിൽ പ്രധാനമായിരുന്നു. പക്ഷേ ഏതാനും രാജ്യങ്ങളിൽ മാത്രമാണ് അത് നിർണായകമായത്. ഈ പ്രസ്ഥാനങ്ങളുടെ പിറകിലെ പ്രത്യയശാസ്ത്രമോ പ്രത്യയശാസ്ത്രമില്ലായ്മയോ എന്തുതന്നെയായാലും പ്രായോഗികതലത്തിൽ ഇവയെല്ലാം ഉണ്ടായത് സമാധാനപൂർണമായ ജനാധിപത്യ രാഷ്ട്രീയത്തേക്കാൾ സൈനിക അട്ടിമറിയും വിപ്ലവവും തെരുവുപോരാട്ടവും തോക്കുകളും പരിചിതമായിരുന്ന രാജ്യങ്ങളിലാണ്. യു എസ് എസ് ആറിലെപ്പോലെ വമ്പിച്ച വ്യവസായവൽക്കരണത്തിന് ചൈനയിലും വിയറ്റ്നാമിലും സ്വതന്ത്രമായ തൊഴിലാളിസംഘടനകളുടെ രൂപവൽക്കരണത്തിലേക്ക് നയിക്കാനാവില്ല.

1970 കൾക്കു ശേഷം, എല്ലാം മാറി: ലെനിനും ബേൺസ്റ്റീനും പ്രത്യാശ നഷ്ടപ്പെട്ടു. സോവിയറ്റ് വ്യവസ്ഥ തകർന്ന കാര്യം എല്ലാവർക്കുമറിയാം; അതേസമയം ഭരണത്തിലില്ലാത്ത കമ്യൂണിസ്റ്റ് പാർട്ടികൾ മാഞ്ഞുപോകുകയും ചെയ്തു. എന്നാൽ അത്രതന്നെ അറിയപ്പെടാത്തതാണ് ബേൺസ്റ്റീനിയൻ സോഷ്യൽ ഡെമോക്രസിയും തൂത്തെറിയപ്പെട്ടു എന്ന വസ്തുത. പരിഷ്ക്കരണവാദത്തിന്റെ നിർമിതി നിലനിന്നിരുന്നത് ഒരു മുക്കല്ലടിത്തറയിലാണ്. ഒന്നാമത്തെ കല്ല് തൊഴിലാളിവർഗത്തിന്റെ വിപ്ലവവും വളർച്ചയും ആയിരുന്നു. രണ്ടാമത്തേത് അധ്വാ

നിക്കുന്ന, ഏറെക്കുറേ ദരിദ്രരായ ജനങ്ങളുടെ വൈവിധ്യമാർന്ന ഒരു കൂട്ടം ഒന്നിച്ച് ഒരൊറ്റ വർഗമായി നിർത്തിയിരുന്ന അവബോധമായിരുന്നു. മൂന്നാമത്തേത്, 1914നു മുമ്പുതന്നെ വല്ലാതെ റാഡിക്കലായി പെരുമാറാത്ത വോട്ടർമാർക്ക് ഇളവുകൾ നൽകാൻ ബൂർഷ്വ-ഡെമോക്രാറ്റിക് സർക്കാരുകൾ കാണിച്ച സന്നദ്ധത. പക്ഷേ 1970 കൾ മുതൽ മുതലാളിത്തത്തിന്റെ പ്രധാനരാജ്യങ്ങളിലെ (ഒന്നാം ലോകത്തിലെ) കായിക തൊഴിലാളി വർഗങ്ങൾ ആപേക്ഷികമായും കേവലമായും ചുരുങ്ങി, അവയുടെ ഏകീകൃതവും ഏകീകരണശേഷിയുള്ളതുമായ വർഗബോധത്തിന്റെ വലിയൊരു ഭാഗം നഷ്ടമായി. എന്തിനധികം, പ്രസ്ഥാനവുമായി പണ്ട് നിരുപാധികബന്ധമുണ്ടായിരുന്ന അവയിലെ ചില സംഘങ്ങൾ സാമ്പത്തിക ഉദാരവാദപ്പാർട്ടികളിലേക്ക് കുടിമാറുക വരെയുണ്ടായി. താച്ചറുടെ കീഴിൽ ബ്രിട്ടണിലും റീഗന്റെ കീഴിൽ യു എസ് എയിലും ഇത് സംഭവിച്ചു. 1980 കളിൽ റാഡിക്കൽ ദേശീയവാദ വലതുപക്ഷത്തിലെ പാർട്ടികൾ വളരുന്നതും തൊഴിലാളി വർഗ വോട്ടർമാരെ ആകർഷിക്കുന്നതും നാം കണ്ടു — വിശിഷ്യ ഫ്രാൻസിലും (ലാ പെനിന്റെ നേതൃത്വത്തിൽ) ആസ്ട്രിയയിലും (ഹെയ്ദറുടെ നേതൃത്വത്തിൽ). സമ്പന്ന ഉപഭോക്തൃസമൂഹങ്ങളുടെ സമൃദ്ധിവർധന തൊഴിലാളിവർഗങ്ങൾക്കും ഗുണം ചെയ്തു; പക്ഷേ അതോടൊപ്പം ഐക്യദാർഢ്യവും സംഘപ്രവൃത്തിയും ഉണ്ടെങ്കിലേ തൊഴിലാളിവർഗത്തിലെ വ്യക്തിയുടെ യഥാർഥമായ മെച്ചപ്പെടൽ ഉണ്ടാകൂ എന്ന പ്രമാണസമാനമായ വിശ്വാസത്തെ ആ സമൃദ്ധി അട്ടിമറിക്കുകയും ചെയ്തു.

പതിനെട്ടാം നൂറ്റാണ്ടിലെ പ്രബുദ്ധോദയത്തിൽ വേരൂന്നിയ സോഷ്യലിസം അടക്കമുള്ള ഇടതുപക്ഷ പ്രത്യശാസ്ത്രങ്ങളുടെ ക്ഷയം എന്തു പങ്കാണ് വഹിച്ചത് എന്ന് നമുക്ക് ഊഹിക്കാനേ പറ്റൂ. യൂറോപ്പിൽ അത് ഒരുപക്ഷേ അഗണ്യമാകാം. പക്ഷേ ഏഷ്യയിലും ആഫ്രിക്കയിലും, പ്രത്യേകിച്ച് അവിടങ്ങളിലെ മുസ്‌ലിം മേഖലകളിൽ, അങ്ങനെയല്ല. ക്രോംവെല്ലിന്റെ കാലത്തിനു ശേഷം ഏതെങ്കിലും മതേതരമായ പ്രത്യയശാസ്ത്രത്താൽ പ്രചോദിതമാകാത്ത ആദ്യത്തെ പ്രധാനവിപ്ലവമായിരുന്നു, 1979 ൽ ഇറാനിൽ നടന്നത്. മതത്തിന്റെ ഭാഷയിൽ ആണ് അത് ബഹുജനങ്ങളെ ആകർഷിച്ചത്. ഷിയാ മുസ്ലിങ്ങളുടെ ഭാഷയായിരുന്നു അത്. തുടർന്ന് രാഷ്ട്രീയവൽകൃതമായ മൗലികവാദി (സുന്നി) ഇസ്‌ലാം പാകിസ്ഥാൻ മുതൽ മൊറോക്കോ വരെ വിവിധഭാഗങ്ങളിൽ പ്രത്യക്ഷപ്പെട്ടു തുടങ്ങി. അത് ക്രമേണ ശക്തി പ്രാപിച്ചു. അതേസമയം മാർക്സിസം കുത്തനെ ഇടിഞ്ഞു, സോഷ്യൽ ഡെമോക്രാറ്റിക് ഇടതുപക്ഷവും. തൊഴിലാളികൾക്കും വിദ്യാർഥികൾക്കും ഇടയിൽ പൊതുവായ അരാഷ്ട്രീയവൽക്കരണം നടന്നു.

റഷ്യൻ വിപ്ലവം പരിഷ്ക്കരണവാദത്തിന് ഒരു രണ്ടാം അടിത്തറ നൽകിയിരുന്നു: കമ്യൂണിസത്തോടുള്ള ഭയം, യു എസ് എസ് ആറിനോടുള്ള ഭയം. രണ്ടാംലോകയുദ്ധക്കാലത്തും അതിനുശേഷവും രണ്ടിലും ഉണ്ടായ മുന്നേറ്റം (ചുരുങ്ങിയ പക്ഷം യൂറോപ്പിലെങ്കിലും), സമ്പൂർണതൊഴിൽ, ചിട്ടയായ സാമൂഹികസുരക്ഷ എന്നിവയുടെ രൂപ

ത്തിൽ ഒരു എതിർനയം കൊണ്ടുവരാൻ സർക്കാരുകളെയും തൊഴിൽ ദാതാക്കളെയും നിർബന്ധിതരാക്കി. പക്ഷേ യു എസ് എസ് ആർ ഇല്ലാതായി. ബർലിൻ മതിലിന്റെ പതനത്തോടെ അങ്ങനെ ഭയപ്പെടണമെന്ന് മുതലാളിത്തത്തിന് മറക്കാറായി. അതുകൊണ്ട് അതിന് ഓഹരികൾ സ്വന്തമായി ഉണ്ടാക്കാൻ ഇടയില്ലാത്ത ജനങ്ങളിൽ താൽപ്പര്യം ഇല്ലാതായി. ഏതായാലും 1980കളിലും 1990കളിലും ഉണ്ടായ വമ്പിച്ച തൊഴിലില്ലായ്മയ്ക്കുപോലും ഇരകളെ റാഡിക്കലൈസ് ചെയ്യാനുള്ള പഴയ ശക്തി ഇല്ലായിരുന്നു എന്നു വേണം കരുതാൻ.

1945 നുശേഷം രാഷ്ട്രീയം മാത്രമല്ല, സമ്പദ്വ്യവസ്ഥയും പരിഷ്കരണം, വിശിഷ്യ സമ്പൂർണതൊഴിൽ, ആവശ്യപ്പെടുന്നു എന്നാണ് തോന്നിച്ചത്. കെയ്ൻസും സ്കാൻഡിനേവിയൻ സോഷ്യൽ ഡെമോക്രസിയുടെ സ്വീഡിഷ് സാമ്പത്തികശാസ്ത്രജ്ഞരും ഇത് പ്രവചിച്ചിരുന്നു. ഇതായിരുന്നു, പരിഷ്ക്കരണവാദത്തിന്റെ മൂന്നാമത്തെ അടിത്തറ. അത് സോഷ്യൽ ഡെമോക്രാറ്റിക് സർക്കാരുകളുടെ മാത്രമല്ല, മിക്ക സർക്കാരുകളുടെയും(യു എസ് എ അടക്കം) നയമായി. ഇത് പാശ്ചാത്യരാജ്യങ്ങളിൽ രാഷ്ട്രീയസ്ഥിരതയും അഭൂതപൂർവമായ സാമ്പത്തികവിജയവും സൃഷ്ടിച്ചു. 1973 നുശേഷമുള്ള പുതിയ കാലഘട്ടം വരെ -- പരിഷ്കരണത്തിന്റെ സമ്പദ്വ്യവസ്ഥയും യുദ്ധാനന്തര നയവും അത്തരം പ്രസാദാത്മകഫലങ്ങൾ ഉളവാക്കാതായിത്തുടങ്ങുന്ന കാലഘട്ടം വരെ — ചിക്കാഗോയിലെ സാമ്പത്തികവിദഗ്ധരെ അപ്പോഴേക്കും ബാധിച്ചിരുന്ന റാഡിക്കൽ സാമ്പത്തികഉദാരവാദത്തിന്റെ വ്യക്ത്യധിഷ്ഠിത പ്രത്യയശാസ്ത്രങ്ങൾ ഉൾക്കൊള്ളാൻ സർക്കാരുകൾ തയാറായിരുന്നില്ല. അവരെ സംബന്ധിച്ചിടത്തോളം തൊഴിലാളി പ്രസ്ഥാനങ്ങളും തൊഴിലാളി പാർട്ടികളും പൊതുജന സാമൂഹികക്ഷേമ സംവിധാനങ്ങളും ഒക്കെ ലാഭം, സമ്പദ്വ്യവസ്ഥ എന്നിവയ്ക്കും അതുവഴി പൊതുക്ഷേമത്തിനും പരമാവധി വളർച്ച ഉറപ്പുതരുന്ന സ്വതന്ത്രവിപണിയുടെ പടയോട്ടത്തിന്റെ പാതയിലെ തടസ്സങ്ങൾ മാത്രമായിരുന്നു. ഏറ്റവും ഉത്തമം അവയെല്ലാം റദ്ദാക്കുകയാണ്. പക്ഷേ പ്രായോഗികതലത്തിൽ ഇത് അസാധ്യമായിരുന്നു. അങ്ങനെ, 'സമ്പൂർണതൊഴിൽ' എന്നതിന്റെ സ്ഥാനം തൊഴിലാളി വിപണിയിലെ അയവ്, 'തൊഴിലില്ലായ്മയുടെ സ്വാഭാവിക നിരക്ക്' എന്ന സിദ്ധാന്തം എന്നിവ കയ്യടക്കി.

ആഗോള സമ്പദ്വ്യവസ്ഥയുടെ മുന്നേറ്റത്തിനുമുന്നിൽ ദേശ രാഷ്ട്രങ്ങൾ പിൻവാങ്ങിയ കാലവുമായിരുന്നു, ഇത്. സൈദ്ധാന്തികമായി അന്തർദേശീയമായിരുന്നെങ്കിലും തൊഴിലാളി പ്രസ്ഥാനങ്ങൾ സ്വരാജ്യങ്ങളുടെ അകമേ മാത്രം ഫലപ്രദമാണെന്ന സ്ഥിതിയിലായി. അവ സ്വന്തം ദേശരാഷ്ട്രങ്ങളോട് കെട്ടിയിടപ്പെട്ടു. പ്രത്യേകിച്ച് ഇരുപതാം നൂറ്റാണ്ടിന്റെ ഉത്തരാർധത്തിലെ സർക്കാർ നേതൃത്വത്തിലുള്ള മിശ്ര സമ്പദ്വ്യവസ്ഥകളിലും ക്ഷേമസമ്പദ്വ്യവസ്ഥകളിലും. ദേശരാഷ്ട്രം പിൻവാങ്ങിയതോടെ തൊഴിലാളി പ്രസ്ഥാനങ്ങൾക്കും സോഷ്യൽ ഡെമോക്രാറ്റിക് പാർട്ടികൾക്കും അവയുടെ ഏറ്റവും ശക്തമായ ആയുധം നഷ്ടമായി. അതിനുശേഷം ഇന്നുവരെ അവയ്ക്ക് വിജയകരമായി അന്തർദേശീയതല

ത്തിൽ പ്രവർത്തിക്കാൻ കഴിഞ്ഞിട്ടില്ല.

മുതലാളിത്തം ഒരു പുതിയ പ്രതിസന്ധിയുടെ ഘട്ടത്തിലേക്ക് പ്രവേശിക്കവേ തൊഴിലാളി പ്രസ്ഥാനങ്ങളുടെ ചരിത്രത്തിലെ ഏറെ സവിശേഷമായ ഒരു ഘട്ടത്തിന്റെ അവസാനം കൂടിയാണ് നാം കാണുന്നത്. അതിവേഗം വ്യവസായവൽക്കരണം നടക്കുന്ന 'ഉയർന്നുവരുന്ന സമ്പദ് വ്യവസ്ഥസ്ഥ'കളിൽ വ്യാവസായിക തൊഴിലാളികളുടെ ക്ഷയത്തിന് സാധ്യതയൊന്നും ഇല്ല. പഴയ മുതലാളിത്തത്തിന്റെ സമ്പന്നരാജ്യങ്ങളിൽ തൊഴിലാളി പ്രസ്ഥാനങ്ങൾ ഇന്നും നിലനിൽക്കുന്നുണ്ട്. നവ ഉദാരവൽക്കരണ പ്രചാരണങ്ങൾ കൊണ്ടുപിടിച്ചിട്ടും ചുരുങ്ങലിന്റെ യാതൊരു ലക്ഷണവും കാണിക്കാത്ത പൊതുസേവനരംഗങ്ങളാണ് ആ പ്രസ്ഥാനങ്ങളുടെ ശക്തി എന്ന വസ്തുത ശ്രദ്ധേയമാണ്. മാർക്സ് പ്രവചിച്ചതുപോലെ സാമ്പത്തികസജീവത നിലനിർത്തുന്ന ജനങ്ങളിൽ ഭൂരിപക്ഷവും കൂലിയെയും ശമ്പളത്തെയും ആശ്രയിക്കുന്നവരാണ്; അതുകൊണ്ട് അവർക്ക് കൂലി നൽകുന്നവരുടെയും കൂലി വാങ്ങുന്നവരുടെയും താൽപ്പര്യങ്ങളുടെ വ്യതിരിക്തത നന്നായി അറിയാം. അതുകൊണ്ട് പാശ്ചാത്യ തൊഴിലാളിപ്രസ്ഥാനങ്ങൾ നിലനിൽക്കുന്നു. ഇരുപക്ഷങ്ങളും തമ്മിൽ സംഘട്ടനമുണ്ടാകുമ്പോൾ സംഘപ്രവർത്തനം അനിവാര്യമാകുന്നു — കൂലിവാങ്ങുന്നവരുടെ പക്ഷത്തെങ്കിലും. അതുകൊണ്ട് രാഷ്ട്രീയ പ്രത്യയശാസ്ത്രങ്ങൾ പിന്താങ്ങിയാലും ഇല്ലെങ്കിലും വർഗസമരം തുടരും.

സമ്പന്നർ/ദരിദ്രർ തമ്മിലുള്ള വിടവും പല താൽപ്പര്യങ്ങളുള്ള സാമൂഹികസംഘങ്ങൾക്കിടയിലുള്ള വിഭജനങ്ങളും ഇപ്പോഴും ഉണ്ട് – അവയെ നാം 'വർഗങ്ങൾ' എന്നു വിളിച്ചാലും ഇല്ലെങ്കിലും. അതുകൊണ്ട്, ഒരു നൂറോ ഇരുനൂറോ വർഷങ്ങൾക്ക് മുമ്പ് ഉണ്ടായിരുന്നതിൽ നിന്ന് എത്രതന്നെ വ്യത്യസ്തമാണ് സാമൂഹികശ്രേണികളെങ്കിലും രാഷ്ട്രീയം തുടരുന്നു — ഭാഗികമായി മാത്രമേ വർഗരാഷ്ട്രീയമാകുന്നുള്ളൂ എങ്കിലും.

ദേശരാഷ്ട്രം വംശനാശത്തിലേക്കുള്ള പാതയിലല്ല; അതുകൊണ്ട് തൊഴിലാളിപ്രസ്ഥാനങ്ങൾ തുടരുന്നു. സാമൂഹികോൽപ്പന്നം ജനങ്ങൾക്കിടയിൽ മാനവികവ്യവഹാരത്തിന്റെ രീതിയിൽ വിതരണം ചെയ്യാനും വിപണിക്ക് പൂർത്തീകരിക്കാൻ കഴിയാത്ത മാനവികാവശ്യങ്ങൾ നേടിക്കൊടുക്കാനും രാഷ്ട്രത്തിനും മറ്റ് പൊതു അധികാരസ്ഥാപനങ്ങൾക്കും മാത്രമേ കഴിയൂ. അതുകൊണ്ട് രാഷ്ട്രീയം എക്കാലവും സാമൂഹിക ഉന്നതിക്കായുള്ള സമരത്തിലെ ഒരു ആവശ്യമായി നിലനിന്നിരുന്നു, ഇപ്പോഴും നിലനിൽക്കുന്നുണ്ട്. തീർച്ചയായും 2008ൽ ബർലിൻ മതിലിന്റെ പതനത്തിന്റെ വലതുപക്ഷ രൂപമെന്നോണം തുടങ്ങിയ സാമ്പത്തിക മഹാമാന്ദ്യം ഒരു സമ്പദ്‌വ്യവസ്ഥ കുഴപ്പത്തിലാക്കുമ്പോൾ രാഷ്ട്രം ഒരനിവാര്യതയാകുന്നു എന്ന തിരിച്ചറിവുണ്ടാകാൻ അത് സഹായകമായി. ചിട്ടയായ സ്വകാര്യവൽക്കരണം, നിയന്ത്രണങ്ങൾ എടുത്തുകളയൽ എന്നിവയിലൂടെ സർക്കാരുകൾ അതിനുവേണ്ടി അടിത്തറ പാകിക്കഴിഞ്ഞാണ് നവഉദാര വാദം വിജയിച്ചത് എന്നുകൂടി കാണേണ്ടതുണ്ട്.

1973–2008 *സോഷ്യൽ ഡെമോക്രസിയിൽ* ഉണ്ടാക്കിയ പ്രത്യാഘാതം

എന്താണ്? അത് ബേൺസ്റ്റീനിനെ ഉപേക്ഷിച്ചു. ബ്രിട്ടണിൽ ആഗോള സ്വതന്ത്രവിപണി സ്വമേധയാ സൃഷ്ടിച്ച സാമ്പത്തിക വളർച്ചയുടെയും മറ്റും നേട്ടങ്ങളും മുകളിൽ നിന്ന് ലക്ഷ്യമാക്കപ്പെടുന്ന സാമൂഹിക സുരക്ഷാസംവിധാനവും ആശ്രയിക്കുകയല്ലാതെ മറ്റു പോംവഴിയൊന്നും ഇല്ലെന്ന് അതിന്റെ നേതാക്കൾക്ക് തോന്നി. 'നവതൊഴിലാളിവർഗം' 2008ൽ തൊഴിലാളി പ്രസ്ഥാനവുമായി എല്ലാ ജൈവബന്ധവും ഏതാണ്ട് വിഛേദിച്ച അവസ്ഥയിലാകുംവരെ വിപണി അധിഷ്ഠിതസമൂഹമായും ചേർത്തു കാണപ്പെട്ടു. ഇത് ഒരു കടന്ന ഉദാഹരണമാണ്. പക്ഷേ മറ്റ് ശക്തിദുർഗങ്ങളിലും (ആകെ ബഹുജനകമ്യൂണിസ്റ്റ് പാർട്ടി അവശേഷിച്ച ഇറ്റലിയടക്കം) പരിഷ്ക്കരണവാദ സോഷ്യൽ ഡെമോക്രസി ആകെ തകർന്നു — ഒരുപക്ഷേ വീണ്ടും സംയോജിതമായ ജർമനിയിലും സ്പെയിനിലും ഒഴികെ. കമ്യൂണിസ്റ്റുകാർ 'യൂറോ കമ്യൂണിസ്റ്റുകാർ', കടുത്ത പാരമ്പര്യവാദികൾ എന്നിങ്ങനെ രണ്ടായി പിരിഞ്ഞു. അവരും പടിഞ്ഞാറ് ഗൗരവത്തിലെടുക്കേണ്ട ഒരു രാഷ്ട്രീയകക്ഷി എന്ന നിലയ്ക്ക് അസ്തപ്രഭരായി.

പക്ഷേ ഈ കാലഘട്ടവും കഴിയുകയായി. ദുരന്തങ്ങളുടെ യുഗത്തിനുശേഷം മുതലാളിത്തം ഏറ്റവും ഗുരുതരമായ പ്രതിസന്ധി പൊടുന്നനെ നേരിട്ട 2008 ലെ അവസ്ഥ സ്മരണീയം. അതിന്റെ ആരംഭത്തിൽ തൊഴിലാളി പ്രസ്ഥാനത്തിന്റെ അവസ്ഥ തന്നെ അസ്ഥാനത്തായി. പല യൂറോപ്യൻ രാജ്യങ്ങളിലും അതിന്റെ പാർട്ടികൾ അപ്പോഴും ഭരണകക്ഷികളായി തുടർന്നു — ഒറ്റയ്ക്കോ ഒരു 'മഹദ്സഖ്യ' ത്തിന്റെ ഭാഗമായോ (സ്പെയിൻ, പോർട്ടുഗൽ, യു കെ, നോർവെ, ജർമനി, ആസ്ട്രിയ, സ്വിറ്റ്സർലൻഡ്) പൊടുന്നനെ ഉണ്ടായ സാമ്പത്തികത്തകർച്ച രാഷ്ട്രത്തെ ഒരു സാമ്പത്തിക ക്രിയാകാരനെന്ന നിലയിൽ പുനരധിവസിപ്പിച്ചു. തൊഴിൽദാതാക്കളും തൊഴിലാളികളും ദേശീയവ്യവസായങ്ങളിൽ അവശേഷിച്ചവയെ രക്ഷിക്കാൻ സർക്കാരുകളോടാണ് അഭ്യർഥിച്ചത്. തൊഴിലിടങ്ങളിൽ രണോത്സുകത, പൊതുജനങ്ങളിൽ അസംതൃപ്തി എന്നിവയുടെ ലക്ഷണങ്ങൾ അപ്പോഴേക്കും വ്യക്തമായിരുന്നു. 'തെരുവിലിറങ്ങുക' എന്ന പഴയ ശീലം തൊഴിലാളികൾക്കിടയിലും ദുർബലമായിരുന്നു, അർജന്റീനയിലെപ്പോലെ ചില യൂറോപ്യൻ രാജ്യങ്ങളിൽ അത് സജീവവും രാഷ്ട്രീയപ്രാധാന്യമുള്ളതും ആയിത്തുടർന്നിരുന്നെങ്കിലും. പ്രധാനപ്പെട്ട ട്രേഡ് യൂണിയൻ പ്രസ്ഥാനങ്ങൾ അപ്പോഴും നിലവിലുണ്ടായിരുന്നു. അവയുടെ നേതൃത്വത്തിൽ സോഷ്യൽ ഡെമോക്രാറ്റിക്കാണെങ്കിലും കമ്യൂണിസ്റ്റാണെങ്കിലും സോഷ്യലിസ്റ്റ് പാരമ്പര്യത്തിൽനിന്ന് ഉയർന്നുവന്ന സ്ത്രീപുരുഷന്മാർ തന്നെയായിരുന്നു.

അത്തരമൊരു കാലത്ത് പ്രത്യയശാസ്ത്രപരമായി ഇടതുപക്ഷത്തോട് കണ്ണിചേർന്ന തൊഴിലാളി പ്രസ്ഥാനങ്ങളുടെ പുനരുജ്ജീവനം സാധ്യമാണെന്ന് താത്വികമായി തോന്നിച്ചിരുന്നു. പക്ഷേ പ്രായോഗിക തലത്തിൽ അതിന്റെ ഹ്രസ്വകാല സാധ്യതകൾ അത്ര പ്രോത്സാഹനജനകമായിരുന്നില്ല, യൂറോപ്പിൽ പ്രായേണ എല്ലായിടത്തും തൊഴിലാളിപ്രസ്ഥാനങ്ങളിൽനിന്ന് അകൽച്ചയായിരുന്നു 1929–33 ലെ മഹാമാ

ന്ദ്യത്തിന്റെ ഉടനടി രാഷ്ട്രീയഫലം എന്ന് ഓർമിക്കാത്തവരെ സംബന്ധിച്ചുപോലും. ഇപ്പോഴത്തെ പ്രതിസന്ധി എങ്ങനെ മറികടക്കാമെന്ന് തൊഴിലാളി പ്രസ്ഥാനത്തിന്റെ പാരമ്പര്യ ബുദ്ധികേന്ദ്രങ്ങളായ സോഷ്യലിസ്റ്റുകൾക്കും മറ്റുള്ളവരെപ്പോലെ തന്നെ ഒരു പിടിയുമില്ല. 1930 കളിൽ അവർക്ക് ചൂണ്ടിക്കാണിക്കാൻ പ്രതിസന്ധി ഏശാത്ത കമ്യൂണിസ്റ്റ്, സോഷ്യൽ ഡെമോക്രാറ്റിക് രാജ്യങ്ങൾ ഇണ്ടായിരുന്നു. ഇന്ന് അവയില്ല. സോഷ്യലിസ്റ്റ് മാറ്റത്തിന് യാഥാർഥ്യബോധത്തോടെയുള്ള നിർദേശങ്ങളും അവരുടെ കൈയിലില്ല. പഴയ പടിഞ്ഞാറൻ മുതലാളിത്തരാജ്യങ്ങളിൽ വ്യവസായങ്ങൾ പിറകോട്ടടിയിലാണ്. അതോടെ അവരുടെ പ്രധാന അടിത്തറയായ വ്യാവസായികതൊഴിലാളിവർഗം ചുരുങ്ങിപ്പോയിരുന്നു. ഈ പ്രക്രിയ തുടരും. അവരാണ് സോഷ്യലിസ്റ്റുകളുടെ വ്യാവസായികവും തെരഞ്ഞെടുപ്പുപരവുമായ മുഖ്യആലംബം എന്ന വസ്തുതയും ഓർക്കണം. ഉയർന്നുവരുന്ന പുതിയ രാജ്യങ്ങളിൽ ഇതല്ല അവസ്ഥ; അവിടങ്ങളിൽ ഒരുപക്ഷേ തൊഴിലാളി പ്രസ്ഥാനം വികസിച്ചേക്കും. പക്ഷേ സാമൂഹികവിമോചനത്തിന്റെ പരമ്പരാഗത പ്രത്യയശാസ്ത്രങ്ങളുമായുള്ള അവരുടെ സഖ്യത്തിന് യഥാർഥത്തിൽ അടിസ്ഥാനമൊന്നും ഇല്ല. കാരണങ്ങൾ രണ്ടാകാം: ഒന്ന്, അവ ഇപ്പോഴുള്ളതോ മുമ്പുണ്ടായിരുന്നതോ ആയ കമ്യൂണിസ്റ്റ് ഭരണക്രമങ്ങളുമായി ബന്ധപ്പെട്ടു നിൽക്കുന്നു; രണ്ട്, മുൻകാലത്തെ 'ശോണഹരിത' പ്രസ്ഥാനങ്ങൾ ഇക്കാലത്തിനിടെ കല്ലിച്ചുപോയി. (ലാറ്റിൻ അമേരിക്ക എന്ന അസാധാരണ മാതൃക തൽക്കാലം മാറ്റിവയ്ക്കാം.)

ശരിയാണ്, ഇടതുപക്ഷത്തെ പഴയ പ്രത്യയശാസ്ത്രങ്ങളുടെ വിഘടനം, ക്ഷയം എന്നിവയുടെ കാലത്ത് ചില റാഡിക്കൽ/ഇടതുപക്ഷ ചിന്തകളിലൊക്കെ ഉയർന്നു വന്നിട്ടുണ്ട്. പക്ഷേ അവ കുറേക്കൂടി മധ്യവർഗാധിഷ്ഠിതമാണ്. അതിന്റെ വേവലാതികൾ (പരിസ്ഥിതി, തീവ്രമായ യുദ്ധവിരുദ്ധത, ഇത്യാദി) തൊഴിലാളി പ്രസ്ഥാനങ്ങളുടെ പ്രവർത്തനങ്ങളെ സംബന്ധിച്ച് നേരിട്ട് പ്രസക്തിയുള്ളതല്ല. അവർ ഒരുപക്ഷേ അവയിലെ അംഗങ്ങളെ ശത്രുക്കളായിട്ടുപോലും കാണുന്ന സ്ഥിതിയാകാം. തൊഴിലാളി പ്രസ്ഥാനങ്ങൾ സമൂഹികപരിവർത്തനം വിഭാവനം ചെയ്ത ഇടങ്ങളിൽ അവ അഭിലാഷത്തേക്കാൾ കൂടുതൽ പ്രതിഷേധത്തെയാണ് പ്രതിനിധാനം ചെയ്യുന്നത്. അവർ എന്തിനെയാണ് എതിർക്കുന്നത് എന്ന് കാണാൻ പ്രയാസമുണ്ടായിരുന്നില്ല — അവർ 'മുതലാളിത്തവിരുദ്ധരാണ്;' മുതലാളിത്തത്തെപ്പറ്റി വ്യക്തമായ ധാരണയൊന്നും ഇല്ലെങ്കിലും. പക്ഷേ എന്താണ് പകരം വയ്ക്കാൻ അവരുടെ കൈയിലുള്ളത് എന്ന് മനസിലാക്കാനാണ് പ്രയാസം. ബക്കുനിൻ ഇനത്തിൽപ്പെട്ട അരാജകവാദമാണോ എന്ന് സംശയിക്കാവുന്ന ഒരു പ്രതിഭാസത്തിന്റെ പുനരുത്ഥാനത്തിന് ഇതായിരിക്കാം വിശദീകരണം. പഴയ സമൂഹം തുത്തെറിയപ്പെടുമ്പോൾ എന്തുതരം സമൂഹമാണ് വരേണ്ടത് എന്നതിനെപ്പറ്റി യാതൊരു പിടിപാടുമില്ലാത്ത പത്തൊൻപതാം നൂറ്റാണ്ടിലെ സോഷ്യലിസ്റ്റ് സിദ്ധാന്തങ്ങളുടെ ഒരു ശാഖയായിരുന്നല്ലോ ബക്കുനിനിസം. ഈ അരാജകത്വത്തിന് തീവ്രമായ സാമൂഹികഅതൃപ്തി നിലവിലുള്ള,

എന്നാൽ അതുകൊണ്ട് യാതൊരു ഫലവും ഉണ്ടാകാനിടയില്ലാത്ത സാഹചര്യത്തിൽ വേഗം വേരോട്ടമുണ്ടാകും. കലാപങ്ങൾ, പൊലീസുമായുള്ള ഏറ്റുമുട്ടലുകൾ, ചില ഭീകരപ്രവർത്തനങ്ങൾ എന്നിവയിലൂടെ മാധ്യമശ്രദ്ധ പിടിച്ചു പറ്റാമെന്നതിൽ കവിഞ്ഞ് ഇന്ന് തൊഴിലാളി പ്രസ്ഥാനങ്ങളുടെ ഭാവിയെപ്പറ്റി ചിന്തിക്കുമ്പോൾ അവകൊണ്ട് യാതൊരു പ്രയോജനവുമില്ല. 'കർമം കൊണ്ട് പ്രചാരണം' എന്ന പത്തൊൻപതാം നൂറ്റാണ്ടിലെ ഏർപ്പാടിന്റെ പര്യായമാണിത്; പക്ഷേ അനാർക്കോ- സിൻഡിക്കലിസത്തിന്റെ പര്യായമല്ലതാനും.

സോഷ്യലിസ്റ്റ് ഇടതുപക്ഷത്തിന്റെ പഴയ പ്രത്യയശാസ്ത്രങ്ങൾ ഒളിമങ്ങിയതോടെ രൂപം കൊണ്ടിട്ടുള്ള ശൂന്യത നിറയ്ക്കാൻ വംശം, മതം, ലിംഗം, ജീവനം ഇത്യാദി സംഘസ്വത്വങ്ങളുടെ ഭാവനാത്മകമായ കൂട്ടായ്മകൾക്ക് എത്രമാത്രം ആക്കമുണ്ടാകുമെന്ന് വ്യക്തമല്ല. രാഷ്ട്രീയമായി ഏറ്റവും സാധ്യതയുള്ളത് വംശീയദേശീയതയ്ക്കാണ്. കാരണം, ആഗോളവൽക്കരണവും വമ്പിച്ച തൊഴിലില്ലായ്മയും ചേർന്ന ഇക്കാലത്ത് അത് താഴെത്തട്ടിലുള്ള തൊഴിലാളിവർഗത്തിന്റെ വിദേശിവിദ്വേഷവും സുരക്ഷാമൗലികവാദവും കലർന്ന രാഷ്ട്രീയാവശ്യങ്ങൾക്ക് പണ്ടത്തേക്കാളും അധികം ആകർഷകമായി തോന്നും: 'നമ്മുടെ' വ്യവസായം രാഷ്ട്രത്തിന്, വിദേശികൾക്കല്ല; ദേശീയതൊഴിലുകളിൽ മുൻഗണന തദ്ദേശീയർക്ക്; വിദേശികളായ സമ്പന്നരും കുടിയേറ്റ ദരിദ്രരും നടത്തുന്ന ചൂഷണം തുലയട്ടെ, ഇത്യാദി. സൈദ്ധാന്തികമായി സാർവലൗകികസ്വാഭാവമുള്ള റോമൻ കത്തോലിക്കാമതം, ഇസ്ലാം എന്നിവ ഈ വിദേശി വിദ്വേഷത്തിന് ചില അതിരുകൾ അടിച്ചേൽപ്പിക്കുന്നുണ്ട്. പക്ഷേ ബദലൊന്നും മുന്നോട്ടു വയ്ക്കാതെ പഴയ ജീവിതശൈലികളും മനുഷ്യബന്ധങ്ങളും തകർത്ത് അതിവേഗം മുന്നേറുന്ന കഴുത്തൊടിപ്പൻ മുതലാളിത്തത്തിന്റെ പാതയിൽ തടസ്സങ്ങളാകാൻ സാധ്യതയുള്ള ഘടകങ്ങൾ എന്ന നിലയ്ക്ക് വംശീയതയും മതവും ആകർഷകമാകും. രാഷ്ട്രീയം ദേശീയതാവാദത്തിലേക്കോ കുമ്പസാര വാചാടോപ റാഡിക്കൽ വലതുപക്ഷത്തേക്കോ മാറാനുള്ള അപകടസാധ്യത ഏറ്റവും കൂടുതൽ ഉള്ളത് മുൻപ് കമ്യൂണിസ്റ്റായിരുന്ന യൂറോപ്യൻ രാജ്യങ്ങളിലും ദക്ഷിണ/പൂർവേഷ്യയിലും ആണ്; ലാറ്റിൻ അമേരിക്കയിൽ ഏറ്റവും കുറവും. യുഎസ്എ യിൽ സാമ്പത്തിക പ്രതിസന്ധി മഹാമാന്ദ്യകാലത്ത് എഫ് ഡി റൂസ്വെൽറ്റിന്റെ കീഴിൽ സംഭവിച്ചതിനോട് സമാനമായി ഇടതുപക്ഷത്തേക്ക് ഒരു ആപേക്ഷികനീക്കം ഉണ്ടാകാൻ ഇടയാക്കിയേക്കാം. പക്ഷേ ഇത് മറ്റെവിടെയും ഉണ്ടാകാൻ ഇടയില്ല.

ഏതായാലും കുറേക്കൂടി ഭേദപ്പെട്ട ഒന്നിലേക്ക് എന്തോ ഒരു മാറ്റം നടന്നുവരുന്നു. മുതലാളിത്തം ഉത്തരമല്ല, ചോദ്യമാണ് എന്ന് നാം വീണ്ടും കണ്ടെത്തിയിരിക്കുന്നു. അര നൂറ്റാണ്ടായി അതിന്റെ വിജയം അതങ്ങനെയേ വരൂ എന്ന മട്ടിൽ കൊണ്ടാടപ്പെട്ടിരുന്നു. അതുകൊണ്ടുതന്നെ അതിൽ പരമ്പരാഗതമായി ഉണ്ടെന്ന് വിശ്വസിക്കപ്പെട്ടിരുന്ന നിഷേധാത്മകവശങ്ങളെല്ലാം കളഞ്ഞ് പ്രസാദാത്മകമായ വശങ്ങൾ പകരം പ്രതിഷ്ഠിക്കപ്പെട്ടിരിക്കുകയായിരുന്നു. ബിസിനസുകാരും രാഷ്ട്രീയക്കാരും

'സ്വതന്ത്രസംരംഭ' ത്തിന്റെ സ്വാതന്ത്ര്യത്തിൽ മാത്രമല്ല, പരസ്യമായി മുതലാളിയാണെന്ന് ഉദ്ഘോഷിക്കുന്നതിലും കേമത്തം ഭാവിക്കുന്ന അവസ്ഥയായിരുന്നു. 1970 കൾക്കു ശേഷം രണ്ടാംലോക യുദ്ധക്കാലത്തും അതിനു ശേഷവും പരിഷ്ക്കരണത്തിലേക്ക് നയിച്ച ഭയപ്പാടുകൾ മറന്ന്, തുടർന്നുള്ള പാശ്ചാത്യസമ്പദ് വ്യവസ്ഥയുടെ 'സുവർണയുഗ'ത്തിൽ ഈ പരിഷ്ക്കരണങ്ങൾ കൊണ്ടുവന്ന സാമ്പത്തിക നേട്ടങ്ങൾ മറന്ന്, ആ വ്യവസ്ഥിതി തീവ്രമായ 'തുറന്ന വിപണി' നയത്തിലേക്ക് മാറി ('സർക്കാർ പരിഹാരമല്ല, പ്രശ്നമാണ്' എന്ന നിലപാട്). അതാണ് 2007–08 ആന്തരികസ്ഫോടനത്തിന് വഴിവച്ചത്. സോവിയറ്റ് ക്രമം തകർന്ന് രണ്ടു ദശകത്തോളം മുതലാളിത്ത പ്രത്യയശാസ്ത്രകാരന്മാർ വിശ്വസിച്ചിരുന്നത് തങ്ങൾ 'ചരിത്രത്തിന്റെ അന്ത്യ'വും 'സാമ്പത്തിക-രാഷ്ട്രീയ ഉദാരവൽക്കരണത്തിന്റെ നിർലജ്ജ വിജയ' വും കൈവരിച്ചു കഴിഞ്ഞു എന്നും (ഫുക്കുയാമ) നിർവചിതവും സ്ഥിരവും സ്വയം സ്ഥിരതാശേഷിയുള്ളതുമായ മുതലാളിത്തത്തിന്റെ സാമൂഹിക-രാഷ്ട്രീയ ലോകത്ത് – അത് സിദ്ധാന്തത്തിലും പ്രയോഗത്തിലും വെല്ലുവിളിക്കപ്പെടാത്തതും വെല്ലുവിളിക്കപ്പെടാൻ പാടില്ലാത്തതുമാണ് — വളർച്ച കൈവരിച്ചു കഴിഞ്ഞു എന്നും അവർ കരുതി.

ഇതൊന്നും ഇനിയും സാധുവല്ല. ലോകചരിത്രം സ്വകാര്യ-പൊതുത്വങ്ങൾ തമ്മിലും ശുദ്ധവ്യക്തിവാദവും ശുദ്ധസംഘവാദവും തമ്മിലും നടക്കുന്ന ഒരു സാമ്പത്തികപൂജ്യാക്കക്കളിയാണ് എന്നു കണക്കാക്കാനുള്ള ഇരുപതാം നൂറ്റാണ്ടിലെ ശ്രമങ്ങളൊന്നും സോവിയറ്റ് സമ്പദ് വ്യവസ്ഥയുടെ പ്രത്യക്ഷമായ പാപ്പരത്തെയോ 1980–2008 കാലത്തെ 'വിപണി മൗലികവാദ'ത്തിന്റെ സമ്പദ്വ്യവസ്ഥയെയോ അതിജീവിക്കാൻ പര്യാപ്തമായിട്ടില്ല. രണ്ടിലേക്കും മടക്കം ഒരുപോലെ അസാധ്യമാണ്. 'സോഷ്യലിസം' എന്നാൽ എന്ത് എന്ന് പുനർവിചിന്തനം നടത്തുകയും സാമൂഹികപരിവർത്തനത്തിന്റെ മുഖ്യവാഹകൻ(കായിക) തൊഴിലാളി വർഗമാകും എന്ന മുൻധാരണ ഉപേക്ഷിക്കുകയും ചെയ്തല്ലാതെ (ചുരുങ്ങിയ പക്ഷം അത്രയെങ്കിലും ചെയ്തല്ലാതെ) മാർക്സിസ്റ്റ് ഇതര സോഷ്യലിസ്റ്റുകൾക്ക് മുതലാളിത്തത്തിനൊരു ബദലും ഉണ്ടാകില്ല എന്ന വസ്തുത 1980 കളോടെ തന്നെ വ്യക്തമായി. പക്ഷേ 1973–2008 ലെ വിപണി സമൂഹത്തിന്റെ *reductio ad absurdum** അവസ്ഥയിൽ വിശ്വസിച്ചിരുന്നവരും നിസ്സഹായരാണ്. ചിട്ടയായ ഒരു ബദൽ വ്യവസ്ഥിതി ചക്രവാളത്തിൽ ദൃശ്യമല്ല; അതേസമയം നിലവിലുള്ള വ്യവസ്ഥയുടെ വിഘടനത്തിന്റെ തകർച്ചയുടെ സാധ്യത തള്ളിക്കളയാനും കഴിയില്ല. അങ്ങനെവന്നാൽ എന്തു സംഭവിക്കും, എന്തു സംഭവിക്കാം എന്നതിനെപ്പറ്റി ഇരുപക്ഷത്തിനും ഒരു ധാരണയുമില്ല.

---

* ഒരു വാദം അവതരിപ്പിക്കുന്നു; യുക്തിപരമായി ശരിയായ രീതിയിൽ മുന്നോട്ടുകൊണ്ടുപോയിട്ട് അവസാനനിഗമനം പൂർവാനുമാനത്തെ അസംബന്ധമാക്കുന്നു– ഇതാണ് *reductio ad absurdum.* ഇവിടെ വിപണി സമൂഹത്തിന്റെ 'അസംബന്ധം' എന്നു പറയാം: വിവ.

മുതലാളിത്തത്തിന്റെയും മുതലാളിത്ത ആഗോളവൽക്കരണം എവിടേക്ക് നയിക്കാം എന്ന് തിരിച്ചറിയുന്നതിൽ പരാജയപ്പെട്ട സാമ്പത്തികവിശാദരന്മാരുടെയും വിമർശനം ചിന്തയുടെ സത്ത തന്നെയാക്കിയ ഒരു വലിയ ചിന്തകനിലേക്ക് മടങ്ങാൻ ഇരുപക്ഷക്കാരും താൽപ്പര്യപ്പെടുന്നു എന്നതാണ് വിരോധാഭാസം. ആ അവസ്ഥ 1848 ൽ തന്നെ അദ്ദേഹം പ്രവചിച്ചിരുന്നു എന്നുകൂടി ഓർക്കുക. സാമ്പത്തികവ്യവസ്ഥയുടെ പ്രവർത്തനങ്ങളെ ചരിത്രത്തിന്റെ അന്ത്യമായിട്ടല്ലാതെ ഒരു ഘട്ടമായി കണ്ട് ചരിത്രപരമായും, ഒരു ഉദാത്തവിപണി സന്തുലനമെന്ന നിലയ്ക്കല്ലാതെ വ്യവസ്ഥാമാറ്റം ഉണ്ടാകാൻ സാധ്യതയുള്ള, കാലികപ്രതിസന്ധികൾ ഉൽപ്പാദിപ്പിക്കാൻ ആന്തരികമായിതന്നെ സജ്ജമായ ഒരു സംവിധാനം എന്ന നിലയ്ക്ക് യാഥാർഥ്യബോധത്തോടെയും വിശകലനം ചെയ്യണം എന്ന് ഒരിക്കൽക്കൂടി തെളിഞ്ഞു. ഇന്നത്തേതും അത്തരത്തിൽപ്പെട്ട ഒരു പ്രതിസന്ധിയാകാം. വൻപ്രതിസന്ധികളുടെ ഇടക്കാലത്തു പോലും 'വിപണി' ക്ക് ഇരുപത്തൊന്നാം നൂറ്റാണ്ടിനെ തുറിച്ചുനോക്കുന്ന പ്രധാനപ്രശ്നത്തിന് ഉത്തരമൊന്നും ഇല്ല എന്നും ഒരിക്കൽക്കൂടി വ്യക്തമാകുന്നു: അതിവേഗം ആവശ്യമില്ലാതായിക്കൊണ്ടിരിക്കുന്ന ഒരു ഉൽപ്പാദനഘടകമായ മനുഷ്യാധ്വാനത്തിന്റെയും ലോകത്തെ പ്രകൃതിവിഭവങ്ങളുടെയും(എന്നുകൂടി കൂട്ടിച്ചേർക്കട്ടെ) ചെലവിൽ മാത്രമാണ് അപരിമിതവും കൂടുതൽ കൂടുതൽ ഉന്നത സാങ്കേതികവിദ്യാബദ്ധവുമായ, അസ്ഥായിയായ, ലാഭത്തിനു വേണ്ടിയുള്ള, സാമ്പത്തികവളർച്ചയിലൂടെ ആഗോളസമ്പത്ത് ഉൽപ്പാദിപ്പിക്കപ്പെടുന്നത്. ഒറ്റയ്ക്കോ കൂട്ടായോ സാമ്പത്തികവും രാഷ്ട്രീയവുമായ ഉദാരവാദത്തിന് ഇരുപത്തിയൊന്നാം നൂറ്റാണ്ടിലെ പ്രശ്നങ്ങൾക്ക് പരിഹാരം ഉണ്ടാക്കാൻ കഴിയില്ല. മാർക്സിനെ ഗൗരവബുദ്ധ്യാ പരിഗണിക്കേണ്ട സമയം ഒരിക്കൽക്കൂടി വന്നുചേർന്നിരിക്കുന്നു.

www.ingramcontent.com/pod-product-compliance
Lightning Source LLC
LaVergne TN
LVHW040549051026
849519LV00004B/1275